ഗ്രീൻ ബുക്സ്

താത്രീഭഗവതി

ഇരിഞ്ചയം രവി

തിരുവനന്തപുരം ജില്ലയിൽ
ഇരിഞ്ചയത്ത് 1948ൽ ജനനം.
ടീച്ചർ എജ്യുക്കേറ്റർ, പ്രിൻസിപ്പാൾ
എന്നീ നിലകളിൽ മുപ്പത്തിയഞ്ചു
വർഷത്തെ വിദ്യാഭ്യാസ സേവനം.
ഇരുപത്തിയഞ്ചിലധികം
പുസ്തകങ്ങൾ പ്രസിദ്ധീകരിച്ചിട്ടുണ്ട്.

നോവൽ

താത്രീഭഗവതി

ഇരിഞ്ചയം രവി

ഗ്രീൻ ബുക്സ്

green books private limited
gb building, civil lane road, ayyanthole,
thrissur- 680 003, kerala, ph: +91 487-2381066, 2381039
website: www.greenbooksindia.com
e-mail: info@greenbooksindia.com

malayalam
thathreebhagavathi
novel
by
irinchayam ravi

first published april 2019

cover design : sajith peupa

branches:
thrissur 0487-2422515
palakkad 0491-2546162
thiruvananthapuram 0471-2335301
calicut 0495 4854662
kannur 0497-2763038

isbn : 978-93-88830-36-2

GBPL/1074/2019

മുഖക്കുറി

കുറിയേടത്ത് താത്രിയെ നായികയാക്കിയുള്ള ബൃഹത്തായ ഈ നോവൽ നൂറ് വർഷങ്ങൾക്കു മുമ്പുള്ള കേരളത്തിന്റെ ചരിത്രരേഖയാണ്. പുതിയ തലമുറയ്ക്ക് അന്യമായ ഒരു കാലത്തെ രേഖപ്പെടുത്തിയ രചന.

കൃഷ്ണദാസ്
മാനേജിങ് എഡിറ്റർ

ഒന്ന്

ആറരയേക്കർ വിസ്തീർണമുള്ള ശ്രീവരാഹം അമ്പലക്കുളത്തിനരികിൽ ആട്ടോറിക്ഷയിൽ വന്നിറങ്ങിയ പത്മ കുളത്തിന്റെ വലുപ്പം കണ്ട് ആശ്ചര്യപ്പെട്ടുപോയി. ഇത്രയും വലിയൊരു അമ്പലക്കുളം ആദ്യമായി കാണുകയായിരുന്നു. പത്മയുടെ ലഗേജുകൾ തോളിൽ തൂക്കി, പിന്നാലെ ഇറങ്ങിയ സ്കൂളിലെ തൂപ്പുകാരി ഭാമിനി തെല്ലുനേരം ടീച്ചറുടെ ഭാവപ്പകർച്ച നോക്കിനിന്നു. കുളത്തിന് തെക്കുഭാഗത്ത് പഴക്കംകൊണ്ട് പായൽ പിടിച്ച് നിറംകെട്ടുനിന്ന വലിയൊരു ഇരുനിലമന്ദിരം ചൂണ്ടി ഭാമിനി പറഞ്ഞു:

"ഇതാണ് കണ്ടഞ്ചാതമന."

കണ്ടഞ്ചാതമനയോ? തന്റെ നാട്ടിൽ ചെമ്മന്തട്ട മഹാശിവക്ഷേത്രത്തിനടുത്താണല്ലോ കണ്ടഞ്ചാതമന. ഒരേപേരിൽ രണ്ടു മനകൾ ഉണ്ടാവുക സാധാരണമല്ല. ഇത് തിരുവനന്തപുരത്തെ കണ്ടഞ്ചാതമന എന്ന് പത്മ സമാധാനിച്ചു.

"ഭാഗ്യം ടീച്ചറേ, നടയടച്ചിട്ടില്ല, വേഗം വരൂ."

ഭാമിനിയുടെ തിടുക്കം കണ്ടപ്പോൾ മറ്റൊന്നും ചോദിക്കാൻ തോന്നിയില്ല. അവളോടൊപ്പം അമ്പലനടയിൽ വേഗം നടന്നെത്തി കൈകൂപ്പി ശിരസ്സു നമിച്ചു. പറയാനുള്ളത് ഭഗവതിയോടു പറഞ്ഞു. ഒരേയൊരപേക്ഷയേ ദേവിയുടെ മുമ്പിൽ വെയ്ക്കാനുള്ളൂ:

"സുരക്ഷിതമായ ഒരു താമസസൗകര്യം കിട്ടണേ. വാടക അല്പം കൂടിയാലും വേണ്ടില്ല. ഒരൊറ്റ മുറി മതി. ഈ പഴയ മാളികയിൽ ബാത്ത് അറ്റാച്ച്ഡ് മുറികൾ ഉണ്ടാകാൻ ഇടയില്ല. പൊതുകക്കൂസ് ആയാലും വേണ്ടില്ല; ഞാൻ അഡ്ജസ്റ്റ് ചെയ്തോളാം. ഈ വലിയ നഗരത്തിൽ ചെറുപ്പക്കാരിയും സുന്ദരിയുമായ ഒരു പെണ്ണിന് ഒറ്റയ്ക്കു താമസിക്കുവാൻ സുരക്ഷിതമായ ഒരിടം തരണേ!"

കണ്ണു തുറന്നു നോക്കിയപ്പോൾ തൊണ്ണൂറു കഴിഞ്ഞെന്നു തോന്നിക്കുന്ന ഒരു പടുവൃദ്ധൻപൂജാരി വലതുകൈയിൽ കിണ്ടിയും ഇടതുകൈയിൽ ഭസ്മത്താലവുമായി ശ്രീകോവിലിനുള്ളിലെ വിഗ്രഹത്തെ മറച്ചുനിൽക്കുന്നു. ഒരുപിടി ചില്ലറ താലത്തിലിട്ട്, കൈക്കുമ്പിൾ നീട്ടി. തീർത്ഥം നുകർന്നു. പൂജാരി അകത്തേക്ക്.

“ഇതാണ് കണ്ടഞ്ചാത രാവുണ്ണിത്തിരുമേനി.”

ഭാമിനി പത്മയുടെ ചെവിയിൽ പറഞ്ഞു.

“ഈ കാണുന്നതാണ് തിരുമേനിയുടെ കണ്ടഞ്ചാതമന. ഇവിടെയാണ് ടീച്ചറിന് മുറി തരപ്പെടുത്തിത്തരാമെന്നു പറഞ്ഞത്.”

ഭാമിനി പിന്നെയും എന്തൊക്കെയോ പറഞ്ഞു. അതൊന്നും പത്മയുടെ മനസ്സിൽ എത്തിയില്ല.

കണ്ടഞ്ചാതമന, കണ്ടഞ്ചാത രാവുണ്ണി എന്നീ പേരുകളൊക്കെ പത്മയ്ക്ക് സുപരിചിതം. തന്റെ കുടുംബമായ ചേമഞ്ചേരിമന ആറങ്ങാട്ടുകരയിൽ ആയിരുന്നെങ്കിലും അതിന് തീരെ അകലെയല്ലാത്ത ചെമ്മന്തട്ട മഹാശിവക്ഷേത്രത്തിൽ നാലഞ്ചു തവണ മാത്രമേ പോയിട്ടുള്ളൂ. അതിനടുത്തായി കണ്ടഞ്ചാതമന ഇപ്പോഴുമുണ്ട്. കണ്ടഞ്ചാത രാവുണ്ണി എന്നൊരു യുവാവ് കുറിയേടത്ത് താത്രിയുടെ സ്മാർത്തവിചാരവുമായി ബന്ധപ്പെട്ട് ഭ്രഷ്ടാക്കപ്പെട്ടെന്നും അയാൾ നാടുവിട്ട് പൊന്നാനിയിലെത്തി ഇസ്ലാംമതം സ്വീകരിച്ചെന്നും അയാളുടെ സന്തതിപരമ്പരകൾ വളരെ സമ്പന്നരായ വ്യവസായികളാണെന്നും മറ്റും അകത്തളങ്ങളിൽ മാത്രമല്ല, പുറത്തും പലരും പറയുന്നത് കേട്ടിട്ടുണ്ട്. ഇത് തിരുവനന്തപുരത്തെ കണ്ടഞ്ചാത മനയും ഇവിടത്തെ രാവുണ്ണിയും.

പത്മ സംശയങ്ങൾ സ്വയം പരിഹരിച്ചുകൊണ്ട് ചോദിച്ചു:

“അങ്ങനെയെങ്കിൽ എനിക്കൊരു മുറി വാടകയ്ക്കു തരാൻ പറയാഞ്ഞെന്തേ?”

“വീട്ടുകാര്യോം വാടകക്കാര്യോംക്ക ഗൗരിക്കുട്ടി തമ്പ്രാട്ടിയാണ് നോക്കുന്നത്. തമ്പ്രാട്ടി മനയിലുണ്ട്. നമുക്ക് അങ്ങോട്ടു പോകാം.”

മനവളപ്പിൽ കിടന്ന ഒരു ഓട്ടോറിക്ഷ പുറത്തേക്കു പോയി. മണ്ണെണ്ണയുടെ ദുർഗന്ധമുള്ള കറുത്ത പുക പത്മയ്ക്ക് അസഹ്യമായി തോന്നിയെങ്കിലും ഭാമിനി അതൊന്നും ശ്രദ്ധിക്കാനേ പോയില്ല.

ഏതാണ്ട് അമ്പതു സെന്റ് വിസ്തൃതി തോന്നിക്കുന്ന മനവളപ്പിനു ചുറ്റും വെട്ടുകല്ലുകൊണ്ടു പടുത്ത ഉയരമുള്ള മതിൽ. വടക്കുപടിഞ്ഞാറേ മൂലയിൽ വലിയൊരു അരയാലിനും കരിമ്പനയ്ക്കും മധ്യത്തിലായി ചെറിയൊരമ്പലം. മനവളപ്പിന്റെ മധ്യഭാഗത്തായി വളരെ പഴക്കം തോന്നിക്കുന്ന വലിയ ഇരുനിലമാളിക. മതിലിനുള്ളിൽ പല ഭാഗത്തായി പലതരം വസ്ത്രങ്ങൾ അലക്കി ഉണങ്ങാനിട്ടിരിക്കുന്നു.

അല്പസമയം പത്മ പരിസരനിരീക്ഷണം നടത്തി. വാഹനപ്പുകയുടെ ദുർഗന്ധത്തിന്റെ തീവ്രത കുറഞ്ഞുകുറഞ്ഞുവന്നു. നഗരമല്ലേ, ശബ്ദവും പുകയുമൊക്കെ ഉണ്ടാകും. പത്മ മനസ്സിനെ പാകപ്പെടുത്താൻ ശ്രമിച്ചു.

പഴമ മണക്കുന്ന മനവളപ്പിൽ നിന്നപ്പോൾ പത്മയ്ക്ക് എന്തെന്നില്ലാത്ത ശാന്തതയും സംതൃപ്തിയും അനുഭവപ്പെട്ടു. തിരക്കേറിയ നഗരത്തിനുള്ളിൽ തിരക്കൊഴിഞ്ഞ ഒരു തുരുത്ത്. അമ്മാത്ത് എത്തിയ പ്രതീതി.

ആരുണ്ടിവിടെ തന്നെ സംരക്ഷിക്കാൻ? വളരെ നാളുകൾക്കുശേഷം പത്മ അമ്മയെ ഓർത്തു. അമ്മയുടെ ആത്മാവ് ഇവിടെ എവിടെയോ ഉള്ളതുപോലെ ഒരു തോന്നൽ. എത്രയോ അമ്മമാരുടെ ആത്മാക്കൾ ഇവിടെ നിലനിൽക്കുന്നുണ്ടാവാം.

അമ്മമാരേ, ഞാനൊരു അനാഥയാണേ, എന്നെ കാത്തോളണേ.

“ടീച്ചർ, എന്താണ് ആലോചിക്കുന്നത്? സ്ഥലം ഇഷ്ടപ്പെട്ടോ?”

ഭാമിനി പത്മയെ ഉണർത്തി.

“ഇത്രയും വലിയ വീടോ? അത്രയ്ക്ക് ധനികരാണെങ്കിൽ അവർ മുറി വാടകയ്ക്കു കൊടുക്കുന്നതെന്തിനാ?”

“അതൊക്കെ വലിയ കഥയാണ് ടീച്ചറേ?”

ഭാമിനി രഹസ്യം പറയുന്ന ഭാവത്തിൽ ചുരുക്കിപ്പറഞ്ഞു.

“രാവുണ്ണിത്തിരുമേനി ദൂരെ എവിടെന്നോ പത്മനാഭസ്വാമിക്ഷേത്ര ത്തിൽ കൊട്ടിപ്പാടാൻ വന്നതാണത്രെ. തിരുമേനിയുടെ പാട്ടും കീർത്തന ങ്ങളുമൊക്കെ മഹാരാജാവിന് ഇഷ്ടപ്പെട്ടു. ഈ പറമ്പും മാളികേം കൊട്ടാരംവകയാണ്. ഏതോ കോയിത്തമ്പുരാൻ താമസിച്ചിരുന്നുപോലും. മക്കളില്ലേർന്ന്. അങ്ങേര് മരിച്ചശേഷം ഇത് ഒഴിഞ്ഞുകെടന്ന്. മഹാരാജാവ് ഇത് രാവുണ്ണിത്തിരുമേനിക്ക് നൽകി. തിരുമേനി ഇത് ഈ അമ്പലത്തിന്റെ പേരില് എഴുതിവച്ചുപോലും. പിന്നീടാണ് തിരുമേനി കല്യാണം കഴിച്ചത്. മക്കളും ചെറുമക്കളുമായിട്ട് കൊറേ ഒണ്ട്. തിരുമേനിയുടെ നാലാമത്തെ മകളാണ് ഗൗരിക്കുട്ടിത്തമ്പുരാട്ടി. എല്ലാർക്കുംകൂടി ഒള്ളതാണ് ഈ വീടും പറമ്പും. ഒന്നും ചെയ്യാൻ വയ്യ. അമ്പലത്തിന്റെ പേരിലല്ലേ എല്ലാം. പിന്നെ വാക്കാൽ ഭാഗിച്ചുവെച്ചിട്ടൊണ്ട്. ഗൗരിക്കുട്ടിത്തമ്പ്രാട്ടിക്ക് രണ്ടാം നെലയില് നാലുമുറീം അടുക്കളേം. മറ്റൊരു മുറി വലിയ തിരുമേനിക്ക്. വേറെ രണ്ടു മുറി മറ്റേതോ ചെറുകുട്ടിയുടെ വക. അതുരണ്ടും വാടകയ്ക്കു കൊടുത്തി രിക്കുന്നു. ഗൗരിക്കുട്ടിത്തമ്പുരാട്ടിയുടെ ഒരു മുറി വാടകയ്ക്ക് കൊടുത്തി രുന്നു. ഒരു മുറീല് തമ്പുരാട്ടിയുടെ മോള് കുട്ടികളെ ഡാൻസും പാട്ടും പഠിപ്പിക്കുന്നു. ദുർഗയെന്നാണ് അതിന്റെ പേര്. വാടകയ്ക്ക് കൊടുത്തി രുന്ന മുറി ഒഴിഞ്ഞിറ്റ് അഞ്ചാറായി. ആ മുറിയാണ് ടീച്ചറിന് തരാമെന്നു പറഞ്ഞത്.”

എന്തൊക്കെയോ ദുരൂഹതകൾ ചുരുളഴിയുന്നുണ്ടെന്ന് പത്മയ്ക്കു തോന്നിയെങ്കിലും ഒരു ദുരൂഹതയുമില്ലെന്ന് മനസ്സിനെ സമാധാനി പ്പിക്കാൻ ശ്രമിച്ചു. തടികൊണ്ടുള്ള ഗോവണി കയറി അവർ രണ്ടാംനില യിലെത്തി. ഏതാണ്ട് അമ്പതു വയസ്സു തോന്നിക്കുന്ന വെളുത്തുവിളറിയ ഒരു സ്ത്രീ അവരെ സ്നേഹപൂർവം സ്വീകരിച്ചു.

“വരൂ, വരൂ, ഇരിക്കൂ. ആരാണ് ഭാമിനീ, ടീച്ചർ തന്നല്ലേ?”

ഗൗരിക്കുട്ടി ചോദിച്ചു.

“അതേമ്മേ. ഇന്നു രാവിലെ എത്തിയതേയുള്ളൂ. ഞങ്ങളുടെ സ്കൂളിൽ തന്നേണ്. ഇവ്ടെ ഒരു മുറിയൊള്ളത് അറിയാമായിരുന്നോണ്ട് കയ്യോടനേ

അതെടുക്കാംന്ന് വച്ച്. മുറിയില് സാദനോക്ക കൊണ്ടുവച്ച് കുളിച്ച് സമാതാനത്തോടെ ചെന്നാ മതീന്ന് എച്ചെം പറഞ്ഞ്.''

ഭാമിനി വിശദീകരിച്ചു.

''ങ്ഹ്ആ, അതു നന്നായി. പേരെന്താ ടീച്ചറേ?''

''പത്മ.''

ചിരിച്ചുകൊണ്ടു പത്മ പേരു പറഞ്ഞു.

''ഇന്നലെയും ഒരു പാർട്ടി വന്നിരുന്നു. ആ സ്ത്രീയെ കണ്ടപ്പോൾ തന്നെ എനിക്ക് ഇഷ്ടപ്പെട്ടില്ല. ഏതോ സർക്കാർ ആശുപത്രീല് നേഴ്സോ എന്തോ ആണ്. ഞാൻ മുറി കൊടുത്തില്ല. ടീച്ചറെ കണ്ടപ്പോത്തന്നെ എനിക്കിഷ്ടപ്പെട്ടു. എന്നുവെച്ച് പറയാനുള്ളത് ഞാൻ പറയാതിരിക്കില്ല. സമ്മതമെങ്കിൽ ഇവിടെ താമസിച്ചാൽ മതി.''

ഗൗരിക്കുട്ടി നിലപാടു വ്യക്തമാക്കി.

''ചേച്ചി പറയണം, എന്തു വ്യവസ്ഥയായാലും ഞാൻ സമ്മതിച്ചിരിക്കുന്നു.''

ചേച്ചി എന്ന സംബോധന ഗൗരിക്കുട്ടിയുടെ ഉള്ളിൽ കൊണ്ടു. അവരുടെ മുഖം തെളിഞ്ഞു.

''മാസം നൂറു രൂപ വാടക തരണം. അത് ഓരോ മാസവും മുൻകൂർ തരണം. എന്താ ജാതിയെന്നും മതമെന്നും ഞാൻ ചോദിക്കുന്നില്ല. എന്തു ജാതിയായാലും ഞങ്ങളുടെ അടുക്കള ഉപയോഗിക്കാം. മീനും ഇറച്ചിയും കരിച്ചും പൊരിച്ചും നാറ്റിക്കാൻ അനുവദിക്കില്ല. ബ്രാഹ്മണരല്ലാത്തോരെ അടുക്കളയിൽ കയറ്റാൻ എനിക്കിഷ്ടമല്ല. എന്തുചെയ്യാം? നിവൃത്തികേടുകൊണ്ടാണെന്ന് കൂട്ടിക്കോളൂ. വരൂ, മുറി കാണിച്ചുതരാം. ഇഷ്ടപ്പെട്ടെങ്കിൽ എടുത്താൽ മതി.''

സാമാന്യം വലിയൊരു മുറി. പഴയൊരു മരക്കട്ടിൽ. ക്ലാസ്മുറികളിൽ ഉപയോഗിക്കുന്നതരം ഡ്രോയർ ഇല്ലാത്ത ഒരു മേശ. പഴയൊരു മരക്കസേര. ചുവരിൽ ആരോ ഉപേക്ഷിച്ചുപോയ ഒരു കണ്ണാടി.

പത്മ ജനൽ തള്ളിത്തുറന്നു. ശ്രീവരാഹം അമ്പലക്കുളം വെയിലേറ്റു തിളങ്ങുന്നു. അതിമനോഹരദൃശ്യം. ക്ഷേത്രക്കൊടിമരവും അമ്പലവും നന്നായി കാണാം.

''അതാ ആ ഇടനാഴിയിൽ കാണുന്നത് ഒന്ന് കുളിമുറിയും ഒന്ന് കക്കൂസും. പൈപ്പുവെള്ളം ധാരാളമുണ്ട്. താഴെ കിണറുണ്ട്. ശുദ്ധജലം. അച്ഛൻ അമ്പലത്തിലെ ആവശ്യത്തിന് കിണർജലമേ എടുക്കൂ. മണിക്കിണറിലെ ജലത്തിൽ ഈശ്വരചൈതന്യമുണ്ടെന്നാണ് അച്ഛൻ പറയുന്നത്.''

എന്തു പറയുന്നു എന്ന ഭാവത്തിൽ ഗൗരിക്കുട്ടി പത്മയെ നോക്കി.

മണിക്കിണറിലെ ജലത്തിലെ ഈശ്വരചൈതന്യം പത്മയെ മുച്ചിലോട്ടു ഭഗവതിയുടെ സന്നിധിയിലെത്തിച്ചു. സകല ദൈവങ്ങൾക്കും

നന്ദിപറഞ്ഞു കൊണ്ട് പത്മ അഞ്ചു നൂറുരൂപാ നോട്ടുകൾ എണ്ണിയെ ടുത്തുകൊണ്ടു പറഞ്ഞു:

"അഞ്ചുമാസത്തെ വാടക മുൻകൂറായിരിക്കട്ടെ."

പ്രസാദം വാങ്ങുന്ന ഭവ്യതയോടെ ഗൗരിക്കുട്ടി ഇരുകൈ കൂപ്പി തുക വാങ്ങി.

ഒരു ബിഗ്ഷോപ്പർ നിറയെ സാധനങ്ങളുമായി ഒരു യുവതി വേഗ ത്തിൽ ഗോവണി കയറി അടുത്തെത്തി. വേഗത്തിൽ നടന്നതിന്റെ കിതപ്പും വിയർപ്പും മുഖത്തുണ്ട്.

"മോളേ ദുർഗേ, ഈ ടീച്ചറാണ് ഇനി നമ്മുടെ അതിഥി."

ദുർഗ അല്പസമയം ടീച്ചറെ ശ്രദ്ധിച്ചുനോക്കി.

"നല്ല പരിചയം തോന്നുന്നു. എവിടെവച്ചാ ടീച്ചറേ നമ്മൾ പരിചയ പ്പെട്ടത്?"

പത്മ ചിരിച്ചു.

"എനിക്കും അങ്ങനെ തോന്നുന്നു. ജനനാന്തരസൗഹൃദങ്ങളാ യിരിക്കാം കുട്ടീ."

പത്മയുടെ മനസ്സു പറഞ്ഞു.

രണ്ട്

യാത്രാക്ഷീണംകൊണ്ട് തളർന്നുറങ്ങുകയായിരുന്നു പത്മ. ശ്രീവരാഹം അമ്പലത്തിൽ അടുത്തടുത്ത് രണ്ടുമൂന്ന് കതിനവെടികൾ മുഴങ്ങി. ഏതോ അമ്പലത്തിൽനിന്നും ശ്രീവെങ്കിടേശ സുപ്രഭാതം ഒഴുകിയെത്തി.

പത്മ ഉണർന്നെങ്കിലും പരിസരശബ്ദങ്ങൾ ശ്രദ്ധിച്ചുകൊണ്ടു കിടന്നു. മറ്റേതോ അമ്പലത്തിൽനിന്നും തുടികൊട്ടും പാട്ടും ഉച്ചഭാഷിണി യിലൂടെ കേൾക്കാം. ഇവിടെ ഇത്രമാത്രം അമ്പലങ്ങളോ?

കരിവെള്ളൂരിലെ താമസസ്ഥലത്ത് പ്രഭാതം എത്ര ശാന്തമായിരുന്നു! ആറങ്ങാട്ടുകരയും കരിവെള്ളൂരും ശ്രീവരാഹവും ഒരേ പ്രഭാതമല്ലല്ലോ തരുന്നത്!

കുറച്ചകലെ ഒരമ്പലത്തിൽനിന്നും വീണ്ടും കതിനവെടിയൊച്ചകൾ. ശ്രീവരാഹം ക്ഷേത്രപരിസരങ്ങളിൽതന്നെ പല ക്ഷേത്രങ്ങൾ. മണക്കാട് സ്കൂളിൽനിന്നും ഇന്നലെ വൈകിട്ട് നടന്നുവന്നപ്പോൾ നാലഞ്ച് ചെറുക്ഷേത്രങ്ങൾ കടന്നാണ് ശ്രീവരാഹത്തെത്തിയത് എന്ന കാര്യം പത്മ ഓർത്തു. തിരുവനന്തപുരം ക്ഷേത്രനഗരംതന്നെ. നല്ലത്, വളരെ നല്ലത്. എല്ലാ ദൈവങ്ങളുംകൂടി തന്നെ സംരക്ഷിക്കട്ടെ. പത്മ പ്രാർ ത്ഥിച്ചു.

കരിവെള്ളൂർ ഹൈസ്കൂളിലായിരുന്നപ്പോൾ ഒരു കുടുംബത്തോടൊപ്പമായിരുന്നു പത്മ താമസിച്ചിരുന്നത്. വാണിയസമുദായത്തിൽപെട്ട ഒരു കുടുംബം. കരിവെള്ളൂർ മുച്ചിലോട്ടുകാവ് അവരുടെ കുടുംബവകയാണത്രെ. അവിടെ നിത്യാരാധനയില്ലാത്തതിനാൽ കുറച്ച് അകലെയുള്ള ഒരു ദേവീക്ഷേത്രത്തിൽ വല്ലപ്പോഴും പോയി പ്രാർത്ഥിക്കുമായിരുന്നു. ഇവിടെ വീട്ടുമുറ്റത്തുതന്നെ അമ്പലമുണ്ട്. ഭാഗ്യം. പ്രഭാതത്തിൽ തന്നെ കുളിച്ചുതൊഴുതാൽ നല്ല ഒരു തുടക്കമാവും.

കുളികഴിഞ്ഞ് പത്മ ഡ്രസ്സു ചെയ്തുകൊണ്ടു നിന്നപ്പോൾ ദുർഗ ജനലിൽ മുഖം കാണിച്ചു.

"ടീച്ചർ റെഡിയായിക്കഴിഞ്ഞോ?"

"ഇതാ കഴിഞ്ഞു."

പുറത്തിറങ്ങി വാതിലടച്ചുകൊണ്ട് പത്മ ചോദിച്ചു:

"ദുർഗ കുളിച്ചൊരുങ്ങിയോ?"

"ഞാനെന്നും ഈ സമയത്തുതന്നെ റെഡിയാകും. അമ്പലത്തിൽ പോകാനൊന്നുമല്ല. ഏഴരമണിയാകുമ്പോൾ നാലഞ്ചു കുട്ടികൾ വരും. മ്യൂസിക് ക്ലാസ്സുണ്ട്."

"വൈകിട്ട് ഡാൻസ് ക്ലാസ്സും."

പത്മ പൂരിപ്പിച്ചു.

"അതേ ടീച്ചറേ. നാലഞ്ചുകൊല്ലമായി ഞങ്ങളുടെ പ്രധാന വരുമാനം ഈ കുട്ടികൾ തരുന്ന ഫീസാണ്. അതിനുമുമ്പ് അച്ഛനുണ്ടായിരുന്നപ്പോഴും ഇങ്ങനെയൊക്കെത്തന്നെയായിരുന്നു ജീവിതം. ഒരു ചെറിയ അമ്പലത്തിലെ ശാന്തിക്കാരനായിരുന്നു അച്ഛൻ. ഒരു വഴിയടഞ്ഞപ്പോൾ മറ്റൊരു വഴി തുറന്നു."

പത്മ ഒന്നും ചോദിച്ചില്ല. ദുർഗയെത്തന്നെ നോക്കിനിന്നു. ഇവളേക്കാൾ എത്രയോ ദയനീയാവസ്ഥയിലായിരുന്നു താനെന്ന് ഓർക്കുകയായിരുന്നു. ദയനീയഭാവത്തിലായിരുന്നു അവളുടെ സംസാരമെങ്കിലും ആ നിശ്ചയദാർഢ്യം തുടിക്കുന്ന മുഖഭാവം പത്മയ്ക്ക് ഇഷ്ടമായി.

കണ്ടഞ്ചാതമനവളപ്പിലെ അമ്പലത്തിലേക്ക് നടക്കുന്നതിനിടയിൽ അവർ പരസ്പരം സംസാരിച്ചില്ല.

അമ്പലനട തുറന്നുകിടന്നു. ദേവീവിഗ്രഹത്തിനരികിൽ നിലവിളക്കെരിയുന്നു. വൃദ്ധനായ പൂജാരി പുറത്തൊരാളോടു സംസാരിച്ചുകൊണ്ടു നിന്നതിനാൽ ഒരു മറവുമില്ലാതെ പത്മ വിഗ്രഹം കണ്ട് കൺകുളിർത്ത് തൊഴുതു.

ആ വിഗ്രഹത്തിൽ ഏതോ ഒരു അസാധാരണത്വം ഉണ്ടെന്ന് പെട്ടെന്ന് പത്മയ്ക്ക് തോന്നി. ഇത് ഏതു ദേവിയാണ്? ഏതുമാകട്ടെ. അല്പസമയം കണ്ണടച്ചുനിന്ന് മുച്ചിലോട്ടമ്മയെ മനസ്സിൽ ധ്യാനിച്ച് പ്രാർത്ഥിച്ചു.

'അമ്മേ കരിവെള്ളൂരിൽ എന്നപോലെ തിരുവനന്തപുരത്തും എന്നെ കാത്തോളണേ. പുതിയ താമസസ്ഥലത്ത് ഒരു ബുദ്ധിമുട്ടും ഉണ്ടാക രുതേ. സിനിമാഭ്രാന്തുമായി നടക്കുന്ന ബാബുചെറിയാൻ പ്ലാക്കാട്ടിരിയെ ക്കുറിച്ച് ഞാൻ പലതവണ അമ്മയോടു പറഞ്ഞിട്ടുണ്ടല്ലോ. അവന് നല്ലത് തോന്നിക്കണേ! അവനെ തിരുവനന്തപുരത്ത് എന്റെ അടുത്ത് എത്തിച്ചു തരണേ.'

വാതിലിനരികിലിരുന്ന ഭസ്മത്തട്ടിൽ ചില്ലറയിട്ട്, ഭസ്മം നുള്ളി നെറ്റി യിൽ തൊട്ടു. വീണ്ടും വിഗ്രഹത്തിലേക്കായി ശ്രദ്ധ. ഏതു ദേവിയാണിത്? ദുർഗയോടു ചോദിക്കാം. അവൾ അടുത്തില്ല. കുറച്ചകലെ നടുമുറ്റത്തായി അവൾ ഒരു യുവാവുമായി സംസാരിച്ചുകൊണ്ടു നിൽക്കുന്നു.

പീഠം ഉൾപ്പെടെ ഏതാണ്ട് അഞ്ചടിയോളം ഉയരമുണ്ട് വിഗ്രഹത്തിന്. ഇത്ര ഉയരമുള്ള വലിയ വിഗ്രഹം മറ്റൊരിടത്തും കണ്ടതായി ഓർക്കു ന്നില്ല. സാധാരണ ദേവീവിഗ്രഹങ്ങളിൽ ശിരസ്സിൽ കിരീടംപോലെ ഒരു ഭാഗം കാണും. ഈ വിഗ്രഹത്തിൽ അതില്ല. ഇരിക്കുന്ന അവസ്ഥയിലാണ് ദേവീവിഗ്രഹങ്ങൾ കണ്ടിട്ടുള്ളത്. ഇടതു കൈപ്പത്തി മലർത്തിത്താഴ് ത്തിയും വലതു കൈപ്പത്തി ഉയർത്തി അനുഗ്രഹിക്കുകയും ചെയ്യുന്ന രീതിയിലല്ല ഇവിടെ കണ്ടത്.

ഒരു നർത്തകിയുടെ ഭാവമാണ് വിഗ്രഹത്തിന്. ഇടത്തേക്ക് അല്പം തിരിഞ്ഞ് തെല്ലുയർത്തിയുള്ള വൃത്തമുഖം. നീണ്ട കണ്ണുകൾ. കാതിൽ തോട. പാദങ്ങൾ വിപരീതദിശയിലേക്ക് തിരിഞ്ഞും ഉപ്പൂറ്റികൾ നിലത്തുനിന്നുയർത്തി പരസ്പരം സ്പർശിച്ചും ഇരുകാൽമുട്ടുകൾ ഇരുഭാഗത്തേക്ക് അകറ്റിയതിനാൽ തെല്ലൊന്നു പതിഞ്ഞും മാറിലെ മുഴുത്ത മുലകളിൽ മുട്ടി സ്ഥിതിചെയ്യുന്ന മുദ്രക്കൈകളും ഒരു നൃത്തശില്പത്തെ ഓർമിപ്പിക്കുന്നു. അതിമനോഹരമായ ആകാരവടിവ്. ഉടലൊതുങ്ങിയോൾ, മധ്യം ചുരുങ്ങിയോൾ. പെണ്ണായാൽ ഇങ്ങനെയാ യിരിക്കണമെന്ന് പത്മയ്ക്കു തോന്നി. നോക്കിനിൽക്കേ അതേനിലയിൽ നിന്നുകൊണ്ട് ദേവി തുരുതുരെ ഉപ്പൂറ്റി ചലിപ്പിച്ചു. കരിങ്കൽപാദങ്ങളിൽ ഓട്ടുചിലമ്പു കിലുങ്ങി. ദേവിയുടെ വായുടെ ഇരുവശത്തുമായി മുള്ളെ കിറുകൾ പ്രത്യക്ഷപ്പെട്ടു. നീണ്ടുവിടർന്ന കണ്ണുകളുടെ സ്ഥാനത്ത് വെള്ളികൊണ്ടുള്ള പൊയ്ക്കണ്ണുകൾ. ഇടതുകൈയിൽ വാൽക്കണ്ണാടിയും വലതുകൈയിൽ ദീപക്കോലും കണ്ട് പത്മ ഞെട്ടിത്തരിച്ചുപോയി.

"മുച്ചിലോട്ടു ഭഗവതീ."

പത്മയുടെ അന്തരാത്മാവ് ദേവിയെ വിളിച്ചുകേണു.

"നിന്റെ പന്തൽമംഗലം മുടങ്ങി അല്ലേ? അവനെ നീയിപ്പോൾ കാണാ റില്ല അല്ലേ?"

ഭഗവതി ചോദിച്ചു. മറുപടി പറയാൻ പത്മയുടെ നാവു ചലിച്ചില്ല. അവൾ മിഴികളുയർത്തിയപ്പോൾ അമ്പലമുറ്റത്തെ കരിമ്പനപ്പച്ചയിൽ അഗ്നിനാളം.

"എന്താ മുഖത്തൊരു വാട്ടം? കായക്കഞ്ഞി കഴിച്ചില്ലേ?"

"അമ്മേ മുച്ചിലോട്ടു ഭഗവതീ"

പത്മ ഉറക്കെ വീണ്ടും വീണ്ടും വിളിച്ചെങ്കിലും ശബ്ദം പുറത്തു വന്നില്ല. അവൾ നിന്നനിലയിൽ നിന്നുകൊണ്ട് മുന്നോട്ടും പിന്നോട്ടും ആയുന്നതു കണ്ട് ദുർഗ ഓടിയെത്തിയപ്പോഴേക്കും പത്മ കുഴഞ്ഞു വീണുകഴിഞ്ഞിരുന്നു.

മൂന്ന്

എന്താ ഇങ്ങനെയൊക്കെ ഉണ്ടാവാൻ? ഏതാണ് ഈ അമ്പലം? ഏത് ശക്തിസ്വരൂപിണിയാണ് ഇവിടെ കുടികൊള്ളുന്നത്? ഇവിടത്തെ കരിങ്കൽ ബിംബത്തിൽ മുച്ചിലോട്ടു ഭഗവതി പ്രത്യക്ഷപ്പെട്ടതെങ്ങനെ?

ഒക്കെ തോന്നലായിരുന്നുവോ? യാത്രാക്ഷീണവും ഉറക്കമില്ലായ്മയും കൊണ്ടുണ്ടായ വിഭ്രാന്തിയായിരിക്കുമോ? അല്ല; ഭഗവതി തന്നെ അനുഗ്രഹിക്കാൻ എത്തിയതാവുമോ?

കരിവെള്ളൂർ ഹൈസ്കൂളിലായിരുന്ന അഞ്ചു വർഷവും താൻ ഭഗവതിയെ ഉപാസിച്ചിരുന്നതല്ലേ? തന്റെ മംഗലം നടന്നില്ല എന്ന കാര്യം ഭഗവതി അറിഞ്ഞിരിക്കുന്നു. പിടിച്ചുനിൽക്കാൻ കഴിയാതിരുന്നത് കഷ്ടമായിപ്പോയി. അല്പംകൂടി ധൈര്യം കാട്ടിയിരുന്നെങ്കിൽ, ഭയക്കാതിരുന്നെങ്കിൽ ആരും ഒന്നും അറിയില്ലായിരുന്നു. ഭഗവതീ, ഇനിയെന്നെ പരീക്ഷിക്കല്ലേ!

'ഭഗവതീ'

നടയടച്ചു മടങ്ങിയ പൂജാരിയപ്പൂപ്പൻ ഗോവണി കയറിവന്ന് കിതപ്പാറ്റി. മഴയാരംഭിച്ചു; തണുത്ത കാറ്റും. ട്യൂബ് ലൈറ്റിൽ പറന്നുപറ്റി, പിടിച്ചുനിൽക്കാൻ നിരന്തരം ചിറകടിച്ചുകൊണ്ടിരുന്ന ഈയലുകളെ നോക്കിക്കൊണ്ട് പത്മ കിടന്നു. പെട്ടെന്ന് ചിറകു കൊഴിഞ്ഞ്, മനുഷ്യമോഹങ്ങൾ പോലെ രണ്ടുമൂന്നെണ്ണം നിലംപൊത്തി.

ദുർഗ രണ്ടു പാത്രത്തിൽ കഞ്ഞിയുമായി വന്നു.

"എഴുന്നേൽക്കൂ ടീച്ചറേ, കഞ്ഞി കുടിക്കാം."

കഞ്ഞിപ്പാത്രങ്ങൾ മേശപ്പുറത്തുവച്ചുകൊണ്ട് ദുർഗ പറഞ്ഞു.

പത്മ എഴുന്നേറ്റിരുന്നു.

"ഞാൻ ദൈവത്തിനു നന്ദി പറയുകയായിരുന്നു."

പത്മ ആമുഖം അവതരിപ്പിച്ചു.

"സ്ഥലംമാറ്റം കിട്ടിയതിനാണോ?"

ദുർഗ ചോദിച്ചു.

"സുരക്ഷിതമായ താമസസൗകര്യം ലഭിച്ചതിന്."

"നന്ദി പറഞ്ഞോളൂ. ഭഗവതി മനവളപ്പിലെ അമ്പലത്തിനുള്ളിൽതന്നെയുണ്ടല്ലോ."

"ഈ മനവളപ്പിലെ ഭഗവതിയെക്കുറിച്ച് ഞാൻ ചോദിക്കാൻ തുടങ്ങുകയായിരുന്നു. എനിക്കറിയേണ്ടത് ഈ അമ്പലത്തിലെ പ്രതിഷ്ഠയെക്കുറിച്ചാ."

പത്മ തന്നെ അലട്ടിക്കൊണ്ടിരിക്കുന്ന പ്രശ്നത്തിന് പരിഹാരമുണ്ടാകുമെന്ന് ആശിച്ചു.

"അയ്യോ അതൊരു വെറും കരിങ്കൽശില്പമാണ് ചേച്ചീ. കണ്ടാലറിയില്ലേ?"

"ശില്പമുണ്ടാക്കാനുപയോഗിച്ച മെറ്റീരിയൽ എന്തെന്നല്ല ഞാൻ ചോദിച്ചത്. പിന്നെ... ദേവി, കാളി, സരസ്വതി, ദുർഗ... ഇത്തരത്തിൽ പെൺദൈവങ്ങൾതന്നെ പലതില്ലേ? ആയിനത്തിൽ ഏതാണെന്നാണ്."

പത്മ വ്യക്തമാക്കി.

"ആയിനത്തിൽപെടുന്ന നമ്മുടെ ട്രഡീഷണൽ ദേവിമാരൊന്നുമല്ല ഇവിടെയുള്ളത്. ഇത് ഒരു പ്രത്യേകതരം അമ്പലമാണ് ചേച്ചീ. താത്രി ഭഗവതിയാണ് ഇവിടത്തെ പ്രതിഷ്ഠ. അപ്പൂപ്പനാണ് ഈ അമ്പലം പണിയിച്ചതും പ്രതിഷ്ഠ നടത്തിയതും."

ഷോക്കേറ്റപോലെ പത്മ നടുങ്ങി. പത്മയിലുണ്ടായ ഭാവമാറ്റം ദുർഗ ശ്രദ്ധിച്ചു.

"എന്താ ചേച്ചീ, താത്രീഭഗവതിയെക്കുറിച്ച് കേട്ടിട്ടുണ്ടോ?"

"ഇല്ല, ഇല്ല, പറയൂ."

ഉൾക്കിടിലം വാക്കുകൾകൊണ്ട് ഒളിപ്പിക്കാനാകില്ലല്ലോ. പത്മ നന്നായി ഭയക്കുന്നു എന്ന് സ്വരഭേദംകൊണ്ടുതന്നെ ദുർഗയ്ക്ക് മനസ്സിലായി. പത്മയെ സമാധാനിപ്പിക്കാൻവേണ്ടി അവൾ പറഞ്ഞു:

"ചേച്ചി പേടിക്കേണ്ടന്നും വേണ്ട. നമുക്ക് കഞ്ഞി കുടിക്കാം. സംസാരവും കഞ്ഞികുടിയും ഒരുമിച്ചു നടത്താം. പിന്നേ.... ഈ താത്രി എന്നു പറയുന്ന ദേവി ആരെന്നറിയാമോ? അതറിഞ്ഞാൽ ചേച്ചി ചിരിച്ചുചിരിച്ച് തളർന്നുപോകും."

ദുർഗ പ്രശ്നത്തെ നിസ്സാരവൽക്കരിക്കുന്നതുകണ്ട് പത്മയ്ക്ക് ആശ്ചര്യം തോന്നി. എത്ര നിസ്സാരമായി, ഒരു കൂസലുമില്ലാതെയാണല്ലോ അവൾ സംസാരിക്കുന്നത്. ഏതായാലും അവൾക്ക് കുറിയേടത്തു താത്രിയെക്കുറിച്ച് ഒന്നും അറിയില്ലായിരിക്കും. പത്മ ദുർഗയുടെ മുഖത്തു നോക്കിയിരുന്നു.

ഒരു സ്പൂൺ കഞ്ഞി കോരിക്കുടിച്ചുകൊണ്ട് ദുർഗ പറഞ്ഞു:

"അങ്ങ് വടക്കെവിടെയോ കുറിയേടത്തു താത്രി എന്നൊരു പെണ്ണുണ്ടായിരുന്നെന്ന് കേട്ടിട്ടുണ്ട്. ആളല്പം ഇമ്മോറൽ ആയിരുന്നത്രെ.

ഒരുപാട് ബോയ്ഫ്രന്റ്സ് ഉണ്ടായിരുന്നെന്നോ മറ്റോക്കെയാണ് കഥ. ഇമ്മോറൽ ആണോ അല്ലയോ എന്ന് എനിക്ക് ഉറപ്പില്ല. പക്ഷേ അവൾ അല്പം റവലൂഷണറിയായിരുന്നു. മതിയല്ലോ. ബ്രാഹ്മണകുടുംബത്തിൽ അത്രയും മതിയല്ലോ. ചേച്ചിക്കറിയില്ല, ബ്രാഹ്മണകുടുംബത്തിൽ പിറന്ന പെമ്പിള്ളേര് പെടുന്ന പാട്. ഇതും ഒരു മുടിഞ്ഞ ബ്രാഹ്മണകുടുംബമാണ്. അപ്പുറത്ത് ഒരു മുറി, വല്യമ്മയുടെ മകൾ വാടകയ്ക്ക് കൊടുത്തിട്ടുണ്ട്. ബിജു വർഗീസ് എന്നൊരു യുവാവ്-വെറും യുവാവല്ല-ഇന്ന് ഡോക്ടർ ബിജു വർഗീസാണ്-ആയുർവേദകോളേജിൽ പഠിച്ചിരുന്നപ്പോ ആ മുറി വാടകയ്ക്കെടുത്തു. ഞാൻ അയാളോട് സംസാരിച്ചു, ഒപ്പം നടന്നു എന്നൊക്കെപ്പറഞ്ഞ് ഇനി ഉണ്ടാകാൻ ബഹളമില്ല. ഞാനതൊന്നും മൈന്റ് ചെയ്തില്ല. ഇപ്പൊ ഇങ്ങനാണെങ്കി പണ്ടത്തെക്കാര്യം പറയാനൊണ്ടോ? കാരണവന്മാരുടെ താന്തോന്നിത്തരത്തിന് കൂട്ടുനിൽക്കാതിരുന്നാൽ മതി, വല്ലതും മിണ്ടിപ്പോയാൽ മതി വേശ്യയെന്നു മുദ്രകുത്തി വീട്ടിൽനിന്ന് ഇറക്കിവിടുമത്രേ. താത്രിയുടെ കാര്യത്തിലും അങ്ങനെയെന്തോ സംഭവിച്ചു.

കുറിയേടത്തു താത്രിയെ ഇരിക്കപ്പിണ്ഡംവച്ച് പുറത്താക്കി പടിയടച്ചെന്നൊക്കെ ഡോക്ടർ ബിജു വർഗീസാണ് എന്നോടു പറഞ്ഞത്. അയാൾ തൃശൂർ ജില്ലയിലെവിടെയോ ഉള്ളയാളാണ്. ചിലപ്പോൾ അയാൾ പറഞ്ഞത് ശരിയായിരിക്കാം. പക്ഷേ എനിക്കത്ര വിശ്വാസമില്ല. അയാൾ പുളുവടിച്ചതാണോ എന്നറിയില്ല. ഞാൻ അയാളോടൊപ്പം നടക്കുകയോ സംസാരിക്കുകയോ ചെയ്താൽ എന്റെ വീട്ടുകാർ എന്നെ ഇരിക്കപ്പിണ്ഡം വച്ച് പടിയടച്ച് പുറത്താക്കുമെന്നും പണ്ട് കുറിയേടത്തു താത്രിയെ ചെയ്തപോലെ ഓടിച്ചുവിടും എന്നൊക്കെ പറഞ്ഞ് അയാൾ ഒരു ദിവസം ഒരുപാടു ചിരിച്ചു. ഏതായാലും ആ താത്രിയെയാണ് മുത്തച്ഛൻ ഇവിടെ പ്രതിഷ്ഠിച്ചത്. പറഞ്ഞുകേട്ടതുപോലെ അവർ തീരെ ഇമ്മോറൽ ആയിരിക്കാൻ ഇടയില്ല. ശരിക്കും പ്രണയിനിയായിരുന്നിരിക്കാം.

എനിക്കു തോന്നുന്നത് അവർ ഒരുതരം റൊമാന്റിക് റവലൂഷണറി ആയിരുന്നെന്നാണ്. അതിനെന്താ കുഴപ്പം? ഞാനും അങ്ങനെയാണ്. അതുകൊണ്ടല്ലേ അന്യമതക്കാരനായ ബിജുവർഗീസുമായുള്ള സ്നേഹബന്ധം ഞാൻ കെടാവിളക്കുപോലെ കാത്തുസൂക്ഷിക്കുന്നത്. എന്നെപ്പോലെ ആയിരുന്നിരിക്കാം കുറിയേടത്തു താത്രി എന്ന് എന്റെ മനസ്സു പറയുന്നു. അതുകൊണ്ട് ഞാനവരെ ഇഷ്ടപ്പെടുന്നു. രസമതല്ല, വിപ്ലവകാരികൾക്ക് സ്മാരകങ്ങൾ ഉണ്ടാകുന്നത് പതിവാണ്. പ്രണയിനികൾക്ക് സ്മാരകമായിക്കൂടേ? ഞാൻ പറയുന്നത് പ്രണയിനികൾക്കും വേണം സ്മാരകങ്ങൾ എന്നാണ്. ഈ അമ്പലം അവർക്കുള്ള നിത്യസ്മാരകമാണ്. ഒരുകണക്കിന് ഈ അമ്പലം ഒരു ചെറിയ താജ്മഹൽ ആണ്. അല്ലേ ചേച്ചീ?"

ഒന്നും പറയാൻ പത്മയ്ക്കായില്ല. നീ ഭാഗ്യവതിയാണെടീ എന്ന് മനസ്സിൽ പറഞ്ഞു. സ്വന്തം കാമുകനെക്കുറിച്ച് നിർഭയം സംസാരിക്കാനുള്ള ധൈര്യമെങ്കിലും നിനക്കുണ്ടല്ലോ.

ദുർഗ വെളിപ്പെടുത്തിയ താത്രീവിശേഷങ്ങൾ അവളുടെ മനസ്സിന് ഇണങ്ങുന്ന തരത്തിൽ രൂപപ്പെടുത്തിയതാണെന്ന് പത്മയ്ക്ക് മനസ്സിലായി. എങ്കിലും അവ, തന്റെ മനസ്സിൽ അടഞ്ഞുകിടന്ന ഒരു ഇരുണ്ട കോട്ടയുടെ വാതിൽ തുറക്കാൻ പര്യാപ്തമായിരുന്നു.

കണ്ടഞ്ചാതമന, കണ്ടഞ്ചാത രാവുണ്ണി, കുറിയേടത്തു താത്രി, കല്പകശ്ശേരി അഷ്ടമൂർത്തി നമ്പൂതിരി... താൻ കുഞ്ഞായിരുന്ന കാലം മുതൽ കേട്ടുകേട്ടു മടുത്ത, ഭയപ്പെടുത്തുന്ന, അറപ്പുളവാക്കുന്ന ഒരുപാട് കഥകൾ പത്മയുടെ മനസ്സിൽ കൊടുങ്കാറ്റിളക്കിക്കൊണ്ടിരുന്നു.

"ചേച്ചി പേടിക്കേണ്ടന്നും വേണ്ട. ഈ കുറിയേടത്തു താത്രി എന്നെയും ചേച്ചിയെയുംപോലെ ഒരു പാവം പെണ്ണല്ലേ?"

ദുർഗ പത്മയെ സമാധാനപ്പെടുത്താൻ ശ്രമിച്ചു.

"അങ്ങനെയൊരു പാവം പെണ്ണായിരുന്നെങ്കിൽ ആരെങ്കിലും ദേവിയായി പ്രതിഷ്ഠിക്കുമോ?"

പത്മയുടെ ചോദ്യത്തിലെ സ്വരഭേദം ദുർഗ ശ്രദ്ധിച്ചു. പത്മ താത്രിയെ ശരിക്കും ഭയക്കുന്നു എന്ന് അവൾക്ക് തോന്നി. എങ്കിലും അവൾ ചിരിച്ചു കൊണ്ട് തുടർന്നു:

"ചേച്ചിയുടെ ചോദ്യം ശരിയാണ്. അതിന്റെ ഉത്തരവും നമ്മുടെ മുന്നിൽ തന്നെയുണ്ട്. കണ്ണകി പഴമൊഴികളിലെ പാവപ്പെട്ട ഒരു പെണ്ണായിരുന്നു. ചേച്ചി കേട്ടിട്ടുണ്ടോ? അവളുടെ ഭർത്താവിനെ മോഷണക്കുറ്റം ആരോപിച്ച് വധിച്ചത് ഭരണകൂടമാണ്. അവൾ ഒരു മുല പറിച്ചെറിഞ്ഞ് ആ പുരമെരിച്ചു. ആ തീയിൽ അവളും വെന്തെരിഞ്ഞുകാണും. എങ്കിലും അവളോടുള്ള ഇഷ്ടംകൊണ്ട് നമ്മുടെ പൂർവികർ അവളെ കൊടുങ്ങല്ലൂരമ്മയാക്കി ആരാധിക്കുന്നു. ഒരു രക്തസാക്ഷിയെ ദേവിയാക്കിയെന്ന് ഞാൻ പറയും. അവൾ റവലൂഷണറി ആയിരുന്നു. അവളുടെ ഭർത്താവിനെ കൊന്ന രാജാവിന്റെ കോട്ടകൊത്തളങ്ങളൊക്കെ ചുട്ടെരിച്ചവൾ. അവളെ ദേവിയാക്കുകതന്നെ വേണം. അതുപോലെ താത്രിയും ചില കോട്ട കൊത്തളങ്ങൾ ചുട്ടെരിച്ചിരിക്കാം. ആ തീയിൽ വെന്തമർന്നിരിക്കാം. മലബാറിലെ തെയ്യങ്ങളൊക്കെ രക്തസാക്ഷികളായ പാവപ്പെട്ട മനുഷ്യരുടെ ഓർമ നിലനിർത്താൻ വേണ്ടി സൃഷ്ടിക്കപ്പെട്ടവയാണെന്നാണ് ഡോ. ബിജു പറഞ്ഞത്. എല്ലാം നിഗമനങ്ങളാണ്."

"വെറും നിഗമനങ്ങളല്ല. അതിലെന്തൊക്കെയോ സത്യങ്ങളുണ്ടെന്നാ എനിക്കു തോന്നുന്നത്."

അസാധാരണമായ ഒരു മാനസികാവസ്ഥയിലാണ് പത്മ എന്ന് ദുർഗയ്ക്ക് മനസ്സിലായി. അമ്പലനടയിൽ അവൾ തലചുറ്റി വീഴാൻ കാരണം ലോപ്രഷർ എന്നാണല്ലോ പറഞ്ഞത്. അത് ശരിയല്ലെന്നും മെന്റൽ ഡിപ്രഷൻ മൂലമാണ് പത്മ വീണതെന്നും ദുർഗ അനുമാനിച്ചു. പ്രതിഷ്ഠയുടെ വിശദാംശങ്ങൾ തേടിയുള്ള ഈ യാത്ര അതിന്റെ ഭാഗമായിരിക്കാം.

“ചേച്ചീ, ഈ അമ്പലവും അതിലെ പ്രതിഷ്ഠയുമായി ബന്ധപ്പെട്ട് ഒരുപാട് നേരമ്പോക്കുകളുണ്ട്.”

പത്മയുടെ മാനസികപിരിമുറുക്കത്തിന് അയവു വരുത്താൻവേണ്ടി ദുർഗ പറഞ്ഞു.

“നേരമ്പോക്കുകളോ?”

“സത്യമായും നേരമ്പോക്കുകളാണ്. എനിക്കങ്ങനേ തോന്നുന്നുള്ളൂ. എന്തുകൊണ്ടെന്നു ഞാൻ പറയാം. ഈ അമ്പലത്തിലെ ദൈവസങ്കല്പത്തിനകത്തുതന്നെ ചില നേരമ്പോക്കുകളുണ്ട്. അപ്പൂപ്പൻ ഈ അമ്പലം പണിയുകയും താത്രീഭഗവതിയെ പ്രതിഷ്ഠിക്കുകയും ചെയ്തിട്ട് പത്തറുപതു വർഷം കഴിഞ്ഞു. മുടങ്ങാതെ ഇന്നും പൂജ നടക്കുന്നു. ദിവസവും പത്തൻപതുപേരെങ്കിലും ഇവിടെവന്ന് പ്രാർത്ഥിക്കാറുണ്ട്. അങ്ങനെ വരുന്ന ഭക്തജനങ്ങൾക്കൊന്നും താത്രീഭഗവതി ആരെന്നറിഞ്ഞുകൂടാ. ഞാനൊരിക്കൽ ഒരമ്മച്ചിയോടു ചോദിച്ചു. ‘ശ്രീപാർവതിയല്ലേ താത്രീ ഭഗവതി’ യെന്നാണ് അവർ പറഞ്ഞത്. മറ്റൊരാൾ പറഞ്ഞത് ഭദ്രകാളിക്ക് താത്രി എന്ന് പര്യായമുണ്ടെന്നാണ്. ഇനിയൊരാളോട് ചോദിച്ചെങ്കിൽ മറ്റൊരു മറുപടി ലഭിച്ചേനേ. ഈ ശ്രീവരാഹത്തുള്ള ആർക്കും താത്രീ ഭഗവതി അല്ലെങ്കിൽ താത്രി ആരെന്നറിഞ്ഞുകൂടാ. അതാണ് ഒന്നാമത്തെ നേരമ്പോക്ക്. ഏതായാലും താത്രീഭഗവതി എന്ന ധാരണയിലാണല്ലോ ആളുകൾ വന്ന് പൂജിക്കുന്നത്. അവിടെയാണ് അടുത്ത നേരമ്പോക്ക്. ആ ബിംബം താത്രിയുടേതല്ല, മറ്റൊരു സ്ത്രീയുടേതാണ്. തിരുവിതാംകൂറിന്റെ ചരിത്രത്തിൽ എഴുതപ്പെട്ടിട്ടില്ലെങ്കിലും ജനമനസ്സുകളിൽ എന്നും ദുഃഖസ്മരണയായി നിൽക്കുന്ന മറ്റൊരു സുന്ദരിയുടെ ശില്പമാണത്. തിരുവിതാംകൂർ ഭരണത്തെത്തന്നെ പ്രതിസന്ധിയിലാക്കിയ, ഒരു പ്രണയകഥയിലെ നായികയാണവൾ. ആ നിലയിൽ നോക്കിയാൽ നിശ്ചയമായും ഈ അമ്പലം താജ്മഹൽപോലെ പ്രണയത്തിന്റെ നിത്യസ്മാരകമാണ്. കാര്യമായി പരസ്യം നൽകിയാൽ രാജ്യത്തെ പ്രണയജോടികൾ ഇവിടെ വന്ന് പ്രാർത്ഥന നടത്തുമായിരിക്കും. സോറി, ഇത് നഷ്ടപ്രണയത്തിന്റെ പ്രതീകമല്ലേ?”

ദുർഗയുടെ ഫലിതം ഉൾക്കൊള്ളാൻ പറ്റിയ മാനസികാവസ്ഥയിലായിരുന്നില്ല പത്മ. അവൾ ഉറക്കെ പറഞ്ഞു:

“നീ തെളിച്ചു പറയൂ. ആരാണ് നിന്നോടിതൊക്കെ പറഞ്ഞത്?”

“എന്നോടു പറഞ്ഞത് ആരായാലും സംഗതി സത്യമാണ് ചേച്ചി. ഞാൻ തെളിച്ചുപറയാം. ടീച്ചർ സ്വാതിതിരുനാളിനെ കേട്ടിരിക്കും. ഞാൻ അങ്ങനെ ചോദിച്ചത് അദ്ദേഹം തിരുവിതാംകൂർ രാജാവും ടീച്ചർ മലബാർ പ്രവിശ്യയിലുംപെട്ടവർ ആയതുകൊണ്ടാണ്. ഏതായാലും സംഗീത ചക്രവർത്തി എന്ന നിലയിൽ എല്ലാവരും സ്വാതിതിരുനാളിനെ കേട്ടിട്ടുണ്ട്. അദ്ദേഹം തിരുവിതാംകൂർ രാജാവായിരുന്നു എന്നറിയാത്ത എത്രയോപേരുണ്ട്. ഡിഗ്രിക്ക് എന്റെ ക്ലാസ്സിൽ പഠിച്ച ഒരു കുട്ടി

പറഞ്ഞത്, 'ഐ നോ സ്വാതി തിരുനാൾ, ദ ഗ്രേറ്റ് മ്യൂസിക് കമ്പോസർ' എന്നാണ്. സംഗീതജ്ഞൻ എന്നതുപോലെതന്നെ ഭരണതന്ത്രജ്ഞൻ എന്ന നിലയിലും പ്രസിദ്ധനാണദ്ദേഹം. സ്വാതിതിരുനാൾ പ്രണയകലാ വല്ലഭൻ ആയിരുന്നു എന്ന കാര്യം തിരുവിതാംകൂർ ചരിത്രമെഴുതിയ ആസ്ഥാനപണ്ഡിതന്മാർ പൂഴ്ത്തിക്കളഞ്ഞു. അതിന് അവരെ കുറ്റപ്പെടുത്താനും പറ്റില്ല. നമ്മൾ, ഇന്ത്യാക്കാർ, കപടസദാചാരക്കാരാണല്ലോ. പ്രണയം എന്ന വാക്കുപോലും നമുക്ക് അശ്ലീലമാണല്ലോ. ക്ഷമിക്ക് ചേച്ചി, എന്റെ സങ്കടംകൊണ്ട് പറഞ്ഞുപോയതാണ്. നമുക്ക് സ്വാതി തിരുനാളിലേക്ക് വരാം.

സ്വാതിതിരുനാൾ തഞ്ചാവൂരിൽനിന്നും ശിവകാമി എന്നൊരു നർത്തകിയെ കൂട്ടിക്കൊണ്ടുവന്നതാണ് സംഭവപരമ്പരയുടെ തുടക്കം. അതിസുന്ദരിയായിരുന്നു അവളെന്ന് പറയപ്പെടുന്നു. കടഞ്ഞെടുത്ത ശരീരഘടന. സൗന്ദര്യം കണ്ട് കൂട്ടിക്കൊണ്ടുവന്നതല്ല. ശിവകാമിയെപ്പോലെ അല്ലെങ്കിൽ അവളേക്കാൾ സൗന്ദര്യമുള്ള എത്രയോ സുന്ദരിമാർ, അദ്ദേഹത്തിന്റെ ഭാര്യ ഉൾപ്പെടെയുള്ളവർ കൊട്ടാരത്തിലുണ്ട്. വെറും അംഗലാവണ്യമല്ല അദ്ദേഹത്തെ ആകർഷിച്ചത്. അവളുടെ നൃത്തത്തിൽ മനം മയങ്ങി അദ്ദേഹം അവളെ സ്വന്തമാക്കുകയാണുണ്ടായത്.

ഇടയ്ക്ക് ഞാനൊരു കാര്യം പറഞ്ഞോട്ടെ ചേച്ചീ, അയാളാണ് ആണ്, ആണത്തമുള്ളവൻ. താൻ ഇഷ്ടപ്പെട്ട പെണ്ണിനെ സ്വന്തമാക്കാൻ അദ്ദേഹം തയ്യാറായല്ലോ. സ്നേഹം, പ്രണയം, രാഷ്ട്രീയം എന്നിവയുമായി ബന്ധപ്പെടുത്തി സ്വന്തം കാമുകിയെ നാളെ, നാളെ എന്നു പറഞ്ഞ് അദ്ദേഹം മാറ്റിനിർത്തിയില്ലല്ലോ."

ദുർഗയ്ക്ക് തൊണ്ടയിടറുന്നതായി പത്മ മനസ്സിലാക്കി. എത്ര ഒളിച്ചുവെയ്ക്കാൻ ശ്രമിച്ചിട്ടും അറിയാതെ പുറത്തുവന്ന പ്രതിഷേധമാണത്. തന്റെ കാമുകൻ ഡോക്ടർ ബിജു വർഗീസിനെക്കുറിച്ച് അവൾ സൂചിപ്പിച്ചിരുന്നല്ലോ.

സത്യമാണ് ദുർഗാ നീ പറഞ്ഞത്. ചിലർ അങ്ങനെയാണ്. ഡോക്ടർ ബിജു വർഗീസ് മാത്രമല്ല, ബാബു സി.പി. എന്ന ഇന്നത്തെ സിനിമാ സംവിധായകനും സ്ക്രിപ്റ്റ് റൈട്ടറുമായ ബാബു ചെറിയാൻ പ്ലാക്കീട്ടിരി എത്ര തവണയാണ് തന്നോട് നാളെ നാളെ എന്നു പറഞ്ഞ് നീട്ടിനീട്ടി എങ്ങുമില്ലാതാക്കിയത്. അവൾ സ്വസ്ഥത കൈവരിച്ച് സംസാരിക്കട്ടെ. അതുവരെ കാത്തിരിക്കാം എന്ന് പത്മ തീരുമാനിച്ചു.

"സോറി ചേച്ചീ."

ദുർഗ വീണ്ടും വിഷയത്തിലേക്ക് വരാൻ പോകുന്നു എന്ന് പത്മയ്ക്കു തോന്നി. ദുർഗ തുടർന്നു:

"അവളെ പത്മനാഭസ്വാമിക്ഷേത്രത്തിനു മുൻവശത്തുള്ള കുതിരമാളികയിൽ പാർപ്പിച്ചു. അന്ന് രാജകുടുംബം താമസിച്ചിരുന്നത് ഇന്നത്തെ കവടിയാർകുന്ന് കൊട്ടാരത്തിലല്ല, കോട്ടയ്ക്കകത്ത് കുതിരമാളികയിലാണ്.

പത്മനാഭസ്വാമിക്ഷേത്രത്തിന്റെ മുന്നിലാണ് കുതിരമാളിക. ഞാൻ ചേച്ചിയെ അവിടെ കൂട്ടിക്കൊണ്ടുപോകാം. ശിവകാമിയെ അദ്ദേഹം രഹസ്യമായി പാർപ്പിച്ചിരുന്ന മുറി കാട്ടിത്തരാം. സത്യമാണ് ചേച്ചീ ഞാൻ പറയുന്നത്. അവിടെ ഞാൻ പോയിട്ടുണ്ട്. അവിടെനിന്നു നോക്കിയാൽ പത്മനാഭസ്വാമിക്ഷേത്രത്തിലെ കൊടിമരം കാണാം. അവിടെയിരുന്നാണ് സ്വാതിതിരുനാൾ തന്റെ പ്രധാന സംഗീതകൃതികളൊക്കെ രചിച്ചത്. ആ മുറിയിൽവച്ച് തന്റെ പ്രണയിനി ശിവകാമിക്ക് നൃത്തം ചെയ്യാൻവേണ്ടി അദ്ദേഹം പാടി. ശിവകാമി ആടി. ഹാ എത്ര സുന്ദരമായിരിക്കും ആ നിമിഷങ്ങൾ. ശിവകാമിയുടെ ജീവിതം എത്ര ധന്യമായിരുന്നുവെന്ന് ചേച്ചി ആലോചിച്ചു നോക്കൂ. നമുക്കിപ്പോ ഒരാളിനോട് പ്രണയ മുണ്ടെങ്കിൽ അയാളോട് നേരേനിന്ന് സംസാരിക്കാൻപോലും പറ്റില്ല. നമ്മുടെ ആളുകള് യൂറോപ്യന്മാരെ കണ്ടുപഠിക്കണം. അതൊക്കെ പോട്ടെ, നമുക്ക് ശിവകാമിയിലേക്ക് വരാം.

കുറച്ചു ദിവസമേ ശിവകാമിക്ക് സ്വാതിതിരുനാളിനോടൊപ്പം കുതിര മാളികയിൽ പാർക്കാൻ കഴിഞ്ഞുള്ളൂ. ചാരപ്പണി സി.ഐ.എ.ക്കു മാത്ര മല്ല ചേച്ചീ എല്ലായിടത്തുമുണ്ട്. തമ്പുരാട്ടിയുടെ സി.ഐ.എ.ക്കാർ ശിവ കാമിയുടെ കാര്യം കണ്ടുപിടിച്ച് എത്തിക്കേണ്ടിടത്ത് എത്തിച്ചു. അതിന്റെ ഫലം ഉടനുണ്ടായി. അന്തപ്പുരത്തിലെ എതിർപ്പുകൾ കാരണം ഒടുവിൽ അവളെ തിരിച്ചയച്ചു. ശപ്പൻ, ആണത്തമില്ലാത്തവൻ എന്നൊക്കെ സ്വാതി തിരുനാളിനെ വിളിക്കാൻ ചേച്ചിക്ക് തോന്നുന്നുണ്ടാവും. എനിക്കും അങ്ങനെയൊക്കെത്തന്നെയാണ് തോന്നിയത്.

എന്നാലെന്ത്? 'കാലം കുറഞ്ഞ ദിനമെങ്കിലും അർത്ഥദീർഘം' എന്നാണ് കവിവചനം. അർത്ഥദീർഘമായ ആ കുറഞ്ഞ ദിനങ്ങളിൽ കൈമെയ് മറന്നുള്ള ജീവിതം! കാര്യങ്ങൾ അവിടെ അവസാനിച്ചില്ല. സ്വാതിതിരുനാളിന് ശിവകാമിയെ കാണാതിരിക്കാൻ കഴിയുമോ? അവളെ കാണാൻ തഞ്ചാവൂരിലേക്കു പോയാൽ ഏഷണിക്കാർ ആ സെക്കന്റിൽ തന്നെ അമ്മമഹാറാണിയെയും മഹാരാജാവിന്റെ ഭാര്യയെയും വിവര മറിയിക്കും.

ശില്പകലയുടെ നാടാണ് തഞ്ചാവൂർ, അന്നും ഇന്നും. മഹാരാജാ വിന്റെ നിർദ്ദേശപ്രകാരം ശിവകാമിയെ മുന്നിൽ നിർത്തി ഏതോ വിദഗ്ധ ശില്പി അവളുടെ ശില്പം നിർമിച്ചു. ഹസ്തമുദ്ര കാട്ടി നൃത്തം ചെയ്യുന്ന ശിവകാമിയുടെ അഞ്ചടി ഉയരമുള്ള ശില്പം. ശൃംഗാരരസം തുളുമ്പുന്ന മുഖഭാവമായിരുന്നു ശില്പത്തിന്. അതീവ രഹസ്യമായി ശില്പം കുതിര മാളികയിൽ എത്തിച്ചു. ശിവകാമി നൃത്തം ചെയ്തിരുന്ന മുറിയിൽ ആ ശില്പം പ്രതിഷ്ഠിക്കപ്പെട്ടു. അങ്ങനെ അദ്ദേഹം വീണ്ടും ശിവകാമിയുടെ മുന്നിൽ വീണമീട്ടി, പാടി. സൗന്ദര്യത്തിടമ്പായ ശിവകാമിക്കുവേണ്ടി അവ ളുടെ മുമ്പിൽ പാടുന്നതും അവളുടെ ശില്പത്തിനു മുന്നിൽ പാടുന്നതും ഒരേ അനുഭവമായിരിക്കില്ലല്ലോ. ശില്പം ശിവകാമിക്കു പകരമാവില്ല എന്ന ദ്ദേഹം മനസ്സിലാക്കി. നൈരാശ്യം അദ്ദേഹത്തെ തളർത്തി. ശിവകാമിക്ക്

എന്തു സംഭവിച്ചു എന്നറിയില്ല. അവൾ ആത്മഹത്യ ചെയ്തുകാണും. നിശ്ചയമായും അതിനാണ് സാധ്യത.

മഹാരാജാവ് ഹൃദയം നൽകി കൂട്ടിക്കൊണ്ടുവരികയും കൊട്ടാരത്തിലെ പെണ്ണുങ്ങൾ അപമാനിച്ച് ആട്ടിയോടിച്ചപ്പോൾ തന്റെ പ്രിയതമൻ നിസ്സംഗനായി നിൽക്കുകയും ചെയ്താൽ ചേച്ചിയാണെങ്കിൽ എന്തു ചെയ്യും? ഒരു സാധാരണ പെണ്ണിന് ആത്മഹത്യയേ വഴിയുള്ളൂ. ശിവകാമിയും ആത്മഹത്യ ചെയ്തു. കുറ്റബോധത്താൽ നീറിനീറി അധികനാൾ കഴിയുന്നതിനുമുമ്പ്, തന്റെ ശരീരം, ആത്മാവില്ലാത്ത തന്റെ ശരീരം ഒരു ഭാരമാണെന്ന് ബോധ്യമായപ്പോൾ സ്വാതിതിരുനാൾ ശരീരമുപേക്ഷിച്ചു.

അദ്ദേഹത്തിന്റെ മരണശേഷം അമ്മമഹാറാണിയുടെ നിർദ്ദേശപ്രകാരം ഉത്രം തിരുനാൾ ശിവകാമിയുടെ പ്രതിമയെ, അതീവ രഹസ്യമായി ഒരു രാത്രി ശ്രീവരാഹം അമ്പലക്കുളത്തിൽ താഴ്ത്തി. വെള്ളത്തിൽ വലിച്ചെറിഞ്ഞാൽ ശബ്ദം കേട്ട് ആരെങ്കിലും അറിഞ്ഞാലോ? അതിനാൽ കുഞ്ഞിനെ കുളിപ്പിക്കാൻ വെള്ളത്തിൽ കിടത്തുന്നതുപോലെ മെല്ലെ വെള്ളത്തിൽ താഴ്ത്തി.

പിന്നൊരിക്കൽ ശ്രീവരാഹം അമ്പലക്കുളം നവീകരിക്കാൻ തീരുമാനിച്ചു. വെള്ളം വറ്റിച്ച് ചളി കോരിമാറ്റിയപ്പോൾ ആ പ്രതിമ കരയിൽ കയറ്റിവച്ചു. കുളത്തിൽ ദേവീവിഗ്രഹം സ്വയംഭൂവായി എന്നൊക്കെ വാർത്തയായി. ചളിയിൽ പുതഞ്ഞുകിടന്ന ദേവിയെ ശുദ്ധീകരിക്കാൻ പ്രത്യേക പൂജയും പ്രാർത്ഥനയും യാഗവും മറ്റും നടത്തി. ഒടുവിൽ ദേവീവിഗ്രഹമല്ലെന്നും ഏതോ ദേവദാസിയുടെ ശില്പമാണെന്നും അധികാരികൾ വിധിച്ചു. ശില്പം ഉപേക്ഷിക്കപ്പെട്ടു.

അന്നുതന്നെ മുത്തച്ഛൻ ആ ശില്പം കണ്ടഞ്ചാത എത്തിച്ചു. അന്നദ്ദേഹം അവിവാഹിതനായിരുന്നു. പരാജയപ്പെട്ട ഒരു പ്രണയകഥയിലെ നായകനാണ് മുത്തച്ഛനെന്ന് മുത്തശ്ശി പറഞ്ഞ് ഞാൻ കേട്ടിട്ടുണ്ട്. സ്വാതിതിരുനാളിന്റെ പ്രണയിനി ശിവകാമിയിൽ മുത്തച്ഛൻ തന്റെ പ്രണയിനിയായിരുന്ന കുറിയേടത്തുതാത്രിയെ കണ്ടു. പിന്നെ താമസിച്ചില്ല. എല്ലാം പെട്ടെന്നായിരുന്നു. കുറിയേടത്തുതാത്രി താത്രീഭഗവതിയായി ഉയർത്തപ്പെട്ടു.

സ്വാതിതിരുനാളിനേക്കാൾ ഭാഗ്യവാനാണ് എന്റെ മുത്തച്ഛൻ, അല്ലേ ടീച്ചർ?''

നാല്

അനിർവചനീയ സമസ്യകൾക്കുമുന്നിൽ പത്മ പകച്ചുനിന്നു. ജീവിതത്തിൽ ഇതുവരെ അഭിമുഖീകരിക്കേണ്ടിവന്നിട്ടില്ലാത്ത തരത്തിലുള്ള സങ്കീർണതകൾ തലയുയർത്തിനിൽക്കുന്നു.

ശിവകാമിയെങ്ങനെ കുറിയേടത്തുതാത്രിയായി? താത്രീശില്പത്തിൽ എങ്ങനെ മുച്ചിലോട്ടു ഭഗവതി കുടികൊണ്ടു? ഏകാന്തതകളിൽ ഈ ചിന്ത പത്മയെ അലട്ടി. കാലം എല്ലാം മായ്ച്ചുകളയുമെന്നാണല്ലോ പറയുന്നത്. അതു ശരിതന്നെയാണ്. തന്റെ ജീവിതത്തിലും എന്തെല്ലാം ഇതിനിടയിൽ മായ്ക്കപ്പെട്ടിരിക്കുന്നു!

എന്നാൽ ഈ വിഷയം അങ്ങനെയല്ല. ഏകാന്തതകളിൽ മാത്രമായിരുന്നു ആദ്യമാദ്യം ഈ വിഷയം പത്മയെ അലട്ടിയത്. പിന്നെപ്പിന്നെ ക്ലാസ്സിൽ നിൽക്കുമ്പോഴും ശിവകാമി താത്രിയാവുകയും താത്രിയിൽ മുച്ചിലോട്ടുഭഗവതി കുടികൊള്ളുകയും ചെയ്യുന്ന പ്രതിഭാസം വല്ലാതെ അലട്ടാൻ തുടങ്ങി. അനിയന്ത്രിതമായ ഒരുതരം അന്തസ്സംഘർഷം അനുഭവപ്പെട്ടു. ആരോടെങ്കിലും ഈ വിഷയം അല്പസമയം തുറന്നു സംസാരിച്ചാൽ അന്തസ്സംഘർഷത്തിന് അയവുവരാതിരിക്കില്ല എന്നോർത്തു. എന്നാൽ ആരോടു പറയാൻ? ജോലി ചെയ്യുന്ന സ്കൂളിലെ സഹപ്രവർത്തകരെ പരിചയപ്പെട്ടുവരുന്നതേയുള്ളൂ. എല്ലാവരും തിരക്കിലാണ്. അവരെ പിടിച്ചുനിർത്തി ഇക്കാര്യങ്ങൾ സംസാരിക്കുന്നതെങ്ങനെ? അങ്ങനെയാണ് ഒരാഴ്ചയ്ക്കുശേഷം ദുർഗയോട് പത്മ എല്ലാം തുറന്നുപറഞ്ഞത്.

"ഞാനന്ന് താത്രിയമ്പലത്തിനു മുന്നിൽ തളർന്നുവീണതിന് ഞാൻ പറഞ്ഞ കാരണം ശരിയായിരുന്നില്ല. ഞാൻ മനഃപൂർവം കള്ളം പറയുകയായിരുന്നു."

"അതെന്താ അങ്ങനെ?"

"സത്യം പറഞ്ഞാൽ ആരും വിശ്വസിക്കില്ല. ദുർഗയെ കണ്ട പരിചയമല്ലേ ഉണ്ടായിരുന്നുള്ളൂ. ഈ അമ്പലത്തിന്റെ പൂർവചരിത്രമൊന്നും അറിയില്ലായിരുന്നു. ആ നിലയ്ക്ക് ഞാൻ കണ്ടതെന്താണെന്നു പറയാൻ ധൈര്യമുണ്ടായിരുന്നില്ല. മാത്രമല്ല, ദുർഗ എന്റെ അരികിൽതന്നെ, അമ്പലത്തിലേക്ക് നോക്കിനിൽക്കുകയായിരുന്നെങ്കിലും ഞാൻ കാണുന്നതായിരിക്കില്ല ദുർഗ കാണുന്നത്. അതിനാൽ ഞാൻ കണ്ട കാര്യങ്ങൾ പറഞ്ഞാൽ ചിലപ്പോൾ പരിഹസിക്കപ്പെട്ടേക്കാം. അതുകൊണ്ടാണ് ലോപ്രഷർ എന്നും മറ്റും പറഞ്ഞത്. ഇപ്പോൾ സത്യം ആരോടെങ്കിലും പറഞ്ഞില്ലെങ്കിൽ എനിക്ക് സ്വസ്ഥതയുണ്ടാവില്ല എന്ന അവസ്ഥയിലാണ്. എന്റെ മാനസിക ദൗർബല്യമായിരിക്കാം. എല്ലാവർക്കും എല്ലാ കാര്യങ്ങളും താങ്ങാൻ കഴിയില്ലല്ലോ. അതുകൊണ്ട് ഞാനന്ന് അനുഭവിച്ചതെന്തെന്ന് പറഞ്ഞേ തീരൂ."

"അതിനെന്താ ചേച്ചീ പറഞ്ഞോളൂ. നമ്മളിപ്പോൾ അന്യരല്ലല്ലോ. എന്ത് രഹസ്യമായാലും എന്റെ മനസ്സിലിരിക്കും. ചേച്ചി പറയൂ."

ഒരു കൊച്ചുകുട്ടിയോടെന്നപോലെ വളരെ സാന്ത്വനഭാവത്തിൽ ദുർഗ പറഞ്ഞു.

"ഞാനന്ന് ദേവിയെ നോക്കിനിന്നപ്പോൾ സാധാരണ വിഗ്രഹമല്ലല്ലോ ഇത് എന്നെനിക്കു തോന്നി. പെട്ടെന്ന് ദേവിയുടെ അധരങ്ങൾക്കിടയിൽ

മുള്ളെളകിറും നീണ്ടുവിടർന്ന കണ്ണുകളുടെ സ്ഥാനത്ത് വെള്ളികൊണ്ടുള്ള പൊയ്ക്കണ്ണുകളും ഒരു കൈയിൽ ദീപക്കോലും മറുകൈയിൽ വാൽക്കണ്ണാടിയും കണ്ടു. അതെല്ലാം മുച്ചിലോട്ടുഭഗവതിയുടെ അലങ്കാരങ്ങളും അടയാളങ്ങളുമാണ്. ഞാൻ ഭയന്നുപോയി. അറിയാതെ മുകളിലേക്ക് നോക്കിപ്പോയി. അപ്പോൾ പനമ്പച്ചകളിൽ തീയെരിയുന്നു. മുച്ചിലോട്ടു കാവിൽവച്ച് ഞാനിതെല്ലാം കണ്ടിട്ടുണ്ട്. അഞ്ചുവർഷങ്ങൾക്കു മുമ്പ്, ഞാൻ കരിവെള്ളൂർ സ്കൂളിലെത്തി കുറേമാസങ്ങൾക്കു ശേഷമാണ് മുച്ചിലോട്ടുകാവിൽ പെരുങ്കളിയാട്ടം നടന്നത്. ഞാൻ പുലരുവോളം നോക്കി നിന്നു. ദേവി എന്നോടും ഉരിയാടി. ആ ദേവി ഇവിടെ കുടികൊണ്ടു കണ്ടപ്പോൾ ഞാൻ ഭക്തിപരവശയായി വീണുപോയതാണ്.''

മാനസികദൗർബല്യമുള്ളവർക്ക് ഇത്തരം മിഥ്യാദർശനങ്ങൾ ലഭിക്കാറുണ്ട് എന്ന കാര്യം ദുർഗ ഓർത്തു. മാനസികദൗർബല്യമൊന്നും ഇല്ലാത്തവർക്കും ചിലപ്പോൾ ഇത്തരം അപദർശനങ്ങൾ ലഭിക്കാറുണ്ട്. കത്തുന്ന വേനലിൽ ടാറിട്ട റോഡിൽ ജലം ഓളംവെട്ടുന്നതായി തോന്നാറില്ലേ? നമ്മൾ കാനൽജലമെന്നു പറയുന്ന പ്രതിഭാസം. ഏതു ധീരനും അത്തരത്തിൽ ചിന്തിച്ചുപോകും. അപ്പോൾ ടീച്ചർ മുച്ചിലോട്ടുഭഗവതിയെ കണ്ടു എന്നു പറയുന്നത് വെറും ഇല്യൂഷനാണെന്ന് ബോധ്യപ്പെടുത്താൻ ശ്രമിച്ചുകൂടാ എന്ന് ദുർഗ തീരുമാനിച്ചു. അങ്ങനെ വാദിച്ചു തോല്പിച്ചിട്ട് തനിക്കൊന്നും നേടാനില്ല. മാത്രമല്ല, അങ്ങനെയായാൽ ടീച്ചർ തന്നിൽ നിന്നും അകന്നുപോയെന്നും വരും. അതൊക്കെ പരിഗണിച്ച് ടീച്ചറിന്റെ പക്ഷം ചേർന്നു നിന്നുകൊണ്ട് ദുർഗ പറഞ്ഞു:

''ആശ്ചര്യകരമായിരിക്കുന്നല്ലോ ചേച്ചീ! ഒരുപക്ഷേ ദേവി ചേച്ചിക്ക് ദർശനം തന്നതാകാം.''

''ഒരുപക്ഷേയെന്നല്ല. നിശ്ചയമായും ദേവി എനിക്ക് ദർശനം തന്നതു തന്നെയാണ്. ഇവിടത്തെ ദേവിമാരെപ്പോലെ സ്വർണക്കിരീടം ചൂടി, സ്വർണാഭരണങ്ങളണിഞ്ഞ് കണ്ണു തുറക്കാതെയിരിക്കുന്ന കപടദേവിയല്ല മുച്ചിലോട്ടുഭഗവതി. എന്നെയും നിന്നെയുംപോലെ പന്തൽമങ്ങലം മുടങ്ങിപ്പോയ ഒരു ഹതഭാഗ്യയാണ് മുച്ചിലോട്ടമ്മ. കണ്ണൂരിലെയും കാസർകോട്ടെയും പാവങ്ങളുടെ ദൈവം.''

പന്തൽമങ്ങലം മുടങ്ങിപ്പോയ ദേവി, പാവങ്ങളുടെ ദൈവം എന്നൊക്കെ കേട്ടപ്പോൾ ദുർഗയുടെ ഭാവം മാറി; കുറച്ചുകൂടി പത്മയ്ക്ക് അനുകൂലമായി മാറി. പാവങ്ങൾക്ക് ദുരിതങ്ങൾമാത്രം സമ്മാനിച്ചുകൊണ്ടിരിക്കുന്ന ഈ നാട്ടിലെ സകല ദൈവങ്ങളോടും, ദൈവസങ്കല്പത്തോടുതന്നെയും അവൾക്ക് പുച്ഛഭാവമായിരുന്നു. പാവങ്ങളുടെ പക്ഷത്തുള്ള ദേവിയെക്കുറിച്ചറിയാൻ അവൾ ഉത്സുകയായി.

''ചേച്ചി പറഞ്ഞതൊക്കെ ശരിയാണ്. എങ്കിലും എനിക്ക് ചില സംശയങ്ങളുണ്ട്. പാവങ്ങളുടെ ദൈവവും പണക്കാരുടെ ദൈവവുമുണ്ടോ ചേച്ചീ? പന്തൽമങ്ങലം മുടങ്ങിപ്പോയ പാവപ്പെട്ട പെണ്ണാണ് മുച്ചിലോട്ടുഭഗവതിയെന്ന് പറഞ്ഞല്ലോ. പിന്നെ ഈ പൊയ്ക്കണ്ണ്, മുള്ളെളകിറ്, ദീപക്കോല്,

വാൽക്കണ്ണാടി എന്നൊക്കെപ്പറഞ്ഞത് എന്താണെന്ന് ഒരുപിടിയും കിട്ടിയില്ല. ചേച്ചിക്ക് ബുദ്ധിമുട്ടില്ലെങ്കിൽ പറഞ്ഞാൽ മതി."

ദുർഗ വിനയാന്വിതയായി പറഞ്ഞു.

"അതൊക്കെ വലിയ കഥകളാണ് ദുർഗാ. വെറുംകഥകളല്ല; പരമസത്യങ്ങൾ. പരമാർത്ഥങ്ങൾ കാലപ്പഴക്കംകൊണ്ട് കഥകളായി പാകപ്പെടും. അതുകൊണ്ട് കരിവെള്ളൂരിന്റെ ഓരോ മനസ്സിലും പാകപ്പെട്ടു കിടക്കുന്ന ആ കഥകൾ അവിടെവച്ചാണ് എന്റെ ഉള്ളിൽ കുടിവച്ചത്. അക്കാര്യങ്ങൾ പറയാതിരുന്നാൽ അതെന്റെ ഉള്ളിൽ കിടന്ന് വിങ്ങിപ്പൊട്ടും. അത് പറയുന്നതിനുമുമ്പ് പാവങ്ങളുടെയും ധനികരുടെയും ദൈവത്തിന്റെ വ്യത്യാസമെന്തെന്നു പറയാം."

പുറത്ത് കാറ്റ് ശക്തിപ്രാപിച്ചുകൊണ്ടിരുന്നു. രണ്ടുമൂന്നു കഷണം കീറക്കടലാസും കരിയിലകളും അകത്തിട്ടുപോയ കാറ്റ് വീണ്ടും മടങ്ങിവന്ന് ജനൽപാളികൾ വലിച്ചടയ്ക്കുകയും തുറന്നിടുകയും ചെയ്തു. ശ്രീവരാഹം അമ്പലനടയിലെ അരയാലിൽ ദേവി ഉറഞ്ഞാടി. ഇലച്ചാർത്തുകളുലച്ചുകൊണ്ട് മുടിയഴിച്ചാടിയ ദേവിയെ പത്മ കണ്ടു.

ഭഗവതീ കാത്തോളണേ.

പത്മ മനസ്സിൽ പ്രാർത്ഥിച്ചു. കുറച്ചുസമയം കഴിഞ്ഞപ്പോൾ ഭഗവതി അരയാൽചില്ലകൾ വിട്ടൊഴിഞ്ഞു. മരം ശാന്തമായി. തന്റെ പ്രാർത്ഥന ഫലിച്ചു എന്ന് പത്മ സമാധാനിച്ചു.

അവൾ പറഞ്ഞുതുടങ്ങി:

"എല്ലാ ഹൈന്ദവക്ഷേത്രങ്ങൾക്കും ഒരു പൊതുസ്വഭാവമുണ്ട്. ശ്രീകോവിൽ, ചുറ്റമ്പലം, മണിക്കിണർ, അമ്പലക്കുളം, ആന, വെടികൊടി പടഹങ്ങൾ... പലപ്പോഴും സ്വർണം പൂശിയ കൊടിമരം; സ്വർണത്താഴിക ക്കുടങ്ങൾ... കോടിക്കണക്കിന് നടവരവ്. അതൊക്കെ ധനികരുടെ അമ്പലങ്ങൾ.

എന്നാൽ മുച്ചിലോട്ടുകാവുകളിലും മറ്റു തെയ്യക്കാവുകളിലും വലിയ അമ്പലങ്ങളില്ല. ശ്രീകോവിലും, ചുറ്റമ്പലവും അതിനുപുറത്ത് കനത്ത മതിലും ആനയ്ക്ക് കയറിയിറങ്ങാനുള്ള വലിയ വാതായനങ്ങളും ഉണ്ടാവില്ല. പ്രതിഷ്ഠകളില്ല. അതുകൊണ്ടുതന്നെ പുനഃപ്രതിഷ്ഠ എന്ന ചടങ്ങില്ല. ബ്രാഹ്മണപൂജാരിമാരില്ല, അവരുടെ മന്ത്രങ്ങളില്ല, അതിനേക്കാൾ ശക്തിയുള്ള തന്ത്രങ്ങളില്ല.

പിന്നെയെന്താണുള്ളതെന്ന് ദുർഗ ചോദിക്കുന്നില്ലേ? നമ്മുടെ ദൈവസങ്കല്പവും കണ്ണൂർ-കാസർകോട് ഭാഗങ്ങളിലെ സാധാരണ മനുഷ്യരുടെ ദൈവസങ്കല്പവും തമ്മിൽ വലിയ അന്തരമുണ്ട്. അതൊക്കെ ചർച്ച ചെയ്യാൻ ഇപ്പോൾ കഴിയില്ലല്ലോ. നമുക്ക് മുച്ചിലോട്ടുകാവുകളിലേക്കു പോകാം.

പന്ത്രണ്ടോ പതിനഞ്ചോ വർഷത്തിലൊരിക്കൽ മാത്രം നടക്കുന്ന പെരുങ്കളിയാട്ടം. വളരെ ചെറിയൊരമ്പലം. അതിൽ പ്രതിഷ്ഠയില്ല. ബ്രാഹ്മണ പുരോഹിതന്മാരില്ല. പാവങ്ങളുടെ ദേവിയായ മുച്ചിലോട്ടു

ഭഗവതിയും മറ്റുപല തെയ്യങ്ങളും കുടികൊള്ളുന്ന തെയ്യക്കാവുകൾ തികച്ചും വ്യത്യസ്തമായ സംസ്കാരംപേറുന്നവയാണ്. മുച്ചിലോട്ടമ്മ പാവങ്ങളുടെ ദേവിയായത് അങ്ങനെയാണ്. മുച്ചിലോട്ടുഭഗവതി ത്തെയ്യത്തിന്റെ അടയാളങ്ങളാണ് മുള്ളെകിറും വെള്ളികൊണ്ടുള്ള പൊയ്ക്കണ്ണുകളും വാൽക്കണ്ണാടിയും ദീപക്കോലും മറ്റും.

ഞാനിപ്പോൾ പറഞ്ഞതിൽ പലതും നിനക്ക് മനസ്സിലായിട്ടില്ലെന്ന് എനിക്കറിയാം. മുള്ളെകിറ് എന്നാൽ എന്താണ്? നീ ചിത്രങ്ങളിലെങ്കിലും കണ്ടിട്ടുണ്ടാവും. തെയ്യത്തിന്റെ വായുടെ ഇരുഭാഗത്തുനിന്നുമായി താഴേക്ക് വളഞ്ഞുനിൽക്കുന്ന, താഴേക്ക് വളർന്ന വീരപ്പല്ലുപോലുള്ള ഒരു സംഗതിയുണ്ട്. അതാണ് മുള്ളെകിറ്.

മുള ചെറിയ ചീളുകളായി ചീന്തിച്ചീന്തി കെട്ടിയൊതുക്കി കത്തിക്കുന്ന ചൂട്ടുകെട്ടാണ് ദീപക്കോല്. അന്നത്തെ മനുഷ്യർ വെളിച്ചത്തിനുവേണ്ടി ഉപയോഗിച്ചിരുന്ന ചൂട്ടുകെട്ടുതന്നെയാണ് ദീപക്കോല്. വാൽക്കണ്ണാടിയുടെ രഹസ്യം, സത്യംപറഞ്ഞാൽ ദുർഗാ, എനിക്കിതുവരെ മനസ്സിലായിട്ടില്ല. അത് ഒരു പിടിയുള്ള മുഖം നോക്കുന്ന കണ്ണാടിയാണ്. ഒരുപക്ഷേ, നിസ്വൻ, തെയ്യമായി വന്നപ്പോൾ തന്റെ സ്വരൂപം നോക്കിക്കാണുന്നു എന്നോ മറ്റോ ആയിരിക്കാം വാൽക്കണ്ണാടിയുടെ പിന്നിലുള്ള കാര്യം.

പന്തൽമങ്ങലം മുടങ്ങിപ്പോയ ഒരു നാട്ടുപെണ്ണാണ് മുച്ചിലോട്ടു ഭഗവതിയെന്നു പറഞ്ഞല്ലോ. മാത്രമല്ല, അറിവുനേടി എന്ന ഒറ്റക്കാരണത്താൽ ബ്രാഹ്മണപൗരോഹിത്യം പടിയടച്ച് പിണ്ഡംവച്ച്, പുറത്താക്കിയ പെണ്ണാണ് മുച്ചിലോട്ടമ്മ. ആ പെണ്ണ് ആത്മഹത്യ ചെയ്തെന്ന് ആളുകൾ പറയുന്നു. ഇല്ല, അവൾ ഒരിക്കലും ആത്മഹത്യ ചെയ്യില്ല. എനിക്കു തോന്നുന്നത് അവൾ കൊലചെയ്യപ്പെട്ടു എന്നാണ്.

ഏതായാലും തീക്കുഴിച്ചാലിൽവച്ച് സ്വയം ഒരുക്കിയ അഗ്നികുണ്ഡത്തിൽ കത്തിയമർന്ന ബ്രാഹ്മണകന്യകയെ അബ്രാഹ്മണർ തോറ്റിച്ചു തോറ്റിച്ചുയർത്തി മുച്ചിലോട്ടുഭഗവതിയാക്കിയെന്നാണ് കഥ.

കണ്ണൂർ ജില്ലയിലെ ഇന്നത്തെ തളിപ്പറമ്പിനടുത്തുള്ള പെരിഞ്ചല്ലൂർ ഗ്രാമത്തിൽ ജീവിച്ചിരുന്ന ബ്രാഹ്മണകന്യകയാണവൾ. ഇനി നമ്മൾ അറിയുന്നത് മുച്ചിലോട്ടുഭഗവതി നമ്മെപ്പോലെ ഒരു സാധാരണ സ്ത്രീ ജന്മമായിരുന്ന കാലത്തെ അവസ്ഥാവിശേഷങ്ങളാണ്.

അത് ചരിത്രത്തിന്റെ വ്യാജനിർമിതിയല്ല. അധ്വാനശീലരും കരുണാമയികളുമായ പച്ചമനുഷ്യർ തലമുറതലമുറകളായി ഉള്ളിന്റെ ഉള്ളറകളിൽ കേടുപാടേൽക്കാതെ സൂക്ഷിച്ചുവച്ചിരിക്കുന്ന സങ്കടകഥകളാണ്.

നാടുവാഴിയെക്കാൾ പേരും പെരുമയുമുള്ള ഒരു ബ്രാഹ്മണഭവനത്തിലെ ഒരു യുവതി, അവരുടെ പുലങ്ങളിൽ പണിയെടുക്കുന്ന പുലയനും തീയനും വണ്ണാനും തമ്പ്രാട്ടിയാണ്. അവളുടെ പേരുപോലും ആർക്കും അറിയില്ല. ഞാൻ അവൾക്കൊരു പേരു നൽകുന്നു—നങ്ങേമ. നമുക്ക് നങ്ങേമയുടെ കാലദേശങ്ങളിലേക്ക് ഇറങ്ങിച്ചെല്ലാം.

അഞ്ച്

കുിപ്പംപുഴയുടെ തീരത്ത് നോക്കിയാൽ നോക്കെത്താത്ത വിസ്തൃതിയിലുള്ള നെല്പാടം. നെല്പാടത്തിന്റെ വടക്കേക്കരയിൽ തെങ്ങും കവുങ്ങും ഇതരഫലവൃക്ഷങ്ങളും നിറഞ്ഞ വിസ്തൃത വിളഭൂമി. അതിനുമപ്പുറം കിഴക്കൻമലകൾ. പെരിഞ്ചല്ലൂർമനയുടെ പരിസരമിതാണ്.

നാലുകെട്ടും ചുറ്റുകയ്യാലയുമുള്ള മനവളപ്പിൽ പുലയനും വണ്ണാനും തീയനും ചില ദിവസങ്ങളിൽ പ്രവേശനമുണ്ട്; ചില ദിവസങ്ങളിൽമാത്രം. നെല്ലും തേങ്ങയും അടയ്ക്കയും ചുമന്നെത്തിക്കാൻ. പാണ്ഡിത്യവും പ്രമാണിത്തവും സമ്പത്തുംകൊണ്ട് മനയിലെ വലിയതമ്പുരാൻ മുതൽ ഉണ്ണിത്തമ്പുരാന്മാർവരെ മദിച്ചുപുളച്ചു നടന്ന കാലം. അക്കാലത്താണ് പെരിഞ്ചല്ലൂർമനയിൽ നങ്ങേമ പിറന്നത്.

മുട്ടിലിഴഞ്ഞു നടന്ന സമയത്ത് പെൺകുഞ്ഞ് പൊടിമണലിൽ അക്ഷരങ്ങൾ കോറിയിട്ടെന്ന് അമ്മത്തമ്പുരാട്ടിമാർ അദ്ഭുതംകൂറി. ഉണ്ണി നങ്ങേമ വളരുന്നതിനനുസരിച്ച് മണ്ണിലെഴുത്തും കൂട്ടിവായനയും പഠിച്ചു. സാധാരണ പെൺകിടാങ്ങളെപ്പോലെ കളിച്ചുനടക്കാനും നൃത്തം ചെയ്യാനും അവൾ ആഗ്രഹിച്ചില്ല. ഓലയിലെഴുതാനും ഓടിച്ചുവായിക്കാനും പഠിച്ചു കഴിഞ്ഞപ്പോൾ ആറുവയസ്സേ ആയിരുന്നുള്ളു. ആറാം വയസ്സിൽ പഠിത്തം നിർത്താൻ കാരണവരായ വലിയ തമ്പുരാൻ കല്പിച്ചത്രെ.

“മതി, ഇത്രത്തോളം മതി.”

നങ്ങേമ പിന്മാറിയില്ല. നടക്കാൻ വയ്യാതെ പുറത്തളത്തൊരിടത്ത് കൂനിപ്പിടഞ്ഞിരുന്ന, അധികാരമില്ലാത്ത, ഭാര്യയോ മക്കളോ ഇല്ലാത്ത ഒരു മുതുമുത്തച്ഛൻ നങ്ങേമയ്ക്ക് തുണയായി. വേദങ്ങളും വേദാംഗങ്ങളും ശാസ്ത്രങ്ങളും പഠിപ്പിച്ചു. അവൾ പഠിച്ചു. പതിനഞ്ചാം വയസ്സിൽതന്നെ അവൾ തർക്കബുദ്ധിയായി അറിയപ്പെട്ടു. രാഹുകാലം, മുഹൂർത്തം, ഗുളിക കാലം എന്നിവയൊക്കെ തെറ്റാണെന്ന് അവൾ പറഞ്ഞത്രെ. പെണ്ണിനെ വേളി കഴിച്ചയച്ച് ശല്യമൊഴിവാക്കാൻ കാരണവന്മാർ ആലോചിച്ചുറച്ചു. വേളി കഴിക്കാൻ കൊതിച്ചെത്തിയ പുരുഷന്മാർക്ക് ശരീരം മാത്രമേ ഉള്ളൂ എന്നും അവർക്ക് ബുദ്ധിയോ ആത്മാവോ ഇല്ലെന്നും തിരിച്ചറിഞ്ഞ് അവൾ കൈയൊഴിഞ്ഞു. പെണ്ണുടലിന്റെ മിനുപ്പും തുടുപ്പും കണ്ട് നാവിൽ വെള്ളമൂറിയ ഇല്ലത്തെ മുറച്ചെറുക്കന്മാർക്ക് അവൾ പുല്ലുവില നൽകിയില്ല.

കാറ്റിനെ തടഞ്ഞുനിർത്താനാവില്ലല്ലോ—അവൾ അങ്ങനെയായിരുന്നു. അല്പദിവസം തടഞ്ഞുവച്ചാലും തടങ്ങൾ തകർത്ത് പുഴ ഒഴുകുകതന്നെ ചെയ്യും—അവൾ അങ്ങനെ ഒഴുകി.

നങ്ങേമ മറക്കുടയില്ലാതെ പുറത്തിറങ്ങി. അതിവിസ്തൃതമായ പാടവരമ്പത്ത് പണിയാളുകൾക്ക് നിർദ്ദേശം നൽകിക്കൊണ്ട് ഒരു കാര്യസ്ഥയുടെ കാര്യശേഷിയോടെ അവൾ നിന്നു.

അരുതെന്നരുളിയ അകത്തുള്ളോരോടും പ്രമാണിമാരോടും അവൾ എന്തുകൊണ്ട് എന്ന ചോദ്യമുയർത്തി. കീഴ്‌വഴക്കങ്ങൾ ലംഘിച്ചുകൂടെന്നു വാദിച്ചവരോട് ലംഘിക്കപ്പെട്ട കീഴ്‌വഴക്കങ്ങളുടെ പട്ടിക നിരത്തി അവൾ ചെറുത്തുനിന്നു.

"അപ്ഫൻ നമ്പൂതിരിമാർ ബ്രാഹ്മണന് പിറന്നവരല്ലേ? അവരെ ബ്രാഹ്മണകന്യകയെ വേട്ട്, കുടുംബജീവിതം നയിക്കാൻ അനുവദിക്കാത്തതെന്താ? നമ്പൂതിരിമാരുടെ കുത്തഴിഞ്ഞ ലൈംഗികജീവിതം ശങ്കരാചാര്യർ തുടങ്ങി വച്ചതൊന്നുമല്ലല്ലോ."

പെരിഞ്ചല്ലൂർമനയിൽ നങ്ങേമയുടെ ചോദ്യങ്ങൾ ഇടിമുഴക്കങ്ങൾ സൃഷ്ടിച്ചുകൊണ്ടിരുന്നു.

"ധിക്കാരിയായ ഇവളെ ഇങ്ങനെ വിട്ടാൽ പറ്റുമോ?"

"ഇവളെ നിയന്ത്രിച്ചില്ലെങ്കിൽ ഈ ഇല്ലം മാത്രമല്ല, ബ്രാഹ്മണകുലം തന്നെ മുടിയും."

"പെണ്ണൊരുമ്പെട്ടാൽ......"

"ഛായ്, കള. ഇട്ടിയമ്മ ചാടിയാൽ കൊട്ടിയമ്പലംവരെ."

"നാരി മൂത്തിടം...."

"പിടക്കോഴി കൂവുകയോ?"

"അവളെ നിലയ്ക്കു നിർത്തണം, നങ്ങേമയെ നിലയ്ക്കു നിർത്തണം."

തമ്പുരാർ ഓരോരുത്തരും ഓരോ അഭിപ്രായം പറഞ്ഞു. ഉപദേശിച്ചു നോക്കി; ബദൽ ഉപദേശമായിരുന്നു മറുപടി. ചോദ്യം ചെയ്തുനോക്കി; ഓരോ ചോദ്യത്തിനും മറുചോദ്യമായിരുന്നു മറുപടി.

"മറക്കുടയില്ലാതെ അന്തർജനങ്ങൾ പുറത്തിറങ്ങരുത്."

"ശരീരം മറയ്ക്കാൻ വസ്ത്രമല്ലേ വേണ്ടത്, കുടയല്ലല്ലോ?"

"തീണ്ടൽജാതിക്കാർ കാണില്ലേ?"

"ഒരുപാട് തീണ്ടൽജാതിക്കാർ കണ്ടല്ലോ. ആരുടെ കണ്ണും പൊട്ടിപ്പോയില്ലല്ലോ."

"ബ്രാഹ്മണസ്ത്രീകൾ വയലിലിറങ്ങരുത്."

"പുലയസ്ത്രീക്കും തീയസ്ത്രീക്കും വയലിലിറങ്ങാമെങ്കിൽ ബ്രാഹ്മണ സ്ത്രീക്കുമാകാം."

"അന്യപുരുഷന്മാരെ കാണുന്നതുതന്നെ അന്തർജനങ്ങൾക്ക് ചാരിത്ര്യഭംഗമുണ്ടാക്കുന്ന കാര്യമാണ്."

"ചാരിത്ര്യം സ്ത്രീക്കു മാത്രമല്ല, പുരുഷനും ബാധകമാണ്."

അക്ഷരം പഠിച്ച ശൂദ്രനെമാത്രമല്ല, അക്ഷരം പഠിച്ച അന്തർജനത്തെയും ഒഴിവാക്കേണ്ടതാണെന്ന നിഗമനത്തിൽ അവർ ചെന്നെത്തി.

“ഈ ചെറുപ്രായത്തിൽതന്നെ നങ്ങേമയെ ഒഴിവാക്കാൻ വയ്യാതാ യിരിക്കുന്നു. അവൾ വയലിലിറങ്ങി പണിക്കാർക്ക് നിർദ്ദേശങ്ങൾ നൽ കുന്നു. കാര്യസ്ഥന്റെ കർത്തവ്യങ്ങൾ അവൾ സ്വയം ഏറ്റെടുത്തി രിക്കുന്നു. അവൾ പാടത്തിറങ്ങിയപ്പോൾ വിള പതിന്മടങ്ങ് വർധിച്ചെന്ന് പണിയാളർ പുകഴ്ത്തിപ്പറയുന്നു. അധികം വൈകാതെ അവൾ കാരണ വരുടെ കർത്തവ്യങ്ങളും ഏറ്റെടുക്കും. അവൾ ഇല്ലം ഭരിക്കും. അവൾ മനുസ്മൃതി തിരുത്തി നങ്ങേമസ്മൃതി നടപ്പിലാക്കും.”

നമ്പൂതിരിമാർ വേവലാതിപൂണ്ടു.

കണ്ടില്ലെന്ന് നിനച്ചിരുന്നാൽ മതിയോ? പെരിഞ്ചല്ലൂർമനയിലെ പെരിയ ബുദ്ധികൾ ഒരിടത്തിരുന്നു. ഇടംകൈയിൽ മനുസ്മൃതിയും വലംകൈ യിൽ ശങ്കരസ്മൃതിയുംവച്ചു തർക്കിച്ചു.

“അവളെ ബന്ധിക്കാനുള്ള ഉപാധിയെന്ത്?”

“തക്കസമയത്ത് ആ ധിക്കാരി കുട്ടിക്കാവിനെ കെട്ടിയിട്ടില്ലെങ്കിൽ അവൾ നമ്മെ കെട്ടിയിട്ടെന്നുവരും.”

“എന്താ ഒരു വഴി?”

“അതന്യേ, എന്താ ഒരു വഴി?”

ഒടുവിൽ അവർ അവളിൽ അടുക്കളദോഷം ആരോപിക്കാൻ തീരുമാ നിച്ചു.

“വെറുതേ ആരോപിച്ചാൽ പോരാ, തെളിവു വേണം, തെളിവ്.”

“തെളിവില്ലെങ്കിൽ തെളിവുണ്ടാക്കുകയാ വേണ്ട്യേ.”

“അടുത്തപടി ദാസീവിചാരണ. അതങ്ങട് ആരംഭിക്ക.”

“നമ്പൂരിയെന്താ ഒന്നും അറിയാത്തപോലെ. ദാസീവിചാരണ നടത്തി. എത്രയൊക്കെ വിചാരണ നടത്തിയിട്ടും നങ്ങേമയിൽ ചാരിത്ര്യദോഷം ആരോപിക്കാൻ ദാസി തയാറല്ല്യ.”

“എന്തിന് ദാസീവിചാരണ? അവൾ ചാരിത്ര്യവതിയല്ല്യ. അവൾ വയലിലിറങ്ങിയത് താനും താനും കണ്ടതല്ല്യേ? അവൾ പുലയനെയും തീയനെയും വണ്ണാനെയും നോക്കിയില്ല്യേ?”

“മതീല്ലോ, അത്രേം മതി. അവളിനി അന്തർജനമല്ല്യ; വെറും സാധന മാണ്, സാധനം. അവളിനി നങ്ങേമയല്ല്യ, ആ പേര് നഷ്ടപ്പെട്ടിരിക്കുന്നു.”

പേരുപോലുമില്ലാത്ത സാധനത്തെ വിചാരണ ചെയ്യാൻ ഒരു പണ്ഡിത സഭ രൂപീകരിക്കപ്പെട്ടു. അഞ്ചു പണ്ഡിതന്മാർ ആസനസ്ഥരായി. ദാസി പുറത്തും സാധനം വാതിലിനകത്തുമായി നിൽക്കാൻ നിർദ്ദേശം നൽക പ്പെട്ടു.

“നീ കുലടയും ധിക്കാരിയും അടുക്കളദോഷം ബാധിച്ചവളുമാണെന്ന് ഞങ്ങൾ കണ്ടെത്തിയിരിക്കുന്നു. ഇനി നിന്നെ ചോദ്യം ചെയ്യാതെതന്നെ അഞ്ചാംപുരയിലാക്കുകയോ പുറത്താക്കുകയോ ചെയ്യാം. എങ്കിലും

നിനക്ക് ഒരവസരംകൂടി തരുന്നു. നിന്നോട് രണ്ടേരണ്ട് ചോദ്യം ചോദിക്കുന്നു. അതിന് നീ പറയുന്ന മറുപടിക്കനുസരിച്ചിരിക്കും നിന്റെ ഭാവി. സാധനം നാം പറഞ്ഞത് കേൾക്കുന്നുണ്ടോ?"

സ്മാർത്തൻ നമ്പൂതിരി ചോദിച്ചു.

"കേൾക്കുന്നുണ്ട് തിരുമേനീ."

ദാസി മറുപടി പറഞ്ഞു.

"മനുഷ്യജീവിതത്തിലെ ഏറ്റവും അനുഭൂതി പകരുന്ന രസമേത്?"

നങ്ങേമ മുറിക്കുള്ളിൽനിന്നും പുറത്തിറങ്ങി. അവൾ ദാസിയുടെ സമീപത്തു ചെന്നുനിന്നു. പണ്ഡിതന്മാരെ ഓരോരുത്തരെയായി സൂക്ഷിച്ചു നോക്കി.

"നോക്കി പേടിപ്പിക്ക്യേ? എന്താ കേട്ടില്ല്യേ? ഉത്തരമുണ്ടോ?"

സ്മാർത്തൻ ശബ്ദമുയർത്തി ചോദിച്ചു.

"ഉണ്ടല്ലോ."

അവൾ ഉറക്കെ പറഞ്ഞു.

"ഉണ്ടെങ്കിൽ പറയൂ."

"ഗന്ധർവാനന്ദത്തിലൂടെ സ്ത്രീയും പുരുഷനും പരസ്പരം സമർപ്പിക്കുമ്പോഴുണ്ടാകുന്ന സംഭോഗശൃംഗാരരസം."

ഇടിവെട്ടേറ്റതുപോലെ പണ്ഡിതസഭ നടുങ്ങി. അവർ പരസ്പരം മിഴിച്ചു നോക്കി. ആർക്കും ഒന്നും ഉരിയാടാനുള്ള ധൈര്യമുണ്ടായില്ല.

"മതി, ഇത്രേം മതി; പോകാം."

ഒരു നമ്പൂതിരി ശബ്ദം താഴ്ത്തിപ്പറഞ്ഞു.

"അമ്പടി ഭയങ്കരീ, അങ്ങനെയാണല്ലേ? നീ മോശമല്ലല്ലോടീ."

"ശരി, ഒരു ചോദ്യംകൂടി."

"മനുഷ്യന് സഹിക്കാൻ കഴിയാത്ത ഏറ്റവും കടുത്ത വേദനയേത്?"

"പ്രസവവേദന."

ആദ്യത്തെ ഉത്തരത്തിൽ ഉറഞ്ഞുപോയ പണ്ഡിതജിഹ്വകൾ രണ്ടാമത്തെ ഉത്തരത്തോടെ ഉത്തേജിതമായി. പണ്ഡിതനാവുകൾ പത്തി വിടർത്തിയാടി. ഭരണിപ്പാട്ട് പരന്നൊഴുകി. നങ്ങേമ ചെവിപൊത്തി നിന്നു.

ഈ ചോദ്യങ്ങൾക്ക് ഉത്തരം പറയാൻ കേവലം ഒരു കന്യകയ്ക്കു കഴിയുമോ? ഇവൾ കന്യകയല്ല, കുലടയാണ്. പെറാത്ത പെണ്ണ് പേറ്റുനോവ് അറിയുന്നതെങ്ങന്യാ?

വയറ്റിലും ശിരസ്സിലും പടച്ചോറും പായസവും നിറഞ്ഞ പണ്ഡിതന്മാരും പുരോഹിതന്മാരും ഇളകിമറിഞ്ഞു. നങ്ങേമ നിസ്സംഗഭാവത്തിൽ അകത്തുകയറി.

കോലമുടിമന്നന്റെ കൊട്ടാരത്തിലേക്ക് അകക്കോയിലും അനുയായികളും പറന്നെത്തി. പെഴച്ച പെണ്ണിന്റെ അടുക്കളദോഷപ്പെരുമ മഹാകാവ്യം പോലെ വിസ്തരിച്ചു വായിച്ചു. അനുകൂല ഉത്തരവുമായി പെരിഞ്ചല്ലൂർ മനയിലെത്തി.

നങ്ങേമ അഞ്ചാംപുരയിൽ അടയ്ക്കപ്പെട്ടു.

"എനി വിചാരണയുടെ ആവശ്യമില്ല. എല്ലാ തെളിവുകളും കിട്ടിക്കഴിഞ്ഞിരിക്കുന്നു. അവൾ കുലടയും വേശ്യയും പെഴച്ചുപെറ്റവളുമാണ്."

വേറെ തെറിവാക്കുകൾ തിരുനാവിൽ ഉറയാതിരുന്നതിനാൽ അവർ കാര്യത്തിലേക്കു കടന്നു.

സ്മാർത്തൻ കല്പിച്ചു. കല്പന നടപ്പിലാക്കി.

ഇരിക്കപ്പിണ്ഡമുരുട്ടി കാക്കകൾക്കു നൽകി. കുലടയെന്നു വിധിച്ചെങ്കിലും ആ സമയത്തും നമ്പൂതിരിമാരുടെ മിഴിനാവുകൾ നങ്ങേമയെ നക്കിത്തുടച്ചുകൊണ്ടിരുന്നു. പിന്നെ കൈകൊട്ടി പുറത്താക്കൽ. പടി അടയ്ക്കപ്പെട്ടു.

"എന്റെ മനസ്സിനും കാലുകൾക്കും ബലം തരണേ ഭഗവതീ" എന്നു മാത്രമേ അവൾ പ്രാർത്ഥിച്ചുള്ളൂ. മറക്കുടയ്ക്കു പകരം നീലാകാശക്കുട ചൂടി, താൻ പോറ്റിവളർത്തിയ പെരിഞ്ചല്ലൂരിലെ പെരുവയൽപ്പച്ചയിലൂടെയും പിന്നെ ചുട്ടുപഴുത്ത ചരൽവഴികളിലൂടെയും നടന്നു.

എങ്ങോട്ടാണ് ഈ യാത്ര? അറിയില്ല. പാദങ്ങൾ പോകുന്നിടത്തേക്ക്. അല്ലെങ്കിൽ ഭഗവതി നിശ്ചയിക്കുന്നിടത്തേക്ക്. കോലസ്വരൂപത്തിന്റെ അതിർത്തികൾ കടന്നിട്ടും അവൾ നട തുടർന്നു. പെരുമ്പുഴയും ഒറോളപ്പുഴയും കടന്നു. കാണാത്ത പുഴകളും കാണാത്ത ദേശങ്ങളും കടന്ന് ആ യാത്ര തുടർന്നുകൊണ്ടിരുന്നു.

ഒടുവിൽ കാലിക്കടവും പുലിക്കാടും സംഗമിക്കുന്ന തീക്കുഴിച്ചാലിലെത്തി. വിസ്തൃതിയിൽ വളർന്നു പടർന്നുകിടന്ന അരയാലിന്റെ തണലിൽ തളർന്നിരുന്നു.

പോകാൻ ഇടമില്ലെന്നറിയാം. പഠിച്ച വേദവും ശാസ്ത്രവുമൊന്നും തുണയ്ക്കെത്തിയില്ല. പരിത്യക്തയായ പെണ്ണിന് ആരുണ്ട് അഭയം നൽകാൻ?

സീതാദേവിയെപ്പോലെ അവൾ ഭൂമാതാവിനോട് കേണപേക്ഷിച്ചു.

"ദേവീ ദേഹി മേ വിവരം."

ഭൂമി പിളർന്ന് അന്തർധാനം ചെയ്യാൻ കഴിയില്ലെന്ന് ബോധ്യമായി. ഏതായാലും ഇനി ജീവിതമില്ല. എല്ലാ ജീവിതവും മരണത്തിലാണല്ലോ അവസാനിക്കുന്നത്. മരിച്ചാൽ തന്റെ ശവശരീരം കഴുകനും കുറുനരിയും കീറിമുറിച്ച് തിന്നാൻ ഇടവരരുത്. എന്റെ ഉയിരറ്റ ഉടലിൽ ആരുടെയും കാമക്കണ്ണുകൾ പതിയരുത്. ആരുടെയും കണ്ണീർകണ്ണ് പതിയരുത്. ഒരുപാടുപേർ കൊതിച്ച, ചിലർ ഭയന്ന ഈ ശരീരം ഞാൻ അഗ്നിദേവന്

സമർപ്പിക്കുന്നു.

ആ തീരുമാനമെടുത്തുകഴിഞ്ഞപ്പോൾ കുറച്ചു ധൈര്യം കൈവന്ന പോലെ തോന്നി. അവൾ വിറകുകൾ ശേഖരിച്ച് സ്വന്തം ചിതയൊരുക്കാനുള്ള ശ്രമമാരംഭിച്ചു. അധികം വൈകാതെ ചിതയൊരുങ്ങി. ഇനി ചിതയിൽ അഗ്നി പകരണം. അഗ്നി ആളിക്കത്താൻ എണ്ണ വേണം. ആരുണ്ട് സഹായിക്കാൻ? അവൾ ദയരമംഗലത്തമ്മയെ വിളിച്ച് മനമുരുകി പ്രാർത്ഥിച്ചു. അഗ്നിദേവനോട് തന്നെ ആഹരിക്കാനുള്ള കരുണ കാട്ടണമെന്ന് അപേക്ഷിച്ചു.

കുറച്ചു സമയം കഴിഞ്ഞപ്പോൾ ഒരാൾ ആ വഴി വന്നു. വഴിയരികിലിരിക്കുന്ന അപരിചിതയും ദുഃഖിതയുമായ കന്യകയെ അയാൾ കൗതുകത്തോടെയും സംശയത്തോടെയും നോക്കി. കാഴ്ചയിൽ ഒരു ബ്രാഹ്മണ കന്യകയാണെന്ന് അയാൾക്കു തോന്നി. അയാൾ വഴിമാറി നടക്കാൻ തുടങ്ങി.

"നീയാര്? നീയെന്താ വഴിമാറിനടക്കെ?"

നങ്ങേമ ചോദിച്ചു.

"ഞാനൊരു തീയനാണ് തമ്പ്രാട്ടീ. കൈക്കോളൻ എന്നു വിളിക്കും. തമ്പ്രാട്ടിക്ക് തീണ്ടൽ ബാധിപ്പാതിരിപ്പാൻ വഴിയൊഴിഞ്ഞതാണേ."

"സാരംല്യ കൈക്കോളാ; നീയെനിക്കൊരു ഉപകാരം ചെയ്യണം. എവിടെനിന്നെങ്കിലും കാൽ തുത്തിക എണ്ണയും കത്തിച്ച ചൂട്ടും കൊണ്ടു തരണം."

"എന്തിനാ തമ്പ്രാട്ടീ?"

"ഇതാ ഈ ചിതയെരിക്കാൻ, ചിതയിൽ ഈ ഉടലെരിക്കാൻ."

'അരുതേ അരുതേ' എന്നു വിളിച്ചുകൊണ്ട് കൈക്കോളൻ വന്ന വഴിക്ക് തിരിഞ്ഞോടി.

നങ്ങേമ പിന്നെയും കാത്തിരുന്നു. കുറച്ചുകഴിഞ്ഞപ്പോൾ തലച്ചുമടുമായി ഒരാൾ വന്നു. അയാളുടെ തലയിൽ തുത്തിക. വെറും തുത്തികയാവില്ല, നിറ തുത്തിക. ചക്കിൽ ആട്ടിയെടുത്ത എണ്ണയുമായി വരുന്നവൻ വാണിയനാകാം.

അതിദുഃഖിതയായിരിക്കുന്ന നങ്ങേമയെ വാണിയൻ സംശയത്തോടെയും കൗതുകത്തോടെയും നോക്കി.

ഈ ശരീരമെരിപ്പാൻ ഈ ചിതയിൽ കാൽതുത്തിക എണ്ണ പകരാൻ അവൾ അയാളോട് അപേക്ഷിച്ചു. ചിതയ്ക്കു തീ പകരാൻ ദീപക്കോലും കൊണ്ടുത്തരണം.

അപേക്ഷിക്കുകയല്ല, ആജ്ഞാപിക്കുകയാണെന്ന് അയാൾക്കു തോന്നി. ദൈവീകമായ ഒരാജ്ഞ. ദുഃഖിതയും പരിക്ഷീണിതയുമാണെങ്കിലും അവളുടെ ഉള്ളിൽ അനന്തചൈതന്യം കുടികൊള്ളുന്നു എന്ന് അയാൾക്കു തോന്നി.

ഒരു തുത്തിക എണ്ണയേയുള്ളൂ. അതു വിറ്റുവേണം കുഞ്ഞുങ്ങൾക്ക് അന്നം നൽകാൻ, കുടുംബം പുലർത്താൻ. മറ്റൊന്നും ചിന്തിച്ചില്ല.

നിറതുത്തിക തിരുമുമ്പിൽ വച്ച്, അയാൾ ദീപക്കോലിനായി നട കൊണ്ടു. മുളച്ചീളികൾ കൂട്ടിക്കെട്ടി ദീപം പകർന്നെത്തി വന്ന് അതും തിരുമുമ്പിൽ സമർപ്പിച്ചപ്പോൾ അവൾ ചോദിച്ചു:

"നിങ്ങളാരാ? പേരെന്താ?"

"ഞാൻ തലച്ചെറോൻ, എണ്ണയാട്ടി വിൽക്കുന്ന വാണിയൻ."

ചിതയിൽ കുറച്ച് എണ്ണ പകരാൻ അവൾ വീണ്ടും അപേക്ഷിച്ചു. അയാൾ എണ്ണ മുഴുവൻ ചിതയിൽ പകർന്നു. ഒഴിഞ്ഞ തുത്തികയുമായി നടകൊണ്ടു. കുറച്ചകലെച്ചെന്നു തിരിഞ്ഞുനോക്കി. അരയാലിന്റെ അര യോളം ഉയരത്തിൽ അഗ്നി ആളിക്കത്തുന്നു. പണ്ഡിതയും പരിശുദ്ധ യുമായ ആ കന്യക അഗ്നിയിലമർന്നുകഴിഞ്ഞിരുന്നു.

ദൈവകല്പന നിറവേറ്റാൻ കഴിഞ്ഞതിലുള്ള സംതൃപ്തിയോടെ അയാൾ വീട്ടിലെത്തി. ഒഴിഞ്ഞ തുത്തിക ചക്കാലയിൽ വച്ചു. അതി രാവിലെ ഉണർന്ന വാണിയത്തി വെള്ളം കോരാൻ കിണറ്റിനരികിലെത്തി. ചെപ്പുക്കുടം ഇറക്കിയപ്പോൾ നീർവറ്റിത്തീരാറായിരുന്ന കിണറ്റിൽ തെളി നീർ തിരയടിച്ചുയരുന്നതുകണ്ടു. അവൾ ഓടിയെത്തി തലച്ചെറോനെ വിവരമറിയിച്ചു. അയാൾ നോക്കിയപ്പോൾ ഒഴിഞ്ഞിരുന്ന തുത്തികയിൽ എണ്ണ നിറഞ്ഞുതുളുമ്പുന്നു. മുറ്റത്തെ കരിമ്പനപ്പച്ചയിൽ അഗ്നി ജ്വലി ക്കുന്നു.

തീക്കുഴിച്ചാലിൽ വെന്തെരിഞ്ഞ പെണ്ണ് കരിവെള്ളൂർ മുച്ചിലോട്ടെ കിണറ്റിൽ ജീവജലമായും ഒഴിഞ്ഞ തുത്തികയിൽ എണ്ണയായും കരിമ്പന പ്പച്ചയിൽ ജീവനാളമായും പ്രത്യക്ഷപ്പെട്ടു.

അവൾ മുച്ചിലോട്ടു പോതിത്തെയ്യമായി. അറിവിന്റെ ദേവതയായി; ശക്തിയുടെയും കാരുണ്യത്തിന്റെയും പ്രതീകമായി.

ആറ്

നഗരത്തിന് ഞായറാഴ്ചയുടെ ആലസ്യം. ഇടവപ്പാതി ഇടയ്ക്കിടെ ഇടഞ്ഞും ഇടയ്ക്കിടെ കനിഞ്ഞും പെയ്തുകൊണ്ടിരുന്നു.

പത്മ കണ്ടഞ്ചാതമനയിൽ താമസമായിട്ട് നാലു ദിവസമായി. അതി വിസ്തൃതമായ ശ്രീവരാഹം അമ്പലക്കുളം, ദുരൂഹതകൾ നിറഞ്ഞ കണ്ട ഞ്ചാതമന, താത്രിയമ്പലം... പലതും അവളിൽ ജിജ്ഞാസയുണർത്തി.

തിരുവനന്തപുരത്തുകാരനായ മുത്തച്ഛന് ആറങ്ങാട്ടുകരയിലെ കല്പകശ്ശേരി അഷ്ടമൂർത്തി നമ്പൂതിരിയുടെ മകൾ കുറിയേടത്ത് താത്രിയെ പരിചയമുണ്ടായതെങ്ങനെ? അടുക്കളദോഷമാരോപിച്ച്,

സ്മാർത്തവിചാരം നടത്തി, പടിയടച്ച് പിണ്ഡംവച്ച കുറിയേടത്ത് താത്രി എങ്ങനെ താത്രീഭഗവതിയായി? സന്മാർഗദോഷം ആരോപിക്കപ്പെട്ട ഒരു അന്തർജനം ഭഗവതിയായി ആരാധിക്കപ്പെടുന്നതെങ്ങനെ?

മുച്ചിലോട്ടുഭഗവതിയുടെ അവതാരകഥ ആവർത്തിക്കപ്പെടുകയാണോ?

ദുർഗ പറഞ്ഞതുപോലെ സ്വാതിതിരുനാളിന്റെ നിർദ്ദേശാനുസരണം നിർമിക്കപ്പെട്ട ശിവകാമീശില്പമാണോ ഇത്? അങ്ങനെയെങ്കിൽ ആ ശില്പത്തിൽ മുത്തച്ഛൻ താത്രിയെ കണ്ടെത്തിയതെങ്ങനെ? പണ്ടെന്നോ മലബാറിൽ ജീവിച്ചിരുന്ന താത്രിയും ഇപ്പോൾ ഇവിടെ ജീവിക്കുന്ന മുത്തച്ഛനും തമ്മിൽ കണ്ടിരിക്കാൻപോലും ഇടയില്ലല്ലോ. താത്രീശില്പമാണെങ്കിൽപോലും അതിൽ മുച്ചിലോട്ടുഭഗവതി എങ്ങനെ കുടികൊണ്ടു? എന്തുകൊണ്ടാണ് മുച്ചിലോട്ടുഭഗവതി തനിക്ക് താത്രിയിലൂടെ ദർശനം നൽകിയത്?

ഉത്തരം കിട്ടാത്ത ഒരുപാട് ചോദ്യങ്ങൾക്കു നടുവിൽ കിടന്ന് വീർപ്പുമുട്ടിയപ്പോൾ, മുത്തച്ഛനെ നേരിട്ടുകണ്ട് ചോദിച്ചറിയാൻ പത്മ തീരുമാനിച്ചു.

ഒരേ വീട്ടിലാണ് താമസമെങ്കിലും അമ്പലത്തിൽവച്ചേ മുത്തച്ഛനെ കണ്ടിട്ടുള്ളു.

"നീ എവിടെനിന്നു വന്നു? രണ്ടുമൂന്നു ദിവസമായല്ലോ നിന്നെ കാണാൻ തുടങ്ങിയിട്ട്?"

എന്ന് മുത്തച്ഛൻ ചോദിക്കുമെന്നു കരുതി. ഇതുവരെ ചോദിച്ചിട്ടില്ല; എന്നുമാത്രമല്ല, തീർഥത്തിനു നീട്ടിയ കൈക്കുമ്പിളിലേയ്ക്കല്ലാതെ മുഖത്തുപോലും നോക്കിയിട്ടില്ല. മുണ്ഡനം ചെയ്തതാണെന്നു തോന്നുമാറുള്ള കഷണ്ടിത്തലയും കുറ്റിരോമത്താടിയും, സ്വർണം കെട്ടിയ രുദ്രാക്ഷമാലയും. ആരോഗ്യത്തിന് ഒരു കുറവുമില്ല. പത്തെഴുപത്തഞ്ചു വയസെങ്കിലും തോന്നിക്കും. ഇതുവരെ ചിരിക്കുന്നതു കണ്ടിട്ടില്ല.

അങ്ങനെയുള്ള ഒരാളിന്റെ അടുത്ത്, പത്രക്കാർ രാഷ്ട്രീയനേതാക്കളുടെ മുമ്പിൽ എന്നപോലെ കയറിച്ചെല്ലുന്നതെങ്ങനെ?

'സ്വൈരമായി ഇരിക്കാൻ അനുവദിക്കില്ലേ? കടന്നുപോകൂ പുറത്ത്' എന്നു പറഞ്ഞാൽ എന്തുചെയ്യും?

ദുർഗ സമാധാനിപ്പിച്ചു.

"ചേച്ചിക്ക് മുത്തച്ഛനെ മനസ്സിലാകാഞ്ഞിട്ടാണ്. ഇന്നുവരെ മുത്തച്ഛൻ ദേഷ്യപ്പെടുന്നത് ഞാൻ കണ്ടിട്ടില്ല."

"നീ മുത്തച്ഛന്റെ കൊച്ചുമകളാണ്. അതുപോലെ അദ്ദേഹം എന്നെ കാണുമോ? നിനക്ക് മുത്തച്ഛന്റെ ഹിതാഹിതങ്ങൾ നന്നായറിയാം. അപ്പോൾ അദ്ദേഹത്തിന് അഹിതമായതൊന്നും ചെയ്യാതെ നിനക്ക് നിൽക്കാം. പിന്നെ ദ്വേഷ്യപ്പെടുന്നതെന്തിന്?"

"അല്ല ചേച്ചീ. കഴിഞ്ഞ ഞായറാഴ്ചയുണ്ടായ ഒരു സംഭവം പറയാം. അന്നിവിടെ സുദർശനേട്ടൻ വന്നിരുന്നു. മൂത്തവല്യമ്മയുടെ മൂത്ത മകൻ. ചേച്ചിയേക്കാൾ പ്രായം കണ്ടേക്കാം. പത്തുമുപ്പതു വയസ്സ് കഴിഞ്ഞു കാണും. കഞ്ചാവിന്റെ ചിറകിലേറിയാണ് സഞ്ചാരം. മുത്തച്ഛന്റെ മരണ ശേഷം ആ മുറി സുദർശനേട്ടന് നൽകാമെന്ന് പണ്ടെന്നോ മുത്തച്ഛൻ പറഞ്ഞിരുന്നത്രെ. അങ്ങനെയൊരു വാഗ്ദാനകഥ എന്റെ അമ്മ അറി ഞ്ഞിട്ടില്ല. കൈകേയിക്ക് വരം കൊടുക്കാമെന്നു പറഞ്ഞപോലെ എന്തോ സംഗതിയാവാം. അങ്ങനെയൊരു വാഗ്ദാനം ഉണ്ടെന്നോ ഇല്ലെന്നോ മുത്തച്ഛൻ പറയുന്നുമില്ല. ഏതായാലും സുദർശനേട്ടൻ ഇടയ്ക്കിടയ്ക്കു വരും; മുത്തച്ഛൻ മരിച്ചോ എന്നറിയാൻ. കഴിഞ്ഞ ഞായറാഴ്ച വന്നു നോക്കിയിട്ടും മുത്തച്ഛൻ മരിച്ചിട്ടില്ല. പിന്നെ തെറിയഭിഷേകം. 'തനിക്കു പോയി ചത്തു കൂടേ മൂപ്പിലേ', 'ഞാൻ ചത്താലും താൻ ചാവില്ലല്ലോ', 'ശ്രീവരാഹം അമ്പലക്കുളത്തിൽ ചാടിച്ചത്താൽ ജലസമാധിയാണെന്ന് ഞങ്ങൾ പത്രക്കാരോട് പറഞ്ഞോളാം.' ...ബാക്കിയൊന്നും പറയാൻ കൊള്ളില്ല. സത്യത്തിൽ ഞാൻ കരഞ്ഞുപോയി. കുറെ തെറി വിളിച്ചിട്ട് സുദർശനേട്ടൻ പോയി. മുത്തച്ഛന്റെ ഭാവമെന്തെന്നറിയാൻ ഞാൻ പതുങ്ങിയും പാത്തും ചെന്ന് ഉളിഞ്ഞുനോക്കി. ചാരുകസേരയിലിരുന്ന് മുത്തച്ഛൻ ഭാഗവതം വായിക്കുന്നു. ഒന്നും കണ്ടില്ല, കേട്ടില്ല. ഭഗവാനിൽ ലയിച്ചിരിക്കുകയാവും.

അതാണ് മുത്തച്ഛൻ. ധൈര്യമായി ചെല്ലൂ. ഇപ്പോൾ പത്തര മണിയല്ലേ ആയുള്ളൂ. രണ്ടു മണിക്ക് ഉച്ചഭക്ഷണം കഴിഞ്ഞാൽ മൂന്നു മണിവരെ ഉറക്കം. പിന്നെയും അമ്പലത്തിലേക്ക്. ഈ ഇടവേള പ്രയോജന പ്പെടുത്തൂ. വരൂ, ഞാൻ പരിചയപ്പെടുത്തിത്തരാം."

പത്മയ്ക്ക് കണ്ടെത്താത രാവുണ്ണിയുടെ മനസ്സിലേക്കുള്ള വഴി ദുർഗ തുറന്നുകൊടുത്തു.

"മുത്തച്ഛാ."

വാതിൽക്കൽനിന്ന് ദുർഗ മെല്ലെ വിളിച്ചു.

ശ്രീവരാഹം അമ്പലത്തിലെ കൊടിമരം കാണാവുന്ന തരത്തിൽ ജന ലിന് അഭിമുഖമായി ചാരുകസേരയിട്ടാണ് അദ്ദേഹം വിശ്രമിക്കാറുള്ളത്. പത്മയും ദുർഗയും കാണാനെത്തിയപ്പോഴും അദ്ദേഹം കൊടിമരത്തിന്റെ അഗ്രത്ത് ദൃഷ്ടി പതിപ്പിച്ച് കിടക്കുകയായിരുന്നു.

പൂജാരിയപ്പൂപ്പൻ തിരിഞ്ഞുനോക്കി. മെല്ലെ ചിരിച്ചു.

"ഇത് പത്മടീച്ചർ. കുറച്ച് വടക്കാണ് വീട്. ഇവിടെ നമ്മുടെ വാടകമുറി യിൽ ഇപ്പോ ടീച്ചറാണ് താമസം. രണ്ടുമൂന്നു ദിവസമായി വന്നിട്ട്."

ചിരിച്ചു, തലയാട്ടി. അത്രതന്നെ.

"മുത്തച്ഛാ, ടീച്ചറിന് മുത്തച്ഛനോട് എന്തോ ചോദിക്കണമെന്ന്."

അകത്തേക്കു വരാൻ ആംഗ്യം കാട്ടി. അവർ അടുത്തെത്തിയപ്പോൾ ഒഴിഞ്ഞുകിടന്ന, പഴക്കംചെന്ന മരക്കസേരയിലേക്ക് കൈചൂണ്ടി.

നിറയെ പൊടിപറ്റി, വലപിടിച്ചു കിടക്കുകയാണെന്ന് അറിഞ്ഞു കൊണ്ടുതന്നെ പത്മ അതിലിരുന്നു.

"എന്തേ അറിയേണ്ട്യേ?"

മുത്തച്ഛനിൽനിന്നും പത്മ ശ്രവിച്ച ആദ്യത്തെ മൊഴിമുത്ത്.

"താത്രീഭഗവതിയെക്കുറിച്ചാണ്."

പത്മ അറച്ചറച്ചു പറഞ്ഞു.

"താത്രീഭഗവതിയെക്കുറിച്ച് അറിയാൻ എന്തിരിക്കുന്നു? എല്ലാ ഭഗവതിമാരും എല്ലാ ഭഗവാന്മാരും ഒന്നുതന്നയല്ലേ?"

അതെങ്ങനെയെന്ന ഭാവത്തിൽ പത്മ അരികിൽ നിന്ന ദുർഗയുടെ മുഖത്തേക്കു നോക്കി. ദുർഗ നിസ്സഹായഭാവത്തിൽ മുത്തച്ഛന്റെ കട്ടിലിൽ ഇരുന്നു.

"ഒന്നും മനസ്സിലായില്ല്യ അല്ല്യേ?"

മുത്തച്ഛൻ ചോദിച്ചു.

"ഇല്ല മുത്തച്ഛാ."

"മുച്ചിലോട്ടുഭഗവതിയെ കേട്ടിട്ടുണ്ടോ?"

"ഉണ്ട്; ധാരാളം കേട്ടിട്ടുണ്ട്; കണ്ടിട്ടുമുണ്ട്."

പത്മ ആവേശത്തോടെ പറഞ്ഞു.

"എങ്ങനെ കണ്ടു?"

"ഞാൻ കരിവെള്ളൂരിലായിരുന്നു മുത്തച്ഛാ. അഞ്ചുകൊല്ലത്തിനുമുമ്പ് അവിടെ ഹൈസ്കൂൾ അധ്യാപികയായെത്തി. നാലഞ്ചുമാസം കഴിഞ്ഞപ്പോൾ അവിടെ മുച്ചിലോട്ടുകാവിൽ ഭഗവതിയുടെ പെരുങ്കളിയാട്ടമുണ്ടായിരുന്നു. പുലരുവോളം ഞാൻ കണ്ടു. ഭഗവതി അന്ന് എന്നോട് ഉരിയാടി മുത്തച്ഛാ."

അതു പറഞ്ഞപ്പോൾ ഭഗവതിയെ നേരിട്ടുകണ്ടാലെന്നപോലെ പത്മയ്ക്ക് രോമാഞ്ചമുണ്ടായി. മിഴിചലനങ്ങളിലും കരചലനങ്ങളിലും പ്രകടമായ ചടുലത പൂജാരി ശ്രദ്ധിച്ചു. പത്മയുടെ ഭാവമാറ്റങ്ങൾ ദുർഗയും സസൂക്ഷ്മം നിരീക്ഷിക്കുകയായിരുന്നു.

"അന്ന് മുച്ചിലോട്ടുഭഗവതിയെ കണ്ടോ, മുച്ചിലോട്ടുപോതിത്തെയ്യത്തെ കണ്ടോ?"

"ഭഗവതിയെ...... തെയ്യത്തെ..... മുച്ചിലോട്ടു പോതിത്തെയ്യത്തെ."

"നിശ്ചയമില്ല്യ അല്ല്യേ?"

നിശ്ചയമില്ല മുത്തച്ഛാ. പത്മ മനസാ കീഴടങ്ങി.

"തെയ്യത്തെയല്ല്യേ കണ്ടത്? തെയ്യം കെട്ടിയാടിയ കനലാടിയല്ല്യേ ഉരിയാടിയത്?"

"അതെ, അതെ മുത്തച്ഛാ."

"കോലക്കാരന്റെ തെയ്യക്കോലത്തെ ഭഗവതീരൂപമായി നാം വിചാരിക്കുന്നു. മുന്നിൽ നിൽക്കുന്നത് മുച്ചിലോട്ടുഭഗവതിയാണെന്ന് പത്മ ധരിച്ചു. അതുതന്നെയാണ് സത്യം. കനലാടിയും ഭഗവതിയും ഒന്നായി; അല്ല്യേ?"

പത്മ ഒന്നും പറഞ്ഞില്ല. തലയാട്ടുകമാത്രം ചെയ്തു.

"എല്ലാ ഭഗവതിമാരും എല്ലാ ഭഗവാന്മാരും എല്ലാ മനുഷ്യരും ഒന്നാകുന്നത് അങ്ങനെയാ. 'നീയല്ലോ സൃഷ്ടാവും സൃഷ്ടിയും' എന്നു പറഞ്ഞതിന്റെയും പൊരുൾ അതാണ്."

ഇനി എന്തു ചോദിക്കാൻ? ചോദിച്ചതിനും ചോദിക്കാൻ ഉദ്ദേശിച്ചിരുന്നതിനും ഇനി ചോദിക്കാൻ ഇടവന്നേക്കാവുന്നതുമായ എല്ലാ ചോദ്യങ്ങൾക്കുമുള്ള ഉത്തരമായിക്കഴിഞ്ഞു.

വളരെ വലിയ ഒരു ദാർശനികന്റെ മുമ്പിലാണല്ലോ താനിരിക്കുന്നത് എന്ന് പത്മ ഓർത്തു. എം.എ.ബി.എഡ്. ബിരുദധാരി, ഹൈസ്കൂൾ അധ്യാപിക മുതലായ പരിവേഷങ്ങൾ അഴിഞ്ഞുവീഴുന്നതുപോലെ പത്മയ്ക്കു തോന്നി. ഈ മഹാമേരുവിനു മുമ്പിൽ താനൊരു മണൽത്തരി.

പത്മ ഇരുകൈകൂപ്പി ശിരസ്സു നമിച്ചു.

ഒന്നും ചോദിക്കാനില്ലാതെ ഒരു പരാജിതയെപ്പോലെ പത്മ ഇരിക്കുന്നതു കണ്ടപ്പോൾ ദുർഗയ്ക്ക് സങ്കടം തോന്നി. അടുക്കളയിൽ ധാരാളം ജോലി ബാക്കിയുണ്ട്. പലഹാരമിടാൻ അമ്മയെ സഹായിക്കണം. ഉഴുന്നുവടയും മുളകുവടയും ബജിയും മറ്റുമുണ്ടാക്കി വിഘ്നേശ്വരാ ഹോട്ടലിൽ മൂന്നു മണിക്ക് എത്തിക്കണം. അതിന് അമ്മയെ സഹായിക്കണം.

"ചേച്ചി ഇരിക്കൂ; ഞാനിപ്പം വരാം."

ദുർഗ അടുക്കളയിലേക്കോടി.

തലതാഴ്ത്തിയിരിക്കുന്ന പത്മയെ കണ്ടപ്പോൾ രാവുണ്ണിയപ്പൂപ്പന്റെ മനസ്സലിഞ്ഞു.

"എവിട്യാ നാട്?"

അദ്ദേഹം ചോദിച്ചു.

"തെക്കേമലബാറിലാ. ആറങ്ങോട്ടുകരയെന്നു പറയും."

"ആറങ്ങോട്ടുകരയോ?"

വൃദ്ധൻ ശബ്ദമുയർത്തി ചോദിച്ചു.

"അതേന്നെ; ആറങ്ങോട്ടുകര."

"അവിടെയല്ല്യേ കുറിയേടത്തുതാത്രി ജനിച്ച ഇല്ലം. കല്പകശ്ശേരി ഇല്ലം എന്നു കേട്ടിട്ടില്ല്യേ? കല്പകശ്ശേരി അഷ്ടമൂർത്തി നമ്പൂതിരിയുടെ മകളാ കുറിയേടത്തുതാത്രി എന്നറിയില്ല്യേ?"

മുത്തച്ഛന്റെ മുഖത്ത് ചിരി മായുന്നു എന്ന് പത്മ തിരിച്ചറിഞ്ഞു.

'ഭഗവതീ, മുത്തച്ഛൻ എന്നെ തെറ്റിദ്ധരിക്കരുതേ. എല്ലാം അറിഞ്ഞു വച്ചു കൊണ്ട് ശല്യപ്പെടുത്താൻ വന്നതാണെന്ന് മുത്തച്ഛന് തോന്നരുതേ.'

പത്മ പ്രാർത്ഥിച്ചു. തെറ്റിദ്ധാരണ തോന്നാതിരിക്കാൻ പെട്ടെന്നെല്ലാം തുറന്നുപറയാം.

"എല്ലാം കേട്ടിട്ടുണ്ട് മുത്തച്ഛാ. കേട്ട കാര്യങ്ങൾ യക്ഷിക്കഥകൾ പോലെ പേടിപ്പെടുത്തുന്നതാണ്. പലതും പരസ്പരവിരുദ്ധവുമാണ്. അതുകൊണ്ടാണ് അതേപടി വിശ്വസിക്കാൻ തോന്നാത്തത്. കല്പകശ്ശേരി ഇല്ലപ്പറമ്പ് അന്യാധീനപ്പെട്ടുപോയി. അവിടെ കാർത്യായനീക്ഷേത്രത്തിൽ നിന്നും ഒരു കിലോമീറ്റർ കിഴക്കുമാറിയാണ് എന്റെ ഇല്ലം."

"അങ്ങന്യോ? ഏതാ ഇല്ലം?"

"ചേമഞ്ചേരിമനേന്നു പറയും."

"അത്യോ. ചേമഞ്ചേരി നീലകണ്ഠൻ നമ്പൂതിരി എന്ന ഭിഷഗ്വരൻ കുട്ടീട ആരാ? ആളിപ്പോ ജീവിച്ചിരുപ്പുണ്ടോ?"

"ഞാൻ കണ്ടിട്ടില്ല മുത്തച്ഛാ. നമ്പൂരിവൈദ്യന്റെ ഇളയമകളുടെ മകളാ ഞാൻ."

"ഇതൊക്കെ എന്തൊരു മായ! ആട്ടെ, അദ്ദ്യേത്തിന്റെ മൂത്തമകൻ ഒരു.... ഒരു....ശ്ശൊ.... പേരോർക്കുന്നില്ല്യാ.... കാലം കുറെ ആയില്ല്യേ?"

"ആരൂംല്ല; എന്റെ അമ്മയുമില്ല."

"അപ്പോ ചേമഞ്ചേരിമനയിൽ ഇപ്പൊ ആരാ?"

"അറിയില്ല. ആറങ്ങോട്ടുകരയിൽനിന്നും ഞാൻ പോയിട്ടു അഞ്ചു വർഷം കഴിഞ്ഞു. എല്ലാം കടംകയറി മുടിഞ്ഞു. അമ്മാവൻ കൊടുക്കാനുള്ള പണം ഈടാക്കാൻ ഇല്ലപ്പറമ്പ് ഏതോ സഹകരണസംഘക്കാര് ജപ്തി ചെയ്തെന്നോ, ലേലം പിടിച്ചവരാരോ ഇല്ലം പൊളിച്ച് അവിടെ ഇരുനിലമാളിക പണിതെന്നോ ഒക്കെ അറിഞ്ഞു."

"എല്ലാം തലവിധിയാണു കുഞ്ഞേ. അല്ലെങ്കിൽ നീയിപ്പോ എന്റെ അരികിലെത്തുമോ? ഇവിടെയൊരു കണ്ടഞ്ചാതമനയുണ്ടെന്ന് നിന്നോട് ആരാ പറഞ്ഞേ?"

"നാലഞ്ചു ദിവസം മുമ്പ് രാവിലെ സ്കൂളിലെത്തി. താമസസൗകര്യം അന്വേഷിച്ചപ്പോൾ സ്കൂളിലെ ഒരു തൂപ്പുകാരി പറഞ്ഞു, ഇവിടെയൊരു മനയിൽ മുറി വാടകയ്ക്ക് കൊടുക്കാനുണ്ടെന്ന്. അവരാണ് എന്നെ ഇവിടെ എത്തിച്ചത്."

"അതെ, അതാണ് ഞാൻ പറഞ്ഞത് വിധിയാണെന്ന്. ഞാൻ ആ നാടു വിട്ടിട്ട് കാലമെത്ര കഴിഞ്ഞിരിക്കുന്നു! ഞാനിവിടെ ഉണ്ടെന്ന് അന്നാട്ടിൽ ആർക്കും അറിയില്ല്യ. ചെമ്മന്തട്ട മഹാശിവക്ഷേത്രത്തിനടുത്ത് ഒരു കണ്ടഞ്ചാതമനയുണ്ടെന്നും അവിടെയുള്ളയാളാണ് ഞാനെന്നും ഇന്നാട്ടിൽ ആർക്കും അറിയില്ല്യ."

പൂജാരിയപ്പൂപ്പന്റെ മുഖം തുടുക്കുന്നതും അദ്ദേഹത്തിന്റെ മനസ്സിനെ ഓർമകൾ വിക്ഷുബ്ധമാക്കുന്നതും പത്മ കണ്ടറിഞ്ഞു.

വേണ്ടായിരുന്നു. മുത്തച്ഛൻ രഹസ്യമായി സൂക്ഷിച്ചുവച്ചിരുന്ന വിവരങ്ങൾ അപഹരിക്കാൻ വന്ന ചാരസുന്ദരിയാണ് താനെന്ന് വിചാരിക്കുമോ? തന്നെ ശകാരിക്കുകയോ ശപിക്കുകയോ ചെയ്യുമോ? ഭഗവതീ, ഞാനെന്താ വേണ്ട്യേ? ദുർഗയെങ്കിലും അരികിലുണ്ടായിരുന്നെങ്കിൽ....

"അപ്പോൾ നിനക്ക് താത്രിയെക്കുറിച്ച് അറിയണമല്ല്യേ?"

"വേണ്ട മുത്തച്ഛാ വേണ്ട. ഞാനെന്തോ മണ്ടത്തനം..."

പത്മ ഒഴിഞ്ഞുമാറാൻ വഴിയന്വേഷിച്ചു.

"നീ വന്നത് നന്നായി കുഞ്ഞേ. എല്ലാ ദുരൂഹതകളും എന്നോടൊപ്പം മണ്ണടിയട്ടെ എന്നു ഞാൻ വിചാരിച്ചിരിക്ക്വേരുന്നു. ദൈവഹിതം മറിച്ചാ. നിന്നെ ഇവിടെയെത്തിച്ചത് താത്രീഭഗവതിയാ. എഴുപത് വർഷങ്ങൾക്കു മുമ്പ്, എന്റെ ഇരുപത്തിയഞ്ചാമത്തെ വയസ്സിൽ, 1905-ൽ ഞാൻ ചെമ്മന്തട്ടയിൽനിന്നും ഓടിപ്പോന്നതാ. പിന്നെ നാലഞ്ചു മാസങ്ങൾക്കുശേഷം ഞാനവിടെ രഹസ്യമായെത്തി. അന്ന് ഒരു രാത്രിയാ ഞാൻ ചെമ്മന്തട്ടയിലെത്തിയത്. എന്റെ ഒരു ബന്ധുവിനെ ഞാൻ ചെന്നു കണ്ടിട്ടും അയാളെന്നെ തിരിച്ചറിയാൻ നന്നേ ക്ലേശിച്ചു.

അദ്ദ്യേത്തിൽനിന്നും, ഞാൻ ചെമ്മന്തട്ട വിട്ടശേഷമുള്ള അത്യാവശ്യം ചില കാര്യങ്ങൾ ഗ്രഹിച്ചു. അന്നു രാത്രി ഞാൻ കണ്ടഞ്ചാതമനയിൽ ഏകനായി വളരെനേരം ഇരുന്നു. ആർക്കും കാണാൻ കഴിയാത്ത താത്രിയെ ഞാൻ കണ്ടു. ഇവിടെ താത്രിയമ്പലത്തിൽവച്ച് മോൾക്ക് മുച്ചിലോട്ടുഭഗവതി ദർശനം നൽകിയില്ല്യേ? അതുപോലെ കണ്ടഞ്ചാതമനയിൽ വച്ച് താത്രി എനിക്ക് ദർശനം തന്നു. ഞങ്ങൾ മുമ്പ് കൈമെയ് മറന്ന് പരസ്പരം സമർപ്പിച്ച മണ്ണിൽ പുലരുവോളം അവൾ എന്റെ അരികിലിരുന്നു; എല്ലാം കരഞ്ഞുപറഞ്ഞു. തിരിച്ചുവന്നപ്പോൾ ഞാൻ ഒറ്റയ്ക്കായിരുന്നില്ല്യ. എന്നോടൊപ്പം വരാൻ പത്താം വയസ്സു മുതൽ അവൾ ആഗ്രഹിച്ചിരുന്നതാ. ഇരുപത്തിമൂന്നാം വയസ്സിൽ എന്നോടൊപ്പം വന്നപ്പോൾ ആരും കൊതിക്കുന്ന അവളുടെ പൂവുടൽ നഷ്ടപ്പെട്ടുകഴിഞ്ഞിരുന്നു. ജീവിച്ചിരുന്ന താത്രിയേക്കാൾ സുന്ദരിയും ശക്തയുമായിരുന്നു എന്നോടൊപ്പം വന്ന മരണപ്പെട്ട താത്രി. എനിക്ക് തൊണ്ണൂറ്റിയഞ്ചു വയസ്സായി. ഇരുപത്തിമൂന്നാം വയസ്സിലെ താത്രിയാണ് എന്റെ മനസ്സിലും ഈ അമ്പലത്തിലും കുടികൊള്ളുന്നത്."

എന്തുപറയണമെന്നറിയാതെ ഗദ്ഗദകണ്ഠയായ് പത്മ മുത്തച്ഛനെ നോക്കിയിരുന്നു. എന്തോ ചോദിക്കാൻ രണ്ടുമൂന്നു പ്രാവശ്യം പരിശ്രമിച്ചു. നാവ് വരണ്ടുപോയി.

പുറത്ത് ഒരു മിന്നൽ പാളിവീണു. അടുത്തെവിടെയോ ഇടിവീണു എന്നു തോന്നി. പകലിന്റെ മുഖം കരുവാളിച്ചു. പുറത്ത് മഴയുടെ പെരുങ്കളിയാട്ടം.

"ഭഗവതിയുടെ നിർദ്ദേശം ഞാൻ നടപ്പിലാക്കുന്നു. താത്രിയെക്കുറിച്ചല്ല്യേ നിനക്കറിയേണ്ടത്? താത്രിയുടെ ശരീരം കണ്ട പലരുമുണ്ട്. എന്നാൽ അവളുടെ മനസ്സു കണ്ട, മനസ്സിന്റെ ആഴങ്ങളും ഔന്നത്യങ്ങളുമറിഞ്ഞ ഒരാളേ ഉള്ളൂ—അത് ഞാനാണ്."

കണ്ടഞ്ചാത രാവുണ്ണിയപ്പൂപ്പൻ പിന്നെയും മൗനത്തിലാണ്ടു. കുറച്ചു സമയത്തിനുശേഷം വീണ്ടും സംസാരിച്ചുതുടങ്ങി.

"ഞാനെന്നേ യാത്രയാകേണ്ടതാ! പക്ഷേ, അങ്ങനെ പോകാൻ കഴിയില്ല്യ. കർമങ്ങൾ നിറവേറ്റിത്തീർന്നില്ല്യ എന്നെനിക്ക് ഇപ്പോൾ മനസ്സിലായി. ഗൗതമാശ്രമത്തിൽ ശിലാരൂപത്തിൽ അഹല്യ എത്രയോ കാലം കിടന്നു. ത്രേതായുഗത്തിൽ ശ്രീരാമന്റെ പാദസ്പർശമേറ്റപ്പോൾ അവൾ അതിസുന്ദരിയായ പഴയ അഹല്യയായി ഉയർത്തെഴുന്നേറ്റു; അല്ല്യേ?"

പത്മ ഒന്നും പറഞ്ഞില്ല. പറയാൻ കഴിഞ്ഞില്ല. മുത്തച്ഛനെത്തന്നെ നോക്കിയിരുന്നു.

"കുറിയേടത്തുതാത്രി ശിലയായി എന്റെ ഉള്ളിലും ശക്തിയായി അമ്പലത്തിലും കഴിഞ്ഞുവന്നു. എന്റെയുള്ളിൽ ശിലയായി കിടന്ന താത്രി, നിന്റെ പരിപാവനമായ പാദസ്പർശമേറ്റ് പുനർജനിച്ചിരിക്കുന്നു. നന്ദി, മകളേ, നന്ദി. എന്റെ താത്രിക്കുട്ടിയെ നിന്റെ പാദങ്ങൾ ഇതാ ഇപ്പോൾ ഈ നിമിഷത്തിൽ, ഇവിടെവച്ച് സ്പർശിച്ചുണർത്തിയിരിക്കുന്നു. അവളിനി ഇവിടെ മണിച്ചിലമ്പു കിലുക്കി ഓടിനടക്കും. അതിനിടയാക്കിയ നിന്റെ ആ പുണ്യപാദങ്ങളിൽ കണ്ടഞ്ചാത രാവുണ്ണി ഒന്നു നമസ്കരിക്കട്ടെ."

ഇരുകൈകളുയർത്തി, ഇരുഭാഗത്തേക്ക് നീട്ടിക്കൊണ്ട് വൃദ്ധൻ അപേക്ഷിച്ചു.

"അരുത് മുത്തച്ഛാ, അരുത്."

പത്മ തൊണ്ടയിടറിക്കൊണ്ട് അപേക്ഷിച്ചു.

ഏഴ്

"**മോ**ളെന്താ പറഞ്ഞേ, താത്രിയെക്കുറിച്ച് കേട്ട കാര്യങ്ങൾ യക്ഷിക്കഥകൾ പോലിരിക്കുന്നെന്നോ?"

"അതേ മുത്തച്ഛാ. അതുമാത്രമല്ല, നിറയെ വൈരുധ്യങ്ങൾ. എല്ലാ കാര്യവും ഞാൻ കേട്ടറിഞ്ഞു എന്നല്ല, അങ്ങിങ്ങ് ചിലതു കേട്ടു. ഒരാൾ പറഞ്ഞതുപോലെയല്ല, അതേ കാര്യത്തെക്കുറിച്ച് മറ്റൊരാൾ പറഞ്ഞത്. ഓരോരുത്തനും തന്റെ ഭാവനാവിലാസമനുസരിച്ച് ഇല്ലാത്ത കഥകൾ കെട്ടിച്ചമച്ചു പറയുകയാണെന്ന് എനിക്കു തോന്നിയിട്ടുണ്ട്."

"അതു ശരിതന്ന്യാ. എന്നാൽ അന്നത്തെ നമ്പൂതിരിമാരുടെ ജീവിതം കെട്ടുകഥകളെ വെല്ലുന്ന തരത്തിൽ അവിശ്വസനീയത ജനിപ്പിക്കുന്നതും

താന്തോന്നിത്തം നിറഞ്ഞതുമാ. ഒരാൾ തന്റെ മകളുടെ ഭർത്താവിന്റെ മറ്റൊരു ഭാര്യയിൽ പിറന്ന മകളെ വിവാഹം കഴിച്ചു എന്നു പറഞ്ഞാൽ ഇന്നത്തെ തലമുറ വിശ്വസിക്കില്ല്യ. നമ്പൂതിരിമാർ നാലഞ്ചു വേളി കഴിക്കുകയെന്നത് സർവസാധാരണമായ കാര്യമായിരുന്നു. എന്നാൽ കൃഷ്ണൻ നമ്പൂതിരി രാമൻ നമ്പൂതിരിയുടെ മകളെ വേളി കഴിക്കുകയും അതേ രാമൻ നമ്പൂതിരി അതേ കൃഷ്ണൻ നമ്പൂതിരിയുടെ മകളെ വേൾക്കുകയും ചെയ്യുന്ന വിവേകരഹിതമായ ഏർപ്പാടുകളും അന്ന് നിലവിലിരുന്നു.

അന്നത്തെ അന്തർജനങ്ങളുടെ ദുരിതമയമായ ജീവിതം ഇന്നത്തെ യുവതീയുവാക്കൾക്ക് സങ്കല്പിക്കാൻ കഴിയാത്തത്ര ഭയാനകമായ തരത്തിലായിരുന്നു. മുക്കാൽ നൂറ്റാണ്ടുകൊണ്ട് നമ്മുടെ സമൂഹം എന്തുമാത്രം മാറിപ്പോയിരിക്കുന്നുവെന്ന് എന്റെ പ്രായക്കാർക്കേ ശരിക്കും തിരിച്ചറിയാൻ കഴിയൂ. താത്രിയെ അറിയണമെങ്കിൽ, താത്രി അനുഭവിച്ച വേദനയെന്തെന്ന് അറിയണമെങ്കിൽ, താത്രിയുടെ മനസ്സു വായിക്കണെങ്കിൽ അന്നത്തെ ഇല്ലങ്ങളുടെ അവസ്ഥ അറിയണം. അന്നത്തെ നമ്പൂതിരിമാരുടെ സ്വഭാവ വൈകൃതങ്ങൾ അറിയണം. സ്വഭാവവൈകൃതങ്ങൾ എന്ന് ഞാൻ ബോധപൂർവം പറഞ്ഞതുതന്ന്യാ. ഒന്നുരണ്ട് ഉദാഹരണങ്ങൾ ചൂണ്ടിക്കാണിക്കാം. എന്നോടൊപ്പം വരൂ, ഞാൻ ചിലരെ പരിചയപ്പെടുത്തിത്തരാം. അവരിലൂടെ പത്മയ്ക്ക് താത്രിയിലെത്താൻ കഴിയും. പിന്നെ എന്റെ സഹായമില്ലാതെതന്നെ നിനക്ക് താത്രിയെ മനസ്സിലാക്കാൻ കഴിയും.

പഴയ കഥകൾ പഠിക്കാനിറങ്ങുമ്പോൾ ഉത്സവം, വിവാഹം തുടങ്ങിയ സന്തോഷദായകമായ സംഭവങ്ങളിൽ ആരംഭിക്കുന്നതാ നല്ലത്. പക്ഷേ, ഇവിടെ ദൈവനിശ്ചയം മറിച്ചാ. നമുക്ക് ഒരു മരണരംഗത്ത് നിന്നും ആരംഭിക്കേണ്ടിയിരിക്കുന്നു. അനിർവചനീയമായ രണ്ടേരണ്ടു കാര്യങ്ങളേ ജീവിതത്തിലുള്ളൂ-ജനനവും മരണവും. നീ എന്ന് ജനിക്കുമെന്ന് നിനക്കറിയില്ല്യായിരുന്നെങ്കിലും ഏതാണ്ട് എന്ന് ജനിക്കുമെന്ന് അച്ഛനമ്മമാർക്കും കുടുംബത്തിലുള്ളവർക്കും അറിയാമായിരുന്നു. മരണത്തെക്കുറിച്ച്, അങ്ങനെയൊരു ധാരണയില്ലല്ലോ. അത് സംഭവിച്ചുകഴിഞ്ഞിട്ടേ അടുത്തിരിക്കുന്നവൻപോലും അറിയുകയുള്ളൂ. അങ്ങന്യാ മരണം ജീവിതത്തിലെ അതിഭയങ്കരമായ അവസാനമാകുന്നത്. നമുക്ക് ഒരു മരണ ത്തിൽനിന്നും ആരംഭിക്കാം.

താത്രിയുടെ അഞ്ചാം വയസ്സിൽ കല്പകശ്ശേരി ഇല്ലത്ത് ഒരു മരണം നടന്നു. കൂമ്പാളക്കോണകമുടുത്തും പലപ്പോഴും അതുപോലുമില്ലാതെയും ഓടിക്കളിച്ചു നടന്ന നിഷ്കളങ്കബാല്യം. അഞ്ചുവയസ്സായപ്പോൾ എട്ടു വയസ്സിന്റെ ശരീരവും പത്തു വയസ്സിന്റെ സൗന്ദര്യവുമുണ്ടായിരുന്ന അതി ബാല്യം. അക്കാലത്ത് ഒരു പ്രഭാതത്തിൽ അവളുണർന്നപ്പോൾ മുറ്റത്തൊരു ആൾക്കൂട്ടം. ചിലർ അങ്ങിങ്ങ് കുറ്റിയടിച്ചപോലെ അനങ്ങാതെ നിൽക്കുന്നു. ചിലർ അങ്ങോട്ടുമിങ്ങോട്ടും ഓടിനടക്കുന്നു. അന്തപ്പുരത്തിൽ അപരിചിതരായ കുറെ പെണ്ണുങ്ങൾ. അവൾക്കു

പേടിയായി. കരഞ്ഞുപോകുമെന്ന ഘട്ടം വന്നു. അതിനിടയിൽ കാര്യ മറിഞ്ഞു. അങ്ങിത അമ്മായി മരിച്ചുപോയി എന്ന് ദാസികളാരോ അവ ളോടു പറഞ്ഞു. അത്രേല്ല്യേ ഉള്ളൂ; സമാധാനമായി.

അമ്മായി എന്താണ് തന്നോട് ഒന്നും പറയാതെ പോയതെന്ന് അവൾ ചിന്തിക്കാതിരുന്നില്ല. എപ്പോഴായിരിക്കും അവർ പോയത്? ഇന്നലെ രാത്രി താൻ ഉറങ്ങിയതിനുശേഷമായിരിക്കും. നാളെയോ മറ്റന്നാളോ വരുമായി രിക്കും.

ദാസി കള്ളം പറഞ്ഞ് തന്നെ കബളിപ്പിക്കുകയായിരുന്നെന്ന് കുറച്ചു കഴിഞ്ഞപ്പോൾ താത്രിക്കുട്ടിക്ക് മനസ്സിലായി. അങ്ങിതഅമ്മായി എങ്ങും പോയിട്ടില്ല്യ. അവർ തെക്കിനിയുടെ ഇറയത്ത് നിലത്ത് കിടന്നുറങ്ങുന്നത് അവൾ കണ്ടു. അരികിൽ ചില സ്ത്രീകൾ. അടുത്തൊരു നിലവിളക്കെരി യുന്നു.

അവൾ സമാധാനത്തോടെ പുറത്തിറങ്ങി. പതിവുപോലെ പൂക്ക ളെയും പൂമ്പാറ്റകളെയും അന്വേഷിച്ചുനടന്നു.

കല്പകശ്ശേരി നാരായണൻ നമ്പൂതിരി മകൻ അഷ്ടമൂർത്തി നമ്പൂ തിരി, ദേശമംഗലംമനവക ആറങ്ങോട്ടുകര കാർത്യായനീക്ഷേത്രത്തിലെ ശാന്തിക്കാരനാ. അദ്ദേഹം മൂന്നു വേളി കഴിച്ചെങ്കിലും അതിസുന്ദരിയായ അനുജത്തി അങ്ങിതയെ വേളി കഴിപ്പിച്ചയക്കാൻ കഴിഞ്ഞില്ല്യ. നമ്പൂതിരി യുവതിയുടെ വേളി മറ്റുള്ളവരുടെ വിവാഹംപോലെ അത്ര നിസ്സാരകാര്യം വല്ലതുമാണോ? രണ്ടാം വേളിയോ മൂന്നാം വേളിയോ ആയാലും വേണ്ടി ല്ലെന്നു വയ്ക്കാം. വരൻ തറവാടിന് യോജിച്ചവനാകേണ്ടേ? അങ്ങനെ യോജിച്ച ഒരുവൻ വന്നതുകൊണ്ടുമായില്ല്യ. നാളും പൊരുത്തവും ഒത്തു വരാതെ വല്ലതും നടക്ക്വോ? അഷ്ടമൂർത്തി അനുജത്തിയെക്കുറിച്ച് ചിന്തിക്കാതിരുന്നില്ല്യ. പക്ഷേ, ഫലമുണ്ടായില്ല്യ.

അങ്ങിതയുടെ പിതാവ് കല്പകശ്ശേരി നാരായണൻനമ്പൂതിരി തികഞ്ഞ കലാഹൃദയമുള്ളവനാ. എത്രയെത്ര കഥകളി കണ്ടാലും മതി വരില്ല്യ. സംഗീതരസികൻ. എഴുപതാം വയസ്സിലും ദാസീഭവനങ്ങളിലെ ഇളംശരീരങ്ങളുമൊത്ത് അന്തിയുറങ്ങുന്നു എന്ന കാര്യം നമ്പൂതിരിമാരെ സംബന്ധിച്ച് ഒരു അലങ്കാരം തന്ന്യാ. അനാഘ്രാതകുസുമങ്ങൾ തേടി ആ വൃദ്ധ കാമസ്വരൂപൻ അകലങ്ങളിലും അലഞ്ഞുകൊണ്ടിരുന്നു.

നാരായണൻ നമ്പൂതിരിയുടെ എല്ലാ സ്വഭാവഗുണങ്ങളും മകൻ അഷ്ടമൂർത്തിക്കും ലഭിച്ചിരുന്നു. മൂന്നു വേളി കഴിച്ചിട്ടും അഷ്ടമൂർത്തി ത്തിരുമേനി അധികദിവങ്ങളിലും അന്തിയുറങ്ങിയത് അന്യഭവനങ്ങളിൽ.

ഇരുട്ടുവീണാൽ ഇല്ലത്ത് പെണ്ണുങ്ങൾമാത്രം അവശേഷിച്ചിരുന്ന കാലം. അങ്ങിത പന്ത്രണ്ടിൽ തിരണ്ടു. അന്നുമുതൽ അമ്മയ്ക്ക് ആധി യായി. പരിചാരികമാർക്ക് തെല്ല് ജോലിഭാരം വർധിച്ചെങ്കിലും അവളുടെ പിതാവോ സഹോദരനോ അതത്ര കാര്യമായെടുത്തില്ല. നാരായണൻ നമ്പൂതിരിയുടെ സപത്നിപ്പെണ്ണുങ്ങൾ നിസ്സാര കാര്യങ്ങളിൽപോലും

പരസ്പരം കൊമ്പു കോർത്തിരുന്നെങ്കിലും അങ്ങിതയെ അവർ അരുമയായി കരുതി. ഇരുട്ടറകളിൽ ചുരുണ്ടുകിടന്ന മുത്തശ്ശിമാർ അറിഞ്ഞില്ലെങ്കിലും അങ്ങിത തിരണ്ട കാര്യം നാടറിഞ്ഞു. കുലാചാരപ്രകാരമുള്ള ചടങ്ങുകൾ നടത്തുന്ന കാര്യത്തിൽ നാരായണൻ നമ്പൂതിരി വിട്ടുവീഴ്ച ചെയ്തില്ല്യ.

പ്ലാവില കൊഴിയുംപോലെ ദിവസങ്ങൾ കൊഴിഞ്ഞുവീണുകൊണ്ടിരുന്നു. അങ്ങിതയ്ക്ക് പതിനഞ്ചും പതിനാറും പതിനെട്ടും കഴിഞ്ഞിട്ടും കന്യകയായി തുടർന്നു. അപ്പോഴും കഥകളി കണ്ടും ശൃംഗാരപ്പദങ്ങൾ ചൊല്ലിയും നാരായണൻ നമ്പൂതിരി നാടുചുറ്റിക്കൊണ്ടിരുന്നു. ആ തിരക്കിനിടയിൽ മകളെക്കുറിച്ച് ഓർക്കുന്നതെങ്ങന്യാ? രസഭംഗമുണ്ടാക്കുന്ന ഒരു കാര്യവും അദ്ദേഹം സ്മരിക്കാറില്ല്യ.

ആയിടയ്ക്ക് വലിയതിരുമേനിക്ക് മറ്റൊരു ഭാഗ്യംകൂടിയുണ്ടായി. പുതിയൊരു സംബന്ധത്തിന്റെ സാധ്യത തെളിഞ്ഞുവന്നു. അപ്പോഴേക്കും അങ്ങിത തിരണ്ട് ആറുകൊല്ലം കഴിഞ്ഞിരുന്നു.

തെക്കേമാരാത്തെ പതിനാറുകാരി തിലോത്തയെ അമ്പലനടയിൽവച്ച് കാര്യസ്ഥൻ, നമ്പൂതിരിക്ക് കാട്ടിക്കൊടുത്തു. കന്യകയെ കണ്ടു, തൃപ്തിയായി. അതോടെ നമ്പൂതിരിയുടെ മനസ്സ് അസ്വസ്ഥമാകാനും തുടങ്ങി.

ശന്തനുമഹാരാജാവിന് മത്സ്യഗന്ധിയെ കൊണ്ടുവന്ന് മുന്നിൽ നിർത്തിക്കൊടുത്തത് മകൻ ഭീഷ്മരാ. തന്റെ മകൻ അഷ്ടമൂർത്തി അങ്ങനെ പിതാവിന്റെ ഇംഗിതമനുസരിച്ച് പ്രവർത്തിക്കുന്നവനല്ല്യ. പിതൃഭക്തിയില്ലാത്ത ഗുരുത്വദോഷി!

എന്താണൊരു വഴി? നേരിട്ട് ഇടപെടുകതന്ന്യെ. ഇനിയും നീട്ടിക്കൊണ്ടുപോകാൻ കഴിയില്ല്യ. തിലോത്ത നമ്പൂരിയുടെ ഉറക്കം കെടുത്തിത്തുടങ്ങിയിട്ട് ഒരാഴ്ച കഴിഞ്ഞിരിക്കുന്നു. എന്തും ചെയ്യേണ്ട സമയത്ത് ചെയ്തില്ലെങ്കിൽ പിന്നെ നടക്കില്ല്യാന്ന് തിരുമേനിക്കറിയാം. അങ്ങിതയുടെ കാര്യം തന്നെയെടുക്കാം. ഇനിയിപ്പോ ആരാ ഓളെ വേൾക്കാൻ വരിക? പന്ത്രണ്ടും പതിമൂന്നും തികയാത്ത കന്യകമാരുള്ളപ്പോൾ പതിനെട്ടുകാരിയെ ആർക്കു വേണം? അക്കാര്യം അങ്ങട് മറക്കതന്നെ.

മറന്നു, നാരായണൻ നമ്പൂതിരി മകളുടെ കാര്യം മറന്നു. എന്നാൽ തിലോത്തയുടെ കാര്യം മറക്കാംന്നു വച്ചാ ഓള് മനസ്സിലങ്ങനെ അള്ളിപ്പിടിച്ച് കിടക്കേല്ല്യേ, തട്ടീട്ടും മുട്ടീട്ടും പോകാതെ. എന്നാപ്പിന്നെ അടുത്ത സംബന്ധം ഓളെത്തന്ന്യെ എന്ന് തിരുമേനി അങ്ങട് ചടപടാന്ന് തീരുമാനിച്ചു.

തിരുമനസ്സ് കസവുമുണ്ടുടുത്ത്, രണ്ടാംമുണ്ട് ക്രമത്തിൽ മടക്കി കസവു കാട്ടി തോളത്തിട്ട്, നാലുംകൂട്ടി മുറുക്കിച്ചുവപ്പിച്ച് നീട്ടിത്തുപ്പി, ഒരു ത്രിസന്ധ്യക്ക് തെക്കേ മാരാത്തേക്ക് എഴുന്നള്ളി. ഓലക്കുടയും വെറ്റിലച്ചെല്ലവുമായി കാര്യസ്ഥൻ ഒപ്പംകൂടി.

ഒരു വ്യാഴവട്ടത്തിനുശേഷമുള്ള തിരുമേനിയുടെ എഴുന്നള്ളത്തു കണ്ട് രണ്ടു പെൺകുട്ടികളുടെ മാതാവും മുപ്പതുകാരിയുമായ കാവൂട്ടിക്ക് മനം നിറഞ്ഞു. തിരുമനസ്സ് തിരിച്ചുവന്നല്ലോ. പഴയ സംബന്ധക്കാരിയെയും കുഞ്ഞുങ്ങളെയും തിരിഞ്ഞുനോക്കാൻ തോന്നിയല്ലോ.

കാവൂട്ടിയുടെ മനസ്സിൽ ഗതകാലസ്മരണകളിരമ്പി. ഘനീഭവിച്ചു കിടന്ന ഓർമമഞ്ഞ് ഉരുകിയൊഴുകി.

സകല ദൈവങ്ങളോടും അവൾ നന്ദി അറിയിച്ചു. നേർച്ചകൾ നേർന്നു. സന്തോഷം പ്രകടിപ്പിക്കാൻ വാക്കുകൾ കിട്ടാതെ അവൾ പകച്ചു നിൽക്കവേ മിതഭാഷിയായ തിരുമേനി അധികം വിസ്തരിക്കാതെ നേരേ കാര്യത്തിലേക്ക് കടന്നു.

"നമുക്കൊരു മോഹം; നിന്റെ മകൾ തിലോത്തയ്ക്ക് പതിനാറായീന്നു കേട്ടു; ശരിയല്ല്യേ?"

"അതേ തിരുമേനി."

കാവൂട്ടി ആചാരവിധിപ്രകാരം രണ്ടാംമുണ്ടു മടക്കി കക്ഷത്തുവച്ച് തെല്ലു കുനിഞ്ഞുനിന്ന് തിരുമേനിയുടെ അഭിപ്രായത്തോടു യോജിച്ചു. തിരുമേനി കുട്ടിക്കൊരു വരനെ കണ്ടുവച്ചിട്ടുണ്ടാവും. ഇനിയതിന്റെ ആവശ്യമില്ലെങ്കിലും തിരുമേനിക്കത് തോന്നിയല്ലോ. കാവൂട്ടിയുടെ മനം നിറഞ്ഞു.

"ന്നാ ഓളെ നാമങ്ങട് സംബന്ധം കഴിക്കാംന്ന് വച്ചു."

തന്റെ തലയിൽ ഇടിത്തീ വീണതായി കാവൂട്ടിക്കു തോന്നി. ആ തീയിൽ അവളുടെ അന്തരാത്മാവ് കത്തിയെരിഞ്ഞുകൊണ്ടിരുന്നു. പച്ചമാംസം കരിയുന്ന മണം അവളറിഞ്ഞു. അർധബോധാവസ്ഥയിൽ നിലംപൊത്താതിരിക്കാൻ അവൾ ഇരുകൈകൂട്ടി ഉമ്മറത്തൂണിൽ പിടിച്ചു. നാവനങ്ങിയില്ല, മിഴികൾ ചലിച്ചില്ല. അന്തരിന്ദ്രിയങ്ങളിൽ അഗ്നി പടർന്നു കയറിക്കൊണ്ടിരിക്കുന്നു. കത്തിച്ചാമ്പലാകുന്നതുവരെ അങ്ങനെ നിൽക്കാം.

"ന്താ നീയ്യ് ന്നും മിണ്ടാത്തെ? ല്ലാ, മൗനം സമ്മതം തന്നല്ല്യേ?"

ഉടൻതന്നെ തിരുമേനി തന്റെ തീരുമാനം നടപ്പിലാക്കിക്കളഞ്ഞാലോ എന്നോർത്തപ്പോൾ ഒരുൾക്കിടിലത്തോടെ അവൾ പിടഞ്ഞുണർന്നു.

"തിരുമനസ്സ് പൊറുക്കണം."

കാവൂട്ടി ഇരുകൈകൂപ്പി കേണു.

"പൊറുക്കാനും മാത്രം പ്പ ന്താണ്ടായേ?"

ശൃംഗാരപ്പദം ചൊല്ലുന്ന ചേലിൽ തിരുമേനി ചോദിച്ചു. ശൃംഗാര പ്പദമാടുമ്പോൾ ആട്ടക്കാരന്റെ പുരികവും അധരങ്ങളും കണ്ണുകളും എപ്രകാരം ചലിക്കുമെന്ന് വലിയതിരുമേനിക്ക് നന്നായറിയാം. ചുട്ടിയും മനോലയും ഉടുത്തുകെട്ടും കിരീടവുമില്ലാതെ നാരായണൻനമ്പൂതിരി സംഭോഗ ശൃംഗാരരസത്തിൽ ആറാടിത്തുടങ്ങി. നിറഞ്ഞുതുളുമ്പിയ

സംഭോഗ ശൃംഗാരം ഇപ്പോൾതന്നെ അണപൊട്ടി ഒഴുകിയാൽ മറ്റൊരു മഹാപാതകത്തിനുകൂടി താൻ സാക്ഷ്യം വഹിക്കേണ്ടിവരുമെന്ന് അവൾ ഭയന്നു.

തൊണ്ടയിടറിക്കൊണ്ട് കാവൂട്ടി പറഞ്ഞു:

"തിരുമേനിയുടെ മകൻ അഷ്ടമൂർത്തിത്തിരുമേനി തിലോത്തേ സംബന്ധം കഴിച്ചിട്ട് പത്തുപതിനഞ്ച് ദെവസേയോള്ളൂ; പൊറുക്കണം തിരുമനസ്സേ."

അയാൾ തന്റെ തലയെടുക്കുമോയെന്ന് കാവൂട്ടി ഭയന്നുവിറച്ചു. കൊല്ലിനും കൊലയ്ക്കും അധികാരമുള്ളവരുടെ മുമ്പിൽ ഒരു ദാസി പ്പെണ്ണിന്റെ അഭിപ്രായത്തിന് എന്തു വില? വിധി കേൾക്കാൻ അവൾ പ്രാർത്ഥനയോടെ നിന്നു.

"ത്രേല്ലേള്ളൂ; സാരംല്യാ. അതിന് നീയിങ്ങനെ കലാശം ചവിട്ട്വേന്നും വേണ്ടാട്ടോ."

തെല്ലിട കഴിഞ്ഞ് നമ്പൂരി ചോദിച്ചു:

"അതിന്റെ അനുജത്തി ഒന്നുണ്ടല്ലോ—എന്താതിന്റെ പേര്?.... ശരിക്കും ഓർക്കണില്ലാട്ടോ. ഈയിടെയായി ലേശം ഓർമക്കുറവുണ്ടോന്ന് ഒരു സംശ്യം ഇല്ല്യാതില്ല്യ. സാരംല്യാ; ഒക്കെ ശരിയാവും. ന്താ ഓള പേര്?"

"ഓള് കൊച്ചിങ്ങ. ഓക്ക് പതിന്നാലേ ആയോള്ളൂ തിരുമനസ്സേ."

"മത്യല്ലോ. ഓള് തെരണ്ടില്ല്യേ?"

"തെരണ്ടു."

"ന്നാപ്പിന്ന ന്താ തടസ്സം?"

"എങ്കിലും ഓള് ചെറ്യ കുട്ട്യല്ല്യേ തിരുമനസ്സേ?"

നാരായണൻ നമ്പൂതിരി എഴുന്നേറ്റ് മുറ്റത്തേക്ക് നീട്ടിത്തുപ്പി. ചിറി യിലൂടെ ഓലിച്ചിറങ്ങിയ തുപ്പൽ ഇടതുകൈകൊണ്ട് തുടച്ച് ഉമ്മറ ത്തൂണിൽ പുരട്ടി. കൺകോണുകളിൽ കഷ്ടപ്പെട്ടു വരുത്തിവച്ച കാമ രസം അതിന്റെ പാട്ടിനുപോയി. സഹജഭാവമായ ക്രോധം മുഖത്ത് പത്തി വിടർത്തിയാടി. തന്റെ മുമ്പിൽ നിൽക്കുന്ന കരിവേഷത്തെ കണ്ട് കാവൂട്ടി ഭയന്നുവിറച്ചു.

"കാവൂട്ടിക്കെന്താ മുന്നനുഭവങ്ങളൊന്നും ഓർമേല്ല്യാണ്ടായോ? നിന്റെ പന്ത്രണ്ടാം വയസ്സിലല്ല്യേ... ന്നെക്കൊണ്ട് ഓരോന്നങ്ങട് വിളിച്ചു പറയിക്ക്യേ?"

കരിവേഷം ഇരുകാലിളക്കി നിലത്ത് അമർത്തിച്ചവിട്ടിക്കൊണ്ട് ചോദിച്ചു:

"വേണ്ട തിരുമനസ്സേ, അവിടുത്തെ ആഗ്രഹംപോലെ."

പിന്നെ താമസിച്ചില്ല. തന്റെ മൂത്ത മകന്റെ സംബന്ധക്കാരി പതിനാറു വയസ്സുള്ള തിലോത്തയുടെ അനുജത്തി പതിനാലു വയസ്സുള്ള കൊച്ചിങ്ങയെ കല്പകശ്ശേരി നാരായണൻ നമ്പൂതിരി പ്രാപിച്ചു.

പ്രാപ്പിടിയന്റെ നഖങ്ങളിലമർന്ന കുട്ടത്തിപ്രാവ് അല്പസമയം ചിറ കടിച്ചു. പിന്നെ അവൾ അബോധാവസ്ഥയുടെ ആഴങ്ങളിലാഴ്ന്നു.

തിലോത്തയും കൊച്ചിങ്ങയും അങ്ങയുടെ രക്തത്തിൽ പിറന്ന കുഞ്ഞുങ്ങളാണെന്ന് അറിയില്ല്യേ തിരുമേനീ എന്ന് കാവൂട്ടി ചോദിച്ചില്ല. അക്കാര്യം തിരുമേനിക്ക് അറിയാത്തതല്ലല്ലോ. ദാസിപെറ്റ പെണ്ണിനെ മകളെന്ന് അംഗീകരിക്കുകയോ?

എല്ലാം ദൈവനിശ്ചയമെന്ന് വലിയതിരുമേനിക്കറിയാം. ദൈവ നിശ്ചയം തിരുത്തിക്കുറിക്കാൻ മനുഷ്യർക്കാവില്ലല്ലോ. കൊച്ചിങ്ങയുടെ അമ്മ കാവൂട്ടിക്ക് പന്ത്രണ്ടു വയസ്സായപ്പോൾ അമ്പതു കഴിഞ്ഞ നാരാ യണൻ നമ്പൂതിരി അവളെ സംബന്ധം കഴിച്ചത് ദൈവനിശ്ചയം. നാലഞ്ചു കൊല്ലത്തിനു ള്ളിൽ അവൾ രണ്ടു പെറ്റു. രണ്ടും പെണ്ണ്. കുഞ്ഞ് ആണോ പെണ്ണോ എന്നൊന്നും തിരുമേനി തിരക്കിയില്ല. ദാസിയുടെ കുട്ടികൾ ആണായാലെന്താ, പെണ്ണായാലെന്താ? പാപയോനിയിൽ പിറന്നവർ ബ്രാഹ്മണസന്താനങ്ങളാകുന്നതെങ്ങന്യാ? ഓരോ പ്രസവ ത്തിനുശേഷവും ഒന്നോ രണ്ടോ മാസം അവൾക്ക് വിശ്രമം ലഭിച്ചു. പിന്നെയും പിന്നെയും നിരന്തരം ഉഴുതുമറിക്കപ്പെട്ടു.

കാവൂട്ടിയുടെ ഉടൽ ചടച്ചു. മുലകൾ ചുളുങ്ങിത്താഴ്ന്നു. മുഖം വിളറി വെളുത്തു. തിളപ്പും പുളപ്പുമടങ്ങി. നാരായണൻനമ്പൂതിരി പിന്നെ യങ്ങോട്ടു തിരിഞ്ഞുനോക്കിയില്ല്യ. പുതിയ മേച്ചിൽസ്ഥലങ്ങൾ കണ്ടെ ത്താനുള്ള തിരക്കിലായിരുന്നു അദ്ദേഹം.

താൻ ഇതുവരെ ചെയ്തതും ഇനി ചെയ്യാൻ പോകുന്നതും എല്ലാം ദൈവകല്പനകൾ നടപ്പിലാക്കുന്നതാണെന്നാ നമ്പൂരി പറയുന്നേ.

ഇപ്പോ ദൈവം മറ്റൊന്നാണ് തന്നോടു ആവശ്യപ്പെട്ടത്—കാവൂട്ടിയുടെ മകളെ സംബന്ധം കഴിക്കാൻ. അവൾ തന്റെ മകളല്ല. തന്റെ മകളാകണ മെങ്കിൽ തനിക്ക് ബ്രാഹ്മണയോനിയിൽ പിറന്നവളാകണം. അഥവാ തന്റെ മകളാണെങ്കിൽ അക്കാര്യം മറ്റാരെക്കാളും നന്നായി ദൈവത്തിന് അറിയാമായിരിക്കണമല്ലോ. അങ്ങനെയെങ്കിൽ ദൈവം തന്നോട് പറയ്യോ തിലോത്തയെ സംബന്ധം കഴിക്കാൻ? ഓളെ കിട്ടിയില്ലെങ്കിൽ, ഓളെ അനുജത്തി കൊച്ചിങ്ങയ്ക്ക് കല്യാണപ്രായമായീന്ന് ആരാ തന്നോടു പറഞ്ഞേ? അതൊരു ഉൾവിളിപോലെ ദൈവം തോന്നിച്ചതല്ല്യേ? അതേ, അതങ്ങനെ തന്ന്യാ. ദൈവത്തിന്റെ ഇംഗിതം അതായിരുന്നു.

അത്രയ്ക്കു തിരക്കുപിടിച്ച സംബന്ധപരിപാടികളുമായി നടന്ന നാരാ യണൻനമ്പൂതിരി തന്റെ ഒന്നാം വേളിയിലെ രണ്ടാം പുത്രി അങ്ങിതയെ വേളി കഴിച്ചയയ്ക്കുന്നതിനെക്കുറിച്ച് ഓർക്കാതിരുന്നില്ല്യ. എല്ലാ സംബന്ധക്കാരികളെയും കൃത്യമായി ഓർത്തില്ലെങ്കിലും തനിക്ക് ബ്രാഹ്മണയോനിയിൽ പിറന്ന തന്റെ പുത്രി അങ്ങിതയെ ഓർത്തു. ഓർ ത്താൽ മാത്രം മതിയോ? യോഗ്യനായ ഒരു ബ്രാഹ്മണൻ എത്താത്തത് തന്റെ കുറ്റം കൊണ്ടൊന്നുമല്ലല്ലോ.

ഇല്ലത്തിലെ കാര്യങ്ങൾ നോക്കാനാണ് കാര്യസ്ഥനെ വച്ചിരിക്കുന്നത്. ഓൻ വേണ്ടസമയത്ത് വേണ്ടത് ചെയ്തിരുന്നെങ്കിൽ എന്നേ ഓളുടെ മംഗല്യം കഴിയുമായിരുന്നു. അതുണ്ടായില്ല്യ. ഇനിയിപ്പോ കെട്ടുപ്രായം കഴിഞ്ഞു. ഓള് ഇല്ലത്ത് വിൽക്കാച്ചരക്കായി നില്പായി.

ആയിടയ്ക്കാണ് നാരായണൻ നമ്പൂതിരി കൊല്ലപ്പെട്ടത്. അതൊരു കഥയാ. അതൊക്കെ പിന്നെ പറയാം.

ഏതായാലും നമ്പൂതിരിയുടെ കാര്യം കഴിഞ്ഞു എന്നു പറഞ്ഞാൽ മതിയല്ലോ.

അങ്ങിതയുടെ കാര്യം അങ്ങനെ നിഷ്പ്രയാസം അവസാനിപ്പിക്കാനാവില്ല്യ. നാരായണൻനമ്പൂരിക്ക് സ്വർഗലബ്ധി ഉണ്ടായെങ്കിലും അങ്ങിതയ്ക്ക് സ്വർഗം നിഷേധിക്കപ്പെടും.

ഭൂമിയിൽവച്ച് അനുഭവിക്കേണ്ട ധർമകർമങ്ങൾ പൂർത്തീകരിച്ചാലേ സ്വർഗലബ്ധിയുണ്ടാവൂ. അവൾ നാല്പത്തിയഞ്ചാം വയസ്സിലാണ് മരിച്ചതെങ്കിലും അപ്പോഴും കന്യകാവസ്ഥയിലായിരുന്നു. തന്റെ പെൺമോഹങ്ങൾ ഉള്ളിലൊതുക്കി ഇക്കാലമത്രയും ഒരു പരാതിയും പരിഭവവുമില്ല്യാതെ അടങ്ങിയൊതുങ്ങിക്കഴിഞ്ഞവൾ. എന്തൊരു അനുസരണ! പെണ്ണായാൽ ഇങ്ങനെ വേണം. പക്ഷേ, സൽസ്വഭാവി ആയതുകൊണ്ട് എന്തു കാര്യം? കന്യകയ്ക്ക് സ്വർഗലബ്ധിയുണ്ടാവില്ല്യാന്ന് സ്മൃതികൾ വ്യക്തമാക്കിയിട്ടുണ്ട്. അത്തരക്കാരികൾ മരിച്ചാൽ ആത്മാവ് ഗതികിട്ടാതെ ഭൂമിയിൽ അലഞ്ഞുനടക്കും. അങ്ങനെ നടന്നാൽ അനർത്ഥങ്ങൾ സംഭവിക്കും. ഭൂമി മുടിയും. അങ്ങിതയുടെ പ്രേതം ഇല്ലത്തുള്ളവരുടെ സ്വൈരം കെടുത്തും. അവൾ പലരെയും കൊണ്ടുപോകും. പലരെയും രോഗികളാക്കും. ചിലർക്കെങ്കിലും ചിത്തഭ്രമമുണ്ടാകും. ഗർഭമലസും. സന്താനലബ്ധി ദിവാസ്വപ്നമായിത്തീരും. എന്താ പ്രതിവിധി?

കല്പകശ്ശേരി പത്തായപ്പുരയിൽ വൈദികസഭ കൂടി. ഓത്തനും സ്മാർത്തനും വൈദികനും ഋഗ്വേദികളും യജുർവേദികളും വട്ടത്തിലിരുന്ന് ചിന്തിച്ചിട്ടും വഴികാണാതെ വട്ടംചുറ്റി. പലരുടെയും തലപുകഞ്ഞു; പുക ചുറ്റി മുടി നരച്ചു. അധികം ആലോചിച്ചിരിക്കാൻ സമയമില്ല്യ. മരിച്ചിട്ട് ഒത്തിരി നേരമായിരിക്കുന്നു. ഉടൻ തീരുമാനമെടുക്കണം. ആരുടെ തലയിലും ഒരു പരിഹാരമാർഗവും തെളിഞ്ഞില്ല്യ. കുലദൈവങ്ങളും പരദൈവങ്ങളും പട്ടാപ്പകൽ കൂർക്കംവലിച്ചുറങ്ങി. ദേവപ്രശ്നത്തിൽ പരിഹാരം തെളിഞ്ഞില്ല്യ. മന്ത്രങ്ങളും യന്ത്രങ്ങളും തന്ത്രങ്ങളും നിഷ്ഫലമായി.

ഒടുവിൽ യജുർവേദിയായ കിട്ടുണ്ണിത്തമ്പുരാൻ നെടുതായൊന്ന് കോട്ടുവായിട്ടുകൊണ്ടു പറഞ്ഞു:

"നിക്ക് തോന്നുന്ന കാര്യം ഞാനങ്ങട് പറയാം. ഒരു മഞ്ഞച്ചരട് അതിന്റെ കഴുത്തിൽ കെട്ടുക. മംഗല്യവതിയെന്നതിന് വേറെ തെളിവു വേണോ? ന്നാ അതിന് സ്വർഗലബ്ധിക്ക് തടസ്സങ്ങളേതുമുണ്ടാവാൻ വഴീല്ല്യ."

"ന്താ നമ്പൂര്യേ ങ്ങ്നെ വിഡ്ഢിത്തം എഴുന്നള്ളിക്ക്യേ? മഞ്ഞച്ചരടല്ല്യ, സ്വർണത്താലി കെട്ടീന്നുതന്നെ വയ്ക്ക. താലി കെട്ട്യതുകൊണ്ടുമാത്രം കന്യകാത്വം അഴിയ്യോ? കന്യകാത്വമഴിയാൻ ന്താ വേണ്ട്യേന്ന് നമ്പൂരിക്ക് ഞാമ്പറഞ്ഞ് തരണംന്നുണ്ടോ? കന്യകാത്വം അഴിയാത്ത സ്ത്രീക്ക് സ്വർഗലബ്ധി അസാധ്യംന്ന് സ്മൃതികളിൽ വ്യക്തമായി പറയുന്നുണ്ട്. 'തത്രാസ്യമാതാ സാവിത്രീപിതാത്വാചാര്യ ഉച്യതേ' എന്ന ശ്ലോകത്തിന്റെ രണ്ടാംപാദം ന്തെന്ന് ആലോചിക്ക. മനുവിന് പിഴക്ക്യേ? ന്താ വായിച്ചിട്ടില്ല്യ അല്ല്യേ?"

സ്മാർത്തൻ നമ്പൂതിരി തന്റെ പാണ്ഡിത്യം വിളമ്പി. മറ്റുള്ളവരുടെ അഭിപ്രായമറിയാൻ ചുറ്റും നോക്കി. യജുർവേദി തല താഴ്ത്തിയിരുന്നു.

"ന്താപ്പ ചെയ്യാ?"

"അത് ന്ന്യാ നാമും ചിന്തിക്കുന്നേ. ന്താ പ്പ ചെയ്യ?"

"ഒരൊറ്റ പോംവഴിയേ കാണുന്നുള്ളൂ. അതങ്ങട് നടപ്പിലാക്കയെ ന്ന്വച്ചാ.... അല്ല, അതല്ലാതെ വേറെ വഴീല്ല്യല്ലോ."

സ്മാർത്തന്റെ ബുദ്ധിയിൽ വഴി തെളിഞ്ഞു.

"കാര്യന്തെന്ന്വച്ചാ വളച്ചുകെട്ടില്ല്യാതെ നമ്പൂര്യങ്ങട് പറയ്യ."

"നീചകർമം."

"നീചകർമോ?"

"അതേ നീചകർമം."

"നീചകർമം തന്ന്യാ. ആകാംന്ന്വച്ചാലും ആ നീചപ്രവൃത്തിക്കിപ്പം ആരാ വരിക?"

"മുമ്പും അങ്ങനേണ്ടായിട്ടില്ല്യേ? ഇരുപത് കൊല്ലത്തിനുമുമ്പ് ചെറുപുനത്തില്ലത്തിൽ നീചകർമം നടത്തിയതിന് ഞാൻ സാക്ഷി, ഭഗവാൻ സാക്ഷി. നിങ്ങളാരും ഓർക്കുന്നില്ല്യേ? അന്ന് നീചനെ കിട്ടി യെങ്കിൽ ഇന്നും കിട്ടും. അത് മരിച്ചെങ്കിലും അന്തർജനമല്ല്യേ? അന്തർ ജനത്തെ ഒരു നേരത്തേക്കെങ്കിലും കിട്ട്യാ ഏതു നീചനാ പെരുമാറാൻ തയ്യാറാവാത്തേ? പോരെങ്കിൽ അരിയോ നെല്ലോ ചില്ലറയോ ന്തെങ്കിലു മൊക്കെ നൽകാലോ."

അങ്ങിതയെ ചിതയിലേക്കെടുക്കും മുമ്പ് കന്യകാത്വമഴിക്കാൻ, ശവ ഭോഗം നടത്തിക്കാൻ കല്കശ്ശേരി പത്തായപ്പുരയിൽ കൂടിയ വൈദിക പണ്ഡിതസഭ ഏകകണ്ഠമായി തീരുമാനിച്ചു.

തെക്കേമുറ്റത്തൊരു മൂലയിൽ മെടഞ്ഞ ഓലക്കീറുകൾ കൊണ്ട് ഒരാൾ പൊക്കത്തിൽ ഒരു മറപ്പുര കുത്തിക്കെട്ടിയെടുത്തു. അങ്ങിത അമ്മായിയെ ആ മറപ്പുരയിൽ കൊണ്ടുപോയി കിടത്തുന്നത് താത്രിക്കുട്ടി കണ്ടു. മറപ്പുരയുടെ ഭാഗത്തു നിന്ന ആളുകൾ ഇല്ലത്തിന്റെ വടക്കും കിഴക്കും ഭാഗങ്ങളിലേക്ക് ഒഴിഞ്ഞുപോയി.

റോസാപ്പൂവിലിരുന്ന പൂമ്പാറ്റയെ പുന്നാരിച്ചുനിന്ന കുഞ്ഞുതാത്രി അവിടെ നടന്നതൊക്കെ ശ്രദ്ധിച്ചുകണ്ടു. അവൾ പതുങ്ങിച്ചെന്ന് ഓല പ്പൊളികൾക്കിടയിലൂടെ മറപ്പുരയ്ക്കുള്ളിലേക്ക് നോക്കി.

തലപ്പുലയന്റെ മകൻ കാളനെ മറപ്പുരയ്ക്കുള്ളിൽ ചിലർ കയറ്റിവിടു ന്നത് അവൾ കണ്ടു. അവൻ കുറച്ചുസമയം അങ്ങിതയുടെ അരികിൽ ദുഃഖിതനായി ഇരുന്നു. പിന്നെ ചാടിയെഴുന്നേറ്റ് തല പൊന്തിച്ച് പുറ ത്തേക്ക് നോക്കി. അവന് ധൈര്യം വീണ്ടുകിട്ടി.

മറപ്പുരയ്ക്കുള്ളിൽവച്ചു നടന്ന നീചകർമം കണ്ട് താത്രിക്കുട്ടിക്ക് കരച്ചിൽവന്നു. അയാളിങ്ങനെ അമ്മായിയെ ഉപദ്രവിക്കുന്നതെന്തിന്? എന്നിട്ടും അമ്മായി കരയാത്തെന്ത്യേ?

എങ്കിലും കുഞ്ഞുതാത്രി നോക്കിനിന്നു.

ആദ്യവസാനം നീചകർമം കണ്ടുനിന്നു.

എട്ട്

"**ആ**റങ്ങാട്ടുകരയും ചെമ്മന്തട്ടയും തലപ്പള്ളിത്താലൂക്കിലാണെങ്കിലും ഭൂമിശാസ്ത്രപരമായി കുറച്ച് അകലങ്ങളിലുള്ള സ്ഥലങ്ങളാണ്. പത്മ ചെമ്മന്തട്ട വല്ല ആവശ്യത്തിനും പോയിട്ടുണ്ടോ?"

പൂജാരിയപ്പൂപ്പൻ ചോദിച്ചു.

"രണ്ടുമൂന്നു തവണ പോയിട്ടുണ്ട് മുത്തച്ഛാ. ചെമ്മന്തട്ട മഹാശിവ ക്ഷേത്രത്തിൽ ചെറുപ്രായത്തിൽ അമ്മയോടൊപ്പം പോയിട്ടുണ്ട്. പിന്നെ ഞാൻ സിക്സ്ത്തിൽ പഠിക്കുമ്പോൾ ഒരു വിവാഹത്തിൽ പങ്കെടുക്കാനും അവിടെ പോയിട്ടുണ്ട്."

"അതിനടുത്താണ് കുറിയേടത്തുമന. എന്റെ കുടുംബമായ കണ്ട ഞ്ചാതമനയും കുറിയേടത്തുമനയും അയൽപക്കമാണ്. രണ്ടു മനയിലും സർപ്പക്കാവുണ്ട്. ഞങ്ങൾ കുട്ടികളായിരുന്ന കാലത്ത് രണ്ടു കാവുകളും കൂടി ഒരു ചെറിയ വനത്തിന്റെ പ്രതീതി ജനിപ്പിച്ചിരുന്നു."

മുത്തച്ഛന്റെ ഉള്ളിൽ ഉറങ്ങിക്കിടന്ന ഓർമകൾ ചിറകടിച്ചുയർന്ന് പറന്നു വരുന്നതുപോലെയായിരുന്നു ആ അനുഭവം.

മുത്തച്ഛൻ ഉള്ളുതുറക്കുന്നതിനുമുമ്പ്, മൂന്നാലു ദിവസം പത്മ കണ്ടി രുന്നെങ്കിലും അദ്ദേഹം ആരോടും സംസാരിക്കാത്ത, ഈശ്വരനോടുമാത്രം ആശയവിനിമയം നടത്തുന്ന, സങ്കടങ്ങളോ സന്തോഷങ്ങളോ ആഗ്രഹ ങ്ങളോ ഇല്ലാത്ത ഒരു മുനിയായിരിക്കുമെന്നാണ് വിചാരിച്ചിരുന്നത്. എന്നാൽ സ്നേഹവും വാത്സല്യവും സന്തോഷവും സങ്കടങ്ങളുമെല്ലാം മനസ്സിന്റെ ആഴങ്ങളിൽ കെട്ടിത്താഴ്ത്തി അദ്ദേഹം നടക്കുകയായിരു ന്നെന്ന് പത്മയ്ക്കു മനസ്സിലായി. മാത്രമല്ല, കുഞ്ഞായിരുന്ന കാലംമുതൽ

തന്നെ താലോലിച്ചു വളർത്തിയ തന്റെ സ്വന്തം മുത്തച്ഛന്റെ മുന്നിലാണ് താൻ ഇരിക്കുന്നതെന്നും പത്മയ്ക്കു തോന്നി. അദ്ദേഹം പറയുന്ന ഓരോ വാക്കും ചെവികൊണ്ടല്ല, മനസ്സുകൊണ്ടും ഹൃദയംകൊണ്ടും അവൾ ഏറ്റുവാങ്ങിക്കൊണ്ടിരുന്നു.

കണ്ടഞ്ചാത രാവുണ്ണിയപ്പൂപ്പൻ പത്മയെ താത്രിയുടെ ബാല്യകാലത്തിലൂടെ കൈപിടിച്ചു നടത്തിച്ചു.

“കല്പകശ്ശേരിമനയും കുറിയേടത്തുമനയും തമ്മിൽ വിവാഹം വഴിയല്ലാതെതന്നെ ബന്ധമുണ്ട്. ഞാൻ കുറിയേടത്തുമനയിൽ എന്റെ സ്വന്തം മനപോലെ ഓടിക്കളിച്ചു നടന്നിട്ടുണ്ട്. അന്നൊന്നും എനിക്ക് താത്രിയെ പരിചയമില്ലല്ലോ. കല്പകശ്ശേരിമനയുടെ അയൽപക്കമായ ഓയ്ക്കില്ലത്ത് കഥകളിസംഗീതവും കർണാടകസംഗീതവും പഠിക്കാൻ ഞാൻ പോയിരുന്നു. ഗുരുകുല രീതിയിലായിരുന്നു അധ്യയനം. എന്റെ എട്ടാം വയസ്സിലാ ഞാൻ ഓയ്ക്കില്ലത്തെത്തുന്നത്. അന്ന് താത്രിക്കുട്ടിക്ക് ആറു വയസ്സ്. പിന്നീട് ഞങ്ങൾ കൗമാരത്തിലേക്ക് കടന്നശേഷമാണ് ഞാൻ താത്രിയെ ശരിക്കും മനസ്സിലാക്കാൻ ശ്രമിച്ചത്. ഞാൻ പലതും പലരോടും ചോദിച്ചറിഞ്ഞു. അങ്ങിത അമ്മായിയുടെ മരണവും അതുമായി ബന്ധപ്പെട്ട കാര്യങ്ങളും എനിക്ക് പതിനഞ്ചോ പതിനാറോ വയസ്സുള്ളപ്പോൾ ഓയ്ക്കില്ലത്തുള്ളവരിൽ നിന്നാണ് ഞാനറിഞ്ഞത്. താത്രിയുടെ ജനനവുമായി ബന്ധപ്പെട്ട കാര്യങ്ങളും ഇത്തരത്തിൽ കേട്ടറിഞ്ഞവയാണ്. അന്നു കേട്ട വിവരണങ്ങളിൽ കുറച്ച് അതിശയോക്തിയോ ന്യൂനോക്തിയോ ഒക്കെ കണ്ടേക്കാം. കാര്യത്തിന്റെ കാതൽ എന്തെന്ന് പത്മ മനസ്സിലാക്കിയാൽ മതി.”

പത്മ വളരെ സന്തോഷത്തോടെ, മുത്തച്ഛൻ തന്റെ മുമ്പിൽ ഇങ്ങനെ ഉള്ളുതുറന്നു സംസാരിക്കുന്നതിൽ ദൈവത്തിനു നന്ദിപറഞ്ഞുകൊണ്ട് കാതോർത്തിരുന്നു.

“പേരും പെരുമയുമുള്ള ഒരില്ലത്തെ ഓമനപ്പുത്രിയായിരുന്ന ഓക്കിമഹൾ, അഷ്ടമൂർത്തി നമ്പൂതിരിയുടെ ഒന്നാം വേളിയായി കല്പകശ്ശേരി ഇല്ലത്തെത്തിയത് അവരുടെ പതിമൂന്നാം വയസ്സിലാ. പതിനഞ്ചു തികയുംമുമ്പ് അവർ മൂത്തമകൾ ഇക്കാളിയെ പ്രസവിച്ചത്രെ. ഗർഭാവസ്ഥയിലും പ്രസവാനന്തരവും ബ്രാഹ്മണഭവനങ്ങളിൽ നിരവധി ചടങ്ങുകൾ അക്കാലത്ത് നടത്തിയിരുന്നു. അതിൽ ചിലതൊക്കെ ഇന്നും നിലനിൽക്കുന്നുണ്ട്. ഇക്കാളിയെ പ്രസവിച്ച് പതിനൊന്നാം ദിവസം കുഞ്ഞിന്റെ ജാതകർമം നടത്തി. ആ ചടങ്ങിന്റെ പിറ്റേന്നാണ് അഷ്ടമൂർത്തി വെഴ്മത്തൂർ മഹളെ രണ്ടാംവേളിയായി ഇല്ലത്തേക്ക് കൂട്ടിക്കൊണ്ടു വന്നത്. അച്ഛൻ അമ്മയോടു കാണിച്ച ക്രൂരമായ ഈ അവഗണനയെപ്പറ്റി കുട്ടിക്കാലത്തുതന്നെ ഒരിക്കൽ താത്രി എന്നോടു പറഞ്ഞ് അരിശംകൊണ്ടിട്ടുണ്ട്. വെഴ്മത്തൂർ മഹൾ എന്ന ഈ രണ്ടാനമ്മയും വേളി സമയത്ത് പതിനഞ്ചിനു താഴെമാത്രം പ്രായമുള്ള ഒരു

കുട്ടിക്കാവായിരുന്നു. അവരുടെ ആദ്യപ്രസവത്തിൽ പിറന്നത് ഒരു ആൺകുഞ്ഞാണ്– നാരായണൻ. നാരായണനെ പ്രസവിച്ചുകിടന്നപ്പോഴാ ആവണപ്പറമ്പിൽ നിന്നുള്ള ഒരു പാവം പെൺകുട്ടി ഗൗരി, അഷ്ട മൂർത്തിയുടെ മൂന്നാംവേളിയായി ഇല്ലത്തെത്തിയത്. അവരാണ് ഭാഗ്യ വതി. അവർക്ക് സന്താനസങ്കടം അനുഭവിക്കേണ്ടി വന്നില്ല്യ. അന്തർജന ങ്ങൾക്ക് പെൺകുഞ്ഞു പിറന്നാൽ അത് സന്താനഭാഗ്യമല്ല്യ, സന്താന സങ്കടമാണ്. തന്റെ പെൺമക്കളുടെ ദുർഗതി കണ്ട് ചങ്കുപൊട്ടിച്ചത്ത വരാണ് അന്തർജനങ്ങളിൽ ഭൂരിഭാഗവും.

മൂന്നു വേളി കഴിച്ചെങ്കിലും ഒന്നാംവേളിക്ക് പ്രത്യേക പരിഗണന നൽകിയിട്ടുണ്ടാവും അല്ല്യേ? പട്ടമഹിഷിയല്ല്യേ, പരിഗണിക്കാതിരിക്കാൻ കഴിയോ? എന്നാൽ കാര്യങ്ങൾ മറിച്ചാണ് നടന്നത്. അഷ്ടമൂർത്തിയിൽ നിന്നും ഏറ്റവും കൂടുതൽ അവഗണന സഹിക്കേണ്ടിവന്നതും ഓക്കി മഹൾക്കു തന്ന്യായിരുന്നു. എങ്കിലും ഓരോ ഭാര്യയും തന്നെയാണ് ഭർത്താവ് കൂടുതൽ അവഗണിക്കുന്നതെന്നും ആ അവഗണനയുടെ കാരണം മറ്റു ഭാര്യമാരാണെന്നും കരുതുക സ്വാഭാവികം. അക്കാരണ ത്താൽതന്നെ പരസ്പര കലഹങ്ങൾ കൈയേറ്റത്തോളം എത്തിയ സന്ദർഭങ്ങൾ ധാരാളമാണ്.

ഏതായാലും ഇക്കാളിക്ക് അഞ്ചു വയസ്സു കഴിഞ്ഞതിനുശേഷമാ ഓക്കി മഹൾ വീണ്ടും ഗർഭിണിയായത്. എന്തേത്ര അകലം ഉണ്ടായേ ന്നൊന്നും ആരും ചോദിച്ചില്ല്യ. എല്ലാവർക്കും അറിയാമല്ലോ. ഇല്ലത്ത് മൂന്നു വേളി. പിന്നെ പിഷാരത്തും മാരാത്തും മാത്രമല്ല്യ അടുത്തും അകലെയുമുള്ള പല നായർഭവനങ്ങളിലും ദാസീഭവനങ്ങളിലും സംബന്ധം. ആ തിരക്കിനിടയിൽ ഒന്നു പെറ്റ ഒന്നാം വേളിക്ക് ഒന്നാം പരിഗണന എങ്ങനെ കിട്ടാനാ?

ഓക്കിമഹളിന്റെ പ്രഥമഗർഭം പെണ്ണായി പിറന്നുപോയി. അത് തന്റെ അശ്രദ്ധമൂലമാണെന്ന് തന്തത്തമ്പുരാനെ സ്മാർത്തന്മാരും പുരോഹിത ന്മാരും ബോധ്യപ്പെടുത്തി.

അന്ന് എന്തുകൊണ്ടോ പുംസവനം നടത്താൻ പറ്റിയില്ല്യ. പുംസ വനം വെറുംവനമൊന്നുമല്ല്യ. ഭാര്യ ഗർഭിണിയാണെന്ന് അറിഞ്ഞാലുടൻ വിവരമുള്ള നമ്പൂതിരിമാരൊക്കെ പുംസവനമെന്ന മഹാകർമം നടത്തും. ഒത്തിരി ചെലവുള്ള കാര്യമാ. എങ്കിലും പുംസവനം നടത്തിയാൽ ഗർഭസ്ഥശിശു പുരുഷപ്രജയായി പിറക്കും. നിസ്സാരകാര്യമാണോ?

'ദൈവാധീനം ജഗത്സർവ' മാണെങ്കിലും നമ്പൂതിരിമാർ പറയുന്നത് 'മന്ത്രാധീനം തു ദൈവതം' എന്നാണ്. ദൈവത്തെപ്പോലും തങ്ങൾ മന്ത്ര ശക്തികൊണ്ട് നിയന്ത്രിക്കുന്നു എന്നാണ് അവർ അവകാശപ്പെട്ടിരുന്നത്. പെൺഗർഭത്തെ മന്ത്രശക്തികൊണ്ട് ആണാക്കി മാറ്റാമെന്നും പുരോഹിത ന്മാരിൽ ചിലർ വിശ്വസിച്ചിരുന്നു. എങ്കിൽ അത് നല്ല കാര്യമാണല്ലോ എന്ന് അഷ്ടമൂർത്തി കണക്കാക്കി. അല്പം പണച്ചെലവ് ഉണ്ടായാ ലെന്താ?

ഓാക്കിമഹൾ രണ്ടാമതും ഗർഭിണിയാണെന്നറിഞ്ഞപ്പോൾ അഷ്ട മൂർത്തി ഓയ്ക്കില്ലത്തെത്തി. പ്രശ്നം നോക്കിച്ചു. പാപപരിഹാരക്രിയ കളും തുടർന്ന് പുംസവനവും നടത്താനുള്ള കുറിപ്പടി വാങ്ങി; എല്ലാം വേണ്ട പോലെ നടത്തി. കർമങ്ങൾ കഴിഞ്ഞു. കാർമികർക്ക് ദക്ഷിണ നൽകി സംതൃപ്തരാക്കി അയച്ചു.

പ്രതീക്ഷകൾ തെറ്റി. പ്രവചനങ്ങൾ ഫലിച്ചില്ല. എല്ലാ മന്ത്രതന്ത്ര കർമക്രിയകളെയും നിരർത്ഥമാക്കിക്കൊണ്ട്, ഓാക്കിമഹൾ അതിസുന്ദരി യായ, ദൈവചൈതന്യം പോലെയുള്ള ഒരു പെൺകുഞ്ഞിനെ പ്രസവിച്ചു.

ഈറ്റുപുരയിൽ ചോരക്കുഞ്ഞ് പിടഞ്ഞുകരഞ്ഞു. ആൺകുഞ്ഞിന്റെ പിറവി അറിയിച്ചുകൊണ്ടുള്ള കുരവ കേൾക്കാൻ അഷ്ടമൂർത്തി കാത്തി രുന്നു.

"പിന്ന്യേം പെണ്ണാ തിരുമേനീ."

ഉമ്മറത്ത് ചാരുകസേരയിൽ ചാഞ്ഞുകിടന്ന അഷ്ടമൂർത്തിത്തിരു മേനിയുടെ മുമ്പിൽ കൈവിളക്കുമായെത്തി പരിചാരിക അറിയിച്ചു. തിരുമേനി ഒരക്ഷരം ഉരിയാടിയില്ല്യ. ചൂതുകളിയിൽ തോറ്റ് രാജ്യം നഷ്ടപ്പെട്ട രാജാവിനെപ്പോലെ അദ്ദേഹം പരവശനായിരുന്നെങ്കിലും കല്ലുപോലെ ഉറഞ്ഞിരിക്കാൻ ശ്രമിച്ചു. പുംസവനത്തിന് ചെലവിട്ട പണ ത്തിന്റെ കണക്ക് ഓർത്തു നോക്കുകയായിരുന്നു അയാൾ.

പിറ്റേന്നു പ്രഭാതത്തിൽ പതിവുപോലെ അതിരാവിലെ ചെന്ന് കാർത്യായനീക്ഷേത്രത്തിന്റെ നടതുറന്ന് പ്രഭാതപൂജ നടത്തിയെങ്കിലും അന്നാരും ദർശനം നടത്താനെത്തിയില്ല്യ; ചില്ലിക്കാശ് ദക്ഷിണ കിട്ടിയില്ല്യ.

ഇല്ലത്തു തിരിച്ചെത്തിയ തന്തത്തിരുമേനിയുടെ മുഖം വിളറി വെളുത്തിരിക്കുന്നതു കണ്ട് പരിചാരിക നാണിത്തള്ള പറഞ്ഞു:

"പെണ്ണായാലെന്താ തിരുമേനീ, ദേവീട അവതാരമാണെന്നാ അക ത്തൊള്ളോരൊക്കെ പറയുന്നേ. അത്രയ്ക്ക് ഐശ്വര്യാ. കുഞ്ഞിന്റെ കണ്ണുകളിലെ തിളക്കം കണ്ട് വയറ്റാട്ടി തൊഴുതുവണങ്ങിപ്പോയി."

എന്നിട്ടും അയാൾക്കൊരു കുലുക്കവുമില്ല്യ, അഷ്ടമൂർത്തി മൗനം വെടിഞ്ഞില്ല്യ. പുംസവനം ഫലിക്കാതിരുന്നത് കാർമികൻ മന്ത്രങ്ങൾ തെറ്റിച്ചു ചൊല്ലിയതുകൊണ്ടായിരിക്കുമെന്ന് അഷ്ടമൂർത്തി ഉറച്ചു വിശ്വസിച്ചു. ഏതായാലും അത് അങ്ങനെയായി. ഇനിയും പല കർമങ്ങളും ചടങ്ങുകളും നടത്തേണ്ടതുണ്ട്. അത് നടത്താത്തതുകൊണ്ടാണ് എന്തെങ്കിലും ദോഷം സംഭവിച്ചത് എന്നു പറയാൻ ഇടംകൊടുക്കരുത്. എല്ലാ ചടങ്ങുകളും നടത്താൻതന്നെ അഷ്ടമൂർത്തി തീരുമാനിച്ചു.

താത്രി ജനിച്ച് പതിനൊന്നാം ദിവസം, കുഞ്ഞിന്റെ ജാതകർമം നട ത്താൻ കീഴ്മംഗലം വലിയ നമ്പൂതിരി ക്ഷണപ്രകാരം കല്പകശ്ശേരിയി ലെത്തി. കുഞ്ഞിനെ കണ്ടപാടെ വലിയ നമ്പൂരി പ്രതികരിച്ചു:

"ശിവശിവാ! വെറുതെയാണോ?"

എന്താണുണ്ടായതെന്നറിയാതെ കേട്ടുനിന്നവർ പരസ്പരം മുഖത്തു നോക്കി.

"നോമിന്ന് പ്രഭാതസ്നാനത്തിന് കടവിലിറങ്ങി കിഴക്കോട്ടു നോക്കി യതും ശുക്രൻ നാലിരട്ടി വലുപ്പത്തിൽ, പത്തിരട്ടി തിളക്കത്തിൽ, ചെറു സൂര്യനെപ്പോലെ തിളങ്ങുകയല്ലായിരുന്നോ? എന്താ സംഗതിയെന്ന് പിടി കിട്ടിയില്ല്യ. കണ്ടില്ല്യേ ദേവീചൈതന്യമല്ല്യേ ഈ കിടന്ന് തുളുമ്പുന്നത്?"

അന്തർജനങ്ങൾ സ്തംഭിച്ചുനിന്നു. ചിലർ കൈകൂപ്പി. ചിലർ കുഞ്ഞിന്റെ പാദത്തിൽ തൊട്ട് കണ്ണിൽവച്ചു.

ജാതകർമം കഴിഞ്ഞു. നൽകാൻ തീരുമാനിച്ചിരുന്നതിന്റെ ഇരട്ടി ദക്ഷിണ നൽകി. അഷ്ടമൂർത്തി വലിയ നമ്പൂരിയെ സന്തുഷ്ടനാക്കി. അന്ന് ഒരു കല്യാണത്തിന്റെ ഒരുക്കങ്ങളുണ്ടായിരുന്നു നാമകരണവും ഇല്ലത്ത് മറ്റൊരു ആഘോഷമായിരുന്നു.

ചവളം ആർഭാടപൂർവം നടത്തി. ഒരു വാത്തിച്ചിയെ വരുത്തി കുഞ്ഞിന്റെ തലമുടി വടിച്ചുകളയുന്ന കാര്യമേ ഉണ്ടായിരുന്നുള്ളൂ. എങ്കിലും അഞ്ചു കറീം ഇഞ്ചീം കൂട്ടിയുള്ള സദ്യ അന്നും പൊടിപൊടിച്ചു. കർണവേധത്തിനും കല്യാണത്തിനുള്ള ഒരുക്കങ്ങൾ. അടുത്ത ബന്ധു ക്കളെല്ലാം എത്തി.

വിധിപ്രകാരമുള്ള വിദ്യാരംഭമാണ് അടുത്ത ചടങ്ങ്. പെൺകുഞ്ഞിന് വിദ്യാരംഭം കുറിച്ചിട്ട് എന്തുവേണം എന്നായിരുന്നു അഷ്ടമൂർത്തിയുടെ മനോഭാവം. ആരും ദോഷം പറയരുതല്ലോ. ചടങ്ങിനുവേണ്ടി എല്ലാം നടത്തി.

എങ്കിലും ഒരു ദിവസംകൊണ്ട് കാര്യങ്ങൾ കീഴ്മേൽ മറിഞ്ഞു. എന്നെ ന്നറിയില്ല്യ, എങ്ങനെയെന്നറിയില്ല്യ; അത് സംഭവിച്ചു. ഒരു ദിവസം പ്രഭാത ത്തിൽ കാർത്ത്യായനീക്ഷേത്രത്തിൽ തൊഴാൻ വന്ന മഹാപണ്ഡിതനും ജ്യോതിഷിയും ത്രികാലജ്ഞനും പുരോഹിതനും സ്മാർത്തനും മറ്റു പലതുമായ പായിപ്ര പരമേശ്വരൻ നമ്പൂതിരി പറഞ്ഞൂത്രെ:

"താത്രിക്കുവേണ്ടി ചെയ്ത ഷോഡശകർമങ്ങളാകെ പിഴച്ചു."

തന്തത്തിരുമേനി നടുങ്ങി. ആകാശം കീഴ്മേൽ മറിയുന്നതുപോലെ അദ്ദേഹത്തിനു തോന്നി. സമനില വീണ്ടുകിട്ടിയപ്പോൾ അദ്ദേഹം ചോദിച്ചു:

"ഷോഡശകർമങ്ങൾ പിഴയ്ക്ക്യേ? മാന്ത്രികരും താന്ത്രികരും യഥാ വിധി നടത്തിയ കർമങ്ങൾ ങ്ങ്ന്യാ പിഴയ്ക്ക്യ?"

"വിധി; അത്രേന്ന്യാ. വിധിയെ തടുക്കാൻ ആർക്കാ കഴിയ്വ?"

തെല്ലിട കഴിഞ്ഞ് പായിപ്ര വീണ്ടും പറഞ്ഞു:

"ഷോഡശകർമങ്ങൾ ചെയ്തില്ല്യായിരുന്നെങ്കിൽ അതിന്റെ ഒരു കുറവേണ്ടാവുള്ളൂ. പ്പ ങ്ങ്നല്ല്യാ. കർമങ്ങൾ ചെയ്കേം ചെയ്തതൊക്കെ പിഴയ്ക്ക്യേം ചെയ്യാണ്വെച്ചാ ന്താന്നാ? ആ കുഞ്ഞിന്റെ സ്ത്രീജന്മംതന്നെ പിഴച്ചുപോവൂന്നാ കാണണേ. കുലം മുടിയാനും ത്ന്ന്യേ ധാരാളം."

എത്ര ശക്തിമാനും നിസ്സഹായനായിപ്പോകുന്ന ചില സന്ദർഭങ്ങൾ ജീവിതത്തിൽ ഉണ്ടായെന്നുവരും. അഷ്ടമൂർത്തിയെ സംബന്ധിച്ച് അത് അത്തരത്തിലുള്ള ഒരു നിമിഷമായിരുന്നു. താൻ നിത്യവും ഉപാസിക്കുന്ന കാർത്യായനീഭഗവതിയെക്കാൾ വലിയ ഭഗവാനാണ് തന്റെ മുമ്പിൽ നിൽക്കുന്നത് എന്ന ഭാവത്തിൽ, അത്രയ്ക്ക് വിനീതനായി അഷ്ടമൂർത്തി ചോദിച്ചു:

"ന്താ പ്രതിവിധി പായിപ്രാ?"

"ഒന്നൂല്യാ; അനുഭവിക്ക; അത്രേന്യാ."

പായിപ്ര മുഖം കറുപ്പിച്ച് അമർത്തിച്ചവിട്ടി ചരൽക്കല്ലുകൾ ഞെരിച്ചു കൊണ്ട് നടന്നുമറഞ്ഞു.

അഷ്ടമൂർത്തി കാർത്യായനീവിഗ്രഹത്തിന്റെ മുഖത്തുനോക്കി നിസ്സ ഹായനായി തെല്ലിട നിന്നു.

'ന്താ ഭഗവതീ ങ്ങനേക്ക്യേണ്ടാവാൻ? ദേവീടെ അവതാരമെന്ന് അകത്തുള്ളോർ. ദേവീചൈതന്യമാണ് താത്രിക്കുഞ്ഞെന്ന് കീഴ്മംഗലം വലിയ നമ്പൂരി. താത്രീടെ സ്ത്രീജന്മംതന്നെ പിഴച്ചുപോവൂംന്ന് പായിപ്ര പരമേശ്വരൻ നമ്പൂതിരി. ദൈവജ്ഞന്മാർക്കുകൂടി നിശ്ചയില്ലാണ്ടായോ ഭഗവതീ?'

ഭഗവതി അർത്ഥഗർഭമായ മൗനംപൂണ്ടിരുന്നു.

നോക്കിനിൽക്കെ താത്രിക്കുട്ടി വളർന്നു. മൂന്നാം വയസ്സിൽ ഒരുനാൾ സന്ധ്യയ്ക്ക് പരിചാരിക നിർമിച്ചു നൽകിയ ഓലപ്പീപ്പി ഊതിയൂതി അവൾ കളിച്ചുരസിച്ചു നടക്കുകയായിരുന്നു. എങ്ങനെയോ ഓലപ്പീപ്പി യുടെ ചുരുളഴിഞ്ഞുപോയി. വീണ്ടും നിർമിച്ചുനൽകാൻ കുഞ്ഞ് എത്ര വാശി പിടിച്ചിട്ടും പരിചാരിക അനുസരിച്ചില്ല്യ. പരിചാരികയും താത്രി ക്കുഞ്ഞും തമ്മിലുള്ള തർക്കവും പിണക്കവുമൊക്കെ നോക്കിനിന്ന് രസിക്കുകയായിരുന്നു ഓക്കി മഹൾ.

ഉടുതുണി ഇല്ലാതെ നിന്ന ഉണ്ണി വൃദ്ധദാസിയെ ഉടുമുണ്ടിൽ പിടിച്ചു നിർത്തി, മുഖമുയർത്തി കണ്ണുകളിലേക്ക് സൂക്ഷിച്ചുനോക്കി. കുഞ്ഞിന്റെ കണ്ണുകളിൽ അഗ്നി ജ്വലിക്കുന്നതായി വൃദ്ധയ്ക്കു തോന്നി. കൈകൂപ്പി ത്തൊഴുതുകൊണ്ട് മാപ്പാക്കണേ എന്ന് അപേക്ഷിച്ചു. ദാസി നേരമ്പോക്കു കാട്ടുകയാണെന്നോർത്ത് ഓക്കിമഹൾ ഉറക്കെ ചിരിച്ചു. ഇല്ലത്തമ്മ നോക്കി നിൽക്കെ ദാസിത്തള്ള കുഴഞ്ഞുവീണു. സംഭവത്തിന്റെ പൊരുൾ അറിയാതെ അന്ധാളിച്ചു നിന്ന അമ്മയുടെ മുന്നിൽവച്ചുതന്നെ താത്രി ക്കുഞ്ഞ് ഓലച്ചുരുൾ പൂർവസ്ഥിതിയിലാക്കി പീപ്പിയൂതി. പിന്നെ വെള്ളി മണി കിലുങ്ങുമ്പോലെ പൊട്ടിച്ചിരിച്ചു. അതിനിടയിൽ മറ്റാരോ ഓടി യെത്തി വെള്ളം തളിച്ച് ദാസിയെ ഉണർത്തി. താൻ കണ്ട കാര്യമെന്താ ണെന്ന് ദാസി പറഞ്ഞപ്പോൾ കേട്ടുനിന്ന പെണ്ണുങ്ങൾ താത്രിക്കുഞ്ഞിനെ മനസാ വണങ്ങി.

അതിനുശേഷം താത്രി ആവശ്യപ്പെടുന്നതൊന്നും ആരും നിഷേധിച്ചിട്ടില്ല്യ.

ഇല്ലത്തിനകത്തും പുറത്തും കാവിനുള്ളിലും അവൾ ഓടിക്കളിച്ചു നടന്നു. പായിപ്രയുടെ പ്രവചനങ്ങളൊക്കെ അഷ്ടമൂർത്തിയുടെ ഉള്ളിലൊതുങ്ങി. കുഞ്ഞിന്റെ അമ്മയായ ഓക്കിമഹളോടുപോലും അയാൾ അക്കാര്യങ്ങളൊന്നും പറഞ്ഞില്ല്യ. പറയാൻ കൊള്ളാവുന്ന കാര്യങ്ങളല്ലല്ലോ അവ.

അകത്തുള്ളവരും പുറത്തുള്ളവരും താത്രിക്കുഞ്ഞിനെ പുന്നാരിക്കാൻ മത്സരിച്ചു. അടുത്ത ഭവനമായ ഓയ്ക്കില്ലം ഒരു സംഗീതഗുരുകുലമാണ്. കഥകളിസംഗീതവും കർണാടകസംഗീതവും പഠിക്കാൻ അവിടെ കുട്ടികൾ വന്ന് പാർക്കാറുണ്ട്. നാലു വയസ്സുള്ളപ്പോൾതന്നെ താത്രിക്കുട്ടി ഇടയ്ക്കിടയ്ക്ക് ഓയ്ക്കില്ലത്ത് ഓടിയെത്താറുണ്ടായിരുന്നു. അല്പസമയം കണ്ടുംകേട്ടും ചുറ്റിപ്പറ്റി നടക്കും. പിന്നെ ഇല്ലത്തേക്ക് മടങ്ങും. ആ നാലു വയസ്സുകാരി കഥകളിപ്പദങ്ങൾ ചൊല്ലി കല്പകശ്ശേരി അകത്തളങ്ങളിലുള്ള വരെ അമ്പരപ്പിച്ചിട്ടുണ്ട്.

അഞ്ചു വയസ്സിന്റെ പ്രായക്കൂടുതലുള്ള ചേച്ചി ഇക്കാളി എന്തിനും ഏതിനും താത്രിയെ ഒപ്പംകൂട്ടി. അവളെ ഭയഭക്തികളോടെ സ്നേഹിച്ചു. പരിചാരിക കണ്ടതുപോലെ താത്രിക്കുഞ്ഞിന്റെ കണ്ണുകളിൽനിന്നും അഗ്നിജ്വാല വരുന്നുണ്ടോ എന്ന് അവൾ ഇടയ്ക്കിടയ്ക്ക് നിരീക്ഷിച്ചിരുന്നു. ഒരു ദിവസവും അങ്ങനെയൊന്നും കാണാൻ കഴിഞ്ഞില്ലെങ്കിലും കൊച്ചുനാണിത്തള്ള പറഞ്ഞതുപോലെ താത്രി, ഭഗവതിയുടെ അവതാരമായിരിക്കുമെന്നുതന്നെ ഇക്കാളി വിശ്വസിച്ചു. ഇത്രയും സൗന്ദര്യമുള്ള ഒരു പെൺകുഞ്ഞിനെ താനിതുവരെ കണ്ടിട്ടില്ലെന്ന കാര്യം ഇക്കാളിക്ക് നിശ്ചയമാണ്. ഭഗവതിക്കല്ലാതെ ഇത്രയും സൗന്ദര്യം ആർക്കാ കാണുക?

ഓക്കിമഹൾ താത്രിയെ ലാളിക്കുന്നതിനേക്കാൾ അരുമയായി വെഴ്മത്തൂർമഹൾ എന്ന ചെറിയമ്മ അവളെ ലാളിച്ചു. താത്രി ഭഗവതിയുടെ അവതാരമാണെന്ന നാണിത്തള്ളയുടെ അഭിപ്രായത്തോട് ചെറിയമ്മ പൂർണമായും യോജിച്ചു.

കാര്യസ്ഥൻ കിഴവൻകിട്ടുണ്ണിക്ക് എഴുപതു തികഞ്ഞ കാലം. സൗകര്യം കിട്ടുമ്പോഴൊക്കെ അയാൾ താത്രിക്കുഞ്ഞിനെ ചുമലേറ്റി നടക്കും. ഉണ്ണിപ്പെണ്ണിനെ പൊക്കിയെടുത്തുയർത്താൻ ശേഷിയില്ല്യെങ്കിലും അയാൾ ആയാസപ്പെട്ട് കുഞ്ഞിനെ ചുമന്നു നടക്കും. അവൾക്ക് സവാരി ചെയ്യാൻ കിട്ടുണ്ണി ആനയാകും. അവളെ ചുംബനംകൊണ്ടു പൊതിയും. അവൾ ഇക്കിളികൊണ്ടു പുളയും. അപ്പോളവൾ വെള്ളിമണി കിലുങ്ങുംപോലെ ചിരിക്കും. അവളെ കളിപ്പിക്കുന്നതും അവളുടെ കുസൃതികൾ കാണുന്നതും അനുഭവിക്കുന്നതും കിട്ടുണ്ണിമൂപ്പിലിന് പരമാനന്ദം നൽകുന്ന കാര്യമായിരുന്നു. നിഷ്കളങ്കയായ ആ കുഞ്ഞിനെ ദേവിയുടെ അവതാരമാക്കിയ പെണ്ണുങ്ങളെ തരംകിട്ടുമ്പോഴൊക്കെ മൂപ്പിൽ കളിയാക്കിയിരുന്നു.

താത്രിക്കുഞ്ഞിന്റെ കണ്ണുകളിൽ അദ്ഭുതം കണ്ട് നാണിത്തള്ള ബോധരഹിതയായി നിലംപതിച്ച വിവരമറിഞ്ഞ് കിട്ടുണ്ണി നടുങ്ങി.

“തന്ന്യേ നാണ്യേ? ന്താ നീയ് കണ്ടേ? തെളിച്ചങ്ങട് പറഞ്ഞാലെന്ത്യേ?”

കിട്ടുണ്ണി കേട്ട വാർത്തയുടെ നിജസ്ഥിതിയറിയാൻ ആഗ്രഹിച്ചു. നാണിത്തള്ള ഇരുകൈകൂപ്പി, ആകാശത്തേക്ക് മിഴികളുയർത്തി.

“ദേവി തന്ന്യാ. നിക്ക് വിശ്വരൂപം കാട്ടിത്തന്നതാ. അതിനപ്പുറംന്നും ചോദിക്ക്യേണ്ട.”

മറ്റൊരു വെള്ളിയാഴ്ച സായാഹ്നം. അമ്മ കുളിപ്പിച്ചു തോർത്തിവിട്ട അഞ്ചു വയസ്സുകാരി കുഞ്ഞുതാത്രി കുളപ്പുരയിൽനിന്നും നൂൽബന്ധമില്ലാതെ ഓടിക്കയറി നടുമുറ്റത്തെത്തിയപ്പോൾ കിഴവൻ കിട്ടുണ്ണി അവളെ വാരിയെടുക്കാൻ കൈകൾനീട്ടി. അവൾ കൈതട്ടി ഓടി. പിന്നെ തിരിഞ്ഞു നിന്ന് വെള്ളിമണി കിലുക്കി തുള്ളിച്ചാടി. കിഴവൻ അടുത്തെത്തിയപ്പോൾ അവൾ കാവിനു നേർക്ക് ഓടി. പിന്നെയും തിരിഞ്ഞുനിന്ന് തുള്ളിച്ചാടി പൊട്ടിച്ചിരിച്ചു. ആ ചിരിയിൽ സപ്തസ്വരങ്ങൾ പൊട്ടി വിരിഞ്ഞു. നാദവാദ്യങ്ങളും തന്ത്രിവാദ്യങ്ങളും ആ ചിരിയിൽ ഉയർന്നു കേട്ടു. ശങ്കരാഭരണം മുതൽ ദേവഗാന്ധാരിവരെയുള്ള സകല രാഗങ്ങളും ആദിതാളം മുതൽ ത്രിപുടവരെയുള്ള സകല താളങ്ങളും ആ ചിരിയിൽ മേളിച്ചിരുന്നു.

വൃദ്ധൻ കഴിയുന്നത്ര വേഗത്തിൽ നടന്ന് താത്രി നിന്നിടത്തെത്തി. അപ്പോഴേക്കും അവൾ കാവിനുള്ളിൽ ഒളിച്ചുകളഞ്ഞു.

“കുഞ്ഞേ താത്രിക്കുഞ്ഞേ, കല്ലും മുള്ളുകളുമുള്ള കാവാണേ; ഇറങ്ങി വര്യ.”

വൃദ്ധൻ പ്രാർത്ഥനാഭാവത്തിൽ യാചിച്ചു. അവൾ ഒളിവിൽനിന്നും വെളിവിലെത്തി കൈകൊട്ടിച്ചിരിച്ച് തുള്ളിച്ചാടി. അവളുടെ ചിരിയിൽ ആകാശം അലിഞ്ഞലിഞ്ഞ് മഞ്ഞുതുള്ളികളായി ഇറ്റിറ്റുവീണു.

തന്നെ അവളുടെ അടുത്തേക്ക് ആരോ പിന്നിൽനിന്നും ഉന്തിത്തള്ളി വിടുന്നതുപോലെ കിഴവനു തോന്നി. ഉള്ളിൽ തോന്നിയ ഭീതി ഒളിപ്പിച്ച് കിട്ടുണ്ണി വീണ്ടും പറഞ്ഞു:

“ഈ കഞ്ഞെന്തേത്ര വികൃതി കാട്ടു? കുഞ്ഞേ ഇഴജന്തുക്കളുള്ള കാവാ. ഉള്ളിലേക്ക് ഓടേണ്ടാ; ഇറങ്ങിവര്യ.”

ഇടറുന്ന സ്വരത്തിൽ ഉറക്കെ വിളിച്ചുപറഞ്ഞുകൊണ്ട് അയാൾ കാവിനുള്ളിൽ കയറി. താത്രിക്കുട്ടി പീഠത്തിൽ പ്രതിഷ്ഠിച്ച തങ്കവിഗ്രഹം പോലെ, ഒരു ചെറിയ ഉരുണ്ട പാറമേൽ കയറി നിൽക്കുന്നതു കണ്ടു.

“കുഞ്ഞേ കല്ലുരുണ്ടുപോകും, താഴെയിറങ്ങൂ.”

വൃദ്ധൻ വീണ്ടും യാചിച്ചു. എങ്കിലും മുന്നോട്ടുനടക്കാൻ കാലുകൾ ചലിച്ചില്ല. കാലുകൾ നിലത്ത് ഉറച്ചുപോയതുപോലെ. അതേസമയം ആരോ

പിന്നിൽനിന്നും തന്നെ താത്രിയുടെ അരികിലേക്ക് ഉന്തിത്തള്ളുന്നതായി കിട്ടുണ്ണിക്ക് തോന്നി. അയാൾ തിരിഞ്ഞുനോക്കി. ആരെയും കണ്ടില്ല്യ.

ഇന്ന് വെള്ളിയാഴ്ചയാണല്ലോ എന്നോർത്തപ്പോൾ അയാളുടെ മേലാകെ കോരിത്തരിച്ചു. കുഞ്ഞിനെ കാവിനുള്ളിൽ തനിച്ചാക്കിയിട്ട് മടങ്ങിപ്പോകാനും നിവൃത്തിയില്ല്യ. സഹായത്തിന് അടുത്തെങ്ങും ആരുമില്ല്യ. കുഞ്ഞിനെ വിളിച്ചിട്ട് അതിറങ്ങിവരുന്നുമില്ല്യ.

ഭഗവതീ കാത്തോളണേ.

പ്രതിസന്ധിയിലായ വൃദ്ധൻ ആ നഗ്നബാലികയെ കണ്ണെടുക്കാതെ നോക്കിനിന്നു. അങ്ങനെ നോക്കിനിൽക്കേ അവൾ പെട്ടെന്നു വളരുന്നതു പോലെ അയാൾക്കു തോന്നി. ശരിതന്ന്യാ; അവൾ വളർന്നിരിക്കുന്നു. പീഠത്തിന്മേൽ നിൽക്കുന്ന ആറടിയോളം ഉയരമുള്ള അതിസുന്ദരിയായ നഗ്നനാരിയെ കണ്ട് കിഴവൻ ഭയന്നു.

“ഞാനെന്താണീ കാണണേ, ഭഗവതീ?”

സത്യമോ മിഥ്യയോ? അയാൾ ഇരുകണ്ണുകളും അമർത്തിത്തിരുമി വീണ്ടും നോക്കി.

മാറു നിറഞ്ഞുകവിഞ്ഞ ശില്പഭംഗിയാർന്ന, കൊഴുത്തുരുണ്ട മുലകൾ. തലമുടി വളർന്നുനീണ്ട് പിൻഭാഗം മറച്ച് തറയിൽ മുട്ടുന്നു. വായിൽ വീരപ്പല്ലുകൾ. നാവ് പുറത്തേക്ക് വളർന്ന് ചെന്നിണവർണത്തിൽ നെഞ്ചാളമെത്തി നിൽക്കുന്നു. നാവിൽനിന്നും ചോരത്തുള്ളികൾ ഇറ്റിറ്റു വീഴുന്നു. കണ്ണുകളിൽനിന്നും അഗ്നിജ്വാലകൾ ഉയരുന്നു.

“മഹാമായേ, കാളിയമ്മേ, പൊറുക്കണേ.”

അപേക്ഷിച്ചുതീരുന്നതിനു മുമ്പ് കിട്ടുണ്ണി നിലംപതിച്ചു.

കിഴവൻ കാവിനുള്ളിൽ വീണുകിടക്കുന്ന കാര്യം താത്രിക്കുട്ടി പറഞ്ഞാ അമ്മ അറിഞ്ഞത്. സന്ധ്യമയങ്ങിയ നേരം. കാവിൽ തിരി തെളിക്കേണ്ട നേരം. മറ്റു പുരുഷന്മാരാരും ഇല്ലത്തില്ല്യ.

അന്തർജനങ്ങളും പരിചാരികമാരും ഓടിയെത്തി. ബോധമറ്റു കിടന്ന വൃദ്ധനെ അവർ പത്തായപ്പുരയിൽ എത്തിച്ചു. മുഖത്ത് വെള്ളം തളിച്ചപ്പോൾ കിഴവൻ കണ്ണു തുറന്നു. സംഭീതമായ മിഴികളോടെ അയാൾ ചുറ്റും നോക്കിയതല്ലാതെ ഒന്നും ഉരിയാടിയില്ല. നാവു ചലിച്ചുതുടങ്ങിയപ്പോൾ പറഞ്ഞ കാര്യങ്ങൾ കേട്ടപ്പോൾ അന്തർജനങ്ങളുടെ നാവടഞ്ഞു.

ഒൻപത്

കണ്ടഞ്ചാതമനയെക്കുറിച്ച് മറ്റുചില കാര്യങ്ങൾകൂടി പത്മയ്ക്കു മനസ്സിലായി. ദുർഗയുടെ അമ്മയുടെ ജ്യേഷ്ഠത്തിയുടെ വക രണ്ടു മുറികൾ കൂടി കണ്ടഞ്ചാതയിലെ രണ്ടാം നിലയിലുണ്ട്. അതവർ വാടകയ്ക്ക്

കൊടുത്തിരിക്കുന്നു. ഒരു മുറിയിൽ ഒരു ആയുർവേദഡോക്ടറാണ് താമസം. ബിജു വർഗീസ് എന്നാണ് അയാളുടെ പേരെന്നും ആയുർവേദ കോളേജിൽ പഠിക്കാനെത്തിയ നാൾമുതൽ ഇവിടെയാണ് താമസമെന്നും ദുർഗ പറഞ്ഞു. എങ്കിലും ആ മുറി തുറക്കപ്പെട്ടതായി പത്മ കണ്ടിട്ടില്ല.

മറ്റൊരു മുറിയിൽ ഒരു തുണിക്കച്ചവടക്കാരനാണ് താമസം. പത്തിരുപത് കൊല്ലം മുമ്പ് തമിഴ്നാട്ടിൽനിന്നും തുണിക്കച്ചവടത്തിനു വന്ന രാമമൂർത്തിയും അയാളുടെ ഒരു പഴയ ടേപ്പ്റിക്കാർഡറുമാണ് ആ മുറിയിൽ. ഓഫീസുകളിലും വിദ്യാലയങ്ങളിലും വീടുകളിലും പോയി കച്ചവടം നടത്തുകയാണ് അയാളുടെ രീതി. ചില നേരങ്ങളിൽ അയാളുടെ മുറിയിൽനിന്നും തമിഴ് കീർത്തനങ്ങൾ കേൾക്കാം. കീർത്തനങ്ങൾ കേട്ടാൽ ഒരു കാര്യം അനുമാനിക്കാം. രാമമൂർത്തി അകത്തുണ്ട്. ടേപ്പ് റിക്കാർഡർ ശബ്ദിക്കുന്നില്ലെങ്കിൽ അയാൾ മുറിയിലില്ല എന്ന് മനസ്സിലാക്കണം.

അന്നു വൈകിട്ട് പത്മ തമിഴ് കീർത്തനങ്ങൾ കേട്ട് ആസ്വദിച്ച് ഇരിക്കുകയായിരുന്നു. അപ്പോഴാണ് പൂജാരിയപ്പൂപ്പൻ സന്ധ്യാപൂജ കഴിഞ്ഞ് നടയടച്ച് തിരിച്ചുവന്നത്. അടുക്കളയിൽ എന്തോ പണിയിലേർപ്പെട്ടിരുന്ന ദുർഗ പെട്ടെന്നു വന്നു പറഞ്ഞു:

"ചേച്ചീ വേഗം ചെല്ലൂ. ഇന്നലെ മുത്തച്ഛൻ നല്ല മൂഡിലായിരുന്നല്ലോ. അവസരം കളയരുത്, ചെല്ലൂ."

മുത്തച്ഛൻ കുറച്ചു സമയം വിശ്രമിക്കട്ടെ എന്നു വിചാരിച്ചതായി രുന്നു പത്മ. ദുർഗ അവളെ ഉന്തിത്തള്ളിവിട്ടു. പത്മ വാതിൽക്കൽ എത്തിയപ്പോൾ അദ്ദേഹം സന്തോഷത്തോടെ അകത്തേക്കു ക്ഷണിച്ചു.

പത്മ കഥ കേൾക്കാൻ കസേരയിലിരുന്നു.

അല്പനേരം ശ്രീവരാഹം അമ്പലത്തിലെ കൊടിമരത്തിലേക്ക് നോക്കിയിരുന്നു അദ്ദേഹം. അത് പതിവാണ്. മുത്തച്ഛന്റെ ഊർജ സ്രോതസ്സാണ് ആ കൊടിമരം എന്ന് പത്മയ്ക്കു തോന്നിയിട്ടുണ്ട്. സൂര്യപ്രകാശത്തിൽ ചെടി ഉണർവ് നേടുന്നതുപോലെ ആ കൊടിമരത്തിൽ നോക്കിനോക്കി മുത്തച്ഛൻ ഊർജം സംഭരിച്ചു. പിന്നെ ഓർമകളുടെ തുത്തിക തുറന്നു. കഥയൊഴുകിത്തുടങ്ങി.

"ഇരുപത്തിമൂന്നാമത്തെ വയസ്സിൽ, 1905-ൽ താത്രി ചമയങ്ങളഴിച്ചു വച്ച് അരങ്ങൊഴിഞ്ഞു. ആട്ടവിളക്ക് കരിന്തിരി കത്തിയണഞ്ഞു. പതിനേഴു വർഷത്തെ പരിചയം!

കല്പകശ്ശേരിമനയുടെ തൊട്ടയൽപക്കത്താണ് ഓയ്ക്കില്ലം. അടുത്തെന്നെച്ചാ ഒരു നൂറുവാര അകലത്തിലെന്ന് കൂട്ടിക്കോ. അതൊരു ഗുരുകുലമാണ്. ചേരാവള്ളി നമ്പൂരിയാണ് ഗുരു. മെലിഞ്ഞു നീണ്ടുവളഞ്ഞ ഒരു മധ്യവയസ്കൻ. കുട്ടികളെ എഴുത്തും വായനയും പഠിപ്പിക്കും. ചില കുട്ടികൾ അദ്ദേഹത്തിന്റെ അടുത്ത് കർണാടകസംഗീതം പഠിക്കുന്നുണ്ടായിരുന്നു. കഥകളിസംഗീതം പഠിക്കാനാണ് എന്നെ അവിടെ എത്തിച്ചത്.

എനിക്കത് വെറും ഗുരുകുലമല്ല. അമ്മാത്തു വഴിക്ക് അടുത്ത ബന്ധു വാണ് അദ്ദേഹം. പത്തുപന്ത്രണ്ട് കുട്ടികൾ അവിടെ പഠിക്കാനുണ്ടായി രുന്നു. അക്കാലത്ത് പെൺകുട്ടികളെ ഗുരുകുലത്തിൽ അയച്ചു പഠിപ്പിച്ചിരു ന്നില്ല.

ഓയ്ക്കില്ലത്തു വച്ചാണ് ഞാൻ താത്രിയെ ആദ്യമായി കണ്ടത്. അന്ന വൾക്ക് ആറു വയസ്സ്; എനിക്ക് എട്ടും. അതുവരെ താത്രിയെക്കുറിച്ചോ കല്പകശ്ശേരിമനയെപ്പറ്റിയോ എനിക്കൊന്നും അറിയില്ല്യായിരുന്നു. ഞാനൊന്നും കേട്ടിട്ടുകൂടിയില്ല്യായിരുന്നു.''

തുറന്നുകിടന്ന വാതിലിലൂടെ മുത്തച്ഛൻ പുറത്തേക്ക് നോക്കിയിരുന്നു. നോക്കാമെന്നല്ലാതെ ഒന്നും കാണാൻ കഴിയുന്ന തരത്തിലല്ല മുത്തച്ഛൻ ഇരുന്നത്. വാതിലിലൂടെ തണുത്ത കാറ്റ് മുറിയിൽ പ്രവേശിച്ചുകൊണ്ടി രുന്നു. ചെറിയൊരു ഇടവേളയ്ക്ക് ശേഷം അദ്ദേഹം തുടർന്നു:

''എല്ലാറ്റിനും താത്രിയെ കുറ്റം പറയുന്നവരേയുള്ളൂ. എന്നാൽ അത്തരം ഒരവസ്ഥയിൽ താത്രി എത്തിയതെങ്ങനെയെന്നറിഞ്ഞാൽ പത്മ താത്രിയെ പഴിക്കില്ല്യ. കല്പകശ്ശേരിയുടെ ആന്തരികാവസ്ഥയൊക്കെ മുതിർന്ന വ്യക്തിയായതിനുശേഷം ഞാൻ അന്വേഷിച്ചറിഞ്ഞതാ. പുറം കണ്ടാൽ ഒരു സാധാരണ ഇല്ലം. അകത്തോ? എല്ലാം അസാധാരണ കാര്യങ്ങൾ. അന്നത്തെ പല ബ്രാഹ്മണ ഇല്ലങ്ങളും അത്തരത്തിൽ തന്നെയായിരുന്നെങ്കിലും നമ്മുടെ നാട്ടിലെ സാധാരണ ഭവനങ്ങളുമായി തട്ടിച്ചുനോക്കിയാൽ കല്പകശ്ശേരി ശപിക്കപ്പെട്ട ഒരിടമാണെന്ന് ബോധ്യമാകും.

താത്രിക്കുട്ടിയുടെ പിതാവ് അഷ്ടമൂർത്തി നമ്പൂതിരിക്ക് മൂന്നു ഭാര്യ. അന്നത്തെ അവസ്ഥയിൽ അതൊരു സാധാരണ കാര്യം. അവൾക്ക് അഞ്ചു വയസ്സായ സമയത്ത് ആദ്യഭാര്യയിൽ മൂന്നു പെൺമക്കൾ. രണ്ടാം ഭാര്യയിൽ ഒരു ആൺകുട്ടിയും തീരെ ചെറിയ രണ്ടു പെൺകുഞ്ഞുങ്ങളും. മൂന്നാം ഭാര്യയിൽ സന്താനങ്ങളില്ല്യ. പിന്നെ രണ്ടു ദാസിമാർ. ഏതോ ഒരു മുത്തശ്ശി മരണാസന്നയായി അകത്ത് ഇരുട്ടറയിൽ ചുരുണ്ടുകൂടി കിടപ്പുണ്ടായിരുന്നു എന്നാണ് ഞാനറിഞ്ഞത്. അത്തരത്തിൽ പത്തി ലധികം സ്ത്രീജന്മങ്ങളും ഒരു കിഴവൻ കാര്യസ്ഥനുമായിരുന്നു ഇല്ലത്തു ണ്ടായിരുന്നത്.

നാരായണൻ നമ്പൂതിരിയും പുത്രൻ അഷ്ടമൂർത്തി നമ്പൂതിരിയും നയിച്ചിരുന്ന ആർഭാടവും ആഭാസവുമായ ജീവിതശൈലി നിമിത്തം ഇല്ലത്ത് ദാരിദ്ര്യത്തിന്റെ നിഴലാട്ടം ആരംഭിച്ച കാലം. കിഴവൻ കിട്ടുണ്ണി രാത്രിയായാൽ അയാളുടെ വീട്ടിലെത്തും. അഷ്ടമൂർത്തി ഏതെങ്കിലും ദാസീഭവനത്തിലെ സംബന്ധക്കാരിയുടെ ഇളംശരീരവുമൊത്താവും അന്തിയുറങ്ങുക.

സൗന്ദര്യത്തിന്റെ കാര്യത്തിലെന്നപോലെ വളർച്ചയുടെ കാര്യത്തിലും അസാധാരണയായിരുന്നു താത്രി. ഒരു റോസാപ്പൂമൊട്ട് വളർന്ന് വിരിയുന്ന

വേഗത്തിലായിരുന്നു വളർച്ച. ഉറങ്ങിയുണരുമ്പോൾ കുഞ്ഞ് കുറച്ചുകൂടി വളർന്നിരിക്കുന്നു എന്നു തോന്നും. ഇന്നലെ രാത്രി ഉറങ്ങാൻ കിടന്ന കുഞ്ഞല്ല, ഇന്നു രാവിലെ ഉറക്കമുണർന്നു വന്നത് എന്നു തോന്നും.

നാണിത്തള്ള മാത്രമല്ല മറ്റു പരിചാരികമാരും മൂന്നു അമ്മമാരും ചേച്ചി ഇക്കാളിയും കാര്യസ്ഥനും അദ്ഭുതാദരങ്ങളോടെയാണ് അവളോടു പെരുമാറിയിരുന്നത്. തന്റെ മകളുടെ അസാധാരണമായ വളർച്ചയിലും അലൗകികമായ സൗന്ദര്യത്തിലും പ്രത്യേകിച്ചെന്തെങ്കിലും ഉള്ളതായി അഷ്ടമൂർത്തിക്ക് തോന്നിയില്ല. അയൽപക്കമായ ഓയ്ക്കില്ലത്ത് എഴുത്തും വായനയും സംഗീതവു മൊക്കെ പഠിപ്പിക്കുന്നു എന്ന് താത്രി ക്കറിയാമായിരുന്നു. തനിക്കും പഠിക്കണമെന്ന് അവൾ വാശിപിടിച്ചു. അന്ന് അവൾക്ക് ആറു വയസ്സും പത്തു വയസ്സിന്റെ വളർച്ചയും പതിനഞ്ചു വയസ്സിന്റെ അഴകുമുണ്ടായിരുന്നു. അത്തരത്തിലുള്ള ഒരു കുട്ടിയെ ഓയ്ക്കില്ലത്ത് പഠിക്കാൻ അയയ്ക്കാൻ അമ്മ അനുവദിച്ചില്ല. എങ്കിലും താത്രിക്ക് പഠിക്കണമെന്ന വാശി വർദ്ധിച്ചുകൊണ്ടിരുന്നു.

ഓയ്ക്കില്ലം കല്പകശ്ശേരി ഇല്ലത്തേക്കാൾ എന്തൊക്കെയോ സവിശേ ഷതകൾ ഉള്ള അഭൗമസദനമാണെന്ന് അവൾ ധരിച്ചു. ഒരുപക്ഷേ അവിടെ കുറെ കുട്ടികളുണ്ട് എന്നതാകാം അവളെ ആകർഷിച്ചത്. കളിച്ചു നടക്കാൻ കൂടുതൽ കൂട്ടുകാരുണ്ടാകണമെന്ന് ഏത് കുഞ്ഞും ആഗ്ര ഹിക്കും. കല്പകശ്ശേരി അവളുടെ വഴിയടച്ചു. എങ്കിലും ഇക്കാളിച്ചേച്ചി അവൾക്ക് പിന്തുണയും പ്രോത്സാഹനവും നൽകി.

ഒരു പ്രഭാതത്തിൽ താത്രിക്കുട്ടി കുളികഴിഞ്ഞെത്തി. നീൾമിഴികളിൽ ഇക്കാളി അഞ്ജനമെഴുതിക്കൊടുത്തു. സ്ഫടികഫാലത്തിൽ ചന്ദന മെഴുതി. കാലുകളിൽ വെള്ളിത്തളകളും കൈകളിൽ ഓട്ടുവളകളും കാതിലും കഴുത്തിലും ആഭരണങ്ങളും അണിയിച്ചു. മുട്ടോളമെത്താത്ത, മഞ്ഞക്കോടിപോലുള്ള ഒരു കുഞ്ഞുതോർത്താണ് അവൾക്ക് ഉടുക്കാനു ണ്ടായിരുന്നത്.

ആരോടും ഒന്നും പറയാതെ താത്രി ഇറങ്ങിനടന്നു. എന്താണ് ഉദ്ദേശ്യ മെന്ന് ഇക്കാളിക്കു മാത്രം അറിയാമായിരുന്നു. കുഞ്ഞ് ഇറങ്ങിപ്പോകുന്നത് നാണിത്തള്ള കണ്ടു. അവരുടെ പിൻവിളി അവൾ അവഗണിച്ചു. കിഴവി പിറകേ ഓടി. തള്ളയുടെ ചോദ്യങ്ങൾക്കൊന്നും അവൾ മറുപടി പറ ഞ്ഞില്ല്യ. കൂടുതൽ ചോദിക്കാനും നിവൃത്തിയില്ല്യ. ഇനിയും ദേവീ ചൈതന്യം പ്രകടിപ്പിച്ച് തന്നെ ഭയപ്പെടുത്തിയാലോ എന്ന വിചാരം അവരെ അലട്ടി. അവൾ ഓടി. പിന്നാലെ വൃദ്ധ കിതച്ചുകിതച്ചു നടന്നു. അധികം കഴിയുന്നതിനുമുമ്പ് കുട്ടി ഓയ്ക്കില്ലം ലക്ഷ്യമാക്കിയാണ് പോകുന്നതെന്ന് തള്ളയ്ക്ക് മനസ്സിലായി.

താത്രി ഓയ്ക്കില്ലത്തെത്തുമ്പോൾ ഞങ്ങൾ കർണാടകസംഗീതം അഭ്യസിക്കുകയായിരുന്നു. നിലത്ത് പായ്‌വിരിച്ച് ചമ്രംപടിഞ്ഞിരുന്നാണ്

ഗുരു ചേരാവള്ളി ഞങ്ങളെ പഠിപ്പിച്ചിരുന്നത്. ഞങ്ങൾ പന്ത്രണ്ട് ആൺകുട്ടികൾ ഗുരുവിന്റെ മുമ്പിൽ ഗുരു ഉച്ചരിക്കുന്നതിനനുസരിച്ച് ഒച്ചയുണ്ടാക്കിക്കൊണ്ടിരിക്കുകയായിരുന്നു. ആറു വയസ്സു മുതൽ പതിനഞ്ചു വയസ്സുവരെയുള്ളവർ. കൗപീനമല്ലാതെ ആർക്കും ഉടുതുണിയില്ല്യ. ഉപനയനം കഴിയുന്നതുവരെ മുണ്ടുടുക്കാൻ പാടില്ലെന്ന വിചിത്രനിയമം അന്ന് നമ്പൂതിരിമാർക്കിടയിൽ ഉണ്ടായിരുന്നു.

വെളിമ്പറമ്പിലൂടെ ഒരു ചിത്രശലഭം പാറിപ്പറന്നു വരുന്നത് ഞാൻ കണ്ടു. അന്നേരം ഞാൻ കണ്ട താത്രിക്കുട്ടിയെ എങ്ങനെയാണ് വർണിക്കേണ്ടതെന്ന് വളരെക്കാലം കഴിഞ്ഞ് നളചരിതം പഠിച്ചപ്പോൾ മനസ്സിലായി.

മിന്നൽക്കൊടിയിറങ്ങി മന്നിലേ വരികയോ?
വിധുമണ്ഡലമിറങ്ങി ക്ഷിതിയിലേ പോരികയോ?
സ്വർണവർണമാമന്നം പറന്നിങ്ങുവരികയോ
കണ്ണുകൾക്കിതു നല്ല പീയൂഷധരികയോ?

ആ സ്വർണവർണമാമന്നം ക്ലാസ്സിൽ പറന്നിറങ്ങി കുട്ടികളുടെ കൂട്ടത്തിൽ നിലത്ത് ചമ്രംപടിഞ്ഞിരുന്നു. അപ്രതീക്ഷിതമായി അതിസുന്ദരിയായ ഒരു ബാലിക ഓടിക്കയറി വന്ന് ആൺകുട്ടികൾക്കിടയിൽ, ആരോടും അനുവാദം ചോദിക്കാതെ ഇരുന്നപ്പോൾ പഠിതാക്കളും ഗുരുവും ഒരുപോലെ ഞെട്ടി. ആലങ്കാരികമായല്ല, അക്ഷരാർഥത്തിൽതന്നെ ഞെട്ടി. പെൺകുട്ടികൾക്ക് പ്രവേശനം അനുവദിച്ചിട്ടില്ലാത്ത വിദ്യാപീഠമാണത്. അവിടെ ദേവീചൈതന്യം പോലൊരു ബാലിക പൊടുന്നനെ പ്രത്യക്ഷപ്പെട്ടപ്പോൾ അസാധാരണവും അലൗകികവുമായ ഒരു മായപോലെ ചേരാവള്ളിക്ക് തോന്നി.

സംഗീതം നിലച്ചു. എല്ലാ കണ്ണുകളും താത്രിയിൽ. എന്തുചെയ്യണമെന്നറിയാതെ മുറ്റത്തൊരു ഭാഗത്ത് നാണിത്തള്ള തൊഴുകൈകളോടെ ഒതുങ്ങി നിന്നു.

കുറുമുണ്ടുടുത്ത് ധ്യാനത്തിലെന്നപോലെ ഇരിക്കുന്ന താത്രിക്കുട്ടിയെ അദ്ഭുതാദരങ്ങളോടെ മറ്റുള്ളവർ നോക്കിയിരുന്നു. ചേരാവള്ളി മെല്ലെ എഴുന്നേറ്റ് താത്രിയുടെ അടുത്തെത്തി.

കാവിലെ ഭഗവതി രൂപം മാറി തന്നെ പരീക്ഷിക്കാൻ വന്നിരിക്കുകയാണോ? അതോർത്തപ്പോൾ ഗുരുവിന് ഉൾക്കിടിലമുണ്ടായി. തന്റെ ശക്തി ക്ഷയിക്കുന്നതായി അയാൾക്കു തോന്നി.

ഇതെന്താ ഇങ്ങനെ? അഞ്ചാറു വയസ്സുമാത്രമുള്ള ഒരു കൊച്ചുപെൺകുട്ടിയുടെ മുമ്പിൽ താനിങ്ങനെ അധീരനാകുന്നതെന്ത്യേ? ഈ കാണുന്ന കാഞ്ചനവിഗ്രഹം ഭഗവതിയല്ലെങ്കിൽ പിന്നാരാ?

ഭഗവതീ കാത്തോളണേ.

ഗുരു ഉമ്മറത്തൂണിൽ ഇരുകൈ ചേർത്തുപിടിച്ചു.

വേദങ്ങളും വേദാംഗങ്ങളും പഠിച്ച ചേരാവള്ളിയുടെ കണ്ണുകൾ താത്രിയിൽ ദൈവികചൈതന്യം കണ്ട് ധന്യതപൂണ്ടു. പ്രപഞ്ചസ്രഷ്ടാവായ മഹാമായ ഒരു കുട്ടിക്കാവിന്റെ രൂപത്തിൽ തന്റെ മുമ്പിൽ ചമ്രംപടിഞ്ഞിരിക്കുന്നു!

മഹാപണ്ഡിതനും ദൈവജ്ഞനുമായ ചേരാവള്ളി ആറു വയസ്സു മാത്രം പ്രായമായ ആ പെൺകുഞ്ഞിന്റെ മുമ്പിൽ ഇരുകൈകൂപ്പി നിൽക്കുന്ന കാഴ്ച കണ്ട് നാണിത്തള്ള ഭയപരവശയായി.

"ന്താണാവോ?"

ചേരാവള്ളി താത്രിക്കുട്ടിയോടു ചോദിച്ചു.

"പഡിക്കണം. നിക്ക് സംഗീതം പഡിക്കണം. സാ....രീ....ഗാ...."

അവൾ പൊട്ടിച്ചിരിച്ചു. ആ ചിരിയിൽ സപ്തസ്വരങ്ങൾ ശ്രവിച്ച ചേരാവള്ളി സ്വയം മറന്നു. മണിച്ചിലമ്പും വീണയും ഇടകലർന്നിങ്ങനെ ഒരു കുഞ്ഞിന്റെ ചിരി ഉയരുന്നുവോ? മഹാമായേ പരീക്ഷിക്കരുതേ! എല്ലാം കല്പനപോലെ നിറവേറ്റിക്കൊള്ളാമേ.

എന്താണ് സംഭവിച്ചുകൊണ്ടിരിക്കുന്നതെന്ന് മനസ്സിലായില്ലെങ്കിലും താത്രിക്കുട്ടിയുടെ മുഖത്തുനിന്നും കണ്ണെടുക്കാൻ എനിക്കു കഴിഞ്ഞില്ല്യ. എനിക്കെന്നല്ല ആർക്കും കഴിഞ്ഞില്ല്യ.

"പൊയ്ക്കൊള്ളൂ; എല്ലാവരും പുറത്തു പൊയ്ക്കൊള്ളൂ. അര നാഴിക കഴിഞ്ഞ് വന്നാൽ മതി."

പുറത്തിറങ്ങാൻ കൊതിച്ചിരുന്ന കുട്ടികൾ കൂട്ടത്തോടെ പുറത്തു ചാടിയോടി. താത്രിക്കുട്ടിയും അവരോടൊപ്പം ഇറങ്ങിയോടി.

താത്രിക്കുട്ടി ആൺകുട്ടികളോടൊപ്പം ഓടിക്കളിക്കുന്നതു കണ്ടപ്പോൾ നാണിത്തള്ളയുടെ അസഹ്യത വർദ്ധിച്ചു.

ഞങ്ങളെയൊക്കെ വളരെ നാളായി പരിചയമുള്ളതുപോലെയാണ് താത്രി പെരുമാറിയത്. അവൾക്ക് എന്നെക്കാളും ആകാരപുഷ്ടിയുണ്ടായിരുന്നു. താമരപ്പൂവിന്റെ നിറമായിരുന്നു അവൾക്ക്. ആദ്യത്തെ അഞ്ചു മിനിറ്റിനുള്ളിൽതന്നെ ഓയ്ക്കില്ലത്തിന്റെ അന്തരീക്ഷമാകെ അവൾ മാറ്റിമറിച്ചു. കടലാസിൽ ചിതറിക്കിടക്കുന്ന മൊട്ടുസൂചികൾക്കിടയിൽ ഒരു കാന്തം കൊണ്ടുവച്ചാൽ എന്താ സംഭവിക്ക്യാ? എല്ലാ കണ്ണുകളും എല്ലാ മനസ്സുകളും താത്രിയിലേക്ക് തിരിഞ്ഞു.

കുട്ടികൾ മുറ്റത്തിറങ്ങിക്കഴിഞ്ഞയുടൻ അവൾ ഓടിവന്ന് ഒരു ആൺകുട്ടിയുടെ കൈയിൽ പിടിച്ചു. അവൾ അങ്ങനെ എപ്പോഴും പിടിച്ചുകൊണ്ട് നിൽക്കണേ എന്നാണ് അവൻ ആഗ്രഹിച്ചതെങ്കിലും മറ്റു കുട്ടികൾ കളിയാക്കുമെന്ന ഭയത്താൽ അവൻ കൈ തട്ടി ഓടി. അവൾ പിറകേ ഓടി. അവനെ അവൾ കൈനീട്ടി എത്തിപ്പിടിക്കാൻ ശ്രമിച്ചു. അവന്റെ കൗപീനത്തിന്റെ വാലിലാണ് പിടിമുറുകിയത്. അവൻ ഓടിക്കളഞ്ഞെങ്കിലും കൗപീനം താത്രിക്കുട്ടിയുടെ കൈയിലിരുന്ന് നാണംകൊണ്ട് പിടഞ്ഞു.

കുറച്ചു ദൂരം ഓടിയപ്പോഴാണ് തന്റെ കൗപീനം നഷ്ടപ്പെട്ട കാര്യം അവൻ അറിഞ്ഞത്. ആ കുട്ടി തിരിഞ്ഞോടി താത്രിക്കുട്ടിയുടെ അടുത്തെത്തി. അന്നേരം അവൾ കൗപീനം വായുവിൽ ഉയർത്തിയാട്ടി ഉറക്കെയുറക്കെ ചിരിക്കുകയായിരുന്നു. ഒരു കൈകൊണ്ട് നഗ്നത മറയ്ക്കാൻ ശ്രമിച്ചുകൊണ്ട് കൗപീനത്തിനുവേണ്ടി അവളുടെ നേർക്ക് ഒരു കൈനീട്ടി അവൻ കെഞ്ചി:

"എന്റെ കൗപീനം, എന്റെ കൗപീനം."

"നിന്റെ കൗപീനം ഞാൻ തരാം. ഞാൻ പറയുന്നത് നീ അനുസരിക്കുമോ?"

എന്തു പറഞ്ഞാലും അന്നേരം അവൻ അനുസരിച്ചുപോകുമായിരുന്നു. ഭഗവതിയാണ് തന്റെ മുമ്പിലെന്ന് അവൻ തീർച്ചപ്പെടുത്തി.

"അനുസരിക്കാം, അനുസരിക്കാം."

"നിക്ക് എഴുത്ത് പഡിക്കണം. പഡിപ്പിക്ക്വോ?"

"പഠിപ്പിക്കാം, പഠിപ്പിക്കാം."

"നിക്ക് സംഗീതം പഡിക്കണം. പഡിപ്പിക്ക്വോ?"

"പഠിപ്പിക്കാം, പഠിപ്പിക്കാം."

അവൻ എല്ലാം സമ്മതിച്ചു.

കൗപീനം തിരിച്ചുകിട്ടിയെങ്കിലും അവൻ വല്ലാതെ നാണംകെട്ടുപോയി.

ബോധപൂർവം അല്ലെങ്കിൽപോലും ആദ്യമായി കണ്ട ദിവസംതന്നെ താത്രിക്കുട്ടി നാണംകെടുത്തിവിട്ട ആ എട്ടു വയസ്സുകാരൻ കണ്ടഞ്ചാത രാവുണ്ണിയായിരുന്നു – ഈ ഞാൻ.

പത്ത്

മുത്തച്ഛൻ കഥ തുടർന്നു.

ഞാനും ഗുരു ചേരാവള്ളിയും ഭയന്നതുപോലെ ഒന്നും സംഭവിച്ചില്ല്യ. ദിവ്യാദ്ഭുതപ്രതിഭാസങ്ങളൊന്നും ഉണ്ടായില്ല്യ. രണ്ടുമൂന്നു ദിവസത്തിനുള്ളിൽതന്നെ താത്രിക്കുട്ടി മറ്റെല്ലാ കുട്ടികളുമായി നല്ല ചങ്ങാത്തത്തിലായി. എന്നെ നാണംകെടുത്തിയ സങ്കടംകൊണ്ട് രണ്ടുമൂന്നു ദിവസം എനിക്കവളുടെ മുഖത്തു നോക്കാൻതന്നെ ധൈര്യമില്ല്യാതായി. എന്നാൽ അങ്ങനെയൊരു സംഭവമുണ്ടായതായി അവളോ മറ്റു കുട്ടികളോ ഭാവിച്ചില്ല്യ.

കണ്ടഞ്ചാതയിൽ തന്നെ താമസിച്ചിരുന്ന ഒരു ബന്ധുവിൽനിന്നും ആറാം വയസ്സു മുതൽ കഥകളിസംഗീതത്തിന്റെ ബാലപാഠങ്ങൾ ഞാൻ

പഠിച്ചിരുന്നു. രണ്ടു വർഷത്തെ പഠനത്തിനുശേഷം കുറ്റമറ്റ തരത്തിൽ കഥകളിസംഗീതം പഠിക്കാനാണ് എന്നെ ഓയ്ക്കില്ലത്ത് അയച്ചത്. എന്നാൽ രണ്ടു വർഷത്തിനുള്ളിൽ താത്രി കഥകളിസംഗീതത്തിൽ ഏതാണ്ട് എന്റെയൊപ്പമെത്തി.

അവളുടെ കഠിനപ്രയത്നവും നിശ്ചയദാർഢ്യവും എന്നെ അദ്ഭുതപ്പെടുത്തിയിട്ടുണ്ട്. എട്ടു വയസ്സായപ്പോൾതന്നെ സൂക്ഷ്മമായ സ്വരഭേദങ്ങളും സ്ഥായിഭാവങ്ങളും തിരിച്ചറിയാനും രാഗവിസ്താരത്തിനും അവൾ സാമർത്ഥ്യം നേടി.

എഴുത്തും വായനയും ചതുഷ്ക്രിയകളുമൊക്കെ എത്ര വേഗത്തിലാ അവൾ സ്വായത്തമാക്കിയതെന്ന് പറഞ്ഞറിയിക്കാനവില്ല്യ. ആക്രമിച്ച് കീഴടക്കാനിറങ്ങിയാൽ പ്രകടിപ്പിക്കപ്പെടുന്ന ഒരു ആവേശമുണ്ടല്ലോ - അതേ ആവേശത്തോടെയായിരുന്നു അവളുടെ പഠനം. എപ്പോഴും വായിക്കാൻ എന്തെങ്കിലും വേണം. എന്തു കൈയിൽ കിട്ടിയാലും പെട്ടെന്ന് വായിച്ചു തീർക്കും. പഠിപ്പിക്കുന്നതൊക്കെ അവൾ പ്രയോജനപ്പെടുത്തുന്നു എന്നു കണ്ടപ്പോൾ ഗുരുവിന് അവളോടുള്ള ഇഷ്ടം വർദ്ധിച്ചു.

ഗുരുകുലമാണെങ്കിലും ഞങ്ങൾക്കവിടെ മറ്റു ജോലികളൊന്നും ചെയ്യേണ്ടിവന്നില്ല്യ. പഠനസമയം കഴിഞ്ഞാൽ വയലിലും പറമ്പിലും കളിച്ചു നടക്കാൻ ധാരാളം സമയം ലഭിച്ചിരുന്നു.

അതിനിടയിൽ ഞാനും താത്രിക്കുട്ടിയും തമ്മിൽ പ്രത്യേക സൗഹൃദബന്ധം രൂപപ്പെട്ടുവന്നു. എന്തായിരുന്നു ആ സൗഹൃദത്തിന് അടിസ്ഥാനമെന്ന് അന്നും ഇന്നും മനസ്സിലായിട്ടില്ല്യ. ചെടി വളരുന്നതും അതിൽ പൂവും കായും ഉണ്ടാകുന്നതും സ്വാഭാവികമായ ഒരു പ്രകൃതിപ്രതിഭാസമാണല്ലോ. ഞങ്ങൾ തമ്മിൽ ഒരു ബന്ധം വളർന്നു വന്നതും അതുപോലെയായിരുന്നു.

ആദ്യത്തെ രണ്ടു വർഷം ഞങ്ങൾ തമ്മിൽ കലഹിക്കുകയും തമ്മിൽ തല്ലുകയും മറ്റും ചെയ്തിട്ടുണ്ട്. എന്നാൽ പിണങ്ങുന്നതിനേക്കാൾ വേഗത്തിൽ ഇണങ്ങിയിരുന്നു.

ആദ്യത്തെ 'വസ്ത്രാക്ഷേപ'ത്തിനുശേഷം ഒരു ദിവസം ഞാൻ അവളോടു പറഞ്ഞു:

"താത്രിക്കുട്ടീ, നീ പറയുന്നതെന്തും ഞാൻ അനുസരിക്കാം; എന്റെ കൗപീനം പറിച്ചെടുക്കരുത്."

അതുകേട്ട് അവൾ കൈകൊട്ടി തുള്ളിച്ചാടുമെന്നാണ് ഞാൻ വിചാരിച്ചത്. എന്റെ ധാരണ തെറ്റി. ഒരു പക്വമതിയെപ്പോലെ ആ ആറു വയസ്സുകാരി പറഞ്ഞു:

"ല്ല്യാ; ന്യങ്ങനേണ്ടാവില്ല്യാ."

അവൾ വാക്കു പാലിച്ചു. മാത്രമല്ല അവളിൽ കുറ്റബോധവുമുണ്ടായി.

ഞങ്ങൾ ഓടിയും ചാടിയും മരംകയറിയും കളിക്കുന്നതിനിടയിൽ കൗപീനം അഴിഞ്ഞുപോകുന്നത് ഒരു സാധാരണ കാര്യമാണ്. ആരും

അതത്ര കാര്യമാക്കാറില്ല്യ. കാവിനുള്ളിലും പറമ്പിലും ഓടിക്കളിക്കുന്നതിനിടയിൽ എത്രയോ ദിവസം താത്രിക്കുട്ടിയുടെ കുഞ്ഞുമുണ്ട് കുറ്റിച്ചെടികളിലും തുടലിമുള്ളിലും ഉടക്കിപ്പോയിട്ടുണ്ട്.

ഒരു ദിവസം ഒരു തുടലിമുള്ളിൽ അവളുടെ കുഞ്ഞുമുണ്ട് കുരുങ്ങി. ഒരറ്റം മുൾക്കുരുക്കിൽനിന്നും വേർപെടുത്തിയെടുക്കുമ്പോൾ മറ്റൊരറ്റം മുള്ളിൽ കുടുങ്ങും. അവൾ ഉറക്കെ കരഞ്ഞു. അവളുടെ കരച്ചിൽ കേട്ടാണ് ഞാനവിടെ ഓടിയെത്തിയത്.

"രാവുണ്ണീ, ന്റെ മുണ്ട്... ന്റെ മുണ്ട്..."

കരച്ചിലിനിടയിൽ അവൾ പറഞ്ഞു.

അവൾ കരഞ്ഞപ്പോൾ എനിക്കാണ് വേദനിച്ചത്. ഞാൻ മുള്ളിൽനിന്നും മുണ്ട് വേർപെടുത്തിയെടുത്തു. മുണ്ടെന്നു പറയാനൊന്നുമില്ല, പഴകിപ്പൊടിഞ്ഞ ഒരു രണ്ടാംമുണ്ടിന്റെ ഒരു കഷണം. ഇളങ്കാറ്റുപോലെ അതിലോലമായ ആ തുണി ഞാൻ അവളുടെ നേർക്കു നീട്ടി. ഇരുകൈകൾ നീട്ടി നിറകണ്ണുകളോടെ ആ പഴന്തുണി എന്റെ കൈയിൽനിന്നും വാങ്ങി അവൾ ഉടുത്ത രംഗം ഇന്നും എനിക്കോർമയുണ്ട്. ഒരിക്കൽ അബോധപൂർവമാണെങ്കിലും ഉടുതുണിക്കാര്യത്തിൽ അവളെന്നെ വേദനിപ്പിച്ചു. ഇപ്പോൾ ഉടുതുണിക്കാര്യത്താൽതന്നെ എന്റെ മുമ്പിൽവച്ച് അവൾ വേദനിച്ചു. ഞാൻ ആ വേദനയ്ക്ക് പരിഹാരമുണ്ടാക്കിക്കൊടുത്തു.

അന്നൊന്നും ആ സംഭവങ്ങളുടെ ദാർശനികമോ ദൈവികമോ ആയ കാര്യങ്ങളെക്കുറിച്ചൊന്നും ചിന്തിച്ചിരുന്നില്ല. അതിനുള്ള പക്വത ഉണ്ടായിരുന്നില്ലല്ലോ. എന്നാൽ പത്തിരുപത് വയസ്സായപ്പോൾ അക്കാര്യങ്ങളെക്കുറിച്ച് വീണ്ടും ചിന്തിച്ചു. അക്കാലത്തൊരു ദിവസം ഞങ്ങൾ അതിനെക്കുറിച്ച് സംസാരിച്ചിട്ടുണ്ട്. അവൾ എന്നോടു കാണിച്ച തെറ്റിന് ദൈവം അവളെ ശിക്ഷിച്ചതായിരിക്കാം എന്നു പറഞ്ഞ് അന്ന് അവൾ ഒരുപാട് ചിരിച്ചു.

"ങ്ന്യാന്നറിയോ രാവുണ്ണിക്ക്? അന്ന് പാഞ്ചാലീട ചേല ഓർമേണ്ടോ? ദുശ്ശാസനൻ ചേല വലിച്ചുപറിച്ചപ്പം കൃഷ്ണൻ വന്നല്ല്യേ കൃഷ്ണയെ രക്ഷിച്ചത്? അത്ന്ന്യാ ഓയ്ക്കില്ലത്തുംണ്ടായേ. കാട്ടുമുള്ളെന്റെ ചേല പറിച്ചു. പാഞ്ചാലീന്റേല്ല, രാധേന്റെ ചേല. കൃഷ്ണൻ വന്ന് നിക്ക് ചേല തന്ന് മാനം കാത്തു."

കുഞ്ഞുന്നാളിലെന്നപോലെ അന്നവൾ ഉറക്കെ പൊട്ടിച്ചിരിച്ചു. ഒരുപാട് പ്രതിസന്ധികളിൽപെട്ട് നട്ടംതിരിഞ്ഞിരുന്ന അവളുടെ പതിനെട്ടാം വയസ്സിലാണ്, ചിരി മറയ്ക്കപ്പെടുകയും കണ്ണുനീർ തോരാതിരിക്കുകയും ചെയ്തിരുന്ന സമയത്താണ് കുറിയേടത്തു കാവിനുള്ളിൽവച്ച്, അവളെന്നോട് ഓയ്ക്കില്ലത്തെ അനുഭവങ്ങൾ പറഞ്ഞ് പൊട്ടിച്ചിരിച്ചത്.

ഓയ്ക്കില്ലത്തെ പഠനകാലത്തെ ഞങ്ങളുടെ സ്നേഹവും ബന്ധവും എത്രമാത്രം ശക്തമാണെന്ന് അന്ന് അറിയില്ല്യായിരുന്നു. എനിക്ക്

അവളോടു തോന്നിയ ഇഷ്ടത്തിന് അസാധാരണമായ തീവ്രത ഉണ്ടായിരുന്നു എന്ന് മനസ്സിലായിരുന്നില്ല്യ.

ഓയ്ക്കില്ലത്തെ കുട്ടികളുടെ ഇടയിൽ ആദ്യം ഉണരുന്നത് ഞാനായിരുന്നു. താത്രി വരുന്നതിനുമുമ്പ് തയ്യാറായി നിൽക്കാനാണ് അതിരാവിലെ ഉണരുന്നത്. ആരെങ്കിലും ഉണർന്നില്ലെങ്കിൽ ഉണർന്നവർ മറ്റുള്ളവരെ ഉണർത്തും. പിന്നെ അതികഠിനമായ ദിനചര്യകളാണ്. അമ്പലക്കുളത്തിൽ പോയി കുളിയും സാധകവും. എത്ര തണുപ്പുള്ള ദിവസമായാലും ദിനചര്യയിൽ മാറ്റമില്ല്യ. സാധകം ചെയ്യുന്നുണ്ടോ എന്നു നോക്കാൻ ചില ദിവസങ്ങളിൽ ഗുരു എത്തും. കുളിയും സാധകവും കഴിഞ്ഞെത്തിയാൽ പ്രഭാതഭക്ഷണം – ചൂടുകഞ്ഞി. കഞ്ഞി കുടിക്കുന്നതിനിടയിലും താത്രിക്കുട്ടി വരുന്നുണ്ടോ എന്ന് ഞാൻ ഉത്കണ്ഠാപൂർവം നോക്കും. എന്നേക്കാൾ മൂന്നാലു വയസ്സു കൂടുതലുള്ള രണ്ടുമൂന്നു കുട്ടികൾ അവിടെ ഉണ്ടായിരുന്നു. അവരൊക്കെ താത്രിക്കുട്ടിയുടെ ചങ്ങാത്തം കൊതിക്കുകയും അവളെ കൊതിയോടെ നോക്കുകയും ചെയ്യുന്നത് കണ്ടിട്ടുണ്ട്. എനിക്ക് അവളോടു തോന്നിയതുപോലെ അവർക്ക് ആർക്കെങ്കിലും അത്രയ്ക്ക് തീവ്രമായ ഇഷ്ടം അവളോടു തോന്നിയോ എന്നറിയില്ല്യ. എങ്കിലും അവൾ എന്നോടു കാണിച്ച അടുപ്പം മറ്റാരോടും കാണിച്ചിരുന്നില്ല്യ എന്നറിയാം.

പല ദിവസങ്ങളിലും വൈകുന്നേരങ്ങളിൽ, മറ്റുള്ളവരുടെ കണ്ണു വെട്ടിച്ച് ഞാൻ കല്പകശ്ശേരിയിൽ എത്തിയിട്ടുണ്ട്. അവളെ എപ്പോഴും കാണണം, കൂടെ നടക്കണം, അരികിലിരിക്കണം എന്നൊക്കെയായിരുന്നു അന്നത്തെ മോഹങ്ങൾ.

കണ്ടഞ്ചാതമനയിലെ ഉണ്ണി എന്ന മേൽവിലാസമാണ് എനിക്ക് തുണയായത്. അന്ന് തെക്കേ മലബാറിൽ അറിയപ്പെട്ടിരുന്ന ഇല്ലമായിരുന്നു കണ്ടഞ്ചാത. താത്രിയുടെ ചെറിയമ്മ വെഴ്മത്തൂര് മഹളിന് കണ്ടഞ്ചാതയുമായി കുടുംബബന്ധവും ഉണ്ടായിരുന്നു. കല്പകശ്ശേരിയിലെ അമ്മയും ചെറിയമ്മമാരും എന്നെ സ്വന്തം പുത്രനായി ദത്തെടുത്തു. ഇക്കാളിച്ചേച്ചി എന്നെ സ്വന്തം അനുജനായി കരുതി. എന്തിനും ഏതിനും പൂർണ സ്വാതന്ത്ര്യം. ഇല്ലത്തിനകത്തും പുറത്തും എന്നെ ആരും നിയന്ത്രിച്ചിരുന്നില്ല്യ.

കല്പകശ്ശേരി അന്ന് ഒരു പെണ്ണില്ലമായിരുന്നു. രണ്ട് അമ്മമാർക്കുമായി അഞ്ചാറ് പെൺമക്കൾ. രണ്ടാനമ്മയ്ക്ക് നാരായണൻ എന്നൊരു മകനുണ്ടെങ്കിലും അവൻ ഒരു ദീനക്കാരനായിരുന്നു. ഏതാണ്ട് ആറു വയസ്സായെങ്കിലും കൈകാൽ ശോഷിച്ച്, വയറുന്തി, ചേതസ്സറ്റ് ഒരിടത്തിരിക്കുന്ന ആ കുട്ടിയുടെ ദയനീയ ചിത്രം ഇന്നും ഓർക്കുന്നു. പിന്നീടവൻ സമർത്ഥനാവുകയും കുപ്രസിദ്ധനാവുകയും ചെയ്ത സങ്കടകഥയും ഞാനോർക്കുന്നു. ഏതായാലും അന്നവൻ ദീനക്കാരനായതുകൊണ്ട്, എന്റെ രംഗപ്രവേശം പുത്രലബ്ധിയായി അമ്മമാർ ആഘോഷിച്ചു.

ഓയ്ക്കില്ലത്തെ പഠിതാക്കളുടെ കൂട്ടത്തിൽ കൊച്ചൂട്ടൻ എന്നൊരു കുട്ടിയുണ്ടായിരുന്നു. പേര് കൊച്ചൂട്ടനെന്നാണെങ്കിലും കൂട്ടത്തിൽ ഏറ്റവും വലിയ കുട്ടൻ അവനായിരുന്നു. അവന്റെ ഇല്ലം ഏതാണ് എന്നൊന്നും ഇന്ന് ഓർക്കുന്നില്ല്യ. ഗുരുകുലം വിട്ടശേഷം ഞാനവനെ ഇതുവരെ കണ്ടിട്ടുമില്ല്യ. എങ്കിലും അവനെ മറക്കാൻ കഴിയില്ല്യ. കൂട്ടത്തിൽ ഏറ്റവും മുതിർന്ന കുട്ടികളുടെ കൂട്ടത്തിലായിരുന്നു അവൻ. എന്നെക്കാൾ നാലു വയസ്സ് കൂടുതൽ. ഒരു പൊണ്ണത്തടിയൻ. നാലു പേരുടെ ചോറുണ്ണും. അവന്റെ തലയ്ക്കകത്ത് തലച്ചോറല്ല്യ, പടച്ചോ റാണെന്ന് ഗുരു തന്നെ ആക്ഷേപിച്ചിട്ടുണ്ട്. എത്ര പറഞ്ഞാലും എന്തു പഠിപ്പിച്ചാലും അവനൊന്നും മനസ്സിലാവില്ല്യ. നല്ല കായികശേഷി ഉള്ളതുകൊണ്ട് കുട്ടികളൊക്കെ അവനെ ഭീമൻകുട്ടി എന്നാണ് വിളിച്ചി രുന്നത്. അവനെ ഏറ്റവും കൂടുതൽ കളിയാക്കിയിരുന്നത് താത്രിക്കുട്ടി യായിരുന്നു.

"ടാ ഭീമൻകുട്ട്യേ, പാഞ്ചാല്യേ ഞാൻ തെരക്ക്യതായി പറയണംട്ടോ."

ഒരു ദിവസം താത്രി അവനെ ഇങ്ങനെ കളിയാക്കി. അവൻ അവളെ തൂക്കിയെടുത്ത് എറിയുമെന്ന് ഞാൻ ഭയന്നു. ഒന്നുമുണ്ടായില്ല്യ. മറ്റുള്ളവ രോടൊപ്പം അവനും ആ ഫലിതമാസ്വദിച്ച് ചിരിച്ചു.

താത്രി എത്ര കളിയാക്കിയാലും അവന് വിരോധമില്ല്യ. ഒരുതര ത്തിലും അവൻ അവളെ കളിയാക്കുകയോ ഉപദ്രവിക്കുകയോ ചെയ്തിട്ടു മില്ല്യ.

ഒരു ദിവസം പ്രഭാതത്തിൽ അമ്പലക്കുളത്തിൽവച്ച് ഞാനും ഭീമൻ കുട്ടിയും തമ്മിൽ തർക്കമായി, വഴക്കായി. ഒരു വലിയ പച്ചത്തവളയെ കുളത്തിൽ കണ്ടു. ആ തവളയുടെ കുട്ടികളാണ് മറ്റു തവളകളെന്ന് അവൻ പറഞ്ഞു. അങ്ങനെയല്ലെന്നും അവ രണ്ടിനം തവളകളാണെന്നും ഞാൻ തിരുത്താൻ ശ്രമിച്ചു. അതാണ് വഴക്കിന് കാരണം. അവൻ എന്നെ പിടിച്ച് വെള്ളത്തിൽ മുക്കി. ഞാൻ ശ്വാസംമുട്ടി അലറി. മറ്റു കുട്ടികൾ ഇടപെട്ടാണ് എന്നെ രക്ഷപ്പെടുത്തിയത്. ആ പ്രശ്നം അവിടെ അവ സാനിച്ചെങ്കിലും എനിക്ക് അവനോടു തോന്നിയ ഭയം അവസാനിച്ചില്ല്യ.

അവനോടൊപ്പം ഇനി ഞാൻ കുളിക്കാൻ പോകുന്നതെങ്ങനെ? അന്നു രാത്രി വളരെനേരം അക്കാര്യമോർത്ത് സങ്കടപ്പെട്ടു.

എനിക്കന്ന് പതിനൊന്നു വയസ്സായിരുന്നു. കുറച്ചൊക്കെ കാര്യ ബോധം വന്ന കാലം. കൊച്ചൂട്ടൻ എന്നെ വെള്ളത്തിൽ മുക്കിക്കൊല്ലും എന്ന് ഭയന്നു. കുളിയും സാധകവും നിർവഹിക്കുകയും വേണം. എന്തു വഴി? രാത്രി ഞാൻ കിടക്കപ്പായിൽ തിരിഞ്ഞും മറിഞ്ഞും കിടന്നു. എല്ലാവരും ഉറക്കമായിട്ടും ഒരു വഴിയും മുമ്പിൽ തുറക്കപ്പെട്ടില്ല്യ. ഒരു വഴി കാട്ടിത്തരണേ ഭഗവതീ എന്നു മനമുരുകി പ്രാർത്ഥിച്ചു.

ജനാലയിലൂടെ ഒരു മിന്നാമിനുങ്ങ് പറന്നുവരുന്നത് കണ്ടു. അത് നേരേ പറന്നുവന്ന് എന്റെ മുഖത്തിനടുത്തെത്തി വട്ടംചുറ്റി. ഞാനതിനെ

കൗതുകത്തോടെ നോക്കി. പുറത്തേക്കു പോയ മിന്നാമിനുങ്ങ് വീണ്ടും അരികിലെത്തി മുഖത്ത് മുട്ടിമുട്ടി പാറിപ്പറന്നുകൊണ്ടിരുന്നു. അധികം വൈകാതെ അത് വന്നവഴിക്കുതന്നെ തിരിച്ചുപോയി. അതു വരുന്നുണ്ടോ എന്ന് വീണ്ടും ശ്രദ്ധിച്ചെങ്കിലും പിന്നീടതിനെ കാണാൻ കഴിഞ്ഞില്ല്യ.

കൊച്ചൂട്ടന് ഭീമൻകുട്ടി എന്നു വട്ടപ്പേരുള്ളതുപോലെ പല കുട്ടികൾക്കും ഇടംപേരുണ്ട്. പലരും ഇടംപേര് വിളിച്ച് ഭീമൻകുട്ടിയുടെ ഇടി വാങ്ങാറുമുണ്ട്. കൊച്ചുനാരാണണൻ എന്നൊരു കുട്ടി ഞങ്ങളുടെ കൂട്ടത്തിൽ ഉണ്ടായിരുന്നു. അവനായിരുന്നു ഏറ്റവും ചെറിയ കുട്ടി. പഠനത്തിൽ, സംഗീതത്തിൽ അതിസമർത്ഥൻ. പിന്നീട് അവൻ കഥകളിപ്പാട്ടുകാരനായി പ്രസിദ്ധനായി.

ഭീമൻകുട്ടി എന്നെ ഉപദ്രവിച്ചതിന്റെ ഒരാഴ്ച മുമ്പ് ഒരു പ്രഭാതത്തിൽ ഞങ്ങൾ ഓയ്ക്കില്ലത്തെ വെളിമ്പറമ്പിൽ നിൽക്കേരുന്നു. അകലെനിന്നും താത്രിക്കുട്ടി വരുന്നത് ഞാൻ കണ്ടു. അവൾ വരുന്നുണ്ടോ എന്ന് നോക്കി നിൽക്കേരുന്നു ഞാൻ എന്ന കാര്യം എനിക്കു മാത്രമേ അറിയാവൂ. കൊച്ചുനാരായണൻ എന്റെ അടുത്തു നിൽക്കേരുന്നു.

“പട്ടാപ്പകൽ മിന്നാമിനുങ്ങ് പറക്കുമോ?”

അവൻ എന്നോടു ചോദിച്ചു. പകൽ മിന്നാമിനുങ്ങ് പറക്കുന്നത് ഞാൻ കണ്ടിട്ടില്ല്യായിരുന്നു.

“ഇല്ല്യ, പകൽ മിന്നാമിനുങ്ങ് കൂട്ടിലിരിക്കും.”

എന്റെ വിവരക്കേട് ഞാൻ പറഞ്ഞു.

“പകൽ പറക്കുന്ന മിന്നാമിനുങ്ങുണ്ട്. നീ കണ്ടിട്ടില്ലെങ്കിൽ ഇപ്പം കാണിച്ചുതരാം. അതാ നോക്ക്, ഒരു സുന്ദരി മിന്നാമിനുങ്ങ് പറന്നു വരുന്നതു കണ്ടോ?”

താത്രിയുടെ നേർക്ക് കൈ ചൂണ്ടിക്കൊണ്ട് അവൻ പറഞ്ഞു. ഞങ്ങൾ ഉറക്കെച്ചിരിച്ചു. അവന്റെ കാവ്യഭാവനയെക്കുറിച്ചൊന്നും അന്നേരം ഞാൻ ചിന്തിച്ചില്ല്യ.

ഭീമൻകുട്ടി എന്നെ ഉപദ്രവിച്ച ആ രാത്രി, മിന്നാമിനുങ്ങ് വന്നു പോയ ശേഷം ആ സംഭവം ഓർത്തു. അന്നേരംതന്നെ കല്പകശ്ശേരിയിലെ കുളവും ഓർമയിലെത്തി. താത്രിക്കുട്ടി എന്നെ കൊണ്ടുനടന്ന് കുളവും കുളപ്പുരയുമൊക്കെ കാട്ടിത്തന്നിട്ടുണ്ടായിരുന്നു. ആരുടെയും ശല്യമില്ലാതെ കല്പകശ്ശേരി കുളത്തിൽ ചെന്ന് സാധകം ചെയ്യാം, കുളിക്കാം. ഭീമൻകുട്ടിയെ ഭയക്കേണ്ട. എനിക്കു സമാധാനമായി.

പെട്ടെന്ന് മറ്റൊരു കാര്യവുമോർത്തു. ആ മിന്നാമിനുങ്ങ് എങ്ങനെ വന്നു? അത് കൊച്ചുനാരായണൻ കാണിച്ചുതന്ന മിന്നാമിനുങ്ങല്ലേ്യ? താത്രിക്കുട്ടി യല്ലേ്യ മിന്നാമിനുങ്ങായി എന്നെ ക്ഷണിക്കാനെത്തിയത്?

എനിക്ക് കുളിക്കാൻ ഇടമില്ലാതെ, ഭീമൻകുട്ടിയെ ഭയന്നു കഴിയുകയാണെന്ന് അവൾ എങ്ങനെയോ അറിഞ്ഞു. അവൾക്ക് മറ്റുള്ളവരുടെ മനസ്സറിയാനുള്ള കഴിവുണ്ടാകാമെന്ന് തോന്നി. അവൾ മിന്നാമിനുങ്ങായി വന്ന് തന്റെ കുളത്തിൽ നിർഭയനായി നീന്തിത്തുടിക്കാൻ എന്നെ ക്ഷണിച്ചിട്ട് മടങ്ങിപ്പോയിരിക്കുന്നു എന്ന നിഗമനത്തിൽ ഞാനെത്തി. ഏതായാലും എന്തോ ദൈവികമായ സിദ്ധിവിശേഷങ്ങൾ അവൾക്കുണ്ടെന്ന് അന്നേരം തോന്നി. എന്റെ മേലാകെ കോരിത്തരിച്ചു. അജ്ഞാതമായ എന്തോ കാരണങ്ങളാൽ ഞാൻ ഭയന്നുവിറച്ചു.''

രാവുണ്ണി മുത്തച്ഛൻ പതിനൊന്നു വയസ്സുകാരനായ കുട്ടിയായി ചുരുങ്ങുന്നത് പത്മ ശ്രദ്ധിച്ചു. മിന്നാമിനുങ്ങിന്റെ കഥയോർത്തപ്പോൾ രാവുണ്ണിയെന്ന കുട്ടിക്ക് മേലാകെ കോരിത്തരിച്ചതുപോലെ പത്മയും കോരിത്തരിച്ചു.

എന്താ ഈ കേൾക്കുന്നത്? താത്രി, വെറും താത്രിക്കുട്ടിയല്ല, അവൾ മുച്ചിലോട്ടു ഭഗവതിയുടെ അവതാരം തന്നെയാണെന്ന് പത്മ ഒരിക്കൽ കൂടി ഉറപ്പിച്ചു.

താത്രിക്ക് ഒൻപതു വയസ്സായിരുന്ന സമയത്തെ കാര്യങ്ങളാണ് മുത്തച്ഛൻ പറഞ്ഞത്. അങ്ങനെയാണെങ്കിൽ എത്രയെത്ര സംഭവങ്ങൾ അറിയാനിരിക്കുന്നു! പത്മ പ്രാർത്ഥനാപൂർവം കാത്തിരുന്നു.

മുത്തച്ഛൻ വീണ്ടും സംസാരിച്ചുതുടങ്ങി.

''പിറ്റേന്നു പ്രഭാതത്തിൽ മറ്റുള്ളവരുടെ കണ്ണുവെട്ടിച്ച് ഞാൻ കല്പകശ്ശേരി ലക്ഷ്യമാക്കി നടന്നു. അതിശക്തമായ തണുപ്പ്. വൃശ്ചികം എട്ടുപത്തായിക്കാണും. രാത്രിയുടെ കണ്ണീർക്കണങ്ങൾ പുൽക്കൊടികളിൽ മുത്തായി പിറവികൊണ്ടു. തലേദിവസം ഉണ്ടായ സംഭവങ്ങൾ ഞാനന്നേരം ഓർത്തതേയില്ല്യ. സാധകം ചെയ്യേണ്ട സംഗതികൾ മനസ്സിൽ ഉരുവിട്ടുകൊണ്ട് കുളക്കടവിലെത്തി. തല തോർത്താൻ ഒരു കുഞ്ഞുതോർത്തു മാത്രം കൈയിൽ. തോർത്ത് പടവിൽവച്ചു. കൗപീനമഴിച്ച് കഴുകിപ്പിഴിഞ്ഞ് കുളപ്പുര അയയിൽ വിരിച്ചിട്ടു. ഭഗവതിയെ ധ്യാനിച്ചുകൊണ്ട് സാധകം ചെയ്തുതുടങ്ങിയതേയുള്ളൂ. പടവുകളിൽ നേരിയ ചിലമ്പൊലി. ഞാൻ വല്ലാതെ ഭയന്നെങ്കിലും തിരിഞ്ഞുനോക്കിയില്ല്യ. എനിക്കങ്ങനെ തോന്നിയതായിരിക്കുമെന്ന് വിചാരിച്ചു. കണ്ണടച്ചുകൊണ്ട് ഉറക്കെ സാധകം തുടർന്നു.

ജലപ്പരപ്പിൽ പെട്ടെന്നാരോ എടുത്തുചാടി. വെട്ടിത്തിരിഞ്ഞ്, തപ്പിത്തടഞ്ഞ് ഞാൻ കരയ്ക്കു കയറി. കരയ്ക്കു കയറിയിട്ടേ കണ്ണു തുറന്നുള്ളൂ എന്നാണ് തോന്നുന്നത്. ഒരു ചെറുമുണ്ട് പടവിൽ കിടക്കുന്നു. കുളത്തിൽ താത്രി ഒഴുകിനടന്ന്, മണികിലുങ്ങുംപോലെ ചിരിക്കുന്നു.

ഒൻപതു വയസ്സായ പെണ്ണിന്റെ മുമ്പിൽ കൗപീനമില്ലാതെ പതിനൊന്നു വയസ്സുകാരനായ ഞാൻ. പെട്ടെന്ന് ഇരുകൈകൾകൊണ്ട്

നാണം മറയ്ക്കാൻ ശ്രമിച്ചു. അവൾ മെല്ലെ പടവുകൾ കയറിവന്നു. കൈകൊണ്ട് നാണം മറയ്ക്കാനൊന്നും അവൾ മിനക്കെട്ടില്ല്യ. അരികിൽ വന്ന് എന്റെ ഇടതുകൈയിൽ പിടിച്ചുകൊണ്ട് എന്റെ കണ്ണുകളിലേക്ക് സൂക്ഷിച്ചു നോക്കി. ആരെങ്കിലും കാണുന്നുണ്ടോ എന്നായിരുന്നു എന്റെ പേടി. ചിരിച്ചുകൊണ്ട്, അവൾ എന്റെ കൈപിടിച്ച് മെല്ലെ പടവുകളിറങ്ങി. ഞാൻ ഭയന്നു വിറച്ചു.

"രാവുണ്ണി വിറയ്ക്ക്യേ? ത്രയ്ക്ക് തണുപ്പാ?"

ഞാൻ തണുത്തുവിറയ്ക്കുകയാണെന്ന് അവൾക്കു തോന്നി.

"സാധകം ചെയ്യേണ്ടേ?"

നാവു ചലിച്ചിട്ടുവേണ്ടേ മറുപടി പറയാൻ?

"നമുക്ക് ഒരുമിച്ച് ചെയ്യാം ട്ടോ."

എന്നിട്ടും ഞാൻ പ്രതികരിക്കാത്തതുകൊണ്ടാകാം, അവൾ എന്നെ വിട്ട് ജലപ്പരപ്പിൽ നീന്തിത്തുടിച്ചു. കമഴ്ന്നും മലർന്നും നീന്തി എന്നെ അമ്പരപ്പിച്ചു. എനിക്ക് നന്നായി നീന്താനറിയാമെങ്കിലും ഞാനങ്ങനെ അവളോടൊപ്പം നീന്തുന്നത് ശരിയല്ല്യ എന്നൊരു തോന്നൽ എന്നെ നിയന്ത്രിച്ചു.

കരയിൽ കയറി നിന്ന എന്റെ അരികിൽ വന്നിട്ട് അവൾ ചോദിച്ചു:

"നീന്താനറിയില്ല്യേ? വരൂ."

അറിയില്ല്യാന്ന് പറയുന്നതെങ്ങനെ? ഞാൻ ഒന്നും പറഞ്ഞില്ല്യ. അവൾ എന്നെ ചേർത്തുപിടിച്ചുകൊണ്ട് വീണ്ടും കഴുത്തളവ് വെള്ളത്തിലിറങ്ങി. ആ കുളത്തിൽ എത്രമാത്രം ആഴമുണ്ടെന്ന് അറിയില്ല്യായിരുന്നു. വെള്ള ത്തിൽ മുക്കിക്കൊല്ലാൻ വന്നവനിൽനിന്നും രക്ഷനേടിയാണ് ഈ കുള ത്തിൽ എത്തിയത്. ഇവിടെയും മുങ്ങിച്ചാകാനാണോ വിധി? ഇവളെന്നെ കുളത്തിൽ മുക്കിക്കൊല്ലാനാണോ ശ്രമിക്കുന്നത്? ഞാൻ കുതറി മാറാൻ ശ്രമിക്കുന്തോറും അവളെന്നെ മുറുകെ മുറുകെ ചേർത്തു പിടിച്ചുകൊണ്ടു നിന്നു.

ഞാനിന്നും ഓർക്കുകയാണ്, ഉയരങ്ങളിൽ പാറിപ്പറക്കാൻ അവൾ കൊതിച്ചിരുന്നു. അതേസമയം എന്നും ആഴങ്ങളിൽ നീന്താനായിരുന്നു അവൾക്കിഷ്ടം. എന്നും അപകടങ്ങൾ ക്ഷണിച്ചുവരുത്തുകയും അതിനെ അതിജീവിക്കുകയും ചെയ്യുന്നതിലായിരുന്നു അവളുടെ ആനന്ദം. ഒന്നോർത്താൽ ഞാനും കുറ്റവാളിയാണ്. ഉത്തരവാദിത്വങ്ങൾ ഏറ്റെടു ക്കാൻ ധൈര്യം കാണിക്കാതിരുന്ന ഭീരു. ജീവിതദുരന്തങ്ങളുടെ ആഴ ങ്ങളിൽ മുങ്ങി അവൾ ശ്വാസം കിട്ടാതെ ഉഴറുന്നതിനു മുമ്പ്, മനസ്സു വെച്ചെങ്കിൽ അവളെ രക്ഷിക്കാൻ കഴിയുമായിരുന്നു.

ഭയമാണ് എന്നെ വിലക്കിയത്. പിതാവിനോടുള്ള ഭയം. കണ്ടഞ്ചാത വാസുദേവൻ നമ്പൂതിരിയെ ഞാൻ വല്ലാതെ ഭയന്നിരുന്നു. അവളെ

ജീവിതപങ്കാളിയാക്കാൻ കഴിഞ്ഞിരുന്നെങ്കിൽ എന്നു ഞാൻ ചിലപ്പോഴൊക്കെ ചിന്തിച്ചിട്ടുണ്ടെങ്കിലും അക്കാര്യം പുറത്തു പറയാനുള്ള ധൈര്യം എനിക്കില്ല്യായിരുന്നു. പിതൃഭയംമൂലം ആഗ്രഹങ്ങൾ നീട്ടിനീട്ടി കൊണ്ടുപോയി. ഒടുവിൽ ആർക്കും രക്ഷപ്പെടുത്താനാവാത്ത അപചയങ്ങളിൽ പെട്ടുപോയി, പാവം എന്റെ താത്രിക്കുട്ടി."

അമ്പലക്കൊടിമരത്തിന്റെ അഗ്രത്തിൽ നോക്കി ആത്മഗതംപോലെ രാവുണ്ണി മുത്തച്ഛൻ പറഞ്ഞു. അദ്ദേഹത്തിന്റെ വരണ്ട കണ്ണുകൾ ഈറനണിയുന്നത് പത്മ കണ്ടു. അവൾക്ക് കാഴ്ച മങ്ങിയപ്പോൾ സാരിത്തുമ്പുകൊണ്ട് കണ്ണീർ തുടച്ച് മുഖം കുനിച്ചു.

പതിനൊന്ന്

"**കാ**ലന്റെ കണക്കുകൂട്ടലുകൾ പിഴച്ചുപോയെന്നു തോന്നുന്നു. അല്ലെങ്കിൽ ഈ തൊണ്ണൂറ്റിയഞ്ചാം വയസ്സിലും ഞാൻ ജീവിച്ചിരിക്ക്വോന്ന് ചില നേരത്തൊക്കെ ചിന്തിച്ചുപോയിട്ടുണ്ട്.

പ്രസിദ്ധനായ ദേശമംഗലം നീലകണ്ഠശാസ്ത്രികൾ എന്ന ജ്യോത്സ്യനാണ് എന്റെ ജാതകമെഴുതിയത്. ഇരുപത്തിയഞ്ചാം വയസ്സിൽ എനിക്ക് രാജയോഗം ഉണ്ടാകുമത്രെ. അന്നെനിക്കുണ്ടായ രാജയോഗത്തെക്കുറിച്ച് ചെറിയൊരു സൂചന തരാം. ഇരുപത്തിയഞ്ചാം വയസ്സിൽ എനിക്ക് കുറിയേടത്ത് താത്രിയെ വിട്ട്, എന്റെ കുടുംബം വിട്ട് ആരുമില്ലാത്ത ഈ നഗരത്തിൽ അഭയാർത്ഥി യായെത്താനും അലഞ്ഞുനടക്കാനുമായിരുന്നു വിധി. രാജയോഗമുണ്ടായില്ലെങ്കിലും പത്മനാഭസ്വാമിക്ഷേത്രനടയിൽവച്ച് രാജാവിനെ കാണാനുള്ള യോഗമുണ്ടായി."

രാവുണ്ണി മുത്തച്ഛൻ ചിരിച്ചു. സ്വയം പരിഹസിച്ച് ചിരിക്കുകയാണെന്ന് പത്മയ്ക്കു തോന്നി.

"ഏതൊക്കെ വൈതരണികളിൽ മുങ്ങിയും പൊങ്ങിയുമാണ് ഞാനിവിടെ എത്തിച്ചേർന്നതെന്ന് പലപ്പോഴും ചിന്തിച്ചിട്ടുണ്ട്. ഇന്നെനിക്ക് സന്തോഷമോ സങ്കടമോ ആശയോ നിരാശയോ ഒന്നുമില്ല്യ. ഒന്നുമില്ലെന്നല്ല്യ, അത്തരത്തിലുള്ള മനുഷ്യഭാവങ്ങൾ എന്നിൽനിന്നും വാർന്നൊഴിഞ്ഞിട്ട് കാൽനൂറ്റാണ്ടെങ്കിലും ആയിക്കാണും. ഞാനിവിടെ നിർവേദാവസ്ഥയിലായിരുന്നു. ഭക്തിമാത്രം. താത്രീഭഗവതിയെ പൂജിച്ച് വളരെ ശാന്തനായി കഴിഞ്ഞുപോവുകയായിരുന്നു. അപ്പോഴാണ് കാലന്റെ കണക്ക് തെറ്റിയിട്ടില്ലെന്നും ദേശമംഗലം നീലകണ്ഠശാസ്ത്രികളുടെ കണക്കുകൂട്ടലുകൾ തെറ്റിയാലും ദൈവത്തിന്റെ കണക്കുകൂട്ടലുകൾ തെറ്റില്ല്യ എന്നും ഓർമപ്പെടുത്തിക്കൊണ്ട് താത്രീഭഗവതി നിന്നെ എന്റെ മുന്നിലെത്തിച്ചത്.

ഹിമാലയത്തിൽ മഞ്ഞ് പാറപോലെ ഉറഞ്ഞുകിടക്കുമെന്നും വേനൽക്കാലത്ത് മഞ്ഞുരുകി ഗംഗയിലും സിന്ധുവിലും മറ്റും വെള്ളപ്പൊക്കമുണ്ടാകുമെന്നും കേട്ടിട്ടുണ്ട്. എന്റെ മാനസകൈലാസത്തിൽ ദുഃഖങ്ങൾ ഉറഞ്ഞു കിടക്കുകയായിരുന്നു. നിന്റെ സാന്നിധ്യം, നിന്റെ സംശയങ്ങൾ, നിന്റെ ചോദ്യങ്ങൾ എന്റെ ഉള്ളിൽ ഉഷ്ണവാതപ്രവാഹമുണ്ടാക്കാൻ ഇടയാക്കി.

ഉറഞ്ഞുകിടന്ന ദുഃഖങ്ങൾ ഉരുകിയൊലിക്കാൻ തുടങ്ങിയിരിക്കുന്നു. 'ഞാൻ കാരണം മുത്തച്ഛൻ ദുഃഖിക്കേണ്ടിവന്നല്ലോ ഭഗവതീ' എന്ന് നീയിപ്പോൾ ചിന്തിച്ചുകാണും. നീ വന്നതല്ലല്ലോ, നിന്നെ ഇവിടെ നിയന്താവ് എത്തിച്ചതല്ലേ?

ഞാൻ നിന്നോട് ഇനി കുറച്ചു ദിവസം നിരന്തരം സംസാരിച്ചുകൊണ്ടേയിരിക്കും. ആ സംസാരത്തിലൂടെ എന്റെ ഉള്ളിൽ ഞാൻതന്നെ ഒളിപ്പിച്ചു വെച്ചിരിക്കുന്ന സകല ഓർമകളും ഒഴുകിയൊഴിയണം. എനിക്കൊന്നും ഓർക്കാനില്ലാത്ത ശൂന്യാവസ്ഥയിൽ എന്റെ മനസ്സെത്തണം. അപ്പോഴേ പെയ്തൊഴിഞ്ഞ മാനംപോലെ എന്റെ മനസ്സ് ശാന്തമാകൂ. അതിനുശേഷമേ എനിക്കെന്റെ അവസാനപ്രയാണം - ദൈവസന്നിധിയിലേക്കുള്ള പ്രയാണം ആരംഭിക്കാനാകൂ."

ചാരുകസേരയിൽ നിവർന്നിരുന്ന്, മുഖത്തു നോക്കി പത്മയോടാണ് മുത്തച്ഛൻ സംസാരിച്ചുതുടങ്ങിയത്. പിന്നെ അദ്ദേഹത്തിന്റെ നോട്ടം അനന്തതയിലേക്കായി. ഒടുവിൽ മുഖം കുനിച്ച് ആത്മഭാഷണംപോലെ, നോവിന്റെ ഈണംപോലെ ശബ്ദം താഴ്ത്തി അദ്ദേഹം സംസാരിച്ചു നിർത്തി. പിന്നിലേക്ക് ചാഞ്ഞ് നിവർന്നുകിടന്ന് കണ്ണടച്ചു. രണ്ടു മൂന്നു മിനിറ്റു കഴിഞ്ഞിട്ടും അദ്ദേഹം കണ്ണു തുറക്കുകയോ ഉരിയാടുകയോ ചെയ്യാതെയായപ്പോൾ പത്മയ്ക്ക് ഭയമായി. എഴുന്നേറ്റുചെന്ന് അദ്ദേഹത്തിന്റെ നെറ്റിയിൽ ഒന്നു തലോടിയാലോ എന്ന് വിചാരിച്ചു. ഒരുപക്ഷേ അതൊന്നും അദ്ദേഹത്തിന് ഹിതകരമല്ലെങ്കിലോ? ദുർഗ മുത്തച്ഛന്റെ നേർക്ക് ഭയഭക്തി കലർന്ന ഒരകലം പാലിക്കുന്നതായി അതിനിടയിൽ പത്മ മനസ്സിലാക്കിയിരുന്നു.

"മുത്തച്ഛാ."

പത്മ മെല്ലെ വിളിച്ചു.

മുത്തച്ഛൻ കണ്ണു തുറന്ന് നിവർന്നിരുന്നു. പറഞ്ഞുനിർത്തിയതിന്റെ തുടർച്ച അന്വേഷിക്കുന്നതുപോലെ തോന്നി. തുടർച്ച കിട്ടിക്കാണണം. അദ്ദേഹം വീണ്ടും പറഞ്ഞുതുടങ്ങി.

"നാലഞ്ചിടത്ത് നാലഞ്ചു ഘട്ടങ്ങളിലായാണ് ഞാൻ എന്തോ ചിലതൊക്കെ പഠിച്ചത്. കണ്ടഞ്ചോതയിൽ താമസിച്ചിരുന്ന ബന്ധുവായ ഗുരു ആറു വയസ്സു മുതൽ എട്ടു വയസ്സുവരെ എന്നെ സംഗീതം പഠിപ്പിച്ചു.

ഓയ്ക്കില്ലത്തെ ചേരാവള്ളി ഗുരു എട്ടിനും പതിനൊന്നിനുമിടയിലുള്ള മൂന്നു കൊല്ലം പഠിപ്പിച്ചു. പിന്നെ ഒരു രണ്ടു കൊല്ലം പട്ടാമ്പിയിൽ കഥകളി പഠനം. രണ്ടു കൊല്ലം കാവുങ്ങൽ കളരിയിലും. പിന്നെ ജീവിതം ഗുരുവായൂർ കളരിയിലായി.

അങ്ങനെ ഒൻപതു കൊല്ലത്തെ വിദ്യാഭ്യാസം. നാലിടത്തും നാലു തരം അനുഭവങ്ങളെന്ന് സാമാന്യമായി പറയാമെങ്കിലും ഓയ്ക്കില്ലത്ത് താത്രിയുമായുള്ള സഹവാസം എനിക്ക് ഹൃദ്യവും വ്യത്യസ്തവും അവിസ്മരണീയവുമായ അനുഭവങ്ങളാണ് പകർന്നുതന്നത്.

എന്റെ ബാല്യകാലം പൂത്തുലഞ്ഞത് താത്രിയുമൊത്തുള്ള ആ മൂന്നു വർഷങ്ങളിലായിരുന്നു. ജീവിതകാലമത്രയും ഓയ്ക്കില്ലത്ത് താത്രിയോടൊപ്പമിരുന്ന് പഠിക്കാൻ അനുവദിക്കണേ ഭഗവതീ എന്നു ഞാൻ പ്രാർത്ഥിക്കാത്ത ദിവസങ്ങളില്ലായിരുന്നു. നമ്മൾ ആഗ്രഹിക്കുന്നതൊക്കെ സാധ്യമാകില്ലല്ലോ എന്ന ഭയവും എന്നെ അലട്ടിക്കൊണ്ടിരുന്നു. ഒരു ദിവസം രാത്രി ഓയ്ക്കില്ലത്തുവച്ച് ഗുരു ഇടയ്ക്കിടെ ചുമയ്ക്കുന്നത് കേൾക്കാമായിരുന്നു. അദ്ദേഹത്തിന് ചെറിയ പനിയുണ്ടെന്ന വിവരവുമറിഞ്ഞു.

രാവിലെ ഞങ്ങൾ പഠനസജ്ജരായി ഗുരുവിനെ കാത്തിരിക്കുകയായിരുന്നു. എല്ലാ ദിവസവും താത്രി, ഒറ്റയ്ക്കൊരിടത്ത് ഇരിക്കുകയായിരുന്നു പതിവ്. എന്തുകൊണ്ടോ അന്നവൾ വന്ന് എന്നെ മുട്ടിയുരുമ്മിയിരുന്നു. അവിടത്തെ പഠനം അവസാനിക്കാൻ പോവുകയാണെന്ന് അവൾ മുൻകൂട്ടി കണ്ടിരുന്നു എന്ന് പിന്നീടെനിക്കു തോന്നി. തീരെ പരിക്ഷീണനായി ഗുരു അകത്തുനിന്നും വിളിച്ചുപറഞ്ഞു:

"തീരെ സുഖംല്യാ. പകരുന്ന ദീനമായതിനാൽ ആരേം ഇവിടെ താമസിപ്പിക്കാനും വയ്യാണ്ടായി. എല്ലാവരും ഇപ്പത്തന്നെ അവനവന്റെ വീട്ടിലേക്ക് മടങ്ങ്അ."

പലരും സന്തോഷത്തോടെ ചാടിയെഴുന്നേറ്റു. കൊച്ചൂട്ടനെന്ന ഭീമൻകുട്ടിയാണ് ആദ്യം എഴുന്നേറ്റത്. എങ്ങനെയെങ്കിലും പഠനം ഒന്ന് അവസാനിപ്പിച്ച് ഇല്ലങ്ങളിലേക്ക് മടങ്ങാൻ അവരൊക്കെ കാത്തിരുന്നതുപോലെ തോന്നി. ചിലരൊക്കെ അപ്പോൾതന്നെ പുറത്തേക്കിറങ്ങി ഓടി. ഇനി എന്നു വരണമെന്ന് ആരോ വിളിച്ചു ചോദിച്ചു. പൊയ്ക്കൊള്ളൂ എന്ന അർത്ഥത്തിൽ അദ്ദേഹം ആംഗ്യം കാണിച്ചു. ഒടുവിൽ ഞാനും താത്രിയും അവശേഷിച്ചു. അപ്പോൾ ഗുരുവിന്റെ വാക്കുകൾ കേട്ടു.

"രാവുണ്ണി ഒറ്റയ്ക്ക് പോകേണ്ടട്ടോ. കുട്ടിക്ക് തൽക്കാലം കല്പകശ്ശേരീല് താമസിക്കാം. ഒരു ബുദ്ധിമുട്ടുംണ്ടാവില്ല്യാ. അഞ്ചോ പത്തോ ദിവസം കഴിഞ്ഞാലും വേണ്ടില്ല്യാ, കണ്ടഞ്ചാതേന്ന് ആള് വന്ന് കൂട്ടിക്കൊണ്ട് പോവ്വോളം അവിടെ കഴിഞ്ഞോളൂ."

എന്തൊരു ദൈവികസാന്നിധ്യമുള്ള നിമിഷമായിരുന്നു അത്! സന്തോഷംകൊണ്ട് ഞാൻ കരഞ്ഞുപോയി. നാലഞ്ചു ദിവസമെങ്കിലും താത്രിയോടൊപ്പം താമസിക്കാൻ സൗകര്യം കിട്ടുകയെന്നാൽ മഹാഭാഗ്യ മല്ലേ? ദൈവത്തിന് നന്ദി പറഞ്ഞുകൊണ്ട് കണ്ണീർ തുടച്ചു.

"കരേണ്ടാട്ടോ. ഇവിടിപ്പോ ആരേം നിർത്തിക്കൂടാ. അതോണ്ടാ. താത്രിക്കുട്ട്യേ, ഉണ്ണിക്ക് ഒരു കുറവും വരാതെ നോക്കിക്കോളാൻ ഞാൻ പറഞ്ഞതായി അമ്മയോടു പറയൂ."

എന്റെ ജീവിതം പുതിയൊരു ഘട്ടത്തിലേക്ക് കടക്കുകയാണെ ന്നൊന്നും അന്നേരം അറിഞ്ഞിരുന്നില്ല്യ. കല്പകശ്ശേരി അന്നെനിക്ക് സ്വന്തം വീടു പോലെ തന്നെ ആയിക്കഴിഞ്ഞിരുന്നു. ഇനി രാവിലെ എഴുന്നേറ്റ് സാധകം ചെയ്യേണ്ടല്ലോ. തോന്നുമ്പോൾ കുളിച്ചാൽ മതി. കുളത്തിലും കാവിനുള്ളിലും പാടത്തും പറമ്പിലുമെല്ലാം താത്രിക്കുട്ടി യോടൊപ്പം പാറിനടക്കാം.

അതെ, ഞങ്ങൾ പാറിനടന്നു. മാനത്തെ പറവകൾപോലെ ആരു ടെയും നിയന്ത്രണമില്ല്യാതെ ആരെയും ഭയക്കാതെ പാറിപ്പറന്നു നടന്നു. കല്പകശ്ശേരി ഒരു പെണ്ണില്ലമാണെന്നാണല്ലോ എന്റെ ധാരണ. വെറുതെ തോന്നിയതല്ല്യ, അതുവരെയുള്ള അനുഭവം അതായിരുന്നു. ഞാൻ പാർക്കാൻ ചെന്ന ദിവസത്തെ അനുഭവവും അതുതന്ന്യായിരുന്നു.

സന്ധ്യയായപ്പോൾ കാവിൽ തിരിതെളിച്ചിട്ട് കിഴവൻ കിട്ടുണ്ണി അയാ ളുടെ വീട്ടിലേക്കു പോയി. കുറച്ചുകഴിഞ്ഞപ്പോൾ അഷ്ടമൂർത്തി നമ്പൂ തിരി അകത്തുനിന്നും പുറത്തളത്തിലെത്തി ഏമ്പക്കം വിട്ടു. അയാൾ എന്റെ സമീപത്തുകൂടിയാണ് പുറത്തേക്ക് നടന്നത്. എന്നെ കണ്ടെങ്കിലും പ്രത്യേകിച്ചൊന്നും ചോദിച്ചില്ല്യ.

നാരായണന് ഏതാണ്ട് താത്രിയുടെ പ്രായമുണ്ടെങ്കിലും അവൻ അപ്പോഴും ദീനക്കാരൻ തന്നെയായിരുന്നു. അധികസമയവും കിടന്നു റങ്ങും.

ഞങ്ങൾ നാലഞ്ചു കുട്ടികൾ അടുക്കളയിൽ നിരന്നിരുന്ന് ഭക്ഷണം കഴിച്ചു. ഇക്കാളിച്ചേച്ചി, ഞാൻ, താത്രി, ശ്രീദേവി, പാർവതി എന്നിവർ.

'ഉണ്ണീ ചോറ് കുറച്ചുകൂടി'; 'ഉണ്ണീ മോരൊഴിക്കട്ടെ', 'ഉണ്ണീ അച്ചാറ് ഇഷ്ടായോ?' എന്നിങ്ങനെ ഓരോന്ന് ചോദിച്ചു ചോദിച്ച് അമ്മ എന്നെ ഊട്ടി. നാണിത്തള്ള പത്തായപ്പുരയിൽ പായ്‌വിരിച്ച് എന്നെ കിടത്തി പുതപ്പിച്ചുതന്നിട്ടാണ് പുറത്തിറങ്ങിയത്. അതിനൊക്കെ മേൽനോട്ടം വഹിക്കാനെന്ന ഭാവത്തിൽ താത്രി കൂടെ ഉണ്ടായിരുന്നു. പുറത്തിറങ്ങാൻ നേരത്ത് ഒരു വെടിപൊട്ടിക്കാനും അവൾ മറന്നില്ല്യ.

"പേടിക്കേണ്ടന്നും വേണ്ടട്ടോ. എങ്കിലും പേടി തോന്നീന്നെച്ചാ താത്രീഭഗവതീ കാത്തോളണേന്നങ്ങട് പ്രാർത്ഥിച്ചോളൂ."

പിന്നെ ചിരിയുടെ മണികിലുക്കം.

പിറ്റേദിവസം പകൽ പതിനൊന്നു മണിയായപ്പോൾ ഞങ്ങൾ പറമ്പിൽ ചുറ്റിനടക്കുകയായിരുന്നു. താത്രി പറഞ്ഞു:

"ഉച്ചയൂണു കഴിഞ്ഞാ തിരക്കാ. കുളിക്കാനും നനയ്ക്കാനും കുളം നിറ്യെ ആളാ. പ്പായാ മറ്റാരുംണ്ടാവില്ല്യാ."

അവളെന്റെ കൈപിടിച്ചുകൊണ്ട് കുളപ്പുരയിലേക്കോടി. അവിടെ അയയിൽ കിടന്ന കാച്ചെണ്ണയുടെ മണമുള്ള നിറംകെട്ട ഒരു കുളിത്തോർത്തും കൈക്കലാക്കി പടവിറങ്ങി. ഒരു കൂസലുമില്ലാതെ ഉടുത്തിരുന്ന ചെറുതോർത്തഴിച്ച് നനച്ച് കല്ലിൽ എറ്റിപ്പിഴിഞ്ഞ് ആറാനിട്ടു. അന്നും എനിക്കുള്ള ഏക വസ്ത്രം കൗപീനമാണ്. പതിന്നാലും പതിനഞ്ചും വയസ്സുള്ള കൗമാരക്കാർ എന്നെപ്പോലെ കൗപീനം ധരിച്ചു നടക്കുന്നത് അക്കാലത്ത് ഒരു സാധാരണ കാര്യമാണ്. അപ്പോഴൊന്നും തോന്നാത്ത എന്തോ ഒരു ഭാവം എന്നെ ബാധിച്ചു. താത്രിയുടെ മുമ്പിൽവച്ച് കൗപീനം അഴിച്ചെടുത്ത് കഴുകുന്നതെങ്ങനെ? ഞാൻ തിരിഞ്ഞുനിന്ന് കൗപീനമഴിച്ച് കഴുകിത്തുടങ്ങി. കഴുകാൻ എന്തിരിക്കുന്നു? നനച്ച് കല്ലിൽവച്ച് ഉരുട്ടിപ്പിഴിഞ്ഞെടുക്കുന്നതിനിടയിൽ ഞാൻ ഇടംകണ്ണിട്ട് അവളെ നോക്കി.

"ഒളിഞ്ഞുനോക്ക്വേന്നും വേണ്ടട്ടോ. ആണായാ നേരേ നോക്കാനുള്ള ദൈര്യം വേണം."

പിന്നെ പൊട്ടിച്ചിരി. ഞാനിന്നും ഓർക്കുന്നു, ആ നിഷ്കളങ്കതയുടെ മണികിലുക്കം. എന്തൊരു വശ്യത! അവളുടെ ചെറുമുണ്ട് അയയിൽ വിരിച്ചിട്ട് എന്റെ മുമ്പിൽ വന്നുനിന്നു. ധൈര്യം സംഭരിച്ചു ഞാനവളെ നോക്കി. അതിനിടയിൽ അവൾ എന്റെ കൈയിലിരുന്ന കൗപീനം പിടിച്ചു വാങ്ങി വെള്ളത്തിൽ ഉലാത്തിയെടുത്തു. പെട്ടെന്ന് അതും അയയിൽ ആറാനിട്ടു. എനിക്ക് ഭയമായെന്നു പറയുന്നത് ശരിയല്ല്യ. ഭയം ഇല്ലാതില്ല്യ. എങ്കിലും സുഖമുള്ള ഒരു നീറ്റൽ ഞാൻ അനുഭവിക്ക്വേയിരുന്നു.

പിന്നെപ്പിന്നെ ഉച്ചയ്ക്കുമുമ്പുള്ള ആ കുളി ഒരു സാധാരണ കാര്യായി. ആദ്യമൊക്കെ അവളെന്നെ കുളപ്പുരയിലേക്ക് നയിച്ചെങ്കിൽ രണ്ടുമൂന്നു ദിവസം കഴിഞ്ഞപ്പോൾ ഞാൻ അവളെ കൂട്ടിക്കൊണ്ട് കുളിക്കാൻ പോയിത്തുടങ്ങി. പരിചയം നൽകിയ ധൈര്യം!

കല്പകശ്ശേരി പത്തായപ്പുരയുടെ ജൈവ സവിശേഷതകൾ നാലഞ്ചു ദിവസത്തിനുള്ളിൽ എനിക്കു മനസ്സിലായിത്തുടങ്ങി. ഞാൻ അവിടെ പാർക്കാൻ തുടങ്ങിയതിന്റെ നാലാം ദിവസം ഉച്ചയോടു അടുത്ത സമയത്ത് ഏഴെട്ട് ആളുകൾ അവിടെ വന്നു. ഒരാൾ മരംകൊണ്ടുള്ള ഒരു വലിയ പെട്ടിയും ചുമന്നാണ് വന്നത്. അത് ആട്ടപ്പെട്ടിയാണെന്ന് കണ്ടപ്പോൾ തന്നെ എനിക്ക് മനസ്സിലായി. മറ്റൊരാളിന്റെ ചുമലിൽ ഒരു ഭീമൻ ആട്ടവിളക്ക്. ഒന്നോ രണ്ടോ പേരുടെ ചുമലിൽ ചെണ്ട. അവർ ഒരു കഥകളി സംഘമാണെന്ന് ഞാൻ തിരിച്ചറിഞ്ഞു.

തിച്ചൂരിലെ കാവുങ്ങൽ കളരിയിൽനിന്നും കൂടല്ലൂര് കഥകളി നടത്താൻ പോകുന്ന സംഘമാണ് അതെന്ന് പിന്നീടാണ് ഞാനറിഞ്ഞത്. അവരുടെ വരവ് മുൻകൂട്ടി അറിയിച്ചതായിരിക്കും. ഏതായാലും പത്തായപ്പുരയിൽ എല്ലാവർക്കും ഇലയിട്ട് സദ്യ വിളമ്പി. അന്ന് കൂടുതൽ കറികളും ഉണ്ടായിരുന്നു.

ഊണു കഴിഞ്ഞു വിശ്രമിക്കുന്നതിനിടയിൽ, കൂട്ടത്തിലൊരാൾ, വാതിൽക്കൽനിന്ന് അകത്തേക്ക് കൗതുകത്തോടെ നോക്കിയ താത്രിയെ കൈയാട്ടിവിളിച്ചു. നല്ലവണ്ണം തല നരച്ച ഒരു മനുഷ്യൻ സ്നേഹഭാവത്തിൽ അവളെ ചേർത്തുപിടിക്കുന്നതും അവൾ കുതറിമാറി പുറത്തേക്കിറങ്ങി ഓടുന്നതും കണ്ടു. എനിക്കത് ഇഷ്ടപ്പെട്ടില്ല. താത്രിയെയല്ലേ ചേർത്ത് പിടിച്ചത്, അത് ഇഷ്ടപ്പെടാതിരിക്കാൻ കാരണമെന്താ? അതൊന്നുമറിയില്ല്യ. സ്വന്തം കളിപ്പാട്ടം മറ്റൊരാളെടുത്താൽ ചെറിയ ശിശുക്കൾപോലും പ്രതിഷേധിക്കുമല്ലോ. അതുപോലെ താത്രി എന്റേതാണ് എന്നൊരു തോന്നൽ ഉള്ളിൽ വികസിച്ചുവന്നു. അയാളുടെ ഭാവമെന്തായിരുന്നുവെന്ന് എനിക്കോ താത്രിക്കോ അന്ന് മനസ്സിലായിരുന്നില്ല്യ. അത് മനസ്സിലാക്കാൻ താത്രിക്ക് അധികനാൾ വേണ്ടിവന്നില്ലെങ്കിലും അവൾ പറഞ്ഞറിയുന്നതുവരെ അതിന്റെ പൊരുൾ, ആ പ്രവൃത്തിയുടെ പിന്നിലുള്ള അയാളുടെ ചേതോവികാരം എനിക്ക് മനസ്സിലായിരുന്നില്ല്യ.

ഊണു കഴിഞ്ഞ് കുറച്ചു സമയത്തെ വിശ്രമത്തിനുശേഷം കഥകളി സംഘം യാത്രയായി. പിറ്റേദിവസം രാത്രിയിൽ പത്തായപ്പുരയിൽ ഇലയിട്ട് ഉണ്ണാൻ വേറെ രണ്ടുപേർ വന്നിരുന്നു. ദേശമംഗലം മനയിലെ ഒരു ആനക്കാരനും മറ്റൊരാളും. അന്ന് ആനയെ കല്പകശ്ശേരി പറമ്പിൽ ബന്ധിച്ചിരിക്കുകയായിരുന്നു.

അതിനടുത്ത ദിവസം പത്തായപ്പുരയിൽ പാർക്കാൻ ആരും വന്നില്ല്യ. അന്ന് ഞങ്ങൾ, കുട്ടികൾ പത്തായപ്പുര കൈയടക്കി എന്നു പറയാം. ഞങ്ങൾ കേട്ടിട്ടുള്ള പുരാണകഥകളും യക്ഷിക്കഥകളും പറഞ്ഞുരസിച്ച് വളരെനേരം അവിടെയിരുന്നു. കഥ കേൾക്കാൻ ഇക്കാളിച്ചേച്ചിയും മറ്റു കുട്ടികളും ഉണ്ടായിരുന്നെങ്കിലും ശ്രീദേവിയും പാർവതിയുമൊന്നും കഥ പറയാൻ കൂടിയില്ല്യ.

അന്നത്തെ കഥാമേളയിൽ അരങ്ങ് തകർത്തത് താത്രിയായിരുന്നു. അവൾ പറഞ്ഞതൊക്കെ അതുവരെ ഞാൻ കേട്ടിട്ടില്ല്യാതിരുന്ന യക്ഷിക്കഥകളായിരുന്നു. താത്രിയുടെ ചേച്ചിയാണെങ്കിലും ഇക്കാളിച്ചേച്ചിയും ആ കഥകളൊന്നും അതിനുമുമ്പ് കേട്ടിരുന്നില്ല്യ. ഇക്കാളിച്ചേച്ചിയും കഥ പറഞ്ഞു. ഗോപസ്ത്രീകൾ കുളിക്കാനിറങ്ങിയപ്പോൾ കൃഷ്ണൻ ഉടുചേലകൾ മോഷ്ടിച്ചുകൊണ്ട് അരയാലിന്റെ കൊമ്പിൽ കയറിയിരുന്ന കഥ. ഞങ്ങളൊക്കെ കേട്ടുമടുത്ത കഥ.

താത്രി തുറന്നുവിട്ട യക്ഷികൾ അവളെപ്പോലെതന്നെ സുന്ദരികളായിരുന്നു. അന്നു രാത്രി ഞാൻ ഉറങ്ങിക്കിടന്നപ്പോൾ താത്രിയുടെ യക്ഷികൾ കരിമ്പനകളിൽനിന്നും ഇറങ്ങിവന്ന് എന്നെ ചുംബിച്ചുണർത്തി. പിന്നെയവർ എന്നെ എടുത്തുകൊണ്ട് കരിമ്പനയുടെ മുകളിലേക്ക് പറന്നു. അവിടെവച്ച് എന്റെ ചോരയാകെ ഊറ്റിക്കുടിച്ചശേഷം കരിക്കിൻതൊണ്ടുപോലെ ശരീരം താഴേക്ക് വലിച്ചെറിഞ്ഞു.

ഞാനുണർന്നു. വിയർത്തു കുളിച്ച്. പാലപ്പൂവിന്റെ മണം വായുവിലുണ്ടായിരുന്നു. അതെന്നെ വീണ്ടും ഭയപ്പെടുത്തി. ഏതാണ്ട് അബോധാവസ്ഥയിലായിരുന്നു പിന്നീട് ഉറങ്ങിയത്.

കല്പകശ്ശേരിയിൽ ഞാൻ രണ്ടാഴ്ചയോളം താമസിച്ചു. കണ്ടഞ്ചാതനിന്നും ചെറിയപ്ഫൻ വന്ന് എന്നെ കൂട്ടിക്കൊണ്ടുപോകുന്നതുവരെയുള്ള പതിമൂന്നു രാത്രികളിൽ ഞാൻ അവിടെയുണ്ടായിരുന്നു. ഒരൊറ്റ രാത്രി പോലും താത്രിയുടെ പിതാവ് അഷ്ടമൂർത്തിയെന്ന പൂജാരി നമ്പൂരി അവിടെയുണ്ടായിരുന്നില്ല്യ.

അത്താഴം കഴിക്കാൻ അഷ്ടമൂർത്തി ഇല്ലത്തുണ്ടാവും. ചില ദിവസങ്ങളിൽ അകത്തളത്തിൽനിന്നും ഏതെങ്കിലും അമ്മമാരുടെ കരച്ചിൽ കേൾക്കാറുണ്ടായിരുന്നു. ഒരു ദിവസം അടിയുടെ ഒച്ചയും ഇക്കാളിച്ചേച്ചിയുടെ നിലവിളിയും കേട്ടു. മറ്റൊരു ദിവസം ഓട്ടുപാത്രങ്ങളെന്തോ എടുത്തെറിയുന്ന ശബ്ദം കേട്ടു.

അദ്ദേഹം വീട്ടിലുള്ളപ്പോൾ ഈച്ച പറക്കുന്ന ശബ്ദംപോലും കേൾക്കാൻ കഴിയും. കുട്ടികളൊക്കെ ഏതെങ്കിലും ഇരുട്ടറയിൽ ഒളിച്ചിരിക്കും. ആ സമയങ്ങളിൽ താത്രി എന്നെ ചേർത്തുപിടിച്ചുകൊണ്ട് ചുവർ ചാരി നിൽക്കുകയായിരുന്നു പതിവ്. കിരാതവേഷം പുറത്തിറങ്ങിപ്പോയെന്ന് ആരും പറയാതെതന്നെ കുട്ടികൾ തിരിച്ചറിയും. അതിനുശേഷം ഇല്ലത്ത് കുട്ടികളുടെ കളിയും ചിരിയും ഉയർന്നുകേൾക്കാം. ആ സമയങ്ങളിൽ ഏറെ സന്തോഷിച്ചിരുന്നതും കുട്ടിക്കൂട്ടത്തെ നയിച്ചിരുന്നതും താത്രിയായിരുന്നു.

ഒരു ദിവസം അത്താഴം കഴിഞ്ഞ് ഞാൻ പത്തായപ്പുരയിലേക്ക് പോയി. അന്നവിടെ വിരുന്നുകാരില്ലായിരുന്നു. എന്റെ പിറകെ താത്രി അവിടെയെത്തി.

"താത്രീടച്ഛൻ എന്നും രാത്രി എങ്ങ്ടാ പോകാ? എന്നെ കണ്ടിട്ടും ഒന്ന് ഉരിയാടീട്ടൂടി ഇല്ലട്ടോ. വല്യ കണിശക്കാരനാ?"

ഞാൻ താത്രിയോടു ചോദിച്ചു.

"കണിശക്കാരനല്ല്യ, അഴിഞ്ഞാട്ടക്കാരൻ. അറുവഷളൻ എന്ന് അമ്മ പറഞ്ഞിട്ടുണ്ട്."

തന്റെ പിതാവിന്റെ സവിശേഷതകൾ അവൾ വീണ്ടും പറഞ്ഞു:

"മഹാദുഷ്ടനാ. ഇവ്ട മൂന്നു ഭാര്യേണ്ട്. വേറെ നാലഞ്ചിടത്ത് സംബന്ധോണ്ട്. വാര്യത്തും പിഷാരത്തും മൂന്നാല് ദാസീഭവനങ്ങളിലും ഒന്നോ രണ്ടോ എണ്ണം വീതമുണ്ട്. തെക്കേമാരാത്തെ സംബന്ധക്കാരി തിലോത്തയ്ക്ക് പതിനാറു വയസ്സേ ആയിട്ടുള്ളത്രേ. ഇക്കാല്ലേലും എളപ്പാ. അത്രേംല്ല്യ, ആ കുട്ടി ഗർഭിണിയാണത്രെ. അതിന്റെ അമ്മ കാവൂട്ടി ഇന്നലെ വന്ന് അമ്മയോട് ഒരുപാട് നേരം കരേം പറേം ചെയ്തത്രേ."

"എന്തായീ കേക്കണേ? നീയാ കുട്ടിയെ ചെന്നായ്ക്ക് എറിഞ്ഞു കൊടുത്തോ?"

അമ്മ കലിതുള്ളി ചോദിച്ചു.

"വഴങ്ങീല്ലേ കൊല്ലും തമ്പിരാട്ടി. അത് പേടിച്ചിട്ടാ...."

കാവൂട്ടി കരഞ്ഞുപറഞ്ഞു.

"തീരെ പാവങ്ങളാ. അമ്മ കുറച്ച് അരീം രണ്ടുമൂന്ന് തേങ്ങേം കൊടുത്തുവിട്ടു. ദുഷ്ടനാണ് എന്റച്ഛൻ. പരമദുഷ്ടൻ. കാർത്യായനീ ക്ഷേത്രത്തിലെ പൂജാരിയല്ലേ്യ? ഇങ്ങന്യാ പൂജിക്ക? ദേവി പൂജകൊള്ളേ്ളാ? രാവുണ്ണി നോക്കിക്കോ, അയാള് പുഴുത്ത് ചാവും."

അന്നെനിക്ക് ഉറങ്ങാൻ കഴിഞ്ഞില്ല്യ. പത്തു വയസ്സുപോലും തികയാത്ത ഒരു കുട്ടിക്കാവ് തന്റെ പിതാവിനോട് വെച്ചുപുലർത്തുന്ന മനോഭാവം ഇങ്ങനെയാവാൻ നിശ്ചയമായും കാരണങ്ങളുണ്ടാവുമല്ലോ. അത്തരത്തിൽ ഒരന്വേഷണത്തിന് അന്നു ഞാൻ മുതിർന്നില്ല്യ.

ഞങ്ങൾ പിതാവിനെ ഈശ്വരനെപ്പോലെയാണ് കരുതുന്നത്. കണ്ടഞ്ചാത വാസുദേവൻ നമ്പൂതിരി അന്ന് നാട്ടിലെങ്ങും അറിയപ്പെടുന്ന, എല്ലാവരും ബഹുമാനിക്കുന്ന മാതൃകാപുരുഷനായിരുന്നു. എന്റെ താത്രിക്കുട്ടിക്ക് അതുപോലൊരു പിതാവിനെ കൊടുക്കാത്തതെന്തേ ദൈവമേ എന്നു ഞാൻ ചോദിച്ചു.

എന്നെ കൂട്ടിക്കൊണ്ടുപോകാൻ ചെറിയപ്ഫൻ വന്നു. അന്ന് കുറച്ചു നേരത്തേ ഉച്ചയൂണ് കഴിച്ചിട്ട് പോകാമെന്ന് ഇല്ലത്തമ്മ പറഞ്ഞു. ഓയ്ക്കില്ലത്തെ ഗുരുവിന് പൊക്കനായതുകൊണ്ടാ കുട്ട്യളെ പറഞ്ഞുവിട്ടതെന്ന് ചെറിയപ്ഫൻ പറഞ്ഞാ ഞങ്ങളറിഞ്ഞത്. അതിനിടയിൽ ചേരാവള്ളി സുഖപ്പെട്ടിരുന്നു. ചെറിയപ്ഫൻ ചേരാവള്ളിയെ കാണാൻ പോയ സമയത്ത് താത്രി എന്നെ കാവിനുള്ളിലേക്ക് കൂട്ടിക്കൊണ്ടുപോയി.

ഞങ്ങൾ ഒരിടത്ത് മുട്ടിയുരുമ്മി ഇരുന്നു. പിരിഞ്ഞുപോകുന്നതിൽ രണ്ടാൾക്കും വല്ലാത്ത സങ്കടമുണ്ടായിരുന്നു. താത്രിക്കുട്ടിക്ക് എന്നെ ഇഷ്ടാണെന്ന് അറിയാർന്ന്. എങ്കിലും ഇത്രേം ഇഷ്ടാണെന്ന് നിശ്ചയില്ലാർന്ന്. തന്റേടിയായ താത്രി എന്റെ അരികിലിരുന്ന് തേങ്ങിക്കരഞ്ഞ രംഗം എനിക്കൊരിക്കലും മറക്കാൻ കഴിയില്ല്യ.

കണ്ടഞ്ചാത വന്നാൽ കഥകളിസംഗീതം പഠിപ്പിച്ചുതര്വോ എന്നായി അവൾ. അവളെക്കൂടി ഞാൻ കണ്ടഞ്ചാതയിലേക്ക് കൂട്ടിക്കൊണ്ടു

പോണം. അവിടെ ഒരു ഗുരുവിനെ വരുത്തിയാൽ രണ്ടാൾക്കും ഇനിയും പഠിക്കാമല്ലോ എന്നാണ് കുട്ടിയുടെ യുക്തി. അതൊക്കെ അപ്രായോഗിക മാണെന്ന് എനിക്കറിയാമായിരുന്നു. പക്ഷേ അതെങ്ങനെ ഞാനവളെ പറഞ്ഞു ബോധ്യപ്പെടുത്തും?

ഉത്ക്കടവികാരങ്ങളുടെ ഒഴുക്കിൽപെടുമ്പോൾ യുക്തിക്ക് ഒരു സ്ഥാന വുമില്ലല്ലോ. അത്തരത്തിൽ ഒഴുക്കിൽപെട്ട അവസ്ഥയിലായിരുന്നു അവൾ. ഒടുവിൽ അവളെ സമാധാനിപ്പിക്കാൻ ഞാനൊരു വഴി കണ്ടെത്തി. “കണ്ടഞ്ചാതയ്ക്ക് തൊട്ടടുത്താണ് കുറിയേടത്തുമന. താത്രിയുടെ അമ്മാത്തുവഴിക്കും കല്പകശ്ശേരിയുമായി സംബന്ധവഴിക്കും ചില ബന്ധ ങ്ങളുള്ള മന. അവിടെ നാരായണൻ നമ്പീശൻ എന്നൊരാൾ കുട്ടികളെ സംഗീതം പഠിപ്പിക്കുന്നുണ്ട്. ഞാനും അവിടെ ചെന്ന് സംഗീതം പഠിക്കാൻ നിശ്ചയിച്ചിട്ടുണ്ട്. നമുക്കവിടെ ഒരുമിച്ചിരുന്നു സംഗീതം പഠിക്കാം.”

ആ അഭിപ്രായം അവളിൽ പ്രതീക്ഷയുണർത്തി. അവൾ കണ്ണീർ തുടച്ചു.

“ആണോ, അങ്ങനെയാണോ?”

അവൾ ആകാംക്ഷയോടെ ചോദിച്ചു.

ഞങ്ങൾ കാവിൽനിന്നും പുറത്തു കടക്കാൻ നേരത്ത് ഒരു പനയുടെ ചുവട്ടിൽ കുത്തിനിർത്തിയ ഒരു കരിങ്കൽപാളിയും കൽവിളക്കും കാട്ടി ത്തന്നു.

“ഇതാണ് പാപ്പുയക്ഷിത്തറ.”

“പാപ്പുയക്ഷിയോ? അതാരാണ്? യക്ഷികൾക്ക് പേരും മേൽവിലാ സവുമൊന്നും ഇല്ലെന്നായിരുന്നു ഞാൻ കരുതിയിരുന്നത്.”

“എന്റെ അച്ഛൻപെങ്ങളാണ്. നാരായണൻ നമ്പൂതിരിയുടെ മൂത്ത പുത്രി. പെഴച്ചുപോയി. പെഴച്ചതല്ല, തന്തതന്നെ പെഴപ്പിച്ചതാണെന്ന് പഴമക്കാർ പറയുന്നു. കഴുത്തിൽ കയറിട്ടു മുറുക്കി കൊന്നത്രെ. ഇവിടെ യാണ് കുഴിച്ചിട്ടത്.”

നിസ്സംഗഭാവത്തിൽ അവൾ പറഞ്ഞു. എനിക്കത് അത്രയ്ക്ക് നിസ്സം ഗത നൽകുന്ന കാര്യമായിരുന്നില്ല്യ. സത്യത്തിൽ ഞാൻ ഭയന്നുപോയി. അന്നെനിക്ക് യക്ഷികളെ വല്ലാത്ത ഭയമായിരുന്നു.

“ഞാൻ പെഴച്ചുപോയാൽ എന്നേം കഴുത്തിൽ കയറിട്ടു മുറുക്കി കൊല്ലുമായിരിക്കും. നാരായണൻ നമ്പൂരിക്ക് മകളെ കൊല്ലാമെങ്കിൽ അഷ്ടമൂർത്തി നമ്പൂരിക്കും മകളെ കൊല്ലാൻ കഴിയും. കുഴിച്ചിടാൻ വേറെയും പനത്തറകൾ ഇതിനകത്തുണ്ടല്ലോ. ഇതുപോലൊരു കൽവിളക്ക് എനിക്കും തരും. രാവുണ്ണി ഒരു ദിവസമെങ്കിലും വന്ന് തിരി തെളിക്കണം ട്ടോ.”

മറുപടി പറയാൻ എന്റെ നാവു ചലിച്ചില്ല്യ.

അവൾ ചിരിച്ചില്ല്യ. കരഞ്ഞില്ല്യ.

“താത്രി ഭഗവതി തന്ന്യാണ്. ആർക്കാ സംശയം? എല്ലാം മുൻകൂട്ടി കണ്ടതല്ല്യേ ഭഗവതീ?”

രാവുണ്ണി മുത്തച്ഛൻ ശിരസ്സുയർത്തി മുകളിലേക്ക് നോക്കി കൈകൂപ്പി വണങ്ങി.

പന്ത്രണ്ട്

“**രാ**വും പകലും പോലെ ജീവിതത്തിൽ സുഖവും ദുഃഖവും സമാസമം ഉണ്ടാകുമെന്നൊക്കെ പറയാറില്ല്യേ? അതൊക്കെ സത്യം തന്ന്യാ. എന്നാ ഈ സമാസമം വീതംവയ്പ് ചിലരുടെ കാര്യത്തിലേ ഉണ്ടാവൂ. ബഹുഭൂരിപക്ഷത്തിനും ദൈവം നൽകിയത് ദുഃഖം മാത്രാ. ചിലർക്ക് സുഖം മാത്രം നൽകി.

ഒന്നോർത്താ അതും ശരിയല്ല്യ. സമാസമം എന്ന സങ്കല്പാ സത്യം. ചിലര് മദിച്ചുപുളച്ച് നടക്കുന്ന കാണുമ്പോ അവർക്ക് സുഖാണെന്ന് നാം വിചാരിക്കും. അവർക്ക് എന്നെങ്കിലും ശ്ശി വേദനിക്കും. അതുവരെ അനുഭവിച്ച സുഖത്തേക്കാൾ വലുതായിരിക്കും കുറച്ചുനേരം അനുഭവിക്കുന്ന വേദന.”

മുത്തച്ഛൻ വെറുതെ ഒരു ലോകന്യായം പറയുകയല്ലെന്ന് പത്മ അനുമാനിച്ചു. ഏതോ വലിയ സങ്കടകഥകൾ പറയാൻ പശ്ചാത്തലമൊരുക്കുകയാവും.

“കല്പകശ്ശേരിയെക്കുറിച്ച് എന്റെ മനസ്സിൽ രൂപപ്പെട്ട ആശയങ്ങൾക്ക് വിരുദ്ധധ്രുവങ്ങൾ ഉണ്ടായിരുന്നു. അത് സുഖവും ദുഃഖവും പോലെ, രാത്രിയും പകലും പോലെ വിരുദ്ധമാണെങ്കിലും പരസ്പരപൂരകമായിരുന്നു. പകലിന്റെ തുടർച്ച തന്നെയല്ല്യേ രാത്രി? ജീവിതത്തിന്റെ തുടർച്ച തന്നല്ല്യേ മരണം? ഒന്നോർത്താ എല്ലാം അങ്ങനെ വലിയൊരു ചരടിൽ കോർത്തിട്ടിരിക്കുകയാണെന്നു കാണാം.

കല്പകശ്ശേരിയെക്കുറിച്ച് എത്ര പറഞ്ഞാലും തീരില്ല്യ. അങ്ങനെ നീട്ടിപ്പറയാൻ സമയവുമില്ല്യ. അതിനാൽ ചുരുക്കി, വളരെച്ചുരുക്കിപ്പറയാം.

കല്പകശ്ശേരീന്ന് എനിക്ക് ഒരുപാട് സ്നേഹം ലഭിച്ചു. താത്രി മാത്രമല്ല എന്റെമേൽ സ്നേഹം ചൊരിഞ്ഞത്. ഇക്കാളിച്ചേച്ചിക്ക് ഞാൻ അനുജനായിര്ന്നു. താത്രീടമ്മയ്ക്ക് ഞാൻ സ്വന്തം പുത്രനാര്ന്നു. എങ്കിലും വടക്കുനോക്കിയന്ത്രംപോലെ, എന്റെ മനസ്സിന്റെ സൂചി എപ്പോഴും താത്രിയുടെ മനസ്സിനു നേർക്കു നിലകൊണ്ടു. ആശ്ചര്യം അതല്ല, ആ നില ഇപ്പോഴും തുടരുന്നു എന്നതാണ്.

പന്ത്രണ്ടാം വയസ്സിൽ, കൗമാരാരംഭത്തിൽ പത്തു വയസ്സുകാരി സുന്ദരിക്കുട്ടിയോടു തോന്നിയ സ്നേഹം, അതേ തീവ്രതയോടെ ഇന്നും നിലനിൽക്കുന്നു. അന്നവൾ അത്രയ്ക്ക് ശക്തിയുള്ള ആകർഷണ കേന്ദ്രമായിരുന്നു. കണ്ടഞ്ചാത രാവുണ്ണിയെന്ന മൊട്ടുസൂചിയെ മാത്രമല്ല, വലിയ ഇരുമ്പാണികളെപ്പോലും വലിച്ചെടുക്കാനുള്ള കാന്തികശക്തി അവളിലുണ്ടായിരുന്നു. അത് എന്റെ കഴിവോ കഴിവുകേടോ അല്ല, അവളുടെ കഴിവാ. നല്ലതിനായാലും നാശത്തിനായാലും ആ കഴിവ് അവൾ സ്വയം ആർജിച്ചതല്ല്യ. ദൈവം നൽകിയതാ. പുതിയ തലമുറ യുടെ ഭാഷയിൽ പറഞ്ഞാ പ്രകൃതി നൽകിയതാ. രണ്ടും ഒന്നുതന്നല്ലേ?

ഒരു ഭാഗത്ത് അതിശക്തമായ ആകർഷണം നിലനിൽക്കുമ്പോതന്നെ കല്പകശ്ശേരിയുമായി അതിശക്തമായ വികർഷണവും അക്കാലത്തു രൂപപ്പെട്ടുവന്നു. ഓയ്ക്കില്ലത്തെ പഠനവും കല്പകശ്ശേരിയിലെ രണ്ടാഴ്ചത്തെ താമസവും കഴിഞ്ഞ്, കാവിനുള്ളിൽവച്ച് ഞങ്ങൾ വേർപിരിയുന്ന സമയത്ത് താത്രി പറഞ്ഞ അവസാനവാക്യങ്ങൾ എന്റെ ചങ്കിൽ തറച്ചു. ഉണങ്ങാത്ത മുറിവിൽനിന്നും ചോര വാർന്നുകൊണ്ടി രുന്നു. മുത്തച്ഛൻ നാരായണൻ നമ്പൂതിരിയെക്കുറിച്ചും അയാളുടെ കാടടച്ചുള്ള നാരീനായാട്ടിനെക്കുറിച്ചും ആര് എന്തൊക്കെ പറഞ്ഞാലും അത് ഉൾക്കൊള്ളാൻ പന്ത്രണ്ടു വയസ്സായ ഒരു കുട്ടിക്ക് കഴിയില്ല്യ.

എനിക്ക് താത്രിയോടു തോന്നിയ ഒരുതരം സുഖമുള്ള അടുപ്പം എനിക്കു മാത്രമുള്ള അനുഭവമാണെന്നും താത്രി ഇങ്ങോട്ടു കാണിക്കുന്ന അടുപ്പം എന്നോടു മാത്രമുള്ളതാണെന്നും ഞാൻ വിശ്വസിച്ചു. വിചിത്ര മായ വേറെയും ചില വിശ്വാസങ്ങൾ അന്ന് എന്നിൽ ഉറച്ചുപോയിരുന്നു.

വിവാഹം കഴിഞ്ഞതിനുശേഷം ഭാര്യാഭർത്താക്കന്മാർ ലൈംഗിക ബന്ധത്തിൽ ഏർപ്പെടുമെന്നും തദ്ഫലമായി ഭാര്യ പ്രസവിക്കുമെന്നും അന്നെനിക്ക് അറിയാമായിരുന്നു. വിവാഹത്തിനുമുമ്പ് ഒരു പെൺകുട്ടി മറ്റൊരു പുരുഷനുമായോ, ഒരു പുരുഷൻ അയാളുടെ ഭാര്യയല്ലാത്ത ഒരു സ്ത്രീയുമായോ ലൈംഗികബന്ധത്തിൽ ഏർപ്പെടില്ല്യ എന്ന് എനിക്ക് നന്നായി അറിയാമായിരുന്നു. കാരണം, അത് തെറ്റാണ്, പാപമാണ്. അതുകൊണ്ട് ആരും അങ്ങനെയൊന്നും ചെയ്യില്ല്യ. നാരായണൻ നമ്പൂരി യെന്ന മുത്തച്ഛനും ആളുകൾ പറയുന്നതുപോലെ തെറ്റുചെയ്തിരിക്കാൻ ഇടയില്ല്യ.

ഇത്തരം ധാരണയുമായി നടന്ന കാലത്താണ് പാപ്പുയക്ഷിയെക്കുറിച്ച് താത്രി പറഞ്ഞത്. വിശ്വസിക്കാനേ കഴിഞ്ഞില്ല്യ. താത്രി പറഞ്ഞതു കൊണ്ട് വിശ്വസിക്കാതിരിക്കാനും കഴിഞ്ഞില്ല്യ. ഞാൻ കുഴങ്ങീന്നു പറഞ്ഞാ മതീല്ലോ. എനിക്ക് പതിനെട്ടു വയസ്സു കഴിഞ്ഞതിനുശേഷമാ ഞാൻ പാപ്പുയക്ഷിയുടെ മനുഷ്യാവസ്ഥയെക്കുറിച്ച് അന്വേഷിച്ചറി ഞ്ഞത്.

അങ്ങിതഅമ്മായിയുടെ മരണശേഷം നടത്തിയ നീചകർമ്മം അഞ്ചു വയസ്സുകാരി താത്രിക്കുട്ടി നേരിട്ടു കണ്ടതാണല്ലോ. ആ കുഞ്ഞുമനസ്സിൽ അന്നു പതിഞ്ഞ ചില അവ്യക്തചിഹ്നങ്ങൾ അവൾ വളരുന്നതോടൊപ്പം വളരുകയും അവൾ അറിയാതെതന്നെ അവളുടെ പെരുമാറ്റങ്ങളെ നിയന്ത്രിക്കുകയും ചെയ്തിരുന്നുവെന്നും ഇപ്പോഴെനിക്ക് അറിയാമെങ്കിലും എന്റെ പതിനെട്ടാം വയസ്സിലൊന്നും അതൊക്കെ മനസ്സിലാക്കാനുള്ള വിവരമോ പക്വതയോ എനിക്കില്ല്യായിരുന്നു. എങ്കിലും പാപ്പുയക്ഷിയുമായി ബന്ധപ്പെട്ട വിവരങ്ങൾ ഞാൻ ശേഖരിച്ചു.

എത്രയൊക്കെ പറഞ്ഞാലും അന്നത്തെ മലബാറിലെ ജന്മിമാരുടെ അവസ്ഥ പത്മയ്ക്കെന്നല്ല, ഇന്ന് ആർക്കും മനസ്സിലാവില്ല്യാ. അതൊക്കെ അനുഭവിച്ചറിഞ്ഞവർക്കേ മനസ്സിലാവൂ. ഇന്നത്തെ തലമുറയ്ക്കെന്നല്ല്യ, അവരുടെ മുൻതലമുറയ്ക്കുപോലും ഇന്നത്തെ അറുപതു വയസ്സുകാരനു പോലും സങ്കല്പിക്കാവുന്നതിനും അപ്പുറത്തായിരുന്നു അന്നത്തെ മലബാറിലെ ജന്മിഗൃഹങ്ങൾ. അത്തരത്തിൽ ഉള്ള ഒന്നായിരുന്നു കല്പകശ്ശേരി ഇല്ലം.

നാരായണൻ നമ്പൂതിരി താന്തോന്നിയായ നാടുവാഴിയെപ്പോലെ ആയിരുന്നു. നാടുവാഴികൾ ഭരണം നടത്തിയിരുന്ന അക്കാലത്ത് നല്ല ഭരണാധികാരികളായ ചില നാടുവാഴികളും ഉണ്ടായിരുന്നു. നാരായണൻ നമ്പൂരി നാടുവാഴിയല്ല, വെറുമൊരു പൂജാരിയായിരുന്നു. എങ്കിലും ഭാവം നാടുവാഴിയെന്നായിരുന്നു.

താത്രിക്കുട്ടിയുടെ അഞ്ചാം വയസ്സിലാണല്ലോ അങ്ങിതഅമ്മായിയുടെ മരണം. യക്ഷിയായി പാപ്പു പിറക്കുന്ന കാലത്ത് അങ്ങിതയ്ക്ക് രണ്ടു വയസ്സ്. അഷ്ടമൂർത്തി നമ്പൂരിക്ക് അഞ്ചു വയസ്സു കഴിഞ്ഞിരിക്കും. അഷ്ടമൂർത്തിക്കും അയാളുടെ മൂത്ത സഹോദരി പാപ്പുവിനും ഇടയിൽ മൂന്നു പെൺകുഞ്ഞുങ്ങൾ ഉണ്ടായിരുന്നത്രെ. മൂന്നും ശൈശവമരണത്തിന് ഇരയായി.

പറയാൻ പോകുന്ന സംഭവം നടക്കുന്ന കാലത്ത് നാരായണൻ നമ്പൂരിയുടെ മൂത്തപുത്രൻ ബ്രഹ്മദത്തൻ നമ്പൂരിക്ക് പതിനാറു വയസ്സ്. പാപ്പു എന്ന പാർവതിക്ക് പതിന്നാലു വയസ്സ്. സമാവർത്തനം കഴിയാത്തതുകൊണ്ട് പതിനാറു വയസ്സായിട്ടും ഒത്ത യുവാവായിട്ടും ബ്രഹ്മദത്തന് മുണ്ടുടുക്കുവാനുള്ള അനുമതിയില്ല്യ. കൗപീനമാണ് ഏക വസ്ത്രം. ഞാനും കുറച്ചുകാലം അങ്ങനെ നടന്നതാണല്ലോ.

കാർത്യായനീക്ഷേത്രംപോലെതന്നെ അതിന്റെ എതിർവശത്തുള്ള കല്പകശ്ശേരി ഇല്ലവും വളരെ പഴക്കമുള്ളതാ. ആ ഇല്ലം താത്രിയുടെ കാലത്തും അവളുടെ അച്ഛൻപെങ്ങൾ പാപ്പുവിന്റെ കാലത്തും ഒരേ സ്ഥിതിയിൽ തന്നെയായിരുന്നു. നാലുകെട്ടും കുളപ്പുരയും പത്തായപ്പുരയും മറ്റും അതേപടിതന്നെ. ഇല്ലത്തിനുള്ളിൽ എപ്പോഴും ഇരുട്ട്

തളംകെട്ടി നിൽക്കും. അവിടെ നിത്യവും കഴിയുന്നവർക്ക് ആ ഇരുട്ടിലും ചെറിയ കാഴ്ചശക്തിയുണ്ടാവും. പല മുറികളും തുറക്കാത്ത നിലയിലാവും. ഇരുളടഞ്ഞ മച്ചകങ്ങൾ വാവലുകളുടെയും മരപ്പട്ടികളുടെയും ഒളിത്താവളങ്ങളായിരുന്നു. അവിടത്തെ സർപ്പക്കാവിന്റെ കാര്യം ഞാൻ നേരത്തേ പറഞ്ഞിരുന്നല്ലോ. പകൽ സമയത്തും മിന്നാമിനുങ്ങ് പറക്കുന്ന കുട്ടിവനമായിരുന്നു ആ സർപ്പക്കാവ്.

പാപ്പുവിനു താഴെയുള്ള മൂന്നു കുഞ്ഞുങ്ങൾ ശൈശവാവസ്ഥയിൽ തന്നെ മരിച്ചുപോയിരുന്നതിനാൽ വളരെക്കാലം പാപ്പുവും ബ്രഹ്മദത്തനും മാത്രമേ കുട്ടികളായി ഇല്ലത്തുണ്ടായിരുന്നുള്ളൂ. ബ്രഹ്മദത്തന്റെ വസ്ത്രം എന്തെന്ന് പറഞ്ഞല്ലോ. ഇല്ലങ്ങളിലെ പെൺകുട്ടികളുടെ വസ്ത്രവും ഒട്ടുംതന്നെ നഗ്നത മറയാൻ പര്യാപ്തമായിരുന്നില്ല്യ. പതിന്നാലുകാരി പാപ്പുവിനെ ഞാൻ കണ്ടിട്ടില്ലെങ്കിലും പാപ്പു ജനിച്ച് നാല്പതു വർഷം കഴിഞ്ഞു ജനിച്ച താത്രിക്കുട്ടിയുടെ വസ്ത്രമെന്തായിരുന്നെന്ന് എനിക്ക് നന്നായറിയാം. പത്തു വയസ്സായപ്പോഴും പതിനാറിന്റെ ശരീരമായിട്ടും മുട്ടോളമെത്താത്ത ഇടയ്ക്കിടെ ഇഴപൊട്ടിയ ഒരു കുഞ്ഞുതോർത്ത്. കളിക്കുമ്പോൾ മാത്രമല്ല, നിലത്ത് ഇരിക്കുമ്പോഴും എഴുന്നേൽക്കുമ്പോഴും ആ കുഞ്ഞു തോർത്തിന് അതിനെ ഏല്പിച്ചിട്ടുള്ള ധർമം നിറവേറ്റാനുള്ള ശേഷിയുണ്ടായിരുന്നില്ല്യ.

"ഇതൊക്കെ വെറും കെട്ടുകഥകളാണെന്ന് തോന്നുന്നുണ്ടോ പത്മയ്ക്ക്?"

വിസ്മൃതചരിത്രത്തിന്റെ വിസ്മയലോകത്തുനിന്നും പൂജാരിയപ്പൂപ്പൻ പത്മയെ ഭൂമിയിലേക്ക് ഇറക്കിക്കൊണ്ടുവന്നു.

"ഇല്ലില്ല. മുത്തച്ഛനല്ലേ പറയുന്നത്? പിന്നെ ഞാനെന്തിന് അവിശ്വസിക്കണം?"

പത്മ നിലപാട് വ്യക്തമാക്കി.

"കെട്ടുകഥകളെ വെല്ലുന്ന യഥാർത്ഥ സംഭവങ്ങളായിരുന്നു അവ. നമുക്ക് ആ കുട്ടികളെ പിന്തുടരാം."

ചെറിയൊരു ഇടവേളയ്ക്കു ശേഷം മുത്തച്ഛൻ വീണ്ടും പറഞ്ഞു:

"ബ്രഹ്മദത്തനും പാപ്പുവും ഇല്ലപ്പറമ്പിലും കാവിനുള്ളിലും കളിച്ചു നടന്നു. ബ്രഹ്മനെ ഏഴാം വയസ്സിൽ എഴുത്തും കൂട്ടിവായനയും പഠിപ്പിക്കാൻ വന്ന ഗുരു ഏഴാം ദിവസം ആയുധം വച്ച് കീഴടങ്ങി സ്ഥലംവിട്ടു. പാപ്പുവിനെ നിലത്തെഴുതിക്കാൻപോലും ആരുമുണ്ടായിരുന്നില്ല.

നാരായണൻ നമ്പൂരിയെ ശൃംഗാരപദങ്ങൾ ചൊല്ലിക്കേൾപ്പിച്ചും സുഖിപ്പിച്ചും കൂട്ടിക്കൊടുത്തും ഒരു കാര്യസ്ഥൻ കൂടെ നടന്നു. നമ്പൂരി വലിയ ഈശ്വരഭക്തനായിരുന്നത്രെ. കാർത്യായനീക്ഷേത്രത്തിലെ നിത്യപൂജയ്ക്ക് മുട്ടുശാന്തിയെ ഏല്പിച്ചിട്ട് ഗുരുവായൂർ ഉൾപ്പെടെ അകലങ്ങളിലുള്ള അമ്പലങ്ങളിൽ കുളിച്ചുതൊഴാൻ പോകുമ്പോഴും

കാര്യസ്ഥൻ കാവലാളായി ഒപ്പമുണ്ടായിരുന്നു. എട്ടും പത്തും ദിവസം കഴിഞ്ഞാവും തിരിച്ചെത്തുക. നാട്ടിലുള്ളപ്പോഴും വീട്ടിലുണ്ടാവില്ല്യ. അനാഘ്രാതകുസുമങ്ങളെ തേടിയുള്ള അലച്ചിലിനിടയിൽ സ്വന്തം കുഞ്ഞുങ്ങളുടെ കാര്യം നോക്കാൻ സമയം കിട്ടിയില്ല്യ.

പാപ്പുവിന് പതിന്നാലു വയസ്സുള്ളപ്പോൾ അവളുടെ അമ്മ അങ്ങിതയെ പ്രസവിച്ചുകിടക്കുകയായിരുന്നു. അന്ന് അഷ്ടമൂർത്തിക്ക് മൂന്നു വയസ്സുണ്ടാവും. പാപ്പു അമ്മയുടെയും അടുക്കളക്കാരിയുടെയും കണ്ണിൽ പെടാതെ നടന്നു. അവൾക്ക് മാസക്കുളി മുടങ്ങിയ കാര്യം മൂന്നുമാസം കഴിഞ്ഞേ പുറത്തറിഞ്ഞുള്ളൂ. അവൾ ഉടുത്തിരിക്കുന്ന കുഞ്ഞു തോർത്തിന്റെ രണ്ടഗ്രങ്ങൾ കൂട്ടിമുട്ടുന്നില്ലെന്ന് അടുക്കളക്കാരികളാരോ കണ്ടുപിടിച്ചു. വാർത്ത അമ്മയുടെ ചെവിയിലെത്തി.

അമ്മയുടെ ആധി ആരോടു പറയാൻ? കുറച്ചുകൂടി വലിയ ഒരു ഒറ്റമുറിക്കച്ച അവൾക്ക് ഉടുക്കാൻ കൊടുത്തു.

ആരാണ് ഉത്തരവാദിയെന്നെങ്കിലും അറിയണമല്ലോ. അവളോട് അനുനയത്തിൽ ചോദിച്ചറിയാൻ അമ്മ ദാസിമാരെ ചുമതലപ്പെടുത്തി. പാപ്പു ഉരിയാടിയില്ല്യ. എല്ലാ ചോദ്യത്തിനും ഒരുത്തരമേ ലഭിച്ചുള്ളൂ-കരച്ചിൽ. അമ്മ നേരിട്ടിടപെട്ടു. വളരെ സ്നേഹപൂർവം അനുനയഭാവത്തിൽ ചോദിച്ചു. ആ കണ്ണീരു കാണാൻ അമ്മയ്ക്ക് കരുത്തുണ്ടായില്ല്യ.

നാലഞ്ചു ദിവസം നീണ്ടുനിന്ന നാരീനായാട്ടു കഴിഞ്ഞ് നാരായണൻ നമ്പൂതിരി ഇല്ലത്തെത്തിയപ്പോൾ മകളുടെ പുത്തൻവാർത്ത ചെവിയിലെത്തി. അമ്മ അച്ഛന്റെ മുമ്പിൽ പുത്രീദുരന്തം അവതരിപ്പിച്ചു.

"ആരാണുത്തരവാദിയെന്ന് ഓള് പറഞ്ഞോ?"

നമ്പൂരിക്കുണ്ടായ പതർച്ച അമ്മ ശ്രദ്ധിച്ചു. സ്വന്തം പുത്രിയല്ല്യേ? അവൾക്കിങ്ങനെ പറ്റിപ്പോയല്ലോ! ഏതച്ഛനും പതറിപ്പോകും എന്നേ അമ്മ വിചാരിച്ചുള്ളൂ.

"ഓളൊന്നും ഉരിയാടുന്നില്ല്യാ."

അമ്മ പറഞ്ഞു.

"ഒന്നും ചോദിക്കേണ്ട. ഒക്കെ വഴീണ്ടാക്കാം."

നാരായണൻ നമ്പൂതിരി ഇറങ്ങിപ്പോയി. പിറ്റേന്നു പ്രഭാതത്തിലാ തിരിച്ചെത്തിയത്. ഓത്തനും സ്മാർത്തനും ശാസ്ത്രിയും വേദാന്തിയും അദ്വൈതിയും പദ്മപാദരും മറ്റു പലതും പലതുമായ എട്ടുപത്ത് ശ്രേഷ്ഠ ബ്രാഹ്മണരെയും കൂട്ടിയാ വരവ്. വന്നവർ കൈതോലപ്പായിൽ നിരന്നിരുന്നു. നാരായണൻ നമ്പൂരി ഓച്ഛാനിച്ചു നിന്നു.

"സാധനത്തെ വിളിക്ക്യാ."

സ്മാർത്തൻ ആജ്ഞാപിച്ചു.

"ആരവിടെ? ആ സാധനത്തെ പിടിച്ചുകൊണ്ടുവരാൻ ആളില്ല്യേ?"

അമ്മ അമ്പരന്നു. എന്താ നടക്കാൻ പോകുന്നതെന്ന് ഒരു എത്തും പിടിയും കിട്ടിയില്ല്യ. പാപ്പു കലങ്ങിച്ചുവന്ന കണ്ണുകളുമായി ഉമ്മറത്തെത്തി. വാടിത്തളർന്ന് വീഴാതിരിക്കാൻ അവൾ ചുവര് ചാരിനിന്നു. വയർ അല്പം വീർത്തിട്ടുണ്ട്. ഭക്ഷണം കഴിച്ചതാണെന്നേ തോന്നൂ.

"നീ പെഴച്ചവൾ, നീ കുലട. പ്രത്യേക വിസ്താരവും തെളിവെടുപ്പും ഒന്നുമില്ല്യാ."

പാപ്പു മരിച്ചുനിൽക്കുകയായിരുന്നു. അവൾ സ്മാർത്തനെതന്നെ നോക്കിനിന്നു. അവളൊന്നും കണ്ടില്ല്യ, ഒന്നും കേട്ടില്ല്യ.

"നിന്നെ പുറത്താക്കിയിരിക്കുന്നു. നീയിനി ചണ്ഡാലിയാണ്. നിനക്കിവിടെ ഒരു കാര്യവുമില്ല്യ. കടക്കൂ പുറത്ത്."

പാപ്പു അതും കേട്ടില്ല്യ. അകത്തെന്തോ നിലംപൊത്തിയ ശബ്ദം കേട്ടു. പാപ്പുവിന്റെ അമ്മ ബോധമറ്റു കിടക്കുന്നതാണ് പരിചാരിക കണ്ടത്.

"അയ്യോ തമ്പിരാട്ടി"

പരിചാരിക അവരുടെ അടുത്തേക്ക് ഓടിയടുത്തു.

"കടന്നുപോകുന്നോ വലിച്ചു പുറത്തെറിയണോ?"

മൂന്നുമാസം ഗർഭിണിയായ പതിന്നാലു വയസ്സുകാരി കുട്ടി അതു കേട്ടു. പാവ ചലിക്കുന്നതുപോലെ അവൾ പുറത്തേക്കു നടന്നു. നമ്പൂരിമാർ താളത്തിൽ കൈകൊട്ടി ആ കുരുന്നു കുട്ടിയെ പുറത്താക്കി.

"അവനെവിടെ? വിളിക്കവനെ."

"എവിടെ ബ്രഹ്മദത്തൻ?"

മീശ മുളച്ചുതുടങ്ങിയ കൗപീനമാത്രധാരിയായ നഗ്നയുവാവ് പൂച്ചകളുടെ സഭയിലെത്തിയ എലിയെപ്പോലെ നിന്നു വിറച്ചു.

"കുറ്റം സമ്മതിക്കുന്നുണ്ടോ?"

സ്മാർത്തൻ ചോദിച്ചു.

"ബ്രഹ്മൻ കേമൻ തന്ന്യാ."

സദസ്സിലിരുന്ന ഒരു നമ്പൂരി തന്റെ ഫലിതത്തിൽ സ്വയം രസിച്ചു ചിരിച്ചു. മറ്റുള്ളവർ കൂടെ ചിരിച്ചു.

ബ്രഹ്മദത്തന്റെ കണ്ണുകൾ തുറന്നിരുന്നു. അവൻ ഒന്നും കണ്ടില്ല്യ. അവന്റെ കർണങ്ങൾ തുറന്നിരുന്നു. അവൻ ഒന്നും കേട്ടില്ല്യ.

"നിന്നെ പുറത്താക്കിയിരിക്കുന്നു. ഇന്നുമുതൽ നീ മ്ലേച്ഛൻ. ഈ നിമിഷം മുതൽ നീ ചണ്ഡാലൻ. നിന്നെ വധിക്കേണ്ടതായിരുന്നു. കുലാചാരങ്ങളും കീഴ്വഴക്കങ്ങളും ലംഘിച്ചവൻ, സദാചാരം ലംഘിച്ചവൻ. കടക്കൂ പുറത്ത്."

സദസ്സിലിരുന്ന ബ്രാഹ്മണമുഖങ്ങളിൽ കടുവാക്കണ്ണുകൾ തിളങ്ങുന്നതും അവരുടെ തുറന്ന വായ്കളിൽ വീരപ്പല്ലുകൾ തിളങ്ങുന്നതും ഇറച്ചി കണ്ട നരീമുഖത്തുനിന്നെന്നപോലെ ഉമിനീർ ഇറ്റിറ്റുവീഴുന്നതും ബ്രഹ്മന്റെ അന്തരിന്ദ്രിയങ്ങൾ കണ്ടു. അവരെല്ലാംകൂടി തന്റെമേൽ ചാടിവീണ് കടിച്ചു കീറിത്തിന്നുമെന്ന് തോന്നിയപ്പോൾതന്നെ മുറ്റത്തേക്ക് എടുത്തുചാടി പ്രാണരക്ഷാർത്ഥം ഓടി.

ആ കുട്ടിയുടെ പ്രാണവേദനയോടെയുള്ള മരണപ്പാച്ചിൽ കണ്ട് ഭൂസുരപണ്ഡിതസഭ ഇളകിച്ചിരിച്ചു. കൈകൊട്ടി പുറത്താക്കാൻ കഴിയാത്തതുകൊണ്ട് അവൻ പുറത്തുപോയശേഷം അവർ അല്പ സമയം കൈകൊട്ടിക്കൊണ്ടിരുന്നു. ആ സമയം മുറ്റത്തൊരു കോണിൽ ബലിച്ചോറ് പാകമായി വന്നു. അവർ പിണ്ഡമുരുട്ടി കാക്കകൾക്കു വെച്ച് കൈനനച്ച് കൈകൊട്ടിയിട്ട് കാക്കകൾ വന്നില്ല്യ, ബലിച്ചോറുണ്ടില്ല്യ. മരക്കൊമ്പിലിരുന്ന രണ്ടു കാക്കകൾ അവരുടെ കൈകൊട്ടു കേട്ട് ഭയന്ന് ദൂരങ്ങളിലേക്ക് പറന്നു പോയി.

പതിമൂന്ന്

“**പാ**പ്പുവിന്റെ കഥ ഞാൻ അന്വേഷിച്ചറിയാനിറങ്ങിയത് എന്റെ ഇരുപതാം വയസ്സിലാ. ആദ്യമാദ്യം കിട്ടിയ വിവരങ്ങൾ എന്നെ അസ്വസ്ഥനും വ്യാകുലനുമാക്കി. മനുഷ്യർക്ക് ഇങ്ങനെയൊന്നും ചെയ്യാൻ കഴിയില്ലെന്നായിരുന്നു അപ്പോഴും എന്റെ ധാരണ. അന്വേഷണം തുടർന്നു. എന്റെ മുത്തച്ഛനും ഞങ്ങളുടെ ഇല്ലത്തെ പ്രായം ചെന്ന കാര്യസ്ഥനും പാപ്പുവിന്റെ കഥ നന്നായറിയാമായിരുന്നു.

“നീയെന്തിനാ ആവശ്യമില്ലാത്ത കാര്യങ്ങടെ പിറകേ പായുന്നു? ചത്ത കുഞ്ഞിന്റെ ജാതകം നോക്കേണ്ട. ഒക്കെ പുറത്തുപറയാൻ കൊള്ളാത്ത കാര്യങ്ങളാ.”

മുത്തച്ഛൻ എന്നെ പിന്തിരിപ്പിച്ചു.

“പക്ഷേ, ഞങ്ങളുടെ കാര്യസ്ഥനെ ഞാൻ ‘പ്രതിപാലിതാവസരം’ സമീപിച്ചപ്പോൾ അയാൾ ഉള്ളു തുറന്നു. എല്ലാം പറഞ്ഞു. അപ്പോഴും എന്നല്ല്യ ഇപ്പോഴും അതെല്ലാം അസത്യങ്ങളായിരിക്കണേ എന്നു ഞാൻ പ്രാർത്ഥിച്ചിട്ടുണ്ട്. ആര് എന്ത് ആഗ്രഹിച്ചാലും സത്യം സത്യമല്ലാണ്ടു വരുമോ?”

അല്പനേരം മുത്തച്ഛൻ മൗനംപൂണ്ടിരുന്നു. പിന്നെ നെടുതായൊന്നു നിശ്വസിച്ചുകൊണ്ട് നിവർന്നിരുന്നു. വീണ്ടും ഓർമകളെ ഉണർത്തിവിട്ടു.

"എന്റെ മുത്തച്ഛൻ പറഞ്ഞപോലെ ഒക്കെ പുറത്തുപറയാൻ കൊള്ളാത്ത കാര്യങ്ങളാ. എന്റെ കൊച്ചുമകളുടെ പ്രായമുള്ള നിന്നോട് ഞാനതൊക്കെ എങ്ങനെ പറയും? പക്ഷേ, ഞാൻ പിന്തിരിഞ്ഞാൽ അത് വലിയൊരു ചതിയാവും. എന്റെയും നിന്റെയും പൂർവികർ, ശങ്കരാചാര്യരിൽനിന്നും മനുവിൽനിന്നും ബ്രഹ്മാവിൽനിന്നും നേരിട്ട് ജന്മമെടുത്തവർ എന്ന് അഭിമാനിക്കുന്നവർ ശരിക്കും ആരായിരുന്നു എന്ന് നാളത്തെ ലോകം അറിയണം. മനുവും പരശുരാമനും മാത്രമല്ല, നാരായണൻ നമ്പൂരിയും നമ്മുടെ പൂർവികരിൽപെടും എന്ന് പുതിയ തലമുറ അറിയണം. അതുകൊണ്ട് പത്മ ക്ഷമയോടെ ഈ വൃത്തികെട്ട കഥകൾകൂടി ശ്രദ്ധിക്ക."

"നിശ്ചയമായും. മുത്തച്ഛൻ പറഞ്ഞാൽ മതി. പറഞ്ഞതൊക്കെ എന്റെ മനസ്സിലുണ്ട്. പാപ്പു എന്ന പാർവതിക്ക് എന്തു സംഭവിച്ചുവെന്ന് അനുമാനിക്കുന്നതിനേക്കാൾ നല്ലതാണല്ലോ അനുഭവസ്ഥർ പറഞ്ഞ വിവരങ്ങൾ മനസ്സിലാക്കുന്നത്. മുത്തച്ഛൻ പറയണം." പത്മ മുത്തച്ഛനു വേണ്ടി കാതോർത്തിരുന്നു.

"എവിടെയാ ഞാൻ നിർത്തിയത്? ആ കിട്ടികളെ പുറത്താക്കിയതുവരെയുള്ള കാര്യങ്ങൾ പറഞ്ഞെന്നാ എന്റെ തോന്നൽ."

"ശരിയാണ് മുത്തച്ഛാ. പാപ്പു ഇറങ്ങിനടന്നു. പിന്നെ ബ്രഹ്മൻ ഇറങ്ങി ഓടി. അത്രയേ പറഞ്ഞുള്ളൂ."

പത്മ സൂചന നൽകി. മുത്തച്ഛൻ പറഞ്ഞുതുടങ്ങി.

"കല്പകശ്ശേരിയിലെ വലിയമുറ്റം കടന്നപ്പോൾ താൻ എവിടേക്കാണ് പോകുന്നതെന്ന് പാപ്പു സ്വയം ചോദിച്ചു. തന്റെ സർവതും നഷ്ടപ്പെട്ടിരിക്കുന്നു എന്നും തനിക്ക് നിൽക്കാനൊരു ഇടമോ പോകാനൊരു വഴിയോ ഇല്ലെന്നും അവൾക്ക് ബോധ്യമായി. ജന്മം തന്ന പിതാവിൽനിന്നും ആദ്യമുണ്ടായ അരുതായ്മകളുടെ നാളുകളിൽ ആത്മഹത്യയെക്കുറിച്ച് പല വട്ടം ചിന്തിച്ചു. മരണത്തെ ഭയമായതുകൊണ്ടു മാത്രം അതിൽനിന്നും പിന്തിരിഞ്ഞു.

പത്താം വയസ്സിൽ പന്ത്രണ്ടു വയസ്സുകാരൻ സഹോദരൻ ബ്രഹ്മദത്തനാണ് തനിക്കൊരു പുതിയ കളി പഠിപ്പിച്ചുതന്നത്. അദ്ഭുതകരമാംവിധം ആനന്ദകരമായിരുന്നു ആ കളി. ഒരുദിവസം, സന്തോഷം സഹിക്കവയ്യാതെ, തന്നേക്കാൾ നാലഞ്ചു വയസ്സിനു മൂപ്പുള്ള, കല്ല്യാണി എന്ന ദാസിപ്പെണ്ണിനോട് ആ കളിയെക്കുറിച്ചു പറഞ്ഞു. അക്കളി തീക്കളിയാണെന്ന് അന്നവൾ താക്കീതു നൽകി. പിന്നെപ്പിന്നെ ഭയമായി. അപ്പോഴും അവൻ പ്രലോഭിപ്പിച്ചുകൊണ്ടിരുന്നു.

ഓർക്കാപ്പുറത്തൊരു ദിവസം തന്തയുടെ പിടിയിലമരേണ്ടിവന്നു. ഉഴറിമാറാൻ ആവതും ശ്രമിച്ചു. കൈകാലുകൾ തളർന്നുപോയതുകൊണ്ട് അടങ്ങിക്കിടക്കാനേ കഴിഞ്ഞുള്ളൂ. അപ്പോഴും കൊന്നുകളയുമെന്ന ഭീഷണി തന്റെ ശരീരത്തിനുമേൽ നിവർന്നുനിൽക്കുന്നത് അവളറിഞ്ഞു.

കൊന്നുകളഞ്ഞിരുന്നെങ്കിൽ എത്ര നന്നായിരുന്നേനെയെന്ന് പാപ്പു ആ പെരുവഴിസഞ്ചാരത്തിനിടയിൽ ചിന്തിച്ചു. തനിക്കെന്തേ ഇങ്ങനെ ഉണ്ടാവാൻ? തന്റെ പ്രായക്കാരായ ധാരാളം യുവതികൾ ചുറ്റിലുമുണ്ടല്ലോ. സ്വന്തം പിതാവിന്റെ പരിലാളനയിൽ കഴിയുന്നവർ!

ഒന്നും ഓർക്കാൻ വയ്യ. ആകാശംപോലെ അതിവിസ്തൃതമായ പാടത്തിന്റെ നടവരമ്പിലൂടെ അവൾ നടന്നു. ശരീരം തളർന്നെങ്കിലും പിന്നെയും നടന്നുകൊണ്ടേയിരുന്നു. പാടവരമ്പു കഴിഞ്ഞപ്പോൾ തെളിഞ്ഞുകണ്ട വഴിയേ നടന്നു. കാലുകൾ ചലിക്കാതായപ്പോൾ അടുത്തുകണ്ട മരത്തണലിൽ ഇരുന്നതറിയാം.

ദേശമംഗലം മനയിലെ തേങ്ങവെട്ടുകാരൻ കേലൻതണ്ടാനും അയാളുടെ തണ്ടാത്തിയും പണികഴിഞ്ഞ് കുടിലിനടുത്തെത്തിയപ്പോൾ മരച്ചോട്ടിൽ ബോധമറ്റു കിടക്കുന്ന യുവതിയെ കണ്ടു. ഒരു തമ്പ്രാട്ടിക്കുട്ടിയായിരിക്കുമെന്ന് അവർക്ക് ഒറ്റനോട്ടത്തിൽ മനസ്സിലായി. തൊട്ട് അശുദ്ധമാക്കാനും വഴിയിൽ ഉപേക്ഷിച്ചുപോവാനും മനസ്സു വന്നില്ല്യ. കൈത്തോട്ടിൽ നിന്നും തണ്ടാത്തി കൈക്കുമ്പിളിൽ കോരിയെടുത്ത ജലം മുഖത്തു തളിച്ചപ്പോൾ കൺമിഴിച്ചെങ്കിലും അവൾക്ക് എഴുന്നേൽക്കാനായില്ല്യ.

"എടുക്കീ, കുട്ടീന എടുക്കീ."

തണ്ടാത്തി കേണപേക്ഷിച്ചു.

കൈക്കുഞ്ഞിനെയെന്നോണം പാപ്പുവിനെ വിലങ്ങനെയെടുത്തുകൊണ്ട് കേലൻ കുടിലിലെത്തി. നാലിനും പതിനഞ്ചിനും മധ്യേ പ്രായമുള്ള അഞ്ചാറു കുട്ടികളുടെ കൂട്ടത്തിൽ പാർവതി അന്തിയുറങ്ങി. നായും നരിയും തിന്നാതെ തീണ്ടൽജാതിക്കാർ അവളെ സംരക്ഷിച്ചു.

കൊടിയ ദാരിദ്ര്യത്തിൽ ഒരു മാസം കഴിഞ്ഞു. ഒരുനേരത്തെ ആഹാരം. ഉടുതുണിക്ക് മറുതുണിയില്ല്യ. മുതിർന്ന കുട്ടികൾ കീറത്തുണികൊണ്ട് അര മറച്ചിട്ടുണ്ട്. നാലും ആറും വയസ്സുള്ള രണ്ടു പെൺകുഞ്ഞുങ്ങൾക്ക് കൂമ്പാളക്കോണകംപോലുമില്ല്യ, അരയിൽ നൂൽബന്ധമില്ല്യ. ഇത്ര കൊടിയ ദാരിദ്ര്യത്തിനിടയിൽ ആ പാവങ്ങളുടെ ആഹാരത്തിന്റെ പങ്ക് പാപ്പുവിനു കൂടി വീതം വെയ്ക്കുന്നതിൽ അവർക്ക് പരാതിയില്ലെങ്കിലും പാപ്പുവിന് വല്ലാത്ത ആത്മനിന്ദ അനുഭവപ്പെട്ടു.

നിലനില്പിനുവേണ്ടിയുള്ള വഴികൾ തേടുക ജന്തുസഹജമായ വികാരമാണല്ലോ. പാപ്പുവും അതേ ചെയ്തുള്ളൂ. നിലനില്പിനുള്ള വഴികൾ തേടി.

അമ്മ സ്നേഹമയിയാണ്. ഒരു ദിവസം അമ്മയെ ചെന്നു കണ്ടു നോക്കാം. ഒരു പാവുമുണ്ടെങ്കിലും തരാതിരിക്കില്ല്യ. ഇടങ്ങഴി അരിയെങ്കിലും തരാതിരിക്കില്ല്യ. അവൾക്കിപ്പോൾ കേലനാണ് പിതാവ്, കേലന്റെ ഭാര്യയാണ് മാതാവ്. അവൾ തന്റെ ഇംഗിതം അറിയിച്ചു.

“തമ്പ്രാട്ടീന്റ ഇഷ്ടംപോലെ.”

അവർ അനുവാദം നൽകി. പകൽ സമയങ്ങളിൽ നാരായണൻ നമ്പൂതിരി കാർത്യായനീക്ഷേത്രത്തിലായിരിക്കുമെന്ന് പാപ്പുവിനറിയാം. അവൾ ഇറങ്ങിനടന്നു. പാടം കഴിഞ്ഞ്, കല്പകശ്ശേരിയിലെ ഇല്ലപ്പറമ്പിലെത്തിയപ്പോൾ കാടിന്റെ മറപറ്റി, ആരുടെയും കണ്ണിൽപെടാതെ ഇല്ലത്തിന്റെ പിൻഭാഗത്തെത്തി.

“അമ്മേ, ഇച്ചിരി കഞ്ഞി, വിശക്കുന്നു.”

അമ്മ അടുക്കളത്തിണ്ണയിൽ തളർന്നിരുന്നുപോയി.

“അമ്മേ എടങ്ങഴി അരി, ഉടുക്കാനൊരു മുണ്ട്.”

മാതൃഹൃദയം പൊട്ടി ചോരച്ചാൽ കണ്ണീരായി ഒഴുകി.

നാരായണൻ നമ്പൂതിരിയെത്തിയാൽ കാര്യങ്ങൾ കഷ്ടത്തിലാകുമെന്നറിഞ്ഞ അമ്മ മുറ്റത്ത് ഇലയിട്ട് അവളെ ഊട്ടി. യാചകിയെപ്പോലെ മുറ്റത്തിരുന്ന് ആർത്തിയോടെ വലിച്ചുവാരിത്തിന്നുന്ന തന്റെ പൊന്നുമകളെ കാണെക്കാണെ അമ്മയുടെ കണ്ണുകളിൽ ഇരുട്ടുകയറി. തപ്പിത്തടഞ്ഞ് അകത്തു കയറി അലക്കിവച്ചിരുന്ന ഒരു പാവുമുണ്ടെടുത്ത് അവൾക്കു നൽകി. തോർത്തിൽ കെട്ടിയ നാലഞ്ചിടങ്ങഴി അരിയും അവളുടെ മുമ്പിൽ വെച്ചു.

നീ എവിടെയാ കുഞ്ഞേ എന്ന് അമ്മ ചോദിച്ചില്ല്യ. ചോദിക്കാൻ നാവു ചലിച്ചില്ല്യ. എങ്കിലും അവൾ ജീവനോടെ ഉണ്ടല്ലോ എന്നോർത്ത് അമ്മമനസ്സ് ആശ്വസിച്ചു.

ഇരിക്കപ്പിണ്ഡം വച്ച് പടിയടച്ച് പുറത്താക്കപ്പെട്ടവൾ തന്റെ മുറ്റത്തിരുന്ന് ഊണു കഴിക്കുന്നത് ഉച്ചയ്ക്കെത്തിയ നാരായണൻ നമ്പൂരിയുടെ കനൽക്കണ്ണുകൾ കണ്ടു. പകക്കണ്ണുകളുമായി തന്റെ പിതാവ് നിൽക്കുന്നത് അവളും കണ്ടു. ഒന്നു കണ്ടതേയുള്ളൂ. ഭയന്നുവിറച്ചു മുഖം കുനിച്ചു. അധരങ്ങൾക്കടുത്തെത്തിയ ഒരുപിടിച്ചോറ് കൈവിരലുകൾക്കിടയിലൂടെ ഊർന്നു വീണു. അവളുടെ സിരകളിൽ രക്തമുറഞ്ഞു. കൈകാലുകളിൽ മരവിപ്പു കയറുന്നതും അവളറിഞ്ഞു. മരണം തൊട്ടുമുന്നിൽ നിൽക്കുന്നു. അമ്മ തിണ്ണയിൽ മരിച്ചിരിക്കുന്നു. അടുക്കളക്കാരികൾ അങ്ങിങ്ങ് ചത്തുനിൽക്കുന്നു.

പാപ്പു ഒന്നുകൂടി മുഖമുയർത്തി നോക്കി.

ചെങ്കണ്ണുകളും വട്ടക്കൊമ്പുകളുമുള്ള ആനയോളം വലുപ്പമുള്ള ഒരു പോത്തിന്റെ പുറത്ത് വലതുകൈയിൽ കുടുക്കിട്ട കയറുമായി നാരായണൻ നമ്പൂതിരി തുറുകണ്ണുകളുമായി ഇരിക്കുന്നു. ജീവിതം അവസാനിച്ചു എന്ന് അവൾ കരുതി. തന്റെ കഴുത്തിൽ കുടുക്ക് മുറുകുന്നതും കാത്ത് അവൾ കുനിഞ്ഞിരുന്നു. കുറച്ചുസമയം കഴിഞ്ഞിട്ടും കഴുത്തിൽ കയർ വീഴാതായപ്പോൾ അവൾ വീണ്ടും ശിരസ്സുയർത്തി കാലനെ അവസാനമായി ഒന്നു നോക്കി. നാരായണൻ നമ്പൂരി ഒന്നും ഉരിയാടാതെ അകത്തേക്ക് നടക്കുന്നതാണ് അവൾ കണ്ടത്.

പിന്നെ എല്ലാം പെട്ടെന്നായിരുന്നു. തോർത്തിൽ കെട്ടിവച്ചിരുന്ന അരിയും ശിരസ്സിലേറ്റി, അമ്മ നൽകിയ പാവുമുണ്ടുമായി അവൾ പിടഞ്ഞോടി. പാവുമുണ്ട് അവളുടെ കൈയിൽനിന്നും അവിടെത്തന്നെ വഴുതിവീണു. വലിയ മുറ്റം കടക്കുന്നതിനു മുമ്പുതന്നെ ശിരസ്സിലിരുന്ന തുണിക്കെട്ട് തറയിൽ വീണ് അരി നാലുപാടും ചിന്നിച്ചിതറി.

കേലന്റെ കുടിലിലെത്തുന്നതുവരെ അവൾ ഓടിക്കൊണ്ടേയിരുന്നു. പിന്നെ ഒരു വീഴ്ച! ഗർഭാലസ്യം നൽകിയ മോഹാലസ്യം.''

അർദ്ധമോഹാലസ്യത്തിലെന്നപോലെ മുത്തച്ഛൻ മൗനംപൂണ്ടു. പത്മയുടെ മനസ്സിൽ പാപ്പു മയങ്ങിക്കിടന്നു. അവൾക്കൊന്നും സംഭവിക്കല്ലേ ഭഗവതീ എന്ന് പത്മ പ്രാർത്ഥിച്ചു. പെട്ടെന്നവൾ തിരുത്തി. സംഭവിച്ച കഥയാണല്ലോ മുത്തച്ഛൻ പറഞ്ഞുവന്നത്. സംഭവിക്കേണ്ടത് സംഭവിച്ചു കഴിഞ്ഞു. ഇനി പ്രാർത്ഥിച്ചിട്ട് എന്തു ഫലം?

''പത്മ വേട്ടപ്പട്ടികളെക്കുറിച്ചു കേട്ടിട്ടുണ്ടോ?''

മുത്തച്ഛൻ ചോദിച്ചു. അതെന്താ ഇപ്പോൾ വേട്ടപ്പട്ടികളെക്കുറിച്ചു ചോദിക്കാൻ? കഥയിൽ പുതിയ ടിസ്റ്റ് സംഭവിച്ചുകാണുമെന്ന് ചിന്തിച്ചെങ്കിലും പത്മ മറുപടിയൊന്നും പറഞ്ഞില്ല.

''നായാട്ടുകാർ വേട്ടപ്പട്ടികളെ വളർത്താറുണ്ട്. നായാട്ടിനിറങ്ങുമ്പോൾ യജമാനനുവേണ്ടി ഇര പിടിക്കുകയാണ് അവയുടെ ധർമം. നാരായണൻ നമ്പൂരിക്കും രണ്ടു വേട്ടപ്പട്ടികൾ ഉണ്ടായിരുന്നു. നാരീനായാട്ടിനിറങ്ങുമ്പോൾ ആ ഇരുകാലി വേട്ടപ്പട്ടികൾ അയാളെ സഹായിച്ചിരുന്നു.

ഉച്ചയ്ക്ക് ഊണു കഴിച്ചുകൊണ്ടിരുന്ന പാപ്പു ഓടിപ്പോയതിനുശേഷം തിരുമേനി വേണ്ട നിർദ്ദേശങ്ങൾ നൽകി, രണ്ടു വേട്ടപ്പട്ടികളെ അഴിച്ചുവിട്ടു.

അവർ കല്പകശ്ശേരി കാവിനുള്ളിൽ ഒരു ശവക്കുഴി തീർത്തു. രണ്ടുപേരും വിയർപ്പാറ്റി കുളിച്ചുടുത്തു വന്നപ്പോൾ സന്ധ്യയായി. ഒരാൾ കേലന്റെ കുടിലിലെത്തി അറിയിച്ചു:

''ഇല്ലത്തെ തമ്പുരാൻ എല്ലാം പൊറുത്തിരിക്കുന്നു. പാപ്പുത്തമ്പുരാട്ടി ഈ‍ൗട ഇങ്ങന അരപ്പട്ടിണിയാണെന്നറിഞ്ഞപ്പോ തമ്പിരാന് സയിക്കാൻ കഴിഞ്ഞില്ല. എല്ലാം പൊറുത്തെന്നും ഇല്ലത്തു ചെന്ന് സുഹായിറ്റ് പാർക്കാനും പറഞ്ഞ്. കൊച്ചുതമ്പിരാട്ടിയെ ഇപ്പത്തന്നെ കൂട്ടിക്കൊണ്ടു ചെല്ലാൻ അമ്മത്തമ്പിരാട്ടിയും പറഞ്ഞ്.''

പാപ്പിക്ക് പുനർജന്മം കിട്ടിയ സന്തോഷം. കാർത്യായനീ ഭഗവതി കനിഞ്ഞു. അടുത്ത ദിവസം തന്നെ അമ്പലത്തിലെത്തി ഒരു പുഷ്പാഞ്ജലി നടത്തണം.

കേലൻതണ്ടാനും തണ്ടാത്തിക്കും അതിനേക്കാൾ സന്തോഷം. ബോധമറ്റ് വഴിയിൽ കിടന്ന കുട്ടിയെ തങ്ങൾ രക്ഷിച്ചെടുത്തത് എത്ര നന്നായി! അവരും ദൈവങ്ങളെ വിളിച്ച് പ്രാർത്ഥിച്ചു.

പാപ്പുത്തമ്പുരാട്ടി ഉടൻതന്നെ തിരിച്ചുപോകുന്നെന്നറിഞ്ഞപ്പോൾ കേലന്റെ കുഞ്ഞുങ്ങളുടെ കണ്ണു നിറഞ്ഞു. ഒരുമാസംകൊണ്ടുതന്നെ ഒരു ജന്മംകൊണ്ടു ലഭിക്കേണ്ട സ്നേഹം പാപ്പുവിൽനിന്നും അവർക്കു കിട്ടിയിരുന്നു.

കൊച്ചുതമ്പുരാട്ടി എല്ലാവരോടും നിറകണ്ണുകളോടെ നിശ്ശബ്ദയായി യാത്ര പറഞ്ഞു. കുടിലിലെത്തിയ യമദൂതന്റെ പിറകെ അരണ്ട വെളിച്ചത്തിൽ പാപ്പു നടന്നു. മുമ്പേ നടന്നവന്റെ കാലടികൾ നോക്കി അവൾ പിമ്പേ നടന്നു. കുറച്ചുകഴിഞ്ഞപ്പോൾ പിന്നിൽ മറ്റൊരു കാലൊച്ച കേട്ടെങ്കിലും വീണ്ടുകിട്ടിയ പുതുജീവിതമോഹത്തിൽ മുങ്ങിപ്പോയ അവൾ അതൊന്നും കാര്യമാക്കിയില്ല്യ.

ചെന്നെത്തിയത് കല്പകശ്ശേരി കാവിനുള്ളിലായിരുന്നു. ഗർഭാലസ്യത്താലും ഉച്ചയ്ക്ക് പ്രാണരക്ഷാർത്ഥം വേഗത്തിൽ ഓടിയതിനാലും അവൾ ആകെ തളർന്നിരുന്നു. അവൾ അവിടെ കുഴഞ്ഞുവീണു. ഒന്നുറക്കെ കരയാൻപോലും അവൾക്കായില്ല്യ. ആരോ തന്റെ ഉടുമുണ്ട് പറിച്ചെടുത്തപ്പോൾ ചെറുക്കാനായില്ല്യ, പ്രതിഷേധിക്കാനായില്ല്യ.

നാവു നുണഞ്ഞുനിന്ന വേട്ടപ്പട്ടികളിലൊന്ന് അവളുടെ പച്ചമാംസം തിന്നുതുടങ്ങി. അവൾ പ്രതിഷേധിച്ചില്ല്യ, എതിർത്തില്ല്യ, കരഞ്ഞില്ല്യ. പിതാവും സഹോദരനും നൊട്ടിനുണഞ്ഞതിന്റെ ബാക്കി എച്ചിൽ ഏതു പട്ടിവേണമെങ്കിലും തിന്നോട്ടെ എന്ന പ്രതിഷേധഭാവമായിരുന്നു അവൾക്ക്. മരണത്തിന്റെ പദനിസ്വനങ്ങൾ അടുത്തടുത്തു വരുന്നത് അർദ്ധബോധാവസ്ഥയിലും അവൾ തിരിച്ചറിഞ്ഞു.

രണ്ടുപേർ മാറിമാറി തങ്ങളുടെ ശേഷി പരീക്ഷിച്ചുപരീക്ഷിച്ച് പരിക്ഷീണിതരായി. എന്നിട്ടും മണ്ണിലമർന്നുകിടന്ന പെണ്ണിന്റെ ഉള്ളിൽനിന്നും ചെറിയൊരമറൽ ഉയർന്നുകൊണ്ടിരുന്നു. കഴുത്തിൽ കയറിട്ടു മുറുക്കി കഥ കഴിച്ചു. മുമ്പേ ഒരുക്കിയിട്ടിരുന്ന ശവക്കുഴിയിൽ പാപ്പുവിന്റെ ശരീരം നനഞ്ഞ പഴന്തുണിപോലെ വീണു. പുറത്ത് മൺകൂന ഉയർന്നു.''

രാവുണ്ണി മുത്തച്ഛൻ ആത്മഗതംപോലെ സംസാരിക്കുകയായിരുന്നു. പത്മ അടുത്ത് കസേരയിലിരിപ്പുണ്ടെന്നോ അവർക്കുവേണ്ടിയാണ് താൻ സംസാരിക്കുന്നതെന്നോ അദ്ദേഹം ഓർത്തില്ല. ഉള്ളിൽ ഉറഞ്ഞുകിടന്ന സങ്കടങ്ങൾ സ്വന്തം മനസ്സിനോടുതന്നെ പറയുകയായിരുന്നു അദ്ദേഹം.

''അമ്മേ ഭഗവതീ'' എന്നൊരു ആർത്തനാദം പത്മയിൽ നിന്നുയർന്നു. ഇരുകൈകൾകൊണ്ട് മുഖംപൊത്തി കുനിഞ്ഞിരിക്കുന്ന പത്മടീച്ചറെ മുത്തച്ഛൻ സഹതാപത്തോടെ നോക്കി.

പുറത്ത് ആളനക്കങ്ങളും വാഹനശബ്ദങ്ങളും റേഡിയോ സംഗീതവും മറ്റും കേൾക്കാമെങ്കിലും കണ്ടഞ്ചാതമന മൗനത്തിലാണ്ടു കഴിഞ്ഞിരുന്നു.

കണ്ണുകൾ മുറുകെയടച്ചെങ്കിലും പാപ്പുവിന്റെ ദുർബലശരീരം പത്മയുടെ കൺമുന്നിൽ പിടഞ്ഞുകൊണ്ടിരുന്നു. താനാണ് ഇങ്ങനെ ആക്രമിക്കപ്പെട്ടതെന്നും തന്റെ മേലാണ് മൺകൂന ഉയരുന്നതെന്നുമോർത്തപ്പോൾ പത്മയ്ക്ക് ശ്വാസംമുട്ടി. അവൾ വായ് തുറന്ന് ഇളുത്തിളുത്ത് ശ്വാസം പിടിച്ചു.

പത്മയുടെ ശരീരചലനങ്ങളിൽ കണ്ട മാറ്റം അവളുടെ അന്തരാത്മാവിന്റെ പിടച്ചിലാണെന്ന് രാവുണ്ണി മുത്തച്ഛൻ തിരിച്ചറിഞ്ഞു. അദ്ദേഹം എഴുന്നേറ്റ് മൺകൂജയിലിരുന്ന വെള്ളം ഗ്ലാസ്സിൽ പകർന്നു നൽകി.

"കുടിക്കൂ മകളേ."

അവൾ വെള്ളം കുടിച്ചു. എങ്കിലും ദീർഘദൂരം ഓടിയാലെന്നപോലെ കിതച്ചുകൊണ്ടേയിരുന്നു.

"പത്മാ, നീ കേട്ടതൊക്കെ സത്യമാണെങ്കിലും ഏതാണ്ട് നൂറ്റിനാല്പതു കൊല്ലത്തിനു മുമ്പു നടന്ന കാര്യങ്ങളാ. അതുകൊണ്ട് അവയിന്ന് വെറും കഥകളാ. പാഞ്ചാലിയുടെ വസ്ത്രാക്ഷേപം പോലെ, ഗാന്ധാരീവിലാപം പോലെ, കീചകവധം പോലെ വെറും കഥയായി ഉൾക്കൊള്ളാൻ ശ്രമിക്കൂ. അങ്ങനെയായിരുന്നെങ്കിൽ ഇപ്പോൾ ഞാൻ കണ്ടപോലെ നിന്റെ ആത്മാവിൽ അഗ്നി ആളിപ്പടരില്ല്യായിരുന്നു."

പത്മ സാരിത്തുമ്പുകൊണ്ട് മുഖം അമർത്തിത്തുടച്ചു. മെല്ലെ ചിരിച്ചു. ചിരിക്കുകയല്ല, അവൾ കരയുകയാണെന്ന് മുത്തച്ഛൻ തിരിച്ചറിഞ്ഞു.

"നോക്കൂ, ചില കാര്യങ്ങൾകൂടി പറഞ്ഞ് ഞാനിത് അവസാനിപ്പിക്കാം. ഒരേ തെറ്റിന് മൂന്നുപേരെയാണ് അന്ന് ശിക്ഷിക്കേണ്ടിയിരുന്നത്. ഒന്ന് കല്പകശ്ശേരി നാരായണൻ നമ്പൂരിയെന്ന അധികാരകേന്ദ്രം. ഇന്നെന്നപോലെ അന്നും അധികാരകേന്ദ്രങ്ങൾ ശിക്ഷിക്കപ്പെട്ടിരുന്നില്ല്യാ എന്ന് മനസ്സിലാക്കണം. പാപ്പുവും ബ്രഹ്മദത്തനും ശിക്ഷിക്കപ്പെട്ടു. ഒരേ തെറ്റിന് ശിക്ഷിക്കപ്പെട്ട ആണിന്റെയും പെണ്ണിന്റെയും അവസ്ഥ എന്തെന്നു കൂടി ഒന്ന് താരതമ്യം ചെയ്തുനോക്കണം.

പെണ്ണിന്റെ അവസ്ഥ നാം കണ്ടു. ആ പതിന്നാലുകാരി വധശിക്ഷയ്ക്കു വിധിക്കപ്പെട്ടെങ്കിലും സഹിക്കാമായിരുന്നു. അതിനേക്കാൾ എത്രയോ ഹീനമായ രീതിയിൽ അപമാനിക്കപ്പെടുകയും പീഡിപ്പിക്കപ്പെടുകയും ചെയ്തശേഷമാണ് വധിക്കപ്പെട്ടത്.

എന്നാൽ അവളോടൊപ്പം ശിക്ഷിക്കപ്പെട്ട, അവളേക്കാൾ രണ്ടു വയസ്സ് കൂടുതലുള്ള പതിനാറുകാരൻ ബ്രഹ്മദത്തൻ നമ്പൂരിക്ക് അന്നത്തെ ശിക്ഷ എങ്ങനെ മഹാഭാഗ്യമായി ഭവിച്ചു എന്നു നോക്കാം.

പുറത്താക്കപ്പെടുന്ന സമയത്ത് സ്വന്തമായി ഒരു പേരും വിലാസവും സ്ഥാനമാനങ്ങളും അവന് ഉണ്ടായിരുന്നു. ബ്രഹ്മദത്തൻ നമ്പൂരിക്ക് പേരിന്റെ അവസാനമുള്ള നമ്പൂരി എന്ന ഭാഗമാണ്, തേളിന്റെ വാലുപോലെ ശക്തി നൽകുന്ന ഘടകം. കല്പകശ്ശേരി എന്ന വിലാസം ചില്ലറ

ക്കാര്യമല്ല്യ. മൂസ്സാനമ്പൂരി എന്ന സ്ഥാനം അതിലൊക്കെ വിലപ്പെട്ടതായി രുന്നു. എങ്കിലും ഉടുതുണിയില്ല്യാതെ കാളക്കുട്ടനെപ്പോലെ നടക്കേണ്ടി വന്നതിൽ അവനൊരു നാണക്കേടും തോന്നിയില്ല്യ. സാമൂഹികസാഹ ചര്യം അങ്ങനെയായിരുന്നല്ലോ.

എല്ലാം ഒറ്റനിമിഷംകൊണ്ടു കഴിഞ്ഞു. മരണം കൺമുമ്പിൽ. പത്തി വിടർത്തിയാടി, അശ്ലീലവിഷം ചീറ്റിക്കൊണ്ടിരുന്ന വൃദ്ധബ്രാഹ്മണ സർപ്പ ങ്ങൾക്കു മുന്നിലൂടെ, ജീവൻ നിലനിർത്താനുള്ള ജനിതകാസക്തിയാൽ അവൻ ഓടി. എങ്ങോട്ടെന്നറിയില്ല്യ, ജീവൻ രക്ഷിക്കുക എന്ന ഉദ്ദേശ്യമേ അവനുണ്ടായിരുന്നുള്ളൂ. അവൻ ഓടിക്കൊണ്ടേയിരുന്നു. അതിനിടയിൽ നാവുവരളുന്നതും കണ്ണുകളിൽ ഇരുട്ടു കയറുന്നതും അവനറിഞ്ഞു. അത്രേ അറിഞ്ഞുള്ളൂ. ഒരു മൺകുടിലിനു മുന്നിൽ അവൻ വീണു.

ദേശമംഗലം മനയിലെ അടിമപ്പണിക്കാരൻ കുഞ്ഞിക്കോയയുടെ കുടി ലിനു മുന്നിൽ അവൻ വീണതും ആ സമയം കോയ കുടീലുണ്ടായിരു ന്നതും ദൈവനിശ്ചയം. നട്ടെല്ലുളുക്കിയതുകൊണ്ട് പണിക്കിറങ്ങാനാവി ല്ല്യാന്ന് ദേശമംഗലം മനയിലറിയിച്ച് കോയ മടങ്ങിവന്ന് തൈലമിട്ടിരുന്ന പ്പോഴാ പഴുത്ത ചക്ക അടർന്നുവീഴുമ്പോലെ ബ്രഹ്മദത്തൻ നമ്പൂതിരി വന്നുവീണത്. കോയേന്റെ വീടര് എന്തിനോ എങ്ങനെയോ പിന്നാമ്പു റത്തു നിന്നും മുന്നാമ്പുറത്തെത്തിയപ്പോഴാ, ഉടുതുണിയില്ലെങ്കിലും അഴകും ആരോഗ്യവുമുള്ള ഒരു യുവകോമളൻ വെട്ടിയിട്ട വാഴത്തട പോലെ പെരുവഴിയോരത്ത് കമഴ്ന്നടിച്ചു വീഴുന്ന രംഗം കണ്ടത്. 'എന്റള്ളോ'ന്ന വീടരുടെ നിലവിളി കേട്ട് കുഞ്ഞിക്കോയ ഓടിയെത്തി എന്താണുണ്ടായതെന്നന്വേഷിച്ചെങ്കിലും കോയേന്റ വീടര്ക്ക് നാവനങ്ങി യില്ല്യ, ചൂണ്ടിക്കാട്ടി.

കേലൻ പാപ്പുവിനെ എടുത്തുകൊണ്ടുപോയതുപോലെ കോയ ബ്രഹ്മനെ എടുത്തുകൊണ്ടുപോയി. ബോധം തെളിഞ്ഞിട്ടും കോയ അവനോടു ഒന്നും ചോദിച്ചില്ല്യ.

ഉടുതുണിയില്ലാതെ ഉമ്മറത്തിണ്ണയിൽ കിടന്ന ആരോഗ്യവും അഴകു മുള്ള ആൺപിറവിയെ കോയേന്റെ പുന്നാരമുത്ത് പന്ത്രണ്ടു വയസ്സുകാരി കുലുസു നേരിൽ കണ്ട് അദ്ഭുതപ്പെട്ടു. ഉടുതുണിയില്ലാതെ കിടക്കുന്ന യുവാവിനെ നേരിട്ടു നോക്കുന്നത് ഹറാമായതുകൊണ്ട് കുലുസു കത കിന് പിന്നിൽ ഉടലൊളിപ്പിച്ച് തല പുറത്തേക്കു നീട്ടി അവന്റെ കിടപ്പു കണ്ടു. കണ്ടിട്ടും കണ്ടിട്ടും മതിവരാതെ അവൾ പിന്നെയും അവന്റെമേൽ ദൃഷ്ടി പായിച്ചു.

ബ്രഹ്മദത്തൻ നമ്പൂതിരി കുഞ്ഞിക്കോയയുടെ മരുമകനും പന്ത്രണ്ടു വയസ്സുകാരി കുലുസുവിന്റെ പുയ്യാപ്ലയുമായത് മൂന്നു മാസത്തിനു ശേഷമാ. നമ്പൂതിരിക്കുട്ടി ഷംസുദ്ദീൻ എന്ന മുസ്ലീം യുവാവായി പരിവർ ത്തനപ്പെട്ടു. എങ്കിലും അവന്റെ ആത്മാവും അകക്കണ്ണും പിന്നെയും പലകാലം കല്പകശ്ശേരിയിൽത്തന്നെയായിരുന്നു.

കുലുസുവിന്റെയും ഷംസുവിന്റെയും നിക്കാഹ് കഴിഞ്ഞ ആദ്യരാത്രിയിലാണ് തന്റെ പെങ്ങൾ പാപ്പുവിനെ പിതാവ് നാരായണൻ നമ്പൂതിരി കൊന്നു കുഴിച്ചുമൂടിയ വാർത്ത അവന്റെ ചെവിയിലെത്തിയത്. ആദ്യരാത്രി അലങ്കോലപ്പെടാൻ അതുമതിയായിരുന്നു. എങ്കിലും കുലുസു ഉമ്മയുടെ പുറംവയറ്റിലൊട്ടിക്കിടന്നതുപോലെ ഷംസുവിന്റെ ഉടലിൽ ഒട്ടിച്ചേർന്നു കിടന്നു.

പത്തിരുപതു കൊല്ലത്തിനുശേഷമുള്ള കാര്യമാണ് ഇനി പറയാനുള്ളത്. ഷംസുദ്ദീൻ അപ്പോഴേക്കും നാട്ടിൽ അറിയപ്പെടുന്ന മരക്കച്ചവടക്കാരനായി വളർന്നുകഴിഞ്ഞിരുന്നു. വലിയ പുര വച്ചു; പത്രാസിൽ ജീവിതം നയിച്ചു.

ആയിടയ്ക്ക് ഒരുദിവസം നേരംപുലർന്നപ്പോൾ നാരായണൻ നമ്പൂരിയെ പാപ്പുയക്ഷി നെഞ്ചും വയറും കീറി കൊന്ന് ചോര കുടിച്ചെന്നും യക്ഷി അലറിവിളിക്കുന്നത് പലരും കേട്ടെന്നും വാർത്തയുണ്ടായി. താടിയും തലയിൽകെട്ടുമുള്ള രണ്ടുമൂന്നു മാപ്പിളമാർ കമ്പിപ്പാരകളുമായി കല്പകശ്ശേരി ഇല്ലത്തെത്തിയെന്നും അതിലൊരാൾ മരക്കച്ചവടക്കാരനായ ഷംസുദ്ദീൻ മുതലാളിയായിരുന്നെന്നും വേറെ ചിലർ. ഏതായാലും യക്ഷിക്കഥയാണ് നാട്ടുകാർക്കിഷ്ടപ്പെട്ടത്.

ഗുരുവായൂര് നിന്നും മഹാമാന്ത്രികനായ കൊണ്ടോത്ത് നമ്പൂരിയെ വരുത്തി, അഷ്ടമൂർത്തി നമ്പൂതിരി പാപ്പുയക്ഷിയെ പിടിച്ചുകെട്ടിച്ച് ചെപ്പുക്കുടത്തിലടച്ചു. കല്പകശ്ശേരി കാവിലെ പനയുടെ ചുവട്ടിൽ കുടം കുഴിച്ചിട്ടു. നിലവിളക്കു കൊളുത്തി ആരാധനയും തുടങ്ങി. അങ്ങനെ പാർവതിയെന്ന, പാപ്പുവെന്ന പെഴച്ചപെണ്ണ് പാപ്പുയക്ഷിയായി, ദൈവമായി.

പതിന്നാല്

"**ഓ**ക്കി ഇല്ലത്തെ പഠനം കഴിഞ്ഞ് ഞാൻ കണ്ടഞ്ചാതമനയിൽ മടങ്ങിയെത്തിയിട്ട് കുറച്ചു ദിവസമായി. എന്റെ ഉപനയനം നടത്തുന്ന കാര്യത്തെപ്പറ്റി ഇല്ലത്തു ചില ആലോചനകൾ നടക്കുന്നുണ്ടായിരുന്നു. യുദ്ധത്തിൽ തോറ്റ രാജാവിന്റെ അവസ്ഥയിലായിരുന്നു അന്നു ഞാൻ. താത്രിക്കുട്ടിയായിരുന്നു എന്റെ രാജ്യം. രാജ്യം നഷ്ടപ്പെട്ടവന് ഉപനയനം നടത്തിയാലെന്ത് ഇല്ലെങ്കിലെന്ത് എന്നൊരുതരം നിസ്സംഗഭാവത്തിലായിരുന്നു അന്നു ഞാൻ.

ആയിടയ്ക്കാണ് സംസ്കൃതം പഠിക്കേണ്ടിവന്നത്. അതൊരു വലിയ ശിക്ഷയായി ഞാനന്ന് കരുതി. രാമായണം കിളിപ്പാട്ടും ഭാഗവതവും നന്നായി വായിക്കാൻ എനിക്കറിയാമായിരുന്നു. അർത്ഥമറിയാതെയുള്ള വായനയായിരുന്നു അത്. പന്ത്രണ്ടു വയസ്സുകാരന് ഉൾക്കൊള്ളാൻ

കഴിയുന്നതല്ല്യ, അദ്ധ്യാത്മരാമായണത്തിന്റെയും ഭാഗവതത്തിന്റെയും ഉള്ളടക്കം.

എനിക്ക് കഥകളിപ്പാട്ടുകാരനാകണമെന്ന കലശലായ മോഹമുണ്ടായിരുന്നു. കഥകളിസംഗീതം നല്ലവണ്ണം പഠിക്കണമെങ്കിൽ സംസ്കൃതം അടിസ്ഥാനപരമായിത്തന്നെ പഠിക്കണമെന്ന് എന്റെ വീട്ടിലെ പണ്ഡിതസഭ തീരുമാനിച്ചു. സംസ്കൃതത്തിൽ സാമാന്യ വിദ്യാഭ്യാസമില്ലെങ്കിൽ അർത്ഥമറിഞ്ഞ് കഥകളിപ്പദങ്ങൾ ചൊല്ലാൻ കഴിയില്ലെന്ന് അച്ഛന് നന്നായി അറിയാമായിരുന്നു. അതിനാൽ കൂടുതൽ ആലോചിക്കാനൊന്നും നിൽ ക്കാതെ ഒരു സംസ്കൃതാധ്യാപകനെ വരുത്തി എന്നെ സംസ്കൃതം പഠിപ്പിച്ചുതുടങ്ങി.

ഓയ്ക്കില്ലത്തെ, താത്രിക്കുട്ടിയുമൊത്തുള്ള പഠനം മധുരസ്മരണയായി മനസ്സു നിറഞ്ഞുനിൽക്കുന്ന സമയം. സംസ്കൃതം പഠിക്കാൻ താത്രികൂടി എന്റെ അരികിൽ ഉണ്ടായിരുന്നെങ്കിൽ എന്നു ആഗ്രഹിച്ചു. അവളുണ്ടായിരുന്നെങ്കിൽ എന്റെ സംസ്കൃതപഠനത്തിന് അകാലമൃത്യു സംഭവിക്കില്ല്യായിരുന്നു.

ഗുരു പഠിപ്പിക്കുന്നതിനൊപ്പം പഠിച്ചെത്താൻ മിക്ക കുട്ടികൾക്കും കഴിഞ്ഞിരുന്നില്ല്യ. എന്നാൽ താത്രി പഠിച്ചെത്തുന്ന വേഗത്തിൽ ഗുരുവിന് പഠിപ്പിച്ചെത്താൻ കഴിയുന്നില്ലെന്ന് ഓയ്ക്കില്ലത്തുവച്ച് ഞാൻ മനസ്സിലാക്കിയിരുന്നു. അത്രയ്ക്ക് ധിഷണാശാലിയായിരുന്നു അവൾ.

സംസ്കൃതാധ്യാപകനും ഞാനും തമ്മിൽ പെട്ടെന്നു തെറ്റി. അതികഠിനമായ ശിക്ഷാരീതികളായിരുന്നു അദ്ദേഹം നടപ്പിലാക്കിയിരുന്നത്. അത് അദ്ദേഹത്തിന്റെ മാത്രം പ്രത്യേകതയല്ല്യായിരുന്നു. എത്ര കഠിനമായി ശിക്ഷിക്കുന്നുവോ, കുട്ടികളെ എത്രമാത്രം കൂടുതൽ ഭയപ്പെടുത്തുന്നുവോ അത്രമാത്രം 'നല്ല അധ്യാപകൻ' എന്ന പേരു ലഭിക്കും എന്നാണ് അന്ന് പൊതുവിലുണ്ടായിരുന്ന ധാരണ. ഏതായാലും അധികനാൾ കഴിയുംമുമ്പ് ഗുരുവും ഞാനും തമ്മിലുള്ള ബന്ധം വഷളായി. എന്നെ തല്ലിയത് ഞാൻ സഹിച്ചില്ല്യ. ഞാൻ എന്തൊക്കെയോ വിളിച്ചുപറഞ്ഞു. എന്നെ പഠിപ്പിക്കാൻവേണ്ടി മേലിൽ ഈ മുറ്റത്തു കയറരുത് എന്നുവരെ പറഞ്ഞു. ആ ഗുരു അയാളുടെ പാട്ടിനുപോയി.

അധികം താമസിയാതെ എന്റെ ഉപനയനം നടത്തപ്പെട്ടു. പത്മയുടെ ഇല്ലത്തും അത്തരം ചടങ്ങുകൾ പലതും നടന്നിട്ടുണ്ടാവുമല്ലോ. എന്നാൽ ഇന്നത്തെപ്പോലെയല്ല്യ, അന്ന് നൂറുകൂട്ടം ചടങ്ങുകളോടെയാണ് ഉപനയനം നടത്തിയിരുന്നത്.

എന്തായാലും ചടങ്ങു കഴിഞ്ഞു. പൂണൂൽ ധരിച്ചുകഴിഞ്ഞാൽ പിന്നെ ബ്രാഹ്മണനായി. അതുവരെ ശൂദ്രാവസ്ഥ. മറ്റു സമുദായത്തിൽപെട്ട കുട്ടികൾ ഇതൊക്കെ അറിയുമ്പോൾ ഇന്നു ചിരിക്കും. പൂണൂലിനുമുമ്പ് ഒരു ജാതി, പൂണൂലിട്ടതിനുശേഷം ഉയർന്ന ജാതി!

പൂണൂൽ കിട്ടിയതിലല്ല്യ, ബ്രാഹ്മണനായതിലല്ല്യ, ഉടുക്കാൻ ഒരു തോർത്തുമുണ്ടു കിട്ടിയതിലാണ് ഏറെ സന്തോഷിച്ചത്. സമ്പന്നമായ ഇല്ലമായതുകൊണ്ട് അവിടെ വലിയ നിലക്കണ്ണാടി ഉണ്ടായിരുന്നു. ഞാൻ പുതിയ തോർത്തുടുത്ത് എത്രനേരം കണ്ണാടിയുടെ മുമ്പിൽ ചെന്നു നിന്ന് എന്നെ കണ്ടിരുന്നെന്നോ? എത്ര അപമാനകരമായ അവസ്ഥയിലായിരുന്നു ഞാൻ അതുവരെ കഴിഞ്ഞിരുന്നതെന്നു ചിന്തിച്ചു. പണ്ഡിതന്മാരെന്നും മഹാപണ്ഡിതന്മാരെന്നും പറയുന്ന ബ്രാഹ്മണർ തങ്ങളുടെ ആൺകുട്ടികളെ പതിനഞ്ചും പതിനാറും വയസ്സുവരെ ഇങ്ങനെ നഗ്നരാക്കി നടത്തിച്ച് നശിപ്പിക്കുന്നതെന്തിനെന്ന് ചിന്തിച്ചത് കുറേക്കൊല്ലംകൂടി കഴിഞ്ഞിട്ടാ.

ഇത്ര നല്ല തോർത്തുമുണ്ടുടുത്ത് ഞാൻ നിൽക്കുന്നതു കാണാൻ താത്രി ഉണ്ടായിരുന്നെങ്കിൽ എന്നു ഞാൻ ആഗ്രഹിച്ചു. അല്ലെങ്കിലും ആഗ്രഹിക്കുന്നതൊന്നും ദൈവം നടത്തിത്തരില്ല്യാന്നും അയാള് വേറെ ചിലരുടെ ഭാഗത്താണെന്നും പലപ്പോഴും എനിക്കു തോന്നിയിട്ടുണ്ട്. കല്പകശ്ശേരിയിൽ പഠനാവശ്യമുയർത്തി താത്രി പുതിയൊരു പോർമുഖം തുറന്നുകഴിഞ്ഞിരുന്നു.

എന്റെ മനയുടെ തൊട്ടടുത്താണ് കുറിയേടത്തുമനയെന്ന് ഞാൻ പറഞ്ഞിരുന്നല്ലോ. അവിടത്തെ ഒരു പെൺകുട്ടിയെ പാട്ടു പഠിപ്പിക്കാൻ നാരായണൻ നമ്പീശൻ എന്നൊരാൾ വരുന്നുണ്ടെന്ന് എനിക്കറിയാമായിരുന്നു. കഥകളിസംഗീതമല്ല്യ, ശാസ്ത്രീയസംഗീതമാണ് നമ്പീശൻ പഠിപ്പിച്ചിരുന്നത്. അക്കാര്യം കല്പകശ്ശേരിയിൽവച്ച് ഞാൻ താത്രിയോടു പറഞ്ഞിരുന്നു. കുറിയേടത്തില്ലവുമായി കല്പകശ്ശേരി ഇല്ലത്തുകാർക്ക് കുടുംബബന്ധവും സംബന്ധബന്ധവുമുണ്ടയിരുന്നു. കല്യാണത്തിനോ വാരത്തിനോ മറ്റോ ഒന്നുരണ്ടു തവണ താത്രി മുമ്പ് കുറിയേടത്തില്ലത്ത് വന്നിട്ടുണ്ടായിരുന്നു.

തന്റെ ബന്ധുഭവനത്തിൽ മകൾ ചെന്നു താമസിച്ചു പഠിക്കുന്നത് അനിഷ്ടകരമായി അഷ്ടമൂർത്തിക്കു തോന്നിയതുമില്ല്യ. എങ്കിലും താത്രിയുടെ മാതാവ് ഓക്കിമഹളിന് അത്ര ഇഷ്ടപ്പെട്ടില്ല്യ. ഒരുപക്ഷേ താത്രിയിലെ സ്ത്രൈണാഗ്നിയുടെ ശക്തി അന്നേ ആ മാതാവ് തിരിച്ചറിഞ്ഞിരിക്കാം. പത്താം വയസ്സിൽതന്നെ പതിനാറിന്റെ ശാരീരികവളർച്ചയും ആരെയും ആകർഷിക്കുന്ന കാന്തികശക്തിയുള്ള തീക്ഷ്ണസൗന്ദര്യവുമായി കഴിയുന്ന കുട്ടി അമ്മയുടെ കൺവെട്ടത്തുനിന്നും അകന്നു കഴിഞ്ഞാലുണ്ടാകാവുന്ന അപകടമെന്തെന്ന് ആ അമ്മ നന്നായി മനസ്സിലാക്കിയിരിക്കണം. പത്താം വയസ്സിൽ, ഋതുമതിയാകുന്നതിനുമുമ്പു തന്നെ പെൺകുട്ടികളെ വേളി കഴിച്ചയച്ചിരുന്ന കാലമായിരുന്നല്ലോ.

താത്രിയുടെ പിടിവാശി വിജയിച്ചു. ഇക്കാളിയും അവളെ പിന്തുണച്ചു.

“ഓള് പോയി പഠിക്കട്ടമ്മേ. അമ്മായി നോക്കിക്കോളും.”

ഇക്കാളി പിന്തുണച്ചു.

അഷ്ടമൂർത്തി നമ്പൂതിരി ഒരു ദിവസം താത്രിയുമായി കുറിയേടത്തു മനയിലെത്തി. സംഗീതപഠനത്തിനുള്ള ഏർപ്പാടുകൾ ചെയ്ത് കുട്ടിയെ കുറിയേടത്ത് നിർത്തി മടങ്ങി. കുറിയേടത്തില്ലത്തുള്ളവർക്കെല്ലാം വളരെ സന്തോഷമായി. കഥകളിൽ കേട്ടിട്ടുള്ള ലക്ഷ്മീദേവിയോ സരസ്വതീ ദേവിയോ മുമ്പിൽ വന്നു നിൽക്കുന്നതുപോലെ. മഹാഭാഗ്യമായി അന്തർജനങ്ങൾ താത്രിയുടെ സാന്നിധ്യത്തെ ആഘോഷിച്ചു.

ഒരു മാസത്തെ സംഗീതപഠനത്തിന് നാരായണൻ നമ്പീശന് ഒരു രൂപ ഫീസു കൊടുക്കണം. അതൊക്കെ നമ്പ്യാത്തൻതന്നെ കൊടുക്കാമെന്നു പറഞ്ഞ് അഷ്ടമൂർത്തിയെ തിരിച്ചയച്ചു.

താത്രി കുറിയേടത്തുമനയിലെത്തി മൂന്നു ദിവസം കഴിഞ്ഞെങ്കിലും അക്കാര്യം ഞാനറിഞ്ഞിരുന്നില്ല്യ. സംസ്കൃതാധ്യാപകനെ ഞാൻ തെറി വിളിച്ചോടിച്ചതാണെന്ന് അന്നാണ് അച്ഛനറിഞ്ഞത്. ഗുരുവിന് എന്തോ അസൗകര്യമായതുകൊണ്ട് വരാത്തതാണെന്ന് അദ്ദേഹം കരുതിയിരുന്നു. ഒടുവിൽ കാര്യങ്ങൾ അന്വേഷിച്ചറിഞ്ഞു.

കാര്യങ്ങൾ ഞാൻ വിചാരിച്ചതിലും അപ്പുറമായിരുന്നു. അച്ഛനും അമ്മാവനുംകൂടി എന്റെ അനുസരണക്കേടിനെക്കുറിച്ച് സംസാരിക്കുന്നതു കേട്ടു. ഒരു ആൺകുട്ടിയല്ല്യേ? ഇങ്ങനെ പോയാൽ അവന്റെ ഭാവിയെന്താകും? ഇത്തരത്തിലായിരുന്നു ചർച്ച.

“അരിച്ചൂരൽകൊണ്ട് ചന്തിയിൽ നാലു വീക്കുവീക്കണം. തൊലി പൊട്ടി ചോര പൊടിയണം.”

അമ്മാവൻ വച്ച നിർദ്ദേശം അച്ഛൻ അംഗീകരിച്ചു.

“അത്ന്ന്യാ വേണ്ടേ്യ. ആങ്കുട്ട്യല്ല്യേ? അഴിച്ചുവിട്ടാൽ വഷളാകില്ല്യേ?”

അത്രയും കേട്ടപ്പോൾതന്നെ എന്റെ ചന്തിയിൽ ചുളുചുളെ ചൂരൽ പതിഞ്ഞാലുള്ള വേദന ഞാനനുഭവിച്ചു. ഇരുകൈകൊണ്ട് ചന്തിയിലമർത്തിത്തലോടി ഞാൻ കാവിനുള്ളിൽ ഒളിച്ചു.

അന്നത്തെ ബ്രാഹ്മണ ഇല്ലങ്ങളിൽ സർപ്പക്കാവ് സാധാരണമായിരുന്നു. കുറിയേടത്തുമനയുടെയും കണ്ടഞ്ചാതമനയുടെയും അതിർത്തിയിലായിരുന്നു രണ്ടു കാവുകളും. രണ്ടുംകൂടിച്ചേർന്ന ഒരു കുട്ടിവനം. അതിന്റെ മധ്യത്തിലൂടെയായിരുന്നു രണ്ടു മനയുടെയും അതിർത്തി. അളവുകല്ലും അതിർത്തിയുമൊന്നും ഞങ്ങൾ കുട്ടികൾക്ക് അറിയേണ്ട കാര്യമല്ലല്ലോ. തിന്നാൻ കൊള്ളാവുന്ന പലതരം കാട്ടുപഴങ്ങൾ കാവിൽ കിട്ടും. ഞങ്ങൾക്ക് കാവിനുള്ളിലെ ദൈവങ്ങളെക്കാളും കാട്ടുപഴങ്ങളായിരുന്നു ഇഷ്ടമിത്രങ്ങൾ. ചില പഴങ്ങൾ പറിച്ച് നൊട്ടിനുണഞ്ഞുകൊണ്ട് ഞാനങ്ങനെ നടന്നപ്പോഴുണ്ട് കാവിലെ ഭഗവതി കാവിനു സമീപം നിൽക്കുന്നു. കാവിനുള്ളിൽ എന്റെ കാൽപെരുമാറ്റം കേട്ടപ്പോൾ ആരെന്ന് ശ്രദ്ധിക്കുകയായിരുന്നു അവൾ.

ഞാനും താത്രിയും പരസ്പരം കണ്ട നിമിഷം ഇന്നും ഓർക്കുന്നു. അവൾ കാവിനുള്ളിലേക്ക് കൊടുങ്കാറ്റിന്റെ വേഗത്തിൽ ഓടിക്കയറിവന്ന് എന്നെ കെട്ടിപ്പിടിച്ചു. ഓടിവന്നുള്ള ആ കെട്ടിപ്പിടിത്തത്തിന്റെ ആഘാതത്തിൽ ഞങ്ങൾ രണ്ടാളും നിലത്തുവീണുരുണ്ടു.

'നീ എന്നു വന്നു' അല്ലെങ്കിൽ 'എപ്പോൾ വന്നു' എന്നല്ല ഞാനവളോട് അന്ന് ആദ്യമായി ചോദിച്ചത്. 'നീയിതു കണ്ടില്ല്യേ' എന്നായിരുന്നു. എന്റെ പുതിയ തോർത്തുമുണ്ട് അതിനിടയിൽ നന്നായി മുഷിഞ്ഞിരുന്നു. അവൾക്ക് കാണിച്ചുകൊടുത്ത അമൂല്യവസ്തു അതായിരുന്നു. അവളുടുത്തിരുന്നതും മുഷിഞ്ഞതെങ്കിലും പുതിയ ഒരു ചെറുമുണ്ടായിരുന്നു.

നാരായണൻ നമ്പീശൻ കുറിയേടത്തുമനയിൽ ശാസ്ത്രീയസംഗീതം പഠിപ്പിക്കുന്നുണ്ടെന്നും എന്നെക്കൂടി സംഗീതം പഠിക്കാൻ അനുവദിക്കണമെന്നും ഞാൻ അമ്മയോട് അപേക്ഷിച്ചു. അമ്മ വിവരം അച്ഛനെ അറിയിച്ചു. അച്ഛൻ എന്നെ അരികിൽ വിളിച്ച് വളരെ സ്നേഹപൂർവം ഉപദേശിച്ചു.

"വെറും ശാസ്ത്രീയസംഗീതംകൊണ്ടൊന്നും ഒരു ഗുണോംല്ല്യട്ടോ. കഥകളിസംഗീതായാൽ അതാശ്ശി ഭേദം. പട്ടാമ്പീലൊരു ഇല്ലത്ത് നിന്നെ അയയ്ക്കാമ്പൂവാ. ഒരുമാസം പഠിക്ക്യാ. മെച്ചമാണെന്നു കണ്ടാ തുടരാ. ഇല്ലേ മടങ്ങാലോ."

ഞാൻ ഈശ്വരനെ ഏറ്റവും തീവ്രമായി വെറുത്തുപോയ ഒരു നിമിഷമായിരുന്നു അത്. ഞാൻ എന്നെത്തന്നെ വെറുത്തു. ഇത്രയും ഭാഗ്യദോഷിയോ ഞാനെന്നോർത്ത് അന്ന് ഒരുപാട് ദുഃഖിച്ചു. അച്ഛന്റെ സ്നേഹവാത്സല്യങ്ങളോടെയുള്ള ഉപദേശം തള്ളിക്കളയാൻ എനിക്കാവില്ല്യായിരുന്നു.

കണ്ടഞ്ചാതമനയുടെ തൊട്ടടുത്ത് കുറിയേടത്തുമനയിൽ അതിസുന്ദരിയായ താത്രി എന്നൊരു കുട്ടിക്കാവ് സംഗീതം പഠിക്കാൻ വന്നിട്ടുണ്ടെന്നും താത്രിയെ പിരിഞ്ഞ് പട്ടാമ്പിക്കു പോകാൻ വിധിച്ചതിനേക്കാൾ എന്നെ പരലോകത്തേക്ക് അയച്ചാൽ മതിയായിരുന്നെന്നും അച്ഛനോടു പറയാൻ തോന്നി. എങ്കിലും അങ്ങനെ പറയാൻ കഴിയില്ല്യല്ലോ.

പട്ടാമ്പിയിലെ ആ മന വളരെ പ്രസിദ്ധമെന്നു മാത്രമല്ല അവിടെവച്ച് ഞാനൊരിക്കൽ കഥകളി കാണുകയും ചെയ്തിട്ടുണ്ട്. പിറ്റേന്നുതന്നെ പോകാനാ അച്ഛന്റെ തീരുമാനം. അതിനിടയിൽ എന്നെ പട്ടാമ്പിയിലെത്തിക്കാൻ ചെറിയപ്ഫനെ ചുമതലപ്പെടുത്തുകയും ചെയ്തു. അന്നു വൈകിട്ട് ഞാൻ കാവിനടുത്തെത്തിയെങ്കിലും താത്രിയെ അവിടെ കണ്ടില്ല്യ. കാത്തുനിൽക്കാൻ എനിക്ക് തീരെ ക്ഷമയില്ല്യായിരുന്നു. കുറിയേടത്ത് മുറ്റത്തെത്താറായപ്പോൾ അവൾ കുളപ്പുരമാളികയ്ക്കടുത്ത് നിൽക്കുന്നതു കണ്ടു. ഇടംവലം തിരിഞ്ഞുനോക്കി, മിന്നൽ വേഗത്തിൽ അവൾ എന്റെ അടുത്തേക്കോടി വന്നു.

ഒരിക്കൽ, ഓയ്ക്കില്ലത്തെ പഠനം കഴിഞ്ഞ് മടങ്ങിയ വേളയിൽ കല്പകശ്ശേരി കാവിനുള്ളിൽവച്ച് അവളോടു യാത്ര പറഞ്ഞ രംഗം അപ്പോൾ ഞാനോർത്തു. അന്നവൾ വിരഹം സഹിക്കാതെ തേങ്ങി ക്കരഞ്ഞു.

വീണ്ടും ഒരു വിടവാങ്ങൽവേളയെത്തിയിരിക്കുന്നു - തികച്ചും അവിചാരിതമായി. എന്റെ ജീവിതത്തിൽ അവിചാരിതസംഭവങ്ങളാണ് അധികവും ഉണ്ടായിട്ടുള്ളത്. ഞാൻ ഓയ്ക്കില്ലത്ത് പഠിക്കാനെത്തിയതും തന്നിഷ്ടമനുസരിച്ച് താത്രി അവിടെ പഠിക്കാനെത്തിയതും ഗുരു ചേരാവള്ളിക്ക് പൊക്കനായതും പഠനം നിർത്തി മടങ്ങേണ്ടിവന്നതും അതിനിടയിൽ കുറച്ചു ദിവസം താത്രിയുടെ ഇല്ലത്ത് താമസിക്കാൻ കഴിഞ്ഞതും എല്ലാം അവിചാരിതസംഭവങ്ങൾ തന്നെയായിരുന്നു.

അന്നത്തെ വേർപാടിന്റെ വേദന മായുംമുമ്പേ താത്രി അവിചാരിതമായിത്തന്നെ കുറിയേടത്തെത്തി. പുനർജന്മം കിട്ടിയ ഭാവമായിരുന്നു രണ്ടുപേർക്കും.

നാളെ ഞാൻ പിരിഞ്ഞുപോകുന്നു. പട്ടാമ്പിയിൽ പഠിക്കാൻ പോകുന്നു. ഒരു മാസം കഴിഞ്ഞേ മടങ്ങിവരൂ എന്നു പറയുമ്പോൾ അവൾ അതിനെ എങ്ങനെ നേരിടുമെന്ന് എനിക്കറിയില്ല്യായിരുന്നു. കല്പകശ്ശേരി കാവിൽവെച്ചെന്നപോലെ അവൾ തേങ്ങിക്കരയുമെന്ന് ഞാൻ ഭയന്നു.

കുറിയേടത്തുകാവിനുള്ളിൽവച്ച്, ഒന്നും സംസാരിക്കാൻ കഴിയാതിരിക്കുന്ന എന്നെ മുട്ടിയുരുമ്മിയിരുന്ന് അവൾ ചോദിച്ചു:

"ന്താണ്ടായേ? ന്താങ്ങനെ സങ്കടപ്പെടുന്നേ?"

എന്നിട്ടും ഒന്നും മിണ്ടാൻ കഴിഞ്ഞില്ല്യ. എന്തെങ്കിലും മിണ്ടിയാൽ ഞാൻ വിങ്ങിപ്പൊട്ടിപ്പോകുമെന്ന് തോന്നി.

"സങ്കടപ്പെടേണ്ടാട്ടോ. നാളേം ഈ സമയത്തുതന്ന്യെ ഈടെത്തിക്കോളാം. രാവുണ്ണി ഇവ്ടുരുന്നാ മതി."

അവളുടെ ആശ്വാസവാക്കുകൾ കേട്ടപ്പോൾ ഞാൻ വിതുമ്പിപ്പോയി. ഇരുകൈകൊണ്ട് മുഖംപൊത്തി കുനിഞ്ഞിരുന്ന് കരച്ചിലടക്കാൻ ഞാൻ പണിപ്പെട്ടു.

"എന്താ രാവുണ്ണ്യേത്? എന്തെന്നങ്ങട് പറയ്യ. ആങ്കുട്ട്യളായാ ശ്ശി ദൈര്യം വേണംട്ടോ."

അതുകേട്ടപ്പോൾ തെല്ലൊരു ആശ്വാസം തോന്നി. ആങ്കുട്ട്യല്ലേ? ധൈര്യം വേണ്ടതു തന്ന്യേന്ന് തോന്നി. തോർത്തുമുണ്ടിന്റെ തുമ്പുകൊണ്ട് മൂക്കു ചീറ്റിത്തുടച്ച്, കണ്ണീർ തുടച്ചുകൊണ്ട് ഒരുവിധത്തിൽ എന്റെ പുതിയ ദൗത്യമെന്തെന്ന് അറിയിച്ചു.

"ത്രല്ല്യേള്ളൂ? രാവുണ്ണി പഡിച്ചുപഡിച്ച് വല്യ കഥകളിപ്പാട്ടുകാരനാകണം. കൊട്ടാരത്തിലും ഗുരുവായൂരും പാടണം. ഒരു മാസം കഴിഞ്ഞ് മടങ്ങിവാരംന്നല്ല്യേ പറഞ്ഞേ? മതീലോ. അന്ന് കാണാലോ. ഞാനിവിടെ അത്തന്ന്യേണ്ടാവും."

അവിടെയും എന്റെ കണക്കുകൂട്ടലുകളാണ് പിഴച്ചത്. ഞാൻ പട്ടാമ്പിക്ക് പോകുന്നെന്നറിയുമ്പോൾ അവൾ വിഷമിക്കും വേദനിക്കും തേങ്ങിക്കരയും എന്നൊക്കെയാ ഞാൻ പ്രതീക്ഷിച്ചിരുന്നത്. ഞാൻ മനസ്സിൽ കണ്ട അവളുടെ സങ്കടമാണ് എന്നെ കരയിച്ചത്.

എന്നാൽ അവൾ എന്നേക്കാൾ മുമ്പേ എന്നല്ല്യ പ്രായത്തേക്കാൾ മുമ്പേ നടക്കുന്ന കുട്ടിയായിരുന്നു. അവളുടെ ശരീരം വളരുന്ന വേഗത്തിൽ തന്നെ മനസ്സും വളർന്നിരുന്നു. രണ്ടുമാസംകൊണ്ട് എനിക്കു പ്രവചിക്കാൻ കഴിയാത്ത തരത്തിലുള്ള പക്വത. അത്രയുമായപ്പോൾ എന്റെ വിഷമം കുറച്ചൊക്കെ കെട്ടടങ്ങി. കണ്ണും മൂക്കും തുടച്ച് ശാന്തഭാവം പ്രകടിപ്പിക്കാൻ ശ്രമിച്ചു.

കുറച്ചുസമയം ഞങ്ങൾ രണ്ടാളും ഒന്നും ഉരിയാടാതെ അവിടെത്തന്നെയിരുന്നു. അന്നേരം ഞാനെന്റെ വിധിയെ പഴിച്ചു. കഥകളി സംഗീതം അഭ്യസിക്കണമെന്ന് കലശലായ മോഹമുണ്ടായിരുന്നു. അവിചാരിതമായി ഇപ്പോൾ താത്രിക്കുട്ടി കുറിയേടത്ത് എത്തിയിട്ടില്ല്യായിരുന്നെങ്കിൽ പട്ടാമ്പിയിലേക്ക് സന്തോഷത്തോടെ യാത്രയാകുമായിരുന്നു.

"സാരംല്ല്യന്റെ രാവുണ്ണീ. പട്ടാമ്പീച്ചെന്ന് കഥകളി പഡിക്കുമ്പൊ, കഥകളിപ്പദങ്ങൾ പാടുമ്പൊ ഒക്കെ മറക്കും."

അവൾ പിന്നെയും എന്നെ ആശ്വസിപ്പിച്ചു. നാവെടുക്കാൻ കഴിയാതെ ഞാനിരിക്കുന്നു; അവളുടെ നാവിൽ സരസ്വതി കളിയാടുന്നു!

പട്ടാമ്പിയിൽ കഥകളിപ്പാട്ടല്ല, യഥാർത്ഥ കഥകളിയാണ് എനിക്ക് പഠിക്കേണ്ടിവന്നത്. അഞ്ചെട്ടുപേരുണ്ടായിരുന്നു പഠിക്കാൻ. പതിനാറിനും ഇരുപതിനുമിടയ്ക്ക് പ്രായമുള്ളവർ. എനിക്കന്ന് പതിമൂന്നു വയസ്സ് തികഞ്ഞിട്ടില്ല്യായിരുന്നു. അതികഠിനമായിരുന്നു കഥകളിഅഭ്യസനം. കഥകളി അരങ്ങിൽ കാണുന്ന രസമൊന്നും പരിശീലനസമയത്തുണ്ടാവില്ല്യ. കൈമുദ്രകളും മിഴിചലനങ്ങളും മുഖഭാവഭേദങ്ങളും താളക്രമങ്ങളും എല്ലാം പരിശീലിക്കേണ്ടതുണ്ടായിരുന്നു. ഞാനാകെ വലഞ്ഞു. പെട്ടുപോയെന്നു പറഞ്ഞാൽ മതിയല്ലോ. സംസ്കൃത അധ്യാപകനെ തെറിപറഞ്ഞ് ഓടിച്ചതുപോലുള്ള കുറുക്കുവഴികളൊന്നും അവിടില്ല്യായിരുന്നു. കീഴടങ്ങാൻതന്നെ തീരുമാനിച്ചു. ഗുരുനിർദ്ദേശങ്ങൾക്കനുസരിച്ച് പഠനത്തിൽ മുഴുകി.

ഞാൻ കരുതിയിരുന്നപോലെ പെട്ടെന്ന് മടങ്ങിവരാൻ കഴിഞ്ഞില്ല്യ. മൂന്നുമാസം കഴിഞ്ഞപ്പോൾ ഉത്സവകാലമായി. അവർക്ക് അകലങ്ങളിലെ പല അമ്പലങ്ങളിലും കഥകളി നടത്തേണ്ടതുണ്ടായിരുന്നു. എല്ലാം കഴിഞ്ഞ് മടങ്ങിയെത്തുമ്പോൾ പത്തുനാല്പതു ദിവസം കഴിയുമത്രേ. അതിനാൽ രണ്ടുമാസം പരിശീലനപരിപാടികൾ നിർത്തിവച്ച് ആട്ടച്ചമയങ്ങളുമായി പുറപ്പെടാൻ തീരുമാനിക്കപ്പെട്ടു.

എന്നോടൊപ്പം പരിശീലിച്ചുവന്ന മറ്റുള്ളവരൊക്കെ ചെറിയ വേഷങ്ങൾ ചെയ്യാൻ കഴിവുനേടിയിരുന്നു. അതിനാൽ അവരിൽ ചിലരും കളിക്കാരോടൊപ്പം പോകുമെന്നറിഞ്ഞു. കുട്ടിയായ എന്നെ ഒരാളെക്കൂട്ടി കണ്ടഞ്ചാതയിലേക്ക് അയച്ചു. സന്ധ്യമയങ്ങിയ സമയത്താണ് ഞങ്ങൾ ഇല്ലത്തെത്തിയത്. അന്നു രാത്രി ഞാൻ ആയിരംവട്ടമുണർന്നു. നേരം വെളുത്താലുടനെ കുറിയേടത്തെത്തി താത്രിയെ കാണണം. വല്ലവിധവും നേരം പുലർന്നു കിട്ടി. കാവിനരികിൽ ചെന്നുനിന്ന് കുറിയേടത്തില്ലത്തേക്ക് ഒളിഞ്ഞും തെളിഞ്ഞും നോക്കി. താത്രിയെ പുറത്തെങ്ങും കണ്ടില്ല്യ. ഒടുവിൽ താത്രിയെ വരുത്താൻ ഞാനൊരു വഴി കണ്ടെത്തി. ഒരു കഥകളിപ്പദം ഉറക്കെ ചൊല്ലിയാൽ അതുകേട്ട് അവൾ ഇറങ്ങി വരാതിരിക്കില്ല്യ.

'കണ്ടേൻ നികടെ നിന്നെ കളിവാക്കു തവ കേട്ടേനേ...' എന്ന പദമങ്ങ് ഉറക്കെ ചൊല്ലിയിട്ട് കുറ്റിക്കാട്ടിൽ മറഞ്ഞിരുന്ന് അവൾ വരുന്നോ എന്നു നോക്കി. ഞാൻ വീണ്ടും രണ്ടുവരി ചൊല്ലി. അവളിപ്പോൾ വരാതിരിക്കില്ല്യ. അവൾ വന്നാൽ മറഞ്ഞുകളയണം. കൃഷ്ണൻ രാധയെ കബളിപ്പിച്ചത് അങ്ങനെയാണല്ലോ.

എല്ലാ തന്ത്രവും പിഴച്ചു. പ്രതീക്ഷകൾ അസ്തമിച്ചപ്പോൾ നേരേ കുറിയേടത്തില്ലത്ത് കയറിച്ചെന്നു. ഞാൻ കഥകളി പഠിക്കാൻ പോയ വിവരം അവിടെയുള്ളവരൊക്കെ അറിഞ്ഞിരുന്നു. ചമ്മുത്തമ്പുരാട്ടിയെന്ന് എല്ലാവരും വിളിക്കുന്ന അവിടത്തെ അമ്മ വളരെ സ്നേഹത്തോടെ എന്നോടു പെരുമാറി. താത്രിയേക്കാൾ ഒന്നോ രണ്ടോ വയസ്സ് കൂടുതലുള്ള മറ്റൊരു പെൺകുട്ടിയും ആ ഇല്ലത്തുണ്ടായിരുന്നു. നങ്ങേമ എന്നായിരുന്നു ആ കുട്ടിക്കാവിന്റെ പേര്. നമ്പ്യാത്തന്റെ ഇളയ സഹോദരിയാണത്രെ. താത്രിയെ കണ്ടില്ല്യ. ഒടുവിൽ ഞാൻ അവരോട് താത്രിയുടെ വിവരങ്ങൾ അന്വേഷിച്ചു.

"ഓളെ കല്പകശ്ശേരിയിൽ കൊണ്ടാക്കി കുഞ്ഞേ."

ചമ്മുത്തമ്പുരാട്ടി പറഞ്ഞു.

"അതെന്താ അങ്ങനെ?"

"ഓൾക്ക് പോണംന്ന് വാശിയായി. പിന്നെ നമ്പീശന്റെ പഠിപ്പിക്കലും അത്ര കേമോന്നൊല്ല്യ."

എനിക്കു കണ്ണിൽ ഇരുട്ടു കയറുന്നതുപോലെ തോന്നി. എന്തേ ഇങ്ങനെയൊക്കെയുണ്ടാവാൻ? ഞാൻ ആഗ്രഹിക്കുന്ന കാര്യങ്ങളൊന്നും നടക്കാത്തതെന്തേ? എനിക്കു താത്രിക്കുട്ടിയെ ഒന്നു കണ്ടാൽ മതിയായിരുന്നല്ലോ. വെള്ളിച്ചിലമ്പു കിലുങ്ങുംപോലുള്ള അവളുടെ ചിരി കാണുകയും കേൾക്കുകയും ചെയ്യാൻ കഴിയാതെപോയല്ലോ! ഈശ്വരൻ അതുപോലും അനുവദിച്ചില്ലല്ലോ. ഇത്ര ദുഷ്ടനോ ദൈവം?

ഞാൻ മനയിലേക്ക് പ്രാഞ്ചിപ്രാഞ്ചി നടന്നു.

പതിനഞ്ച്

എനിക്ക് താത്രി അഗ്നിയും ആവേശവും പിന്നീട് ആയിരുന്നെങ്കിലും അവൾ കല്പകശ്ശേരിയിൽ ആയിരുന്നതുകൊണ്ട് കാണാൻ കഴിഞ്ഞില്ല്യ. കണ്ണിൽനിന്നു മറഞ്ഞെങ്കിലും കുറേക്കാലം അവൾ മനസ്സിൽ നിറഞ്ഞു നിന്നു.

പട്ടാമ്പിയിലെ കഥകളിസംഗീതപഠനം ചിട്ടയോടെ നടക്കാതെയായി. സംഗീതത്തിനു പകരം കഥകളി പഠിക്കാൻ അവിടത്തെ ഗുരു എന്നെ പ്രേരിപ്പിച്ചുകൊണ്ടിരുന്നു. ചില കത്തിയും കരിയും വേഷങ്ങൾ കെട്ടിക്കുകയും ആടിക്കുകയും ചെയ്തു. ഒരിക്കൽ ഞാൻകൂടി വേഷം കെട്ടിയ ഒരു കഥകളി എന്റെ അച്ഛൻ നേരിട്ടുവന്നു കണ്ടു. അദ്ദേഹത്തിന് തീരെ ഇഷ്ടപ്പെട്ടില്ല്യ. ആട്ടവും പാട്ടും ഒരുമിച്ചു പഠിച്ചാൽ ഒന്നിലും സാമർത്ഥ്യം തെളിയിക്കാൻ കഴിയില്ല്യാന്ന് അദ്ദേഹത്തിനറിയാമായിരുന്നു. കഥകളി സംഗീതം എനിക്ക് നന്നേ ഇണങ്ങുന്ന കലയാണെന്നും ഗുരുവായൂരിൽ പ്രസിദ്ധനായ ഒരു കഥകളിസംഗീതജ്ഞനുണ്ടെന്നും എന്നെ അവിടെ ഉപരിപഠനത്തിനയയ്ക്കാൻ ഉദ്ദേശിച്ചിരിക്ക്യാണെന്നും അച്ഛൻ പറഞ്ഞു. ഗുരുവായൂർ അമ്പലത്തിന് സമീപത്താണ് കേശവൻ നമ്പീശൻ എന്ന ആ കഥകളി സംഗീതജ്ഞന്റെ താമസം.

സത്യത്തിൽ എനിക്കന്നേരം ഒരുതരം ആശ്വാസമാണ് അനുഭവപ്പെട്ടത്. പട്ടാമ്പിയിലെ പഠനം അവസാനിപ്പിച്ച് കണ്ടഞ്ചാത ഇല്ലത്തുതന്നെ സ്വസ്ഥമായി കഴിയാമെന്നു കരുതിയാലും താത്രിയെ കാണാനുള്ള ഒരു വഴിയും ഉണ്ടാവില്ല്യ. അവൾ കല്പകശ്ശേരിയിലല്ല്യേ? അവിടെ താത്രിയെ കാണാനെന്നു പറഞ്ഞ് കയറിച്ചെല്ലുന്നതെങ്ങ്ന്യാ?

എന്റെ പ്രായത്തിലുള്ള ഒരു കുട്ടിക്ക്, പതിമൂന്നു വയസ്സുമാത്രം പ്രായമുള്ള ഒരു ബ്രഹ്മചാരിക്ക് പതിനൊന്നു വയസ്സുള്ള ഒരു കുട്ടിക്കിടാവിനോട് പ്രണയമാണെന്ന് പുറത്തുപറയാൻ കഴിയോ? അതേസമയം നാല്പത്തിയഞ്ചുകാരനോ അമ്പതുകാരനോ, അതുമല്ല എഴുപതു വയസ്സു കഴിഞ്ഞ് വടികുത്തി നടക്കുന്നവനോ താത്രിക്കുട്ടിയെ വേളികഴിക്കാൻ ആഗ്രഹിച്ചെത്തിയാൽപോലും അന്നത്തെ സമൂഹം അതിൽ ഒരു അനൗചിത്യവും കാണില്ല്യ. താത്രിയോട് മറ്റൊരു ആൺകുട്ടിക്ക് പ്രണയമാണെന്നു പറഞ്ഞാൽ രണ്ടുപേരെയും തല്ലിക്കൊല്ലാൻ ആളുണ്ടാവും. അത്തരത്തിലൊരു കെട്ട കാലത്താ ഞാനും താത്രിയും ഞങ്ങളുടെ ബാല്യയൗവനങ്ങൾ കഴിച്ചത്.

ആ നിലയ്ക്ക് എങ്ങോട്ടെങ്കിലും പോയാൽ മതി എന്നൊരു ചിന്ത മനസ്സിൽ വളർന്നുവന്നു. അച്ഛനെ ദൈവത്തെപ്പോലെ കരുതുകയും അദ്ദേഹത്തെ വല്ലാതെ ഭയക്കുകയും ചെയ്തിരുന്നതുകൊണ്ട് മറുത്തു പറയാനുള്ള ധൈര്യവുമില്ല്യ. സംസ്കൃതവാധ്യാരെ തെറിവിളിച്ച് ഓടിച്ചതുകൊണ്ട് ഒരു പരിധിവരെ ഗുരുത്വദോഷിയും ധിക്കാരിയുമാണ് ഞാൻ എന്നൊരു ധാരണയും വീട്ടിലെല്ലാവർക്കുമുണ്ട്. ആ നിലയ്ക്ക്

എന്നെ പട്ടാമ്പിയിൽനിന്ന് വളരെ പെട്ടെന്ന് ഗുരുവായൂരിലെ ഗുരുവിന്റെയടുത്ത് എത്തിച്ചാൽ മത്യായിരുന്നു എന്നു ഞാൻ ആഗ്രഹിച്ചു.

കല്പകശ്ശേരിയിൽ താമസിച്ചിരുന്ന ഒരു രാത്രി, 'എന്തെങ്കിലും ഭയമുണ്ടെങ്കിൽ താത്രീഭഗവതീ രക്ഷിക്കണേന്ന് പ്രാർത്ഥിച്ചാൽ മതീ'ന്ന് താത്രി പറഞ്ഞു ചിരിച്ച സംഭവം ഞാനോർത്തു. അന്നെനിക്കും അതൊരു തമാശയായേ തോന്നിയിരുന്നുള്ളൂ. എന്നാൽ, എന്നെ ഗുരുവായൂരിലേക്ക് അയയ്ക്കാൻ പോകുന്നു എന്ന് ഞാനറിഞ്ഞ ദിവസം രാത്രി സത്യമായും താത്രീഭഗവതിയെ വിളിച്ചു പ്രാർത്ഥിച്ചു. അർദ്ധസുഷുപ്തിയിലായിരുന്നപ്പോഴും പ്രാർത്ഥന തുടർന്നു. ഭഗവതി പ്രാർത്ഥന കേട്ടു. ഞാനുറങ്ങിക്കിടന്നപ്പോൾ അവളെന്റെ അരികിലെത്തി. ഗുരുവായൂരിൽ ചെന്ന് പഠിച്ചു മിടുക്കനായി വരാൻ അവളെന്നെ ഉപദേശിച്ചു. വളരെനേരം അവളെന്റെ കൈതോലപ്പായിലിരുന്ന് എന്റെ കവിളിൽ തലോടുകയും ആശ്വസിപ്പിക്കുകയും ചെയ്തു. അതിനു പ്രത്യുപകാരമായി 'യാഹി മാധവ, യാഹി കേശവ, മാവദ കൈതവവാദം...' എന്ന പദം ഞാൻ അവൾക്കുവേണ്ടി ചൊല്ലി. താത്രിക്ക് വളരെ സന്തോഷായി. ഞങ്ങൾ ഒരുമിച്ച് പല പ്രാവശ്യം ആ പദം ചൊല്ലി.

സ്വപ്നത്തിലാണ് താത്രി എന്റെ അരികിലെത്തിയതെന്ന് അധികം വൈകാതെ ഞാനറിഞ്ഞു. അന്നേരം തോന്നിയ ഒരു നഷ്ടബോധത്തെക്കുറിച്ച് ഞാനിന്നും ഓർക്കുന്നു. ഏതായാലും ആയിടയ്ക്ക് പല സന്ദർഭങ്ങളിലും ഞാൻ താത്രിയെ പ്രാർത്ഥിച്ചു വരുത്താൻ ശ്രമിച്ചുകൊണ്ടിരുന്നു.

അധികം വൈകാതെ ഞാൻ ഗുരുവായൂർ കളരിയിലെത്തി. കേശവൻ നമ്പീശൻ കഥകളിപ്പദങ്ങൾ ചൊല്ലിപ്പഠിപ്പിച്ചുതുടങ്ങിയപ്പാഴാ ഞാൻ പഠിച്ചു വെച്ചിരുന്നതൊന്നും ശരിയായ രീതിയിലായിരുന്നില്ല്യാന്ന് എനിക്കു മനസ്സിലായത്. തിരക്കിട്ട സംഗീതപഠനം, സാധകം, ധ്യാനം, അങ്ങനെ പലതുമായി ഒന്നിനും സമയമില്ലാത്ത അവസ്ഥയായി.

കഥകളിസംഗീതം മാത്രമല്ല, ഭഗവത്കീർത്തനങ്ങൾ ആലപിക്കാനും ഗുരു എനിക്ക് പരിശീലനം നൽകി. അഞ്ചാറു മാസത്തിനുള്ളിൽ ഗുരുവായൂരിലെ സാഹചര്യങ്ങളുമായി നന്നായി ഇണങ്ങിച്ചേർന്നു. ഗുരുവായൂരമ്പലത്തിൽ നിത്യദർശനസൗഭാഗ്യവും കൈവന്നു. കൗപീനം പോലുമില്ലാത്ത ഉണ്ണിക്കൃഷ്ണൻ മനസ്സിൽ ഓടിക്കളിച്ചു തുടങ്ങിയപ്പോൾ, കല്പകശ്ശേരിയിലെ കുളത്തിൽ കമഴ്ന്നും മലർന്നും കിടന്നു നീന്തുന്ന ഒമ്പതു വയസ്സുകാരി നഗ്നബാലിക ക്രമേണ ഓർമകളിൽ നിന്നും ഒഴിഞ്ഞുപോകാൻ തുടങ്ങി. കൃത്യമായും അത് എപ്പോഴാണ് സംഭവിച്ചതെന്നൊന്നും പറയാനാവില്ല. നല്ല മൂടൽമഞ്ഞുള്ള പ്രഭാതമാണെങ്കിലും കുറച്ചു കഴിയുമ്പോൾ വെയിലുയരുന്നതനുസരിച്ച് മഞ്ഞ് ഒഴിഞ്ഞുപൊയ്ക്കൊണ്ടിരിക്കുമല്ലോ. മഞ്ഞ് ഒഴിഞ്ഞുപോയാലും മഞ്ഞിന്റെ തണുപ്പ് കുറേനേരംകൂടി അനുഭവിക്കാം.

എന്റെ താത്രീസ്മരണകളും അതുപോലെയായി. കാലം കഴിയുന്ന തിനനുസരിച്ച് താത്രീപ്രണയം, അല്ലെങ്കിൽ താത്രീസ്മരണകൾ മന സ്സിന്റെ ചക്രവാളങ്ങളിൽനിന്നും മഴവില്ലു മാഞ്ഞുപോകുന്നതുപോലെ മാഞ്ഞുപൊയ്ക്കൊണ്ടിരുന്നു. നിശ്ചയമായും വേദനാജനകമായിരുന്നു ആ അനുഭവം.

എട്ടുവർഷം എനിക്കു താത്രിയെ കാണാനേ കഴിഞ്ഞില്ല്യ. അവളുടെ ആറാം വയസ്സിൽ ആദ്യമായി കാണുകയും ഇരുപത്തിമൂന്നാം വയസ്സിൽ അവസാനമായി കാണുകയും ചെയ്തതിനിടയിൽ പതിനേഴു വർഷമുണ്ട്. അതിൽ എട്ടുവർഷം, ഏറ്റവും സുന്ദരമായ എട്ടുവർഷം, എന്റെ പതിമ്മൂ ന്നിനും ഇരുപതിനുമിടയിലുള്ള എട്ടുവർഷം എനിക്കവളെ കാണാനേ കഴിഞ്ഞില്ല്യ. കാണണമെന്ന് കലശലായ ആഗ്രഹം ഉണ്ടായതുമില്ല്യ. എനിക്കിപ്പോൾ തോന്നുന്നത് അത് ഒരുതരം കീഴടങ്ങലായിരുന്നു എന്നാണ്. അവളെ കാണണമെന്ന് എത്ര ആഗ്രഹിച്ചാലും അന്നത് സാധിക്കുമായിരുന്നില്ല്യ. ലഭിക്കാൻ സാധ്യതയില്ലാത്തത് ആഗ്രഹിച്ചിട്ട് കാര്യമില്ലെന്ന് എന്റെ മനസ്സ് തീരുമാനിച്ചുകാണും.

അതിനിടയിൽ കഥകളിസംഗീതജ്ഞൻ എന്ന നിലയിൽ ഞാൻ വളരെയേറെ പ്രസിദ്ധനായി കഴിഞ്ഞിരുന്നു. മാത്രമല്ല, ഗുരുവായൂര മ്പലത്തിൽ ഭഗവത്കീർത്തനങ്ങൾ ആലപിക്കാൻ കേശവൻനമ്പീശനു മൊത്ത് പല ദിവസങ്ങളിലും ഞാൻ പോയിട്ടുണ്ട്. നമ്പീശനു പകരം അദ്ദേഹമെന്നെ അമ്പലനടയിൽ കൊട്ടിപ്പാടാൻ അയച്ചിട്ടുമുണ്ട്.

തൃശൂരിലെ ഏറ്റവും പ്രസിദ്ധമായ കഥകളിസംഘമാണ് കേശവൻ നമ്പീശന്റേത്. ഞാനവിടെ പഠിക്കാനെത്തി അഞ്ചുവർഷം കഴിഞ്ഞ പ്പോഴൊരിക്കൽ, രാജകൊട്ടാരത്തിൽ, അദ്ദേഹത്തിന്റെ കഥകളിയോഗ ത്തിന് കഥകളി അവതരിപ്പിക്കാൻ ക്ഷണം ലഭിച്ചു. കഥ കർണശപഥം. നമ്പീശന് ഓർക്കാപ്പുറത്തൊരു ജലദോഷം. മൂക്കൊലിച്ചുതുടങ്ങി. അസഹ്യമായ തൊണ്ടവേദന. എങ്ങനെ പാടും? ആട്ടക്കാരാകെ അസ്വസ്ഥ രായി. രാജകൊട്ടാരത്തിൽ നിശ്ചയിച്ച പരിപാടി മുടങ്ങുകയെന്നുവച്ചാൽ?

"ഒന്നും ഭയക്കേണ്ട. രാവുണ്ണിയുള്ളപ്പോൾ എന്തിനു ഭയക്കണം?"

ഗുരു ആട്ടക്കാരെ ആശ്വസിപ്പിച്ചു. അദ്ദേഹമെന്നെ അനുഗ്രഹിച്ചയച്ചു. ഗുരു നമ്പീശൻ അരികിലുണ്ട് എന്ന വിശ്വാസത്തോടെ ഞാൻ മനം നിറഞ്ഞു പാടി. ഹാ, എന്തൊരു ദൈവികമായ അനുഭവമായിരുന്നു അതെന്നോ? ആട്ടക്കാർ അറിഞ്ഞാടി. രാജാവിന്റെ മനം നിറഞ്ഞു. മഹാരാജാവ് ഉൾപ്പെടെയുള്ള കാഴ്ചക്കാരെ ഇളക്കിമറിച്ച അനുഭവമായി രുന്നു അത്.

എല്ലാ കളിക്കാർക്കും മുണ്ടും നേര്യതും സമ്മാനമായി നൽകി. കൂട്ട ത്തിൽ ഏറ്റവും പ്രായം കുറഞ്ഞയാൾ ഞാനായിരുന്നു. രാജാവ് എന്നെ അരികിലേക്ക് വിളിപ്പിച്ചു. എനിക്കെന്തോ പിഴവുപറ്റിക്കാണും. അക്കാര്യം

ചൂണ്ടിക്കാട്ടാനാവും അദ്ദേഹം വിളിച്ചത്. കരുണാമയനും കലാവല്ലഭനുമാണ് രാജാവെന്ന് കേട്ടിട്ടുണ്ട്. എങ്കിലും ഞാൻ വല്ലാതെ ഭയന്നു. ഭക്ത്യാദരങ്ങളോടെ തിരുമുമ്പിൽ കൈകൂപ്പി.

കൃഷ്ണൻ കുചേലനെയെന്നപോലെ അദ്ദേഹമെന്നെ ആലിംഗനം ചെയ്തു. എന്റെ മേലാകെ കോരിത്തരിച്ചുപോയി. വളരെ പ്രസിദ്ധരായ സംഗീതജ്ഞന്മാർക്ക് കിട്ടാത്ത തരം ആദരം മഹാരാജാവിൽനിന്നും എനിക്കു ലഭിച്ചല്ലോ എന്നോർത്തപ്പോൾ കണ്ണു നിറഞ്ഞുപോയി. അദ്ദേഹം വിരലിൽ കിടന്ന ഒരു മുദ്രമോതിരം ഊരി എന്റെ വിരലിലണിയിച്ചുകൊണ്ടു പറഞ്ഞു:

"ഇതൊരു സാധാരണ മോതിരമല്ല. ഇത് വിരലിൽ അണിഞ്ഞിരുന്നാൽ ക്ഷേമൈശ്വര്യങ്ങൾ ഉണ്ടാകും. ഒരിക്കലും വിലയ്ക്കു വിൽക്കരുത്. നീ വിവാഹിതനാകുമ്പോൾ നിന്റെ ഭാര്യയെ ഈ മോതിരമണിയിക്കുക. എങ്കിൽ ഒരിക്കലും അവൾ നിന്നെ പിരിഞ്ഞുപോകില്ല. ഏത് പ്രതിസന്ധിഘട്ടത്തിലും അവൾ നിന്നോടൊപ്പമുണ്ടാകും."

പിന്നെയും പലവിധ തിരക്കുകളിൽപെട്ട് ഞാൻ ഗുരുവായൂരുതന്നെ കഴിയുകയായിരുന്നു. ഇടയ്ക്കിടയ്ക്ക് കളി കാണും. പുതുതായി കഥകളി സംഗീതം പഠിക്കാനെത്തിയ രണ്ടു യുവാക്കളെ പഠിപ്പിക്കേണ്ട ചുമതലയും എനിക്കായി. അങ്ങനെ ദിവസങ്ങളും മാസങ്ങളും കഴിഞ്ഞുപോയി. മുത്തശ്ശിക്ക് അസുഖം കലശലാണെന്നും ഉടനെ എന്നെ കൂട്ടിക്കൊണ്ടു ചെല്ലണമെന്നും നിർദ്ദേശിച്ച് അച്ഛൻ ആളയച്ചു. രാവുണ്ണി എന്നാണ് ശരിയായ പേരെങ്കിലും ഇല്ലത്തിലുള്ളവരെല്ലാം എന്നെ ഉണ്ണി എന്നാണ് വിളിക്കുക. മുത്തശ്ശിക്ക് ഉണ്ണിയെക്കൂടി കണ്ടിട്ടേ മരിക്കാൻ കഴിയൂ എന്ന സ്ഥിതിയായി.

ഞാൻ ഇല്ലത്തെത്തി മുത്തശ്ശിയെ കണ്ടു. അന്നേരം മുത്തശ്ശിക്ക് പറയത്തക്ക അസുഖമൊന്നും ഇല്ലെന്ന് എനിക്കു തോന്നി. എങ്കിലും അടുത്ത ബന്ധുക്കളൊക്കെ മനയിലുണ്ട്. മുത്തശ്ശിയുടെ മരണം കാത്തിരിക്കുന്നതുപോലെ പല ഭാഗത്തായി പലരും കൂടിയിരുന്ന് കൊച്ചുവർത്തമാനങ്ങൾ പറഞ്ഞ് സമയംപോക്കുകയായിരുന്നു. ഞാനും ഒരു കൂട്ടത്തിൽ കൂടി.

ആ രാത്രി ഞാനൊരു വാർത്തയറിഞ്ഞു. കുറിയേടത്തില്ലത്തിലെ മൂസ്സാ നമ്പൂരി നിത്യബ്രഹ്മചാരിയായി കഴിയാൻ ആഗ്രഹിക്കുന്നെന്നും അതിനാൽ കുടുംബത്തിൽ സന്താനഭാഗ്യത്തിനുവേണ്ടി തന്റെ അനുജനായ രാമൻനമ്പൂരിയെന്ന അപ്ഫൻനമ്പൂരിയെക്കൊണ്ട് ഏതോ ഒരു അന്തർജനത്തെ വേളികഴിപ്പിച്ചുവെന്നും അറിഞ്ഞു. സന്താനഭാഗ്യമുണ്ടായില്ലെങ്കിൽ ഇല്ലം അന്യംനിന്നുപോവില്ല്യേ? എന്തൊരു മഹാമനസ്കത. വേളിയും സംബന്ധവുമൊക്കെ നമ്പൂരിമാരുടെ വാർഷികപരിപാടികളായതുകൊണ്ട് ആ ചർച്ചയിൽ ഞാൻ കക്ഷിചേർന്നില്ല. കാത്തിരുന്നവർ നിരാശരായില്ല. നേരം പുലരുന്നതിനുമുമ്പുതന്നെ മുത്തശ്ശി അന്തരിച്ചു.

ഏതായാലും ഉത്സവകാലം കഴിഞ്ഞതുകൊണ്ട് അധികം യാത്ര വേണ്ടെന്നും ഒരു മൂന്നുമാസം മനയിൽതന്നെ കഴിച്ചുകൂട്ടിയാൽ നഷ്ട പ്പെട്ട അഴകും ആരോഗ്യവുമൊക്കെ വീണ്ടെടുക്കാമെന്നും അമ്മാവൻ ഉപദേശിച്ചു. അച്ഛന്റെ അഭിപ്രായവും അതുതന്നെയായിരുന്നു.

മുത്തശ്ശി മരിച്ച് ഒരു മാസമായിക്കാണും. ഒരു വെള്ളിയാഴ്ച പ്രഭാതം. ഞാൻ ചെമ്മന്തട്ട മഹാശിവക്ഷേത്രത്തിൽ ദർശനം നടത്തി പുറത്തേ ക്കിറങ്ങേയിരുന്നു. അതിസുന്ദരികളായ രണ്ടു യുവതികൾ, അമ്പലക്കുള ത്തിൽ മുങ്ങിക്കയറി ക്ഷേത്രദർശനത്തിന് മെല്ലെ നടന്നുവരുന്നു. ഈറൻ തുണി തുടകളിൽ ഒട്ടിപ്പിടിച്ചിരിക്കുന്നതിനാൽ കാലുകൾ നീട്ടിവെയ്ക്കാൻ കഴിയാതെ മെല്ലെ, ഒരുതരം നൃത്തഭംഗിയിൽ നടക്കുകയാണവർ. അതി ലൊരാൾ താത്രിക്കുട്ടിയായിരുന്നു. ആ തിരിച്ചറിവുണ്ടായതും എന്റെ നാഡിഞരമ്പുകളിൽ ഒരു വിറയൽ അനുഭവപ്പെട്ടതും ഒരുമിച്ചായിരുന്നു. താത്രി എങ്ങനെ ഇവിടെയെത്തി?

എന്റെ അടുത്തെത്തിയപ്പോൾ താത്രി നിന്നു. കൂടെയുള്ള യുവതി നടന്നു.

"ചെലത് പറയാനും അറിയാനുംണ്ട്. സൗകര്യമുണ്ടാച്ചാ ഒരുനാഴിക കഴിഞ്ഞ് കുറിയേടത്ത് കാവിനുള്ളിലെത്താമോ? ഞാൻ കാത്തിരിക്കും." മറുപടിക്കു കാത്തുനിൽക്കാതെ അവൾ നടന്നു.

എത്രയോ ദിവസം മഹാശിവക്ഷേത്രത്തിൽ ഞാൻ ദർശനം നടത്തി യിരിക്കുന്നു! അന്നുമാത്രമാണ് എനിക്ക് ദർശനപുണ്യം ലഭിച്ചത്. മഹാദേവനാണ് ആ നിലയിൽ താത്രിയെ എന്റെ മുമ്പിൽ എത്തിച്ചതെന്ന് അന്നേരം എനിക്കു തോന്നി. അന്നേരമെന്നല്ല്യ, ഇപ്പോഴും എന്റെ ധാരണ അങ്ങനെ തന്ന്യാ.

എത്ര പെട്ടെന്നാ മനുഷ്യരുടെ ഭാവം മാറുന്നേന്ന് ഞാനിപ്പോ ചിന്തി ക്കയാ.

അക്കാലത്ത് എന്റെ മനസ്സിൽ ഒളിമങ്ങിയ ഒരോർമ മാത്രായിരുന്നു താത്രി. എട്ടുവർഷത്തെ അദൃശ്യത സൃഷ്ടിച്ച അകലം!

നല്ല അഴകും ഓമനത്തവുമുള്ള ഒരു പത്തു വയസ്സുകാരി വല്ലപ്പോഴും മനോമുകുരത്തിൽ തെളിയും. തുടലിമുള്ളിൽ കുരുങ്ങിയ ചെറുതോർത്ത് വേർപെടുത്തിയെടുക്കാൻ കഴിയാതെ നിന്നു കരഞ്ഞുപോയ എട്ടു വയസ്സുകാരി നഗ്നബാലിക. കല്പകശ്ശേരി കുളത്തിൽ എന്നോടൊപ്പമുള്ള സ്നാനാനുഭവങ്ങൾ! ഒക്കെ ബാലകൗതൂഹലങ്ങൾ എന്ന നിലയിൽ വല്ലപ്പോഴും ഓർക്കാനുള്ള സുഖമുള്ള ഓർമകളായിരുന്നു. പിന്നെ വേദനി പ്പിക്കുന്ന വേർപാടിന്റെ നിമിഷങ്ങൾ! മാഞ്ഞുമാഞ്ഞില്ലാതായ മാസ്മരി കാനുഭവങ്ങൾ!

എട്ടു വർഷത്തിനുശേഷം ഞാൻ കണ്ട താത്രി എനിക്കു സങ്കല്പി ക്കാൻ കഴിയാത്ത തരത്തിലുള്ള സൗന്ദര്യത്തിടമ്പായിരുന്നു. കാളി ദാസന്റെ ശകുന്തളയും ഉണ്ണായിയുടെ ദമയന്തിയും വൃന്ദാവനത്തിലെ

രാധയുമൊന്നും താത്രിക്കു പകരമാവില്ല്യ. പറഞ്ഞറിയിക്കാൻ കഴിയാത്ത തരത്തിലുള്ള അനുപാതപൂർണത ആ ഉടലിനുണ്ടായിരുന്നു. ആ കണ്ണു കളിൽ ഒന്നു നോക്കിയതേയുള്ളൂ, അവളെ ഞാൻ കാണുകയല്ല, അവളുടെ ഉള്ളിൽ വീണുപോവുകയാണുണ്ടായത്.

അവളുടെ ക്ഷണം നിരസിക്കാൻ എനിക്കെന്നല്ല്യ, ചെമ്മന്തട്ട മഹാ ശിവക്ഷേത്രത്തിനുള്ളിലിരിക്കുന്ന സാക്ഷാൽ ശിവനുപോലും സാധിക്കു മായിരുന്നില്ല്യ. ഗുരുവായൂർ അമ്പലനടയിൽ ഭക്തിപരവശനായി നിന്ന് ഭഗവത് കീർത്തനങ്ങൾ പാടിയിരുന്ന എന്റെയുള്ളിൽ മേലിൽ ഈശ്വര നല്ലാതെ മറ്റാർക്കും ഇടമുണ്ടാകില്ല്യാന്ന് വിശ്വസിച്ചിരുന്നു. പരമഭക്തൻ എന്നു വെറുതെ അഭിമാനിച്ചിരുന്നു. മേനകയുടെ മുമ്പിൽ അടിതെറ്റി വീണ വിശ്വാമിത്രനെ പലപ്പോഴും പഴിച്ചിട്ടുണ്ടായിരുന്നു. കഥയിലെ മേനകയല്ല്യ യഥാർഥ മനുഷ്യപുത്രിയായ താത്രി. മേനകയ്ക്ക് വിശ്വാ മിത്രന്റെ തപസ്സിളക്കാൻ കുറച്ചുസമയം വിയർക്കേണ്ടി വന്നു. താത്രി യായിരുന്നു മേനകയുടെ സ്ഥാനത്തെങ്കിൽ, നിശ്ചലം നിന്നൊന്നു നോക്കി യാൽ മതിയായിരുന്നു ലക്ഷ്യസാക്ഷാത്കാരത്തിന്.

എന്തുകൊണ്ട് അത്ര പെട്ടെന്ന് എന്നിലൊരു മാറ്റം സംഭവിച്ചു എന്നൊന്നും അന്നേരം ചിന്തിച്ചില്ല്യ. എന്തെങ്കിലും ചിന്തിക്കണമെങ്കിൽ നമ്മുടെ ബോധാവസ്ഥ സമചിത്തതയെന്ന അവസ്ഥയിലായിരി ക്കണം. മനുഷ്യൻ ആർജിച്ചെടുത്ത ബോധവും വിവേകവുമാണ് നമ്മെ നയി ക്കുന്നത്. നമ്മളിൽ രൂപപ്പെട്ടുവരുന്ന ഈശ്വരഭക്തി നാം തന്നെ ഉണ്ടാക്കി യെടുത്തതാണ്. ആ 'നാം' എന്നാൽ മനുഷ്യൻ എന്നേ അർത്ഥമുള്ളൂ. നമ്മുടെ കുടുംബാന്തരീക്ഷത്തിൽനിന്നും സാമൂഹികാന്തരീക്ഷത്തിൽ നിന്നും നാം ആർജിച്ചെടുത്തത് അല്ലെങ്കിൽ, നമ്മിൽ വികസിച്ചുവന്ന താണ് ഭക്തി എന്ന ശക്തി.

കാമം, പ്രേമം, പ്രണയം, ലൈംഗികത എന്നൊക്കെപ്പറയുന്നതിന്റെ അടിസ്ഥാനഘടകം ഒന്നുതന്ന്യാ. അത് നമ്മൾ സ്വയം നിർമിച്ചെടു ത്തതോ സാമൂഹികസാഹചര്യങ്ങളിൽനിന്ന് വികസിച്ചുവന്നതോ അല്ല. അത് നമുക്ക് ദൈവം തന്നതാ, അല്ലെങ്കിൽ അതൊരു ദൈവികശക്തിയാ. താത്രിയുടെ സാമീപ്യത്തിൽ ചെമ്മന്തട്ട അമ്പലനടയിൽവച്ച് എന്നിലു ണർന്നത് ദൈവികശക്തിയാ. അമ്പലത്തിലേക്ക് താത്രി നടന്നുപോയത് മനുഷ്യനിർമിതമായ ഭക്തിയുടെ ശക്തിയിലാ. മനുഷ്യനിർമിതശക്തി, ദൈവ നിർമിതശക്തിക്കുമുന്നിൽ തകർന്നടിയുകയാണ് അന്നുണ്ടായത്.

എന്റെ മറുപടി കാത്തുനിൽക്കാതെയാ അന്നവൾ അമ്പലത്തിലേക്ക് നടന്നത്. എന്റെ മുന്നിൽ അവൾ പത്തു സെക്കന്റേ നിന്നുള്ളൂ. കൂടെ വന്നതും സുന്ദരിയായ ഒരു യുവതിയായിരുന്നു. അവൾ മെല്ലെ മുന്നോട്ടു നടക്കുന്നതിനിടയിൽ താത്രി പറഞ്ഞതെന്താണെന്ന് ഒരുപക്ഷേ കൂടെ വന്നവൾ കേട്ടിരിക്കില്ല്യ.

കണ്ടഞ്ചാതനിന്നും കുറിയേടത്തുനിന്നും കാവിനുള്ളിലെത്താൻ വഴികളുണ്ട്. ആ രണ്ടു വഴിയും വേണ്ടെന്നു ഞാൻ തീരുമാനിച്ചു. ഞാനല്പം ചുറ്റിക്കറങ്ങി വഴിയില്ലാവഴിയിലൂടെ കാവിനുള്ളിലെത്തിയപ്പോൾ ഒരു ഇലഞ്ഞിച്ചോട്ടിൽ താത്രി എന്നെയും കാത്തുനിൽക്കുകയായിരുന്നു. അവളുടെ ഈറനമ്മുണ്ട് അപ്പോഴും പൂർണമായി ഉണങ്ങിക്കഴിഞ്ഞിരുന്നില്ല്യ.

പകൽസമയത്തും ചീവീടുകൾ കരയുന്ന കാവ്. എന്റെയുള്ളിലെ താത്രീമോഹങ്ങൾപോലെ കാവിനുള്ളിലെ രാത്തണുപ്പ് അപ്പോഴും വിട്ടൊഴിയാതെ നിൽക്കുകയായിരുന്നു.

എന്റെ നേർക്കു കൈകൾ നീട്ടിക്കൊണ്ട് അവൾ രണ്ടുചുവടു മുന്നോട്ടു വെച്ച് എന്നെ മാറോടണച്ച്, എന്റെ ചുമലിൽ മുഖം ചായ്ച്ചു. എട്ടു കൊല്ലത്തെ വേർപാടിന്റെ വേദന പരിഹരിക്കാനുള്ള പരിശ്രമം. അല്പസമയം അങ്ങനെ നിന്നു. അവളോടൊപ്പം ആദ്യമായി കല്പകശ്ശേരി കുളത്തിൽ കുളിക്കാനിറങ്ങിയപ്പോഴുണ്ടായപോലെ ഞാൻ ഭയന്നില്ല്യ. കാവ് ഞങ്ങൾക്ക് കാവലാളായി നിൽക്കുകയല്ല്യേ? അവളുടെ ശരീരത്തിന് ഒരു പ്രത്യേക മണമുണ്ടെന്ന് അന്നു ഞാൻ തിരിച്ചറിഞ്ഞു-പത്താം വയസ്സിൽ ഇല്ലാതിരുന്ന മണം. എന്റെ ചുമലിലൂടെ കണ്ണുനീർ ഒലിച്ചിറങ്ങുന്നത് അറിഞ്ഞു. പിന്നെ വിതുമ്പിക്കരച്ചിലായി. അപ്പോഴാണ് സത്യത്തിൽ ഞാൻ ഭയന്നത്.

ഉള്ളിലൊതുങ്ങാത്ത സങ്കടങ്ങളാണല്ലോ കണ്ണീരായൊഴുകുന്നത്. കരയട്ടെ. കുറച്ചുനേരം കരയുമ്പോൾ സങ്കടം ഒട്ടു ശമിക്കുമെന്ന പ്രതീക്ഷയിൽ അവളെ ചേർത്തുപിടിച്ചുനിന്നു. ശരീരം തളർന്നപോലെ അവൾ കുഴഞ്ഞുവീഴാൻ തുടങ്ങി. ഞാനവളെ താങ്ങിപ്പിടിച്ചിരുത്തി, അരികിലിരുന്നു. ഇത്രയ്ക്ക് സൗന്ദര്യമുള്ള ഈ ശരീരത്തിനുള്ളിൽ ഇത്രയ്ക്ക് സങ്കടങ്ങൾ ഒളിച്ചുവച്ചിരിക്കുന്നോ എന്നു ഞാൻ ആശ്ചര്യപ്പെട്ടു.

വളരെനേരം അങ്ങനെ ഇരുന്നു. എന്താണ് ചോദിക്കേണ്ടത്, പറയേണ്ടത് എന്നറിയാതെ. ഒരുപക്ഷേ, അവളുടെ അവസ്ഥയും അതുതന്നെയാവാം. വികാരാധിക്യത്താൽ ഭാഷ നഷ്ടപ്പെട്ടുപോകുന്നത് പതിവാണല്ലോ.

"...നിക്ക് ജീവിതം മടുത്തു. മതിയായി രാവുണ്ണീ"

താത്രി കാവിനുള്ളിൽവച്ച് എന്നോട് ആദ്യം പറഞ്ഞ വാക്കുകൾ. എട്ടു വർഷത്തിനുശേഷം, അവളുടെ ക്ഷണമനുസരിച്ച് അരികിലെത്തിയ എന്നെ ആദ്യമായി അറിയിച്ച വാർത്ത ജീവിതം മതിയായി എന്നാണ്. ഏത് ധീരനും തളർന്നുപോകുന്ന സന്ദർഭം. അത് എന്നിലുണ്ടാക്കിയ മാനസികാഘാതം ഇനിയും കെട്ടടങ്ങിയിട്ടില്ലെന്ന് തോന്നുന്നു.

അവളുടെ സന്തോഷങ്ങളിൽ പങ്കുചേരാനും അവൾക്ക് സന്തോഷം പകർന്നു നൽകാനുമാ ഞാൻ കൊതിച്ചെത്തിയത്. അത് എന്താവണം,

എങ്ങനെയാവണം എന്നൊന്നും എനിക്കറിയില്ല്യായിരുന്നു. ഓയ്ക്കില്ലത്തെ പഠനകാലത്തെന്നപോലെ വെള്ളിമണി കിലുങ്ങുംപോലെ അവൾ പൊട്ടിച്ചിരിക്കുന്നതും ഫലിതം പറഞ്ഞു ചിരിപ്പിക്കുന്നതുമൊക്കെയാ ഞാൻ പ്രതീക്ഷിച്ചിരുന്നത്. സംഭവിച്ചത് ഇങ്ങനെയും. എന്തൊരു വൈപരീത്യം!

"രാവുണ്ണിക്കെന്നെ കാണണോന്ന് തോന്നീല്ല്യാലോ. എട്ടു വർഷമായിരിക്കുന്നു നീ പിരിഞ്ഞുപോയിട്ട്. നീ വല്യ കഥകളിപ്പാട്ടുകാരനും ആട്ടക്കാരനുമൊക്കെ ആയീന്നു കേട്ടു. കൊട്ടാരത്തിലും നിറഞ്ഞാടീന്നറിഞ്ഞു. നീയ് ഒരുപാടിടത്ത് ആടീല്ല്യേ? ഇനിയും നിനക്ക് ഒരുപാടിടത്ത് ആടാനുണ്ടാവും പാടാനുണ്ടാവും. ഞാനും കുറച്ചൊക്കെ ആടി. ഇപ്പൊ ഞാൻ കരിന്തിരി കത്തിയെരിഞ്ഞ ആട്ടവിളക്കായി... ആട്ടക്കാരനായ നിനക്കുപോലും വേണ്ടാത്ത ആട്ടവിളക്കായിപ്പോയല്ലോ ഞാൻ."

എന്തൊക്കെയോ പറയാൻ ഞാൻ ശ്രമിച്ചു. അന്നേരം അവളുടെ മുമ്പിൽ വല്ലാതെ പതറിപ്പോയി. ആ സന്ദർഭത്തെ എങ്ങനെ അഭിമുഖീകരിക്കണം എന്ന് അറിയില്ല്യായിരുന്നു. ഇത്തരമൊരു സാഹചര്യം മനസ്സിൽ കണ്ടിരുന്നില്ല്യ. തീർത്തും നിസ്സഹായനായിപ്പോയി. ആ സന്ദർഭത്തിൽ പഠിച്ച കഥകളിപ്പദങ്ങളോ ശാസ്ത്രീയസംഗീതമോ നേടിയ മറ്റ് അറിവുകളോ ഒന്നും ഉപകരിച്ചില്ല്യ. വെറും ശൂന്യം എന്നൊരവസ്ഥയിലെത്തി.

"രാവുണ്ണിയെ ഒന്നു കണ്ടിട്ട് പോണംന്നുണ്ടാർന്നു. നിനക്ക് ഒരൂട്ടം തന്നിട്ട് പോണംന്ന് കരുതി. നീയ് കൊതിച്ചിരുന്നോന്ന് അറിയില്ല്യ. ഞാൻ ഒരുപാട് കൊതിച്ചിരുന്ന ഒരൂട്ടംണ്ട്. അത്രേംല്ല്യ, എന്റെ സങ്കടങ്ങള് ആരോടെങ്കിലും പറഞ്ഞിട്ട് പോയില്ലെങ്കി എല്ലാരും എന്നെ പഴിക്കും. ഇപ്പഴേ പഴിക്കണ്ണ്ണ്ടെന്ന് നിക്കറിയാം. കാര്യങ്ങള് നീയ് അറിഞ്ഞിരുന്നാ, എന്നെ പഴിക്കണ കേക്കുമ്പം, അങ്ങനേല്ല്യാ ഇങ്ങനേണെന്ന് നീയ് പറയൂല്ലോന്ന് കരുതി. ന്തായാലും നിനക്കെന്നെ വേണ്ടല്ലോ. ...നിക്ക് പറയാനുള്ളതെങ്കിലും നീയ്യ് കേൾക്ക്. അത്രേം പറഞ്ഞിട്ടെങ്കിലും ഞാൻ പൊയ്ക്കൊള്ളാം."

അവൾ വീണ്ടും വിതുമ്പി.

"അയ്യോ താത്രീ, എന്താണിങ്ങനെ? ഞാൻ നിന്നെ എത്ര കൊതിച്ചെന്നോ? പത്തും പന്ത്രണ്ടും വയസ്സില് ങ്ങനെ കൊതിക്കാനല്ലാതെ അതിനപ്പുറം കഴിയോ കുട്ടീ? പിന്നെ കാണാൻ പറ്റാതെ വന്നോണ്ടാ. പിന്നെ നിന്റെ വേളി കഴിഞ്ഞെന്നറിഞ്ഞപ്പം... പിന്നെ... പിന്നെ?"

"വേളി കഴിഞ്ഞു. ആ വേളിയേക്കാൾ നല്ലത് മരണമായിരുന്നു. അമ്പലങ്ങൾ നിരങ്ങിനടക്കുന്ന ശപ്പൻ! ആണല്ലാത്തവൻ. ഇന്നും രാവിലെ തിരിച്ചു—ഗുരുവായൂർക്ക്..... പിന്നെ കൊടുങ്ങല്ലൂർക്ക്. ഒരാഴ്ച കഴിഞ്ഞ് മടങ്ങുംന്ന് തോന്നണില്ല്യ. അമ്പലങ്ങളിൽനിന്ന് പടച്ചോറ് കിട്ടൂലോ. അയാൾക്കതുമതി. വരിയുടച്ചുവിട്ട അമ്പലക്കാള."

അവിടെയും എന്റെ കണക്കുകൂട്ടലുകളാണ് തെറ്റിയത്. ഞാൻ നാവന ക്കുന്നില്ലെന്നു കണ്ടപ്പോൾ അവൾ പിന്നെയും പറഞ്ഞു:

"എന്തിനോരോന്നു പറഞ്ഞ് മുഷിപ്പിക്കുന്നു? കണ്ണു കാണാൻ വയ്യാത്ത ഒരു തള്ളയും ഞങ്ങള് രണ്ടുമൂന്ന് പെണ്ണുങ്ങളും പൊളിഞ്ഞുവീഴാറായ ഒരില്ലവും."

വീണ്ടും അവൾ ചിന്തയിൽ മുഴുകി. അല്പസമയം എന്റെ മുഖത്തു നോക്കിയിരുന്നു. പിന്നെയും പറഞ്ഞു:

"രാവുണ്ണീ, നിക്ക് നിന്നോട് ശ്ശി പറയാനൊണ്ട്. നളചരിതംപോലെ നാലു രാവ് ആട്യാലും തീരാത്ത കതേണ്ട് പറയാൻ. ഇന്ന് പൗർണമിയാ. ഇവിടെ അത്താഴം കഴിഞ്ഞാ വിളക്കണെയും. പെണ്ണുങ്ങളൊക്കെ ഉറക്ക മാവും. മറ്റൊരുത്തൻ ഇവിടെയുണ്ടല്ലോ-നമ്പ്യാത്തൻ. സന്ധ്യയ്ക്കു മുമ്പേ ഭക്ഷണം കഴിഞ്ഞിറങ്ങും. ദാസീഭവനങ്ങളുണ്ടല്ലോ. പത്തും പന്ത്രണ്ടും വയസ്സായ കുരുന്നു കുട്ടികളെത്തേടിയുള്ള യാത്ര. അതെന്തോ ആയ്ക്കോട്ടെ."

അവൾ തല തിരിച്ച് എന്നെത്തന്നെ നോക്കിയിരുന്നു.

"ഓയ്ക്കില്ലത്തായിരുന്നപ്പൊ ഭീമൻകുട്ടിയെ പേടിച്ചിട്ട് നീയ്യ് കല്പക ശ്ശേരി കുളത്തിൽ കുളിക്കാൻ വന്നത് ഓർമേണ്ടോ രാവുണ്ണിക്ക്?"

"മറക്ക്വോ ഞാൻ? അത്രേംല്ല്യ, പിന്നേം പലതും എന്നല്ല, എല്ലാം ഓർമേണ്ട് താത്രി. മറക്കാൻ ശ്രമിക്കില്ല്യ. ശ്രമിച്ചാലും മറക്കില്ല്യ."

എങ്ങനെയോ ഞാൻ അത്രയും പറഞ്ഞൊപ്പിച്ചു.

"അങ്ങനാണേ, ഇന്നത്തെ രാത്രി നമുക്കുള്ളതാ. കുറിയേടത്തു കുളപ്പുരയിൽ, അല്ല കുളത്തിലെ കല്പടവിൽ ഞാനുണ്ടാവും. എല്ലാം പറഞ്ഞ് ഒരൂട്ടം നിന്നെ ഏല്പിച്ചിട്ടു പോയാ ഭാരമില്ലാതെ പരലോക ത്തേക്ക് പറക്കാം. ഉള്ളിലെ ഭാരമൊഴിഞ്ഞാൽ അന്ത്യയാത്രയ്ക്ക് സുഖോ ണ്ടാവും. വരുമോ നീയ്യ്?"

"വരും നിശ്ചയമായും വരും."

"കണ്ടഞ്ചാത വലിയ തിരുമേനിയോട് ചോദിച്ചിട്ടാവോ വരവ്?"

അവൾ പണ്ടത്തെപ്പോലെ ഉറക്കെച്ചിരിച്ചു. ആ ചിരി എന്റെയുള്ളിൽ നിലാമഴയായി പതിച്ചു.

"ഞാൻ വരും. ആരും അറീല്ല്യ."

ഞാൻ ഉറപ്പുകൊടുക്കുന്ന രീതിയിൽ പറഞ്ഞു.

"വരുമായിരിക്കും. പക്ഷേ എന്താ ഉറപ്പ്? ഞാൻ കുളപ്പടവിലിരുന്ന് മഞ്ഞുകൊള്ളുന്നത് വെറുതെയാകുമോ?"

അവൾ എന്നെ അവിശ്വസിക്കുന്നു എന്നത് വേദനാജനകമായിരുന്നു. വിശ്വസിപ്പിക്കാൻ എന്താണൊരു വഴി? മാത്രമല്ല അവൾ മരണത്തെ

ക്കുറിച്ച് സംസാരിക്കുന്നു. അവളെ തടയണം. ജീവിതത്തിലേക്ക് കൂട്ടിക്കൊണ്ടുവരണം. എന്താണൊരു വഴി?

പെട്ടെന്ന്, വളരെ പെട്ടെന്ന്; ഒരു മിന്നൽപോലെ, രാജാവു തന്ന മുദ്രമോതിരത്തിന്റെ കാര്യം ഓർമയിലെത്തി. 'നീ വിവാഹിതനാകുമ്പോൾ ഈ മോതിരം നിന്റെ ഭാര്യയുടെ വിരലിൽ അണിയിക്കുക. എങ്കിൽ ഒരിക്കലും അവൾ നിന്നെ വിട്ടുപിരിഞ്ഞു പോകില്ല്യ.'

രാജാവ് പറഞ്ഞതും ഓർമ വന്നു. പിന്നെ മറ്റൊന്നും ആലോചിച്ചില്ല്യ. ഞെരമ്പുകളിൽ ഒരു ശക്തിപ്രവാഹം. ഇവൾ ഒരിക്കലും എന്നെ വിട്ടുപിരിയാതിരിക്കാൻ ഈ മോതിരം മതി.

"നീ എനിക്ക് ഒരൂട്ടം കരുതിവച്ചിട്ടുണ്ടെന്ന് പറഞ്ഞല്ലോ. അത് നീ ഇന്നു രാത്രി തരുമെന്നല്ല്യേ പറഞ്ഞത്? എന്നാൽ ഞാൻ നിനക്കുവേണ്ടി ഒരു സമ്മാനം ഒരുക്കിവച്ചിട്ട് വളരെനാളായി. ഈ കാവിലെ നാഗദൈവങ്ങളെ സാക്ഷിയാക്കി ഞാനത് നിനക്ക് നൽകുന്നു."

മുദ്രമോതിരം ഊരി ഞാൻ അവളുടെ ഇടതുകൈയിലെ നടുവിരലിൽ അണിയിച്ചു.

"എന്റെ കഥകളിസംഗീതത്തിൽ ആകൃഷ്ടനായി, സന്തുഷ്ടനായി കൊച്ചിരാജാവ് എനിക്കു തന്ന സമ്മാനമാണിത്. ഇത് സവിശേഷ ശക്തികളുള്ളതാ. ആർക്കും കൊടുക്കരുതെന്നാ തിരുമനസ്സ് പറഞ്ഞത്. നീ ഈ മോതിരം ധരിക്കുന്നിടത്തോളം കാലം മരണത്തിനുപോലും നിന്നെ എന്നിൽനിന്നും വേർപെടുത്താനാവില്ല്യ."

അവൾ മോതിരത്തിൽ ചുംബിച്ചു. പിന്നെ എന്റെ കണ്ണുകളിലേക്ക് നോക്കിയിരുന്നു. ഇമവെട്ടാതെ നോക്കിയിരുന്നു. ചുണ്ടിൽ വിരിഞ്ഞ പുഞ്ചിരി മായുന്നതും കണ്ണുകൾ കണ്ണീർതടാകങ്ങളാകുന്നതും കണ്ടിരിക്കാനേ എനിക്കു കഴിഞ്ഞുള്ളൂ.

പതിനാറ്

വെള്ളിയാഴ്ചയും പൗർണമിയും ഒത്തുവന്ന ദിവസം. ചെമ്മന്തട്ട മഹാശിവക്ഷേത്രത്തിൽ അന്നെന്തോ പ്രത്യേക പൂജകളോ ചടങ്ങുകളോ ഉണ്ടായിരുന്നു. അമ്പലത്തിൽ അസാധാരണമായ തിരക്ക്. കുറച്ചുസമയം അവിടെയൊക്കെ ചുറ്റിപ്പറ്റി നിന്നിട്ട്, രാത്രി എട്ടു മണി കഴിഞ്ഞ സമയത്ത് ഞാൻ കുറിയേടത്ത് കുളത്തിനടുത്തെത്തി. നിലാവിൽ കുളത്തിലെ ജലം വെട്ടിത്തിളങ്ങുന്നു. കുഞ്ഞുന്നാൾ മുതൽ ആ കുളവും പരിസരവും കാണാൻ തുടങ്ങിയതാ. ഒരിക്കലും തോന്നാത്ത ഒരു വശ്യത ആ കുളത്തിൽ അന്നു കണ്ടു.

താത്രി പറഞ്ഞതുപോലെതന്നെ, അത്താഴം കഴിഞ്ഞ ഉടൻ കുറിയേടത്തില്ലത്തിലെ വിളക്കുകൾ കണ്ണടച്ചുകഴിഞ്ഞിരുന്നു. മിന്നാ

മിനുങ്ങുകൾ പറക്കുന്ന ശബ്ദം കേൾക്കാവുന്നത്ര നിശ്ശബ്ദത. മരച്ചില്ലകളിൽ രാക്കിളികളുടെ ശബ്ദംപോലുമില്ല. നിതാന്ത നിശ്ശബ്ദത.

''വരുമോ നീയ്യ്? നീ വരുമ്പോൾ കുളപ്പടവിൽ ഞാനുണ്ടാവും.'' അങ്ങനെയല്ലേ താത്രി പറഞ്ഞിരുന്നത്? പക്ഷേ കുളപ്പടവുകൾ നിലാവേറ്റ് തിളങ്ങുന്നുണ്ടായിരുന്നു എന്നല്ലാതെ താത്രി അവിടെ ഉണ്ടായിരുന്നില്ല.

താത്രി അവിടെ ഇല്ലെങ്കിലും അധികം വൈകാതെ അവൾ വരുമെന്ന് പ്രതീക്ഷിച്ചു. ആ പ്രതീക്ഷയ്ക്കുതന്നെ എന്തൊരു സുഖമായിരുന്നു. പെട്ടെന്ന് പിന്നിലൊരു നിഴലനക്കമുണ്ടാകുന്നതുപോലെ തോന്നി. പ്രതീക്ഷ തെറ്റിയില്ല. കുളപ്പുരമാളികയിൽനിന്നും ഒരു സ്വപ്നംപോലെ അവൾ ഇറങ്ങിവന്നു.

രാവിലെ കണ്ടതുപോലെയോ പിന്നീട് കാവിനകത്തുവച്ചു കണ്ടതു പോലെയോ അല്ല, നൈരാശ്യലേശമില്ലാതെ, ജീവിതാസക്തി മുറ്റി നിൽക്കുന്ന ഭാവത്തോടെ എന്റെ കൈപ്പത്തികൾ പിടിച്ചുയർത്തി തന്റെ മുഖത്തണച്ചു. പിന്നെ രഹസ്യം പറയുന്നപോലെ മന്ത്രിച്ചു:

"ഞാൻ ആകെ തകർന്നിരിക്കയായിരുന്നു രാവുണ്ണീ. ദുരിതക്കയ ത്തിൽ മുങ്ങിച്ചാവാൻ തുടങ്ങായിരുന്നു. ഞാൻ സഞ്ചരിച്ചിരുന്ന വള്ളം വെള്ളപ്പൊക്കത്തി മറിഞ്ഞു. പ്രതീക്ഷിക്കാൻ ഒരു വകേമില്ല്യാതിരുന്ന പ്പോഴാ നീയെനിക്ക് ജീവിതം തിരിച്ചുതന്നത്."

ഞാനെങ്ങനെയാ അവൾക്ക് ജീവിതം തിരിച്ചുനൽകിയത്? എനി ക്കൊന്നും മനസ്സിലായില്ല. ആരെയും സുഖിപ്പിക്കാൻ വെറുതെ ഭംഗി വാക്ക് പറയുന്നവളല്ല താത്രി. അവൾ പറഞ്ഞതിൽ മറ്റെന്തെങ്കിലും അർത്ഥം കാണും. അവൾ തന്നെ വ്യക്തമാക്കട്ടെ. എങ്കിലും എന്നോടു കാണിച്ച ഈ കടപ്പാടിനും ഔദാര്യത്തിനും ഒരു ഭംഗിവാക്കെങ്കിലും പറയണമല്ലോ എന്നു വിചാരിച്ചു.

"നിന്നെ ഒരുതരത്തിലും സഹായിക്കാൻ കഴിഞ്ഞില്ലല്ലോ താത്രീ. എനിക്കതിൽ ദുഃഖമുണ്ട്, ക്ഷമിക്കുക."

"ഇതിൽ കൂടുതൽ എനിക്കെന്തുവേണം?"

മുദ്രമോതിരമണിഞ്ഞ വിരൽ ഉയർത്തിപ്പിടിച്ചുകൊണ്ട് അവൾ തുടർന്നു:

"ഇതെന്റെ വിരലിലുള്ളിടത്തോളം കാലം മരണത്തിനുപോലും എന്നെ നിന്നിൽനിന്നും അകറ്റാൻ കഴിയില്ല്യാലോ. മതി, അത്രേം മതി. എങ്കിലും രാവുണ്ണീ, നീയെന്നെ കാണാൻ വന്നില്ല്യാലോ എന്നോർത്ത് ഞാനെത്ര സങ്കടപ്പെട്ടിരുന്നെന്നോ?"

"വന്നിരുന്നു, ഞാൻ വന്നിരുന്നു."

ഞാൻ ഉടൻ പറഞ്ഞു.

"നീയിവിടെ നാരായണൻ നമ്പീശന്റെ അടുത്ത് പാട്ടുപഠിച്ചുകൊണ്ടിരുന്നപ്പോഴാണല്ലോ ഞാൻ പട്ടാമ്പിയിലെ കഥകളിയോഗത്തിൽ ചേർന്നത്. മൂന്നു മാസത്തിനുശേഷമേ എനിക്കു തിരിച്ചുവരാൻ കഴിഞ്ഞുള്ളൂ. നിന്നെ കാണാൻ ഇവിടെ വന്നിരുന്നു. നീ പാട്ടുപഠിത്തമൊക്കെ മതിയാക്കി കല്പകശ്ശേരിയിലേക്ക് മടങ്ങിയെന്ന് ചമ്മുത്തമ്പുരാട്ടി പറഞ്ഞു. മൂന്നു മാസം കൊണ്ട് നീ എല്ലാം പഠിച്ചോ? അതെങ്ങനെ? എന്താണുണ്ടായതെന്നു പറയൂ. കല്പകശ്ശേരിക്കുളത്തിൽ എന്നപോലെ നമുക്ക് ഈ പടവുകളിൽ ഇരുന്നുകൂടേ?"

ഞാൻ ചോദിച്ചു.

"വേണ്ട. കുളപ്പുരമാളിക ഒഴിഞ്ഞുകിടക്കുകയല്ലേ? നമുക്കവിടെയിരിക്കാം. കസേരയും കട്ടിലുമൊക്കെയുണ്ട്."

എന്റെ ഇടതുവശം നിന്ന് വലതുകൈകൊണ്ട് എന്റെ അരയിൽ ചുറ്റിപ്പിടിച്ച് അവൾ എന്നെ കുളപ്പുരമാളികയിലേക്കു നയിച്ചു. എട്ടുപത്തു പടവുകളുണ്ടായിരുന്നു വാതിൽക്കലെത്താൻ. വാതിൽ തുറന്നു കിടന്നിരുന്നു. അകത്തൊരു ഭാഗത്ത് നിലത്ത് നിറംകെട്ട വലിയ ഒരു നിലവിളക്കിൽ ഒറ്റത്തിരി എരിഞ്ഞുകൊണ്ടിരുന്നു. പലക പാകിയ, ചിത്രപ്പണികൾ ചെയ്ത, വളരെ പഴക്കം തോന്നിക്കുന്ന ഒരു കട്ടിലിൽ അവളെന്നെ പിടിച്ചിരുത്തി. കതകടച്ച് സാക്ഷയിട്ടു. ഒരു പ്രത്യേക മണം ആ മുറിക്കകത്ത് തങ്ങിനിന്നു. കാച്ചെണ്ണയുടെ മണമാണെന്ന് പിന്നീട് ഞാൻ തിരിച്ചറിഞ്ഞു. എനിക്കഭിമുഖമായി ഒരു മരക്കസേര എടുത്തിട്ട് അവൾ അതിൽ ഇരുന്നു.

ധനുമാസം അവസാനിക്കാറായ സമയമെന്നാ ഞാനിപ്പോൾ ഓർക്കുന്നത്. മുറിക്കകത്ത് സാമാന്യം നല്ല തണുപ്പുണ്ടായിരുന്നു.

ഓയ്ക്കില്ലത്തുണ്ടായിരുന്ന ഒൻപതു വയസ്സായ താത്രിയെയും എന്റെ മുമ്പിലിരിക്കുന്ന പതിനെട്ടു വയസ്സായ താത്രിയെയും ഞാൻ താരതമ്യപ്പെടുത്തി. അന്ന് ജിജ്ഞാസ മുറ്റിനിൽക്കുന്ന കണ്ണുകളുമായി എന്റെ പിന്നാലെ പാറിനടന്നവൾ. ഇന്ന് അംഗലാവണ്യം വഴിഞ്ഞൊഴുകുന്ന ശില്പഭംഗിയാർന്ന അതിസുന്ദരി. എട്ടു വർഷത്തിനുമുമ്പ് കുറിയേടത്തു വെച്ച് സംഗീതപഠനം അവസാനിപ്പിക്കാനുണ്ടായ കാരണമെന്തെന്ന് അറിയണമല്ലോ. അക്കാര്യംതന്നെ ഞാൻ എടുത്തിട്ടു.

"സംഗീതപഠനം പെട്ടെന്ന് അവസാനിപ്പിച്ച് ഇല്ലത്തേക്ക് മടങ്ങാനുണ്ടായ കാരണം പറഞ്ഞില്ല്യ."

"പറയാം. അതുമാത്രമല്ല എനിക്കു പറയാനുള്ളത്. അതേത്തുടർന്ന് പലതും പറയേണ്ടിവരും. ഒരുപക്ഷേ അതൊക്കെ അറിയുമ്പോൾ രാവുണ്ണി എന്നെ വെറുക്കും. വെറുക്കാതിരിക്കാൻ തരമില്ല്യ."

അത്രയുമായപ്പോൾ അവളുടെ തൊണ്ടയിടറുന്നതുപോലെ തോന്നി.

"താത്രിക്കുട്ടിയെ വെറുക്കുകയോ? ഇല്ല്യ, ഒരിക്കലുമില്ല്യ. താത്രിക്കുട്ടി ഇന്ന് മറ്റൊരാളിന്റെ ഭാര്യയാ. പക്ഷേ, അതിനുമുമ്പ് എന്റെ

കളിക്കൂട്ടുകാരിയായിരുന്നതല്ലേ? അന്നത്തെ സ്നേഹം ഇന്നും എന്റെ ഉള്ളിലുണ്ട്. എന്നും ഉണ്ടാവും. അതിന്റെ തെളിവായി ആ മുദ്രമോതിരം എന്നും നിന്റെ കൈവിരലിലുണ്ടാവണം. അത് നഷ്ടപ്പെടാതിരുന്നാൽ നീ ആഗ്രഹിക്കുന്നതൊക്കെ നടക്കും. നിനക്കൊരു ആപത്തും സംഭവിക്കുകയില്ല്യാ. ഇത് വീൺവാക്കല്ല."

ആദ്യരാത്രിയുടെ ആവേശമായിരുന്നു അന്ന് താത്രിക്കുട്ടിക്ക്. എന്റെയുള്ളിൽ ഒളിഞ്ഞിരുന്ന പരദേവതകളും നാഗദൈവങ്ങളും ഗുരുവായൂരപ്പനും മാത്രമല്ല, അച്ഛനും അമ്മാവനും ഗുരുക്കന്മാരും ഉപദേശിച്ചുതന്ന മഹദ്വചനങ്ങളും അപ്രസക്തമായ നിമിഷങ്ങൾ. പന്ത്രണ്ടു വയസ്സായ കാലം മുതൽ ഉള്ളിൽ മുളച്ചുപൊന്തുകയും വാടിത്തളരുകയും ചെയ്തിരുന്ന മോഹങ്ങളെല്ലാം ധനുമാസരാവിലെ ആകാശംപോലെ ഒരുമിച്ചു പൂത്തുലഞ്ഞു. രതിനിർവൃതിയുടെ കുത്തൊഴുക്കിൽ ഞങ്ങൾ ഒഴുകിക്കൊണ്ടിരുന്നു. രണ്ടു നദികൾ സംഗമിക്കുന്ന ആവേശം, നൈരന്തര്യം. പിന്നെ പരസ്പരം ഇഴുകിച്ചേർന്നുള്ള പ്രശാന്തമായ പ്രവാഹം.

രാവേറെ ചെന്ന ശേഷമാ ഞാനുണർന്നത്. സ്വയം ഉണർന്നതല്ല, അവളെന്നെ ചുംബിച്ചുചുംബിച്ച് ഉണർത്തുകയാണുണ്ടായത്. അപ്പോഴും കറുത്ത നിലവിളക്ക് ഒറ്റക്കണ്ണിട്ട് ഞങ്ങളെ ഒളിഞ്ഞുനോക്കിക്കൊണ്ടിരുന്നു.

"ഞാൻ ഇല്ലത്തേക്ക് സ്വയം മടങ്ങിയതല്ല രാവുണ്ണീ, പ്രാണരക്ഷാർത്ഥം ഓടിപ്പോയതാണെന്നു പറയാം. നമ്പ്യാത്തനാണല്ലോ കുറിയേടത്തില്ലത്തെ മൂസ്സാമ്പൂരി. എന്റെ പിതാവിന്റെ പ്രായം കാണും അയാൾക്ക്. ഒരു മുറയ്ക്ക് എന്റെ അമ്മാവനായി വരും. പത്തു വയസ്സ് തികയുന്നതിനുമുമ്പ് എനിക്ക് അയാളിൽനിന്നും ഏൽക്കേണ്ടിവന്ന പീഡനം അസഹ്യമായിരുന്നു. എനിക്ക് അയാളെ ഭയമായിരുന്നു. വഴങ്ങാത്ത ഏതോ ദാസിപ്പെണ്ണിനെ അയാൾ ശ്വാസം മുട്ടിച്ചു കൊന്നിട്ടുണ്ട് എന്നൊരു കഥയും അക്കാലത്ത് ഞാൻ കേട്ടിരുന്നു.

നമ്പ്യാത്തന്റെ ഉപദ്രവം സഹിക്കവയ്യാതായപ്പോൾ ഞാൻ ചമ്മുത്തമ്പുരാട്ടിയോടു പറഞ്ഞു: കാര്യങ്ങൾ പന്തിയല്ല. എന്റെ ജീവിതം നമ്പ്യാത്തൻ നശിപ്പിച്ചെന്നും ഒരു ദിവസമല്ല, പല ദിവസം ആവർത്തിച്ചെന്നും മനസ്സിനും ശരീരത്തിനും അസഹ്യമായ വേദനയുണ്ടെന്നും ഇനിയും ഇവിടെ നിന്നാൽ ഞാൻ ചത്തുപോകുമെന്നും അറിയിച്ചു. ഒരു ദിവസം രാവിലെയാണ് ഞാനവരോടു പറഞ്ഞത്. പ്രസവിച്ചിട്ടില്ലാത്ത ആ അമ്മ കുറച്ചു നേരം എന്നെ നോക്കിയിരുന്നു. പിന്നെ മെല്ലെ പറഞ്ഞു:

"നിന്നെ ഇല്ലത്തെത്തിക്കാൻ ഏർപ്പാടുണ്ടാക്കാം. ഇവിടെനിന്നാൽ നിന്റെ ജീവിതം പാഴായിപ്പോവും."

അന്നേരംതന്നെ ഒരു ദാസിയെക്കൂട്ടി എന്നെ കല്പകശ്ശേരിയിലേക്കയച്ചു.

എന്റെ നെഞ്ചിൽ ഒട്ടിക്കിടന്നുകൊണ്ട്, അടക്കിയ സ്വരത്തിൽ, കണ്ഠമിടറിക്കൊണ്ട്, കണ്ണീരൊലിപ്പിച്ചുകൊണ്ട്, ഒന്നൊന്നുമറിയാത്ത പ്രായത്തിൽ, പിതാവാകാൻ പ്രായമുള്ള ഒരു മനുഷ്യനാൽ അപമാനിതയും പീഡിതയുമായതെങ്ങനെയെന്നു താത്രി വിവരിച്ചു.

"എന്നെ വെറുക്കല്ലേ, വെറുക്കല്ലേ, ഞാനല്ല തെറ്റുകാരി" എന്ന് ഇടയ്ക്കിടെ പറഞ്ഞുകൊണ്ടു കിടന്നു. അവൾ ഓരോ വട്ടം അങ്ങനെ അപേക്ഷിക്കുമ്പോഴും അവളെ ഞാൻ എന്നിലേക്ക് കൂടുതൽ ശക്തിയായി അടക്കിപ്പിടിക്കുകയായിരുന്നു. തുടലിമുള്ളിൽ കുരുങ്ങിക്കിടന്ന ഉടുതോർത്ത് ഞാൻ വീണ്ടെടുത്തുകൊടുത്തപ്പോൾ ഇരുകൈനീട്ടി തുണി സ്വീകരിച്ച എട്ടു വയസ്സുകാരിയാണ് ഇപ്പോൾ എന്റെ നെഞ്ചൊട്ടിക്കിടക്കുന്നത് എന്നെനിക്കു തോന്നി. അന്നേരം അവളോടുണ്ടായിരുന്ന സ്നേഹം പതിന്മടങ്ങ് വർദ്ധിച്ചു.

വാക്കുകളും കരച്ചിലും ഇടകലർന്ന് അവ്യക്തമായി, ഒരു യുവതിയുടെ ദീനരോദനംപോലെ, നിഷ്കളങ്കയായ ഒരു കുഞ്ഞിന്റെ അമർത്തിപ്പിടിച്ച നിലവിളിപോലെയാ താത്രീവിലാപം എന്റെ ചെവിയിലെത്തിയത്. അവൾ പറഞ്ഞ കാര്യങ്ങൾ അതുപോലെ പറയാൻ ഞാൻ അശക്തനാ. ഞാനത് വളരെ ചുരുക്കിപ്പറയാൻ ശ്രമിക്കാം. കുറിയേടത്തുമന എന്റെ കണ്ടഞ്ചാതമനയുടെ തൊട്ടയൽപക്കമായതുകൊണ്ട് കുറിയേടത്തുമനയെക്കുറിച്ച് എനിക്കറിവുള്ള കാര്യങ്ങൾ ആദ്യം പറയാം.

നമ്പ്യാത്തന്റെ പിതാവ് വെറും ദുഷ്ടനായിരുന്നെന്ന് പറഞ്ഞു കേട്ടിട്ടുണ്ട്. ഞാൻ ചെറിയ കുട്ടിയായിരുന്നപ്പോതന്നെ അയാൾ മരിച്ചിരുന്നു. അതിനുമുമ്പുതന്നെ നമ്പ്യാത്തന്റെ അമ്മ മരിച്ചു. മരിച്ചതല്ലെന്നും പൂർണഗർഭിണിയായിരുന്ന അവരെ അയാൾ ചവിട്ടിക്കൊന്നതാണെന്നും ആളുകൾ അടക്കം പറയുന്നത് കേട്ടിട്ടുണ്ട്.

നമ്പ്യാത്തൻ മൂത്ത മകൻ, മൂസ്സാമ്പൂരി. പിന്നെ രാമൻനമ്പൂതിരിയെന്ന അപ്ഫൻ നമ്പൂതിരി. അതിനിളയ രണ്ടെണ്ണം തുടരെ ചത്തുപോയത്രെ. അതിനിളയ നങ്ങേമ എന്നൊരു പെൺകുട്ടിയും ഞാനും ഒരേ മാസത്തിലാ ജനിച്ചതെന്ന് അമ്മ പറഞ്ഞുകേട്ടിട്ടുണ്ട്. ആ കുട്ടിക്ക് അഞ്ചു വയസ്സായിരുന്ന കാലത്താ അമ്മ മരിച്ചത്. അധികം കഴിയുംമുമ്പ് കിഴവനും വീണൊടുങ്ങി. നമ്പ്യാത്തൻ മൂസ്സാമ്പൂരി കുടുംബഭരണമേറ്റു. അയാളുടെ അച്ഛന്റെ പെങ്ങൾ എല്ലാവരും ചമ്മുത്തമ്പുരാട്ടി എന്നു വിളിക്കുന്ന അവിവാഹിതയായ ഒരമ്മയും ആ ഇല്ലത്തുണ്ട്. അവരാണ് നമ്പ്യാത്തന്റെ ഇളയ പെങ്ങൾ നങ്ങേമയെ വളർത്തിയത്.

നങ്ങേമയെ പാട്ടുപഠിപ്പിക്കാൻ നാരായണൻനമ്പീശൻ എന്നൊരാൾ അവിടെ വരുന്നുണ്ട് എന്ന കാര്യം എനിക്കറിയാമായിരുന്നു. ഓയ്ക്കില്ലത്തെ പഠനം കഴിഞ്ഞു മടങ്ങുമ്പോൾ, കുറിയേടത്തു വരുന്ന സംഗീതാധ്യാപകന്റെ കാര്യം ഞാൻ പറഞ്ഞാണല്ലോ താത്രി അറിഞ്ഞത്. ചമ്മുത്തമ്പുരാട്ടി ഏതോ മുറയ്ക്ക് താത്രിയുടെ അച്ഛൻപെങ്ങളായി വരും.

നമ്പ്യാത്തന് അവരോടുള്ള ബന്ധവും അതുതന്നെയാ. മുറതെറ്റിയ വിവാഹങ്ങൾ അന്ന് നമ്പൂതിരിമാർക്കിടയിൽ സർവസാധാരണമായിരുന്നു. ഏതായാലും അടുത്ത ബന്ധമുള്ള ഇല്ലമായതുകൊണ്ടാ പത്തു വയസ്സാകാറായ സുന്ദരിക്കുട്ടിയെ മറ്റൊന്നും ചിന്തിക്കാതെ കുറിയേടത്ത് ഇല്ലത്ത് പാട്ടുപഠിക്കാൻ കൊണ്ടുവന്ന് പാർപ്പിച്ചത്.

താത്രിക്കുട്ടി നമ്പ്യാത്തന്റെ പീഢനത്തിന് ഇരയാകുന്നത് ഒരു വൃശ്ചിക മാസത്തിലായിരുന്നു. ചെമ്മന്തട്ട മഹാശിവക്ഷേത്രത്തിലെ വാരക്കാലം. വാരത്തിന് എല്ലാ ദിവസവും സന്ധ്യ കഴിഞ്ഞ് നങ്ങേമയെയും താത്രിയെയും മൂസ്സാമ്പൂരി അമ്പലത്തിൽ കൊണ്ടുപോകുമായിരുന്നു.

മൂന്നാം ദിവസം നങ്ങേമ തിരണ്ടു. അന്നവൾക്ക് പന്ത്രണ്ടു വയസ്സ് തികഞ്ഞിരുന്നില്ല. വാരത്തിന് താത്രിയെ മാത്രം കൊണ്ടുപോകാൻ മൂസ്സാമ്പൂരി തീരുമാനിച്ചു. കുളി ഉണ്ട് എന്നും മുണ്ട് കടവിലേക്ക് കൊണ്ടുവരണമെന്നും പറഞ്ഞ് മൂസ്സ് പുറത്തിറങ്ങിയത്രെ. താത്രി മുണ്ടുമായി കുളപ്പടവിലെത്തിയപ്പോ നമ്പ്യാത്തനെ കണ്ടില്ല്യ. ഉടനെ വന്നു. കുളപ്പുരമാളികയിലെ കിഴക്കേമുറിയിൽ മോതിരം വെച്ചു മറന്നു എന്നു പറഞ്ഞ് അതെടുത്തു കൊണ്ടുവരാൻ താത്രിയോടു പറഞ്ഞു. അവൾ മോതിരമെടുക്കാൻ പുരയ്ക്കകത്തു കയറി. ഇരുട്ടായതിനാൽ മോതിരം കണ്ടില്ല. അതിനിടയിൽ നമ്പ്യാത്തനും മുറിക്കകത്തെത്തി. പിന്നെ അവിടെവച്ച് അവൾ എന്താണ് അനുഭവിച്ചത് എന്നാണ് പറഞ്ഞത്.

എന്തിനാണ് അയാൾ തന്നെ ഇങ്ങനെയൊക്കെ ചെയ്യുന്നത് എന്നു മനസ്സിലാക്കാനുള്ള മാനസികവളർച്ചപോലും അന്നവൾക്ക് ഉണ്ടായിരുന്നില്ല്യ. ശരീരവളർച്ച ഉണ്ടായിരുന്നെങ്കിലും അവൾ ഋതുമതിയായിക്കഴിഞ്ഞിരുന്നില്ല. അന്നവൾക്ക് പത്തുവയസ്സ് തികഞ്ഞിരുന്നില്ല.

കരയാനല്ലാതെ മറ്റൊന്നിനും അറിയാത്ത പ്രായത്തിൽ താൻ അനുഭവിച്ച ശാരീരികവും മാനസികവുമായ പീഢനത്തിന്റെ ശരിക്കുള്ള വേദന താത്രി വിശദീകരിക്കുമ്പോൾ ആ വേദന മുഴുവൻ ഞാൻ അനുഭവിക്കുകയായിരുന്നു.

നമ്പ്യാത്തന്റെ ഈ ബാലപീഢനം പാട്ടുവാധ്യാർ നാരായണൻ നമ്പീശന്റെ ശ്രദ്ധയിൽപെട്ടു. എന്നും ഒരു നിശ്ചിതസമയത്ത് നമ്പ്യാത്തൻ കുട്ടിയെ വിളിച്ച് കുളപ്പുരമാളികയിൽ കൊണ്ടുപോകുന്നു. സൗകര്യം കിട്ടിയപ്പോൾ അയാൾ താത്രിയോടുതന്നെ ചോദിച്ചു. കരയാനല്ലാതെ മറ്റൊന്നിനും അവൾക്ക് കഴിഞ്ഞില്ല.

കുറിയേടത്ത് പത്തായപ്പുരയിൽ മറ്റൊരു ചെറുപ്പക്കാരൻ അന്ന് താമസമുണ്ടായിരുന്നു. പനങ്ങാവിൽ ഗോവിന്ദൻ. കഥകളിയിൽ കച്ചകെട്ട് അഭ്യസിച്ചുവരികയായിരുന്നു അവൻ. ഗോവിന്ദന്റെ അമർത്തിയുള്ള മൂളലും ചരിഞ്ഞ നോട്ടവും അവളെ ഭയപ്പെടുത്തി.

നമ്പ്യാത്തന്റെ നിരന്തരപീഡനംമൂലമുള്ള വേദനയാൽ മൂത്രിക്കാൻ നിവൃത്തിയില്ലാത്ത അവസ്ഥ വന്നപ്പോഴാണ് കുട്ടി ചമ്മുത്തമ്പുരാട്ടിയോടു പറഞ്ഞത്. അങ്ങനെയാണ് അവളെ അവർ കല്പകശ്ശേരിക്കയച്ചത്.

"അല്ലാണ്ട് ഞാനെന്ത്യേ വേണ്ടീരുന്നേ? പറയ്യ, പറയ്യ രാവുണ്ണീ. സ്വന്തം ഇല്ലത്ത് അമ്മേണ്ടല്ലോ. അവിടെയെങ്കിലും അഭയം കിട്ടുമെന്നു കരുതി. അവിടെയും എന്റെ പച്ചമാംസം തിന്നാൻ കഴുകന്മാരുണ്ടായിരുന്നൂ രാവുണ്ണീ. ഞാനെന്താ ചെയ്യ? ഞാനെന്താ ചെയ്യ?"

എല്ലാ നിയന്ത്രണങ്ങളും വിട്ട് അവൾ പൊട്ടിക്കരഞ്ഞു. ഏത് ധീരനും നിസ്സഹായനായിപ്പോകുന്ന ചില നിമിഷങ്ങൾ ജീവിതത്തിൽ ഉണ്ടാകാറുണ്ട്. ഞാൻ ധീരനൊന്നുമല്ല; ഒരു പരിധിവരെ ഭീരുവുമാണെന്നറിയാം.

അവളുടെ കണ്ണീർ തുടയ്ക്കുകയല്ലാതെ, എന്തെങ്കിലും ആശ്വാസവാക്കുകൾ പറഞ്ഞ് അവളെ സമാധാനിപ്പിക്കാൻ എനിക്കു കഴിഞ്ഞില്ല്യ.

കുറെ പെയ്തൊഴിഞ്ഞപ്പോൾ അവളുടെ മനസ്സ് കുറച്ചു തണുത്തു കാണണം. പിന്നെയും അവൾ ആദ്യപീഡനത്തിന്റെ ദുരിതകാണ്ഡം തുടർന്നു:

"കുറിയേടത്തെ പ്രായം ചെന്ന ഒരു ദാസിയാ കല്പകശ്ശേരിയിലേക്ക് എനിക്ക് കൂട്ടുവന്നത്. അവർ സാമാന്യം വേഗത്തിലാ നടന്നത്. എനിക്കങ്ങനെ കാലുവലിച്ചുവെയ്ക്കാൻ വയ്യ. വേദനകൊണ്ടു പുളഞ്ഞു പോകുന്നു. ആ ദാസിയോട് ഞാൻ ഒന്നും പറഞ്ഞില്ല്യ. മെല്ലെ നടന്നു."

"ങ്ങ്ന്യായാ എപ്പാ ഇല്ലത്തെത്താ? കൊച്ചെമ്പ്രാട്ടിക്ക് കാലുവലിച്ചു വെച്ച് നടന്നാലെന്ത്യേ?"

ദാസി തിരിഞ്ഞുനിന്ന് ചോദിച്ചു. ഞാനൊന്നും പറഞ്ഞില്ല്യ. കാലു വലിച്ചുവെയ്ക്കാൻ വയ്യാണ്ടായതെങ്ങന്യാന്ന് പറയാമ്പറ്റ്വോ?

പിന്നെ ദാസിയും മെല്ലെ നടന്നു. ഒരുവിധത്തിൽ ഇല്ലത്തെത്തി.

ചമ്മുത്തമ്പുരാട്ടി ദാസിത്തള്ളയോട് എന്തെങ്കിലും പറഞ്ഞുകാണുമോ എന്നു ഞാൻ ഭയന്നു. അങ്ങനെയായാൽ ആ തള്ള എന്റെ അമ്മയോടോ ചെറിയമ്മമാരോടോ കൊട്ടിഘോഷിക്കുമെന്നും ഭയന്നു.

ഇക്കാളിച്ചേച്ചിക്കും മറ്റു കുട്ടികൾക്കും ഞാൻ ഇല്ലത്തെത്തിയതിൽ വലിയ സന്തോഷം. കുട്ടികൾ എന്നോടൊപ്പം കളിക്കാൻ തിരക്കുകൂട്ടി. അപ്പോഴും ഞാൻ ദാസിത്തള്ളയെ ശ്രദ്ധിക്കുകയായിരുന്നു. അവർ ആരോടെങ്കിലും എന്തെങ്കിലും കുശുകുശുക്കുന്നുണ്ടോ, എന്നെ സംശയദൃഷ്ടിയോടെ നോക്കുന്നുണ്ടോ എന്നൊക്കെ ശ്രദ്ധിക്കുകയായിരുന്നു. എങ്കിലും കുട്ടികളുടെ സന്തോഷത്തിനുവേണ്ടി ചിരിക്കുകയും എന്തെങ്കിലുമൊക്കെ സംസാരിക്കുകയും ചെയ്തുകൊണ്ടിരുന്നു.

മൂത്രിക്കുമ്പോൾ നീറിക്കയറുന്നു. എന്തെങ്കിലും മരുന്നു ചെയ്തില്ലെങ്കിൽ തൊലിയടർന്നിരിക്കുന്നിടം പഴുത്തു പുണ്ണാവുകയോ ചത്തു പോവുകയോ ചെയ്യുമെന്ന് ഭയന്നു. ഒടുവിൽ ഇക്കാളിച്ചേച്ചിയുടെ സഹായം തേടാൻതന്നെ തീരുമാനിച്ചു.

രാത്രിയായപ്പോൾ ചേച്ചിയെ രഹസ്യമായി വിളിച്ചു മാറ്റിനിർത്തി ചെവിയിൽ പറഞ്ഞു:

"കുറിയേടത്തുവച്ച് കുഴപ്പമൊന്നുമില്ല്യായിരുന്നു. ഇത്രയിടംവരെ വളരെ പെട്ടെന്ന് നടന്നപ്പോ തുടകൾക്കിടയിൽ നീറ്റൽ അനുഭവപ്പെടുന്നു. അത് കുഴപ്പമാവോ ചേച്ചീ? ഞാൻ ചത്തുപോവോ?"

ഇത്തരത്തിലായി എന്റെ സംശയം.

"സാരംല്യ. ശ്ശി നടന്നിട്ടാ. ഉപ്പുവെള്ളം പിടിച്ചാ മതി. ഒരിക്ക എനിക്കങ്ങനേണ്ടായപ്പൊ നാണിത്തള്ള വെള്ളത്തിലുപ്പിട്ട് പാകത്തിന് ചൂടാക്കിത്തന്നു. രണ്ടുനേരം ഉപ്പുവെള്ളം പിടിച്ചപ്പം വേദന മാറി."

ഇക്കാളിച്ചേച്ചി ഉപ്പിട്ട വെള്ളം പാകത്തിനു ചൂടാക്കിത്തന്നു. വാഴയുടെ മറവിലിരുന്ന് വെള്ളം കോരിപ്പിടിച്ചപ്പം ഞാൻ കരഞ്ഞുപോയി. തീ പിടിക്കുംപോലെ നീറിക്കയറി. പിറ്റേന്നു രാവിലെ ഒരുനേരംകൂടി ചികിത്സിച്ചു. അന്നേരം നീറ്റൽ അത്രയ്ക്ക് അധികമായില്ല്യ."

സങ്കടങ്ങൾ പറഞ്ഞും കരഞ്ഞും എപ്പോഴോ വീണ്ടും ഉറങ്ങി. പുലർന്നപ്പോൾ തമ്മിൽ കാണാനുള്ള സമയവും സ്ഥലവും പറഞ്ഞുറപ്പിച്ച് ഞങ്ങൾ പിരിഞ്ഞു.

പതിനേഴ്

കുറിയേടത്തുകാവ് ഞങ്ങളെ കാത്തിരിക്കേർന്നു. പകൽ പത്തു മണിയോടെ ഞങ്ങൾ നിറയെ പൂത്തുനിന്ന ഇലഞ്ഞിച്ചോട്ടിലെത്തി. നമ്പ്യാത്തനിൽനിന്നും താൽക്കാലികമായി രക്ഷപ്പെട്ട് കല്പകശ്ശേരിയിൽ എത്തിയ ശേഷമുള്ള ചില അനുഭവങ്ങൾ താത്രി പറഞ്ഞു.

ഒരു പ്രത്യേക ഭാവമായിരുന്നു അന്നേരം ഞാൻ താത്രിയുടെ മുഖത്ത് ദർശിച്ചത്. അതുവരെ ഞാൻ കണ്ടിട്ടില്ലാത്ത ഭാവം. അനുഭവിച്ചറിഞ്ഞിട്ടില്ലാത്ത തരത്തിലുള്ള ആകർഷണീയത.

വലിയ ക്ഷോഭങ്ങളൊന്നുമില്ലാതെ, നിസ്സംഗയായി, മറ്റാരുടെയോ അനുഭവങ്ങൾ പറയുന്ന ഭാവത്തിലാ അന്ന് താത്രി സംസാരിച്ചത്. വെറും ശ്രോതാവിന്റെ ഭാവത്തിൽ ഞാനുമിരുന്നു.

"നായെപ്പേടിച്ചോടി നരീട വായിലായീന്നൊരു ചൊല്ലുണ്ട്. എന്റെ കഥ ഏതാണ്ടങ്ങ്ന്യാ. നമ്പ്യാത്തനെ എനിക്ക് പേട്യാര്ന്നു. അയാൾക്ക്

വഴങ്ങാത്ത ഏതോ ദാസിപ്പെണ്ണിന്റെ മൊലേം തൊടേംക്ക അയാൾ തീക്കൊള്ളിവച്ച് പൊള്ളിച്ചൂന്ന് കേട്ടതാ. എന്നേം അങ്ങനെ വല്ലോം ചെയ്താലോന്ന് ഞാൻ ഭയന്നു. ഏതായാലും അയാള പിടീന്ന് രക്ഷപ്പെട്ട് കല്പകശ്ശേരീലെത്തി. ഒരാഴ്ച കൊണ്ട് പൂർണസുഖായി. പിന്നെ ഞാൻ ആടീം പാടീം കുട്ട്യേള രസിപ്പിച്ച് നടക്ക്വേർന്ന്.

എന്നെ പീഢിപ്പിച്ചതിന് പ്രതിഫലമായി നമ്പ്യാത്തൻ എനിക്കൊരു ആട്ടക്കഥാപുസ്തകം തന്നിരുന്നു – ഉത്തരാസ്വയംവരം. മടങ്ങി വന്നപ്പൊ ഞാൻ ആ പൊസ്തകംകൂടി കൊണ്ടുപോന്നു. അതുനോക്കി കഥകളിപ്പദങ്ങൾ ചൊല്ലിയും ഉടുത്തുകെട്ടും മുഖത്തെഴുത്തും കിരീടവുമില്ലാതെ എനിക്കു തോന്നിയപോലെ കുട്ടികളുടെ മുമ്പിൽ ആടിയും കൈമുദ്രകൾ കാട്ടിയും അഭിനയിച്ചും ഞങ്ങൾ കളിച്ചുരസിക്ക്വേർന്നു.

അതിനുമുമ്പ് രണ്ടുമൂന്നു തവണ ഞാൻ കഥകളി കണ്ടിട്ടുണ്ടായിരുന്നു. അതിന്റെ ഓർമയിലാ എന്റെ ചാട്ടവും ആട്ടവുമൊക്കെ. ഏതായാലും ഇല്ലത്തെ സ്ത്രീകൾക്കും കുട്ടികൾക്കും എന്റെ കഥകളിപ്പാട്ടുകൾ വളരെ ഇഷ്ടപ്പെട്ടു. എന്റെ ആ സുഖാനുഭവദിനങ്ങൾ രണ്ടുമാസമേ നീണ്ടുനിന്നുള്ളൂ. കുറച്ചുനാൾ ശരിക്കും വേദനിക്കുക, പിന്നെ രണ്ടുമാസം ശരിക്കും ആനന്ദി ക്കുക, പിന്നെയും ദൈവം എന്നെ വേദനിപ്പിക്കാൻ പഴുതൊരുക്കി വയ്ക്കുക – വെറും പത്തു വയസ്സായ ഒരു കുട്ടിയുടെ ജീവിതത്തിൽ ദൈവങ്ങൾക്കുപോലും ഒരു കരുതൽ ഇല്ലാതായിപ്പോയല്ലോ രാവുണ്ണീ.''

എന്താണ്ടായേന്ന് ഞാൻ ചോദിച്ചില്ല്യ. ആ സമയമായപ്പോ താത്രിയുടെ മുഖഭാവം മാറി. ഉള്ളിൽ അഗ്നി ജ്വലിക്കുന്നത് അവളുടെ മുഖത്തു നോക്കി ഞാൻ മനസ്സിലാക്കി.

''ഓക്കി ഇട്ടീരി നമ്പൂരി എന്നൊരു അമ്മാവൻ എനിക്കുണ്ട്. തല പകുതിയിലധികം നരച്ച മനുഷ്യൻ. ജ്യോത്സ്യനും ദൈവജ്ഞനും മന്ത്രവാദിയും ഒക്കെ ആണുപോലും. വല്ലപ്പോഴുമൊക്കെ ഞങ്ങളുടെ ഇല്ലത്തു വരികയും നാലഞ്ചു ദിവസം താമസിച്ചിട്ട് മടങ്ങിപ്പോവുകയും ചെയ്യുക പതിവായിരുന്നു. ഇല്ലത്തെ പത്തായപ്പുരയിൽ ചിലപ്പോഴൊക്കെ കുറെ നമ്പൂതിരിമാർ ഒത്തുകൂടാറുണ്ട്. അപ്പോഴൊക്കെ പിടിച്ചാൽ പിടി കിട്ടാത്ത കാര്യങ്ങളാ ഇട്ടീരി അമ്മാവൻ സംസാരിച്ചിരുന്നത്. മുമ്പൊക്കെ ഞാൻ ചെന്ന് അവരുടെ സംസാരോം നേരമ്പോക്കുകളുമൊക്കെ കേട്ടിരിക്കുക പതിവായിരുന്നു. അവർ ശ്ലോകങ്ങൾ ചൊല്ലുകയും പൊട്ടിച്ചിരിക്കുകയും മറ്റും ചെയ്തിരുന്നു. ചൊല്ലുന്നതൊക്കെ അശ്ലീലശ്ലോകങ്ങളാണെന്ന കാര്യം അറിയില്ല്യായിരുന്നു. കനത്ത കാര്യങ്ങളാണ് സംസാര വിഷയം. മോക്ഷം, പുനർജന്മം, മൃത്യുഞ്ജയഹോമം, മന്ത്രംകൊണ്ടു മാങ്ങ വീഴ്ത്തിയ കാര്യം മാത്രംല്ല്യ മന്ത്രംകൊണ്ട് ദൈവത്തെ പിടിച്ചുനിർത്തിയ കാര്യംവരെ അവര് സംസാരിച്ചിരുന്നു.

ഇട്ടീരിയുടെ ഇടതുകണ്ണ് അല്പം ചെറുതും വലതുകണ്ണ് കുറച്ച് വലുതുമാ. ആ ഒറ്റക്കാരണത്താൽതന്നെ, ഒറ്റനോട്ടത്തിൽതന്നെ ഐശ്വര്യക്കേട് വ്യക്തമാകും, തെല്ല് ഭയോണ്ടാവും. അക്കൊല്ലം കുംഭമാസാദ്യം ഇട്ടീരിയമ്മാവൻ ഇല്ലത്തെത്തി. എനിക്ക യാളെ ഭയവും വെറുപ്പുമായിരുന്നു. മുഖം കണ്ടാൽതന്നെ കുട്ടികൾ ഭയന്നു പോകും. അമ്മിയിൽ മഞ്ഞൾ തല്ലുന്നതുപോലെ കടപടാന്നാണ് സംസാരം.

കുംഭത്തിലെ വരവിൽ അയാളെന്നെ സംശയദൃഷ്ടിയോടെ നോക്കുന്നതായി തോന്നി. കുറിയേടത്തില്ലം ബന്ധുഭവനമാണല്ലോ. നമ്പ്യാത്തനോ നാരായണൻനമ്പീശനോ പനങ്ങാവിൽ ഗോവിന്ദനോ ഇട്ടീരിയെ കണ്ടിരുന്നോ? വിവരങ്ങൾ വല്ലതും വെളിപ്പെടുത്തിയോ എന്നാണ് ഞാൻ ഭയന്നത്. രണ്ടുദിവസം അത്തരത്തിലുള്ള ചുഴിഞ്ഞു നോട്ടം തുടർന്നു. എനിക്കത് തീരെ അസഹ്യമായി തോന്നി. പലപ്പോഴും ഞാനും കുട്ട്യേളും ഒരുമിച്ചു നടക്കുന്നതുകൊണ്ട് അയാൾക്ക് നേരിട്ടിടപെടാൻ കഴിയാതായി.

അടുത്തൊരു ദിവസം ഉച്ചയ്ക്കുമേൽ, സ്ത്രീകളും കുട്ട്യേളും കുളത്തിൽ അലക്കിയും കുളിച്ചും ബഹളം വെച്ചുനിന്ന സമയം ഞാൻ ചെറുതോർത്തുടുത്ത് അടുക്കളമുറ്റത്തു നിന്നുകൊണ്ട് എണ്ണ തേയ്ക്കുകയായിരുന്നു. മറ്റാരും അടുത്തില്ലാത്ത ധൈര്യത്തിൽ ഒരു കാലുയർത്തി ചെറുതിണ്ണയിൽ ചവിട്ടി, കാലുകളിൽ എണ്ണ തേച്ചുപിടിപ്പിച്ചുകൊണ്ടു നിന്നപ്പോൾ അകത്താരോ നിൽക്കുന്നതുപോലൊരു തോന്നൽ. ഇട്ടീരി അടുത്തെത്തി തുറിച്ചുനോക്കുന്നു. അമ്മാവനല്ലേ ഞാൻ ഭയന്നുപോയി. പേരിനു ഒരു ചെറുതുണിയേ അരയിലുള്ളൂ. തോർത്ത് നേരേപിടിച്ചിട്ട് ഞാൻ വശംതിരിഞ്ഞുനിന്നു.

"ഞാൻ കുറിയേടത്തു പോയിരുന്നു. എന്തായിരുന്നു നിനക്കവിടെ? എനിക്ക് ചിലതൊക്കെ അറിയണം."

ഒറ്റശ്വാസത്തിൽ അയാൾ പറഞ്ഞു.

എന്റെ ചങ്കും കരളുമൊക്കെ എളകിവീണെന്നു തോന്നി. അകം കത്തിയെരിഞ്ഞു. ഞാൻ തലകുനിച്ചുനിന്നു.

"ഞാൻ പറയുന്നത് കേൾക്കുന്നുണ്ടോ?"

"ഉവ്വ്."

മുഖമുയർത്താതെ ഞാൻ മൂളി.

"എനിക്ക് കാര്യങ്ങളുടെ നിജസ്ഥിതി അറിയണം. മറ്റൊന്നിനുമല്ല, സത്യമെന്തെന്ന് അറിഞ്ഞാൽമതി. സത്യം തുറന്നുപറഞ്ഞാൽ ഞാൻ നിന്റെകൂടെ നിൽക്കും. ഇവിടെ മറ്റാരും ഒന്നും അറിഞ്ഞിട്ടില്ല്യ. ഞാനായിട്ട് ആരെയും അറിയിക്കുകയുമില്ല്യ. ഞാൻ പത്തായപ്പുരയിൽ ഉണ്ടാകും. കുളി കഴിഞ്ഞ് വന്നിട്ട് മറ്റാരും കാണാതെ അവിടെയെത്തണം. എന്നാൽ വേഗം പോയി കുളിക്ക്."

എനിക്ക് ആശ്വാസമായി. അമ്മാവൻ എന്റെ ഭാഗത്തു നിൽക്കുമെന്നു പറഞ്ഞല്ലോ. നമ്പ്യാത്തനെ അമ്മാവൻ ശകാരിക്കുകയോ താക്കീതു ചെയ്യുകയോ ചെയ്യുമായിരിക്കും. കേട്ട കാര്യങ്ങൾ ശരിയാണോ എന്നറിയാനാണല്ലോ. എല്ലാം തുറന്നുപറയണം. എന്റെ ഭയം പകുതിയും മാറിക്കഴിഞ്ഞിരുന്നു. ഞാൻ മെല്ലെ കുളക്കടവിലേക്ക് നടന്നു. പെട്ടെന്നൊന്ന് മുക്കിക്കേറി വരാന്വെച്ചാ കഴിയോ? ദേഹോത്രേം എണ്ണ തേച്ചുപോയില്ല്യേ? ഈഞ്ചയും താളീംകൊണ്ട് ഒരു മാതിരിയൊക്കെ തേച്ചുകുളിച്ച് ഈറൻ മാറിയുടുത്ത് പെട്ടെന്നു കയറിപ്പോന്നു. മുടി കോതിയൊതുക്കാനൊന്നും നിന്നില്ല. അമ്മാവനോട് എല്ലാം തുറന്നുപറയണം. ഞാനൊരു തെറ്റും ചെയ്തില്ല്യാലോ. ആ നമ്പ്യാത്തനല്ലേ എന്നെ അങ്ങനേക്ക ചെയ്തേ?

പത്തായപ്പുരയിലേക്ക് നടക്കുമ്പോൾ ഞാൻ സമാധാനിക്കാൻ ശ്രമിച്ചെങ്കിലും ഒരു സമാധാനവും ഇല്ലാതായി. അവിടെ എത്തിയപ്പൊ ഇട്ടീരിയമ്മാവൻ കട്ടിലിൽ ഇരിക്ക്വേര്ന്ന്. മുഖത്തിന് അത്ര കടുപ്പമില്ലെന്നു തോന്നി. എന്നെ നോക്കി ചിരിച്ചു.

“വര്വാ, വര്വാ, ഇവിടിരിക്ക്വാ.”

അയാളുടെ രണ്ടുതരം കണ്ണുകളിൽ രണ്ടുതരം ഭാവം വിരിഞ്ഞുനിന്നു. എന്തൊരു ക്രൗര്യം! എന്തൊരു സ്നേഹം!

ഞാനെന്തൊരു പൊട്ടിപ്പെണ്ണാരുന്നെന്നോ! അമ്മാവൻ എന്നോട് അലിവുകാട്ടുന്നല്ലോ എന്ന് ആശ്വസിച്ചു.

“കുറിയേടത്തുവച്ച് എന്താണ്ടായേ? എല്ലാം തെളിച്ചങ്ങട് പറയ്യ.”

ഇട്ടീരി പ്രേരിപ്പിച്ചു.

എല്ലാം എങ്ങന്യാ പറയ്യ? പറയാനും വയ്യ, പറയാണ്ടിരിക്കാനും വയ്യ! പിന്നെ മെല്ലെ പറഞ്ഞു. അമ്പലത്തിലെ വാരക്കാലം, മുണ്ട്, മോതിരം, കുളപ്പുരമാളിക, കിഴക്കേമുറി, അവിടെവെച്ചുണ്ടായത്.... അത്രേമായപ്പോ ഞാൻ വിതുമ്പിക്കരഞ്ഞുപോയി.

“അയ്യേ, കരയ്യേ?”

ആരും കേൾക്കേണ്ടാന്നു പറഞ്ഞ് അമ്മാവൻ എഴുന്നേറ്റ് വാതിലടച്ചു.

“കരേണ്ടാട്ടോ. നീയൊരു സുന്ദരിക്കുട്ട്യല്ല്യേ? നിന്നെ കണ്ടാ ആരാ കൊതിച്ചുപോകാത്തേ? എന്തിനാ നമ്പ്യാത്തനെ പഴിക്കണേ? ബ്രഹ്മാവിന്റെ കഥ കേട്ടിട്ടുണ്ടോ നീയ്യ്? എല്ലാരേം സൃഷ്ടിച്ചത് ബ്രഹ്മാവല്ല്യേ? സരസ്വതീദേവി ബ്രഹ്മാവിന്റെ സ്വന്തം മകളാ. അതിസുന്ദരി. അതിസുന്ദരിയെന്ന്വെച്ചാ ന്റെ താത്രിക്കുട്ട്യേക്കാളും സുന്ദരിയൊന്നുംല്ലട്ടോ. സരസ്വതിയെ കണ്ടപ്പം ബ്രഹ്മനങ്ങ് കാമിച്ചുപോയി. അല്ല, അതിസൗന്ദര്യമുള്ള പെൺകുട്ട്യളെ കണ്ടാ ആരും മോഹിച്ചുപോവും. ആരേം കുറ്റം പറഞ്ഞിട്ട് കാര്യംല്ല്യ. ഇങ്ങടുത്തുവാ.”

വീണ്ടും ഞാൻ കുടുക്കിൽപെട്ടിരിക്കുന്നു എന്ന് മനസ്സിലായി. രക്ഷപ്പെടാൻ ഒരു മാർഗവും തെളിഞ്ഞുകണ്ടില്ല്യ. ഇട്ടീരി എന്നെ പിടിച്ചണച്ചു. മടിയിൽനിന്നും ഒരു സ്വർണമോതിരമെടുത്തു.

"നിനക്ക് ഞാനിതുവരെ ഒന്നും തന്നിട്ടില്ല്യല്ലോ. കാണട്ടെ, പാക മാണോന്ന് നോക്കട്ടെ."

അയാൾ എന്റെ വിരലിൽ മോതിരമണിയിച്ചു.

"ഹായ്, നല്ല ചേർച്ച. പിന്നെ ഒരൂട്ടം പറയാൻ വിട്ടു. നിനക്ക് വയസ്സ് പത്തായിരിക്കുന്നു. നിന്റെ പ്രായത്തിലുള്ള പലരേം വേളികഴിച്ചുവിട്ടിട്ടുണ്ട്. നിന്നേം ഇക്കാള്യേം ഉടനെ വേളികഴിച്ചയയ്ക്കും. ആരെങ്കിലും നിന്നെ വേളി കഴിച്ചാ പിന്നെ ഒന്നും പേടിക്കാനില്ല. വേളിക്കുമുമ്പ് മറ്റൊരു പുരുഷനുമായി, അന്ന് നമ്പ്യാത്തനുമായി ഉണ്ടായപോലെ വല്ലതും സംഭവിച്ചാ മഹാപാപമാണ്. നിനക്കിപ്പൊ ആ പാപം സംഭവിച്ചിരിക്കുന്നു. നീ പാപിയായിക്കഴിഞ്ഞിരിക്കുന്നു. അതിനാൽ ദൈവം നിന്നെ ശിക്ഷിക്കുകതന്നെ ചെയ്യും."

അക്കാര്യം എനിക്കും അറിയാമായിരുന്നു. അതിനാൽ പെട്ടെന്നൊരു ഞെട്ടൽ ഉണ്ടായില്ല്യ.

"എങ്കിലും നിന്നെ സഹായിക്കാൻ ഞാനുണ്ട്. സംഭവിച്ചുപോയ പാപങ്ങൾ പരിഹരിച്ചുകിട്ടാനാണ് പാപപരിഹാരയന്ത്രം. ആയിരത്തൊന്നു തവണ പാപപരിഹാരമന്ത്രം ഉരുക്കഴിച്ചുണ്ടാക്കിയ യന്ത്രം. മന്ത്രത്തിന്റെ ശക്തി വല്ലോം നിനക്കറിയോ? ദൈവത്തിനെ നിലയ്ക്ക് നിർത്താനുള്ള മന്ത്രംപോലും എനിക്കറിയാം. പാപപരിഹാരയന്ത്രം അരയിൽ കെട്ടിയിരുന്നാൽ നീ ഇതുവരെ ചെയ്ത പാപമൊന്നും നിന്നെ ബാധിക്കില്ല്യ. ഞാൻ നിന്നെ സഹായിക്കാം. പാപപരിഹാരയന്ത്രം അരയിൽ ധരിക്കുന്നതിനുമുമ്പ് ഒരു കാര്യം ശ്രദ്ധിക്കണം. അഗ്നി, ജലം ഇവ രണ്ടും നിമിത്തമാണ് പാപികൾ അധികവും മരണപ്പെടുന്നത്. തെളിച്ചുപറഞ്ഞാൽ, ദൈവത്തിനു ഇഷ്ടമല്ലാത്ത പാപങ്ങൾ ചെയ്തവരെ ദൈവം തീയിൽ പെടുത്തിയോ അമ്പലക്കുളത്തിൽ മുക്കിപ്പിടിച്ചോ കൊല്ലും. അതിനാൽ ഇന്നു നീ അഗ്നിയെ സൂക്ഷിക്കണം. ഇന്നു ഒരു ദിവസത്തേക്കുമതി. ഇന്നേതായാലും കുളിച്ചല്ലോ. ഇന്നിനി കുളപ്പടവിൽ ഇറങ്ങരുത്. നാളെ രാവിലെ ഞാൻ പാപപരിഹാരയന്ത്രം കൊണ്ടുവന്നു തരാം. ധൈര്യമായി പൊയ്ക്കോളൂ."

എനിക്ക് ആശ്വാസമായി. സ്വർണമോതിരം കിട്ടിയ സന്തോഷം ഞാൻ അധികം പുറത്തു കാട്ടിയില്ല്യ. അത് ആരെയും കാണിക്കാൻ മിനക്കെട്ടില്ല്യ. എന്റെ പാപങ്ങൾ പരിഹരിക്കപ്പെടുമെന്നറിഞ്ഞപ്പോൾ എന്തൊരു ആശ്വാസമാണ് അനുഭവപ്പെട്ടതെന്ന് പറഞ്ഞറിയിക്കാനാവില്ല്യാ. എങ്കിലും അങ്ങനെയൊരു യന്ത്രം നാളെ അമ്മാവൻ കൊണ്ടുവരോന്ന് ഞാൻ സംശയിക്കാതിരുന്നില്ല്യ. മന്ത്രത്തിന് ശക്തിയുണ്ടെന്ന്

പണ്ടേ അറിയാമായിരുന്നു. സ്വർണമോതിരം തന്ന അമ്മാവൻ വെറുതെ എന്നെ പറഞ്ഞു പറ്റിക്കുമോ? അങ്ങനെ ഉണ്ടാവില്ല്യാന്ന് ഉറച്ചു വിശ്വസിച്ചു.

അന്നു വൈകിട്ട് അമ്മാവൻ തിരിച്ചുപോയി. യന്ത്രം ഉണ്ടാക്കാൻ പോയതായിരിക്കുമെന്ന് വിശ്വസിച്ചു. അദ്ദേഹത്തോട് എനിക്കുണ്ടായിരുന്ന അറപ്പും വെറുപ്പുമൊക്കെ അലിഞ്ഞലിഞ്ഞില്ലാതായി. അടുക്കളയിൽ എന്തിനോ എത്തിയപ്പോൾ അഗ്നിയെ സൂക്ഷിക്കണമെന്ന കാര്യം ഓർമ വന്നു. പെട്ടെന്നു പുറത്തിറങ്ങി. നിലവിളക്കെരിയുമ്പോ കരുതലോടെ നടന്നു. കുളത്തിലെന്നല്ല, കുളപ്പുരയിൽപോലും പോകാതിരിക്കാൻ ശ്രദ്ധിച്ചു. പാപിയായിപ്പോയില്ല്യേ? എപ്പോഴാ ദൈവം ശിക്ഷിക്കുന്നതെന്ന് പറയാൻ കഴിയോ? ഇന്ന് ഒരൊറ്റ ദിവസം ശ്രദ്ധിച്ചാൽ മതിയല്ലോ. നാളെ പാപപരിഹാരയന്ത്രം ധരിക്കുന്നതോടെ പാപമുക്തയും പരിശുദ്ധയു മാകുമെന്നോർത്തപ്പോ ഉൾപ്പുളകമുണ്ടായി. ജീവിതത്തെ വല്ലാതെ സ്നേഹിച്ചുപോയി. അന്നുരാത്രി സ്വസ്ഥമായുറങ്ങി.

എന്റെ ഉത്തരാസ്വയംവരം പത്തായപ്പുരയിൽ വെച്ചിരുന്നു. പിറ്റേന്നു രാവിലെ പത്തായപ്പുരയിലെത്തി വായന തുടങ്ങി. അധികം കഴിയു ന്നതിനുമുമ്പ് അഷ്ടമൂർത്തിയുടെ മകളായ ഞാൻ വിരാടാധിപനായ മാത്സ്യരാജാവിന്റെ പുത്രി ഉത്തരയായി മാറി. ബൃഹന്നള എന്നെ നൃത്ത ഗീതങ്ങൾ അഭ്യസിപ്പിക്കുന്ന രംഗമാണ് വായിച്ചുകൊണ്ടിരുന്നത്. അതിനിടയിൽ ചില പദങ്ങളൊക്കെ ഞാൻ മനഃപാഠമാക്കിക്കഴിഞ്ഞി രുന്നു. ചില ഹസ്തമുദ്രകളൊക്കെ അറിയാമായിരുന്നു. മനസ്സിൽ പദം ചൊല്ലുകയും എനിക്കു തോന്നിയരീതിയിൽ മുദ്രകൾ കാട്ടി ആടാൻ ശ്രമി ക്കുകയും ചെയ്തുകൊണ്ടിരുന്നു. എന്റെ സ്വയംവരം അധികം താമസി യാതെ നടക്കുമെന്നു വിചാരിച്ചു. അഭിമന്യു സ്വയംവരപ്പന്തലിൽ എത്തു മ്പോൾ ഞാൻ കല്യാണപ്പെണ്ണായി ചമഞ്ഞ് മന്ദംമന്ദം നടന്ന് അഭിമന്യു വിന്റെ കഴുത്തിൽ മാലയിടുന്നതിനെക്കുറിച്ച് ആലോചിച്ചപ്പോൾ പുറത്ത് കാൽപെരുമാറ്റം കേട്ടു. ഉത്തര വീണ്ടും താത്രിക്കുട്ടിയായി മാറി.

ഇട്ടീരി അമ്മാവൻ പത്തായപ്പുരയിൽ പ്രവേശിച്ചയുടനെ വാതിലടച്ചു. അതിനിടയിൽ ഉത്തരാസ്വയംവരം ഞാൻ കട്ടിലിനടിയിൽ ഒളിപ്പിച്ചുകഴി ഞ്ഞിരുന്നു.

അദ്ദേഹം വന്ന് കട്ടിലിൽ ഇരുന്നു. അദ്ദേഹത്തിനു മുമ്പിൽ ഞാനല്പം അകന്നുനിന്നു. മടിയിൽ പൊതിഞ്ഞുവച്ചിരുന്ന കറുത്ത ചരടിൽ കോർത്ത വെള്ളി ഏലസ്സ് പുറത്തെടുത്ത് ചരടിന്റെ അഗ്രങ്ങളിൽ പിടിച്ചുനിവർത്തി എന്നെ കാട്ടി.

“കണ്ടല്ലോ, ഇതാ പാപപരിഹാരയന്ത്രം. പുലരുവോളം ഹോമകർമ ങ്ങൾ ചെയ്ത് ശക്തി വരുത്തിയ യന്ത്രം.”

പിന്നെ ഒരു നിമിഷം ധ്യാനനിരതനായി കണ്ണടച്ചിരുന്നു. വീണ്ടും കണ്ണു തുറന്ന് ഉരിയാടി:

"ഈ യന്ത്രം വളരെ ശക്തിയുള്ളതാ. ഇത് ധരിച്ചാൽ ചെയ്തുപോയ പാപങ്ങൾ എന്നല്ല, മേലിൽ എന്തെങ്കിലും പാപങ്ങൾ ചെയ്താൽ അതും നിന്നെ ബാധിക്കില്ല്യ. അഗ്നി, ജലം, സർപ്പം, ദുർദേവതകൾ എന്നിവയെ ഭയക്കേണ്ട. യന്ത്രം ധരിക്കുന്നതിനുമുമ്പും യന്ത്രം ധരിച്ചുകഴിഞ്ഞതിനു ശേഷവും ചില ക്രിയകളുണ്ട്. അത് തെറ്റിക്കാൻ പാടില്ല്യ. എല്ലാ ക്രിയ കളും അവസാനിച്ചു എന്നു നാം പറയുന്നതുവരെ നീ ഉരിയാടരുത്. ഇപ്പോൾ നാം ഓക്കിഇട്ടീരി എന്ന നിന്റെ അമ്മാവനല്ല്യ. പുരോഹിതൻ മാത്രം. അമ്മാവനെ മറക്ക. പുരോഹിതൻ പറയുന്ന കാര്യങ്ങൾ അപ്പടി അനുസരിക്ക്യ. യന്ത്രം അരയിൽ ധരിപ്പിക്കാൻ പോവ്വാ. ഒരക്ഷരവും ഉരിയാടരുതെന്ന് നാം വീണ്ടും ഓർമപ്പെടുത്ത്വാ. ഇനി നാം പറയുന്ന ഓരോ കാര്യം ചെയ്യ. കുറച്ചുകൂടി അടുത്തേക്ക് വരിക."

ഞാൻ അടുത്തേക്ക് നീങ്ങിനിന്നു.

"ഇഷ്ടമുള്ള ദൈവത്തെ മനസ്സിൽ ധ്യാനിക്ക."

ഞാൻ കാർത്യായനീഭഗവതിയെ മനസ്സിൽ ധ്യാനിച്ചു.

"ഉടുമുണ്ടഴിച്ച് തറയിൽ ഇടുക."

അതും ചെയ്തു.

"പുരോഹിതന്റെ പാദങ്ങൾ തൊട്ടുനമസ്കരിക്ക."

അത്രയും കാര്യങ്ങൾ ചെയ്തു കഴിഞ്ഞപ്പോൾ വീണ്ടും നിർദ്ദേശ ങ്ങൾ വന്നു.

"യന്ത്രം ധരിപ്പിക്കാൻ പോവ്വാ. ചെമ്മന്തട്ട മഹാശിവനെ സ്മരിച്ചു കൊണ്ട് കട്ടിലിൽ മലർന്നുകിടക്ക."

ഞാൻ കട്ടിലിൽ മലർന്നുകിടന്ന് കണ്ണുകൾ മുറുകെ പൂട്ടിയടച്ചു.

"കണ്ണുകൾ നാം പറഞ്ഞശേഷമേ തുറക്കാവൂ. ശിവനെ മാത്രം മന സ്സിൽ ധ്യാനിക്ക്യാ. ഇപ്പോൾ മഹാശിവനാണ് നിന്റെ അരികിൽ എന്നു വിചാരിക്ക്യാ. കൈകൾ ശരീരത്തോടു ചേർത്ത് കട്ടിലിൽ വെയ്ക്ക്യാ."

ഒരുതരം അർധബോധാവസ്ഥയിലായിരുന്നു ഞാൻ. എന്റെ ശരീര ത്തിൽനിന്നും ശക്തി ചോർന്നുചോർന്നു പോകുന്നതായും ഞാനൊരു ജഡവസ്തുവായി മാറുന്നതായും തോന്നി. കരച്ചിൽ വന്നെങ്കിലും സങ്കടമമർത്തി ശിവനെ ധ്യാനിച്ചുകൊണ്ടുകിടന്നു.

അയാൾ എന്റെ അരയിൽ യന്ത്രം കെട്ടി. പിന്നെ എന്തൊക്കെയോ ചില മന്ത്രങ്ങൾ ഉരുവിട്ടു. അതിനിടയിൽ 'സ്വാഹ സ്വാഹ' എന്ന് ഇടയ്ക്കിടെ കേൾക്കാമായിരുന്നു.

പിന്നെ നടന്നതെന്തെന്ന് ഊഹിച്ചാൽമതി. കുറിയേടത്ത് കുളപ്പുര മാളികയിൽവച്ച് നമ്പ്യാത്തൻ പല ദിവസങ്ങളിൽ ഘട്ടംഘട്ടമായി ചെയ്ത

വിക്രിയകളൊക്കെ ഓക്കിഇട്ടീരി അതേക്രമത്തിൽ ചെയ്തുതുടങ്ങി. പല ക്രിയകൾ ചെയ്യാനുണ്ടെന്നു പറഞ്ഞല്ലോ. അവസാനക്രിയകളിലെത്തിയപ്പോൾ 'അമ്മേ' എന്ന് അലറിക്കരയണമെന്നു തോന്നി. മന്ത്രം പിഴച്ചാൽ മരണമാണല്ലോ ഫലം. തൊണ്ടയിൽ പൊട്ടിവന്ന നിലവിളി ഒരു അമറലായി അടങ്ങി. പ്രാണവേദന അനുഭവിച്ചിട്ടും ഒന്നു പിടയാൻപോലുമാകാതെ ഞാൻ കട്ടിലിൽ അമർന്നു. അന്നേരം മന്ത്രത്തിന്റെ ശക്തിയല്ല പുരോഹിതന്റെ ശക്തിയെന്തെന്ന് ഞാനറിഞ്ഞു.

അപ്പോഴേക്കും അബോധാവസ്ഥ എന്ന അർദ്ധമരണാവസ്ഥയിൽ ആയിക്കഴിഞ്ഞിരുന്നു ഞാൻ.

പതിനെട്ട്

"**കാ**ലം മാറി, ജീവിതവീക്ഷണം മാറി, സംസ്കാരം മാറി. 1905-ൽ നിന്നും 1975-ലേക്ക് വെറും എഴുപതു വർഷത്തെ അകലമല്ല ഉള്ളത്. തലമുറകളുടെ അന്തരമെന്നു പറഞ്ഞാലും പൂർണമാവില്ല്യ. എന്തൊക്കെ സംഭവിച്ച ഒരു നൂറ്റാണ്ടാണിത്? രണ്ടു ലോകമഹായുദ്ധങ്ങൾ; റഷ്യ, ചൈന, ക്യൂബ, കൊറിയ, വിയറ്റ്നാം തുടങ്ങിയ സോഷ്യലിസ്റ്റു രാജ്യങ്ങളുടെ ഉദയം, ഇന്ത്യൻ സ്വാതന്ത്ര്യസമരമെന്ന ലോകചരിത്രത്തിൽ തന്നെ സമാനതകളില്ലാത്ത സമരപ്രക്രിയ, രാജവാഴ്ചയുടെ അന്ത്യം, ഇന്ത്യൻ റിപ്പബ്ലിക്കിന്റെ രൂപീകരണം, ജവഹർലാൽ നെഹ്റുവിന്റെ ഇന്ത്യയും ഇ.എം. എസ്സിന്റെ കേരളവും-എനിക്കും നിനക്കുമിടയിൽ ഇത്രയും അകലമുണ്ട്; അറുപത്തിയഞ്ചോ എഴുപതോ വർഷത്തിന്റെ അകലമല്ല ഉള്ളത്."

രാവുണ്ണിമുത്തശ്ശൻ പറഞ്ഞ കാര്യങ്ങളുടെ പൊരുൾ തേടുകയായിരുന്നു പത്മയുടെ പ്രജ്ഞ. ചിലപ്പോഴൊക്കെ കൊച്ചുകുഞ്ഞുങ്ങളോടെന്നപോലെ അദ്ദേഹം അതിലളിതമായി സംസാരിക്കും. ചിലപ്പോൾ വ്യംഗ്യഭാഷയിലും ആലങ്കാരികഭാഷയിലുമാവും വർത്തമാനം. ഇപ്പോൾ അദ്ദേഹം പറഞ്ഞ കാര്യങ്ങൾ മറ്റെന്തിനെയോ സാധൂകരിക്കാനാകാം. അന്തഃക്ഷോഭങ്ങൾ അലട്ടുമ്പോൾ ശ്രീവരാഹം അമ്പലത്തിലെ കൊടിമരത്തിൽ നോക്കി ചാരുകസേരയിൽ അനങ്ങാതെ കിടക്കും. ഇപ്പോഴും അതുതന്നെ സ്ഥിതി.

ശ്രീവരാഹത്തെ കണ്ടഞ്ചാതമനയിൽ ഇപ്പോൾ അദ്ദേഹത്തിന്റെ മുറിയിൽ രണ്ടാളുണ്ട്. ദുർഗ വായിച്ചുകൊണ്ടിരിക്കുകയായിരുന്നു. അവളുടെ മുറിയിലും ലൈറ്റണഞ്ഞു. വാഹനങ്ങളോ കാൽനടയാത്രക്കാരോ എങ്ങുമില്ല. നഗരം ഗാഢനിദ്രയിലാണ്ടുകഴിഞ്ഞു. സ്ട്രീറ്റ് ലൈറ്റിന്റെ വെളിച്ചത്തിൽ പുറത്ത് ഇടവപ്പാതിയുടെ പതിഞ്ഞാട്ടം കാണാൻ നല്ല ഭംഗിയുണ്ട്.

“ഇന്നത്തെ തലമുറയിൽപെട്ടവരിൽ ചിലരെങ്കിലും താത്രിയെ പഴിക്കാത്തവരായി കണ്ടേക്കാം.”

മുത്തച്ഛൻ വീണ്ടും വിഷയത്തിലേക്കു കടന്നു.

“അതെ മുത്തച്ഛാ. ഞാനിതുവരെ പഴിച്ചിട്ടില്ല. പഴിക്കുന്നില്ല എന്നു മാത്രമല്ല, എത്രയോപേർ താത്രീഭഗവതിയെ പ്രാർത്ഥിക്കാൻ ദിവസവും ഇവിടെ വരുന്നുണ്ടല്ലോ.”

പത്മ മുത്തച്ഛനെ ശക്തിയായി പിന്തുണച്ചു എന്നു സമാധാനിച്ചു.

“നിനക്ക് തെറ്റിപ്പോയി. അങ്ങനെയല്ല്യ ഈ പ്രശ്നത്തെ സമീപിക്കേണ്ടത്. കുറിയേടത്തുതാത്രി എന്ന പെണ്ണിനെയല്ല. താത്രിയുടെ അവതാരമായ ഭഗവതിയെയാണ് അവർ ആരാധിക്കുന്നത്. കൊടുങ്ങല്ലൂർ ക്ഷേത്രത്തിൽ ദർശനം നടത്തുന്നവരിൽ ഒരു ശതമാനത്തിനുപോലും കണ്ണകിയെന്ന പോരാളിയെ പരിചയമുണ്ടാവില്ല്യ. കണ്ണകിയും കൊടുങ്ങല്ലൂരമ്മയും തമ്മിലുള്ള ബന്ധമാണ് കുറിയേടത്ത് താത്രിയും താത്രീഭഗവതിയും തമ്മിലുള്ളത്. തീക്കുഴിച്ചാലിൽ സ്വയം വെന്തെരിഞ്ഞ പെരിഞ്ചല്ലൂരിലെ ബ്രാഹ്മണകന്യകയും മുച്ചിലോട്ടുഭഗവതിയും തമ്മിലുള്ള ബന്ധമാണ് കുറിയേടത്തു താത്രിയും താത്രീഭഗവതിയും തമ്മിലുള്ളത്. ആരാധനയുടെയും അവതാരത്തിന്റെയും കാര്യങ്ങൾ വിടുക. 1905-ൽ ഇരിക്കപ്പിണ്ഡംവെച്ച് പടിയടച്ച് പുറത്താക്കുന്നതുവരെ താത്രി 23 വർഷം ജീവിച്ചിരുന്നു. അതിൽ ഒൻപതു വയസ്സിനു മുമ്പുള്ള ബാല്യകാലവും ഒഴിവാക്കാം. പെൺപിറവിയെന്ന നിലയിൽ ആകെ പതിന്നാലു വർഷമാണ് അവൾ ജീവിച്ചിരുന്നത്. കല്പകശ്ശേരിഇല്ലത്തും കുറിയേടത്തില്ലത്തുമായി പതിന്നാലു വർഷം മാത്രം ജീവിച്ചിരുന്ന സാവിത്രി എന്ന താത്രിക്കുട്ടി എന്ന പെണ്ണിനെ പഴിക്കാത്ത എത്രപേരുണ്ട് എന്നാണ് എന്റെ ചോദ്യം. ഒരേ ഒരാളേ ആയിനത്തിൽ അന്ന് ഉണ്ടായിരുന്നുള്ളു. അതാരാണെന്ന് അറിയോ നിനക്ക്?”

“മുത്തച്ഛൻ, അല്ലാതാര്?” എന്നുചോദിക്കാൻ മനസ്സു പറഞ്ഞെങ്കിലും എടുത്തുചാടി ഒന്നും പറയേണ്ട എന്നു കരുതി പത്മ മുത്തച്ഛനെത്തന്നെ നോക്കിയിരുന്നു.

“ഇതുവരെയുള്ള കഥകൾ കേട്ടപ്പോൾ അത് ഞാനാണെന്ന് നീ അനുമാനിച്ചുകാണും. എങ്കിൽ നിന്റെ അനുമാനം ശരിയാ. ആധുനികവിദ്യാഭ്യാസവും ജനാധിപത്യബോധവും നവോത്ഥാന ആശയങ്ങളും ഉൾക്കൊണ്ട പുരോഗമനചിന്താഗതിക്കാരായ ധാരാളം ചെറുപ്പക്കാർ താത്രിയെ പഴിക്കാത്തവരായി, അവളെ പിന്തുണയ്ക്കുന്നവരായി ഇന്നു കണ്ടേക്കാം. അടുത്തറിയുന്തോറും എനിക്കവളോടുള്ള സ്നേഹം വർദ്ധിച്ചുകൊണ്ടേയിരുന്നു. അസാന്മാർഗി എന്ന് അന്ന് അവളെ വിളിച്ച് ആക്ഷേപിച്ചവരൊക്കെ വലിയ ആളുകളായിരുന്നു. സ്മാർത്തന്മാരും ഓതിക്കന്മാരും പുരോഹിതന്മാരും കപടസദാചാരവാദികളുമായ വലിയവരുടെ കാപട്യങ്ങളെ അവൾ ഒറ്റയ്ക്ക് പൊരുതിത്തോല്പിച്ചതെങ്ങനെയെന്നാ

എനിക്കു നിന്നോടു പറയാനുള്ളത്. ഒരുപാടുപേർ പടവാളുമായി ചുറ്റും നിന്നെതിർത്തപ്പോൾ അവരുടെ കോട്ടകൊത്തളങ്ങൾ തകർത്ത് അവരെ പൊരുതി തോല്പിച്ചവളാണ് താത്രി. ഒടുവിൽ പോരിൽ വീണവൾ പൊന്നോമന.''

മുത്തച്ഛൻ വീണ്ടും മൗനത്തിലാണ്ടു. എത്ര ആഴത്തിലാണ് അദ്ദേഹ ത്തിന് താത്രിയുമായുള്ള ഹൃദയബന്ധമെന്ന് പത്മ ചിന്തിച്ചു.

''മനുസ്മൃതിയും ശങ്കരസ്മൃതിയും നിരവധി അവതാരകഥകളും കേരളോല്പത്തി ഉൾപ്പെടെയുള്ള ഉല്പത്തിക്കഥകളും കൊണ്ടു പടുത്തു യർത്തിയിരുന്ന കപടസദാചാരക്കോട്ടകൾ തകർക്കാൻ ശേഷിയുള്ള പോരാളിയായി, വെറും പത്തു വയസ്സുണ്ടായിരുന്ന ഒരു കുട്ടിക്കാവ് വളർന്നെത്തിയതെങ്ങനെയെന്നാ എനിക്ക് നിന്നോടു പറയാനുള്ളത്. മുഷിയുന്നോ നിനക്ക്?''

മുത്തച്ഛൻ നിവർന്നിരുന്നു ചോദിച്ചു.

''ഇല്ല മുത്തച്ഛാ, ഞാനെന്നല്ല ആർക്കും മുഷിയില്ല.''

''ഓക്കി ഇട്ടീരി എന്ന അമ്മാവനായ പുരോഹിതൻ പാപപരിഹാര യന്ത്രം അവളുടെ അരയിൽ കെട്ടിക്കൊടുത്തു. ദുർവാസാവ് കുന്തിക്ക് മന്ത്രം ഉപദേശിച്ചുകൊടുത്ത കഥ കേട്ടിട്ടുണ്ടല്ലോ. എനിക്ക് തോന്നുന്നത്, ദുർവാസാവിനെ പരിചരിക്കാൻ നിന്ന പൃഥയ്ക്ക് അന്ന് താത്രിയെപ്പോലെ പത്തോ പന്ത്രണ്ടോ വയസ്സേ ആയിക്കാണുകയുള്ളൂ എന്നാണ്. ഇഷ്ട മുള്ള പുരുഷനെ സ്മരിച്ചുകൊണ്ട് ആ മന്ത്രം ചൊല്ലിയാൽ അയാളെ ത്തന്നെ ഭർത്താവായി ലഭിക്കുമെന്നാണല്ലോ ദുർവാസാവ് കുന്തിയാട് പറഞ്ഞിരുന്നത്. അത്ര ദിവ്യശക്തിയുള്ള ഒരു മന്ത്രം ഉള്ളിൽ ഒളിപ്പിച്ചു വെച്ചുകൊണ്ട് ഒരു കൗമാരപ്രായക്കാരി എത്ര ദിവസം അടങ്ങിയിരിക്കും? അവൾ സൂര്യദേവനെതന്നെ മനസ്സിൽ സ്മരിച്ചുകൊണ്ട് മന്ത്രം പരീക്ഷി ച്ചത് കൗമാര ചാപല്യംകൊണ്ടാണെങ്കിലും അത് കർണന്റെ ജനന ത്തിനും മറ്റു പലതിനും കാരണമായി.

ഓക്കി ഇട്ടീരി താത്രിയുടെ അരയിൽ അണിയിച്ച പാപപരിഹാര യന്ത്രം കർണന്റെ കവചകുണ്ഡലങ്ങൾപോലെ അവൾക്കു തോന്നി. ആ യന്ത്രം തന്റെ അരയിലുള്ളപ്പോൾ പാപമേൽക്കുകയില്ല എന്നുമാത്രമല്ല, മരണഭയവും വേണ്ട. അതെന്തായാലും മഹാഭാഗ്യമായി പതിനൊന്നു വയസ്സു തികയാത്ത ആ കുട്ടിക്കു തോന്നി. അവൾ സഹിക്കേണ്ടിവന്ന മാനസിക പീഡനം, പാപപരിഹാരയന്ത്രത്തിന്റെ ശക്തികൊണ്ട് വിസ്മരി ക്കപ്പെട്ടു. പുരോഹിതന്റെ ശാരീരികാധിനിവേശത്തിന്റെ വേദന മാറി ക്കിട്ടാൻ ഒരാഴ്ച വേണ്ടിവന്നു.

അവളുടെ കൈവിരലിൽ അണിഞ്ഞിരുന്ന പുത്തൻ സ്വർണമോതിരം അഷ്ടമൂർത്തിയുടെ ശ്രദ്ധയിൽപെട്ടു. മകളെ ചോദ്യം ചെയ്തു. അമ്മാ വൻ തന്നത് എന്ന മറുപടി തൃപ്തികരമായിരുന്നെങ്കിലും അയാൾ

മോതിരം ഊരിവാങ്ങി. 'അമ്പലക്കുളത്തിലെങ്ങാനും കളഞ്ഞു പോയാലോ' എന്നൊരു ന്യായീകരണവും പറഞ്ഞത്രെ.

പതിനാറു വയസ്സുള്ള ഇക്കാളിയും പതിനൊന്നു വയസ്സുള്ള താത്രിയും ഏതാണ്ട് ഒരേ വലുപ്പമുള്ള കുട്ടികളായിരുന്നു. താത്രിക്ക് മുഖത്ത് കുട്ടിത്തം വിട്ടുമാറിയിട്ടില്ലെങ്കിലും ഇക്കാളിയെപ്പോലെ യുവതി യുടെ ശരീരലക്ഷണങ്ങൾ തികഞ്ഞിരുന്നു.

ഒരാഴ്ച കഴിഞ്ഞപ്പോൾ ഓക്കി ഇട്ടീരി പിന്നെയും വന്നു. പത്തായപ്പുര യിൽ അവളെ വിളിച്ചുവരുത്തി.

പഴയ ചടങ്ങുകളിലേക്ക് പ്രവേശിക്കാൻ പുരോഹിതൻ അവളുടെ ഉടുതുണിയിൽ കൈ വെച്ചപ്പോൾ കുട്ടി കരഞ്ഞുപറഞ്ഞു:

"വേദനിക്കുന്നമ്മാവാ, ഉപദ്രവിക്കല്ലേ, ഞാൻ ചത്തുപോവ്വേ ദേവീ."

"ഭയക്കേ വേണ്ട. അന്ന് ശ്ശി വേദനിച്ചിട്ടുണ്ടാവാം. ഇനി വേദനയേ ഉണ്ടാവില്ല്യാ. നാം പറയുന്നതെന്താണെന്ന് നീ ശ്രദ്ധിച്ചുകേൾക്ക. അമ്മാവൻ എന്ന നിലയിൽ നാം നിന്നെ ഒന്നും ചെയ്യില്ല്യ. എന്നാൽ നാം അമ്മാവനല്ല്യ, പുരോഹിതനാണ് എന്ന് ഓർമവേണം. പുരോഹിതനെ അനുസരിക്ക്യാ. പുരോഹിതൻ എന്ത് ആവശ്യപ്പെട്ടാലും ഈശ്വരൻ ആവശ്യപ്പെടുന്നു എന്നു വിചാരിക്ക. പുരോഹിതൻ ഈശ്വരന്റെ പ്രതിപുരുഷനാ. പുരോഹിതൻ ഈശ്വരൻ തന്ന്യാ. നാം നിന്റെ അമ്മാവ നല്ലെന്നും ഈശ്വരതുല്യനായ മഹാപുരോഹിതനാണെന്നും അങ്ങട് വിശ്വസിക്ക്യാ. ഈ യന്ത്രം ഒരിക്കലും അഴിച്ചെടുത്ത് മാറ്ററുത്. എന്തൊ ക്കെയാണ് അതിന്റെ ശക്തിയെന്ന് നീ കാണാനിരിക്കുന്നതേയുള്ളൂ. നീ മൂർഖൻപാമ്പിന്റെ മുമ്പിൽപെട്ടു എന്നു വെയ്ക്ക്യാ. പാമ്പ് പത്തി താഴ്ത്തി മിണ്ടാതെ ഇഴഞ്ഞങ്ങട് പൊയ്ക്കോളും."

പാപപരിഹാരയന്ത്രം കെട്ടുന്ന ചടങ്ങൊഴിച്ച് മറ്റു ചടങ്ങുകളെല്ലാം മുമ്പത്തെപ്പോലെ ആവർത്തിച്ചു.

അന്നയാൾ അവൾക്ക് നാലു രൂപ നൽകിയിട്ടു പറഞ്ഞു:

"ഇതിരിക്കട്ടെ. എന്തെങ്കിലും ആവശ്യം വരുമ്പോ എടുക്കാലോ. സൂക്ഷിച്ചുവയ്ക്ക."

അന്ന് താത്രിക്കുട്ടി ഒരു പുതിയ കാര്യം മനസ്സിലാക്കി. പെണ്ണിന്റെ ശരീരം വെറും ശരീരമല്ല, അത് സ്വർണംപോലെ വില കിട്ടുന്ന ഒന്നാണ് എന്ന പുതിയ അറിവ് അവൾക്കുണ്ടായി.

നമ്പ്യാത്തൻ സ്വർണപതക്കവും പുസ്തകങ്ങളും നൽകി. ഇട്ടീരി സ്വർണമോതിരവും പണവും നൽകി. വലിയ ശക്തിയുള്ള പാപപരിഹാര യന്ത്രവും നൽകി.

അന്ന് കുളിക്കുന്നതിനുമുമ്പ് അവളുടുത്തിരുന്ന കുറുമുണ്ട് നല്ലവണ്ണം അടിച്ചുപിഴിഞ്ഞ് വെയിലത്തു വിരിച്ചു. കുളി കഴിഞ്ഞ് ഉണങ്ങിയ വൃത്തി യുള്ള മുണ്ടുടുത്ത് കുറേനേരം നിലക്കണ്ണാടിയിൽ നോക്കിനിന്നു. തന്റെ

ശരീരം ആദ്യമായി കാണുന്ന ഭാവത്തിലാണ് അവൾ അന്ന് കണ്ണാടിയിൽ നോക്കിയത്. ഓക്കി ഇട്ടീരി തഴുകിത്തലോടിയ ശരീരഭാഗങ്ങളിൽ സ്വയം തലോടി. തിരിഞ്ഞും ചരിഞ്ഞും തന്റെ പ്രതിബിംബത്തെ നോക്കിക്കണ്ടു. കല്പകശ്ശേരിയിലെന്നല്ല. ആ പ്രദേശത്തുതന്നെ തന്നെപ്പോലെ ഒരു സുന്ദരി ഇല്ല എന്ന് അന്നേരമാണ് ബോധ്യമായത്. തന്റെ ശരീരത്തിന് നല്ല വില കിട്ടും എന്ന തിരിച്ചറിവുണ്ടായപ്പോൾ, നമ്പ്യാത്തനും ഓക്കി ഇട്ടീരിയും ഏല്പിച്ച വേദനകൾ അവൾ വിസ്മരിച്ചു.

കല്പകശ്ശേരി ഇല്ലത്തിന്റെ പടിഞ്ഞാറുഭാഗത്തായി പടിഞ്ഞാറേമഠം എന്ന പേരിൽ ഒരു ബ്രാഹ്മണകുടുംബം താമസിച്ചിരുന്നു. അവിടത്തെ വെങ്കിടേശ്വരപട്ടർ എന്ന പതിനെട്ടു വയസ്സുകാരൻ താത്രിയുമായി ചങ്ങാത്തം കൂടാൻ ആവുന്നത്ര ശ്രമിച്ചുകൊണ്ടിരുന്നു. താത്രിയും ഇക്കാളിയും അമ്പലത്തിൽ പ്രദക്ഷിണം വെയ്ക്കവേ ഇക്കാളി കാണാതെ അവൻ പിന്നാലെ നടന്ന് താത്രിയെ കണ്ണും കൈയും കലാശവും കാട്ടുമായിരുന്നു. ആ വെങ്കിടേശ്വരപട്ടരെ എങ്ങനെയാണ് താൻ കൈകാര്യം ചെയ്തതെന്ന് താത്രി പറഞ്ഞു:

"പട്ടര മഠത്തില് നാലഞ്ചു പൈക്കളും കിടാങ്ങളുമൊണ്ട്. അവയെ നോക്കാൻ കന്നാലിച്ചെക്കമ്മാരൊണ്ട്. എങ്കിലും വെങ്കിപ്പട്ടര് ഒരു പൈക്കുട്ട്യേം പിടിച്ചോണ്ട് കല്പകശ്ശേരി ഇല്ലത്തിനടുത്തെത്തും."

"എന്താ കുട്ടിപ്പട്ടരേ ഇവിടെ?"

"പയ്യിനെ മേയ്ക്കാൻ."

അങ്ങനെയൊരു ചോദ്യത്തിന് ഇങ്ങനെയൊരു ഉത്തരമുണ്ടല്ലോ.

ഒരുദിവസം കുളികഴിഞ്ഞ് ഞങ്ങൾ കുളപ്പടവിൽനിന്ന് ഈറൻ മാറുമ്പോൾ ആരോ എത്തിനോക്കുന്നതായി ഇക്കാളിച്ചേച്ചി കണ്ടു. ഞങ്ങൾ നാലഞ്ചു പടി മുകളിലേക്ക് ഓടിക്കയറി. വെങ്കിപ്പട്ടര് വാഴകൾക്കിടയിലൂടെ ഓടിമറഞ്ഞു.

ഒരാഴ്ച കഴിഞ്ഞ് ഒരു ഉച്ചയെരിഞ്ഞ നേരത്ത് കാവിനടുത്ത് ഒരു പയ്ക്കുട്ട്യേം പിടിച്ചോണ്ട് വെങ്കിപ്പട്ടര് ഞങ്ങടെ കുളപ്പുരയിലേക്ക് നോക്കി നിൽക്കേര്ന്ന്. നമ്പ്യാത്തനെപ്പോലെയോ ഓക്കി ഇട്ടീരിയെപ്പോലെയോ ഒന്നുമല്ല, നല്ല ചന്തമുള്ള ചെക്കൻ. ഓൻ പെണ്ണായി പിറക്കേണ്ടതാ. ഓന്റെ കണ്ണ് ഇക്കാളിച്ചേച്ചീന്റെ കണ്ണുപോലാ. അവനെ ഒന്നു വിഡ്ഢിയാക്കാൻ തന്നെ തീരുമാനിച്ചു. കുറിയേടത്തുമനേവെച്ച് നാരായണൻ നമ്പീശൻ പഠിപ്പിച്ചുതന്ന അഷ്ടപദിയിലെ നാലുവരി ഞാൻ നല്ല ഈണത്തിൽ ഉറക്കെപ്പാടി.

രതിസുഖസാരേ, ഗതമഭിസാരേ മദനമനോഹരവേഷം
ന കുരു നിതംബിനി, ഗമനവിളംബനമനുസരതം ഹൃദയേശം
ധീരസമീരേ യമുനാതീരേ വസതിവനേ വനമാലീ
ഗോപീ പീന പയോധര മർദന ചഞ്ചലകരയുഗശാലീ...

പാടിപ്പാടി ഞാൻ കാവിനരികിലേക്ക് നടന്നു. പൈക്കിടാവിനെ വിട്ട് അവൻ എന്റെ അരികിലെത്തി. അന്നേരം തന്നെ ഒന്നും പറയാതെ ഞാൻ ഇല്ലത്തേക്ക് തിരിഞ്ഞോടി. അവനെ പരമാവധി ഭ്രാന്തുപിടിപ്പിക്കാൻതന്നെ തീരുമാനിച്ചു.

ഓരോ ദിവസവും ഞാൻ ഓരോ തന്ത്രമാണ് പ്രയോഗിച്ചത്. എങ്ങനെയെങ്കിലും അവനെ എന്റെ അരികിലെത്തിക്കും. തൊട്ടൂതൊട്ടില്ല എന്ന മട്ടിൽ ഞാൻ ചെന്നു നിൽക്കും. പിന്നെ ഒരൊറ്റ ഓട്ടം. അവനോട് എന്തെങ്കിലും ചോദിക്കുകയോ അവന് എന്തെങ്കിലും പറയാനുള്ള അവസരം കൊടുക്കുകയോ ചെയ്തില്ല. നാലഞ്ചു ദിവസം ഇത്തരത്തിൽ ഞാനവനെ കബളിപ്പിച്ചു.

അടുത്ത ദിവസം യാചിക്കുന്നതുപോലെ അവൻ പറഞ്ഞു:

"താത്രീ ഒരു മോഹംണ്ട്. ഞാനങ്ങട് പറയ്യ. നീ നമുക്കത് സാദിച്ചു തരണം."

അവൻ വിറച്ചുവിറച്ചു പറഞ്ഞു.

ചുണ്ടിൽ പൊട്ടിവിടർന്ന ചിരി കടിച്ചമർത്തി ഞാൻ ഗൗരവത്തിൽ ചോദിച്ചു:

"എന്താണാവോ അവിടുത്തെ മോഹം?"

"നമുക്കത് സാദിച്ചുതര്വോ?"

"കേൾക്കട്ടെ, പറയ്യ. കഴിയുന്ന കാര്യമാണേ സാദിച്ചുതരാം."

"സത്യായിട്ടും സാദിച്ചുതര്വോ?"

നമ്പ്യാത്തന്റെ മുമ്പിലും ഓക്കി ഇട്ടീരിയുടെ മുമ്പിലും ഞാൻ പൂച്ചയുടെ മുമ്പിൽപെട്ട എലിയെപ്പോലെ നിന്നുവിറച്ചു. ഈ എലിക്കുഞ്ഞിനോട് ആ കണ്ടമ്പൂച്ചകൾ ഒരു ദയയും കാട്ടീല. കായബലവും അധികാരബലവും താന്ത്രികബലവും കൊണ്ട് അവരെന്നെ കീഴ്പ്പെടുത്തി. എന്റെ മുമ്പിൽ ഒരു യുവകോമളൻ ഭിക്ഷാംദേഹിയായി നിൽക്കുന്നതു കണ്ടപ്പോ ഞാൻ വല്ലാതെ ആനന്ദിച്ചു. സത്യമായിട്ടും ഞാൻ ആനന്ദിക്കുക മാത്രമല്ല, അഹങ്കരിക്കുകയും ചെയ്തു.

നമ്പ്യാത്തനും ഇട്ടീരിയും എന്നോടു ചെയ്തതൊക്കെ ഇവനോട് തിരിച്ചുചെയ്ത് പ്രതികാരം തീർക്കണം എന്നൊരു തോന്നൽ പെട്ടെന്ന് ഉള്ളിലുദിച്ചു. അത്രയുമായപ്പൊ എന്റെ കൈകാലുകൾക്ക് ബലം വെയ്ക്കുന്നതായും ഞാൻ അവനോളം വലുപ്പമുള്ള ഒരു സ്ത്രീയായി മാറിയതായും തോന്നി. മാത്രമല്ല, ഓക്കി ഇട്ടീരി തന്ന പാപപരിഹാര യന്ത്രത്തെക്കുറിച്ചും ഓർത്തു. അതുള്ളതുകൊണ്ട് ഒരു പാപവും ബാധിക്കില്ല്യ. ഞാൻ വെറുതെ തറയിൽ ഒന്ന് അമർത്തിച്ചവിട്ടി നോക്കി. മുമ്പത്തെപ്പോലെയല്ല്യ, കാലുകൾക്ക് നല്ല ബലമുണ്ടെന്ന് എനിക്കു മനസ്സിലായി.

ഇവനെയൊന്നു നന്നായി നോവിച്ചുവിടണം. ഒറ്റയടിക്കു വേണ്ട. പൂച്ച എലിയെ തട്ടിക്കളിക്കുന്നതുപോലെ ഇവനെ തട്ടിക്കളിക്കണം.

ഇത്തരം ചിന്തകൾ എന്റെ മനസ്സിലൂടെ മിന്നൽവേഗത്തിൽ കടന്നു പോയി.

"സത്യായിട്ടും സാദിച്ചുതര്വോ?"

അവൻ ചോദ്യമാവർത്തിച്ചു.

"മോഹം ന്തെന്നറിയട്ടെ. സാദിക്കാൻ കഴിയോന്ന് നോക്കാം."

"താത്രീന്റെ കൈയേ ഞനൊന്നു തൊട്ടുനോക്കട്ടെ?"

പൊട്ടിച്ചിരിക്കാൻ തോന്നി, എങ്കിലും ഞാൻ പറഞ്ഞു:

"എവിടെ വേണമെങ്കിലും തൊടാം. അഞ്ചുറുപ്യ തരണം."

"അഞ്ചുറുപ്യേ? ശിവശിവ! അഞ്ചുറുപ്യയില്ലല്ലോ."

"ഇല്ലേ തൊടണ്ട. പൊയ്ക്കൊള്ളൂ. പൈക്കിടാവിനേം ഉന്തിത്തള്ളി ഇനി ഈ വഴി വരേണ്ടാട്ടോ."

"എന്റെ പെട്ടീല് രണ്ടുറുപ്യേണ്ടാവും. അത് മത്യോ?"

"കൈയിൽ തൊടാൻ അതുമതി."

"എന്നാ തൊടട്ടേ?"

"വേണ്ടവേണ്ട. റുപ്യ തന്നിട്ട് തൊട്ടാ മതി."

"മഠത്തിച്ചെന്നിട്ട് റുപ്യഎടുത്തിട്ടോടിവരാം."

"ഓടണ്ടാ. നാളെ കൊണ്ടുവന്നാ മതി."

"എവിടേം തൊടാമോ?"

"പണമുള്ളതുപോലെ തൊടാം. കൈയിൽ തൊടാൻ രണ്ടുറുപ്പിക. മുഖത്തും മറ്റും തൊടാൻ അഞ്ചുറുപ്പിക. പത്തുറുപ്പിക തന്നാ എവിടേം തൊടാം."

"വല്യ ഉപഹാരം. നാളെ എപ്പാണാവോ വരേണ്ട്യേ?"

"നാളെ പത്തുമണിക്ക് ഇവിടെ വന്നാ മതി. പൈക്കുട്ട്യേ വിട്ടിട്ട് കാവിനകത്തു കയറി ഇലഞ്ഞിച്ചോട്ടിൽ ഇരിക്ക്യാ."

ഞാൻ തിരിഞ്ഞോടി.

പിറ്റേന്ന് ഏതാണ്ട് ഒമ്പതു മണിയായപ്പോ തന്നെ വെങ്കിപ്പട്ടര് കാവിനടുത്തു നിൽക്കുന്നത് കണ്ടു. ഒന്നൊന്നര മണിക്കൂർകൂടി കഴിഞ്ഞിട്ടേ ഞാൻ പുറപ്പെട്ടുള്ളു. ചെന്നപ്പോ കാത്തുകാത്ത് ആകെ പരവശനായി വെങ്കിപ്പട്ടർ ഇലഞ്ഞിച്ചോട്ടിൽ താളം ചവിട്ടുന്നു. നമ്പ്യാത്തൻ എന്റെ ഉടുതുണി അഴിച്ചെടുത്തതുപോലെ ഞാൻ വെങ്കിയുടെ തോർത്തുമുണ്ട് അഴിച്ചെടുത്തു. അവനെ ഞാൻ നഗ്നനാക്കി കുറേനേരം നിർത്തി. പിന്നെ കല്ലും പുല്ലും നിറഞ്ഞ വെറും നിലത്ത് അവനെ പിടിച്ചിരുത്തി. ആ

ചെക്കൻ വല്ലാതെ ഭയന്നുപോയി. അവൻ ചിരിക്കാൻ ശ്രമിച്ചു; കരയുന്നതിനേക്കാൾ ദയനീയമായ ചിരി.

"പേടിക്കേണ്ടാട്ടോ. ധൈര്യായിട്ടിരിക്ക. ആങ്കുട്ട്യായാ ധൈര്യം വേണ്ടേ?"

ഞാനവന്റെ കവിളിൽ തലോടി. അവന്റെ ഭയം മാറിത്തുടങ്ങി എന്നു മനസ്സിലായി.

"തൊടണ്ടേ? തൊട്ടോളൂ."

പെട്ടെന്നവൻ വലതുകൈയിൽ മുറുകെപ്പിടിച്ചിരുന്ന രണ്ടു ഒറ്റരൂപാത്തുട്ടുകൾ എന്റെ നേർക്കു നീട്ടി. ഞാനതു സ്വീകരിച്ചു. ഞാൻ കൈ നീട്ടിക്കൊടുത്തു. അവനെന്റെ കൈകളിൽ മാറിമാറി തലോടി. ഞാൻ അവന്റെ കവിളിൽ ഒന്നു ചുംബിച്ചു.

"ഈ ചുംബനത്തിന് അണ വേണ്ടട്ടോ."

അവൻ ചിരിച്ചു. ഭയന്നു വിളറിയ ചിരി.

ഒരാൾ തല്ലുകൊണ്ട് തളർന്നുവീണു എന്നു വിചാരിക്ക്യ. വീണവന് വെള്ളം കൊടുത്ത് സമാധാനിപ്പിച്ച് എഴുന്നേല്പിച്ചു നിർത്തിയിട്ട് വീണ്ടും തല്ലുകൊടുത്താൽ എങ്ങനെയിരിക്കും? ഞാനന്ന് വെങ്കിട്ടപ്പട്ടരോട് ചെയ്തത് അതിനു സമാനമായിട്ടായിരുന്നു. അവനെ ഞാൻ തഴുകിത്തഴുകിയുണർത്തി. നമ്പ്യാത്തനും ഓക്കിഇട്ടീരിയും എന്നെ എത്രമാത്രം വേദനിപ്പിച്ചുവോ അതിലധികം ഞാൻ വെങ്കിപ്പട്ടരെ വേദനിപ്പിച്ചു."

"താത്രിയുടെ വിവാഹശേഷമാ അവൾ എന്നോട് ഇക്കഥ പറഞ്ഞത്. ഏതാണ്ട് പന്ത്രണ്ടു വയസ്സുള്ളപ്പോഴാ അവൾ പതിനെട്ടു വയസ്സുണ്ടായിരുന്ന വെങ്കിപ്പട്ടരെ പ്രലോഭനത്തിൽ കുടുക്കിയത്. അടിക്ക് തിരിച്ചടി എന്നു പറഞ്ഞതുപോലെയുള്ള ഒരു സംഭവമാണത്.

സ്മാർത്തവിചാരത്തിനിടയിൽ ഞാൻ തിരുവനന്തപുരത്തെത്തി പത്മനാഭസ്വാമിക്ഷേത്രപരിസരത്ത് അലഞ്ഞുനടക്കുകയും അമ്പലച്ചോറുണ്ട് വിശപ്പടക്കുകയും അമ്പലപരിസരത്തുതന്നെ എവിടെയെങ്കിലും ചുരുണ്ടുകിടന്ന് ഉറങ്ങാൻ ശ്രമിക്കുകയും ചെയ്ത ദിനരാത്രങ്ങൾ ഒരിക്കലും മറക്കാൻ കഴിയില്ല്യ. അങ്ങനെ ഉറങ്ങാതെ കിടന്ന രാവുകളിൽ പല ദിവസങ്ങളിൽ താത്രി തന്നെക്കാൾ ആറുവയസ്സു കൂടുതലുള്ള വെങ്കിപ്പട്ടരെ ആക്രമിച്ചു കീഴ്പെടുത്തിയ രംഗം മനസ്സിൽ തെളിഞ്ഞുവന്നിട്ടുണ്ട്. പിതൃതുല്യരായ രണ്ടു ബന്ധുക്കൾ ഏല്പിച്ച ലൈംഗികപീഡനം അവളുടെ മനോഘടനയിൽ കാര്യമായ മാറ്റം വരുത്തി എന്ന് അനുമാനിക്കുന്നു. അവളുടെ തുടർന്നുള്ള പ്രവർത്തനങ്ങളിലും അതേ മാനസികാവസ്ഥയുടെ പ്രതിഫലനം കാണാം. തന്റെ ജീവിതം തകർത്ത സാമൂഹികാവസ്ഥയെതന്നെ തകർത്തെറിയാൻ പോന്ന ലൈംഗികാക്രമണോത്സുകത അവളുടെ അന്തരാത്മാവിൽ ഉദയം ചെയ്തത് അങ്ങനെയാ.

ഞാൻ പറഞ്ഞതിന്റെ പൊരുൾ പത്മയ്ക്ക് മനസ്സിലായിക്കാണും. പലരും എന്നല്ല, എല്ലാവരും താത്രിയെ ഒരു പെഴച്ച പെണ്ണായി വിലയിരുത്തുന്നു. ചിലർ അവളെ വേശ്യയെന്നു വിളിക്കുന്നതായും അറിയാം. എന്നാൽ അവൾ പൊരുതുകയായിരുന്നു എന്നാണ് എന്റെ പക്ഷം. അവളെ തകർത്ത സാമൂഹികഘടനയെതന്നെ തകർത്തെറിയാൻ അവൾ ഒറ്റയ്ക്കു പോരാടി. അത്തരത്തിൽ നോക്കിയാൽ അവൾ ചരിത്രവനിതയാണ്, ആരാധ്യയാണ്."

അല്പസമയം മൗനം പാലിച്ച ശേഷം മുത്തച്ഛൻ വീണ്ടും പറഞ്ഞു:

"അവൾ ഒരു റാണിയായിരുന്നു. സ്വന്തമായി ഒരു സ്നേഹ സാമ്രാജ്യമുണ്ടായിരുന്നു. കലാകാരിയായിരുന്നു. സ്വന്തമായി ഒരു കലാലോകമുണ്ടായിരുന്നു. വായനയും സംഗീതവും നൃത്തവും ഏറെ ഇഷ്ടപ്പെട്ടിരുന്നു. അവളുടെ സ്നേഹസാമ്രാജ്യത്തെ പത്തിരുപത് ആക്രമണകാരികൾ പലപ്പോഴായി ആക്രമിച്ചു തകർത്തു കളഞ്ഞു. അതോടെ അവളുടെ കലാലോകവും താനേ തകർന്നു തരിപ്പണമായി. അവൾക്ക് ഒരുപാട് പരിക്കുകൾ പറ്റി. എങ്കിലും അവൾ കീഴടങ്ങിയില്ല്യ.

പിന്നെ പ്രത്യാക്രമണത്തിന്റെ പരമ്പര. ഒടുവിൽ വീണു. പടയിൽ വീഴുന്നതും അഭിമാനകരംതന്നെ. ഹാ! ആ വീഴ്ചപോലും ഒരു പോരാളിക്കു ചേർന്നവിധം വീരോജ്ജ്വലമായിരുന്നു.

അവളെ വധിക്കാൻ കഴിഞ്ഞെങ്കിലും രാജാധികാരത്തിനോ ബ്രാഹ്മണ്യത്തിനോ മരണംവരെ അവളെ കീഴടക്കാൻ കഴിഞ്ഞില്ല്യ. അവൾക്കു നേരിടേണ്ടിവന്ന ആക്രമണങ്ങളെയും അവളുടെ പ്രത്യാക്രമണങ്ങളെയും കുറിച്ച് എനിക്കൊരുപാട് പറയാനുണ്ട്.

എനിക്ക് തോറ്റംപാട്ടെഴുതാനുള്ള കഴിവില്ലാതായിപ്പോയി. ആ കഴിവുണ്ടായിരുന്നെങ്കിൽ ഇന്ന് താത്രീത്തോറ്റം അമ്പലങ്ങളിൽ പാടാൻ ആളുണ്ടാകുമായിരുന്നു.

പത്തൊൻപത്

"**വി**വാഹിതയായ താത്രി കുറിയേടത്തുകാവിനുള്ളിൽവച്ച് ഉള്ളുരുകി നടത്തിയ ആത്മാഖ്യാനം അതേപടി പകർന്നുതരാൻ ഞാൻ അശക്തനാ. പറഞ്ഞ കാര്യങ്ങൾ എന്തായാലും അത് അവൾ അനുഭവിച്ചതിനോളം വരില്ല്യല്ലോ. ഉപ്പിനോളം വരില്ല്യ ഉപ്പിലിട്ടത് എന്നു പറയുമ്പോലെയാ. എത്ര ഭാവതീവ്രതയോടെയാ താത്രി അന്നു സംസാരിച്ചതെന്ന് ഞാനിപ്പോഴും ഓർക്കുന്നു. ഈ പ്രായത്തിലും അവയിൽ കുറച്ചെങ്കിലും ഓർമയിലുണ്ടല്ലോ. അത്ന്ന്യാ ഭാഗ്യം.

പുറത്ത് വെയിലെരിയുമ്പോഴും ഉള്ള് തണുത്തുറഞ്ഞുകിടന്ന കാവ്. കാൽമുട്ടുകളിൽ കൈകെട്ടി, നിറയെ പൂത്തുകിടക്കുന്ന ഇലഞ്ഞിമരത്തിൽ ചാരി നിലത്ത് കുത്തിയിരിക്കയായിരുന്നു അവൾ. എന്റെ സാമീപ്യം അവൾക്ക് ആശ്വാസം പകരുന്നു എന്ന് ബോദ്ധ്യായപ്പോൾ എത്രനേരായാലും എത്ര ദിവസായാലും അവിടെ, അവളുടെ അരികിൽ ഇരിക്കാൻ തന്നെ ഞാൻ തീരുമാനിച്ചു. അവളുടെ ഉള്ളിൽ സങ്കടപ്പുഴയൊഴുകുന്നത് ഞാനന്ന് അനുഭവിച്ചറിഞ്ഞു. സങ്കടപ്പുഴയല്ല്യ അലയടിക്കുന്ന സങ്കടക്കടൽതന്ന്യായിരുന്നു.

നമ്പ്യാത്തന്റെ ഓരോ പീഡനത്തിനുശേഷവും അവൾ കാവിനുള്ളിൽ വന്നിരുന്ന്, പട്ടാമ്പിയിൽ കഴിയുന്ന ഞാൻ, അരികിലുണ്ട് എന്നു സങ്കല്പിച്ചുകൊണ്ട്, എന്നോട് എല്ലാം പറഞ്ഞ് കരയുമായിരുന്നത്രെ. നമ്പ്യാത്തനെ തുടർന്നാണല്ലോ ഓക്കി ഇട്ടീരിയുടെ താത്രികാധിനിവേശം. അന്ന് ഓക്കി ഇട്ടീരിയുടെ പീഡനങ്ങൾ ഓരോന്നു കഴിയുമ്പോഴും ദൈവത്തോടു പറയുന്നപോലെ കല്പകശ്ശേരി കാവിനുള്ളിലിരുന്ന് അവൾ എന്നോട് പറഞ്ഞുകരഞ്ഞത്രെ. കരഞ്ഞുകരഞ്ഞ് ആശ്വസിക്കുക മാത്രമല്ല്യ, കരഞ്ഞു കരഞ്ഞ് കരുത്തു നേടുകയായിരുന്നു അവൾ എന്ന് എനിക്കിപ്പോൾ തോന്നുന്നു."

താത്രിയുടെ സങ്കടങ്ങൾ കേട്ടപ്പോൾ അന്ന് രാവുണ്ണിയിലുണ്ടായ ഭാവമാറ്റം എന്താണെന്ന് പത്മയ്ക്ക് അനുമാനിക്കാൻ കഴിഞ്ഞു. വരണ്ടുതാണ കണ്ണുകളിൽ നിഴലിച്ച ദൈന്യത അവൾ തിരിച്ചറിഞ്ഞു. ചാരുകസേരയുടെ കൈകളിൽ പിടിച്ചിരുന്നെങ്കിലും മുത്തച്ഛന്റെ കൈവിരലുകൾ നേരിയ തോതിൽ വിറയ്ക്കുന്നതായി അവൾ തിരിച്ചറിഞ്ഞു. തൊണ്ണൂറ്റിയഞ്ചാം വയസ്സിലും മുത്തച്ഛൻ മുടങ്ങാതെ താത്രിയമ്പലത്തിൽ പൂജ ചെയ്യുന്നു. ഈ കെട്ടിടത്തിന്റെ ഗോവണി കയറിയിറങ്ങുന്നു. അതിനുള്ള കഴിവ് എങ്ങനെ കിട്ടി? താത്രീഭഗവതിയുടെ സംരക്ഷണത്തിലാണ് താനെന്ന് മുത്തച്ഛൻ ഒരുദിവസം പറയുകയും ചെയ്തു. ആ സ്നേഹസ്മരണകളാണ് അദ്ദേഹത്തിന്റെ ഊർജമെന്ന് പത്മ തീർച്ചപ്പെടുത്തി.

അന്നൊരു അവധിദിവസമായിരുന്നു. പ്രഭാതപൂജ കഴിഞ്ഞ് നടയടച്ച് മുത്തച്ഛൻ വരുന്നതുവരെ പത്മ അടുക്കളയിൽ ദുർഗയുടെ അമ്മയെ സഹായിക്കുകയായിരുന്നു. ദുർഗയും അമ്മയും ചെയ്താൽ തീരാത്ത പണി അവിടെയുണ്ട്. അവധിദിവസമായതുകൊണ്ട് പലഹാരം വാങ്ങാൻ നേരത്തേ കുട്ടികൾ വരും. ദുർഗയുടെ തടസ്സങ്ങൾ വകവെയ്ക്കാതെ കുറച്ചു സമയം പത്മ ജോലി തുടർന്നു. മുത്തച്ഛൻ മടങ്ങിയെത്തിയപ്പോൾ വന്ന് മുന്നിലിരിപ്പായി.

താത്രിയുടെ സങ്കടകഥകൾ കേൾക്കാൻ രാവുണ്ണി കാവിനുള്ളിൽ ഇരുന്നപോലെ, എഴുപത്തിയഞ്ചു വർഷത്തിനുശേഷം രാവുണ്ണിമുത്തശ്ശന്റെ ആഖ്യാനങ്ങൾ കേൾക്കാൻ പത്മ കാത്തിരുന്നു.

ദൈവവചനങ്ങൾ കേൾക്കാൻ വ്രതശുദ്ധിയോടെ കാത്തിരിക്കുന്നതു പോലെ.

“ചരിത്രം ഭേദഗതികളോടെ മാത്രമേ ആവർത്തിക്കപ്പെടൂ.”

മുത്തച്ഛൻ തുടർന്നു:

“സസ്യഭുക്കായ ഒരു വല്യപ്പൻ തന്റെ പച്ചമാംസം തിന്നതെങ്ങനെ യെന്നാ അവൾ തുടർന്നു പറഞ്ഞത്.”

“കുറിയേടത്തില്ലത്ത്, പാട്ടുപഠിപ്പിക്കാൻ വന്ന നാരായണൻനമ്പീശൻ എന്ന സംഗീതഗുരു എന്റെ സംഗീതശേഷിയിൽ സന്തുഷ്ടനായി ഭാഷാ ഷ്ടപദി എന്നൊരു പുസ്തകം വായിക്കാൻ തന്നിരുന്നു. ജയദേവ കവി സംസ്കൃതത്തിൽ എഴുതിയ അഷ്ടപദിയും രാമപുരത്തുവാര്യരുടെ വിവർത്തനവും ചേർന്നതാ ആ പുസ്തകമെന്ന് ഗുരു പറഞ്ഞിരുന്നു. പുറംചട്ടയൊക്കെ കീറിപ്പോയിരുന്നു. മുക്കും മൂലയും ചുരുണ്ടുകൂടി, കാണാൻ ഒരു ചേലുമില്ലാത്ത പുസ്തകമായതുകൊണ്ട്, കൈയിൽ കിട്ടിയിട്ട് കുറച്ചു നാളായിട്ടും മറിച്ചുനോക്കിയിരുന്നില്ല്യ. ഒരു ദിവസം വെറുതെ മറിച്ചുനോക്കി. അത് കൃഷ്ണന്റെയും രാധയുടെയും കാര്യ ങ്ങളാണെന്നൊന്നും അറിയാമ്മേലായിരുന്നു. എങ്കിലും മറിച്ചു നോക്കി. അപ്പോഴുണ്ട്, നാരായണൻ നമ്പീശൻ എന്നെ പഠിപ്പിച്ച, എനിക്കു വളരെ ഇഷ്ടപ്പെട്ട ഒരു ഗാനം, ‘രതിസുഖസാരേ ഗത മഭിസാരേ’ എന്നു തുടങ്ങുന്ന ഗാനം. വെങ്കിപ്പട്ടരെ വീഴ്ത്താൻ അന്ന് ഞാൻ പാടിയ ഗാനം. പിന്നെ താമസിച്ചില്ല്യ, ആദ്യം മുതൽ ശ്രദ്ധിച്ചു വായന തുടങ്ങി. വൃന്ദാ വനവും രാധയും കൃഷ്ണനും തോഴിയും മറ്റുമാ അഷ്ട പദിയിലുള്ള തെന്ന് മനസ്സിലായി. അതിൽ എനിക്കിഷ്ടപ്പെട്ട ശ്ലോകങ്ങളും പദങ്ങളും നല്ല ഈണത്തിൽ ഉറക്കെ വായിച്ചുതുടങ്ങി. നിലവിളക്കിന്റെ മുമ്പിൽ ചമ്രംപടിഞ്ഞിരുന്നാ വായന. എന്റെ വായന കേട്ട് ഇക്കാളിച്ചേച്ചി അരികിൽ വന്നിരുന്നു.

ഓർത്താ ചിരിച്ചുപോകുന്ന മറ്റൊരു കാര്യവും ആ സന്ധ്യയ്ക്ക് സംഭവിച്ചു.

വായന തുടർന്നുകൊണ്ടിരുന്നപ്പോ അകത്തുനിന്ന് ആരോ വന്ന് ഇടതുഭാഗത്ത് ഒതുങ്ങിനിൽക്കുന്നതായി തോന്നി. നാണിത്തള്ളയും വെഴ്മത്തൂരെ ചെറിയമ്മയും തൊഴുകൈകളോടെ നിൽക്കുന്ന കാഴ്ചയാ കണ്ടത്. കാമാതുരയായ രാധ എവിടെയോ മറഞ്ഞിരിക്കുന്ന കൃഷ്ണനെ വിളിച്ച് കരയുന്ന വരികളാ വായിച്ചത്. കൃഷ്ണാ കൃഷ്ണാ എന്ന രാധയുടെ വിലാപം കേട്ട ചെറിയമ്മയും നാണിത്തള്ളയും വിചാരിച്ചു, ഞാൻ പ്രാർത്ഥിക്കുകയാണെന്ന്. അങ്ങനെയാ അവരും ആ പ്രാർത്ഥന യിൽ പങ്കുചേർന്നത്.

വായിച്ച പലതിന്റെയും അർത്ഥം മനസ്സിലായില്ല്യ. എങ്കിലും കൃഷ്ണന്റെ വിരഹവും രാധയുടെ പ്രണയാതുരവിലാപങ്ങളുമാണ് ആ പുസ്തകത്തിലുള്ളതെന്ന് മനസ്സിലായി.

പിറ്റേന്നു രാവിലെ പത്തായപ്പുരേ വന്നിരുന്ന് വായന തുടർന്നു. ചെറിയമ്മമാരോ, അമ്മയോ, ഇക്കാളിയോ കേൾക്കേണ്ടെന്ന് കരുത്യാ പത്തായപ്പുരേ വന്നിരുന്ന് വായിച്ചത്.

വായന തുടരവേ എന്റെയുള്ളിൽ വല്ലാത്തൊരു അസ്വസ്ഥത ഉടലെടുത്തു. എന്നിൽ എന്തോ മാറ്റങ്ങൾ സംഭവിക്കുന്നതായി അറിഞ്ഞു. പ്രണയത്തിന്റെ കേളികൊട്ടാണ് എന്റെയുള്ളിൽ കേട്ടുകൊണ്ടിരിക്കുന്നതെന്ന് ഏതായാലും അന്ന് അറിഞ്ഞിരുന്നില്ല്യാ.

രാവുണ്ണിയുടെ രൂപത്തിലാണ് ഞാൻ കൃഷ്ണനെ കണ്ടത്. അന്നു ഞാൻ രാധയായി മാറുകയായിരുന്നെന്ന് മനസ്സിലാക്കാൻ പിന്നെയും സമയമെടുത്തു. കൃഷ്ണൻ മുമ്പിൽ പ്രത്യക്ഷപ്പെടണേ, രാവുണ്ണിയെന്ന കൃഷ്ണൻ എന്റെ മുമ്പിൽ, എന്റെയീ വൃന്ദാവനത്തിൽ പ്രത്യക്ഷപ്പെടണേ എന്നായിരുന്നു പ്രാർത്ഥന. എന്റെ മനസ്സിൽ നടക്കുന്ന മാറ്റങ്ങൾ സ്വയം തിരിച്ചറിഞ്ഞ അനുഭവങ്ങളായിരുന്നു അത്. ഞാൻ എന്നെ കണ്ടെത്തുകയായിരുന്നു എന്നു പറയാം.

വാതിലിന് പിൻതിരിഞ്ഞാണ് വായിച്ചുകൊണ്ടിരുന്നത്. ആരോ മുറിയിൽ കയറി വാതിലടച്ച് സാക്ഷയിട്ടതായി ഞാനറിഞ്ഞു. എന്റെ കൃഷ്ണൻ വന്നോ? തിരിഞ്ഞുനോക്കുംമുമ്പ് 'എന്റെ കൃഷ്ണാ' എന്നു ഞാൻ ഉറക്കെ വിളിച്ചുപോയി.

ചാടിയെഴുന്നേറ്റ് തിരിഞ്ഞപ്പോൾ മുന്നിലൊരു വൃദ്ധൻ. ഞാൻ ഒട്ടും പ്രതീക്ഷിച്ച കാര്യമല്ലല്ലോ. നന്നായി ഭയന്നു എന്നു പറഞ്ഞാ മതി. തലമുടി പഞ്ഞിക്കെട്ടുപോലെ നരച്ചെങ്കിലും നല്ല ആരോഗ്യമുള്ള ആ കോമാളിയെ ഞാൻ നന്നായറിയും.

ദേശമംഗലം മനയിലെ താമസക്കാരനായ പള്ളത്തെരി ഇട്ട്യാറച്ച നമ്പൂതിരിയായിരുന്നു അയാൾ. പല ദിവസം ഇല്ലത്തെത്തിയിട്ടുണ്ട്. പലപ്പോഴും അച്ഛനോടൊപ്പമാ വന്നിട്ടുള്ളത്. വേറെയും ചില നമ്പൂതിരിമാർ ഇങ്ങനെ പത്തായപ്പുരയിൽ വട്ടംകൂടാൻ എത്താറുണ്ട്. അന്നൊക്കെ ശ്ലോകം ചൊല്ലലും പൊട്ടിച്ചിരിയുമായിരുന്നു അവരുടെ മുഖ്യവിനോദം. അതുവരെ എനിക്കൊരു ദ്രോഹവും ചെയ്തിരുന്നില്ലെങ്കിലും എനിക്കയാളെ വെറുപ്പായിരുന്നു.

ഇക്കാളിച്ചേച്ചിക്ക് പള്ളത്തെരി ഇട്ട്യാറച്ച നമ്പൂതിരിയെ തീരെ ഇഷ്ടമല്ല. 'പള്ളത്തെരി'യെ ചേച്ചി 'പച്ചത്തെറി'യാക്കി. 'ഇട്ട്യാറച്ച'യെ 'മാട്ടിറച്ചി'യാക്കി. 'പച്ചത്തെറി മാട്ടിറച്ചി നമ്പൂരി'യെന്നാണ് ഇക്കാളി അയാളെ വിളിച്ചിരുന്നത്.

"ഓ പച്ചത്തെറി മാട്ടിറച്ചി വന്നിട്ടുണ്ട്."

"പച്ചത്തെറി മാട്ടിറച്ചിക്കും ഇന്ന് വച്ചുവിളമ്പേണ്ടിവരുമല്ലോ ഭഗവതീ" എന്നൊക്കെ ഇക്കാളിച്ചേച്ചി അയാളുടെ പേരിൽ അസഹിഷ്ണുത പ്രകടിപ്പിക്കുന്നത് കണ്ടിട്ടുണ്ട്.

സംഗതി പന്തിയല്ലെന്ന് ബോധ്യമായി. പച്ചത്തെറി മുമ്പ് ഏതെങ്കിലും തരത്തിൽ ഇക്കാളിയെ ശല്യംചെയ്യാൻ ശ്രമിച്ചിട്ടുണ്ടാവാം എന്ന് അന്നേരം തോന്നി. നമ്പ്യാത്തന്റെയും ഓക്കി ഇട്ടീരിയുടെയും ഇടപെടലുകൾ മനസ്സിൽ മിന്നിമറഞ്ഞു. ഉള്ളിൽ ഒരു വിറയൽ.

"ഹായ് എന്തായിത്? താഴാമ്പൂവിന്റെ നിറമല്ല്യേ?"

പച്ചത്തെറി വായ് തുറന്നു.

"നിറം മാത്രമല്ലല്ലോ, താഴാമ്പൂവിന്റെ മണവുമുണ്ടല്ലോ" എന്നായി കിഴവൻ. അയാൾ രണ്ടുചുവടു മുന്നോട്ടുവെച്ചപ്പോൾ ഞാൻ നാലുചുവടു പിന്നോട്ടുവച്ച് ചുവർ ചാരിനിന്നു.

അയാളുടെ കഴുത്തിൽ നല്ല തിളക്കമുള്ള ഒരു മുത്തുമാല കിടന്നു. തനിത്തങ്കത്തിൽ അടുത്തിടെ പണികഴിപ്പിച്ചതാണെന്ന് ഒറ്റനോട്ടത്തിൽ തോന്നി. അയാൾ കഴുത്തിൽനിന്നും മുത്തുമാല ഊരിയെടുത്തുകൊണ്ട് പിടിച്ചുയർത്തിക്കാട്ടി.

"എന്തായിതെന്നു കണ്ടോ? എന്റെ താഴാമ്പൂവിനാ."

എനിക്ക് ചമയങ്ങളും ആഭരണങ്ങളും ഇഷ്ടമായിരുന്നു. ആ മുത്തുമാല കിട്ടിയാൽ നന്നായിരുന്നെന്ന് അന്നേരം ആഗ്രഹിക്കുകയും ചെയ്തു. അയാളത് എന്റെ കഴുത്തിലണിയിച്ചു. ബലിമൃഗത്തിന്റെ കഴുത്തിൽ വീണ കുടുക്കാണ് അതെന്ന് അന്നേരം അറിഞ്ഞില്ല്യ.

"ഈ താഴാമ്പൂവിന്റെ മണമൊന്നു നുകർന്നോട്ടെ" എന്നുപറഞ്ഞുകൊണ്ട് അയാളെന്നെ ചേർത്തുപിടിച്ച് കവിളിൽ ചുംബിച്ചു. വായ്നാറ്റം സഹിക്കവയ്യാതെ ഞാൻ തറയിൽ തുപ്പിപ്പോയി. അയാളുടെ പിടിയിൽനിന്നും കുതറിമാറാൻ ശ്രമിക്കുന്തോറും അയാളെന്നെ മുറുകെ മുറുകെ ചേർത്തുപിടിച്ചു. പിടിവലിക്കിടയിൽ ഞാനുടുത്തിരുന്ന ഇഴപൊട്ടിത്തുടങ്ങിയ പഴന്തോർത്ത് ഇളിയിൽനിന്നും ഊർന്നുവീണു. എന്റെ നാഭിക്കരികിൽ പതിഞ്ഞ നഖപ്പാട് നീറി. എന്റെ ചെറുമുണ്ട് അയാൾ അഴിച്ചിട്ടതാണെന്ന് എനിക്കു മനസ്സിലായി.

"ഞാൻ അച്ഛനോട് പറയും."

അമർഷവും ദൈന്യതയും കലർന്ന എന്റെ ഭീഷണിക്ക് പത്തായപ്പുരയുടെ ചുവരുകൾ ഭേദിക്കാനുള്ള ശക്തിയില്ല്യായിരുന്നു.

മാട്ടിറച്ചിയുടെ മുഖത്ത് ഞാൻ നോക്കിയില്ലെങ്കിലും അവിടെ ഒരു പരിഹാസച്ചിരി നാറ്റപ്പൂവുപോലെ വിരിഞ്ഞുനിന്നിട്ടുണ്ടാവുമെന്നാ എനിക്കിപ്പോ തോന്നുന്നത്.

'കാണിക്കയിട്ട് അനുവാദവും വാങ്ങിയല്ല്യേ എന്റെ താഴാമ്പൂവേ ഞാൻ തിരുനട തുറന്നുകയറിയത്?'

നമ്പൂതിരി ചിരിച്ചു. ആ അതിസങ്കീർണമായ അന്തരാളഘട്ടത്തിലും അയാൾ പറഞ്ഞതിന്റെ അർത്ഥം എനിക്കു മനസ്സിലായി.

എന്റെ ശരീരത്തിന് അച്ഛൻ മുൻകൂട്ടി വിലവാങ്ങിയിരിക്കുന്നു എന്നു മനസ്സിലായപ്പോ സകല ശക്തിയും ചോർന്നുപോയി. അപ്പോഴും അയാളുടെ പിടിയിൽനിന്നും പുറത്തുകടക്കാൻ ശ്രമിക്കുകയായിരുന്നു ഞാൻ. അയാളുടെ വയർ എന്റെ മുതുകിൽ അമരുകയായിരുന്നു. അതിനിടയിൽ നമ്പൂരിയുടെ വലതുകൈ നടുവിരൽ പെരുക്കാലട്ടപോലെ എന്റെ തുടകൾക്കിടയിൽ ഊർന്നുകയറി. ഞാൻ അമ്മേ എന്നലറി. ഇടതു കൈ കൊണ്ട് എന്റെ വായ് പൊത്തി, അയാളെന്നെ തൂക്കിയെടുത്ത് കട്ടിലിൽ കിടത്തി.

എന്റെ നാവനങ്ങിയില്ല്യ. നാഡി ഞെരമ്പുകൾ തളർന്നു. നീചകർമം നടന്നപ്പോൾ അങ്ങിതഅമ്മായി കിടന്നപോലെ ഞാൻ കിടന്നു.

എനിക്കു ബോധം തിരിച്ചുകിട്ടിയപ്പോൾ കട്ടിലിൽ നഗ്നയായി കിടക്കുകയായിരുന്നു. എന്റെ തോർത്ത് നിലത്തുകിടന്നു. കതക് ചാരി യിരുന്നു. നമ്പൂതിരി സ്ഥലംവിട്ടുകഴിഞ്ഞിരുന്നു.

തോർത്തുമുണ്ടെടുത്ത് ഉടുക്കാൻപോലും ഞാൻ തിടുക്കം കാട്ടിയില്ല്യ. എന്റെ വിധിയോർത്ത് ഒരുപാടുനേരം കരഞ്ഞു.

പതിനാറു വയസ്സായ ഇക്കാളിച്ചേച്ചിയെ ഇങ്ങനെ ആരും ഉപദ്രവിക്കു ന്നില്ലല്ലോ! താഴാമ്പൂവിന്റെ നിറവും ഭംഗിയും എനിക്ക് ശാപമായി ഭവി ക്കുകയാണല്ലോ ഭഗവതീ!

കരഞ്ഞുകരഞ്ഞ് മനസ്സു തണുത്തപ്പോൾ ഞാനെഴുന്നേറ്റു. സ്വർണ മാല എന്റെ മാറിലുരഞ്ഞു. അപ്പോഴാണ് നമ്പൂരി എന്റെ കഴുത്തി ലണിയിച്ച മാലയെക്കുറിച്ച് ബോധവതിയായത്. എന്റെ ശരീരം ഉപ യോഗിച്ചതിനു കിട്ടിയ വിലയാണ് ആ മാല എന്ന സത്യം അമ്പരപ്പോടെ തിരിച്ചറിഞ്ഞു. എന്റെ ശരീരം വിലപിടിപ്പുള്ള ഒരു വസ്തുവാണ് എന്ന് ഒരിക്കൽകൂടി ബോധ്യപ്പെട്ടു.

എട്ടുപത്തു ദിവസത്തിനുശേഷം ഒരുച്ചയ്ക്ക് ഭക്ഷണം കഴിച്ച് ഞാൻ കുറേനേരം കിടന്നുറങ്ങി. തലേദിവസം രാത്രി ഇക്കാളിച്ചേച്ചിക്കുവേണ്ടി വളരെനേരം അഷ്ടപദി വായിച്ചുകൊണ്ടിരുന്നു. ചേച്ചിക്ക് എഴുത്തും വായനയും വശമില്ല്യായിരുന്നു. വായിച്ചുകേൾപ്പിക്കുക മാത്രമല്ല, അർത്ഥം പറഞ്ഞുകൊടുക്കുകയും വേണം. പാതിരാ കഴിഞ്ഞാ കിടന്നത്. അതിനാൽ ഒരു ഉച്ചയുറക്കം അന്ന് അനിവാര്യമായിരുന്നു.

എല്ലാവരും കുളിയും നനയും കഴിഞ്ഞ് മടങ്ങിവന്നതിനുശേഷമാ ഞാനുണർന്നത്. കാച്ചെണ്ണ തേച്ചുപിടിപ്പിച്ച്, താളി പിഴിഞ്ഞെടുത്തു വന്നപ്പോ പിന്നെയും താമസിച്ചു.

കുളികഴിഞ്ഞ് പടവിൽ കയറി. ഈറൻ മാറ്റാതെ തലതോർത്തുക യായിരുന്നു ഞാൻ. ആരോ മെല്ലെ നടക്കുന്ന കാൽപ്പെരുമാറ്റം. കരിങ്കൽ പടവുകളിലെ പൊടിമണലിൽ പദമുരയുന്ന നേരിയ സ്വനം. ഞാൻ നിവർന്നു തിരിഞ്ഞതും മുന്നിൽ ഇട്ട്യാറച്ചൻ. ഞാൻ ഭയന്നെങ്കിലും

ഓടാനൊരുങ്ങിയില്ല്യ. നിലവിളിച്ചില്ല്യ. ഇന്നും കാണിക്കയിട്ട് അനുവാദം വാങ്ങിവന്നതായിരിക്കും.

മാട്ടിറച്ചി ഒന്നും മിണ്ടിയില്ല്യ. എന്നെത്തന്നെ നോക്കിനിന്നു. എന്നെ കുളപ്പുരമാളികയിലേക്ക് വിളിക്കുമെന്ന് പ്രതീക്ഷിച്ചു. ഓടിരക്ഷപ്പെടണം. ഇന്നേതായാലും കീഴടങ്ങുന്ന പ്രശ്നമില്ല്യ. കൈപിടിച്ചു വലിച്ചാലോ? കുതറിയോടാൻ കഴിയില്ല്യേ?

ഞാൻ ഒരു കാൽ മുന്നോട്ടുവയ്ക്കാൻ ശ്രമിച്ചു. ഇരുതുടകളും ചേർത്ത് കൂട്ടിക്കെട്ടിയപോലെ ഈറൻതുണി തുടകളിൽ ഒട്ടിപ്പിടിച്ചിരിക്കുന്നു. തുണി നിവർത്തി ഓടിയാലോ?

അധികം ചിന്തിക്കാൻ അവസരം കിട്ടിയില്ല്യ. പച്ചത്തെറി എന്നെ ഒരു കുഞ്ഞിനെയെന്നവണ്ണം വാരിയെടുത്ത് നെഞ്ചത്തമർത്തി കല്പടവുകളിൽ അമർത്തിച്ചവിട്ടി കുളപ്പുരമാളികയിലെ പഴംകട്ടിലിൽ കിടത്തി.

"എന്തായിതെന്ന് നോക്കെന്റെ താഴാമ്പൂവേ?"

കട്ടിലിലിരുന്ന കസവുകരയുള്ള ഒരു പുത്തൻ പുടവ നിവർത്തി എന്റെ മുഖത്തോടടുപ്പിച്ചു. കോടിമുണ്ടിന്റെ മണം നുകർന്ന് ഞാൻ കിടന്നു. പഴകിപ്പൊടിഞ്ഞ് ഇഴകൾ പൊട്ടിത്തുടങ്ങിയ ഒരു തോർത്താണ് എന്റെ ഉടുമുണ്ട്! സത്യം പറയാ രാവുണ്ണീ, ഞാൻ കൊതിച്ചുപോയി. ആ മുണ്ട് കിട്ടിയിരുന്നെങ്കിൽ എന്നു കൊതിച്ചുപോയി. ഞാനൊരു പെണ്ണല്ല്യേ? എനിക്ക് ആവശ്യത്തിന് ഉടുതുണി തരാനെങ്കിലും എന്റെ ഇല്ലത്തുള്ളോർക്ക് കഴിഞ്ഞോ?

അന്നത്തെ എന്റെ ശരീരത്തിന്റെ വില ഒരു കസവുമുണ്ട്.

ഇട്ട്യാറച്ചൻ നമ്പൂതിരി പോയപ്പോൾ സന്ധ്യയോടടുത്തിരുന്നു. ഞാൻ പടവുകളിറങ്ങി കഴുത്തളവ് വെള്ളത്തിൽ നിന്നു. ആ നിലയിൽ നിന്നുകൊണ്ട് ഞാൻ നിന്നെ വിളിച്ചുകരഞ്ഞു.

"നീയിതൊന്നും അറിയുന്നില്ലല്ലോ രാവുണ്ണീ; ഞാനെന്താ വേണ്ട്യേ? ഞാനെന്താ വേണ്ട്യേ രാവുണ്ണീ?"

നിനക്ക് എന്റെ കാര്യത്തിൽ അന്ന് ഒന്നും ചെയ്യാൻ കഴിയില്ലെന്ന് എനിക്കറിയായിരുന്നു. എന്നിട്ടും ഒരാശ്വാസത്തിനുവേണ്ട്യായിരിക്കാം പിന്നെയും ഞാൻ നിന്നെ വിളിച്ചുകരഞ്ഞത്.

അന്ന് പത്തുവയസ്സുകാരെ വേളി കഴിച്ചയക്കാറുണ്ടായിരുന്നു. പന്ത്രണ്ടോ പതിമൂന്നോ വയസ്സായ രാവുണ്ണി വേളികഴിക്കാറായതുമില്ല്യ. എങ്ങോട്ടാ പോകാ? കല്പകശ്ശേരി ഇല്ലത്തുനിന്നും എന്നെ രക്ഷിച്ചുകൊണ്ടുപോകാൻ ആരെങ്കിലും എന്നെങ്കിലും വരുമോ?

കുളത്തിൽനിന്നും കരയ്ക്കു കയറിയപ്പോൾ നല്ലവണ്ണം ഇരുട്ടുവീണു കഴിഞ്ഞിരുന്നു. താഴാമ്പൂവിന്റെ നിറവും മണവുമുള്ള ശരീരം എനിക്കു വേണ്ടായിരുന്നു എന്നു ചിന്തിച്ചുകൊണ്ടാണ് അന്ന് ഉറങ്ങാൻ കിടന്നത്.

"അന്ന് താത്രി പറഞ്ഞതിൽ ഏറ്റവും അപമാനകരവും നിന്ദ്യവും തീരെ ക്രൂരവുമായ സംഗതിയെന്താണെന്നറിയോ പത്മയ്ക്ക്?"

രാവുണ്ണി മുത്തച്ഛൻ പത്മയുടെ മുഖത്തുനോക്കി ശബ്ദമുയർത്തി ചോദിച്ചു. എല്ലാം അപമാനകരവും ക്രൂരവും നിന്ദ്യവുമായിരുന്നതായി പത്മ കണക്കാക്കി. എങ്കിലും പറഞ്ഞതിങ്ങനെ:

"ശരീരവളർച്ചയുണ്ടെങ്കിലും വെറും പത്തു വയസ്സായ ഒരു പെൺ കുട്ടിയെ ഒരു വൃദ്ധബ്രാഹ്മണൻ..."

"ഒക്കെശ്ശരി, എന്നാൽ അതൊന്നുമല്ല്യ."

മുത്തച്ഛൻ ഇടയ്ക്കു കയറിപ്പറഞ്ഞു.

"താത്രിക്കുട്ടിക്കു കിട്ടിയ സ്വർണമുത്തുമാലയും കസവുപുടവയും അവളുടെ പിതാവ് അഷ്ടമൂർത്തി നമ്പൂതിരി കൈക്കലാക്കി എന്നതാണ് ഏറ്റവും അപമാനകരം."

ഉയർന്ന നിലയിലുള്ള ഒരു ആഢ്യബ്രാഹ്മണൻ അതിസുന്ദരിയും തന്റെ മകളുമായ ബാലികയെ കൂട്ടിക്കൊടുത്ത് ആദായം പറ്റുക! വേലി തന്നെ വിളവു തിന്നുക!

സ്വന്തം വീട്ടിൽപോലും സംരക്ഷണം ലഭിക്കുന്നില്ലെങ്കിൽ പിന്നെ ആർക്കു കഴിയും പത്മാ, നമ്മുടെ പെൺകുഞ്ഞുങ്ങളെ രക്ഷിക്കാൻ?

ഇരുപത്

"ദേശമംഗലം മനയെക്കുറിച്ച് പത്മ കേട്ടിട്ടില്ല്യേ?"

രാവുണ്ണി മുത്തച്ഛൻ ചോദിച്ചു.

"അറിയാം, നന്നായറിയാം."

പത്മ പറഞ്ഞു.

"ഇന്നത്തെ അവസ്ഥ എന്തെന്ന് എനിക്കറീല്ല്യ. അന്ന് ആരായിരുന്നു ദേശമംഗലം മനക്കാർ! ആയിരക്കണക്കിന് പറ നെല്ല് ഓരോ പൂവിനും പാട്ടം പിരിഞ്ഞെത്തും. തെങ്ങിൻതോപ്പുകളും പറമ്പുകളും പാടശേഖര ങ്ങളും എവിടെവിടെയൊക്കേണ്ടെന്ന് കാര്യസ്ഥന്മാർക്കേ അറിയൂ. ആനയും അമ്പാരിയും അമ്പലവും..... ഹൊഹൊ! പറയേണ്ടാ; എന്തൊരു പത്രാസുള്ള ഇല്ലായിരുന്നു!

"ഇപ്പോഴും വലിയ പത്രാസിൽ തന്നെയാ മുത്തച്ഛാ. ഭൂനിയമം നടപ്പിലായപ്പോൾ കുറേ ഭൂസ്വത്ത് നഷ്ടപ്പെട്ടെന്നേയുള്ളൂ."

പത്മ കൂട്ടിച്ചേർത്തു.

“സാധാരണ ഇല്ലങ്ങൾ വെറും വീടാ. ധനികരുടെ ഇല്ലങ്ങൾ നാലുകെട്ടാ. ദേശമംഗലംമന നാലുകെട്ടുമല്ല, എട്ടുകെട്ടുമല്ല, പതിനാറുകെട്ടാ. കുടുംബാംഗങ്ങളും ദാസികളും കാര്യസ്ഥനും കണക്കപ്പിള്ളയും ഒക്കെക്കൂടി എത്രപേർ അവിടെ താമസമുണ്ടെന്ന് ആർക്കുമറിയില്ല്യ. വലിയ ചെമ്പിലാ അരിവെയ്ക്കുന്നത്. അപ്പൊ ആ മനയുടെ അന്നത്തെ ധനസ്ഥിതി മനസ്സിലായിക്കാണുമല്ലോ?”

മുത്തച്ഛൻ പത്മയുടെ മുഖത്തു നോക്കി. അവൾ തലയാട്ടി. മുത്തച്ഛൻ എന്താണ് പറഞ്ഞുവരുന്നതെന്നറിയാൻ കാതോർത്തു.

“അത്രയ്ക്ക് സമ്പത്തുണ്ടായിരുന്നിട്ടും ആ മനയിലുള്ള സ്ത്രീകൾ മറ്റു ഇല്ലങ്ങളിലെ സ്ത്രീകളെപ്പോലെ തന്ന്യാ. അടുക്കളപ്പണി ചെയ്തും വെച്ചു വിളമ്പിയും ഗർഭം ധരിച്ചും പ്രസവിച്ചും വളർത്തിയും അന്തപ്പുരങ്ങളിൽ കഴിഞ്ഞു. ഇല്ലം വിട്ടാൽ അമ്പലം—അതായിരുന്നു അവരുടെ ലോകം. എന്നാൽ അവിടത്തെ പുരുഷപ്രജകൾ അങ്ങനെയല്ല്യ. ഇല്ലത്തിന് സ്വന്തമായിത്തന്നെ ഒരു കഥകളിയോഗമുണ്ട്. മഹാപണ്ഡിതന്മാരും ആയുർവേദ വൈദ്യന്മാരും കവികളും ആട്ടക്കാരും പാട്ടുകാരും ഒക്കെയുള്ള മന. അങ്ങനെയുള്ള മനയിലെ ഒരംഗമാണ് ഇട്ട്യാറച്ച നമ്പൂതിരി. ഇക്കാളി ‘പച്ചത്തെറി മാട്ടിറച്ചി’ എന്നു വിളിച്ച പള്ളത്തെരി ഇട്ട്യാറച്ച നമ്പൂതിരി. മുത്തുമാലയും കസവുകര പുടവയുമായി കല്പകശ്ശേരിയിലെ പത്തു വയസ്സുകാരിയെ വലവീശിപ്പിടിച്ചവൻ. എന്തായാലും അന്നയാൾക്ക് അറുപതുവയസ്സെങ്കിലും ഉണ്ടായിരിക്കുമെന്നാ ആ സംഭവത്തിനുശേഷം ഏതാണ്ട് എട്ടു കൊല്ലം കഴിഞ്ഞ് താത്രി എന്നോടു പറഞ്ഞത്.

അതേ മനയിലെ മറ്റൊരു മഹാനെക്കുറിച്ച് അവൾ തുടർന്നു പറഞ്ഞു. അവൾ പറഞ്ഞതിന്റെ ചുരുക്കമേ പറയാൻ കഴിയൂ. എന്തെന്നോ അവളുടെ ആഖ്യാനം അത്രയ്ക്ക് ഭാവസാന്ദ്രമായിരുന്നു; തീവ്രമായിരുന്നു. അനുഭവിച്ചവൾ നേരിട്ടു പറയുന്നതും ഞാൻ കേട്ടറിഞ്ഞ കാര്യങ്ങൾ പറയുന്നതും രണ്ടാണല്ലോ.

എഴുപത്തിയഞ്ചു വർഷത്തിനു മുമ്പാണ് എന്നോടവൾ ഉള്ളു തുറന്നത് എന്നോർക്കണം. ഇത്രയുംകാലം ഞാനത് ഉള്ളിലൊതുക്കി വെച്ചിരുന്നത് എങ്ങനെയെന്ന് എനിക്കുതന്നെ മനസ്സിലാകുന്നില്ല്യ. അവയൊക്കെ എന്റെയുള്ളിൽ ഉറങ്ങിക്കിടക്കുകയോ ഘനീഭവിച്ച് കിടക്കുകയോ ആയിരുന്നു.

കുടത്തിലെ ഭൂതത്തിന്റെ കഥ കേട്ടിട്ടില്ല്യേ? എന്റെ ഉള്ളിലെ മൺകുടം തുറന്ന് നീ ആ ഭൂതത്തെ പുറത്തുവിട്ടിരിക്കുന്നു. പത്മ വന്നില്ല്യായിരുന്നെങ്കിൽ ആ കുടം തുറക്കപ്പെടില്ല്യായിരുന്നു. എന്നോടൊപ്പം ആ ഭൂതവും എന്നെന്നേക്കുമായി അവസാനിക്കുമായിരുന്നു.

അങ്ങനെ അവസാനിപ്പിക്കാൻ പാടില്ല്യാന്ന് തീരുമാനിച്ചത് ആരാ?

എല്ലാം തീരുമാനിക്കപ്പെട്ടിരിക്കുന്നു. യുഗങ്ങൾക്കു മുമ്പേ എഴുതപ്പെട്ട ആട്ടക്കഥ ആടുകയല്ലേ്യ നമ്മൾ?

ഏതായാലും കുടം തുറക്കപ്പെട്ടു. ഭൂതം പുകയായി പുറത്തുവരാൻ തുടങ്ങിയതേയുള്ളൂ.

മഹാന്മാരുടെ ഇല്ലത്തിലെ ഒരു കോമാളിയെ, പള്ളത്തെരി നമ്പൂതിരിയെ നാം ശരിയായറിഞ്ഞു. അടുത്തയാൾ ദേശമംഗലം വാസുദേവൻ നമ്പൂതിരിപ്പാട് എന്ന അമ്പതുകാരനാണ്. നമുക്ക് താത്രിയുടെ വാക്കുകൾ ശ്രദ്ധിക്കാം.

“ദേശമംഗലം വാസുദേവൻ നമ്പൂരിയെ നാലഞ്ചു കൊല്ലമായി ഞാൻ കാണാറുണ്ട്. ഇല്ലത്ത് ഇടയ്ക്കിടെ വരും. അദ്ദേഹം വരുമ്പൊ എന്റച്ഛൻ എഴുന്നേറ്റുനിന്ന് ആദരിക്കുന്നത് കണ്ടിട്ടുണ്ട്. കാഴ്ചയിൽ അച്ഛന്റെ പ്രായം തോന്നും. സംഭവം നടക്കുന്ന കാലത്ത് അമ്പതു വയസ്സെ ങ്കിലും കാണും. കാതുകളിൽ വില്ലുവച്ച കമ്മൽ, മുൻകുടുമ, കഴുത്തിൽ സ്വർണം കെട്ടിയ രുദ്രാക്ഷമാല, രണ്ടു കൈകളിലുമായി നാലഞ്ചു സ്വർണമോതിരങ്ങൾ, സ്വർണക്കസവുപുടവ, അതേതരത്തിലുള്ള രണ്ടാംമുണ്ട് – ഇതൊക്കെയായിരുന്നു വേഷം. നെറ്റിപ്പട്ടം കെട്ടിയ തിടമ്പേറ്റിയ ആന നടക്കുമ്പോലെ ഓരോ ചുവടുവയ്പിലും ചെറുതായി തലയാട്ടിക്കൊണ്ടാ നടത്തം.

വാസുദേവൻ നമ്പൂതിരിയും അഷ്ടമൂർത്തിനമ്പൂതിരിയും ഒരേ പ്രായമായിരുന്നിട്ടും രണ്ടുപേരും നമ്പൂതിരിമാരായിരുന്നിട്ടും എന്റച്ഛൻ അയാളെ തിരുമേനീന്നാ വിളിച്ചിരുന്നേ. പലപ്പോഴും ആ നാണംകെട്ട വിളി അപമാനകരമായി എനിക്കു തോന്നിയിട്ടുണ്ട്.

“ന്താമ്മേത്? അച്ഛൻനമ്പൂതിരി വാസുദേവൻ നമ്പൂര്യെ തിരുമേനീന്ന് വിളിക്ക്യേ?”

ഒരു ദിവസം ഞാൻ അമ്മയോടു ചോദിച്ചു.

“അങ്ങന്യാ വിളിക്ക്യ. വല്യ ധനികരും തറവാട്ടുകാരുമല്യേ? നമുക്കെന്താ ഇരിക്ക്യ? ഒഴിഞ്ഞ പത്തായം. അത്രേന്നല്യേ?”

പത്തായപ്പുരയിൽ വട്ടംകൂടിയിരുന്ന് പകിട കളിക്കും. പിന്നെ ശ്ലോകം ചൊല്ലും. നമ്പൂരിമാർതന്നെ എഴുതീണ്ടാക്ക്യ അശ്ലീലശ്ലോകങ്ങളാ അവര് ചൊല്ലി രസിച്ചിരുന്നേന്ന് അന്നെനിക്ക് അറിയാമ്മേലാര്ന്ന്. കുറിയേടത്തില്ലത്ത് സംഗീതം പഡിക്കാൻ പോവോളം അവരുടെ കളി കണ്ടും കവിത കേട്ടും ഞാൻ പത്തായപ്പുരേ ചുറ്റിപ്പറ്റി നിക്കുമാര്ന്ന്. അന്നൊക്കെ വാസുദേവൻ നമ്പൂതിരി എന്നോട് വളരെ സ്നേഹത്തിലാ പെരുമാറ്യേ.

“ന്താ ഉണ്ണിക്കുട്ട്യേ മുഖത്തൊരു മങ്ങൽ? ഒന്നു ചിരിച്ചേ?”

“ഉണ്ണിപ്പെണ്ണിന്റെ പാൽക്കുടം വീണുടഞ്ഞോ? അല്ലേപ്പിന്നെന്താ ങ്ങനെ സങ്കടപ്പെടേ?”

ഇത്തരത്തിൽ പലതും പറഞ്ഞ് എന്നെ കൊഞ്ചിച്ചിട്ടുണ്ട്. മടിയിൽ എടുത്തിരുത്തി ലാളിച്ചിട്ടുണ്ട്. അക്കാരണത്താൽ എനിക്കദ്ദേഹത്തെ ഇഷ്ടവുമായിരുന്നു. ഇട്ട്യാറച്ചനെപ്പോലെയല്ല, നല്ല ചേലൊള്ള നമ്പൂര്യാര്ന്ന്.

ഇട്ട്യാറച്ചന്റെ മൂന്നാമത്തെ ആക്രമണം കഴിഞ്ഞിട്ട് പത്തു ദിവസമായി ക്കാണും. ശാരീരികമായും മാനസികമായുമുള്ള തളർച്ചയകന്നു വരുന്നേ ണ്ടായിരുന്നുള്ളൂ. അന്ന് അടുക്കളയിൽ ആകെ ബഹളം. വലിയൊരാൾ ഉച്ചയൂണിന് ഉണ്ടാകുമത്രെ. ഇക്കാളിച്ചേച്ചിക്ക് അത്രേ അറിയൂ. നിസ്സാര ക്കാരനല്ല്യ. വലിയ ധനികനാണുപോലും. രാജാവിന്റെ സ്നേഹിത നാണെന്നാ കേൾവി. അങ്ങനെയുള്ളൊരാളെ ഊട്ടാൻ അധികം വിഭവ ങ്ങൾ ഒരുക്കണമല്ലോ.

ഊണുകാലമായപ്പോ അച്ഛനും ദേശമംഗലം വാസുദേവൻ നമ്പൂ രിയും ഒരുമിച്ച് ഇല്ലത്തെത്തി. അദ്ദേഹത്തിനും അച്ഛനും പത്തായപ്പുര യിൽ ഇലയിട്ടു വിളമ്പി. നാണിത്തള്ള ഇലയുമായി എത്തിയപ്പോതന്നെ അച്ഛൻ പറഞ്ഞു:

"ഇക്കാളീം താത്രീംക്കെ അവ്ടില്ല്യേ? വന്നു വിളമ്പട്ടെ."

അമ്മ ഇക്കാളിയെ ഉന്തിത്തള്ളിവിട്ടു. ചേച്ചി എന്നെക്കൂടി വിളിച്ചു. നാണിത്തള്ള അടുക്കളയിൽനിന്നും ചോറും കറികളും പത്തായപ്പുരയുടെ വാതിൽക്കലെത്തിച്ചു. ഞാൻ അവയോരോന്നും എടുത്തുനൽകി, ചേച്ചി വിളമ്പി.

"സാമ്പാർ അസ്സലായിട്ടുണ്ടിട്ടോ."

"ഹായ് അവിയൽ കേമൻതന്ന്യാ."

"ഇതാണ് ഇഞ്ചിക്കറി, ഇക്കാളിയുടെ കൈപ്പുണ്യം."

പ്രശംസകളൊക്കെ വെറുതെയാണെന്ന് എനിക്കറിയാം. അയാൾ വെട്ടി വിഴുങ്ങി. ഞങ്ങൾ പാത്രങ്ങളും എടുത്തുകൊണ്ട് അടുക്കളയിൽ പോയി. നാണിത്തള്ള വന്ന് എച്ചിലിലകൾ എടുത്തുമാറ്റി.

ഭക്ഷണം കഴിഞ്ഞ് ഞാൻ കുളക്കടവിലേക്ക് നടന്നു. മറ്റു പെണ്ണു ങ്ങൾക്ക് അടുക്കള ഒതുക്കിയിട്ടേ കുളിക്കാൻ കഴിയൂ. ഞാൻ കുളപ്പടവിലി രുന്ന് താളി തേയ്ക്കുകയായിരുന്നു. അപ്പോൾ കുളപ്പുരമാളികയിൽനിന്നും വാസുദേവൻനമ്പൂതിരി ഇറങ്ങിവന്നു. വെളുക്കെ ചിരിച്ചുകൊണ്ട് അയാൾ പറഞ്ഞു:

"താത്രിക്കുട്ട്യേ കുളികഴിഞ്ഞ് നേരേ പത്തായപ്പുരയിലേക്ക് വര്യ. ഒരു സമ്മാനം കൊണ്ടെന്നിട്ടുണ്ട്. ദേ കണ്ടോ?"

ഒരു കല്ലുവച്ച മോതിരം എടുത്തുകാട്ടി. ചെറുമമ്മാര് ഇരകോർത്ത ചൂണ്ടയെറിഞ്ഞ് മീൻ പിടിക്കാറുണ്ടല്ലോ. ആ മോതിരത്തിനുള്ളിൽ ചൂണ്ട യാണെന്ന് എനിക്കറിയാം. എങ്കിലും സ്വർണോല്ലേ? എന്നിലെ മീന് ആ ചൂണ്ട കൊത്തിവിഴുങ്ങി കുടുങ്ങീന്ന് പറഞ്ഞാമതി.

"ഇപ്പോത്തന്നെ തന്നിട്ടുപോയേനേ."

നമ്പൂരി അവിടെത്തന്നെ നിന്ന് വീണ്ടും പറഞ്ഞുതുടങ്ങി:

"കുളത്തിലെങ്ങാനും പോയാലോന്നൊരു ശങ്ക. വേഗം വന്നോളൂ. മോതിരം തന്നിട്ട് തിടുക്കത്തിൽ തിരിച്ചുപോണംന്നുണ്ട്."

വാസുദേവൻനമ്പൂരിയുടെ മുഖത്ത് വലിയ ഭാവവ്യത്യാസങ്ങളൊന്നും പ്രകടമായിരുന്നില്ല്യ.

മൂന്നാലുപേരുടെ സമ്മാനത്തിന്റെ പൊരുളറിഞ്ഞതല്ലേ്യ? എതിർക്കാനൊട്ടു ശേഷീമില്ല്യാ. ശേഷിയുണ്ടെങ്കിലും കഴിയില്ല്യാ. അച്ഛൻ കൂട്ടിക്കൊണ്ടുവന്നതല്ലേ്യ?

അന്നെനിക്ക് കരച്ചിൽ വന്നില്ല്യ. വരുന്നത് വരട്ടേന്ന് അവിടവച്ചു തീരുമാനിച്ചു. കല്ലുവച്ച സ്വർണമോതിരം എന്റെ മനസ്സിൽ തിളങ്ങി. ഇതുവരെ കിട്ടിയതൊക്കെ ഓരോരോ കാര്യം പറഞ്ഞ് അച്ഛൻ കൈക്കലാക്കി. ഈ മോതിരം ഏതായാലും എനിക്കുവേണം. ഞാൻ പത്തായപ്പുരയിലെത്തിയപ്പോ വാസുദേവൻനമ്പൂരി കട്ടിലിൽ വിസ്തരിച്ച് ഇരിക്കേർന്നു.

"ങ്ആ; എത്തീലോ ന്റെ സുന്ദരിക്കുട്ടി."

ആ പ്രശംസ വെറുതെയാണെന്നറിയാനുള്ള വിവേകമൊക്കെ എനിക്കുണ്ടാർന്നു. ഞാൻ ചിരിച്ചു. ചിരി വന്നിട്ട് ചിരിച്ചതല്ല്യ. വല്യ ധനികനാണല്ലോ. എന്നെയെടുത്ത് മടിയിലിരുത്തി ലാളിച്ചവനല്ലേ്യ? ഇപ്പോ വന്നേന്റെ ഉദ്ദേശ്യം നന്നായെനിക്കറിയാം. ആ നിലയിൽ അയാളെ കഴിയുന്നത്ര കബളിപ്പിക്കണമെന്നൊരു ചിന്ത പെട്ടെന്നെന്റെ ഉള്ളിലുദിച്ചു.

"ആ കതങ്ങ്ട് അടയ്ക്ക."

"മോതിരം തരേല്ലേ്യ വേണ്ടീ? അതിന് കതകടയ്ക്കണമെന്നുണ്ടോ?" ഞാൻ ചിരിച്ചുകൊണ്ടുതന്നെ ചോദിച്ചു.

"ഹായ്, രസികത്തി തന്ന്യാ. ന്നാലും അതങ്ങ്ട് അടയ്ക്ക."

ഞാൻ കതകടച്ച് സാക്ഷയിട്ടു.

"ഇങ്ങടുത്തുവരൂ; ഏത് വിരലിനാ ഈ രത്നമോതിരം പാകമാകേന്ന് നോക്കട്ടെ."

"ഈ മോതിരം എനിക്കാവശ്യംല്ല്യാ. ഇതു വല്ല ദാസിപ്പെണ്ണുങ്ങൾക്കും കൊണ്ടുക്കൊടുക്ക."

ഞാൻ മുഖം തിരിച്ചു പറഞ്ഞു.

"ഹായ് പിണങ്ങ്യോ? ചിലരിങ്ങന്യാ. പിണങ്ങ്യാലഴകുകൂടും."

നമ്പൂരി എഴുന്നേറ്റുവന്ന് എന്നെ ചേർത്തുപിടിച്ചു. ഞാൻ കുതറിമാറാൻ ശ്രമിച്ചില്ല്യ. എന്റെ കൈ പിടിച്ചുയർത്തി മോതിരമണിയിച്ചിട്ട് പറഞ്ഞു:

"ന്റെ തങ്കത്തിന് എന്താ വേണ്ട്യേന്ന് പറയ്യ."

"തങ്കമല്ല, ഞാൻ താത്രിക്കുട്ടി."

ഞാൻ വെറുതെ പിണക്കം നടിച്ചു. അയാളെ ശ്ശി വട്ടംചുറ്റിക്കണംന്നേ നിരീച്ചുള്ളൂ.

"ന്റെ രസികത്തി താത്രിക്കുട്ടിക്ക് എന്താ വേണ്ട്യേന്ന് പറഞ്ഞാ മാത്രം മതീലോ. ഒക്കെ കൊണ്ടത്തരും."

ഞാനൊന്നും മിണ്ടിയില്ല്യ. അയാൾ എന്നിൽ പ്രവേശിക്കാനുള്ള പടവുകൾ ഓരോന്നായി കയറിത്തുടങ്ങി.

എതിർത്തിട്ടു ഒരു ഫലോമില്ല്യാ. പിന്നെന്താ വേണ്ട്യേ? അനുനയത്തിൽ നിന്ന് കഴിയുന്നത്ര കൈക്കലാക്കാൻ ഞാൻ തീരുമാനിച്ചു. പെണ്ണിന്റെ ശരീരം വിലയ്ക്കു നൽകേണ്ടിവരുമ്പോ വിലപേശി ഉയർന്ന വില കൈക്കലാക്കുകയെന്നത് തെറ്റല്ലെന്ന് ഞാൻ കരുതി. തെറ്റല്ലെന്ന് മാത്രോല്ല്യാ, അങ്ങ്ന്യാ വേണ്ട്യേ.

ഏതായാലും ഒരാഴ്ചക്കകം 'കണ്ണഞ്ചിക്കുന്ന വസ്തുക്കൾ' കാഴ്ച വെയ്ക്കും എന്ന ഉറപ്പ് അയാളിൽനിന്നും ലഭിച്ചശേഷമേ ഞാൻ വഴങ്ങിയുള്ളൂ.

എന്തുകൊണ്ടെന്നറിഞ്ഞില്ല്യ, പിന്നെ ഏതാണ്ട് ഒരുമാസം ഞാൻ എന്റേതായിതന്നെ കഴിഞ്ഞു. ആർക്കും പണയപ്പെടുത്തേണ്ടിവന്നില്ല്യ. അതിനിടയിൽ ഉത്തരാസ്വയംവരവും ഭാഷാഷ്ടപദിയും പലയാവർത്തി വായിച്ചു. അവയിലെ മിക്ക പദങ്ങളും ശ്ലോകങ്ങളും കാണാതെ ചൊല്ലാമെന്നായി.

അഷ്ടപദിയാ എന്നെ ഏറെ ആകർഷിച്ചത്. അതിലെ പദങ്ങൾ ചൊല്ലുമ്പോ ഞാൻ രാധയായി മാറും. കണ്ടഞ്ചാത രാവുണ്ണി എന്റെ പത്തായപ്പുരയിലോ കാവിലോ എവിടെയായാലും എന്റെ സമീപത്തുണ്ടെന്നും അടുത്തെങ്ങോ മറഞ്ഞുനിൽക്കുകയാണെന്നും ഞാൻ വിഭാവനചെയ്യും.

ഒരു ദിവസം വെയിൽ ചാഞ്ഞനേരം. ഞാൻ പത്തായപ്പുരയിലിരുന്ന് അഷ്ടപദി വായിക്കുകയായിരുന്നു. കാമോദരീരാഗത്തിൽ ഏകതാളത്തിൽ ഞാൻ പാടി:

സുരത തളർച്ചകൊണ്ടക്ഷികളടച്ചു ഞാൻ
സുധയിൽ കുളിച്ചോണം വിയർത്തും കൃഷ്ണൻ.
മരതകവർണൻ പുളകമണിഞ്ഞതും
മദനമദം പൂണ്ടു ചമഞ്ഞതും മറക്കുമോ?

"മറക്കരുത് മറക്കരുത്! ഹായ് എന്താ രസം!"

വാതിക്കൽ ദേശമംഗലം വാസുദേവൻനമ്പൂതിരിപ്പാട്. എന്നെ അയാൾ പ്രശംസകൊണ്ടു പൊതിഞ്ഞു. എങ്കിലും പ്രശംസയിലല്ല്യ

അന്നു ഞാൻ വീണുപോയത്. പതിനെട്ടു പണത്തൂക്കം സ്വർണമാണ് എനിക്കന്ന് തന്നത്.

ഒരാഴ്ച കഴിഞ്ഞ് അയാൾ വീണ്ടും വന്നപ്പോ എനിക്ക് തീരെ ഇഷ്ടപ്പെട്ടില്ല്യ. എന്തു പറഞ്ഞിട്ടും ഞാൻ വഴങ്ങുന്നില്ല്യാന്നു കണ്ടപ്പോ അയാൾ കീചകവധത്തിലെ ഒരു ശൃംഗാരപ്പദം വെച്ചുകാച്ചി. ഒരു കുറവും പറയാൻ കഴിയാത്ത തരത്തിൽ രാഗവും താളവുമനുസരിച്ചായിരുന്നു ആലാപനം.

"ഇങ്ങനെ ഒരു പദം ചൊല്ലിക്കേൾപ്പിച്ചാലൊന്നും പോരാ."

ഞാൻ ശബ്ദമുയർത്തി പറഞ്ഞു.

"ഒരു പദം പോരെങ്കിൽ കഥകളിതന്നെ കാണിച്ചുതരാം."

"അതൊന്നും ഞാൻ വിശ്വസിക്കുന്നില്ല്യ."

"ചെമ്മന്തട്ട മഹാദേവനെക്കൊണ്ട് ഞാൻ സത്യംചെയ്യാം."

"വേണ്ട, വേണ്ട. എന്റെ മുമ്പിലാരും വ്യാജമായി സത്യം ചെയ്യേണ്ട."

"ന്താപ്പ ചെയ്യ്യ?"

"ഒന്നും ചെയ്യാനില്ല്യ. കഥകളി കണ്ടിട്ടേ ഇനി കളിയുള്ളൂ."

ഞാൻ പുറത്തിറങ്ങി അന്തപ്പുരത്തിലേക്കോടി. വളരെനേരം കഴിഞ്ഞ് ഞാൻ കണ്ടു, നമ്പൂതിരി വിഷണ്ണനായി ഇറങ്ങിനടക്കുന്നു.

"ഒരു ദിവസമെങ്കിലും എന്റെ വാശി ജയിച്ചല്ലോ. മതി, അത്രേം മതി. എത്രപേരുടെ മുമ്പിൽ തോറ്റു! എത്ര പ്രാവശ്യം തോറ്റു! ഇപ്പോ ഞാൻ ജയിച്ചിരിക്കുന്നു. വലിയ ദേശമംഗലം നമ്പൂതിരിയെ ഒരു പാവം പതിനൊന്നു വയസ്സുകാരി പരാജയപ്പെടുത്തിയിരിക്കുന്നു!

അഭിമാനംകൊണ്ട് ഞാൻ ആകാശത്തോളം ഉയർന്നു. എനിക്ക് ഒരുപാട് സന്തോഷവും സമാധാനവും തോന്നിയ ദിവസം. ഇക്കാളിച്ചേച്ചിക്കുവേണ്ടി അന്നു ഞാൻ കുറെ കഥകളിപ്പദങ്ങൾ പാടിയാടി കാട്ടിക്കൊടുത്തു.

അഞ്ചാംദിവസം ദേശമംഗലം മനയിൽനിന്നും കാര്യസ്ഥൻ നേരിട്ടെത്തി അറിയിച്ചു:

"താത്രിക്കുട്ട്യേടെ മോഹം സാധിപ്പിച്ചുകൊടുക്കാംന്ന് കല്പനയുണ്ടായി. ഇന്നു രാത്രി ഈ മുറ്റത്ത് കഥകളിയുണ്ട്."

കുറച്ചു കഴിഞ്ഞപ്പോൾ ഒരാൾ ഒരു ആട്ടവിളക്ക് ചുമന്നുകൊണ്ടുവന്ന് മുറ്റത്തുവച്ചിട്ടുപോയി.

അന്നവിടെ കീചകവധം കഥകളി നടത്തപ്പെട്ടു.

"താത്രിക്കുട്ടിക്കുവേണ്ടി ദേശമംഗലം വാസുദേവൻ നമ്പൂതിരി കഥകളി നടത്തിക്കൊടുത്തില്ല്യേ? താത്രിക്കുട്ടി പറഞ്ഞാ മഹാരാജാവും

അനുസരിക്കും. കുഞ്ഞ് ഭഗവതീടെ അവതാരമാണെന്ന് ഞാൻ പറഞ്ഞപ്പൊ ഇവിടെ ആർക്കും ഒരു വെലേമില്ല്യ. ഇപ്പൊ മനസ്സിലായില്ല്യേ?''

നാണിത്തള്ള അടുക്കളയിൽ നിന്ന അമ്മമാരോട് ഉറക്കെ ചോദിക്കുന്നത് പുറത്തുനിന്ന ഞാൻ കേട്ടു.

കഥകളിയിൽ കീചകനെ ഭീമൻ വധിച്ചു. അടുത്ത ദിവസം രാത്രി കീചകൻ പാഞ്ചാലിയെ കീഴടക്കിയ കാര്യം നാണിത്തള്ളയെന്നല്ല, ആരും അറിഞ്ഞില്ല്യ. കീചകന്റെ മുമ്പിൽ കീഴടങ്ങിയ പാഞ്ചാലിക്ക് പിന്നീടൊരിക്കലും വിജയിക്കാൻ കഴിയാഞ്ഞെന്ത്യേ രാവുണ്ണീ? പിന്നീടുള്ള എന്റെ ജീവിതം കീചകന്മാർക്കുവേണ്ടിയായിപ്പോയല്ലോ?''

"അന്ന് അവളുടെ കണ്ണീർ തുടച്ചുകൊടുക്കാൻപോലും എനിക്കു കഴിഞ്ഞില്ല്യ.''

രാവുണ്ണിമുത്തച്ഛന്റെ വരണ്ട കണ്ണുകൾ അനന്തതയിൽ എവിടെയോ നിൽക്കുന്ന താത്രിക്കുട്ടിയെ തേടുകയാണെന്ന് പത്മയ്ക്കു തോന്നി.

ഇരുപത്തിഒന്ന്

പറഞ്ഞുകേട്ടും അനുഭവിച്ചും സ്വായത്തമാക്കിയ നേരനുഭവങ്ങളുടെ ആഖ്യാനത്തിൽ പൂജാരിയപ്പൂപ്പൻ വെച്ചുപുലർത്തുന്ന സൂക്ഷ്മതയും കൃത്യതയും ആശ്ചര്യകരമായി പത്മയ്ക്ക് അനുഭവപ്പെട്ടു.

കണ്ടഞ്ചാത രാവുണ്ണി വീണ്ടും താത്ര്യനുഭവങ്ങളെ വിശകലനം ചെയ്തുതുടങ്ങി.

"താത്രിയുടെ ജീവിതത്തിൽ അതിശയകരമായ പ്രതിരോധത്തിന്റെ നാളുകളായിരുന്നു അടുത്ത ഒരു വർഷക്കാലം. കൃത്യമായി പറഞ്ഞാൽ ഒരു പതിനൊന്നു മാസം അവൾക്കു ചെറുത്തുനിൽക്കാൻ കഴിഞ്ഞു എന്നു കാണാം.

കുറിയേടത്ത് നമ്പ്യാത്തൻ നമ്പൂതിരിയും ഓക്കിഇട്ടീരി നമ്പൂതിരിയും പള്ളത്തെരി ഇട്ട്യാറച്ച നമ്പൂതിരിയും ദേശമംഗലം വാസുദേവൻ നമ്പൂതിരിയും മറ്റുപലരും അപ്പോഴും അവളെ പ്രലോഭിപ്പിച്ചുകൊണ്ടിരുന്നു. അവരിൽ ഓരോരുത്തൻ ഓരോ സന്ദർഭത്തിൽ ഇല്ലത്ത് പ്രത്യക്ഷപ്പെട്ടതും അവനിൽനിന്ന് രക്ഷപ്പെടാൻ ഇരുട്ടറയിൽ അടച്ചിരുന്നതും മറ്റും പറഞ്ഞ് അവളന്ന് ഒരുപാട് പൊട്ടിച്ചിരിച്ചു. അക്കാര്യങ്ങളോർത്താൽ നമുക്കൊരിക്കലും താത്രിയെ കുറ്റം പറയാൻ കഴിയില്ല്യ.

പ്രലോഭനങ്ങൾകൊണ്ടു മാത്രമല്ല്യ, കൈക്കരുത്തും ഉപയോഗിച്ചാ അവർ അവളെ പത്താംവയസ്സിൽ കീഴ്പ്പെടുത്തിയത്. കുറെ അനുഭവങ്ങളായപ്പോ ചതിയിൽപെടാനുള്ള സാഹചര്യങ്ങൾ വിലയിരുത്താനും

മനസ്സിലാക്കാനും അവൾക്കു കഴിഞ്ഞു. മാത്രമല്ല്യ, മറ്റൊരു കളിക്കൂട്ടു കാരന്റെ സാന്നിധ്യം ആശ്വാസവും ആവേശവുമായി അവൾക്ക് അനുഭവപ്പെട്ടു.

ചേരാവള്ളി നമ്പൂതിരിക്ക് പൊക്കൻ ബാധിച്ചതോടെ ഓയ്ക്കില്ലത്തെ ഗുരുകുലം അടഞ്ഞു. കുട്ടികളെ വീടുകളിലേക്കയച്ചു. ഏതാണ്ട് രണ്ടു വർഷം കഴിഞ്ഞ് വീണ്ടും ഓയ്ക്കില്ലം സജീവമായി. പുതിയ കുട്ടികൾ മാത്രമല്ല്യ, മുമ്പുണ്ടായിരുന്ന ചില ഉപനിച്ചുണ്ണികളും തിരിച്ചെത്തി. അതിലൊരാളെക്കുറിച്ച് തന്റെ ഹൃദയം കവർന്ന കപ്ലിങ്ങാട്ട് നാരായണൻ നമ്പൂതിരിയെന്ന പതിന്നാലു വയസ്സുകാരനെക്കുറിച്ച് താത്രി പറഞ്ഞു:

"ഓയ്ക്കില്ലത്ത് കുട്ട്യോള അനക്കങ്ങളായി. ചെമ്പൂട്ടിയാ ആ വിവരം ആദ്യം എന്നോടു പറഞ്ഞേ. രാവുണ്ണിക്ക് ചെമ്പൂട്ട്യെ അറിയ്യോ? അറിയാൻ വഴീല്ല്യ. അവളുടെ കാര്യം ഞാനിതുവരെ പറഞ്ഞിട്ടില്ല്യാ.

പടിഞ്ഞാറേ വാര്യത്താ ചെമ്പൂട്ടിയുടെ വീട്. എന്റെ പ്രായം. കണ്ടാലും എന്നെപ്പോലിരിക്കും. ഓളെ അമ്മ ഇടയ്ക്കിടെ നെല്ലു പുഴുങ്ങാനും പുഴുക്കൽ കുത്താനും മറ്റും കല്പകശ്ശേരീല് വരാറൊണ്ട്. കുഞ്ഞായിരുന്നപ്പോഴേ ചെമ്പൂട്ട്യേം കൂടെ കൊണ്ടുവരവാർന്നു. എന്നെപ്പോലെ ഇല്ലത്തെ കുട്ടിയായിത്തന്നെ അവളും വളർന്നു. എന്നേം ചെമ്പൂട്ട്യേം ചേർത്തു നിർത്തി ഒരിക്ക ഇക്കാളിച്ചേച്ചി ചോദിച്ചു:

"നോക്കമ്മേ രണ്ടും ഒരുപോലല്ല്യേന്ന്. അമ്മ ഇരട്ടപെറ്റതാ?"

എല്ലാവരും ചിരിച്ചു. ഞങ്ങളും ചിരിച്ചു. ചിരിയടങ്ങിയപ്പൊ അമ്മ പറഞ്ഞു:

"വിളഞ്ഞത് രണ്ടിടത്തെങ്കിലും വിത്തൊന്നല്ലേ?"

അമ്മ പറഞ്ഞതിന്റെ പൊരുൾ ഞങ്ങൾക്ക് മനസ്സിലായില്ല്യ. ഞങ്ങൾ കുട്ടികൾക്കേ മനസ്സിലാകാതുള്ളൂ. ഒരുദിവസം നാണിത്തള്ള നിജസ്ഥിതിയെന്തെന്ന് ഇക്കാളിച്ചേച്ചിയോടു പറഞ്ഞു – കല്പകശ്ശേരി അഷ്ടമൂർത്തി നമ്പൂതിരിയുടെ മകളാണ് ചെമ്പൂട്ടിയെന്ന്.

എങ്കിലും ദാസിപ്പെണ്ണ് പെറ്റതല്ല്യേ! പാപയോനിയിൽ പിറന്നവൾ എന്നാണല്ലോ നമ്പൂരിഭാഷ്യം. മകളായി അംഗീകരിക്ക്വോ? ഇല്ല്യേയില്ല്യ.

ഓയ്ക്കില്ലം വീണ്ടും സജീവമായേപ്പിന്നെ ചെമ്പൂട്ടി ഒരൂസം ഇല്ലത്തു വന്നു. ഞാൻ പഡിക്കാൻ പോണില്ലേന്ന് ചോദിച്ച്. ഓളന്ന് എന്തിനോ വേണ്ടി ഇല്ലത്ത് വന്നേണ്; ഓള് പോവ്വേം ചെയ്ത്. എങ്കിലും എന്റെയുള്ളില് പുതിയ മോഹമുണർത്തീട്ടാ ഓള് പോയേ. ആറാംവയസ്സില് ഓയ്ക്കില്ലത്ത് ഓടിക്കയറിയെത്തിയപോലെ പതി നൊന്നാം വയസ്സില് പാടില്ലല്ലോ. എങ്കിലും ഒരു മോഹം. മോഹം മാത്രാണേ! അത്രേങ്കിലും വേണ്ട്യേ? മോഹിക്കേങ്കിലും വേണ്ട്യേ?

"പഴേ കുട്ട്യോള് പലരും ആടേണ്ട്."

ചെമ്പൂട്ടി പറഞ്ഞ പഴേ കുട്ട്യേള കൂട്ടത്തി രാവുണ്ണി ഉണ്ടാവും എന്നൊരു തോന്നൽ. ഇത്രയ്ക്ക് അടുത്തല്ല്യേ? രാവുണ്ണി ആടെ ഉണ്ടെങ്കി എന്നെ ക്കാണാൻ വരാണ്ടിരിക്ക്വോ? മൂന്നുകൊല്ലത്തിനു മുമ്പല്ലേ രാവുണ്ണി പോയേ? പ്പം ശ്ശി വളർന്നുകാണും. ഉപനയനം കഴിഞ്ഞുകാണും.

മുണ്ടുടുത്തു നടക്കുന്ന ആ യുവകോമളനെ ഞാൻ മനസ്സി കണ്ടു. ഓയ്ക്കില്ലത്തെ അനുഭവങ്ങൾ ഉള്ളിൽ ഓളംവെട്ടി. കല്പകശ്ശേരി കുളവും കാവും... ഉള്ളിൽ ഉറങ്ങിക്കിടന്ന ഓർമകൾ പിടഞ്ഞുണർന്നു. രാവുണ്ണി ഓയ്ക്കില്ലത്ത് ഉണ്ടെങ്കിലും എന്നെ മറന്നുകാണും എന്ന് സമാധാനിക്കാൻ ശ്രമിച്ചു.

രാവുണ്ണി എന്നെ മറക്ക്വേ? എനിക്ക് സയിക്കാനായില്ല്യ. ഇരിക്കാൻ വയ്യാണ്ടായി. രാവുണ്ണിയെ കാണണംന്ന് വല്ലാത്ത മോഹം. അന്നുരാത്രി ഏറെ നേരം ഉറങ്ങാണ്ടുകിടന്നു. ഉറങ്ങുംമുമ്പ് ഒരു തീരുമാനമെടുത്തു.

നാളെ രാവിലെ ഓയ്ക്കില്ലംവരെ ഒരൊറ്റ ഓട്ടം. രാവുണ്ണിയെ ഒന്നു കാണണം. അത്രേം മതി. രാവുണ്ണി ഉണ്ടേലും ഇല്ലേലും ഉടനെ മടങ്ങി പ്പോർക.

ആ തീരുമാനത്തിന്റെ ആശ്വാസത്തിൽ, നാളെ രാവിലെ രാവുണ്ണിയെ കാണാമല്ലോ എന്ന ആശ്വാസത്തിൽ ഞാനുറങ്ങി.

വൃശ്ചികമാസായിരുന്നു. നല്ല തണുപ്പ്. മൂടിപ്പുതച്ചുകിടന്നുറങ്ങാൻ നല്ല സുഖം. രാവിലെ ഉണർന്നിട്ടും എഴുന്നേൽക്കാതെ ഞാൻ കിട ക്ക്വേർന്നു. രാവുണ്ണിയെ കാണാൻ പോണംല്ലോന്നോർത്തതും ഞാൻ ചാടിയെഴുന്നേറ്റതും ഒരുമിച്ചാർന്നു.

ഞാൻ ഉടുത്തിരുന്ന തോർത്തുമുണ്ട് പഴകി നിറംകെട്ടിരുന്നു. പുതിയൊരെണ്ണം കിട്ടിയിരുന്നെങ്കി എന്ന് ആശിക്കാനേ കഴിയൂ. മുടി ചീകിയൊതുക്കി. മുറ്റത്ത് ചുറ്റിപ്പറ്റിനിന്ന് ആരുടെയും ശ്രദ്ധയിൽപെട്ടില്ല്യ എന്ന് ഉറപ്പു വരുത്തി ഓയ്ക്കില്ലത്തേക്ക് ഓടി. ഇല്ലപ്പറമ്പിലേക്ക് കാലെടുത്തുവെച്ചപ്പോൾ തന്നെ കണ്ടു, തുളസിത്തറയ്ക്കടുത്ത് രാവുണ്ണി എന്നെത്തന്നെ നോക്കിക്കൊണ്ടു നിക്ക്വാ. അപ്പോഴാ എന്റെയുള്ളിൽ കുളിര് കയറിയേ. മേലാകെ രോമാഞ്ചമണിഞ്ഞപോലെ. രാവുണ്ണി തന്നല്ല്യേ എന്ന് ഉറപ്പുവരുത്താൻ ഞാനവിടെനിന്ന് സൂക്ഷിച്ചു നോക്കി. ഉപനയനം കഴിഞ്ഞിട്ടില്ല്യ. ഇപ്പോഴും കൗപീനത്തിൽതന്നെ. അവൻ എന്നെത്തന്നെ നോക്ക്യോണ്ട് നിക്ക്വേർന്ന്. രാവുണ്ണി എന്റെ അടുത്തേക്ക് നടന്നപ്പൊ ഞാൻ വഴിയരികിൽ കുറ്റിക്കാട്ടിൽ മറഞ്ഞുനിന്നു; അവൻ എന്തുചെയ്യുമെന്നു നോക്കാൻ.

ഒളിച്ചുകളിക്ക്യേന്നു ചോദിച്ചോണ്ട് എന്റെ മുമ്പിലെത്തിയത് നാരായ ണൻ നമ്പൂരിയെന്ന യുവാവ്. ഞാനങ്ങ് വല്ലാണ്ടായി.

രാവുണ്ണിക്ക് ഓർമേണ്ടോ, കപ്ലിങ്ങാട്ടില്ലത്തുനിന്നും വന്നിരുന്ന നാരായ ണൻ നമ്പൂതിരിയെ? അന്ന് ഓയ്ക്കില്ലത്തെ കുളത്തിൽവച്ച് കൊച്ചൂട്ടൻ

—ആ ഭീമൻകുട്ടി—നിന്നെ വെള്ളത്തി മുക്കിപ്പിടിച്ചപ്പൊ നാരായണൻ നമ്പൂരിയാ നിന്നെ രക്ഷിച്ചതെന്ന് നീ പറഞ്ഞതാണല്ലോ. ആ നാരായണൻ കുട്ടി എന്റെ മുമ്പിൽ. അവനങ്ങ് വളർന്നിരിക്ക്യാ. മൂക്കിനുതാഴെ പൊടി രോമങ്ങൾ നിരന്ന്. എന്നിട്ടും കൗപീനം ധരിച്ചാ നില്പ്!

"താത്രിയെന്ത്യേ ങ്ങന ഒളിച്ചുനിന്നേ?"

അവൻ ചോദിച്ചു. ഞാനെന്തു പറയും? രാവുണ്ണിയെ കാണാനാ ഞാൻ വന്നതെന്നും നിന്നെ കണ്ടപ്പൊ രാവുണ്ണിയെന്നു കരുതിയെന്നും മറ്റും പറയാൻ കഴിയ്യോ? ഞാനൊന്നും മിണ്ടീല്ല്യ. ചിരിച്ചു, അത്രേന്നെ.

"നീ പഠിക്കാൻ വരുന്നില്ല്യേ?"

ഞാൻ നിഷേധാർത്ഥത്തിൽ തലയാട്ടി. എന്തെങ്കിലും അങ്ങോട്ടു ചോദിച്ചില്ലെങ്കിൽ മോശാവില്ല്യേ? അതുകൊണ്ടു ചോദിച്ചു:

"നീ എന്നു വന്നു? പഴേ കുട്ട്യേളൊക്കേണ്ടോ?"

"ഞാൻ വന്നിട്ട് എട്ടുപത്തായി. പഴേ കുട്ട്യേള് നാലഞ്ചുപേരുണ്ട്. കൊച്ചുനാരായണനെ ഓർമേല്ല്യേ? ആ ചെറ്യകുട്ടി. ഓനിന്നലെയെത്തി. രാവുണ്ണി വന്നില്ല്യ. ഓൻ എവിട്യാന്നറീല്ല്യ. നിനക്കറിയോ?"

അറിയില്ല്യാന്ന് ഞാൻ തലയാട്ടി.

"ഞാമ്പോണ്."

ഞാൻ തിരിഞ്ഞുനടക്കാൻ തുടങ്ങി.

"പെട്ടെന്നങ്ങനെ പോവ്വേ? പിന്നെ വന്നേന്തിനാ? ഗുരൂനെ കാണാനാ? നീ നാളേം വര്വോ? നീയങ്ങ് വളർന്ന് വല്യ സുന്ദരിപ്പെണ്ണായല്ലോ."

നമ്പൂരിക്കുട്ടിക്ക് ആകെ ഒരു വെപ്രാളം തന്ന്യെ. ഞാൻ നടന്നുതുടങ്ങിയപ്പൊ നാരായണൻ നമ്പൂതിരി വിളിച്ചുപറഞ്ഞു:

"താത്രിക്കുട്ടീ, ഒന്നു നിൽക്ക."

ഞാൻ തിരിഞ്ഞുനിന്നു. എന്റെ അടുത്തുവന്ന് അവൻ മുഖത്തു നോക്കി ശബ്ദം താഴ്ത്തി പറഞ്ഞു:

"താത്രിക്കുട്ടിയെ കാണാൻ നല്ല ഭംഗീണ്ടിട്ടോ. കണ്ടാ കൊതിച്ചോം."

"അത്രയ്ക്ക് കൊതിക്ക്വേന്നും വേണ്ടട്ടോ."

ഞാൻ നടന്നു.

"താത്രി നാളെ വര്വോ? ഇല്ല്യേ ഞാനങ്ങോട്ടുവരാം."

അവൻ പിന്നേം എന്തൊക്കെയോ വിളിച്ചുപറഞ്ഞു. പാടം കഴിഞ്ഞ് ഇല്ലപ്പറമ്പിൽ കയറി ഞാൻ തിരിഞ്ഞുനോക്കി. ഓൻ അവ്ടെത്തന്നെ എന്നെ നോക്കിക്കോണ്ട് നിക്ക്ആ. ഞാൻ നേരേ കാവിലേ ക്കോടി. പിന്നെ സാവകാശത്തിൽ ഇല്ലത്തേക്കു നടന്നു. ഓയ്ക്കില്ലത്ത് ഞാൻ പോയെന്ന് ആരും അറിഞ്ഞുകാണില്ല്യ.

ഒരാഴ്ച കഴിഞ്ഞ് ഒരു പ്രഭാതത്തിൽ കപ്ലിങ്ങാട്ടു നാരായണൻകുട്ടി

ഞങ്ങളുടെ ഇല്ലത്തെത്തി. പരിചയമില്ലാത്ത ഒരു ഉപനിച്ചുണ്ണി കയറി വരുന്നതുകണ്ട് അമ്മ ചോദിച്ചു:

"എന്താ കുഞ്ഞേ? എവിടുന്നാ?"

"കപ്ലിങ്ങാട്ടില്ലത്തിന്നാ. നാരായണൻ നമ്പൂരിയെന്നാ പേര്."

കപ്ലിങ്ങാട്ടില്ലമെന്നു കേട്ടപ്പോത്തന്നെ അമ്മ വീണു. അത്രയ്ക്ക് പേരും പെരുമയുമുള്ള ഇല്ലമല്ല്യേ? അവിടുന്ന് ഈ ഉണ്ണി ഇത്ര രാവിലെ ഇവിടെ എത്ത്യതെങ്ങന്യാന്നൊക്കെ അമ്മ ആശ്ചര്യപ്പെട്ടുനിൽക്കേ ഓൻ പറഞ്ഞു:

"ഓയ്ക്കില്ലത്തെ ഗുരുകുലത്തിലാ. കാച്ചെണ്ണ തീർന്നു. കാച്ചെണ്ണ യില്ല്യേ പനിപിടിക്കും. കാച്ചെണ്ണേണ്ടെങ്കി....."

'തരാലോ'ന്നു പറഞ്ഞ് അമ്മ അകത്തേക്കു പോയപ്പോ അടുത്തു നിൽക്കേർന്ന എന്നെ നോക്കി അവൻ കണ്ണിറുക്കി. അല്ലെങ്കിലും എനിക്കു മനസ്സിലായി, കാച്ചെണ്ണക്കാര്യം വെറുതെ ഉണ്ടാക്കിയതാണെന്ന്.

എണ്ണ കൊടുത്തിട്ട് അമ്മ പറഞ്ഞു:

"എന്ത് ആവശ്യോണ്ടെങ്കിലും വരണംട്ടോ. സ്വന്തം ഇല്ലം തന്ന്യാന്ന് കൂട്ടിക്കോളൂ. താത്ര്യേ, ഉണ്ണിക്ക് കുളക്കടവ് കാട്ടിക്കൊടുക്ക്."

ഞാനവനെ കുളപ്പടവുകളിലെത്തിച്ചു. തലതോർത്താൻകൂടി ഒരു തുണിയില്ല്യ അവന്റെ കൈയിൽ. രാവുണ്ണ്യോട് കാട്ടിയ ചാപല്യോന്നും ഞാൻ നാരായണനോട് കാട്ടീല്ല്യാട്ടോ. അതൊക്കെ മൂന്നാലു കൊല്ല ത്തിനു മുമ്പല്ല്യേ? മാത്രംല്ല്യ, നാരായണൻ കൗപീനമാത്രധാരിയാണെ ങ്കിലും യുവാവാ. അവൻ വെള്ളത്തിൽ മുങ്ങിക്കയറിവന്നപ്പോ ഞാൻ കുളപ്പുരയിൽ അയയിൽ കിടന്ന ഒരു കുളിത്തോർത്തെടുത്തു കൊടുത്തു, തല തോർത്താൻ.

ചില വൈകുന്നേരങ്ങളിൽ അവൻ വരുമായിരുന്നു. ഞങ്ങൾ കുളക്കടവിലിരുന്നും കാവിലിരുന്നും പലതും സംസാരിച്ചു. കപ്ലിങ്ങാട്ടു കുടുംബത്തെക്കുറിച്ചും കഥകളിയിലെ കപ്ലിങ്ങാടൻ രീതിയെക്കുറിച്ചും അവൻ വളരെ ഗൗരവത്തിൽ സംസാരിച്ചു. എനിക്കുവേണ്ടി അവൻ കഥകളിപ്പദങ്ങൾ ചൊല്ലി. അവന്റെ കണ്ണുകൾ എന്റെ ശരീരഭാഗങ്ങളിൽ ചാട്ടുളിപോലെ തുളച്ചുകയറിയില്ല്യ. എന്റെ ശരീരത്തിലെ അതിമൃദുല ഭാഗങ്ങളിൽ അവന്റെ കൈവിരൽപത്തികൾ കൊത്തിയില്ല്യ. എനിക്കവനോട് കണക്കറ്റ ആദരവ് തോന്നി. കപ്ലിങ്ങാട്ടു നാരായണൻ രണ്ടുമൂന്നു ദിവസത്തിനുള്ളിൽ കണ്ടഞ്ചാത രാവുണ്ണിയായി എന്റെ മനസ്സിൽ നിറഞ്ഞാടി, ഇളകിയാടി.

കല്പകശ്ശേരി പത്തായപ്പുരേവച്ച് അവൻ നളചരിതം കഥ പറഞ്ഞു തന്ന നിമിഷങ്ങൾ എനിക്കു മറക്കാൻ കഴിയില്ല്യാ. നളനും പുഷ്കരനു മായുള്ള ചൂതുകളിരംഗം. നളൻ ചൂതുകളിയിൽ അടിക്കടി തോൽക്കുന്നു. ആ സമയത്തെ ദമയന്തിയുടെ അവസ്ഥ ഉണ്ണായിവാര്യർ ഒരു ശ്ലോക ത്തിൽ വിവരിച്ചിട്ടുണ്ട്. "ഊണിന്നാസ്ഥ കുറഞ്ഞു, നിദ്ര നിശയിങ്കൽ

പോലുമില്ലാതെയായ്....'' എന്ന ശ്ലോകം കപ്ലിങ്ങാടൻ അങ്ങനെ ചൊല്ലിക്കഴിഞ്ഞപ്പോൾ നിസ്സഹായയായ ദമയന്തി എന്റെ മുന്നിൽ നിൽക്കുന്നതുപോലെ എനിക്കു തോന്നി.

മറ്റൊരു ദിവസം 'ക്ഷോണീന്ദ്രപത്നിയുടെ വാണീംനിസമ്യപുനരേണീ വിലോചന നടുങ്ങി... മിഴിയിണ കലങ്ങി-' എന്ന ദണ്ഡകം നാരായണൻ നമ്പൂതിരി പത്തായപ്പുരയിൽവച്ച് ആടിത്തകർത്തു.

പത്തായപ്പുരയിലല്ല്യ എന്റെ മനസ്സിലാ അവൻ ആടിയത്. പതിന്നാലു വയസ്സുകാരനാണെങ്കിലും പതിനാറിന്റെ ആരോഗ്യവും പ്രസരിപ്പുമുള്ള കൗപീനമാത്രധാരി ആടിത്തകർത്തപ്പോൾ ആ യൗവനശക്തിയെ പ്രതിരോധിക്കാനുള്ള ശേഷി അവന്റെ കൗപീനത്തിന് നഷ്ടപ്പെട്ടു. ഞാൻ വാതിലടച്ച് സാക്ഷയിട്ടു.

രാവുണ്ണി വിശ്വസിച്ചാലും ഇല്ലെങ്കിലും രാവുണ്ണിയുടെ ആട്ടം കാണാനാ ഞാൻ കൊതിച്ചിരുന്നത്. മൂന്നാലു വർഷമായി രാവുണ്ണി എവിടെയെന്നു പോലും എനിക്കറിയില്ല്യായിരുന്നു. എങ്കിലും നീ എന്റെയുള്ളിൽ ഉറങ്ങിക്കിടന്നു. നിന്റെ ചൈതന്യം ഞാൻ കപ്ലിങ്ങാട്ടു നാരായണനിൽ ദർശിച്ചു. നാരായണനും രാവുണ്ണിയും അവിടെ ഒന്നായി. എന്റെ മുമ്പിൽ നിൽക്കുന്നത് രാവുണ്ണിയാണെന്നു സങ്കല്പിച്ചുകൊണ്ട് കപ്ലിങ്ങാട്ടു നാരായണന് നിറഞ്ഞ സന്തോഷത്തോടെയും ആവേശത്തോടെയും ഞാൻ എന്നെ സമർപ്പിച്ചു.

അതൊരു ആത്മസമർപ്പണമായിരുന്നു.

നിർവൃതിയെന്തെന്ന് അന്നാണ് ആദ്യമായ് ഞാനറിഞ്ഞത്.''

"**താ**ത്രി എത്ര സത്യസന്ധമായാ എന്നോടു സംസാരിച്ചതെന്നാ ഞാനോർക്കുന്നേ.''

കണ്ടഞ്ചാത രാവുണ്ണിയുടെ ഉള്ളിൽ കിടന്ന മങ്ങിയ ഓർമകൾ നിറം വെച്ചുണരുകയാണെന്ന് പത്മ അറിഞ്ഞു. എന്തെങ്കിലും അങ്ങോട്ടു ചോദിച്ച് അദ്ദേഹത്തിന്റെ ആഖ്യാനങ്ങൾക്ക് ഭംഗമുണ്ടാക്കരുതെന്നു തീരുമാനിച്ച് കാത്തിരുന്നു. രണ്ടു മിനിറ്റ് ആ ഇരിപ്പ് തുടർന്നു കാണും. പിന്നെ മെല്ലെ മുഖം തിരിച്ച് രാവുണ്ണിഅപ്പൂപ്പൻ തുടർന്നു:

"താത്രിയുടെ സത്യസന്ധതയ്ക്കു മുമ്പിൽ ഞാനന്ന് നമിച്ചുപോയി. അവളെ മറ്റുള്ളവർ മുതലെടുത്ത കാര്യം എന്നിൽനിന്നും മറച്ചു വയ്ക്കാമായിരുന്നു. പണ്ടേയുള്ള പരസ്പരസ്നേഹത്തിന്റെ പുനരുജ്ജീവനം എന്ന നിലയിലാണ് അതിന് രണ്ടു ദിവസത്തിനുമുമ്പ് അവൾ എനിക്ക് സമർപ്പിതയായതെന്ന കാര്യത്തിൽ ആർക്കും അഭിപ്രായ വ്യത്യാസമുണ്ടാവില്ല്യ. അതുവരെ പറഞ്ഞ പീഡനവഴികൾ വിസ്മരിക്കാമായിരുന്നു. കുറഞ്ഞപക്ഷം എന്നോടതെല്ലാം പറയാതിരിക്കാമായിരുന്നു. അവൾ ഒന്നും ഒളിപ്പിക്കാൻ തുനിഞ്ഞില്ല്യ. ആ സംഭവങ്ങൾ ഒന്നിലും അവൾ കുറ്റവാളിയായിരുന്നില്ല്യ, അവൾ പീഡിക്കപ്പെടുകയായിരുന്നു;

കുറ്റം അവളുടേതല്ലല്ലോ എന്നൊക്കെ വാദിക്കാം. എന്നാൽ കപ്ലിങ്ങാടൻ നാരായണന്റെ കാര്യത്തിലോ?

ഞാൻ നേരത്തേ പറഞ്ഞില്ലേ? അവൾ കലാകാരിയാണെന്ന്. അവനും കലാകാരനാ. രണ്ട് അരുവികൾ ഒഴുകിയൊന്നിക്കുന്നതുപോലെ തികച്ചും സ്വാഭാവികമായ ഒരു സംഗമം അവിടെ നടന്നു. അവിടെ പണത്തിനോ ആഭരണത്തിനോ ഭീഷണിക്കോ വഴങ്ങിയതല്ല്യ. അവിടെ കപ്ലിങ്ങാടൻ നാരായണന്റെ യൗവനയുക്തമായ ശരീരവും അവന്റെ കലാപാടവവും തന്നെയാണ് മറ്റുള്ളവർ നൽകിയ കാഴ്ചവസ്തുക്കളേക്കാൾ പ്രലോഭനീയമായി ഭവിച്ചത്.

കപ്ലിങ്ങാടൻ ഇങ്ങോട്ടു കാണിച്ചതിനേക്കാൾ താത്പര്യം അവൾ അങ്ങോട്ടു കാണിച്ചുവെന്ന് അവളുടെ വാക്കുകൾ തന്നെ വ്യക്തമാക്കുന്നുണ്ട്. ആ സത്യസന്ധത, ആ നിർഭയത്വം, എത്ര യുവതികൾക്കുണ്ട്? ദൈവികമായ സത്യസന്ധതയാണ് അവളുടെ വാക്കുകളിൽ ഞാൻ അനുഭവിച്ചറിഞ്ഞത്.

അസാധാരണ വൈഭവമുള്ള മനുഷ്യർ തന്നെയാ ദൈവപദവിയിലെത്തുന്നത്. രാമനും കൃഷ്ണനുമൊക്കെ ദൈവമായത് അങ്ങന്യാന്ന് നമുക്കൊക്കെ അറിയാം.

താത്രി അസാധാരണ വൈഭവമുള്ളവളായതുകൊണ്ടാ താൻ പിന്നിട്ട വഴികളിൽ അനുഭവിച്ചതൊക്കെ നിർഭയം വെളിപ്പെടുത്തിയത്. അന്നവൾ ഒരു കാര്യംകൂടി പറഞ്ഞു:

"എന്റെ മനസ്സമാധാനത്തിനുവേണ്ടിയാ നിന്നോടിതൊക്കെ പറയുന്നത് എന്നു കൂട്ടിക്കോളൂ. എനിക്കിവിടെനിന്ന് രക്ഷപ്പെടണമെന്ന് ആഗ്രഹമുണ്ട് എന്ന കാര്യം സത്യമാ. എന്നാൽ അതിനുവേണ്ടിയല്ല്യ ഞാനിതൊക്കെ പറയുന്നേ. കാരണം നിനക്കെന്നെ രക്ഷപ്പെടുത്താനാവില്ല്യാ. ആർക്കു മെന്നെ രക്ഷപ്പെടുത്താനാവില്ല്യാ. എങ്കിലും മോഹിച്ചുപോവുന്നു രാവുണ്ണീ, ഒരു പുരുഷനോടൊപ്പം ജീവിക്കാൻ. നടക്കില്ല്യാ, ഒന്നും നടക്കില്ല്യാ. എല്ലാം വിധിപോലേ നടക്കൂ. എങ്കിലും എന്റേത് വല്ലാത്തൊരു വിധിയാണെന്ന് തോന്നുന്നില്ല്യേ രാവുണ്ണീ?"

നിസ്സഹായനായി നോക്കിയിരിക്കാനേ എനിക്കന്നു കഴിഞ്ഞുള്ളൂ. പിന്നീട് ഞങ്ങളുടെ ആ കൂടിക്കാഴ്ച കഴിഞ്ഞ് അഞ്ചു വർഷങ്ങൾക്കു ശേഷമുണ്ടായ മഹാവിസ്ഫോടനത്തിനിടയിലാണല്ലോ ഞാൻ അഭയാർത്ഥിയായി ഇവിടെയെത്തിയത്.

അന്നെനിക്കു തോന്നി, അഞ്ചു കൊല്ലത്തിനുമുമ്പ്, ഒരു പുരുഷനോടൊപ്പം ജീവിക്കാൻ മോഹിച്ചുപോകുന്നെന്ന് അവൾ പറഞ്ഞപ്പോൾ 'ഞാനുണ്ട് നിനക്ക്' എന്നു പറഞ്ഞ് കൂട്ടിക്കൊണ്ടുവന്നിരുന്നെങ്കിൽ എന്ന്. ചിന്തിക്കാനല്ലേ കഴിയൂ. വിധി അങ്ങനെയല്ലല്ലോ. എല്ലാം മുൻകൂട്ടി നിശ്ചയിക്കപ്പെട്ടിരിക്കയല്ല്യേ?

ഇരുപത്തിരണ്ട്

"ഇല്ലത്ത് എന്തൊക്കെയോ അരുതായ്മകൾ സംഭവിച്ചുകൊണ്ടിരിക്കുന്നു എന്ന് അമ്മയ്ക്കു തോന്നി. അച്ഛനാ അതിനൊക്കെ കാരണക്കാരനെന്ന് അമ്മ വിശ്വസിച്ചു. അമ്മയും ചെറിയമ്മമാരും തമ്മിൽ നിത്യവും കലഹവും ലഹളേമായി.

"ഒരു നമ്പൂരിമൂരി മേഞ്ഞുനടക്കേല്ല്യേ? പിടിച്ചുകെട്ടണം. അതെങ്ങ്ന്യാ? ഈട രണ്ടെടണ്ണോണ്ടല്ലോ—എന്തിനും കൂട്ടുനിക്കേല്ല്യേ? പിന്നെങ്ങ്ന്യാ?"

അമ്മ ചെറിയമ്മമാർക്കിട്ട് കുത്തും.

"നീയല്ല്യേ ആദ്യംത്ത്യേ? എന്ത്യേ മൂരീന പൂട്ടാഞ്ഞൂ?"

ഗൗരിച്ചെറിയമ്മ തിരിഞ്ഞുകുത്തും.

കാര്യം ഉണ്ടെങ്കിലും ഇല്ലെങ്കിലും അച്ഛൻ അമ്മയേയോ ഏതെങ്കിലും ചെറിയമ്മയേയോ കൈയേറ്റം ചെയ്യും. അന്നേരം മൂന്ന് അമ്മമാരും ഒരുമിച്ചുനിന്ന് പ്രതിരോധിക്കും. ഞാനും ഇക്കാളിച്ചേച്ചീം കുട്ട്യോളും എവിടെങ്കിലും ഓടിയൊളിക്കും. നാണിത്തള്ള പ്രാണരക്ഷാർത്ഥം പായും. ചരുവം, ഓട്ടുരുളി, കിണ്ടി മുതലായവ വലിച്ചെറിയും. ആഴ്ചയിൽ ഒരു ദിവസോങ്കിലും ഇങ്ങനേക്കെ സംഭവിച്ചോണ്ടിരുന്ന്.

ഒരുദിവസം ഇക്കാളിച്ചേച്ചിക്ക് ഒരു വിവാഹാലോചന വന്നു. വാഴയ്ക്കാട്ടുമനയിലെ ഇച്ചീരിയാണത്രെ വരൻ. മൂന്നു വൃദ്ധന്മാർ ഒരു ദിവസം ഇല്ലത്തെത്തി, പെണ്ണുകാണാൻ. ഞാനും ചേച്ചീം കതകിനു പിന്നിൽ ഒളിച്ചു നിന്നു നോക്കി. വരനെ കണ്ടില്ല്യ. പിന്നീടറിഞ്ഞു, ആ കിഴവന്മാരിൽ ഒരാളാ വാഴയ്ക്കാട്ടുമനയിലെ ഇച്ചീരിയെന്ന്.

തീരെ പഴകിയ, നിലത്ത് നിരന്തരം വീണു ഞണുങ്ങിയ ചെമ്പുകലം പോലിരുന്നു അയാളുടെ മുഖം. ചത്ത പയ്യിന്റെ കണ്ണോലാ തിരുമേനീന്റെ കണ്ണുകൾ. കവിളൊട്ടി, പല്ലുന്തി ആകെ വികൃതമായ ഒരു സത്വം. ഞങ്ങളുടെ അച്ഛനെക്കാൾ പ്രായം കാണും.

കാര്യങ്ങൾ അച്ഛനങ്ങു തീരുമാനിച്ചു. പയ്യിനോട് ചോദിച്ചിട്ടാണോ അതിനെ വിൽക്കുന്നേ? വിവരമറിഞ്ഞപ്പോൾ ചേച്ചി എതിർത്തു.

"വയ്യ, നിക്കു വയ്യാ. അയ്യാളിന്നോ നാളേ വീണു ചാവൂല്ല്യേ?"

ചേച്ചി ശക്തിയായി പ്രതിഷേധിച്ചു. ആത്മഹത്യ ചെയ്യുമെന്ന് ഭീഷണിപ്പെടുത്തി. ആ വിവാഹം നടന്നുകൂടെന്ന് മൂന്നു അമ്മമാരും ഏകസ്വരത്തിൽ തീരുമാനിച്ചു.

അമ്മയും അച്ഛനും തമ്മിൽ വാക്കേറ്റമായി. അച്ഛൻ അമ്മയുടെ കഴുത്തിൽ കുത്തിപ്പിടിച്ച് ചുവരിൽ ചേർത്തുവച്ച് വയറ്റിലും നെഞ്ചിലുമൊക്കെ ഇടിതുടങ്ങി. ഗൗരിച്ചെറിയമ്മ അലറിയടുത്തു. അവർക്ക് നല്ല ആരോഗ്യമുണ്ടായിരുന്നു. പ്രസവിച്ചിട്ടില്ല്യ. രണ്ടാമത്തെ ചെറിയമ്മേം അച്ഛനെ തെറി

വിളിച്ചുകൊണ്ട് ഒച്ചവെച്ചു. ഗൗരിച്ചെറിയമ്മ സർവശക്തിയുമെടുത്ത് അച്ഛന്റെ വലതുകക്ഷത്തിനു താഴെ ആഞ്ഞൊന്നു ചവിട്ടി. അച്ഛൻ മലർന്നടിച്ചുവീണു.

ഇല്ലത്ത് മൂന്നാമതായി വേളികഴിച്ചെത്തിയ അന്തർജനം ഭർത്താവിനെ തൊഴിച്ചുവീഴ്ത്തുക! ആരെങ്കിലും വിശ്വസിക്ക്വോ? ആരും വിശ്വസിക്കില്ല്യ. എന്നാൽ അച്ഛന്റെ വീഴ്ചയ്ക്ക് രണ്ട് ദൃക്സാക്ഷികളുണ്ടായിരുന്നു. അങ്ങ്ന്യാ പുറംലോകമറിഞ്ഞേ.

അന്ന് പത്തായപ്പുരയിൽ ദേശമംഗലത്തെ ഒരു ആനക്കാരനും മറ്റൊരാളും ഉണ്ടായിരുന്നു. വിളിയും കരച്ചിലുമൊക്കെക്കേട്ട് അവർ ഓടിയെത്തിയപ്പോ അഷ്ടമൂർത്തിത്തിരുമേനി മലർന്നടിച്ചു വീഴുന്ന വീഴ്ചയാ കണ്ടേ. അവർ അച്ഛനെ പിടിച്ചെണീപ്പിച്ചു. രണ്ടേളരുംകൂടി നമ്പൂര്യേ അനുനയിപ്പിച്ച് കാവിനടുത്തേക്ക് കൂട്ടിക്കൊണ്ടോയി.

ഗൗരിച്ചെറിയമ്മയുടെ കലിയടങ്ങിയില്ല്യ.

"ഈ ദുഷ്ടൻ കൊല്ലും. എല്ലാരേം കൊല്ലും; എന്നേം കൊല്ലും. ഈ കാലൻ പൂജിച്ചാ കാർത്യായനി പൂജ കൈക്കൊള്ളേ്വാ? ഇല്ല്യേയില്ല്യാ. ഈടത്തെ പാർപ്പിത്രേം മതി. ഞാനെന്റെ ഇല്ലത്തേക്ക് പൂവ്വാ."

അവർ ചുറ്റും ഒന്നു കണ്ണോടിച്ചിട്ട് ആരോടെന്നില്ലാതെ പറഞ്ഞു:

"ഞാനിറങ്ങാ. ഇതാ വെറുംകൈയോടെ."

ആർക്കും ഒന്നും പറയാനുള്ള അവസരമുണ്ടായില്ല്യ. അതിനിടയിൽ അവർ ഇറങ്ങി ഓടി.

അഞ്ചാറു മൈൽ അകലെയാ ആവണപ്പറമ്പ്. മറക്കുടയും ദാസിമാരുമില്ലാതെ, ഉടുത്തിരുന്ന മുഷിഞ്ഞുപിന്നിയ ഒറ്റമുറി മുണ്ടല്ലാതെ മറുമുണ്ടോ രണ്ടാം മുണ്ടോ ഇല്ലാതെ ചെറിയമ്മ ഓടി. കല്പകശ്ശേരിയില്ലം ചുട്ടെരിക്കാനുള്ള അഗ്നിയുണ്ടായിരുന്നു അവരുടെയുള്ളിൽ. എങ്കിലും ജീവൻ രക്ഷിക്കേണ്ടത് തന്റെ മാത്രം ഉത്തരവാദിത്വമാണെന്ന് അവർ മനസ്സിലാക്കിക്കാണും.

അടങ്ങാത്ത പകപോലെ, നിശ്ശബ്ദമായ കൊടുങ്കാറ്റുപോലെ അവർ ഓടി. ഇന്നുവരെ ആ ചെറിയമ്മ തിരിച്ചുവന്നിട്ടില്ല്യ. അവർക്ക് എന്തു സംഭവിച്ചെന്നോ ജീവിച്ചിരിപ്പുണ്ടെന്നോ ഞങ്ങൾക്കറിയില്ല്യ.

ഇല്ലത്ത് കൊടുങ്കാറ്റടങ്ങിയ പ്രതീതി. വാഴക്കൂട്ടത്തിനിടയിൽ ഒളിച്ചിരുന്ന നാണിത്തള്ള അകത്തെത്തി. അപകടമൊഴിഞ്ഞെന്നു തോന്നിയപ്പോ കുട്ട്യോളൊക്കെ മാളങ്ങളിൽനിന്നും മെല്ലെ തലനീട്ടി പുറത്തിറങ്ങി. അമ്മേം രണ്ടാമത്തെ ചെറിയമ്മേം രണ്ടിടത്തിരുന്നു. കുറച്ചുനേരം ഇല്ലത്ത് ആരും ഒന്നും മിണ്ടീല്ല്യ. പിന്നെ ഇക്കാളിച്ചേച്ചി കരഞ്ഞുകൊണ്ട് ആരോടെന്നില്ലാതെ പറഞ്ഞു:

"എന്നെ ഒഴിവാക്കാനല്ല്യേ ആ കിഴവനെ ഇങ്ങോട്ടു കെട്ടിയെടുത്തേ. ഈടക്കിടന്ന് അച്ഛന്റെ കൈകൊണ്ടു മരിക്കുന്നതിലുംഭേദം ഇറങ്ങി

പ്പോക്കു തന്ന്യാ. ഞാൻ പോകാം. ആരുടെകൂടെ വേണോങ്കിലും പോകാം. അല്ലെങ്കി ചാകാം. നിക്ക് രണ്ടും ഒന്നുതന്ന്യാ.''

അമ്മയും ചെറിയമ്മയും നാണിത്തള്ളയും ആ പെൺവിലാപങ്ങൾ കേട്ടു എന്നല്ലാതെ എന്തു പറയാനാ? ചേച്ചിക്ക് സംഭവിക്കാനിരിക്കുന്ന ദുര്യോഗമോർത്ത് ഞാൻ കരഞ്ഞു. എന്തുകൊണ്ടോ ഞാനന്ന് വളരെ നേരം ഉറക്കെ കരഞ്ഞു.

മൂന്നു ദിവസം കഴിഞ്ഞപ്പൊ ഇല്ലത്ത് പത്തുപേരൊത്തുവന്നു. ഇക്കാളി ച്ചേച്ചിയുടെ വേളി കഴിഞ്ഞ്, ചേച്ചി വാഴയ്ക്കാട്ടില്ലത്തേക്ക് യാത്രയായി. പോകുന്നതിനുമുമ്പ് ചേച്ചി എന്റെ ചെവിയിൽ ഒരു രഹസ്യം പറഞ്ഞു:

''അച്ഛന്റെ അടുത്തെങ്ങും പോകരുത്. വെറും ദുഷ്ടനാ. അച്ഛൻ വീട്ടിലുള്ളപ്പൊ അമ്മയുടെ അരികിൽതന്നെ നിൽക്ക. കാളയ്ക്കുണ്ടോ പൈക്കളിൽ ഭേദചിന്ത?''

അന്നെനിക്കു പന്ത്രണ്ടു വയസ്സാ. പതിനാറു വയസ്സു കഴിഞ്ഞ ഇക്കാളി ച്ചേച്ചിയോളം വണ്ണവും അല്പംകൂടി ഉയരവും എനിക്കുണ്ടായിരുന്നു. ആ ചെറുപ്രായത്തിൽതന്നെ ഒരുപാട് പ്രതിസന്ധികളെ അഭിമുഖീകരി ക്കേണ്ടി വന്നിട്ടുണ്ട് എനിക്ക്. എങ്കിലും ഞാനല്പം തന്റേടിയായിരുന്നു.

അച്ഛനെക്കുറിച്ച് ചേച്ചി മുന്നറിയിപ്പു തന്നപ്പോ ഞാൻ ശരിക്കും ഭയന്നു. എന്റെ തന്റേടമൊക്കെ വെറും തോന്നലായിരുന്നുവെന്നും ഒരു സാധാരണ പെങ്കിടാവിനെപ്പോലെ ഞാനും തികച്ചും ഭീരുതന്നെ യാണെന്നും അന്ന് ബോധ്യമായി.

'കാളയ്ക്കുണ്ടോ പൈക്കളിൽ ഭേദചിന്ത' എന്നു ചേച്ചി പറഞ്ഞതിന്റെ പൊരുൾ എനിക്കു നന്നായി മനസ്സിലായി. അതേക്കുറിച്ച് ചിന്തിക്കേ ന്റെ കാലുകളിൽ വിറയൽ അനുഭവപ്പെട്ടു. അതിനുമുമ്പ് പല സന്ദർഭങ്ങളിലും ഞാൻ ഭയന്നിട്ടുണ്ടായിരുന്നെങ്കിലും അന്നത്തെ അത്രേം ഭയന്നിട്ടി ല്ല്യാര്ന്നു.

അമ്മയുടെ കഴുത്തിൽ കുത്തിപ്പിടിച്ച് അച്ഛൻ ഇടിച്ചുകൊല്ലാൻ ശ്രമിച്ച രംഗം മായാതെ മനസ്സിൽ കിടന്നു. അമ്മയെ കൊല്ലാൻ തന്ന്യാരുന്നു ഉദ്ദേശ്യമെന്ന് ഇന്നും വിശ്വസിക്കുന്നു. അച്ഛൻ എന്ന്യേം കൊല്ലും. ഉള്ളിൽ ആ ആന്തൽ ഇപ്പോഴുമുണ്ട് രാവുണ്ണീ. എന്റെ അന്നത്തെ മാനസികാ വസ്ഥ എന്തായിരുന്നെന്ന് രാവുണ്ണിക്കറിയോ? അറിയില്ല്യാ, ആർക്കും അറിയില്ല്യാ.

ഇന്നത്തെ ശരീരം തന്ന്യാ അന്നും എങ്കിലും വെറും പന്ത്രണ്ടു വയസ്സുള്ള ഒരു കുട്ടിയല്ല്യേ. തന്റെ പിതാവു തന്നെ കൊല്ലും എന്ന് ഒരു കുട്ടി ഭയന്നാ എന്താണവസ്ഥ? എവിടെയാ ഓൾക്ക് ഒരഭയം? ഭഗവതീ, ഞാനെങ്ങന്യാ കഴിഞ്ഞൂന്നറിയോ? മരിക്കാൻ ഭയാര്ന്നു. ഇന്നത്തെ പ്പോലല്ലല്ലോ. അന്നു ഞാൻ വെറും കുട്ട്യല്ലേ?

എന്റെ സ്ഥാനത്ത് മറ്റൊരു പെങ്കുട്ട്യാരുന്നെങ്കി നിശ്ചായും പേടിച്ച് വിറച്ച് സമനില തെറ്റിപ്പോയേനേ. പേടിച്ചുവിറച്ചെങ്കിലും അധികം

വൈകാതെ സമനില വീണ്ടെടുത്തു. വായനയായിരുന്നു, സമനില വീണ്ടെടുക്കാൻ എന്നെ സഹായിച്ചത്.

ഒരു ദിവസം നാലുമണിയോട് അടുത്ത സമയം. പത്തായപ്പുരയുടെ ഇറയത്തിരുന്ന് കീചകവധം ആട്ടക്കഥയിലെ പദങ്ങളും ദണ്ഡകങ്ങളും വായിച്ചുവായിച്ച് രസിക്കുകേർന്നു. അപ്പോഴുണ്ട് ആറങ്ങാട്ടുകര ശേഖര വാര്യർ വരുന്നു. ആരെന്നറിയോ അദ്ദ്യേം?

എന്റെ നാലാംവയസ്സിൽ, ഒരു വിജയദശമി ദിനത്തിൽ അക്ഷരലോക ത്തിലേക്ക് എന്റെ കുഞ്ഞുവിരൽ പിടിച്ച് ആനയിച്ച ആറങ്ങാട്ടുകര ശേഖര വാര്യർ—എന്റെ അക്ഷരഗുരു, ആദ്യഗുരു.

മുമ്പും വല്ലപ്പോഴുമൊക്കെ അദ്ദ്യേം ഇല്ലത്ത് വരാറുണ്ടായിരുന്നു. അച്ഛൻ അവിടില്ലല്ലോ എന്ന ധൈര്യത്തിലാ പത്തായപ്പുരയുടെ തുറസ്സായ ഇറയത്ത് ഞാൻ വായിച്ചുകൊണ്ടിരുന്നത്.

ഗൗരിച്ചെറിയമ്മയുടെ തിരിച്ചുപോക്കും ഇഷ്ടമില്ലാത്ത വിവാഹ ത്തിലൂടെ ഇക്കാളിച്ചേച്ചിയുടെ ഇല്ലത്തുനിന്നുള്ള വേർപാടും സൃഷ്ടിച്ച ഒരു തരം അവസ്ഥ അവിടെ നിലനിൽക്കേർന്ന്. മരണാനന്തര ചടങ്ങുകൾ കഴിഞ്ഞ് ആളൊഴിഞ്ഞ വീടുപോലെ തികച്ചും വിമൂകമായിരുന്നു ഇല്ലം. അമ്മമാരെയോ നാണിത്തള്ളയെയോ കുഞ്ഞുങ്ങളെയോ പുറത്തെങ്ങും കാണാനില്ല്യ. അകത്തളത്തിലെവിടെയെങ്കിലും അവർ ചുരുണ്ടു കൂടിയിരിക്കയാവാം.

ഇല്ലത്ത് എല്ലായിടത്തും നിറഞ്ഞുനിന്നത് ഭയംമാത്രം. എല്ലാവരും പരസ്പരം ഭയക്കുന്നപോലെ, പരസ്പരം സംശയിക്കുന്നപോലെ. അമ്മേം ചെറിയമ്മേം തമ്മിത്തമ്മി മുഖത്ത് നോക്കാറില്ല്യ. കുട്ട്യോളും പേടിച്ചരണ്ട് എവിടേന്നറിയാമ്മേലായി. ഞാൻ മാത്രം ഒറ്റയ്ക്കിരുന്ന് ഉറക്കെ വായി ക്കേർന്ന്. നല്ല ഈണത്തില് താളവും രാഗവും ഒപ്പിച്ചുള്ള വായന. വാര്യര് ഗുരു അടുത്തെത്തിയശേഷമേ ഞാൻ കണ്ടുള്ളൂ. പെട്ടെന്ന് ചാടിപ്പിടച്ചെഴു ന്നേറ്റു.

"ന്താദ്, വായിക്കേർന്നോ? നന്ന്, വളരെ നന്ന്."

അദ്ദേഹം എന്നെ അഭിനന്ദിച്ചുകൊണ്ട് പുസ്തകത്തിനു കൈനീട്ടി.

"ഹായ് കീചകവധമോ? നന്നായി. വരൂ, വരൂ."

അദ്ദേഹം പുസ്തകവുമായി പത്തായപ്പുരയിൽ കയറി കട്ടിലിൽ ഇരുന്നു. ഞാൻ അനുസരണയോടെ അരികിലെത്തി, ഭവ്യതയോടെ ഒതുങ്ങിനിന്നു.

"കീചകവധം തീർത്തും വായിക്കണം. ന്താ രസമെന്നറിയോ?"

"തീർത്തും വായിച്ചു; പല പ്രാവശ്യം വായിച്ചു."

ഞാൻ പറഞ്ഞു.

"അങ്ങ്ന്യാ? നന്നായി, വളരെ നന്നായി. എന്നാലും വായിച്ചതിന്റെ അർത്ഥമൊക്കെ മനസ്സിലായോ?"

"കുറച്ചൊക്കെ."

"പോരപോരാ. തീർത്തും മനസ്സിലാക്കിയില്ലെങ്കിൽ രസഭംഗ മുണ്ടാകാം."

അദ്ദേഹം കട്ടിലിൽ ഇരുന്നുകൊണ്ടുതന്നെ വലതുകൈ നീട്ടി എന്റെ അരയിൽ ചുറ്റിപ്പിടിച്ച് ദേഹത്തോടണച്ചു. നാലാം വയസ്സിൽ എന്നെ മടിയിൽ എടുത്തിരുത്തി എന്റെ കുഞ്ഞുവിരലുകൾ പിടിച്ച് ഹരിശ്രീ കുറിച്ച ഗുരുവല്ലേ്യ? അതിനാൽ എനിക്കൊരു പ്രതിഷേധവും തോന്നിയില്ല്യാ. എന്നാൽ പിടിച്ചണച്ചപ്പോ എന്റെ ഇടതുമുല കൃത്യമായും അദ്ദ്യേത്തിന്റെ മുഖത്തണഞ്ഞത് ആരും കരുതിക്കൂട്ടി ഒന്നും ചെയ്തോണ്ടല്ല്യാ. എങ്കിലും എനിക്ക് ഉള്ളിൽ മഞ്ഞുവെള്ളം വീണപോലെ തോന്നി. അങ്ങനെയൊരു സംഭവം നടന്നതായിപ്പോലും അദ്ദ്യേം ഭാവിച്ചില്ല്യാ. എന്നെ പിടിച്ച്, കട്ടിലിൽ അടുത്തിരുത്തി. കീചകവധത്തെക്കുറിച്ചും ഉത്തരാസ്വയംവരത്തെക്കുറിച്ചും ബകവധത്തെക്കുറിച്ചുമെല്ലാം വാചാലനായി.

ദക്ഷയാഗത്തിലെ 'കണ്ണിണയ്ക്കാനന്ദം നൽകീടുന്നുപാരം', കീചകവധത്തിലെ 'ക്ഷോണീന്ദ്രപത്നിയുടെ വാണീം നിശമ്യ പുനരേണീവിലോചന നടുങ്ങീ–', നളചരിതത്തിലെ 'മാരിതമായ് പെരുമ്പാമ്പെടോ സുകുമാരിമാർക്കൊരു കൂമ്പെടോ' തുടങ്ങിയ പദങ്ങളുടെ പ്രത്യേകത, അഭിനയസാധ്യത തുടങ്ങിയ കാര്യങ്ങളെക്കുറിച്ചൊക്കെ ദീർഘമായി സംസാരിച്ചു. ആ സംസാരവും അദ്ദ്യേത്തിന്റെ സാമീപ്യവും എനിക്ക് വളരെ ഇഷ്ടപ്പെട്ടു. അദ്ദ്യേത്തിന്റെ പാണ്ടിത്യോം എന്നോടു കാട്ടുന്ന കരുണേമോർത്തപ്പോ ഞാൻ ഏറെ വിനീതയായി...

"താത്രിക്കു പഠിക്കാൻ ഏറെ താല്പര്യമുണ്ടെന്ന് എനിക്കു മനസ്സിലായി. ആട്ടക്കഥ നല്ലവണ്ണം ആസ്വദിക്കണമെങ്കി കുറച്ചു സംസ്കൃത ജ്ഞാനം വേണം. അത്ര ആഴത്തിലുള്ള അറിവ് വേണംന്നില്ല്യാ. ഓയ്ക്കില്ലത്തുവച്ച് ചേരാവള്ളി സംസ്കൃതമൊന്നും പഠിപ്പിച്ചില്ല്യാന്ന് നിക്കറിയാം. സാരംല്ല്യാ. ഇനി പഠിച്ചാലും മതി."

"ഓയ്ക്കില്ലത്തു പോയ് പഡിക്കാൻ ഇനി അച്ഛൻ അനുവദിക്കില്ല്യാ."

ഞാൻ പറഞ്ഞു.

"അനുവദിക്കില്ല്യാ, അനുവദിച്ചുകൂടാ, അതിന്റെ ആവശ്യംല്ല്യാ. താത്രിക്കിപ്പോ പന്ത്രണ്ടു വയസ്സായി, ല്ലേ്യ? പന്ത്രണ്ടു വയസ്സായ കുട്ടിക്കാവ് ഗുരുകുലത്തിൽ പഠിക്കാൻ പോവേണ്ട കാര്യംല്ല്യാ. ഗുരു വീട്ടിൽ വന്ന് പഠിപ്പിക്കും."

വാര്യർ വെളുക്കെ ചിരിച്ചുകൊണ്ടു പറഞ്ഞു

"ഓയ്ക്കില്ലത്തെ ഗുരു വരുംന്ന് തോന്നുന്നില്ല്യാ."

ഞാൻ പറഞ്ഞു.

"വരില്ല്യാ, വന്നുകൂടാ, അതിന്റെ ആവശ്യംതന്നെയില്ല്യാ."

പിന്നെ ഗുരു ആര് എന്ന അർത്ഥത്തിൽ ഞാൻ അദ്ദ്യേത്തെ നോക്കി.

"ഞാനുണ്ടല്ലോ. ഞാൻ വന്ന് എന്റെ താത്രിക്കുട്ട്യേ സംസ്കൃതത്തിലെ മഹാകൃതികൾ പഠിപ്പിച്ചുതരും. കാളിദാസന്റെ മേഘസന്ദേശമെന്നൊക്കെ കേട്ടിട്ടുണ്ടോ? ഹൊ! അതാണ് സാഹിത്യം!"

"അച്ഛൻ അനുവദിച്ചാൽ—"

"അത് വിട്."

അദ്ദ്യേം ഇടയ്ക്കു കയറി പറഞ്ഞു.

"അഷ്ടമൂർത്തിത്തിരുമേനീം ഞാനും തമ്മിലുള്ള ബന്ധം ഇന്നുമിന്നലേന്നും തുടങ്ങിയതല്ല്യാ. അതൊക്കെ ഞാനേറ്റു. നാളെ രാവിലെ ഏതാണ്ടൊരു പത്തു മണിയോടെ ഞാനിവിടെ എത്തും. കുളിച്ചൊരുങ്ങി പ്രാർത്ഥിച്ച് ഗുരുദക്ഷിണയുമായി ഇവിടെത്തണം. ഞാനിറങ്ങാ."

അദ്ദേഹം എഴുന്നേറ്റ് പോകാൻ തുടങ്ങിയപ്പോ വളരെ അരുമയായി, ഒരു പൂവിൽ തലോടുന്നതുപോലെ എന്റെ കവിളിൽ തലോടി. ആ തലോടൽ എന്റെ കരളിലാ പതിഞ്ഞത്.

വാര്യര്ഗുരു പോയപ്പോ മുമ്പെങ്ങും തോന്നാത്ത തരത്തിൽ, ഒരു ശൂന്യതാബോധം അനുഭവപ്പെട്ടു. അദ്ദ്യേം കുറച്ചുനേരംകൂടി ഈടെ ഇരുന്നെങ്കി എന്നാഗ്രഹിച്ചുപോയി.

എന്ത്യേ ഇങ്ങന്യേണ്ടാവാൻ? ഇതുവരെ തോന്നാത്തത്ര അടുപ്പം തോന്നാൻ കാരണമെന്ത്യേ?

ഒക്കെ ഈശ്വരനിശ്ചയംന്ന് സമാധാനിച്ചു.

ഗുരുദക്ഷിണയുമായി വരാനാണല്ലോ അദ്ദ്യേം പറഞ്ഞത്. കൊള്ളാമെന്നുള്ള എന്തെങ്കിലും അദ്ദ്യേത്തിന് ഇഷ്ടപ്പെടുന്ന തരത്തിലുള്ള ഗുരുദക്ഷിണയാവണം. എന്തുണ്ട് കൈയിൽ?

വിലപിടിപ്പുള്ള പലതും പലരും തന്നിട്ടുണ്ടായിരുന്നു. എല്ലാം ഓരോരോ കാര്യം പറഞ്ഞ് അച്ഛൻ അപഹരിച്ചെടുത്തു. ദേശമംഗലം വാസുദേവൻ നമ്പൂതിരി തന്നവയിൽ കല്ലുവച്ച ഒരു മോതിരം ഒരിടത്ത് ഒളിപ്പിച്ചുവെച്ചിട്ടുണ്ട്. വെങ്കിടേശ്വരപട്ടര് തന്ന രണ്ടു രൂപേം കൈവശമുണ്ട്. ആ രണ്ടു രൂപ ദക്ഷിണയായി കൊടുത്താ മതിയോ? ഇത്രേം വല്ല്യോരാളിന് രണ്ടു രൂപ തീരെ ചെറുത് തന്നല്ല്യേ? അതുവേണ്ട. ആ വൈരക്കൽ മോതിരം അച്ഛന്റെ കൈയി കിട്ടിയാ വല്ല സംബന്ധക്കാരിക്കും കൊണ്ടു കൊടുക്കും. അതിലും ഭേദം ശേഖരവാര്യർക്ക് കൊടുക്കതന്നെ.

ആറങ്ങോട്ടുകര ശേഖരവാര്യർ ചില ദിവസങ്ങളിൽ സംസ്കൃതം പഡിപ്പിക്കാൻ വരുംന്ന് രാവിലെതന്നെ ഞാൻ അമ്മയോടു പറഞ്ഞു. അകത്തളത്തി നീലിക്കുഞ്ഞിനെയും മടിയിലിരുത്തി ചുവര് ചാരിയിരിക്കുകേര്ന്ന് അമ്മ. ഞാൻ പറഞ്ഞത് കേട്ടതായി ഭാവിച്ചില്ല്യാ. വെറുതെ നോക്കിക്കൊണ്ടിരിക്കുന്നു. അമ്മ ഒന്നും കാണുന്നില്ലെന്നും

ഒന്നും കേൾക്കുന്നില്ലെന്നും ശരീരം മാത്രമേ ഇവിടുള്ളൂ എന്നും മനസ്സ് മറ്റെവിടേ ആണെന്നും എനിക്കു മനസ്സിലായി.

"എന്നെ പഡിപ്പിക്കാൻ അച്ഛനാണ് ശേഖരവാര്യരെ ചുമതലപ്പെടുത്തിയത്."

അറിഞ്ഞുകൊണ്ടുതന്നെ ഒരസത്യം പറഞ്ഞു. എന്നിട്ടും അമ്മയ്ക്ക് ഒരു പ്രതികരണവുമില്ല്യ.

കുളക്കടവിൽ ഞാൻ ഈറൻ മാറിയുടുക്കാൻ കൊണ്ടുപോയത് അലക്കിയലക്കി തീരെ നേർത്തുപോയ ഒരു കസവ് നേര്യതായിർന്ന്. പള്ളത്തെരി ഇട്ട്യാറച്ചനമ്പൂതിരി തന്ന കസവുകര പുടവ അച്ഛൻ കൈക്കലാക്കിയില്ല്യായിരുന്നെങ്കി ആ പുടവയുമുടുത്ത് ഗുരുവിന്റെ മുമ്പിൽ അന്തസ്സായി ചെന്നിരിക്കാമായിരുന്നു.

കുളികഴിഞ്ഞ് ഈറൻ മാറിയുടുക്കാൻ മുണ്ടു നിവർത്തപ്പോ ഞാൻ കരഞ്ഞുപോയി. വായുവിനേക്കാൾ നേർത്തതായിരുന്നു ആ പഴന്തുണി. അങ്ങിങ്ങ് പൊട്ടിപ്പൊടിഞ്ഞിരിക്കുന്നു. ഞാനത് അരയിൽ ചുറ്റി. തുണി ഉടുത്തിട്ടുണ്ടെന്ന് സമാധാനിക്കാം.

തല കോതിയൊതുക്കി. ഒതുക്ക്യാലൊന്നും ഒതുങ്ങില്ല്യാ. ദേ കണ്ടിട്ടില്ലേ? അന്നും ഇങ്ങനെ തന്ന്യാർന്നു. പനങ്കൊലപോലെ നിതംബം മറച്ച് കെടക്ക്ആ. ചന്ദനമുരച്ച് നെറ്റിയിലൊരു കുറിയിട്ടു. അഞ്ചെട്ടു പിച്ചിപ്പൂവുണ്ടാർന്നു. അത് ചെറുമാലയാക്കി മുടിയിലണിഞ്ഞു. ചമയങ്ങൾ കഴിഞ്ഞു.

ഒളിച്ചുവച്ചിരുന്ന വൈരക്കൽമോതിരമെടുത്ത് മടിക്കുത്തിൽ ഒളിപ്പിച്ചു. നിലക്കണ്ണാടിയിൽ നോക്ക്യപ്പോ ഒരു കാര്യം ബോധ്യായി—ഞാൻ എന്നത്തെക്കാളും സുന്ദരിയായിരിക്കുന്നു!

പത്തായപ്പുരയിലെത്തിയപ്പോ ഗുരു ശേഖരവാര്യർ ഹൃദ്യമായി ചിരിച്ചുകൊണ്ട് കട്ടിലീ ഇരിക്ക്യേർന്നു. തറയിലിരുന്ന നിലവിളക്ക് കട്ടിലിൽ എടുത്തവച്ച് കത്തിച്ചതാരാ? അദ്ദ്യേം തന്നെയായിരിക്കാം.

ഞാൻ ചെന്നപ്പോ ഗുരു എഴുന്നേറ്റ് വിളക്കു തൊട്ടുതൊഴുതു.

"ദീപം തൊട്ടുതൊഴ്ക."

ഞാൻ അനുസരിച്ചു.

"നമുക്ക് പഠനം ആരംഭിക്കാം."

അദ്ദ്യേം വെറും നിലത്ത് ചമ്രംപടിഞ്ഞിരുന്നു.

"ഇരിക്ക."

ഞാൻ അദ്ദ്യേത്തിന്റെ മുമ്പിൽ ചമ്രംപടിഞ്ഞിരുന്നു. എന്റെ പഴന്തുണി പൊട്ടിപ്പിളർന്നുപോക്വോ എന്നൊരു ഭയോണ്ടാർന്ന്. ചെറുമുണ്ടുടുത്ത് ചമ്രംപടിഞ്ഞിരുന്നപ്പോഴുണ്ടായ എന്റെ ബുദ്ധിമുട്ടുകൾ ബദ്ധപ്പെട്ട് പരിഹരിച്ചു. അദ്ദ്യേം അതെല്ലാം കണ്ടില്ലെന്നുവെച്ചു.

“നമുക്ക് പഠനം ആരംഭിക്കാം. നല്ലോണം ഭഗവതിയെ മനസ്സിൽ ധ്യാനിച്ചോളൂ.”

ഞാൻ ഭഗവതിയെ മനസ്സിൽ ധ്യാനിച്ചു. പെട്ടെന്ന് ഗുരുദക്ഷിണയുടെ കാര്യം എനിക്ക് ഓർമവന്നു.

“ഗുരുദക്ഷിണ വേണ്ടേ?”

ഞാൻ ചോദിച്ചു

“വേണംല്ലോ. ഗുരുദക്ഷിണ കിട്ടിക്കഴിഞ്ഞല്ലോ.”

അദ്ദേ്യം പറഞ്ഞതിന്റെ പൊരുളറിയാതെ ഞാൻ നോക്കിയിരുന്നു.

“എന്റെ ഗുരുദക്ഷിണ തന്ന്യാ ഈയിരിക്കുന്നേ. താത്രിക്കുട്ടിയേക്കാൾ വിലപിടിപ്പുള്ള മറ്റൊരു ഗുരുദക്ഷിണയുണ്ടോ?”

അന്നേരത്തെ അദ്ദേ്യത്തിന്റെ ചിരി ദിവ്യവും അലൗകികവും ദൈവികവും ആയിരുന്നെന്ന് എനിക്കു തോന്നി. എന്നെ ഗുരുദക്ഷിണയായി അദ്ദേ്യം സ്വീകരിച്ചല്ലോ. എന്റെ മേലാകെ കോൾമയിർക്കൊണ്ടു. ഞാൻ കണ്ണടച്ച് കൈകൂപ്പി ശിരസ്സുകുനിച്ച് നന്ദിയറിയിച്ചു. പിന്നെ മടിയിൽ ഒളിപ്പിച്ചുവച്ചിരുന്ന വൈരമോതിരമെടുത്ത് അദ്ദേ്യത്തിന്റെ നേർക്കു നീട്ടിക്കൊണ്ടു പറഞ്ഞു:

“ഒരു ചെറിയ ദക്ഷിണകൂടി സ്വീകരിക്കണം.”

“ശിവശിവ! എന്തായിത്? വൈരമോതിരമല്ല്യേ? എങ്ങന്യാ ഞാനിതു സ്വീകരിക്ക?”

“എന്നെ ഗുരുദക്ഷിണയായി സ്വീകരിച്ചല്ലോ. പിന്നെ ഈ മോതിരം കൂടി സ്വീകരിക്കരുതോ?”

“ഒക്കെശ്ശരി. ഗുരുദക്ഷിണ തിരസ്കരിക്കാനും പാടില്ലല്ലോ. കുഞ്ഞേ, ചടങ്ങിനുവേണ്ടി ഒരണയോ മറ്റോ മതിയായിരുന്നല്ലോ.”

“അതുപോരാ. അങ്ങിത് സ്വീകരിക്കണം.”

ഞാൻ താഴ്മയായി പറഞ്ഞു.

“ങ്ആ, ഒരു വഴീണ്ട്. തന്നോളൂ, തന്നോളൂ.”

ഇരുകൈ ചേർത്തു നീട്ടിക്കൊണ്ട് ഗുരു പറഞ്ഞു.

ഞാൻ വൈരമോതിരം അദ്ദേ്യത്തിന്റെ കൈയിൽ വച്ചുകൊടുത്തു.

“സ്വീകരിച്ചിരിക്കുന്നു, ഗുരുദക്ഷിണ സ്വീകരിച്ചിരിക്കുന്നു. താത്രിക്കുട്ടിയുടെ വലതുകൈ ഒന്നു കാണട്ടെ.”

ഞാൻ കൈപ്പത്തി മലർത്തി അദ്ദേ്യത്തിന്റെ നേർക്കുനീട്ടി. അദ്ദേ്യം എന്റെ കൈപിടിച്ച് കമഴ്ത്തി വൈരമോതിരം നടുവിരലിൽ അണിയിച്ചുകൊണ്ടു പറഞ്ഞു:

“ഗുരുദക്ഷിണയല്ല തിരിച്ചുതന്നത്. ഞാൻ താത്രിക്കുട്ടിക്ക് ഒരു സമ്മാനം തന്നൂന്ന് കൂട്ടിക്കോളൂ.”

കുമാരസംഭവമാണ് അദ്ദേഹം പഠിപ്പിച്ചുതുടങ്ങിയത്. ശ്ലോകം വായിച്ച്, അന്വയിച്ച് അർത്ഥം പറയും. നാലഞ്ചു ശ്ലോകം ആദ്യദിവസം അദ്ദേഹം പഡിപ്പിച്ചു. വായിച്ചുപഡിക്കാൻ പുസ്തകം തന്നിട്ടാ അദ്ദേഹം അന്നു പോയത്. പഠിപ്പിച്ചതൊക്കെ അന്നുതന്നെ ഞാൻ കാണാതെ പഠിച്ചു.

ഞാൻ വ്യക്തമായും ഓർക്കുന്നൂ രാവുണ്ണീ, ഓരോ ദിവസം കഴിയുന്തോറും ഞാൻ ഗുരുവിനോട് കൂടുതൽ കൂടുതൽ അടുത്തുകൊണ്ടിരുന്നു. നാല്പത്തിയഞ്ചോളം വയസ്സുണ്ടായിരുന്നിട്ടും ഒരു പ്രത്യേക വശ്യത, ആകർഷണീയത അദ്ദ്യേത്തിനുണ്ടായിരുന്നു.

പഠനം ഒരുമാസം പിന്നിട്ടു. അപ്പോഴേക്കും എനിക്ക് പഠനത്തിൽ ശ്രദ്ധ കുറയുന്നതായി ഞാൻതന്നെ കണ്ടെത്തി. എന്റെ മുമ്പിലിരിക്കുന്നത് തപഃസ്ഥിതനായ പരമശിവനാണെന്നും ഞാൻ അദ്ദ്യേത്തിന്റെ തപസ്സിളക്കാൻ ചെന്ന പാർവതിയാണെന്നും എനിക്കു തോന്നി. അസ്വസ്ഥത ഉള്ളിലൊതുങ്ങാതായപ്പോൾ ഞാൻ ഗുരുവിനോടു പറഞ്ഞു:

"വിരോധമില്ലെങ്കിൽ, അങ്ങ് പറഞ്ഞത് കളവല്ലെങ്കിൽ, എന്റെ വിലപിടിപ്പുള്ള ഗുരുദക്ഷിണ സ്വീകരിക്കണം. ഞാൻതന്നെയാണ് ഏറ്റവും വലിയ ഗുരുദക്ഷിണയെന്ന് അങ്ങു പറഞ്ഞല്ലോ."

ചുരുക്കേണ് രാവുണ്ണീ. ഞാനെന്നെ ഗുരുദക്ഷിണയായി അദ്ദ്യേത്തിന് സമർപ്പിച്ചു. അദ്ദ്യേമത് സസന്തോഷം സ്വീകരിക്കുകയും ചെയ്തു. അതൊരു ആത്മസമർപ്പണമായിരുന്നു; പരസ്പരസമർപ്പണമായിരുന്നു.

പിറ്റേന്നും ഞാൻ കുളിച്ചൊരുങ്ങി ഗുരുവിനെ കാത്തിരുന്നു. അദ്ദേഹം അന്നു വന്നില്ല. അതിന്റെ അടുത്ത ദിവസവും രാവിലെ ഞാൻ കുളിച്ചൊരുങ്ങി കാത്തിരുന്നു. നാലഞ്ചു ദിവസം ആ കാത്തിരിപ്പു തുടർന്നു. എന്താണ് സംഭവിച്ചേന്ന് എനിക്കറിയില്ല്യാ രാവുണ്ണീ. അതിനുശേഷം ആറങ്ങോട്ടുകര ശേഖരവാര്യരെ ഞാൻ കണ്ടിട്ട്യേയില്ല്യ. എന്റെ പാലാഴി കടഞ്ഞപ്പോൾ അദ്ദ്യേത്തിന് കിട്ട്യത് കാളകൂടവിഷമായിരുന്നോ?

ഞാൻ എന്നെ വെറുത്തുപോയ ഒരു സന്ദർഭമായിരുന്നു അത്. എങ്ങന്യാ പ്രായശ്ചിത്തം ചെയ്യേണ്ട്യേന്ന് എനിക്കറിയില്ല്യാര്ന്ന്. ആത്മഹത്യയെക്കുറിച്ച് വീണ്ടുവീണ്ടും ഞാൻ ചിന്തിച്ചുപോയി. ഗുരു എനിക്കു തന്ന കുമാരസംഭവം തന്ന്യേണ് ആത്മഹത്യയിൽനിന്നും എന്നെ രക്ഷിച്ചത്.

ഇത് എന്തുതരം ജീവിതമാണ് രാവുണ്ണീ? എന്നാ രാവുണ്ണീ എനിക്കെന്റെ ശരീരത്തിന്റെ ഭാരമിറക്കി വെയ്ക്കാൻ കഴിയ്യ?"

"എന്റെ നാവ് ചലിച്ചില്ല്യാ. പ്രജ്ഞ പ്രവർത്തിച്ചില്ല്യാ. ഞാൻ തീരെ നിസ്സഹായനും മറ്റാർക്കും ഒരുതരത്തിലും പ്രയോജനപ്പെടാത്ത പാഴ്വസ്തുവുമാണെന്ന് എനിക്കന്നു തോന്നി."

രാവുണ്ണിമുത്തച്ഛൻ നിലത്തു നോക്കി.

ഇരുപത്തിമൂന്ന്

"ചെറുപ്പത്തിൽ എനിക്ക് അത്രയധികം വായിക്കാൻ അവസരം കിട്ടിയിരുന്നില്ല്യ. പാടാൻ ജന്മസിദ്ധമായ കഴിവുണ്ടായിരുന്നു എന്നുവേണം കരുതാൻ. പിന്നെ പഠിച്ചതൊക്കെ കഥകളിസംഗീതം, വായിച്ചതൊക്കെ ആട്ടക്കഥകൾ. പുരാണങ്ങളും ഇതിഹാസങ്ങളും മറ്റും ശരിക്കും വായിക്കാൻ അവസരം ലഭിച്ചത് ഇവിടെ പത്മനാഭന്റെ തിരുനടയിൽ അഭയാർത്ഥിയായെത്തിയ ശേഷമാ. നാട്ടിൽവച്ചും ഇവിടെവച്ചും ഒരുപാടുപേരെ പരിചയപ്പെട്ടു. പുസ്തകങ്ങളിലൂടെ ഒരുപാട് കഥാപാത്രങ്ങളെ പരിചയപ്പെട്ടു. കളിവിളക്കിന്റെ മുമ്പിൽ ചില കഥാപാത്രങ്ങളായി വേഷമിട്ട് ഞാൻ ആടി. ഇപ്പോ വേഷമഴിച്ചുവച്ച് മടങ്ങേണ്. ജീവിതത്തിൽ കണ്ടവരെപ്പോലെ പുസ്തകത്തിൽ കണ്ടവരും മനുഷ്യരാണ്. ഒരു കാര്യം എനിക്ക് മനസ്സിലായി. ജനി ക്കുമ്പോൾ എല്ലാവരും നല്ലവരാ. സാഹചര്യങ്ങൾ ചിലരെ സ്വർഗത്തിലേക്കും ചിലരെ നരകത്തിലേക്കും നയിക്കുന്നു. താത്രിയും ഞാനും ജനിച്ച സമയത്ത് നല്ല കുഞ്ഞുങ്ങൾ ആയിരുന്നു. സാഹചര്യവും വിധിയും എന്നെ ഇപ്പോഴും പൊരിവെയിലിൽ നടത്തിക്കുന്നു; അവളെ തന്റെ പുഷ്കലകാലത്തുതന്നെ അരങ്ങിൽനിന്നും ഇറക്കിവിട്ടുകളഞ്ഞു."

ഞായറാഴ്ച. നഗരം അവധിയുടെ ആലസ്യം അനുഭവിക്കുകയായിരുന്നു. റോഡിൽ വാഹനങ്ങളുടെയും വഴിവാണിഭക്കാരുടെയും തിക്കും തിരക്കും തീരെ കുറവ്.

മുത്തച്ഛന്റെ കണ്ടെത്തലിനെക്കുറിച്ച് പത്മ ചിന്തിക്കുകയായിരുന്നു. ശരിയാണ്, ഞാൻ കണ്ട മനുഷ്യരും പരിചയപ്പെട്ട കഥാപാത്രങ്ങളും അത്തരത്തിലുള്ളവരാണ്.

"താത്രിയുടെ ഹൃദയം നിറയെ സംഗീതോം സാഹിത്യോമായിരുന്നു. ശരിയായ വിദ്യാഭ്യാസവും ശരിയായ നിയന്ത്രണവുമുണ്ടായിരുന്നെങ്കിൽ അവൾ വലിയ നർത്തകിയോ എഴുത്തുകാരിയോ ആയി മാറുമായിരുന്നു. പക്ഷേ, കല്പകശ്ശേരിയില്ലം, അവിടത്തെ സാഹചര്യങ്ങൾ, ശരിയായ വഴിക്കു നീങ്ങാനല്ല, തെറ്റായ വഴിക്കു നീങ്ങാനാ അവളെ പ്രേരിപ്പിച്ചത്.

അവളൊരു പുഴയായിരുന്നു. ബ്രാഹ്മണ്യത്തിന്റെ ദുർബലമായ മണ്ണു കൊണ്ട് ചിറകെട്ടി നിർത്തപ്പെട്ട പുഴ. ആ മൺചിറയുടെ ദുർബലമായ ഭാഗം തകർത്തുകൊണ്ട് നിമ്നതകളിലേക്ക് അവൾ ഒഴുകി. ശരിയായ ദിശകളിലേക്ക് ഒഴുകാൻ, തടസ്സങ്ങൾ നീക്കിക്കൊടുക്കാൻ കല്പകശ്ശേരിയിൽ ആരുമില്ല്യായിരുന്നു.

അടുത്തകാലത്ത് പത്മയുടെ സ്കൂളിലെതന്നെ ഒരധ്യാപകൻ എന്നെ പരിചയപ്പെട്ടു. എന്റെ സംസാരത്തിൽനിന്നും ഞാൻ ഇന്നാട്ടിലുള്ളവനല്ല്യാന്ന് അയാൾ അനുമാനിച്ചുകാണണം. അയാൾക്കെന്റെ സ്വദേശമറിയണം. ഞാൻ പറഞ്ഞു.

“നിങ്ങളുടെ നാട്ടുകാരിയല്ലേ കുറിയേടത്തു താത്രി” അയാൾ ചോദിച്ചു. താത്രിയെ അയാൾ വാസവദത്തയോടു ഉപമിച്ചു. എനിക്കത് സഹിച്ചില്ല്യാ. അവൾ പണമുണ്ടാക്കാനല്ല സ്വശരീരം ഉപയോഗിച്ചത്. ശരീരംകൊണ്ട് പൊരുതിയവളാണ് താത്രിയെന്ന് എത്ര പേർക്കറിയാം? അതറിയണമെങ്കിൽ കല്പകശ്ശേരിയെക്കുറിച്ചും അതുപോലുള്ള അക്കാലത്തെ ഇല്ലങ്ങളുടെ അവസ്ഥയെക്കുറിച്ചും നമ്പൂതിരിമാരുടെ ആഭാസകരമായ, അസാന്മാർഗ ജീവിതത്തെക്കുറിച്ചും അറിയേണ്ടേ? അതൊക്കെ ഇന്ന് എത്ര പേർക്കറിയാം? ആ അധ്യാപകനെ തിരുത്തേണ്ട കാര്യമൊന്നും എനിക്കില്ലല്ലോ. എങ്കിലും അന്നു ഞാൻ ഒരുപാട് വേദനിച്ചു. അന്നു ഞാൻ അമ്പലത്തിൽ വച്ച് താത്രിയോട് ഒരുപാടുനേരം സംസാരിച്ചു. അതിനുശേഷമാ എനിക്ക് ഉറങ്ങാനുള്ള സ്വാസ്ഥ്യം ലഭിച്ചത്.

കല്പകശ്ശേരിയിലെ അന്തപ്പുരത്തിന്റെ അവസ്ഥ ഇപ്പോ പത്മയ്ക്ക് ഏതാണ്ട് ഊഹിക്കാൻ കഴിയും. അവിടത്തെ പത്തായപ്പുരയ്ക്ക് ഒരു സത്രത്തിന്റെ സ്വഭാവമായിരുന്നു. താത്രി പറയാതെതന്നെ എനിക്ക് അത് നേരിട്ടു അറിവുള്ള കാര്യാണ്. താത്രി ജനിക്കുന്നതിനുമുമ്പേ, അഷ്ടമൂർത്തി വിവാഹിതനാകുന്നതിനുമുമ്പേ, അഷ്ടമൂർത്തിയുടെ പിതാവ് നാരാണൻ നമ്പൂതിരിയുടെ കാലത്തേ തുടർന്നുവരുന്ന ചില ശീലങ്ങളും രീതികളുമുണ്ടവിടെ. വഴിയാത്രക്കാരായ ബ്രാഹ്മണർ കല്പകശ്ശേരിയിലെത്തി, അത്താഴം കഴിച്ച്, അന്തിയുറങ്ങി, രാവിലെ യാത്ര തുടർന്നിരുന്നു എന്ന് കേട്ടിട്ടുണ്ട്. ആശ്രയിക്കുന്ന ബ്രാഹ്മണർക്ക് അഭയം നൽകുന്ന പതിവ് പണ്ടുകാലത്തെന്നോ തുടങ്ങിയതാകാം. ആവശ്യത്തിലധികം സ്വത്തുണ്ടായിരുന്നല്ലോ. നാരായണൻനമ്പൂതിരി സ്വത്തിൽ നല്ലൊരു ഭാഗം ധൂർത്തടിച്ചു. അഷ്ടമൂർത്തിയുടെ കാലമായപ്പോൾ കഷ്ടിച്ചു കഴിഞ്ഞുകൂടാനുള്ള സ്വത്തേ ഉണ്ടായിരുന്നുള്ളൂ. അപ്പോഴും പഴയതുപോലെ സഞ്ചാരികളും താമസക്കാരും ഇടയ്ക്കിടയ്ക്ക് എത്തിക്കൊണ്ടിരുന്നു.

ദേശമംഗലംമന കുറച്ച് അടുത്താണ്. അവിടത്തെ കഥകളിയോഗക്കാരിൽ പലരും കല്പകശ്ശേരി പത്തായപ്പുരയിൽ സംഗീതവും ചർച്ചയുമായി കൂടാറുണ്ടായിരുന്നു. അവരിൽ ഒരാളാണ് ഗുരുവായൂർ പിഷാരത്ത് അച്യുതപ്പിഷാരടി. താത്രിയുടെ മനംകവർന്ന പാട്ടുകാരൻ. സ്വന്തം ഇഷ്ടത്തോടെ തന്നെയാണ് അവൾ തന്റെ പന്ത്രണ്ടാം വയസ്സിൽ അച്യുതപ്പിഷാരടിക്ക് സ്വയം സമർപ്പിച്ചത്.

ഗുരുവായ ആറങ്ങാട്ടുകര ശേഖരവാര്യർക്കും കപ്ലിങ്ങാട്ടു നാരായണൻ നമ്പൂതിരിയെന്ന പതിന്നാലു വയസ്സുകാരനും നിറഞ്ഞ സംതൃപ്തിയോടെ അവൾ സ്വയം സമർപ്പിച്ചു. അപ്പോഴും തന്റെ ആത്മശോഭ ആറാം വയസ്സു മുതൽ ഒൻപതാം വയസ്സുവരെ കൂടെ പഠിച്ച, മൂന്നു വർഷമായി തമ്മിൽ കാണാനേ കഴിയാതിരുന്ന രാവുണ്ണിയെന്ന പതിന്നാലു വയസ്സുകാരനു വേണ്ടി കരുതിവച്ചിരിക്കുകയായിരുന്നത്രെ.

ആ ആത്മവിശുദ്ധിയുടെ പവിത്രത എനിക്കു മനസ്സിലാകും. മഗ്ദലന യിലെ മറിയത്തിന്റെ പരമപവിത്രമായ സ്നേഹം യേശുദേവൻ ഉൾ ക്കൊണ്ടില്ലേ?

'സന്തതം മിഹിരനാത്മശോഭയും
സ്വന്തമാം മധുകൊതിച്ച വണ്ടിനും
ചന്തമാർന്നരുളി നിൽക്കുമോമലേ'

എന്ന് അന്ന് താത്രിക്കുട്ടിയെ വിളിക്കാൻ എനിക്കും കഴിഞ്ഞില്ല്യ. താത്രി വിട വാങ്ങി ഒൻപതു വർഷം കഴിഞ്ഞാണല്ലോ ആശാൻ നളിനി എഴുതി യത്. ങ്ആ, എന്തിന് ഞാനിങ്ങനെ ഓരോന്നോർത്ത് വിലപിക്കുന്നു?"

ചാരുകസേരയിൽ പിന്നിലേക്കു ചാരി മുത്തച്ഛൻ കണ്ണടച്ചുകിടന്നു. കഴിഞ്ഞ ദിവസം കണ്ടതിനേക്കാൾ കൂടുതൽ ക്ഷീണിതനാണെന്ന് പത്മയ്ക്കു തോന്നി. മുത്തച്ഛൻ കിടന്നോട്ടെ. ഉറങ്ങുന്നെങ്കിൽ ഉറങ്ങി ക്കോട്ടെ. പറയാതെ എഴുന്നേറ്റുപോകുന്നത് അനാദരവാണ്, കാത്തി രിക്കാം. പത്മ കാത്തിരുന്നു. മുത്തച്ഛന്റെ ഭാവങ്ങളിൽ വല്ല മാറ്റവും വരുന്നോ എന്ന് നാലഞ്ചു മിനിറ്റ് അവൾ നോക്കിയിരുന്നു. അല്പസമയ ത്തിനുള്ളിൽ നിർത്തിയേടത്തുനിന്ന് അദ്ദേഹം തുടങ്ങി.

"അന്നു കുറിയേടത്തുകാവിനുള്ളിൽവച്ച്, 1900-ലെ മകരമാസത്തിൽ താത്രി എന്നോടു ഉള്ളുതുറന്ന ദിനങ്ങളിൽ, എനിക്കുവേണ്ടി കാത്തുവച്ചി രുന്ന ആ ആത്മശോഭ ഞാൻ തിരിച്ചറിഞ്ഞിരുന്നു. എങ്കിലും എനിക്കവളെ രക്ഷിക്കാൻ കഴിഞ്ഞില്ലല്ലോ എന്ന കുറ്റബോധം എത്രയോ രാവുകളിൽ ഉറക്കം കെടുത്തി. ഞാൻ എന്നിലേക്കു നോക്കിയപ്പോൾ ഒരു സത്യം തിരിച്ചറിഞ്ഞു. വെറും ഭീരുവായിരുന്നു ഞാൻ. ധീരമായ തീരുമാനങ്ങൾ ഉചിതമായ സമയത്ത് കൈക്കൊണ്ടില്ലല്ലോ എന്ന തോന്നൽ ഇന്നും അലട്ടിക്കൊണ്ടിരിക്കുന്നു. അന്നു കുറിയേടത്തില്ലത്തുനിന്നും അവളെ രക്ഷപ്പെടുത്തി തിരുവനന്തപുരത്ത് കൂട്ടിക്കൊണ്ടു വന്നിരുന്നെങ്കിൽ, എന്നേക്കാൾ രണ്ടു വയസ്സിനിളയ താത്രി ഇവിടെ, എന്റെയരികിൽ, എനിക്കൊരു താങ്ങായി ഇപ്പോഴുമുണ്ടായിരുന്നേനേ. ഇനി പറഞ്ഞിട്ടെന്തു കാര്യം? അത്തരത്തിലൊരു ചിന്ത അന്ന് മനസ്സിൽ ഉണ്ടായില്ല്യ. അഥവാ അങ്ങനെയൊരു ചിന്ത മനസ്സിൽ ഉദിച്ചിരുന്നെങ്കിൽപോലും അത് പ്രവർത്തികമാക്കാൻ കഴിയുമായിരുന്നില്ല്യ എന്നതാണ് വാസ്തവം."

ചെറിയ ഒരു ഇടവേളയ്ക്കു ശേഷം അദ്ദേഹം പറഞ്ഞു:

"എന്തുകൊണ്ട് കഴിയുമായിരുന്നില്ല്യ? അന്നു മുത്തച്ഛന് ഇരുപത് വയ സ്സുണ്ടായിരുന്നല്ലോ. വെല്ലുവിളികൾ ഏറ്റെടുക്കാനുള്ള പ്രായമതല്ല്യേ?' എന്നൊക്കെയല്ലേ പത്മ ഇപ്പോൾ ചിന്തിക്കുന്നത്?"

പത്മ വെറുതെ തലകുലുക്കി.

"ശരിയാണ്. എങ്കിലും എനിക്കതിനുള്ള കഴിവില്ല്യായിരുന്നു. എന്നാൽ ഞാൻ ക്ഷണിച്ചിരുന്നെങ്കിൽ ഭർത്താവിനെ ഉപേക്ഷിച്ച് താത്രി

ഇറങ്ങിവരുമായിരുന്നു. അവൾക്കതിനുള്ള മനക്കരുത്തുണ്ടായിരുന്നു. കുറിയേടത്തു രാമൻ നമ്പൂതിരിയെപ്പോലെ ആണല്ലാത്ത ഭർത്താവിനോടൊപ്പം കഴിയാൻ ഒട്ടും മനക്കരുത്തില്ലാത്ത ഒരു പാവം പെണ്ണുപോലും ഇഷ്ടപ്പെടുകയുമില്ല്യ.

പത്തു വയസ്സുമുതൽ പതിനെട്ടു വയസ്സുവരെയുള്ള ഒൻപതു വർഷം എന്തെന്ത് അഗ്നിപരീക്ഷകളിലൂടെയാണ് അവൾ കടന്നുപോയത്! അന്ന് അവൾ ജീവിതംകൊണ്ട് പെരുങ്കളിയാട്ടങ്ങൾ ആടുകയായിരുന്നു. ഒരിക്കൽ അങ്കം ജയിച്ചവൻ, അടുത്തൊരങ്കത്തിന് അവസരം ലഭിച്ചാൽ അറച്ചു നിൽക്കില്ല്യ, പതറില്ല്യ. ശരീരത്തിലും ആത്മാവിലും ഒരുപാട് മുറിവുകൾ ഏറ്റുവാങ്ങിയിട്ടും നിരവധി അങ്കങ്ങൾ ജയിച്ചുകയറി നിൽക്കുകയായിരുന്നു അവൾ. അവളുടെ ആത്മാവിലേറ്റ മുറിവുകളിൽനിന്നും അപ്പോഴും ചോര കിനിയുകയായിരുന്നു. ആ സമയത്തും വീണ്ടുമൊരങ്കത്തിനുള്ള അടങ്ങാത്ത ചോദന അവളെ ത്രസിപ്പിച്ചുകൊണ്ടിരുന്നു.

എന്നാൽ കണ്ടഞ്ചാത രാവുണ്ണിയെന്ന ഇരുപതു വയസ്സുകാരന്റെ അവസ്ഥയെന്താണ്? കണ്ടഞ്ചാത വാസുദേവൻ നമ്പൂതിരിയുടെ മകൻ. ‘കടവൂർ അന്യോന്യ’ത്തിലെ വേദപരീക്ഷയിൽ ‘വലിയകടന്നിരിക്കൽ’ ജയിച്ച മഹാസാത്വികനായ വേദപണ്ഡിതന്റെ മകൻ. നാട്ടിലെമ്പാടും പേരും പെരുമയുമുള്ള ഏറ്റവും ആദരണീയനായ വ്യക്തി. സ്മൃതിനിയമങ്ങളുടെ അരുതുകൾക്കകത്ത് അനുസരണയോടെ ഒതുങ്ങിനിന്ന് ശീലിച്ചവൻ ഞാൻ. സകല അരുതുകളെയും തകർത്തെറിയാൻ വെമ്പൽകൊണ്ടവൾ താത്രി. ഇത്തരത്തിൽ വിരുദ്ധഭാവമുള്ള രണ്ടു മനസ്സുകൾ അകലാൻ കഴിയാത്തവിധം എങ്ങന്യാ പരസ്പരം ഇഴുകിച്ചേർന്നു? എങ്ങന്യാ പരസ്പരസമർപ്പിതമായേ? ഈശ്വരേച്ഛ! അത്രേന്ന്യാ.

സത്യമായും പത്മാ, ഞാനാ തകർന്നത്; താത്രിയല്ല. അവളുടെ ഇരുപത്തിമൂന്നാം വയസ്സിൽ നാടുവാഴിത്തത്തിന്റെ സഹായത്തോടെ പൗരോഹിത്യം, സ്മാർത്തവിചാരം എന്ന വ്യാജവിചാരണയിലൂടെയും ഒളിയാക്രമണങ്ങളിലൂടെയും അവളെ അവസാനിപ്പിച്ചു.

വടക്കേമലബാറിലെ പൗരോഹിത്യം സ്മാർത്തവിചാരം നടത്തി പുറത്താക്കി പടിയടച്ച് പിണ്ഡംവച്ച പെരിഞ്ചല്ലൂരിലെ ബ്രാഹ്മണകന്യക, തീക്കുഴിച്ചാലിലെ അഗ്നിയിൽ സ്ഫുടം ചെയ്ത് മുച്ചിലോട്ടുഭഗവതിയായി പുനർജനിച്ചു. ചെമ്മന്തട്ടയിലെ തീക്കുഴിച്ചാലിൽനിന്നും കുറിയേടത്തു താത്രി ശ്രീവരാഹത്ത് താത്രീഭഗവതിയായി ഉയിർത്തെഴുന്നേറ്റു.

കണ്ടഞ്ചാത രാവുണ്ണിയോ? മരണത്തിനുപോലും വേണ്ടാതെ ഇതാ ഇവിടെ നിന്ദിതനും തിരസ്കൃതനുമായി ഇഴഞ്ഞുനീങ്ങുന്നു. ദുസ്സഹമായ ഈ ഭൂമിജീവിതത്തിൽനിന്നും മോചനം ലഭിക്കാതിരിക്കത്തക്കവണ്ണം എന്ത് മഹാപാപമാണ് ഞാൻ ചെയ്തതെന്ന് എനിക്കു മനസ്സിലാകുന്നില്ലല്ലോ ഭഗവതീ.”

ഇത്രയും വിക്ഷുബ്ധനായി രാവുണ്ണിമുത്തച്ഛനെ പത്മ ഇതു വരെ കണ്ടിട്ടില്ലായിരുന്നു. അദ്ദേഹത്തിന്റെ മാനസസാഗരത്തിൽ താത്രീ സ്മൃതികൾ അടിച്ചുയരുകയും തകർന്നടിയുകയും വീണ്ടും ഇരച്ചെത്തു കയും ചെയ്തുകൊണ്ടിരുന്നു. വിക്ഷോഭത്തിരകളടങ്ങാൻ പത്മ കാത്തി രുന്നു.

അരമണിക്കൂർ കഴിഞ്ഞിട്ടും അദ്ദേഹം മൗനം വെടിഞ്ഞില്ല. കത്തി നിൽക്കുന്ന ഓർമനാളങ്ങളിൽനിന്നേ തനിക്കൊരു മൺചെരാത് കത്തി ക്കാനാവൂ. മുത്തച്ഛന്റെ സ്മരണകളുടെ ജ്വാലകൾ മങ്ങിയാൽ നഷ്ടം തനിക്കാണ്. ബാക്കികൂടി അറിയണം. താത്രിക്കുട്ടി തന്റെ പന്ത്രണ്ടാം വയസ്സിൽ പാട്ടിലലിഞ്ഞത് എങ്ങനെയെന്നറിയണം.

"മുത്തച്ഛാ."

പത്മ ആർദ്രയായ് വിളിച്ചു.

"ബാക്കികൂടി പറയൂ മുത്തച്ഛാ."

"പറയാം. കഴിയുന്നതും താത്രിയുടെ വാക്കുകളിൽ പറയാം. അവളെ ന്നോടു പറഞ്ഞതുപോലെതന്നെ പറയാൻ ശ്രമിക്കാം."

"മൂന്നു വയസ്സായകാലം മുതലുള്ള കാര്യങ്ങൾ നിക്കോർമേണ്ട്. അന്നൊക്കെ പത്തായപ്പുരയിൽ പകൽസമയങ്ങളിലും ചിലപ്പോ രാത്രി കാലങ്ങളിലും ആരെങ്കിലും നാലഞ്ചുപേർ കണ്ടേക്കാം. ഒരാളെങ്കിലും ഇല്ലാത്ത സന്ദർഭങ്ങൾ കുറവാ. വിനോദത്തിനും വിശ്രമത്തിനും അച്ഛനോ ടൊപ്പം കൂടാൻ വരുന്ന കൂട്ടരാ അധികവും. ചിലപ്പോ അക്ഷരശ്ലോകം, ചിലപ്പോ പകിടകളി, ചിലപ്പോ രാഗവും താളവുമനുസരിച്ച് കഥകളിപ്പദ ങ്ങൾ ചൊല്ലൽ എന്നിങ്ങനെയൊക്കെയാ പത്തായപ്പുരയിലെ ദിനചര്യ.

എന്റെ ആറാം വയസ്സിൽ ഓയ്ക്കില്ലത്തുവച്ച് നമ്മൾ തമ്മിൽ കണ്ട സമയത്ത് ഷാരടി ഇടയ്ക്കിടെ കല്പകശ്ശേരിയിൽ എത്തുമായിരുന്നു. നിക്ക് ഏഴെട്ടു വയസ്സായപ്പൊ ഷാരടി കഥകളിപ്പാട്ടുകാരനാന്ന് ഞാൻ തിരിച്ചറിഞ്ഞു. അന്ന് മാസത്തി ഒരിക്കലെങ്കിലും മറ്റാരോടെങ്കിലുമൊത്ത് ഇല്ലത്തെത്തും. ബകവധം, കീചകവധം, ഉത്തരാസ്വയംവരം തുടങ്ങിയ ആട്ടക്കഥകളിലെ പദങ്ങളാണ് അവർ പാടുന്നതെന്ന് പത്തു വയസ്സാ യപ്പൊ ഞാനറിഞ്ഞു. പ്രധാന പാട്ടുകാരൻ ഗുരുവായൂർ പിഷാരത്ത് അച്യുതപ്പിഷാരടിയായിരുന്നു.

എന്റെ പത്താം വയസ്സിൽ, ചെമ്മന്തട്ട മഹാശിവക്ഷേത്രത്തിലെ വാര ക്കാലത്ത് ഒരുദിവസം നളചരിതം കഥകളി കാണാൻ ഇടയായി. 'കണ്ടേൻ നികടേ നിന്നേ, കളിവാക്കു തവ കേട്ടേനേ, കഞ്ജഭവനുടെ വാഹനമേ... എന്ന പദം മുഴുവൻ അവിടെയിരുന്ന് ഹൃദിസ്ഥമാക്കാൻ ഞാൻ ശ്രമിച്ചു. ഏതായാലും ഏഴെട്ടുവരി മനഃപാഠമാക്കി. ഇല്ലത്തെത്തിയിട്ടും പലവട്ടം അത് ആവർത്തിച്ചു ചൊല്ലി മനസ്സിൽ ഉറപ്പിച്ചുവച്ചിരുന്നു.

ഒരു ദിവസം കല്പകശ്ശേരി ഇല്ലത്തെ പത്തായപ്പുരയിൽ, വാതിലിനു പുറംതിരിഞ്ഞുനിന്നു ഞാൻ 'കണ്ടേൻ നികടേ നിന്നേ...' എന്ന പദം ചൊല്ലി, അരങ്ങിൽ കണ്ട രീതിയിൽ ആടാൻ തുടങ്ങി. പദചലന ങ്ങളും കൈമുദ്രകളും എനിക്കു തോന്നിയ തരത്തിൽ ക്രമീകരിച്ച് ഒറ്റയ്ക്ക് ആടിക്കളിക്കുകയായിരുന്നു.

അച്യുതപ്പിഷാരടി കയറിവന്നത് ഞാനറിഞ്ഞില്ല്യ. അദ്ദ്യേം വാതിൽ ക്കലെത്തിയപ്പോ ചെറുതോർത്തുടുത്ത ഒരു പെൺകുട്ടിയുണ്ട് മുറിയിൽ നിറഞ്ഞാടുന്നു. ഒറ്റയ്ക്ക് പദം ചൊല്ലി നൃത്യാഭിനയം നടത്തുന്നു. അദ്ദ്യേം കുറച്ചുനേരം എന്റെ അഭിനയക്കളി പിന്നിൽനിന്നു ശ്രദ്ധിച്ചു. എങ്ങ നെയോ കലാശം ചവിട്ടിത്തിരിഞ്ഞതും ഷാരടി മുന്നിൽ നിൽക്കുന്നതു കണ്ട് ചൂളിപ്പോയി. അദ്ദ്യേം ഹൃദ്യമായി ചിരിച്ചു. എങ്കിലും ഞാനെന്തോ തെറ്റു ചെയ്തെന്നും അത് അദ്ദ്യേം കണ്ടുപിടിച്ചെന്നുമുള്ള കുറ്റബോധ മായിരുന്നു എന്നിൽ നിറഞ്ഞുനിന്നത്. ഇങ്ങട് ചോദിക്കുംമുമ്പ് ഞാൻ പറഞ്ഞു:

"അല്ല്യ, ഇന്നലെ അമ്പലത്തിൽവച്ച്, കഥകളി കണ്ടത്, വെറുതെ ഒന്നു കളിച്ചുനോക്ക്യതാ. ഇനി ഇങ്ങനേന്നും ചെയ്യില്ല്യ, പൊറുക്കണം."

അദ്ദ്യേം ഉറക്കെച്ചിരിച്ചുകൊണ്ട് എന്നെ മാറോടണച്ചു.

"നന്നായി കുഞ്ഞേ, നന്നായി. ഒരു പ്രാവശ്യം കേട്ട പദങ്ങൾ ഹൃദിസ്ഥ മാക്കുക, ആട്ടം പഠിച്ചിട്ടില്ലാത്ത കുട്ടി ആടുക... അദ്ഭുതകരമായിരി ക്കുന്നു."

എന്നെ അദ്ദ്യേം പ്രശംസിച്ചതിനു കണക്കില്ല്യ.

എന്നാൽ ഞാൻ ചൊല്ലിയതിൽ ചില പിശകുകളുണ്ടായിരുന്നു. ആദ്യം അവ തിരുത്തിത്തന്നു. രാഗവും താളവുമനുസരിച്ച് അദ്ദ്യേം ചൊല്ലി. ഞാൻ ഏറ്റുചൊല്ലി. രണ്ടുമൂന്നു പ്രാവശ്യം ആവർത്തിക്കുകയും തിരുത്തപ്പെടു കയും ചെയ്തു.

"പത്തു വർഷം പഠിച്ച കഥകളിപ്പാട്ടുകാരനേക്കാൾ നന്നായി താത്രി പദം ചൊല്ലുന്നു."

അദ്ദ്യേം എന്നെക്കുറിച്ച് അഭിപ്രായം പറഞ്ഞത് ഇങ്ങനെയായിരുന്നു. ഞാൻ ആകാശത്തോളം ഉയർന്നു.

ഏതാണ്ട് രണ്ടുമാസം ഗുരുവായൂർ പിഷാരത്ത് അച്യുതപ്പിഷാരടി എന്ന ആ വലിയ സംഗീതജ്ഞൻ എന്നെ കഥകളിസംഗീതം പഠിപ്പിച്ചു. ആ സമയത്ത് അദ്ദ്യേം താമസിച്ചിരുന്നത് ദേശമംഗലം മനയിലായിരുന്നു. അവിടെ അദ്ദ്യേത്തിന് പ്രത്യേകിച്ച് എന്തെങ്കിലും ഉണ്ടായിരുന്നോ എന്നൊന്നും നിക്കറിയില്ല്യ. എന്നും നാലുമണിക്ക് അദ്ദ്യേം കല്പക ശ്ശേരിയിലെത്തും. അദ്ദ്യേത്തിന്റെ നിയന്ത്രണത്തിൽ ഏഴുമണിവരെ, ചിലപ്പോൾ രാത്രി എട്ടു മണിവരെ ഞാൻ പദം ചൊല്ലുകയും ആടുകയും ചെയ്യുമായിരുന്നു.

ഞാൻ കരുതിക്കൂട്ടി ആട്ടം പഠിച്ചതല്ല്യാ. അദ്ദ്യേം ഒരു പദം ചൊല്ലുമ്പോ തുള്ളക്കാരെപ്പോലെ അഭിനയിക്കകൂടി ചെയ്യും. ഞാനും അത്തരത്തിൽ ചുവടും മുദ്രകളും കാട്ടി പാടി. അപ്പോ അദ്ദ്യേം വിലക്കി. പാട്ടും ആട്ടവും ഒരുമിച്ചു വേണ്ടാ, കുറച്ചു ദിവസം നമുക്ക് ആട്ടം പഢിക്കാം എന്നായി അദ്ദ്യേം. എന്റെ ചലനങ്ങളും മെയ്‌വഴക്കവും മറ്റൊരു ആട്ടക്കാരനും ഇല്ലാത്ത തരത്തിൽ അതിഗംഭീരമാണെന്ന് അദ്ദ്യേം അഭിപ്രായപ്പെട്ടു.

കീചകവധത്തിലെ ബൃഹന്നളയുടെ ഭാഗം ആടാൻ അദ്ദ്യേം എന്നെ പ്രാപ്തയാക്കി. കീചകന്റെ ശൃംഗാരപദങ്ങൾ ഷാരടി ചൊല്ലേം ആടേം ചെയ്തു. ബൃഹന്നളയുടെ പദങ്ങൾ അദ്ദ്യേം ചൊല്ലേം ഉചിതമായ ഹസ്ത മുദ്രകൾ കാട്ടിത്തന്ന് ആടാൻ എന്നെ പഢിപ്പിക്കേമായിര്ന്നു.

അന്നെനിക്ക് പന്ത്രണ്ടു വയസ്സും പത്തുമാസോം ആയിരുന്നു. കീചകനും ബൃഹന്നളയും രണ്ടാഴ്ച കല്പകശ്ശേരി പത്തായപ്പുരയിൽ നിറഞ്ഞാടി. ഒടുവിൽ ആ സ്നേഹസ്വരൂപനായ കീചകന്റെ സംഭോഗശൃംഗാരാഭിനയത്തിനു മുന്നിൽ, ബൃഹന്നള പാഞ്ചാലിയായി, താത്രിക്കുട്ടിയായി തളർന്നുവീണു. തളർന്നുവീഴുന്നതിനുമുമ്പ് കീചകന്റെ ഇംഗിതം സാധ്യമാകണേ എന്ന് ഈ കപടപാഞ്ചാലി ആത്മാർഥമായി കൊതിച്ചു.

അന്നു പുലരുവോളം കീചകനും ബൃഹന്നളയും ഇരയിമ്മൻതമ്പിയുടെ അനുശാസനങ്ങൾ തെറ്റിക്കുകയും ഒരു വെറും ആണും പെണ്ണുമായി ദൈവത്തിന്റെ ഇംഗിതം നിറവേറ്റുകയും ചെയ്തു.

പുലരുന്നതിനുമുമ്പ് എപ്പോഴോ ഞാനുണർന്നപ്പോഴും നിലവിളക്ക് എരിയുന്നുണ്ടായിരുന്നു. അരണ്ടവെളിച്ചത്തിൽ കട്ടിലിൽ എന്റെ അരികിൽ അദ്ദ്യേം വിഷണ്ണനായി ഇരിക്കുന്നു.

"സംഭവിച്ചുപോയി, കുഞ്ഞേ, പാടില്ല്യായിരുന്നു..... ന്താപ്പ ചെയ്യ?"

അദ്ദേഹം ആകെ പരിഭ്രമിച്ച മട്ടായിരുന്നു.

"ഞാൻ ആഗ്രഹിച്ചതേ സംഭവിച്ചുള്ളൂ. ദൈവനിശ്ചയം എന്താണോ അതേ നടക്കൂ എന്ന് ഒരിക്കൽ അങ്ങ് പറഞ്ഞല്ലോ. ദൈവനിശ്ചയം നടന്നിരിക്കുന്നു."

ഇരുപത്തിനാല്

ശരീരവളർച്ചപോലെതന്നെ അതിവേഗത്തിലായിരുന്നു താത്രിയുടെ മാനസികവളർച്ചയും. പതിമൂന്നു വയസ്സിൽ പതിനെട്ടിന്റെ പോലിമ.

കൗമാരാരംഭത്തിലെത്തിയ ഒരു തരുണിയുടെ മുമ്പിൽ താൻ തകർന്നു വീണല്ലോ എന്ന വ്യഥ അച്യുതപ്പിഷാരടിയെ ബാധിച്ചു. ചെയ്തുപോയ തെറ്റിനെക്കുറിച്ചോർത്ത് അയാൾ ദുഃഖിച്ചു, ആലോചിക്കേ വിയർത്തു.

ഒരു പെൺകുട്ടിയുമായി വഴിവിട്ട ബന്ധം സ്ഥാപിക്കുകവഴി താനാണല്ലോ അപമാനിതനായത് എന്ന് അദ്ദേഹം വേദനിച്ചു. നാലഞ്ചു ദിവസം താത്രി പിഷാരടിയെ കാത്തിരുന്നു. അദ്ദേഹം വന്നില്ല.

ആറങ്ങാട്ടുകര ശേഖരവാര്യർ എന്ന ഗുരുവിന് സ്വയം ദക്ഷിണയായി അർപ്പിച്ചത് കുറേനാൾ മുമ്പാണ്. ദക്ഷിണ സ്വീകരിച്ചു മടങ്ങിയ ആ ഗുരു തിരികെ വന്നില്ല. എന്തുകൊണ്ടു വന്നില്ലായെന്ന് എത്ര ആലോചിച്ചിട്ടും താത്രിക്കു മനസ്സിലായില്ല. അങ്ങനെയിരിക്കുമ്പോഴാണ് പിഷാരടിയെന്ന ഗുരുവുമായുള്ള സംഗമം നടന്നത്.

അച്യുതപ്പിഷാരടിയും താത്രിയുമായല്ല സംഗമിച്ചത്. രണ്ടു പുരാണ കഥാപാത്രങ്ങളുടെ, കീചകന്റെയും ബൃഹന്നളയുടെയും സംഗമമാണ് പത്തായപ്പുരയെന്ന അരങ്ങിൽ നടന്നത്. കളിയുടെ ഒരു ഘട്ടത്തിൽ അരങ്ങിൽനിന്നും കീചകനും ബൃഹന്നളയും വിടവാങ്ങി. അപ്പോൾ അവശേഷിച്ചത് അച്യുതപ്പിഷാരടിയും താത്രിയും. പുരാണകഥ തിരുത്തിയെഴുതപ്പെട്ട പുണ്യമുഹൂർത്തം. താത്രി പിടിച്ചുനിന്നെങ്കിലും കുറ്റബോധം കൊണ്ട് പിഷാരടി ആകെ പരിക്ഷീണിതനായി.

വലിയ പ്രതീക്ഷയുമായാണ് താത്രി അടുത്ത ദിവസം പത്തായപ്പുരയിൽ പിഷാരടിയെ കാത്തിരുന്നത്. അദ്ദേഹം വന്നില്ല. രാവേറെ ചെന്നപ്പോൾ അവൾ അവിടെത്തന്നെ കിടന്നുറങ്ങി. അടുത്ത ദിവസവും കാത്തു കാത്തിരുന്നു. ഒരാഴ്ച കഴിഞ്ഞിട്ടും പിഷാരടി മടങ്ങിയെത്താതായപ്പോൾ എന്തോ കുഴപ്പം സംഭവിച്ചതായി താത്രിക്കും അനുഭവപ്പെട്ടു.

ക്രമേണ തനിക്കെവിടെയോ പിഴച്ചിരിക്കുന്നു എന്നൊരു തോന്നൽ താത്രിയെ ബാധിച്ചു. എന്താണ് പിഴവെന്നും എവിടെയാണ് പിഴച്ചതെന്നും മനസ്സിലാകാതെ താത്രി വ്യാകുലചിത്തയായി. അറിയാവുന്ന ഈശ്വരന്മാരെ വിളിച്ച് അവൾ പ്രാർത്ഥിക്കുകയും നേരായ വഴി കാട്ടിത്തരണേയെന്ന് അപേക്ഷിക്കുകയും ചെയ്തു.

താത്രിയിൽ പ്രകടമായ ഭാവമാറ്റങ്ങൾ വന്നു. കുളപ്പടവുകളിലിരുന്ന് അഷ്ടപദിപ്പാട്ടുകളും കഥകളിപ്പദങ്ങളും ചൊല്ലുന്ന ശീലം വെടിഞ്ഞു. ഉറക്കെ ചിരിക്കുകയോ ഉറക്കെ സംസാരിക്കുകയോ ചെയ്യാതായി. പത്തായപ്പുരയിൽ അതിഥികൾ ആരെങ്കിലും ഉണ്ടെങ്കിൽപോലും അതാരെന്ന് അന്വേഷിക്കുകപോലും ചെയ്യാതായി. അകത്തളത്തിലിരുന്ന് എന്തെങ്കിലും വായിച്ചുകൊണ്ടിരിക്കും.

നാണിത്തള്ളയ്ക്ക് ആകെ പരിഭ്രമമായി.

"താത്രിക്കുഞ്ഞ് തെരണ്ടില്ലാന്നറിയാങ്കിലും ഉള്ളിലെ ആദികൊണ്ട് ചോദിക്കേണ്; തെരണ്ടില്ലേലും വയറ്റിലൊണ്ടാവോ?"

കിഴവി ഓക്കിമഹളോടു ചോദിച്ചു. അമ്മ അപ്രിയം പ്രകടിപ്പിക്കുന്ന തരത്തിൽ ദാസിയെ നോക്കി.

"അല്ലാ കുഞ്ഞിപ്പം പെറത്തെങ്ങും എറങ്ങണ കാണാറില്ല."

“നീ നിന്റെ കാര്യം നോക്ക്. അവൾ അകത്തിരിക്കുകയോ പുറത്തിറങ്ങുകയോ എന്തോ ചെയ്തോട്ടെ.”

താത്രിയുടെ ചിറ്റമ്മ കിഴവിയുടെ വായടപ്പിക്കാൻ ശ്രമിച്ചു.

“വയസ്സ് പതിമ്മൂന്നായി. തലേം മൊലേംക്ക ഇത്രത്തോളായി. എന്നിട്ടും കുഞ്ഞ് തെരളാത്തെന്ത്യേ?”

“എന്ത്യേ?”

വെഴ്മത്തൂര് മഹള് ചൊടിച്ചുകൊണ്ടു ചോദിച്ചു.

“ഞാനന്നേ പറഞ്ഞില്ല്യേ കുഞ്ഞ് ഭഗവതീട അവ്താരമാണെന്ന്. ഭഗവതിമാര് തെരണ്ടതായി എങ്ങും കേട്ടിട്ടില്ല്യാ.”

അതുകേട്ടിട്ടും താത്രിക്ക് ഉറക്കെ ചിരിക്കണമെന്ന് തോന്നിയില്ല. അപ്പോഴും അവൾ വായിച്ചുകൊണ്ടിരുന്നു.

അടുത്ത ദിവസം രാവിലെ നമ്പ്യാത്തൻ നമ്പൂതിരി ഇല്ലത്തേക്കു വരുന്നത് അകലെവച്ചുതന്നെ താത്രി കണ്ടു.

“എന്നെ തെരക്കിയാൽ ഞാൻ അമ്മാത്തു പോയിരിക്കാന്ന് പറയ്യ. ഞാനിവിടെ ഇല്ലെന്നുതന്ന്യെ പറയ്യ.”

അമ്മമാരോടും നാണിത്തള്ളയോടും പറഞ്ഞിട്ട് അവൾ ഒരു ഇരുട്ടുമുറിയിൽ കതകടച്ചിരുന്നു.

രണ്ടുദിവസം കഴിഞ്ഞ് ഒരു സന്ധ്യയ്ക്ക് കപ്ലിങ്ങാട്ട് നാരായണൻ നമ്പൂ തിരി എന്ന ഉപനിച്ചുണ്ണി ഓയ്ക്കില്ലത്തുനിന്നും ഓടിയെത്തി താത്രിയെ അന്വേഷിച്ചെങ്കിലും തമ്മിൽ കാണാൻ അവൾ കൂട്ടാക്കിയില്ല.

വീണ്ടും ഒരാഴ്ച കഴിഞ്ഞപ്പോൾ ദേശമംഗലം മനയിൽനിന്നും ഒരു വലിയ തിരുമേനി പത്തായപ്പുരയിൽ എഴുന്നള്ളിയെത്തി. നാണിത്തള്ള ഓടിയെത്തി താത്രിയോടു പറഞ്ഞു:

“കുഞ്ഞേ, വലിയ വല്യമനയിലെ തിരുമേനിയല്ല്യേ? ഒന്നു ചെന്ന് എന്താ ഏതാന്ന് ചോദിക്ക്. മനയ്ക്കലെ തിരുമേനിയില്ലല്ലോ. അതിഥികളെ സ്വീകരിക്കേണ്ടേ?”

“ഞാനിവിടെ ഇല്ല്യാ, അമ്മാത്താ. ചെന്നു പറഞ്ഞാമതി. ഏത് വല്യതിരുമേനിയായാലും വിളിച്ചുവരുത്തിയതല്ലല്ലോ. സ്വയം വന്നതല്ല്യേ? സ്വയം പൊയ്ക്കോളും.”

ഇനിയൊരിക്കലും മറ്റുള്ളവർക്ക് നുണയാനും ആസ്വദിക്കാനും തന്റെ ശരീരം എറിഞ്ഞുകൊടുക്കില്ലെന്ന് താത്രി ദൃഢനിശ്ചയം ചെയ്തു.

രണ്ടുമാസം വളരെ ശാന്തമായി കടന്നുപോയി. കൈയിലുണ്ടായിരുന്ന പുസ്തകങ്ങളൊക്കെ വീണ്ടുംവീണ്ടും വായിച്ചു. എങ്കിലും കഥകളിപ്പദങ്ങൾ ഉറക്കെ പാടിയില്ല, ആടിയില്ല.

താത്രിക്കുട്ടിക്ക് അടക്കവും ഒതുക്കവും വന്നെന്ന് അമ്മമാർ സമാധാനിച്ചു.

ഒരു സന്ധ്യയ്ക്ക് മുണ്ടയൂർ മാധവൻനമ്പൂതിരി നടന്നു വിയർത്തു തളർന്ന് ഇല്ലത്തെത്തി. എട്ടുപത്തു മൈൽ അകലെനിന്നാണ് വരവ്. അമ്മാത്തു വഴിക്ക് ബന്ധവുമുണ്ട്. താത്രിക്കുട്ടി ഓയ്ക്കില്ലത്ത് പഠിക്കുന്ന കാലത്ത്, ഏഴുവയസ്സുള്ളപ്പോൾ മുണ്ടയൂർ നമ്പൂതിരി കല്പകശ്ശേരിയിൽ വന്ന് നാലഞ്ചു ദിവസം പാർത്തിട്ടു പോയ കാര്യം അവൾക്ക് ഓർമവന്നു. പൊക്കം കുറഞ്ഞ് വെളുത്തുവിളറിയ ഒരു നാല്പതുകാരൻ. സ്വർണക്കസവുമുണ്ട്, കസവുള്ള രണ്ടാംമുണ്ട്, കഴുത്തിലൊരു കനത്ത സ്വർണമാല, വില്ലുവച്ച കമ്മൽ, ഇരുകൈകളിലും നവരത്നമോതിരങ്ങൾ, രണ്ടു കൈവണ്ണകളിലും കറുത്ത ചരടിൽ കോർത്ത പലതരം യന്ത്രങ്ങൾ, ചന്ദനക്കുറി, കുടുമ, കുടവയർ. ഒരുത്തമ കോമാളിയെ കണ്ട കൗതുകത്തോടെ താത്രി നോക്കി.

“അറിഞ്ഞിരിക്കുന്നു, അറിഞ്ഞിരിക്കുന്നു; താത്രിക്കുട്ട്യങ്ങ് സുന്ദരിക്കുട്ട്യായ വിവരം അങ്ങ് മുണ്ടയൂരെത്തിയിരിക്കുന്നൂ. ഹായ് എന്താ ഒരു ചേല്! നോമിത്രേം പ്രതീക്ഷിച്ചില്ല്യാ. അസ്സൽ ഭഗവതി തന്ന്യാ.”

പച്ചമീൻ കണ്ട പൂച്ചയെപ്പോലെ നമ്പൂരി മണംപിടിച്ചുനിന്നു; എന്തൊക്കെയോ മുരണ്ടു.

മാധവൻ നമ്പൂരിയുടെ ചാപല്യങ്ങളും ചലനങ്ങളും വചനങ്ങളും താത്രിക്കു തീരെ രസിച്ചില്ല.

“ഭഗവതിയുടെ അടുത്തുനിന്നാണോ വര്യ? ഭഗവതി എന്നെക്കുറിച്ച് വേറെ ഒന്നും പറഞ്ഞില്ല്യേ?”

“അസ്സലായിരിക്കുന്നൂ ഫലിതം. നമുക്ക് നന്നേ ബോധിച്ചു.”

“നടന്നുവിയർത്തു വന്നതല്ല്യേ? തിരുമേനി പോയി കുളിച്ചു വന്നാൽ ഇലയിട്ടു വിളമ്പാം.”

താത്രി തീരെ പുച്ഛഭാവത്തിൽ പറഞ്ഞു.

“എന്നാൽ അങ്ങിന്യാകട്ടെ. അന്നവിചാരം മുന്നവിചാരംന്നല്ല്യേ?”

“ആണോ? എനിക്കറിയില്ല്യാ.

മുണ്ടയൂർ മാധവൻ നമ്പൂതിരി കുളിച്ച്, ഉണ്ട്, പത്തായപ്പുരയിൽ ഉറങ്ങിയെന്നല്ലാതെ അന്നു രാത്രി താത്രിയെ ഒന്നു കാണാൻപോലും കഴിഞ്ഞില്ല.

പിറ്റേന്നു പുലർന്നപ്പോൾതന്നെ മാധവൻ നമ്പൂതിരി സജീവമായി. താത്രിയുടെ പിറകേ നടന്ന് തന്റെ ധനസ്ഥിതിയെക്കുറിച്ച് വാതോരാതെ സംസാരിച്ചുകൊണ്ടിരുന്നു. ഒടുവിൽ താൻ ഒരേ ഒരു വേളിയേ കഴിച്ചിട്ടുള്ളൂ എന്നും അതിൽ സന്താനങ്ങളില്ലെന്നും താത്രിയെ വേളി കഴിച്ചാൽ തനിക്ക് സന്താനലബ്ധി ഉണ്ടാകുമെന്നും നമ്പൂരി താത്രിയോടു പറഞ്ഞു.

“പെൺകുട്ടികളുടെ വേളിക്കാര്യം രക്ഷാകർത്താക്കളോടല്ല്യേ ആലോചിക്കേണ്ട്യേ? അച്ഛനോടു പറയൂ.”

“താത്രിക്കിഷ്ടായാ അച്ഛനോടു പറയാം. താത്രിക്കിഷ്ടായില്ല്യേ സംഗതി കഷ്ടായി.”

സംസാരിക്കുന്നതിനിടയിൽ ചാഞ്ഞും ചരിഞ്ഞും തലയാട്ടിയുമുള്ള നമ്പൂരിയുടെ സംസാരം നല്ലൊരു നേരമ്പോക്കായി താത്രിക്കു തോന്നി. മാധവൻ നമ്പൂരിയെ ഒന്നു തുള്ളിക്കാൻതന്നെ അവൾ തീരുമാനിച്ചു.

“കൊച്ചിരാജകുടുംബത്തിലുള്ള ആർക്കോ എന്നെ വേളികഴിച്ച് കൊടുക്കുമോ എന്ന് ചോദിച്ചത്രേ. അങ്ങനെ ഒരാലോചന നിലവിലുണ്ട്.”

താത്രി ബോധപൂർവം ഒരു കള്ളം പറഞ്ഞു.

“സ്വത്തിന് ഒരു കുറവുമില്ല്യാ. കൊച്ചിരാജാവിനോളം വരില്ല്യാ. ലേശം കുറവുണ്ടായേക്കാം; ത്രേള്ളൂ.”

“അത് സാരംല്ല്യാ. പക്ഷേ ഒരു കുഴപ്പമുണ്ട്. തിരുമേനീടെ ഭാര്യ പ്രസവിക്കാത്തോണ്ടല്ല്യേ എന്നെ വേളികഴിക്കാംന്ന് വെച്ചത്. ഞാൻ പ്രസവിച്ചില്ലെങ്കിലോ?”

“ഹായ്, അങ്ങനേണ്ടാവില്ല്യാ. നിശ്ചായും താത്രി പ്രസവിക്കും.”

“എന്നാൽ ഒരു കാര്യം ചെയ്യാം. ഞാനൊന്നു ശ്രമിച്ചുനോക്കാം. ഞാൻ പ്രസവിച്ചതിനുശേഷമോ, അല്ലെങ്കിൽ ഗർഭിണിയായതിനുശേഷമോ വേളി കഴിക്കുന്നതല്ല്യേ നല്ലത്?”

“അതുതന്ന്യാ നമുക്കും ഹിതം. താത്രിക്കുട്ടിക്ക് ഹിതായില്ലെങ്കിലോന്ന് വെച്ചല്ല്യേ ആദ്യേ വേളിയാകാമെന്നു വച്ചത്.”

“ഹിതം തന്ന്യാ. പക്ഷേ, പ്രസവിക്കുമോ എന്നൊന്നു നോക്കട്ടെ. അത് ചെലവുള്ള കാര്യാണ്. അത്രയ്ക്കു പണംതരാൻ തിരുമേനീടെ കൈയിലുണ്ടോ?”

മുണ്ടൂർ നമ്പൂതിരി മുണ്ടിനടിയിൽനിന്നും ഒരു ശീലക്കിഴി പുറത്തെടുത്ത് കിലുകിലെ കിലുക്കി.

“കണ്ടോ, വെള്ളിനാണ്യങ്ങളാ. അത്രേം അങ്ങട്ട് തന്നേക്കാം.”

ഈ വങ്കൻ നമ്പൂതിരിയെ ഒന്നു പറ്റിച്ചുവിടാൻ തീരുമാനിച്ചുകൊണ്ട് അവൾ ചോദിച്ചു:

“തിരുമേനീ, ആ കിഴിയിൽ അമ്പതു വെള്ളിരൂപാ നാണ്യങ്ങളെങ്കിലുമുണ്ടോ?”

“അമ്പതില്ലല്ലോ. കഷ്ടായി; ഒരു പതിനഞ്ചെണ്ണംണ്ട്.”

തിരുമേനി എണ്ണിക്കാണിച്ചു. പതിനഞ്ചു വെള്ളിരൂപാത്തുട്ടുകൾ.

“തത്ക്കാലം ഇതും മതി. ബാക്കി അടുത്തയാഴ്ച തരണം.”

“എല്ലാം സമ്മതിച്ചിരിക്കുന്നു.”

അയാൾ നാണയക്കിഴി താത്രിയെ ഏല്പിച്ചു.

പെട്ടെന്ന് മാധവൻ നമ്പൂതിരിയുടെ ഭാവം മാറി. കൈവിരലുകൾ ഒരു പ്രത്യേക രീതിയിൽ ചലിച്ചു. പുതിയ കൈമുദ്രകളെന്തോ കാണിക്കുകയാണെന്ന് താത്രിക്കു തോന്നി.

നമ്പൂരിയുടെ കൃഷ്ണമണികൾ മേൽപോളയ്ക്കുള്ളിലൊളിച്ചു. മേലാസകലം വിറച്ചു. അയാൾ മലർന്നടിച്ചുവീണു. കൈകാലുകൾ പിടയ്ക്കുകയും വായിൽനിന്നും നുരയും പതയും വരികയും ചെയ്യുന്നത് താത്രി കണ്ടു. നമ്പൂരി മരിക്കാൻ തുടങ്ങുന്നു എന്ന് താത്രിക്കു തോന്നി. അവൾ അലറിക്കരഞ്ഞുകൊണ്ട് പുറത്തുചാടി.

കാര്യസ്ഥൻ കിട്ടുണ്ണിനായരും വൃദ്ധപരിചാരിക നാണിത്തള്ളയും ഓടിയടുത്തു. ഓക്കിമഹളും വെഴ്മത്തൂർ മഹളും പത്തായപ്പുരയുടെ മുന്നിലെത്തി. പത്തായപ്പുരയിലേക്ക് കൈചൂണ്ടിക്കൊണ്ട് 'നമ്പൂരി, നമ്പൂരി' എന്നു മാത്രം താത്രി പറഞ്ഞുകൊണ്ടിരുന്നു. അവർ പത്തായപ്പുരയിൽ ഓടിയെത്തിയപ്പോൾ അപസ്മാരബാധിതനായ നമ്പൂരി തറയിൽ കിടന്നു പിടയുന്നു.

"ഒന്നും ചെയ്യാനില്ല്യാ. ഭഗവതി കോപിച്ചിരിക്കുന്നൂ. എന്താ കാരണംന്ന് ചോദിച്ചറിയണം."

കാര്യസ്ഥനും അനുഭവസ്ഥനുമായ കിട്ടുണ്ണി അഭിപ്രായപ്പെട്ടു. മുമ്പ് ഇല്ലത്തു വന്ന് താമസിച്ചിരുന്നപ്പോൾ അസുഖമൊന്നും ഇല്ലായിരുന്നല്ലോ എന്ന് ഓക്കിമഹൾ ഓർത്തു. ദൈവകോപമാണെന്ന കാര്യത്തിൽ ആർക്കും സംശയമില്ലായിരുന്നു.

ഇരുവശങ്ങളിലേക്ക് മാറിമാറി ചലിച്ചുകൊണ്ടിരുന്ന ശിരസ്സും പിടച്ചുകൊണ്ടിരുന്ന കൈകാലുകളും ചലനതീവ്രത കുറഞ്ഞുകുറഞ്ഞുവന്ന് നിശ്ചലാവസ്ഥയിലായത് താത്രി ശ്രദ്ധിച്ചു. മുണ്ടയൂർ മാധവൻ നമ്പൂതിരി പ്രാണൻവെടിഞ്ഞു എന്ന നിഗമനത്തിൽ താത്രി എത്തി. അവൾ കരച്ചിലടക്കാൻ നന്നേ പണിപ്പെട്ടു. അയാളിൽനിന്നും പതിനഞ്ചു രൂപ വാങ്ങിപ്പോയല്ലോ. ഭഗവാൻ ക്ഷമിക്കുമോ? നമ്പൂരിയുടെ ആത്മാവ് തന്നെയന്വേഷിച്ച് വരാതിരിക്ക്വോ? എന്താ ചെയ്യ്വ? താത്രി ആകെ വശംകെട്ടു.

"സാരംല്ല്യാ. ശ്ശി കഴിയുമ്പം കൺമിഴിച്ചെഴുന്നേക്കും. ത്രന്ന്യേ."

കിട്ടുണ്ണി മറ്റുള്ളവരെ സമാധാനിപ്പിച്ചു. എങ്കിലും താത്രിക്കു മാത്രമല്ല, അമ്മമാർക്കും നാണിത്തള്ളയ്ക്കും ഒരു സമാധാനവും ഇല്ലാതായി.

"ഇല്ലത്തു വന്നപ്പൊ ഇങ്ങനേണ്ടായത് കഷ്ടായല്ലോ. പഴി നമുക്കല്ല്യേ? കിട്ടുണ്ണി ഇവിടെത്തന്നെ നിൽക്ക."

കാര്യസ്ഥനെ ചുമതല ഏല്പിച്ചിട്ട് മറ്റുള്ളവർ മറ്റു കാര്യങ്ങളിലേക്ക് കടന്നു.

കുറ്റബോധത്താൽ താത്രി തികച്ചും പരിക്ഷീണിതയായി. അയാൾ തന്നെ മോഹിച്ച് വെള്ളിനാണ്യങ്ങളുമായി ഇത്ര ദൂരം താണ്ടിവന്നതല്ലേ?

അയാളെ കണക്കറ്റ് കളിയാക്കുകയും ചെയ്തു. അയാൾ മരിക്കാതിരുന്നെങ്കിൽ വെള്ളിനാണയങ്ങൾ തിരിച്ചുകൊടുക്കാമായിരുന്നു. മരിച്ചുപോയാൽ നമ്പൂരിയുടെ പതിനഞ്ചു രൂപ തനിക്കൊരു ഭാരമാകും എന്നവൾ മനസ്സിലാക്കി.

"ഭഗവതീ, ഒരു വഴികാട്ടിത്തരണേ."

താത്രി അന്നുരാത്രി വളരെനേരം പ്രാർത്ഥിച്ചു. അയാൾക്ക് ഒന്നും സംഭവിച്ചില്ലെങ്കിൽ പിറ്റേന്ന് ഭഗവതിക്ക് ഒരു പുഷ്പാഞ്ജലി നടത്തിയേക്കാം എന്നവൾ നേർന്നു.

രാത്രി ഉറങ്ങാൻനേരത്തറിഞ്ഞു, നമ്പൂരിക്ക് ബോധം വീണ്ടുകിട്ടിയ കാര്യം. ഭഗവതി രക്ഷിച്ചു.

അമ്പലത്തിൽ പോകാൻ അതിരാവിലെ താത്രി കുളിക്കുകയായിരുന്നു. അടുത്താരുമില്ലാത്ത ധൈര്യത്തിൽ മുട്ടളവ് വെള്ളത്തിൽനിന്ന് ഈറൻ പിഴിഞ്ഞ് തല തുവർത്തുകയായിരുന്നു അവൾ. തെല്ലു കുനിഞ്ഞുനിന്ന് പനങ്കുലമുടിയിൽ ഈറൻതുണി വിരിച്ചിട്ട് ചുറ്റിപ്പിഴിഞ്ഞ് തല നിവർത്തി നോക്കിയത് മാധവൻ നമ്പൂതിരിയുടെ മുഖത്ത്.

"നാം ഒന്നും കണ്ടില്ല്യാട്ടോ."

നമ്പൂരി പ്രതികരിച്ചു. പെട്ടെന്നവൾ പ്രകോപിതയായെങ്കിലും ചത്തുപിഴച്ചുവന്നവനല്ലേ എന്നോർത്ത് ക്ഷമിച്ചു.

"അസ്സലായിരിക്കുന്നൂ; താത്രിയെ ഇങ്ങനെ കാണാൻ എന്താ ഭംഗി?"

"അസുഖം മാറിയോ തിരുമേനീ?"

"ഭഗവതീടെ കൃപാകടാക്ഷംകൊണ്ട് അരനാഴികേണ്ടാവുള്ളൂ ആ അസുഖം."

"തിരുമേനിക്ക് ഇതിനുമുമ്പും ഈ അസുഖം വന്നിട്ടുണ്ടോ?"

"ഉണ്ടോന്നോ? ഭഗവതീസഹായംകൊണ്ട് മാസത്തിൽ രണ്ടു പ്രാവശ്യേണ്ടാവാറുള്ളൂ-കറുത്തവാവിനും വെളുത്തവാവിനും അടുപ്പിച്ച്. ന്ന് വെളുത്തവാവാ. അതാ ന്നലെ ങ്ങനേണ്ടായേ."

താത്രിക്ക് ആ മനുഷ്യനോട് സഹതാപം തോന്നി. താൻ വിചാരിച്ചതിലും കഷ്ടമാണല്ലോ കാര്യങ്ങൾ.

'തന്നെ മോഹിച്ച് ഇവിടെ നിൽക്കേണ്ട; പതിനഞ്ചു റുപ്യ തിരിച്ചു തന്നേക്കാം, സ്ഥലംവിട്ടോളൂ' എന്നു പറഞ്ഞാലോ?

വേണ്ട. അക്കാര്യംതന്നെ അനുനയത്തിൽ പറഞ്ഞ് അയാളെ മടക്കി അയയ്ക്കാമെന്ന് താത്രി തീരുമാനിച്ചു.

"ഞാൻ അമ്പലത്തിൽ പോയി പുഷ്പാഞ്ജലി നടത്തിയിട്ട് തിടുക്കത്തിലെത്താം. തിരുമേനി പത്തായപ്പുരയിൽ ഉണ്ടാവൂല്ലോ."

താത്രി ചോദിച്ചു.

"അമ്പലത്തിലേക്ക് നോംകൂടി വന്നാലോ?"

"വേണ്ട, പിന്നീട് ഒറ്റയ്ക്കു പോയാൽ മതി."

പുഷ്പാഞ്ജലി നടത്തി. മുണ്ടയൂർ മാധവൻ നമ്പൂതിരി ജീവനോടെ ഇരിക്കുന്നതിലുള്ള നന്ദി ഭഗവതിയെ അറിയിച്ചു. പതിനഞ്ചു രൂപ വാങ്ങിപ്പോയി. അതിന്നുതന്നെ തിരിച്ചുകൊടുത്തേക്കാം. പണവും വാങ്ങിക്കൊണ്ട് മടങ്ങിപ്പോകാൻ ഭഗവതി നമ്പൂരിയോട് ഒന്നു പറയണേ.

താത്രി കണ്ണടച്ചുനിന്നു പ്രാർത്ഥിച്ചു.

"അതു ശരിയല്ല കുട്ടീ. അവൻ നിന്നെ മോഹിച്ചാണ് ഇത്രയും വെയിൽ കൊണ്ടത്. അവന്റെ കൈയിലുണ്ടായിരുന്നത് തന്നല്ലോ. ദേവിക്കു നൽകിയ കാണിക്ക ആരെങ്കിലും തിരികെ സ്വീകരിക്കുമോ? നീ താത്രിയല്ല, താത്രീ ഭഗവതിയാണെന്ന കാര്യം മറന്നുപോയോ? നിന്റെ മുമ്പിൽ അർപ്പിച്ച കാണിക്ക തിരിച്ചുനൽകിയാൽ നീ പിന്നെ എങ്ങനെ ഭഗവതിയായിരിക്കും? അവനെ ഒരു ദിവസത്തേക്ക് ഒന്നു സന്തോഷിപ്പിച്ചുവിടുക."

കാർത്ത്യായനിഭഗവതി താത്രീഭഗവതിയെ ഉപദേശിച്ചു.

താത്രി പത്തായപ്പുരയിൽ മടങ്ങിയെത്തിയപ്പോൾ മുണ്ടയൂർ മാധവൻ നമ്പൂതിരി കുളിച്ച് കുറിയിട്ടു നിൽക്കുന്നു. ഭഗവതി പറഞ്ഞ കാര്യങ്ങൾ താത്രി ഓർത്തു. ഭഗവതിയുടെ ഇംഗിതം നടപ്പിൽ വരുത്തി.

സംപ്രീതയായ താത്രീഭഗവതി എഴുന്നേറ്റുനിന്നു.

"ഞാൻ താത്രിക്കുട്ടിയല്ല്യ, താത്രീഭഗവതിയാ. ഭഗവതിയോട് കളി വേണ്ട. പെട്ടെന്ന് ഇല്ലത്തേക്ക് മടങ്ങിക്കോളൂ."

ഭഗവതിയുടെ കാൽച്ചുവട്ടിൽ തളർന്നുകിടന്ന മുണ്ടയൂർ നമ്പൂരിയുടെ കൈകാലുകൾ കോച്ചിവലിക്കുകയും വിറകൊള്ളുകയും ശിരസ്സ് ഇരുഭാഗങ്ങളിലേക്കും മാറിമാറി ചലിക്കുകയും വായിലൂടെ നുരയും പതയും വരികയും ചെയ്യുന്നത് താത്രീഭഗവതി കണ്ടു.

ഇരുപത്തിഅഞ്ച്

താത്രിയെ പിഴച്ചവൾ എന്നോ കുലടയെന്നോ വിളിക്കാൻ പത്മയ്ക്ക് തോന്നിയില്ല. ഇതുവരെ കേട്ട കാര്യങ്ങളിൽനിന്നും സംഗീതകലയിൽ മാത്രമല്ല, ലൈംഗികകലയിലും അസാമാന്യതാത്പര്യമുള്ള പെൺകുട്ടിയാണ് അവളെന്ന് മനസ്സിലായി. ഇതുവരെ താൻ വായിച്ച കഥകളിലോ കാവ്യങ്ങളിലോ ഇത്തരത്തിൽ ഒരു കഥാപാത്രത്തെ കണ്ടിട്ടില്ലെന്നും പത്മ തിരിച്ചറിഞ്ഞു. ഒരു മനുഷ്യജന്മത്തിന് ഇങ്ങനെയാകാൻ കഴിയില്ല. ഭഗവതിയുടെ അവതാരമല്ലെങ്കിൽ എങ്ങനെയിതൊക്കെ സാധിക്കുന്നു?

പത്മയുടെ അന്തഃരംഗം കണ്ടിട്ടെന്നപോലെ രാവുണ്ണിമുത്തച്ഛൻ പറഞ്ഞു:

“ഇത്രയൊക്കെയായിട്ടും ഞാൻ താത്രിയെ വെറുത്തില്ല്യാന്നു മാത്ര മല്ല, അവൾ ഓരോ പ്രതിസന്ധിയിൽപെടുമ്പോഴും ആഴത്തിൽ കുറേ ക്കൂടി ആഴത്തിൽ അവളെ സ്നേഹിക്കുകയാണുണ്ടായത്. അവളോട് ഓരോ ചുവടും അടുത്തുകൊണ്ടിരിക്കുകയായിരുന്നു.

ഇരുപതു വയസ്സുകാരനായ യുവാവെന്ന നിലയിൽ രാവുണ്ണിയുടെ ദൗർബല്യമാണ് ഇവിടെ പ്രകടമായതെന്ന് പത്മയ്ക്കു തോന്നിയേക്കാം. സാധാരണ യുവാക്കൾക്കുണ്ടാകാറുള്ള കാമാതുരമായ പ്രണയമല്ല എനി ക്കവളോടു തോന്നിയത്. അവളെ ആർക്കും വെറുക്കാൻ കഴിയില്ല്യ എന്ന കാര്യം സത്യമാണ്. ആ അംഗലാവണ്യം ആരെയും ആകർഷിക്കുന്ന തരത്തിലായിരുന്നു. കറ തീർന്ന ശില്പഭംഗി എന്നു പറയാം.

ശരീരകാന്തിയേക്കാൾ അവളുടെ ആന്തരശോഭയാണ് എന്നെ ആകർഷിച്ചത്. എന്നാൽ അതു കാണാൻ മറ്റാർക്കും കഴിഞ്ഞിരുന്നില്ല്യ. അത് കാണാൻ അകക്കണ്ണുള്ളവർക്കേ കഴിയൂ.

അന്യപുരുഷന്റെ കൈക്കരുത്തിലമർന്നുപോയ അനുഭവങ്ങൾ മാത്ര മല്ല, പരപുരുഷന് ഉള്ളറിഞ്ഞ് സ്വയംസമർപ്പിച്ച നിർവൃതികരമായ അനുഭവങ്ങൾവരെ എത്ര സത്യസന്ധമായാണ് തന്റെ കാമുകനോട് അവൾ പറഞ്ഞത്! ആ ആർജവത്തിനു പിന്നിൽ ഒരു ദൈവികശക്തിയും വിശുദ്ധിയുമുണ്ടെന്ന് എനിക്കറിയാം. ഒരു സാധാരണ യുവതിക്ക് ഒരിക്കലും അതിനു കഴിയില്ല്യ. അവൾ ഒരു മറയുമില്ലാതെ തന്റെ മനസ്സു തുറന്ന് എനിക്കു കാട്ടിത്തരികയല്ലേ ചെയ്തത്! അതിന് അവളോടെനിക്ക് നന്ദിയും കടപ്പാടുമുണ്ട്.

എങ്കിലും എനിക്കു തോന്നുന്നത് അവൾ ‘വിധിയുടെ ബലിമൃഗ’ മായിരുന്നെന്നാണ്. ഒന്നോർത്താൽ ആരാണ് അങ്ങനെയല്ലാത്തത്? അവൾക്ക് ഇരുപത്തിമൂന്നാമത്തെ വയസ്സിൽ ഭൂമിജീവിതത്തിനപ്പുറമുള്ള പുണ്യജീവിതത്തിൽ പ്രവേശിക്കാൻ കഴിഞ്ഞു. എനിക്കോ? അപ്പോൾ നമ്മളെല്ലാം വിധിയുടെ കളിയരങ്ങിൽ വെറും വേഷങ്ങൾതന്നെയല്ല്യേ?”

അമ്പലത്തിലെ കൊടിമരാഗ്രത്തിൽ ദൃഷ്ടിപതിപ്പിച്ച് ആത്മഗതം പോലെ അദ്ദേഹം പറഞ്ഞു. ആ പ്രക്ഷുബ്ധമാനസം ശാന്തമാകുന്നതും കാത്ത് പത്മ ഇരുന്നു. കുറച്ചു കഴിഞ്ഞപ്പോൾ അദ്ദേഹം വീണ്ടും തുടങ്ങി.

“കുറിയേടത്തില്ലത്തുവച്ച് തന്റെ സംഗീതഗുരുവിന് ശരീരദക്ഷിണയർ പ്പിച്ച അനുഭവമാണ് അവൾതുടർന്നു പറഞ്ഞത്.”

എഴുപത്തിയഞ്ചു കൊല്ലത്തിനുമുമ്പുള്ള ആ കഥാദിനത്തിലേക്ക് രാവുണ്ണിമുത്തച്ഛൻ പത്മയെ കൂട്ടിക്കൊണ്ടുപോയി.

“വല്യ വെയിലായതിനാൽ ഞാൻ വളരെനേരം വെള്ളത്തിൽ മുങ്ങിയും പൊങ്ങിയും കിടന്നു. നീന്തിനടന്നു. ശരീരം മാത്രമല്ല്യാ, ന്റെ മനസ്സും തണുക്കേണ്ടിയിരുന്നു. വെള്ളത്തിൽ കിടന്നപ്പോഴും രണ്ടു ദിവസം മുമ്പുണ്ടായ കാര്യങ്ങൾ ഓർത്തു.

ഇല്ലത്തിൽ അന്നും അശാന്തി തന്ന്യാര്ന്നു. അമ്മമാരുടെ നേർക്ക് രണ്ടു ദിവസത്തിനുമുമ്പും അച്ഛന്റെ ആക്രമണമുണ്ടായി. അമ്മയുടെ നീരു കെട്ടിയ മുഖത്ത് ചെറിയമ്മ മുരിങ്ങയിലയും ഉപ്പും ചേർത്ത് പുരട്ടി കൊടുത്തു.

ചെറിയമ്മയുടെ ഇടതുകവിളും നീരുകെട്ടിയും കരുവാളിച്ചുമിരുന്നു. അമ്മയുടെ കവിളിൽ തലോടിക്കൊണ്ട്, പന്ത്രണ്ടു വയസ്സു കഴിഞ്ഞ മകൻ നാരായണൻ 'അച്ഛനെ ഞാൻ കൊല്ലും, കൊല്ലും' എന്ന് ഇടയ്ക്കിടെ പറഞ്ഞുകൊണ്ടിരുന്നു. കഴിഞ്ഞ രാത്രി ഇറങ്ങിപ്പോയ അച്ഛൻ അപ്പോഴും തിരിച്ചെത്തിയിരുന്നില്ല്യ. തീരെ ചെറിയ കുട്ടികളായ പാർവതിയും ശ്രീദേവിയും എന്നെ കെട്ടിപ്പിടിച്ചുകൊണ്ട് ഇരുട്ടുമുറിയിൽ പതുങ്ങിയിരുന്നു.

ഇക്കാളിച്ചേച്ച്യേട ജീവിതം മഹാദുരിതത്തിലാണെന്ന് അതിനിടെ ആരോ പറഞ്ഞറിഞ്ഞു. മുക്കാലും പട്ടിണിയാണത്രെ. ഇച്ചീരി നമ്പൂരിക്ക് അമ്പലച്ചോറെങ്കിലും കിട്ടും. ഇക്കാളിക്ക് അതുമില്ല്യാ.

നാലുവശവും കത്തിത്തുടങ്ങിയ പുരയ്ക്കകത്താണ് ഞാനെന്ന് തോന്നി. ഏതു നിമിഷവും കത്തിയമരാം. പ്രതീക്ഷിക്കാനൊന്നു മില്ല്യാ. അച്ഛന്റെ അടുത്തെങ്ങും പോകരുതെന്ന് ഇക്കാളിച്ചേച്ചി എന്നെ ഓർമ്മപ്പെടുത്തിയിരുന്നതുകൊണ്ട്, അച്ഛന്റെ കണ്ണിൽപെടാതെയുള്ള ഒരു തരം ഒളിവ് ജീവിതമായിരുന്നു.

എങ്ങോട്ടെങ്കിലും പോയി രക്ഷപ്പെടാൻ കഴ്യോ? രണ്ടുകൈയും നീട്ടി സ്വീകരിക്കാൻ വന്ന മുണ്ടയൂർ നമ്പൂരി ചുഴലിദീനക്കാരനായിപ്പോയി. അല്ലായിരുന്നെങ്കി ഇല്ലത്തുനിന്നും രക്ഷപ്പെടാനൊരു വഴി എന്ന നിലയിൽ അയാൾ സ്വീകാര്യനായിരുന്നേനേ.

ആ സമയത്തും കണ്ടഞ്ചാത രാവുണ്ണിയെ വിളിച്ച് ഞാൻ കരയുമായിരുന്നു.

'നീ എവിട്യാ രാവുണ്ണീ? നിനക്കെന്നെ വേണ്ട്യേ? എന്നെ ഈ അരക്കില്ലത്തീന്ന് രക്ഷപ്പെടുത്താൻ നിനക്കാവ്വോ?'

എന്റെ ഉള്ളിലിരുന്ന രാവുണ്ണി എന്നോടു ഉരിയാടിയില്ല്യ. അവനെന്നോട് പെണങ്ങിയിരിക്ക്യായിരിക്കുമെന്ന് ഞാൻ കരുതി. എങ്കിലും ഞാനവനോട് പെണങ്ങീല്ല്യ. ഞാൻ കരഞ്ഞതും പറഞ്ഞതും വെറുതെയായി. അങ്ങനെ പലതും ഓർത്തോർത്ത് വെള്ളത്തിൽ വളരെനേരം കിടന്നു. കുളപ്പുരയ്ക്കു വെളിയിൽ ഈറൻ വിരിച്ചുകൊണ്ടു നിന്നപ്പോ കുറിയേടത്തില്ലത്തിലെ ദാസി വന്നു. ചമ്മുത്തമ്പുരാട്ടി അയച്ചിട്ടു വന്നാണത്രെ.

കുറിയേടത്തില്ലത്തുവച്ച് എന്നെ സംഗീതം പഠിപ്പിച്ചിരുന്നത് വെള്ളാറ്റന്നൂർ നാരായണൻ നമ്പീശനായിരുന്നു. അദ്ദ്യേം എനിക്ക് വായിച്ചുപഠിക്കാൻ തന്നിരുന്ന ഭാഷാഷ്ടപദി മടക്കിക്കൊടുത്തിരുന്നില്ല്യ. അത് തിരിച്ചു വാങ്ങിക്കൊടുക്കാമെന്നു പറഞ്ഞാണത്രെ മുമ്പൊരിക്കൽ നമ്പ്യാത്തൻ

നമ്പൂതിരി ഇല്ലത്തു വന്നത്. ഞാൻ അമ്മാത്തു പോയിരിക്കുന്നു എന്നു പറയാൻ ചുമതലപ്പെടുത്തി ഒളിച്ചിരുന്ന കാര്യം ഞാൻ പറഞ്ഞത് ഓർമ്മേണ്ടല്ലോ? അഷ്ടപദി തിരിച്ചു വാങ്ങിക്കൊടുക്കുമോ എന്ന് നമ്പീശൻ ചമ്മുത്തമ്പുരാട്ടിയോട് ചോദിച്ചത്രേ.

ചമ്മുത്തമ്പുരാട്ടി ദാസിയോട് ചില കാര്യങ്ങൾ പറഞ്ഞയച്ചു.

'നമ്പ്യാത്തൻ തീർത്ഥാടനത്തിലാണ്. മൂന്നുമാസം കഴിഞ്ഞേ മടങ്ങിയെത്തൂ. രാമൻ നമ്പൂതിരി വല്ലപ്പോഴും തല കാണിച്ചുപോകും. ഫലത്തിൽ ഇല്ലത്തില്ല. ഒരു പെൺകിടാവൊണ്ടായിരുന്നേനെ വേളി കഴിച്ചയച്ചു. ഇപ്പം ഞാനും പിന്നെ ഈ ദാസീം മാത്രം. താത്രിക്കുട്ട്യേ കാണണംന്ന് ശ്ശി മോഹംണ്ട്. അത്രടംവരെ നടക്കാന്വെച്ചാ അതിനുള്ള ശേഷീംല്ല്യാ.

ഈടത്തെ കുട്ട്യേം താത്ര്യേം പാട്ടു പഡിപ്പിച്ചിരുന്ന നമ്പീശൻ ഒരു പൊസ്തോം താത്രിക്ക് വായിക്കാൻ കൊടുത്തത് തിരിച്ചുകിട്ടീല്ല്യാന്ന് പരാതി. പുതിയതൊന്നു വിലകൊടുത്തു വാങ്ങാന്വെച്ചാ കിട്ടാനുമില്ല്യ. അതോണ്ട് ആ പൊസ്തോംകൊണ്ട് താത്രിക്കുട്ടി ഇവളോടൊപ്പം വരട്ടെ. വിരോദാല്ലാന്വെച്ചാ പത്തൂസം എന്റടുത്ത് നിൽക്കട്ടെ. ഇവിടേം ജീവന്റെ അനക്കം ഉണ്ടാവട്ടെ. പിന്നെ കുട്ടിക്ക് സംഗീതം പഡിക്കണോന്നൊണ്ടെങ്കി നമ്പീശൻ ഇവിടെ അടുത്തുതന്നെയുള്ളയാളാ. വേണ്ട സഹായം ഞാൻ ചെയ്യാം.'

ആ വാർത്ത എനിക്കു പുതുജീവൻ നൽകി. ദൈവം എന്നെ തീർത്തും കൈവിട്ടിട്ടില്ല്യ എന്നൊരു തോന്നൽ.

കുറിയേടത്തുനിന്നും മനസ്സിനും ശരീരത്തിനുമേറ്റ മുറിവുകളുമായാണ് മൂന്നു കൊല്ലത്തിനുമുമ്പ് ഞാൻ ഇല്ലത്തേക്ക് മടങ്ങിയത് എന്ന കാര്യം എനിക്ക് വിസ്മരിക്കാനാവില്ല്യാലോ. ആ മൂന്നു കൊല്ലങ്ങൾ കൊണ്ട് ഞാൻ വളരെയേറെ മാറിപ്പോയിരുന്നു. പതിമൂന്നു വയസ്സേ ആയുള്ളൂ എങ്കിലും തികഞ്ഞ യുവതിയായിക്കഴിഞ്ഞിരുന്നു. തൽക്കാലം നമ്പ്യാത്തന്റെ ആക്രമണം ഭയക്കാനില്ല്യ. മൂന്നു മാസമെങ്കിലും കഴിഞ്ഞേ അയാളെത്തുള്ളൂ. അത്രയും കാലമെങ്കിലും സുരക്ഷിതയായി കഴിയാമല്ലോ. അമ്മമാരെ ചവിട്ടിയൊതുക്കുന്നതുപോലെ അച്ഛൻ എന്റെ കൈയോ കാലോ തല്ലിയൊടിക്കാതെ നോക്കണമല്ലോ. എന്നെ പോകാൻ അനുവദിക്കണേ എന്നു പ്രാർത്ഥിച്ചുകൊണ്ട് അമ്മയുടെ മുഖത്ത് ദയനീയമായി നോക്കി.

"എന്നാ അങ്ങന്യാട്ടെ."

അമ്മ അനുവദിച്ചു. എന്റെ രക്ഷയ്ക്കായി അപ്രതീക്ഷിതമായി തുറന്നു കിട്ടിയ വഴി എന്ന് അമ്മ കരുതിയിട്ടുണ്ടാവണം.

"ചമ്മുത്തമ്പുരാട്ടീടെ ആഗ്രഹം അങ്ങന്യണെങ്കി അങ്ങന്യാട്ടെ. പത്തു പതിനഞ്ചു ദിവസം കുറിയേടത്തില്ലത്തു നിൽക്കുന്നേ വിരോധംല്ല്യാ.

ഏറിയാൽ ഒരുമാസം. അതിനിടെ പഡിക്കാവുന്ന പാട്ടൊക്കെ പഡിച്ചാ മതി. നീ തന്നെ തിരിച്ചുകൊണ്ടാക്കണേ.''

അമ്മ ആ ദാസിയോടു പറഞ്ഞു. അടുത്ത ദിവസം രാവിലെ ഞങ്ങൾ കുറിയേടത്തില്ലത്തേക്കു തിരിച്ചു. ഒരു വലിയ വേങ്ങാമരത്തിന്റെ ഉയർന്ന ശിഖരത്തിൽ സുരക്ഷിതമായ ഒരു കിളിക്കൂട് തേടി എന്റെ മാനസമൈന മുമ്പേ പറന്നു. എന്നെക്കണ്ടപ്പോ ചമ്മുത്തമ്പുരാട്ടിക്ക് സന്തോഷായി. എന്നെ ചേർത്തു നിർത്തി ആശ്ലേഷിച്ചു.

അടുത്ത ദിവസം വെള്ളാറ്റന്നൂർ നാരായണൻ നമ്പീശൻ വന്നു. മൂന്നു കൊല്ലത്തിനുമുമ്പ് കണ്ടപോലെ തന്ന്യാ. ഒരു മാറ്റവും വന്നിട്ടില്ല്യാ.

''താത്രിക്കുട്ട്യേ കണ്ടിട്ട് തിരിച്ചറിയാൻ വയ്യാണ്ടായി. വല്യകുട്ടിയായിരിക്കുന്നു. സുന്ദരിക്കുട്ടി.''

ആ പ്രശംസ ഇഷ്ടപ്പെട്ടില്ല്യ. നമ്പീശൻ പറഞ്ഞത് ശരിയാണെങ്കിലും വെറുതെ സുഖിപ്പിക്കാൻവേണ്ടി പറഞ്ഞതാണെന്ന് തോന്നി.

നമ്പീശൻ ആപാദചൂഡം സൂക്ഷ്മനിരീക്ഷണം നടത്തുകയാണെന്ന് തിരിച്ചറിഞ്ഞു. അയാളുടെ കണ്ണുകൾ ശരീരത്തിൽ എവിടെവിടെ തങ്ങി നിൽക്കുന്നുവെന്നും തിരിച്ചറിഞ്ഞു. അന്നേരം തന്നെ ഭാഷാഷ്ടപദി തിരിച്ചേല്പിച്ചു.

''താത്രിക്ക് ബുദ്ധിമുട്ടായോ? പുതിയതൊന്ന് വാങ്ങാൻ കിട്ടാതായി. അതാ തിരികെക്കിട്ടാൻ—''

''കടംകൊണ്ടത് എന്നായാലും തിരിച്ചുതരേണ്ടതല്ലേ്യ. മാത്രോല്ല്യ ഇനി എനിക്കീ പുസ്തോത്തിന്റെ ആവശ്യംല്ല്യാ. നൂറുവട്ടം വായിച്ചു കാണും. ആദ്യവസാനം കാണാതെ ചൊല്ലാനറിയാം.''

''ഹായ് അങ്ങ്ന്യോ? കേമായി.''

പലതും ചോദിച്ചും പറഞ്ഞും അധികം വൈകാതെ ചർച്ച സംഗീതത്തെക്കുറിച്ചായി.

''താത്രി അസ്സലായി കഥകളിപ്പദങ്ങൾ ചൊല്ലുന്നു എന്നു കേൾക്കുന്നു. കല്പകശ്ശേരിയിൽ ആരാ ഗുരു?''

നമ്പീശൻ ചോദിച്ചു.

''അങ്ങിനേന്നുംല്ല്യാ. ചൊല്ലുന്ന ശരിയോന്നും നിശ്ചയില്ല്യാ. അങ്ങ് ചൊല്ലുന്നു—അത്രേന്ന്യാ.''

''ചൊല്ലുന്നത് ശരിയോന്ന് ഇപ്പ തീരുമാനിക്കാലോ. ഏതെങ്കിലും ഒരു പദമങ്ങട് ചൊല്ലുക. തെറ്റാൻ വഴീല്ല്യാന്നാ ഞാനറിഞ്ഞേ.''

നമ്പീശൻ എന്നെ പ്രോത്സാഹിപ്പിച്ചു. ഏതു പദം ചൊല്ലേണ്ടൂ എന്നൊരു ശങ്കയിൽ തെല്ലിട നിന്നു. പെട്ടെന്ന് നളചരിതം മനസ്സിലെത്തി. ചൂതുകളിയിൽ രാജ്യം നഷ്ടപ്പെട്ട നളൻ ദമയന്തിയോടൊപ്പം കാട്ടിൽ

അലയുന്ന സന്ദർഭം. ഉറങ്ങിക്കിടന്ന ദമയന്തിയെ കാട്ടിൽ ഉപേക്ഷിച്ചിട്ട് കലിബാധിതനായ നളൻ എങ്ങോട്ടോ പുറപ്പെട്ടു. നളന്റെ വിരഹത്തിൽ വിലപിക്കുന്ന ദമയന്തിയെ ഒരു കാട്ടാളൻ കാണുന്നു. ആ സന്ദർഭത്തിൽ കാട്ടാളവേഷം ആടുന്ന പദമാണ് എന്റെ മനസ്സിലെത്തിയത്.

"എന്താത്ര ശങ്ക? സധൈര്യം ചൊല്ലുക."

നമ്പീശൻ വീണ്ടും പ്രോത്സാഹിപ്പിച്ചു. അത്രേമായപ്പോ എനിക്കും ചെറിയൊരാവേശം. നളചരിതം രണ്ടാംദിവസത്തിലെ രണ്ടാം ചരണം പുന്നാഗവരാളി രാഗം, അടന്തതാളത്തിൽ ഞാനങ്ങു ചൊല്ലി.

സ്വരത്തിനുടെ മാധുര്യം കേട്ടാ-
ലൊരുത്തിയെന്നതു നിശ്ചേയം
സ്വൈരം ചാരേ ചെന്നവളുടെ, ഞാൻ
സുമുഖിയൊടാരിതിപൃച്ഛേയം.
മരത്തിനിടയിൽ കാണാമേ, സു-
ന്ദരത്തിനുടെ സാദൃശ്യേയം.
കേനവിയോഗാൽ കേണീടുന്നിവൾ
കേനനുവിധിനാ പശ്യേയം?
അകൃത്രിമ ദ്യുതിര നവദ്യേയം
അടുത്തുചെന്നിനി അനുപശ്യേയം.
ആകൃതി കണ്ടാലതിരംഭേയം
ആരാലിവൾതന്നധരംപേയം?

നല്ലപോലെ പദം ചൊല്ലി എന്നല്ല, ചൊല്ലിത്തകർത്തൂന്ന് പറയാം. ചൊല്ലുക മാത്രംല്ല, നിക്ക് തോന്നിയ രീതിയിൽ ചില മുദ്രകൾകൂടി കാട്ടിയും കാലുകളിളക്കി താളത്തിൽ ചവിട്ടി അഭിനയിക്കുകയും ചെയ്തു. 'ആകൃതി കണ്ടാലതി....' എന്ന ഒടുവിലത്തെ രണ്ടുവരി രണ്ടു പ്രാവശ്യം ആവർത്തിച്ചപ്പോൾ നമ്പീശൻ കുറിയേടത്ത് പുറത്തളത്തിൽ നിന്നും ഉയർന്ന് ഉണ്ണായി സൃഷ്ടിച്ച ഏതോ മായികലോകത്ത് എത്തിക്കഴിഞ്ഞിരുന്നു

പദം ചൊല്ലിത്തീർന്നിട്ട് എങ്ങനെയുണ്ട് എന്നറിയാൻ എന്ന ഭാവത്തിൽ ഞാൻ നമ്പീശന്റെ മുഖത്തു നോക്കി. അദ്ദ്യേം എന്റെ മുഖത്ത് കണ്ണുനട്ട് മനസ്സ് മറ്റേതോ ലോകത്തെന്നപോലെ ഇരിക്ക്യേരുന്നു. അഭിപ്രായം ഒന്നും പറയാതെ അന്തംവിട്ട് ഇരിക്കുന്നതുകണ്ട് ഞാൻ ചോദിച്ചു:

"നന്നായോ? ഇഷ്ടപ്പെട്ടോ?"

നമ്പീശൻ ഭൂമിയിലേക്കിറങ്ങി.

"നന്നായോന്നോ? ഇഷ്ടപ്പെട്ടോന്നോ? ഇതിൽപരം നന്നാക്കാനുണ്ടോ? ആരാ ഇഷ്ടപ്പെടാതിരിക്ക്യാ?"

രണ്ടുവരി എന്റെ മുഖത്തുനോക്കി ശബ്ദം താഴ്ത്തി അദ്ദേഹം ചൊല്ലുകയും ചെയ്തു.

"ആകൃതി കണ്ടാലതിരംഭേയം
ആരാലിവൾതന്നധരംപേയം?"

അത് ദമയന്തിയെപ്പറ്റി കാട്ടാളൻ പറഞ്ഞതല്ലെന്നും എന്നെക്കുറിച്ച് നമ്പീശൻ ഉള്ളിൽതട്ടി പറഞ്ഞതാണെന്നും അപ്പത്തന്നെ എനിക്ക് ബോധ്യായി.

അന്നൊരു തിങ്കളാഴ്ചയായിരുന്നു. അടുത്തതിന്റെ അടുത്ത ദിവസം ബുധനാഴ്ച ശാസ്ത്രീയസംഗീതപഠനം പുനരാരംഭിക്കാൻ തീരുമാനിക്കപ്പെട്ടു. നമ്പീശൻ യാത്രയായി.

അന്നുരാത്രി ഉറങ്ങാൻ കിടന്നപ്പോ നളചരിതപദം വീണ്ടും മനസ്സിലെത്തി.

'ഇഷ്ടപ്പെട്ടോ' എന്ന ചോദ്യത്തിന് നമ്പീശൻ പറഞ്ഞ മറുപടിക്ക് രണ്ടർത്ഥമുണ്ടെന്ന് മനസ്സിലായി. 'ആരാ ഇഷ്ടപ്പെടാതിരിക്ക്യാ' എന്ന അയാളുടെ മറുചോദ്യത്തിന്റെ ശരിയായ അർത്ഥമെന്താ?

എന്റെ ആലാപനം എല്ലാവരും ഇഷ്ടപ്പെടുമെന്നാണോ ആരായാലും എന്നെ ഇഷ്ടപ്പെടുമെന്നാണോ? താത്രിയെ ആരാ ഇഷ്ടപ്പെടാതിരിക്ക എന്നു തന്ന്യാ നമ്പീശൻ ഉദ്ദേശിച്ചത്.

ആകൃതി കണ്ടാൽ ഇവൾ (താത്രി) രംഭയെക്കാൾ മുകളിലാണ്. ഇവളുടെ അധരം പേയം ചെയ്യാൻ ഭാഗ്യം ലഭിക്കുന്നത് ആർക്കാണ്? തനിക്ക് അതിനുള്ള ഭാഗ്യമുണ്ടാകുമോ എന്നല്ല്യേ നമ്പീശൻ ചോദിച്ചത്? എന്റെ മേലാസകലം കോൾമയിർക്കൊണ്ടു. നമ്പീശനും എന്നെ നോട്ടമിട്ടിരിക്കുന്നു. ഭഗവതീ എങ്ങോട്ടാണീ യാത്ര? നമ്പീശന് നല്ലത് തോന്നിക്കണേ? എനിക്ക് ധൈര്യം തരണേ. ഇനി ആരുടെയും മുമ്പിൽ അടിയറവു പറയാൻ കഴിയില്ല്യ ഭഗവതീ! എന്നെ കാത്തോളണേ!

കുറിയേടത്ത് കിഴക്കിനി പൊടിയും വലയുമടിഞ്ഞുകിടക്കേർന്നു. ഞാൻതന്നെ അടിച്ചുവാരി വൃത്തിയാക്കിയിട്ടു. അവിടെവച്ചായിരുന്നു നമ്പീശൻ ഞങ്ങളെ പാട്ടുപഠിപ്പിച്ചിരുന്നത്.

പുതുതായി തുടങ്ങുകയല്ലെങ്കിലും ഒരു നിലവിളക്ക് ഇരിക്കട്ടെ എന്നു നിശ്ചയിച്ചതും ഞാൻതന്നെ. തേച്ചുകഴുകി വൃത്തിയാക്കി സ്വർണത്തിളക്കം വരുത്തിയ നിലവിളക്കു കത്തിച്ച് ഞാൻ കാത്തിരുന്നു. പ്രതീക്ഷിച്ച സമയത്തുതന്നെ അദ്ദേഹമെത്തി.

'ചിത്തേ യസ്യതു, യാദൃശിപ്രഭവതി
ശ്രദ്ധാനിജാരാധനേ,
തന്മത് തത്പരിപാലനായ
വിഹിത, ശ്രദ്ധായ, വിശ്വാത്മനേ'

എന്നു തുടങ്ങുന്ന ചെറുകീർത്തനത്തിൽ ആരംഭിച്ചു. അദ്ദേ്യം ഓരോ വാക്കായി ആദ്യം പദം ചൊല്ലി പിരിച്ചുപറഞ്ഞു. പിന്നെ ഓരോ വരിയായി ചൊല്ലുകയും ഞാൻ അതേറ്റുചൊല്ലുകയും ചെയ്തു.

ആരോഹണാവരോഹണങ്ങളിലും കാലനിഷ്ഠയിലും ഞാൻ പുലർത്തിയ കൃത്യത ഗുരുവിനെ അദ്ഭുതപ്പെടുത്തി. അദ്ദേഹമത് പ്രകടിപ്പിക്കുകയും ചെയ്തു.

‘‘ഇനി ആ നാലുവരിയും ഒന്നു ചൊല്ലിനോക്കാം.’’

ഗുരു അത്രയും പറഞ്ഞതേയുള്ളൂ—‘ചിത്തേയസ്യതു’ മുതൽ ‘വിശ്വാത്മനേ’ വരെയുള്ള നാലുവരിയും ഞാൻ വേണ്ടവിധം ആലപിച്ചു.

‘‘ദേവീകൃപ! ഇതിലപ്പുറം പാടാൻ ആർക്കാ കഴിയ്യ? അല്ലെങ്കിൽ തന്നെ ഇതാരാ? സാക്ഷാൽ മഹാലക്ഷ്മിയോ സരസ്വതിയോ ആരാ എന്റെ മുമ്പിലിരിക്കുന്നത്? താത്രിയല്ല്യ പാടിയതെന്ന് എനിക്കറിയാം. താത്രിയുടെ നാവിൽ കുടികൊള്ളുന്ന സരസ്വതിയല്ലേ പാടിയത്?’’

നമ്പീശൻ കണ്ണടച്ച്, കൈകൂപ്പി, ശിരസ്സു നമിച്ചു.

എന്റെ മുമ്പിൽ ഗുരു ഇങ്ങനെ വിനീതനാകുന്നതു കണ്ടപ്പോ ഞാൻ സ്വയം നിന്ദിച്ചു. അങ്ങന്യേന്നും പാടില്ല്യായിരുന്നു എന്ന് നിക്ക് തോന്നി.

ഒരാഴ്ച പിന്നിട്ടു. ഇടയ്ക്കെപ്പൊഴോ നമ്പ്യാത്തൻ നമ്പൂതിരി എങ്ങന്യോ പരാമർശവിഷയായി.

‘‘ദുഷ്ടനാണയാൾ. എന്റെ സ്നേഹിതനൊക്കെത്തന്ന്യേ. ദുഷ്ടനല്ലെങ്കിൽ അന്ന് അങ്ങനെയൊക്കെ ചെയ്ത് താത്രിയെ കരയിക്ക്യോ? താത്രി മുന്നറിയിപ്പൊന്നുമില്ല്യാതെ പോയതെന്താ നമ്പീശാന്ന് ഒരു ദിവസം എന്നോടു ചോദിച്ചു. പത്തു വയസ്സു തികയാത്ത കുട്ടിയാണെന്ന കാര്യം ഓർക്കണമായിരുന്നെന്ന് ഞാനും പറഞ്ഞു.’’

ഞാൻ തലതാഴ്ത്തിയിരുന്നു. മറക്കാൻ ശ്രമിച്ചതൊക്കെ നമ്പീശൻ ഓർമപ്പെടുത്തുകയാണല്ലോ ഭഗവതീ!

ഒരിക്കൽ ഒരു കുരുക്കിൽപ്പെട്ടാൽ പിന്നൊരിക്കലും അതിൽനിന്നും മോചനമില്ലെന്നാണോ? മരണംവരെ ആ കുരുക്ക് എന്റെ കഴുത്തിൽതന്നെയുണ്ടാക്വോ ഭഗവതീ! ഞാനെന്താ വേണ്ട്യേ?

രണ്ടു ദിവസം ഞാൻ തീർത്തും അസ്വസ്ഥയായിരുന്നു. അടുത്തൊരു ദിവസം പഠനം കഴിയാറായപ്പോ അദ്ദേ്യം പറഞ്ഞു:

‘‘എനിക്ക് ഫീസൊന്നും വേണ്ട. എങ്കിലും ഉള്ളിലൊരു ആഗ്രഹമുണ്ട്. എനിക്കൊരു ഭിക്ഷ തരണം; യാചനയാണ്. വലിയ മനസ്സുള്ളവരാരും യാചിച്ചുവരുന്നവരെ വെറുംകൈയോടെ മടക്കിയയ്ക്കില്ല്യാ.’’

സിരകളിൽ ഒരു മിന്നൽ പാളി. നമ്പീശന് നൽകേണ്ട ഭിക്ഷയെന്തെന്ന് മനസ്സിലായി. എങ്കിലും ഒന്നും മനസ്സിലാകാത്ത പോലെ ചോദിച്ചു:

"ഭിക്ഷയോ? തരാമല്ലോ. എന്താണ് ഭിക്ഷയായി തരേണ്ടത്?"

ഗുരു എന്റെ മുഖത്തു നോക്കി പതിഞ്ഞ ശബ്ദത്തിൽ പാടി-

"ആകൃതികണ്ടാലതിരംഭേയം
ആരാലിവൾതന്നധരംപേയം?"

എത്ര കലാപരമായ യാചന! നമ്പ്യാത്തനല്ല നമ്പീശനെന്ന് എനിക്ക് നേരത്തേതന്നെ തോന്നിയിരുന്നു. അത് ശരിയായിരുന്നു.

ആ കലാകാരന്റെ മുമ്പിൽ ഈ കലാകാരിക്ക് ചെറുത്തുനിൽക്കാനായില്ല്യ. കലയിൽ ചെറുത്തുനില്പില്ലല്ലോ. പല വർണങ്ങൾ ചേരുമ്പോൾ പുതുവർണമുണ്ടാകുന്നു. രാഗവും താളവും ചേരുമ്പോൾ സംഗീതം സുന്ദരമാകുന്നു. എന്റെ രാഗവും നമ്പീശന്റെ താളവും ലയിച്ച് ചേർന്നപ്പോൾ നവസംഗീതമുണ്ടായി.

ഗുരുശിഷ്യബന്ധവും പ്രായഭേദവും തടസ്സമായില്ല്യ. അവിടെ ഗുരുവും ശിഷ്യയും അപ്രസക്തമായിരുന്നു. ഒരു കലാകാരിയും ഒരു കലാകാരനും പ്രസക്തവുമായിരുന്നു.

സംഗീതഗുരുവിന് ഞാൻ ശരീരദക്ഷിണ നൽകി. ദക്ഷിണ സ്വീകരിച്ച് സംപ്രീതനായപ്പോൾ ഞാൻ പറഞ്ഞു:

"ഭിക്ഷയായല്ല, ദക്ഷിണയായി പരിഗണിക്കണം."

ഞാൻ പിന്ന്യേം തോല്പിക്കപ്പെട്ടു അല്ല്യേ രാവുണ്ണീ? നിക്കറിയാം ഞാൻ തോല്പിക്കപ്പെടുകേർന്നെന്ന്. ആരുടെ മുമ്പിലും ഇനി അടിയറവ് പറയില്ല്യാന്ന് നിശ്ചയിച്ചതൊക്കെ വെറുതെയായില്ല്യേ?

എങ്ങന്യാ രാവുണ്ണീ, ഞാൻ ഇങ്ങന്യായത്? എനിക്കൊരിക്കലും കരകേറാനാവില്ല്യേ രാവുണ്ണീ? ല്ല്യാന്നാ തോന്നണേ. കാലന്റെ കയറുപോലെ നമ്പ്യാത്തന്റെ കുടുക്ക് എന്റെ കഴുത്തേല് മുറുകിക്കൊണ്ടിരിക്ക്യാ.

മത്യായി രാവുണ്ണീ, നിക്ക് മത്യായി. നിക്കീ ഭൂമിജീവിതം മത്യായി.

ഇരുപത്തിആറ്

മുപ്പതു ദിവസം കുറിയേടത്തില്ലത്തുണ്ടായിരുന്നു. അതിൽ ഇരുപത്തിയെട്ടു ദിവസവും സംഗീതപഠനം തുടർന്നു. രണ്ടു ദിവസംകൂടി ശരീരദക്ഷിണ നൽകി. സ്വരരാഗലയം തന്ന്യായിരുന്നു. അനിർവചനീയമെന്നേ പറയാൻ കഴിയൂ. ആനന്ദലഹരിയുടെ പരമകാഷ്ഠയിലെത്തിയ അനുഭവം.

അന്നു സന്ധ്യയ്ക്ക് ഞാൻ പുതിയൊരു തീരുമാനത്തിലെത്തി. മതി. ഇവിടെവച്ചവസാനിപ്പിക്കണം. രണ്ടു കാര്യങ്ങൾ കൊണ്ടാ ഞാൻ ആ

തീരുമാനത്തിലെത്തിയത്. അമ്മ തന്ന സമയപരിധി ഇന്നവസാനിക്കുന്നു. രണ്ട്, നമ്പീശന്റെ മനസ്സിൽ ആ സംഗീതസുധലഹരി പകർന്നുകൊണ്ടേയിരിക്കണം.

പുലരുമ്പോൾ മടക്കയാത്ര.

ചമ്മുത്തമ്പുരാട്ടി അനുവാദം തന്നു. നമ്പീശനോട് യാത്ര പറയാൻ നിൽക്കേണ്ടെന്നുതന്നെ തീരുമാനിച്ചു. പാടിയതൊക്കെ നല്ല സ്വരത്തിൽ തന്ന്യായിരുന്നു. സ്വരമിടറി മടങ്ങുന്നത് എനിക്ക് സഹിക്കാനാവില്ല്യാ. സ്വരമുള്ളപ്പോൾ തന്ന്യാവട്ടെ മടക്കയാത്ര എന്നു തീരുമാനിച്ചു.

പുലർച്ചെതന്ന്യെ ഞങ്ങൾ ഇല്ലത്തേക്കു നടന്നു.

നമ്പീശൻ എത്തുമ്പോ ഞാൻ മടങ്ങി എന്നറിയും. ആ സമയം അയാളുടെ ഭാവമെന്തായിരിക്കും? ഇടിവെട്ടേറ്റവനെപ്പോലെ നമ്പീശൻ കൺമിഴിച്ച് വായ്പിളർന്നു നിൽക്കുന്ന രംഗം മനസ്സിലുണർന്നപ്പോൾ ഒരുതരത്തിൽ കഷ്ടം തോന്നുകേം മറ്റൊരു തരത്തിൽ നേരമ്പോക്കായി തോന്നുകേം ചെയ്തു.

അങ്ങനെ ഓരോന്നാലോചിച്ചു ഞാൻ നടന്നു. കുറിയേടത്തെ ദാസി മറക്കുടയുമായി പിമ്പേ നടന്നു. എനിക്കെന്തിന് മറക്കുട? എനിക്കിനി മറയ്ക്കാൻ എന്തിരിക്കുന്നു?

ചെറിയമ്മയുടെ മകൻ നാരായണൻ തലതിരിഞ്ഞ ഒരു ചെക്കന്റെ പ്രകൃതമൊക്കെ കാട്ടിത്തുടങ്ങി. ഒരക്ഷരം പഠിക്കില്ല്യ. എഴുതാനും കൂട്ടിവായിക്കാനും വശമില്ല്യ. പന്ത്രണ്ടു വയസ്സു കഴിഞ്ഞ ചെക്കൻ അക്ഷരജ്ഞാനമില്ല്യാതെ നടക്കുകേന്നാൽ കഷ്ടംതന്നല്ല്യേ?

ഞാൻ കുറിയേടത്തേക്ക് പോകുന്നതുവരെ ഉപനയനം കഴിയാത്ത മറ്റു കുട്ടികളെപ്പോലെ അവനും കൗപീനമുടുത്തു നടക്വേര്ന്നു. ഞാൻ മടങ്ങിയെത്തിയപ്പോ അവൻ മുറ്റത്ത് ചെറുമുണ്ടുടുത്തു നിൽക്കുന്നു.

ഉണ്ണിയുടെ ഉപനയനം കഴിഞ്ഞോ? അതിനിടയില്ല്യ. ഞാനില്ലാത്തപ്പോ അത് നടത്തുകയുമില്ല്യ.

ഒരുമാസം കാണാതിരുന്ന് കണ്ടിട്ടും അവൻ ചിരിക്കുകപോലും ചെയ്തില്ല്യ. എന്തുപറ്റി കുട്ടിക്ക്? ഞാൻ ചോദിച്ചു:

“ഉണ്ണീ, ഉപനയനം കഴിഞ്ഞോ?”

“ഉപനയനമോ? ഇനി അതിന്റെ കുറവേയുള്ളൂ! കഴിഞ്ഞാലെന്ത്, ഇല്ലെങ്കിലെന്ത്? എനിക്കിങ്ങനെ എന്നും തുണിയുടുക്കാതെ കാളക്കുട്ടികളെപ്പോലെ നടക്കാനാകില്ല്യ.”

അവന്റെ പ്രതികരണം അങ്ങന്യായിരുന്നു.

ഈ കുട്ടിക്ക് എന്തുപറ്റീന്ന് ഞാൻ ആലോചിക്ക്യേര്ന്നു. അതിനിടയിൽ അവൻ പറഞ്ഞു:

“ഞാനൊരു കാര്യം പറഞ്ഞേക്കാം. നിന്റെ തന്ത ഇനി എന്നെങ്കിലും എന്റെ അമ്മയെ തല്ലിയാൽ ഞാനയാളെ കുത്തിക്കൊല്ലും.”

"നാരായണാ—"

ഞാൻ ദൈവത്തെ വിളിച്ചുപോയി.

"അതേ, നാരായണൻ തന്ന്യാ പറയുന്നേ. നീ ഇത്ര വല്യ തടിച്ചിയായിട്ടും നിന്റെ അമ്മേ അയാള് തല്ല്യാ നീ നോക്കിനിൽക്കും. ഞാൻ നോക്കിനിൽക്കില്ല്യാ."

അവൻ കലിപൂണ്ട കോമരംപോലെ പുറത്തേക്കോടി. ഞാൻ ചെന്നു കട്ടിലിൽ വീണു. എന്തൊക്കെയാ ഭഗവതീ ഇവിടെയിനി കാണേണ്ടിവര്യ? കല്പകശ്ശേരി അരക്കില്ലം തന്ന്യാന്ന് എനിക്കു തോന്നി. നാരായണൻ തന്നെ തീകൊളുത്ത്വോ? ഭഗവതീ രക്ഷിക്കണേ!

വളരെനേരം കഴിഞ്ഞേ അമ്മയും ഞാനും പരസ്പരം കണ്ടുള്ളൂ. അമ്മ കുറച്ചു സമയം എന്നെത്തന്നെ നോക്കിനിന്നു. ഒന്നും ചോദിച്ചില്ല്യ.

"നിനക്കൊന്നും സംഭവിച്ചില്ലല്ലോ കുഞ്ഞേ?"

അമ്മയുടെ കണ്ണുകൾ എന്നോടു ചോദിച്ചു.

"എല്ലാം എന്നേ സംഭവിച്ചുകഴിഞ്ഞു; ഇനി സംഭവിക്കാൻ ഒന്നുമില്ലമ്മേ."

എന്റെ അന്തരാത്മാവ് അമ്മയോടു പറഞ്ഞു. ഇരുവരും മനസ്സിലാക്കേണ്ടതുതന്നെയാ മനസ്സിലാക്കിയത്.

അന്നു രാത്രീം അച്ഛൻ അവിടില്ല്യാര്ന്നു. ഞാൻ വെറുതെ കുറച്ചു സമയം പത്തായപ്പുരയിൽ ചെന്നിരുന്നു.

ഉപനിച്ചുണ്ണി നാരായണൻ നമ്പൂതിരിയെ ഓർത്തുപോയി. അവനിപ്പോഴും ഓയ്ക്കില്ലത്ത് ഉണ്ടാവ്വോ? ഒരിക്കൽ എന്നെത്തേടി വന്നെങ്കിലും ഞാനവന് ദർശനം കൊടുക്കാതായപ്പോ അപമാനിതനായി മടങ്ങിയവൻ. അവൻ ഇനി വന്നാലും ദർശനം നൽകില്ല്യാ. അപമാനിച്ചയച്ചു എന്ന് തോന്ന്യാലും വേണ്ടില്ല്യ.

ആറങ്ങാട്ടുകര ശേഖരവാര്യർ, ഇവിടെ ഈ കട്ടിലിലാ ഇരുന്നത്. എഴുത്തു പഠിപ്പിച്ച ഗുരു. ഗുരുദക്ഷിണയായി ഞാൻ എന്നെ അദ്ദേഹത്തിന് സമർപ്പിച്ചത് ഇതേ കട്ടിലിൽവച്ചാ. രണ്ടുമാസം കഥകളിസംഗീതം പഠിപ്പിച്ചത് ഇവിടെവച്ചാ. ബൃഹന്നള കീചകന് വഴങ്ങിക്കൊടുത്തതും ഇവിടെ വച്ചാ.

പാവം ഷാരടി. കുറ്റബോധത്താൽ കുനിഞ്ഞ ശിരസ്സുമായാ അയാൾ മടങ്ങിപ്പോയത്. പിന്നീടിതുവരെ വന്നിട്ടില്ല്യാ.

മുണ്ടയൂർ നമ്പൂതിരി താത്രീഭഗവതിയുടെ കാൽച്ചുവട്ടിൽ അപസ്മാര ബാധിതനായി കിടന്നു പിടഞ്ഞത് ഈ വെറും നിലത്താ. അയാളുടെ ബീഭത്സവും വികൃതവുമായ മുഖം. വായിൽനിന്നും നുരയും പതയും വന്ന് കണ്ണുകൾ പുറത്തേക്കുന്തി കിടക്കുന്ന രൂപം ഭയാനകമായി എനിക്കനുഭവപ്പെട്ടപ്പോ ഞാൻ അന്തിയുറങ്ങാറുള്ള ഇരുട്ടറയിൽ കൈവിളക്കുമായി പ്രവേശിച്ച് വാതിലടച്ചു.

പിറ്റേന്നുരാവിലെ അച്ഛനും കാര്യസ്ഥൻ കിട്ടുണ്ണിനായരും ഒരുമിച്ചു വന്നു. കിഴവൻ അങ്ങുമിങ്ങും ഓടിനടന്നു. നാണിത്തള്ളയെ വിളിച്ചു വരുത്തി. കിഴവി തിരക്കിട്ടു തെക്കുവടക്കോടി. അമ്മയോടും ചെറിയമ്മ യോടും അവർ എന്തോ പറഞ്ഞു. കിട്ടുണ്ണിനായർ ഒരു വാഴക്കുല വെട്ടി ക്കൊണ്ടുവന്നു; പിന്നെ ചേന, ചേമ്പ് മുതലായവ വെട്ടിയെടുത്തു.

"ആരവിടെ? എന്താ ചെയ്യ? ആരുമില്ല്യേ അവിടെ? കിട്ടുണ്ണിയെവിടെ?"

അച്ഛൻ പാരവശ്യത്തോടെ വിളിച്ചു. കിട്ടുണ്ണി ഓടിയെത്തി.

"ഇനി അധികനേരോണ്ടാവില്ല്യാ. കുടിക്കാനെന്താ കൊടുക്ക? രണ്ട് ഇളനീരിടാൻ ആരൂല്ല്യേ? തൈത്തെങ്ങുണ്ടല്ലോ, കുളപ്പുരയ്ക്കപ്പുറം. വേഗ മാകട്ടെ."

കിട്ടുണ്ണി ഒരു മുളന്തോട്ടിയിൽ കത്തി വെച്ചുകെട്ടി രണ്ടു ഇളനീരിട്ടു. തെങ്ങിൻചോട്ടിൽവച്ചുതന്നെ ചെത്തിമിനുക്കി പത്തായപ്പുരയുടെ ഇറയത്തുകൊണ്ടുവച്ചു.

ഇല്ലത്തിലെ അന്തരീക്ഷത്തിൽ ആകെ ഒരു മാറ്റം. രോഗശയ്യയിൽ കിടക്കുന്ന വൃദ്ധയെപ്പോലെ നിശ്ചലാവസ്ഥയിലായിരുന്ന ഇല്ലം വളരെ പെട്ടെന്ന് ചടുലമായി. എല്ലാവരും വല്യ തിരക്കിൽ. കാറ്റുപോലും ഓടി നടക്കുന്നു. എന്താ കഥയെന്ന് എനിക്ക് മനസ്സിലായില്ല്യാ.

"കിണ്ടിയിൽ വെള്ളം വെച്ചോ?"

അച്ഛന്റെ ചോദ്യം കിട്ടുണ്ണിയോട്.

"പതിവില്ല്യാത്തോണ്ട് ഓർക്കാത്തതാണേ. ഇപ്പത്തന്നെ വെയ്ക്കാമേ."

കിട്ടുണ്ണിയുടെ ക്ഷമാപണം.

"പതിവുള്ള ആളാ വരിക? ജാതവേദൻ നമ്പൂതിരിയെന്നു പറഞ്ഞാ ആരാന്നാ വിചാരം? കുന്നക്കാട്ട് ഇല്ലത്തെക്കുറിച്ച് കേട്ടിട്ടില്ല്യേ? അവിടേക്ക് കുട്ട്യേ വേളി കഴിപ്പിച്ചയയ്ക്കാൻ ഭഗവതി സഹായിച്ചെങ്കിലോ? നമ്പൂരി തീരെ ചെറുപ്പാണ്. മുപ്പതു കഴിഞ്ഞിട്ടേണ്ടാവൂ. ഒറ്റ വേളിയേ കഴിച്ചിട്ടുള്ളൂ. ഒരു അഹങ്കാരി അന്തർജനത്തെ. ഒരുമാസത്തിനുള്ളിൽ ബന്ധോ മൊഴിഞ്ഞ് ഓള് പോയി. വെറും ധിക്കാരി! ഇവിടുപ്പോ കുട്ട്യേ ഇഷ്ടപ്പെടാ തിരിക്കാൻ വഴീല്ല്യ."

അച്ഛൻ ഓരോന്നു പറഞ്ഞുകൊണ്ടിരുന്നു.

എനിക്കൊരു കാര്യം മനസ്സിലായി. അയാൾ ഒരു വേളി കഴിച്ചു, ഓളെ ഒഴിവാക്കേം ചെയ്തു. സ്വത്തു കുറഞ്ഞതുകൊണ്ടാകാം.

"ആർക്കാ കുഞ്ഞിനെ ഇഷ്ടപ്പെടാതിരിക്ക്യ?"

കാര്യസ്ഥൻ അച്ഛനെ പിന്താങ്ങി.

ഇതിനിടയിൽ അമ്മ എന്നെ അകത്തേക്ക് വിളിപ്പിച്ചു. ഏതോ വല്യ ഇല്ലത്തെ കാമദേവൻ എന്നെ വേളികഴിക്കാൻ മോഹിച്ച് വരുന്നുണ്ടെന്നും പെട്ടെന്ന് കുളിച്ചൊരുങ്ങി നിൽക്കാനും പറഞ്ഞു. അലക്കിവച്ചിരുന്ന സ്വർണക്കസവുള്ള ഒരു പുടവ എടുത്തുതന്നു.

"സ്വന്തമായി ആനയുള്ള ആളാണെന്നു കേട്ടു."

അമ്മ പറഞ്ഞു.

"ആനക്കാരനാകാനും വഴീണ്ട്."

എന്റെ ഫലിതം അമ്മയ്ക്ക് തീരെ പിടിച്ചില്ല്യ. എന്നെ തറപ്പിച്ചൊന്നു നോക്കി. ചെറിയമ്മയും നാണിത്തള്ളയുംകൂടി പച്ചക്കറികൾ അരിഞ്ഞു കൂട്ടുന്നു. പലവിധ കറികൾ വേണമല്ലോ.

ഞാൻ കുളത്തിൽ മുങ്ങിനിവർന്നപ്പോ ഒരു കാര്യം തീരുമാനിച്ചു. ആനയുള്ള വല്യ ധനികനാണെങ്കിൽ അയാളെ ഒന്നു വട്ടംചുറ്റിക്കണം. കാണട്ടെ, ആളെങ്ങനെയുണ്ടെന്നു നോക്കട്ടെ.

കുളിച്ചു തോർത്തിക്കയറി അമ്മ തന്ന അലക്കിയ പുടവയെടുത്തു നിവർത്തീപ്പോ കഷ്ടം തോന്നി. ഇഴകൾ പൊട്ടി പിന്നിക്കീറിയ പഴന്തുണി. സ്വർണക്കസവായിരിക്കും അമ്മ ശ്രദ്ധിച്ച കാര്യം. ഏതായാലും ആ പുടവ യുടുത്ത് ഞാൻ അന്തപ്പുരത്തിരുന്നു.

അതിനിടയിൽ എന്നെ അണിയിച്ചൊരുക്കാൻ പടിഞ്ഞാറെ വാരി യത്തെ ചെമ്പൂട്ടിയെ അമ്മ വിളിച്ചുവരുത്തിയിരുന്നു. കണ്ണെഴുതി, തല യിൽ മുല്ലപ്പൂമാല ചൂടിച്ച് ചന്ദനപ്പൊട്ടുകുത്തി അവളെന്നെ ഒരുക്കി യിരുത്തി. അതിന്റെയൊന്നും ആവശ്യംല്ലാന്ന് ഞാൻ പറഞ്ഞിട്ടും അമ്മ യ്ക്കതൊന്നും ബോധ്യംവന്നില്ല്യ.

പതിനൊന്നു മണി കഴിഞ്ഞുകാണും, കുന്നക്കാട്ട് ഇല്ലത്തെ ജാത വേദൻ നമ്പൂതിരിയുടെ എഴുന്നള്ളത്തുണ്ടായപ്പോ. ദേശമംഗലത്തെ രണ്ടു പരിചാരകർ ഇടവും വലവും അനുഗമിച്ചു. മുറ്റത്തെത്തുന്നതിനുമുമ്പു തന്നെ അച്ഛനും കാര്യസ്ഥനുംകൂടി ഓടിച്ചെന്ന് എതിരേറ്റ് പത്തായപ്പുര യുടെ പടിക്കലെത്തിച്ചു. നമ്പൂരിയുടെ കാലിൽ കാര്യസ്ഥൻ കിണ്ടിയിൽ നിന്നും വെള്ളം പകർന്നു. പിന്നെ അകത്തേക്ക്. ഇളനീർ നൽകി ആദരി ച്ചിരുത്തി. അല്പസമയം എന്തൊക്കെയോ കുശലപ്രശ്നങ്ങൾ, ചർച്ച കൾ. പിന്നെ ഇലയിട്ടു വിളമ്പി. ചെമ്പൂട്ടി തിരുമേനിയുടെ ഇലയിൽ കറി വിളമ്പി.

"താത്രി ക്ലേശിക്കേണ്ട; അവിടിരിക്ക."

ചെമ്പൂട്ടിയോട് ജാതവേദൻ പറഞ്ഞു.

"ഇവൾ താത്രിയല്ല്യ, അവളുടെ ദാസിയാ."

അമ്മ തിരുത്തി.

"ഹായ് അങ്ങ്ന്യാ? ദാസിക്കിത്ര അഴകെങ്കിൽ താത്രിക്കെത്രേണ്ടാ വുംന്ന് ഊഹിക്കാലോ."

ചെമ്പൂട്ടി ഓടിവന്ന് എന്നോടു വിവരം പറഞ്ഞു. അക്കാലത്ത് ഞാൻ മനസ്സറിഞ്ഞ് ചിരിച്ചത് അന്നാണ്. നേരമ്പോക്കുകൾ അപ്പോഴും ആരംഭി ച്ചിട്ടില്ല്യായിരുന്നു.

പത്തായപ്പുരയിൽ ചെന്ന് തിരുമേനിയെ മുഖം കാണിക്കാൻ ഞാൻ നിർബന്ധിതയായി. എന്നെ കണ്ടയുടൻ ജാതവേദൻ നമ്പൂതിരി ചാടിയെഴുന്നേറ്റ് പന്തംകണ്ട പെരുച്ചാഴിയെപ്പോലെ അല്പസമയം നിന്നു.

"എന്തായീ കാണണേ! രംഭയോ ഉർവശിയോ?"

നമ്പൂരിച്ചോദ്യം.

"അവർ രണ്ടാളുമല്ല്യ, ഞാൻ സാവിത്രി. താത്രിയെന്നും താത്രിക്കുട്ടിയെന്നും വിളിക്കും."

ഞാൻ ചിരിച്ചുകൊണ്ടു പറഞ്ഞു.

അയാളുടെ മുൻകുടുമ ഏതാണ്ട് ചരിച്ചുകുത്തിയ വാഴക്കൂമ്പിനെ ഓർമപ്പെടുത്തി. അതോർത്തപ്പോൾ ഞാൻ ചിരിച്ചു. കസവുമുണ്ട്, കസവു നേര്യത്, ആഭരണങ്ങൾ എന്നീ കാര്യങ്ങളിൽ ദേശമംഗലം വാസുദേവൻ നമ്പൂതിരിയെപ്പോലെ തന്ന്യാ. പ്രായം അത്രേമില്ല്യ. മുപ്പതു-മുപ്പത്തിയഞ്ചു വന്നേക്കാം. ചെറിയ തല തടിച്ച ശരീരത്തിൽ നേരിട്ടു ഒട്ടിച്ചു വച്ചിരിക്കുകയാണെന്നു തോന്നും. ഫലത്തിൽ കഴുത്തില്ലാത്ത സ്ഥിതി! പഴുത്ത പറങ്കിമാങ്ങയുടെ നിറം. പഴുത്ത പറങ്കിമാങ്ങ ഞെട്ടിൽനിന്നും അടർത്തിയെടുത്ത്, തലതിരിച്ചുപിടിച്ചാൽ എങ്ങനെയിരിക്കും? ജാതവേദൻ പറങ്കേണ്ടിയെന്ന് മനസ്സിൽ കരുതിയതും ഞാൻ വീണ്ടും ചിരിച്ചു. കണ്ണും മൂക്കും കവിളും പല്ലും എല്ലാമുണ്ട്. ഐശ്വര്യം മാത്രമില്ല്യ.

"അത്ന്യാ; ആ മുഖത്തെ ഐശ്വര്യം കണ്ടാ രംഭയോ ഉർവശിയോന്ന് സന്ദേഹിക്കും."

തിരുമേനി സ്വന്തം അലങ്കാരപ്രയോഗത്തിൽ സ്വയം രസിച്ചു.

എന്തുകൊണ്ടെന്നറിയില്ല്യാ, എന്റെ മുഖത്തെ ചിരി മാഞ്ഞു. വെറുതെ ചിരിക്കാൻ എനിക്കറിയില്ല്യാ. അമ്മ പലപ്പോഴും പറഞ്ഞിട്ടുള്ളതാ, എനിക്ക് വിനയത്തോടെ വർത്തമാനം പറയാൻ അറിയില്ല്യാന്ന്. ബഹുമാനിക്കേണ്ടവരെ ബഹുമാനിക്കില്ല്യാന്ന്. അതൊക്കെ ഓർത്തുകൊണ്ടുതന്ന്യാ ഞാൻ അല്പം മര്യാദകെട്ട ചോദ്യങ്ങൾ ചോദിക്കാൻ തീരുമാനിച്ചേ.

"ഈ പറഞ്ഞ പെണ്ണുങ്ങളെ തിരുമേനി എവിടെവച്ചു കണ്ടു?"

ഞാൻ ചോദിച്ചു.

"ഹായ്, ഫലിതക്കാരി തന്ന്യാ. എനിക്കിഷ്ടായി, വര്യ, ഇങ്ങടുത്തിരിക്ക."

"ഇവിടെ നിന്നോളാം."

"കഥകളിപ്പദങ്ങൾ അസ്സലായി ചൊല്ലുമെന്നു കേട്ടിട്ടുണ്ട്. നേരു തന്ന്യല്ലേ?"

"നേരു തന്ന്യാ."

"എന്നാൽ ഒരു പദം അസ്സലായിട്ടങ്ങനെ ചൊല്ല്ഹ."

“തിരുമേനിക്ക് തിടുക്കമില്ലല്ലോ. ഞാൻ നാളെ നന്നായി ചൊല്ലിക്കേൾപ്പിക്കാം. അതുപോരെ?”

“മതിമതി; ഇവിടെ വന്നിരിക്ക, ഞാനൊന്നു ചേർന്നിരിക്കട്ടെ.”

“ഇരിക്കാം; നാളെയാകട്ടെ തിരുമേനീ.”

“എന്താ എല്ലാം നാളത്തേക്ക്? ഇന്നായാലെന്താ?”

“എനിക്കിന്ന് തിങ്കളാഴ്ചവ്രതമാ തിരുമേനീ. അങ്ങയെപ്പോലെ ഒരു യോഗ്യനെ ഭർത്താവായി ലഭിക്കാൻ, ശിവനെ മാത്രം മനസ്സിൽ വിചാരിച്ച്, ഇന്നു പുലർച്ചെ മുതൽ, നാളെ പുലർച്ചെവരെ വ്രതം നോക്കണം. ശിവനെയല്ലാതെ മറ്റൊരു പുരുഷനെയും ഇന്നു മനസാ വാചാ കർമണാ സ്പർശിക്കരുത് എന്നുണ്ട്. അതിനാൽ ഇന്നത്തേക്ക് അങ്ങ് ക്ഷമിക്ക.”

കുന്നക്കാട്ടു നമ്പൂതിരിയുടെ മുഖഭാവം പെട്ടെന്നു മാറി. മുഖം കൂടുതൽ വിളറി.

“ന്താപ്പച്ചെയ്ക? അപ്പോ നോം നാളെ വന്നാ മതിയായിരുന്നൂല്ല്യേ?”

“അതേ തിരുമേനീ.”

“പാർവതിക്ക് നല്ല സുഖംല്ല്യാ. ദേശമംഗലത്തെ വൈദ്യനെ നേരിട്ടു കണ്ടു വിളിക്കാൻ വന്നതാ.”

“എന്താ അസുഖം?”

“നാലഞ്ചായി ആഹാരം കഴിക്കുന്നില്ല്യാ, ജലപാനമില്ല്യാ. ഉന്മേഷക്കുറവ്, സദാസമയോം ചിന്തതന്ന്യേ-വിഷാദചിന്ത. ഗർഭലക്ഷണങ്ങളാണ് കാട്ടണേന്ന് ചിലർ പറഞ്ഞു. വൈദ്യനെ കൂട്ടിക്കൊണ്ടു ചെന്നു കാണിക്കാനാ വരവ്. അതിനിടേലാ താത്രീടെ കാര്യം വന്നുപെട്ടത്. എന്നാ കണ്ടാലോന്ന് ചിന്തിച്ചു. അത്രേള്ളൂ.”

“എന്തിനാ തിരുമേനീ ഇത്രദൂരം ബുദ്ധിമുട്ടി നടന്നു വൈദ്യനെ കാണുന്നത്? കുളി തെറ്റിയോന്ന് വേളിയോട് ചോദിച്ചാൽ പോരായിരുന്നോ?”

“നീയെന്താ വിചാരിച്ചേ? പാർവതി എന്റെ വേളിയെന്നാണോ?”

“വേളിയല്ലെങ്കിൽ സംബന്ധക്കാരിയാണോ?”

“ഇല്ലത്തെ ആനയാ പാർവതി. എന്തശ്രീകരം.”

തിരുമേനി തലയിൽ കൈവച്ചു പറഞ്ഞു. അയാളുടെ മുഖത്ത് നിരാശയും സങ്കടവും.

“അത്രയ്ക്ക് അശ്രീകരമാണെങ്കിൽ തിരുമേനിക്കു പോകാം. എനിക്ക് പൂജാമുറിയിൽ കയറാനുള്ള സമയമാകുന്നു.”

ഞാൻ ശബ്ദമുയർത്തിപ്പറഞ്ഞു. എന്റെ കണ്ണുകളിൽ പാപ്പുയക്ഷി ഉറഞ്ഞാടാനൊരുങ്ങിനിന്നു. മുഖം വെട്ടിത്തിരിച്ച് ഞാൻ പുറത്തേക്കു നടക്കാൻ തുടങ്ങി. നമ്പൂരി ഓടിവന്ന് എന്റെ മുമ്പിൽ വഴിചെറുത്തു നിന്നു.

“താത്രിക്കുട്ടി ക്ഷമിക്ക. ഞാൻ പറഞ്ഞത് ആനയുടെ കാര്യാ. മഹാലക്ഷ്മിയെപ്പോലെ നിൽക്കുന്ന ഈ മുഖത്തുനോക്കി ആരെങ്കിലും അങ്ങനെ പറയോ? ക്ഷമിക്ക! ക്ഷമിക്ക!”

“സാരംല്ല്യാ; ക്ഷമിച്ചിരിക്കുന്നു. എനിക്കിന്നു വ്രതമാണ്. പൂജാമുറിയിൽ.....”

“ആയ്ക്കോട്ടെ, ആയ്ക്കോട്ടെ. നാളെ വന്നാൽ മതി. ഞാൻ കാത്തിരിക്കാം. പിന്നെ ഒരപേക്ഷയുണ്ട്.”

വളരെ പ്രയാസപ്പെട്ട് ചിരിയടക്കിക്കൊണ്ട് ഞാൻ ഗൗരവത്തിൽ ചോദിച്ചു:

“എന്താണപേക്ഷ?”

“ഇതൊക്കെ കണ്ടോ?”

കട്ടിലിൽ മടക്കിവച്ചിരുന്ന വീതിക്കു കസവുകരയുള്ള പുടവ നിവർത്തിക്കാട്ടി വീണ്ടും മടക്കിക്കൊണ്ടു പറഞ്ഞു:

“ഇതു സ്വീകരിക്കാൻ ദയ കാട്ടണം.”

ഉടുത്തിരിക്കുന്ന പഴന്തുണിയുടെ കാര്യം ഞാനോർത്തു. എങ്കിലും ഗൗരവം വിടാതെ പറഞ്ഞു:

“എനിക്ക് ആവശ്യത്തിൽ കൂടുതൽ പുടവയുണ്ട്. ഇതൊന്നും വേണ്ടായിരുന്നു.”

“പുടവമാത്രംല്ല്യാ. അഞ്ചു റുപ്യേംണ്ട്. സ്വീകരിച്ച് നമ്മെ അനുഗ്രഹിക്കണം.”

പിറ്റേന്നു വ്രതമവസാനിപ്പിച്ച് വരാമെന്നു പറഞ്ഞു പുറത്തിറങ്ങി. എനിക്കും ചെമ്പൂട്ടിക്കും ചിരിക്കാൻ ഒരുപാട് വകയുണ്ടായി.

ഉച്ചയൂണും കുളിയും കഴിഞ്ഞ് പിറ്റേന്ന് ഞാൻ ചെന്നു. അയാളുടെ ആഗ്രഹം സാധിച്ചുകൊടുക്കാമെന്നു വിചാരിച്ചു.

“ഹായ് താത്രി വന്നൂലോ.... ഇരിക്ക.... ഇങ്ങടുത്തിരിക്ക.”

അയാൾ എഴുന്നേറ്റുനിന്ന് എന്നെ കട്ടിലിൽ ഇരിക്കാൻ ക്ഷണിച്ചു.

“തിരുമേനി ഇരിക്ക.”

ഞാൻ ആദരപൂർവം പറഞ്ഞു. അയാൾ ഇരുന്നില്ല്യ.

“ഇതങ്ങട് സ്വീകരിക്ക.”

അയാൾ ഇരുകൈകൾകൊണ്ടു തന്ന പുടവ ഞാൻ അതേപോലെ ഇരുകൈനീട്ടി സ്വീകരിച്ചു.

“അഞ്ചുറുപ്യേംണ്ട്.”

ഒരു ബ്രിട്ടീഷ് രൂപയുടെ അഞ്ചു തുട്ടുകൾ എണ്ണിത്തന്നു.

“ഞാനൊന്നു തൊട്ടോട്ടെ.”

"തൊട്ടാൽ മതിയോ?"

"ഹിഹി! ഹിഹിഹി."

ഒരുതരം വിഡ്ഢിച്ചിരി.

എനിക്കരിശം തോന്നി. എങ്കിലും ക്ഷമിച്ചു.

"ഇവിടിരിക്ക."

ഞാനയാളെ പിടിച്ച് കട്ടിലിൽ ഇരുത്തി.

"എന്താ വേണ്ട്യേ?"

"ഒന്നു കാണണം."

"കണ്ണു കണ്ടുകൂടേ?"

"അതല്ല്യാ; ഈ സുന്ദരിക്കുട്ട്യേ മറയില്ലാതെ ഒന്നു കാണണം."

"ഇവിടെ മറയൊന്നുമില്ലല്ലോ തിരുമേനീ, ഞാൻ അടുത്തു നിൽക്കുകയല്ലേ?"

"അതല്ല, ഈ മറയില്ലാതെ."

അയാളെന്റെ പുടവയിൽ പിടിച്ചുകൊണ്ടു പറഞ്ഞു.

"തിരുമേനീടെ ഇഷ്ടംപോലെ ആകാലോ."

"സമ്മതിച്ചോ? ഭാഗ്യം. എങ്കിൽ പുടവയഴിക്ക."

ആ നിർദ്ദേശവും ഞാൻ അനുസരിച്ചു.

അയാൾ എഴുന്നേറ്റ് എനിക്കു ചുറ്റും നടന്ന് ശരീരമാകെ ചുഴിഞ്ഞു നോക്കി. കലികൊണ്ട് ഞാൻ അലറിപ്പോകുമെന്ന് തോന്നി.

അയാൾക്കെന്തോ കുഴപ്പമുണ്ടെന്ന് മനസ്സിലായി. പടിഞ്ഞാറെ മഠത്തിലെ വെങ്കിടേശ്വരപട്ടരെ കൈകാര്യം ചെയ്ത കാര്യം ഓർമവന്നു. ഞാൻ നമ്പൂരിയുടെ ഉടുമുണ്ട് പറിച്ചെറിഞ്ഞു. അപ്പോഴേക്കും എന്നിലെ പെണ്ണ് പൂർണമായും ഉണർന്നുകഴിഞ്ഞിരുന്നു. അയാളിലെ ആണ് അപ്പോഴും നിദ്രയിലായിരുന്നു. അവനെ ഉണർത്താൻ ഒരു ശ്രമം നടത്തി. അയാൾ രൂപംകൊണ്ടു മാത്രമേ പുരുഷനായുള്ളൂവെന്ന് അറിഞ്ഞു.

"താത്രിക്കുട്ടി ക്ഷമിക്ക. എനിക്കു നിന്നെ ഇങ്ങനെ കണ്ടുകൊണ്ടിരിക്കണം. അത്രേം മതി."

ശവത്തിൽ കുത്തുന്നത് ശരിയല്ലല്ലോ. അതാണ് അയാളുടെ ആഗ്രഹമെങ്കിൽ അങ്ങന്യാവട്ടേന്ന് ഞാനും നിശ്ചയിച്ചു. എനിക്കത് ഒരു പുതിയ അറിവായിരുന്നു-ആൺരൂപത്തിൽ നടക്കുന്നവരിൽ ആണല്ലാത്തവരും ഉണ്ടെന്ന കാര്യം.

പെട്ടെന്ന് മനസ്സിൽ മറ്റൊരാശയം ഉദിച്ചു.

പെണ്ണിന്റെ രൂപത്തിൽ പിറന്നവരിൽ പെൺവികാരങ്ങൾ ഇല്ലാത്തവരും ഉണ്ടാകാമല്ലോ.

ഞാൻ ഇടയ്ക്കിടെ ദൈവത്തെ പഴിക്കാറുണ്ട് - പലകാരണങ്ങൾ കൊണ്ടും.

അന്നു ഞാൻ ദൈവത്തോട് ഉള്ളുരുകി പ്രാർത്ഥിച്ചു...

ഒരു പെണ്ണിനുവേണ്ട കഴിവുകളോടെ എന്നെ സൃഷ്ടിച്ചതിന്. ഞാൻ ജാതവേദൻ നമ്പൂതിരിയെ വെറുത്തുതുപോലെ ഒരു പുരുഷനും എന്നെ വെറുക്കില്ലല്ലോ.

നന്ദി ഭഗവതീ, നന്ദി.

ഇരുപത്തിയേഴ്

"**പു**രാണങ്ങളിലും ഇതിഹാസങ്ങളിലും പറയുന്ന കാര്യങ്ങൾ വെറും കഥകളാണെന്നു പറഞ്ഞാലും അതിലൂടെ വെളിപ്പെടുത്തുന്നത് മനുഷ്യാവസ്ഥകളും മനുഷ്യഭാവങ്ങളുമാണ്. ദൈവങ്ങളുടെ കാര്യമാണ് കഥാരൂപത്തിൽ പറയുന്നതെങ്കിലും അതിലൂടെ അനാവരണം ചെയ്യപ്പെടുന്നത് മനുഷ്യന്റെ കാര്യാണ്, മനുഷ്യാവസ്ഥകളാണ്.

എത്ര അനുഭവിച്ചാലും പഠിക്കാത്ത മനുഷ്യൻ! മാനായി വന്നത് മാരീചനാണെന്ന് മനസ്സിലാക്കാൻ സീതയ്ക്കു കഴിഞ്ഞില്ല്യ. ആ മാനിനോട് തോന്നിയ സ്നേഹതാത്പര്യങ്ങൾ വലിയ അപകടത്തിൽ കൊണ്ടെത്തിച്ചു."

താത്രിക്കുട്ടി അപകടത്തിൽപെടാനിടയായ മറ്റൊരു സന്ദർഭം വിവരിക്കാൻ രാവുണ്ണിമുത്തച്ഛൻ ഉദ്ദേശിക്കുകയാവും എന്ന് പത്മ അനുമാനിച്ചു. ഓർമ്മകൾ ഒന്നൊന്നായി ഉറവയെടുത്ത് ഒഴുകുകയാണ്. ഓർമ്മകളുടെ ഊർജപ്രവാഹം. ഒഴുകട്ടെ, കാത്തിരിക്കുകതന്നെ.

കല്പകശ്ശേരി ഇല്ലത്തിന്റെ വകയായിരുന്ന വലിയൊരു പറമ്പ്. കല്പകശ്ശേരി കാവിന്റെ സമീപംവരെയുള്ള, തെങ്ങും ഇതരഫലവൃക്ഷങ്ങളും നിറഞ്ഞ പറമ്പ് ഇപ്പോൾ ദേശമംഗലംമനയുടെ വകയാണ്. അഷ്ടമൂർത്തി വിറ്റുതുലച്ചത്. ദേശമംഗലത്തെ കുട്ടിശ്ശങ്കരൻ എന്ന കൊമ്പനാന നാട്ടിൽ പ്രസിദ്ധമാണ്. സാധാരണയിൽ കവിഞ്ഞ ഉയരം, തലയെടുപ്പ്, ഗാംഭീര്യം. പതിമ്മൂന്നാം വയസ്സിൽ, കൗമാരത്തിന്റെ ആരംഭത്തിൽ ആ ആനയോട് തനിക്ക് തോന്നിയ ആദരവ് മറ്റൊരു ഊരാക്കുടുക്കിൽ കൊണ്ടെത്തിച്ച കഥ അന്നു താത്രി പറഞ്ഞു.

"പെരുമഴയത്ത് എങ്ങ്ന്യാ കുളിക്ക്യാ? കുളിക്കാതിരിക്കാനും വയ്യ. ചെറുചരുവത്തിൽ എണ്ണത്താളിയുമായി കുളിക്കാനിറങ്ങി. അന്ന് കുളപ്പടവിലെത്ത്യപ്പൊ വളരെ വൈകി. മഴ തുള്ളിയെടുത്തിട്ടുവേണ്ടേ

കുളിക്കാൻ? ഇടവപ്പാതി ഇടമുറിയാതെ പെയ്യാ. ഉച്ചയ്ക്കുമുമ്പ് ഏതാണ്ട് ചാറ്റൽമഴയായി നേർത്തുനേർത്തുവന്നു.

കുളപ്പടവിലെത്തിയപ്പൊ ഒരു ചങ്ങലകിലുക്കം. കണ്ട കാഴ്ച എനിക്കു വിശ്വസിക്കാനായില്ല്യ. ഒരു കൊമ്പനാന ഞങ്ങടെ പറമ്പിലൂടെ അങ്ങനെ മെല്ലെ നടന്നുവര്യാ. ആനപ്പുറത്ത് ചെറുപ്പക്കാരനായ ഒരു ആനക്കാരൻ. അയാളുടെ തൊട്ടുപിറകിൽ ഒരു കുട്ടി ഇരിക്ക്യാ. ചെറിയമ്മേടെ മകൻ നാരായണൻ! ഇവനെങ്ങ്ന്യാ ആനപ്പുറത്ത് കയറിപ്പറ്റ്യേ? നോക്കിനിക്ക്യേ കാവിനടുത്തുനിന്ന ഒരു വലിയ കരിമ്പനച്ചോട്ടിലെത്തി ആന നിന്നു. ആദ്യം ആനക്കാരൻ താഴെയിറങ്ങി. ആന മെല്ലെ താഴ്ന്നുകൊടുക്കുന്നതും ഉണ്ണി എടുത്തുചാടി ഓടുന്നതും കണ്ടു.

ഞാൻ അങ്ങട് ഓടിയെത്തി. കുറച്ചടുത്തെത്തിയപ്പോ അയാൾ ആനയെ കരിമ്പനയിൽ തളച്ചുകഴിഞ്ഞു. ഉണ്ണിയും വേറെ കുറെ കുട്ടികളും കുറച്ചകലെ നിൽക്കുന്നു.

കൗതുകക്കണ്ണുകളുമായി ഞാൻ അവിടെത്തന്നെ നിന്നു. ആനക്കാരൻ എന്നെ കണ്ടു. അയാൾ രണ്ടുമൂന്നുവട്ടം തിരിഞ്ഞുതിരിഞ്ഞ് എന്നെ നോക്കി. ഞാൻ കുളത്തിലേക്കോടി.

അന്നു സന്ധ്യയ്ക്ക് കാവിൽ തിരി തെളിക്കാൻ ചെന്നപ്പൊ ആന മാത്രേള്ളൂ. കുട്ടിക്കൂട്ടവുമില്ല, ആനക്കാരനുമില്ല. തിരിതെളിച്ചിട്ട് പുറത്തിറങ്ങി ആനയെത്തന്നെ നോക്കിനിന്നു. തളച്ചിട്ടിരിക്ക്വെല്ലേ? പേടിക്കേണ്ടല്ലോ.

പിന്നിൽ ആരോ മുരടനക്കി. ആനക്കാരൻ, കാണാനഴകുള്ള ഒരു ചെറുപ്പക്കാരൻ. അമ്മത്തവീട്ടിൽ രാമന്നായർ എന്നാണ് അയാളുടെ പേരെന്നൊന്നും എനിക്കറിയില്ല്യായിരുന്നു.

ഇത്രേം വല്യ ആനേ നിയന്ത്രിച്ചുകൊണ്ടുപോകുന്ന ഇയാൾ നിസ്സാരക്കാരനല്ല്യാന്ന് നിക്കറിയാം. ഏതാണ്ട് മുപ്പതു വയസ്സുവരും. സാമാന്യം നല്ല ഉയരം, വിരിഞ്ഞ മാറ്, തലയെടുപ്പ്, ഗാംഭീര്യം. ആ ആനയെപ്പോലെ തന്ന്യെ അയാളും കണ്ടാലാരും നോക്കിപ്പോകുന്ന ചേലിൽ അങ്ങനെ നിൽക്ക്അ. അയാടെ മീശയ്ക്കുമുണ്ടൊരു ചന്തം.

"എന്താ തമ്പുരാട്ടീ, ആനേ വേണോ?"

അയാൾ ചോദിച്ചു.

"ഏയ്, അങ്ങനേന്നുംല്ല്യ. പേരെന്താ?"

"രാമൻനായർ."

"നായര് ആനേം ബ്രാഹ്മണആനേം ക്കേണ്ടോ?"

"ഇല്ലില്ല, ഞാൻ കരുതി എന്റെ പേരാ തമ്പ്രാട്ടി ചോദിച്ചേന്ന്."

"ആനേടെ പേരെന്താ?"

"കുട്ടിശ്ശങ്കരൻ."

"ആരുടെ ആനയാ?"

"ഇത് ദേശമംഗലംമനയുടേതാ."

നിക്ക് പലതും ചോദിക്കണമെന്നുണ്ടായിരുന്നു. നേരം ഇരുട്ടിവന്നതു കൊണ്ട് ഞാൻ ഇല്ലത്തേക്കോടി.

എന്തെങ്കിലും കാര്യം പറഞ്ഞ് എന്നും അത്താഴസമയത്ത് നാരായണൻ വഴക്കുണ്ടാക്കുന്നത് പതിവാ. അന്ന് ആനക്കാര്യം പറഞ്ഞുതന്നെ ഞാനും നാരായണനും തമ്മിൽ വഴക്കായി. ഞങ്ങൾ കുട്ടികളൊക്കെ നിരന്നിരുന്ന് അത്താഴം കഴിക്ക്വേർന്നു.

ആറ്റിൽ ആനയെ കുളിപ്പിക്കാൻ അവൻ പോയതും ആനയെ തേച്ചുകുളിപ്പിക്കാൻ കൂടിയതും അവനെ രാമന്നായര് ആനപ്പുറത്തു കയറ്റിയതും ആനപ്പുറത്തിരുന്ന് സവാരി ചെയ്തതുമൊക്കെ അമ്മയും ചിറ്റമ്മയും കുട്ടികളും കേൾക്കെ അവൻ വിസ്തരിച്ചു. നാരായണൻ ആനപ്പുറത്തിരുന്ന് ആടിയാടി വരുന്നത് ഞാൻ കണ്ടതാണെങ്കിലും അതങ്ങനെ സമ്മതിച്ചുകൊടുക്കാൻ ഞാൻ തയാറായില്ല്യ.

"എന്താ പറഞ്ഞേ! നീ ആനപ്പുറത്ത് കയറിയെന്നോ?"

കളിയാക്കുന്ന മട്ടിൽ ഞാൻ ചോദിച്ചു.

"അതേ, അന്തസ്സായിട്ട് ആനപ്പുറത്ത് കയറി."

"കുറെ പുളിക്കും."

"എന്തിനു പുളിക്കണം? ഞാൻ കയറി. ആരെല്ലാം കണ്ടെന്നറിയോ?"

"ആരും കണ്ടില്ല്യ, ഞാനും കണ്ടില്ല്യ. ആനക്കാരനും വെളിച്ചപ്പാടുംക്കേ ആനപ്പുറത്ത് കയറൂ. പീക്കിരിപ്പിള്ളേരെ ആരെങ്കിലും ആനപ്പുറത്ത് കേറ്റ്വോ?"

"നീ കണ്ടില്ലെങ്കി കാണണ്ടാ. പിന്നേ പറഞ്ഞേക്കാം. എന്നെ പീക്കിരീന്നൊന്നും വിളിക്കേണ്ട. നീ നോക്കിക്കോ – ഇത്തിരിക്കൂട വളരുമ്പം എന്നെവച്ചാ പന്ത്രണ്ട്, പതിമൂന്ന്, പതിന്നാല്, പതിനഞ്ച്..."

അവൻ വിരൽ മടക്കി കണക്കുകൂട്ടി പറഞ്ഞു:

"പതിനഞ്ചു വയസ്സാവുമ്പം എന്ന പാപ്പാനാക്കാമെന്ന് രാമന്നായര് പറഞ്ഞല്ലോ."

കാര്യം ശരിയായിരിക്കുമെന്ന് എനിക്കു മനസ്സിലായി. എങ്കിലും അതങ്ങനെ സമ്മതിച്ചുകൊടുത്താ പറ്റില്ലല്ലോ. ഞാൻ പറഞ്ഞു:

"അതൊക്കെശ്ശരി. പക്ഷേ, ഇന്നു നീ ആനപ്പുറത്തു കയറീന്നു പറഞ്ഞാ മനുഷ്യരാരും വിശ്വസിക്കില്ല്യാ."

"നീ കൊതിപിടിച്ചിട്ട് കാര്യംല്ല്യ. ആണായി പിറന്നാലേ ആനപ്പുറത്തു

കയറാൻ കഴിയൂ. അടുത്ത ജന്മം നീ ആണായി ജനിച്ചുവാ. അപ്പൊ നിനക്കും ആനപ്പുറത്തു കയറേ പാപ്പാനാവ്വേ ചെയ്യാം.''

അമ്മമാരും അവനും കുട്ട്യേളുമൊക്കെ ഉറക്കെച്ചിരിച്ചു. എന്തു കൊണ്ടോ എനിക്കു ചിരിവന്നില്ല്യ. പകരം കലികയറി. അവരൊക്കെ എന്നെ കളിയാക്കി ചിരിച്ചതല്ല്യേ? ഞാൻ എല്ലാം ഉള്ളിലടക്കി.

ആണായാ ആനപ്പുറത്തു കയറാം. പെണ്ണായാ ഒന്നിനും കൊള്ളില്ല്യ എന്നല്ല്യേ അവൻ പറഞ്ഞതിന്റെ അർത്ഥം.

ഉറക്കപ്പായിൽ മൂടിപ്പുതച്ച് ചുരുണ്ടുകിടന്നു. ആനപ്പുറത്തു കയറി കുറച്ചു ദൂരമെങ്കിലും സവാരി ചെയ്യണം. എന്താ വഴി?

കുട്ടിശ്ശങ്കരന്റെ പുറത്തിരുന്ന് നാരായണൻ ആടിയാടി വരുന്ന രംഗം മനസ്സിൽ മായാതെ നിന്നു. ആനപ്പുറത്ത് അവന്റെ സ്ഥാനത്ത് ഞാൻ എന്നെയിരുത്തി. മുന്നിൽ രാമൻനായർ. അങ്ങനെ കുലുങ്ങിക്കുലുങ്ങി കുറച്ചു ദൂരം സവാരി ചെയ്തുനോക്കി.

പുറത്ത് ഇടിയും മിന്നലുമായി മഴയുടെ ഉത്സവമേളം. നിദ്രയുടെ അർദ്ധബോധാവസ്ഥയിലേക്ക് ഞാൻ വഴുതിവീണുകൊണ്ടിരുന്നു.

അമ്പലത്തി ഉത്സവം നടക്കുന്നു. നെറ്റിപ്പട്ടം കെട്ടിയ കുട്ടിശ്ശങ്കരന്റെ പുറത്ത് താത്രീഭഗവതിയുടെ എഴുന്നള്ളത്ത്. നേർത്ത കസവുപുടവയുടുത്ത് ഞാൻ ആനപ്പുറത്ത്. ശിരസ്സിൽ സ്വർണകിരീടം. എന്റെ ഇടതു കൈയിൽ ശൂലവും വലതുകൈയിൽ വാളും. എന്റെ തൊട്ടു പിന്നിൽ മുത്തുക്കുട പിടിച്ചുകൊണ്ട് രാമൻനായർ.

അടുത്ത ജന്മം ആണായി ജനിക്കാൻ കാത്തുനിൽക്കാതെ, ഈ ജന്മം പെണ്ണായി ജീവിച്ചുകൊണ്ട്, താത്രീഭഗവതി ആനപ്പുറത്ത് എഴുന്നള്ളുന്നത് കണ്ടോടാ എന്ന ഭാവത്തിൽ ഞാനിരുന്നു. ചെണ്ടമേളം, പഞ്ചവാദ്യം, കതിനാവെടി, ആർപ്പുവിളി - ആകെ ബഹളം. ആ ബഹളത്തിനിടയിൽ നാരായണൻ ഇവിടെ എവിടെയെങ്കിലും കാണും. ഞാനിങ്ങനെ അന്തസ്സായി ആനപ്പുറത്തു സവാരി ചെയ്യുന്നത് അവൻ കാണുകയാവും. കാണട്ടെ.

അടുത്ത ജന്മം ആണാവണമത്രെ. എന്തിന്? അടുത്ത ജന്മവും ഞാൻ പെണ്ണായിത്തന്നെ ജനിക്കും.

പെണ്ണിന് ഒരു കുറവുമില്ലെന്നു കാട്ടിക്കൊടുക്കാൻ അടുത്ത ജന്മംവരെ കാത്തിരിക്കേണ്ട കാര്യമില്ല. കണ്ടില്ലേ താത്രീഭഗവതിയെ? ഇവിടെ ഒരു പാട് ആണുങ്ങൾ കണ്ടുനിൽക്കേല്ലേ? അവർക്കാർക്കെങ്കിലും ഭഗവതിയാകാൻ കഴിയോ?

ആനയുടെ തൊട്ടടുത്ത് കതിനാവെടി പൊട്ടിയതും കുട്ടിശ്ശങ്കരൻ ഭയന്ന് അലറിവിളിച്ചുകൊണ്ട് തുമ്പിക്കൈ ചുരുട്ടി ഉയർത്തി ഒരൊറ്റ കുടച്ചിൽ! താത്രീഭഗവതിയായ ഞാൻ തറയിൽ തെറിച്ചുവീണു.

ജനങ്ങൾ നിലവിളിച്ചുകൊണ്ടു പരക്കംപാഞ്ഞു. രാമന്നായർ ആന പ്പുറത്തുതന്നെ ഉണ്ട്. ആന ഓടി ഇരുളിൽ മറഞ്ഞു.

ആനപ്പുറത്തിരുന്നപ്പോ താത്രീഭഗവതിയെ അസൂയയോടും ആദര വോടും ആളുകൾ നോക്കി കൈകൂപ്പി. ആനപ്പുറത്തുനിന്നും തെറിച്ച് തറയിൽ വീണപ്പോ ആളുകൾ ഭഗവതിയെ ചവിട്ടിമെതിച്ചുകൊണ്ട് ഓടിരക്ഷപ്പെടാൻ ശ്രമിച്ചുകൊണ്ടിരുന്നു. തറയീന്ന് എഴുന്നേക്കാൻ ശ്രമിക്കുമ്പോഴൊക്കെ ആരുടെയെങ്കിലും കനത്ത കാലുകൾ എന്റെ നെഞ്ചിലമരും. ഞാൻ പൊടിമണ്ണി കിടന്നുപിടഞ്ഞു.

നേരം പുലർന്നിട്ടും എഴുന്നേൽക്കാൻ വയ്യാതെ ഉറക്കപ്പായിൽ കിടന്നു. ആനപ്പുറത്തു കയറിയതുമില്ല, വീണതുമില്ല, ആരുമെന്നെ ചവിട്ടിയതു മില്ല എന്നു ബോധ്യപ്പെടാൻ വളരെ സമയമെടുത്തു.

രാവിലെ കുളപ്പടവിൽ ചെന്നിരുന്നു. കണ്ട സ്വപ്നം വിശകലനം ചെയ്യാൻ ശ്രമിച്ചുനോക്കി. സ്വപ്നം ഫലിക്കുമെന്നാണ് നാണിത്തള്ള പറയുന്നത്.

താത്രീഭഗവതിയായി ആനപ്പുറത്ത് എഴുന്നള്ളി എന്നു സ്വപ്നം കണ്ടെങ്കിൽ ജീവിതത്തിൽ ഒരുപാട് ഉയർച്ചയുണ്ടാകും അല്ലെങ്കിൽ ആഗ്രഹിക്കുന്നതൊക്കെ സാധ്യമാകും എന്നർത്ഥം. ധാരാളം സുഖാനു ഭവങ്ങൾ ഉണ്ടാകും. ആനപ്പുറത്ത് മുടിയെഴുന്നള്ളിക്കുമ്പോൾ ജനങ്ങൾ ആദരവോടെ വണങ്ങിനിൽക്കുന്നപോലെ ജനങ്ങൾ എന്നെ വണങ്ങി നിൽക്കും. ആനപ്പുറത്തുനിന്നും ഒരുനാൾ വീഴും. അപ്പോൾ ജനങ്ങൾ എന്നെ ചവിട്ടിയുരുട്ടും.

സ്വപ്നം വിശകലനം ചെയ്ത് ഒരു നിഗമനത്തിലെത്തിയതും കടന്നൽകുത്തേറ്റപോലെ ഉള്ളം നടുങ്ങിയതും ഒരുമിച്ചായിരുന്നു. പല വലിയവരും സ്വന്തം കാര്യം കാണാനായാലും എന്നെ വണങ്ങി നിന്നിട്ടുണ്ട്. ഒരുനാൾ ഞാൻ വീഴുമ്പോ അവർതന്നെ എന്നെ ചവിട്ടി യുരുട്ടും എന്ന തോന്നൽ ഭയാനകമായിരുന്നു.

എന്തിന് ഇങ്ങനെയൊക്കെ ചിന്തിക്കുന്നു? മനുഷ്യന് നല്ലകാലവും ചീത്തക്കാലവും ഉണ്ടാകും. അത് പതിവുതന്ന്യാ. രാത്രിയും പകലും ഉണ്ടാകുന്നപോലേയുള്ളൂ. അതിന് സ്വപ്നവും വേണ്ട, സ്വപ്നത്തെ വ്യാഖ്യാനിക്കുകേം വേണ്ട; നാണിത്തള്ളയുടെ വിശദീകരണവും വേണ്ട.

കുട്ടിശ്ശങ്കരൻ അവിടെത്തന്നെയുണ്ടോ? ദേശമംഗലത്തേക്ക് പോയോ? ഞാൻ കാവിനടുത്തേക്ക് ഓടി. ആന അവിടെത്തന്നെയുണ്ട്. ആനേടെ കാതിലും തുമ്പിക്കൈയിലും നേർത്ത ചുവപ്പിൽ പുള്ളികുത്തിയതാരാ? ഇത്ര വലിയ ആനയ്ക്ക് ഇത്ര ചെറിയ കണ്ണുകൾ മതിയോ? ആനപ്പുറത്ത് നാരായണൻ കയറിയതെങ്ങ്ന്യാ?

ഓരോന്നാലോചിച്ച് ഞാനങ്ങനെ നിൽക്കേർന്നു.

“എന്താ കൊച്ചുതമ്പ്രാട്ടീ?”

ഞാൻ തിരിഞ്ഞുനോക്കി. പാപ്പാൻ രാമൻനായർ.

“തമ്പ്രാട്ടിക്ക് ആനേ കണ്ട് കൊതിതീർന്നില്ല്യേ?”

“നാരായണൻ ഇന്നലെ ആനപ്പുറത്തു കയറിയതെങ്ങന്യാ?”

അയാളുടെ ചോദ്യത്തിന് മറുപടി പറയാനല്ല്യ, മനസ്സിലുള്ള ചോദ്യത്തിന് മറുപടി തേടാനായിരുന്നു താത്പര്യം.

“തമ്പ്രാട്ടിക്ക് ആനപ്പുറത്ത് കയറണമെന്നുണ്ടോ?”

“എങ്ങ്ന്യാ കയറ്ക?”

“അതിനൊക്കെ വഴിയുണ്ടാക്കാം. തമ്പ്രാട്ടിക്ക് ആനപ്പുറത്ത് സവാരി ചെയ്യണമെന്നുണ്ട്, എനിക്കറിയാം.”

“എന്നെക്കൂടി ആനപ്പുറത്ത് കയറ്റി ഇരുത്ത്വോ?”

“ആവാല്ലോ.”

“ആനപ്പുറത്തിരുത്തി അമ്പലത്തിനുചുറ്റും എഴുന്നള്ളാൻ കഴിയോ? ദേവി എഴുന്നള്ളുമ്പോലെ?”

“അയ്യോ, അതൊന്നും കഴിയില്ല്യ തമ്പ്രാട്ടീ.”

“പിന്നെങ്ങന്യാ? നാരായണൻ കാണണം, ഞാൻ ആനപ്പുറത്തിരുന്ന് സവാരി ചെയ്യുന്നത്.”

“ആരും കാണാതെ ആനപ്പുറത്തിരുന്ന് ഇതാ ഈ കാവിനരികിലൂടെ, ആ പറമ്പിലൂടെ കുറച്ചുദൂരം പോയിട്ട് തിരിച്ചുവരാം. മറ്റാരും കാണാൻ പാടില്ല. മറ്റാരെങ്കിലും കണ്ടാൽ ദേശമംഗലത്തെ തമ്പ്രാൻ അറിയും. ഈയുള്ളോന്റെ കഞ്ഞികുടി മുട്ടും.”

ആനക്കാരൻ വിശദീകരിച്ചു.

“എന്നാ ആരും അറിയണ്ട. ഇപ്പത്തന്നെ ആയിക്കൂടേ?”

“ഇപ്പൊ വേണ്ട. എപ്പൊ പോകാമെന്ന് ഇന്നുവൈകിട്ട് ഇവിടെ വന്നാ മതി, രാമന്നായര് പറയാം.”

“സത്യംതന്നല്ല്യേ?”

“സത്യം തന്ന്യാ.”

ഞാൻ തറയിൽനിന്നും ആനയോളം ഉയർന്നു നിൽക്കുന്നതായി തോന്നി. ഇത്ര എളുപ്പത്തിൽ കാര്യം നടക്കുമെന്ന് കരുതിയതേയല്ല. ഭഗവതി കനിഞ്ഞിട്ടുണ്ടാവും. അല്ല്യേ ഇത്ര പെട്ടെന്ന് രാമന്നായര് സമ്മതിക്ക്വോ?

“തമ്പ്രാട്ടീ”

രാമൻനായർ നയത്തിൽ പറഞ്ഞു:

“തമ്പ്രാട്ടി പറഞ്ഞ കാര്യം രാമന്നായര് നടത്തിത്തരും. കാവിലെ ഭഗവതിയാണേ, കുട്ടിശ്ശങ്കരനാണേ സത്യം. എന്നാൽ തമ്പ്രാട്ടി എനിക്ക് ഒരുപകാരം ചെയ്തുതരുമോ?”

“എന്താത്ര സംശ്യം? ഒന്നുല്ല, നൂറു ഉപകാരം ചെയ്തുതരാം. നാരായണൻ കാണണം, ഞാൻ ആനപ്പുറത്തിരിക്കുന്നത്.”

“ആരാ നാരായണൻ?”

“എന്റെ അനുജൻ. ആ തലതിരിഞ്ഞ ചെക്കനില്ല്യേ, ഇന്നലെ ആനപ്പുറത്ത് കയറിയവൻ? അവന്റെ ഒരു അഹമ്മതി കാണണമായിരുന്നു.”

“അപ്പൊ അതാണ് കാര്യം. തമ്പ്രാട്ടീ, അവൻ കണ്ടാ എല്ലാരും അറിയും. എന്റെ പണിപോകും. ആരും അറിയാതെ ഞാൻ ആനപ്പുറത്തു കയറ്റാം. അതുപോരേ?”

“അങ്ങനേങ്കി അതായാലും മതി.”

“എനിക്ക് ഒരുപകാരം ചെയ്തുതരുമല്ലോ.”

“ചെയ്തുതരാമെന്നു പറഞ്ഞല്ലോ. അല്ലാ എന്താണ് ചെയ്യേണ്ടത്?”

“അതൊക്കെ തമ്പ്രാട്ടി വിചാരിച്ചാ നിസ്സാരമായി ചെയ്യാൻ കഴിയുന്ന കാര്യം.”

“എന്നാ ഞാൻ ചെയ്തുതരാം.”

“ഞാൻ സത്യം ചെയ്തു; തമ്പ്രാട്ടി സത്യം ചെയ്തില്ല്യ.”

“എന്നെ ആനപ്പുറത്തു കയറ്റിയാ രാമൻനായർക്ക് ഞാൻ ഒരു പകാരം ചെയ്തുകൊടുക്കാം. കാവിലെ ഭഗവതിയാണേ സത്യം. മതിയല്ലോ.”

“മതി മതി.”

“എങ്കി ഞാൻ ഉച്ചയ്ക്ക് വരട്ടെ.”

“വേണ്ട വേണ്ട. ഇന്നു വൈകിട്ട് കാവിൽ വിളക്കുവെയ്ക്കാൻ വരുമ്പോ ഞാൻ ഇവിടെയെവിടെയെങ്കിലും കാണും. നാളെ എപ്പോഴാ ആനസവാരിയെന്ന് വൈകിട്ടു പറയാം. മറ്റാരും അറിയരുത്.”

എനിക്കു വാശിയായിരുന്നു. അടുത്ത ജന്മം ആണാകാൻ കാത്തിരിക്കാതെ പെണ്ണായിരിക്കുന്ന ഈ ജന്മത്തിൽതന്നെ ആണിനെപ്പോലെ ആനപ്പുറത്തു കയറി സവാരി ചെയ്യണം. അവൻ കണ്ടില്ലെങ്കിലും അവനോടു പറഞ്ഞില്ലെങ്കിലും അത് ചെയ്യണം. അതിന് കഴിയുമെന്ന് ബോധ്യപ്പെടുത്തണം. പിന്നെ അവനോടു പറയാലോ - ഞാൻ പെണ്ണായിരുന്നപ്പോതന്നെ ആനപ്പുറത്ത് കയറീന്ന്. മതി, അത്രേം മതി.

പകൽ മഴ പെയ്തില്ല്യ. വൈകിട്ടു വിളക്കുവെയ്ക്കാൻ ചെന്നു. രാമൻനായരെ കണ്ടില്ല്യ. കാവിനകത്തു കയറി വിളക്കുവച്ചിട്ട് തിരിച്ചിറങ്ങാൻ

തുടങ്ങിയപ്പോ തമ്പ്രാട്ടീന്ന് നേർത്തൊരു വിളി. പാലച്ചുവട്ടിൽ രാമന്നായര് നിൽക്കുന്നു.

“ആനസവാരീടെ സമയം നിശ്ചയിച്ചോ?”

“തമ്പ്രാട്ടീ, നാളെ ഒരു പത്തുപതിനൊന്നു മണിക്ക് മഴയില്ലെങ്കി വന്നാ മതി. മഴയത്ത് ആനസവാരി ബുദ്ധിമുട്ടാ. മഴയാണെങ്കി നാളെ നടക്കില്ല്യ. ഭാഗ്യമുണ്ടെങ്കി ആ സമയത്ത് മഴ കാണില്ല്യ.”

ആ രാത്രി ഒരു കാര്യമേ ഞാൻ പ്രാർത്ഥിച്ചുള്ളൂ—രാത്രി മഴ പെയ്താലും വേണ്ടില്ല്യാ, നാളെ ഉച്ചവരെ മഴ പെയ്യാതിരിക്കണേ ഭഗവതീ; ഉച്ചയ്ക്കു മേൽ മഴ പെയ്തോട്ടെ.

ആനസവാരി ഉറപ്പായ സന്തോഷത്തിൽ സ്വസ്ഥമായുറങ്ങി. മഴയില്ല്യായിരുന്നു. പത്തുമണിയായപ്പോ കാവിനടുത്തെത്തി. ആനയെ തളച്ചിട്ടില്ല്യ. രാമൻനായർ ആനയുടെ കൊമ്പിൽ പിടിച്ചുകൊണ്ടു നിൽക്കുന്നു. അയാൾ കൈയാട്ടി എന്നെ അരികിലേക്കു വിളിച്ചു.

ധൈര്യമൊക്കെ ചോർന്നുപോയി. എങ്കിലും അടുത്തു ചെന്നു. ഞാൻ വല്ലാതെ ഭയന്നു. പഴയ സ്വപ്നം ഓർമവന്നു.

“ആന എന്നെ കുലുക്കിത്തള്ളിയിടോ?”

“തമ്പ്രാട്ടി പേടിക്കേണ്ട. ഞാനില്ല്യേ അരികിൽ?”

അയാൾ ആനയോടു എന്തോ പറഞ്ഞു. അത് മുൻകാലുകൾ മടക്കി മുട്ടുകുത്തിനിന്നു. ഞാൻ പിറകോട്ടു മാറിനിന്നു.

“തമ്പ്രാട്ടി അടുത്തേക്ക് വരൂ.”

“എനിക്ക് പേടിയാ.”

“പേടിക്കേണ്ടാ; ഞാൻ കൂടെയുണ്ടല്ലോ.”

ഞാൻ അറച്ചറച്ച് അടുത്തേക്ക് ചെന്നു. അയാൾ ആനയുടെ അടുത്ത് കുനിഞ്ഞിരുന്നു. അയാളുടെ തോളിൽ ചവിട്ടി കയറാൻ പറഞ്ഞു. ആന യുടെ കഴുത്തിലെ ചങ്ങലയിൽ പിടിച്ചുകൊണ്ട് അയാളുടെ തോളിൽ ചവിട്ടിക്കയറി. അയാൾ മെല്ലെയുയർന്നു. എങ്ങനെയൊക്കെയോ ആനപ്പുറത്തെത്തി. സെക്കന്റുകൾക്കം അയാൾ എന്റെ പിന്നിൽ ഇരി പ്പുറപ്പിച്ചു. ആന നിവർന്ന് മെല്ലെ നടന്നു.

“തമ്പ്രാട്ടി പേടിക്കേണ്ട; ഞാൻ പിടിച്ചോളാം.”

അയാൾ ഇരുകൈകൾകൊണ്ട് എന്നെ ചേർത്തുപിടിച്ചു. ആന മെല്ലെ നടന്നുകൊണ്ടിരുന്നു. എപ്പോഴെങ്കിലും അതെന്നെ കുലുക്കിത്തള്ളിയിടു മെന്ന് ഞാൻ ഭയന്നു. രാമന്നായരുടെ ഒരു കൈപ്പത്തി എന്റെ നാഭിക്കു താഴെ അടിവയറ്റിൽ മെല്ലെ സഞ്ചരിച്ചുകൊണ്ടിരുന്നു.

“മതി മതി, തിരിച്ചുപോകാം.”

ഞാൻ കരയുന്ന സ്വരത്തിൽ പറഞ്ഞു.

ആനയോട് അയാളെന്തോ പറഞ്ഞു. ആന നിന്നു. ഞൊടിയിടയിൽ അയാൾ നിലത്തെത്തി. എന്റെ നേർക്കയാൾ കൈനീട്ടി. ഞാൻ ഇറങ്ങാൻ ശ്രമിച്ചു. എങ്ങനെയെന്നൊന്നും അറിയില്ല്യ, ആനക്കാരന്റെ ഇരു തോളിലുമായി കാലിട്ടു ഞാനിരിക്കുന്നു. പിന്നെ ഞാനറിഞ്ഞത് ഒരു കൊച്ചു കുഞ്ഞിനെയെന്നപോലെ അയാളെന്നെ വിലങ്ങനെയെടുത്തിരിക്കുന്നതാണ്. മെല്ലെ തറയിൽ നിർത്തി. എനിക്കു പോകാൻ തിടുക്കമായി. ഞാൻ മെല്ലെ ചോദിച്ചു:

"ഉപകാരം വേണ്ടേ?"

"വേണമല്ലോ. തമ്പ്രാട്ടി കാവിനുള്ളിൽ ചെന്നിരുന്നാൽ മതി. ഞാൻ ആനയെ ഇവിടെ തളച്ചിട്ടുവരാം കുട്ടികളാരെങ്കിലും വന്നാൽ ഇവിടെ ആനയുടെ അടുത്തു നിന്നോളും."

ആഗ്രഹം സാധിച്ചെങ്കിലും ഭയംകൊണ്ടു തളർന്നുപോയി. പ്രാഞ്ചി പ്രാഞ്ചി കാവിനുള്ളിൽ ഇലഞ്ഞിമരം ചാരിനിന്നു.

ആനയെ തളച്ചിട്ട് രാമന്നായർ വന്നു. ചെയ്യേണ്ട ഉപകാരമെന്തെന്നു പറഞ്ഞു. എന്തുകൊണ്ടോ അവിടെ ഞാൻ കുഴഞ്ഞുവീണു. സത്യം പാലിക്കണമല്ലോ. പെരുമഴയിൽ കുതിർന്ന് കണ്ണുതുറന്നപ്പോൾ രാമന്നായരുടെ നെഞ്ചൊട്ടിക്കിടക്കുകയായിരുന്നു ഞാൻ.

മഴയിൽ കുതിർന്ന് നിലത്തുകിടന്ന എന്റെ ചെറുമുണ്ട് വാരിച്ചുറ്റി ഞാനെഴുന്നേറ്റു.

"തമ്പ്രാട്ടീ, ഇത്രേയുള്ളൂ എന്റെ കൈയിൽ."

ഒരു കുപ്പി പനിനീർ നൽകിക്കൊണ്ട് അയാൾ പറഞ്ഞു. അതിന് നവരത്നമോതിരത്തേക്കാൾ വിലയുണ്ടെന്ന് തോന്നി.

പിറ്റേന്നു രാവിലെ കാവിനടുത്തു ചെന്നു. ആനയുമില്ല്യ, ആനക്കാരനുമില്ല്യ. രാമന്നായരുടെയും കുട്ടിശ്ശങ്കരന്റെയും ഓർമയ്ക്ക് കുറെ ആനപ്പിണ്ടവും ഉലട്ടിയിലയും മാത്രം.

ഇരുപത്തിയെട്ട്

"**തി**കച്ചും വ്യത്യസ്തമായ രണ്ടു കാലഘട്ടങ്ങളിലും സാമൂഹികസാഹചര്യങ്ങളിലും ജീവിച്ചവരാണ് താത്രിയും പത്മയും. താത്രിയുടെ അനുഭവങ്ങൾ വെറും കെട്ടുകഥകളായി ഇന്നത്തെ ഒരു യുവതിക്ക് തോന്നിയാൽ കുറ്റം പറയാനാകില്ല്യ. എങ്കിലും സാർവകാലികവും സാർവലൗകികവുമായ ചില മൂല്യങ്ങളില്ല്യേ? അതിന്റെ അടിസ്ഥാനത്തിൽ നാം ഇതുവരെ കണ്ട താത്രിയെ പത്മ പൂർണമായും ഉൾക്കൊണ്ടു എന്ന് വിശ്വസിക്കാമല്ലോ?"

രാവുണ്ണിമുത്തച്ഛൻ പത്മയോടു ചോദിച്ചു.

"എനിക്ക് താത്രിയെ നന്നായി മനസ്സിലാകുന്നുണ്ട് മുത്തച്ഛാ. കാലഘട്ടം മാറിയാലും സാമൂഹികസാഹചര്യങ്ങൾ മാറിയാലും കണ്ണീരിന്റെ ചൂടു മാറ്വോ മുത്തച്ഛാ? താത്രിയുടെ കണ്ണു നനഞ്ഞപ്പോഴൊക്കെ എന്റെ കണ്ണുകൾ ഈറനണിഞ്ഞത് ശരിയായി ഞാൻ ഉൾക്കൊണ്ടതു കൊണ്ടല്ലേ മുത്തച്ഛാ? ഒന്നുമല്ലെങ്കിലും ഞാനൊരു പെണ്ണല്ലേ? താത്രി അനുഭവിച്ച വേദനയുടെ പകുതിയെങ്കിലും അനുഭവിക്കാൻ എനിക്കാവും – ഞാനൊരു പെണ്ണായതുകൊണ്ട്. മുത്തച്ഛന് കേൾക്കണോ; താത്രിയുടെ ചില അനുഭവങ്ങൾ ഞാനെന്റെ കുട്ടികൾക്കു പറഞ്ഞുകൊടുത്തു. പത്താം ക്ലാസ്സിൽ പഠിക്കുന്ന പതിനഞ്ചു വയസ്സുകാരികൾക്ക്. ഒരു മുൻകരുതൽ എന്ന നിലയിൽ അവർ അത് പരിഗണിക്കട്ടെ എന്നു കരുതിയാണ് ഞാനത് പറഞ്ഞത്. ഞാൻ ഇതുവരെ അറിഞ്ഞ താത്രിക്ക് പതിമ്മൂന്നു വയസ്സല്ലേ ആയുള്ളൂ. എന്റെ കുട്ടികൾക്ക് പതിനഞ്ചു വയസ്സും. താത്രിയുടെ സങ്കടകഥ കേട്ട് കണ്ണീരണിയാത്ത ഒരു കുട്ടിയുമില്ലായിരുന്നു ക്ലാസ്സിൽ. ഞാൻ ജനിച്ച ആറങ്ങാട്ടുകരയിലെ പെൺകുട്ടികളല്ലല്ലോ ഇന്നത്തെ തിരുവനന്തപുരം നഗരത്തിലെ പെൺകുട്ടികൾ. എന്നിട്ടും അവർ കഥ കേട്ടു കരഞ്ഞു. അത് പെൺമനസ്സിന്റെ ഐക്യപ്പെടലാണ് മുത്തച്ഛാ."

പത്മ വാശിയോടെ തന്റെ നിലപാട് വാദിച്ചുറപ്പിക്കുന്നതു കണ്ടപ്പോൾ രാവുണ്ണിമുത്തച്ഛന് സന്തോഷം തോന്നി.

"അപ്പോ ഞാനും നീയും കുറേസമയം ചെലവാക്കിയത് വെറുതെയായില്ല്യ അല്ല്യേ? സന്തോഷം. എങ്കി എന്റെ ഉള്ളിലിരുന്നു വീർപ്പുമുട്ടുന്ന ചില താത്രീസങ്കടങ്ങൾകൂടി കേൾക്കൂ."

താത്രീകഥകൾ കേൾക്കാൻ പത്മ മനം സമർപ്പിച്ചു. മുത്തച്ഛൻ തുടർന്നു:

"വെടിപറഞ്ഞിരുന്ന് സമയം കളയാൻ എത്തുന്നവരെയും വെച്ചു വിളമ്പി സൽക്കരിച്ചില്ലെങ്കിൽ കുറച്ചിലായി കണക്കാക്കുന്ന കാലം. സൽക്കാരം തുടർന്നു. നാരായണൻ നമ്പൂതിരിയുടെ കാലത്തുതന്നെ ഇല്ലത്തിന്റെ തൂണുകൾ ഇളകിത്തുടങ്ങി. നമ്പൂരി അറിഞ്ഞില്ല്യ. അഷ്ടമൂർത്തി നമ്പൂരിയുടെ കാലമായപ്പോ അടിത്തറക്കല്ലുകൾ ഒന്നൊന്നായി ഇളകിത്തുടങ്ങി. അക്കാര്യം അഷ്ടമൂർത്തി അറിഞ്ഞപ്പോ ഒന്നും ചെയ്യാൻ കഴിയാത്ത അവസ്ഥയായി.

വിത്തിനു വച്ചിരുന്നതുകൂടി വെച്ചുവിളമ്പിയിട്ടും തികയാതെ വന്നപ്പോ വിരുന്നുകാർ ഔദാര്യപൂർവം വെച്ചുനീട്ടിയത് അഷ്ടമൂർത്തിക്ക് കൈനീട്ടി വാങ്ങേണ്ടിവന്നു. കാർത്യായനീക്ഷേത്രത്തിലെ ശാന്തിക്കാരനെന്ന നിലയിൽ അയാൾ ദേശമംഗലംമനയുടെ ആശ്രിതനായിരുന്നു. പിന്നെ സമ്പത്തുള്ളവരുടെയൊക്കെ ആശ്രിതനായി.

സമ്പത്തുള്ള മാടമ്പ് ഇല്ലത്തെ നമ്പ്യാത്തൻ നമ്പൂതിരി അരച്ചാക്ക് അരി കൊടുത്ത് അഷ്ടമൂർത്തിയെ വിധേയനാക്കിയതിന്റെ ദുരിതം അനുഭവിച്ചത് താത്രിക്കുട്ടി. അവൾ അതിനെക്കുറിച്ചു പറഞ്ഞു:

"മാടമ്പ് നമ്പ്യാത്തൻ നമ്പൂരിയെ നിക്ക് പണ്ടേ അറിയാം. അഞ്ചു വയസ്സുമുതലേ കണ്ട ഓർമേണ്ട്. അച്ഛനേക്കാൾ പ്രായോണ്ടാവും. വേഷോന്നും പ്രത്യേകിച്ച് പറയേണ്ട. ധനികബ്രാഹ്മണരെല്ലാം ഒരേ വേഷത്തിലാ. കസവുമുണ്ടും കസവുനേര്യതും കാതിൽ കമ്മലും മോതിരവും സ്വർണമാലയും. ദരിദ്രബ്രാഹ്മണർക്ക് മുഷിഞ്ഞ് വിയർപ്പുനാറുന്ന മുണ്ടും കീറത്തുണിയായ രണ്ടാംമുണ്ടും. കുടുമയും പൂണൂലും ഇരുകൂട്ടർക്കുമുണ്ട്.

നമ്പ്യാത്തൻ നമ്പൂതിരി ഒരു പെരുന്തലയൻ ആയിരുന്നു. കണ്ടാൽ വലിയ ഭക്തൻ. നെറ്റി നിറയെ ചന്ദനം. മാറിലും ഭുജങ്ങളിലും ചന്ദനക്കുറികൾ.

ഒറ്റയ്ക്കും മറ്റുചില ബ്രാഹ്മണരോടൊപ്പവും ഇല്ലത്തു വന്നിട്ടുണ്ട്. അക്ഷരശ്ലോകവും വെടിപറച്ചിലുമായി പത്തായപ്പുരയിൽ കഴിയും. സന്ധ്യയ്ക്കുമുമ്പ് മറ്റുള്ളവർ മടങ്ങിപ്പോയാലും മാടമ്പ് നമ്പ്യാത്തൻ അവിടെ തങ്ങാറുണ്ടായിരുന്നു. നാലഞ്ചു ദിവസം തുടരെ അവിടെ പാർത്ത അനുഭവങ്ങളും ഉണ്ടായിട്ടുണ്ട്. ഏതാണ്ട് ഒരു മാസം കഴിഞ്ഞാവും വീണ്ടും വരിക. എന്തിനു വന്നെന്നോ എന്തിനു പോയെന്നോ അന്തർജനങ്ങളാരും തിരക്കാറില്ല്യ. വെച്ചുവിളമ്പുന്നതിനപ്പുറം അവർക്കെന്തു കാര്യം?

ഞാൻ ഓയ്ക്കില്ലത്ത് പഠിച്ചുകൊണ്ടിരുന്ന സമയം. അന്നെനിക്ക് എട്ടു വയസ്സുണ്ട്. രാവുണ്ണി അന്നെന്നെ കുറേ സംഗീതകൃതികൾ പഠിപ്പിച്ചുകഴിഞ്ഞിരുന്നു. ദീക്ഷിതരുടെ 'അക്ഷയലിംഗവിഭോ' എന്ന കൃതി ശങ്കരാഭരണരാഗത്തിൽ ത്രിപുടതാളത്തിൽ പാടാൻ എന്നെ പഠിപ്പിച്ചത് ഓർമേല്ല്യേ? ഞാനന്ന് സന്ധ്യയ്ക്ക് ഇറയത്തിരുന്ന് ആ കൃതി പാടി. പത്തായപ്പുരയിലിരുന്ന മാടമ്പ് നമ്പ്യാത്തൻ നമ്പൂതിരി ആ പാട്ടുകേട്ടു. അദ്ദ്യേം ഇറങ്ങിവന്ന് എന്നെ അഭിനന്ദിച്ചു. ആരാ ഗുരൂന്ന് ചോദിച്ചു കണ്ടഞ്ചാത രാവുണ്ണീന്ന് ഞാൻ പറഞ്ഞു.

"കണ്ടഞ്ചാത രാവുണ്ണിയോ? അങ്ങനേം ഒരു സംഗീതജ്ഞനുണ്ടോ?"

അയാൾ ചോദിച്ചു.

"ഉണ്ട്, ഓയ്ക്കില്ലത്തുണ്ട്."

ഞാൻ പറഞ്ഞു.

ഏതായാലും അയാളെന്നെ വളരെ അഭിനന്ദിച്ചു. നന്നായ് വരുന്നും പറഞ്ഞു.

അതൊക്കെ ഇന്നും നല്ല ഓർമേണ്ട്. ഞാനിപ്പം പറഞ്ഞ കാര്യം കേട്ടപ്പോ മാടമ്പ് നമ്പ്യാത്തനെക്കുറിച്ച് രാവുണ്ണിക്കെന്താ തോന്ന്യേ?

സരസൻ, കലാതല്പരൻ എന്നൊക്കേല്ല്യേ? എനിക്കും അങ്ങനെതന്ന്യാ തോന്നീത്. അയാൾക്ക് പാട്ടും സംഗീതോംക്കെ ഒരു മറയാണ്. തന്റെ വൃത്തികെട്ട മനസ്സ് മറച്ചുവയ്ക്കാനുള്ള മറ.

എന്നെ അഭിനന്ദിച്ച ദിവസം മറ്റൊരു കാര്യോണ്ടായി. പടിഞ്ഞാറേ വാര്യത്തെ ദാസിത്തള്ള തന്റെ മകളെയുംകൂട്ടി അവിടെ വന്നു. ആ കുട്ടിക്കന്ന് പതിനൊന്നോ പന്ത്രണ്ടോ വയസ്സുവരും. എന്റത്രേ ഉയരമുണ്ടാവൂ. വെളുത്തുവിളറിയ ഒരു പാവം കുട്ടി. അവരെ കണ്ടപ്പോ നമ്പ്യാത്തൻ പത്തായപ്പുരയിലേക്ക് കയറിപ്പോയി. ആ അമ്മയും മകളും അയാളുടെ പിറകേ പോയി. പത്തായപ്പുരയുടെ വാതിലടഞ്ഞു.

അവരെന്തിനാ മകളേംകൊണ്ട് പത്തായപ്പുരയിൽ കയറി വാതിലടച്ചതെന്ന് ഞാൻ അമ്മയോടു ചോദിച്ചു.

"മിണ്ടരുത്, വായടയ്ക്ക്."

അമ്മ അലറി.

"നീ ഒന്നും കണ്ടിട്ടില്ല്യ, കേട്ടിട്ടില്ല്യ, മനസ്സിലായോ?"

എനിക്ക് കാര്യം പിടികിട്ടിയില്ല്യ. ഒന്നും കണ്ടിട്ടില്ല്യെന്നോ? ആ ദാസിത്തള്ള മകളേംകൊണ്ട് കയറിപ്പോകുന്നത് ഞാൻ കണ്ടതല്ലേ്യ?

"ഇവിടേം ആ പ്രായത്തിലുള്ള ഒരു കുട്ടിയുണ്ടെന്ന് ഓർക്കണമായിരുന്നു. പരമദുഷ്ടൻ."

അമ്മ ആരെയാണ് ശപിക്കുന്നതെന്നും എനിക്കു മനസ്സിലായില്ല്യ. അന്ന് ഇക്കാളിച്ചേച്ചിക്ക് പന്ത്രണ്ടു വയസ്സുണ്ട്. അമ്മ പറഞ്ഞ ഇല്ലത്തുള്ള കുട്ടി ഇക്കാളിച്ചേച്ചിയായിരിക്കുമെന്ന് അനുമാനിച്ചു.

ഓയ്ക്കില്ലത്തെ പഠനം അവസാനിച്ചശേഷം കുറിയേടത്തില്ലത്ത് പാട്ടുപഠിക്കാൻ പോകുന്നതിനുമുമ്പ് ഒരു ദിവസം അയാൾ ഇല്ലത്തു വന്നിരുന്നതായും ഓർക്കുന്നു.

ഞാനൊരു ആനവിഡ്ഢിത്തം കാട്ടിയല്ലോ; ആനസവാരി. അതിനുശേഷം പത്തിരുപതു ദിവസം അധികസമയവും നിലവിളക്കിനു മുന്നിലായിരുന്നു. പറ്റിപ്പോയ തെറ്റുകൾ പൊറുത്ത് ഭഗവതി മാപ്പു തരാൻ വേണ്ടി ഭഗവത്കീർത്തനങ്ങൾ ആലപിക്കുകയായിരുന്നു. കോടീശ്വര അയ്യരുടെ, പാവനിരാഗത്തിൽ മിശ്രചാപ്പ് താളത്തിലുള്ള 'അഞ്ചാതെ നെഞ്ചമേ നീ' എന്ന കൃതി ആലപിച്ചപ്പോൾ മനസ്സിനു സ്വാസ്ഥ്യം കിട്ടുന്നതുപോലെ തോന്നി. പല പ്രാവശ്യം ആ കീർത്തനം ആലപിച്ചു. ത്യാഗരാജന്റെ സരസ്വതി രാഗത്തിൽ രൂപകതാളത്തിലുള്ള 'അനുരാഗമുലേനി മനസുന' എന്ന കൃതിയും പാടിപ്പാടി ആത്മാവിൽ ലയിപ്പിച്ചെടുത്തു.

രണ്ടുമൂന്നാഴ്ച ഭക്തിനിർഭരമായിരുന്നു. ആ ദിവസങ്ങളിൽ മനസ്സ് തികച്ചും ശാന്തമായിരുന്നു. സ്വസ്ഥതയുണ്ടായിരുന്നു.

പെരുവെള്ളത്തിൽ പൊങ്ങുതടിപോലെ ഒഴുകിനടന്ന എനിക്ക് ജീവിതത്തിന്റെ കരയിലേക്കു കയറാൻ കിട്ടിയ പിടിവള്ളിയായിരുന്നു ആ കീർത്തനങ്ങൾ.

ആയിടയ്ക്ക് ഒരു ദിവസം ഉച്ചയ്ക്കുമേൽ അയാൾ വന്നു. മാടമ്പ് നമ്പ്യാത്തൻ നമ്പൂതിരി. അച്ഛനോടൊപ്പമാണ് അയാൾ വന്നത്. മുമ്പൊരിക്കൽ ഞാൻ 'അക്ഷരലിംഗവിഭോ' പാടിയതും അയാളെന്നെ അഭിനന്ദിച്ചതും ഓർത്തു.

ഒരു ചുമട്ടുകാരൻ അരച്ചാക്ക് അരി ചുമന്നുകൊണ്ടുവന്ന് ഉമ്മറത്തിണ്ണയിൽ വെച്ചിട്ടുപോയി. ചാക്കിനുള്ളിൽ അരിയോണെന്നോ മാടമ്പ് നമ്പ്യാത്തന്റെ ഔദാര്യമാണതെന്നോ അന്നേരം അറിഞ്ഞിരുന്നില്ല്യ. കുലമഹിമ പുലർത്താൻ വിരുന്നുകാർക്കു വെച്ചുവിളമ്പിയവർ, നിർലജ്ജം വിരുന്നുകാരുടെ ഔദാര്യങ്ങൾ പറ്റിത്തുടങ്ങിയിരിക്കുന്നു എന്നു തിരിച്ചറിയാനുള്ള പക്വതയും കൈവന്നിരുന്നില്ല്യ.

അയാൾ ഉച്ചഭക്ഷണത്തിന് ഉണ്ടാവുമെന്ന കാര്യം നേരത്തേതന്നെ അമ്മയോ ചെറിയമ്മയോ അറിഞ്ഞിരുന്നുകാണും. വിഭവസമൃദ്ധമായിരുന്നു അന്നത്തെ ഉച്ചഭക്ഷണം.

അക്കാലത്ത് ശരിക്കും അലട്ടിയിരുന്ന കാര്യം ഉടുതുണിതന്നെ യായിരുന്നു. നല്ല ചില പുടവകൾ കിട്ടിയിരുന്നെങ്കിലും അതൊക്കെ കല്പകശ്ശേരിത്തിരുമേനി സംബന്ധക്കാരികൾക്കോ വെപ്പാട്ടികൾക്കോ കൊണ്ടുകൊടുത്തുകഴിഞ്ഞിരുന്നു. കുളികഴിഞ്ഞ്, തീരെ പഴകിപ്പൊടിഞ്ഞ ഒരു കുറുമുണ്ടും ചുറ്റിയാണ് കുളപ്പുരയിൽനിന്നും മുറ്റത്തെത്തിയത്.

"ചെല്ലു കുഞ്ഞേ, വേഗം ചെല്ലൂ, തിരുമേനി വിളിച്ചു."

ദാസിത്തള്ള പറഞ്ഞു.

പലഭാഗം കീറിത്തയ്ച്ച പഴന്തുണിയുമുടുത്ത് മറ്റുള്ളവരുടെ മുന്നിലെത്തുന്നതെങ്ങനെയെന്ന ചിന്ത എന്നെ അലട്ടി. എങ്കിലും പടിപ്പുരയിലെത്തി. അച്ഛൻ അവിടെയുണ്ടല്ലോ, ഭയക്കാനൊന്നുമില്ല്യ എന്ന ഭാവത്തിലാണ് അവിടെയെത്തിയത്.

"ഹായ് താത്രീ, കുളികഴിഞ്ഞ് എത്തിയിരിക്കുന്നൂലോ?"

നമ്പ്യാത്തന്റെ സ്വാഗതവചനം. എന്റെ പനങ്കുലമുടിക്കെട്ടിൽനിന്നും വെള്ളം ഒലിച്ചിറങ്ങിത്തീർന്നിരുന്നില്ല്യ. മുടിയിൽനിന്ന് ഒലിച്ചിറങ്ങിയ വെള്ളം ഉടുമുണ്ടിന്റെ മുക്കാൽഭാഗവും ഈറനാക്കിക്കഴിഞ്ഞിരുന്നു. അതുളവാക്കിയ ചമ്മൽ മറയ്ക്കാൻ ഞാനൊന്നു ചിരിക്കാൻ ശ്രമിച്ചു.

"താത്രീട ഒരു കീർത്തനം നോം കേട്ടിരിക്ക്ണൂട്ടോ. അന്നത്രയ്ക്ക് കേമിയായിരുന്നെങ്കി ഇന്നത്തെക്കാര്യം പറയണോ? കേട്ടോ അഷ്ടമൂർത്തീ."

അയാൾ അച്ഛന്റെ നേർക്കു തിരിഞ്ഞ് സംസാരം തുടർന്നു.

“നമ്മുടെ അമ്പലത്തിലെ കഴിഞ്ഞ വാരത്തിന് കോയമ്പത്തൂര് നിന്നാണ് സംഗീതക്കച്ചേരിക്കാരെത്തിയത്. ഒരു വെങ്കയ്യാശാസ്ത്രികള്. അത് കേട്ടമാത്രേ നോം താത്രിക്കുട്ട്യേ ഓർത്തുപോയി. താത്രിക്കുട്ടി ആയിരുന്നേല് ഇതിലും കേമമായിരുന്നേനേ എന്ന് നിരീച്ചോയി. പണം എണ്ണിക്കൊടുത്തു. അത്രേന്ന്യാ.”

അച്ഛൻ പുറത്തിറങ്ങിപ്പോയി. ഈ മുഖസ്തുതിയൊക്കെ എന്നെ വലയിൽ വീഴ്ത്താനുള്ള വഴിയൊരുക്കലായിരിക്കുമെന്ന് തിരിച്ചറിഞ്ഞു.

“അപ്പോ ഒരു കീർത്തനായിക്കൂടേ?”

ഞാനൊന്നും പറഞ്ഞില്ല്യ.

“അല്ലാ, താത്രി അങ്ങ്നെ നിക്ക്യേ! ഇങ്ങടിരിക്ക്യ.”

ഞാൻ ഇരുന്നില്ല്യ.

“അപ്പോ കീർത്തനത്തിന്റെ കാര്യം ആകാല്ല്യേ?”

“വളരെ നാളായി പാടിയിട്ട്. കീർത്തനങ്ങളൊന്നും ഓർമയിലില്ലല്ലോ.”

ഞാൻ വളരെ ഭവ്യതയോടെ പറഞ്ഞു. അത് മനഃപൂർവം പറഞ്ഞ കളവായിരുന്നു. പഠിച്ച കീർത്തനങ്ങളൊന്നും ഞാനിന്നും മറന്നിട്ടില്ല്യ.

“അങ്ങനെ മറന്നുപോകുന്ന ആളല്ലാ താത്രീന്ന് നമുക്കറിയാം. അഥവാ മറന്നെങ്കിൽപോട്ടെ; ഒരു പദംചൊല്ലാലോ. താത്രി പദം ചൊല്ലുന്നതു കേട്ടാ കപ്ലിങ്ങാട്ട് കഥകളിയോഗത്തിൽ അഭ്യസിച്ചാണെന്നേ തോന്നൂന്ന് പള്ളത്തെരി പറഞ്ഞിരിക്ക്ണൂ. ചൊല്ലുക, ഇഷ്ടമുള്ള പദം ചൊല്ലുക.”

ചൊല്ലിയേ കഴിയൂ എന്ന് ബോധ്യമായി. പള്ളത്തെരി എന്ന പച്ചത്തെറി നമ്പ്യാത്തനോട് എല്ലാം വിളമ്പിക്കാണും. മാടമ്പ് നമ്പ്യാത്തൻ നമ്പൂതിരിയുടെ ആഗമനോദ്ദേശ്യം ബോധ്യമായി.

സസ്യഭുക്ക് മാംസം ഭുജിക്കാൻ വന്നിരിക്കതന്നെയാണ്. ദാസിപ്പെണ്ണുങ്ങൾ നമ്പ്യാത്തന്റെ മുമ്പിൽ പെൺമക്കളുമായെത്തിയിരുന്നതിന്റെ പൊരുൾ മനസ്സിലായി. ‘നീയൊന്നും കണ്ടില്ല്യ, ഒന്നും കേട്ടില്ല്യ’ എന്ന് അമ്മ പറഞ്ഞതിന്റെ പൊരുളും മനസ്സിലായി.

അമ്മേ, അമ്മയുടെ മകളുടെ ഊഴം വന്നിരിക്കുന്നു. അമ്മ ഒന്നും കാണുന്നില്ല്യ, ഒന്നും കേൾക്കുന്നില്ല്യ എന്ന് വിശ്വസിച്ചോളൂ.

വരുന്നതു വരട്ടെ. ദൈവഹിതംപോലെ വരട്ടെ.

“അപ്പോൾ പദം....?”

നമ്പ്യാത്തന് സഹിക്കാൻ കഴിയുന്നില്ല്യ.

ഏത് പദമാണ് ഉചിതം? ഞാൻ ഒരു തെരച്ചിൽ നടത്തി. പലപല പദങ്ങൾ ഓർത്തുനോക്കി.

മുമ്പൊരിക്കൽ നളചരിതം രണ്ടാംദിവസത്തെ കളി കണ്ട കാര്യം എങ്ങനെയോ ഓർത്തു. അതിലെ മിക്ക പദങ്ങളും പലവട്ടം വായിച്ച് ഞാൻ പഠിച്ചിട്ടുള്ളതായിരുന്നു.

പിന്നെ താമസിച്ചില്ല്യ. ഏകയായ് പെരുമ്പാമ്പിന് മുന്നിലകപ്പെട്ടു വിലപിക്കുന്ന ദമയന്തിയുടെ അടുത്തെത്തിയ കാട്ടാളന്റെ ഒരു ചരണം ഞാനങ്ങ് തകർത്തുചൊല്ലി.

പുന്നാഗവരാളി രാഗത്തിൽ അടന്തതാളത്തിൽ മനസ്സറിഞ്ഞു പാടി. കൈയിൽ ചേങ്ങിലയുമായി അരങ്ങിൽനിന്നു പാടുന്ന ഭാവമായിരുന്നു എനിക്ക്.

അപുത്രമിത്രാ കാന്താരം പുക്കനർത്ഥഗർത്തേ വീണാളേ
ആനന്ദിച്ചേ വാഴേണ്ടുന്നവളല്ലേ കാമിനി! നീണാളേ?
അപത്രപിച്ചീടേണ്ടാ ഞാനോ വനത്തിൽ മേവുന്നാണാളേ
ആരെന്നാലും രക്ഷിപ്പാനിനി അപരൻ വരുമോ കേണാളേ?
വസിക്ക നീയെന്നം സേ താങ്ങി വധിപ്പനുരഗം വക്രാപാംഗി
വാതിച്ചോർക്കും പ്രാണാപായേ ജാതിച്ചോദ്യം വേണ്ടാ തൊടുവാൻ.

ഞാനയാളെ കാട്ടാളനാക്കി നിന്ദിക്കാനാണ് ശ്രമിച്ചത്. പക്ഷേ, ആ ചരണത്തിന്റെ അർത്ഥമൊന്നും അയാൾ ആലോചിക്കാൻ ഇടയില്ല്യ. നമ്പ്യാത്തന്റെ കണ്ണുകൾ എന്റെ മുഖത്തുനിന്നും മെല്ലെമെല്ലെ താഴോട്ടിറങ്ങുന്നതും അങ്ങിങ്ങ് തങ്ങിനിൽക്കുന്നതും നന്നായ് ശ്രദ്ധിച്ചു.

മിഠായിക്കുപ്പിയുടെ മുന്നിൽ നിൽക്കുന്ന കുട്ടിക്കെന്നപോലെ അയാളുടെ വായിൽ വെള്ളമൂറി. അയാൾ ഇടയ്ക്കിടെ ഉമിനീരിറക്കി.

“ഹാഹാ! എത്ര മധുരം, എത്ര സുന്ദരം!”

അയാൾ എഴുന്നേറ്റുവന്ന് എന്നെ മാറോടണച്ചു. എന്റെ ആലാപനമല്ല ഞാൻ പാടിയ ചരണമല്ല, എന്റെ ശരീരമാണ് മധുരവും സുന്ദരവുമായി അയാൾക്ക് അനുഭവപ്പെട്ടതെന്ന് മനസ്സിലാക്കാൻ സാമാന്യബുദ്ധി മതി.

മാടമ്പ് നമ്പ്യാത്തൻ തന്റെ വിരലിൽ ഞെരുങ്ങിക്കിടന്ന ഒരു സ്വർണ മോതിരം ഊരി എന്റെ ഇടതുകൈയിലെ നടുവിരലിൽ അണിയിച്ചു. തുടർന്ന് എനിക്കെന്താണ് അനുഭവിക്കേണ്ടിവരുന്നതെന്ന് നന്നായി അറിയാമായിരുന്നു. അതുകൊണ്ട് ‘ഇത്രയെങ്കിലും ഇരിക്കട്ടെ’ എന്ന ഭാവം തന്നെയായിരുന്നു എനിക്കും.

തള്ളപ്പശു പ്രസവിച്ച ഉടനെ കുഞ്ഞിനെ നക്കിത്തുടയ്ക്കുന്നതു കണ്ടിട്ടില്ല്യേ രാവുണ്ണീ? പിന്നെ ഞാനൊരു പശുക്കുട്ടിയായി. അയാളെന്നെ നക്കിത്തുടച്ചു എന്നു പറയുന്നതാവും ശരി.

പട്ടിണിക്കിട്ടിരുന്ന പട്ടിക്ക് ഭക്ഷണം കൊടുത്താലുള്ള അവസ്ഥയെന്തെന്ന് ആലോചിച്ചുനോക്കൂ. സാവകാശം ഭക്ഷിക്കാനല്ല, പെട്ടെന്ന് വെട്ടി

വിഴുങ്ങാനാവും ശ്രമിക്കുക. നമ്പ്യാത്തൻ എന്നെ വെട്ടിവിഴുങ്ങാൻ ശ്രമിച്ചു. പെണ്ണിന്റെ നഗ്നശരീരത്തിനു മുമ്പിൽ സ്വയം ഇല്ലാതായിപ്പോകുന്ന പുരുഷന്മാരുമുണ്ട് എന്നൊരു പുതിയ പാഠവും പഠിച്ചു.

നമ്പ്യാത്തൻ എന്നെ വാരിയെടുത്ത് കട്ടിലിൽ കിടത്തി. അയാളുടെ അധരങ്ങൾ പതിയാത്തതായി എന്റെ ശരീരത്തിൽ വിരൽപ്പാടിടമില്ലായിരുന്നു. ഓർക്കാപ്പുറത്തുവന്ന ചെറിയൊരു കൊടുങ്കാറ്റുപോലെയായിരുന്നു നമ്പ്യാത്തന്റെ ഇടപെടൽ. ഓർക്കാപ്പുറത്തുതന്നെ, നിമിഷങ്ങൾക്കം, കൊടുങ്കാറ്റ് അപ്രത്യക്ഷമായി. നനഞ്ഞ തുണിപോലെ നമ്പ്യാത്തൻ കട്ടിലിൽ അമർന്നുകിടന്നു.

നാലു ദിവസം കഴിഞ്ഞ് ഒരു നാലുമണിക്ക് വിയർത്തുകുളിച്ച് അയാൾ വീണ്ടുമെത്തി. ഞാൻ കുളിച്ച് വൃത്തിയായി വന്നിരുന്ന് വായിക്കുകയായിരുന്നു. അയാളുടെ വരവ് എനിക്ക് തീരെ പിടിച്ചില്ല്യ. എന്റെ അടുത്തെത്തിയപ്പോൾ എഴുന്നേറ്റ് പിന്നിലേക്കു മാറി.

അയാളെന്റെ കൈയിൽ മെല്ലെ പിടിച്ചു. ഞാൻ കൈ തട്ടിമാറ്റി, മാറിനിന്നു. നമ്പ്യാത്തൻ കട്ടിലിൽ ഇരുന്നു കിതച്ചു. വളരെനേരം പൊരിവെയിലിൽ നടന്നതിന്റെ പാരവശ്യം പ്രകടമാക്കി. അന്ന് എനിക്കുവേണ്ടി കരുതിയിരുന്നത് ഈർക്കിലിക്കര കസവുമുണ്ട്.

ഒരാഴ്ച കഴിഞ്ഞ് വീണ്ടും വന്നു. അന്ന് ഒരു പട്ടത്തിക്കര മുണ്ടു തന്നു. അന്നു ഞാൻ തീരെ താത്പര്യം കാണിച്ചില്ല്യ. ഇനി എന്നെക്കാണാൻ വരരുതെന്നും വന്നാൽ വെറുംകൈയോടെ മടങ്ങേണ്ടിവരുമെന്നും മുന്നറിയിപ്പു നൽകി.

"താത്രി എന്താ നിരീച്ചേ? ഇന്നാട്ടില് ചോരേം നീരുംള്ള കുട്ടിക്കാവുകള് തന്ന കിട്ടാനുണ്ട്. പത്തു തികയാത്ത ദാസിക്കുട്ടികള് ധാരാളമുണ്ട്. അവരെയൊക്കെ എനിക്ക് കിട്ടുന്നുമുണ്ട്."

"പിന്നെന്തിനാ തിരുമേനീ ഇത്ര ബദ്ധപ്പെട്ടു വരുന്നേ?"

ഞാൻ ശബ്ദമുയർത്തി ചോദിച്ചു.

"അവരൊക്കെ പെൺകുട്ടികളാണ്, വെറും പെൺകുട്ടികൾ."

"നിങ്ങൾക്ക് പെൺശരീരം മതിയല്ലോ. എല്ലാ പെൺശരീരവും ഒന്നു തന്നല്ല്യേ? നിറത്തിലും പ്രായത്തിലും ഭേദംകണ്ടാലും കാര്യത്തിൽ ഒന്നല്ല്യേ?"

"അല്ലല്ല്യാ, മറ്റുള്ളതെല്ലാം വെറും മനുഷ്യസ്ത്രീകൾ. താത്രിക്കുട്ടിയുടെ ശരീരത്തിലും മനസ്സിലും ഭഗവതി കുടികൊള്ളുന്നു."

തൊഴുകൈയ്കളോടെയാണ് അയാൾ പറഞ്ഞതെങ്കിലും എന്നെ കളിയാക്കുകയാണോ എന്നു സംശയിച്ചു.

ഉള്ളിൽ തുടരെത്തുടരെ അഗ്നിസ്ഫുലിംഗങ്ങൾ ഉണ്ടായി. അത്തരം സന്ദർഭങ്ങളിൽ എന്റെ കണ്ണുകൾ ചുവന്നുതുടുക്കുന്നത് പതിവാണ്. അമർത്തിയ സ്വരത്തിൽ കടിച്ചുപിടിച്ച പല്ലുകൾക്കിടയിലൂടെ പറഞ്ഞു:

"താത്രീഭഗവതിയുടെ കല്പനയാണ്; മേലിൽ എന്നെക്കാണാൻ വരരുത്."

ഭഗവതിയുടെ കല്പന അയാൾ അനുസരിച്ചു. അതിനുശേഷം ഇന്നോളം എന്നെ കാണാൻ വന്നിട്ടില്ല്യ.

"ശരിയാണോ രാവുണ്ണീ, എന്നിൽ ഭഗവതിയുടെ അംശമുണ്ടോ?"

അന്നവൾ എന്നോടു ചോദിച്ചു.

'നീയല്ലോ സ്രഷ്ടാവും സൃഷ്ടിയും' എന്നല്ല്യേ പത്മാ ഗുരുവചനം. ആ നിലയ്ക്ക് നീ ദേവിയും ദേവിയുടെ സൃഷ്ടിയുമാണ് താത്രീ എന്നു പറയാൻ അന്നെനിക്കു തോന്നിയില്ല്യ.

ഞാനന്ന് താത്രീഭഗവതിയുടെ ഭാവമാറ്റങ്ങൾ കണ്ട് ഭയന്നുപോയെങ്കിലും ധൈര്യം നടിച്ചിരുന്നു. എന്തൊക്കെയായാലും എന്റെ താത്രിയല്ല്യേ എന്ന തോന്നലാണ് ധൈര്യം തന്നത്.

ഒരു കാര്യംകൂടി പത്മയോടു പറയാം. താത്രിക്കുട്ടി മനുഷ്യശരീരം ഉപേക്ഷിക്കുന്നതിന് മുമ്പായാലും താത്രീഭഗവതിയായി പുനർജനിച്ചതിനു ശേഷമായാലും എന്നെ സംരക്ഷിക്കുന്ന തരത്തിലേ ഇതുവരെ പെരുമാറിയിട്ടുള്ളൂ.

ഭഗവതീ!"

രാവുണ്ണിമുത്തച്ഛൻ മലർന്നു കിടന്നു കൈകൂപ്പി.

ഇരുപത്തി ഒമ്പത്

മാടമ്പ് നമ്പ്യാത്തൻ പിൻവാങ്ങി ഒരു വർഷം കഴിഞ്ഞപ്പോഴാ പനങ്ങാവിൽ ഗോവിന്ദൻ നമ്പ്യാരുടെ കഥകളിപ്പാട്ടു കളരിയിൽ താത്രി കഥകളിസംഗീതം പഠിക്കാനെത്തിയത്. അന്നവൾക്ക് പതിമ്മൂന്നിനും പതിന്നാലിനും ഇടയ്ക്ക് പ്രായം.

പനങ്ങാവിൽ കളരിയെക്കുറിച്ച് താത്രി പറയാതെതന്നെ എനിക്ക് സാമാന്യധാരണയുണ്ടായിരുന്നു. പനങ്ങാവിൽ നമ്പ്യാന്മാർ ജന്മനാ കലാകാരന്മാരാ. തലമുറകളുടെ കലാപാരമ്പര്യമുണ്ട് അവർക്ക്. കഥകളിയും ഓട്ടൻതുള്ളലും ഒരേ പ്രാധാന്യത്തോടെ കൈകാര്യം ചെയ്തിരുന്നവർ. മുൻതലമുറക്കാർ പാഠകവും ചാക്യാർകൂത്തും നങ്ങ്യാർകൂത്തുമൊക്കെ നടത്തി ജനഹൃദയങ്ങളിൽ ഇടംനേടിയിരുന്നു. പുതിയ തലമുറയിലെ

ആശാനായിരുന്നു പനങ്ങാവിൽ ഗോവിന്ദൻ നമ്പ്യാർ. അദ്ദേഹത്തിന്റെ അടുത്ത് കഥകളിപ്പാട്ടു പഠിക്കാൻ എത്തിയതും തുടർന്നുള്ള അനുഭവങ്ങളും താത്രി പറഞ്ഞു.

"ഏതാണ്ട് ഒരു കൊല്ലത്തോളമായി, വായിച്ചും പഠിച്ചും വലിയ ശല്യമൊന്നുമില്ല്യാതെ ഇല്ലത്തു കഴിഞ്ഞുവരികായിരുന്നു. ആയിടയ്ക്ക് മിക്ക ദിവസങ്ങളിലും ചെമ്പൂട്ടി ഇല്ലത്തു വരുമായിരുന്നു. എന്റെ അച്ഛന്റെ പുത്രിയാണ് ചെമ്പൂട്ടി എന്ന കാര്യം അമ്മമാരും ഞാനും ഇക്കാളിച്ചേച്ചിയും മറ്റും അംഗീകരിച്ചു. അംഗീകാരത്തിനായല്ല, വാരൃത്ത് കൊടിയ ദാരിദ്ര്യമായതുകൊണ്ടാ അവൾ കല്പകശ്ശേരിയിൽ വന്നിരുന്നത്. രണ്ടുനേരത്തെ ആഹാരമെങ്കിലും കിട്ടുമല്ലോ. അവളുടെ അമ്മ തീരെ കുഞ്ഞായിരുന്നപ്പോഴേ ഇല്ലത്തു കൊണ്ടുവരുമായിരുന്നു. ഞങ്ങൾ തമ്മിൽ നല്ല സൗഹൃദവുമായിരുന്നു. എനിക്കേതാണ്ട് പതിമ്മൂന്നു വയസ്സായപ്പോ (അവൾക്കും) എന്റെ ദാസി എന്ന സേവനച്ചുമതല അമ്മ അവളെ ഏല്പിച്ചു. എന്നാൽ ദാസീഭാവത്തിലല്ല്യ, തോഴീഭാവത്തിലാ ഞങ്ങൾ ഇടപെട്ടിരുന്നത്. അക്കാലത്ത് പല രാത്രികളിലും അവൾ ഇല്ലത്ത് എന്നോടൊപ്പം കിടന്നുറങ്ങുമായിരുന്നു. ആ സന്ദർഭങ്ങളിലാണ് ഉള്ളിന്റെ ഉള്ളറകളിൽ ഒളിപ്പിച്ചുവച്ചിരുന്ന വേദനകളും സന്തോഷങ്ങളും അവളുമായി പങ്കുവെച്ചുതുടങ്ങിയത്. ചെമ്പൂട്ടിയുടെ സാന്നിധ്യം എന്തെന്നില്ലാത്ത തരത്തിൽ ആത്മവിശ്വാസവും ധൈര്യവും പകർന്നുതന്നിരുന്നു. അവൾക്കു വേണ്ടി കഥകളിപ്പദങ്ങൾ ചൊല്ലുകയും തോന്നിയപോലെ ആടുകയും ചെയ്ത് വേദനകൾ വിസ്മരിച്ച ദിനങ്ങളായിരുന്നു അവ.

ഒരു ദിവസം അവൾ വീട്ടിൽ പോയി, പിറ്റേന്നു മടങ്ങിവന്നത് ഒരു വലിയ വാർത്തയുമായിട്ടായിരുന്നു. പനങ്ങാവിൽ കഥകളി ആശാന്മാർ കഥകളിസംഗീതം പഠിപ്പിക്കാൻ പാട്ടുകളരി തുടങ്ങുന്നു എന്ന വാർത്ത. പത്തു കുട്ടികളെ മാത്രമേ പഠിപ്പിക്കൂ എന്നും വാസനയും വ്യുത്പത്തിയുമുള്ള കുട്ടികളെ കണ്ടെത്തി പഠിപ്പിക്കാനാണ് ഉദ്ദേശ്യമെന്നും അറിഞ്ഞു.

'ആട്ടക്കാരെ കിട്ടാനുണ്ട്; പാട്ടുകാരെ കിട്ടാനില്ല' എന്നൊരു ചൊല്ലുതന്നെ അക്കാലത്ത് നാട്ടിൽ പ്രചരിച്ചിരുന്നു. അതിന് പരിഹാരമുണ്ടാക്കാനാ പനങ്ങാവിൽ ആശാന്മാർ പരിശ്രമിക്കുന്നതെന്നും അറിഞ്ഞു. കഥകളിസംഗീതത്തിൽ എനിക്കുള്ള ഭ്രമം നന്നായറിയാവുന്നതുകൊണ്ടാണ് ചെമ്പൂട്ടി കേട്ടറിഞ്ഞ കാര്യങ്ങൾ അറിയിച്ചത്. അന്നു രാത്രി ഞാനും ചെമ്പൂട്ടിയും ആ വിഷയം ആലോചിക്കുകയും എങ്ങനെയെങ്കിലും അമ്മയുടെ അനുവാദം വാങ്ങിയെടുക്കണമെന്ന് തീരുമാനിക്കുകയും ചെയ്തു.

വിഷയം അമ്മയുടെ മുന്നിലെത്തി. അമ്മ അനുവദിക്കില്ല്യാന്ന് അറിഞ്ഞുകൊണ്ടുതന്നെ പറഞ്ഞുനോക്കി. ചിലപ്പോൾ അമ്മയ്ക്ക് ദയ തോന്നി അനുവാദം തന്നെങ്കിലോ എന്നേ ചിന്തിച്ചുള്ളൂ.

“ഗുരുദക്ഷിണ കൊടുക്കേണ്ടേ്യ? ഇല്ലത്തെ സ്ഥിതി നിനക്കു മനസ്സിലാവില്ല്യ.”

അമ്മ സങ്കടവും രോഷവും കലർന്ന ശബ്ദത്തിൽ പറഞ്ഞു.

“എല്ലാം അറിയാമമ്മേ. പകൽസമയമെങ്കിലും ശല്യമില്ലാതെ പനങ്ങാവിൽ കഴിയാമായിരുന്നു. ഞാനെന്തൊക്കെയാ ഇവിടെ അനുഭവിച്ചു കൊണ്ടിരിക്കുന്നതെന്ന് അമ്മയ്ക്കറിയില്ലെങ്കിൽ ഞാനൊന്നും പറയുന്നില്ല്യ.”

അമ്മ എന്നെ തെല്ലിട നോക്കിനിന്നു. എല്ലാമറിയുന്ന അമ്മമനസ്സ് സമ്മതം നൽകി.

‘കുറച്ചു ദിവസമെങ്കിലും അവൾ ആടിയും പാടിയും രസിച്ചു ജീവിക്കട്ടെ. പിന്നത്തെ കാര്യം വിധിപോലെ.’

അമ്മമനസ്സ് അങ്ങനെ പറയുന്നത് എന്റെ മനസ്സു കേട്ടു.

അടുത്ത ദിവസം രാവിലെ പനങ്ങാവിൽ ഗോവിന്ദൻ നമ്പ്യാരുടെ അടുക്കൽ കഥകളിസംഗീതം പഠിക്കാൻ അമ്മ എന്നെ അനുഗ്രഹിച്ചയച്ചു. ആറാം വയസ്സിൽ ഓയ്ക്കില്ലത്ത് പാട്ടുപഠിക്കാൻ ആരുടെയും അനുവാദമില്ലാതെ ഓടിപ്പോയപ്പോൾ ഞാനനുഭവിച്ച ആവേശം പനങ്ങാവിലേക്കുള്ള യാത്രയിലും അനുഭവപ്പെട്ടു.

ഒരു മണിക്കൂർകൊണ്ട് നടന്നെത്താവുന്ന ദൂരമേയുള്ളൂ. അതിനാൽ എന്നെ കൊണ്ടാക്കാൻ ആരും വന്നില്ല്യ. ഞാൻ ഒറ്റയ്ക്കു നടന്നു. ദാസിയും മറക്കുടയുമില്ല്യാതെ പുറത്തിറങ്ങി നടക്കുന്ന ഒരേയൊരു അന്തർജ്ജനമേ അക്കാലത്ത് അന്നാട്ടിലുണ്ടായിരുന്നുള്ളൂ. അത് താത്രിക്കുട്ടി എന്ന ഞാനായിരുന്നു.

തലയും മുലയും വളർന്ന് യൗവനയുക്തയായ, അതിസുന്ദരിയായ ഒരു അന്തർജനം മറക്കുടയില്ല്യാതെ മാറുകാട്ടി നടക്കുന്നതുകണ്ട്, പലർക്കും പലവിധ ഭാവങ്ങളുണ്ടായെങ്കിലും ഞാൻ അതൊക്കെ അവഗണിച്ചുകൊണ്ട് നടന്നു.

പനങ്ങാവിലെത്തി. ഇരുപതു വയസ്സോടടുത്ത രണ്ടു ചെറുപ്പക്കാർ മുറ്റത്തു നില്പുണ്ടായിരുന്നു. പിന്നെ പതിനഞ്ചിനുമേൽ പ്രായം തോന്നിക്കുന്ന രണ്ടു കുട്ടികൾകൂടി വന്നു. ഒരു കൂസലുമില്ല്യാതെ ഞാൻ മുറ്റത്തു കയറി തെല്ലൊഴിഞ്ഞു നിന്നപ്പോൾ അവിടെ നിന്ന യുവാക്കളുടെ കണ്ണു മഞ്ഞളിച്ചു. അവരുടെ പരിഭ്രമം കണ്ടപ്പോൾ എനിക്കങ്ങനെ തോന്നിയതാ. അവരെന്നെ ഒളികണ്ണിട്ടു നോക്കുന്നത് നേരേ നോക്കിക്കണ്ടു. ചിരിവന്നെങ്കിലും ഒന്നും അറിയാത്ത ഭാവത്തിൽ നിന്നു.

പനങ്ങാവിൽ തറവാടിന്റെ കളിയിലിൽ നിറപറയും നിലവിളക്കുമൊരുങ്ങി. ഗുരു പനങ്ങാവിൽ ഗോവിന്ദൻ നമ്പ്യാർ നിലവിളക്കിനു

മുന്നിൽ ചമ്രംപടിഞ്ഞിരുന്നു. മുറ്റത്തു നിന്ന യുവാക്കൾ കളിയിലിൽ പ്രവേശിച്ചു. അവരെയൊക്കെ ആരും ക്ഷണിക്കുന്നത് ശ്രദ്ധയിൽ പെട്ടില്ല്യ. എന്നെ ആരും ശ്രദ്ധിച്ചില്ല്യ, ക്ഷണിച്ചില്ല്യ. എങ്കിലും ആ യുവാക്കൾക്കു പുറകിലായി ഞാനും കളിയിലിൽ കയറിനിന്നു. യുവാക്കൾ ഓരോരുത്തരായി ഗുരുവിന്റെ മുന്നിൽ ദക്ഷിണവച്ച് കാൽതൊട്ടു വണങ്ങി മാറി നിന്നു. ഞാൻ പിന്നിൽ നിൽക്കുന്നത് ഗുരു കണ്ടു. 'നീ എന്തിനു വന്നു കുട്ടീ' എന്നു പോലും ചോദിച്ചില്ല്യ.

"ഇനി ആരെങ്കിലും ദക്ഷിണ വെയ്ക്കാനുണ്ടോ?"

ഗുരു ചോദിച്ചു. ഞാനല്ലാതെ വേറെ ആരും ദക്ഷിണ വയ്ക്കാൻ അവിടെ കാത്തുനിന്നിരുന്നില്ല്യ. എന്നിട്ടും ഗുരുവിന്റെ ചോദ്യം അത്തരത്തിലായിരുന്നു. എനിക്കത് തീരെ പിടിച്ചില്ല്യ. എങ്കിലും അപ്രിയം കാട്ടിക്കൂടല്ലോ.

"ഉണ്ട്. ഒരാളുണ്ട് ഗുരോ."

ഞാൻ മുന്നിലേക്ക് നീങ്ങിനിന്ന് അറിയിച്ചു.

"ദക്ഷിണവച്ച് നമസ്കരിച്ചോളൂ."

"പണമായി നൽകാൻ കൈയിലൊന്നുമില്ല്യ ഗുരോ."

പനങ്ങാവിൽ ഗോവിന്ദൻ നമ്പ്യാരുടെ മുഖം ചുവന്നു. ഞാനതു പ്രതീക്ഷിച്ചതുതന്ന്യാ. ആ മുഖത്ത് വല്ലാത്തൊരു അസ്വസ്ഥത പടർന്നു. അയാളുടെ കണ്ണുകളിൽ കോപവും ഒരുതരം പുച്ഛഭാവവും ഒരുമിച്ചു വിരിയുന്നത് ഞാൻ കണ്ടു. അയാൾ ശബ്ദമുയർത്തി ചോദിച്ചു:

"നീ എന്തിനു വന്നു? കളിയാക്കുകയാണോ? ദക്ഷിണ വയ്ക്കാതെ പഠനം ആരംഭിക്കുകയോ? അതെങ്ങനെയാ?"

എനിക്കപ്പോഴും ശുഭാപ്തിവിശ്വാസമുണ്ടായിരുന്നതുകൊണ്ട് ദ്വേഷ്യം വന്നില്ല്യ. ഞാൻ ശബ്ദം താഴ്ത്തി പറഞ്ഞു:

"ഗുരോ, ഗുരുദക്ഷിണ പണമായിത്തന്നെ വേണമെന്ന് സ്മൃതികളിലെങ്ങും പറഞ്ഞിട്ടില്ലല്ലോ. പണമല്ലാതെയുള്ള ദക്ഷിണയും ഗുരുക്കന്മാർ സ്വീകരിക്കാറുണ്ട്."

നമ്പ്യാരുടെ സിരകളിൽ കലികയറുന്നത് കണ്ടറിഞ്ഞു. അപ്പോഴും എന്റെ അധരങ്ങളിലെ പുഞ്ചിരി മാഞ്ഞിരുന്നില്ല്യ.

'ഇവൾ എന്താണുദ്ദേശിച്ചത്? ഇത് ധിക്കാരമാണ്. ഇവളെ ശിഷ്യയായി സ്വീകരിക്കുന്ന പ്രശ്നമേയില്ല്യ. മേനിക്കൊഴുപ്പിന്റെ അഹന്തയാണ്. അർധ നഗ്നമേനി കാട്ടി എന്നെ കബളിപ്പിക്കാൻ വന്ന ഇവൾ യഥാർത്ഥത്തിൽ ആരാണ്?'

നമ്പ്യാരുടെ മനസ്സ് എന്നോടു ചോദിച്ച ചോദ്യങ്ങളൊക്കെ എന്റെ മനസ്സു കേട്ടു. പുഞ്ചിരി മായാത്ത മുഖവുമായി തല തെല്ലു ചരിച്ച് ഞാൻ

നിന്നു. അണപൊട്ടി ഒഴുകാൻ തുടങ്ങിയ കോപമടക്കി, കഴിയുന്നതും ശാന്തത കൈവരിച്ച് നമ്പ്യാർ സ്വരം താഴ്ത്തി ചോദിച്ചു:

“പിന്നെ എന്തു ദക്ഷിണയാണ് കുട്ടീ നിന്റെ കൈയിലുള്ളത്?”

“സംഗീതദക്ഷിണ.”

ഞാൻ തൊഴുകൈയോടെ പറഞ്ഞു. നമ്പ്യാരുടെ ഉള്ളിൽ ഒരു മിന്നൽ പാളിവീണതായി ഞാനറിഞ്ഞു.

“അങ്ങനെയോ? ആകാമല്ലോ. വളരെ വളരെ സന്തോഷം. കുട്ടി തന്റെ ദക്ഷിണ സമർപ്പിച്ചോളൂ.”

ഗുരുവിന്റെ അനിഷ്ടം വെയിലുദിക്കുമ്പോൾ മൂടൽമഞ്ഞെന്നപോലെ അലിഞ്ഞലിഞ്ഞില്ലാതാകുമെന്ന് എനിക്കറിയാമായിരുന്നു. എന്റെ പാട്ടുഗുരുനാഥൻ വെള്ളാറ്റന്നൂർ നാരായണൻ നമ്പീശനെ മനസ്സിൽ പ്രാർത്ഥിച്ചുണർത്തി. ആദ്യത്തെ സംഗീതഗുരു അദ്ദേഹമല്ല്യ. ഓയ്ക്കില്ലത്തെ ചേരാവള്ളി നമ്പൂരിയായിരുന്നു. അവിടത്തന്നെ എനിക്ക് മറ്റൊരു ഗുരുവുമുണ്ടായിരുന്നു—നീ, നീ തന്ന്യാ; കണ്ടഞ്ചാത രാവുണ്ണി. പക്ഷേ, പനങ്ങാവിൽ ഗോവിന്ദൻ നമ്പ്യാർ എന്ന ഗുരുവിന് ദക്ഷിണയർപ്പിക്കാൻ മനസ്സിൽ കണ്ട കീർത്തനം പഠിപ്പിച്ചത് വെള്ളാറ്റന്നൂർ നാരായണൻ നമ്പീശനായിരുന്നു.

പുതിയ ഗുരു പനങ്ങാവിൽ ഗോവിന്ദൻനമ്പ്യാരുടെ മുമ്പിൽ ഞാൻ ചമ്രംപടിഞ്ഞിരുന്നു. നാരായണൻ നമ്പീശനെ പ്രാർത്ഥിച്ചുണർത്താൻ ശ്രമിച്ചുകൊണ്ടിരുന്നു. കണ്ണുകളടച്ച്, നെഞ്ചുന്തുമാറ് നിവർന്ന് ധ്യാനസ്ഥിതിയിലെന്നപോലെ ഇരുന്നു.

പിന്നിൽ അടക്കിപ്പിടിച്ച ചിരി. ഞാൻ വകവച്ചില്ല്യ. ഗുരു ആരോടെന്നില്ലാതെ എന്തോ അവ്യക്തമായി പറയുന്നതുകേട്ടു. ചിരിച്ച കുട്ടികളെ അടക്കിനിർത്തിയതാകാം. അതും ഞാൻ വകവച്ചില്ല്യ.

നാരായണൻനമ്പീശൻ മനസ്സിൽ ഉണർന്നു. അദ്ദേഹം എന്നെ നോക്കി ചിരിച്ചു. സംഗീതം പഠിപ്പിച്ചതിന് ശരീരദക്ഷിണ വാങ്ങിയെങ്കിലും പഠിപ്പിച്ചതൊന്നും പാഴായില്ല്യ. ഞാൻ ഗുരുവിനെ വണങ്ങി.

“ഞാനെന്താണ് വേണ്ടത് ഗുരോ? വല്ലാത്തൊരു പ്രതിസന്ധിയിൽ അകപ്പെട്ടിരിക്കുകയാണ്. എന്റെ പുതിയ ഗുരുവിന് ഞാൻ ഏത് കീർത്തനമാ ദക്ഷിണയായി നൽകേണ്ടത്?”

ഞാൻ ചോദിച്ചു.

“അത്രേയുള്ളോ? വിഷമിക്കേണ്ട.”

ഗുരു പറഞ്ഞു.

“നിനക്ക് ഇഷ്ടമുള്ള ഒരു കീർത്തനം ദക്ഷിണയായി സമർപ്പിച്ചോളൂ.”

ശരീരദക്ഷിണ നൽകിയ ദിവസം അദ്ദേഹം പഠിപ്പിച്ച 'സംഗീത ജ്ഞാനമുന' എന്ന കീർത്തനം സമർപ്പിക്കാൻ തീരുമാനിച്ചു. അപ്പോഴും അടക്കിപ്പിടിച്ച ചിരിയും അപസ്വരങ്ങളും കേൾക്കുന്നുണ്ടായിരുന്നു.

പിന്നെ താമസിച്ചില്ല്യ.

"സംഗീതജ്ഞാനമുന ഭക്തിവിനാ
സന്മാർഗമു ഗലദേ മനസാ?"

ചിരിയും മുറുമുറുപ്പും നിലച്ചു. പ്രകൃതി നിശ്ചലമായി. സകല ചരാചര ങ്ങളും ചെവിയോർത്തു നിൽക്കുന്നതുപോലെ തോന്നി. പല്ലവി ഒരിക്കൽ കൂടി പാടി.

"സംഗീതജ്ഞാനമുന ഭക്തിവിനാ
സന്മാർഗമു ഗലദേ മനസാ?"

'ഭക്തിയില്ലാത്ത സംഗീതജ്ഞാനത്തിൽ സദ്ഗതി ഉണ്ടാകുമോ മനസ്സേ' എന്നാണ് ഞാൻ പാടിയതിന്റെ അർത്ഥമെന്ന് ഗുരുവിനുപോലും അറിയില്ല്യ എന്ന് എനിക്കറിയാമായിരുന്നു. പല്ലവി സൃഷ്ടിച്ച അനുകൂല സംഗീതസാഹചര്യത്തിൽ ഞാൻ അനുപല്ലവി പാടി.

"ഭൃംഗിനടേശ സമീരജ ഘടജ
ഭൃംഗിനടേശ സമീരജ ഘടജ
മതംഗ നാരദാദുലുപാസിംചു"

ഹാ രാവുണ്ണീ, എന്തൊരു അനുഭവമായിരുന്നു അത്! ത്യാഗരാജൻ എന്റെ നാവിൽ നടനമാടി. അനുപല്ലവികൂടിയായപ്പോൾ കാറ്റുനിലച്ച പ്രതീതി. പ്രപഞ്ചം ഇതര ശബ്ദരഹിതം. ആ അത്യനുകൂല പശ്ചാത്തല ത്തിൽ ഞാൻ ചരണവും പാടി.

"ന്യായാന്യായമുലു തെലിയുനു ജഗമുലു
മായാമയമുലനി തെലിയുനു
ദുർഗുണകായജാദി ഷട്രിപുല
ജയിംചുകാര്യമു തെലിയുനു ത്യാഗരാജുനുകേ"

"സംഗീതജ്ഞാനമുന ഭക്തിവിനാ
സന്മാർഗമു ഗലദേ മനസാ?"

ഞാൻ കണ്ണടച്ചിരുന്നാണ് ത്യാഗരാജകീർത്തനം പാടിയത്. കണ്ണു തുറന്നപ്പോൾ കണ്ട കാഴ്ച—അയ്യോ, അത് പാടില്ല്യായിരുന്നു. പന ങ്ങാവിൽ ഗോവിന്ദൻനമ്പ്യാർ എന്ന മഹാഗുരു എന്റെ മുമ്പിൽ കൈകൂപ്പി ശിരസ്സു കുനിച്ച് നമസ്കരിക്കുന്ന കാഴ്ചയാണ് കണ്ടത്. ഗുരുവിനെ ക്കൊണ്ട് എന്റെ മുമ്പിൽ നമസ്കരിപ്പിക്കുക—നരകത്തിലെ ത്താൻ അതിലെളുപ്പം ഏതു മാർഗമാണുള്ളത് രാവുണ്ണീ?

മുപ്പത്

"ഞാനിപ്പോഴും ഓർക്കുന്നു പത്മാ, പനങ്ങാവിലെ പഠനാനുഭവങ്ങൾ അവളെന്നോടു പറഞ്ഞപ്പോൾ മധുരസ്മരണകളാൽ പുളകിതഗാത്രയായിരുന്നു അവളെന്ന കാര്യം. താത്രി വെറും പെണ്ണല്ല്യ, അവൾ ഭഗവതിയുടെ അവതാരം തന്ന്യെയാണെന്ന് ഞാനിങ്ങനെ ഇടയ്ക്കിടെ പറഞ്ഞുകൊണ്ടിരിക്കുന്നത് എനിക്കെന്തോ കുഴപ്പമുള്ളതുകൊണ്ടാകാം എന്ന് നിനക്ക് തോന്നിയേക്കാം. ആർക്ക് എന്തു തോന്നിയാലും സത്യം അങ്ങനെയാ. അക്കാര്യം ആദ്യദിനത്തിൽതന്നെ ഗോവിന്ദൻ നമ്പ്യാർക്കു മനസ്സിലായി. അതുകൊണ്ടാ അന്നവൾ 'സംഗീതജ്ഞാനമുന ഭക്തി വിനാ' എന്ന കീർത്തനം ആലപിച്ചപ്പോൾ ദേവീസന്നിധിയിൽ എന്നവണ്ണം നമ്പ്യാർ പ്രണാമം അർപ്പിച്ചത്.

പനങ്ങാവിലെ അനുഭവങ്ങൾ അവൾ തുടർന്നു:

"അഞ്ചു ആൺകുട്ടികളും ഒരേയൊരു പെൺപിറവിയുമായിരുന്നല്ലോ അവിടെ പഠിക്കാനെത്തിയത്. അവർ അഞ്ചുപേർക്കും നല്ലോണം രാമായണോം ഭാഗവതോംക്കെ വായിക്കാനറിയാമെന്ന് അവർതന്നെ ഗുരുവിനോടു പറയുന്നതു കേട്ടു. എനിക്ക് രാമായണോം ഭാഗവതോം വായിക്കാനറിയോന്ന് നിശ്ചയോല്ല്യാർന്ന്. എന്തെന്നാ ഇതുവരെ ഞാൻ അവ വായിച്ചിട്ടില്ല്യ. ഇഷ്ടക്കേടുകൊണ്ടൊന്നുമല്ല്യ, അതിനുള്ള അവസരം കിട്ടീല്ല്യ.

ആദ്യദിവസം ഗുരു ഓരോ കുട്ടിയെക്കൊണ്ടും അദ്ധ്യാത്മരാമായണത്തിലെ ഓരോ ഭാഗം വായിപ്പിച്ചു. "സകല ശുകകുല വിമല തിലകിത കളേബരേ..." എന്നൊക്കെ കേട്ടപ്പോ അത് രാമായണത്തിലുള്ളതാണെന്ന് കേട്ടറിവുവച്ച് അനുമാനിച്ചതാ. എല്ലാവരും ഗുരു നൽകിയ പുസ്തകത്തിൽനിന്നും ഓരോ ഭാഗം എടുത്ത് വായിക്ക്വേർന്നു. എനിക്ക് ഏറ്റവും ഒടുവിലാണ് അവസരം തന്നത്. അതിന്റെ കാരണവും അറിയാം. പെൺപിറവിയല്ല്യേ! അങ്ങനെ എല്ലാവരും രാമായണം വലിച്ചുനീട്ടി വൃത്തികേടാക്കിയ ശേഷമാ എനിക്ക് അവസരം കിട്ടിയത്. വാശിയായിരുന്നു. എന്നെ അവസാനമല്ല്യേ വിളിച്ചത്? എല്ലാരേം ഞെട്ടിപ്പിക്കണം എന്നു തീരുമാനിച്ചു. എന്റെ സകല ഗുരുക്കളെയും ദൈവങ്ങളെയും വിളിച്ചു പ്രാർത്ഥിച്ചു.

പട്ടണം സുബ്രഹ്മണ്യയ്യരുടെ സാരംഗരാഗം ആദിതാളത്തിലുള്ള 'ആ സമയമുന കേമിദാലോചന' എന്ന കീർത്തനം മനസ്സിൽ മുഴങ്ങിക്കേട്ടു. രാമായണത്തിലെ കേട്ടുകേട്ടു ശീലിച്ച വരികൾ എന്റെ മനസ്സിലുണർന്നു. ആ വരികളെ സാരംഗരാഗത്തിൽ രൂപപ്പെടുത്തി പാടി നോക്കി. ആത്മവിശ്വാസം പതിന്മടങ്ങ് വർദ്ധിച്ചു.

> "ശാരികപ്പൈതലേ ചാരുശീലേ വരി-
> കാരോമലേ കഥാശേഷവും ചൊല്ലു നീ

കഥയമമ കഥയമമ കഥകളതിസാദരം
കാകുൽസ്ഥലീലകൾ കേട്ടാൽ മതിവരാ..."

നാലുവരി ചൊല്ലിയപ്പോതന്നെ അന്തരീക്ഷം നിശ്ചലമായി. നിമിഷങ്ങൾപോലും നിശ്ചലമായ നിമിഷമായിരുന്നു അത്. കാലനില്ലാത്ത കാലത്തെക്കുറിച്ച് കുഞ്ചൻനമ്പ്യാർ പറഞ്ഞിട്ടില്ല്യേ? കൊത്തിവച്ച പാവകൾ കണക്കെ അഞ്ചു യുവാക്കളും ഗുരുവും.

എന്തൊരു അനുഭവമായിരുന്നെന്നോ അത്! അനുഭൂതികൾ പൂത്തിറങ്ങിയത് അറിഞ്ഞു. സംഗീതപഠനരംഗത്തെ ആദ്യപരീക്ഷയിൽതന്നെ ഒന്നാംസ്ഥാനത്തെത്തി. ഗുരുവിന്റെ വാത്സല്യഭാജനവും മറ്റുള്ളവരുടെ അസൂയാപാത്രവുമായി. എന്തിലായാലും മിടുക്കു കാട്ടിപ്പോയോ—തീർന്നു, പിന്നെ അസൂയക്കാർ കുഴിയിൽ തള്ളിയിടാതിരുന്നാ ഭാഗ്യായി. പാട്ടു പഠിക്കാനെത്തിയവരിൽ പലർക്കും നീട്ടിച്ചൊല്ലാനറിയാമെന്നല്ലാതെ സംഗീതാഭിരുചി ഇല്ല്യായിരുന്നു. ഗുരുവല്ല ദൈവം വിചാരിച്ചാലും അവരെയൊന്നും നല്ല കഥകളിപ്പാട്ടുകാരാക്കാൻ കഴിയുമായിരുന്നില്ല്യ. എന്നാൽ എന്നേക്കാൾ വളരെ പിന്നിൽ നിന്ന അവരെല്ലാം കഥകളിപ്പാട്ടുകാരായി അരങ്ങുകളിൽ തിളങ്ങിവിളങ്ങി. അവരെയൊക്കെ കൊണ്ടാടാൻ ഇവിടെ ആളും അധികാരവുമുണ്ടായിരുന്നു. ഏറ്റവും മുന്നിൽ നിന്ന ഞാൻ ആ രംഗത്ത് പ്രവേശിക്കാൻപോലും കഴിയാതെ നിഷ്കാസിതയായി. അരങ്ങിലെത്താത്ത കഥകളിപ്പാട്ടുകാരിയായി!

അങ്ങന്യാ രാവുണ്ണീ കാര്യങ്ങൾ! ഇത്രയേറെ സംഗീതാഭിരുചിയുണ്ടായിരുന്നിട്ടും ഞാനെങ്ങന്യാ അവഗണിക്കപ്പെട്ടുവെന്ന് രാവുണ്ണിക്കറിയോ? പെൺപിറവിയായതുകൊണ്ട്. അല്ലെങ്കിൽ പിന്നെന്തുകൊണ്ടെന്ന് രാവുണ്ണി പറയ്യ. വേണ്ടാ, അതൊന്നും ഓർക്കാൻ വയ്യാ; സങ്കടോണ്ട്.

വേറെയും ഒരുപാട് ഓർക്കാനുണ്ട്. ഓർക്കാനുള്ളതെല്ലാം പറയാനുള്ളതാണ്. അതിനുള്ള സമയം ഇപ്പോഴില്ലല്ലോ. രാവുണ്ണിക്ക് ഇങ്ങനെ ഈടെ എന്റെ മുമ്പി ഞാൻ വിളമ്പുന്ന വിഡ്ഢിത്തങ്ങൾ കേട്ടുകൊണ്ടിരുന്നാ പോരല്ലോ. നിനക്ക് വേറെയും കാര്യങ്ങളില്ല്യേ? എന്നോടിത്തിരി കരുണ കാണിച്ചൂന്നുവെച്ച് നിന്നെ കൂടുതൽ ദ്രോഹിച്ചൂടല്ലോ. അതോണ്ട് ഞാൻ വളരെ ചുരുക്കിപ്പറയാം.

തന്റെ ശിഷ്യരിൽ ആൺപിറവികളായിട്ടുള്ളോരൊക്കെ വളരെ വളരെ പിന്നിലായതോണ്ട് എന്നെ മുന്നിൽ പ്രതിഷ്ഠിച്ചോണ്ടായിരുന്നു ഗുരു പഠിപ്പിച്ചിരുന്നത്. മറ്റുള്ളോർ അത് കേട്ടുപഠിക്കണം. ഓരോ കുട്ടിയെക്കൊണ്ടും പാടിപ്പിക്കേം അത് അദ്ദ്യേം തിരുത്തിക്കൊടുക്കേം ചെയ്തിരുന്നു. പലപ്പോഴും മറ്റുള്ളോരെ പഠിപ്പിക്കേണ്ട ചുമതല ഗുരു എന്നെ ഏല്പിക്കുമായിരുന്നു. ഓയ്ക്കില്ലത്തുവച്ച് ഗുരു രാവുണ്ണിയെ ഏല്പിച്ചിരുന്ന ജോലിയും അതുതന്നല്ല്യേ?"

ഏതാണ്ട് ആറുമാസം കഴിഞ്ഞപ്പോഴാ നളചരിതം രണ്ടാംദിവസത്തിലെത്തിയത്. അതിലെ ഒരു സന്ദർഭം എനിക്കൊരിക്കലും മറക്കാൻ കഴീല്ല്യ. ഗുരുവിന്റെ തൊട്ടുമുന്നിൽ ഞാനും മറ്റുള്ള അഞ്ചുപേർ എന്റെ പിറകിലുമായാണ് സ്ഥാനം. മിക്കപ്പോഴും നിന്നുകൊണ്ടാണ് പാടുക. അരങ്ങിൽ അങ്ങന്യായതിനാൽ പരിശീലനവും അങ്ങന്യാകട്ടേന്ന് നിശ്ചയിച്ചതാവാം.

പല്ലവിയും അനുപല്ലവിയും ചരണവുമൊക്കെ ഓരോ വരിയായി നമ്പ്യാർ ചൊല്ലും. ഞങ്ങൾ ആദ്യം ഒരുമിച്ചും പിന്നെ ഒറ്റയ്ക്കും ഏറ്റു ചൊല്ലണം. ഇതാണ് അധ്യയനരീതി. നളചരിതം രണ്ടാംദിവസത്തെ ആറാം രംഗം. ദമയന്തിയുടെ മുന്നിൽ നിൽക്കുന്ന കാട്ടാളന്റെ ഒരു പല്ലവി ഗോവിന്ദൻനമ്പ്യാർ എന്റെ മുഖത്തു നോക്കി പാടി.

“അംഗനേ! ഞാനങ്ങു പോവതെങ്ങനേ?”

നമ്പ്യാർ ആ വാക്കുകൾ എന്നോടു പറയുന്നതായി ഉള്ളിൽ തട്ടിയിട്ടും ഒന്നും അറിയാത്തമട്ടിൽ അത് ആവർത്തിച്ചു ചൊല്ലി. പിൻനിരക്കാരും ചൊല്ലി. എങ്കിലും അവർ അതിലെ ധ്വനി ഗ്രഹിച്ചില്ല്യാന്ന് ഞാൻ മനസ്സിലാക്കി.

ഗുരു അനുപല്ലവിയിലേക്കു കടന്നു.

“ഇങ്ങനേകം മനോരാജ്യം
എങ്ങനെയെന്നെല്ലാം കേൾ നീ
എങ്ങനെയെന്മതമെന്നാ-
ലങ്ങനെയെന്നുറയ്ക്ക നീ.”

നമ്പ്യാരുടെ ആഗ്രഹമെന്തോ അതുതന്നെയാകട്ടെയെന്ന് ഞാനും തീരുമാനിക്കണമെന്നാ അദ്ദേഹം പറഞ്ഞത്. കാട്ടാളൻ കാട്ടിനുള്ളിൽ മറഞ്ഞു. നമ്പ്യാർ അരങ്ങിൽ. എന്നാൽ ദമയന്തിയല്ല ഞാനാണ് അന്നേരം അപ്രത്യക്ഷയായത്. താത്രി ദമയന്തിയുമായി താദാത്മ്യം പ്രാപിച്ചു. ഇപ്പോ ദമയന്തിയായി മാറിയ താത്രിയാണ് അരങ്ങിൽ. എന്റെ സിരകൾ ത്രസിച്ചു. ഞാൻ മറ്റൊരാളായി മാറിക്കഴിഞ്ഞുവെന്ന് മനസ്സിലാക്കി. എന്നെ അന്നേരം നിയന്ത്രിച്ചിരുന്നത് ദൈവമോ പിശാചോ എന്നറീല്ല്യ. ഗുരു ഒന്നാം ചരണം പാടിത്തുടങ്ങി.

“സങ്കടമെനിക്കുണ്ട് സദയത വേണമെന്നിൽ”

അദ്ദ്യേം പാടിയ വരി ചങ്കിൽ തുളച്ചുകയറി ചോര വാർന്നു. അതു സഹിച്ചുകൊണ്ട് ഞാൻ ഏറ്റുചൊല്ലി.

“സങ്കടമെനിക്കുണ്ട് സദയത വേണമെന്നിൽ”

അത് ഞാൻ നമ്പ്യാരോടു നടത്തിയ ഒരഭ്യർത്ഥനയായിരുന്നു. ആ വരി മൂന്നു പ്രാവശ്യം ആവർത്തിച്ചു ചൊല്ലിയതുകൊണ്ട് എന്റെ ആഗ്രഹമെന്തെന്ന് അദ്ദ്യേം മനസ്സിലാക്കി.

ചരണാലാപനം തുടർന്നു:

“മംഗലഗാത്രി! നീയെന്തിങ്ങനെ തുടങ്ങുന്നു?

മങ്കമാർ മൗലീ ബാലേ! മഹിതഗുണങ്ങൾ നിന്നിൽ

തിങ്ങിയിണങ്ങിയഭംഗുരഭംഗി വിളങ്ങി

പുകൾ പൊങ്ങി, അതു മങ്ങീ ഗുണമംഗീ-

കരിയാതെപോകിൽ...”

ഗുരു ചൊല്ലിയ വരികൾ ഞങ്ങൾ എല്ലാവരും ഒരുമിച്ച് ഏറ്റുചൊല്ലുകയാണ് ആദ്യം ചെയ്തത്. താളവും രാഗവും മാത്രമല്ല കാലവും സംഗീതത്തിൽ പ്രധാന കാര്യമാ. മറ്റു കുട്ടികൾക്കാർക്കും ഞാൻ പാടുന്നതുപോലെ പാടാൻ കഴിയുന്നില്ല എന്നു മാത്രമല്ല അവരുടെ ആലാപനത്തിൽ തികഞ്ഞ അപശ്രുതിതന്നെ പ്രകടമായി. ഒരുവേള അദ്ദ്യേം വല്ലാതെ കയർത്തു.

“നിർത്ത്! ആരും ഇനി നാവെടുക്കേണ്ട. ഞാൻ ചൊല്ലുന്നതു കേട്ട് താത്രി ചൊല്ലും. നിങ്ങൾ അത് കേട്ടിരുന്നാ മതി. പദങ്ങളും വരികളും മനസ്സി കുറിച്ചിടണം. മനസ്സിലായല്ലോ ഞാൻ പറഞ്ഞത്?”

എല്ലാവരും കേട്ടുനിന്നു. അദ്ദേഹം ഒന്നാം ചരണം രണ്ടുവരി ഒരുമിച്ചു ചൊല്ലി.

“സങ്കടമെനിക്കുണ്ട് സദയത വേണമെന്നിൽ

മംഗലഗാത്രി! നീയെന്തിങ്ങനെ തുടങ്ങുന്നു?”

ആ വാക്യങ്ങൾ കാട്ടാളൻ ദമയന്തിയോടു ചോദിച്ചതല്ല, പനങ്ങാവിൽ ഗോവിന്ദൻ നമ്പ്യാർ എന്ന നാല്പതു വയസ്സുകാരൻ താത്രിക്കുട്ടി എന്ന പതിന്നാലു തികയാത്തവളും പതിനെട്ടിന്റെ ശരീരമുള്ളവളുമായ സുന്ദരിയോട് ചോദിച്ചതാണെന്ന് എനിക്കറിയാം. ഞാനത് അങ്ങനെതന്നെ ഉൾക്കൊണ്ടു. മറ്റുള്ളവരെ ചൊല്ലിപ്പഠിപ്പിക്കേണ്ട ചുമതല എന്നെ ഏല്പിച്ചിട്ട് അദ്ദ്യേം പുറത്തിറങ്ങി.

വളരെ നിസ്സാരവും സ്വാഭാവികവുമായ ഒരു കാര്യേ അവിട സംഭവിച്ചുള്ളൂ. നല്ലോണം ഈണതാളകാലങ്ങളനുസരിച്ച് ആലപിക്കാൻ കഴിയുന്ന ഒരു കുട്ട്യോട് മറ്റുള്ള കുട്ട്യളെക്കൊണ്ട് പാടിക്കാനും തിരുത്തിക്കൊടുക്കാനും പറഞ്ഞിട്ട് ഗുരു പുറത്തിറങ്ങി എന്നത് തികച്ചും സ്വാഭാവികോം ഇത്തരം കളികളിൽ പതിവുള്ളതുമാണ്. എന്നാൽ അന്നത്തെ എന്റെ മനസ്സ് അക്കാര്യം കണ്ടത് അങ്ങനല്ല്യ.

“ഗുരു എന്നെ പകരക്കാരിയായി കണ്ടിരിക്കുന്നു. ഗുരു ചെയ്യേണ്ട കാര്യങ്ങൾ എന്നെ ഏല്പിച്ചിരിക്കുന്നു. ഞാനിപ്പോൾ വെറുമൊരു പൊട്ടിപ്പെണ്ണല്ല്യ. പനങ്ങാവിൽ ഗോവിന്ദൻ നമ്പ്യാർക്ക് തുല്യയായ ഒരു കഥകളിപ്പാട്ടുകാരിയാ-” എന്നൊക്കെയുള്ള വിഡ്ഢിത്തങ്ങൾ മനസ്സിൽ കടന്നുകയറി. എന്തായാലും മറ്റു കുട്ടികളെ എന്നാലാവുംവിധം തിരുത്തി

ക്കൊടുത്തും ആവർത്തിച്ചു ചൊല്ലിക്കൊടുത്തും ശരിയിലേക്ക് അടുപ്പിക്കാൻ ശ്രമിച്ചുകൊണ്ടിരുന്നു. എന്നെ അദ്ഭുതപ്പെടുത്തിയ മറ്റൊരു കാര്യം കൂടി പറയേണ്ടതുണ്ട്. ഇരുപതു വയസ്സു കഴിഞ്ഞവർപോലും സംഗീതകളിയിൽ ഉണ്ടായിരുന്നെന്ന് പറഞ്ഞല്ലോ. അവരൊക്കെ എന്നെ ഗുരുവെന്ന നിലയിൽ ആദരിച്ചു എന്ന കാര്യം നിസ്സാരമല്ല.

നാലു ദിവസത്തിനുശേഷം ഗുരു രണ്ടാം ചരണത്തിലേക്കു കടന്നു. അപ്പോഴേക്കും എല്ലാവരും ഒന്നാം ചരണം മാത്രമല്ല്യ, പല്ലവിയും അനുപല്ലവിയും ഹൃദിസ്ഥമാക്കുകയും സാമാന്യം നന്നായി ആലപിക്കാൻ കഴിവു നേടുകയും ചെയ്തിരുന്നു.

"പങ്കജബാണനൊരു പകയായ് ചമഞ്ഞിതെന്നിൽ
എങ്ങനെയെല്ലാമവനെയ്യുന്നിതെന്നെ വെൽവാൻ"

കാട്ടാളൻ ഇത്തരത്തിൽ സാഹിത്യഭാഷയിൽ സംസാരിക്കുമോ എന്നൊന്നും ചോദിക്കേണ്ട; ഇത് കഥയാണ്, കഥകളിയാണ്, കലാപരിപാടിയാണ് എന്ന് എപ്പോഴും മനസ്സിനെ ഓർമ്മപ്പെടുത്തിക്കൊണ്ടേയിരുന്നു. അതുകൊണ്ടാണ് ആ സന്ദർഭത്തിൽ നിന്നുപറ്റാൻ കഴിഞ്ഞത്. ഏതായാലും ഗുരു രണ്ടാം ചരണം പല പ്രാവശ്യം ചൊല്ലി. ഞങ്ങൾ ഏറ്റുചൊല്ലി. മൂന്നാം ചരണത്തിലെ

"വാഴ്ച നമുക്കിവിടെ വനസുഖമാരറിഞ്ഞു
വേഴ്ചയിൽ ഈശ്വരനാശ്രിതവത്സലനല്ലേ?"

എന്ന ഭാഗം നമ്പ്യാർ എന്റെ മുഖത്തുനോക്കി പല പ്രാവശ്യം പാടി. തോറ്റംപാട്ട് പാടിപ്പാടി കോമരത്തെ ഉറയിക്കുന്നതുപോലെയായിരുന്നു അത്. ഞങ്ങൾ കൂട്ടായും ഒറ്റയ്ക്കും പല പ്രാവശ്യം പാടി. പാടുന്ന വരികളുടെ അർത്ഥമറിയാത്തതുകൊണ്ട് മറ്റുള്ളവരുടെ മുഖത്ത് ഒരു ഭാവവ്യത്യാസവുമുണ്ടായില്ല്യ. എന്റെ അവസ്ഥ അങ്ങന്യായിരുന്നില്ല്യാ. എന്നിലെ കോമരം ഉറഞ്ഞുതുടങ്ങി.

നിശ്ചയമായും നമ്പ്യാരുടെ ഉള്ളിന്റെയുള്ളിൽ നിന്നാണ് ആ വാക്കുകൾ വന്നത്. ഉണ്ണായിവാര്യർ എഴുതിയ കാട്ടാളന്റെ പദങ്ങളായല്ല എനിക്കത് അനുഭവപ്പെട്ടത്. 'വരൂ നമുക്ക് വേഴ്ചയിൽ ഏർപ്പെടാം. അക്കാര്യത്തിൽ ഈശ്വരൻ ആശ്രിതവത്സലനാണ്. ഈശ്വരൻ നമുക്ക് അനുവാദം തന്നിരിക്കുന്നു.' 'ശങ്ക തുടങ്ങുകിലെങ്ങു സുഖങ്ങളൊതുങ്ങും?', 'ഇനിയെങ്ങു നീ ചൊല്ലൂ പോവത്?'

അന്നുച്ചയ്ക്ക് പഠനം കഴിഞ്ഞ് മറ്റുള്ളവർ വയർ കത്തിയതുകൊണ്ട് വീടുകളിലേക്കോടി. എന്റെയും വയർ കത്തി. ഞാൻ നമ്പ്യാരുടെ മുഖത്തു നോക്കി. അദ്ദേഹം എന്റെ മുഖത്തോട് മുഖമടുപ്പിച്ചു ചോദിച്ചു:

'വേഴ്ചയിലീശ്വരനാശ്രിതവത്സലനല്ലേ?'

അത്രയേ അദ്ദേഹം ചോദിച്ചുള്ളൂ. അതുമതിയല്ലോ. എനിക്കാ

സാഹചര്യത്തെ അതിജീവിക്കാനായില്ല്യാ രാവുണ്ണീ. നിശ്ചയായും അത് എന്റെ കുറ്റംകൊണ്ടാണ്.

ഞാനൊരിക്കലും നിശ്ചലം നിന്നു പാടിയിരുന്നില്ല്യ. ചൊല്ലിയാടുകയായിരുന്നു ശീലം. ആദ്യമാദ്യം ഒരു നേരമ്പോക്കിനുവേണ്ടിയാണ് പാടുമ്പോൾ ഭാവപ്രകടനംകൂടി നടത്തിയിരുന്നത്. പിന്നെയതൊരു ശീലായി. കഥകളിവേഷത്തിലല്ലല്ലോ ഞാൻ നിൽക്കുന്നത്. മുട്ടുകൾ മറയുന്ന തരത്തിൽ നേർത്ത ഒറ്റശ്ശീലയുടുത്ത്, കാൽമുട്ടുകളകറ്റി, ഉപ്പൂറ്റി യടുപ്പിച്ച്, പാദങ്ങൾ എതിർദിശകളിൽ ചവിട്ടി, കലാശം ചവിട്ടുന്ന രീതിയിൽ, കാലുകൾ ഇളക്കിച്ചവിട്ടി, കൈവിരലുകളിൽ മുദ്രകൾ വിരിയിച്ച്, മുഖത്ത് ഭാവം പകർന്ന് ആ ശൃംഗാരപ്പദം ചൊല്ലിയപ്പോ എന്റെ കണ്ണുകളിൽ കാമം കത്തിനിന്നിരിക്കണം. അനുരാഗലോലുപയായി അവിടെ കുഴഞ്ഞുവീണു പോകും എന്ന അവസ്ഥയായിരുന്നു. അല്ലെങ്കിൽ വെറുമൊരു നോട്ടം കൊണ്ട് എന്നെ അകത്തേക്ക് ആനയിക്കാൻ അദ്ദ്യേത്തിനാവുമോ? ഉണ്ണായിയെ ഞങ്ങൾ മറന്നു. നളചരിതത്തെ മറന്നു. കഥാഘടനയ്ക്ക് അവിടെ മാറ്റം സംഭവിച്ചു. പനങ്ങാവിലെ പടിഞ്ഞാറേമുറി വിജനവനമായി. ദമയന്തി പണ്ഡിതനും കലാകാരനും കാമലോലുപനുമായ നിഷാദന് സ്വയം സമർപ്പിതയായി.

രണ്ടുമാസംകൂടി പാട്ടുകളരിയിൽ ഉണ്ടായിരുന്നു. അതിനിടയിൽ മൂന്നു പ്രാവശ്യംകൂടി ഞങ്ങൾ കഥയിലില്ലാത്ത രംഗം അണിയറയിൽ കളിച്ചു. അദ്ദ്യേം ബകവധം, കല്യാണസൗഗന്ധികം എന്നീ ആട്ടക്കഥാപുസ്തകങ്ങൾ തന്നു. അതൊന്നും പ്രതിഫലമായല്ല്യ വിലമതിക്കാനാവാത്ത സ്നേഹോപഹാരങ്ങളായാണ് തോന്നിയത്.

വിചാരിച്ചിരിക്കാത്ത കാര്യങ്ങളാണ് രാവുണ്ണീ എന്റെ ജീവിതത്തിൽ ഇതുവരെ നടന്നിട്ടുള്ളത്. പാട്ടുപഠിത്തവും വിചാരിക്കാതെതന്നെ അവസാനിപ്പിക്കേണ്ടിവന്നു. ഒരു ദിവസം അദ്ദ്യേം എന്റെ വലതുകൈ പിടിച്ച് രണ്ടു രൂപ ഉള്ളം കൈയിൽ വെച്ചുതന്നു. എനിക്കത് ഇഷ്ടപ്പെട്ടില്ല്യ. എന്നെ പടിഞ്ഞാറേ മുറിയിലേക്ക്, ഞങ്ങളുടെ അണിയറയിലേക്ക് ക്ഷണിച്ചു. എന്നെ ശരിക്കും അപമാനിച്ച സംഭവമായി ഞാനതിനെ കണ്ടു. എന്റെ ശരീരത്തിന് അദ്ദ്യേം വില നിശ്ചയിച്ചിരിക്കുന്നു! രണ്ടു രൂപ!

വളരെ പെട്ടെന്നായിരുന്നു എന്റെ പ്രതികരണം. ഇങ്ങോട്ടു ചെയ്തതു പോലെ അദ്ദ്യേത്തിന്റെ വലതുകൈ പിടിച്ച് ആ രണ്ടു രൂപ ഉള്ളം കൈയിൽ വെച്ചുകൊടുത്തു. ഇരുപതാം പദം രണ്ടാം ചരണത്തിലെ രണ്ടു വരി മനസ്സിൽ മുഴങ്ങി:

“അതിമൂഢനിവനോടെന്തനുസരിച്ചുരപ്പൂ
അതു കേട്ടീട്ടിവനുണ്ടോ അടങ്ങിപ്പോയിരിപ്പൂ?”

അന്നേരം ദമയന്തി കാട്ടാളനെ നോക്കിയപോലെ നമ്പ്യാരുടെ കണ്ണുകളിൽ ഞാൻ തുറിച്ചുനോക്കി. എന്റെ കണ്ണുകളിൽ കനലെരിയുന്നത്

കണ്ടിരിക്കണം. അയാൾ ഭയന്ന് രണ്ടുചുവട് പിന്നോട്ടുവെച്ചു. ഞാൻ പുറത്തിറങ്ങി അമർത്തിച്ചവിട്ടി നടന്നു. പനങ്ങാവിലേക്ക് പിന്നീടൊരിക്കലും പോയിട്ടില്ല്യ. ആ ബന്ധവും അവസാനിച്ചു.

മുപ്പത്തിഒന്ന്

"താത്രിയുടെ ഇരുപത്തിമൂന്നാം വയസ്സിലാണ് ആ വിശ്വമോഹന ശരീരം നദിയിൽ അലിഞ്ഞുചേർന്നത്. അവളുടെ പതിന്നാലാം വയസ്സു വരെയുള്ള കഥകളാണ് പത്മയോട് പറഞ്ഞത്. ഇനി ഒൻപതു വർഷത്തെ കഥകൾ പറയാനുണ്ട്. അതെല്ലാം ഞാനറിഞ്ഞതുപോലെ പകർന്നു തരാൻ എനിക്കു കഴിയില്ല്യ. ചുരുക്കിപ്പറയാം.

വേറെയും ചില വിഷമങ്ങളുണ്ട്. എന്റെ പ്രായത്തെക്കുറിച്ച് പത്മയ്ക്ക് എപ്പോഴും ഓർമ വേണം. തൊണ്ണൂറ്റിയഞ്ചാം വയസ്സിൽ എല്ലാം ഓർക്കാൻ കഴിഞ്ഞെന്നു വരില്ല്യ. താത്രി അന്നെന്നോട് ആദിമധ്യാന്തങ്ങളുള്ള ഒരു കഥ പറയുമ്പോലെ പറഞ്ഞതല്ല്യ. ചില സങ്കടങ്ങൾ പറഞ്ഞു. അവയ്ക്കിടയിൽ പറയപ്പെടാത്ത സങ്കടങ്ങൾ അലകടൽപോലെ ആർത്ത ലച്ചു കൊണ്ടിരുന്നു. ഞാനും നിന്നോട് ചില സങ്കടങ്ങൾ പങ്കുവെയ്ക്കുന്നു എന്ന് വിചാരിച്ചാൽ മതി. പറയപ്പെടാത്ത സങ്കടങ്ങൾ എന്റെ ഉള്ളിൽ തന്നെ ആർത്തലച്ചു കിടന്നോട്ടെ."

രാവുണ്ണിമുത്തച്ഛൻ സംസാരിച്ചുകൊണ്ടിരുന്നു. രാവേറെ ചെന്നിട്ടും പത്മ അത്യാകാംക്ഷാപൂർവം ശ്രദ്ധിച്ചിരുന്നു. ശ്രീവരാഹത്തിപ്പോൾ ഉണർന്നിരിക്കുന്ന രണ്ടേരണ്ടുപേർ മുത്തച്ഛനും പത്മയുമാകാം. കണ്ടഞ്ചാതമനയിലെ രണ്ടാം നിലയിലെ രാവുണ്ണിയുടെ മുറിയിൽ മാത്രമേ ഇപ്പോൾ വെളിച്ചമുള്ളൂ. അദ്ദേഹം പറഞ്ഞു:

"1905-ൽ താത്രിയെ സംബന്ധിച്ച എല്ലാം മണ്ണടിഞ്ഞു എന്നാ ഞാൻ ആദ്യമറിഞ്ഞത്. ഞാൻ വിശ്വസിച്ചതും അങ്ങനെതന്ന്യാ. ഇത് 1975. എഴുപത് വർഷംകൂടി കഴിഞ്ഞിരിക്കുന്നു. ജീവിച്ചിരുന്ന താത്രിയേക്കാൾ അതിസുന്ദരിയും അതിശക്തയുമായ താത്രിയാ ഇപ്പോ എന്റെ മനസ്സിൽ ജീവിക്കുന്നത്. മനസ്സിൽ മാത്രമല്ല്യ, താത്രിയെക്കുറിച്ച് എഴുതപ്പെട്ടതും ഇനി എഴുതപ്പെടാനിരിക്കുന്നതുമായ അനവധി ആഖ്യാനങ്ങളിലൂടെ അവൾ വായനക്കാരുടെ മനസ്സുകളിൽ ജീവിക്കും. പെരിഞ്ചല്ലൂരിലെ ബ്രാഹ്മണകന്യക, സ്മാർത്തവിചാരത്തിലൂടെ പുറത്താക്കപ്പെട്ട വിശുദ്ധ കന്യക, തീക്കുഴിച്ചാലിൽ കത്തിയമർന്നെങ്കിലും അവൾ മുച്ചിലോട്ടു ഭഗവതിത്തെയ്യമായി ജനമനസ്സുകളിൽ ഇന്നും നിറഞ്ഞാടുന്നു. പുതിയ തലമുറയുടെ ഭാഷയിൽ, ചില രക്തസാക്ഷികൾക്കെങ്കിലും മരണമില്ല്യാന്നു പറയാം; അല്ല്യേ? എന്റെ താത്രിക്കുട്ടിക്കും മരണമില്ല്യ."

മുത്തച്ഛൻ വളരെ പ്രസക്തമായ കാര്യങ്ങൾ യുക്തിസഹമായ രീതിയിലാണ് സംസാരിച്ചതെങ്കിലും അതീന്ദ്രിയമായ ഏതോ ശക്തി വിശേഷത്താൽ നയിക്കപ്പെടുന്നതായി പത്മയ്ക്കു തോന്നി. സന്ധ്യയ്ക്ക് തോർന്ന മഴ പുനരാരംഭിച്ചു. പാളിവീഴുന്ന മിന്നൽപ്രഭകൾ പടിഞ്ഞാറേ ജനലിലൂടെ രാവുണ്ണിയപ്പൂപ്പന്റെ മുറിയിലും എത്തിക്കൊണ്ടിരുന്നു. തുടരെത്തുടരെ ഇടിയൊച്ചയും. ജനൽപാളികൾ കാറ്റിലടഞ്ഞു, ആരോ പിടിച്ചടയ്ക്കുന്നതുപോലെ. വൈദ്യുതി നിലച്ചു. രാത്രിയുടെ നഗ്നരൂപം കണ്ട് പത്മ ഭയന്നു.

മുറിക്കകത്ത് താത്രീഭഗവതിയുടെ സാന്നിധ്യം പത്മ തിരിച്ചറിഞ്ഞു. ഭഗവതി മുത്തച്ഛന്റെ മുമ്പിൽ നിൽക്കുന്നതായി പത്മയ്ക്കു തോന്നി. ചീവീടുകളുടെ ശബ്ദമോ ഭഗവതിയുടെ ചിലമ്പൊലിയോ? അവൾ കണ്ണടച്ച് കൈകൂപ്പി. പത്മ കോൾമയിർക്കൊണ്ടു.

ഏതാണ്ട് പത്തുമിനിറ്റു കഴിഞ്ഞപ്പോൾ മഴയുടെ ഇളകിയാട്ടം പതിഞ്ഞാട്ടമായി. പിന്നെ മെല്ലെ അരങ്ങൊഴിഞ്ഞു. കത്തിവേഷം അഴിച്ചുവെച്ച് കാറ്റ് പിൻവാങ്ങി.

"പത്മ ഉറങ്ങുകയാണോ?"

മുത്തച്ഛൻ ചോദിച്ചു.

"അല്ല മുത്തച്ഛാ."

ശബ്ദത്തിലെ പതർച്ച മുത്തച്ഛൻ തിരിച്ചറിഞ്ഞെങ്കിലും അവഗണിച്ചു.

"എന്താണ് ആലോചിച്ചുകൊണ്ടിരിക്കുന്നത്?"

"അത്... അത്... ഈ മുറിക്കകത്ത് താത്രീഭഗവതിയുടെ സാന്നിധ്യം എനിക്ക് അനുഭവപ്പെട്ടു മുത്തച്ഛാ. ഞാൻ ഭയന്നുപോയി. വല്ലാതെ ഭയന്നു പോയി."

"അതുകൊള്ളാം. അപ്പോൾ ഞാൻ എത്രമാത്രം ഭയക്കണം? എല്ലാ ദിവസവും എന്നല്ല, ഓരോ നിമിഷത്തിലും താത്രീഭഗവതിയുടെ സാന്നിധ്യം അനുഭവിച്ചുകൊണ്ടിരിക്കയാ ഞാൻ."

പത്മ മൗനം പാലിച്ചു. വൈദ്യുതിയെത്തി. പലവട്ടം കൺചിമ്മി, ട്യൂബ്‌ലൈറ്റ് മിഴി തുറന്നു. ബഹിഷ്കൃതയായ ബ്രാഹ്മണകന്യകയെപ്പോലെ ഒറ്റപ്പെട്ടുപോയ ഒരു ഈയൽ ട്യൂബ്‌ലൈറ്റിൽ നിലനിൽപിനു വേണ്ടി കുറച്ചുനേരം വ്യർത്ഥമായി ചിറകടിച്ചു. ചിറകുകൾ കൊഴിഞ്ഞ് അത് നിലംപറ്റുന്നത് പത്മ കണ്ടു.

"താത്രീഭഗവതിയുടെ സാന്നിധ്യം അനുഭവപ്പെട്ടത് ശുഭസൂചകമാണ്. അത്തരത്തിൽ പുതിയ അനുഭവങ്ങൾ ഉണ്ടായിക്കൊണ്ടേയിരിക്കും. നമുക്ക് പഴയ അനുഭവങ്ങളിലേക്ക് മടങ്ങാം."

പത്മയ്ക്ക് സമാധാനമായി.

“ഇതുവരെ പറഞ്ഞറിഞ്ഞ സംഭവങ്ങളിൽനിന്നും പതിന്നാലുവയസ്സു വരെയുള്ള താത്രിയുടെ ഇടപെടലുകളിൽനിന്നും അവളുടെ സ്വഭാവ ത്തിലെ നാലുതരം പെരുമാറ്റ മാതൃകകൾ വേർതിരിച്ചെടുക്കാൻ കഴിയും. സഹനം, സമർപ്പണം, പ്രതിരോധം, പ്രത്യാക്രമണം എന്നീ സവിശേഷത കൾ താത്രിയുടെ ജീവിതത്തിലുണ്ടെന്ന് ഞാൻ കണ്ടെത്തി.”

എന്താണീ കേൾക്കുന്നത്? പത്മ അദ്ഭുതപ്പെട്ടു. മുത്തച്ഛൻ ഗവേഷ കന്റെ ഭാഷയിൽ സംസാരിക്കുന്നുവോ?

രാവുണ്ണിമുത്തച്ഛൻ തുടർന്നു:

“കുറിയേടത്ത് നമ്പ്യാത്തൻ, അമ്മാവൻ ഓക്കിഇട്ടീരി നമ്പൂതിരി, പള്ളത്തെരി ഇട്ട്യാറച്ച നമ്പൂതിരി മുതലായവരിൽനിന്നും അവൾക്ക് പീഡനമേൽക്കേണ്ടിവന്നിട്ടുണ്ട്. അപ്പോഴൊക്കെ അവൾ സഹിക്കുക യാണുണ്ടായത്. സ്വന്തം ഇഷ്ടത്താലല്ല്യ, മറ്റു മാർഗമില്ലാത്തതുകൊണ്ടുള്ള സഹനം. മറ്റു പലരോടുമുള്ള അവളുടെ സമീപനം അതായിരുന്നില്ല്യ. കപ്ലിങ്ങാട്ട് നാരായണൻ നമ്പൂതിരി, ഗുരു ശേഖരവാര്യർ, അച്യുത പ്പിഷാരടി, പനങ്ങാവിൽ ഗോവിന്ദൻ നമ്പ്യാർ തുടങ്ങിയവർക്ക് അവൾ സ്വയം സമർപ്പിക്കുകയാണുണ്ടായത്. നിറഞ്ഞ മനസ്സോടെയുള്ള നിർവൃതിദായക സമർപ്പണം.

മറ്റുചില സന്ദർഭങ്ങളിൽ ചിലരെ അവൾ പ്രതിരോധിക്കുന്നുണ്ട്. താനി വിടില്ല്യാ, അമ്മാത്തു പോയിരിക്കുകയാണെന്നു പറയാൻ ഏർപ്പാടു ചെയ്തിട്ട് ഇരുട്ടുമുറിയിൽ ഒളിച്ചിരുന്നാണ്, താൻ ഒരിക്കൽ അറിഞ്ഞ ചിലരെ മടക്കി അയച്ചത്. ഒരുതരത്തിൽ അതൊരു പ്രതിരോധ പ്രവർത്തനം തന്നെയാ. പടിഞ്ഞാറെ മഠത്തിൽ വെങ്കിടേശ്വരപട്ടരുടെ നേർക്ക് അവൾ നടത്തിയത് പ്രത്യാക്രമണമാണ്. ലൈംഗിക പ്രത്യാ ക്രമണം. കുറിയേടത്ത് നമ്പ്യാത്തനോടും ഓക്കിഇട്ടീരിയോടുമുള്ള പകയാണ് അവന്റെ നേർക്കുള്ള പ്രത്യാക്രമണമായത്.

സഹനവും സമർപ്പണവും പ്രതിരോധവും പ്രത്യാക്രമണവുമെല്ലാം അവൾ നടത്തിയത് പത്തു വയസ്സിനും പതിന്നാലു വയസ്സിനുമിടയിലുള്ള, അഞ്ചുവർഷത്തിനുള്ളിൽ, ഒരൊറ്റ ശരീരംകൊണ്ടുതന്നെയാണ്. ആയുധം ഉപയോഗിച്ച് ആക്രമിച്ചു എന്നു പറയുന്നതുപോലെയാണോ ശരീരം കൊണ്ടു പൊരുതി എന്നു പറയുന്നത്? പത്മ ആലോചിച്ചുനോക്കൂ.

രമിക്കാൻ തന്റെ ശരീരം ഉപയോഗിച്ചതുപോലെ ആക്രമിക്കാൻ തന്റെ ശരീരത്തെ അവൾ ആയുധമാക്കിയ ഒരു സന്ദർഭം എനിക്ക് ഓർമ്മ വരുന്നു. രോമാഞ്ചജനകമായ ആക്രമണം എന്ന് ആരും പ്രയോഗിക്കാൻ ഇടയില്ലെങ്കിലും എനിക്കങ്ങനെ വിശേഷിപ്പിക്കാൻ തോന്നുന്നു. കാരണം ആ ആക്രമണം ഭീകരമായിരുന്നില്ല്യ, രോമാഞ്ചജനകമായിരുന്നുതാനും. പനങ്ങാവിൽ ഗോവിന്ദൻ നമ്പ്യാർ ഗുരുവാണെങ്കിലും തന്റെ വ്യക്തി ത്വത്തെ മാനിച്ചില്ല്യ എന്ന തോന്നലുണ്ടായപ്പോഴാ അയാൾ നൽകിയ

രണ്ടുരൂപ തിരിച്ചേല്പിച്ചുകൊണ്ട് അവൾ ഇറങ്ങിപ്പോന്നത്. അതും ഒരുതരം പ്രത്യാക്രമണം തന്നെയാ.

ഗോവിന്ദൻ നമ്പ്യാർ മാനസികമായി തളർന്ന്, അടിതെറ്റിവീഴുന്ന രംഗം താത്രി പറഞ്ഞില്ലെങ്കിലും മുഖത്ത് അടിയേറ്റപോലെ ആ വലിയ കലാകാരൻ പരാജയപ്പെട്ട്, അപമാനിതനായി നിൽക്കുന്ന രംഗം എന്റെ അന്തഃരംഗത്തിലുണ്ട്.

മറ്റൊരു സംഭവത്തെക്കുറിച്ച് താത്രി പറഞ്ഞു:

“നാലഞ്ചൂസം ഇല്ലത്തുനിന്നും ഞാൻ പുറത്തിറങ്ങാണ്ടായപ്പോ അമ്മയ്ക്ക് സംശായി.”

“കഥകളിസംഗീതോംക്കെ നിലച്ചോ? ന്താണ്ടായേ?”

അമ്മ ചോദിച്ചു.

നടന്ന കാര്യങ്ങൾ അതേപടി പറയാമ്പറ്റ്വോ? ശ്ശി മാറ്റിപ്പറഞ്ഞു.

“ഇല്ലത്ത് ശ്ശി ബുദ്ധിമുട്ടാണെന്നറിയാം, ഇതിരിക്കട്ടെ' എന്നു പറഞ്ഞ് നമ്പ്യാർ രണ്ടു രൂപ തന്നെന്നും ഞാനത് നിർബന്ധിച്ച് തിരിച്ചേല്പിച്ചിട്ട് ഇറങ്ങിപ്പോന്നെന്നും ഇനിയങ്ങോട്ടു പോകുന്നില്ലെന്നും പറഞ്ഞു.”

“നയത്തിലും മയത്തിലും ഒന്നും പറയാൻ നിനക്കറിയില്ലല്ലോ. ഒന്നു കിൽ ആശാന്റെ നെഞ്ചത്ത്, അല്ലേ കളരിക്ക് പുറത്ത്. അതല്ല്യേ നിന്റെ സ്വഭാവം?”

അമ്മ ചോദിച്ചു.

സത്യമായും അതുതന്ന്യാ എന്റെ സ്വഭാവം. അമ്മ കൃത്യമായി അക്കാര്യം തിരിച്ചറിഞ്ഞിരിക്കുന്നു. ഞാനൊന്നും വിശദീകരിക്കാൻ നിന്നില്ല്യ. അമ്മ പിന്നീട് അക്കാര്യത്തെക്കുറിച്ച് ഒന്നും ചോദിച്ചതുമില്ല്യ, സംഗീതപഠനം നിർത്താനുണ്ടായ സാഹചര്യം ഞാൻ ഒരു ദിവസം ചെമ്പൂട്ടിയോടു പറഞ്ഞു.

“കൊച്ചുതമ്പുരാട്ടി ചെയ്തത് മുഖത്തടിച്ചതുപോലെ ആയിപ്പോയി.” ചെമ്പൂട്ടിയുടെ പ്രതികരണവും എനിക്കെതിരെയായിരുന്നു. അറിഞ്ഞവരെല്ലാം എന്നെ കുറ്റം പറഞ്ഞു. അവരുടെയൊക്കെ കണ്ണിൽ എനിക്ക് ശരീരം മാത്രേയുള്ളൂ; മനസ്സെന്നൊരു സംഗതിയില്ല്യ. എനിക്കിഷ്ടമില്ലാത്ത സന്ദർഭങ്ങളിലും ചിലരൊക്കെ എന്റെ ശരീരത്തിന്റെ ചൂടു നുകർന്നിട്ടുണ്ട്. എന്നും അത് നടക്കില്ല്യാ. എന്റെ ശരീരത്തിന്റെ പൂർണ ഉടമാവകാശം എനിക്കാ. അക്കാര്യം ഓർമപ്പെടുത്താനാ ഞാനന്ന് അങ്ങനെ ചെയ്തത്. രാവുണ്ണിയെങ്കിലും എന്നെ കുറ്റപ്പെടുത്തില്ല്യാന്ന് നിക്കറിയാം. താത്രി സ്വയം സമാധാനിച്ചു.

കുറച്ചു മയത്തിൽ പറഞ്ഞാൽ മതിയായിരുന്നെന്ന് പറയാനാ എനിക്ക് തോന്നിയതെങ്കിലും ഇനി പറഞ്ഞിട്ടു കാര്യമില്ലല്ലോ. ഞാൻ മറുപടിയൊന്നും പറഞ്ഞില്ല്യ. എത്ര വ്യക്തമായി അവൾ തന്റെ നിലപാട്

വെളിപ്പെടുത്തിയിരിക്കുന്നു! എല്ലാ സമയോം സഹിക്കാൻ കഴിഞ്ഞെന്നു വരില്ല്യാ. മനസ്സ് സമ്മതി ച്ചില്ല്യേ ശരീരം വഴങ്ങില്ല്യ. മനസ്സ് പ്രതിഷേധിച്ചാ എന്റെ ശരീരോം പ്രതി ഷേധിക്കും. അടിക്ക് തിരിച്ചടി തന്ന്യാ കൊടുക്കേണ്ടേ. ചിലപ്പോ അന്നേരം സാധിച്ചില്ല്യാന്നുവരും. ശക്തിയില്ലെങ്കി ബുദ്ധികൊണ്ടു തിരിച്ചടിക്കണം. ചിലർക്കൊക്കെ തിരിച്ചടി കൊടുത്തു. രാവുണ്ണി നോക്കിക്കോ, ചിലരെയൊക്കെ ഞാൻ നോക്കിവെച്ചിട്ടുണ്ട്- എങ്ങന്യാ വമ്പമ്മാരെ തിരിച്ചടിക്കുന്നേന്ന് കണ്ടറിഞ്ഞാമതി. ഒരുത്തന് തിരിച്ചടി കൊടുത്ത കാര്യം പറയാം. അത് എനിക്കുവേണ്ടി ആയിരുന്നില്ല്യാ. ചെമ്പൂട്ടിക്കുവേണ്ടിയായിരുന്നു. രാവുണ്ണിയോട് ചെമ്പൂട്ടിയെക്കുറിച്ച് ഞാൻ പറഞ്ഞിട്ടുണ്ടല്ലോ. എന്റെ ദാസി മാത്രോല്ല്യ, അവളെന്റെ തോഴിയുമാ. അവൾക്കു നൊന്താ എനിക്കും നോവും. എന്താണ്വെച്ചാ അതങ്ങട് തെളിച്ചുപറഞ്ഞാലേ രാവുണ്ണിക്ക് മനസ്സിലാവൂ. പറയാം, നടന്നതെന്തെന്ന് പറയാം.

രാവുണ്ണി മാടമ്പില്ലത്തെക്കുറിച്ച് കേട്ടിട്ടില്ല്യേ? വളരെ പ്രസിദ്ധമല്ല്യേ? എനിക്ക് മോതിരം തന്ന മാടമ്പ് നമ്പ്യാത്തൻ നമ്പൂതിരിയെ മറന്നോ? മറ്റു യുവതികളൊക്കെ വെറും പെണ്ണെന്നും എന്നിൽ ഭഗവതി കുടി കൊള്ളുന്നുവെന്നും പ്രശംസിച്ച നമ്പ്യാത്തൻ നമ്പൂതിരി! അയാളുടെ ഇല്ലമാണ് മാടമ്പില്ലം. അവിടത്തെ കാര്യസ്ഥൻ രാഘവമാരാർ എന്നൊരാളുണ്ട്. ചെമ്പൂട്ടിയുടെ പടിഞ്ഞാറേ വാരിയത്തിനും പടിഞ്ഞാറാണ് നെല്ലുവായ് മാരാത്ത്. അതാണ് രാഘവമാരാരുടെ വീട്. അമ്പതു വയസ്സും ആനയുടെ കരുത്തുമുള്ളവൻ. സമ്പത്തുകൊണ്ടു മാത്രോല്ല്യ മാടമ്പില്ലം പ്രസിദ്ധമായത്. കവികളും കഥകളിക്കാരും തുള്ളൽക്കാരും സാഹിത്യോം സംഗീതോംക്കെ അവിടേണ്ടാര്ന്ന്. അവരുടെ അക്ഷരശ്ലോക സദസ്സുകളിൽ അശ്ലീലശ്ലോകങ്ങൾ പൂത്തിറങ്ങുമായിരുന്നു. മാടമ്പില്ലത്തെ കാര്യസ്ഥനായ രാഘവമാരാർക്ക് പെരുമാറ്റത്തിൽ ശരിക്കും നമ്പൂരിത്തമുണ്ടാർന്നു.

ഇല്ലത്തെ മൂസ്സാമ്പൂരി പണ്ഡിതനും നല്ലവനുമാരുന്നെങ്കിലും അപ്പൻ നമ്പൂതിരിമാർ ദാസീഭവനങ്ങളിൽ സംബന്ധംകൂടിയും ശ്ലോകം ചൊല്ലിയും മദിച്ചുനടക്കേർന്നു. ഇല്ലത്തെ കാര്യസ്ഥനായാലും മാരാർ നമ്പൂരിയാവില്ല്യല്ലോ. അതിനാൽ കണ്ടിടത്തൊക്കെ കയറി സംബന്ധം കഴിക്കാൻ കഴിയില്ല്യ. നാട്ടുനടപ്പ് അത് അനുവദിച്ചിട്ടില്ല്യ. പനങ്ങാവിൽ നിന്നും പിണങ്ങിപ്പോന്നേപ്പിന്നെ ഇല്ലത്തു കുത്തിയിരുന്ന് വായിച്ചുവായിച്ച് തീരെ മുഷിഞ്ഞു. ചെമ്പൂട്ടി കൂട്ടിനുണ്ടായിരു ന്നെങ്കി അവളുടെ മുന്നിൽ കഥകളിപ്പദം ചൊല്ലി ആടാമായിരുന്നു എന്ന് തോന്നി. കുറച്ചു ദിവസമായി അവളെ കണ്ടിട്ട്. രാവിലെ ഏതാണ്ട് പത്തര മണി കഴിഞ്ഞ സമയം. ഇല്ലത്ത് ആരോടും പറയാതെ പടിഞ്ഞാറേ വാര്യത്തേക്കോടി. പറമ്പിലേക്കു കയറാതെ ഇടവഴിയിൽനിന്നുകൊണ്ട് നീട്ടിവിളിച്ചു—“ചെമ്പൂട്ടീ.”

അവൾ ഇറങ്ങിവരുന്നതും കാത്ത് നിൽക്കേർന്നു. അപ്പോഴുണ്ട് വീട്ടിനുള്ളിൽനിന്നും രാഘവമാരാർ തിടുക്കപ്പെട്ട് പുറത്തിറങ്ങി കിഴക്കോട്ടു നടക്കുന്നു. അയാൾ എന്നെ കണ്ടെങ്കിലും കാണാത്ത ഭാവത്തിൽ വെച്ചടിച്ചു. ചെമ്പൂട്ടി ഒറ്റയ്ക്കായിരുന്നു. സാഹചര്യം പന്തിയല്ല്യാന്ന് നിക്ക് ബോധ്യായി. ഞാൻ മുറ്റത്തെത്തിയപ്പോ അകത്തുനിന്നും ചെമ്പൂട്ടിയുടെ അമർത്തിപ്പിടിച്ച കരച്ചിൽ കേൾക്കാം. ഞാൻ മെല്ലെ അകത്തു കയറി. വെറും നിലത്തുകിടന്ന് അവൾ തേങ്ങിക്കരയുന്നു. തുടയിലൂടെ ഒലിച്ചിറങ്ങിയ പച്ചച്ചോര ഉണങ്ങിയിട്ടില്ല്യ. എന്നെ കണ്ടപ്പോൾ അടക്കാൻ ശ്രമിച്ചെങ്കിലും കരച്ചിൽ അണപൊട്ടി. നിലത്തുകിടന്ന ചെറുമുണ്ട് വാരിച്ചുറ്റാൻ ശ്രമിച്ചു. ഞാൻ അരികിലിരുന്ന് അവളുടെ ശിരസ്സ് മടിയിലേറ്റി തഴുകിത്തഴുകി ആശ്വസിപ്പിച്ചു. അവളെ ബലംപ്രയോഗിച്ച് കീഴ്പ്പെടുത്തിയതാണെന്ന് എനിക്കു മനസ്സിലായി. അവളുടെ ഉടുതുണി പറിച്ചെടുക്കാനാണ് മാരാർ ആദ്യം ശ്രമിച്ചത്. അവൾ മുണ്ടിൽ മുറുകെപ്പിടിച്ചു. പിടിവലിയിൽ അത് മധ്യം പൊട്ടി രണ്ടായി ചീന്തിപ്പോയി. മാറിയുടുക്കാൻ അവൾക്കൊരു തുണിയില്ല്യാന്ന് നിക്കറിയാം. അത്രയ്ക്ക് ദരിദ്രരാണവർ. എന്നാൽ സൗന്ദര്യത്തിൽ അവൾ സമ്പന്നയുമാണ്.

പതിന്നാലു വയസ്സായ ഒരു ചെറിയ പെൺകുട്ടിയെ കീഴടക്കാൻ അയാൾക്ക് നിഷ്പ്രയാസം കഴിയും. അതുതന്നെ സംഭവിച്ചു. പെൺകുട്ടികൾ ആക്രമിക്കപ്പെടുന്നത് അക്കാലത്ത് ഒരു സാധാരണ സംഭവമാ. സഹിക്കുക, അത്രതന്ന്യാ. പെണ്ണ് ആണിന് കീഴടങ്ങിക്കൊടുക്കണം. അത്രേള്ളൂ. എന്നാൽ അക്കാലത്ത് പെണ്ണിന്റെ ഭാഗത്തുനിന്നും ഒരു പ്രത്യാക്രമണം ഉണ്ടായത് ഒരു വലിയ സംഭവംതന്നെയായി മാറി. പാവങ്ങൾക്ക് അതിനുള്ള ശക്തിയില്ല്യായിരുന്നു. ഞങ്ങൾക്കും ശക്തിയില്ല്യായിരുന്നു. എന്നാൽ, ബുദ്ധിയുണ്ടായിരുന്നു.

മാരാരുടെ മകൻ പതിനെട്ടു വയസ്സായ കൃഷ്ണമാരാർ ഞങ്ങളുടെ ഇല്ലപ്പറമ്പിൽ പൈക്കളെ മേയ്ക്കാൻ എത്തുമായിരുന്നു. മറ്റെങ്ങും പുല്ലില്ലാത്തതുകൊണ്ടല്ല്യ. എന്നെ കാണാനാ അവൻ കാവിനരികിലും കുളക്കടവിലുമൊക്കെ ചുറ്റിപ്പറ്റി നടക്കുന്നേന്ന് നിക്കറിയാമായിരുന്നു. പത്തു ദിവസത്തിനുള്ളിൽ ചെമ്പൂട്ടി പൂർവസ്ഥിതിയിലായി. എന്റെ പ്രത്യാക്രമണ പദ്ധതിയെന്തെന്ന് അവളെ ബോധ്യപ്പെടുത്തി. അതിനിടയിൽ നാലഞ്ചു ദിവസം കാവിനടുത്തുവച്ച് ഞാനവനെ വട്ടംകറക്കി. അവന്റെ ആഗ്രഹം എന്തെന്ന് അവനെക്കൊണ്ടുതന്ന്യെ പറയിപ്പിച്ചു. ഞാൻ നെയ്തുവച്ച ചിലന്തിവലയിൽ ആ ഈച്ച കുരുങ്ങാൻ പിന്നെയും ദിവസങ്ങളെടുത്തു. എല്ലാ സാഹചര്യവും ഒത്തുവരണമല്ലോ. പഴുതടച്ച ആക്രമണം—അതാണ് ഞാനുദ്ദേശിച്ചത്. ഞാൻ അറിയിച്ച സമയത്തു തന്ന്യെ കൃഷ്ണമാരാർ പടിഞ്ഞാറേ വാര്യത്തെത്തി.

രാഘവമാരാർ ചെമ്പൂട്ടിയെ വേദനിപ്പിച്ചതിലധികം ഞങ്ങൾ അവനെ വേദനിപ്പിച്ചു. പൂച്ച എലിയെ തട്ടിക്കളിക്കുന്നത് രാവുണ്ണി കണ്ടിട്ടുണ്ടോ?

ഞങ്ങൾ രണ്ടുപേരുംകൂടി അവനെ നന്നായി തട്ടിക്കളിച്ചു. ചെമ്പൂട്ടിയുടെ അമ്മ വരുന്ന സമയം അറിയാമായിരുന്നു. അതുകൊണ്ട് മൂന്നാലു മണിക്കൂർ അവനെ പന്തടിക്കാൻ ഞങ്ങൾക്ക് അവസരം കിട്ടി. കൃഷ്ണനെ ഞങ്ങൾ മോചിപ്പിച്ചു. ആദ്യത്തെ ആവേശമടങ്ങി. അവന് വേദന നീറിക്കയറുന്നു. ഇരുകൈകൾകൊണ്ട് നഗ്നത മറച്ച് അവൻ എന്നെ നോക്കി. അതൊരു യാചനയായിരുന്നു. ജീവൻ വിട്ടുതരണമേ എന്ന് യാചിക്കുന്നതിനേക്കാൾ ദയനീയമായിരുന്നു ആ രംഗം. അവൻ കേണു:

"താത്രിക്കുട്ട്യേ എന്റെ മുണ്ട്. മുണ്ട്..."

"എന്താ ചെമ്പൂട്ട്യേ ഇക്കാണിക്കണേ? കൃഷ്ണൻ ഗോപികമാരുടെ മുണ്ടു മോഷ്ടിച്ചു എന്നു കേട്ടിട്ടുണ്ട്. ഇവിടെയിപ്പൊ ഗോപികമാർ സാക്ഷാൽ കൃഷ്ണന്റെ ചേല മോഷ്ടിച്ചിരിക്കുന്നു. അല്ല, ചെമ്പൂട്ട്യേ, നീയെന്താ വിചാരിച്ചിരിക്കുന്നേ? ഈ കൃഷ്ണൻ എങ്ങന്യാ ഉടുതുണിയില്ലാതെ മാരാത്തെത്തുക? ഛെ! മോശം!"

ചെമ്പൂട്ടി അവന്റെ മുണ്ട് മുഖത്തെറിഞ്ഞുകൊടുത്തു. അവൻ മുണ്ടു നിവർത്ത് ഉടുക്കാൻ തുടങ്ങിയപ്പോൾ ഇരുകൈകളിലായി ആ ചെറുമുണ്ടിന്റെ രണ്ടു കഷണം!

കത്തിക്കയറുന്ന നീറ്റൽ വിസ്മരിച്ച് അവൻ ചോദിച്ചു:

"താത്ര്യേ, ഇതെങ്ങന്യാ ഞാനുടുക്ക? എങ്ങന്യായിത് രണ്ട് തുണ്ടായേ?"

"അതേയ്, നിന്റെ അച്ഛനല്ലേ രാഘവമാരാർ—അയാളോട് ചെന്ന് ചോദിക്ക്. ചെമ്പൂട്ടിയുടെ ഉടുമുണ്ട് എങ്ങന്യാച്ഛാ രണ്ടായി വിണ്ടുകീറിയതെന്ന്. അങ്ങനെ തന്യാ നിന്റെ ഈ നാറത്തോർത്തും രണ്ടായ് വിണ്ടു കീറ്യത്."

മുപ്പത്തിരണ്ട്

താത്രിയെ ന്യായീകരിക്കാൻ ഒരു വക്കീലിനെപ്പോലെ രാവുണ്ണിമുത്തച്ഛൻ വാദിക്കുകയാണെന്ന് പത്മയ്ക്ക് മനസ്സിലായി. ന്യായീകരിക്കുക മാത്രമല്ല, അവളെ വിമലീകരിക്കുകയും ചെയ്യുന്നു. ആ ശ്രമങ്ങളാണ് പത്മയ്ക്ക് ഏറെ ഇഷ്ടപ്പെട്ടത്.

"ബ്രാഹ്മണരുടെ കുത്തഴിഞ്ഞ ജീവിതസഞ്ചാരമെല്ലാം സുപഥസഞ്ചാരം. അതിനിടയിൽ അവരുടെ കെണിയിൽപെട്ടു വീണുപോയ സ്വന്തം കുടുംബത്തിലുള്ളവരും പുറത്തുള്ളവരുമായ പെൺകുട്ടികളെല്ലാം അപഥസഞ്ചാരികൾ."

നൂറ്റാണ്ടുകളായി നിലനിന്നുവരുന്ന ഇന്നും നിലനിൽക്കുന്ന ഈ വിവേചനത്തിനെതിരെയാണല്ലോ ഒരു വൃദ്ധമാനസം പോരിനിറങ്ങിയിരിക്കുന്നത് എന്നോർത്തപ്പോൾ പത്മയ്ക്ക് മുത്തച്ഛനോടുള്ള ആദരവ് വർദ്ധിച്ചു. അടുത്ത രാത്രിയിൽ മറ്റൊരനുഭവമാണ് താത്രിയെ വിമലീകരിക്കാൻ മുത്തച്ഛൻ പറഞ്ഞത്. ഒരുപക്ഷേ കരുതിക്കൂട്ടി പറഞ്ഞതല്ലായിരിക്കാം. വിശുദ്ധ സ്നേഹത്തിന്റെ കാന്തികനിയന്ത്രണം കൊണ്ടാകാം അദ്ദേഹം എപ്പോഴും ഇങ്ങനെ താത്രിയെ ന്യായീകരിക്കുന്നത്. ഒരാളിന്റെ ശരിയും തെറ്റും തീരുമാനിക്കുന്ന സുപ്രീംകോടതി അയാളുടെ മനസ്സാക്ഷിതന്നെയാണ്. അനുഭവങ്ങളേല്പിച്ച ആഘാതമാണല്ലോ താത്രീഭഗവതിയിൽ അഭയം പ്രാപിക്കാൻ രാവുണ്ണിയെ പ്രേരിപ്പിച്ചത്. മുത്തച്ഛനെ കേൾക്കാം. പ്രാർത്ഥനാവിശുദ്ധിയുള്ള ആ മൊഴികൾക്കുവേണ്ടി പത്മ കാതോർത്തു.

"ആശാൻ കരുണയിൽ പറഞ്ഞത് എക്കാലത്തെയും പെണ്ണനുഭവങ്ങളാണ്."

മുത്തച്ഛൻ പറഞ്ഞു.

"കരപറ്റിനിന്നു വീണ്ടും കുണുങ്ങിത്തൻ കുളത്തിലേ-
ക്കരയന്നപ്പിടപോലെ നടന്നുപോയി."

എന്ന വരികൾ ഓർമയുണ്ടോ?

"ഉണ്ട്, നല്ലവണ്ണം ഓർമയുണ്ട് മുത്തച്ഛാ."

"കൗമാരത്തിലെ ലൈംഗികചോദനകളിൽപെട്ട് താത്രിക്കുട്ടി വേറിട്ട വഴികളിലൂടെ സഞ്ചരിക്കല്ല്യുണ്ടായേ. എട്ടുംപൊട്ടും തിരിയാത്ത പ്രായത്തിൽ സംഗീതത്തിന്റെ വിശുദ്ധാരാമത്തിലായിരുന്ന താത്രിക്കുട്ട്യെ ലൈംഗികതൃഷ്ണയുടെ കുളത്തിൽ തള്ളിയിട്ടത് കുറിയേടത്ത് നമ്പ്യാത്തൻനമ്പൂതിരിയും ഓക്കി ഇട്ടീരിയും മറ്റു പലരുമാണ്. അവിടെ നിന്നൊക്കെ അവൾ കരപറ്റി നിന്നിട്ടുണ്ട്. വീണ്ടും പ്രലോഭനങ്ങൾ. വിവിധ പ്രലോഭനങ്ങളിൽപെട്ട് ഇതിനകം പലർക്കും വിധേയയായിട്ടുണ്ട്. അപ്പോഴും അത്തരം ജീവിതം അഭികാമ്യമല്ലാന്നും അതിൽനിന്നും കരകയറണമെന്നും ആഗ്രഹിച്ചിരുന്നു. കുറച്ചുനാൾ അങ്ങനെ അരയന്നപ്പിടപോലെ കാഴ്ചക്കാർക്ക് കൗതുകമുണർത്തി കരയിൽ നിൽക്കും. പിന്നെയും കുളത്തിലേക്ക് പറന്നെത്തി നീന്തിത്തുടിക്കാനുള്ള അഭിവാഞ്ഛ ഉള്ളിൽ ഒളിഞ്ഞിരുന്നു എന്നാണ് തോന്നുന്നത്.

തെല്ലുനേരത്തെ മൗനത്തിനുശേഷം മുത്തച്ഛൻ പറഞ്ഞു:

"ഇരുപത്തിമൂന്നാം വയസ്സിൽ ആ മഴവിൽപ്രഭ മാഞ്ഞു."

"മാഞ്ഞതല്ലല്ലോ, മായ്ച്ചുകളഞ്ഞതല്ലേ?"

പത്മ മുത്തച്ഛനെ തിരുത്തുകയും പെട്ടെന്ന് ആശ്വസിപ്പിക്കുകയും ചെയ്തു.

“ഈശ്വരനിശ്ചയം മാറ്റിമറിക്കാൻ നമുക്കാവില്ലെന്ന് മുത്തച്ഛൻതന്നെ പറഞ്ഞിട്ടുണ്ടല്ലോ.”

“ശരിയാ. എങ്കിലും താത്രിയുടെ കാര്യത്തിൽ അതെല്ലാം സംഭവിച്ചത് അനിർവചനീയമായ തരത്തിലാ. കാവുങ്ങൽ ശങ്കരനുമായി അവൾ പരിചയപ്പെട്ടതും പ്രണയം പൂത്തുലഞ്ഞതും തികച്ചും സ്വാഭാവികമായ തരത്തിലായിരുന്നു. അതിനെക്കുറിച്ചു താത്രി പറഞ്ഞു. എല്ലാം പറഞ്ഞില്ല്യ. എപ്പോഴും അവളുടെ രീതി അങ്ങ്ന്യാ. ചിലതൊക്കെ പറയും. പക്ഷേ, ആ പറഞ്ഞതിനിടയിൽ പറയാതെ പോയ കാര്യങ്ങൾ നമുക്ക് അനുമാനിക്കാൻ കഴിയും.

കാവുങ്ങൽ ശങ്കരനെക്കുറിച്ചു പറഞ്ഞതും അത്തരത്തിലാ. മരണം വരെ അവളെ ത്രസിപ്പിച്ചുകൊണ്ടിരുന്ന ഒരു കഥകളിവേഷക്കാരനായിരുന്നു കാവുങ്ങൽ ശങ്കരപ്പണിക്കർ. ഇതിനിടയിൽതന്നെ എത്രമാത്രം കഥകളിക്കാർ താത്രിയുടെ ജീവിതത്തിലെത്തിയെന്ന് പത്മ ആശ്ചര്യപ്പെട്ടേക്കാം. ഇന്നത്തെ സിനിമാനടന്മാരുടെ വിലയും നിലയുമായിരുന്നു അന്നത്തെ കഥകളിക്കാർക്കെന്ന് ഓർത്തിരിക്കുക. അവളുടെ കഥകളിഭ്രമം ആരാധനയായി വളർന്നുവന്നതായാ പലപ്പോഴും കാണാൻ കഴിയ്യാ.

ശങ്കരപ്പണിക്കരെ അവൾ കേട്ടതും കണ്ടതും മോഹിച്ചുപോയതുമൊക്കെ എത്ര സത്യസന്ധമായാ അന്ന് പറഞ്ഞതെന്നറിയോ? തന്റെ ആദ്യ കാമുകനോട്, താൻ ഇപ്പോഴും ഹൃദയത്തിൽ പ്രതിഷ്ഠിച്ച് ആരാധിച്ചു പോരുന്ന കണ്ടഞ്ചാത രാവുണ്ണിയോട്, ഈ എന്നോട്, തന്റെ മനസ്സിൽ പൊട്ടിമുളച്ച് വളർന്നു പൂത്തുല്ലസിച്ച മറ്റൊരു പ്രണയത്തെക്കുറിച്ച് അവൾ സംസാരിച്ചു. അതാണ് നിർഭയത്വം. അതാണ് നിശ്ചയദാർഢ്യം. അതാണ് ആത്മവിശുദ്ധിയെന്നു ഞാൻ പറയും.

താത്രി പറയാതെതന്യേ കാവുങ്ങൽ കളരിയെപ്പറ്റി എനിക്ക് നല്ല ധാരണേണ്ടായിരുന്നു. തിച്ചൂരിലാണ് കാവുങ്ങൽ കളരിയുടെ ആസ്ഥാനം. ആട്ടപ്പെട്ടികളും ചെണ്ടയും ആട്ടവിളക്കുമായി തിച്ചൂരിൽനിന്നും പലയിടങ്ങളിലേക്കും പോയ വഴിയിൽ അവർ പലതവണ കല്പകശ്ശേരി ഇല്ലത്തെത്തി. ഊണു കഴിച്ച് വിശ്രമിച്ച് യാത്ര തുടർന്നിട്ടുണ്ട്. അന്നൊക്കെ അവരുടെ കൂട്ടത്തിലുണ്ടായിരുന്ന ഒരു യുവകോമളൻ അവളുടെ ശ്രദ്ധയാകർഷിച്ചിരുന്നു. അവന്റെ നടനവൈഭവം പലവുരു കേട്ടറിഞ്ഞിട്ടുണ്ട്. അങ്ങനെയാ അവളിലെ കലാകാരി കാവുങ്ങൽ ശങ്കരൻ എന്ന കലാകാരനെ ഇഷ്ടപ്പെട്ടു പോയത്. ഒറ്റനോട്ടത്തിൽ പ്രണയിച്ചുപോയതൊന്നുംല്ല്യാ. ആ പ്രണയത്തിന് ദീർഘനാളത്തെ വളർച്ചാവികാസപരിണാമചരിത്രംണ്ട്. നമുക്ക് താത്രിയെ കേൾക്കാം.

“കല്പകശ്ശേരിയിൽനിന്നും നാലു നാഴിക അകലെയാ പാലത്തോൾ മന. അതിസമ്പന്നമായ കുടുംബം. കാര്യസ്ഥനും കണക്കപ്പിള്ളയും

പരിചാരികമാരും ഉൾപ്പെടെ അമ്പതോളം പേർ പാർക്കുന്ന ഇല്ലം. സമ്പന്ന ഇല്ലങ്ങളിലേ അന്ന് കഥകളി നടത്താറുള്ളൂ. ബ്രാഹ്മണർക്കും അമ്പല വാസികൾക്കും അനുവാദം വാങ്ങാതെതന്നെ കളി കാണാനെത്താം. അന്നത്തെ നാട്ടുനടപ്പ് അങ്ങ്ന്യാ. ഒരു മകരത്തിൽ പാലത്തോൾമനയിൽ കാവുങ്ങൽ കളരിയുടെ കളിയുണ്ടെന്നറിഞ്ഞു. മാടമ്പ് പരമേശ്വരൻ നമ്പൂരിയും ആലത്തൂർ വാസുദേവൻ നമ്പൂരിയും എന്റെ അച്ഛനുമൊത്ത് ഞങ്ങളുടെ പത്തായപ്പുരയിൽ വെടിപറഞ്ഞിരിക്കെയാണ് കാവുങ്ങൽ കഥകളിയോഗത്തിന്റെ കാര്യം ചർച്ചയായത്. അന്ന് പത്തായപ്പുരയിൽ കഥകളിയുടെ ചരിത്രംതന്നെ മാടമ്പും ആലത്തൂരുംകൂടി ആടിത്തീർത്തൂന്ന് പറയാം.

മുമ്പ് കഥകളിയിൽ ശൈലീഭേദങ്ങൾ ഉണ്ടായിരുന്നെന്നും അതിൽ ഒരു ശൈലിയാണ് കല്ലിങ്ങാടൻ ശൈലി എന്നൊന്നും എനിക്കറിയില്ല്യായിരുന്നു. കല്പകശ്ശേരി പത്തായപ്പുരയിലെ ചർച്ചയിൽനിന്നാണ് ഞാനതൊക്കെ ഗ്രഹിച്ചത്. കല്ലിങ്ങാടൻ ശൈലിയുടെ ആസ്ഥാനമായിരുന്നു കാവുങ്ങൽ തറവാടെന്ന് അന്നു കേട്ടറിഞ്ഞു. ഉണ്ണീരിപ്പണിക്കർ എന്നൊരു ചെണ്ടവിദ്വാനെക്കുറിച്ചും കേട്ടു. കാവുങ്ങൽ തറവാട്ടിലെ ഒരു മുതുമുത്തച്ഛനായിരുന്നു ഉണ്ണീരിപ്പണിക്കരെന്നും അദ്ദ്യേം കല്ലിങ്ങാട്ടു നമ്പൂരിയുടെ കഥകളിയോഗത്തിൽ ചെണ്ടവിദ്വാനായിരുന്നു എന്നും അറിഞ്ഞു. ചെണ്ട കൊട്ടല്ല, ചെണ്ട വായനയായിരുന്നു അദ്ദേഹം നടത്തിയിരുന്നത്. അദ്ദേഹമാണ് കാവുങ്ങൽ തറവാട്ടിൽ കഥകളിയെത്തിച്ചത്.

യക്ഷിക്കഥയിലെ ഗന്ധർവനെപ്പോലെ ഉണ്ണീരിപ്പണിക്കർ എന്റെ മനസ്സിൽ ചെണ്ട വായിച്ചുകൊണ്ടിരുന്നു. അദ്ദ്യേത്തിന്റെ പിന്മുറക്കാരായി കുറെ കഥകളിക്കാരുണ്ട്. രാവുണ്ണിപ്പണിക്കർ, കുഞ്ഞുകൃഷ്ണപ്പണിക്കർ, ചാത്തുണ്ണിപ്പണിക്കർ, ശങ്കരപ്പണിക്കർ എന്നിങ്ങനെ അഞ്ചു തലമുറയുടെ മാഹാത്മ്യം അവിടെ ചർച്ചാവിഷയമായി. ഓരോരുത്തരും ചെയ്തിരുന്ന പ്രധാന വേഷങ്ങളുടെ പ്രത്യേകതകളും വിവരിക്കപ്പെട്ടു. ദശാവതാര കഥേല്ല്യേ, അതുപോലെ ഒരു പഞ്ചാവതാരകഥ!

സ്വന്തം ശക്തികൊണ്ട് രാജ്യങ്ങൾ വെട്ടിപ്പിടിച്ച് രാജാവായി എന്നു പറയുന്നപോലെ, കാവുങ്ങൽ ഉണ്ണീരിപ്പണിക്കർ കാവുങ്ങൽ കളരി സ്ഥാപകനായി അരങ്ങുവാണു. കാവുങ്ങൽക്കാർക്ക് സ്വന്തമായി ഒരു സാമ്രാജ്യോണ്ടാർന്നു - കഥകളിസാമ്രാജ്യം. പിന്നെ ചർച്ച കാവുങ്ങൽ ശങ്കരനെക്കുറിച്ചായി. വെറും ഇരുപത്തിയെട്ടു വയസ്സുള്ള ചെറുപ്പക്കാരൻ. അയാളുടെ അഴകും ആരോഗ്യവും മുതൽ അഭിനയചാതുരിവരെ നമ്പൂതിരിമാർ വിവരിച്ചു. ഞാനതൊക്കെ ചെവി കൊണ്ടല്ല്യാ, ഹൃദയം കൊണ്ടാ കേട്ടത്. കാവുങ്ങലിന്റെ കീചകവേഷം നമ്പൂതിരിമാരുടെ നാവിലൂടെ പത്തായപ്പുരയിലെത്തി. കാവുങ്ങൽ ശങ്കരൻ എന്റെ മനസ്സിൽ നിറഞ്ഞാടി. ദേശമംഗലം വാസുദേവൻ നമ്പൂതിരിയുടെ കീചകവേഷം ഇല്ലത്തു വച്ച് ഞാൻ കണ്ടറിഞ്ഞതാ, അടുത്ത ദിവസം അനുഭവിച്ചറിഞ്ഞതാ.

അതിനെക്കാളൊക്കെ സുന്ദരവും ആസ്വാദ്യകരവും അനുഭൂതിദായകവുമായിരിക്കും കാവുങ്ങൽ ശങ്കരപ്പണിക്കരുടെ കീചകൻ എന്നു ഞാൻ വിചാരിച്ചു.

"ഹരിണാക്ഷീജനമൗലീമണേ നീ
അരികിൽ വരിക മാലിനീ"

എന്ന് കാവുങ്ങലിന്റെ കീചകൻ എന്നെ ക്ഷണിക്കുന്നതായി തോന്നി. സത്യത്തിൽ അങ്ങനെ തോന്നിയതല്ല, അങ്ങനെ ക്ഷണിച്ചെങ്കിൽ എന്നു ആഗ്രഹിച്ചുപോയതാ. ഒരിക്കലല്ലാ പലവട്ടം ആഗ്രഹിച്ചു. ഹംസത്തിൽ നിന്നും നളനെക്കുറിച്ച് കേട്ടറിഞ്ഞ് ഇരിക്കപ്പൊറുതിയില്ല്യാണ്ടായ ദമയന്തിയുടെ അവസ്ഥയിലായി ഞാൻ. അപ്പോഴാ അവർ ആ കഥകളി സംഘത്തിലെ പാട്ടുകാരനായ രാവുണ്ണിയെക്കുറിച്ച് പറയുന്നത് കേട്ടത്.

നാലു വർഷങ്ങൾക്ക് മുമ്പു നടന്ന കാര്യങ്ങളാ പറയുന്നത്. അന്നെനിക്ക് പതിന്നാല് വയസ്സ്. നമ്മൾ തമ്മിൽ കാണാതായിട്ട് നാലു വർഷം കഴിഞ്ഞിരുന്നു. എങ്കിലും നീയെന്റെ മനസ്സിൽ പച്ചപിടിച്ചുനിന്നിരുന്നു. തമ്മിൽ കാണാൻ കഴിഞ്ഞെങ്കിൽ എന്ന് പലകുറി ആഗ്രഹിച്ചിരുന്നു. നടക്കാത്ത കാര്യം ആഗ്രഹിച്ചിട്ട് അർത്ഥമില്ലല്ലോ എന്നു കരുതിയെങ്കിലും മോഹങ്ങൾ ഉപേക്ഷിച്ചിരുന്നില്ല്യ. രാവുണ്ണി പട്ടാമ്പിയിലോ മറ്റെവിടെയോ ഒരു കഥകളിയോഗത്തിൽ ഉണ്ടാകുമെന്ന് വിശ്വസിച്ചിരുന്നു. അന്ന് പത്തായപ്പുരയിൽവച്ച് നമ്പൂതിരിമാർ രാവുണ്ണിയെക്കുറിച്ച് പറയുന്നതു കേട്ടപ്പോൾ മനസ്സ് ഞെട്ടിയുണർന്നു. അവിടെയിരുന്നവരെല്ലാം കാവുങ്ങൽ ശങ്കരനെ വിട്ട് രാവുണ്ണിയെ പ്രശംസിച്ചുതുടങ്ങി.

"രാവുണ്ണി പദം ചൊല്ലിയാ ആട്ടക്കാരന് ആയാസമില്ലാതെ ആടാം."

"വെറും പതിനാറു വയസ്സായ കുട്ടിയല്ല്യേ? അതിനിടയിൽ ഇത്രയും സമർത്ഥമായി പാടുകയെന്നാൽ എന്താ കഥ?"

"ജന്മസിദ്ധമായ കഴിവാ. അല്ലെങ്കിൽ കാവുങ്ങൽ കളരിയിൽ കാലുകുത്താൻ കഴിയുമോ?"

"ചെമ്പടതാളത്തിൽ കാമോദരീരാഗത്തിൽ രാവുണ്ണി അങ്ങനെ 'സഭാജനവിലോചനൈസ്സമനിപീതരൂപാമൃതാം...' എന്നിങ്ങനെ പാടിത്തകർക്കുമ്പോൾ കാവുങ്ങൽ ശങ്കരൻ അതങ്ങട് ആടി ഫലിപ്പിക്കുന്ന രംഗം ഹഹ! എത്രകണ്ടാലും മതിവരില്ല്യാ."

നമ്പൂതിരിമാരുടെ ചർച്ച തുടർന്നുകൊണ്ടിരുന്നു. അന്നേരം എന്നിൽ സംഭവിച്ചുകൊണ്ടിരുന്ന ഭാവമാറ്റത്തെക്കുറിച്ച് ഇന്നും ഓർക്കുന്നു. കണ്ടഞ്ചാത രാവുണ്ണി മനസ്സിൽ നിറഞ്ഞ് പാടി. പതിനാറു വയസ്സുള്ള കുട്ടിയല്ല്യേ എന്നൊക്കെ കേട്ടപ്പോ അത് കണ്ടഞ്ചാത രാവുണ്ണി തന്ന്യാന്ന് ഉറപ്പിച്ചു. പിന്നെങ്ങ്ന്യാ ഒന്ന് കാണാണ്ട് അടങ്ങിയിരിക്ക്യാ? അശാന്തമായ മനസ്സോടെ ഇല്ലത്ത് അങ്ങുമിങ്ങും അലഞ്ഞു. പാലത്തോൾമനയിലെത്തിയാൽ രണ്ടുണ്ട് നേട്ടമെന്നായി മനസ്സിൽ. കാവുങ്ങൽ ശങ്കര

പ്പണിക്കരെയും കണ്ടഞ്ചാത രാവുണ്ണിയെയും ഒരുമിച്ചു കാണാം. രാവുണ്ണി പാടുന്ന പദങ്ങൾ കാവുങ്ങൽ ശങ്കരൻ ആടിത്തകർക്കുന്നതു കാണാം. ഹാ! എത്ര ധന്യമായ അനുഭവമായിരിക്കുമത്!

പാലത്തോൾമനയിൽ കഥകളി അരങ്ങുണരാൻ ഇനിയും നാലഞ്ചു ദിവസമുണ്ട്. എന്നാൽ മനസ്സിൽ അപ്പോൾതന്നെ കേളികൊട്ടു തുടങ്ങിക്കഴിഞ്ഞിരുന്നു! അമ്മ അനുവാദം തരുമോ? അതായിരുന്നു പ്രധാന കടമ്പ. അച്ഛന്റെ അനുവാദത്തിനു കാത്തുനിൽക്കേണ്ട കാര്യംല്ല്യ. ഉച്ചഭക്ഷണവും വിശ്രമവും കഴിഞ്ഞ് മറ്റു നമ്പൂതിരിമാർക്കൊപ്പം ഇറങ്ങിപ്പോയ അച്ഛൻ ചിലപ്പോൾ കഥകളി കഴിയുംവരെ ഇനി പാലത്തോൾമനയിൽ തന്നെയാവും ഊണും ഉറക്കവും. അല്ലെങ്കിൽ പലപല സംബന്ധവീടുകളിലുമായി ചുറ്റിത്തിരിഞ്ഞ് ഒരുമാസം കഴിയുമ്പോഴായിരിക്കും ഇല്ലത്തെത്തുക.

അമ്മയോടു ചോദിച്ച് കാലേക്കൂട്ടി അനുവാദം വാങ്ങിയാൽ രക്ഷപ്പെട്ടു. ഇപ്പോൾതന്നെ അമ്മയോട് അനുവാദം ചോദിച്ചാലോ? വേണ്ട വേണ്ട. ദമയന്തി ഹംസത്തോടു പറഞ്ഞ വരികൾ എനിക്ക് ഓർമവന്നു.

കാലമേ ചെന്നു നീ മരാളാ! പറക നര-
പാലനോടെല്ലാം പ്രതിപാലിതാവസരം.

അതന്ന്യാ. അവസരത്തിനനുസരിച്ചിരിക്കും കാര്യത്തിന്റെ വിജയോം പരാജയോം. അങ്ങനെ ഞാനും അമ്മയോട് 'പ്രതിപാലിതാവസരം' പറയാൻ കാത്തിരുന്നു. മെല്ലെ അമ്മയെ ചുറ്റിപ്പറ്റി നടന്നു. വെറുതെ ചിലതൊക്കെ ചോദിച്ചും പറഞ്ഞും ഒടുവിൽ അത്താഴസമയത്ത് അമ്മയോടു ചോദിച്ചു:

"അമ്മ കാവുങ്ങൽ കഥകളിയോഗത്തെപ്പറ്റി കേട്ടിട്ടുണ്ടോ?"

"എന്താണ്ടായേ?"

"ഒന്നുംല്ല്യാ. പത്തായപ്പുരയില് നമ്പൂരിമാര് അങ്ങനേക്ക പറയുന്ന കേട്ടു."

"അതിനെന്താ?"

"ഒന്നുംല്ല്യാ. അവരൊക്കെ കഥകളീല് കേമന്മാരാണത്രെ."

"ആയ്ക്കോട്ടെ."

"പാലത്തോൾമനയിൽ കാവുങ്ങൽക്കാരുടെ കളിയുണ്ടെന്നു കേട്ടു."

"അവർ വന്ന് കളി നടത്തട്ടെ."

"നമുക്കുംകൂടി പോയാലെന്താമ്മേ?"

"എന്താ കഥ?"

"കീചകവധം."

"ദേശമംഗലക്കാരുടെ കീചകവധം ഈ മുറ്റത്ത് നമ്മൾ കണ്ടതല്ല്യേ?"

തീർന്നല്ലോ! വഴിയടഞ്ഞു. എങ്കിലും പറഞ്ഞു:

"അതുപോലല്ല്യമ്മേ. കാവുങ്ങൽ ശങ്കരപ്പണിക്കരുടെ കീചകവേഷം ബഹുകേമാന്നാ കേൾവി."

"ചോറോ കറിയോ വേണോന്ന്വോണ്ടോ?"

അമ്മ വിഷയം മാറ്റി.

കൂടുതൽ വാദിച്ച് കൂടുതൽ കുഴപ്പത്തിൽ ചാടേണ്ടെന്ന് തീരു മാനിച്ചു. ഒടുവിൽ വളരെ രഹസ്യമായി നാണിത്തള്ളയ്ക്ക് നാലണ കാണിക്ക നൽകി ശിപാർശ ചെയ്യിപ്പിച്ചു.

എന്നിൽ ഭഗവതി കുടികൊള്ളുന്നു എന്നും ഭഗവതിയുടെ അവ താരമാണെന്നുമൊക്കെ നാണിത്തള്ള പലരോടും പറഞ്ഞിട്ടുണ്ട്. ദ്വേഷ്യം വന്നാൽ മുഖം ചുവക്കും. വളരെ പെട്ടെന്ന് കണ്ണുകൾ ചുവന്നുകലങ്ങും. തുറിച്ചുനോക്കും ആ നോട്ടം താങ്ങാനുള്ള ശക്തിയില്ലാത്തവർ വീണു പോകും. കാര്യം ഇത്രേ ഉള്ളൂ എങ്കിലും അമാനുഷമായ എന്തോ ചില ശക്തിവിശേഷങ്ങൾ എന്നിലുണ്ട് എന്ന് അമ്മയും വിശ്വസിച്ചിരുന്നു. സാധാരണ ഗതിയിൽ വാശിപിടിച്ചാൽ അമ്മ അനുവാദം തരാറുണ്ട്. നാണിത്തള്ളയുടെ ശിപാർശ കൂടിയായപ്പോ കാര്യങ്ങൾ കൂടുതൽ എളുപ്പ ത്തിലായി. അമ്മ അനുവദിച്ചു. ചെമ്പൂട്ടിയേയുംകൂട്ടി കളി കാണാൻ പോകാൻ അനുവാദം ലഭിച്ചു.

മൂന്നാം നാൾ കഥകളി.

കേളികൊട്ട് ആരംഭിച്ചപ്പോൾതന്നെ ഞാനും ചെമ്പൂട്ടിയും പാല ത്തോൾമനയിലെത്തി. ചില പരിചിതരും ഒരുപാട് അപരിചിതരും. കളി ആരംഭിക്കുന്നതിനുമുമ്പുതന്നെ രാവുണ്ണിയെ കണ്ടെത്താൻ ഒരു ശ്രമം നടത്തി. കഥകളിസംഘത്തിലുള്ള പ്രധാന വേഷക്കാരെല്ലാം ചുട്ടികുത്തി ത്തുടങ്ങിയിരുന്നു. അതിനാൽ മനസ്സിലിരുന്ന കാവുങ്ങൽ ശങ്കരനെ കാണാൻ കഴിഞ്ഞില്ല്യ. വല്ലാത്ത ഉത്കണ്ഠയായി. രാവുണ്ണി കൂട്ടത്തിലു ണ്ടാവും. തിക്കിത്തിരക്കിച്ചെന്ന് രാവുണ്ണിയെ കണ്ടെത്താനും കഴിയില്ല്യ. എല്ലാ വിമ്മിട്ടങ്ങളും അടക്കിപ്പിടിച്ച് കാത്തിരുന്നു.

കളിവിളക്ക് കൺതുറന്നു. പാലത്തോൾമുറ്റം കാഴ്ചക്കാരെക്കൊണ്ടു നിറഞ്ഞു. അന്തർജനങ്ങൾ ഇറയത്തും തിണ്ണയിലും തിക്കിത്തിരക്കി. നമ്പൂരിമാർ നടുമുറ്റത്ത് കാലേക്കൂട്ടി ഇരിപ്പുറപ്പിച്ചു. ഞാനും ചെമ്പൂട്ടിയും ആരുടെയും ശ്രദ്ധയിൽപെടേണ്ടെന്നു കരുതി പതുങ്ങിയും പാത്തും നിൽ ക്കുന്നു. ആട്ടവിളക്കിനു തൊട്ടുമുന്നിൽ കുട്ടികൾ കൂട്ടമായിരുന്നു. തിരശ്ശീല പിടിച്ചു. തോടയം ആരംഭിച്ചു. രാവുണ്ണിയുടെ പാട്ടാണോ ഒഴുകിയെത്തുന്നത്? തിരശ്ശീലയുടെ ഒരു വശത്തുകൂടി പാട്ടുകാരനെ ഭാഗികമായി കാണാം. തിരശ്ശീല മറയുന്നതുകൊണ്ട് മുഖം കാണാൻ കഴിയുന്നില്ല്യ. ആട്ടവിളക്കിന്റെ വെളിച്ചമല്ലാതെ മുറ്റത്ത് വേറെ വെളിച്ച മില്ല്യ. ഞാനും ചെമ്പൂട്ടിയും മുറ്റത്തൊരറ്റത്ത് ഇറയത്തോട് ചേർന്നിരുന്നു.

തിരശ്ശീല മാറി പുറപ്പെടാറായപ്പോൾ പാട്ടുകാരനെ നന്നായി കണ്ടു. കണ്ടഞ്ചാത രാവുണ്ണി അല്ലെന്നറിഞ്ഞു. എന്റെ പ്രതീക്ഷകൾ തകർന്നു. പിന്നീടെന്നോ അറിഞ്ഞു, ആ പാട്ടുകാരൻ കാവുങ്ങൽ രാവുണ്ണിപ്പണിക്കരായിരുന്നെന്ന്. കാവുങ്ങൽ കളരിയുടെ കഥകളിയാണെങ്കിലും കഥ കീചകവധമല്ല്യാ, നളചരിതമാണെന്ന് താമസിയാതെ അറിഞ്ഞു. കാവുങ്ങൽ ശങ്കരപ്പണിക്കർ സ്ഥലത്തില്ലത്രെ. തൃപ്പൂണിത്തുറ ഒരു കഥകളി യോഗത്തിൽ കീചകവേഷം ചെയ്യാൻ പോയിരിക്കുകയാണെന്നും അറിഞ്ഞു. അതിനാലാണ് മറ്റുള്ളവർ നളചരിതം ആടിയത്.

പലതവണ കണ്ടു മടുത്തതാണെങ്കിലും കഥകളിയല്ല്യേ, കണ്ടിരുന്നു. ആ യാത്ര വേണ്ടായിരുന്നു എന്ന ചിന്തയിലായിരുന്നു മടക്കയാത്രയിൽ. എടുത്തുചാടി പുറപ്പെടേണ്ടായിരുന്നു. ഞാൻ എന്നെ ശകാരിച്ചുകൊണ്ടു നടന്നു.

മുപ്പത്തിമൂന്ന്

അവധിദിവസം. അത്യാവശ്യഷോപ്പിംഗിനായി പത്മയും ദുർഗയും ചാല മാർക്കറ്റിൽ പോയി മടങ്ങിവന്നപ്പോൾ പകൽ പതിനൊന്നു മണി. തെളിഞ്ഞ ആകാശം നോക്കി കണ്ടഞ്ചാത രാവുണ്ണിമുത്തച്ഛൻ തന്റെ മുറിയിൽ ഇരിക്കയായിരുന്നു.

"മുത്തച്ഛന് കുടിക്കാൻ സംഭാരമോ നാരങ്ങവെള്ളമോ?"

പത്മ അരികിലെത്തി ചോദിച്ചു.

നിഷേധാർഥത്തിൽ തലയാട്ടിക്കൊണ്ട് പത്മ ഇരിക്കാറുള്ള കസേരയിലേക്ക് അദ്ദേഹം കൈചൂണ്ടി. അവളിരുന്നു. മണിക്കുച്ചിലിൽ കഠിന വ്രതത്തോടെ നോറ്റിരിക്കുന്ന കോലക്കാരന്റെ അവസ്ഥയാണ് മുത്തച്ഛനെന്ന് പത്മയ്ക്കു തോന്നി. കുറിയേടത്ത് താത്രിയുടെ ഭൂതവും ഭാവിയുമൊക്കെ ഉരിയാടാൻ തന്റെ പഴമനസ്സിനെ അദ്ദേഹം പാകപ്പെടുത്തി എടുക്കുകയാ. വളരെ നേരത്തെ കാത്തിരിപ്പ്. കണ്ടഞ്ചാത രാവുണ്ണി കനലാടിയുടെ ഇടറുന്ന ശബ്ദത്തിൽ ഉരിയാടിത്തുടങ്ങി.

"കല്പകശ്ശേരിമന കടലിൽ താഴാൻ തുടങ്ങുന്നു എന്ന് അഷ്ടമൂർത്തി നമ്പൂരിക്ക് തോന്നിത്തുടങ്ങി. പതിമൂന്നാം വയസ്സിൽ ആദ്യവേളിയായി ഇല്ലത്തെത്തിയ ഓക്കിമഹൾ പരമപുച്ഛത്തോടെ തന്നെ നോക്കുന്നതു കാണുമ്പോൾ അഷ്ടമൂർത്തിയുടെ ഉള്ളെരിഞ്ഞുതുടങ്ങും. അവളുടെ ആദ്യപുത്രി, വാഴയ്ക്കാട്ടില്ലത്ത് ഇച്ചീരി നമ്പൂരി വേളികഴിച്ചുകൊണ്ടുപോയ ഇക്കാളി കാലെടുത്തു കുത്തിയതുമുതൽ വാഴയ്ക്കാട്ടില്ലം തകരാൻ തുടങ്ങിയെന്നാ ഇച്ചീരിയും ബന്ധുക്കളും പറയുന്നത്.

കല്പകശ്ശേരി തകരാൻ തുടങ്ങിയത് ആരുടെ പാദസ്പർശപാപമേറ്റാണെന്ന് അഷ്ടമൂർത്തി ആലോചിച്ചുനോക്കി. ഒരെത്തും പിടിയും കിട്ടുന്നില്ല. ഓക്കി മഹൾ? വെഴ്മത്തൂര് മഹൾ? ആവണിപ്പറമ്പിലെ ഗൗരി?

വെഴ്മത്തൂർ മഹൾ—രണ്ടാം ഭാര്യ തന്നോട് മിണ്ടാതായിട്ട് ഒരുപാടു നാളായി. ഇല്ലത്തുള്ളപ്പോൾ നാണിത്തള്ള അത്താഴം വിളമ്പിവെയ്ക്കും. അത്രമാത്രമായി കുടുംബബന്ധങ്ങൾ അകലാൻ കാരണമെന്ത്? രണ്ടാം ഭാര്യയുടെ മകൻ നാരായണൻ തികഞ്ഞ അസുരവിത്തിന്റെ സ്വഭാവങ്ങൾ കാട്ടിത്തുടങ്ങിയ കാര്യം നാട്ടിൽ പാട്ടാണ്. എന്താ തന്റെ മകൻ ഇങ്ങനെയാവാൻ?

ആവണപ്പറമ്പിൽനിന്നുള്ള മൂന്നാംവേളി ഗൗരി, തന്നെ തൊഴിച്ചിട്ടിട്ട് സ്വന്തം ഇല്ലത്തേക്ക് ഓടിപ്പോയവൾ തിരിച്ചുവരാൻ ഇതുവരെ കൂട്ടാക്കിയിട്ടില്ല്യ. എങ്കിലും മൂർത്തി ഒരു ദിവസം കാര്യസ്ഥൻ കിഴവൻ കിട്ടുണ്ണിയെ ആവണിപ്പറമ്പിലേക്കയച്ചു. 'സംഭവിച്ചതെല്ലാം താൻ പൊറുത്തിരിക്കുന്നു മടങ്ങിവരിക' എന്ന സന്ദേശം അന്തർജനം തിരുത്തി മടക്കി.

'സംഭവിച്ചതൊന്നും ഞാൻ പൊറുത്തിട്ടില്ല്യാ. മടങ്ങിവന്നാൽ അത് നമ്പൂരിയുടെ അന്ത്യത്തിലേക്ക് നയിക്കും. അതിനാൽ ഇനിയൊരു മടക്കയാത്രയില്ല്യ.'

എന്താണ് ഇങ്ങനെയൊക്കെ സംഭവിക്കാൻ? തലമുറകളായി ഭഗവതീപൂജ ചെയ്തുവരുന്ന ഭൂസുരനായ തന്നെ കാരണമൊന്നുമില്ലാതെ ദൈവം ഇങ്ങനെ ശിക്ഷിക്കില്ലെന്ന് അഷ്ടമൂർത്തി കണ്ടെത്തി. താൻ രണ്ടു നേരവും തിരിതെളിച്ച് ഉപാസിക്കുന്ന കാർത്യായനീ ഭഗവതിയോട് സങ്കടങ്ങൾ പറഞ്ഞു. പരിഹാരമുണ്ടാകാതെ വന്നപ്പോൾ പത്തായപ്പുരയിലെ ശുഷ്കിച്ചുവരുന്ന വെടിവട്ടത്തിൽ അഷ്ടമൂർത്തി തന്റെ കഷ്ടതകൾ വിവരിച്ചു.

"ചോദിച്ചറിയണം?"

അതേ, അതേയുള്ളൂ പോംവഴി. മഹാമാന്ത്രികരായ ദൈവജ്ഞരോട്, ജ്യോതിഷിമാരോട് ചോദിച്ചറിയണം. പരിചയമുള്ള നമ്പൂരിമാരൊക്കെ നൽകിയത് ഒരേ ഉപദേശം—ചോദിച്ചറിയണം. ജ്യോതിഷിമാർക്കും മന്ത്രവാദികൾക്കും ദൈവജ്ഞന്മാർക്കുമൊന്നും ഒരു പഞ്ഞവുമില്ലെങ്കിലും എല്ലാവരെയും കണ്ണടച്ചു വിശ്വസിക്കാനാവില്ലല്ലോ. ഒടുവിൽ മഹാമാന്ത്രികനും ജ്യോതിഷിയുമായ പാലത്തോൾ ഇട്ടീരി നമ്പൂതിരിയുടെ പേര് നിർദേശിക്കപ്പെട്ടു. ആ പേര് കേട്ടമാത്രയിൽതന്നെ അഷ്ടമൂർത്തി കണ്ണടച്ച് കൈകൂപ്പി ശിരസ്സു നമിച്ചു. അടുത്ത ദിവസം കാർത്യായനീക്ഷേത്രത്തിൽ പ്രഭാതപൂജ കഴിഞ്ഞ് നടയടച്ചയുടൻ പാലത്തോൾ മനയിലേക്ക് പൊരിവെയിൽ വകവെയ്ക്കാതെ നടന്നു. മനയിലെത്തി ഇട്ടീരി നമ്പൂരിയെ കണ്ടു.

"തീരെ സ്വസ്ഥതയില്ലാണ്ടായീലേ?"

കണ്ടമാത്രയിൽതന്നെ പാലത്തോൾ ചോദിച്ചു.

"അതേ തിരുമേനീ."

അഷ്ടമൂർത്തി വിനീതനായി.

"ഇല്ലത്തൊരു ആൺതരീണ്ടായത് തല തിരിഞ്ഞൂലേ?"

പാലത്തോൾ ദൈവജ്ഞൻ തന്നെയാ. അദ്ദേഹം ജ്ഞാനദൃഷ്ടി കൊണ്ട് എല്ലാം കണ്ടിരിക്കുന്നു. അഷ്ടമൂർത്തിക്ക് നാവെടുക്കാൻ കഴിഞ്ഞില്ല. അതേ എന്ന അർത്ഥത്തിൽ തലയാട്ടി.

"അഗ്നിസാക്ഷിയായ് വേളികഴിച്ചുകൊണ്ടുവന്ന വധുക്കൾ വൈരത്തിലായീലേ?"

"എന്താ തിരുമേനീ ഇങ്ങനേക്കേണ്ടാവാൻ?"

"വിധി! അതല്ലാതെന്താ പറയ്യ? എങ്കിലും നമ്പൂരി ഇരിക്ക. വിസ്തരിച്ചൊന്നു നോക്കിക്കളയാം."

പാലത്തോൾ ഇട്ടീരി നമ്പൂരി പലകയിൽ കവടി നിരത്തി കൂട്ടിയും കിഴിച്ചും വിസ്തരിച്ചുതന്നെ നോക്കി. ദൈവജ്ഞന്റെ തിരുവചനങ്ങൾ കേട്ട് അഷ്ടമൂർത്തി അസ്തപ്രജ്ഞനായി ഇരുന്നുപോയി.

"1057 മകരം 5 തൃക്കേട്ട നക്ഷത്രത്തിൽ ഒരു സ്ത്രീജാതകം കാണുന്നു. എന്താതിന്റെ പേര്?"

ദൈവജ്ഞൻ ചോദിച്ചു.

"സാവിത്രി, താത്രിക്കുട്ടീന്ന് വിളിക്കും."

"ഉംംം."

പാലത്തോൾ തലയാട്ടിക്കൊണ്ട് നീട്ടിമൂളി.

കുറച്ചു സമയം അഷ്ടമൂർത്തിയെ സൂക്ഷിച്ചുനോക്കിക്കൊണ്ടിരുന്നിട്ട് ചോദിച്ചു:

"നിഷേകം, പുംസവനം, സീമന്തോന്നയനം എന്നീ ഗർഭകാല സംസ്കാരക്രിയകൾ ചെയ്തിരുന്നോ?"

"ഉവ്വ്."

"ജാതകർമം, നാമകരണം, ഉപനിഷ്ക്രാമണം, അന്നപ്രാശം, ചൂഡാകർമം എന്നീ ശൈശവകാല സംസ്കാരങ്ങളോ?"

"എല്ലാം അനുഷ്ഠിച്ചു."

"ഉംംം."

വീണ്ടും ഒന്നമർത്തി മൂളി തലയാട്ടിക്കൊണ്ട് ജ്യോതിഷി തുടർന്നു:

"ഷോഡശസംസ്കാരക്രിയകളെല്ലാം പിഴച്ചുപോയിരിക്കുന്നു എന്നാണ് പ്രശ്നവശാൽ കാണുന്നത്. അതാ ഇപ്പോ അനുഭവിക്കുന്നത്."

"എന്താങ്ങനേണ്ടാവാൻ?"

"വിധിയെന്ന് സാധാരണ ജ്യോതിഷിമാർ പറയും. അതല്ല കാരണം. ഇവിടെ ചെയ്യപ്പെട്ട കർമ്മങ്ങൾ മനുഷ്യശിശുവിനു വേണ്ടിയുള്ളതാ. താത്രിയിൽ മനുഷ്യാംശം വളരെ കുറവും ദൈവീകാംശം വളരെ കൂടുതലുമാണ്."

ദൈവജ്ഞൻ അഷ്ടമൂർത്തിയെ നോക്കി അളന്നു. അഷ്ടമൂർത്തി അർദ്ധബോധാവസ്ഥയിലെന്നപോലെ മിഴിച്ചിരുന്നു.

"ന്താ നമ്പൂരീ, ഞാൻ പറഞ്ഞതിന്റെ പൊരുള് അങ്ങട് പിടികിട്ടീലെന്നുണ്ടോ?"

"ഒന്നും മനസ്സിലായില്ല്യ തിരുമേനീ."

"എങ്ങന്യാ തന്നെയത് മനസ്സിലാക്കിക്ക്യ?"

പാലത്തോൾ വീണ്ടും കവിടികൾ കൂട്ടിയുഴിഞ്ഞ് കളങ്ങളിൽ പകുത്തുവച്ച് തെല്ലുനേരം നോക്കിയിരുന്നിട്ടു പറഞ്ഞു:

"കണ്ടോ, ഈ കവിടികൾ സ്വയം ചലിക്കുന്നതു കണ്ടോ?"

"ഭഗവതീ."

അഷ്ടമൂർത്തി അറിയാതെ വിളിച്ചുപോയി.

"മനുഷ്യരെപ്പോലെതന്നെ ദേവിമാർക്കും ആഗ്രഹങ്ങളുണ്ട് നമ്പൂരീ. മംഗല്യവതിയാകാൻ ഭാഗ്യമുണ്ടാകാതെ പോയ ഏതോ ഒരു ഭഗവതി ഓക്കിമഹളുടെ ജഠരത്തിൽ കടന്നുകൂടി പുനർജനിച്ചതാണ് താത്രിക്കുട്ടി. മനുഷ്യശിശുവിനു ചെയ്ത കർമങ്ങൾ ഭഗവതിക്ക് ബാധകമാകുന്നതെങ്ങന്യാ? എല്ലാം പിഴച്ചുപോയി. നമ്പൂരി വിഷമിച്ചാലും നിക്ക് പ്രശ്ന വശാൽ കണ്ടത് പറയാതിരിക്കാനാവില്ല്യാ. കൈയുംകെട്ടി നോക്കിയിരുന്നാൽ എല്ലാം തകരും. ഇല്ലം അവ്ട്ണ്ടാവില്ല്യാ."

"തിരുമേനി ങ്ങട് തെളിച്ചുപറയ്യ."

അഷ്ടമൂർത്തി അക്ഷമനായി.

"തെളിച്ചുപറയാം. രാമൻ അവതരിച്ചതെന്തിനാ? രാവണനിഗ്രഹമായിരുന്നില്ല്യേ അവതാരലക്ഷ്യം? അതുപോലെ ആരോടൊക്കെയോ ഉള്ള പക തീർക്കാനാ ഭഗവതി മനുഷ്യരൂപം പൂണ്ട് താത്രിയായി പിറവികൊണ്ടത്. കല്പകശ്ശേരി ഇല്ലത്തെ അവൾ കടലിൽ ചവിട്ടിത്താഴ്ത്തിയാലും അതിശയിക്കാനില്ല്യാ."

"ന്താ പ്രതിവിധി തിരുമേനീ?"

അഷ്ടമൂർത്തിയുടെ യാചനാസ്വരം.

"എന്തിനും പ്രതിവിധി ണ്ടാവ്ണമെന്നില്ല്യാ. എങ്കിലും നോക്കാം."

വീണ്ടും കവിടിയുഴിഞ്ഞ് കളങ്ങളിൽ പകുത്തുവച്ച് തെല്ലിട നോക്കിയിരുന്നു.

"അവളുടെ വേളി കഴിഞ്ഞൂലേ?"

"ഇല്ല്യാ തിരുമേനീ."

“ഇല്ല്യായിരിക്കാം. പ്രശ്നവശാൽ അവളിപ്പോ കന്യകയല്ല്യാ.

അഗ്നേ, വ്രതപതേ സാവിതം വ്രതഞ്ചരിഷ്യാമി തച്ഛകേയന്തന്മേ-രാധ്യതാ സ്വാഹാ-അഗ്നയേവ്രതപതയേ ഇദന്ന മമ”

മന്ത്രമുരുവിട്ടു തെല്ലിട മൗനമായിരുന്നശേഷം പാലത്തോൾ പറഞ്ഞു:

“അഷ്ടമൂർത്തി എന്തു പറഞ്ഞാലും താത്രി ഇപ്പോൾ കന്യകയല്ല്യാ. എന്നാൽ വേദവിധിപ്രകാരം അഗ്നിസാക്ഷിയായി അവളെ വേളികഴിച്ചു കൊടുത്തിട്ടുമില്ല്യ. അതാ പ്രശ്നകാരണം. നോം പറയുന്നത് അഷ്ട മൂർത്തി ശ്രദ്ധിച്ചുകേൾക്ക. അവളിൽ മുക്കാൽഭാഗം ഭഗവതിയും കാൽ ഭാഗം അന്തർജനവുമാണുള്ളത്. നോം പറഞ്ഞ കാര്യങ്ങളൊക്കെ യെന്നല്ല്യ, നമ്മുടെ സാധാരണ കർമങ്ങളൊക്കെ മനുഷ്യനുവേണ്ടിയാ. എന്നാൽ മന്ത്രാധീനം തു ദൈവതം എന്നുണ്ടല്ലോ. കന്യകാത്വം നഷ്ട പ്പെട്ടത് അവളിലെ അന്തർജനത്തിന്റെയാ. അത് കണക്കിലെടുക്കേണ്ട. അവളിലെ ഭഗവതിക്കാകണം പ്രഥമ പരിഗണന. ഭഗവതിയെ കന്യക യായി നിലനിർത്തി വേദവിധിപ്രകാരം വേളികഴിച്ചയയ്ക്കണം. അതിനു വഴിീണ്ട്. കന്യകാപുനർജനിയന്ത്രം എന്നു നമ്പൂരി കേട്ടിട്ടുണ്ടോ? മൂന്നു ദിവസത്തെ കർമങ്ങളാ സാധാരണ വേണ്ട്യേ? ഒത്തിരി ദുഷ്കരമാ. അതു പോലെതന്നെ ചെലവേറും. കഠിനവ്രതമായിരിക്കണം മൂന്നു ദിവസവും.

ഒക്കെ സമ്മതിച്ചാൽ കർമം നടത്തി ഒരുലക്ഷത്തിഒരുതവണ കന്യകാ പുനർജനിമന്ത്രം ഉരുക്കഴിച്ച് യന്ത്രം നിർമിച്ച് ദൈവജ്ഞൻ നേരിട്ട് അവളുടെ അരയിൽ കെട്ടും. അടുത്ത ദിവസം യന്ത്രം നിർമ്മിച്ച് കഴുത്തിൽ അണിയിക്കണം. മൂന്നാം ദിവസം വലതു ഭുജത്തിൽ യന്ത്രം ധരിപ്പിക്കുന്നതോടെ ഫലപ്രാപ്തിയുണ്ടായിത്തുടങ്ങും. അപൂർവങ്ങളിൽ അപൂർവമായേ ഒരു വ്യക്തിയെ മൂന്നു യന്ത്രങ്ങൾ ധരിപ്പിക്കാറുള്ളൂ. അതോടെ അവളുടെ കന്യകാത്വം വീണ്ടെടുക്കപ്പെടും. പിന്നീട് വേളി കഴിച്ചയച്ചാൽപോലും അവൾ നിത്യകന്യകയും പരമപവിത്രയും ആയിരിക്കും.”

തെല്ലുനേരം പാലത്തോൾ അഷ്ടമൂർത്തിയെ തന്നെ നോക്കിയിരുന്നു. എന്തുപറഞ്ഞാലും അനുസരിക്കുന്ന അവസ്ഥയിലാണ് അഷ്ടമൂർത്തി യെന്ന് പാലത്തോളിന് മനസ്സിലായി.

“തിരുമേനി എന്തുപറയുന്നു?”

“എല്ലാം അവിടുത്തെ ഇഷ്ടംപോലെ.”

“അടുത്ത വെള്ളിയാഴ്ച തൃക്കേട്ടയും പൗർണമിയും ഒത്തുവരുന്ന ദിവസം സന്ധ്യ കഴിഞ്ഞ് കർമ്മം ആരംഭിക്കുന്നു. മൂന്നു രാത്രി തുടർച്ച യായി കർമ്മം നടക്കണം. കുറിപ്പടി ഇപ്പോൾതന്നെ തരാം. ഒരുക്കങ്ങൾ ചെയ്തോളൂ.”

അടിപതറിയ അഷ്ടമൂർത്തി കല്പകശ്ശേരിയിലേക്ക് നടകൊണ്ടു. താൻ ഇതുവരെ കേട്ടിട്ടില്ലാത്ത കന്യകാപുനർജനിയന്ത്രത്തിന്റെ സാധ്യതകളെക്കുറിച്ചായിരുന്നു അപ്പോൾ അയാൾ ചിന്തിച്ചിരുന്നത്.

മുപ്പത്തിനാല്

താത്രിയുടെ ജന്മനക്ഷത്രമായ തൃക്കേട്ടയും വെള്ളിയാഴ്ചയും വെളുത്തവാവും ഒത്തുവന്ന ദിവസം സന്ധ്യയ്ക്കു മുമ്പുതന്നെ കന്യകാ പുനർജനി ഹോമം നടത്താനുള്ള ഏർപ്പാടുകളെല്ലാം പൂർത്തിയായി.

മുൻനിശ്ചയപ്രകാരം പുലരുന്നതിനു മുമ്പുതന്നെ കുളികഴിഞ്ഞ്, ഈറൻ മാറാതെ, ആരുടെയും ദൃഷ്ടിയിൽപെടാതെ മറക്കുട പിടിച്ച് താത്രി കുളപ്പുരമാളികയിലെത്തി, ഒരുക്കിവച്ചിരുന്ന നിലവിളക്കിൽ തിരിതെളിച്ച്, വാതിലടച്ച് അകത്തിരുന്നു. പ്രഭാതഭക്ഷണം വാതിലിനു പുറത്തുവച്ച് മുട്ടി വിളിച്ച് വിവരം പറഞ്ഞിട്ട് ചെമ്പൂട്ടി മടങ്ങിപ്പോയി. പുനർജനിഹോമവും കന്യകാപുനർജനിയന്ത്രവും അപൂർവങ്ങളിൽ അപൂർവവും അതിശക്തവും നടപടിക്രമങ്ങൾ തെറ്റിച്ചാൽ അത്യപകട കരവുമാണെന്ന് താത്രിയെ ബോധ്യപ്പെടുത്തിയിരുന്നു.

ജീവിക്കാൻ ഒരു മോഹം. ജന്തുസഹജമായ ആഗ്രഹം. അതിനാൽ എല്ലാ നിർദേശങ്ങളും അംഗീകരിച്ച് നടപ്പിൽ വരുത്താൻ താത്രി തീരുമാനിച്ചു. ഈശ്വരധ്യാനവുമായി അവൾ കുളപ്പുരമാളികയിൽ കഴിഞ്ഞു. വെയിലുറയ്ക്കുന്നതിനുമുമ്പുതന്നെ പാലത്തോൾ ഇട്ടീരി നമ്പൂതി രിയും പരികർമിയും കല്പകശ്ശേരിയിലെത്തി. ഇട്ടീരിയുടെ നിർദേശപ്രകാരം നടുമുറ്റത്തൊരു ചെറുപന്തലുയർന്നു. അതിനുള്ളിൽ ഹോമകുണ്ഡം സജ്ജമാക്കി.

പുറത്തെ ശബ്ദങ്ങളിൽനിന്നും താത്രി എല്ലാം ഗ്രഹിച്ചുകൊണ്ടിരുന്നു. കാർമികന്റെ ഉച്ചഭക്ഷണവും ഉറക്കവും കല്പകശ്ശേരി ഇറയത്തു തന്ന്യായിരുന്നു. ത്രിസന്ധ്യയ്ക്കുതന്നെ കന്യകാപുനർജനിഹോമത്തിനുള്ള ഒരുക്കങ്ങൾ തുടങ്ങി. പാലത്തോൾ മുങ്ങിക്കുളിച്ചുവന്ന് അത്താഴം കഴിച്ച് സംപ്രീതനായി. ഒന്നര നാഴിക രാവെത്തിയതേയുള്ളൂ; ഹോമം ആരംഭിച്ചപ്പോൾ.

പുറത്ത് മകരമഞ്ഞ്. മരങ്ങൾ തണുത്ത് നിശ്ചലമായി. താത്രി മുങ്ങിക്കുളിച്ചു. സകല ദോഷങ്ങളും ഒഴിയാനാണല്ലോ. എല്ലാ നിർദേശവും പാലിക്കുകതന്നെ. പ്രഭാതത്തിൽ കഴിച്ച ഭക്ഷണമല്ലാതെ ഇനി ആഹരിക്കാൻ അവകാശമില്ല്യ. വിശന്ന് കുടൽ കത്തുന്നു.

തുടയിൽ ഒട്ടിപ്പിടിച്ച ഈറൻമുണ്ട് ചെറ്റു വിടർത്തി അവൾ കുളപ്പുര വാതിലിലെത്തി. പുറത്ത് നിറനിലാവാണെങ്കിലും അവൾ നിൽക്കുന്നിടത്ത് നിഴലായിരുന്നു. ഈറൻമുണ്ടിൽനിന്നും തലമുടിയിൽനിന്നും ജലമൊലിച്ചിറങ്ങിക്കൊണ്ടിരുന്നു. ഇങ്ങനെ പുരയിൽ കയറിയാൽ തറ നനയും. കട്ടിലിൽ ഇരുന്നാൽ കട്ടിൽ നനയും. ഈറൻ മാറരുത് എന്നു പറഞ്ഞാൽ ഈറൻതുണി മാറി ഉണങ്ങിയ തുണി ഉടുക്കരുത് എന്നേയുള്ളൂ. ഈറൻതുണി പിഴിഞ്ഞുടുക്കരുത് എന്നു വ്യാഖ്യാനിക്കാൻ പാടില്ല്യ. അവൾ ഉടുതുണിയഴിച്ച് നന്നായി പിഴിഞ്ഞ് തലതോർത്തി. പിന്നെ ശരീരം തോർത്തിയുണക്കി. ചുറ്റും നോക്കി. തന്നെ ആരും

നിരീക്ഷിക്കുന്നില്ലെന്ന് ഉറപ്പുവരുത്തി വീണ്ടും കുളത്തിലിറങ്ങി മുണ്ടു നന്നായി മുക്കിപ്പിഴിഞ്ഞുടുത്തുകൊണ്ട് കുളപ്പുരമാളികയിൽ കയറി കട്ടിലിൽ ഇരുന്നു.

തലമുറകളുടെ വിയർപ്പും പൊടിയും എണ്ണവിഴുക്കും പറ്റിപ്പിടിച്ചിരുന്ന കട്ടിലിൽ അവളുടെ ഈറൻമുണ്ട് ഒട്ടിപ്പിടിച്ചു. അന്തരീക്ഷം നന്നായി തണുത്തിരുന്നെങ്കിലും ഉള്ളിൽ എരിതീയായതിനാൽ അവൾക്ക് അസഹ്യമായ തണുപ്പ് അനുഭവപ്പെട്ടില്ല. നടുമുറ്റത്തെ ഹോമപ്പുരയിൽ നിഗൂഢവും ദിവ്യവുമായ എന്തൊക്കെയോ കർമങ്ങൾ നടക്കുകയാണെന്ന് അവൾക്കു മനസ്സിലായി. ഹോമാഗ്നിയിൽ നെയ്യിൽ മുക്കിയ ഹവിസ്സുകൾ എരിയുന്ന മണം വായുവിൽ കലർന്ന് താത്രിയുടെ മൂക്കിലുമെത്തി. എല്ലാം തനിക്കുവേണ്ടിയാണല്ലോ, തന്റെ നന്മയ്ക്കുവേണ്ടിയാണല്ലോ. താൻ ഇതുവരെ കരുതിയിരുന്നതുപോലെ തന്റെ പിതാവ് വെറും ദുഷ്ടനല്ലെന്നും അല്പം കരുണ ഉള്ളിലുണ്ടെന്നും അവൾക്കു തോന്നി. താത്രി പിതാവിനെ ഭാഗികമായി കുറ്റവിമുക്തനാക്കി.

വിശപ്പും ഉറക്കക്ഷീണവും കൂടിയായപ്പോൾ കണ്ണുകളിൽ മയക്കം ബാധിക്കുന്നതുപോലെ തോന്നി. ഉറങ്ങരുതെന്നാണ് വ്യവസ്ഥ. അവൾ കട്ടിലിൽനിന്നും എഴുന്നേറ്റ് മെല്ലെ മുറിയിൽ ഉലാത്തി. അടുത്ത മരച്ചില്ലയിൽ പാതിരാപ്പുള്ളുകൾ ഉണർന്നു പാടി. രാത്രി പന്ത്രണ്ടു മണി കഴിഞ്ഞപ്പോൾ പാലത്തോൾ പറഞ്ഞു:

"ഇനി ഏകാഗ്രപൂജയാ. യന്ത്രം ധരിക്കുന്നവളെ ഒറ്റയ്ക്കിരുത്തി പൂജിച്ച് ശരീരശുദ്ധിയും മനഃശുദ്ധിയും വരുത്തണം. മൂന്നു നാഴികയും മൂന്നു വിനാഴികയും ആ പൂജ നീണ്ടുനിൽക്കും. അതോടെ താത്രിയിലുള്ള ഭഗവതി ഉണരും. താത്രിയുടെ അരയിലാണെങ്കിലും ഭഗവതിയുടെ അരയിലാണ് യന്ത്രം പ്രവർത്തിക്കുക. പിന്നെ പുലരുവോളം ഭഗവതീ പൂജയാണ്. ഇതാണ് ക്രമം, ഇതാണ് താന്ത്രികവിധി."

അഷ്ടമൂർത്തി എല്ലാം അംഗീകരിച്ചു.

ഇടതുകൈയിൽ കത്തുന്ന പന്തവും വലതുകൈയിൽ യന്ത്രവുമായി പാലത്തോൾ കുളപ്പുരമാളിക വാതിലിൽ ഒന്നു മുട്ടിയതേയുള്ളൂ, വാതിൽ തുറക്കപ്പെട്ടു. പന്തം പുറത്തിട്ട്, ഇട്ടീരി അകത്തു കയറി വാതിലടച്ചു. കട്ടിലിൽ ചാരി അലസാംഗിയായി നിൽക്കുന്ന താത്രിയെക്കണ്ട് പാലത്തോൾ ഭയന്നുപോയെന്ന് താത്രിക്കു മനസ്സിലായി. നിലവിളക്കിലെ അഞ്ചു തിരിയും തെളിഞ്ഞുകത്തുകയായിരുന്നു. ചുവപ്പും മഞ്ഞയും കലർന്ന നിറദീപപ്രഭയിൽ ചുവന്നുതുടുത്ത് ചെമ്പകപ്പൂ വർണത്തിൽ നിൽക്കുന്ന താത്രി മനുഷ്യസ്ത്രീയാണെന്ന് വിശ്വസിക്കാൻ അയാൾക്കു കഴിഞ്ഞില്ല്യ. ഇത്രയും സൗന്ദര്യമുള്ള ഒരു സ്ത്രീയെ അയാൾ ആദ്യമായി കാണുകയായിരുന്നു.

ഒരു നിമിഷം കണ്ണടച്ചുനിന്ന് സകല ദൈവങ്ങളെയും വിളിച്ച് പ്രാർത്ഥിച്ചു. ആത്മധൈര്യം വീണ്ടെടുത്തുകൊണ്ട് ചോദിച്ചു:

"നോം ആരെന്നറിയാമോ?"

"അറിയാം."

"ആരാ?"

"പാലത്തോൾ മനയിലെ ഇട്ടീരി നമ്പൂരി."

"നീ ആരാണെന്നറിയമോ?"

"കല്പകശ്ശേരി ഇല്ലത്തെ താത്രിക്കുട്ടി."

"നീ വെറുമൊരു അന്തർജ്ജനമല്ലെന്നറിയാമോ?"

"സാധാരണ അന്തർജ്ജനമല്ലെന്നറിയാം."

"നിന്നിൽ ഭഗവതി കുടികൊള്ളുന്നു എന്നറിയാമോ?"

"പലരും അങ്ങനെ പറയാറുണ്ട്."

"നിന്റെ കന്യകാത്വം നശിച്ചിരിക്കുന്നു എന്ന കാര്യം ബോധ്യമുണ്ടോ?"

"നശിച്ചതല്ല, ചിലർ ചേർന്ന് നശിപ്പിച്ചതാ."

"എങ്ങനെയായാലും നശിച്ചല്ലോ. നിന്റെ കന്യകാത്വം വീണ്ടെടുക്കണം."

"അതെങ്ങനെയാ തിരുമേനീ? മരിച്ചവന്റെ ജീവൻ തിരിച്ചുനൽകാൻ കഴിയുമോ?"

"അതിനൊക്കെ വഴിയുണ്ട്. ഇതെന്താണെന്നറിയാമോ?"

യന്ത്രം ഉയർത്തിക്കാട്ടിക്കൊണ്ട് അയാൾ ചോദിച്ചു.

"അറിയാം; അതൊരു യന്ത്രം, മന്ത്രശക്തി വരുത്തിയ തകിട്."

"ഇത് എന്തിനുവേണ്ടിയാണെന്നറിയാമോ?"

"അറിയാം, അറിഞ്ഞിട്ടുണ്ട്."

"എങ്ങനെ അറിഞ്ഞിട്ടുണ്ട്?"

"നന്നായി അറിഞ്ഞിട്ടുണ്ട്. അഞ്ചു വർഷങ്ങൾക്കുമുമ്പ്. അന്ന് വെറും പത്തുവയസ്സുള്ള ഒരു ചെറിയ കുട്ടിയായിരുന്നു ഞാൻ. അന്നാണ് പ്രസിദ്ധനായ ഒരു മാന്ത്രികൻ എന്റെ അരയിൽ പാപപരിഹാരയന്ത്രം ധരിപ്പിച്ചത്. അതു ഞാൻ സഹിച്ചു. അതിനെത്തുടർന്നുണ്ടായതും സഹിച്ചു."

പാലത്തോൾ ഇട്ടീരി നമ്പൂതിരി ഒന്നു പതറി എന്ന് താത്രി തിരിച്ചറിഞ്ഞു.

"തിരുമേനി പതറരുത്; പതറിയാൽ കൈവിറയ്ക്കും. എങ്കിൽ യന്ത്രം ധരിപ്പിക്കാനാക്വോ? മനസ്സു പതറിയാൽ മന്ത്രങ്ങൾ പിഴച്ചുപോകില്ല്യേ? ആരുടെയോ മന്ത്രം പിഴച്ചുപോയതിന്റെ ഫലമല്ല്യേ ഞാനിന്ന് അനുഭവിക്കുന്നത്! മന്ത്രങ്ങൾ പിഴച്ചുപോയാൽ യന്ത്രങ്ങൾ സർപ്പങ്ങളായി വന്ന് തിരിഞ്ഞുകൊത്തും എന്നു കേട്ടിട്ടുണ്ട്. അതുകൊണ്ട് മന്ത്രങ്ങൾ പിഴയ്ക്കാതിരിക്കട്ടെ."

താത്രി ഒന്നു ചിരിച്ചു. ആ ചിരിയിൽ പാലത്തോൾ ഭഗവതിയുടെ ചിലമ്പൊലി കേട്ടു.

"ഓം ഭഗവത്യായ നമഃ താത്രീഭഗവതി സഹകരിക്കണം."

"ഞാൻ സഹകരിക്കാം. എങ്കിലും ചോദിച്ചുപോവുകയാണ്."

"ചോദിച്ചോളൂ."

"ഞാൻ സഹകരിച്ചാൽ എനിക്കെന്തു പ്രയോജനം?"

"കന്യകാത്വം വീണ്ടുകിട്ടും. സർവദോഷങ്ങളും പരിഹരിക്കപ്പെടും."

"സമ്മതിച്ചിരിക്കുന്നു. ഞാൻ എന്താ വേണ്ട്യേ? ഉടുത്തിരിക്കുന്ന ഈറൻതുണി അഴിച്ചുമാറ്റണമല്ല്യേ."

"അപ്പോൾ താത്രീഭഗവതിക്ക് നടപടിക്രമങ്ങൾ അറിയാമല്ല്യേ?"

താത്രി ഈറൻമുണ്ടഴിച്ച് കട്ടിലിലിട്ടു.

"ഇനിയെന്താ വേണ്ട്യേന്നും അറിയാം. കട്ടിലിൽ കിടക്കണം അല്ല്യേ?"

"ഭഗവതി ഒന്നും ഇങ്ങോട്ടു ചോദിക്കാതിരിക്കുക. പുരോഹിതൻ പറയുന്നത് അനുസരിക്കുക. അതുകഴിഞ്ഞാൽ പുലരുവോളം സമയമുണ്ടല്ലോ. ഭവതിക്ക് എന്തുവേണമെങ്കിലും ചോദിക്കുകയോ പറയുകയോ ചെയ്യാം. അതിനാൽ ഇഷ്ടദൈവത്തെ മനസ്സിൽ ധ്യാനിച്ചുകൊണ്ട് പുരോഹിതൻ പറയുന്ന മന്ത്രം ഏറ്റുപറയുക.

"അഗ്നിശ്ച മാ മന്യുശ്ച" - പറയൂ.

"അഗ്നിശ്ച മാ മന്യുശ്ച" താത്രി ഉരുവിട്ടു.

"മന്യുപതയശ്ച മന്യുകൃതേഭ്യഃ പാപേഭ്യോ"

പുരോഹിതൻ ഓരോ വാക്കായി ഉരുവിട്ടു; താത്രി ആവർത്തിച്ചു.

"രഖ്ഷന്താം യ, ദഹ്നാ പാപമകാരിഷം മനസാ വാചാ
കർമണാ ഹസ്താഭ്യാം പദ്ഭ്യാമുദരണേ യോനൗ
അഹസ്ത, ദവലുമ്പതു. യത് കിഞ്ച ദുരിതമ്മയി ഇദമഹമ്മാ
മമൃതയോനൗ സത്യേ ജ്യോതിഷി ജുഹോമി സ്വാഹാ."

പുരോഹിതനെ പിന്തുടർന്ന് താത്രി ഓരോ വാക്കായി ഉരുവിട്ടു. പിന്നെ കട്ടിലിൽ കയറി നിവർന്നുകിടന്നു. പുരോഹിതൻ അവളുടെ അരയിൽ കന്യകാപുനർജനിയന്ത്രം ധരിപ്പിച്ചു. പുരോഹിതന്റെ ഉടുവസ്ത്രം തറയിൽ ഊർന്നുവീഴുന്ന രംഗം താത്രി കണ്ടില്ലെന്നു ഭാവിച്ചു. പിന്നെ കണ്ണുകൾ ഇറുകെ അടച്ചു.

അഞ്ചു വർഷങ്ങൾക്കുമുമ്പ് അമ്മാവനായ ഓക്കി ഇട്ടീരി നമ്പൂരി അവളുടെ അരയിൽ പാപപരിഹാരയന്ത്രം ധരിപ്പിച്ചപ്പോൾ എന്താണുണ്ടായതോ അതൊക്കെത്തന്നെ അന്ന്, ആ രാത്രിയിൽ, കല്പകശ്ശേരി കുളപ്പുര മാളികയിലെ കട്ടിലിൽ ആവർത്തിച്ചു.

ഒരു വ്യത്യാസം മാത്രം.

അന്നവൾ വല്ലാതെ ഭയന്നുപോയിരുന്നു. അമ്മാവനെ ഭയന്നു; മന്ത്രത്തെ ഭയന്നു; അമ്മാവൻ ധരിപ്പിച്ച യന്ത്രത്തെ ഭയന്നു; അമ്മാവനിൽ നിന്നുണ്ടായ അരുതായ്മകളെ ഭയന്നു. കന്യകാപുനർജനിയന്ത്രം ധരിപ്പിക്കാൻ പുരോഹിതൻ എത്തിയപ്പോൾ അവൾ ഭയന്നില്ലെന്നു മാത്രമല്ല, അയാളുടെ നേർക്കുള്ള പരമപുച്ഛഭാവം മുഖത്ത് പ്രകടിപ്പിക്കുകയും ചെയ്തിരുന്നു. പുരോഹിതൻ ഭാരമിറക്കി വലതുവശത്തേക്ക് ചരിഞ്ഞപ്പോൾ താത്രി മെല്ലെ വിളിച്ചു.

"തിരുമേനീ"

"താത്രീ"

ആർദ്രതയും അലിവും കലർന്ന തേന്മൊഴി.

"താത്രിയോ? താത്രീഭഗവതിയല്ല്യേ?"

"അതെയതെ, താത്രീഭഗവതി തന്ന്യാ."

"അഹം മാം അമൃത യോനൗ സത്യേ ജ്യോതിഷി

ജഹോ മി സ്വാഹാ."

"അമൃതസ്രോതസ്സായ സത്യതേജസ്സിൽ ഞാൻ എന്നെത്തന്നെ ഹോമിക്കുന്നു."

താത്രി പറഞ്ഞു.

ഭയന്നിട്ടെന്നപോലെ പാലത്തോൾ ഇട്ടീരി നമ്പൂതിരി പിടഞ്ഞെണീറ്റിരുന്നു. അയാൾ ഭയഭക്ത്യാദരങ്ങളോടെ താത്രിയുടെ മുഖത്തുനോക്കി മന്ത്രം ഉരുവിടുന്നതുപോലെ മെല്ലെ ചോദിച്ചു:

"താത്രീഭഗവതിക്ക് സംസ്കൃതം നല്ലപോലെ അറിയാം, അല്ല്യേ? മന്ത്രത്തിന്റെ അന്ത്യപാദത്തിന്റെ അർത്ഥം എത്ര അസ്സലായി പറഞ്ഞു കഴിഞ്ഞു!"

"ഞാനൊരു എട്ടും പൊട്ടും കെട്ട കുട്ടിക്കാവാണെന്ന് കരുതി, അല്ല്യേ?"

താത്രി കട്ടിലിൽ നിന്നെഴുന്നേറ്റ് നിലവിളക്കിൽ എണ്ണ പകർന്നു. അഴിച്ചിട്ട ഈറൻപുടവ എടുത്തുടുക്കാൻ ഒരുമ്പെട്ടില്ല്യ. മഞ്ഞയും ചുവപ്പും കലർന്ന ദീപപ്രഭയിൽ ഇരുകൈകൾ അരയിൽ കുത്തി അവൾ നിവർന്നു നിന്ന് ഒന്നു ചിരിച്ചു. മുലകളുലയുമാറ് ഇളകിച്ചിരിച്ചു. ഓക്കിഇട്ടീരിയുടെ കസവുമുണ്ട് ചാണകം മെഴുകിയ നിലത്ത് ചുരുണ്ടു കിടക്കുകയായിരുന്നു. വിവസ്ത്രനായി നിന്നപ്പോൾ മറ്റാരെങ്കിലും അപ്രതീക്ഷിതമായി കടന്നുവന്നാലുണ്ടാകാവുന്ന പരിഭ്രാന്തിയോടെ പാലത്തോൾ കട്ടിലിൽ നിന്നും ചാടിയിറങ്ങി മുണ്ടെടുത്തു ചുറ്റി.

"എന്താ തിരുമേനീ ഒരു പരിഭ്രമം?"

"ഏയ് ഒന്നൂല്ല്യാ. പരിഭ്രമമോ? ഇല്ല്യേ ഇല്ല്യ. പിന്നെ ഒരൂട്ടം ചോദിക്കാനുണ്ടാര്ന്നു. മറ്റൊന്നും തോന്നരുത്."

"ചോദിച്ചോളൂ."

"ഓക്കി ഇട്ടീരി നമ്പൂതിരി ധരിപ്പിച്ച പാപപരിഹാരയന്ത്രം എന്ത്യേ?"

"ഞാനത് അഴിച്ചെടുത്ത് ഒരിടത്തു വച്ചിട്ടുണ്ട്. വേണോ?"

"കിട്ടിയിരുന്നെങ്കിൽ എന്താ അതിൽ കുറിച്ച മന്ത്രമെന്നു നോക്കാമാ യിരുന്നു. മന്ത്രം തെറ്റിച്ചെഴുതിയിരിക്കാനാ സാധ്യത. അത്രേള്ളൂ."

"എന്നാൽ വര്യാ. കാവിനുള്ളിൽ യക്ഷിത്തറയിൽ കത്തിക്കുന്ന നില വിളക്കിനടിയിൽ ഞാനത് ഭദ്രമായി സൂക്ഷിച്ചിട്ടുണ്ട്. വര്യ, ഇപ്പോൾതന്നെ എടുത്തുതരാം."

"കാവിനുള്ളിലോ? യക്ഷിത്തറയിലോ? ഈ പാതിരാത്രിക്ക്! വേണ്ടേ വേണ്ട."

"വേണം, എന്റെകൂടെ വര്യ."

താത്രി കതക് തുറക്കാനൊരുങ്ങി. തിരുമേനി ഓടിച്ചെന്ന് കതകിൽ ചാരിനിന്നു വിലക്കി.

"താത്രീ, ക്ഷമിക്കണം. ഇപ്പ കാവിനുള്ളിൽ കടക്കരുത്. അപകടമാ."

"എനിക്ക് ഇനിയെന്ത് അപകടം തിരുമേനീ?"

"എന്നാലും വേണ്ട, ഭഗവതി പൊറുക്കണം."

"എന്നാൽ ഞാൻ പറയുന്നത് അനുസരിക്കാമോ?"

"അനുസരിക്കാം."

"എന്റെ അരയിൽ കെട്ടിയ യന്ത്രം അഴിച്ചെടുക്ക."

പാലത്തോൾ ഇട്ടീരി നമ്പൂരി വിറയ്ക്കുന്ന വിരലുകൾകൊണ്ട് അയാൾ കെട്ടിക്കൊടുത്ത യന്ത്രം അഴിച്ചെടുത്തു. താത്രി അതു വാങ്ങി അയാളുടെ മുഖത്തിനു നേർക്ക് ഉയർത്തിപ്പിടിച്ചുകൊണ്ടു പറഞ്ഞു:

"മന്ത്രങ്ങളെല്ലാം പിഴച്ചുപോയല്ലോ തിരുമേനീ. മന്ത്രം പിഴച്ചാൽ എന്താണുണ്ടാവുകയെന്നറിയോ? ഈ കന്യകാപുനർജനിയന്ത്രത്തെ ഞാനിപ്പോ തിരുമേനിയുടെ അരയിൽ കെട്ടാൻ പോവ്വാ."

"അല്ലാ, അങ്ങനെ ചെയ്താൽ..."

"അങ്ങനെ ചെയ്താൽ എന്താണുണ്ടാവുകയെന്ന് കണ്ടറിഞ്ഞോളൂ. തിരുമേനി ഇങ്ങോട്ടു നീങ്ങിനിൽക്ക."

മഹാമാന്ത്രികൻ അനുസരണയുള്ള ഒരു കുട്ടിയെപ്പോലെ അനു സരിച്ചു.

"ആ മുണ്ടഴിച്ച് കട്ടിലിൽ ഇടുക."

അതും അനുസരിച്ചു.

അവൾ കൈയിലിരുന്ന യന്ത്രം നമ്പൂരിയുടെ അരയിൽ മുറുകെക്കെട്ടി.

"ഭഗവതീ, ഈ യന്ത്രം സ്ത്രീകൾക്ക് ധരിക്കാനുള്ളതാ."

നമ്പൂതിരി കരയുന്ന സ്വരത്തിൽ പറഞ്ഞു.

“മന്ത്രം പിഴച്ചുപോയെന്നു പറഞ്ഞില്ല്യേ? ഇനി അതിന്റെ ധർമം മറ്റൊന്നാണ്. മന്ത്രം പിഴച്ചാൽ തിരിഞ്ഞുകുത്തുമെന്ന് കേട്ടിട്ടില്ല്യേ? ഞാൻ ആവശ്യപ്പെടുന്ന സമയത്ത് ആ യന്ത്രം മൂർഖൻപാമ്പായി തന്റെ അരയിൽ ചുറ്റിക്കിടക്കുകയും തന്റെ ശിശ്നത്തിൽതന്നെ കൊത്തുകയും ചെയ്യും. കാണണോ? ഇപ്പോ തന്നെ അനുഭവിക്കണോ?”

മച്ചിൽ മുട്ടുമാറ് വളർന്നുനിൽക്കുന്ന നഗ്നനാരിയെക്കണ്ട് പാലത്തോൾ ഭയന്നുവിറച്ചു. താത്രിയുടെ കണ്ണുകളിൽ കനലെരിയുന്നതും വായിൽ വീരപ്പല്ലുകൾ മുളച്ചിറങ്ങുന്നതും നാവു വളർന്ന് നെഞ്ചിൽ മുട്ടുന്നതും നാവിൽ നിന്നും ചോരത്തുള്ളികൾ ഇറ്റുവീഴുന്നതും നമ്പൂരി കണ്ടു.

“ഭഗവതീ പൊറുക്കണേ!”

അയാൾ താത്രിയുടെ കാൽക്കൽ ദണ്ഡനമസ്കാരം ചെയ്തു. അബോധാവസ്ഥയിൽ കിടന്ന ഇട്ടീരി നമ്പൂരിയെ അവൾ വെള്ളം കുടഞ്ഞുണർത്തി. ചാടി എഴുന്നേറ്റ് തൊഴുകൈയുമായി നിന്ന് അയാൾ കെഞ്ചി:

“ഭഗവതി പൊറുക്കണം. എന്തു പ്രായശ്ചിത്തം വേണമെങ്കിലും ചെയ്യാം. അരുളിച്ചെയ്താൽ മതി.”

“ഇവിടെ, ഈ മുറ്റത്തിരുന്ന് എനിക്കൊരു കഥകളി കാണണം. കഴിയോ?”

“കഥകളി നടത്തിത്തരാം, ഈ ആഴ്ച തന്ന്യേ നടത്തിത്തരാം.”

“ആരുടെയെങ്കിലും കഥകളിയായാൽ പോരാ. കാവുങ്ങൽ കളരിയുടെ കീചകവധം കാണണം. കാവുങ്ങൽ ശങ്കരന്റെ കീചകവേഷം കാണണം. ഈ ആഴ്ചയും ഈ മാസവും ഒന്നും വേണ്ട. ഇത് മകരം. കുംഭം, മീനം. മീനം തീരുന്നതിനുമുമ്പ് കഥകളി നടത്തിത്തരണം. സമ്മതിച്ചോ?”

“സമ്മതിച്ചിരിക്കുന്നു. താത്രീഭഗവതിയുടെ കാലിൽ തൊട്ടു സത്യം ചെയ്യുന്നു.”

അയാൾ താത്രിയുടെ പാദങ്ങൾക്കരികിൽ മുട്ടുകുത്തിനിന്നുകൊണ്ട് അവളുടെ കാൽമുട്ടുകളിൽ തൊട്ടുകൊണ്ട് മലർന്നു നോക്കിപ്പറഞ്ഞു:

“ഇത് സത്യം, സത്യം, സത്യം.”

മുപ്പത്തിഅഞ്ച്

“**രാ**വുണ്ണിക്കറിയില്ല്യേ, ജീവിതത്തിൽ എന്നും പരാജയപ്പെട്ടവളാ ഞാൻ. എഴുപതും എൺപതും വയസ്സുവരെ ജീവിച്ചിരുന്നവർ നിന്റെ ഇല്ലത്തിലും ഇല്ല്യേ? അക്കണെക്കിൽ എന്റെ ജീവിതം എന്തായെന്ന് നോക്ക. എന്റെ ഈ പതിനെട്ടാംവയസ്സിൽതന്നെ സകലതും തകർന്ന് എല്ലാം നഷ്ടപ്പെട്ടു നിൽക്കയാ ഞാൻ.

എന്തിനാ ഞാൻ അതേക്കുറിച്ചൊക്കെ പറയ്യാന്ന് എനിക്കുതന്ന്യെ നിശ്ചയില്ല്യാ. എങ്കിലും ഉള്ളിൽ വിങ്ങിപ്പൊട്ടുന്ന സങ്കടങ്ങൾ ആരോടെങ്കിലും പറയേണ്ട്യേ? ഇവിടത്തെ അമ്മായിക്ക് എന്നേക്കാൾ രണ്ടു വയസ്സേ കൂടുതലുള്ളൂ. അവരോട് ഞാൻ സങ്കടങ്ങൾ പറയാറുണ്ട്. അപ്പോ അവരുടെ സങ്കടങ്ങൾ ആരോടു പറയും? എന്റെ സങ്കടങ്ങൾ കേട്ട് അമ്മായി കരഞ്ഞുപോയിട്ടുണ്ട്. അതുകൊണ്ട് പലതും ഞാൻ അവരിൽനിന്നും ഒളിച്ചുവച്ചു. പിന്നെ എന്റെ ദാസിയും തോഴിയുമായിട്ട് കല്പകശ്ശേരീവച്ചേ കൂടെയുണ്ടായിരുന്ന ചെമ്പൂട്ടിയെക്കൂടി ഞാൻ കുറിയേടത്തില്ലത്തേക്ക് കൂട്ടിക്കൊണ്ടുവന്നു. എല്ലാ കാര്യങ്ങളും അവൾക്കറിയാം. അതുകൊണ്ട് അവളോടു പറയേണ്ട കാര്യംല്ല്യാ. എങ്കിലും ആരോടെങ്കിലും പറഞ്ഞാ മനസ്സിന്റെ വിങ്ങൽ ഒന്നടങ്ങൂലോ.

അങ്ങന്യങ്ങ് എല്ലാരോടും പറയത്തക്ക കാര്യങ്ങളല്ലല്ലോ ഈ നെഞ്ചിനകത്ത് അലയടിക്കുന്നത്. ഞാൻ സ്നേഹിച്ച, എന്നെ സ്നേഹിക്കുന്ന ഒരേയൊരു പുരുഷനേയുള്ളൂ—അത് രാവുണ്ണിയാ. എങ്കിലും നമുക്ക് രണ്ടാൾക്കുമല്ല്യാതെ അത് മറ്റാർക്കും മനസ്സിലാവില്ല്യാ. മറ്റുപല പുരുഷന്മാരെയും ഞാൻ അറിഞ്ഞിട്ടുണ്ട്. പക്ഷേ അവരെയൊന്നും ഞാനങ്ങനെ സ്നേഹിച്ചിട്ടില്ല്യാ. അല്ലെങ്കിൽ അവർക്കൊന്നും എന്റെ മനസ്സിൽ കയറിയിരിക്കാനുള്ള കഴിവോ യോഗ്യതയോ ഇല്ല്യായിരുന്നു എന്നു പറയാം. ചിലരുമായി അവരുടെ ചില പ്രത്യേകതകൾകൊണ്ട് ഇഷ്ടപ്പെട്ടുപോയിട്ടുണ്ട്. അതൊക്കെ ഒരുനേരത്തെ ഇടപെടൽകൊണ്ട് അവസാനിച്ചിട്ടുമുണ്ട്. നമ്മൾ തമ്മിലുള്ള ബന്ധം അങ്ങനല്ല്യാ. ഇപ്പൊ എന്റെ മുമ്പിതികച്ചും ഇരുട്ടാണ് രാവുണ്ണീ. എനിക്ക് ശത്രുക്കളേ ഉള്ളൂ. ഞാൻ തന്ന്യെ ഉണ്ടാക്കിയ ശത്രുക്കളുമുണ്ട്. ചിലപ്പോ എനിക്ക് ജീവൻ വെടിയേണ്ടി വന്നേക്കാം. ചിലപ്പോ അവരാരെങ്കിലും എന്നെ കൊല്ലാനും ഇടയുണ്ട്. എങ്കിലും എനിക്കതിലൊന്നിലും ഭയമില്ല്യാ. മരണത്തെ ഭയക്കേണ്ട കാര്യംല്ല്യ. മരണത്തേക്കാൾ തീരെ മോശാവസ്ഥയിലല്ലേ്യ രാവുണ്ണീ എന്റെ ജീവിതം!

അംബ ആത്മാഹുതി ചെയ്തെങ്കിലും ഭീഷ്മരെ കൊല്ലാൻവേണ്ടി പുനർജനിച്ചില്ലേ്യ? ഞാനും പുനർജനിക്കും. അന്നായിരിക്കാം ഞാൻ ചിലരെയൊക്കെ വകവരുത്തുക. അതിനുശേഷമെങ്കിലും എനിക്ക് നിന്നോടൊപ്പം ജീവിക്കാൻ കഴിയ്യോ എന്ന് അറിയില്ല്യാ. കഴിയില്ല്യാന്നുവച്ചാ പിന്നെ സങ്കടപ്പെടേണ്ടിവരില്ല്യ. അത്രേന്ന്യാ.

"താത്രി സംസാരിച്ചു സംസാരിച്ചു വഴിതെറ്റുന്നു."

ഞാനവളെ ഓർമ്മപ്പെടുത്തി.

"ഭാവികാര്യങ്ങൾ നമുക്ക് പിന്നീടു തീരുമാനിക്കാം. നീ മരിക്കുമോ, നീ മരിക്കുന്നതിനുമുമ്പ് ഞാൻ മരിക്കുമോ എന്നൊന്നും നമുക്ക് നിശ്ചയിക്കാനാവില്ല്യ. ഒരു വഴിയടഞ്ഞാൽ മറ്റൊരു വഴി തുറക്കപ്പെടുമെന്ന് വിശ്വസിക്ക. ഇവിടത്തെ പ്രശ്നം അതൊന്നുമല്ല്യാ. നിന്റെ പത്താം വയസ്സിൽ നമ്മൾ തമ്മിൽ പിരിഞ്ഞതിൽ പിന്നെ ഇപ്പോഴാണ് തമ്മിൽ

കാണുന്നത്. നിന്റെ പതിനഞ്ചാം വയസ്സിലെ അനുഭവങ്ങളാണ് നീ എന്നോടു പറഞ്ഞുകൊണ്ടിരുന്നത്. ഇനിയും മൂന്നുകൊല്ലത്തെ സംഭവങ്ങൾ പറയാനില്ല്യേ? ആദ്യം അതൊക്കെയാകട്ടെ. പാലത്തോൾ ഇട്ടീരി നമ്പൂരി നിന്റെ അരയിൽ കന്യകാപുനർജനിയന്ത്രം കെട്ടിയതും ആ രാത്രിയുണ്ടായ മറ്റു സംഭവങ്ങളും നീ പറഞ്ഞു. പിന്നീട്, പിന്നീടെന്തുണ്ടായെന്ന് പറയൂ."

മലവെള്ളപ്പാച്ചിൽപോലെ പല ഭാഗത്തേക്ക് ഒഴുകിക്കൊണ്ടിരുന്ന അവളുടെ സങ്കടപ്പുഴയെ ഏകമുഖമായൊഴുകാൻ വഴിയൊരുക്കിക്കൊടുത്തു. കുറച്ചുനേരം എന്നെത്തന്നെ നോക്കിക്കൊണ്ടിരുന്നു. പിന്നെയും സംസാരിച്ചു തുടങ്ങി.

"യുദ്ധം ജയിച്ച രാജാവിന്റെ മട്ടിലാ പിറ്റേന്നു പ്രഭാതത്തിൽ കുളത്തിലെത്തിയത്. എല്ലായിടത്തും തോല്പിക്കപ്പെട്ട പാദങ്ങളിൽ മഹാമാന്ത്രികനും പ്രമാണിയുമായ പാലത്തോൾ ഇട്ടീരി നമ്പൂതിരി മുട്ടുകുത്തിവീണ് സ്വന്തം പ്രാണനുവേണ്ടി യാചിച്ച ദയനീയരംഗം ഇന്നും മനസ്സിലുണ്ട്. ശപ്പൻ! മന്ത്രംകൊണ്ട് മലമറിക്കാമെന്നു വിചാരിച്ചു വന്നവനെ അന്നു ഞാൻ തന്ത്രംകൊണ്ട് കീഴ്പ്പെടുത്തി. ആ വിജയം പകർന്നുതന്ന ആത്മവിശ്വാസത്തോടെയാണ് കുളപ്പടവുകളിറങ്ങിയത്. കുളത്തിലേക്ക് ഇറങ്ങിത്തുടങ്ങിയപ്പോ ആരോ കുളക്കരയിൽനിന്നും എന്നെ ശ്രദ്ധിക്കുന്നതായി തോന്നി. കാര്യസ്ഥൻ കിട്ടുണ്ണി. ഏതോ അദ്ഭുതവസ്തുവിനെ കാണുന്നപോലെ എന്റെ നേർക്ക് കൺമിഴിച്ചു നിൽക്കുന്നു. കിഴവന് എന്തുപറ്റി?

എന്നെ ചുമന്നുനടന്ന വൃദ്ധനല്ല്യേ? ഞാൻ അടുത്തുചെന്നു.

"തമ്പ്രാട്ടി, ഈ കിഴവനോട് പൊറുക്കണം."

എന്റെ കണ്ണുകളിൽതന്നെ സൂക്ഷിച്ചുനോക്കിക്കൊണ്ട് വൃദ്ധൻ പറഞ്ഞു.

"ന്താണ്ടായേ?"

ഞാൻ ചോദിച്ചു.

"എന്താണ്ടായേന്നറിയാനാ ഞാൻ വന്നത്. ഇന്നലെ രാത്രി ന്താണ്ടായേ?"

കിഴവൻ ചോദിച്ചു.

"എന്താ, എന്താണറിയേണ്ട്യേ?"

ഞാൻ ശബ്ദമുയർത്തി ചോദിച്ചു. എനിക്ക് ദ്വേഷം വന്നു. അന്നു രാത്രി കുളപ്പുരമാളികേവെച്ച് എന്താണുണ്ടായേന്ന് എനിക്കാ വൃദ്ധനോട് പറയാൻ കഴിയോ?

"തമ്പ്രാട്ടി പൊറുക്കണം. അഷ്ടമൂർത്തിത്തിരുമേനി കൊടുത്ത ദക്ഷിണ ഇട്ടീരിത്തിരുമേനി തിരിച്ചേല്പിച്ചു. മന്ത്രങ്ങളൊക്കെ പിഴച്ചു പോയെന്നു പറഞ്ഞു. മാത്രോല്ല്യ, ഭഗവതി വിശ്വരൂപം കാട്ടിയെന്നോ

ചോര കുടിക്കാതെ വിട്ടൂന്നോക്കെ പറേന്ന കേട്ടു. നമ്പൂരി താത്രീഭഗവതി യെന്നാ പറഞ്ഞേ. ഭഗവതിയുടെ കല്പനപ്രകാരം മീനത്തിൽ കാവുങ്ങൽ കളരിക്കാരുടെ കീചകവധം കഥകളി ഈ മുറ്റത്തു നടത്തിത്തരുമെന്നും അന്നുമാത്രമേ അദ്ദേഹം ഇനി കല്പകശ്ശേരിയിലേക്കുള്ളൂ എന്നും പറഞ്ഞു. നമ്പൂരിയുടെ മേല് കരുണ കാണിക്കാൻ താത്രീഭഗവതിയോട് പറയണേ എന്ന് എന്നോട് പറഞ്ഞിട്ടാ പാലത്തോൾ തിരുമേനി പോയത്. അതോണ്ടാണേ എന്താണ്ടായേന്ന് ചോദിച്ചേ."

"ഉണ്ടായേന്തെന്ന് അയാൾ പറഞ്ഞില്ല്യേ? പിന്നെയെന്തുവേണം?"

ഞാൻ നാലഞ്ച് പടവുകൾക്ക് മുകളിൽനിന്നും കുളത്തിലേക്ക് എടുത്തുചാടി ഊളിയിട്ടും ഉയർന്നും നീന്തിത്തുടിച്ചു. പാലത്തോൾ നമ്പൂരിയുടെ മേൽ ഞാൻ കൈവരിച്ച വിജയത്തിന്റെ ലഹരി നാലഞ്ചു ദിവസം കഴിഞ്ഞപ്പോൾ കുറേശ്ശെ ചോർന്നുപോയി. ഞാൻ പിന്നെയും കല്പകശ്ശേരിയിലെ ഒരു കുട്ടിക്കാവ് താത്രിക്കുട്ടി മാത്രമാണെന്ന് തിരിച്ചറിയുകയും ഉൾക്കൊള്ളുകയും ചെയ്തു.

എനിക്കുവേണ്ടി കുഞ്ഞുന്നാളിലും ഇപ്പോഴും ചെയ്ത സകലവിധ കർമ്മങ്ങളും പിഴച്ചുപോയെന്നും അക്കാരണത്താൽ എന്റെ സ്ത്രീജന്മം തന്നെ പാഴായിപ്പോയെന്നുമാണല്ലോ പാലത്തോൾ ആദ്യം പറഞ്ഞത്. എന്റെ പിതാവ് അക്കാര്യങ്ങൾ അങ്ങനെതന്നെ വിശ്വസിച്ചു. ഞാനെന്താ യാലും ഗുണംപിടിക്കാൻ പോകുന്നില്ല്യ. ഞാൻ കാരണം എല്ലാം തകരും. എന്നാൽ പോകുന്നിടംവരെ പോട്ടെ. എന്നെ പ്രയോജനപ്പെടുത്തി ഇല്ല ത്തിന്റെ കാര്യങ്ങൾ എന്തെങ്കിലുമൊക്കെ സാധിച്ചെടുക്കാൻ കഴിഞ്ഞാൽ അത്രയുമായി എന്നൊരു നിലപാടാണ് എന്റെ പിതാവിനുണ്ടായിരുന്ന തെന്നാണ് പല കാര്യങ്ങളിൽനിന്നും മനസ്സിലായത്.

മഴ പെയ്താൽ കല്പകശ്ശേരി ഇല്ലം ചോർന്നൊലിക്കും എന്ന അവസ്ഥയിലായിരുന്നു അന്ന്. മൂന്നുമാസം കഴിഞ്ഞാൽ മഴക്കാലമാകും. ഓല മേയാൻ ആയിരം മടല് ഓലവേണം. ഒരുകീറ് ഓലപോലും ഇല്ലത്തു മെടഞ്ഞുവച്ചിട്ടില്ല്യ. അമ്മയും ചെറിയമ്മയുമൊക്കെ അതേക്കുറിച്ച് സംസാരിക്കാറുണ്ടായിരുന്നു. അച്ഛനെ ഇല്ലത്തു കണ്ടിട്ട് പലനാളായി.

ഒരു ദിവസം നാലു മണിയായപ്പോ മെടഞ്ഞുകെട്ടിയ ഓലച്ചുമടുകളു മായി കുറേ ചുമട്ടുകാരെത്തി. അച്ഛൻ ഓല വാങ്ങി കൊടുത്തയച്ചതാ യിരിക്കുമെന്ന് ഞാൻ കരുതി. ചുമടിറക്കിവച്ചിട്ട് ജോലിക്കാർ പോയി. അതിനു പിറകേ കൃഷ്ണവാര്യർ ഇല്ലത്തു വന്നു. ആറങ്ങോട്ടുകരയിലെ കൃഷ്ണ വാര്യർ ധനികനാ. അയാൾക്ക് അമ്പതു വയസ്സ് പ്രായംകാണും.

വാര്യർ ഇല്ലത്തിനു ചുറ്റും നടന്നുനോക്കി.

"ഓല തികയുമായിരിക്കും."

അയാൾ എന്നോടു പറഞ്ഞു.

"ഇടവപ്പാതി വന്നാ ഇല്ലം നിലംപൊത്തില്ല്യേ? കെട്ടിമേഞ്ഞില്ലെന്ന് നമ്പൂരി പറഞ്ഞപ്പൊ ഞാൻ കൊച്ചുതമ്പ്രാട്ടിയെ ഓർത്തുപോയി.

ചോർന്നൊലിക്കുന്ന വീട്ടിൽ ആ കുട്ടി കിടക്കുന്നത് കഷ്ടമല്ല്യേ? നാളെ കെട്ടിമേയാൻ ജോലിക്കാർ വരും. അകത്ത് പറഞ്ഞേക്ക്.''

അന്നേരം അയാൾ പോയി. പിറ്റേന്ന് ജോലിക്കാരുമായി വന്ന് ഓല കെട്ടി മേഞ്ഞു. അന്നും അച്ഛൻ അവിടെയെങ്ങുമില്ല്യായിരുന്നു. വീട്ടിനകവും പരിസരവും അടിച്ചുവാരാൻ രണ്ടു സ്ത്രീകളെയും അയാൾ കൂട്ടിക്കൊണ്ടു വന്നിരുന്നു. സന്ധ്യയ്ക്കുമുമ്പ് പണി പൂർത്തിയാക്കി എല്ലാവരും മടങ്ങി.

പിറ്റേന്നു രാവിലെയും വാര്യരെത്തി.

''വരൂ കൊച്ചുതമ്പ്രാട്ടീ, ചില കാര്യങ്ങളറിയാനുണ്ട്.''

പത്തായപ്പുരയിലേക്ക് നടക്കുന്നതിനിടയിൽ അയാൾ എന്നെ ക്ഷണിച്ചു. ഉപകാരം ചെയ്ത ആളല്ല്യേ? ആ ക്ഷണം സ്വീകരിക്കാതിരിക്കുന്നതെങ്ങന്യാ. മുന്നനുഭവങ്ങളുടെ അടിസ്ഥാനത്തിൽ ഞാൻ ചിലതൊക്കെ ഊഹിച്ചു. കൃഷ്ണവാര്യരെ കണ്ടിട്ട് അങ്ങനേന്നുമല്ല്യ തോന്ന്യത്. വളരെ നല്ല കുലീനഭാവമായിരുന്നു അയാളുടെ മുഖത്ത്. ഏതായാലും അയാളെ പിന്തുടർന്ന് ഞാൻ പത്തായപ്പുരയിലെത്തി. കൃഷ്ണവാര്യർ വിനയഭാവത്തിൽ ഒതുങ്ങിനിന്നു.

''വാര്യര് ഇരിക്ക.''

ഞാൻ പറഞ്ഞു. അയാൾ കട്ടിലിൽ ഇരുന്നു.

''കല്പകശ്ശേരി വല്ലാതെ കഷ്ടത്തിലായീന്നാ തോന്നുന്നേ?''

അയാൾ പറഞ്ഞു. ഇല്ലത്തെക്കുറിച്ചാണോ അച്ഛനെക്കുറിച്ചാണോ അയാൾ പറഞ്ഞതെന്ന് എനിക്ക് നിശ്ചയില്ല്യായിരുന്നു. ഞാൻ കേട്ടു നിന്നു.

''താത്രിക്കുട്ടി തമ്പ്രാട്ടിക്ക് എന്തൊക്കെയോ ജന്മദോഷങ്ങളോ കർമ്മദോഷങ്ങളോ സംഭവിച്ചിട്ടുണ്ടെന്നും അതൊക്കെ പരിഹരിക്കാൻ വലിയ ചെലവുള്ള കർമ്മം നടത്തണമെന്നും അഷ്ടമൂർത്തിത്തിരുമേനി എന്നോടു പറഞ്ഞു. കിഴക്കേവാര്യത്തിനടുത്ത് ഒരേക്കർ തെങ്ങിൻപറമ്പുണ്ടായിരുന്നു. അതെനിക്ക് വിലയെഴുതിത്തന്ന് പണം പറ്റി. ഇപ്പ പറയാ ഒക്കെ തീർന്നെന്നും ഇല്ലം മേയാൻകൂടി നിവൃത്തിയില്ല്യാന്നും. അങ്ങന്യാ ഞാൻ ഓല മേഞ്ഞുതരാംന്ന് വെച്ചത്. ന്താണ്ടായേ?''

എനിക്ക് ദ്വേഷമാണുണ്ടായതെങ്കിലും പുറത്തുകാണിച്ചില്ല്യ. ന്താണ്ടായേ... ന്താണ്ടായേ... എല്ലാവരും വന്ന് അങ്ങനെ ചോദിച്ചാ ഞാനെന്താ പറയ്യാ രാവുണ്ണീ. ഞാനങ്ങനെ വിഷമിച്ചുനിന്നപ്പം അയാൾക്കും വിഷമോണ്ടായീന്നാ തോന്നുന്നേ.

''കൊച്ചുതമ്പ്രാട്ടി വിഷമിക്ക്വേന്നും വേണ്ടട്ടോ. അഷ്ടമൂർത്തിത്തിരുമേനി വസ്തു വിറ്റു കിട്ടിയ പണമത്രയും നാട്ടിലൊരുത്തി കൈക്കലാക്കി. ഇപ്പൊ അവിടത്തന്ന്യാ. തനിയേ വെച്ചുണ്ണും. അവളൊരുത്തിയാ എല്ലാം

തട്ടിയെടുത്തത്. പതിനഞ്ചു വയസ്സായ ഒരു പെങ്കുട്ടിയുണ്ടവിടെ. അതിനെ ക്കാട്ടി തിരുമേനിയെ അവളവിടെ പിടിച്ചിട്ടിരിക്ക്യാ. ആരെന്നും എന്തെന്നൊന്നും ഞാനിപ്പ പറയില്ല്യ. പിന്നെ താത്രിക്കുട്ടിത്തമ്പിരാട്ടീടെ കാര്യമോർത്തപ്പൊ കഷ്ടം തോന്നി. വലിയൊരു കലാകാരിയാകേണ്ട കുഞ്ഞല്ല്യോ? ഞാൻ കേട്ടിരിക്ക്ണൂ. കഥകളിപ്പദം ചൊല്ല്യാ ആട്ടമറിയാത്തവരും ആടിപ്പോകുംന്നാ കേൾവി. അത്ര വല്യ ഒരു കലാകാരി ഓല കെട്ടാത്ത ഇല്ലത്ത് നനഞ്ഞൊലിച്ച് കെടക്കേണ്ടിവന്നാ ദൈവം സയിക്കൂല്ല്യാ. അതുകൊണ്ട് ഞാൻ ഓലകെട്ടിച്ചുതന്നന്നേള്ളൂ; അത്രേള്ളൂ.''

വളരെ വിനയഭാവത്തിലാ അയാൾ സംസാരിച്ചത്. അയാൾ പറഞ്ഞതിൽ ചില കാര്യങ്ങൾ വല്ലാതെ സ്വാധീനിച്ചു. ഞാനൊരു വലിയ കലാകാരിയാണെന്ന് അയാൾ അംഗീകരിച്ചിരിക്കുന്നു. അതിൽ അഭിമാനം തോന്നി. ഇല്ലം ഓലമേയാൻ അയാൾ തീരുമാനിച്ചത് എന്നെക്കരുതിയാ. എന്നെക്കൊണ്ട് ഇല്ലത്തിന് അത്രയെങ്കിലും പ്രയോജനമുണ്ടായല്ലോ. അക്കാര്യത്തിലും അഭിമാനിക്കാൻ വകയുണ്ട്.

കഷ്ടം തോന്ന്യതുകൊണ്ട് ഓലകെട്ടിത്തന്നു. അത്രേള്ളൂ, അത്രേള്ളൂന്ന് അയാൾ ആണയിട്ടെങ്കിലും അത്രേംല്ല്യാ അതിനപ്പുറത്ത് മറ്റു ചിലതുകൂടി അയാൾ പ്രതീക്ഷിക്കുന്നു എന്ന് തോന്നി. 'ഞാനൊരു ഉപകാരം ചെയ്തുതന്നിട്ടുണ്ട്, ഓർമ വേണം' എന്ന ഭാവത്തിൽ എന്നോടു പെരുമാറാൻ ആർക്കും അവസരം കൊടുക്കുന്നത് എനിക്കിഷ്ടമല്ല്യ. അയാൾക്കു വേണ്ടതെന്താണെന്ന് ചോദിക്ക; അതങ്ങട് സാധിച്ചുകൊടുക്ക. അങ്ങ്ന്യായാ എന്റെ തലേല് ബാധ്യതേണ്ടാവില്ല്യല്ലോ.

''ഒക്കെ ശരിയാ വാര്യരേ.'' ഞാൻ പറഞ്ഞു.

''വാര്യര് പറഞ്ഞ കാര്യങ്ങളൊക്കെ വസ്തു വിറ്റതും പുതിയ സംബന്ധം തരപ്പെടുത്തിയതുംക്കെ ശരിയാ. ആരൊക്കെയോ പറഞ്ഞറിഞ്ഞു. ഓലമേഞ്ഞു തന്നേനും നന്ദീണ്ട്. എന്നെ വലിയ കലാകാരിയായി അംഗീകരിച്ചേനും നന്ദീണ്ട്. ഞാനിപ്പം ന്താ വേണ്ട്യേ? ന്താന്വെച്ചാ പറയ്യ.''

''മറ്റൊന്നും മോഹിച്ചിട്ടല്ലട്ടോ. എന്നാ മോഹംല്ലേന്ന് ചോദിച്ചാ ഇല്ലെന്ന് പറയാനും വയ്യ. കൊച്ചുതമ്പ്രാട്ടി അഷ്ടപദി പാടിക്കേട്ടാ എന്റെ ഭാഗ്യം.''

ആ വിനീതമായ യാചന നിരസിക്കാൻ കഴിഞ്ഞില്ല്യ. എത്രയും വലിയ ഉപകാരം ചെയ്തുതന്നിട്ട് ഇത്രയും ചെറിയ പ്രത്യുപകാരമല്ല്യേ ചോദിച്ചുള്ളൂ. കുറച്ചുകൂടി അയാളുടെ അടുത്തേക്ക് നീങ്ങിനിന്നുകൊണ്ട് ഞാൻ പറഞ്ഞു:

''പാടാം; വാര്യർക്കുവേണ്ടി ഞാൻ അഷ്ടപദി പാടാം.''

പതിന്നാലാം അഷ്ടപദിഭാഷ എന്റെ മനസ്സിൽ നിറഞ്ഞു. അടന്ത താളത്തിൽ കേദാരബന്ധു രാഗത്തിൽ നിറഞ്ഞ മനസ്സോടെ ഞാൻ പാടി.

"സുരതരുണി സമയാമൊരവളെ ഹരി
സുരതരണേന സുഖിപ്പിക്കുന്നു
കാരണമിതറിയാ കൃഷ്ണൻ വരായ്‌വാൻ കാരണമിതറിയാ
കണവനിഹ വരാത്തതിനുപര കാരണമിതറിയാ
അവളുടെ കാമവികാരം കണ്ടജൻ
വിവശത പൂണ്ടു മറന്നു മറ്റെല്ലാം (കാരണമിതറിയാ...)
മധുരിപുവിനെ മാന്മിഴിയാളിപ്പോൾ
അധരപാനം ചെയ്തു രമിച്ചീടുന്നു (കാരണമിതറിയാ...)
കുചയുഗം കുലുങ്ങുന്നു കുണ്ഡലമാടുന്നു
കചഭരമഴിയുന്നു കാമിനിക്കധുനാ (കാരണമിതറിയാ...)
ലജ്ജകൊണ്ടവളെ ഹസിപ്പിക്കുന്നു ഹരി
ലലന കപോതരുതം കരുതുന്നു (കാരണമിതറിയാ...)
പുളകമണിഞ്ഞു വിയർത്തു വിറച്ചവൾ
പുരുഷായിതം ചെയ്തു കണ്ണടയ്ക്കുന്നു (കാരണമിതറിയാ...)
ശ്രമജലവുമണിഞ്ഞു കാമിനി
രമണന്റെ മാറത്തു വീണുറങ്ങുന്നു (കാരണമിതറിയാ...)"

വിരഹിയായ രാധയുടെ സന്ദേശവുമായി കൃഷ്ണന്റെ അരികിലെത്തിയ തോഴി എന്തുചെയ്യുകയാവുമെന്നാണ് രാധ പാടിയത്. അവിടെ ഞാൻ കൃഷ്ണസമീപമണഞ്ഞ തോഴിയായി. ആ പാട്ടിലൂടെ ആവിഷ്കൃതമായ ആശയങ്ങൾ അനുഭവിക്കുകയായിരുന്നു. 'ശ്രമജലവുമണിഞ്ഞു കാമിനി രമണന്റെ മാറത്തു വീണുറങ്ങുന്നു' എന്നു പാടി അവസാനിപ്പിച്ചത് എനിക്കറിയാം. കണ്ണുതുറന്നപ്പോൾ കൃഷ്ണവാര്യരുടെ മാറത്ത് വീണുറങ്ങുകയായിരുന്നു ഞാനെന്ന് തിരിച്ചറിഞ്ഞു.

ഒരു പൂവു ചോദിച്ചു, ഒരു പൂന്തോട്ടം നൽകി എന്നു കേട്ടിട്ടില്ല്യേ? അന്ന് പത്തായപ്പുരയിൽവച്ചു സംഭവിച്ചതും അപ്രകാരമായിരുന്നു. എന്നോട് ഒരു ഗാനം മാത്രമേ വാര്യർ ചോദിച്ചുള്ളൂ. ഗാനം നൽകി; പിന്നെ എന്നെത്തന്നെ നൽകി. സത്യമായും ഞാനന്ന് കരുതിക്കൂട്ടി ചെയ്തതല്ല്യ. ജയദേവപദങ്ങൾ എന്നെ രാധയുടെ പകരക്കാരിയാക്കി കൃഷ്ണസന്നിധിയിലെത്തിച്ചു. പാട്ടിലലിഞ്ഞപ്പോൾ ഞാൻ ഞാനല്ലാതായി; വാര്യർ കൃഷ്ണനായി.

അങ്ങനെയും ഒരു പാപംകൂടി ഞാനെന്റെ തലയിലേറ്റി; അല്ല്യേ രാവുണ്ണീ? ഉച്ചയോടടുത്ത സമയത്താണ് വാര്യർ പോയത്. പോകാൻ നേരത്ത്, വട്ടത്താമരയിലയിൽ പൊതിഞ്ഞ ഒരുപിടി നാണയം കട്ടിലിൽ വെച്ചിട്ടു പറഞ്ഞു:

"ഇത് ഒരെളിയ കാണിക്കയാ; താത്രീഭഗവതിയുടെ കാൽക്കൽ വെയ്ക്കുന്ന കാണിക്ക. നിഷേധിക്കരുത്."

ഞാനൊന്നും പറഞ്ഞില്ല്യ. അയാൾ ഇറങ്ങിപ്പോയി. ആറു രൂപയുണ്ടായിരുന്നു, ആ പൊതിയിൽ.

മുപ്പത്തിആറ്

മീനം 20ന് കല്പകശ്ശേരി ഇല്ലത്ത് കാവുങ്ങൽക്കാരുടെ കഥകളിയുണ്ടെന്ന് നാട്ടിൽ വാർത്തയായി. അറിയപ്പെടുന്ന കഥകളിയോഗങ്ങളിൽ ഏറ്റവും വലിയ പ്രതിഫലം പറ്റിയിരുന്നത് കാവുങ്ങൽക്കാരാ. കൊച്ചിരാജാവിൽനിന്നും തങ്കമുദ്രയും പട്ടും സമ്മാനമായി നേടിയവർ!

പാലത്തോൾ ഇട്ടീരി നമ്പൂരി കന്യകാപുനർജനിയന്ത്രവുമായി വന്നപ്പോ പറഞ്ഞ വാക്ക് പാലിക്കപ്പെടുമെന്നായി. അന്നയാൾ ഭയന്നിട്ട്, ഞാൻ പറഞ്ഞതൊക്കെ സമ്മതിച്ച് ഓടിപ്പോയതാണെന്നേ കരുതിയിരുന്നുള്ളൂ! രണ്ടു മാസത്തിനു മുമ്പായിരുന്നല്ലോ ആ സംഭവങ്ങൾ. ഞാനതൊക്കെ മറന്നപോലെയായിരുന്നു. അപ്പോഴാ കഥകളിവാർത്തയുമായി കിഴവൻ കിട്ടുണ്ണിയെത്തിയത്.

"കല്പകശ്ശേരിയിൽ കാവുങ്ങൽക്കാരുടെ കഥകളി! അറിഞ്ഞോ?"

"അല്ലാ മീനം 20ന് കല്പകശ്ശേരിയിൽ കഥകളിയുണ്ടെന്നു കേട്ടു, അതും കാവുങ്ങൽക്കളരിയുടെ കളി!"

കണ്ടവർ കണ്ടവർ കല്പകശ്ശേരിയിലെ കാവുങ്ങൽ കഥകളിവിശേഷങ്ങൾ കൈമാറിക്കൊണ്ടിരുന്നു. കല്പകശ്ശേരി ഇല്ലത്തിന്റെ അന്നത്തെ സ്ഥിതി രാവുണ്ണി ഊഹിക്കുന്നതിലും മോശമായ അവസ്ഥയിലായിരുന്നു. പുര കെട്ടിമേയാൻപോലും നിവൃത്തിയില്ലാത്ത മനയിൽ കാവുങ്ങൽക്കാരുടെ കഥകളിയോ?

"കല്പകശ്ശേരിയിലോ? അഷ്ടമൂർത്തി ഭാഗ്യവാനല്ല്യേ നമ്പൂരീ! നമുക്ക് അത്ര മിടുക്കുള്ള പുത്രീല്ലാണ്ടായിപ്പോയി. അല്ലേ നമ്മുടെ ഇല്ലത്തും കാവുങ്ങൽ കളരിയെത്തിയേനേ."

വഴിയിൽ കണ്ട നമ്പൂതിരിമാർ പരസ്പരം പറഞ്ഞു ചിരിക്കുന്ന വാർത്തകളും നാണിത്തള്ളയും പുറംപണിക്കാരും പറഞ്ഞ് ഞാനും അറിഞ്ഞുകൊണ്ടിരുന്നു. എന്നെ ലക്ഷ്യംവെച്ചാണ് അവർ സംസാരിക്കുന്നതെന്ന് അറിയാമായിരുന്നു. ആദ്യമാദ്യം അത്തരം വാർത്തകൾ കേട്ടപ്പോൾ ഞാൻ കരഞ്ഞു. പിന്നെ അതൊക്കെ അവഗണിക്കാൻ ധൈര്യമുണ്ടായി. അന്നൊരു ദിവസം രാവിലെ മാധവി വന്നു. ആ വാർത്ത അറിഞ്ഞുകൊണ്ടാണ് അവൾ വന്നത്. അവളെനിക്ക് ധൈര്യം തന്നു.

"തമ്പ്രാട്ടി കരയരുത്. ഞാനും കൊറേ ആക്ഷേപം കേട്ടവളാ. കാലുപിടിച്ചു കാര്യം സാധിച്ചുപോയവർ പുറത്തിറങ്ങി വീരസ്യം പറയും. നീയറിഞ്ഞോടാ ഞാനിന്നലെ രാത്രി ഇന്നാരോടൊപ്പമാണ് ഉറങ്ങിയതെന്നൊക്കെ പറയും. ചില കഴിവുകെട്ട കഴുതകൾ ആണെന്നും പറഞ്ഞ് നടക്കുന്നുണ്ട്. കാഴ്ചയിൽ ആണായിരിക്കും. കാര്യത്തിലില്ല. തമ്പ്രാട്ടിയെ കണ്ടിട്ടുകൂടിയല്ലാത്ത അത്തരക്കാരും വാർത്തകളുണ്ടാക്കും. അതൊക്കെ കേട്ട് കരയാനോ തുള്ളാനോ തുടങ്ങിയാൽ നമുക്കതിനേ സമയമുണ്ടാവൂ. ഏതായാലും നനഞ്ഞു. ഇനി കുളിച്ചുകയറുകതന്നെ."

ഞാനന്നേരം മാധവി പറഞ്ഞപോലെ കുളിച്ചുകയറാനല്ല്യ തീരുമാനിച്ചേ. നനഞ്ഞതു ശരിതന്ന്യാ. ഇനി ഈറൻമേനി ഉണങ്ങിയ തുണികൊണ്ട് തുടച്ച് വൃത്തിയാക്കാം; അല്ലെങ്കിൽ വെയിലുകൊണ്ട് നനവു മാറ്റിയെടുക്കാം. മുമ്പത്തെപ്പോലെ ഇനി നനയാൻ വയ്യാ എന്നാണ് ഞാൻ കരുതിയത്. ഒന്നാലോചിച്ചാ ആൾക്കാരെ കുറ്റം പറയാൻ കഴിയില്ല്യാ. പട്ടിണിക്കാരുടെ ഇല്ലത്തെ കഥകളിയുത്സവം!

രാവുണ്ണിക്ക് എന്തു തോന്നുന്നു? 'അരിമണിയൊന്നു കൊറിക്കാനില്ല്യ, തരിവളയിട്ടു കിലുക്കാൻ മോഹം' എന്നു പറഞ്ഞതുപോലെയല്ലേ്യ കാര്യങ്ങൾ?

കളിയുടെ തലേദിവസം മീനം 19ന് രാവിലെ തന്നെ ഇല്ലത്ത് ചെറിയൊരു ആൾക്കൂട്ടമായി. പാലത്തോൾ നമ്പൂതിരി പരിവാരങ്ങളുമായെത്തി. ഒരു ചാക്ക് അരിയും വേണ്ടുന്ന പച്ചക്കറികളും പലചരക്കുകളുമായി നമ്പൂരിയെത്തി. മാധവിയും വേറെ രണ്ടു സ്ത്രീകളും നമ്പൂരിയുടെ സംഘത്തിലുണ്ടായിരുന്നു. പെണ്ണുങ്ങൾ വറുത്തും പൊരിച്ചും കരിച്ചും അടുക്കളയിൽ ഉത്സവമാടി. മുമ്പു കഥകളി നടത്തിയ അതേ സ്ഥലത്തു തന്നെ വേദി കെട്ടിയുണ്ടാക്കി. ഞാനും ചെമ്പൂട്ടിയും ഒരുക്കങ്ങൾ നോക്കിനടന്നതല്ല്യാതെ അന്ന് അടുക്കളയിൽ കയറിയില്ല്യ. പാലത്തോൾ ഓലക്കുടയും ചൂടിനിന്ന് ആട്ടപ്പുര കെട്ടിക്കുകയായിരുന്നു.

എന്താണ് പ്രതികരണമെന്ന് അറിയണമല്ലോ. ഞാൻ ചെമ്പൂട്ടിയെ ഒഴിവാക്കി നമ്പൂരിയുടെ അടുത്തു ചെന്നുനിന്നു. കന്യകാപുനർജനിയന്ത്രത്തെക്കുറിച്ചോർത്തപ്പോ ഉള്ളിൽ ചിരിപൊട്ടിയെങ്കിലും ഞാൻ നമ്പൂതിരിയുടെ മുമ്പിൽ പരിചിതഭാവത്തിൽ പുഞ്ചിരിച്ചതേയുള്ളൂ. അയാളുടെ പെരുമാറ്റം എന്നെ അദ്ഭുതപ്പെടുത്തിക്കളഞ്ഞു. അമ്പലനടയിൽ ഒരു ഭക്തൻ ചെയ്യുന്നതുപോലെയായിരുന്നു അത്. ഓലക്കുട നിലത്തുവച്ച് ഇരുകൈകൂപ്പി എന്റെ മുമ്പിൽ അയാൾ കുമ്പിടുന്നതു കണ്ടപ്പോൾ സഹിച്ചില്ല്യ. എന്തു കഷ്ടായിപ്പോയി? നാട്ടിൽ എല്ലാവരും ബഹുമാനിക്കുന്ന, ധനികനും പ്രതാപിയുമായ ഒരു തിരുമേനി എന്നെപ്പോലൊരു കഥയില്ലാത്ത കുട്ടിക്കാവിനു മുമ്പിൽ ശിരസ്സു നമിക്കയെന്നാൽ സങ്കടകരം തന്ന്യാ. ഞാൻ പെട്ടെന്ന് മറ്റൊരു ദിക്കിലേക്ക് നടന്നു.

വേദിയൊരുക്കുന്നിടത്ത് ഒരേ പ്രായത്തിലുള്ള മൂന്നു യുവാക്കൾ വെറുതെ ചുറ്റിപ്പറ്റി നിൽക്കുന്നുണ്ടായിരുന്നു. പാലത്തോളിനോടൊപ്പം വന്ന അവർ എന്നെ നോക്കുകയും പരസ്പരം മൗനമായി ചില ആശയങ്ങൾ കൈമാറുകയും ചെയ്തുകൊണ്ടിരുന്നു. അതൊന്നും ഞാൻ കാണുന്നില്ലെന്ന് ഭാവിച്ചെങ്കിലും എല്ലാം കാണുകയായിരുന്നു. ഒരു യുവാവ് എന്റെ അടുത്തേക്ക് രണ്ടു ചുവടുവച്ചിട്ട് പിന്തിരിഞ്ഞു. മാധവി ഒരു ചരുവവുമായി കുളപ്പുരയിലേക്ക് നടക്കുകയായിരുന്നു.

“കുളപ്പുരയിലേക്ക് വരുന്നോ?”

മാധവി ചോദിച്ചു. ഞാൻ കൂടെ നടന്നു. കുളപ്പടവിലെത്തിയപ്പോൾ ആ മൂന്നു യുവാക്കളും കൂടെയെത്തി.

"തമ്പ്രാട്ടി ഇവരെ അറിയോ?"

യുവാക്കളുടെ നേരേ തിരിഞ്ഞുനോക്കിയിട്ട് മാധവി ചോദിച്ചു. ഞാൻ മറുപടിയൊന്നും പറഞ്ഞില്ല്യ. ഇവർ രണ്ടുപേർ വടക്കേമഠത്തിലേയാ. ശ്രീനിവാസപ്പട്ടരും രങ്കൻപട്ടരും. അത് രാനത്ത് അച്യുതപ്പൊതുവാൾ.

"ഞങ്ങൾ താത്രിയെക്കുറിച്ച് ധാരാളം കേട്ടിട്ടുണ്ട്. ഇന്നേ കാണാൻ കഴിഞ്ഞുള്ളൂ."

ശ്രീനിവാസപ്പട്ടർ പറഞ്ഞു. ആ പറഞ്ഞതിൽ ഒരു ദുസ്സൂചനയുണ്ടെന്ന് തോന്നി. എനിക്കത് ഇഷ്ടപ്പെട്ടില്ല്യ. ആ ഇഷ്ടക്കേട് നിശ്ചായും മുഖത്ത് നിഴലിച്ചുകാണും.

"എന്താ കേട്ടേ?"

ഞാൻ ശ്ശി സ്വരമുയർത്തി ചോദിച്ചു.

"വല്യ പാട്ടുകാരിയാണെന്ന്. അസ്സലായി കഥകളിപ്പദങ്ങൾ ചൊല്ലു മെന്ന്."

ഞാൻ ആ പാവങ്ങളെ വെറുതെ തെറ്റിദ്ധരിച്ചുപോയല്ലോ എന്നു തോന്നി.

"അവിടുത്തോട് ഞങ്ങൾക്ക് നന്ദിയുണ്ട്."

മറ്റൊരാൾ പറഞ്ഞു. അത് അച്യുതപ്പൊതുവാളായിരുന്നു.

"നന്ദി കാട്ടാൻ ഞാനെന്താ ചെയ്തേ?"

"താത്രിക്കു വേണ്ട്യല്ലേ്യ പാലത്തോള് കഥകളി നടത്തിക്ക. ഭാഗ്യായി, ഞങ്ങൾക്കും കാണാലോ."

ആ സംഭാഷണം തുടരാൻ അന്നേരം ഞാൻ ഇഷ്ടപ്പെടുന്നില്ലെന്ന് മുഖഭാവത്തിൽനിന്നും മാധവി മനസ്സിലാക്കിക്കാണണം.

"തിരുമേനിമാര് ചെല്ല്. ഊണ് കാലായിക്കാണും. ഉംംം."

അവർ തിരിച്ചുനടന്നു.

"അല്ലാ അവരെത്തീലോ."

മാധവി തിടുക്കത്തിൽ തിരിച്ചുനടന്നു. ആട്ടക്കാരുടെ വരവ് കണ്ടാണ് മാധവി ഓടിയത്. ആട്ടപ്പെട്ടികളും ആട്ടവിളക്കും ചെണ്ടയും മറ്റുമായി പത്തുപതിനഞ്ചു പേരടങ്ങുന്ന ഒരു സംഘം മുറ്റത്തെത്തി. ഞാൻ കുളപ്പട വിൽതന്നെ നിന്ന് രംഗം നിരീക്ഷിച്ചു. പാലത്തോൾ ആഗതരെ പത്തായ പ്പുരയിലേക്ക് ആനയിച്ചു. ഉള്ളിലുദിച്ച സന്തോഷമൊന്നും പുറത്തുകാട്ടി യില്ല്യ. അവർ വന്നപ്പോഴാണ് നിശ്ചയമായും കഥകളി നടക്കും എന്ന് ഉറപ്പായത്. കാവുങ്ങൽ ശങ്കരന്റെ കീചകവേഷം അടുത്തിരുന്ന് കാണാലോ എന്നോർത്തപ്പോൾ ആവേശഭരിതയായി.

ചെമ്പൂട്ടി ഓടിക്കിതച്ചെത്തി.

“ഇവ്ടെ നിൽക്കേര്ന്നോ? ഞാൻ എവിടേക്ക നോക്കിനടന്നലഞ്ഞു! ഒടുവിൽ മാധവി പറഞ്ഞു കുളപ്പുരയിലുണ്ടെന്ന്.”

“എന്തേ, എന്തേണ്ടായേ?”

“അറിഞ്ഞില്ല്യേ? ആട്ടക്കാരെത്തി. കാവുങ്ങൽ ശങ്കരനും ആൾക്കാരുമെത്തി. പത്തായപ്പുരയിലുണ്ട്.”

ചെമ്പൂട്ടി ഒറ്റശ്വാസത്തിൽ പറഞ്ഞു.

“വന്നെങ്കിൽ അവരവിടെ ഇരുന്നോട്ടെ.”

ഞാൻ ഉദാസീനഭാവം നടിച്ചു.

ചെമ്പൂട്ടി എന്നെ സംശയത്തോടെ നോക്കി.

“സംശയിക്ക്യേന്നും വേണ്ട. എനിക്കു കാണണം, കാവുങ്ങലിനെ കാണണം. ആൾക്കൂട്ടത്തിൽവച്ചു കണ്ടാൽ പോരാ. ഒറ്റയ്ക്കു കാണണം; സ്വൈരമായ് കാണണം.”

ഞാൻ ഉള്ളുതുറന്നു.

“എന്താ വേണ്ട്യേ?”

ചെമ്പൂട്ടി സഹായിക്കാൻ തയ്യാറായി നിന്നു.

“നീ ചെന്ന് മാധവിയോട് പറഞ്ഞാൽ കാവുങ്ങലിനെ കാട്ടിത്തരും. താത്രി കുളപ്പുരയിലുണ്ടെന്നും കാണാൻ ആഗ്രഹിക്കുന്നു എന്നും നീ കാവുങ്ങലിനോട് രഹസ്യമായി പറയണം.”

എന്റെ ദൂതുമായി ചെമ്പൂട്ടിഹംസം പത്തായപ്പുരയിലേക്കു പറന്നു. ഞാൻ കുളപ്പുരമാളികയിലേക്കും. എത്ര പെട്ടെന്നാണ് ഞാനന്ന് നളചരിതത്തിലെ ഭൈമിയായി മാറിയതെന്ന് ഇന്ന് ഓർത്തുപോവുകയാണ്. ഹംസത്തോട് ദമയന്തി പറയുന്ന പതിനേഴാംപദം ഒന്നാംചരണം നീലാംബരിരാഗത്തിൽ ചെമ്പടതാളത്തിൽ ഞാൻ പാടിപ്പോയി.

“നാളിൽ നാളിൽ വളരുമാധിമൂലമിദം
ആളിമാരോടുമിതനുദിതപൂർവം
കാലമേ ചെന്നു നീ മരാള! പറക നര-
പാലനോടെല്ലാം പ്രതിപാലിതാവസരം.”

പാടുകമാത്രമല്ല്യ, മുദ്രക്കൈകൾ കാട്ടി ചുവടുകൾവച്ച് ഞാൻ ദമയന്തിയായി സാങ്കല്പിക ആട്ടവിളക്കിനു മുമ്പിൽ നിറഞ്ഞാടി. ദമയന്തിയായപ്പോൾ കാവുങ്ങൽ ശങ്കരൻ നളനായി സങ്കല്പിക്കപ്പെട്ടു. അരയന്ന മന്നവൻ ആയി മാറിയ ചെമ്പൂട്ടി പോയിക്കഴിഞ്ഞെങ്കിലും കാവുങ്ങൽനളനോട് പറയേണ്ട കാര്യങ്ങൾ എന്റെ ഉള്ളിൽനിന്നും ഗാനമായി ഉറവപൊട്ടി ഒഴുകി.

“പേർത്തു പേർത്തു ജനകീർത്ത്യമാന നള-
പാർത്ഥിവോത്തമ സൽകീർത്തികൾ കേട്ടേൻ
ഓർത്തവനുടൽ കൂർത്തു മൂർത്തംഗജാസ്ത്രമേറ്റ്
നേർത്തുടൽ നെടുതായി വീർത്തു ഞാനാർത്തയായേൻ.”

ഏകയായി ഞാൻ അരങ്ങ് തകർത്ത് ആടിക്കൊണ്ടിരുന്നപ്പോൾ കുളപ്പുരപ്പടവുകളിൽ പദപതനധ്വനി കേട്ട് നിന്ന നിലയിൽ തലതിരിച്ചു നോക്കി. മുറിക്കുള്ളിലെത്തിയ പുരുഷൻ കാവുങ്ങൽ ശങ്കരനാണെന്ന കാര്യത്തിൽ എനിക്കു ശങ്കയില്ല്യായിരുന്നു. അയാളെ കണ്ടിട്ടും ഒരു നിമിഷം മുദ്രക്കൈകൾ അതേനിലനിന്നു. പിന്നെ മെല്ലെ ചുവടുമാറ്റി കപോതഹസ്ത മുദ്ര മാറിനു മുന്നിൽ പിടിച്ച് വണങ്ങി. ഇരുകൈകൾ കൊണ്ട് എന്റെ മുദ്രക്കൈകളെ ചേർത്തുപിടിച്ച് അദ്ദേഹം പറഞ്ഞു:

"അസ്സലായി, അഭിനന്ദനങ്ങൾ."

ഞാൻ ഒരിക്കൽകൂടി ശിരസ്സു നമിച്ചു.

"കേട്ടതിനേക്കാൾ സുന്ദരി, അറിഞ്ഞതിനേക്കാൾ വലിയ പാട്ടുകാരി; വശ്യമായ ആട്ടം. ആരും കൊതിച്ചുപോകും നിന്റെയീ കഴിവുകൾ."

ഞാനൊന്നും മിണ്ടിയില്ല്യ. മിണ്ടാൻ കഴിഞ്ഞില്ല്യ.സന്തോഷംകൊണ്ട് ശ്വാസം മുട്ടിപ്പോയി. നിർവൃതിയിൽ മുങ്ങിപ്പോയ അനുഭവം.

"എന്താ ഒന്നും പറയാനില്ലേ?"

"ഉണ്ട്, ഒരുപാട് പറയാനുണ്ട്."

"എപ്പോൾ?"

"കളി കഴിയുമ്പോൾ, ആട്ടവിളക്കണയുംമുമ്പ്, ഞാൻ ഇവിടെ യുണ്ടാകും. ഈ കുളപ്പുരമാളികയിൽ. വേഷമഴിക്കാൻ സമയം കളയണ മെന്നില്ല്യ."

സന്ധ്യയായപ്പോ തന്നെ നടുമുറ്റം കാണികളെക്കൊണ്ടു നിറഞ്ഞു. പത്തായപ്പുരയിൽ ചുട്ടികുത്ത് നടന്നുകൊണ്ടിരുന്നു. ഞാനും ചെമ്പൂട്ടിയും മുൻനിരയിൽ സ്ഥാനം പിടിച്ചു. തിരശ്ശീല പിടിച്ചപ്പോൾ മാധവിയും ഞങ്ങളുടെ അടുത്തുവന്നിരുന്നു. അവിടെ പാടിയതൊന്നും ഞാൻ കേട്ടില്ല്യ, അവിടെ ആടിയതൊന്നും ഞാൻ കണ്ടില്ല്യ. ഒടുവിൽ ഞാൻ കാത്തുകാത്തിരുന്ന രംഗം വന്നു. അരങ്ങത്ത് പാഞ്ചാലിയും കീചകനും.

> "കുംഭികുംഭം തൊഴും കുചകുംഭയുഗം തന്നിൽ
> അമ്പോടു ചേർത്തുകൊൾക മാം രംഭോരു വൈകാതെ"

ആ പദം കീചകൻ എന്റെ മുഖത്തു നോക്കിയാണ് ആടിയത്. അനാവൃതമായിരുന്ന എന്റെ കുചകുംഭങ്ങളിൽ അന്നേരം ഞാൻ നോക്കിപ്പോയി. കീചകനു ആടാൻവേണ്ടി പദം പാടപ്പെട്ടപ്പോൾ ഞാൻ വീണ്ടും ദത്ത ശ്രദ്ധയായി.

> "ഹരിണാക്ഷീ ജനമൗലീമണേ നീ
> അരികിൽ വരിക മാലിനീ"

എന്നോട്, എന്നോടുതന്ന്യേയാണ് ശങ്കരൻ പറയുന്നതെന്ന് ഞാൻ മനസ്സിലാക്കി. പാഞ്ചാലിയുടെ മുമ്പിലല്ല്യ, താത്രിക്കുട്ടിയുടെ മുമ്പിലാ കാവുങ്ങൽ ശങ്കരൻ സംഭോഗശൃംഗാരമാടുന്നതെന്ന് മനസ്സിലായി.

പാഞ്ചാലിയുടെ വേഷം കെട്ടിനിൽക്കുന്ന പത്മനാഭപ്പണിക്കർക്ക് കാവുങ്ങൽ ശങ്കരന്റെ ശൃംഗാരാഭിനയം ഉള്ളിൽ തട്ടുന്നതെങ്ങനെ? ഒറ്റ മുണ്ടുടുത്ത പാഞ്ചാലി, മുറ്റത്ത് ആ സമയമത്രയും മഞ്ഞുകൊണ്ടും കാവുങ്ങലിനെക്കുറിച്ചല്ലാതെ മറ്റു ചിന്തകളില്ലാതെയും ഒറ്റയ്ക്കെരിയുക യായിരുന്നു. കീചകവധം കഴിഞ്ഞു. ചെമ്പൂട്ടിയോട് എല്ലാം പറഞ്ഞു. കാഴ്ചക്കാർ എഴുന്നേറ്റുതുടങ്ങിയപ്പോൾതന്നെ ഞാൻ കുളപ്പുരമാളിക യിൽ എത്തിയിരുന്നു. സന്ധ്യയ്ക്കുതന്നെ നിറയെ എണ്ണയൊഴിച്ച് ഒറ്റ ത്തിരിയിട്ട് ഞാൻ കൊളുത്തിവച്ചിരുന്ന നിലവിളക്ക് കെടാവിളക്കായി എരിഞ്ഞു കൊണ്ടിരുന്നു.

വേഷമഴിക്കാതെതന്നെ കാവുങ്ങൽ ശങ്കരൻ പടികയറിവന്നു. വാതി ലടഞ്ഞു. നിലവിളക്ക് ഞങ്ങളെ ഒറ്റക്കണ്ണിട്ടു നോക്കി.

കിരീടവും ഉടുത്തുകെട്ടും നിലത്തൂർന്നുവീണു. തന്റെ ആട്ടക്കഥയ്ക്ക് വേറിട്ടൊരു ആട്ടപ്രകാരം രചിക്കപ്പെടുമെന്ന് ഇരയിമ്മൻതമ്പി അറിഞ്ഞിരു ന്നില്ല്യ. വ്യാസനും ഇരയിമ്മൻതമ്പിയും തിരുത്തപ്പെട്ടു. കഥകളിയിൽ കീചകൻ വധിക്കപ്പെട്ടെങ്കിലും ജീവിതകളിയിൽ പാഞ്ചാലി കീചകന് കീഴടങ്ങിക്കൊടുത്തു. ഒരു കലാകാരനും ഒരു കലാകാരിയുംകൂടി പുതി യൊരു കലാരൂപം നിർമിച്ചെടുത്ത അനുഭൂതിദായക നിമിഷങ്ങളായിരുന്നു ഞാൻ അനുഭവിച്ചത്.

ചെമ്പൂട്ടിയുടെ ചിരി കേട്ടാണ് ഞാൻ കണ്ണു തുറന്നത്.

“എന്തായീ കാണണേ! കീചകന്റെ മുഖത്തു മാത്രമേ ചുട്ടികുത്തി യിരുന്നുള്ളൂ. പാഞ്ചാലിയുടെ മുഖത്തു മാത്രല്ലല്ലോ, ഈ മേനിയിൽ ചുട്ടി കുത്താത്ത ഒരിടവുമില്ലല്ലോ.”

നേരം നന്നേ പുലർന്നിരുന്നു. അപ്പോഴും നിലവിളക്ക് തെളിഞ്ഞു കത്തിക്കൊണ്ടിരുന്നു. ഞാൻ കണ്ടു, എന്റെ മാറിലും വയറ്റിലും അടിവയറ്റിലും തുടകളിലും...

“ഇത് മുഖത്തെഴുത്തല്ല, പുറത്തെഴുത്ത്.”

ചെമ്പൂട്ടി പിന്നെയും ചിരിച്ചു.

മുപ്പത്തിഏഴ്

കാവുങ്ങൽ ശങ്കരൻ വന്നതും കണ്ടതും കൊണ്ടതുമെല്ലാം ജന്മ സാക്ഷാത്കാരമായി, സ്വപ്നസാക്ഷാത്കാരമായി കരുതി. ഞാൻ തീർത്തും ഭാഗ്യംകെട്ടവളല്ലെന്നും ആഗ്രഹിച്ച ചില കാര്യങ്ങളെങ്കിലും നേടാൻ കഴിഞ്ഞല്ലോ എന്നും സമാധാനിച്ച ദിനങ്ങളായിരുന്നു അത്. സ്വയം സ്നേഹിച്ച, ജീവിതത്തെ ഇഷ്ടപ്പെട്ട ദിനങ്ങൾ.

കുറച്ചു ദിവസം ചെമ്പൂട്ടിയെ അവളുടെ വീട്ടിൽ പോകാൻ അനുവദിച്ചില്ല്യ. ഞങ്ങൾ കൊച്ചുകുട്ടികളെപ്പോലെ ആടിയും പാടിയും ആർത്തുല്ലസിച്ചുനടന്നു. മണിക്കൂറുകളോളം നീന്തിരസിച്ചു. കാവിനുള്ളിൽ കയറി തെച്ചിപ്പഴവും ഞാറപ്പഴവും കൊറണ്ടിപ്പഴവും മറ്റും പറിച്ചുതിന്ന് രസിച്ചു നടന്നു. അഞ്ചുവയസ്സായ ബാലികമാരായി മാറിയ അനുഭവം. ഒരു മനുഷ്യായുസ്സുകൊണ്ട് ഒരു സ്ത്രീക്ക് അനുഭവിക്കാൻ കഴിയാത്ത സുഖവും ദുഃഖവും അക്കാലത്തിനുള്ളിൽ അനുഭവിച്ചുകഴിഞ്ഞിരുന്നു. പീഡാനുഭവങ്ങൾ വിസ്മൃതമായി. മധുരസ്മരണകളിൽ മനം മയങ്ങി പാറിനടന്നു.

കുറച്ചു ദിവസത്തേക്ക് പത്തായപ്പുര ഞങ്ങൾ കൈയടക്കി എന്നു പറയാം. വെടിപറഞ്ഞിരിക്കാൻ വരാറുണ്ടായിരുന്ന നമ്പൂതിരിമാരെ പാടേ അവഗണിച്ചു. ഞാനും ചെമ്പൂട്ടിയും കതകടച്ച് അകത്തി രുന്ന് അഷ്ടപദി പാടി. ഞാനവളെ പാടിപ്പഠിപ്പിച്ചു.

"ചന്ദനചർച്ചിത നീലകളേബര പീതവസനവനമാലീ
കേളിചലന്മണി കുണ്ഡലമണ്ഡിത ഗണ്ഡയുഗസ്മിതശാലി
ഹരിരിഹ മുഗ്ധവധൂനികരേ വിലാസിനി വിലസതി കേളിപരേ
പീനപയോധര ഭാരഭരേണ ഹരിം പരിരഭ്യ സരാഗം
ഗോപവധൂരനുഗായതി കാചിദുദഞ്ചിത പഞ്ചമരാഗം - ഹരിഹര
കാപിവിലാസവിലോല വിലോചന ഖേലന ജനിതമനോജം
ധ്യായതി മുഗ്ധ വധൂരധികം മധുസൂദനവദന സരോജം"

- ഹരിഹര

പത്തായപ്പുരയിൽ ഞങ്ങൾ ആടിത്തകർക്കുകയും പാടിത്തിമിർക്കുകയുമായിരുന്നു. അതിനിടയിൽ അന്തപ്പുരത്തിൽ അച്ഛന്റെ അട്ടഹാസങ്ങളും കുട്ടികളുടെയും അമ്മമാരുടെയും നിലവിളിയും കേട്ടു. എന്റെ ജീവിതത്തിന്റെ തേൻകുടം വീണുടഞ്ഞു. അതാണ് രാവുണ്ണീ എന്റെ ജീവിതം. അധരത്തോടടുത്ത മധുപാത്രം വീണുടഞ്ഞു എന്നൊക്കെ പറയുന്നത് എന്റെ കാര്യത്തിൽ ശരിയാവില്ല്യാ. അതിനെക്കാളൊക്കെ ദയനീയമായിരുന്നു കാര്യങ്ങൾ. കുടിക്കാനെടുത്ത കഞ്ഞി ചട്ടിയോടെ വീണുടഞ്ഞു!

അന്തപ്പുരത്തിൽ എന്നെക്കുറിച്ചാണ് സംസാരമെന്ന് മനസ്സിലായി. എന്നെ പിന്തുണച്ചതിനാണ് അമ്മയ്ക്ക് തെറിയും തല്ലും സഹിക്കേണ്ടി വന്നതെന്നും മനസ്സിലായി. അഷ്ടമൂർത്തി സംഹാരമൂർത്തിയായി നിൽക്കുന്നു. ആട്ടക്കഥകളിലെ കാട്ടാളവേഷം പത്തായപ്പുരേടെ കതകു തകർത്ത് അകത്തു കടന്ന് എന്നെ വകവരുത്തും എന്ന് തോന്നി. മുമ്പെങ്ങും സംഭവിക്കാത്ത തരത്തിൽ ഭയന്നു. ജീവനുംകൊണ്ട് ഓടി രക്ഷപ്പെടുന്നതാണ് നല്ലതെന്ന് തോന്നി. ഞാൻ പത്തായപ്പുരേ ഉണ്ടെന്ന് എല്ലാർക്കുമറിയാം. മെല്ലെ വാതിൽ തുറന്ന് ചെമ്പൂട്ടി പുറത്തിറങ്ങി രംഗ

നിരീക്ഷണം നടത്തി. പുറത്താരെയും കാണാനില്ല്യ. അവളെന്നെ കൈയാട്ടി വിളിച്ചു. ഞാൻ പുറത്തിറങ്ങി. കുളപ്പുരമാളികേ പോയിരുന്നാലോ എന്നാലോചിച്ചു. ഞാനെപ്പോഴും പോയിരിക്കാറുള്ള സ്ഥലമായതുകൊണ്ട് അതും സുരക്ഷിതമായിരിക്കില്ല്യ. എങ്കിലും അങ്ങോട്ടുതന്നെ ഓടാൻ തുടങ്ങി. അതിനിടയിൽ ഇല്ലത്തിന്റെ തെക്കുവശത്ത് പഴയ പാത്രങ്ങളും മറ്റും വാരിയിട്ടിരിക്കുന്ന ഒരു പാഴ്മുറി ഭാഗികമായി തുറന്നുകിടക്കുന്നതു കണ്ടു. ഞങ്ങൾ മെല്ലെ അതിനകത്തു കയറി കതകടച്ച് ഇരുട്ടിൽ ശ്വാസമടക്കിപ്പിടിച്ചിരുന്നു.

ഞാൻ ജനിച്ചത് പാപരാശിയിലാണെന്നും എല്ലാ കുഴപ്പങ്ങൾക്കും കാരണം എനിക്കുവേണ്ടി ചെയ്ത ഷോഡസകർമങ്ങൾ പിഴച്ചുപോയതുകൊണ്ടാണെന്നും അച്ഛൻ. പിഴച്ചത് അവളുടെ കുറ്റംകൊണ്ടാണോ എന്ന് അമ്മ. മഹാകാർമികർക്ക് പിഴവു പറ്റിയത് ഞാൻ മഹാപാപിയായതുകൊണ്ടാണെന്നും ഏതോ യക്ഷി അമ്മയുടെ വയറ്റിൽ കടന്നുകൂടി താത്രിയായി പിറന്നതാണെന്നും അച്ഛൻ പറയുന്നത് കേട്ടു. അത്രമാത്രമായിരുന്നെങ്കിൽ ഞാനതു കേട്ട് അമർത്തിപ്പിടിച്ചെങ്കിലും ചിരിച്ചുപോകുമായിരുന്നു. എന്നെ വളരാൻ അനുവദിച്ചാൽ ഇല്ലം മുടിയുമെന്നും ഒരു ഉരുളിയിൽ കിടത്തി നദിയിൽ ഒഴുക്കിവിടാൻ അന്ന് ഏതോ വലിയ വൈദികൻ പറഞ്ഞെന്നും അങ്ങനെ ചെയ്യാത്തത് മഹാഅപരാധമായിപ്പോയെന്നും പറഞ്ഞ് അച്ഛൻ ഒരു ചുവരിനപ്പുറം നിന്ന് കലിതുള്ളുന്നത് കേട്ടുനിൽക്കേണ്ടിവന്നൂ രാവുണ്ണീ.

എന്തിന് ഉരുളിയിൽ കിടത്തി ഒഴുക്കണം? വെറുതെ നദിയിൽ എറിഞ്ഞുകളഞ്ഞിരുന്നെങ്കിൽ ഇതിനേക്കാൾ എത്ര നന്നായിരുന്നേനേ?

സന്ധ്യയായപ്പോൾ അച്ഛന്റെ അട്ടഹാസങ്ങളും അലർച്ചയും നിലച്ചു. ദാസീഭവനങ്ങളിലെവിടെയോ അന്തിയുറങ്ങാൻ പോയിക്കാണും. പോയെന്ന് ഉറപ്പില്ലാതിരുന്നതുകൊണ്ട് ഞങ്ങൾ പുറത്തിറങ്ങിയില്ല്യ. അന്നു രാത്രി ഞാനും ചെമ്പൂട്ടിയും പാഴ്ക്കലങ്ങൾക്കിടയിൽ, എലികളും മരപ്പട്ടികളും പാറ്റയും പഴുതാരയും സ്വന്തമാക്കി വെച്ചിരുന്ന ആ ഇരുട്ടുമുറിയിൽ ഇരുന്നു വെളുപ്പിച്ചു. ആ ഇരുട്ടറയിൽ ഭയന്നുവിറച്ച്, പരസ്പരം കണ്ണീർ തുടച്ച് ഞാനും ചെമ്പൂട്ടിയും ഇരുന്ന രാവിൽ ജീവിതം അവസാനിപ്പിക്കാനുള്ള ചിന്ത പ്രബലമായി. അതിനുമുമ്പും ഒന്നുരണ്ടു തവണ ആത്മഹത്യയെക്കുറിച്ച് ചിന്തിച്ചിട്ടുണ്ട്.

പത്തു വയസ്സ് തികയുന്നതിനുമുമ്പ് കുറിയേടത്ത് മനയിൽവച്ച് നമ്പ്യാത്തനിലൂടെ ആണിന്റെ ഗന്ധവും ഭാരവുമറിഞ്ഞ ആ ശപിക്കപ്പെട്ട നാളുകളിലാണ് മരിക്കുന്നതിനെക്കുറിച്ച് ആദ്യമായി ചിന്തിച്ചത്. അന്ന് മരണത്തെ ഭയമായിരുന്നു. ഓക്കി ഇട്ടീരിയുടെ ആക്രമണാനന്തരം മരണചിന്ത വീണ്ടും തലപൊക്കി. അന്നെനിക്ക് ജീവിക്കാൻ ആർത്തിയായിരുന്നു. വെറും ജന്തുസഹജമായ ജീവിതമോഹം. കുഞ്ഞായിരുന്നപ്പോ തന്നെ കൊന്നുകളയാൻ തോന്നാതിരുന്നത് അബദ്ധമായിപ്പോയെന്ന്

സ്വന്തം പിതാവു പറയുന്നത് നേരിട്ടു കേട്ടാൽ ഒരു മകൾ എന്താ ചെയ്യ രാവുണ്ണീ? എങ്ങനെയെങ്കിലും പിതാവിനെ സഹായിക്കയല്ല്യേ വേണ്ട്യേ? അങ്ങനെതന്ന്യെ തീരുമാനിച്ചു.

അന്നേരം നിക്ക് ചെമ്പൂട്ടിയെ പിരിയേണ്ടിവരൂല്ലോന്ന വേദന മാത്രേണ്ടായിരുന്നുള്ളൂ. അമ്മയ്ക്ക് ഞാൻ മാത്രമല്ലല്ലോ മകളായിട്ടുള്ളത്! പതിനാറു വയസ്സായിട്ടും അവിവാഹിതയായി ഒരന്തർജനം ഇല്ലത്തു നിന്നാൽ ഏത് അമ്മയ്ക്കും താങ്ങാവുന്നതിനപ്പുറം വേദന നൽകുന്ന കാര്യമാവുമത്. മരണത്തിലൂടെയെങ്കിലും ഞാൻ ഒഴിവായിക്കൊടുക്കുന്നതാ ഇല്ലത്തിന് നല്ലതെന്ന് നിക്കറിയാമായിരുന്നു.

തീരുമാനമെടുത്തുകഴിഞ്ഞു. ഇനി അത് എങ്ങനെ എവിടെവെച്ച് നടപ്പിലാക്കണമെന്നേ തീരുമാനിക്കേണ്ടതുള്ളൂ. പിറ്റേന്നു പുലർന്നപ്പോ അച്ഛൻ അവിടെയില്ല്യാ എന്ന് ഉറപ്പായപ്പോ ഞങ്ങൾ പുറത്തിറങ്ങി. ഞാൻ മനസ്സി കണ്ട കാര്യങ്ങൾ ചെമ്പൂട്ടി മനസ്സിലാക്കിക്കഴിഞ്ഞിരുന്നു.

“കുറച്ചു ദിവസമായല്ലോ ചെമ്പൂട്ടീ നീ വീട്ടിൽ പോയിട്ട്. പോയ് വരൂ. നാളെയോ മറ്റന്നാളോ വന്നാലും മതി.”

ചെമ്പൂട്ടിയെ ഒഴിവാക്കുകയായിരുന്നു എന്റെ ലക്ഷ്യം.

“ഇല്ല്യ, ഞാൻ പോകുന്നില്ല്യ. തമ്പ്രാട്ടി അവിവേകമൊന്നും കാണിക്കരുത്. എനിക്ക് ജീവിക്കണം. തമ്പ്രാട്ടിയില്ല്യാതെ എനിക്ക് ജീവിക്കാനാവില്ല്യാ.”

അവളെന്നെ കെട്ടിപ്പിടിച്ചു കരഞ്ഞു.

ഒരാഴ്ച കഴിഞ്ഞപ്പോ അച്ഛൻ വീണ്ടും ഇല്ലത്തെത്തി. അകലെനിന്നേ വരുന്നത് ചെമ്പൂട്ടി കണ്ടു. അവളെ കണ്ടാൽ ഞാൻ അടുത്തുണ്ടെന്ന് അച്ഛൻ ഊഹിക്കും. അതുകൊണ്ട് ഞങ്ങൾ രണ്ടുപേരുംകൂടി അകത്തൊരു ഇരുട്ടറയിൽ കയറി പതുങ്ങിയിരുന്നു.

അന്ന് വളരെ ശാന്തനായി അച്ഛൻ അന്തപ്പുരത്തിലെത്തി അമ്മയോടു സംസാരിച്ചു. എന്റെ വിവാഹക്കാര്യമാണ് ചർച്ച ചെയ്തത്.

“ആരാ വര്യ? മഹാപാപജാതകം തലയിലേറ്റാൻ ആരാ വര്യ?”

അമ്മയോടാണ് ചോദ്യം.

“പാപജാതകമുള്ളവർ ആരെങ്കിലും വരാതിരിക്കില്ല്യാ.”

അമ്മയുടെ പ്രതീക്ഷ.

“അത്രേമല്ല കാര്യങ്ങള്. നിനക്കറിയോ? പതിനാറു വയസ്സിനകം തന്നെ ഒരുപാട് പേരുദോഷം വരുത്തിവെച്ചേക്കേല്ലേ? പാട്ടുകാരിയല്ല്യേ, ആട്ടക്കാരിയല്ല്യേ? ആട്ടോം പാട്ടും മാത്രമായാലും മതിയല്ലോ ആളുകൾക്ക് പറഞ്ഞുണ്ടാക്കാൻ. ആണിനെപ്പോലാണോ? ഒരു പെണ്ണിന് ആട്ടോം പാട്ടും കൂടിച്ചേരുമ്പോതന്നെ അഴിഞ്ഞാട്ടമായില്ല്യേ?”

“ആളുകളുടെ നാവുകെട്ടാനാവുമോ? താത്രിയെ വേളി കഴിക്കാൻ

നട്ടെല്ലുള്ള നമ്പൂതിരിമാർ ആരെങ്കിലും ഉണ്ടെങ്കിൽ വന്നാൽ മതി. ഇല്ലേ ഓളിവിടെ നിന്നോളും, ഇങ്ങനെതന്നെ."

അമ്മ ശബ്ദമുയർത്തി.

"വരും വരും, നീ കാത്തിരുന്നോ. നട്ടെല്ലുള്ള ഒരു നമ്പൂരി വന്നു. കൈപ്പാടില്ലത്തെ മൂസ്സാമ്പൂരി സൂര്യനാരായണൻ നമ്പൂതിരി. ഇരുപത്തി നാലു വയസ്സേ ആയുള്ളൂ. വേളി കഴിച്ചിട്ടില്ല്യ. ദോഷംണ്ടെന്ന് പറയാൻ ഒന്നൂംല്ല്യ. ശ്ശി കഥകളിഭ്രാന്തുണ്ട്. പെണ്ണിന് കഥകളിപ്പദങ്ങളത്രേം കാണാപ്പാഠമെന്നു കേട്ടു. സുന്ദരിയെന്നു കേട്ടു. അവനിഷ്ടപ്പെട്ടു. പിന്നെ ന്താണ്ടായേന്നറിയോ? കൈപ്പാടില്ലം ഏഴെട്ടു നാഴിക അകലെയാണല്ലോ. രാനത്ത് ശങ്കരപ്പൊതുവാളോടാണ് ചെറുക്കന്റെ ഇല്ലക്കാർ വിവരം തിരക്ക്യത്. ശങ്കരപ്പൊതുവാള് ആ ബന്ധം മടക്ക്യത്രേ. താത്രി ഏതോ യക്ഷിയുടെ അവതാരമാണെന്നും എല്ലാ കറുത്തവാവിനും എല്ലാ വെളുത്തവാവിനും അവൾ യഥാർത്ഥ യക്ഷിയാകുമെന്നും ജീവൻ വേണമെങ്കിൽ ആ വേളി വേണ്ടെന്നു വെയ്ക്കണമെന്നും ഉപദേശിച്ചു."

"ആരാ ങ്ങളോടീ വിഡ്ഢിത്തമൊക്കെ വെളമ്പ്യേ?"

അമ്മ കയർത്തു.

"വടക്കേമഠം വലിയപട്ടരാണ് എന്നോടു പറഞ്ഞത്."

"അല്ല മൂർത്ത്യേ ആ പറഞ്ഞത് പരമാർത്ഥമാണെന്നാ ഞാനും അറിഞ്ഞേ."

"വടക്കേമഠം എന്നോടു പറഞ്ഞു; ന്താപ്പ ചെയ്യ്യ?"

ഞാൻ പറഞ്ഞാലും രാവുണ്ണിക്ക് വിശ്വാസം വര്വോ എന്നറീല്ല്യ. അന്ന് അച്ഛനും അമ്മയും തമ്മിൽ നടത്തിയ സംഭാഷണം കേൾക്കാൻ കഴിയാതിരുന്നെങ്കിൽ ഞാനിന്ന് ഭൂമിയിൽ ഉണ്ടാകുമായിരുന്നില്ല്യ. ഒരാഴ്ചയ്ക്കുള്ളിൽ ജീവനൊടുക്കാൻ വേണ്ട എല്ലാ തയ്യാറെടുപ്പുകളും ചെയ്തു വരികേർന്നു. വടക്കേമഠവും ശങ്കരപ്പൊതുവാളും എന്നെ യക്ഷിയാക്കിയെന്നും വിവാഹാലോചന മുടക്കിയെന്നും അറിഞ്ഞപ്പോൾ വാശിയായി. വടക്കേമഠത്തിനോടും പൊതുവാളിനോടും പകരം വീട്ടണമെന്നും ഏതു പ്രതിസന്ധിയെയും അതിജീവിക്കണമെന്നും തീരുമാനിച്ചു.

ഇവ്ടേണ്ടായ രസകരമായ ഒരു കാര്യം രാവുണ്ണിയുടെ ശ്രദ്ധയിൽപ്പെട്ടോന്നറീല്ല്യ. അച്ഛന്റെ സംഭാഷണമാണ് ആത്മഹത്യയെക്കുറിച്ച് ചിന്തിക്കാൻ കാരണമായത്. അടുത്ത ആഴ്ചേണ്ടായ അച്ഛന്റെ സംഭാഷണം ആത്മഹത്യ ഉപേക്ഷിക്കാനും ചിലരോടൊക്കെ പകരംവീട്ടണമെന്ന് തീരുമാനിക്കാനും ഇടയാക്കി. അക്കാലത്തെ ഇല്ലത്തിന്റെ സ്ഥിതി വളരെ മോശായ്ര്ന്ന്. ആവശ്യമുള്ളത്ര ആഹാരംപോലും കിട്ടീരുന്നില്ല്യാ. ഒരുവിധത്തിൽ തികച്ചും പട്ടിണിയാകാതെ അങ്ങനെ ഇഴഞ്ഞു നീങ്ങിക്കൊണ്ടിരിക്കേർന്നു.

രണ്ടുദിവസം കഴിഞ്ഞപ്പോ മാധവി വന്നു. അച്ഛൻ അവിടെ ഇല്ല്യായിരുന്നു. ചെമ്പൂട്ടിയും ഞാനും മാധവിയുമായി കുളപ്പുരമാളികയിലെത്തി. വടക്കേമഠവും രാനത്ത് ശങ്കരപ്പൊതുവാളും എന്നെ യക്ഷിയാക്കിയ കഥ പറഞ്ഞു. ഇങ്ങനെ ചില പേരുകൾ കേട്ടിട്ടുണ്ടെന്നല്ലാതെ എനിക്ക് അവരെയൊന്നും അറിയില്ല്യായിരുന്നു. "വടക്കേമഠത്തിനെയും ശങ്കരപ്പൊതുവാളെയും ഒന്നു കാണണമല്ലോ മാധവീ. അവരെ കാര്യമായൊന്നു സൽക്കരിക്കണം. ഓരോന്നിനെയായി കൈയിൽ കിട്ടാൻ എന്താ വഴി?"

"വഴീണ്ട്, എളുപ്പവഴീണ്ട്."

മാധവി പറഞ്ഞു.

"പറയൂ, തള്ളിയിടണം. രണ്ടിനെയും കുഴിയിൽ തള്ളിയിടണം."

അന്നേരംതന്നെ എന്തെങ്കിലും ചെയ്യാൻ എന്റെ മനസ്സ് വെമ്പൽ കൊണ്ടു.

"വടക്കേമഠം ബ്രാഹ്മണരുടെ ഇടയിൽ വലിയ സ്വാധീനമുള്ള മഠമാണ്. അവിടെ രണ്ടു പട്ടന്മാരുണ്ട്. വടക്കേമഠം വലിയ പട്ടരെന്നും വടക്കേമഠം ചെറിയ പട്ടരെന്നും ആളുകൾ പറയും. അസൽ പേരെന്തെന്ന് എനിക്കറിയില്ല്യ. ആ പട്ടന്മാരുടെ പുത്രന്മാരെ തമ്പ്രാട്ടിക്കറിയാലോ?"

മാധവി പറഞ്ഞു.

"ഏയ്, എനിക്കറിയില്ല്യാ."

ഞാൻ നിഷേധിച്ചു.

"അറിയാം. അവർ കല്പകശ്ശേരിയിൽ വന്നിട്ടുണ്ട്; തമ്പ്രാട്ടിയുമായി സംസാരിച്ചിട്ടുണ്ട്. കാവുങ്ങൽ കളരിയുടെ കഥകളി നടന്ന ദിവസം ഉച്ചയ്ക്ക് മൂന്നു യുവാക്കൾ..."

"ങ്ആ; ഇപ്പൊ മനസ്സിലായി."

"വടക്കേമഠം വലിയ പട്ടരുടെ മകനാണ് ശ്രീനിവാസപ്പട്ടർ. ചെറിയ പട്ടരുടെ മകൻ രങ്കിപ്പട്ടർ. രണ്ടുപേരും ഒരേ പ്രായം. ഇരുപതു വയസ്സുണ്ടാവും. മൂന്നാമതൊരു പയ്യനുണ്ടായിരുന്നല്ലോ, നല്ല ഉയരമുള്ളവൻ— അവൻ രാനത്ത് ശങ്കരപ്പൊതുവാളിന്റെ മകൻ അച്യുതപ്പൊതുവാൾ. മൂന്നുപേരും സമപ്രായക്കാർ."

"വഴി എനിക്കു മനസ്സിലായി. പക്ഷേ കൈയിൽ കിട്ടുന്നതെങ്ങനെ?"

"അതൊക്കെ ഞാനേറ്റു. ഞാൻ ഓരോന്നിനെയായി ഇവിടെ, ഈ കുളപ്പുരമാളികയിൽ എത്തിച്ചുതരും. കുറച്ചു ദിവസമായി എന്റെ പിറകേ കൂടിയിട്ടുണ്ട്. തമ്പ്രാട്ടിയെ കാണാനല്ലേ അന്നിവിടെ വന്നത്. പിന്നെ ഒരു കാര്യം. നല്ല സാമ്പത്തികശേഷിയുള്ളവരാണ്. ആവശ്യത്തിന് കൈക്കലാക്കാൻ നോക്കണം."

അവരുടെ സമ്പത്ത് കൈക്കലാക്കാനല്ല, ജീവൻ കൈക്കലാക്കാനാണ് കൈ തരിച്ചത്. ഒരിക്കൽ മാധവി പറഞ്ഞപോലെ, ഏതായാലും നനഞ്ഞു;

ഇനി കുളിച്ചുകയറുന്നതാണ് ശരി. ഒന്നും കരുതിക്കൂട്ടിയായിരുന്നില്ല്യ. ഇങ്ങനെയൊക്കെ വന്നുപെട്ടുപോയതാണ് രാവുണ്ണീ. മറ്റു സ്ത്രീകളെപ്പോലെ സാധാരണ വീട്ടമ്മയായി ഭർത്താവിന്റെയും കുഞ്ഞുങ്ങളുടെയും കാര്യങ്ങൾ നോക്കി ജീവിക്കാനാ ആഗ്രഹിച്ചിരുന്നത്. ഇനിയതിന് കഴിയോ രാവുണ്ണീ? ഇല്ല്യാന്ന് നിക്കറിയാം. വിവാഹത്തിനുശേഷം അത് ബോധ്യപ്പെടുകയും ചെയ്തു. അന്ന് വിവാഹത്തിന് രണ്ടുവർഷം മുമ്പ്, എന്റെ പതിനാറാം വയസ്സിൽതന്നെ നിക്കത് അറിയാമായിരുന്നു.

ഞാനൊരു എട്ടുംപൊട്ടും കെട്ട പൊട്ടിപ്പെണ്ണല്ലെന്ന് അടുത്തറിഞ്ഞവർക്കൊക്കെ മനസ്സിലായിട്ടുണ്ട്. എന്റെ തന്റേടവും ധിക്കാരവും കണ്ട് ഭയന്നുപോയ ചിലരുണ്ട്. അതിലൊരാളാണ് പാലത്തോൾ ഇട്ടീരി നമ്പൂതിരി. ഞാൻ യക്ഷിയാണെന്നും പിശാചാണെന്നുമൊക്കെ പറഞ്ഞു പരത്തിയത് അത്തരക്കാരാണ്. ഫലത്തിൽ അതും എന്റെ ജീവിതം തകർക്കാനേ ഉപകരിച്ചുള്ളൂ. ജീവിക്കണമല്ലോ. അതിന് ആവശ്യമായ പണം കണ്ടെത്താൻ കഴിയും. അതുമാത്രം പോരാ. എന്നെ തകർത്തവർക്ക് തിരിച്ചടി നൽകണം. എന്റെ അഭിപ്രായമറിഞ്ഞപ്പോൾ മാധവി പറഞ്ഞു:

“ശ്രീനിവാസപ്പട്ടർ വയറും തള്ളി കണ്ണും ചത്തു നടക്കുന്ന വൃദ്ധനാ. അയാൾക്കും ഇളംശരീരമെന്നു കേട്ടാൽ ആർത്തിയാകും. പക്ഷേ അയാൾ വായ് തുറന്നാൽ തമ്പ്രാട്ടി ശർദ്ദിക്കുകതന്നെ ചെയ്യും. അത്രയ്ക്ക് വായ്നാറ്റമാണ്. പത്തുകൊല്ലത്തിനുമുമ്പ് ഞാനങ്ങനെ ശർദ്ദിച്ചിട്ടുണ്ട്. ശങ്കരപ്പൊതുവാളിന്റെ കാര്യം അതിനേക്കാൾ കഷ്ടമാണ്. പണമുണ്ടായാലെന്ത്? വരട്ടു ചൊറിയാണ്. ചൊറിയൻ പൊതുവാളെന്നാണ് അറിയപ്പെടുന്നത്. അതുകൊണ്ട് ആ വഴി വേണ്ട. അവരുടെ മക്കളെ പിടിക്കണം. കഴിയുന്നത്ര ഉപദ്രവിച്ചു വിടണം. പിന്നീട് തന്തമാർ വിവരം അറിയുകയും വേണം. അങ്ങനെവേണം അവരെ ജയിക്കേണ്ടത്.”

നിസ്സാരന്മാരോടല്ല കളി എന്നറിയാമായിരുന്നു. ഒരു പിഴവും പറ്റാത്ത രീതിയിലായിരിക്കണം പടനീക്കം. എല്ലാ പദ്ധതിയും തയ്യാറാക്കിക്കഴിഞ്ഞശേഷമാണ് ഞങ്ങളത് നടപ്പിലാക്കിത്തുടങ്ങിയത്. ശ്രീനിവാസപ്പട്ടരെ മാധവി ആദ്യം കുളപ്പുരമാളികയിലെത്തിച്ചു. അത്താഴം കഴിഞ്ഞ് ഞാൻ കുളപ്പുരയിലെത്തിയപ്പോൾ അവൻ പുറത്ത് ഇരുട്ടിൽ എന്നെ കാത്തുനിൽക്കുകയായിരുന്നു. വാക്കുകൾകൊണ്ടും ശരീരംകൊണ്ടും അവനെ നല്ലവണ്ണം തൃപ്തിപ്പെടുത്തി അയച്ചു. ആറു രൂപയും ഒരു കച്ചമുറിമുണ്ടും കാണിക്കതന്നു.

പിറ്റേദിവസം രാത്രി രങ്കൻപട്ടരെ അതേസ്ഥലത്തെത്തിക്കാൻ മാധവിയോടു പറഞ്ഞിരുന്നു. കുളപ്പുരമാളികയിൽ അവനെ സ്വീകരിക്കാൻ ചെമ്പൂട്ടി ഒരുങ്ങിനിന്നു. എനിക്കും ചെമ്പൂട്ടിക്കും നല്ല രൂപസാദൃശ്യമായതുകൊണ്ട് രങ്കൻ ആളെ തിരിച്ചറിഞ്ഞില്ല്യ. താത്രിയോട് അവൻ ചോദിച്ച ചോദ്യങ്ങൾക്കൊക്കെ താത്രിക്കുട്ടിയായിത്തന്നെ മറുപടി പറഞ്ഞു. ശ്രീനിവാസനെയും രങ്കനെയും തിരിച്ചറിയേണ്ടത് ഞങ്ങളുടെ

ആവശ്യമായിരുന്നു. ശ്രീനിവാസന്റെ ശരീരത്തിൽനിന്നും ചില അടയാളങ്ങൾ കണ്ടെത്തിയിരുന്നു. രങ്കന്റെ മേലാകെ ചെമ്പൂട്ടി പരിശോധിച്ചു. അവന്റെ അരയിൽ വലതുഭാഗത്ത് ഒരു തടിപ്പ് അവളുടെ വിരലുകളിൽ തടഞ്ഞു. നിലവിളക്കിന്റെ വെളിച്ചത്തിൽ അവളത് നന്നായി കണ്ടു. പരുപൊട്ടി ഉണങ്ങിയ മുറിപ്പാട്. താത്രിയാണെന്ന് പൂർണവിശ്വാസം വരാൻവേണ്ടി അവൾ അഞ്ചാറുവരി അഷ്ടപദിപ്പാട്ടുകൾ പാടിക്കേൾപ്പിച്ചു. അന്നവൻ അഞ്ചു രൂപ പ്രതിഫലം നൽകി.

രണ്ടുദിവസം കഴിഞ്ഞപ്പോൾ, ഞങ്ങൾ നിശ്ചയിച്ച ഒരു രാത്രി രാനത്ത് അച്യുതപ്പൊതുവാളിനെ മാധവി കുളപ്പുരയിലെത്തിച്ചു. എന്നെ യക്ഷിയാക്കിയവന്റെ മകൻ. അവന് വല്ലാത്ത ഭയമായിരുന്നു. ഞാനവനെ തഴുകിത്തഴുകി ഉണർത്തി, ധൈര്യം കൊടുത്തു. സുഖിപ്പിച്ചു. അഞ്ചു രൂപയും ഒരു മുണ്ടും പ്രതിഫലം. ഒരു മാസത്തിനുള്ളിൽ ഒരു പ്രാവശ്യംകൂടി ഇതേ പ്രക്രിയ ആവർത്തിച്ചു.

അവർ മൂന്നുപേരും എന്നെ പൂർണമായി വിശ്വസിച്ചുകഴിഞ്ഞു എന്ന് ബോധ്യമായി. ചെമ്പൂട്ടി ചിത്രത്തിലേ ഇല്ല. ഇനി നീട്ടിക്കൊണ്ടുപോകാൻ പാടില്ല്യ. മൂന്നെണ്ണത്തിനെയും ഒറ്റയടിക്ക് പിടിക്കാൻതന്നെ പദ്ധതിയിട്ടു. സമയവും സ്ഥലവും കാലേകൂട്ടി നിശ്ചയിക്കപ്പെട്ടു. അതിനനുസരിച്ച് മാധവി അവരെ നിയന്ത്രിച്ചു.

ഒരു കറുത്തവാവുദിവസമാണ് അവസാന ആക്രമണത്തിന് കണ്ടെത്തിയത്. അന്നു സന്ധ്യയ്ക്ക് വിളക്കുവെയ്ക്കുന്നതിനുമുമ്പ് അച്യുതപ്പൊതുവാളിനെ കാവിനടുത്തെത്തിക്കാൻ നിർദേശിച്ചിരുന്നു. കൃത്യസമയത്തുതന്നെ അവനെത്തി. അവനെ ഞാൻ കാവിനകത്ത് ഇലഞ്ഞിമരച്ചോട്ടിലെത്തിച്ചു. കാവിൽ തിരിതെളിച്ചു. നാലഞ്ചു വരി അഷ്ടപദി പാടി അവനെ സുഖിപ്പിച്ചു. പിന്നെ മെല്ലെ പാപ്പുയക്ഷിയുടെ കഥ പറഞ്ഞു. ആ യക്ഷിത്തറയ്ക്കടുത്താണ് ഇരിക്കുന്നതെന്നറിഞ്ഞപ്പോൾ അവൻ ചാടിയെഴുന്നേറ്റ് ഭയംകൊണ്ടു വിറച്ചുതുടങ്ങി. അവൻ ഇറങ്ങി ഓടിക്കളയാതിരിക്കാൻ അവന്റെ ഉടുമുണ്ട് അഴിച്ചെടുത്തു. എന്റെ മുണ്ടും ഞാൻ പറിച്ചെറിഞ്ഞു. പുറംതിരിഞ്ഞുനിന്ന് എന്റെ പനങ്കുലമുടിയൊന്നു ചുഴറ്റി വെട്ടിച്ചു. എന്റെ മുഖത്തിന്റെ പകുതിഭാഗം മുടികൊണ്ടു മറഞ്ഞു. ഞാൻ അവന്റെ ഇരുതോളിലായി പിടിച്ചുകൊണ്ടു പറഞ്ഞു:

“ഞാൻ പാപ്പുയക്ഷി; അറിയുമോ നീയെന്നെ?”

പിന്നെ അമർത്തിയൊന്നലറി.

കൊച്ചുകുഞ്ഞുങ്ങൾ ഭയന്നു കരയുമ്പോൾ വായ് വിസ്താരത്തിൽ തുറക്കുന്നതുപോലെ അവൻ വായ് തുറന്ന് നിന്ന് കിതച്ചു. അവൻ അലറിയലറിക്കരയുകയാണെന്നും ശബ്ദം പുറത്തുവരാത്തതാണെന്നും എനിക്കു മനസ്സിലായി.

“എനിക്കു നിന്റെ ചോര വേണം.”

വായ് തുറന്നുതന്നെയിരുന്നെങ്കിലും അന്നേരം അവന്റെ കീഴ്ത്താടി തുരുതുരെ വിറയ്ക്കുന്നുണ്ടായിരുന്നു. അവൻ മരണത്തെ മുഖാമുഖം കാണുകയാണെന്ന് കണ്ണുകൾ പറഞ്ഞു. അവിടെ തളർന്നു വീണാൽ അവനെ ഞാൻ വിചാരിച്ച രീതിയിൽ നാണംകെടുത്താൻ കഴിയില്ല്യ. അതുകൊണ്ട് പറഞ്ഞു:

“നിനക്കൊരു അവസരം തരാം. ചുണയുണ്ടെങ്കിൽ ഓടി രക്ഷപ്പെട്ടോളൂ.”

അവൻ വായ് തുറന്നുനിന്ന് കിതയ്ക്കുന്നതല്ലാതെ അനങ്ങുന്നില്ല്യ. അവന്റെ പിന്നിൽ ചെന്നുനിന്ന് ‘ഓടെടാ’ എന്നലറിക്കൊണ്ട് അവന്റെ കഴുത്തിനു കുത്തിപ്പിടിച്ച് മുമ്പോട്ട് ആഞ്ഞുതള്ളി. പൂർണനഗ്നനായ അച്യുതപ്പൊതുവാൾ ഓടി. അമർത്തിയലറിക്കൊണ്ട് അല്പദൂരം ഞാനവനെ പിന്തുടർന്നു. അവൻ ഇരുളിൽ മറഞ്ഞു.

അന്നുരാത്രി പത്തുമണിയോടെ ശ്രീനിവാസപ്പട്ടരെ പത്തായപ്പുരയിലും രങ്കൻപട്ടരെ കുളപ്പുരയിലും എത്തിക്കാനായിരുന്നു മാധവിക്കു നൽകിയ നിർദേശം. രണ്ടുപേരും നിശ്ചിതസമയത്തെത്തി. കുളപ്പുരയിൽ പതിവുപോലെ രങ്കൻപട്ടരെ സ്വീകരിക്കാൻ താത്രിയായി ചെമ്പൂട്ടി ഉണ്ടായിരുന്നു. പ്രക്രിയ എങ്ങനെ ആരംഭിക്കണം എങ്ങനെ അവസാനിപ്പിക്കണമെന്നൊക്കെ ഞങ്ങൾ ചിട്ടപ്പെടുത്തിവച്ചിരുന്നു. രണ്ടു പട്ടന്മാരെയും രതിനിർവൃതിയിൽ മയക്കിക്കിടത്തിയശേഷം, വിളിച്ചുണർത്തി പാപ്പുയക്ഷിയുടെ കഥ ഒരേ രീതിയിൽ ഒരേ സമയം പറഞ്ഞു. ഭയന്നു വിളിക്കാതിരിക്കാൻ ആശ്വസിപ്പിക്കുകയും ചെയ്തുകൊണ്ടിരുന്നു.

“ഇനിയുള്ള കാര്യങ്ങൾ കുളപ്പുരമാളികയിൽ വെച്ച്; വരൂ.”

ഞാൻ ശ്രീനിവാസനെ പുറത്തേക്ക് ക്ഷണിച്ചു. തറയിൽ കിടന്ന മുണ്ട് വാരിവലിച്ചുടുക്കാൻ തുടങ്ങിയപ്പോൾ ഞാനത് പിടിച്ചുവാങ്ങി ഒരു മൂലയിലേക്കെറിഞ്ഞു.

“എനിക്ക് മുണ്ടില്ലല്ലോ. പിന്നെ നിനക്കെന്തിന് മുണ്ട്?”

അവനെന്തോ ഉരിയാടാൻ തുടങ്ങിയപ്പോൾ, ചൂണ്ടുവിരൽ ചുണ്ടിന് നേർക്ക് പിടിച്ച് ‘മിണ്ടരുത്’ എന്നു ആംഗ്യം കാട്ടി. ആ നഗ്നയുവാവിനെ കൈപിടിച്ച് ഞാൻ കുളപ്പടവിലെത്തിച്ചു.

എന്റെ സൂചന കിട്ടിയപ്പോൾ നഗ്നനായ രങ്കൻപട്ടരെ നഗ്നയായ ചെമ്പൂട്ടി കുളപ്പുരയിൽനിന്നും കുളപ്പടവിലേക്ക് നയിക്കുകയും ഇരുളിൽ മറയുകയും ചെയ്തു. തെളിഞ്ഞ ആകാശം. നിറയെ നക്ഷത്രങ്ങൾ. നാട്ടുവെളിച്ചത്തിൽ രണ്ടു പേരും എന്നെ കണ്ടു. ഞാൻ രങ്കൻപട്ടരുടെ കൈയെത്തിപ്പിടിച്ച് ശ്രീനിവാസന്റെ അരികിൽ നിർത്തി.

“ശ്രീനിവാസാ, രങ്കൻപട്ടരേ, ഞാനാരെന്നറിയോ?”

ഞാനൊന്ന് അമർത്തി അലറി. കരിമ്പന മുകളിൽ കടവാവലുകൾ

കൂട്ടമായി പറന്നു. ഏതോ രാക്കിളി നീട്ടിക്കരഞ്ഞ് ദുശ്ശകുനസൂചന നൽകി.

"പത്തായപ്പുരയിൽവച്ച് ശ്രീനിവാസൻ താത്രിയുമൊത്തു രമിച്ചു. അതേ സമയത്തുതന്നെ കുളപ്പുരമാളികയിൽ രങ്കൻപട്ടര് താത്രിയുമൊത്തു രമിച്ചു. എടോ മണ്ടൻ പട്ടന്മാരേ, ഞാനാരെന്നറിയോ? ഞാൻ പാപ്പുയക്ഷി."

ഒന്നുകൂടി അമർത്തി അലറിയിട്ടു തുടർന്നു:

"ഇനി മറ്റൊന്നും ആഗ്രഹിക്കുന്നില്ല്യ. എനിക്കു നിങ്ങളെ വേണം. പാപ്പുയക്ഷിക്ക് ശ്രീനിവാസപ്പട്ടരെ ഇടതുവശത്തും രങ്കൻപട്ടരെ വലതുവശത്തും കിടത്തി ഉറക്കണം. രണ്ടിനേം ഞാനിപ്പോ കൊണ്ടുപോകേണ്. എനിക്കീ ശരീരങ്ങൾ വേണ്ട; ആത്മാക്കൾ മതി. രണ്ടിനേം ഞാനിതാ കുളത്തിൽ മുക്കിക്കൊല്ലാൻ പോവ്വാ."

രണ്ടു പട്ടന്മാരും ചത്തുനിന്നു. ഞാൻ ഒന്നലറി.

"ഓടെടാ."

രണ്ടുപേരും ഓടി. അല്പദൂരം ഞാൻ അലറിവിളിച്ചുകൊണ്ട് പിന്നാലെ ഓടി.

അച്യുതപ്പൊതുവാൾ അതിനുശേഷം ശബ്ദിച്ചിട്ടേയില്ല്യ. ഒരേ ഇരിപ്പ്. തുറിച്ചുനോക്കും. ശ്രീനിവാസന് ഭ്രാന്തായെന്നും മഠത്തിൽ പൂട്ടിയിട്ടിരിക്കയാണെന്നും മാധവി പറഞ്ഞു. രങ്കൻപട്ടര് പനിബാധിച്ച് ഒരുമാസം കിടന്നു. പനി മാറിയിട്ടും ആരെയും വിശ്വാസമില്ല്യ. സ്വന്തം വീട്ടിലുള്ള സ്ത്രീകളെ കണ്ടാലും യക്ഷിയെന്ന് അലറിക്കരഞ്ഞുകൊണ്ട് ഓടിയൊളിക്കും. ഫലത്തിൽ ഭ്രാന്തുതന്നെ. എന്നെ പലവട്ടം തോല്പിച്ചവരുടെമേൽ ഞാൻ നേടിയ അനശ്വര വിജയം. എനിക്കറിയാം രാവുണ്ണീ, എനിക്കീ ഭൂമിജീവിതം അധികകാലമുണ്ടാവില്ല്യ. പക്ഷേ എനിക്ക് ചിലരെക്കൂടി പരാജയപ്പെടുത്തണം. പത്തു വയസ്സിനു മുമ്പ് എന്നെ പരാജയപ്പെടുത്തിയവരുടെ മുമ്പിൽ ഞാനിനിയും പാപ്പുയക്ഷിയാകും. ചിലപ്പോൾ യഥാർത്ഥ യക്ഷിയായെന്നും വരും."

മുപ്പത്തിഎട്ട്

ഞാൻ ജീവിതത്തിൽ നേടിയ വിജയങ്ങളുടെയും പരാജയങ്ങളുടെയും കണക്കെടുക്കാൻ ശ്രമിച്ചിട്ടുണ്ട്. രാവുണ്ണി ഒരിക്കലും അങ്ങനെ ചെയ്തിട്ടുണ്ടാവില്ല്യാന്ന് എനിക്കറിയാം. കണ്ടഞ്ചാതമനയിൽ സമ്പന്നതയുടെ നടുവിൽ, മഹാപണ്ഡിതനും ആരാധ്യനുമായ കണ്ടഞ്ചാത വാസുദേവൻ നമ്പൂതിരിയുടെ മകനായി പിറന്ന നിനക്ക് വിജയമല്ലാതെ ഇന്നുവരെ പരാജയമുണ്ടായിട്ടില്ലല്ലോ. വിജയത്തിന്റെ ഏറ്റവും വലിയ മുദ്രയല്ലേ

കൊച്ചിരാജാവിൽനിന്നും നിനക്കു ലഭിച്ച ഈ മുദ്രമോതിരം. സ്നേഹ സമ്മാനമായി നീയെന്റെ വിരലിലണിയിച്ച ഈ മോതിരം. ഞാനോ? തകർന്നുകൊണ്ടിരുന്ന കല്പകശ്ശേരിമനയിൽ, ധൂർത്തനും ദുഷ്ടനുമായ നാരായണൻ നമ്പൂതിരിയുടെ മുടിയനായ പുത്രനായ അഷ്ടമൂർത്തി നമ്പൂതിരിയുടെ മകളായി പിറന്നവൾ. ജാതകദോഷത്തിന്റെ പേരിൽ ജനിച്ച നിമിഷം മുതൽ വധഭീഷണി നേരിടുന്ന ഒരു യുവതി ഈ നാട്ടിൽ ഞാനല്ലാതെ മറ്റൊരാളുണ്ടാവ്വോ രാവുണ്ണീ?

ഒരുപാട് പരാജയങ്ങൾ ഏറ്റുവാങ്ങി. ഒടുവിൽ മൂന്നുപേരുടെമേൽ അസൂയാവഹമായ വിജയം നേടി. അഞ്ചാറുമാസം ആ വിജയത്തിന്റെ ആത്മവിശ്വാസവുമായി ഇല്ലത്തു കഴിഞ്ഞു.

നിക്കറിയാം, വീണ്ടും അഗാധഗർത്തങ്ങളിൽപെടുമെന്ന്. ഒരിക്കലും എഴുന്നേൽക്കാൻ കഴിയാത്തത്ര വീഴ്ചകൾ സംഭവിക്കുമെന്ന് അറിയാമാ യിരുന്നു. അതുകൊണ്ട് അത്തരം ദുരന്തങ്ങളെ നേരിടാൻ മനസ്സിനെ പാകപ്പെടുത്തിയെടുക്കാൻ ശ്രമിച്ചുകൊണ്ടിരുന്നു. കഥകളിയും കൈമുദ്ര കളുമൊക്കെ കൈവിട്ടുപോയി എന്നു തോന്നി. അഷ്ടപദിപ്പാട്ടുകളൊന്നും വിസ്മരിച്ചിരുന്നില്ലെങ്കിലും പാടാൻ തോന്നിയില്ല്യ. നളനും ദമയന്തിയും കാട്ടാളനും ഹംസവുമെല്ലാം മുട്ടിവിളിച്ചുകൊണ്ടിരുന്നു. ബൃഹന്നളയും കീചകനും മുഖത്തെഴുത്തു മായ്ച്ച് ഉടുത്തുകെട്ടഴിച്ച്, ചിലങ്കകളഴിച്ചുവച്ച് ഉള്ളിൽ സ്വസ്ഥമായുറങ്ങി.

കല്പകശ്ശേരിമന ഉറക്കമായിട്ട് ഒരുപാട് കാലായി. ചെമ്പൂട്ടി മുട്ടിവിളി ക്കുമ്പോൾ, തീരെ സങ്കടപ്പെട്ടു പറയുമ്പോൾ കുളക്കടവിലോ മറ്റോ ചെന്നിരുന്ന് തീരെ പതിഞ്ഞ സ്വരത്തിൽ ഒരു അഷ്ടപദിപ്പാട്ടോ കഥകളി പ്പാട്ടോ ചൊല്ലും. പദം ചൊല്ലുമ്പോൾ ഹസ്തമുദ്രകൾ താനേ പൂത്തിറ ങ്ങിയ കൈകൾ, കാൽമുട്ടുകളിൽ വിശ്രമിക്കുന്നത് ചെമ്പൂട്ടി സങ്കട ത്തോടെ കാണുന്നുവെന്ന് മനസ്സിലാക്കിയിട്ടുണ്ട്. ചിലങ്കയണിയാതെ, ആട്ടവിളക്കില്ലാതെ, പക്കമേളങ്ങളൊന്നുമില്ലാതെ കലാശം ചവിട്ടി പത്തായപ്പുരയുടെ ചുവരുകളെപ്പോലും കോൾമയിർക്കൊള്ളിച്ച പാദങ്ങൾ ചുവടുകൾ മറന്നു. പാട്ടും ആട്ടവുമൊന്നുമില്ലെങ്കിൽ ഞാൻ വെറുമൊരു ജഡവസ്തുവല്ല്യേ രാവുണ്ണീ?

ഞാൻ ശരീരത്തെ സ്നേഹിച്ചു. ശരീരം കൊണ്ടാണല്ലോ ചിലരെയെ ങ്കിലും പൊരുതി തോല്പിച്ചത്. ശരീരത്തെ സ്നേഹിച്ചതിനേക്കാൾ ആയിരം മടങ്ങ് എന്നിലെ പാട്ടിനെയും ആട്ടത്തെയും സ്നേഹിച്ചു. അതിനേക്കാൾ കൂടുതലായി നിന്നിലെ പാട്ടിനെ സ്നേഹിച്ചു, രാവുണ്ണിയെ സ്നേഹിച്ചു. അതുപോലെ കാവുങ്ങൽ ശങ്കരനിലെ ആട്ടക്കാരനെ സ്നേഹിച്ചു. ആ ഞാനിങ്ങനെ ആട്ടവും പാട്ടുമില്ലാത്ത, ആത്മാവു നഷ്ടപ്പെട്ട ശരീരമായി മാറിപ്പോയല്ലോ എന്ന് പലപ്പോഴും ചിന്തിച്ചിട്ടുണ്ട്. ഇപ്പോഴും അങ്ങനെതന്ന്യാ ചിന്തിക്ക.

കണ്ടഞ്ചാത രാവുണ്ണി പാട്ടുകാരനോ ആട്ടക്കാരനോ അല്ലായിരുന്നെങ്കിൽ നാം തമ്മിൽ ഒരു ബന്ധവും ഉണ്ടാകുമായിരുന്നില്ല്യ. രാവുണ്ണി എന്റെ പാട്ടിനെ എത്രമാത്രം സ്നേഹിച്ചിരുന്നു എന്നറിയാം. എന്നേക്കാൾ വലിയ പാട്ടുകാരന് ഞാനൊരു സംഗീതവിരുന്നു നൽകുന്നത് അനുചിത മാണെന്ന് തോന്നി. സംഗീതത്തിൽ നീയല്ല്യേ എന്റെ ആദ്യഗുരു. ആറു വയസ്സുകാരിയുടെ എട്ടുവയസ്സുകാരൻ ഗുരു.

ഹാ! ആ ദിനങ്ങൾ ദൈവം തിരിച്ചുതന്നിരുന്നെങ്കിൽ! വ്യർത്ഥമോഹങ്ങളെന്ന് നീ ആക്ഷേപിച്ചാലും ഓക്കിഇല്ലത്തെ നമ്മുടെ പഠനകാലത്തേക്ക് തിരിച്ചുപോകാൻ കഴിഞ്ഞെങ്കിൽ എന്നു പ്രാർത്ഥിച്ചുപോകുന്നു. എന്റെ കൊച്ചുഗുരു അത്രയ്ക്ക് സ്വാധീനമാണ് എന്നിൽ ചെലുത്തിയത്. ഗുരുദക്ഷിണ തരാൻ മറ്റൊന്നുമില്ലാത്തതുകൊണ്ടാണ് ഇന്നോ നാളെയോ മണ്ണിൽ അലിഞ്ഞുചേരേണ്ട എന്റെ ഈ ശരീരത്തിൽ അവശേഷിക്കുന്ന ഊഷ്മളതയും ഊർജസ്വലതയും വറ്റിത്തീരുന്നതിനുമുമ്പ് നിനക്ക് ദക്ഷിണയായി സമർപ്പിച്ചത്.

‘ഇവളെന്തിനാണ് ഇപ്പോൾ ഇങ്ങനെയൊക്കെ പറഞ്ഞ് എന്റെ സ്വസ്ഥതകൂടി നശിപ്പിക്കുന്നത്’ എന്നല്ല്യേ രാവുണ്ണീ നീയിപ്പോൾ ചിന്തിക്കുന്നത്?’’

ആ ചോദ്യം എന്നെ നടുക്കിക്കളഞ്ഞു. സത്യമായും ഞാൻ അങ്ങനെ തന്നെയാണ് ചിന്തിച്ചുകൊണ്ടിരുന്നത്. മൂന്നാലു ദിവസങ്ങളായി കുറിയേടത്തുമനയിലും കാവിലും കുളപ്പടവിലും കഥ കേൾക്കാൻ അവളുടെ മുന്നിലിരിക്കുന്നു. അവളൊരു അഷ്ടപദിയെങ്കിലും പാടിയിരുന്നെങ്കിൽ, ഒരു പദമെങ്കിലും ആടിയിരുന്നെങ്കിൽ എന്ന് ആശിച്ചു പോയിരുന്നു. ആ സമയത്ത് ശരിക്കും ഭയന്നുപോയീ പത്മാ. അവൾ പറഞ്ഞത് നീ ശ്രദ്ധിച്ചില്ല്യേ? ഇന്നോ നാളെയോ മണ്ണിലലിഞ്ഞു ചേരേണ്ട ശരീരം ഗുരുദക്ഷിണയായി സമർപ്പിച്ചുവെന്ന്. അവൾ ഒന്നൊന്നായി കണക്കുകൾ തീർത്ത് വിടവാങ്ങാൻ തുടങ്ങുകയാണെന്ന് ഞാൻ ഭയന്നു.

അവളെ പിന്തിരിപ്പിക്കണം. എങ്ങനെയെന്നു മാത്രം എനിക്കറിയില്ല്യ. അവളെ മരണവക്ത്രത്തിൽനിന്നും രക്ഷിച്ച് ജീവിതത്തിലേക്ക് കൂട്ടിക്കൊണ്ടുവരണമെന്ന് തോന്നി. അതിനു മുമ്പൊക്കെ അവളോടു തോന്നിയിരുന്ന സ്നേഹത്തേക്കാൾ വളരെ കൂടുതലായി ആ നിമിഷം അവളെ സ്നേഹിച്ചു. അവൾ എന്റെ മുമ്പിൽ തുറന്നുവച്ച അപഥസഞ്ചാര കഥകളൊക്കെ വിസ്മരിച്ചു. അവൾ ജീവിക്കണം. അവളിലുള്ള കലയും സംഗീതവും ജീവിക്കണമെങ്കിൽ ഏതു കലയേക്കാളും ഏതു സാഹിത്യത്തേക്കാളും ഏതു സംഗീതത്തേക്കാളും സുന്ദരമായ അവളുടെ ശരീരം ജീവിക്കണം.

‘ശരീരമാദ്യം ഖലു ധർമസാധന’മെന്ന് കുമാരസംഭവം തുറന്നുവച്ചുകൊണ്ട് കാളിദാസൻ എന്നോടു പറഞ്ഞു.

'താത്രീ ഞാൻ പറയുന്നതൊന്നു കേൾക്കൂ.'

ഞാൻ ഉറക്കെപ്പറഞ്ഞുകൊണ്ട് എഴുന്നേറ്റു.

"കേൾക്കാം. എനിക്കു പറയാനുള്ളതു മുഴുവൻ പറഞ്ഞിട്ട് നീ പറയുന്നതാ നല്ലത്. അല്ലെങ്കിൽ ഒരിക്കൽ പറഞ്ഞത് നിനക്ക് തിരുത്തി പറയേണ്ടി വരും. മറ്റൊരു കാര്യം നീ ഉറക്കെ സംസാരിക്കരുത്. ചമ്മുത്തമ്പുരാട്ടി രോഗശയ്യയിലാ. രാത്രി അവർക്ക് ഉറക്കമില്ല്യ. പകൽ ചില സമയത്ത് ഉറങ്ങും. ഇപ്പോളവർ ഉറക്കത്തിലാ. അവരെ ഉണർത്തിക്കൂടാ."

ഞാൻ ഇരുന്നു. അവൾ പറഞ്ഞു:

"അന്നെനിക്ക് പതിനേഴു വയസ്സു തികഞ്ഞു. വിവാഹാലോചനകളൊന്നും വരുന്നില്ല്യ. പതിനാറുവയസ്സായിട്ടും അവിവാഹിതരായി തുടരുന്ന അന്തർജനങ്ങൾ ജീവിതാവസാനംവരെ അങ്ങനെ തുടരാനാ സാധ്യത. നമ്മുടെയിടയിൽ പതിമൂന്നു മുതൽ പതിനഞ്ചു വയസ്സുവരെയാണല്ലോ വിവാഹപ്രായം. ഇനി ആരാ വരിക? ഞാൻ വിവാഹക്കാര്യമേ മറന്നപോലായി. ഓർത്തിട്ടും പ്രത്യേകിച്ച് കാര്യമൊന്നുമില്ലെങ്കിൽ വെറുതെ ഓർക്കുന്നതെന്തിന്? വിസ്മരിക്കുന്നതല്ല്യേ നല്ലത്.

ആയിടയ്ക്ക് ഇല്ലത്തൊരു ദുരന്തം സംഭവിച്ചു. അമ്മ ഒരു പെൺകുഞ്ഞിനെ പ്രസവിച്ചു. നങ്ങയ്യ എന്നാണ് ആ കുഞ്ഞിന്റെ പേര്. അതിനിപ്പോൾ ഒരു വയസ്സു തികഞ്ഞു. ബ്രാഹ്മണ ഇല്ലങ്ങളിൽ പെണ്ണുപിറന്നാൽ അത് ദുരന്തം തന്ന്യാ. അമ്മയ്ക്ക് തീരെ വയ്യാതായി. വളരെ കാലത്തിനു ശേഷമുള്ള പ്രസവം. ഇക്കാളിയും ഞാനും തമ്മിലുള്ള പ്രായവ്യത്യാസം നിനക്കറിയാമല്ലോ. എന്നേക്കാൾ ഏഴു വയസ്സിന് ഇളയതാ ശ്രീദേവി. അവൾക്ക് പത്തു വയസ്സായപ്പോഴാണ് അമ്മ നങ്ങേമയെ പ്രസവിച്ചത്. കല്പകശ്ശേരി കുഴപ്പങ്ങളിൽനിന്നും ഊരാക്കുടുക്കുകളിലേക്ക് കൂപ്പുകുത്തുന്ന കാര്യങ്ങളാണ് പറഞ്ഞുവന്നത്. അമ്മ നങ്ങയ്യയെ പ്രസവിച്ച ദിവസം ഞാൻ അനുഭവിച്ച വേദന അറിയണമെങ്കി നിനക്ക് നാരായണനെക്കുറിച്ച് അത്യാവശ്യം ചില അറിവുകൾ വേണം.

രണ്ടാമത്തെ കുഞ്ഞമ്മയുടെ മകൻ നാരായണന് പതിനാറു വയസ്സു കഴിഞ്ഞു. ഇരുപതു വയസ്സിന്റെ വളർച്ചയും ആരോഗ്യവുമുണ്ട്. അവനെ എല്ലാവർക്കും ഭയമാണ്. അവൻ ചിരിക്കുന്നത് കണ്ടിട്ട് വർഷങ്ങളായി. എല്ലാ ദിവസവും ഇല്ലത്തു വരാറില്ല്യ. ചില ദാസീഭവനങ്ങളിലൊക്കെ അവൻ തന്റെ സാന്നിധ്യം അറിയിച്ചുതുടങ്ങി എന്ന് ആരൊക്കെയോ പറഞ്ഞറിഞ്ഞു. മുമ്പൊരിക്കൽ അവൻ ആനസവാരി നടത്തിയ കാര്യത്തിൽ ഞങ്ങൾ തമ്മിൽ തർക്കവും വഴക്കുമായിട്ടുണ്ട്. ഞാൻ രഹസ്യമായി നടത്തിയ ആന സവാരി അവനറിഞ്ഞു. അന്നുമുതൽ എന്നെ മൂർഖൻ പാമ്പിനെ കാണുന്നപോലെയാണ് കാണുന്നത്. ഇല്ലത്തിൽ പിറന്ന ഏക ആൺതരി എന്ന നിലയിൽ അവനിൽനിന്നും ആരും ഒന്നും പ്രതീക്ഷിക്കേണ്ട എന്ന നിലയിലായി കാര്യങ്ങൾ.

തോരാതെ മഴ ചൊരിഞ്ഞുകൊണ്ടിരുന്ന ഒരു രാത്രിയാണ് അമ്മയ്ക്ക് പ്രസവവേദന ആരംഭിച്ചത്. അച്ഛൻ ഇല്ലത്തില്ല്യ. നാരായണനും അന്ന വിടെയില്ല്യ. രണ്ടുനാഴിക അകലെയാണ് വയറ്റാട്ടിയുടെ വീട്. അവരെ വിളിച്ചു കൊണ്ടുവരുന്നതെങ്ങന്യാ? ഒരു പ്രായം ചെന്ന മുത്തശ്ശിയാണ വർ. എങ്കിലും വിവരമറിഞ്ഞാൽ അവരെത്തും. അമ്മയെ ഒറ്റയ്ക്കാക്കി നാണിത്തള്ള കൂടെവരുന്നതെങ്ങന്യാ? ശ്രീദേവിയെയോ പാർവതിയെയോ കൂട്ടി ചെമ്പൂട്ടിയുടെ വീട്ടിലെത്തിയാൽ പിന്നെ ചെമ്പൂട്ടിയോ അമ്മയോ കൂട്ടു വന്നേക്കാം. എന്തു ചെയ്യാം? കുട്ടികൾ രണ്ടും നല്ല ഉറക്കം.

ചാറ്റൽമഴ നനഞ്ഞുകൊണ്ട് പാതിരാത്രി ഞാൻ ഒറ്റയ്ക്കിറങ്ങി. ചെമ്പൂട്ടിയുടെ വീട്ടിലെത്തി വിളിച്ചപ്പോൾ അവർ ഉണർന്നെങ്കിലും മഴയുടെ ബഹളത്തിൽ ശബ്ദം തിരിച്ചറിഞ്ഞില്ല്യ. അതുകൊണ്ട് ഭയന്നു വിറച്ചുകിടന്നു. യക്ഷിയോ അറകൊലയോ വന്നു വിളിക്കയാണെന്ന് വിചാരിച്ചത്രെ. പിന്നെ ശബ്ദം തിരിച്ചറിഞ്ഞപ്പോ അവർ എഴുന്നേറ്റു. ചെമ്പൂട്ടിയുടെ അമ്മകൂടെ വരാനിറങ്ങി. അവളെ ഒറ്റയ്ക്കാക്കിയിട്ട് വരാനും വയ്യ. ഞങ്ങൾ മൂന്നു പെണ്ണുങ്ങൾ നനഞ്ഞുകൊണ്ടു നടന്നു. കൂരിരുട്ടും പെരുമഴയും ഞങ്ങൾക്കൊപ്പം നടന്നുകൊണ്ടിരുന്നു. വയറ്റാട്ടി യെയും കൂട്ടി കല്പകശ്ശേരിയിലെത്തിയപ്പോൾ അകത്ത് കുഞ്ഞിന്റെ കരച്ചിൽകേട്ടു. എന്തൊരു അനുഭവമായിരുന്നു അതൊക്കെ!

മൂന്നാലു ദിവസം കഴിഞ്ഞപ്പോ അച്ഛനെത്തി. പെൺകുഞ്ഞാണെന്നറി ഞ്ഞപ്പൊ അതിനെ കാണാൻപോലും നിൽക്കാതെ ഇറങ്ങിനടന്നു. ഇരുകാലിൽ നടക്കുന്ന വെറും മൃഗംതന്നല്ലേ മനുഷ്യൻ! മനുഷ്യരെല്ലാം മൃഗങ്ങളെപ്പോലെയായിരുന്നെങ്കിൽ എനിക്കോ നിനക്കോ നമ്മെപ്പോലെ മറ്റാർക്കെങ്കിലുമോ പ്രത്യേക വിഷമതകൾ ഉണ്ടാകുമായിരുന്നില്ല്യ എന്നാണ് തോന്നുന്നത്. മനുഷ്യരുടെ ഇടയിൽ ഒറ്റപ്പെട്ട ചില വ്യക്തികൾ സ്വന്തം കുടുംബത്തിലുള്ളവരോട്, മൃഗസമാനമായ രീതിയിൽ പെരുമാറു മ്പോൾ അതിനെ എന്നെപ്പോലൊരു പെണ്ണ് എങ്ങന്യാ നേരിടുക? എനിക്ക് അനുഭവിക്കേണ്ടിവന്ന ആ ഭീകരത എങ്ങന്യാ രാവുണ്ണീ പറയ്യ?

അതു ഇതുവരെ ആരോടും പറഞ്ഞിട്ടില്ല്യ രാവുണ്ണീ. അമ്മയോടു പോലും. പറയാൻ പോകുന്ന കാര്യം അമ്മ അറിയരുത്. അറിഞ്ഞാൽ ആ നിമിഷത്തെ അതിജീവിക്കാൻ ചിലപ്പോൾ അവർക്ക് കഴിഞ്ഞില്ല്യാന്നു വരും. ഇക്കാളി ഭർതൃഭവനത്തിൽ നരകജീവിതം നയിക്കുകയാണെന്ന് അമ്മയ്ക്കറിയാം. എന്റെ ജീവിതം ഇങ്ങനെയുമായി. പത്തു വയസ്സായ ശ്രീദേവിയെയും ഒരു വയസ്സായ നങ്ങേമയെയും കുളത്തിൽ മുക്കിക്കൊന്ന് അമ്മയും ജീവനൊടുക്കുമെന്നാണ് ഞാൻ ഭയക്കുന്നത്.

“അങ്ങനെയെങ്കിൽ നീയെന്തിന് എന്നോടു പറയുന്നു, നിന്റെ മനസ്സിൽ വച്ചിരുന്നാൽ പോരേ?” എന്നല്ലേ നീയിപ്പോൾ ചോദിക്കാൻ ഉദ്ദേ ശിച്ചത്? ഒരു വർഷം അത് മനസ്സിൽ സൂക്ഷിച്ചു. ആരോടെങ്കിലും അത്

പറഞ്ഞില്ലെങ്കിൽ ഹൃദയംപൊട്ടി ചത്തുപോകുമെന്ന അവസ്ഥയിലെത്തിയിരിക്കുന്നൂ രാവുണ്ണീ! എന്തും തുറന്നു പറയാൻ നിക്ക് നീയല്ലാതെ ആരാ രാവുണ്ണീ ഉള്ളത്?''

ഞാനോർക്കുന്നു പത്മാ, അത്രത്തോളം വിവശയായി, ദയനീയയായി അതിനു മുമ്പൊരിക്കലും ഞാൻ താത്രിയെ കണ്ടിട്ടില്ല്യ. തളർന്നുവീഴുമ്പോലെ അവൾ ഉമ്മറപ്പടിയിൽ ഇരുന്നു.

ഞാൻ എഴുന്നേറ്റു ചെന്ന് മെല്ലെ കുനിഞ്ഞ് ഇരുകൈകൊണ്ട് അവളുടെ മുഖം പിടിച്ചുയർത്തി. അഞ്ചു വയസ്സായ ഒരു പെൺകുഞ്ഞിനോട് എന്നവണ്ണം വളരെ അരുമയായി പറഞ്ഞു:

"സഹിക്കണം, എല്ലാം സഹിക്കണം. വിധി അങ്ങനെയായിരിക്കാം. നാം വിധിക്ക് കീഴടങ്ങിയേ വഴിയുള്ളൂ. പറയൂ, കുറച്ചുസമയം കഴിഞ്ഞ്, അല്പം ശാന്തത കൈവന്നിട്ട് പറഞ്ഞാലും മതി. ഞാൻ കാത്തിരിക്കാം."

ഞാൻ പഴയ സ്ഥലത്തു ചെന്നിരുന്നു. അവൾ വീണ്ടും സംസാരിച്ചു തുടങ്ങി;

''അമ്മ പ്രസവിച്ച് നാലഞ്ചു ദിവസം കഴിഞ്ഞുകാണും. രാവിലെ ആരംഭിച്ച മഴ ഉച്ചയായിട്ടും തുടർന്നുകൊണ്ടിരുന്നു. ഉച്ചഭക്ഷണം കഴിച്ച ശേഷം, കുട്ടികൾ അകത്തളങ്ങളിൽ വട്ടംകൂടി കടംകഥ പറഞ്ഞു കളിക്കുകയായിരുന്നു. കുളിക്കാൻ വിളിച്ചിട്ടും മഴയത്ത് പുറത്തിറങ്ങാൻ അവരാരും കൂട്ടാക്കിയില്ല്യാ. അന്ന് ചെമ്പൂട്ടീം അവിടില്ല്യാർന്നു. ചാറ്റൽമഴ നനഞ്ഞുകൊണ്ടുതന്നെ കുളപ്പടവിലെത്തി. ഈറൻ മാറിയുടുക്കാനുള്ള മുണ്ട് കുളപ്പുരമാളികയിൽ നനയാതെ അയയിൽ ഇട്ടിട്ട് കുളത്തിലെത്തി, ചെറുതോർത്തുടുത്ത്, ഉടുമുണ്ട് നനച്ചുവച്ചു. കുളി കഴിഞ്ഞ്, എറ്റിപ്പിഴിഞ്ഞ ഈറൻമുണ്ടുടുത്തുകൊണ്ട് ചെറുതോർത്ത് തലയിൽ വിരിച്ചിട്ട്, പിരിച്ച് മുടി തോർത്തി. തല തോർത്താൻ മാത്രം കൊള്ളാവുന്ന ആ കുഞ്ഞുതോർത്ത് ചുറ്റിക്കൊണ്ട് ഉടുമുണ്ട് കല്ലിൽ അടിച്ചെറ്റി പിഴിഞ്ഞെടുത്തു. കുളപ്പുരമാളികയിൽ കയറി ഈറൻ മാറിക്കൊണ്ടു നിന്നപ്പോൾ വീണ്ടും മഴ കനത്തു. വാതിലിന് എതിർവശമുള്ള ജനലിലൂടെ, മഴയുടെ ചടുലസൗന്ദര്യം ആസ്വദിച്ചുകൊണ്ട്, തെല്ലു ചരിഞ്ഞ്, തലമുടി വിടർത്തിയിട്ട് ഇരുകൈവിരലുകൾകൊണ്ട് മുടിയിഴ വിടർത്തിയുണക്കാൻ ശ്രമിക്കുകയായിരുന്നു. കതകടയ്ക്കുന്ന ശബ്ദം കേട്ടാ തിരിഞ്ഞു നോക്ക്യത്. അച്ഛൻ, അഷ്ടമൂർത്തി നമ്പൂതിരി മുറിയിൽ.

എന്റെ അന്തരാത്മാവിൽ ഒരു കൊള്ളിമീൻ പാളിവീണു. വേളി കഴിഞ്ഞ് ഭർതൃവീട്ടിലേക്ക് പോകുന്നേരം ഇക്കാളിച്ചേച്ചി പറഞ്ഞ കാര്യം ഓർമവന്നു.

"അച്ഛന്റെ അടുത്തെങ്ങും പോകരുത്, പരമദുഷ്ടനാ."

എനിക്കാ മുഖത്തു നോക്കാനുള്ള ധൈര്യമുണ്ടായില്ല്യാ. എന്റെ കാലുകൾ വിറച്ചുതുടങ്ങി. കുഴഞ്ഞുവീഴുന്നതിനുമുമ്പ് ഒരുവിധത്തിൽ കട്ടിൽതലയ്ക്കൽ ഇരുന്നു.

‘‘എല്ലാത്തിനും കാരണക്കാരി നീ ഒരുത്തിയാണ്, നീ മാത്രം.’’

ഒരു കൊടുങ്കാറ്റിന്റെ മുഴക്കംപോലെ ആ ശബ്ദം കേട്ടു.

‘‘നാട്ടിൽ നിനക്കിപ്പോ നല്ല പേരല്ല്യേ? നീയോ തുലഞ്ഞു! നീയാ പാവപ്പെട്ട കുട്ട്യോളക്കൂടി തുലച്ചതെന്തിനാ? വടക്കേമഠം വലിയപട്ടരുടെ മകൻ നീ കാരണം ഭ്രാന്തായി, പൂട്ടിയിട്ടിരിക്ക്യാ. രങ്കൻപട്ടർ പിച്ചും പേയും പറഞ്ഞ് നടക്കാ. രാനത്ത് അച്യുതപ്പൊതുവാളിന്റെ നാവ് താണുപോയി. ഇരുട്ടുമുറി വിട്ട് ഓൻ പുറത്തിറങ്ങാറില്ല്യാ. അവരെ മൂന്നിനേം നീയാ ഈ തരത്തിലാക്ക്യേന്ന് നാട്ടുകാരാകെ പറയ്യാ. അത്രയ്ക്ക് സമർത്ഥയോ നീയ്യ്?

കൃഷ്ണവാര്യർ ഇല്ലം കെട്ടിമേഞ്ഞുതന്നതെങ്ങന്യാന്ന് ചോദിച്ചില്ല്യാ. എന്നെക്കാട്ടി പലരിൽനിന്നും പണം വാങ്ങീല്ല്യേന്നും ചോദിച്ചില്ല്യാ. എനിക്കു കിട്ടിയ ആഭരണങ്ങളും കസവുപുടവകളും സംബന്ധക്കാരികൾക്ക് കൊണ്ടുകൊടുത്തില്ല്യേന്നും ചോദിച്ചില്ല്യാ. തിരിച്ചു ചോദിക്കാൻ ഒരുപാടുണ്ടായിരുന്നു. ഒന്നും ചോദിച്ചില്ല്യ. നാവു ചലിച്ചിട്ടുവേണ്ട്യേ? എങ്കിലും രാവുണ്ണീ എന്റെ അച്ഛൻ, എന്റെ ഉടുമുണ്ട് വലിച്ചുപറിച്ചെറിഞ്ഞ് എന്നെപ്പിടിച്ച് കട്ടിലിൽ കിടത്തിയപ്പോൾ അരുതേ അച്ഛാ എന്നു കെഞ്ചി ഞാൻ വാവിട്ടുകരഞ്ഞു. കണ്ണുകൾ മുറുകെ പൂട്ടി, മുഖംപൊത്തി തേങ്ങിക്കരഞ്ഞുകൊണ്ടു കിടന്ന എന്നെ, ഒരു സിംഹം പിടയ്ക്കുന്ന മാനിനെ കടിച്ചുകീറിത്തിന്നുന്ന ക്രൗര്യത്തോടെ എന്റെ അച്ഛൻ തിന്നുകൊണ്ടിരുന്നു.

ഒരു പട്ടിയെപ്പോലെ സ്വന്തം കുട്ടിയെ പ്രാപിച്ച അഷ്ടമൂർത്തിയെ വകവരുത്തണമെന്നാണ് എല്ലാം സഹിച്ചുകൊണ്ടു കിടന്നപ്പോൾ ഞാൻ തീരുമാനിച്ചത്. അയാളെ കൊല്ലുക, ഉടൻതന്നെ ആത്മഹത്യ ചെയ്യുക. എല്ലാ പദ്ധതികളും പൊളിഞ്ഞുപോയി. അയാളെ കാണാൻ പോലുമുള്ള ധൈര്യം ഇല്ല്യായിരുന്നു. ഇക്കാളിച്ചേച്ചി പറഞ്ഞതിന്റെ അർത്ഥം എനിക്കു മനസ്സിലായി. ശ്രീദേവിയോടും പാർവതിയോടും ഞാൻ എന്താണുപദേശിക്കുക?

അഷ്ടമൂർത്തിയുടെ കണ്ണിൽപെടാതിരിക്കാൻ മുമ്പും ശ്രദ്ധിച്ചിരുന്നു. എങ്കിലും അങ്ങനെയൊന്ന് സംഭവിക്കുമെന്ന് ഒരിക്കലും പ്രതീക്ഷിച്ചിരുന്നില്ല്യാ. ഞാനയാളെ പണ്ടേ വെറുത്തിരുന്നു. ആ സംഭവത്തിനുശേഷം ഏതാണ്ട് ആറുമാസത്തോളം അയാളെ കണ്ടിട്ടേ ഇല്ല്യായിരുന്നു.

ഇപ്പോൾ അയാളെനിക്ക് അഷ്ടമൂർത്തിയെന്ന വിടനായ ബ്രാഹ്മണൻ മാത്രമാണ്. എന്റെ പിതാവല്ല. ഒരു വർഷം കഴിഞ്ഞിരിക്കുന്നു. എന്റെ ചിന്താഗതിയിലും മാറ്റം വന്നു. ഒരു അഷ്ടമൂർത്തിയെ കൊന്നതുകൊണ്ടു മാത്രം ഞാനിനി തൃപ്തയാവില്ല്യാ. എനിക്കിപ്പോൾ പകയാണ് രാവുണ്ണീ, തികഞ്ഞ പക. എന്നെ ഇങ്ങനെ നശിപ്പിച്ച എന്റെ സമുദായത്തോടുള്ള പക. മൂസ്സാമ്പൂരിമാർ, അപ്ഫൻനമ്പൂരിമാർ, ജ്യോത്സ്യന്മാർ, ജ്യോതിഷിമാർ, ദൈവജ്ഞന്മാർ, സ്മാർത്തന്മാർ, ഓത്തന്മാർ, ആചാര്യന്മാർ... പുച്ഛമാണെനിക്ക്. ഈ വംശത്തെയാകെ പുച്ഛമാണെനിക്ക്. എനിക്ക്

അവന്മാരുടെ മുഖത്ത് കാറിത്തുപ്പണമെന്നുണ്ട്. എനിക്കിനി ജീവിതമില്ലെന്നറിയാം. ഞാൻ പോകാൻ തയ്യാറെടുക്ക്വാ രാവുണ്ണീ. പോകുമ്പോൾ ചിലരെക്കൂടി ഞാൻ കൊണ്ടു പോകും, നീ നോക്കിക്കോ."

മുപ്പത്തിഒൻപത്

രാവും പകലുംപോലെ തന്ന്യാ ജീവിതത്തില് ഒക്കെ മാറീം മറിഞ്ഞും സംഭവിച്ചുകൊണ്ടിരിക്കും എന്ന് സമാധാനിക്കാൻ തന്നെ ഞാനും ശ്രമിച്ചു. എങ്കിലും എന്റെ ജീവിതത്തിലെന്ത്യേ രാവുണ്ണീ ഇത്രമാത്രം രാവുകളുണ്ടാകാൻ? വളറെ കുറച്ചു പകലുകളല്ല്യേ ഞാൻ കണ്ടിട്ടുള്ളൂ? ഇപ്പോഴും നിക്ക് അവസാനിക്കാത്ത അമാവാസി തന്ന്യാ. ഞാനൊരിക്കലും ഓർക്കാൻ ആഗ്രഹിക്കാത്തതും ഓർമ്മയിൽ നിന്നും ഒരു നിമിഷം പോലും അപ്രത്യക്ഷമാകാത്തതുമായ ആ മഹാദുരന്തം സംഭവിച്ച് ആറു മാസം കഴിഞ്ഞപ്പോ നിക്ക് പ്രതീക്ഷയ്ക്ക് വക നൽകുന്ന മറ്റൊരു വാർത്തയെത്തിയത്. എന്റെ വേളി നടക്കാൻ പോകുന്നു എന്നറിഞ്ഞു. ഒരു പകലിനെക്കൂടി സ്വപ്നം കാണാൻ തുടങ്ങി.

പുറത്തു വലിയ സന്തോഷമൊന്നും കാട്ടിയില്ലെങ്കിലും ഞാൻ ആശ്വസിക്കുകയായിരുന്നു കല്പകശ്ശേരി ഇല്ലം തീരെ വെറുത്തു കഴിഞ്ഞിരുന്നു. അവിടെനിന്നും പുറത്തിറങ്ങി ജീവിക്കാൻ എവിടെയോ ദൈവം എനിക്കുവേണ്ടി ഒരിടം ഒരുക്കിവെച്ചിട്ടുണ്ടാവും എന്നൊരു നേരിയ പ്രതീക്ഷ വീണ്ടും ജീവിതാസക്തിയേകി. എത്രയോ തവണ മരണത്തെക്കുറിച്ചു ചിന്തിച്ചു. പിന്നെയും ജീവിതത്തെ സ്നേഹിക്കാൻ കാരണം ആ വിവാഹാലോചന വാർത്തയായിരുന്നു. വേളിക്കാര്യം അറിഞ്ഞിട്ടും വരൻ ആരെന്നും എന്നെന്നും ഒന്നും അന്വേഷിച്ചില്ല്യ. തുടർജീവിതത്തിന് എനിക്കൊരു പുതിയ ഇടംവേണം. അതിനുള്ള അവസരമായി മാത്രം അതിനെ കണ്ടു. ആ നിലയ്ക്ക് വരൻ ആരായാലെന്താ? ഇല്ലം ഏതായാലെന്താ?

മൂസ്സാമ്പൂരിയല്ല്യ, ഒരപ്ഫൻ നമ്പൂര്യാ എന്നെ വേളികഴിക്കാൻ വരുന്നതെന്ന് അധികം വൈകാതെ അറിഞ്ഞു. ആ ഹതഭാഗ്യൻ ആരെന്ന് അന്നു വൈകിട്ട് അമ്മ എന്നോടു പറഞ്ഞു. കുറിയേടത്തില്ലത്തെ രാമൻ നമ്പൂതിരി. നമ്പ്യാത്തന്റെ അനുജൻ. വീണ്ടും കുറിയേടത്തേക്കോ എന്നൊരു ആധി ഉള്ളിൽ ഇരച്ചുകയറി. പത്താം വയസ്സിൽ പന്ത്രണ്ടു ദിവസം നമ്പ്യാത്തനെ സഹിച്ചതാ. നമ്പ്യാത്തനല്ല്യാ രാമൻ നമ്പൂരിയെങ്കിലും നമ്പ്യാത്തന്റെ പുലിമടയിലേക്കാണല്ലോ എത്തിപ്പെടുക എന്ന വേവലാതി എന്നെ വലച്ചു.

രാമൻ നമ്പൂരിയോട് വെറുപ്പോ ഇഷ്ടമോ ഇല്ല്യായിരുന്നു. ശാന്തപ്രകൃതിക്കാരനായിരുന്നു എന്നറിയാം. ദാസീഭവനങ്ങളിൽ കൂത്താടി

നടക്കില്ല്യാന്നൊരു തോന്നൽ. ഒന്നും നേരേ അറിയില്ല്യാ, വെറും തോന്നലാ. കുറിയേടത്തില്ലത്ത് പാട്ടുപഠിക്കാൻ താമസിച്ചിരുന്ന കാലത്ത് ഒരു നോട്ടം കൊണ്ടുപോലും എന്നെ നോവിച്ചിട്ടില്ല്യാ. അധികസമയോം അമ്പലങ്ങളിൽ. ആ പാവപ്പെട്ട മനുഷ്യന്റെ 'ചാരിത്ര്യവതിയായ ധർമ പത്നി'യായി അഭിനയിക്കേണ്ടിവരുമല്ലോ എന്നൊരു ആധി എന്നെ ബാധിച്ചു.

ഒരു അന്തർജനത്തിന്റെ വേളിക്കാര്യത്തിൽ അവളുടെ അഭിപ്രായ ത്തിന് ഒരു പ്രസക്തിയും ഇല്ല്യാന്ന് നിക്കറിയാം. കുറിയേടത്തില്ലത്ത് പോകാൻ എനിക്കിഷ്ടമില്ല്യായിരുന്നു. എങ്കിലും അഷ്ടമൂർത്തിയുടെ കൺവെട്ടത്തു നിന്നും രക്ഷപ്പെടാനുള്ള ഒരു വഴിയായി അതിനെ കണ്ടു. ഒരു പേപ്പട്ടിയെ എന്നപോലെ അഷ്ടമൂർത്തിയെ ഭയക്കുകയും വെറു ക്കുകയും ചെയ്തിരുന്നു. ചമ്മുത്തമ്പുരാട്ടി അവിടെ ഉണ്ടല്ലോ. സ്നേഹ സ്വരൂപിണിയാണവർ. ഏതോ മുറയ്ക്ക് എന്റെ അച്ഛന്റെ പെങ്ങൾ. മറ്റേതോ മുറയ്ക്ക് നമ്പ്യാത്തന്റെ അമ്മായിയാണവർ. നമ്പൂതിരിമാരുടെ ഇടയിൽ തലതിരിഞ്ഞ വിവാഹബന്ധങ്ങൾ സർവസാധാരണമായിരുന്നു അക്കാലത്ത്.

ആ ദിവസം വന്നു. വേളിദിനം. അന്നത്തെ പ്രഭാതം എന്നത്തെയും പോലെ ആയിരുന്നു. സാധാരണ ഇല്ലങ്ങളിൽ നടക്കാറുള്ളതുപോലെ നാലഞ്ചുദിവസം നീണ്ടുനിൽക്കുന്ന വിവാഹച്ചടങ്ങുകളൊന്നും ഇല്ല്യാ യിരുന്നു. അതിഥികൾ കുടുംബസമേതം തലേദിവസമേ എത്തിയില്ല്യാ. ആസകലം തേച്ചുകുളിക്കാൻ കാച്ചെണ്ണയും കുഴമ്പും കരുതി വച്ചില്ല്യാ. ആയിരപ്പറ അരിയുടെ വേളിസദ്യയും അഞ്ഞൂറു പറ അരിയുടെ സർ വാണിസദ്യയും ഇല്ല്യായിരുന്നു. സ്വർണാഭരണങ്ങളണിഞ്ഞ മുക്കാലും നഗ്നകളായ യുവതരുണികളുടെ കൈകൊട്ടിക്കളി ഇല്ല്യായിരുന്നു. നവവധുവിന് നെടുമംഗല്യം ലഭിക്കുവാനുള്ള പ്രാർത്ഥന, ഗണപതീ സ്തുതി, സരസ്വതീവന്ദനം, ശിവപാർവതീസ്തുതി മുതലായ ചടങ്ങുക ളൊന്നും അവിടെ നടന്നില്ല്യാ. നാലുപാദം, ഗണപതിപൂജ, വിളക്കത്തു വയ്പ് എന്നിവയ്ക്കുശേഷമുള്ള സംഘക്കളിയും ഇല്ല്യായിരുന്നു.

ഒരു അനാഥന്റെ ശവമടക്കുപോലെ എന്റെ വേളി കഴിഞ്ഞു.

അന്നു അനുഭവിച്ച പ്രതിസന്ധിയുടെ തീവ്രത രാവുണ്ണിക്ക് മനസ്സിലാ വില്ല്യ. മറ്റു സമുദായങ്ങളിലെ സ്ത്രീകൾക്കും മനസ്സിലാവില്ല്യ. അന്തർ ജനങ്ങൾ എന്ന വളർത്തുപക്ഷികൾക്കു മാത്രമേ അത് മനസ്സിലാകൂ. മറ്റു സമുദായങ്ങളിലുള്ള യുവതികൾ സ്ത്രീകളായി അകത്തും പുറത്തും ജീവിക്കുമ്പോൾ ഇല്ലങ്ങളിലെ പെൺപിറവികൾ 'അന്തർജനങ്ങൾ' ആണല്ലോ. എലിപ്പത്തായത്തിലെ എലികളെപ്പോലെ അവർ അകത്ത് സുരക്ഷിതരായിരിക്കുന്നു! ഞാനെന്ന പെണ്ണെലിയെക്കുറിച്ചുതന്നെ പറയാം. ഒരിക്കൽ കുറിയേടത്തില്ലം എന്ന എലിപ്പത്തായത്തിൽ അക പ്പെടുകയും ഏറെ പരുക്കുകളോടെയാണെങ്കിലും രക്ഷപ്പെടുകയും

ചെയ്ത എലി. ആ എലിക്ക് എലിപ്പത്തായത്തിന്റെ അപകടസാധ്യത നന്നായറിയാം.

എലിയുടെ മുമ്പിൽ കല്പകശ്ശേരിയിലെ കണ്ടൻപൂച്ച തുറുകണ്ണുകളുമായി നിൽക്കുന്നു. രക്ഷപ്പെടാനുള്ള പഴുതന്വേഷിച്ചപ്പോൾ ഒരു എലിപ്പത്തായം വായ്പിളർന്നുകാട്ടി വരൂ എന്നു ക്ഷണിച്ചു. പൂച്ച ചാടിവീഴുന്നതിനുമുമ്പ് എലിപ്പത്തായത്തിനകത്ത് ഓടിക്കയറി. എലിപ്പത്തായം കുറിയേടത്തില്ലത്തേക്ക് ആനയിക്കപ്പെട്ടു. ഒൻപതാം വയസ്സിൽ പാട്ടുപഠിക്കാൻ കുറിയേടത്തില്ലത്തേക്ക് പോയപ്പോൾ മനസ്സു നിറയെ രാവുണ്ണിയായിരുന്നു. നിന്നോടൊപ്പമിരുന്ന് സംഗീതം പഠിക്കുക, നിന്റെ മുമ്പിലിരുന്ന്, നീ പഠിപ്പിക്കുന്നത് കേട്ടു പഠിക്കുക, ആ ചിന്തയായിരുന്നു അന്ന് കാലുകൾക്ക് ചലനവേഗം നൽകിയത്. ഓയ്ക്കില്ലത്തെ നമ്മുടെ പഠനാനുഭവങ്ങളുടെ തുടർച്ചയായിരിക്കും കുറിയേടത്തു ലഭിക്കുകയെന്നാണ് പ്രതീക്ഷിച്ചിരുന്നത്.

വേളി കഴിഞ്ഞുള്ള യാത്ര തികച്ചും വ്യത്യസ്തമായിരുന്നു. അദൃശ്യമായ എലിപ്പത്തായത്തിനകത്തായിരുന്ന എന്നെ പൂച്ചയുടെ മുമ്പിൽ തുറന്നുവിടുമോ, വെള്ളത്തിൽ മുക്കിക്കൊല്ലുമോ...? ഒരു നിശ്ചയവുമില്ല്യായിരുന്നു. മരണഭീതിയോളം വന്നില്ലെങ്കിലും ഞാൻ ഭയന്നുകൊണ്ടാണ് കുറിയേടത്തേക്ക് നടന്നത്. ചമ്മുത്തമ്പുരാട്ടി എന്നെ സ്വീകരിച്ചു– ആചാരപരമായ രീതികളിൽ തന്നെ. പുത്രവധുവിനെ സ്വീകരിക്കുന്ന ഭാവത്തിൽ അവർ വരവേറ്റു.

"നിനക്ക് എന്റെയരികിൽ എത്താൻ കഴിഞ്ഞല്ലോ കുഞ്ഞേ, അമ്മയ്ക്ക് സന്തോഷായി. തീരെ വയ്യ കുഞ്ഞേ. അമ്മ ഇന്നോ നാളെയോ കിടപ്പിലായെന്നുവരും. ഇല്ലത്തെ കാര്യംക്കെ ഇനി നീ തന്നെ നോക്കണം."

വേളി കഴിഞ്ഞ് ഭർതൃഭവനത്തിലെത്തുന്ന യുവതികൾ പ്രതീക്ഷാനിർഭരമായ മാനസികാവസ്ഥയിലായിരിക്കും. വലുതായിട്ടൊന്നും പ്രതീക്ഷിക്കാനില്ല്യായിരുന്നെങ്കിലും ഭയത്തോടെയായിരുന്നെങ്കിലും ഞാനും ചിലതൊക്കെ പ്രതീക്ഷിച്ചിരുന്നു. പ്രതീക്ഷകൾക്ക് ആ പകലിന്റെ ആയുസ്സേ ഉണ്ടായിരുന്നുള്ളൂ. കുറിയേടത്തില്ലത്തെത്തി അധികം കഴിയുന്നതിനുമുമ്പ് രാമൻ നമ്പൂതിരി അപ്രത്യക്ഷനായി. ചമ്മുത്തമ്പുരാട്ടി അന്തിക്കു നിലവിളക്കു കൊളുത്തി. വിവാഹവീടിന്റെ ഒരു ലക്ഷണവും അവിടെ ഇല്ല്യായിരുന്നു. ബന്ധുക്കളാരും എത്തിയിട്ടില്ല്യാ. മുറ്റിനിന്ന മൂകത. ഞാൻ നിലവിളക്കിനു മുന്നിലിരുന്നു. പുതിയ കുടുംബജീവിതം ആരംഭിക്കുകയാണല്ലോ. ഗണപതീസ്തുതിപരമായ ഒരു കീർത്തനം എന്റെ ഓർമയിലെത്തി.

"ഗിരിരാജസുതാ തനയസദയ
സുരനാഥ മുഖാർച്ചിത പാദയുഗ
പരിപാലയമാം ഇഭരാജമുഖ"

എന്തുകൊണ്ടോ എന്റെ നാവു ചലിച്ചില്ല്യ. അവിടെ നിറഞ്ഞുനിന്ന മൗനം ഉടഞ്ഞുതകരരുതെന്ന് തോന്നി. മൗനമായി കീർത്തനം ആലപിച്ചു കഴിഞ്ഞിട്ടും അവിടെ ആളനക്കമില്ല്യായിരുന്നു. കാൽ മുട്ടുകളിൽ കൈകെട്ടി ചുവർചാരിയിരുന്നു.

"വരൂ, അത്താഴം കഴിച്ചിട്ടിരിക്കാം."

കുറേ കഴിഞ്ഞപ്പോൾ ചമ്മുത്തമ്പുരാട്ടി ക്ഷണിച്ചു.

"നമ്പൂരി വന്നിട്ടാകാം അമ്മേ."

ഞാൻ മര്യാദ കാട്ടി.

"രാമൻ അമ്പലത്തീന്ന് പായസോ പടച്ചോറോ കഴിച്ചിട്ടാവും എന്നും വരിക. ഇല്ലത്തുനിന്നും അത്താഴം കഴിച്ചിട്ട് കാലങ്ങളായിക്കാണും. മഹാ ഭക്തനാ."

അമ്മ തുടർന്നു:

"നിക്ക് തീരെ സുഖംല്ല്യ കുട്ടീ. ഉള്ളെരിച്ചില്. ആഹാരം ഇറങ്ങില്ല്യാ. നിക്കാൻമേലാ. ഞാൻ കിടക്കാൻ പൂവ്വാ."

അമ്മ ശ്വാസം കിട്ടാതെ ബുദ്ധിമുട്ടുന്നതായി തോന്നി. കൂടുതലൊന്നും ചോദിക്കാൻ തോന്നിയില്ല്യാ. അകത്തേക്ക് നടന്നുമറഞ്ഞ അമ്മയുടെ വഴിയേ നോക്കി അല്പനേരം നിന്നു. രാവേറെ ചെന്നപ്പോൾ രാമൻ നമ്പൂതിരിയെത്തി.

"താത്രി ഇവിടെത്തന്നെ ഇരിക്ക്യേ? ഞാൻ വിചാരിച്ചു ഉറങ്ങിക്കാണുമെന്ന്."

ഞാനൊന്നു ചിരിച്ചു. അപ്രിയം കാട്ടിക്കൂടല്ലോ.

"മഹാശിവക്ഷേത്രത്തിൽ രാമയ്യഭാഗവതരുടെ സംഗീതക്കച്ചേരി ഉണ്ടായിരുന്നു. വടക്കേപ്പാട്ട് നമ്പൂതിരീടെ നേർച്ച. അതായിരുന്നു കച്ചേരി. രൂപകതാളത്തിൽ കുമുദക്രിയാരാഗത്തിൽ ദീക്ഷിതരുടെ 'അർധനാരീശ്വരം ആരാധയാമി' എന്ന കീർത്തനം പാടിത്തീർന്നതും ഭക്തിപാരവശ്യത്താൽ എന്റെ കണ്ണു നിറഞ്ഞതും ഒരുമിച്ചായിരുന്നു. താത്രിക്ക് രാമയ്യഭാഗവതരുടെ സംഗീതക്കച്ചേരി കേൾക്കാൻ ഭാഗ്യമുണ്ടായിട്ടില്ലെങ്കിൽ അതൊരു നഷ്ടം തന്ന്യാ. അടുത്ത വാരക്കാലത്ത് അദ്ദ്യേത്തിന്റെ കച്ചേരിയുണ്ടാകും. അന്ന് താത്രിയെ കൂട്ടിക്കൊണ്ടുപോയി കച്ചേരി കേൾപ്പിക്കാം."

വിശപ്പും വഴി നടന്ന ക്ഷീണവുംകൊണ്ട് എന്റെ കണ്ണുകൾ അടഞ്ഞുപോകുമെന്നു തോന്നി. അടുക്കളയിൽ അനക്കങ്ങളൊന്നുമില്ല്യാ. ചമ്മുത്തമ്പുരാട്ടി ഉറക്കമായിക്കാണും.

'നീ അത്താഴം കഴിച്ചോ' എന്ന് നമ്പൂരി ചോദിക്കുമെങ്കിൽ പറയാമായിരുന്നു. പക്ഷേ, അദ്ദേഹം വീണ്ടും കീർത്തനങ്ങളെക്കുറിച്ചാണ് സംസാരിച്ചത്.

"ത്രിലോകസ്വാമികളുടെ ഒരു കച്ചേരി കഴിഞ്ഞമാസം കൊടുങ്ങല്ലൂരമ്പലത്തിൽവച്ച് കേൾക്കാൻ കഴിഞ്ഞു. വിശേഷമതല്ല്യ, തീർത്ഥാടനത്തിന് ഞാൻ എത്തിയപ്പോൾ സന്ദർഭവശാൽ കേൾക്കാനുള്ള ഭാഗ്യമുണ്ടായതാ. അതാ ഈശ്വരകാരുണ്യം. അല്ലെങ്കിൽ പിന്നെ ഞാനവിടെ ചെല്ലാനും...."

"ഒരു പായ് കിട്ടിയിരുന്നെങ്കിൽ ഇവിടെ കിടക്കാമായിരുന്നു."

ഞാനെന്റെ പ്രതിഷേധമറിയിച്ചത് അങ്ങനെയായിരുന്നു.

"ഇവിടെ കിടക്കേ.....? നല്ല കാര്യായി. അകത്ത് കട്ടിലുണ്ടല്ലോ, വരൂ, വരൂ."

നിലവിളക്കിനടുത്തിരുന്ന കൈവിളക്ക് കൊളുത്തി അദ്ദ്യേം അകത്തേക്ക് നടന്നു. ഞാൻ അവിടെത്തന്നെ ഇരുന്നു. രണ്ടു ചുവടു വെച്ചിട്ട് തിരിഞ്ഞു നിന്ന് വീണ്ടും പറഞ്ഞു:

"താത്രിക്ക് കിടക്കണമെന്നല്ലേ്യ പറഞ്ഞേ. വരൂ, വരൂ."

ഞാനെഴുന്നേറ്റു പിറകേ നടന്നു. ഒരു ഇരുട്ടറയിൽ ഒരു ചെറുപീഠത്തിലിരുന്ന കരിപിടിച്ച നിലവിളക്ക് കണ്ണുതുറന്നു.

ചൂരൽ വരിഞ്ഞ ഒരു പഴയ കട്ടിലിൽ വിയർപ്പു നാറുന്ന ഒരു മുണ്ട് അശ്രദ്ധമായി വലിച്ചെറിയപ്പെട്ട നിലയിൽ കണ്ടു. ഒരു കൈതോലപ്പായ് കട്ടിലിൽ ചുരുട്ടിവച്ചിരുന്നു. കട്ടിലിൽ പായ് വിരിച്ചുകൊണ്ട് അദ്ദേഹം പറഞ്ഞു:

"കിടന്നോളൂ, കിടന്നോളൂ."

ഞാൻ കട്ടിലിൽ ഇരുന്നു. എണ്ണവിഴുക്കും പൊടിപടലങ്ങളും പറ്റിപ്പിടിച്ച് കരുവാളിച്ച ഒരു തലയണ അറപ്പുളവാക്കുന്ന കാഴ്ചയായിരുന്നു. ശരിക്കും വിയർപ്പുനാറ്റം. നമ്പൂതിരി കട്ടിലിന്റെ അങ്ങേത്തലയ്ക്കൽ ഇരുന്നു.

"ഈശ്വരകാരുണ്യം ഉണ്ടെങ്കിലല്ലേ്യ നമുക്ക് മോക്ഷം കിട്ടുകയുള്ളൂ. ഞാൻ ഈശ്വരാരാധനയുമായി കഴിഞ്ഞുകൂടുകയായിരുന്നു. ഇല്ലത്തെ കാര്യങ്ങളൊക്കെ ജ്യേഷ്ഠനാ നോക്കുന്നേ. എന്തുചെയ്യാം, ജ്യേഷ്ഠന് സന്താനഭാഗ്യമുണ്ടാവില്ലെന്ന് ജ്യോത്സ്യൻ പറഞ്ഞു. അതിനാൽ വേളി കഴിക്കില്ല്യാന്ന് വാശി. എന്തായാലും ഒരു ദിവസം മരണാനന്തര കർമ്മങ്ങൾ ചെയ്യേണ്ടിവരില്ലേ്യ? പുത്രനില്ലെങ്കിൽ ആരാ അതൊക്കെ ചെയ്യ? സന്താനഭാഗ്യമുണ്ടാകണമല്ലോ. എന്നോടു വേളികഴിക്കാൻ ജ്യേഷ്ഠൻ നിർദേശിച്ചു. മൂസ്സാമ്പൂരി നിർദേശിച്ചാൽ അനുസരിക്കാതിരിക്കുന്നതെങ്ങന്യാ?"

കാര്യങ്ങളുടെ ഒരു സാമാന്യരൂപം ലഭിച്ചു. കൂടുതൽ കേൾക്കണമെന്നില്ല്യാ.

"എനിക്കുറക്കം വരുന്നു."

“കിടന്നോളൂ, കിടന്നോളൂ. ഉറക്കം വന്നാൽ ഉടൻ കിടന്നുറങ്ങണം. ഞാനങ്ങന്യാ. അമ്പലനടയിൽ പ്രാർത്ഥിച്ചുകൊണ്ടിരുന്നപ്പോൾ ഉറക്കം വന്നിട്ടുണ്ട്. തിരുനടയിൽ കിടന്ന് ഞാൻ ഉറങ്ങിയിട്ടുണ്ട്.”

നമ്പൂരി തന്റെ സ്വഭാവങ്ങൾ വെളിപ്പെടുത്തിക്കൊണ്ടിരുന്നു. വിയർപ്പു നാറുന്ന തലയണ ചുവരിലേക്ക് നീക്കി ഞാൻ ചരിഞ്ഞുകിടന്നു. അപ്പോഴും വിവാഹവേഷം മാറിയുടുത്തിരുന്നില്ല്യ. പുതിയ കസവുമുണ്ടും മൂടിപ്പുതയ്ക്കാൻ ഒരു കസവുനേര്യതും. അതായിരുന്നു എന്റെ വിവാഹ വേഷം. രാമൻനമ്പൂതിരി പിന്നെയും എന്തൊക്കെയോ പറഞ്ഞു കൊണ്ടിരുന്നു. വിഡ്ഢിത്തങ്ങളാണ് വിളമ്പുന്നതെന്ന് മനസ്സിലായി. അധികം വൈകാതെ പൂർണനിദ്രയിൽ മുങ്ങിത്താഴ്ന്നു. ഉറങ്ങാൻ കിടന്ന അതേ വേഷത്തിൽതന്നെ അടുത്ത പ്രഭാതത്തിൽ ഉണർന്നെഴുന്നേറ്റു. ആ പ്രക്രിയ ഒരാഴ്ചയോളം തുടർന്നു. ഒടുവിൽ ആ സത്യം ഞാൻ മനസ്സിലാക്കി—രാമൻനമ്പൂതിരിക്ക് ലൈംഗികശേഷിയില്ലെന്നു മാത്രമല്ല, ലൈംഗികചിന്തയുമില്ലെന്ന സത്യം.

ചാരിത്ര്യവതിയും കന്യകയുമൊന്നുമല്ലെങ്കിലും ഞാനൊരു പെണ്ണല്ലേ രാവുണ്ണീ? അറിഞ്ഞുവെച്ചുകൊണ്ട് എന്തിനയാൾ എന്നെ ചതിച്ചു? പ്രത്യേകിച്ച് പ്രതീക്ഷകളൊന്നുമില്ലാതെയാണ് വന്നതെന്ന് പറഞ്ഞെങ്കിലും ഏതു പെണ്ണും ഭർത്താവിൽനിന്നും പ്രതീക്ഷിക്കുന്ന തൊക്കെ ഞാനും പ്രതീക്ഷിക്കില്ല്യേ? എല്ലാ പ്രതീക്ഷയും തകർന്നു. അടുത്തൊരു ദിവസം അതിരാവിലെ രാമൻനമ്പൂതിരി പറഞ്ഞു:

“ഗുരുവായൂർ ഏകാദശി തൊഴാൻ മുടങ്ങാതെ പോകാറുണ്ട്. അറിവു വെച്ച കാലം മുതൽ ഉണ്ണിക്കണ്ണന്റെ നടയിൽ ഏകാദശി തൊഴുതുവരുന്നു. ഇത്തവണയും ഭഗവാൻ എനിക്കതിനുള്ള ഭാഗ്യം തന്നു. രാവിലെതന്നെ തിരിക്കയായി. ഭാഗ്യമുണ്ടെങ്കിൽ കൊടുങ്ങല്ലൂരമ്മയുടെ നടയിലും രാപകൽ ഭജന നടത്തണമെന്നുണ്ട്. ഇനി വൈക്യാ രാഹുകാല മായിപ്പോകും.”

ഞാൻ മറുപടിയൊന്നും പറഞ്ഞില്ല്യ. അയാൾ അത് പ്രതീക്ഷിച്ചതു മില്ല്യ. നമ്പൂരി ഇറങ്ങിനടന്നു. കുറിയേടത്തില്ലത്തെ പുതിയ സാഹചര്യ ങ്ങളുമായി ഒരുവിധത്തിൽ ഇണങ്ങിപ്പോകാൻ ശ്രമിച്ചുവരികയായിരുന്നു. വേളി കഴിഞ്ഞശേഷം അഷ്ടപദിപ്പാട്ടുകൾ പാടുകയോ കഥകളിപ്പദങ്ങൾ ചൊല്ലുകയോ ചെയ്തിട്ടില്ല്യ. ഒന്നിനും ഉത്സാഹം തോന്നിയില്ല്യ.

അന്നു രാത്രി കഥകളി അനുഭവങ്ങൾ ആലോചിച്ചുകൊണ്ട് കിടക്കുക യായിരുന്നു. കുറിയേടത്തില്ലത്ത് ഒരു വൃദ്ധദാസിയുണ്ട്. അവർക്ക് ചെവി കേൾക്കില്ല്യ. അത്യാവശ്യം അടുക്കളപ്പണികൾ ചെയ്യും. എനിക്ക് സ്വന്ത മായി ഒരു ദാസി വേണം. ചെമ്പൂട്ടിയെ വരുത്തിയാൽ സംസാരിക്കുകയോ പാടുകയോ വേണ്ടിവന്നാൽ ആടുകയോ ഒക്കെ ചെയ്യാമായിരുന്നു. ചമ്മു ത്തമ്പുരാട്ടിയോടു പറഞ്ഞാൽ നാളെത്തന്നെ ഒരാളെ കല്പകശ്ശേരിയി ലേക്ക് അയയ്ക്കും, ചെമ്പൂട്ടിയെ കൂട്ടിക്കൊണ്ടുവരാൻ.

വാതിലിന് പിന്തിരിഞ്ഞാണ് കിടന്നത്. നിലവിളക്ക് കണ്ണടച്ചു. ഞാൻ തിരിഞ്ഞുനോക്കുന്നതിനിടയിൽ ഒരു ബലിഷ്ഠശരീരം എന്റെ മേൽ അമർന്നു. നന്നായി ഭയന്നെങ്കിലും നിലവിളിച്ചില്ല്യ. നിലവിളിച്ചാലും രക്ഷിക്കാൻ ആരും ഓടിവരാനില്ല്യ. കൈകൾകൊണ്ട് അയാളെ തള്ളിമാറ്റാനും പുറത്തേക്ക് ചരിയാനും പണിപ്പെട്ടു. അയാളെന്നെ അമർത്തിക്കളഞ്ഞു. നിമിഷങ്ങൾക്കകംതന്നെ കൈകാലുകൾ തളർന്ന് ഞാൻ കീഴടങ്ങി. ശരീരഗന്ധത്തിൽനിന്നും എനിക്ക് അധിനിവേശക്കാരനെ മനസ്സിലായി. നമ്പ്യാത്തൻ നമ്പൂതിരി. ഞാൻ വെറുക്കുകയും ഭയക്കുകയും ചെയ്തിരുന്ന നമ്പ്യാത്തൻ. അന്നത്തെ ആ പ്രവൃത്തിയിലൂടെ എന്റെ ശരീരം അയാളുടെ ജംഗമസ്വത്തായി തീർന്നെന്ന് വിചാരിച്ചുകാണണം. അപ്പോഴും ആ കിടപ്പിലും പകരംവീട്ടാനുള്ള വഴികൾ ഞാൻ തേടുകയായിരുന്നു.

നാൽപത്

"എല്ലാം മറക്കാൻ ഞാൻ ശ്രമിക്കയാണ് പത്മാ. മറക്കാൻ ശ്രമിക്കുന്തോറും ഓർമ്മകൾ ശക്തിപ്രാപിച്ച് വിദൂര ഭൂതകാലങ്ങളിൽനിന്നും പറന്നെത്തിക്കൊണ്ടിരിക്കുന്നു. എല്ലാം വിസ്തരിച്ചു പറഞ്ഞാൽ ഞാനല്ല, കേട്ടിരിക്കുന്ന നീയായിരിക്കും കൂടുതൽ തളർന്നുപോവുക. അതുകൊണ്ട് എല്ലാം ഞാൻ പറയുന്നില്ല്യ."

രാവുണ്ണിമുത്തച്ഛന്റെ ശബ്ദത്തിൽ തളർച്ചയുടെ സ്വരവും നിരാശയുടെ ലയവും പത്മയ്ക്ക് അനുഭവപ്പെട്ടു.വിവാഹാനന്തരമുണ്ടായ നമ്പ്യാത്തന്റെ കീഴ്പെടുത്തലിൽനിന്നും അവൾ പുതിയൊരു പാഠം പഠിച്ചു എന്നാണ് പിന്നീടുള്ള അവളുടെ നീക്കങ്ങൾ വിശകലനം ചെയ്തപ്പോൾ എനിക്കു മനസ്സിലാക്കാൻ സാധിച്ചത്.

'ആ കിടപ്പിലും പകരംവീട്ടാനുള്ള വഴികൾ തേടുകയായിരുന്നു' എന്ന് അവളെന്നോട് അന്ന് പറഞ്ഞിരുന്നല്ലോ. ആ വഴികൾ എന്തായിരുന്നുവെന്ന് അടുത്ത ദിവസം അവൾ വ്യക്തമാക്കി. ബലപ്രയോഗത്തിന് ഇടംകൊടുക്കാതെതന്നെ അയാൾക്ക് കീഴടങ്ങിക്കൊടുക്ക; ആ തന്ത്രം ഉപയോഗിച്ചുതന്നെ അയാളെ തകർക്കാനുള്ള പദ്ധതികൾ നടപ്പിലാക്ക– അവളത് നടപ്പിലാക്കുകയും ചെയ്തു."

പിന്നെയും മുത്തച്ഛൻ എന്തോ ഓർത്തെടുക്കുന്നതുപോലെ തോന്നി. ഒരു ദീർഘനിശ്വാസത്തിനുശേഷം വീണ്ടും പറഞ്ഞു:

"വേളിവിശേഷങ്ങൾ എന്നോടു പറഞ്ഞ രാത്രിയിൽ വിക്ഷോഭകരമായ കാര്യങ്ങൾപോലും പ്രശാന്തഭാവത്തോടെയാണ് അവൾ സംസാരിച്ചത്. കുറെയേറെ സങ്കടങ്ങൾ പങ്കുവെച്ചു കഴിഞ്ഞപ്പോൾ അവളുടെ മനസ്സ് ഏറെക്കുറെ ശാന്തമായതായിരിക്കാം. ഞാനന്ന് വളരെ വൈകിയാണ് കണ്ടഞ്ചാതയിലേക്ക് പോയത്. അടുത്ത മാസംമുതൽ തൃശ്ശൂരും

പാലക്കാട്ടും ഷൊർണൂരും ഒറ്റപ്പാലത്തും മറ്റുമായി ധാരാളം കളിയുണ്ടായിരുന്നു. അതിനുള്ള തയ്യാറെടുപ്പുകൾക്കും പരിശീലനത്തിനും മറ്റുമായി അടുത്ത ദിവസം പ്രഭാതത്തിൽതന്നെ എനിക്കു പുറപ്പെടേണ്ടിയിരുന്നു. മുപ്പതു നാല്പതു ദിവസം കഴിഞ്ഞേ കണ്ടഞ്ചാതയിലേക്ക് മടങ്ങിവരാൻ നിവൃത്തിയുള്ളൂവെന്നും വരുമ്പോൾ തമ്മിൽ കാണാമെന്നും പറഞ്ഞാണ് ഞാൻ തൽക്കാലം വിടവാങ്ങിയത്.

"ഞാനിങ്ങന്യായീ രാവുണ്ണീ, എന്നെ ആർക്കുമിനി വീണ്ടെടുക്കാൻ കഴീല്ല്യാ. പോയ്വരൂ. പാടിപ്പാടി ഇനിയും രാജമുദ്രയുള്ള സമ്മാനങ്ങൾ വാങ്ങിവരൂ. നിക്ക് ഇതുമതി. ഈ മുദ്രമോതിരം തന്ന്യാണ് ന്റെ രാവുണ്ണി. ഇതെന്റെ കൈവിരലിൽ ഉള്ളിടത്തോളം ഊണിലും ഉറക്കത്തിലും നീയെന്റെ കൈയിൽ മുറുകെ പിടിച്ചിരിക്കുന്ന അനുഭൂതി അനുഭവിച്ചു കൊണ്ടിരിക്കും. ഈ മോതിരം ഈ വിരലിൽ അണിയിക്കപ്പെടുന്നതിനു മുമ്പും രാവുണ്ണി ന്റെ ഉള്ളിൽത്തന്നെണ്ടായിരുന്നു. ഈ മോതിരം ആരെങ്കിലും അപഹരിച്ചാലും ന്റെ ഉള്ളിലിരിക്കുന്ന രാവുണ്ണിയെ ആരും തട്ടിപ്പറിക്കില്ല്യല്ലോ. പോയ്വരൂ."

ഞാൻ നടന്നു. ഇരുളിൽ മറഞ്ഞപ്പോൾ ഒന്നു തിരിഞ്ഞുനോക്കി. ചുവരു ചാരി നിന്നനില്പിൽ തന്നെ അവൾ നിൽക്കേർന്നു. നിലവിളക്കിലെ മഞ്ഞളിച്ച ചുവന്ന വെളിച്ചം അവളുടെ മുഖത്തിന്റെ വലതു ഭാഗം പ്രകാശിപ്പിച്ചു. മറുപകുതി ഇരുട്ടിലും—അവളുടെ ജീവിതംപോലെ. കുംഭമീനമാസങ്ങളിൽ നിരന്തരം കളിയും യാത്രയും. ഏതാണ്ട് എഴുപതു ദിവസം കഴിഞ്ഞാ കണ്ടഞ്ചാതയിൽ തിരിച്ചെത്തിയത്. കുറിയേടത്തില്ലത്ത് ആ ചുരുങ്ങിയ സമയത്തിനുള്ളിൽ ഒരുപാട് സംഭവങ്ങൾ നടന്നു—ഒരുപാട് മാറ്റങ്ങൾ സംഭവിച്ചു എന്നു പറഞ്ഞാലും മതി.

ചമ്മുത്തമ്പുരാട്ടി തീർത്തും രോഗശയ്യയിലായി. അവരെ ശുശ്രൂഷിക്കാൻ അകന്ന ബന്ധത്തിൽപെട്ട ദേവകി എന്ന ഒരു യുവതിയെ നമ്പ്യാത്തൻ കൂട്ടിക്കൊണ്ടുവന്നു. തന്റെ മാതാവിന്റെ മരണത്തോടെ തീർത്തും ഒറ്റപ്പെട്ടുപോയ ഒരു യുവതി. തന്റെ പിതാവിന്റെ മൂന്നാം വേളിയുടെ ബന്ധമനുസരിച്ച് നമ്പ്യാത്തൻ ദേവകിക്ക് കുഞ്ഞമ്മയുടെ സ്ഥാനം നൽകി. തന്നെക്കാൾ രണ്ടു വയസ്സിന്റെ പ്രായക്കൂടുതലേ ഉള്ളൂ എങ്കിലും താത്രി ദേവകിയെ ദേവുമ്മായി എന്ന് ആദരപൂർവം വിളിച്ചുപോന്നു. ദേവകി ശുശ്രൂഷയേറ്റെടുത്തെങ്കിലും ചമ്മുത്തമ്പുരാട്ടിയുടെ രോഗം അനുദിനം മൂർച്ഛിച്ചു. മൂന്നാഴ്ചയ്ക്കുള്ളിൽ അവർ വിടവാങ്ങി. ദേവകിക്ക് മടങ്ങിപ്പോകാൻ ഇടമില്ല്യായിരുന്നു എന്നു മാത്രമല്ല്യ, അവളെ മടക്കി അയയ്ക്കാൻ താത്രി ഇഷ്ടപ്പെട്ടിരുന്നുമില്ല്യ. കുടുംബഭരണത്തിന്റെ പൂർണ ഉത്തരവാദിത്വം താത്രി ദേവകിയെ ഏല്പിച്ചു.

ചമ്മുത്തമ്പുരാട്ടിയുടെ മരണത്തിന് മുമ്പുതന്നെ, താത്രിയുടെ സഹായത്തിന്, ചെമ്പൂട്ടി കുറിയേടത്തില്ലത്തെത്തിയിരുന്നു. അതോടെ താത്രിക്ക് മനസ്സു തുറന്ന് മിണ്ടാനും പറയാനും ആളായി. നമ്പ്യാത്തൻ

രാത്രിയും പകലും ഇല്ലത്തില്ലാത്ത അവസ്ഥ. താത്രിയും ചെമ്പൂട്ടിയും ദേവകിയും തമ്മിൽ നല്ലൊരു സൗഹൃദബന്ധം രൂപപ്പെട്ടുവരാൻ നമ്പ്യാത്തന്റെ അസാന്നിധ്യം കാരണമായി. കുറിയേടത്തില്ലത്ത് ഈ മൂന്നു യുവതികളും ശ്രവണശേഷിയില്ലാത്ത വൃദ്ധയായ അടുക്കള ക്കാരിയും മാത്രം. ആൺതുണയില്ലാത്ത രാപകലുകൾ.

നമ്പ്യാത്തനും അഷ്ടമൂർത്തിയും എതിരേ മാത്രമല്ല തന്നെ തകർത്ത എല്ലാവർക്കുമെതിരെ ബുദ്ധിപരമായി പകരംവീട്ടാനുള്ള പദ്ധതികൾ ആവിഷ്കരിക്കാൻ താത്രിക്ക് അനുകൂലമായ ഭൗതികസാഹചര്യം ഒത്തുവന്നു. അതിസുന്ദരിയും പണ്ഡിതയും കലാകാരിയുമായ താത്രി അനാഥയും ദരിദ്രയുമായ തന്നെ ദേവുമ്മായി എന്നു വിളിക്കുന്നതിൽ ദേവകി സന്തോഷിക്കുകയും അഭിമാനിക്കുകയും ചെയ്തു. ദേവകി താത്രിയെ മനസാ വണങ്ങി എന്നുമാത്രമല്ല, ഏതു കാര്യത്തിനും തുണ യായി നിൽക്കുകയും ചെയ്തു.

ഒരു ദിവസം അത്താഴത്തിനുശേഷം ദേവു പറഞ്ഞു:

"താത്രിക്ക് ഒരുപാട് കഥകളറിയാമെന്ന് കേട്ടിട്ടുണ്ട്. ഒരു കഥ പറയുമെങ്കിൽ നന്നായിരുന്നു. കഥകളിപ്പദങ്ങൾ ചൊല്ലിയാലും മതി. ഇപ്പോ ചെന്നു കിടന്നാലും ഉറക്കം വരില്ല്യ. എന്താ ഒരു കഥ പറഞ്ഞു സഹായിക്ക്വോ?"

"ആവാലോ. കഥയോ കഥകളിപ്പദമോ ഏതുമാകാം. ഞാൻ കഥകളി പ്പദം പാടൂന്നും മറ്റും ദേവുമ്മായോട് ആരാ പറഞ്ഞേ?"

താത്രി ചോദിച്ചു.

"മുല്ലശ്ശേരി മൂസ്സാ പറഞ്ഞേ."

"എവിടെയോ കേട്ടിട്ടുണ്ടല്ലോ. ആരായീ മുല്ലശ്ശേരി മൂസ്സ്?"

താത്രി ചോദിച്ചു.

"മുല്ലശ്ശേരിമന വളരെ പ്രസിദ്ധംല്ല്യേ? ആനേള്ള മന! അവിടത്തെ മൂസ്സാമ്പൂരിയാ പരമേശ്വരൻ നമ്പൂതിരി. ഞങ്ങടെ ഇല്ലം അതിനടുത്തല്ല്യേ! അമ്മാത്തുവഴിക്ക് എനിക്ക് ആ ഇല്ലോമായി ഒരകന്ന ബന്ധോണ്ട്. അവ്ടത്തെ പെൺകിടാവിന് ഒരു കൂട്ടിന് എന്നെ അങ്ങട് കൂട്ടാറുണ്ട്. അദ്ദ്യേത്തിനറിയാം ഞാൻ വഹേല് താത്രീട ബന്ധുവാണെന്ന്. താത്ര്യേ ക്കുറിച്ച് അദ്ദ്യേം ഒരുപാട് കേട്ടിരിക്കണത്രേ."

"എന്താണാവോ കേട്ടേ?"

"ഏതു കഥയും ചൊല്ലിയാടുന്ന കേമിയത്രേ. ആട്ടത്തിൽ പാട്ടുകാർ ആടാറില്ല്യാന്നും ഉടുത്തുകെട്ടും ചമയങ്ങളും ഇല്ല്യാണ്ടുതന്ന്യെ താത്രി സ്വയം പദങ്ങൾ ചൊല്ലി ആടുന്നതു കണ്ടാ ഏതു കഥകളിക്കാരനും നമിച്ചു പോവുംത്രേ. മൂസ്സ് താത്രിയെ കണ്ടിട്ടില്ല്യാന്നും ഒരൂസം കുറിയേട ത്തില്ലത്തേക്ക് ഒരു എഴുന്നള്ളത്തുണ്ടായേക്കാമെന്നും പറഞ്ഞു ചിരിച്ചു.

മറക്കാതെ പറയണംന്ന് ന്നെ ഓർമപ്പെടുത്തി. മൂസ്സ് തമാശ പറഞ്ഞതാ യിരിക്കുമെന്ന് വെച്ചാ ഇങ്ങോട്ടുള്ള എഴുന്നള്ളത്തിന്റെ കാര്യം ഞാം പറയാ തിരുന്നേ.

താത്രിയുടെ ഉള്ളിൽ ഒരു മിന്നൽ പാളി. മുല്ലശ്ശേരി പരമേശ്വരൻ നമ്പൂതിരി! മഹാധനികനും ജ്യോതിഷിയും മാന്ത്രികനും മറ്റു പലതും. നന്നായി കേട്ടിരിക്ക്ണൂ. വരട്ടെ. വെറുതെ ഒന്നു കണ്ടുപോവാനല്ലല്ലോ ആ വരവ്! രാമൻനമ്പൂരിക്കും നമ്പ്യാത്തനുമുള്ള മറുമരുന്ന് കണ്ടെത്തിയ സന്തോഷത്തിൽ താത്രി ചാടിയെഴുന്നേറ്റു. കല്യാണിരാഗത്തിൽ അടന്ത താളത്തിൽ ഒരു പദം ഉള്ളിലുറഞ്ഞുതുള്ളി. താത്രി പാടി.

"അംഗനമാർ മൗലേ ബാലേ
ആശയെന്തയിതേ
എങ്ങനെ പിടിക്കുന്നു നീ
ഗഗനചാരിയാമെന്നെ
യൗവനം വന്നുദിച്ചിട്ടും ചെറുതായില്ല ചെറുപ്പം
അവിവേകമിതു കണ്ടാലറിവുള്ളവർ
പരിഹസിക്കും ചിലർ പഴിക്കും
വഴിപിഴയ്ക്കും തവ നിനയ്ക്കുമ്പോൾ."

അന്നു താത്രീടെ ദിവസമായിരുന്നെന്നു പറയാം. പല ആട്ടക്കഥകളിൽ നിന്നും അവൾ പലപല പദങ്ങൾ ചൊല്ലി. രാവേറെ ചെന്നിട്ടേ കലാപരി പാടി അവസാനിച്ചുള്ളൂ. വളരെക്കാലത്തിനുശേഷം താത്രിയുടെ സന്തോഷപ്രകടനം ആദ്യമായി കാണുകയായിരുന്നു ചെമ്പൂട്ടി. ആരോടെങ്കിലും പകവീട്ടാൻ ഒരു പദ്ധതി തയ്യാറാക്കിക്കഴിഞ്ഞാൽ അന്നു രാത്രി താത്രി ആടുകയോ പാടുകയോ കഥപറയുകയോ ഉറക്കെച്ചിരി ക്കുകയോ ചെയ്യുമെന്ന് ചെമ്പൂട്ടിക്കറിയാം.

വടക്കേമഠത്തിൽ ശ്രീനിവാസപ്പട്ടരെയും രങ്കൻപട്ടരെയും രാനത്ത് അച്യുതപ്പൊതുവാളിനെയും കൈകാര്യം ചെയ്യാനുള്ള പദ്ധതിക്ക് അവ സാനരൂപം നൽകിയ രാത്രിയിൽ ഇതുപോലെ, താത്രി, വളരെനേരം ആടുകയും പാടുകയും ചെയ്ത കാര്യം ചെമ്പൂട്ടി ഓർത്തു. പടിഞ്ഞാറേ മഠത്തിൽ വെങ്കിടേശ്വരപട്ടർക്കെതിരെയും കൃഷ്ണമാരാർക്കെതിരെയും പദ്ധതി തയ്യാറാക്കിയ ദിവസങ്ങളിലും താത്രി ഇതുപോലെ സന്തോഷം പ്രകടിപ്പിച്ചിരുന്നു. അതിന്റെ തുടർച്ച തന്നെയാവാം ഇതെന്ന് ചെമ്പൂട്ടി കരുതി.

ഉറങ്ങാൻ നേരത്ത് താത്രി ദേവകിയോടു പറഞ്ഞു:

"മുല്ലശ്ശേരി മൂസ്സ് ദേവുമ്മായിയോട് പറഞ്ഞത് തമാശയായിരിക്കില്ല്യ. അദ്ദേ്യത്തിന് എന്നെക്കാണാൻ കുറിയേടത്തില്ലത്തേക്ക് എഴുന്നള്ളണ മെന്നുണ്ടെങ്കിൽ ആയ്ക്കോട്ടെ. എനിക്ക് സമ്മതമാണെന്നും ഇല്ലത്ത് സൗകര്യമാണെന്നും അദ്ദേ്യത്തെ അറിയിക്കണം. ദേവുമ്മായി നാളെ

രാവിലെതന്നെ മുല്ലശ്ശേരിക്ക് പുറപ്പെടണം. മൂസ്സിനെക്കണ്ട് ഇക്കാര്യം അറിയിക്കണം. രാവിലെ തിരിച്ചാൽ സന്ധ്യയ്ക്കുമുമ്പ് മടങ്ങിവരാലോ. ആനേക്കാള്ള മനയല്ലേ്യ? സമ്പത്ത് കുന്നുകൂടി കിടപ്പുണ്ടാവും. ഒരു കാര്യംകൂടി പ്രത്യേകം പറയ്യ. താത്രിയെ കാര്യമായി കാണണംന്നു ണ്ടെങ്കി കാര്യമായെന്തെങ്കിലും കാണിക്ക നൽകേണ്ടിവരുംന്ന് പറയണം. ഒരു ചാക്ക് അരിയായ്ക്കോട്ടെ. നെല്ലു വേണ്ട. പുഴുങ്ങാനും ഉണക്കാനും കുത്താനുംന്നും ഇവിടെ ആളില്ല്യാ. എന്നാണ് എഴുന്നള്ളുന്നതെന്ന് വ്യക്ത മായി അറിയണം. ഒരാഴ്ച വൈകിയാ അസൗകര്യമാകുമെന്നും അറിയിക്ക.''

അടുത്ത ദിവസം അതിരാവിലെതന്നെ ദേവകി മുല്ലശ്ശേരിമനയിലേക്ക് യാത്രയായി. ദേവുമ്മായി പോയശേഷം താത്രി ചെമ്പൂട്ടിയോടു പറഞ്ഞു:

''മുല്ലശ്ശേരീടെ ദൂതുമായാണ് ദേവുമ്മായി വന്നതെങ്കിലും സന്ദേശം കൈമാറാൻ വൈകി. എങ്കിലും എന്റെ സന്ദേശവുമായി പോയി ഹംസം ഇന്നുതന്നെ ലക്ഷ്യം സാധിച്ചുമടങ്ങും. ദൗത്യം നിഷ്ഫലമാകാനിടയില്ല്യ.''

താത്രി ഉറക്കെ ചിരിച്ചു.

''ന്താത്ര വാശി, മുല്ലശ്ശേരിയെ ഇങ്ങെത്തിക്കാൻ?''

ചെമ്പൂട്ടി ചോദിച്ചു.

''വെറുതെയല്ല്യ, നേരമ്പോക്കിനുമല്ല്യ. മുല്ലശ്ശേരിമൂസ്സ് ആരെന്ന റിയോ? എന്റെ അച്ഛന്റെ അമ്മയുടെ അടുത്ത ബന്ധുവാ. അച്ഛനോളം പ്രായംണ്ടാവില്ല്യ. ആളൊരു സുമുഖനും സുന്ദരനുമാ. ഒരിക്ക മുല്ലശ്ശേരീല് ഒരു വേളി അടിയന്തിരത്തിന് ഞങ്ങളെല്ലാരും പോയിട്ടുണ്ട്. ഞാനന്ന് ഓയ്ക്കില്ലത്ത് പഠിക്ക്വേർന്ന്. എട്ടു വയസ്സു കാണും അന്നെനിക്ക്. അന്നു കണ്ട ഓർമേണ്. പിന്നീടുള്ളതൊക്കെ കേട്ടറിവാണ്. ആള് ദൈജ്ഞൻ എന്നാണ് സ്വയം വിശേഷിപ്പിക്കുന്നത്. വലിയ ജ്യോതിഷിയാണ്. കവടി നിരത്തി ഭാവിയും ഭൂതോംക്കെ പറയും. സ്ത്രീകൾക്കും പുരുഷന്മാർ ക്കുമൊക്കെ യന്ത്രങ്ങൾ നിർമ്മിച്ചു നൽകും. യന്ത്രം എന്തെന്നറിയോ? മന്ത്രങ്ങൾ എഴുതി ദൈവികശക്തി സന്നിവേശിപ്പിച്ച തകിട്; അത്രേള്ളൂ. ഓരോ ആവശ്യത്തിനും ഓരോതരം യന്ത്രങ്ങൾ ഉണ്ടത്രെ. ഏതായാലും മന്ത്രവും തന്ത്രവുംകൊണ്ട് സ്വത്ത് കുന്നുകൂടി. അല്ലേലും ധനികൻ തന്ന്യാ. നിനക്കറിയോ, മുല്ലശ്ശേരി ചതിച്ചില്ല്യായിരുന്നെങ്കി എന്റെ അച്ഛൻ എന്നെ തള്ളിക്കളയില്ല്യായിരുന്നു; എനിക്കീ ഗതികേട് വരില്ല്യായിരുന്നു.''

താത്രി പറഞ്ഞതിന്റെ പൊരുളറിയാതെ ചെമ്പൂട്ടി മിഴിച്ചിരുന്നു. അല്പസമയത്തെ ഇടവേളയ്ക്കുശേഷം, മുല്ലശ്ശേരി ചെയ്ത ചതിയെ ന്തെന്ന് താത്രി വ്യക്തമാക്കി.

''ഞാൻ ജനിച്ചയുടനെ ജാതകമെഴുതിക്കാൻ അച്ഛൻ ഏതോ ജ്യോത്സ്യനെ കണ്ടത്രെ. ഏതോ പാപഗ്രഹത്തിന്റെ സാന്നിധ്യമുണ്ടെന്നും ജനനരാശിയുടെ കുഴപ്പംകൊണ്ട് കുട്ടി കുടുംബത്തിന് പേരുദോഷ മുണ്ടാക്കുമെന്നും ഇല്ലം മുടിഞ്ഞുപോകാനും മതിയെന്നും അയാൾ

പറഞ്ഞത്രെ. മറ്റൊരു ജ്യോത്സ്യനെ കണ്ടപ്പോൾ കുഞ്ഞിനെ ഉരുളിയിൽ കിടത്തി നദിയിൽ ഒഴുക്കിവിടാൻ പറഞ്ഞത്രെ. അന്നുതന്നെ അച്ഛൻ മുല്ലശ്ശേരി മൂസ്സിനെ കണ്ടു; എന്തെങ്കിലും ഒരു ആശ്വാസവാക്ക് കിട്ടുമോ എന്നറിയാൻ. കണ്ട പാടേ മൂസ്സ് ചോദിച്ചു:

"എന്താ കല്പകശ്ശേരീ, പാപരാശിയിലാണല്ലേ പെൺപിറവി?"

"അതേ തിരുമേനീ; എന്താ പരിഹാരം? എന്തിനും ഒരു പരിഹാരം കാണുമല്ലോ!"

കല്പകശ്ശേരി ചോദിച്ചു.

"ആണോ? ഏതിനും പരിഹാരമുണ്ടോ? എങ്കിൽ മരണത്തിനും പരിഹാരമുണ്ടാകണമല്ലോ! അങ്ങ്ന്യാ കരുതിയിരിക്ക്യ?"

അയാൾ കളിയാക്കി ചിരിച്ചു.

"എങ്കിലും കർമക്രിയകളിലൂടെ എന്തെങ്കിലും പോംവഴി.... മനസ്സിൽ...."

അദ്ദേഹം ഒരു ആശ്വാസവാക്കിനുവേണ്ടി കാത്തുനിന്നു.

"മനസ്സിൽ തോന്നുന്നതങ്ങട് പറഞ്ഞാ കല്പകശ്ശേരിക്ക് സുഖിക്കില്ല്യാ. എങ്കിലും പറയാണ്ടിരിക്കാൻ കഴിയില്ല്യാ. ജീവനോടെ കുഴിച്ചിടുക; ഇരുചെവിയറിയാതെ; അത്രേന്ന്യാ."

ചെമ്പൂട്ടിക്ക് ശ്വാസം മുട്ടുന്നതുപോലെ തോന്നി. അവൾ നെഞ്ചു തടവി.

"ഭഗവതീ ഇങ്ങന്യേം മനുഷ്യരുണ്ടോ? ഇത്രയ്ക്ക് കണ്ണിച്ചോരേല്ലണ്ടായാ..."

ചെമ്പൂട്ടിക്ക് തൊണ്ടയിടറിപ്പോയി.

"ഒരുകണക്കിന് മുല്ലശ്ശേരി പറഞ്ഞത് ശരിതന്നല്ല്യേ ചെമ്പൂട്ടീ? മുല്ലശ്ശേരി മാത്രോംല്ല്യാ; മറ്റുള്ളോര് പറഞ്ഞേം ശരിയായി വന്നില്ല്യേ? ആവശ്യത്തിന് പേരുദോഷം ഇതിനകംതന്നെ കിട്ടീല്ല്യേ? നമ്മുടെ മുഖത്തുനോക്കി പറഞ്ഞില്ലേലും ആളുകള് പരസ്പരം അടക്കം പറയുന്നത് ഇതൊക്കെ തന്നല്ല്യേ?"

ചെമ്പൂട്ടിക്ക് മറുപടി ഇല്ല്യായിരുന്നു. അവളുടെ കീഴ്ത്താടിയിൽ കൈവെച്ച് മുഖം തെല്ലുയർത്തിക്കൊണ്ട് ഒരു രഹസ്യം പറയുന്ന ഭാവത്തിൽ താത്രി ചോദിച്ചു:

"ഈ ജീവിതത്തേക്കാൾ എത്ര നന്നായിരുന്നേനേ ശൈശവത്തിലേ അവരെന്നെ കൊന്നിരുന്നെങ്കിൽ...!"

കണ്ണുനീർ താത്രിയുടെ നിയന്ത്രണത്തിൽ നിന്നില്ല.

"അരുത് തമ്പ്രാട്ടീ, അങ്ങനെ പറയരുത്. എനിക്ക് എഴുത്തും വായനേംന്നും അറീല്ല്യ. എങ്കിലും പറയാ ധൈര്യമായിരിക്കാൻ. എനിക്കെന്നും ധൈര്യം തന്നത് തമ്പ്രാട്ട്യല്ലേ? ആ തമ്പ്രാട്ടി ഇങ്ങനേം സങ്കടപ്പെട്ടാ ഞാം പിന്നെന്തു കാട്ടാനാ?"

ചെമ്പൂട്ടി താത്രിയുടെ കണ്ണീർ തുടച്ച് ആശ്വസിപ്പിക്കാൻ ശ്രമിച്ചു. സന്ധ്യയ്ക്കു മുമ്പുതന്നെ ദേവകി മടങ്ങിയെത്തി. വന്നപാടേ പറഞ്ഞു:

"വരണ്ണ്ട്; നാളെത്തന്ന്യേ വരണ്ണ്ട്. മുല്ലശ്ശേരി നമ്പൂരി കുറിയേട ത്തില്ലത്തേക്ക് നാളെ തന്ന്യേ വരണ്ണ്ടൂന്ന് അറിയിക്കാൻ പറഞ്ഞു."

"നന്നായി; വരട്ടെ. വളരെ നന്നായി. മറ്റൊന്നും പറഞ്ഞില്ല്യേ?"

"കാണിക്കയായി ഒരു ചാക്ക് അരി തന്നെയായാ നന്നെന്നറിയിച്ചു. അതും സമ്മതിച്ചു."

ദേവകി നിലത്തിരുന്ന് വിയർപ്പാറ്റി. ഓടിക്കിതച്ചാ വരവ്. മറക്കുടയും ദാസിയുമൊന്നുമില്ല്യാതെ അന്തർജനത്തിന്റെ ഒറ്റയ്ക്കുള്ള യാത്ര. ഒരു പഴകിയ നേര്യതുകൊണ്ട് മൂടിപ്പുതച്ചിരുന്നു. ഇല്ലത്തു വന്നുകയറിയ ഉടൻ നേര്യതെടുത്ത് മുഖവും മാറിടവും തുടച്ചു. തുണി മടക്കിപ്പിടിച്ച് അല്പ സമയം വീശി.

"ഒറ്റയ്ക്കോ പരിവാരസമേതനായോ പുറപ്പാട്?"

താത്രി ചോദിച്ചു.

"അതറിയില്ല്യാ. നാളത്തെ അത്താഴം കുറിയേടത്ത് തന്ന്യേന്ന് പ്രത്യേകം പറയാൻ പറഞ്ഞു."

"അതിനെന്താ, അങ്ങ്ന്യാകാം; മുല്ലശ്ശേരിയെ നന്നായി ഊട്ടാം."

താത്രി ചിരിച്ചു. ആ ചിരിയുടെ അർത്ഥം ചെമ്പൂട്ടിക്ക് മനസ്സിലായെ ങ്കിലും ദേവകിക്ക് മനസ്സിലായില്ല.

പിറ്റേന്ന് ഉച്ചയ്ക്കു മുമ്പായി മുല്ലശ്ശേരിയിൽനിന്നും രണ്ടു ചുമട്ടുകാ രെത്തി. ഒരാളുടെ തലയിൽ ഒരു ചാക്ക് അരി. മറ്റൊരാളുടെ തലയിൽ ഒരു ചാക്കുനിറയെ പലവിധ സാധനങ്ങൾ. പച്ചക്കറി, പയർ, പരിപ്പ്, പലവ്യഞ്ജനങ്ങൾ, വെളിച്ചെണ്ണ തുടങ്ങിയവ. ചുമടിറക്കി ചുമട്ടുകാർ മടങ്ങി. വെയിലെരിഞ്ഞടങ്ങിയപ്പോൾ മുല്ലശ്ശേരി മൂസ്സാമ്പൂരിയെത്തി. സ്വർണകസവുമുണ്ടും രണ്ടാംമുണ്ടും വില്ലുവച്ച കടുക്കനും സ്വർണ മോതിരവും മറ്റുമണിഞ്ഞ് ധനികനാണെന്ന ഭാവത്തിൽ തന്നെയാ വരവ്.

വെളുത്തു സുമുഖനായ മൂസ്സാമ്പൂരി മുറുക്കിച്ചുവപ്പിച്ച് നീട്ടിത്തുപ്പി മുറ്റത്തു കയറി. ദേവകി ഓടിച്ചെന്ന് എതിരേറ്റ് ഉമ്മറത്തെത്തിച്ചു. അവിടെ കിടന്ന പഴയ നാൽക്കാലിയിൽ അദ്ദേഹം ഇരുന്ന് വിയർപ്പാറ്റി. പൂച്ചെണ്ടു നൽകി സ്വീകരിക്കുമ്പോലെ പുഞ്ചിരി നൽകി താത്രി അദ്ദേഹത്തെ സ്വീകരിച്ചു. താത്രിയെ കണ്ടപ്പോൾ പന്തം കണ്ട പെരുച്ചാഴിയെപ്പോലെ നമ്പൂരി അന്തംവിട്ടിരുന്നുപോയി. സുന്ദരിമാരെ ധാരാളം കണ്ടിട്ടുള്ള നമ്പൂതിരിയുടെ എല്ലാ സങ്കല്പങ്ങൾക്കും അപ്പുറമായിരുന്നു താത്രി.

സന്ധ്യയ്ക്കുമുമ്പ് കുളപ്പുരയിലെത്തി കുളിച്ചുവന്ന നമ്പൂരിക്ക് അകത്തളത്തിൽ ഇലയിട്ട് അത്താഴം വിളമ്പി. മൂസ്സാമ്പൂരിക്ക് പരമാവധി പ്രകോപനമുണ്ടാകത്തക്ക തരത്തിൽ തൊട്ടുമുമ്പിൽ കുനിഞ്ഞുനിന്ന് താത്രി തുമ്പിലയിൽ ചോറും കറികളും വിളമ്പി.

ഊണു കഴിഞ്ഞ് സംപ്രീതനായ നമ്പൂരി പറഞ്ഞു:

"താത്രി പദം ചൊല്ലുന്നതു കേൾക്കാൻ മോഹംണ്ട്. കഥകളിപ്പദമോ കീർത്തനമോ എന്തുമാകാം. തിരക്കില്ല്യാ. ഊണു കഴിഞ്ഞു വന്നിട്ടു മതി."

"ആവാലോ. എന്തുമാകാം. കുളപ്പുരമാളികയിൽ വിശ്രമിക്കാൻ വേണ്ട സൗകര്യമൊരുക്കിയിട്ടുണ്ട്. വിരോധമില്ല്യാച്ചാ അവിടെച്ചെന്ന് വിശ്രമിക്കാം."

ചെമ്പൂട്ടി നമ്പൂരിയെ കുളപ്പുരമാളികയിലേക്ക് നയിച്ചു.

അഴുക്കും വിഴുപ്പുമടിഞ്ഞ് വൃത്തികേടായി കിടന്ന പഴങ്കട്ടിൽ കസവുമുണ്ടു വിരിച്ച് കമനീയമാക്കിയിരുന്നു. എണ്ണവിഴുക്കു പുരണ്ട തലയണ കസവുനേര്യതുകൊണ്ടു പൊതിഞ്ഞ് ആകർഷകമാക്കിയിരുന്നു. തേച്ചു മിനുക്കി സ്വർണവർണത്തിലാക്കിയ വലിയ നിലവിളക്കിൽ നിറയെ എണ്ണയൊഴിച്ച് അഞ്ചു തിരിയിട്ടിരുന്നെങ്കിലും ഒറ്റത്തിരി മാത്രമേ കത്തിച്ചിരുന്നുള്ളൂ. മുല്ലശ്ശേരി കുളപ്പുരമാളികയിൽ താത്രിയെ കാത്തു കാത്തിരുന്ന് ക്ഷമ കെട്ടു. ഇടയ്ക്കിടയ്ക്ക് കട്ടിലിൽ നിന്നെഴുന്നേറ്റ് വാതിൽക്കലെത്തി പുറത്തേക്കു നോക്കും. പിന്നെയും ചെന്നിരിക്കും. ആവുന്നത്ര അണിഞ്ഞൊരുങ്ങി ബോധപൂർവം വളരെ താമസിച്ച് താത്രിയെത്തി.

"എന്താ വേണ്ട്യേ തിരുമേനിക്ക്, കഥകളിപ്പദമോ കീർത്തനമോ അഷ്ടപദിയോ?"

"കഥകളിപ്പദം തന്നെ ആയ്ക്കോട്ടെ."

കാലകേയവധത്തിലെ ഉർവശിയുടെ ചില പദങ്ങൾ ചൊല്ലിയാടാനാരംഭിച്ചപ്പോൾതന്നെ മുല്ലശ്ശേരി നമ്പൂരിക്ക് ഇരിക്കപ്പൊറുതിയില്ലാതായി. താത്രി സമയമെടുത്ത് ചില ശൃംഗാരപദങ്ങൾ ചൊല്ലി; സംഭോഗശൃംഗാര രസം ആടിത്തകർത്തു. കുറിയേടത്തില്ലം മാത്രമല്ല, ലോകംതന്നെ നിദ്രയിലാണ്ടു. ആടിക്കണ്ട രസമൊക്കെ മൂസ്സ് അനുഭവിച്ചറിഞ്ഞു. രസലഹരിയിൽ അയാൾ മയങ്ങി. താത്രി എഴുന്നേറ്റ് നിലവിളക്കിൽ എണ്ണ പകർന്ന് അഞ്ചു തിരിയും തെളിച്ചു. തിരികൾ തെളിഞ്ഞു കത്തി. മൂസ്സാമ്പൂരിയുടെ ശിരസ്സിനു പിന്നിലായി ഒരു പീഠത്തിൽ വിളക്ക് ഉയർത്തിവച്ചു.

"തിരുമേനി ഉറങ്ങിയോ?"

രതിലഹരിയിൽ മതിമറന്നുറങ്ങിയ നമ്പൂരിയെ താത്രി കുലുക്കിയുണർത്തി. അർദ്ധസുഷുപ്തിയിൽ കണ്ണു തുറന്ന മൂസ്സാമ്പൂരി തന്റെ മുന്നിൽ നിന്നു ചിരിക്കുന്ന താത്രിയുടെ ചുവന്നുതുടുത്ത മുഖം കണ്ട് തെല്ലു പതറി.

"ഭാവിയും ഭൂതവുമൊക്കെ പ്രവചിക്കുന്ന തിരുമേനിയല്ല്യേ, ഒരു കാര്യം ചോദിക്കാനുണ്ട്; തിരുവുള്ളക്കേടുണ്ടാകരുത്."

താത്രി പിന്നെയും ചിരിച്ചു. ആ ചിരിയിൽ തന്റെ ഉയിരെടുത്തതു പോലെ നമ്പൂരിക്കു തോന്നി.

"താത്രീ നീയ്..."

"അതേ ഞാൻ തന്ന്യാ ചോദിക്കുന്നേ. സങ്കടംകൊണ്ട് ചോദിക്ക്യാന്ന് ധരിച്ചാ മതി."

"ന്താത്ര തിടുക്കത്തിൽ ചോദിക്കാൻ? പുലർന്നിട്ട് ആയിക്കൂടേ?"

ശബ്ദത്തിലെ പതർച്ച തിരിച്ചറിഞ്ഞ സന്തോഷം ഉള്ളിലൊതുക്കി താത്രി പറഞ്ഞു:

"പോര തിരുമനസ്സേ. പുലരുമ്പോ മടക്കയാത്രയല്ല്യേ?"

"എന്നാൽ ചോദിക്ക. നല്ലൊരുറക്കം കളഞ്ഞു. അത്യാവശ്യമെങ്കി ചോദിക്ക."

നമ്പൂരിയുടെ മുഖം ഭയംകൊണ്ടു വിളറുന്നതും വിയർക്കുന്നതും താത്രി ശ്രദ്ധിച്ചു. അവളുടെ മുഖത്തെ ചിരി മാഞ്ഞു. താത്രിയുടെ കണ്ണുകളിൽ മിഴിനട്ട് അയാൾ നിശ്ചലനായി നിന്നു.

"എന്താ താത്ര്യേ ഇങ്ങന്യെ? നമുക്കൊന്നും മനസ്സിലാകുന്നില്ല്യാട്ടോ."

"മനസ്സിലാകത്തക്ക തരത്തിൽ പറയാം."

അല്പസമയം നമ്പൂരിയെ സൂക്ഷിച്ചുനോക്കിനിന്നിട്ട് പറഞ്ഞു:

"ഒരു പഴയ കഥയാണ്. അത് ശ്രദ്ധിച്ചു കേൾക്കാൻ തിരുമനസ്സുണ്ടാകണം. പത്തൊൻപതു കൊല്ലത്തിനുമുമ്പ് കല്പകശ്ശേരിയിൽ ഒരു പാവപ്പെട്ട അന്തർജനം ഓക്കിമഹൾ ഒരു പെൺകുഞ്ഞിനെ പ്രസവിച്ചു. അവൾ കുലം മുടിക്കുമെന്ന് തിരുമേനി പ്രവചിച്ചു. അവളെ ജീവനോടെ കുഴിച്ചിടണമെന്ന് നിങ്ങൾ അഷ്ടമൂർത്തി നമ്പൂതിരിയെ ഉപദേശിച്ചു. അക്കാര്യങ്ങൾ തിരുമേനി ഇപ്പോൾ ഓർക്കുന്നില്ല്യായിരിക്കാം."

അയാൾ ചാടി എഴുന്നേറ്റ് തന്റെ ഉടുമുണ്ട് തിരഞ്ഞു. മുണ്ടും രണ്ടാം മുണ്ടും എന്നല്ല, കട്ടിലിൽ വിരിച്ചിരുന്നതും തലയണ പൊതിഞ്ഞിരുന്നതും കൂടി കാണാനില്ല. താത്രിയുടെ മുണ്ടുപോലും ആ മുറിയിൽ ഇല്ലായിരുന്നു.

"അയ്യോ താത്രീ, നോമങ്ങനെ പറഞ്ഞിട്ടില്ല്യ. മറ്റാരോ പറഞ്ഞതായിരിക്കാം. ഒരുറുമ്പിനെപ്പോലും കൊല്ലുന്നത് നോം സഹിക്കില്ല്യാ. അപ്പോ കുഞ്ഞിനെ കൊല്ലാൻ ഉപദേശിക്ക്യേ? അത്രയ്ക്കു മഹാപാപം നോം ചെയ്യേ?"

"ഇല്ലെങ്കിൽ വേണ്ടാ. ആ കുഞ്ഞ് ഈ ഞാനാണെന്ന് തിരുമേനിക്ക് അറിയാല്ലോ?"

"ഇപ്പൊ ഒക്കെ മനസ്സിലായി. നോമങ്ങനെ പറഞ്ഞിട്ടില്ല്യ. ആ കുഞ്ഞ് ഏതോ യക്ഷി മനുഷ്യജന്മമെടുത്തു വന്നതാണെന്ന് മറ്റു ചിലരൊക്കെ പറയുന്നത് കേട്ടിട്ടുണ്ട്. ഞാനത് വിശ്വസിച്ചിട്ടില്ല്യ."

“എന്നാൽ വേണ്ട. തിരുമേനിക്ക് സത്യം ചെയ്യാമോ?”

“ചെയ്യാലോ. ചെമ്മന്തട്ട മഹാശിവനാണേ, കൊടുങ്ങല്ലൂർ ഭഗവതിയാണേ....”

“വേണ്ട വേണ്ട. നമുക്ക് പുറത്തൊരിടത്ത് ചെന്ന് സത്യം ചെയ്യാം. വരൂ.”

“താത്രീ എന്റെ മുണ്ട്...”

“ഇവിടെ മറ്റാരുമില്ലല്ലോ. മുണ്ടെന്തിന് തിരുമേനീ? എനിക്ക് മുണ്ടില്ലാതെ പുറത്തിറങ്ങാമെങ്കിൽ തിരുമേനിക്ക് ആയിക്കൂടേ? വര്യ, പുറത്തിറങ്ങാം.”

“എവിടേക്കാ താത്രീ?”

“ഇതാ ഇവിടെ, കുറിയേടത്ത് സർപ്പക്കാവിനുള്ളിൽ ഒരു കെടാവിളക്കെരിയുന്നുണ്ട്. ആ വിളക്കിൽ തൊട്ട് സത്യം ചെയ്താൽ മതി.”

“താത്രീ, അസമയത്ത് കാവിനുള്ളിൽ കയറുന്നത് തന്നെ അപകടകരമാണ്. സ്ത്രീകൾ അസമയത്ത് കാവിനുള്ളിൽ പ്രവേശിച്ചുകൂടാ.”

“സാരമില്ല്യാ. എന്നെ അതൊന്നും ബാധിക്കില്ല്യാ. വര്യ, പോകാം.”

“അരുത് താത്രീ, അരുത്. നോം വരില്ല്യ.”

“വരില്ല്യേ? നീ വരില്ല്യേ? അറിയുമോ നീയെന്നെ? ഒരു യക്ഷി മനുഷ്യജന്മമെടുത്തതാണ് താത്രിയെന്ന് നീ കേട്ടിട്ടില്ലേ? അത് സത്യമാ.”

താത്രി മെല്ലെ പിന്തിരിഞ്ഞ് പനങ്കുലമുടിയൊന്നു ചുഴറ്റിയടിച്ചു തിരിഞ്ഞു. മുഖത്തിന്റെ മുക്കാൽഭാഗവും മുടിയാൽ മറഞ്ഞു. പല്ലുകൾ കടിച്ചുപിടിച്ചുകൊണ്ട് അമർത്തിയലറി.

“എന്നെ നീ ജീവനോടെ കുഴിച്ചുമൂടുമല്ല്യേ?”

“താത്രീ മാപ്പ്, മാപ്പ്....”

“ഞാൻ താത്രിയല്ല്യാ, താത്രീഭഗവതി. എനിക്ക് നിന്റെ ശരീരം വേണ്ട. നിന്റെ ആത്മാവിനെ ഞാനിങ്ങെടുക്കാൻ പൂവ്വാ.”

താത്രി ഒന്നുകൂടി തലവെട്ടിച്ച്, ഇരുകൈകൾ മുന്നോട്ടുനീട്ടി അമർത്തിയലറി.

മുല്ലശ്ശേരി മൂസ്സാമ്പൂരിയുടെ കണ്ണുകളടഞ്ഞു. അയാൾ കുഴഞ്ഞു വീണു.

നാൽപത്തിഒന്ന്

വടക്കൻപാട്ടിലെ ഉണ്ണിയാർച്ച വാളെടുത്ത് പടവെട്ടി. താത്രി ശരീരം തന്നെ ആയുധമാക്കി പടവെട്ടി എന്ന് എനിക്ക് തോന്നിയിട്ടുണ്ട്. അക്കാരണത്താലാണ് പലപ്പോഴും താത്രിയെ പോരാളി എന്നു ഞാൻ

വിശേഷിപ്പിച്ചത്. മുല്ലശ്ശേരി മൂസ്സിനോട് വീരോചിതമായ രീതീയിലല്ല്യേ താത്രി പകരം വീട്ടിയത്. ആ സംഭവം ഓർമ്മയിൽ ഇന്നും തങ്ങി നിൽക്കുന്ന രോമാഞ്ചജനകമായ സംഭവങ്ങളിൽ ഒന്നാ.

പിന്നീട് ഒരു വർഷക്കാലം താത്രിയുമായി വലിയ ബന്ധമൊന്നു മില്ലാതെ കടന്നുപോയി. അതിനിടയിൽ ഒന്നുരണ്ടു തവണ കണ്ടെന്നു മാത്രം. ഒന്നു ചിരിക്കുക, സുഖംതന്നല്ല്യേ എന്നു ചോദിക്കുക – അതിന പ്പുറം ഒന്നും പറയാനോ അരികിൽ അല്പസമയം നിൽക്കാനോ അവൾ തയ്യാറായിരുന്നില്ല്യ. എന്നെ ഒഴിവാക്കാൻ ശ്രമിക്കയാണോ എന്നു ഞാൻ സംശയിക്കാതിരുന്നില്ല്യ.

എനിക്ക് തിരക്ക് കൂടിക്കൂടി വര്യേർന്നു. ഗുരുവായൂരിലെ കഥകളി യോഗത്തിലെ ഗുരുവിന് വയ്യാണ്ടായ കാലം. കർണവേഷക്കാരൻ പത്മ നാഭൻ നമ്പ്യാരും സ്ത്രീവേഷക്കാരൻ കുഞ്ഞിരാമൻഷാരടിയും എന്തോ കാരണങ്ങളാൽ പിണങ്ങിപ്പോയി. അവർ ചാലക്കുടിയിൽ സ്വന്തമായൊരു കഥകളിയോഗം സ്വരൂപിച്ചെടുത്തു. അത്രയുമായപ്പോ എനിക്ക് ഗുരുവാ യൂർ വിട്ട് ഇല്ലത്തേക്ക് മടങ്ങാൻ നിവൃത്തിയില്ലാണ്ടായി. പകരക്കാരെ കണ്ടെത്തണം, പരിശീലിപ്പിക്കണം. തീരെ സമയോല്ലാണ്ടായി. രണ്ടോ നാലോ തവണ കണ്ടഞ്ചാത വന്നു. അടുത്ത ദിവസംതന്നെ മടങ്ങി. അത്രേള്ളൂ. ആ തിരക്കിനിടയിലും താത്രിയെ കണ്ട് സംസാരിക്കാൻ ശ്രമിക്കാതിരുന്നില്ല്യ.

താത്രിയെ കാണാൻ വേണ്ടി മാത്രം രണ്ടു ദിവസം കുറിയേടത്തി ല്ലത്തു പോയി. രണ്ടു ദിവസവും താത്രിയും ചെമ്പൂട്ടിയും സ്ഥലത്തില്ല്യാ യിരുന്നു. ഞാൻ താത്രിയെ തിരക്കിയപ്പോൾതന്നെ ദേവകി പരിഭ്രാന്തി പൂണ്ടു. അമ്മാത്തു പോയി, അകലെയേതോ ബന്ധുവീട്ടിൽ പോയി, ഏതോ അമ്പലത്തിൽ വാരത്തിനു പോയി എന്നൊക്കെ മാറിമാറി പ്പറഞ്ഞു. അപ്രതീക്ഷിതമായി കള്ളം പറയുമ്പോഴുണ്ടാകുന്ന ഇടർച്ച അവളുടെ ശബ്ദത്തിലുണ്ടായിരുന്നു. ദേവകി വളരെ ആദരവോടെയാണ് പെരുമാറിയതെങ്കിലും എന്തോ ഒളിക്കാൻ ശ്രമിക്കുന്നതുപോലെയും ഞാൻ ഒന്നിറങ്ങിപ്പോയെങ്കിൽ എന്ന ഭാവത്തിലുമായിരുന്നു. ചിലപ്പോ എനിക്കങ്ങനെ തോന്ന്യതാവാം.

ഉത്സവകാലമായി. ഏതാണ്ട് രണ്ടുമാസം കണ്ടഞ്ചാതയിൽ ഒന്ന് എത്തിനോക്കാൻപോലും സമയം കിട്ടിയില്ല്യ. ഒരു ദിവസത്തെ കളിക്ക് അങ്ങോട്ടുമിങ്ങോട്ടും രണ്ടു ദിവസം നടക്കേണ്ടിവരും. സാഹചര്യമെ ന്തെന്ന് പത്മ മനസ്സിലാക്കുന്നുണ്ടോ? ഇന്നത്തെപ്പോലെയല്ല്യാ. വാഹനങ്ങളില്ല്യാ. വില്ലു വണ്ടിയിലെങ്കിലും യാത്ര ചെയ്യാമെന്നുവച്ചാ റോഡില്ല്യ. അഞ്ചും ആറും മണിക്കൂർ പാടവരമ്പത്തുകൂടെയും കുണ്ടനിട വഴികളിലൂടെയും കെട്ടും ചുമടും പെട്ടികളുമായി നടന്നാലേ ഒരു കളി സ്ഥലത്തെത്തൂ. പിറ്റേന്നു തിരിച്ചുനടത്തം. ഒരു ദിവസം തെക്കോട്ടു യാത്ര യെങ്കിൽ അടുത്ത ദിവസം വൈകിട്ടാവും ഗുരുവായൂർ മടങ്ങിയെത്തുക. പിറ്റേന്ന് കളി ഗുരുവായൂരിന് വടക്കോ കിഴക്കോ ആയിരിക്കും.

രണ്ടുമാസത്തെ കഥകളിസഞ്ചാരം കഴിഞ്ഞ് മീനം അവസാനം ഞാൻ കണ്ടഞ്ചാതയിലെത്തി.

"ഉണ്ണിയെ കാണാൻകൂടി ഇല്ല്യാണ്ടായി."

അമ്മ പരിഭവം പറഞ്ഞു.

"ഇനിയിവിടെ ഉണ്ടമ്മേ."

ഞാൻ സമാധാനപ്പെടുത്തിയെങ്കിലും അഞ്ചു ദിവസം കഴിഞ്ഞ് മടക്കയാത്ര നിശ്ചയിച്ചിരുന്നു.

ഞാൻ വന്ന വിവരം താത്രി അറിഞ്ഞുകാണും. താത്രി അവിടെ ഉണ്ടോ എന്ന് അന്വേഷിച്ചില്ല്യ. മൂന്നാം ദിവസം ചെമ്പൂട്ടി കണ്ടഞ്ചാതയെത്തി. ഒരു ചെറിയ പാത്രവുമായി തൈരു വാങ്ങാൻ വന്നു. അതിനിടയിൽ പലരുടെയും കണ്ണു വെട്ടിച്ച് എന്റെ അടുത്തെത്തി.

"അത്രടംവരെ ഒന്നു വരണം. കാത്തിരിക്കുന്നു."

അവൾ പറഞ്ഞു. മറുപടി കേൾക്കാൻ നിന്നില്ല്യ. തൈരു വാങ്ങിയത് ആവശ്യമുണ്ടായിട്ട് അല്ലെന്ന് തോന്നി. പകൽ പതിനൊന്നു മണിയായിക്കാണും, കുറിയേടത്ത് കാവിനരികിൽകൂടി കുളത്തിനരികിലെത്തിയപ്പോൾ. ഇരുപാദങ്ങൾ ജലത്തിൽ മുക്കി താടിക്ക് കൈകുത്തി കല്പടവിൽ താത്രി ഇരിക്കേർന്നു. എന്റെ കാൽപെരുമാറ്റം അവൾ കേട്ടില്ല്യ. കുറച്ചു സമയം അവളെത്തന്നെ നോക്കിനിന്നു.

കണ്ണാടിപോലെ തെളിഞ്ഞ ജലപ്പരപ്പ്. കല്പടവിലിരിക്കുന്ന താത്രിയുടെ പ്രതിബിംബം കണ്ണാടിയിലെന്നപോലെ ജലത്തിൽ പ്രതിബിംബിക്കുന്നുണ്ട്. ഞങ്ങളുടെമേൽ വെയിൽ വീഴുന്നുണ്ടായിരുന്നു. ജലം നിശ്ചലവും അതിനാൽ പ്രതിബിംബം സുവ്യക്തവുമായിരുന്നു. എതിർ ദിശയിൽ നിന്ന എന്റെ പ്രതിബിംബം കുളത്തിൽ അവൾക്ക് കാണാൻ കഴിയുമായിരുന്നു. പക്ഷേ അവളൊന്നും കാണുന്നില്ല്യായിരുന്നു. ഞാൻ അടുത്തേക്കു നടന്ന് പടവുകളിറങ്ങിച്ചെന്നു. അത്രയൊക്കെയായിട്ടും കാൽപെരുമാറ്റം അവൾ കേൾക്കുന്നില്ലെന്ന് മനസ്സിലായി. അവളുടെ ശിരസ്സിൽ കൈ വെച്ചപ്പോൾ മുഖമുയർത്തി നോക്കി. ഉറക്കത്തിൽ നിന്നുണർന്നപോലെ ചാടിപ്പിടഞ്ഞെഴുന്നേറ്റു.

"അറിഞ്ഞില്ല്യാ, ക്ഷമിക്ക."

അവൾ ചിരിക്കാൻ മറന്നുനിന്നു. ആ ഭാവം എന്നെ ആശ്ചര്യപ്പെടുത്തി.

"ക്ഷമിക്കാനൊന്നുംല്ല്യാ. എന്താത്ര ചിന്ത?"

"പറയാം, വര്യ."

കുളപ്പുരമാളികയിലേക്ക് അവൾ നടന്നു. പിറകേ ഞാനും.

എത്ര പെട്ടെന്നാണ് മനുഷ്യന്റെ ഭാവങ്ങൾ മാറുന്നത്. നമ്മുടെ വിശ്വാസങ്ങളും ധാരണകളും നീർക്കുമിളകൾപോലെ ഉടഞ്ഞുപോകുന്നു.

കണ്ടയുടനെ അവൾ എന്നെ കെട്ടിപ്പിടിക്കുമെന്നും തോളിൽ മുഖം ചേർത്ത് കരയുമെന്നുമായിരുന്നു എന്റെ ധാരണ. അതൊന്നുമുണ്ടായില്ല്യ. ഒരു അപരിചിതയെപ്പോലെ അവൾ നടന്നു. കുളപ്പുരമാളികയിലെ പഴയ കട്ടിലിൽ അശ്രദ്ധമായി വലിച്ചെറിഞ്ഞിരുന്ന ഒരു മുണ്ടെടുത്ത് കട്ടിൽ അടിച്ചു തുടച്ച് എന്നെ ഇരുത്തി. എനിക്കഭിമുഖമായുള്ള ചുവരു ചാരി മുഖം താഴ്ത്തി അവൾ നിന്നു. ഉള്ളിൽ തോന്നുന്നത് ഒളിച്ചുവെയ്ക്കാതെ പ്രകടിപ്പിക്കുന്ന താത്രി വിമൂകയായി അകന്നു നിൽക്കുന്നു. മനസ്സിലെ അകലം പുറത്തുവന്നുപോയതാകാം. എനിക്കത് അസഹ്യമായിരുന്നു. കരുണരസത്തിനു പകരം ഞാൻ ശാന്തരസം മുഖത്തണിഞ്ഞു.

കഥകളിയിൽ മാത്രമല്ല ജീവിതത്തിലും ഞാൻ അഭിനയിക്കാൻ പഠിച്ചിരിക്കുന്നു! അബദ്ധത്തിൽ ഒരു കുറ്റം ചെയ്തുപോയ കുട്ടിയെ പ്പോലെ തികഞ്ഞ ശോകഭാവത്തിൽ മുഖം താഴ്ത്തി നിൽക്കുന്നു താത്രി. ആശ്ചര്യമായി. ഈ ഭാവത്തിൽ അവളെ ആദ്യമായി കാണുകയാ. സന്തോഷവതിയായി തുള്ളിച്ചാടി ഓടിനടന്ന കുഞ്ഞു താത്രി. ആടിയും പാടിയും അരങ്ങു തകർത്ത കൗമാരക്കാരി. ശൃംഗാരലോലുപയായി എന്റെ മാറിലണഞ്ഞ കാമാസക്ത. പലരുടെ നേർക്കും പൊട്ടിത്തെറിച്ചു കൊണ്ട് രൗദ്രവീരരസങ്ങൾ ആടിത്തകർത്തവൾ. വിഷാദഭരിതയായിരു ന്നപ്പോഴും യുക്തിപൂർവം സംസാരിച്ചുകൊണ്ടിരുന്നവൾ. അങ്ങനെയേ താത്രിയെ പരിചയമുള്ളൂ. ഇവിടെ ന്യായാധിപന്റെ മുമ്പിൽ, ശിക്ഷ വിധിക്കുന്നതും കാത്തുനിൽക്കുന്ന കുറ്റവാളിയെപ്പോലെ അവൾ വിമൂക യായി നിന്നു. എനിക്കത് സഹിച്ചില്ല്യ.

"എന്താ താത്രീത്? നീയെന്ത്യേ ഇങ്ങനെ?"

കഴിയുന്നത്ര ആർദ്രത ശബ്ദത്തിൽ പ്രകടിപ്പിച്ചുകൊണ്ട് ചോദിച്ചു. എന്നിട്ടും പ്രതികരണമില്ല്യാ. മുഖമുയർത്തി നോക്കിയതുപോലുമില്ല്യ. എന്റെയുള്ളിലെ കഥകളിക്കാരൻ കരുണരസം ആടിക്കൊണ്ടിരുന്നു. പതിഞ്ഞാട്ടമാണെങ്കിലും എന്റെ ചങ്കിലാണ് അവന്റെ ഓരോ ചുവടും പതിഞ്ഞത്. അതും എനിക്ക് അസഹ്യമായി.

ഞാൻ മെല്ലെ എഴുന്നേറ്റ് അവളുടെ അടുത്തുചെന്ന് ഇരുകൈകൾ കൊണ്ട് മുഖം പിടിച്ചുയർത്തി.

"തൊടരുത്."

അവൾ പറഞ്ഞു. മുഖത്ത് അടിയേറ്റതുപോലെ തോന്നി.

"അത്രയ്ക്ക് മലിനയാണ് ഞാൻ. പോയ് കൈകഴുകി വര്യ."

അപ്പോഴെങ്കിലും അവൾ പൊട്ടിക്കരയുമെന്നു കരുതി. അതുണ്ടാ യില്ല്യ. എന്റെ മുഖത്തു നോക്കാൻ കൂട്ടാക്കിയതുമില്ല്യ. അത്തരം സാഹ ചര്യം മുമ്പൊരിക്കലും ഞാൻ അനുഭവിച്ചിട്ടില്ല്യ. അതുകൊണ്ടുതന്ന്യെ എങ്ങനെ അതിനെ അഭിമുഖീകരിക്കണമെന്നും അറിയില്ല്യായിരുന്നു.

കഥകളിയിലെ നവരസങ്ങളല്ല ജീവിതത്തിൽ അഭിനയിക്കേണ്ടി വരുന്നതെന്ന് അന്നേരം ബോധ്യായി. കഥകളിയിൽ വിജയിച്ചരുളിയ കണ്ടഞ്ചാത രാവുണ്ണി എന്ന ഞാൻ ജീവിതത്തിൽ ഒന്നുമല്ല, ജീവിതപ്രശ്നങ്ങളെ നേരിടാൻ കഴിയാത്ത വെറും നിസ്സാരനും ഭീരുവുമാണെന്ന് ബോധ്യമായപ്പോ കട്ടിലിൽ തിരിച്ചെത്തി താത്രിയുടെ പ്രതികരണവും കാത്തിരുന്നു.

ചുവരു ചാരിനിന്ന താത്രി ആകെ തളർന്നപോലെ, കുഴഞ്ഞുവീഴുമ്പോലെ ചുവരിൽ ഉരസിക്കൊണ്ടു തറയിലിരുന്നു. സത്യത്തിൽ അവൾ ബോധപൂർവം ഇരിക്കയായിരുന്നില്ലെന്നും കുഴഞ്ഞുവീഴുകയായിരുന്നെന്നും മനസ്സിലായി. കണ്ടാൽ അപ്പോഴും അവൾ ഇരിക്ക തന്ന്യേരുന്നു. കാൽമുട്ടുകളിൽ കൈകെട്ടി ചുവരു ചാരി കുത്തിയിരിക്ക്യേരുന്നു. ഏതാണ്ട് പതിനഞ്ചു മിനിറ്റെങ്കിലും ഞങ്ങളുടെ മൗനസംവാദം തുടർന്നു. ഒടുവിൽ ഞാൻ ശബ്ദം താഴ്ത്തി പറഞ്ഞു:

"ഒരു കൊല്ലായി നമ്മൾ തമ്മിൽ എന്തെങ്കിലും കാര്യായി സംസാരിച്ചിട്ട്. രണ്ടോ മൂന്നോ ദിവസം കണ്ടു. ഒരു വാക്കു പറഞ്ഞ് നീ ഒഴിഞ്ഞുപോയി. രണ്ടു ദിവസം ഞാൻ നിന്നെക്കാണാൻ ഇവിടെ വന്നിരുന്നു. നീയും ചെമ്പൂട്ടിയും ഇല്ല്യായിരുന്നു. ദേവകി മാത്രം ഉണ്ടായിരുന്നു. ഇന്ന് ഇത്രടംവരെ വരാൻ ചെമ്പൂട്ടി വന്നു പറഞ്ഞു, ഞാൻ വന്നു. നീ ഒന്നും സംസാരിക്കുന്നുമില്ല്യാ. ഞാനിനി എന്തേ ചെയ്യേണ്ട്യേ?"

ഞാൻ അവളെത്തന്നെ നോക്കിയിരുന്നു. അല്പസമയം കഴിഞ്ഞപ്പോൾ അവൾ മെല്ലെ മുഖമുയർത്തി എന്നെ നോക്കി. പിന്നെ വളരെ സാവകാശത്തിൽ പറഞ്ഞു:

"ഒരു സഹായം ചെയ്യോ?"

"എന്താ വേണ്ട്യേന്ന് പറയൂ താത്രീ. ചുറ്റിക്കറങ്ങാണ്ട് നിനക്കെന്നോട് പറയാലോ."

ഞാൻ സങ്കടത്തോടെ പറഞ്ഞു.

"എന്റെ കടമകൾ പൂർത്തിയായീന്നാ തോന്നുന്നേ. മടക്കയാത്രയുടെ ആരംഭത്തിലാണ് ഞാൻ. അക്കാര്യത്തിൽ എന്നെ ഒന്നു സഹായിക്കാമോ?"

"എന്താ പത്മാ അവൾ പറഞ്ഞതിന്റെ അർത്ഥം? മടക്കയാത്രയ്ക്ക് ഒന്നു സഹായിക്കണമെന്നു പറഞ്ഞാൽ? അവൾക്ക് മരിക്കാൻ ഞാനൊരു സഹായം ചെയ്തുകൊടുക്കണമെന്നല്ല്യേ? എന്റെ ഭഗവതീ, അന്നേരം ഞാൻ അനുഭവിച്ചതെന്തായിരുന്നെന്ന് എങ്ങന്യാ പറഞ്ഞു ബോധ്യപ്പെടുത്തുക? എനിക്കവളുടെ മാനസികാവസ്ഥ മനസ്സിലായി. താൻ മരണമുഖത്താണെന്ന് അവൾ വിശ്വസിക്കുന്നു. തനിക്കിനി ഒരു വീഴ്ച മാത്രം എന്നല്ല്യേ അവളുടെ ഭാവം? നിശ്ചായും അങ്ങനെതന്ന്യാവും. എനിക്കവളെ അങ്ങനെ മരണത്തിന് വിട്ടുകൊടുക്കാനാവ്വോ?"

“താത്രീ, നിനക്കിപ്പോൾ ഇരുപത്തിരണ്ടു വയസ്സേ ആയിട്ടുള്ളൂ. നിന്റെ മടക്കയാത്രയ്ക്ക് ഇനി കുറഞ്ഞപക്ഷം അരനൂറ്റാണ്ടിന്റെ അകലമുണ്ട്. അമ്പതു വർഷംകൂടി കഴിഞ്ഞിട്ട് നമുക്ക് മടക്കയാത്രയെക്കുറിച്ച് സംസാരിക്കാം. ഇപ്പോ നീ ധൈര്യമായിരിക്കൂ. മനസ്സു തളർന്നാ ശരീരം തളരും. ഇങ്ങനെ പല വേണ്ടാത്ത ചിന്തകളും വരും. നിനക്ക് തന്റേടത്തോടെ ജീവിക്കാൻ എന്താ സഹായം വേണ്ട്യേന്നു പറഞ്ഞാ ഞാൻ ചെയ്തുതരാം.”

അവൾക്ക് ധൈര്യം കൊടുക്കാൻ ഞാനൊരു പാഴ്ശ്രമം നടത്തി.

“ജീവിക്കാനുള്ള സഹായമല്ല്യാ ഞാൻ ചോദിച്ചേ. ജീവിക്കാൻ, ഇവിടെ ജീവിക്കാൻ, രാവുണ്ണിയെപ്പോലുള്ള നല്ല മനുഷ്യരുടെയിടയിൽ ജീവിക്കാൻ എനിക്കിനി അവകാശമില്ല. അതിനുള്ള യോഗ്യത എനിക്കില്ല്യാ. അത്രയ്ക്ക് പാപിയാണ് ഞാൻ. മുമ്പ് എനിക്ക് മരിക്കാനുള്ള കഴിവെങ്കിലും ഉണ്ടായിരുന്നു. ചില ബാധ്യതകൾ തീർക്കാനുണ്ടായിരുന്നു. ചിലരോടൊക്കെ കണക്കുപറയാനുണ്ടായിരുന്നു. ആ കടങ്ങൾ വീട്ടിക്കഴിഞ്ഞപ്പോൾ ഞാൻ ഒന്നിനുംകൊള്ളാത്തവളായിപ്പോയി രാവുണ്ണീ, ഒന്നിനും കൊള്ളാത്തവൾ. സ്വയം മരിക്കാനുള്ള കഴിവുപോലുമില്ലാത്തവൾ.”

അവളുടെ വാക്കുകളിൽ വേദന മുറ്റിനിന്നെങ്കിലും അന്നേരവും അവൾ കരഞ്ഞില്ല്യാ. ഞാൻ കൂടുതൽ ഭയന്നത് അതുകൊണ്ടാ. ഉറച്ച തീരുമാനത്തിന്റെ അടിസ്ഥാനത്തിലാ അവളെന്നെ വിളിച്ചുവരുത്ത്യേ. കരഞ്ഞും വിളിച്ചും ലക്ഷ്യത്തിൽനിന്നും വഴുതിമാറിക്കൂടായെന്ന് അവൾ തീരുമാനിച്ചിരിക്കുന്നു. അതിന്റെ തെളിവാ ആ ഉള്ളുറപ്പ്.

“ശരി, നീ പറഞ്ഞതെല്ലാം ശരിയല്ല്യേങ്കിലും നിനക്കുവേണ്ടി ഞാനത് സമ്മതിച്ചുതരാം. നിന്നെ സഹായിക്കണമെന്ന് പറഞ്ഞല്ലോ. ഞാൻ സഹായിക്കാം. എങ്ങന്യാണ്, എന്താണ് നിനക്കുവേണ്ട സഹായമെന്ന് പറയൂ. ഞാനുണ്ട് ഇപ്പോഴും നിന്റെകൂടെ.”

“ആറാം വയസ്സു മുതൽ ഒൻപതാം വയസ്സുവരെ മൂന്നു വർഷത്തിലധികം നിന്റെ നിഴൽപോലെ കഴിഞ്ഞ ആ കുഞ്ഞുതാത്രിയുടെ മുഖം നീയിനിയും മറക്കില്ല്യാ. തുടലിമുള്ളിലുടക്കിയ ഉടുതുണി വേർപെടുത്തിയെടുക്കാൻ കഴിയാതെ നിന്റെ മുമ്പിൽ നിന്നു കരഞ്ഞ എട്ടു വയസ്സുകാരി. ഉടുതുണിക്കുവേണ്ടി നിന്റെ മുമ്പിൽ കൈനീട്ടിനിന്ന ആ നഗ്നബാലികയുടെ മുഖം നീ മറന്നോ രാവുണ്ണീ? ഇല്ല്യാ, നീ മറക്കില്ല്യാന്ന് നിശ്ചയോണ്ട്. ആ കുഞ്ഞുതാത്രി നിന്നോടൊരു കാര്യം ചോദിക്ക്യാ. നീയത് സാധിച്ചു തര്യ. സാധിച്ചുതര്വോ രാവുണ്ണീ?”

“നിശ്ചയായും സാധിച്ചുതരാം. എന്തിനാ താത്രീ നീയിങ്ങനെ വളച്ചുകെട്ടുന്നേ? തുറന്നുപറയ്യ. എന്താ ചെയ്യേണ്ട്യേന്ന് പറഞ്ഞാ മതീലോ. ഞാനത് സാധിച്ചുതരാം.”

ഞാൻ വീണ്ടും അവൾക്ക് ഉറപ്പുകൊടുത്തു.

"നീ എനിക്കുവേണ്ടി കൊച്ചിരാജാവിനെ ചെന്നു കാണണം. മുദ്ര മോതിരം തന്ന് അദ്ദ്യേം നിന്നെ അനുഗ്രഹിച്ചതല്ല്യേ? നിന്റെ വാക്കിന് തിരുമനസ്സ് വില കല്പിക്കും. നീ കൊട്ടാരത്തി ചെന്ന് അദ്ദ്യേത്തെ കാണണം. തൃപ്പുണിത്തുറ കൊട്ടാരത്തിൽ തന്നല്ല്യേ തിരുമനസ്സ് താമസിക്കുന്നേ? നീ അവിടെച്ചെന്ന് അദ്ദ്യേത്തെ മുഖം കാണിക്കണം."

"ചെയ്യാം, കാണാം, കണ്ടിട്ട്? എന്താ പറയേണ്ട്യേ? കണ്ടിട്ട് എന്താ വേണ്ട്യേ?"

"നിന്റെ ബന്ധുവും അയൽവാസിയുമായ കുറിയേടത്തു താത്രി എന്ന യുവതി പിഴച്ചുപോയെന്നും അവളെ സ്മാർത്തവിചാരം നടത്തി പുറത്താക്കാൻ കല്പനയുണ്ടാകണമെന്നും അപേക്ഷിക്കണം. എട്ടാം വയസ്സിൽ ഉടുതുണിക്ക് യാചിച്ചതു കഴിഞ്ഞാൽ ഞാൻ നിന്നോടു നടത്തുന്ന ആദ്യ യാചനയാണിത്. നീയിത് സാധിച്ചുതര്വോ? മറ്റൊരു സഹായം മേലിൽ ആവശ്യപ്പെടാനുള്ള സാധ്യതയും അതോടെ ഇല്ലാതാകുമല്ലോ. ആറു വയസ്സിനും ഇരുപത്തിരണ്ടു വയസ്സിനുമിടയിലുള്ള, പതിനാറു വർഷം നീണ്ടുനിന്ന സ്നേഹവും പരസ്പരവിശ്വാസവും കണക്കിലെടുത്ത് എന്റെ ജീവിതത്തിലെ ആദ്യത്തേതും അവസാനത്തേതുമായ ഈ അപേക്ഷ നീ തിരസ്കരിക്കരുത്. നാളെത്തന്നെ തൃപ്പുണിത്തുറയ്ക്ക് പോവൂലോ."

താത്രിയുടെ അന്ത്യാപേക്ഷയെന്താണെന്ന് മുത്തച്ഛൻ പറഞ്ഞപ്പോൾ പത്മ നടുങ്ങിപ്പോയി. താത്രിക്കുട്ടി എന്ന ചെറുപ്പക്കാരി തന്റെ മുമ്പിൽ നിന്ന് യാചിക്കുന്നതായി പത്മയ്ക്കു തോന്നി. രാവുണ്ണിമുത്തച്ഛൻ തല താഴ്ത്തിയിരുന്നു. നാവു വരണ്ടുപോയതു കൊണ്ട് ഒന്നും തിരിച്ചുചോദിക്കാൻ പത്മയ്ക്ക് കഴിഞ്ഞില്ല. ചെറിയൊരു ഇടവേളയ്ക്കു ശേഷം തുടർന്നു:

"ഭഗവതീ! എന്തായിരുന്നു ആ നിമിഷം ഞാൻ അനുഭവിച്ചതെന്നോ? എന്താ മറുപടി പറയേണ്ട്യേന്ന് എനിക്കൊരു നിശ്ചയോല്ല്യാരുന്ന്. ഇത്രേം വല്ല്യൊരു ശിക്ഷ അവളെനിക്ക് തരൂംന്ന് ആ നിമിഷംവരെ നിരീച്ചിരുന്നില്ല്യാ. ഞാനവളോട് ഒരു അപരാധോം ചെയ്തിട്ടില്ല്യാന്നാ വിശ്വാസം. പിന്നെ എന്തിനാ അവളെന്നെ ഇങ്ങനെ ശിക്ഷിച്ചേന്ന് നിശ്ചയോല്ല്യാ. അവൾ മരിക്കാൻ തീരുമാനിച്ചിരിക്കുന്നു എന്നു ഞാൻ മനസ്സിലാക്കിയിരുന്നു. എന്നാൽ അതിനേക്കാളും വളരെ വളരെ ഭയങ്കരമായിപ്പോയി അവളുടെ തീരുമാനം. എന്നോട് എള്ളോളം സ്നേഹമുണ്ടായിരുന്നെങ്കി കൊലക്കയർ പിടിച്ച് അവളുടെ കഴുത്തിൽ കുടുക്കിട്ടുകൊടുക്കാൻ പറയ്യോ പത്മാ? അതിനേക്കാൾ ഭയങ്കര ശിക്ഷയല്ല്യേ എനിക്ക് വിധിക്കപ്പെട്ടത്.

പതറിപ്പോയി പത്മാ, സത്യായും ഞാൻ പതറിപ്പോയി. എനിക്കവളെ നന്നായറിയാം. അവളെപ്പോലെ നിശ്ചയദാർഢ്യമുള്ള ഒരു പെണ്ണ് മലയാള മണ്ണിലില്ല്യാന്നും എനിക്കറിയാം. അവളെ പിന്തിരിപ്പിക്കാനുള്ള കഴിവും ഇല്ല്യാന്നറിയാം. അവളെ അത്തരത്തിൽ, മരണശിക്ഷയേക്കാൾ വല്യ ശിക്ഷയിലേക്ക് നടത്തിക്കാൻ ഞാൻ കാരണക്കാരനാവുക, ആ ഉത്തരവാദിത്വം ഏറ്റെടുക്കേണ്ടിവരിക എത്ര ഭയങ്കരമാണ്! നാളത്തെ ലോകം എന്നെ വിലയിരുത്തുന്നതെങ്ങന്യായിരിക്കും? സ്വന്തം കാമുകിയെ ഒറ്റുകൊടുത്ത നീചൻ. മണ്ണടിഞ്ഞാലും എന്നെ വരുംതലമുറകൾ നിരന്തരം കല്ലെറിഞ്ഞുകൊണ്ടിരിക്കുമല്ലോ ഭഗവതീ.

എല്ലാം ഉള്ളിലടക്കിയടക്കി ഞാനവിടെയിരുന്ന് ഞെരിപിരികൊണ്ടു. നിന്നില്ല്യാ, സങ്കടങ്ങൾ എന്റെ നിയന്ത്രണത്തിൽ നിന്നില്ല്യാ. എന്റെ കണ്ണുകൾ നിറഞ്ഞുതുളുമ്പുന്നതും കണ്ണീർ തുടയ്ക്കുന്നതും അവൾ കാണേണ്ടെന്നു കരുതി ഇരുകൈകൾകൊണ്ട് മുഖംപൊത്തിയെങ്കിലും ഒരു കൊച്ചുകുട്ടിയെപ്പോലെ വിതുമ്പിക്കരഞ്ഞുപോയി. സങ്കടം കണ്ടപ്പോൾ താത്രി സ്വന്തം വേദനകൾ വിസ്മരിച്ചു. അവളെഴുന്നേറ്റ് അടുത്തെത്തി എന്റെ കൈകളിൽ പിടിച്ചുകൊണ്ടു പറഞ്ഞു:

“അരുത് രാവുണ്ണീ, കരയരുത്. ഞാനാകെ തകർന്നിരിക്ക്യാ. ഇനി നിന്റെയീ വേദനകൂടി കാണാനുള്ള ശേഷി എനിക്കില്ല്യാ. കരയരുത്.”

കണങ്കാൽ മറഞ്ഞുകിടക്കുന്ന തരത്തിൽ ഒരു വലിയ കസവുപുടവയായിരുന്നു അവൾ ഉടുത്തിരുന്നത്. ആ മുണ്ടിന്റെ തുമ്പു പിടിച്ചുയർത്തി എന്റെ കണ്ണും മൂക്കും തുടച്ചുവൃത്തിയാക്കുന്നതിനിടയിൽ അവൾ പറഞ്ഞു:

“ഞാൻ പണ്ടേ പറഞ്ഞില്ല്യേ, ആങ്കുട്ട്യായാ ഇത്തിരി ധൈര്യം വേണംന്ന്.”

ഞാനെഴുന്നേറ്റതും അവളെ കെട്ടിപ്പുണർന്നതുമൊന്നും ഞാൻ അറിഞ്ഞുകൊണ്ട് ചെയ്തതല്ല്യ. അനിയന്ത്രിതവും അനിർവചനീയവുമായ ഏതോ ശക്തിവിശേഷത്താൽ അങ്ങനെ സംഭവിച്ചു. എന്റെ തോളിൽ നിന്നും മുതുകിലൂടെ അവളുടെ ചുടുകണ്ണീർ ഒലിച്ചിറങ്ങിക്കൊണ്ടിരുന്നു. ഞാനേതാണ്ട് ആത്മധൈര്യം വീണ്ടെടുത്തുവര്യായിരുന്നു. അപ്പോഴാ അവൾ വിതുമ്പിക്കരയാനാരംഭിച്ചത്.

എന്നെ മുറുകെ പുണർന്നിരുന്ന അവളുടെ കൈകൾ അയഞ്ഞുവരുന്നത് ഞാൻ മനസ്സിലാക്കി. അവൾ വീഴാതിരിക്കാൻ പെട്ടെന്ന് ഞാനവളെ കട്ടിലിൽ കിടത്താൻ ശ്രമിച്ചു. രണ്ടാളുംകൂടി കട്ടിലിലേക്ക് ചരിഞ്ഞു വീണു. ഏതാണ്ട് അര മണിക്കൂർ അവളുടെ ഉള്ളിൽ ഇടിയും മിന്നലുമായി മഴ തകർത്തുപെയ്തുകൊണ്ടിരുന്നു. കാറും കോളുമടങ്ങിയെന്നു തോന്നിയപ്പോൾ ഞാനെഴുന്നേറ്റ് കട്ടിലിൽ ചുവരുചാരിയിരുന്നു. അവളുടെ ശിരസ്സ് മടിയിലേറ്റി ഇരുകവിളിലും നെറ്റിയിലും തഴുകിത്തഴുകി ആശ്വസിപ്പിച്ചു. അല്പസമയം കഴിഞ്ഞപ്പോൾ താത്രി എന്റെ മുഖത്തു

നോക്കി മെല്ലെ ചിരിച്ചു. എനിക്ക് ചെറിയൊരാശ്വാസം തോന്നി. അധികം കഴിയുന്നതിനു മുമ്പ് ചിരി വീണ്ടും വിതുമ്പലായി പരിണമിച്ചു.

പെട്ടെന്ന് അവളെഴുന്നേറ്റ്, കട്ടിലിൽ ഞാനിരുന്നപോലെ ചുവരു ചാരിയിരുന്നു. കരയുന്നെങ്കിൽ സങ്കടം തീരുന്നതുവരെ കരയട്ടെ എന്ന ഭാവത്തിൽ ഞാനും. അധികം വൈകാതെ, ഉടുമുണ്ടിന്റെ തുമ്പുയർത്തി അവൾ കണ്ണും മൂക്കും തുടച്ചുവൃത്തിയാക്കിക്കൊണ്ട് വീണ്ടും വിഷയത്തിലേക്കു കടന്നു.

“ഞാനൊരു സഹായം ചോദിച്ചല്ലോ; അതേക്കുറിച്ച് രാവുണ്ണി ഒന്നും പറഞ്ഞില്ല്യാ.”

“പറയാം ഇപ്പോത്തന്നെ പറയാം. പലരെയും സ്മാർത്തവിചാരത്തിന് വിധേയമാക്കിയതായും പുറത്താക്കിയതായുമൊക്കെ കേട്ടിട്ടുണ്ട്. പക്ഷേ., ഇന്നാട്ടിൽ ഒരു സ്ത്രീയും തന്നെ സ്മാർത്തവിചാരണ നടത്തി പുറത്താക്കണമെന്ന് ആവശ്യപ്പെട്ടതായി കേട്ടുകേഴ്‌വിപോലുമില്ല്യാ. എന്താ താത്രി അത്തരത്തിലൊരു തീരുമാനത്തിലെത്താൻ കാരണം?”

ഞാൻ ചോദിച്ചു. വളരെ വിചിത്രമായിരുന്നു അവളുടെ മറുപടി.

“പലരും ആത്മഹത്യ ചെയ്തിട്ടുണ്ട്. പലരും പല കാരണങ്ങളാലാകാം ആത്മഹത്യ ചെയ്തത്. ഒരു തരത്തിലും ഇനിയൊരു നിമിഷം പോലും മുന്നോട്ടു പോകാൻ കഴിയില്ല്യാന്ന് ബോധ്യമാവുമ്പോഴാ ആണായാലും പെണ്ണായാലും ആത്മഹത്യ ചെയ്യുന്നത്. അല്ല്യേ? എനിക്കും അതാണവസ്ഥ. ഇനി മുമ്പോട്ടു പോകാനാവില്ല്യാ.”

“പക്ഷേ കഴിഞ്ഞ ഒരു വർഷത്തിനു മുമ്പുള്ള താത്രിയുടെ അനുഭവങ്ങളൊക്കെ നമ്മൾ പങ്കുവെച്ചതല്ലേ? അതിനുശേഷം എന്താണ്ടായേ, ഇത്തരത്തിൽ ഒരു തീരുമാനമെടുക്കാൻ?”

“ഉണ്ടായി, ചിലതുണ്ടായി. അതോടെ എനിക്ക് ജീവിക്കാനുള്ള അർഹത നഷ്ടപ്പെട്ടു. അങ്ങനെ സ്വയം ചത്താലും പറ്റില്ല്യല്ലോ. എന്താണ്ടായേന്ന് എല്ലാരും അറിയണം. സ്മാർത്തവിചാരാവുമ്പോ എല്ലാരും അറിയുംല്ലോ.”

“ഒക്കെ ശരി. ചിലതുണ്ടായി എന്നല്ല്യാതെ എന്താണ്ടായേന്ന് നീ പറഞ്ഞില്ല്യാ.”

ഞാൻ ഓർമപ്പെടുത്തി.

ആ സംഭവങ്ങളെന്തെന്ന് അവൾ പറഞ്ഞു. അതു കേൾക്കാനുള്ള ധൈര്യം പത്മയ്ക്കുണ്ടോ എന്നെനിക്കറിയില്ല്യാ. എങ്കിലും അധ്യാപികയല്ല്യേ? അറിഞ്ഞിരിക്കണം. പത്മ പഠിപ്പിക്കുന്ന കുട്ടികളും അറിഞ്ഞിരിക്കണം. ആ അറിവ് വേദനാജനകമാണെങ്കിലും ലോകം മുഴുവൻ അറിയണമെന്നാ എന്റെ പക്ഷം.”

നാൽപത്തിരണ്ട്

"ജനിച്ചയുടനെ എന്നെ ജീവനോടെ കുഴിച്ചിടാൻ പറഞ്ഞ മുല്ലശ്ശേരി മൂസ്സാമ്പൂരി കുറിയേടത്ത് കുളപ്പുരമാളികയിലെ പൊടിയടിഞ്ഞ പാഴ് നിലത്ത് അബോധാവസ്ഥയിൽ കിടന്നു. പുലർച്ചെ അയാളുടെ അവസ്ഥ യെന്തെന്നറിയാൻ ഞാൻ ചെമ്പൂട്ടിയെ പറഞ്ഞയച്ചു. ചെമ്പൂട്ടി ചെന്ന് കുലുക്കിവിളിച്ചുണർത്തി.

"എഴുന്നേൽക്ക തിരുമേനീ, നേരം പുലർന്നൂലോ."

അയാൾ കണ്ണുതുറന്നു, മെല്ലെ എഴുന്നേറ്റു. താൻ നഗ്നനാണെന്നോ തന്റെ മുമ്പിൽ ഒരു യുവതി നിൽക്കുകയാണെന്നോ അയാൾ അറിയു ന്നില്ല്യ. മുമ്പോട്ടു രണ്ടു ചുവടുവച്ചു. ആടിയുലഞ്ഞ് വീണ്ടും നിലത്തു വീണു. പിന്നെയും കണ്ണടഞ്ഞു. മൂന്നാല് പണിക്കാരെത്തി ചാക്കു കട്ടിലിൽ കിടത്തി അയാളെ മുല്ലശ്ശേരിയിലെത്തിച്ചു. ഒരാഴ്ച പിന്നെ ഉത്സവകാലമായിരുന്നു. ഞാനും ചെമ്പൂട്ടിയും ദേവുമ്മായിയും ആടിയും പാടിയും ആ വിജയം ആഘോഷിച്ചു. നാടുവാഴിയെപ്പോലെ കഴിഞ്ഞ മുല്ലശ്ശേരി മൂസ്സാമ്പൂരിയുടെ മേൽ നിന്ദിതയും പീഡിതയും ഫലത്തിൽ അനാഥയുമായ കുറിയേടത്തു താത്രി കൈവരിച്ച വിജയം ആഘോഷിക്ക പ്പെടേണ്ടതാണെന്ന് ഞങ്ങൾക്ക് തോന്നി. വല്യുരുളിയിൽ പായസം വച്ച് പുറത്തുള്ളവർക്കൊക്കെ വിളമ്പി. വിശേഷമെന്ത്യേന്നന്വേഷിച്ചവരോട് എന്റെ ജന്മദിനമാണെന്നു പറഞ്ഞു.

കല്പകശ്ശേരിയിൽ അഷ്ടമൂർത്തി അപ്പോഴും ജ്യോത്സ്യന്മാരുടെ പിറകേ നടക്ക്വേർന്നു. അഷ്ടമൂർത്തീന്ന് പറഞ്ഞത് ബോധപൂർവം തന്ന്യാ. അന്നത്തെ ദുരന്തത്തിനുശേഷം അയാളെ ഞാൻ അച്ഛാന്ന് വിളി ച്ചിട്ടില്ല്യാ. മകളാണെന്ന് പരിഗണിക്കാത്ത മാടിനെ അച്ഛനെന്ന് വിളി ക്കേണ്ട കാര്യംല്ല്യ. മരിക്ക്വോളം വിളിക്ക്വേംല്ല്യാ.

എന്നെ നദിയിലൊഴുക്കാനും കുഴിച്ചിടാനും മറ്റും ഉപദേശിച്ചവരെ പ്പോലുള്ള ജ്യോത്സ്യന്മാർ അഷ്ടമൂർത്തിയെ പിന്നെയും കബളിപ്പിച്ചു കൊണ്ടിരുന്നു. അയാൾ ബുദ്ധിഹീനനായ പൂജാരിയാണെന്ന് ഓക്കി ഇട്ടീരിക്ക് നല്ല നിശ്ചയോണ്ടായിര്ന്നു. കല്പകശ്ശേരിയിൽ ആയില്യ പൂജയും നാഗരൂട്ടും അനുബന്ധചടങ്ങുകളും മുടങ്ങിയതാണ് തറവാടിന്റെ തകർച്ചയ്ക്ക് കാരണമെന്ന് പ്രശ്നവശാൽ തെളിഞ്ഞു എന്ന് ഓക്കി ഇട്ടീരി. അതിന്റെ പേരിൽ പണം തട്ടാനും അയാൾ പദ്ധതിയിട്ടിരുന്നു.

നാഗദേവതകൾ കോപിച്ചിരിക്കുന്നു. അവരെ ഏതുവിധേനയും തൃപ്തിപ്പെടുത്തണമെന്ന് അഷ്ടമൂർത്തിയെ ബോധ്യപ്പെടുത്തി. മീനം പതിന്നാലിന് വെള്ളിയാഴ്ച നാഗരൂട്ട് നിശ്ചയിക്കപ്പെട്ടു. ഓക്കി ഇട്ടീരിക്കു തന്നെ ഒരേക്കർ പുരയിടം വിറ്റ് നാഗരൂട്ടിന് പണമുണ്ടാക്കി. കുടുംബത്തി ലുള്ളവരെയെല്ലാം വിവരമറിയിച്ചു. കുടുംബത്തിലുള്ള എല്ലാവരുമെത്തി

പ്രായശ്ചിത്തക്രിയകളിൽ പങ്കെടുത്തില്ലെങ്കിൽ ദോഷംണ്ടാകുംന്ന് പറഞ്ഞ് അമ്മ എനിക്ക് ആളയച്ചു. തലേദിവസമേ എത്തണംന്ന് അമ്മ പ്രത്യേകം നിർദ്ദേശിച്ചിരുന്നു.

അപ്രകാരം ഇല്ലത്തെത്താൻ ഞാനും ചെമ്പൂട്ടിയും തയ്യാറെടുത്തു. അപ്പോഴാ മറ്റൊരു പ്രശ്നം ഉണ്ടായത്. ദേവുമ്മായിയെ ഒറ്റയ്ക്കാക്കിയിട്ട് പോവാൻ കഴിയില്ല്യ. എനിക്കും ചെമ്പൂട്ടിക്കും നമ്പ്യാത്തന്റെ അനുവാദം വാങ്ങേണ്ട കാര്യമില്ലെങ്കിലും ദേവുമ്മായിക്ക് അങ്ങനെ ഇറങ്ങിവരാനാവില്ലല്ലോ. മുറ നോക്കിയാൽ അവർ നമ്പ്യാത്തന്റെ കുഞ്ഞമ്മയാകുമെങ്കിലും അയാളെ സംബന്ധിച്ച് അവർ സൗന്ദര്യവും ആരോഗ്യവുമുള്ള ഇരുപത്തിനാലു വയസ്സുള്ള അവിവാഹിതയായ ഒരു യുവതി മാത്രമാണ്. മൂന്നാല് ദിവസായി ഇല്ലത്തെത്തിയിട്ടില്ലാത്തതിനാൽ അയാളുടെ അനുവാദം ചോദിക്കാനും നിവൃത്തിയില്ലാണ്ടായി. ഒടുവിൽ നമ്പ്യാത്തനെ അന്വേഷിച്ചു കണ്ടുപിടിക്കാൻ ഞാൻ ഒരു പുറംപണിക്കാരനെ പറഞ്ഞയച്ചു. നമ്പ്യാത്തനെത്തി. ഞാൻ വിവരം പറഞ്ഞു. അയാൾ തടസ്സം നിന്നു. മാന്യമായി പറഞ്ഞുനോക്കി. വഴങ്ങുന്നില്ലെന്ന് കണ്ടപ്പോൾ എന്റെ ഭാവം മാറി.

"ദേവുമ്മായിയെ ഞാൻ കൊണ്ടുപോകും. നമ്പൂരിക്ക് ഇഷ്ടാല്ല്യാന്വെച്ചാ ഞങ്ങൾ മൂന്നാളും ഇനി കുറിയേടത്തേക്കില്ല്യാ.

എന്റെ ഭീഷണി ഫലിച്ചു.

"ഞാനങ്ങനെ പറഞ്ഞെന്നേ്യള്ളൂ. പോണെങ്കിൽ പോയ് വര്യാ. കഴിവതും നേരത്തേ മടങ്ങാ."

നമ്പ്യാത്തൻ കീഴടങ്ങി. ഞാൻ മനസാ ചിരിച്ചു. ഞങ്ങൾ കല്പകശ്ശേരിയിലെത്തിയപ്പോ കണ്ട കാഴ്ച തീരെ കഷ്ടായിരുന്നു. ഇല്ലം കെട്ടിമേഞ്ഞിട്ടില്ല്യ. ഒരു മടൽ ഓല കരുതീട്ടുംല്ല്യ. ഏതു പുത്രിയെ കൂട്ടിക്കൊടുത്തിട്ടാവും ഇക്കുറി അഷ്ടമൂർത്തി ഓല കെട്ടിക്കയെന്ന് ഞാൻ ചിന്തിച്ചോായി. രണ്ടു ഭാര്യയിലായി മൂന്നു പെൺമക്കൾ കെട്ടുപ്രായം കഴിഞ്ഞ് നിൽക്കേല്ല്യേ? കഴിഞ്ഞ ജന്മം മഹാപാപങ്ങൾ ചെയ്ത സ്ത്രീകളാകും ഈ ജന്മത്തിൽ ബ്രാഹ്മണഇല്ലങ്ങളിൽ പെണ്ണായി പിറന്നവർ! ഇക്കാളിച്ചേച്ചിയെ കണ്ട് ഞാൻ കരഞ്ഞോായി. വിളറിവെളുത്ത് മഞ്ഞളിച്ച ശരീരം. ഒരു തുള്ളി ചോര ഉള്ളിലുണ്ടെന്ന് തോന്നില്ല്യാ. ഇരുപത്തിയാറു വയസ്സുകാരി ഇക്കാളിയെ കണ്ടാ നാല്പത്തിയാറു വയസ്സായെന്നു തോന്നും. അഞ്ചും രണ്ടും വയസ്സുള്ള രണ്ടു പെൺകുഞ്ഞുങ്ങൾ. കൈകാലുകൾ ശോഷിച്ച് വയറുന്തി വലിയ കണ്ണുകളുമായി രണ്ടു കുഞ്ഞു രോഗികൾ.

അമ്മയും ഇളയകുഞ്ഞ് അഞ്ചു വയസ്സുകാരി നീലിയും തികച്ചും രോഗികളെപ്പോലെ വിളറിയ ശരീരപ്രകൃതിയുമായി കഴിയുന്നു. കുഞ്ഞമ്മയുടെ സ്ഥിതിയും വ്യത്യസ്തമല്ല. ശ്രീദേവിയും പാർവതിയും

നങ്ങേമയും വലിയ യുവതികളായി. സൗന്ദര്യത്തിനും ആരോഗ്യത്തിനും വലിയ കോട്ടം തട്ടിയിട്ടില്ല്യ. അവരാണ് എന്നെ കൂടുതൽ വേദനിപ്പിച്ചത്. അവരിൽ കണ്ണുവെച്ചിട്ടാകാം ഓക്കി ഇട്ടീരി കല്പകശ്ശേരിയിൽ ചുറ്റിക്കറ ങ്ങുന്നത്. അതിന്റെ ഭാഗം തന്ന്യാവും നാഗരൂട്ടും മറ്റും. അഷ്ടമൂർത്തി എന്നാ അവരുടെമേൽ പത്തിവിടർത്തി കൊത്തുകയെന്നും നിശ്ചയംല്ല്യ.

നാരായണൻ ഇതിനിടയിൽ നാട്ടുതെമ്മാടി എന്ന പേര് സമ്പാദിച്ചു കഴിഞ്ഞിരുന്നു. ദാസീഭവനങ്ങളിൽ അതിക്രമിച്ചു കയറിയ വാർത്തകൾ എന്റെ ചെവിയിലുമെത്തി. അഷ്ടമൂർത്തിയുടെ പുതിയ സംബന്ധക്കാരി പുന്നലമാരാത്തെ പതിനാറു വയസ്സുള്ള കാത്തയെ നാരായണൻ പട്ടാപ്പകൽ കീഴ്പ്പെടുത്തിയ വാർത്ത അതിനകംതന്നെ കുറിയേടത്തില്ലത്തും എത്തി. അച്ഛനും മകനും ഒരേ പാത്രത്തിലുണ്ണാനുള്ള മഹാമനസ്കത നേടിക്കഴിഞ്ഞിരിക്കുന്നു. ഇങ്ങനേം ഒരു കുടുംബം വേറെ എവിട്യെങ്കിലും ഉണ്ടാവ്വോ രാവുണ്ണീ? എനിക്കു ഭയമായി രാവുണ്ണീ. എന്റെ അനുജത്തിമാർ എനിക്കു വേദനയായി. എന്റെ അവസ്ഥ ഇങ്ങന്യായി. പ്രതീക്ഷയ്ക്ക് വകയില്ല്യാതായി, മുമ്പോട്ടു പോകാൻ മേലാണ്ടായി. ഇളയ കുട്ടികൾക്കെങ്കിലും ഒരു ജീവിതം ഉണ്ടാക്കിക്കൊടുക്കണമെന്ന ചിന്ത അഷ്ടമൂർത്തിക്ക് ഇല്ലാതെപോയല്ലോ.

അന്നു രാത്രി ചെമ്പൂട്ടിയും ദേവുമ്മായിയും ഞാനും പത്തായപ്പുരയിൽ കൈതപ്പായ വിരിച്ച് നിലത്ത് കിടന്നുറങ്ങി. കതകടച്ച് സാക്ഷയിട്ടിരുന്നു. ആരു മുട്ടിവിളിച്ചാലും കതക് തുറക്കേണ്ടെന്നും ആരെങ്കിലും അതിക്രമിച്ചെത്തിയാൽ, അഷ്ടമൂർത്തിയോ നാരായണനോ ആരായാൽ പോലും മൂന്നുപേരും ചേർന്ന് നേരിടണമെന്നും ഞങ്ങൾ തീരുമാനിച്ചു. അങ്ങനെ എന്തെങ്കിലും സംഭവിക്കാനുള്ള സാധ്യതയുള്ളതുകൊണ്ടാ, അല്ലെങ്കിൽ പേടിച്ചിട്ടാ ഞങ്ങൾ മുൻകരുതലെടുത്തത്.

ഇരുപത്തിനാലു വയസ്സുള്ള ദേവുമ്മായി അവിവാഹിതയും അനാഥയുമാണല്ലോ. ചെമ്പൂട്ടിക്ക് ഇരുപത്തിരണ്ടു വയസ്സായെങ്കിലും അവളും അവിവാഹിതയാണ്. അവൾക്ക് രോഗിയായ അമ്മ മാത്രമാണ് ബന്ധുവായിട്ടുള്ളത്. അവരുടെ കണ്ണടഞ്ഞുകഴിഞ്ഞാൽ അവളും ദേവുമ്മായിയെപ്പോലെ തികച്ചും അനാഥയാകും. ഭർതൃമതിയാണെങ്കിലും ഫലത്തിൽ ഞാനും അനാഥ തന്ന്യാ. മൂന്നു അനാഥകൾ ചേർന്ന് ശ്രീദേവിയെയും പാർവതിയെയും നങ്ങേമയെയും രക്ഷിക്കാൻ പുറപ്പെട്ടിരിക്കുന്നു! മണ്ണാങ്കട്ടയും കരിയിലയുംകൂടി കാശിക്കു പോയതുപോലെയാകുമോ?

അനാഥയാണെങ്കിലും എനിക്ക് കിടക്കാനൊരിടമുണ്ട്. പലർക്കും എന്നെ ഭയമാ. അതാണ് എന്റെ ഏറ്റവും വലിയ രക്ഷാകവചം. എങ്കിലും നിന്ദിതരും പീഡിതരും അനാഥരുമായ ഞങ്ങൾ മൂന്നു സ്ത്രീകൾ അന്ന് പത്തായപ്പുരയിൽ ഉറങ്ങാൻ വിരിച്ച കൈതോലപ്പായിലിരുന്ന് ഒരുപാടു നേരം കുടുംബകാര്യങ്ങൾ പറഞ്ഞു വിഷമിക്കുകയും പരസ്പരം ആശ്വസിപ്പിക്കുകയും ചെയ്തു. ഞങ്ങളുടെ തലവിധിയോർത്തല്ല്യ

ദുഃഖിച്ചത്. ശ്രീദേവിയും പാർവതിയും നങ്ങേമയും എങ്ങനെ ജീവിക്കും ന്നോർത്താ സങ്കടപ്പെട്ടത്. പിറ്റേന്ന് വെള്ളിയാഴ്ച പുലർന്നപ്പോൾതന്നെ കല്പകശ്ശേരിയിൽ ധാരാളം ആളുകളെത്തി. ചിലർ ബന്ധുക്കളാണെങ്കിലും മറ്റു പലരെയും ഞാൻ ആദ്യമായി കാണുകയായിരുന്നു.

സർപ്പക്കാവിന്റെ തിരുനടയിൽ പന്തലുയർന്നു. പുള്ളുവനും പുള്ളുവത്തിയും സഹായികളുമായെത്തി പന്തലിനകത്ത് അഞ്ചുതലയുള്ള നാഗരാജാവിന്റെ കോലം വരച്ചുതുടങ്ങി. നാദസ്വരക്കാർ ഞെളിഞ്ഞു നിവർന്നു നിന്ന് നാഗരൂട്ടുവിവരം നാട്ടാരെ അറിയിച്ചുകൊണ്ടിരുന്നു. പന്തലിനു പുറത്ത് വാഴപ്പോളകൾകൊണ്ട് അരയാൾപൊക്കത്തിൽ ഒരു മറ ഉണ്ടാക്കിയെടുത്തു. കുരുത്തോലയും പ്ലാവിലയും മാവിലയും പൂക്കളും കൊണ്ട് പരിസരം അലങ്കരിച്ചു. എന്തൊക്കെയോ ചെയ്തും ചെയ്യിച്ചും ഒരിടത്ത് അഷ്ടമൂർത്തി നിൽക്കുന്നതു കണ്ടു. ഞാൻ മുഖം കൊടുത്തില്ല്യ. പിന്നീടൊരിക്കൽ നാരായണനെ കണ്ടു. അവൻ എന്നെ കാണാതിരിക്കാൻ ഞാൻ ശ്രദ്ധിച്ചു. ഞാൻ ജനിച്ചതിനുശേഷം നാഗരൂട്ട് നടത്തിയിട്ടില്ല്യായിരുന്നു. അതിനാൽ അതെന്താണെന്ന് കാണണംന്ന് ആഗ്രഹോണ്ടായിര്ന്നു. എന്നാൽ രണ്ടു പാപഗ്രഹങ്ങൾപോലെ അഷ്ടമൂർത്തിയുടെയും നാരായണന്റെയും സാന്നിധ്യം എന്നെ അസ്വസ്ഥയാക്കി.

നാഗദൈവങ്ങളുടെ കോലം വരയ്ക്കുന്നതു കണ്ടുകൊണ്ട് കുട്ടികളുടെ ഇടയിൽ നിന്ന എന്റെ അരികിലേക്ക് എന്തോ ചോദിച്ചുകൊണ്ട് ഓക്കി ഇട്ടീരി വന്നു. ഒറ്റനോട്ടത്തിൽ ഞാനയാളെ മടക്കിയയച്ചു. പിന്നെ ഞാൻ അവിടെ നിന്നില്ല്യ. ചെമ്പൂട്ടിയെയുംകൂട്ടി പത്തായപ്പുരയിൽ കയറി കതകടച്ചിരുന്നു. ദേവുമ്മായി വളരെ പെട്ടെന്ന് പരിസരവുമായി ഇണങ്ങി. അമ്മയും ചെറിയമ്മയും ശ്രീദേവിയും പാർവതിയും നങ്ങേമയും ഇക്കാളിയുമെല്ലാം ദേവുമ്മായിയുടെ അടുത്ത ബന്ധുക്കളായി. വളരെ കാലത്തിനു മുമ്പേ പരിചയമുണ്ടെന്ന ഭാവത്തിലായിരുന്നു അവരുടെ പെരുമാറ്റം.

ദേവുമ്മായി മറ്റുള്ളവരോടൊപ്പം അടുക്കളപ്പണിയിൽ മുഴുകി. അവിടെയുള്ള അഞ്ചാറു സ്ത്രീകളെക്കൂടാതെ പുറത്തുള്ള ചില പണിക്കാരും അന്ന് അടുക്കളപ്പണിക്കുണ്ടായിരുന്നു. നാഗരൂട്ടിന്റെ ഒരുക്കങ്ങൾ ചെയ്യാനെത്തിയ ധാരാളം ആളുകൾക്കും ചടങ്ങിനു വന്നെത്തിയ ബന്ധുക്കൾക്കും ഭക്ഷണമൊരുക്കുന്ന തിരക്കിലായിരുന്നു അവർ. ഞാനും ചെമ്പൂട്ടിയും അതിൽനിന്നൊക്കെ ഒഴിഞ്ഞുനിന്നു. നാഗദൈവങ്ങളെ എനിക്ക് ഇഷ്ടമായിരുന്നെങ്കിലും അവിടെ നടക്കുന്ന ചടങ്ങുകൾ അനാവശ്യവും ഒഴിവാക്കപ്പെടേണ്ടതുമാണെന്ന് തോന്നി.

അപ്പോഴും എന്റെയും ചെമ്പൂട്ടിയുടെയും ദേവുമ്മായിയുടെയും സുരക്ഷിതത്വം ഒരു പ്രശ്നമായിത്തന്നെ മുമ്പിൽനിന്നു. നാഗരൂട്ടുമായി ബന്ധപ്പെട്ട് അഷ്ടമൂർത്തിയുടെ ചില സുഹൃത്തുക്കൾ അവിടെ എത്തിയിട്ടുണ്ടായിരുന്നു. മുമ്പ് എന്നെ അറിഞ്ഞ രണ്ടുപേരും അക്കൂട്ടത്തിലുണ്ടായിരുന്നു. ഓക്കി ഇട്ടീരിയെ കൂടാതെ പരിചയം പുതുക്കാൻ സന്തോഷ

പൂർവ്വം വന്ന മറ്റു ചിലരെയും നിർദ്ദയം അവഗണിച്ചു. ഏതായാലും പത്തായപ്പുര സുരക്ഷിതമല്ലെന്ന് ബോധ്യായി. അകന്ന ബന്ധത്തിൽപെട്ട ധാരാളം സ്ത്രീകൾ അന്തപ്പുരത്തുണ്ടായരുന്നു. അവർ ഓരോന്നു കുത്തി ക്കുത്തി ചോദിക്കുംന്ന് അറിയാം. ചിലരൊക്കെ അങ്ങനെ ചോദിക്ക്യേം ഞാൻ തക്ക മറുപടി പറയേം ചെയ്തിരുന്നു. അമ്മയുടെ സമീപത്തു ചെന്നിരിക്കാനും നിവൃത്തിയില്ലാണ്ടായി. ഒടുവിൽ കുളപ്പുരമാളിക കൈവശപ്പെടുത്താൻ തീരുമാനിച്ചു. പത്തായപ്പുരയിലുണ്ടായിരുന്ന രണ്ടു വലിയ കൈതോലപ്പായ ചുരുട്ടിയെടുത്ത് ഞങ്ങൾ കുളപ്പുരമാളിക യിലെത്തി.

കതകു തുറന്ന് ആദ്യം അകത്തുകയറിയത് ഞാനായിരുന്നു. എന്റെ ശരീരമാസകലം മാറാലയടിഞ്ഞു. രണ്ടു വാവലുകൾ പുറത്തേക്ക് പറന്നു. വളരെക്കാലമായി ആ മുറി തുറന്നിട്ടില്ലെന്നു മനസ്സിലായി. കട്ടിലിലും തറയിലും പൊടിയടിഞ്ഞുകിടന്നു. അതൊക്കെ അടിച്ചുവാരി വൃത്തി യാക്കിയെടുത്തപ്പോൾ ഞങ്ങൾ രണ്ടുപേരുടെയും ശരീരം വൃത്തി കേടായി. സന്ധ്യയായപ്പോൾതന്നെ സ്ത്രീകളും കുട്ടികളും ഉൾപ്പെടെ ധാരാളം പേർ കാവിലെത്തി. പുള്ളുവർ വരച്ചിട്ട അഞ്ചു തലയുള്ള നാഗരാജാവിന്റെ കോലം ഭയാനകമായിരുന്നു. അകന്ന ബന്ധത്തിൽപെട്ട ഏതോ ഒരു സ്ത്രീയും ഒരു പുരുഷനും ഉറഞ്ഞുതുള്ളാൻ തുടങ്ങി. നാഗയക്ഷിയും നാഗരാജാവുമാണത്രെ. നാലഞ്ചുപേർ ചെണ്ടയിൽ സാമർത്ഥ്യങ്ങൾ കാട്ടി ക്കൊണ്ടിരുന്നു. ചെണ്ടവായനയുടെ താളത്തിനനു സരിച്ച് നാഗരാജാവും നാഗയക്ഷിയും നടനമാടിക്കൊണ്ടിരുന്നു.

ഞാനും ചെമ്പൂട്ടിയും ദേവുമ്മായിയും അടുത്തടുത്ത് നിന്ന് കാഴ്ച കൾ കാണുകയായിരുന്നു. ആ കാഴ്ചകൾ കണ്ടിട്ടും ഒരുതരത്തിലും എന്നിൽ ഭക്തിഭാവമുണർന്നില്ല്യ. പാതിരാവായിക്കാണും. അവിടെ നടക്കുന്ന ചാട്ടവും ആട്ടവും വെറുപ്പുളവാക്കുന്ന കാഴ്ചയായേ അനുഭവപ്പെട്ടുള്ളൂ. ചെമ്പൂട്ടിയും ദേവുമ്മായിയും മറ്റു സ്ത്രീകളെപ്പോലെ നിർവൃതിയിൽ ലയിച്ചുനിന്നു. അന്നേരം അവർ മടങ്ങിവരാൻ തയ്യാറല്ലാ യിരുന്നു. എന്തോ മഹാസംഭവമെന്ന ഭാവത്തിലായിരുന്നു അവർ നോക്കി നിന്നത്. ഉടനെ ലഭിക്കാൻ പോകുന്ന പുണ്യം കൈനീട്ടി വാങ്ങാൻ അവർ കാത്തുനിന്നു.

“ഞാമ്പൂവാ. മുട്ടിവിളിച്ചാ മതി.”

ഞാൻ ചെമ്പൂട്ടിയുടെ ചെവിയിൽ പറഞ്ഞിട്ട് കുളപ്പുരയിലേക്ക് നടന്നു. കുളപ്പുരയ്ക്കും കാവിനുമിടയിലായി അങ്ങിങ്ങ് കുത്തിനിർത്തിയ രണ്ടുമൂന്നു പന്തം മങ്ങിക്കത്തിക്കൊണ്ടിരുന്നു. എത്രയോ കാലം നടന്ന വഴി. വഴിക്കും കാവിനും ഇല്ലത്തിനും ഒരു മാറ്റവും വന്നിരുന്നില്ല്യ. കണ്ണടച്ചു കൊണ്ടു നടന്നാലും കുളപ്പുരയിലെത്താൻ എനിക്കു കഴിയും. സന്ധ്യയ്ക്ക് കുളപ്പുരമാളികയിൽ ഞാൻ കൊളുത്തിവച്ച നിലവിളക്ക് അണഞ്ഞിരുന്നില്ല്യ. എണ്ണ വറ്റി കരിന്തിരി കത്താൻ തുടങ്ങേർന്നു. ഞാൻ

പെട്ടെന്ന് എണ്ണ പകർന്നു. വിളക്കു തെളിഞ്ഞുകത്തി. കതകടയ്ക്കാൻ തിരിഞ്ഞതും മുന്നിൽ മുറിക്കകത്ത് നാരായണൻ! മദയാനയുടെ മുന്നിൽ പെട്ടതുപോലെ ഉള്ളം നടുങ്ങി. അവന്റെ മുമ്പിൽ അങ്ങനെ ഭയന്നാൽ ശരിയാവില്ല്യ. നിമിഷങ്ങൾക്കുള്ളിൽ ധൈര്യം സംഭരിച്ചുകൊണ്ടു ചോദിച്ചു:

"എന്തേ, എന്തേ നാരായണാ?"

"നിന്നെ ഒന്നു കാണണമെന്നു തോന്നി."

"ഞാനിന്നലേ വന്നിട്ടും ഇന്ന് പാതിരാവാകുന്നതുവരെ നിനക്ക് കാണാൻ സമയമില്ലായിരുന്നോ? നീ പൊയ്ക്കൊള്ളൂ; നാളെ കാണാം."

"അങ്ങനെ പോയാൽ പറ്റില്ല്യാലോ. ഒരു പഴേ കാര്യം ചോദിക്കാനുണ്ട്. നീ അന്ന് ആനസവാരി നടത്തിയല്ല്യേ, രാമൻനായരുടെ ആനപ്പുറത്ത്?"

ആനസവാരി മാത്രമായിരിക്കില്ലല്ലോ അവനറിഞ്ഞത്. എന്റെ നാവടഞ്ഞു. ഒന്നും പറയാതെ നിന്നാലും ശരിയാവില്ല്യ. എങ്ങന്യോ കൈവന്ന ധൈര്യത്തിൽ ഞാൻ പറഞ്ഞു:

"അതെ, ആനസവാരി നടത്തി. നിനക്ക് ആനപ്പുറത്ത് കയറാമെങ്കിൽ എനിക്കുമാകാം."

"ഞാൻ ആനപ്പുറത്ത് കയറിയതിന് പ്രതിഫലമായി ആനയെ കുളിപ്പിക്കാൻകൂടി. നീ ആനപ്പുറത്ത് കയറിയതിന് പ്രതിഫലമായി ആനക്കാരൻ രാമന്നായർക്ക് കെടന്നുകൊടുത്തു. സത്യമല്ലേടീ?"

അവൻ അലറി. എന്റെ നെഞ്ചകം രണ്ടായി പിളരുന്നതുപോലെയും എന്റെ ശിരസ്സ് പൊട്ടിപ്പിളരുന്നതുപോലെയും ഉടുമുണ്ടിൽ തീ പടരുന്നതുപോലെയും തോന്നി. എങ്കിലും അവന്റെ മുമ്പിൽ അങ്ങനെ തോറ്റുകൊടുക്കാൻ തോന്നിയില്ല. ഞാനും വിട്ടില്ല.

"അതേടാ, ഞാൻ കെടന്നുകൊടുത്തു. അതെന്റെ കാര്യം, എന്റെ ശരീരം; നിനക്കതിൽ എന്തു കാര്യം?"

അതിനിടയിൽ അവൻ കതകടച്ച് സാക്ഷയിട്ടുകഴിഞ്ഞിരുന്നു. കാര്യങ്ങൾ വിചാരിച്ചിടത്ത് നിൽക്കില്ലെന്ന് ബോധ്യായി. അവനെ നേരിടാൻ മനസാ തയ്യാറെടുത്തു.

"അത് നിന്റെ കാര്യം മാത്രമല്ലെടീ. നീ ഉണ്ടാക്കിവച്ച നാണക്കേടു കരുതി പുറത്തിറങ്ങി നടക്കാൻ മേലാണ്ടായി. എത്രപേരെ നീ ഇതിനകം കൂടെക്കെടത്ത്യെടീ? എടീ, എടീ കൊടിച്ചിപ്പട്ടീ, നീയൊരു അന്തർജ്ജനമാണോടീ?"

എന്റെ ചോര തിളച്ചു.

"നാരായണാ, ശബ്ദമുണ്ടാക്കി ആളുകൂട്ടാൻ നോക്കരുത്. നിന്നോടിറങ്ങിപ്പോകാനാ പറഞ്ഞേ."

“പോകാം. നീ വെറുമൊരു വേശ്യയാണെടീ, എന്റെ പെങ്ങളല്ല. പലർക്കുമാകാമെങ്കി എനിക്കുമാകാം; ഞാനും ആണുതന്ന്യാ.”

എനിക്കറിയാമായിരുന്നു, അവനെന്റെ ഉടുമുണ്ടിൽ കൈവെയ്ക്കുമെന്ന്. ഞാനും അവനും എന്റെ ഉടുമുണ്ടിൽ പിടിച്ചത് ഒരുമിച്ചായിരുന്നു. പിടിവലി അല്പസമയം തുടർന്നു. കഴിഞ്ഞില്ല്യ രാവുണ്ണീ, അവനെ പരാജയപ്പെടുത്താൻ കഴിഞ്ഞില്ല്യാ. അവന് നല്ല കൈക്കരുത്തായിരുന്നു. അവനെന്നെ നിലത്ത് തള്ളിയിട്ടിട്ടും എന്റെ കൈകാലുകൾ തളരുന്നതുവരെ ഞാനവനെ കൈയും കാലുമുപയോഗിച്ചു ചെറുത്തു. ഒടുവിൽ അവനെന്നെ കീഴ്പ്പെടുത്തിക്കളഞ്ഞു. അവന്റെ ആഗ്രഹങ്ങൾ സാധിച്ച് മടങ്ങി. ഞാൻ കരഞ്ഞില്ല്യ. അവനെന്നെ കൊടിച്ചിപ്പട്ടീന്ന് വിളിച്ചു. പട്ടിയുടെ സ്വഭാവം തന്ന്യാ അവൻ കാട്ട്യേ. മുമ്പൊരിക്കൽ അവന്റെ തന്തപ്പട്ടിയും എന്നെ വെറുമൊരു കൊടിച്ചിപ്പട്ടിയായിത്തന്നെ കണ്ടു. അയാളിപ്പോ മണംപിടിച്ചെത്തിയാലോ എന്ന് ഞാൻ ഉൾക്കിടിലത്തോടെ ഓർത്തു. പെട്ടെന്നെഴുന്നേറ്റ് കതകടച്ച് കുറ്റിയിട്ടു. വെറും നിലത്ത് ചുവരു ചാരിയിരുന്നു. എനിക്കുറങ്ങാൻ കഴിഞ്ഞില്ല്യാ. എന്റെ മുടിയിലും മുഖത്തും ശരീരം മുഴുവനും പല പ്രാവശ്യം മണ്ണിലുരുണ്ടതിന്റെ പാടുകൾ. എന്റെ ശരീരം തളർന്നെങ്കിലും മനസ്സ് അപ്പോഴും പത്തിവിടർത്തിനിന്നു.

കാവിൽ കതിനാവെടികളും ചെണ്ടമേളവും വായ്ക്കുരവയും - ആകെ ബഹളം. ആ ശബ്ദഘോഷത്തിനിടയിൽ നാരായണന്റെയും എന്റെയും ശബ്ദം ആരുടെ ചെവിയിലുമെത്തിയില്ല്യ. കാവിലെ നാഗരൂട്ടിന്റെ താന്ത്രിക പരിസ്ഥിതി എല്ലാവരെയും അന്ധരും ബധിരരുമാക്കിക്കളഞ്ഞിരുന്നല്ലോ. എന്റെ മനം പത്തിതാഴ്ത്തിയപ്പോ എന്താ വേണ്ട്യേന്ന് ആ ഇരുളിലിരുന്ന് ആലോചിച്ചു. ഒടുവിൽ ഞാനൊരു തീരുമാനത്തിലെത്തി. ഇക്കാര്യങ്ങൾ പരസ്യപ്പെടുത്തണം. നാട്ടുകാരോടു മുഴുവൻ നടന്നു പറയാൻ കഴിയ്യോ? സ്വന്തം പിതാവും സഹോദരനും അമ്മാവനും നൊട്ടിനുണഞ്ഞതിന്റെ പാടുകൾ ഈ ശരീരത്തിലുണ്ടെന്നു പറഞ്ഞാ പൗരപ്രമാണിമാർ അംഗീകരിക്കില്ല്യാ. അവരിൽ പലരും പാപത്തിന്റെ പങ്കു പറ്റിയവരാണല്ലോ. അവരെന്നെ ജീവനോടെ കുഴിച്ചിടുകയോ ചുട്ടെരിക്കുകയോ ചെയ്യും. പാപ്പുവിന്റെ ഗതി എനിക്കുമുണ്ടാകും.

ഈ സമുദായത്തിൽ ഇങ്ങനെയും ചിലത് നടക്കുന്നു എന്ന് രാജാവറിയണം, ലോകമറിയണം. ഇനിയുള്ള പെൺകുട്ടികളെ രക്ഷിക്കാനുള്ള ശേഷിയൊന്നും എനിക്കില്ല്യാ. എങ്കിലും കുറച്ചുനാൾകൂടി ജീവിച്ചാൽ ചിലതു ചെയ്യാൻ കഴിയും. വൈക്കോൽ കെട്ടാനുള്ള വള്ളി വൈക്കോലിൽ തന്നെയുണ്ട്. എന്നെ ചതിച്ചവന്മാരെ പിടിച്ചുകെട്ടാനുള്ള വള്ളി എന്റെ ശരീരത്തിൽതന്നെയുണ്ട്. അഷ്ടമൂർത്തി മൂത്തമകൾ ഇക്കാളിയെ കൈവച്ചുകാണണം. വേളി കഴിഞ്ഞ് ഭർതൃഭവനത്തിലേക്ക് പോയ ദിവസം അവൾ എനിക്കു തന്ന സൂചന അതാണ്. ഞാൻ പ്രശ്നമുണ്ടാക്കിയാൽ ശ്രീദേവിയെയും പാർവതിയെയും നങ്ങേമയെയും ഈ ദുഷ്ടന്മാരിൽ

നിന്ന് രക്ഷിക്കാൻ കഴിയും. ഞാൻ പിഴച്ചുപോയി എന്ന് അധികാരികളെ അറിയിക്കാൻ അവിടെ വെച്ചുതന്നെ തീരുമാനിച്ചു. പുലരുമ്പോൾതന്നെ അതു ചെയ്യണമെന്നാ ഞാൻ ആദ്യം തീരുമാനിച്ചത്. സ്മാർത്തവിചാരം നടക്കട്ടെ. അവിടെവച്ചു വിളിച്ചുപറയാലോ.

നേരം പുലരാറായപ്പോൾ കാവിലെ ചടങ്ങുകൾ കഴിഞ്ഞ് ജനങ്ങൾ പിരിഞ്ഞുപോയിത്തുടങ്ങി. പലരും സംസാരിച്ചുകൊണ്ട് കുളപ്പുരമാളികയുടെ സമീപത്തുകൂടി പൊയ്ക്കൊണ്ടിരുന്നു. ചെമ്പൂട്ടിയും ദേവുമ്മായിയും എന്തൊക്കെയോ സംസാരിച്ചുകൊണ്ട് വാതിൽക്കലെത്തി. ദേവുമ്മായി കതകിൽ തട്ടിവിളിച്ചു. ഞാൻ കതക് തുറന്നു. വീണ്ടും വന്ന് പഴയ സ്ഥാനത്തിരുന്നു. അപ്പോഴും വിളക്കണഞ്ഞിരുന്നില്ല്യ. ചെമ്പൂട്ടി വിളക്കിൽ എണ്ണ പകർന്നു. വിളക്ക് ഉണർന്നു. പൊടി പറ്റിയ ഉടലും മുടിയും ഉടുക്കാതെ അശ്രദ്ധമായി ചുറ്റിപ്പിടിച്ചിരുന്ന മുണ്ടും സംശയസൂചകങ്ങളായി. ചവിട്ടിക്കൂട്ടിയ മുണ്ടിലെ അടയാളങ്ങൾ മാത്രമല്ല പുരുഷമദപ്പാടിന്റെ നിക്ഷേപങ്ങളും അവർ മുണ്ടിൽ ദർശിച്ചു.

ചെമ്പൂട്ടിയും ദേവുമ്മായിയും എന്നെ സൂക്ഷിച്ചുനോക്കി. അവരെന്റെ മുമ്പിൽ വന്നിരുന്നു. ഒരു മൽപ്പിടിത്തത്തിന്റെ ശേഷിപ്പുകൾ എന്റെ ശരീരത്തിൽ കണ്ടെങ്കിലും അവർ ഒന്നും ചോദിച്ചില്ല്യ. ഉണ്ടായതെന്തെന്ന് നടന്നതുപോലെ ഞാനവരെ പറഞ്ഞുകേൾപ്പിച്ചു. എന്റെ തീരുമാനവുമറിയിച്ചു. ചെമ്പൂട്ടി തേങ്ങിക്കരഞ്ഞെങ്കിലും ദേവുമ്മായി ആ വിഷയം സമർത്ഥമായി കൈകാര്യം ചെയ്തു. അവർ പറഞ്ഞു:

"പാടില്ല്യാ താത്രീ; അങ്ങന്യായാ ഭയങ്കര ഭവിഷ്യത്താ. നീ പുറത്താക്കപ്പെട്ടാ ഞാനെന്താ ചെയ്യാ? ചെമ്പൂട്ടി എന്താ ചെയ്യാ?"

അവർ പറഞ്ഞത് ശരിയാണെന്ന് തോന്നി. പുറത്താക്കപ്പെട്ടാൽ പിന്നെ പുറത്തുപോവുകയല്ല്യാതെ മറ്റു വഴിയില്ല്യ. കുറച്ചുനാൾകൂടി അകത്തുനിന്നാൽ ചിലരെക്കൂടി കൊണ്ടുപോകാം. കൊണ്ടുപോകുന്നവരുടെ പട്ടിക എന്റെ മനസ്സിലുണ്ട്. നമ്പ്യാത്തനും ഓക്കി ഇട്ടീരിയും മുതൽ കല്പകശ്ശേരി അഷ്ടമൂർത്തിയും നാരായണനുംവരെ. അന്നേരം എന്റെ അന്തരാത്മാവ് എന്നോടു പറഞ്ഞു:

"അതുപോരാ; വേട്ടയാടിപ്പിടിക്കണം. ചിലന്തി വലകെട്ടി ചെറുപ്രാണികളെ പിടിക്കുന്നതുപോലെ, മിഴിനാരുകൊണ്ടു കുരുക്കിപ്പിടിക്കണം. കുറേപ്പേർ വല്യബ്രാന്മാരായി ഞെളിഞ്ഞുനടക്കേല്ല്യേ. കഥയില്ലാത്തവർ! അവരിൽ കുറേപ്പേരെക്കൂടി നീ വലയിൽ കുരുക്കണം. നീ ഏതായാലും പോകേണ്ടവൾ. കൂടെ വരാൻ കുറെ വല്യവർകൂടി വേണം; ഇരട്ടമുഖക്കാർ കൂടി വേണം."

എന്റെ അന്തരാത്മാവിന്റെ ഉപദേശം അംഗീകരിച്ചു. ഏതാണ്ട് പത്തുമാസങ്ങൾക്കു മുമ്പാണ് കല്പകശ്ശേരി കുളപ്പുരമാളികയിൽവച്ച് ആ തീരുമാനമെടുത്തത്. പിന്നെ കഴിഞ്ഞയാഴ്ചവരെയും പോരാട്ടമായിരുന്നു. ഒളിപ്പോര് എന്നൊക്കെ കേട്ടിട്ടില്ല്യേ? അത്ന്ന്യാ. ദേവുമ്മായിയും

ചെമ്പൂട്ടിയും കൈമെയ് മറന്ന് സഹായിച്ചു. കഴിഞ്ഞ പത്തുമാസംകൊണ്ട് ഇരുപതോളം കൊമ്പന്മാർ എന്റെ വാരിക്കുഴിയിൽ വീണു. മതി, ഇത്രേം മതി. വിശദമായി പറയാൻ എനിക്കും കേൾക്കാൻ രാവുണ്ണിക്കും സമയ മില്ല്യാന്നറിയാം. എന്റെ ആട്ടവിളക്കിപ്പോൾ കരിന്തിരി കത്തേല്ല്യേ? പല ആട്ടക്കഥകളും കീചകവധംപോലെ വധത്തിലല്ല്യേ അവസാനിക്ക? ഒടു വിലത്തെ കഥ താത്രീവധം കഥകളി കാണേണ്ടേ രാവുണ്ണീ?" താത്രി പൊട്ടിച്ചിരിച്ചു. ഉറക്കെയുറക്കെ ചിരിച്ചു. ഓരോ ചിരിയും എന്റെ അന്ത രാത്മാവിൽ അമ്പുകളായി പതിച്ചുകൊണ്ടിരുന്നു.

ചിരിയുടെ ഇടിമുഴക്കം കഴിഞ്ഞപ്പോൾ അവൾ ആർദ്രഭാവത്തിൽ ചോദിച്ചു:

"കൊച്ചിരാജാവിനെ കണ്ട് എന്റെ കാര്യം പറയാൻ നീ നാളെത്തന്നെ പുറപ്പെടില്ല്യേ?"

നാൽപത്തിമൂന്ന്

ബൈബിളിലെ യൂദാസിന്റെ കഥ പത്മയ്ക്കെന്നല്ല എല്ലാവർക്കുമറിയാം. ഞാൻ യൂദാസിന്റെ പണി ചെയ്യണമെന്നല്ല്യേ താത്രി എന്നോടു പറഞ്ഞേ? അവൾ ഏറ്റവും കൂടുതൽ സ്നേഹിക്കുന്നത് എന്നെയാണെന്ന് അറിയാം. അവളുടെ ബാല്യകാല സ്നേഹിതനുമാണ്. ഞാൻ അവളെ ഒറ്റുകൊടു ക്കണമെന്ന നിർദേശം ഒരുതരത്തിലും സ്വീകാര്യമായിത്തോന്നിയില്ല്യ. എന്നെ ഒന്നു കൊന്നുതരുമോ എന്ന് അവൾ ചോദിച്ചതായാണ് തോന്നി യത്. അതുകൊണ്ട് അവളുടെ അപേക്ഷ അന്നേരംതന്നെ നിരസിച്ചു. ഞാൻ ഇന്നും അന്നും ഹൃദയക്ഷേത്രത്തിൽ പ്രതിഷ്ഠിച്ച് ആരാധിക്കുന്ന താത്രിയെയെന്നല്ല്യ, യാതൊരു ബന്ധവുമില്ലാത്ത മറ്റൊരു വ്യക്തിയെ യായാലും കൊലയ്ക്കു കൊടുക്കാൻ കൂട്ടുനിൽക്കില്ല്യ. ഞാൻ അതുവരെ അഭിമുഖീകരിച്ചിട്ടില്ലാത്ത ആഴത്തിലുള്ള ഒരു പ്രതിസന്ധിയെ നേരിട്ട സന്ദർഭമായിരുന്നു അത്. ജീവിതപ്രശ്നങ്ങളെ നേരിടാനുള്ള കരു ത്തൊന്നും അന്നെനിക്കില്ല്യായിരുന്നു. അതൊരു ധർമ്മസങ്കടം തന്ന്യേ രുന്നു.

അതിനേക്കാൾ വലിയൊരു കാര്യവും അന്നേരംതന്നെ ഞാൻ ശ്രദ്ധിച്ചു. എന്റെ താത്രിക്കുട്ടി അറിഞ്ഞുകൊണ്ടുതന്നെ മരണത്തിലേക്ക് നടന്നടുത്തുകൊണ്ടിരിക്കുന്നു. അതെന്നെ തളർത്തിക്കളഞ്ഞു. അവളെ അതിൽനിന്നും പിന്തിരിപ്പിക്കാൻ ആർക്കും കഴിയില്ല്യാ എന്ന കാര്യവും എനിക്ക് ബോധ്യമുണ്ട്. അവൾ ഒരു തീരുമാനമെടുത്താൽ പിന്നെ മാറി ച്ചിന്തിക്കില്ല്യ. ഓയ്ക്കില്ലത്തുവച്ചുതന്നെ അതറിയാമായിരുന്നു. അവളുടെ മരണയാത്രയ്ക്ക് ഞാൻ കാരണക്കാരനാവുകയെന്നാൽ, എത്ര ജന്മം

കഴിഞ്ഞാലും ആ മഹാപാപത്തിൽനിന്നും മുക്തനാവാൻ എനിക്ക് കഴിയ്യോ പത്മാ?

പിന്നീട് പലപ്പോഴും ആ സംഭവത്തെക്കുറിച്ച് ഞാൻ ചിന്തിച്ചിട്ടുണ്ട്. 'കൊച്ചിരാജാവിനെ കണ്ട് എന്റെ കാര്യം പറയാൻ നീ നാളെത്തന്നെ പുറപ്പെടില്ല്യേ' എന്ന് അവൾ ചോദിച്ചപ്പോ എന്തുകൊണ്ട് ഞാൻ കരഞ്ഞു പോയില്ല്യ? ആണായാലും പെണ്ണായാലും അസഹ്യമായ സങ്കടം വരുമ്പോൾ പൊട്ടിക്കരഞ്ഞില്ലെങ്കിലും വിതുമ്പിപ്പോവുകയെങ്കിലും ചെയ്യും. എന്നാൽ അതിനും അപ്പുറമുള്ള സങ്കടത്തിന്റെ ഒരവസ്ഥയുണ്ട്. അത് ഒരു തരം നിശ്ചലാവസ്ഥയാണ്. 'നിറകുടം തുളുമ്പില്ല്യാ' എന്നു കേട്ടിട്ടുണ്ടല്ലോ. ആശാനും ആ അവസ്ഥയെക്കുറിച്ച് പറഞ്ഞിട്ടുണ്ട്. 'ഭാവത്തിൻ പരകോടിയിൽ സ്വയമഭാവത്തിൻ സ്വഭാവം വരാം.' സങ്കടത്തിന്റെ പരകോടിയിലായിരുന്നു അന്നേരം ഞാൻ. ഒരുതരം മരവിപ്പ്. മരണത്തിന്റെ ഒരു ചെറിയ രൂപമാണ് ആ മരവിപ്പ്. അതുകൊണ്ട് സങ്കടത്തിന്റെ അഭാവം എന്റെ പെരുമാറ്റത്തിലുണ്ടായത് സ്വാഭാവികം. എങ്കിലും അധികസമയം അങ്ങനെ മരിച്ചിരിക്കാനും കഴിഞ്ഞില്ല്യ. എന്റെ സങ്കടങ്ങൾ വാക്കുകളായി പൊട്ടിത്തെറിച്ചു.

"സങ്കടോണ്ട് താത്രീ. നീ ഏല്പിച്ച ദൗത്യം നിറവേറ്റാൻ എനിക്കു കഴിയില്ല്യ. എന്തെങ്കിലും രോഗം വന്ന് നീ മരിച്ചുപോയാലും ഞാൻ സഹിച്ചേക്കും. നീ കൊല്ലപ്പെട്ടാലും ചിലപ്പോൾ സഹിച്ചേക്കും. നിന്നെ കൊല്ലാൻ സഹായം ചെയ്യണമെന്നു പറഞ്ഞാൽ സഹിക്കില്ല്യാ, നിക്ക് സഹിക്കില്ല്യ. നിന്നെ പുറത്താക്കുകയെന്നാൽ കൊല്ലുന്നതിന് തുല്യം തന്ന്യാ. ഈ മഹാപാതകം ചെയ്യാനാണ് എന്നെ കാണണംന്ന് പറഞ്ഞതെന്നറിഞ്ഞിരുന്നെങ്കി വരില്ല്യായിരുന്നു; നിശ്ചായും വരില്ല്യായിരുന്നു. ഇനി നീ എന്നെ കാണണംന്നില്ല്യാ. എനിക്ക് നിന്നേം കാണണംന്നില്ല്യാ. എങ്കിലും ഒന്നുണ്ട് മോഹം; ഒടുങ്ങാത്ത മോഹം. നീ ജീവിച്ചിരിക്കുന്നു; സുഖായിരിക്കുന്നു എന്നറിയാനുള്ള മോഹം. ഇരുപത്തിരണ്ടു വയസ്സുകാരി താത്രിയുടെ കാര്യംന്നും നിക്കറിയണമെന്നില്ല്യ. ഓക്കി ഇല്ലത്തെ ഗുരുകുലത്തിൽ ആറു വയസ്സുമുതൽ ഒമ്പതു വയസ്സുവരെ എന്റെ അടുത്തിരുന്ന് പഠിച്ചിരുന്ന ആ കുഞ്ഞുതാത്രിയെ നിക്ക് മറക്കാനാവില്ല്യാ. അവളെ ഞാൻ മരണത്തിന് കൊടുക്കില്ല്യാ. ഇല്ല്യാ, എന്തു പറഞ്ഞാലും നിക്ക് താത്രിക്കുട്ട്യെ കഴുകന്മാരെ ഏല്പിച്ചുകൊടുക്കാനാവില്ല്യാ."

പിന്നെ അന്നേരം അവിടെവച്ച് എന്താണുണ്ടായേന്ന് നിക്കറിയില്ല്യാ. 'എനിക്കാവില്ല്യാ, എനിക്കാവില്ല്യാ'ന്ന് വിളിച്ചുപറഞ്ഞുകൊണ്ട് ഞാൻ ഒരു ഭ്രാന്തനെപ്പോലെ ഇറങ്ങി ഓടി എന്നാ, ഒരാഴ്ച കഴിഞ്ഞ് ഒരു ദിവസം കണ്ടപ്പോ ചെമ്പൂട്ടി പറഞ്ഞേ. ശര്യായിരിക്കാം. എന്താ ചെയ്യാ, എങ്ങോട്ടു പോവ്വ എന്നൊന്നും ഒരു നിശ്ചയംല്ല്യാതെ ഉഴറുമ്പോ ഒരു മനുഷ്യന്റെ അവസ്ഥയെന്താ? ഭ്രാന്തു തന്ന്യാ. അല്ല്യാതെന്താ?

എപ്പൊഴാ ഞാൻ ചെന്ന് കിടക്കയിൽ വീണതെന്നോ, എപ്പൊഴാ ഉറങ്ങ്യതെന്നോ ഒന്നും ഓർമേല്ല്യാ. അത് ഉറക്കമായിരുന്നില്ല്യ. നിശ്ചായും അബോധാവസ്ഥ തന്ന്യായിരുന്നു. നല്ലോണം വെയിലുണർന്നപ്പോ എങ്ങന്യോ ബോധം വീണ്ടുകിട്ടി. നട്ടുച്ചപോലെ വെയിൽ. ആകെ ചമ്മിപ്പോയി. കഴിഞ്ഞ രാത്രി എന്താണ്ടായേന്ന് ആ കിടപ്പിൽ കിടന്ന് ഓർത്തുനോക്കി. പിന്നെ മെല്ലെ കതകു തുറന്ന് പുറത്തേക്ക് തലനീട്ടിയപ്പോഴുണ്ട്, മേലാകെ മൂടിപ്പുതച്ച് അകലേന്ന് ആരോ വരുന്നു. ഒരു അന്തർജനമെന്ന് വ്യക്തം. കണികണ്ടത് ഒരു അന്തർജനത്തെയാണല്ലോ. നന്നായി. കുറിയേടത്തില്ലത്തിന്റെ ഭാഗത്തുനിന്നാ വരുന്നത്. അച്ഛൻ ഇറയത്ത് ചാരുകസേരയിൽ എന്തോ ചിന്തകളിൽ മുഴുകിക്കിടക്കുന്നു. ഞാൻ നല്ലവണ്ണം കണ്ണുകൾ അമർത്തിത്തിരുമ്മി വീണ്ടും നോക്കി. ആരാ വരാ? താത്രിക്കുട്ടി! എന്റെ നെഞ്ചം തകർന്നോയി. ഒച്ച് തോടിനുള്ളിലേക്ക് പിൻവലിയില്ല്യേ? അതുപോലെ ഞാൻ അകത്തേക്ക് പിൻവലിഞ്ഞു. ശബ്ദമുണ്ടാകാത്ത തരത്തിൽ മെല്ലെ കതകു ചാരി.

അന്തരാത്മാവ് പിടഞ്ഞുകൊണ്ടിരുന്നു. ഇന്നലെ തിരസ്കരിച്ച ദൗത്യം നിർവഹിക്കാൻ സ്വയം നിയുക്തയായി അവൾ ഇറങ്ങി പുറപ്പെട്ടിരിക്കുന്നു. സത്യസന്ധനും നീതിമാനുമായ എന്റെ അച്ഛനെ വിവരങ്ങൾ ധരിപ്പിക്കാനാണ് അവളുടെ വരവെന്ന് ബോധ്യായി. ഭഗവതീ, ഇനി എന്താ ചെയ്യാ?

അവൾ അച്ഛന്റെ സമീപത്തായി മുറ്റത്തു വന്നുനിന്നു. പുതച്ചിരുന്ന രണ്ടാംമുണ്ട് മടക്കി കക്ഷത്തു വച്ചുകൊണ്ട് ആവോളം ശിരസ്സു കുനിച്ച് താത്രി കൈകൂപ്പി.

"ന്താ കുട്ട്യേ?"

അച്ഛൻ ചോദിച്ചു.

"ശ്ശി സങ്കടോണ്ട്. ഉണർത്തിക്കാൻ അനുവദിക്കണം."

"ന്താത്ര സങ്കടപ്പെടാൻ? ന്താന്ന്വച്ചാ പറയ്യ?"

"ഞാൻ കുറിയേടത്തില്ലത്തെ രാമൻനമ്പൂതിരിയുടെ വേളി താത്രിക്കുട്ടി."

"ഓ, രാമന്റെ വേളിയോ? താത്രിക്ക് ന്താ പറയാനുള്ളതെന്ന്വച്ചാ പറയാലോ."

"ഞാൻ പിഴച്ചുപോയി തിരുമനസ്സേ."

ഒരു സാധാരണ കാര്യം പറയുന്നതുപോലെയാ താത്രിക്കുട്ടി പറഞ്ഞത്. അലസമായി ചാരുകസേരയിൽ കിടന്നിരുന്ന അച്ഛൻ ഞെട്ടിയുണർന്നപോലെ നിവർന്നിരുന്നു. 'ഈ യുവതി എന്താ പറഞ്ഞത്' എന്ന ഭാവത്തിൽ അവളെ സൂക്ഷിച്ചുനോക്കി. അവൾ പിന്നെയും പറഞ്ഞു:

"ചിലരെന്നെ പിഴപ്പിച്ചു. ഞാനായിട്ടും ചിലത് വരുത്തിവച്ചു. ഇപ്പൊ ഒരു മനസ്സമാധാനോംല്ല്യ. കൊച്ചിരാജാവിനെ അങ്ങ് വിവരങ്ങളുണർത്തിച്ച് എന്നെ പുറത്താക്കാനുള്ള സന്മനസ്സ് കാണിക്കണം. അല്ലെങ്കിൽ എന്നെ വധിക്കാൻ രാജാവിനോട് ശുപാർശ ചെയ്യണം."

അവൾ അച്ഛനെത്തന്നെ നോക്കിനിന്നു. അല്പസമയം എന്താ പറയേണ്ടതെന്ന സന്ദേഹത്തിലായിരിക്കാം നിശ്ശബ്ദനായി അദ്ദേഹമിരുന്നു. പിന്നെ ചോദിച്ചു:

"പറയുന്ന കാര്യത്തിന്റെ ഗൗരവമെന്താന്ന് ബോധ്യമില്ല്യാല്ല്യേ?"

"നല്ല ബോധ്യംണ്ട് തിരുമനസ്സേ. സ്മാർത്തനും അകക്കോയിലും പുറംകോയിലും ഇണങ്ങനും മറ്റുമെത്തും. സ്മാർത്തവിചാരം നടത്തി എന്നെ പുറത്താക്കി പടിയടച്ച് പിണ്ഡംവയ്ക്കും. എന്റെ ജീവിതം അവിടെ അവസാനിക്കും. എനിക്കിതൊന്ന് അവസാനിപ്പിച്ചുകിട്ട്യാമതി. അത്രയ്ക്ക് മലിനമായിപ്പോയി എന്റെ ജീവിതം. അതിന് അങ്ങ് കനിവു കാട്ടണം."

ഞാൻ കതകിനിടയിലൂടെ കണ്ടു പത്മാ, സാത്വികനായ കണ്ടഞ്ചാത വാസുദേവൻ നമ്പൂതിരിപ്പാട് ഞെട്ടിപ്പിടഞ്ഞെണീറ്റോയി.

"ഭഗവതീ, എന്തായീ കേൾക്കുന്നേ? എല്ലാം അറിഞ്ഞുവച്ചുകൊണ്ടാണല്ലോ ഈ കുട്ടിയുടെ പുറപ്പാട്!"

അദ്ദേഹം മേല്പോട്ടു നോക്കി കൈകൂപ്പി പറഞ്ഞു. പിന്നെ മെല്ലെ മുഖം താഴ്ത്തി താത്രിയോടു പറഞ്ഞു:

"താത്രി കുറ്റം സമ്മതിച്ച സ്ഥിതിക്ക് ഞാനിന്ന് മഹാരാജാവിനെ ഉണർത്തിക്കാം. ധർമമാണ് അനുഷ്ഠിക്കുന്നതെങ്കിലും ഈ മഹാപാതകത്തിന് ഞാൻതന്നെ ഇറങ്ങേണ്ടി വരുന്നല്ലോ. എന്താ കുട്ടീ, എന്റെ അടുത്തു തന്നെ വരാൻ?"

"നിക്ക് ആരൂംല്ല്യ തിരുമനസ്സേ. എന്നെ സഹായിക്കാൻ മറ്റാരുമില്ലാഞ്ഞിട്ടാ."

"നിന്റെ ഭർത്താവിനോട് പറയാമായിരുന്നില്ല്യേ? അവനെവിട്യാ, രാമൻ?"

"അറിയില്ല്യാ. രണ്ടും മൂന്നും മാസം കൂടുമ്പോൾ വരും. അരനാഴിക നേരം എന്റെ അരികിൽ ഇരിക്കും. ഏതൊക്കെ അമ്പലങ്ങളിൽ ദർശനം നടത്തി എന്നൊക്കെ വിസ്തരിക്കും. പിന്നെയും ഇറങ്ങിത്തിരിക്കും. ഒടുവിൽ കണ്ടിട്ട് രണ്ടു മാസായി."

"മൂസ്സാമ്പൂരി അവിടില്ല്യേ, നമ്പ്യാത്തൻ? അവനല്ലേ കുടുംബനാഥൻ? ഇല്ലത്തെ അന്തർജനത്തിന്റെ ചാരിത്ര്യത്തിൽ എന്തെങ്കിലും സംശയോണ്ടായാ മഹാരാജാവിനോട് അക്കാര്യങ്ങൾ ഉണർത്തിക്കേണ്ടത് അവനായിരുന്നല്ലോ."

"പറയുന്നതിൽ സങ്കടോണ്ട്. പറയാനും വയ്യ, പറയാതിരിക്കാനും വയ്യ തിരുമനസ്സേ. അയാളാ എന്നെ ഈ ചതിക്കുഴീ തള്ളിയിട്ടത്. ഞാൻ വെറുമൊരു കൊച്ചുകുട്ടിയായിരുന്നപ്പൊ തുടങ്ങിയ പീഡനം അയാൾ ഇപ്പോഴും തുടരുന്നു. അയാളിൽനിന്നും രക്ഷനേടാനുംകൂടിയാ എന്റെയീ യാചന."

"അങ്ങന്യോ കാര്യങ്ങൾ? സുകൃതക്ഷയം, സുകൃതക്ഷയം! എന്തായീ കേൾക്കുന്നേ? ഭഗവതീ! എനിക്ക് ഒഴിയാൻ വയ്യാണ്ടായല്ലോ. പ്രതിതന്നെ കുറ്റം സമ്മതിച്ചെങ്കിലും നടപടിക്രമങ്ങൾ പാലിച്ചേ മതിയാവൂ. എനിക്കു ചില തെളിവുകളെങ്കിലും കിട്ടിയാലേ തിരുമനസ്സിനെ കണ്ട് ഉണർത്തി ക്കാൻ കഴിയൂ. തെളിവില്ലാതെ ഞാനെന്തെങ്കിലും ചെയ്താ എന്നെ ശിക്ഷിക്കാൻ അതുതന്നെ മത്യാവും. നിന്റെ ദാസി ഒരു സ്ത്രീയുണ്ടല്ലോ അവിടെ? ന്താതിന്റെ പേര്?"

"ചെമ്പൂട്ടി."

"ഓളെ ഇങ്ങോട്ടയയ്ക്കൂ. ഇപ്പൊ പൊയ്ക്കോളൂ."

ഞാൻ കതകിനിടയിലൂടെ അവസാനനോക്ക് നോക്കുന്ന ആർത്തി യോടെ അവളെ നോക്കി. അതുവരെ കണ്ടിട്ടില്ലാത്ത ഒരു ചൈതന്യം ആ മുഖത്ത് തെളിഞ്ഞുകണ്ടു. അണയാൻ പോകുന്ന വിളക്ക് ആളി ക്കത്തുകയാണോ? ഞാൻ വല്ലാതെ ഭയന്നു. ഒരിക്കൽകൂടി താണു വണങ്ങിത്തൊഴുത് താത്രിക്കുട്ടി നടന്നു. തലയിലൂടെ കാൽമടക്കോളം എത്തുന്ന തരത്തിൽ ഒരു കറുത്ത പുതപ്പ് പിന്നിലേക്ക് ഞാത്തിയിട്ടപോലെ കിടന്ന അവളുടെ പനങ്കുലത്തലമുടി നോക്കി അല്പസമയം ഞാൻ മുറിക്കകത്തുതന്നെ നിന്നു. നിറയെ ചേമ്പും വാഴയും നിറഞ്ഞു വളർന്നു കിടന്ന പറമ്പിൽ അവൾ മറയുവോളം അവിടെത്തന്നെ നോക്കിനിന്നു.

ആ സംഭവം അച്ഛനെ വല്ലാതെ അസ്വസ്ഥനാക്കി. കടവല്ലൂർ അന്യോ ന്യത്തിൽ 'വലിയ കടന്നിരിക്കൽ' പരീക്ഷ ജയിച്ച സാത്വികനായി രുന്നിട്ടും അദ്ദേ്യത്തിന്റെ മനസ്സമാധാനം അപ്പാടെ തകർന്നതായി എനിക്കു മനസ്സിലായി. വലിയ ഇറയത്ത് അദ്ദ്യേം അങ്ങോട്ടുമിങ്ങോട്ടും നടന്നു കൊണ്ടിരുന്നു. 'ന്താപ്പ ചെയ്യ, ന്താപ്പ ചെയ്യ' എന്ന് ഇടയ്ക്കിടെ ഉരുവിടു കയും ചെയ്യുന്നുണ്ടായിരുന്നു. കുറച്ചുനേരം അത്തരത്തിൽ ഉലാത്തിയിട്ട് ചാരുകസേരയിൽ ചെന്നു കിടന്നു. പിന്ന്യേം എഴുന്നേറ്റു നടന്നു. വലിയ വെയിലും ചൂടുമൊന്നും ഇല്ല്യായിരുന്നു. എങ്കിലും അദ്ദ്യേം കണക്കറ്റ് വിയർത്തുകൊണ്ടിരുന്നു. രണ്ടാംമുണ്ടു മടക്കി വീശുകയും ഇടയ്ക്കിടെ മുഖവും കഴുത്തും മറ്റും തുടയ്ക്കുകയും ചെയ്തുകൊണ്ടിരുന്നു. താത്രിയുടെ വരവ് അച്ഛനെ വല്ലാത്തൊരു പ്രതിസന്ധിയിലെത്തിച്ചു എന്നെനിക്കു ബോധ്യായി.

അവൾ പറഞ്ഞത് ഞാൻ അനുസരിച്ചിരുന്നെങ്കിൽ അച്ഛന് ഈ വിഷമതകൾ അനുഭവിക്കേണ്ടിവരുമായിരുന്നില്ലല്ലോ എന്നു

പെട്ടെന്നോർത്തു. ആ നിലയിൽ നോക്കിയാൽ അച്ഛനെ വിഷമ വൃത്തത്തിലാക്കിയത് ഞാനാ. മറ്റൊരു കാര്യം ഒരു മിന്നലിന്റെ വേഗത്തിൽ മനസ്സിലെത്തി. താത്രിയെ ഞാൻ അനുസരിക്കാത്തതിന് അവൾ പകരംവീട്ടിയിരിക്കുന്നു. 'നിനക്ക് വയ്യെങ്കിൽ നിന്റെ പിതാവിനെക്കൊണ്ട് ഞാനതു ചെയ്യിക്കുമെടാ...' എന്ന ഒരുതരം വെല്ലുവിളിയും അതിലടങ്ങിയിരിക്കുന്നു. അവിടെയും അവൾതന്നെ വിജയിച്ചു.

എന്ത് കഷ്ടായിപ്പോയി! താത്രിയും അവളുടെ കാര്യങ്ങളുമായി ഒരു തരത്തിലല്ലെങ്കിൽ മറ്റൊരു തരത്തിൽ എനിക്ക് ബന്ധമുണ്ടെന്ന കാര്യം സത്യാണ്. അവളോടൊപ്പം സുഖം നുകർന്നവനെന്ന നിലയിൽ അവളനുഭവിക്കുന്ന വേദനയുടെ പങ്കും അനുഭവിക്കാൻ ഞാൻ ബാധ്യസ്ഥനാണ്. എന്നാൽ ഒരു കാര്യവുമില്ലാതെ എന്റെ പിതാവ് ആ വിഷയവുമായി കണ്ണി ചേർക്കപ്പെട്ടുപോയല്ലോ എന്ന വ്യഥ ശരിക്കും ഗ്രഹിച്ചുകഴിഞ്ഞിരുന്നു. അച്ഛന് തന്റെ ധർമ്മബോധമനുസരിച്ചുള്ള കാര്യം ചെയ്യാതിരിക്കാൻ വയ്യ. അങ്ങനെ ചെയ്താൽ അതൊരു മഹാപാതകമാവുകയും ചെയ്യും. എന്തു ചെയ്യണമെന്നറിയാതെ അദ്ദേ്യം ഉഴലുന്ന ദയനീയരംഗത്തിന് ഞാൻ സാക്ഷിയാകേണ്ടിവന്നു.

അധികം വൈകുന്നതിനുമുമ്പുതന്നെ ചെമ്പൂട്ടി അച്ഛന്റെ മുമ്പിൽ മുറ്റത്തു വന്ന് ഓച്ഛാനിച്ചുനിന്നു.

"ആരാ നീയ്യ്?"

"അടിയൻ ചെമ്പൂട്ടി. കുറിയേടത്തെ താത്രിത്തമ്പിരാട്ടീടെ ദാസിയാ."

വളരെ സന്തുഷ്ടവതിയായി, എന്തോ സന്തോഷകരമായ കാര്യങ്ങൾ അറിയിക്കാനെത്തിയ ഭാവത്തിലായിരുന്നു അവൾ.

"കാര്യങ്ങളുടെ ഗൗരവം നീ മനസ്സിലാക്കിയിട്ടുണ്ടോ?"

അവൾക്കൊന്നും മനസ്സിലായിട്ടില്ലെന്ന് മുഖഭാവം കണ്ടാലറിയാം. അവൾ പകച്ചുനിന്നു.

"ചോദിക്കുന്ന കാര്യങ്ങൾക്ക് സത്യസന്ധമായി നീ മറുപടി പറയണം. ഒന്നും മറച്ചുവെയ്ക്കരുത്. സത്യം തെളിയിക്കാൻ പല വഴികളുണ്ട്. സാമം ദാനം, ഭേദം, ദണ്ഡം. കടുത്ത കാര്യങ്ങളിലേക്ക് കടക്കാൻ ഇടവരുത്താതെ ചോദിക്കുന്ന കാര്യങ്ങൾക്ക് ഉത്തരം പറയണം."

അവൾ ഒരു കുറ്റവാളിയെപ്പോലെ തലകുനിച്ചു നിന്നു.

"മുഖത്തൊരു കള്ളലക്ഷണമുണ്ടല്ലോ. നീയെന്താ മുഖം കുനിച്ചു നിൽക്കേ? മുഖത്തു നോക്കിക്കൂടേ?"

അവൾ മുഖമുയർത്തി നോക്കി. ആ നോട്ടത്തിന് വല്ലാത്തൊരു ശക്തിയുണ്ടായിരുന്നു.

"നീ താത്രിയുടെ പരിചാരികയായിട്ട് എത്ര വർഷമായി?"

"ഇരുപത്തിരണ്ടു വർഷം."

ഉറച്ച ശബ്ദത്തിലുള്ള മറുപടി അദ്ദേ്യം പ്രതീക്ഷിച്ചിരുന്നില്ല്യ.

"ഇരുപത്തിരണ്ടു വർഷമോ? അപ്പോൾ നിനക്കെത്ര വയസ്സായി?"

"ഇരുപത്തിരണ്ട്."

"അങ്ങനെയോ? എങ്കിൽ താത്രിക്കെത്ര വയസ്സായി?"

"ഇരുപത്തിരണ്ട്."

"എന്തു ചോദിച്ചാലും ഇരുപത്തിരണ്ടോ? സത്യമാണോ പറയുന്നത്?"

"സത്യമാണ് തിരുമനസ്സേ. കല്പകശ്ശേരി ഇല്ലത്തെ ദാസിയായിരുന്നു എന്റെ അമ്മ. അഷ്ടമൂർത്തിത്തിരുമേനിയാണ് എന്റെ അച്ഛനെന്ന് അമ്മ പറഞ്ഞിട്ടുണ്ട്. ഞാനും താത്രിത്തമ്പുരാട്ടിയും അടുത്തടുത്താണ് ജനിച്ചത്. ഒരിടത്താണ് വളർന്നത്. തമ്പുരാട്ടിയെ വേളി കഴിച്ച് കുറിയേടത്തില്ലത്തു കൊണ്ടുവന്ന ശേഷം, അവിടെ ദാസിയില്ലാഞ്ഞിട്ട് എന്നെക്കൂടി ഇവിടേക്ക് കൂട്ടിയതാ തിരുമേനീ."

"അങ്ങനെയെങ്കിൽ താത്രിയെ സംബന്ധിച്ച എല്ലാ രഹസ്യവും നിനക്കറിയാമല്ലോ?"

"അടിയന് എല്ലാം അറിയാം തിരുമനസ്സേ."

"എന്നാൽ പറയ്വാ. താത്രിയെക്കുറിച്ചു കേൾക്കുന്നതൊക്കെ സത്യമാണോ?"

"സത്യമാണ് തിരുമനസ്സേ. ഒരു രാത്രി വെളുക്കുന്നതുവരെ അഷ്ടപദി പാടുകയും ആടുകയും ചെയ്തു. പിന്നൊരു രാത്രി ഞാനും ദേവുത്തമ്പുരാട്ടിയും മാത്രം കൂട്ടിനുണ്ടായിരുന്ന ഒരു രാത്രി പുലരുന്നതുവരെ കീചകവധം ആട്ടക്കഥ ഒറ്റയ്ക്കു പാടി അഭിനയിച്ചു. ആട്ടം പഠിച്ചിട്ടൊന്നുമില്ല്യ. എങ്കിലും വലിയ കഥകളിപ്പാട്ടുകാരേക്കാൾ കേമായി കഥകളിപ്പദങ്ങൾ ചൊല്ലും. ഓട്ടൻതുള്ളലുകാരെപ്പോലെയാ. ഒറ്റയ്ക്കു തന്ന്യെ പാടുകയും കൈമുദ്രകളും മുഖഭാവങ്ങളും കാട്ടി അഭിനയിക്കുകയും ചെയ്യും."

"നിർത്ത്."

അച്ഛൻ അക്ഷമനായി അലറി. ചെമ്പൂട്ടി നടുങ്ങി. താൻ വരുത്തിയ പിഴവെന്തെന്നറിയാതെ ചെമ്പൂട്ടി പകച്ചുനിന്നു.

"ആട്ടവും പാട്ടുമൊന്നുമല്ല്യ ഞാൻ ചോദിച്ചേ. ഓളെ സംബന്ധിച്ച രഹസ്യങ്ങളൊന്നും നിനക്കറിയില്ല്യേ?"

"അറിയാം തിരുമനസ്സേ. തമ്പ്രാട്ടി മറ്റാരോടും പറയാത്ത ചില രഹസ്യങ്ങൾ അടിയനറിയാം."

"അങ്ങനെ വഴിക്കുവര്യ. എല്ലാം തുറന്നു പറയ്യ."

"കുഞ്ഞായിരുന്നപ്പോഴേ പഠിക്കാൻ മിടുക്കിയായിരുന്നു. ആറാം വയസ്സിൽ ഓയ്ക്കില്ലത്തെ ഗുരുകുലത്തിൽ ഒറ്റയ്ക്കു പഠിക്കാനെത്തി. കണ്ടഞ്ചാത രാവുണ്ണിത്തമ്പ്രാന് അന്ന് എട്ടു വയസ്സ്. രാവുണ്ണിത്തമ്പ്രാനുമൊത്ത് അവിടെ മൂന്നു വർഷം പഠിച്ചു."

"മറ്റൊന്നും നിനക്കറിയില്ല്യേ?"

"അറിയാം തിരുമനസ്സേ. അത് ആദ്യേ പറയേണ്ടതാര്ന്നു. വിട്ടുപോയി. കല്പകശ്ശേരിയിലെ അടുക്കളക്കാരി നാണിയമ്മേച്ചീം കാര്യസ്ഥൻ കിട്ടുണ്ണിയപ്പൂപ്പനും പറയുന്നു, താത്രിത്തമ്പിരാട്ടി ഭഗവതീടെ അവതാര മാണെന്ന്."

"അതൊന്നുമല്ല്യാ എനിക്കറിയേണ്ടത്. താത്രിയുടെ ദുർനടപ്പിനെ ക്കുറിച്ച് നിനക്കൊന്നും പറയാനില്ല്യേ?"

"അങ്ങനെയൊരു കാര്യം അടിയന് അറിയില്ല്യ. അറിയാത്ത കാര്യം പറയാനാവ്വോ?"

"മറുചോദ്യമൊന്നും വേണ്ട. പുറത്തുള്ള ആരെങ്കിലും ഇല്ലത്തു വരാ റുണ്ടോ?"

"ഇവിടെ ആരും വരാറില്ല്യാ. കല്പകശ്ശേരിയില് ഒരുപാട് പേര് വരാ യിരുന്നു."

"അങ്ങനെ വഴിക്കു വര്യ. ആരൊക്കെയാ വന്നത്? സത്യം പറയ്യ."

"അഷ്ടമൂർത്തിത്തിരുമേനീടകൂടെ നാലഞ്ച് കിഴവൻ തമ്പ്രാക്കന്മാര് വര്വായിരുന്നു. അവര് പത്തായപ്പുരേ കൂടിയിരുന്ന് ശ്ലോകം ചൊല്ലും. ഞാനും താത്രിത്തമ്പിരാട്ടീം അപ്പൊ കാവിലും പറമ്പിലുമൊക്കെ കളിച്ചു നടക്ക്വേര്ന്നു."

"ഓളുമായി അവിഹിതബന്ധത്തിലേർപ്പെട്ടവരുടെ കാര്യമൊന്നും നിനക്ക് പറയാനില്ല്യേ?"

"ഇല്ല്യ തിരുമനസ്സേ. അങ്ങനെ അവിഹിതമായൊന്നും താത്രിത്തമ്പി രാട്ടി ചെയ്തതായി അടിയനോടു പറഞ്ഞിട്ടില്ല്യ."

"അവൾ എന്നോടു കുറ്റം സമ്മതിച്ചല്ലോ. ദാസി അറിയാത്ത രഹസ്യ മുണ്ടാവ്വോ?"

"അടിയന് അറിയുന്ന കാര്യമേ അടിയൻ പറയൂ."

"നിസ്സാരക്കാരിയല്ല നീ; താത്രിയേക്കാൾ കേമിയാ. ഇപ്പൊ പൊയ്ക്കോ; ഇനിയാരാ അവ്ടെ ഉള്ളേ?"

"ദേവകിത്തമ്പുരാട്ടി."

"അതാരാ?"

"നമ്പ്യാത്തൻ തമ്പുരാന്റെ ഏതോ വഹയിലെ കുഞ്ഞമ്മ. ചമ്മുത്തമ്പു രാട്ടി കിടപ്പായപ്പം ശുശ്രൂഷിക്കാൻ കൊണ്ടുവന്നതാ."

"ഓളോട് ഇത്രടംവരെ വരാൻ പറയ്യ."

ചെമ്പൂട്ടി ഓടി. വിജയഭാവത്തിലായിരുന്നു ആ ഓട്ടം. എന്നെ ചോദ്യം ചെയ്തിരുന്നെങ്കിൽ എനിക്കറിയാവുന്ന കാര്യങ്ങളെല്ലാം ഞാൻ പറഞ്ഞു പോകുമായിരുന്നു. ചെമ്പൂട്ടി അറിയാത്ത ഒരു രഹസ്യവും താത്രിക്കില്ല്യ. എന്നിട്ടും വല്യ കഥകളിനടനേക്കാൾ സാമർത്ഥ്യത്തോടെ അവൾ അഭി നയിച്ചു. സ്നേഹം, വിശ്വാസം, ആത്മാർത്ഥത എന്നൊക്കെപ്പറയുന്നത്

എന്തെന്ന് ഞാനവിടെ കണ്ടു. അവളാണ് യഥാർഥ സഖി. തന്റെ ആത്മ മിത്രത്തെ സ്വന്തം ജീവനിൽ ചേർത്തുപിടിച്ചുകൊണ്ടാണ് ചെമ്പൂട്ടി സംസാരിച്ചത്. അല്പസമയം കഴിഞ്ഞപ്പോൾ ദേവകിയെത്തി. ദേവകി യിൽനിന്നും ഒന്നും ലഭിച്ചില്ല്യ. അവൾക്ക് പറയാനുണ്ടായിരുന്നു. താനി വിടെ വന്നിട്ട് അഞ്ചാറു മാസമേ ആയുള്ളൂ എന്നും തെറ്റായ ഒരു പെരു മാറ്റം താത്രിയുടെ ഭാഗത്തുനിന്നും ഉണ്ടായതായി അറിയില്ലെന്നും ദേവകി പറഞ്ഞു.

"അവൾ കുറ്റം സമ്മതിച്ചല്ലോ!"

അച്ഛൻ കയർത്തുപറഞ്ഞു.

"ആ കുറ്റം ഞാൻ വരുന്നതിന് മുമ്പുണ്ടായതാകാം. എനിക്ക് ബോധ്യ മുള്ളതേ ഞാൻ പറയൂ."

അവൾ നിലപാട് വ്യക്തമാക്കി.

ദേവകിയെ പറഞ്ഞുവിട്ടു. അന്ന് രാവേറെ ചെല്ലുന്നതുവരെ അച്ഛൻ ഇറയത്തും മുറ്റത്തും ചിന്താധീനനായി അലഞ്ഞുകൊണ്ടിരുന്നു. 'ന്താപ്പ ചെയ്ക, ന്താപ്പ ചെയ്ക' എന്ന് ഇടയ്ക്കിടെ ഉരുവിട്ടുകൊണ്ടായിരുന്നു അദ്ദേഹം ഉലാത്തിയത്. വലിയ വേദാന്തിയായ കണ്ടഞ്ചാത വാസുദേവൻ നമ്പൂതിരി നിലയില്ലാക്കയത്തിൽ അകപ്പെട്ടപോലെ അവശനും അസ്വസ്ഥനുമായി. അങ്ങനെയാണ് പത്മാ കാര്യങ്ങൾ. ജീവിതം ഒരിക്കലും നമ്മുടെ പിടിയിൽ ഒതുങ്ങി എന്നു വരില്ല്യ. നാടു മുഴുവൻ ബഹുമാനിക്കുന്ന എന്റെ അച്ഛൻ, കൊച്ചിമഹാരാജാവുപോലും ബഹു മാനിക്കുന്ന മഹാപണ്ഡിതനായ എന്റെ അച്ഛൻ ശരിക്കും പതറിപ്പോയി. ജീവിതപ്രശ്നങ്ങൾ നേരിടുമ്പോഴാണ് നമ്മൾ ആരുമല്ലെന്നും നമ്മൾ പഠിച്ചതൊക്കെ ഒന്നുമല്ലെന്നും നമുക്ക് മനസ്സിലാകുന്നത്.

നാൽപത്തിനാല്

ജനുവരി പിറന്നിട്ടേയുള്ളൂ. വെയിലിനുള്ളിലും തണുപ്പുള്ള കാലം. ഉച്ചകഴിഞ്ഞ് വെയിൽ ചാഞ്ഞ നേരം. കുളത്തിൽനിന്നും കരകയറി നിന്ന് അരയന്നം ചുണ്ടുകൊണ്ട് തൂവൽ കോതിമിനുക്കുന്നതുപോലെ, താത്രി കുളികഴിഞ്ഞ്, കരയിൽ കയറിനിന്ന്, ഈറൻമാറി, തെല്ലു ചാഞ്ഞു ചരിഞ്ഞു നിന്ന്, കൈവിരലുകൾകൊണ്ട് നീണ്ടിടതൂർന്ന മുടി ഇഴ വിടർത്തി ഉണക്കിക്കൊണ്ട് നിൽക്കേരുന്നു. തൊട്ടടുത്തായി ദേവകിയും ചെമ്പൂട്ടിയും അതേ പ്രക്രിയയിൽ. വെയിലിന്റെ ഇളംചൂടും കുളത്തിലെ ജലത്തിന്റെ ഉൾത്തണുപ്പും കൂടിക്കലർന്ന സുഖാലസ്യതയിലായിരുന്നു ആ യുവതികൾ. പരിസരം മധ്യാഹ്നസുഷുപ്തിയിൽ എന്നപോലെ നിശ്ശബ്ദതയിൽ. ഒരു ചെറിയ ആൾക്കൂട്ടം പാടവരമ്പിലൂടെ ഇല്ലത്തിനു

നേർക്കുവരുന്നത് താത്രി കണ്ടു. എന്തിന്റെ പുറപ്പാടാണതെന്ന് ഒറ്റനോട്ടത്തിൽതന്നെ അവൾ തിരിച്ചറിഞ്ഞു. പെട്ടെന്നവർ ഇല്ലത്തെത്തി, അകത്തു കയറി വാതിൽ ചാരി, കതകിന്റെ വിടവിലൂടെ നോക്കി.

എന്തോ കുഴപ്പം സംഭവിച്ചിരിക്കുന്നു എന്ന് ചെമ്പൂട്ടിക്ക് മനസ്സിലായി. എന്താണ് കാര്യമെന്ന് താത്രിയോടു ചോദിക്കാനാണ് അവൾ ചുണ്ടു വിടർത്തിയതെങ്കിലും പുറത്തേക്ക് തള്ളിക്കയറിവന്ന കരച്ചിലടക്കാൻ വായ് പൊത്തിനിന്നു. ദേവകിയുടെ മുഖത്ത് തികഞ്ഞ നിസ്സഹായത. താത്രിയുടെ മുഖത്ത് തികഞ്ഞ നിസ്സംഗത. സ്മാർത്തവിചാരം നടത്താനുള്ള പുറപ്പാടാണെന്ന് താത്രിക്ക് മനസ്സിലായി. എന്താണുണ്ടായത്? തന്റെ പിഴവുകൾ ഏറ്റുപറഞ്ഞ് തന്നെ പുറത്താക്കണമെന്ന് കണ്ടഞ്ചാത വാസുദേവൻ നമ്പൂതിരിയോട് അപേക്ഷിച്ചതെന്നാ? ഏതാണ്ട് നാലുമാസങ്ങൾക്കപ്പുറത്തൊരു പ്രഭാതത്തിൽ. വധശിക്ഷയാണ് യാചിച്ചത്. അത്രയ്ക്ക് വേണ്ടിയിരുന്നോ? ജീവിതത്തെതന്നെ വെറുത്തുപോയാൽ മറ്റെന്താ ചെയ്യ? ഇത് ജീവിതഭാരം തന്ന്യാ. ചുമടിറക്കിയേ തീരൂ.

ഇപ്പോഴെങ്കിലും അവർ വന്നല്ലോ എന്ന ആശ്വാസം മനസ്സിന്റെ ഒരു പകുതിയിൽ നിറഞ്ഞു. തന്റെ ജീവിതാന്ത്യത്തിന്റെ ആരംഭമായിരിക്കുന്നു എന്ന ഭീതി മനസ്സിന്റെ മറുപകുതിയിലും നിറഞ്ഞു. ഒരു ഭാവവും അവൾ പുറത്തുകാട്ടിയില്ല. വരുന്നത് വരട്ടെ. ചെമ്പൂട്ടിയുടെ കണ്ണീർ തുടച്ചുകൊണ്ട് താത്രി അവളുടെ കാതിൽ പറഞ്ഞു:

“കരയരുത്. അനിവാര്യതയാണ്. വിധിയെന്നോർത്ത് സമാധാനിക്ക്യാ.”

നമ്പൂരിസംഘം മുറ്റത്തെത്തി. കാഴ്ചകൾ കണ്ട് ആസ്വദിക്കാൻ വന്ന മറ്റൊരു സംഘം പടിപ്പുരയ്ക്ക് പുറത്ത് അകത്തേക്ക് തലനീട്ടാൻ തിക്കിത്തിരക്കിനിന്നു.

അറുപത് വയസ്സോടടുത്ത സ്മാർത്തൻ പട്ടച്ചോമയാരത്ത് ജാതവേദൻ നമ്പൂതിരി കുറിയേടത്തില്ലത്ത് ഇറയത്തു കിടന്ന ബഞ്ചിന്റെ മധ്യഭാഗത്ത് ഉറപ്പിച്ചിരുന്നു. മുഖത്താകെ വിയർപ്പു പൊടിഞ്ഞിരുന്നു. രണ്ടാംമുണ്ടിന്റെ തുമ്പുയർത്തി മുഖം അമർത്തിത്തുടച്ച് യാത്രാക്ലേശത്തിന്റെ അസഹ്യത പ്രകടിപ്പിച്ചു. കണ്ടഞ്ചാത വാസുദേവൻ നമ്പൂതിരിയും അകക്കോവിൽ പെരുമ്പിള്ളി ഇട്ടീരി ഓതിക്കനും മീമാംസകരായ തോട്ടയ്ക്കാട് കുഞ്ഞൻ ഓതിക്കനും മാമ്പിള്ളി വെളുത്തേരി ഓതിക്കനും നമ്പ്യാത്തൻ നമ്പൂതിരിയും സ്മാർത്തന് അഭിമുഖമായി മുറ്റത്തു നിന്നു. ആഗതർ ആവോളം ദാരിദ്ര്യത്തിന്റെ മണം നുകർന്നുനിന്നു.

ഭീതിയും സംശയവും നിഴലിക്കുന്ന മുഖഭാവത്തോടെ നമ്പ്യാത്തൻ മറ്റുള്ളവരെ ശ്രദ്ധിക്കുന്നുണ്ടായിരുന്നു. പരപുച്ഛവും അഹന്തയും ചേർത്ത് ആരാണ് സ്മാർത്തന് മുഖത്തെഴുത്ത് നടത്തിയത്? അയാൾ ചുറ്റും നോക്കി. ഓരോ നിമിഷം കഴിയുന്തോറും അയാളുടെ മുഖത്ത് അസന്തുഷ്ടി വർദ്ധിച്ചുകൊണ്ടിരുന്നു.

യാഗശാലയ്ക്കരികിൽ ബന്ധിച്ച ബലിമൃഗങ്ങളെപ്പോലെ മൂന്നു യുവതികൾ സ്മാർത്തന്റെ പിന്നിലെ ചുവരിനപ്പുറമുള്ള ഇരുട്ടുമുറിയിൽ ശ്വാസമടക്കിപ്പിടിച്ചുനിന്നു. വാതിൽപഴുതിലൂടെ താത്രി പുറത്തേക്ക് നോക്കിയെങ്കിലും മുറ്റത്തു നിൽക്കുന്നവരെ മാത്രമേ കാണാൻ കഴിഞ്ഞുള്ളു.

അഞ്ചാറു പുരുഷന്മാരും മൂന്നു സ്ത്രീകളും അവിടെയുണ്ടായിരുന്നിട്ടും മനുഷ്യശബ്ദമോ പ്രകൃതിശബ്ദമോ കേൾക്കാൻ കഴിഞ്ഞില്ല. ചെറിയൊരു കാറ്റ് കയറിവന്നു. വെറുപ്പിന്റെ മണം ശ്വസിച്ച് മടങ്ങിപ്പോയി. മാതളച്ചില്ലയിൽ വന്നിരുന്ന ഒരു കാക്ക ചാഞ്ഞും ചരിഞ്ഞും നോക്കിയെങ്കിലും എന്തെന്ന് ചോദിക്കാൻപോലും നിൽക്കാതെ മടങ്ങിപ്പോയി. നിശ്ശബ്ദതയുടെ നെഞ്ചു പിളർത്തിക്കൊണ്ട് ഒരു ശബ്ദമുയർന്നു.

"അയാളെവിട്യാ? മൂസ്സാമ്പൂരി? നമ്പ്യാത്തൻ നമ്പൂതിരി ഇവിടില്ല്യേ?"

കലിപൂണ്ട കോമരംപോലെ സ്മാർത്തൻ തിരുമൊഴി ഉരിയാടി. ആളെ കണ്ടില്ലെങ്കിലും ആ ശബ്ദം താത്രി കേട്ടു. വാതിൽപ്പഴുതിലൂടെ മുറ്റത്തു നിൽക്കുന്ന നമ്പ്യാത്തനെയും കണ്ടു. പിടിക്കപ്പെട്ട കുറ്റവാളിയുടെ മുഖം നമ്പ്യാത്തനിൽ കണ്ടു.

'ആശപ്പൻ തിരുമുമ്പിൽതന്നെയുണ്ടല്ലോ; തിരുമേനി കണ്ടില്ല്യേ?'

വിളിച്ചു ചോദിക്കാൻ തോന്നിയത് ഉള്ളിലൊതുക്കി.

"ഇവിടുണ്ടേ."

രണ്ടാംമുണ്ടു മടക്കി കക്ഷത്തു ചെരുകി ഉപചാരം കാട്ടി നമ്പ്യാത്തൻ പ്രതിവചിച്ചു. സ്മാർത്തൻ അയാളെ രൂക്ഷമായൊന്നു നോക്കി.

"എന്ത്യേ ഒരുക്കങ്ങളൊന്നും ചെയ്തില്ല്യാ? രാജകല്പന അറിഞ്ഞില്ല്യേന്നാണോ? കഴിഞ്ഞ ദിവസം നാം തന്നെ വിവരം അറിയിച്ചിരുന്നതല്ല്യേ? മീമാംസകരും അകക്കോയിലും പുറക്കോയിലുമെല്ലാം ഇരിപ്പിടമില്ലാണ്ട് മുറ്റത്തു നിൽക്കുന്നത് കണ്ടില്ല്യേ?"

പിന്നെയും പലതും വിളിച്ചു ചോദിക്കണമെന്നുണ്ടായിരുന്നു. ചോദിച്ചതുകൊണ്ട് ഒരു ഫലവുമില്ലെന്ന് തിരിച്ചറിഞ്ഞ് സ്മാർത്തൻ അടങ്ങി. നമ്പ്യാത്തൻ പരിഭ്രാന്തനായി അങ്ങോട്ടുമിങ്ങോട്ടുമോടി. രണ്ടു കസേര ഇറയത്തെത്തി.

"ഇവ്ടെ ത്രേള്ളൂ. ന്താപ്പ ചെയ്യ?"

"നമ്മോടോ ചോദ്യം? ന്താ ചെയ്യേണ്ട്യേന്ന് അറിയാമ്മേലാഞ്ഞിട്ടല്ല്യാ. നമ്പ്യാത്തൻ കുറച്ചുകൂടി ഉത്തരവാദിത്വബോധം കാട്ടുംന്ന് നാം നിരീച്ചു. കഷ്ടായി."

"തഴപ്പായ് നിലത്തുവിരിച്ചാ മതിയാവുംങ്കി..."

നമ്പ്യാത്തൻ അർദ്ധോക്തിയിൽ നിർത്തി.

"വഴീണ്ടാക്കാം."

കണ്ടഞ്ചാത പറഞ്ഞു. പടിപ്പുരയ്ക്ക് പുറത്ത് തിക്കിത്തിരക്കി നിന്നവരിൽ മൂന്നാലുപേർ കണ്ടഞ്ചാതമനയിലേക്ക് ഓടി. രണ്ടു ബഞ്ചും രണ്ടു കസേരയുമായെത്തി. എല്ലാവരും ആസനസ്ഥരായി. ഇറയത്തി നരികിൽ നമ്പ്യാത്തൻ വിനീതദാസനെപ്പോലെ ഒതുങ്ങിനിന്നു.

"അപ്പോ അത്താഴസദ്യ ഒരുക്കിയിട്ടുണ്ടാവില്ല്യ, അല്ലേ?"

"തരപ്പെട്ടില്ല്യ."

യാചനാസ്വരത്തിൽ നമ്പ്യാത്തൻ പറഞ്ഞു.

"വിരോധംല്ല്യാച്ചാ അത്താഴസദ്യ കണ്ടഞ്ചാതമനയിലാകാം. രാത്രി വിശ്രമവും അവ്ട്യാകാം."

വാസുദേവൻ നമ്പൂതിരി സമാധാനിപ്പിച്ചു.

"അങ്ങ്ന്യാട്ടെ. ന്നാൽ കാര്യത്തിലേക്ക് കടക്കാംല്ല്യേ?"

സ്മാർത്തൻ എല്ലാവരോടുമായി ചോദിച്ചു.

"അങ്ങ്ന്യാഹാം."

അകക്കോവിൽ മൊഴിഞ്ഞു.

"ന്നാൽ അങ്ങ്നെന്ന്യാ. നാം ദാസീവിചാരണയിലേക്ക് കടക്ക്വാ."

അത്രയുമായപ്പോൾ മുറ്റത്ത് കുറച്ചകലെ ചെറിയൊരു ആൾക്കൂട്ടം രൂപപ്പെട്ടുകഴിഞ്ഞിരുന്നു. ഉദ്വേഗവും ഉത്സാഹവും ഉള്ളിലൊളിപ്പിച്ചാണ് പലരും അവിടെ നിന്നത്. ചിലർ തണൽ പറ്റി ഒതുങ്ങിനിന്നു. അവരുടെ മുഖങ്ങളിൽ സഹതാപവും ദുഃഖവും പ്രകടമായിരുന്നു. ഉത്സാഹികളായി നിന്നവർ കുറേശ്ശെ മുന്നോട്ടു നീങ്ങിനീങ്ങി വെയിൽ വകവെയ്ക്കാതെ ചെവിവട്ടം പിടിച്ചുനിന്നു.

"ആരാ, എന്താ ഓള പേര്?"

സ്മാർത്തൻ ആരോടെന്നില്ലാതെ ചോദിച്ചു. ആരും മറുപടി പറഞ്ഞില്ല.

"ഇവ്ടെ ആരും ഇല്ല്യാന്നുണ്ടോ? ന്താ നമ്പ്യാത്തൻ, തന്റെ നാവിറങ്ങി പ്പോയോ? താത്രിക്ക് ഒരു ദാസീണ്ടാവണംല്ല്യേ? അതിന്റെ പേരെന്താന്നാ ചോദിച്ചേ?"

ചെമ്പൂട്ടി ദയനീയമായി താത്രിയുടെ മുഖത്തു നോക്കി. സമാധാന മായും ധൈര്യമായും നിൽക്കാൻ അവളോട് താത്രി ആംഗ്യഭാഷയിൽ പറഞ്ഞു.

"പേടിക്കരുത്. ഞങ്ങൾ നിന്നോടൊപ്പമുണ്ട്."

ദേവകി ചെമ്പൂട്ടിയുടെ ചെവിയിൽ പറഞ്ഞു.

"ന്താ നമ്പ്യാത്തൻ, നമ്മുടെ ചോദ്യം കേട്ടില്ല്യേ?"

സ്മാർത്തൻ ശബ്ദമുയർത്തി ചോദിച്ചു.

"കേട്ടു, കേട്ടു."

നമ്പ്യാത്തൻ ഞെട്ടിയുണർന്നെന്നപോലെ പറഞ്ഞു:

"ചെമ്പൂട്ട്യെന്നാ അതിന്റെ പേര്."

"വിളിക്കോളെ. എവ്ട്യാ ഓള്? പെട്ടെന്നിറങ്ങാൻ പറയ്യ."

ചെമ്പൂട്ടി കണ്ണീർ തുടച്ചുകൊണ്ട് താത്രിയെ നോക്കി.

"ധൈര്യമായി പോക. ഞാൻ പിഴച്ചുപോയതിന് നീ സാക്ഷിയാണെന്ന് വെട്ടിത്തുറന്ന് പറയ്യ. ഒന്നും സംഭവിക്കില്ല്യ."

ചെമ്പൂട്ടിയുടെ തോളിൽ കൈവച്ചുകൊണ്ട് താത്രി കാതിൽ പറഞ്ഞു. ഇരുകൈകൊണ്ടും കണ്ണീർ തുടച്ചിട്ട് മതിയാകാതെ ചെമ്പൂട്ടി ഈറൻ തോർത്തുകൊണ്ട് കണ്ണും മുഖവും അമർത്തിത്തുടച്ചു.

"ചെമ്പൂട്ടി അകത്തില്ല്യേ? പുറത്തിറങ്ങ്അ."

പതറുന്ന ശബ്ദത്തിൽ നമ്പ്യാത്തൻ വിളിച്ചുപറഞ്ഞു. വാതിൽ പാളിയിൽ മറഞ്ഞുനിന്നുകൊണ്ട് താത്രി ചെമ്പൂട്ടിയെ പുറത്തേക്ക് ഉന്തിത്തള്ളിവിട്ടു. അവൾ ഇറയത്തിറങ്ങി; ശിരസ്സു നമിച്ചുനിന്നു. എല്ലാരുമിരുന്ന സദസ്സിൽ ആരൊക്കെയോ ഇരിക്കുന്നെന്നറിഞ്ഞു. അവൾ ആരെയും കണ്ടില്ല.

"ഇവിടേക്ക് നീങ്ങിനിൽക്ക."

സ്മാർത്തന്റെ കല്പന. അവൾ ശബ്ദം കേട്ട ഭാഗത്തേക്ക് നീങ്ങി നിന്നു.

"ചെമ്പൂട്ട്യെന്നല്ല്യേ നിന്റെ പേര്?"

അതെ എന്ന അർത്ഥത്തിൽ അവൾ കൈകൂപ്പി ശിരസ്സു കുനിച്ചു. നിവർന്നുനിൽക്കാനുള്ള ധൈര്യമില്ലാതിരുന്നിട്ടും ശബ്ദം കേട്ട ഭാഗത്തേക്ക് ഒന്നു പാളിനോക്കി. കണ്ടഞ്ചാത വാസുദേവൻ നമ്പൂതിരി മുഖം കുനിച്ചിരിക്കുന്നതു കണ്ടു. മറ്റാരെയും അവൾ അതിനുമുമ്പ് കണ്ടട്ടില്ലായിരുന്നു.

അകക്കോയിലിന്റെയും മീമാംസകരുടെയും കണ്ണുകൾ മുക്കാലും നഗ്നമായ അവളുടെ മേനിയിൽ മേഞ്ഞുനടന്നു.

"ചോദിക്കുന്ന ചോദ്യങ്ങൾക്ക് സത്യസന്ധമായി മറുപടി പറയണം. മനസ്സിലായോ?"

ഉവ്വ് എന്ന അർത്ഥത്തിൽ അവൾ തൊഴുകൈയോടെ ശിരസ്സു നമിച്ചു.

"എന്താ നിനക്ക് നാവില്ല്യേ?"

"ഉണ്ട് തിരുമനസ്സേ."

"താത്രിക്ക് ചിലരോടൊക്കെ ഇഷ്ടമായിരുന്നു, അല്ല്യേ?"

"അതേ തിരുമനസ്സേ."

"ഉംംം. എത്രപേരോട് ഓൾക്ക് അടുപ്പമുണ്ടായിരുന്നു?"

ചെമ്പൂട്ടി വിരൽ മടക്കി കണക്കുകൂട്ടി. ആ സമയം സ്മാർത്തന്റെ കണ്ണുകൾ കൂടുതൽ വികസിച്ചു. മീമാംസകർ തല മുമ്പോട്ടു നീട്ടി കാത്തിരുന്നു.

"പത്തുപേരോട് വല്യ ഇഷ്ടമാണ് തിരുമനസ്സേ. ഇപ്പോഴും അങ്ങന്യാ."

ചെമ്പൂട്ടി സന്തോഷത്തോടെ പറഞ്ഞു.

"ആരൊക്കെയാണവർ? കേൾക്കട്ടെ."

സ്മാർത്തന് ഉത്സാഹമായി.

"ഏറ്റവും കൂടുതൽ ഇഷ്ടം എന്നോടായിരുന്നു. പിന്നെ ഇക്കാളിച്ചേച്ചി യോടും അമ്മമാരോടും ദേവുമ്മായിയോടും പാർവതിയോടും നങ്ങേമ യോടും നാണിയമ്മയോടും ശ്രീദേവിയോടും നീലിയോടും..."

"ച്ഛീ, നിർത്തെടീ."

സ്മാർത്തൻ അലറി.

"എന്താടീ, നീ പരിഹസിക്ക്യേ?"

"അല്ല തിരുമനസ്സേ. ഞങ്ങളോടൊക്കെ താത്രിത്തമ്പുരാട്ടിക്ക് ഇഷ്ടാണ്."

"താത്രിക്ക് പലരുമായി ബന്ധമുണ്ടെന്ന് പലരും പറയുന്നു. അത് സത്യമാണോ?"

"അതും സത്യമാണ് തിരുമനസ്സേ. ഞാനും നാണിയമ്മച്ചീം അല്ലാതു ള്ളോരൊക്കെ അടുത്ത ബന്ധുക്കളാ. അമ്മമാരും കൂടെപ്പിറപ്പുകളുമാ."

"ഭ! ഇതിനെ എവിടുന്നിങ്ങോട്ടു കെട്ടിയെടുത്തു? എടീയെടീ താത്രിക്ക് ചില പുരുഷന്മാരുമായി അവിഹിതബന്ധമുണ്ടോന്നെന്നാ ചോദിച്ചേ. എന്നുവെച്ചാ ഭർത്താവല്ലാത്ത പുരുഷന്മാരാരെങ്കിലും താത്രീട കൂടെ കഴിഞ്ഞിട്ടുണ്ടോന്നെന്നാ ചോദ്യം.ഒന്ന് പറഞ്ഞ് തുലയ്ക്ക്."

"ഓ. അങ്ങനേ? ഇപ്പം മനസ്സിലായി തിരുമനസ്സേ. അടിയന് അക്കാര്യം അറിയില്ല്യാ. അടിയന്റെ അറിവിൽ താത്രിത്തമ്പുരാട്ടി കാർത്ത്യായനീ ഭഗവതിയെപ്പോലെ പരിശുദ്ധയാ. അതിനപ്പുറമൊന്നും പറയാനില്ല്യാ, പൊറുക്കണം."

ദാസിപ്പെണ്ണിന്റെ തന്റേടത്തോടെയുള്ള മറുപടി കേട്ട് സ്മാർത്തസഭ നടുങ്ങി. അകക്കോയിലും പുറക്കോയിലും പരസ്പരം മുഖത്തുനോക്കി. പരിചയസമ്പന്നനും പരിണതപ്രജ്ഞനുമായ പട്ടച്ചോമയാരത്ത് ജാത വേദൻ നമ്പൂതിരിപ്പാടിന് ഇത് നാലാമത്തെ സ്മാർത്തവിചാരമാണ്. മറ്റു മൂന്നു സന്ദർഭങ്ങളിലും ദാസിമാർ കിലുകിലെ വിറച്ചുകൊണ്ട് മൊഴി നൽകിയിരുന്നു. 'അതിനുപ്പുറമൊന്നും പറയാനില്ല്യ' എന്ന് തികച്ചും നിഷേധാത്മകമായി സംസാരിക്കാനുള്ള ധൈര്യം ചെമ്പൂട്ടിക്ക് എങ്ങനെ

ലഭിച്ചു എന്ന് സ്മാർത്തൻ വിസ്മയംപൂണ്ടു. സ്മാർത്തൻ നിലവിട്ട് വിഹ്വലപ്പെടുന്നതു കണ്ടപ്പോൾ പുറക്കോവിൽ അകക്കോവിലിനെ അർത്ഥംവച്ചൊന്നു തട്ടി. അകക്കോവിലായ പെരുമ്പിള്ളി ഇട്ടീരി ഓതിക്കൻ മെല്ലെ എഴുന്നേറ്റു. തോളിൽ കിടന്ന രണ്ടാംമുണ്ടെടുത്ത് മടക്കി സ്മാർത്തന്റെ മുമ്പിൽ നിലത്തുവച്ചിട്ട് സ്വസ്ഥമായി പൂർവസ്ഥാനത്ത് ചെന്നിരുന്നു.

സ്മാർത്തന് അത് സഹിക്കാൻ കഴിഞ്ഞില്ല്യ. ഇതെന്താ ഇങ്ങനെ? സ്മാർത്തന് എന്തെങ്കിലും പിഴവുപറ്റുകയോ നടപടിക്രമങ്ങൾ തെറ്റുകയോ ചെയ്യുമ്പോഴാ അകക്കോവിൽ തോർത്തു മടക്കി നിലത്തുവച്ച് പുനർചിന്ത നടത്താൻ സ്മാർത്തനെ പ്രേരിപ്പിക്കുന്നത്. ഇവിടെ നടപടിക്രമങ്ങളൊന്നും തെറ്റിയിട്ടില്ലല്ലോ.

ഒരു തീരുമാനത്തിലെത്താൻ കഴിയാതെ സ്മാർത്തൻ ഉഴലുകയാണെന്ന് പുറക്കോവിലിനു മനസ്സിലായി. അദ്ദേഹം പറഞ്ഞു:

''ദാസീവിചാരണ വേണ്ടീരുന്നില്ല്യാ. പ്രതി നമ്മോട് കുറ്റം സമ്മതിച്ചതാ. പ്രതിയോടുതന്നെ നേരിട്ടു ചോദിച്ച് അക്കാര്യത്തിൽ സ്ഥിരീകരണം ഉണ്ടാക്കാവുന്നതേയുള്ളൂ.''

ചെമ്പൂട്ടിയുടെ മുഖത്ത് പ്രത്യാശയുടെ പ്രകാശം പരന്നു. അവൾ നന്ദിപൂർവ്വം കണ്ടഞ്ചാത നമ്പൂതിരിയെ നോക്കി. തന്റെ ആദ്യചുവടുതന്നെ പിഴച്ചുപോയതായി സ്മാർത്തന് തോന്നി. ഇക്കാര്യങ്ങൾ പൊന്നുതമ്പുരാനറിഞ്ഞാൽ തന്നെക്കുറിച്ചുള്ള ധാരണ എന്താവും? ദാസീവിചാരണ നടത്തി കുറ്റം ബോധ്യപ്പെട്ടശേഷം സാധനത്തെ അഞ്ചാംപുരയിലാക്കുകയാ കീഴ്‌വഴക്കം. കീഴ്‌വഴക്കം ലംഘിക്കുന്നതെങ്ങന്യാ? ഗത്യന്തരമില്ലാതായീലോ ഭഗവതീ. പ്രതിയെത്തന്നെ വിളിച്ചു ചോദിക്കാം.

''ദാസിക്ക് പോകാം. താത്രിയെ വരാൻ പറയ്യ.''

സ്മാർത്തകല്പന കേട്ടയുടൻ ചെമ്പൂട്ടി അകത്തു കയറി. താത്രി അവളെ കെട്ടിപ്പുണർന്നു. ചെമ്പൂട്ടി വീണ്ടും വിതുമ്പാൻ തുടങ്ങി. തന്റെ പ്രിയസഖിയായ യജമാനത്തി ശിക്ഷിക്കപ്പെടാൻ പോകയാണെന്ന ചിന്ത അവളിൽ ബലപ്പെട്ടു. താത്രി ദേവകിയെ നോക്കി മൗനാനുവാദം വാങ്ങി.

''ആരവിടെ? താത്രയെന്ത്യേ വരാത്തൂ?''

സ്മാർത്തൻ അലമുറയിടുന്ന സ്വരത്തിൽ വിളിച്ചു ചോദിച്ചു. കറകറ ശബ്ദത്തോടെ ഉമ്മറവാതിൽ പൂർണമായി തുറക്കപ്പെട്ടു. എല്ലാവരും വാതിലിനുനേർക്ക് മുഖംതിരിച്ചു.

നാഭിയും കാൽവണ്ണകളും പുറത്തുകാണുമാറ് തീരെ നേർത്ത ഒരു രണ്ടാംമുണ്ട് ചുരുക്കിയുടുത്തും വായുപോലെ അതിലോലമായ ഒരു രണ്ടാംമുണ്ടുകൊണ്ട് ഉടലും ശിരസ്സും മൂടിപ്പൊതിഞ്ഞും ലാസ്യഭാവമാർന്ന കാൽവയ്പുകളോടെ, സ്വയംവരപ്പന്തലിലേക്ക് നടക്കുന്ന രാജകന്യകയെപ്പോലെ മെല്ലെ നടന്ന് താത്രി സ്മാർത്തസഭയ്ക്ക് അഭിമുഖമായി വന്നു നിന്നു. മൂടിപ്പുതച്ചിരുന്ന രണ്ടാംമുണ്ട് എടുത്തുമടക്കി

കക്ഷത്തുവച്ച്, ഇടതു മുല മറഞ്ഞുകിടന്ന പനങ്കുലത്തലമുടി പിന്നിലൊതുങ്ങുമാറ് ശിരസ്സു വെട്ടിച്ച് അവൾ തലതാഴ്ത്തി സദസ്സിനെ വണങ്ങി. മെല്ലെ ശിരസ്സുയർത്തി സഭാവാസികളെ ഒന്നൊന്നായി നിരീക്ഷിച്ചു. തന്റെ ക്ഷണമനുസരിച്ച് ആതിഥ്യമേൽക്കാൻ വന്ന വിശിഷ്ടാതിഥികൾക്കെന്നപോലെ ഓരോ വ്യക്തിക്കും അവൾ പുഞ്ചിരിപ്പൂച്ചെണ്ടു നൽകി.

താത്രിയുടെ കണ്ണുകൾ അകക്കോവിൽ പെരുമ്പിള്ളി ഇട്ടീരി ഓതിക്കന്റെ മുഖത്തു പതിഞ്ഞതും അയാൾ ചാടിയെഴുന്നേറ്റതും ഒരുമിച്ചായിരുന്നു. 'ങേ... നീയോ...?' എന്ന അകക്കോയിലിന്റെ ആത്മഗതം താത്രി മാത്രമല്ല, സ്മാർത്തൻ ഉൾപ്പെടെയുള്ള സ്മാർത്തസഭാംഗങ്ങളെല്ലാം ശ്രദ്ധിച്ചു. പത്തു വർഷത്തിനുമുമ്പ് താൻ കണ്ടറിഞ്ഞതും കൊണ്ടറിഞ്ഞതുമായ പെൺകുട്ടി കഥകളിലെ അപ്സരകന്യകയെപ്പോലെ, കാണികളുടെ മനസ്സിൽ കല്ലോലങ്ങൾ സൃഷ്ടിച്ചുകൊണ്ട് തന്റെ മുമ്പിൽ നിൽക്കുന്നതു കണ്ടപ്പോൾ ഓതിക്കന് സ്വന്തം കണ്ണുകളെ വിശ്വസിക്കാൻ കഴിഞ്ഞില്ല.

താത്രി മനസാ "എന്താ പെരുമ്പിള്ളി ഓതിക്കൻ എഴുന്നേറ്റോയത്? ഇരിക്ക. ആണായാ ശ്ശി ധൈര്യം വേണംട്ടോ." എന്ന് ചോദിച്ചുകൊണ്ട്, പെരുമ്പിള്ളിയുടെ മുഖത്തു നോക്കി മാറിടം കുലുങ്ങുമാറ് ഊറിച്ചിരിച്ചു. ഭഗവതിയുടെ ചിലമ്പൊലിപോലെ അവളുടെ ചിരി കുറിയേടത്തില്ലത്തും പരിസരങ്ങളിലും പ്രകമ്പനംകൊണ്ടു. സ്മാർത്തസഭ ആടിയുലഞ്ഞു. നമ്പ്യാത്തൻ നടുങ്ങി. തുറു കണ്ണുകളുമായി കാഴ്ച കാണാനെത്തിയവർക്ക് കണ്ണുതള്ളിപ്പോയി. ഇരുമുലകൾക്കു തൊട്ടുതാഴെയായി കൈകൾ കെട്ടി, ഉമ്മറത്തൂണിൽ ഇടതുതോൾ ചാരി അവൾ നിന്നു.

അതൊരു വെല്ലുവിളിയായിരുന്നു.

അതൊരു പോർവിളിയായിരുന്നു.

ഇടത്തേക്ക് തെല്ലു ശിരസ്സു ചായ്ച്ച് മാദകസ്മിതവുമായി നിൽക്കുന്ന ഉർവശിയെ കണ്ട് പട്ടച്ചോമയാരത്ത് ജാതവേദൻ നമ്പൂതിരി സ്ഥലജലഭ്രമത്തിലായി. കുറച്ചുനേരം താത്രി അതേ നിലനിന്നു. സഭാംഗങ്ങളുടെ നില തെറ്റുമെന്നായി. തന്റെ മിഴിനാരിൽ ബന്ധിച്ച ചൂണ്ട സ്മാർത്തന്റെ ഉള്ളിലുടക്കിയെന്ന് അവളറിഞ്ഞു. ജാതവേദൻ നമ്പൂതിരിയുടെ ഉള്ളം പിടഞ്ഞു. അവൾ സ്മാർത്തനുവേണ്ടിമാത്രം നവരസങ്ങളും ഒരുമിച്ച ഒരു ചിരി ചിരിച്ചു. മീമാംസകർ പരസ്പരം നോക്കി. ആ പരിഭ്രമത്തിനിടയിലും അവരുടെ കൺവരിവണ്ടുകൾ അവളുടെ മേനിപുഷ്പങ്ങളിൽനിന്ന് ആവോളം തേൻ നുകർന്നു. താത്രിയുടെ ചിരിയിൽ ആകാശം പൂത്തിറങ്ങുന്നതും ദിഗന്തങ്ങൾ കത്തിക്കരിയുന്നതും അവർ കണ്ടു. ചിലർ കണ്ണു തിരുമ്മി വീണ്ടും നോക്കി.

തന്റെ മുമ്പിൽ കുറ്റസമ്മതം നടത്തിയത് ഇവൾതന്നെയോ? സുന്ദരിയായിരുന്നെങ്കിലും അതൊരു ശാന്തപ്രകൃതിയായ പാവപ്പെട്ട പെണ്ണായിരുന്നല്ലോ. ഇവിടെ ഇപ്പോൾ തന്റെ മുമ്പിൽ നിൽക്കുന്നത് അന്നു താൻ

കണ്ട താത്രിയോ, സ്ത്രീരൂപത്തിൽ വന്ന വല്ല അദൃശ്യശക്തികളോ? ഒരു പെണ്ണിന്റെ വാക്കു കേട്ടു ചാടിപ്പുറപ്പെടേണ്ടിയിരുന്നില്ലെന്ന് കണ്ട ഞ്ചാത വാസുദേവൻനമ്പൂതിരിക്ക് തോന്നി. പുലിവാൽപിടിച്ച അനുഭവ മായി. ഭഗവതീ എന്താ വഴി?

പടയ്ക്കിറങ്ങി പരാജയപ്പെട്ട പണ്ഡിതസഭ പിടിച്ചുനിൽക്കാൻ പഴുത ന്വേഷിച്ചു.

"സ്മൃതിനിയമങ്ങളനുസരിച്ചുള്ള വിചാരണയിലേക്ക് നാം കടക്കാ."

സ്മാർത്തൻ പറഞ്ഞുതുടങ്ങി.

"നമുക്കു ലഭിച്ച തെളിവനുസരിച്ച് കല്പകശ്ശേരി അഷ്ടമൂർത്തി നമ്പൂതിരിയുടെ മകളും കുറിയേടത്തില്ലത്തെ രാമൻ നമ്പൂതിരിയുടെ ഭാര്യയുമായ ഇരുപത്തിമൂന്നു വയസ്സുള്ള താത്രിക്കുട്ടി പിഴച്ചോയി. രാജപ്രതിനിധിയും പുറക്കോവിലുമായ കണ്ടഞ്ചാത വാസുദേവൻ നമ്പൂതിരിയുടെ മുമ്പാകെ പ്രതി കുറ്റം സമ്മതിച്ചതിനാൽ ഇനി വിശദമായ ചോദ്യം ചെയ്യലിലേക്കും തെളിവെടുപ്പിലേക്കും കടക്കേണ്ടിയിരിക്കുന്നു. താൻ പിഴച്ചുപോയി എന്ന കാര്യവുമായി ബന്ധപ്പെട്ട് താത്രിക്ക് എന്തെ ങ്കിലും പറയാനുണ്ടോ?"

സ്മാർത്തൻ താത്രിയുടെ മറുപടി കാത്തിരുന്നു. അപ്പോഴേക്കും താത്രിയുടെ മുഖം ശാന്തഭാവം പൂണ്ടുകഴിഞ്ഞിരുന്നു.

"സത്യമാണ് തിരുമനസ്സേ, അടിയൻ പിഴച്ചോയി. അടിയന് വധശിക്ഷ നൽകണം."

താത്രി വിനയഭാവത്തിൽ പറഞ്ഞു. ഇടിത്തീ വീണപോലെ സദസ്യർ ഞെട്ടി.

'ഇതുവരെ ഇങ്ങന്യാരും കാലേകൂട്ടി കുറ്റം സമ്മതിക്കുകയോ സ്വമേ ധയാ വധശിക്ഷ ആവശ്യപ്പെടുകയോ ചെയ്തിട്ടില്ല്യ. ഇവൾ നമ്മെ പരി ഹസിക്ക്വേ? ഇവളുടെ മുഖത്ത് അങ്ങന്ന്യൊരു ഭാവവുമില്ല്യ. ഇവളുടെ ഉള്ളിലിരുപ്പ് എന്തെന്നറിയാൻ ഒരു വഴീമില്ല്യാലോ ഭഗവതീ!' സ്മാർത്തൻ ഉള്ളുരുകി പ്രാർഥിച്ചു.

"അങ്ങ്നെ നിയമമില്ല്യാ. എന്താ ശിക്ഷയെന്ന് വിചാരണ പൂർത്തി യാക്കിയിട്ടേ നിശ്ചയിക്കൻ കഴിയൂ. എല്ലാവരും ശ്രദ്ധിക്ക. കുറ്റം സമ്മതിച്ച സ്ഥിതിക്ക് സാധനത്തെ ഇന്നുതന്നെ അഞ്ചാംപുരയിലേക്ക് മാറ്റുക. ഇവി ടിപ്പോ നാലുകെട്ടിനു പുറത്തൊരു പുര അഞ്ചാംപുരയാക്കാൻ സൗകര്യ ത്തിന് ഇല്ലാത്തതിനാൽ കുറിയേടത്ത് തെക്കിനിയെ അഞ്ചാംപുരയായി നിശ്ചയിക്കാം. ഇനി അമാന്തം പാടില്ല്യ. സാധനത്തെ ഇന്നുതന്ന്യെ അഞ്ചാംപുരയിലേക്ക് മാറ്റാം. അങ്ങനെ മാറ്റിക്കഴിഞ്ഞാൽ സാധനവുമായി മറ്റാരും ഒരുവിധ ബന്ധവും വെച്ചുപുലർത്താൻ പാടില്ല്യ. ആഹാരം എത്തിച്ചുകൊടുക്കാൻ ദാസിയെ ചുമതലപ്പെടുത്താം. നമ്പ്യാത്തനോടാ പറയുന്നേ. സാധനത്തിന്റെ സംരക്ഷണച്ചുമതല രാജഭടന്മാർ ഏറ്റെടുത്തു

കൊള്ളും. അവർ ഇന്നോ നാളെയോ വരും. അവർ വന്നെത്തുന്നതുവരെ സാധനത്തിന് പുറംകാവൽ ഉണ്ടാകണം. നാളെ നാലഞ്ചു നാഴിക പുലരുമ്പോൾ തെക്കിനിയിൽ വിചാരണ പുനരാരംഭിക്കും. ഇന്നത്തേക്ക് വിചാരണ അവസാനിച്ചിരിക്ക്യാ. എന്നാൽ പിരിയാം."

നാൽപത്തിഅഞ്ച്

വളരെക്കാലമായി തുറക്കാതെ കിടന്ന കുറിയേടത്ത് തെക്കിനിയുടെ ഇറയത്ത് വിറകും തൊണ്ടും പാഴ്‌വസ്തുക്കളും നിറഞ്ഞുകിടന്നു. നമ്പ്യാത്തൻ വിളിച്ചുവരുത്തിയ രണ്ടു സ്ത്രീകൾ അവയെല്ലാം വാരിമാറ്റി. തെക്കിനിപ്പുര വാതിലും ചെറിയൊരു ജനാലയും തുറക്കപ്പെട്ടു. നാലഞ്ചു നരിച്ചീറുകൾ പുറത്തേക്കു പറന്നു. പൊടിയും വലയുമടിച്ച് തെക്കിനിപ്പുരയും മച്ചും മുറിയേക്കാൾ വിസ്തൃതമായ ഇറയവും തൂത്തു വെള്ളം തളിച്ച് വെടിപ്പാക്കിയിട്ട് പണിക്കാരികൾ പോയി. സ്വതേ ശോകമൂകമായ കുറിയേടത്തുമന തികച്ചും വിമൂകമായി. തന്റെ പുറത്തേക്കുള്ള യാത്രയിലെ ഇടത്താവളമാണ് തെക്കിനിയെന്ന് താത്രി തിരിച്ചറിഞ്ഞു. തന്റെ അന്ത്യയാത്രയുടെ ആരംഭമായിരിക്കുന്നു. ഒൻപതാം വയസ്സിൽ നമ്പ്യാത്തനിലൂടെ തന്റെ ശരീരത്തിലെ സവിശേഷസ്ഥാനങ്ങളുടെ ശക്തി തിരിച്ചറിഞ്ഞത് ഇവിടെ, ഈ മനയിൽവച്ചാണ്. തന്റെ അന്ത്യയാത്രയും ഇവിടെനിന്നുതന്നെയാകട്ടെ. താത്രിക്കിന്ന് മറ്റൊന്നിനെക്കുറിച്ചും ചിന്തിക്കാനില്ലായിരുന്നു. ഇനിയിവിടെ എത്രനാൾ? ഒന്നും മാറ്റിവെയ്ക്കാതിരിക്കുന്നതാണ് നല്ലത്. കഴിയുന്നതും നേരത്തേ നടക്കട്ടെ. തന്റെ യാത്രയും കഴിയുന്നതും നേരത്തെ തന്നെ സംഭവിക്കട്ടെ. ഒരു പിഴച്ച പെണ്ണിനെപ്പോലെ പതുങ്ങിയും പാത്തും സന്ധ്യ നിശ്ശബ്ദം കടന്നുവന്നു. സന്ധ്യയുടെ നെറ്റിയിലെ സിന്ദൂരപ്പൊട്ട് തേഞ്ഞുമാഞ്ഞുകൊണ്ടിരുന്നു. ദേവകി പതിവുപോലെ ഇറയത്ത് തിരിതെളിച്ചു. പതിവുള്ള സന്ധ്യാവന്ദനം അന്നുണ്ടായില്ല. എല്ലാം അവസാനിക്കുകയല്ലേ? ഇനിയൊരു സന്ധ്യാവന്ദനത്തിന് പ്രസക്തിയുമില്ലെന്ന് താത്രിക്കു തോന്നി. അകത്ത് പൊടിയടിച്ചുകിടന്ന ഒരു വലിയ നിലവിളക്ക് ചെമ്പൂട്ടി തേച്ചു മിനുക്കി കത്തിക്കൊണ്ടിരുന്ന നിലവിളക്കിനരികിൽ കൊണ്ടുവെച്ച് തിരിയിട്ടു. ഒരു കുപ്പി വെളിച്ചെണ്ണയും കരുതിവെച്ചു. നിലവിളക്കിനരികിൽ ഒരു കൈവിളക്ക് കാത്തിരുന്നു.

"ദേവുമ്മായി അത്താഴമെടുത്തുവെയ്ക്ക്. നാളെ നമുക്ക് മൂന്നുപേർക്കും ഒരുമിച്ചിരുന്ന് അത്താഴം കഴിക്കാനാകില്ലല്ലോ."

എന്തെങ്കിലും പറഞ്ഞാൽ തൊണ്ടയിടറിപ്പോകുമെന്നു തോന്നിയതുകൊണ്ട് ദേവകി ഒന്നും സംസാരിക്കാതെ അത്താഴമെടുത്തുവച്ചു. അവർ മൂന്നുപേരും അത്താഴം കഴിക്കാനിരുന്നു.

“ഇന്ന് ആരും സങ്കടപ്പെടരുത്. നമ്മൾ ഒരമിച്ച് ഒരുപാട് കരഞ്ഞ തല്ല്യേ? ഈ ഒരു രാത്രി സന്തോഷിക്കാനുള്ളതാണ്. നാളെ എനിക്ക് കാവൽക്കാരുണ്ടായേക്കാം. ഇന്നത്തെ രാത്രി നമുക്ക് ആഘോഷിക്കണം.”

താത്രി ചിരിച്ചെങ്കിലും കൂടെ ചിരിക്കാൻ ചെമ്പൂട്ടിക്കോ ദേവകിക്കോ കഴിഞ്ഞില്ല. ആ രാത്രി ആഘോഷിക്കണമെന്ന് ആഗ്രഹിച്ചെങ്കിലും അതിനും കഴിഞ്ഞില്ല. നിർത്താതെ നൃത്തച്ചുവടുകൾ വെച്ച പാദങ്ങളിൽ ചങ്ങലഭാരം! രാപകലുകളിൽ മുദ്രപുഷ്പങ്ങൾ വിരിയിച്ച കൈകളിൽ കാണാക്കൈവിലങ്ങിന്റെ കനം! കത്തിക്കാത്ത നിലവിളക്കും കത്തിച്ച കൈവിളക്കുമായി അവർ തെക്കിനിയിൽ പ്രവേശിച്ചു. വലിയ വിളക്കിൽ എണ്ണ പകർന്ന് തിരിതെളിച്ചു. ഇവിടെവെച്ചാണ് നമ്പീശൻ തന്നെ പാട്ടു പഠിപ്പിച്ചത്. പിന്നൊരിക്കൽ താൻ നമ്പീശന് സമർപ്പിതയായതും ഇവിടെ വെച്ചുതന്നെയാണ്. ഓർക്കരുത്; ഒന്നും ഓർക്കാതിരിക്കാൻ ശ്രമിക്കാം. ഓർമ്മകൾ ഉറങ്ങിക്കിടന്ന തെക്കിനിയുടെ വെറുംനിലത്ത് താത്രി ചുവരുചാരിയിരുന്നു.

“ഞാൻ അഞ്ചാംപുരയിൽ തന്നെ എത്തിയിരിക്കുന്നു. എനിക്ക് രാത്രി കാവലേർപ്പെടുത്തണമെന്നാണല്ലോ ഉത്തരവുണ്ടായത്. കാവൽക്കാരെവിട്യാ? മൂസ്സാമ്പൂരിയെപ്പോലും കാണാനില്ല്യ.”

പരിഹാസച്ചിരി നിലച്ചിട്ടും ആരും കൂടെച്ചിരിച്ചില്ല.

“രണ്ടുപേരും പൊയ്ക്കൊള്ള്ഹ. ഞാൻ സ്വയം ശിക്ഷ അനുഭവിച്ചു കൊള്ളട്ടെ.”

ആ വാക്കുകളിലെ അപരിചിതത്വം ചെമ്പൂട്ടി ശ്രദ്ധിച്ചു. അത് മറ്റാരോ പറഞ്ഞതുപോലെ അവൾക്കു തോന്നി. എങ്കിലും അവൾ പറഞ്ഞു:

“അങ്ങനെയെങ്കിൽ തമ്പ്രാട്ടീ, ഞങ്ങൾ രണ്ടുപേരും ഇന്ന് തമ്പ്രാട്ടിയോടൊപ്പം ഇതേ മുറിയിൽ...”

“പാടില്ല.”

താത്രി ഇടയ്ക്കു കയറിപ്പറഞ്ഞു.

“നാളെ ആരുണ്ടാവും എനിക്കു കൂട്ടുകിടക്കാൻ? പുറത്താക്കപ്പെട്ട ഞാൻ പെരുവഴിയിലലയുമ്പോൾ ആരുണ്ടാവും എന്നോടൊപ്പം അലയാൻ? ആരും ഉണ്ടാവാൻ പാടില്ല്യാ. ഈ ശിക്ഷ ഞാൻ ഒറ്റയ്ക്ക് അനുഭവിക്കാനുള്ളതാ. നാളെ പുറത്ത് കാവൽക്കാരുണ്ടാകും. പോയി ഒരു പായും തലയണയും കൊണ്ടുവര്യ.”

ചെമ്പൂട്ടി പായും തലയണയും എത്തിച്ചു. അവൾ അരികിലിരുന്നു.

“ചെമ്പൂട്ടീ ഇന്ന് നീയിവിടെ കിടക്കുന്നതിന് ഞാൻ എതിരല്ല്യ. എന്നാൽ ദേവുമ്മായി ഒറ്റയ്ക്കായിപ്പോകും. പോക. കാര്യങ്ങൾ നിയമാനുസൃതം നടക്കട്ടെ. അവർ വിധിച്ച ശിക്ഷ ഞാൻ സ്വീകരിച്ചിരിക്കുന്നു. അന്തിമവിധിയും സ്വീകരിക്കും.”

താത്രി വളരെ ഗൗരവത്തിൽ പറഞ്ഞു.

"എങ്കിലും തമ്പ്രാട്ടീ..."

"നീ വെറുതെ ഓരോന്നു പറയേണ്ട. നിനക്ക് അനുവദിച്ചിട്ടുള്ള സമയങ്ങളിൽ എന്നെ വന്നു കാണാം. ഞാൻ പുറത്തിറങ്ങുമ്പോഴും സംസാരിക്കാൻ തടസ്സമുണ്ടാവില്ല്യ. നാളെ പ്രഭാതത്തിൽ മഹാശിവക്ഷേത്രത്തിൽ തുടികൊട്ടുയരുമ്പോൾ നീ വര്യ. എനിക്ക് അതിരാവിലെതന്നെ കുളിച്ച് തയ്യാറായി നിൽക്കണം."

അടുത്ത ദിവസം പുലർന്നപ്പോൾതന്നെ കളി കാണാൻ ആളുകൾ ഇല്ലത്തിനടുത്ത് എത്തിത്തുടങ്ങി. രാവിലെ ഏതാണ്ട് ഒൻപതു മണിയായപ്പോൾതന്നെ കണ്ടഞ്ചാതമനയിൽ താമസിക്കുകയായിരുന്ന സ്മാർത്ത വിചാരസഭാംഗങ്ങൾ കുറിയേടത്ത് തെക്കിനിയുടെ ഇറയത്ത് ഒരുക്കിയിട്ടിരുന്ന ഇരിപ്പിടങ്ങളിൽ ആസനസ്ഥരായി. പുറത്തു കാത്തുനിന്നവർ ഒന്നൊന്നായി മുറ്റത്തെത്തി കൂത്തുകാണാനെന്നപോലെ കാത്തിരുന്നു. ഇറയത്ത് ഒരുഭാഗത്ത് വിനീതഭൃത്യനെപ്പോലെ നമ്പ്യാത്തൻ ഒതുങ്ങി നിന്നു. കുളികഴിഞ്ഞ് ഈറൻമുടി വിടർത്തിയിട്ട് താത്രി അകത്തു കാത്തു നിന്നു.

"സാധനം കുറ്റം സമ്മതിച്ചിരിക്കയാൽ നമ്മുടെ ജോലിഭാരം കുറഞ്ഞു."

സ്മാർത്തൻനമ്പൂതിരി ഔദ്യോഗികജോലി ആരംഭിക്കുന്നതിനുള്ള അരങ്ങൊരുക്കിത്തുടങ്ങി.

"അതെയതെ. ഇനിയിപ്പൊ ആരാ ഓളെപ്പിഴപ്പിച്ചതെന്ന് അങ്ങട് പറയിക്കേണ്ട താമസമേയുള്ളൂ. ചിലപ്പോ ഇന്നുതന്ന്യേ ഒരു തീരുമാനത്തിലെത്താൻ കഴിഞ്ഞെന്നുംവരും."

ആഢ്യൻനമ്പൂതിരിയും അകക്കോവിലുമായ പെരുമ്പിള്ളി ഇട്ടീരി ഓതിക്കൻ തന്റെ അഭിപ്രായം നിരത്തിവച്ചു.

"അത്രതന്ന്യാ."

മീമാംസകൻ തോട്ടയ്ക്കാട് കുഞ്ഞൻ ഓതിക്കൻ പിന്തുണച്ചു.

"ഇത്തരക്കാരികൾ സൂത്രക്കാരികളാ. നല്ലോണം ചോദ്യം ചെയ്യണം. അതിനു സമയമെടുക്കും. ഇന്നുതന്ന്യെ അവസാനിപ്പിക്കണംന്ന് വാശി പാടില്ല്യാ."

മീമാംസകരിൽ ഒരാളായ മാമ്പിള്ളിമനയ്ക്കലെ വെളുത്തേരി ഓതിക്കൻ അഭിപ്രായപ്പെട്ടു.

"കണ്ടഞ്ചാത നമ്പൂതിരിയാ രാജപ്രതിനിധിയായ പുറക്കോവിൽ. അദ്ദ്യേത്തിന്റെ അഭിപ്രായത്തിന് നാം കാത്തിരിക്ക."

സ്മാർത്തൻ ഉണ്ട ചോറിന് നന്ദി പ്രകടിപ്പിച്ചുവെന്നേ കണ്ടഞ്ചാത കരുതിയുള്ളൂ. അദ്ദേഹം പറഞ്ഞു:

“നമുക്ക് കാര്യത്തിലേക്ക് കടക്കാം. മറ്റു കാര്യങ്ങൾ വഴിപോലെ.”

“ന്നാൽ അങ്ങനെയാട്ടെ. ആരവിടെ, ആ സാധനത്തെ ഇങ്ങട് വിളിക്ക.”

സ്മാർത്തൻ ആരോടെന്നില്ലാതെ പറഞ്ഞു. “അടിയൻ ഇവിടെയുണ്ട് തിരുമനസ്സേ.”

താത്രി വാതിൽപാളി കുറച്ചു തുറന്ന് പുറത്തേക്ക് തലനീട്ടി പറഞ്ഞു.

“എന്താ നിനക്കൊരു ലജ്ജയിപ്പൊ? ലജ്ജ തോന്നേണ്ട സമയത്ത് തോന്നിയിരുന്നെങ്കി ഇതൊന്നും വേണ്ടിവരുമായിരുന്നില്ല്യ.”

സ്മാർത്തന്റെ ശബ്ദത്തിന് കളിയാക്കൽസ്വരം.

വാസുദേവൻ നമ്പൂതിരി ഒഴികെയുള്ളവർ ഊറിച്ചിരിച്ചു.

“പുറത്തേക്കിറങ്ങ്അ. എല്ലാവരും നിന്നെയൊന്നു കാണട്ടെ.”

മാമ്പിള്ളി വെളുത്തേരി ഓതിക്കന്റെ പരിഹാസം സദസ്സിൽ പൊട്ടിച്ചിരി പടർത്തി. ആ കൂട്ടച്ചിരി താത്രിയുടെ സിരകളിൽ അഗ്നി പടർത്തി.

താത്രി മെല്ലെ പുറത്തിറങ്ങി; മാമ്പിള്ളി വെളുത്തേരി ഓതിക്കന്റെ മുമ്പിൽ ചെന്നുനിന്നു. കഴിഞ്ഞദിവസം ധരിച്ചിരുന്നതുപോലെ, അരഞ്ഞാൺ ധരിക്കുന്ന ഭാഗത്തുവച്ച് നേരിയ പുടവ മുട്ടിനുതാഴെ എത്തുംവിധം ചുരുക്കി ഉടുത്തിരുന്നു. മാറിലൂടെ കിടന്ന തലമുടി ഇരുകൈകളുയർത്തി പിന്നിലേക്ക് മാടിയൊതുക്കി, ഭുജങ്ങൾ കുലുക്കി മുലകളിളക്കി, ഉമ്മറത്തൂണിൽ ഇടതുതോൾ ചാരി, ഇടതുകാൽ നിലത്തൂന്നിയും വലതുകാൽവിരലുകൾ മാത്രം നിലത്തൂന്നിയും തെല്ല് ചാഞ്ഞുചരിഞ്ഞുനിന്നു പറഞ്ഞു:

“മാമ്പിള്ളി വെളുത്തേരി ഓതിക്കൻ തിരുമേനി ഈ സാധനത്തെ കണ്ടിട്ടില്ല്യ അല്ല്യേ? ഇന്നലെയും കണ്ടില്ല്യേ? കണ്ടോളൂ, ആവോളം കണ്ടോളൂ. അടിയനിതാ ഇവിടെത്തന്നെ നിൽക്കാ. കണ്ടു മടുക്കുമ്പോ പറയണേ.”

താത്രി കുലുങ്ങിച്ചിരിച്ചു. ആ ചിരിയിൽ രുദ്രകാളിയുടെ ചിലമ്പൊലി ഉയർന്നു. അവൾ ബോധപൂർവം മുലകളിളകുമാറ് കുലുങ്ങിച്ചിരിച്ചു. ആവോളം കാണാൻ കാത്തുനിന്ന മാമ്പിള്ളി ഭയന്നു മുഖം കുനിച്ചു. മുഖത്തിനു നേർക്കു വരുന്ന കല്ലേറു ചെറുക്കാനെന്നവണ്ണം സ്മാർത്തൻ നമ്പൂതിരി മുഖത്തിനു നേർക്ക് കൈയുയർത്തിപ്പിടിച്ചു. തോട്ടയ്ക്കാട്ട് കുഞ്ഞൻ ഓതിക്കൻ എന്ന മീമാംസകൻ ഇരുകൈകൾ കൊണ്ട് മുഖം പൊത്തി വിരലുകൾക്കിടയിലൂടെ താത്രിയുടെ ഭാവങ്ങൾ നിരീക്ഷിച്ചു. പെരുമ്പിള്ളി ഇട്ടീരി ഓതിക്കൻ ഏതോ ഭീകരദൃശ്യം കാണുന്നപോലെ ഇമവെട്ടാതെ കൺതുറന്നും എന്തോ പറയാൻ തുറന്ന വായ് അടയ്ക്കാൻ മറന്നും പ്രതിമകണക്കെ ഇരുന്നു. താത്രിച്ചിരിയുടെ ഇടിവെട്ടു നിലച്ചപ്പോൾ പുറക്കോവിൽ പറഞ്ഞു:

“മാമ്പിള്ളി വടികൊടുത്ത് അടി മേടിക്കേണ്ടിയിരുന്നില്ല്യ. സ്മാർത്തൻ നമ്പൂതിരിയുടെ ഉത്തരവാദിത്വത്തിൽ മറ്റാരും കൈകടത്തരുത്. എന്താണ് കടമയെന്ന് പൂർണബോധ്യത്തോടെ സ്മാർത്തൻ നടപടികളിലേക്ക് കടക്ക. മറ്റുള്ളവരോട് എനിക്കൊരപേക്ഷയുണ്ട്. സ്മാർത്തന്റെ പ്രവർത്തനങ്ങളെ സഹായിക്കയാണ് നമ്മുടെ കടമ. അഥവാ സഹായിക്കാനൊട്ടു കഴിഞ്ഞില്ലേലും തടസ്സമാകാണ്ടിരിക്കാൻ നോക്ക.” ആ ഉപദേശത്തിന് ഗുരുശാസനയുടെ ശക്തിയുണ്ടായിരുന്നു. മീമാംസകരുടെ മുഖത്ത് കുറ്റബോധം മങ്ങിക്കത്തി.

“നമുക്ക് കാര്യത്തിലേക്ക് കടക്കാം.”

കണ്ടഞ്ചാത നിർത്തിയപ്പോൾ സ്മാർത്തൻ പറഞ്ഞു. താത്രിയുടെ മുഖഭാവം ശാന്തത കൈക്കൊണ്ടു. ഒരു കൊച്ചുകുട്ടിയുടെ നിഷ്കളങ്കഭാവത്തോടെ അവൾ ഓരോ വ്യക്തിയെയും മാറിമാറി നോക്കി.

“തെളിവെടുപ്പ് ആരംഭിക്കായി.”

സ്മാർത്തൻ എല്ലാവരോടുമായി പറഞ്ഞു. കാഴ്ചക്കാരായി കൂടിനിന്നവർ ഒന്നിളകിയൊതുങ്ങി. സ്മാർത്തൻ താത്രിയെ നോക്കി പറഞ്ഞു:

“നിന്നോടു പറയുന്ന കാര്യം ശ്രദ്ധിക്ക. ചോദിക്കുന്ന ചോദ്യങ്ങൾക്കു മാത്രമേ നീ ഉത്തരം പറയാവൂ. പറയുന്ന കാര്യങ്ങൾ സത്യസന്ധമായിരിക്കണം. ആരാണ് നിന്നെ പിഴപ്പിച്ചത്? പറയ്യ.”

ഒൻപതാം വയസ്സിൽ നേരിടേണ്ടിവന്ന നമ്പ്യാത്തന്റെ ആദ്യാക്രമണം ഇപ്പോൾ പറഞ്ഞുകൂടെന്ന് താത്രി തീരുമാനിച്ചു. ആദ്യത്തെ അടി മസ്തകത്തിൽതന്നെ പതിക്കണം. പത്തിവിടർത്തി നിൽക്കുന്ന പാമ്പിന്റെ വാലിൽ തല്ലുന്നത് അപകടമാണ്. ആദ്യ അടി പത്തിയിൽ പതിച്ചാൽ പിന്നെയത് കൊത്തില്ല്യ. എല്ലാം അവൾ കണക്കുകൂട്ടി മനസ്സിൽ ഉറപ്പിച്ചു.

“എന്തേ നീ ഒന്നും മിണ്ടാത്തേ? പറയ്യ; നിന്നെ പിഴപ്പിച്ചതാരാന്നു പറയ്യ.”

“തിരുമനസ്സ് പൊറുക്കണം. ഒരാളല്ല്യ, പലരും എന്നോടൊപ്പം രമിച്ചിട്ടുണ്ട്. അവരിൽ അധികംപേരും നിലയും വിലയും ഉള്ളവരും വലിയ പദവികളിൽ ഇരിക്കുന്നവരും ഭാര്യയും കുഞ്ഞുങ്ങളും കുടുംബവുമായി കഴിയുന്നവരാ. അടിയന്റെ അവസ്ഥ ഇങ്ങന്യായി. ഇനിയൊന്നും പ്രതീക്ഷിക്കാനില്ല്യ. ജീവിതം മുന്നോട്ടു നയിക്കാനാവില്ല്യ. ആത്മഹത്യ ചെയ്യാൻ ഇഷ്ടവുമില്ല്യ. അതിനാൽ അടിയനെ പിഴപ്പിച്ചവർക്കും ചതിച്ചവർക്കും അടിയനോടൊപ്പം സുഖം നുകർന്നവർക്കുമെല്ലാം വേണ്ടി എല്ലാ പാപങ്ങളും അടിയന്റെമേൽ ചാർത്തി അടിയനെ വധിക്കാൻ ഉത്തരവിടണമെന്ന് അങ്ങയോട് അപേക്ഷിക്കുന്നു. അടിയനെ ചതിച്ച എല്ലാവർക്കും അടിയൻ മാപ്പു നൽകിയിരിക്കുന്നു. അവർക്കു മാപ്പുനൽകാൻ അങ്ങേക്കും ദയയുണ്ടാകണം.”

താത്രി കൈകൂപ്പി തൊഴുതുകൊണ്ട് ശിരസ്സു നമിച്ചു. പട്ടച്ചോമയാരത്ത് ജാതവേദൻ നമ്പൂതിരിക്ക്, താൻ വെട്ടിലായെന്നു തോന്നി. പീഡിപ്പിക്കപ്പെട്ടവൾ പീഡിപ്പിച്ചവർക്ക് മാപ്പുകൊടുക്കണമെന്ന് അപേക്ഷിക്കുകയോ? കുറ്റവാളികളിൽ ഒരാൾ മറ്റു കുറ്റവാളികളുടെയെല്ലാം ശിക്ഷ സ്വയം ഏറ്റെടുക്കുകയോ? ഈ പ്രശ്നത്തിന് ഒരു പരിഹാരമുണ്ടാക്കുന്നതെങ്ങനെ? തെല്ലിട കഴിഞ്ഞ് ആത്മധൈര്യം വീണ്ടെടുത്തുകൊണ്ട് അദ്ദേഹം പറഞ്ഞു:

“അതു പറയാൻ നിനക്ക് അധികാരമില്ല്യ. സ്മൃതികൾ അനുശാസിക്കുന്നതനുസരിച്ചേ നമുക്ക് പ്രവർത്തിക്കാൻ കഴിയൂ. ആരെയും ശിക്ഷിക്കാനോ മാപ്പുകൊടുക്കാനോ നിനക്ക് അവകാശമോ അധികാരമോ ഇല്ല്യ. നീ വെറും സാധനം ആണെന്ന കാര്യം നിനക്ക് ഓർമ്മവേണം. പറയ്യ, നിന്നെ പിഴപ്പിച്ചവരുടെ പേരു പറയാൻ നീ എന്തിന് ശങ്കിക്കണം?”

സ്മാർത്തൻ ചോദിച്ചു; താത്രി മുഖം കുനിച്ചുനിന്നു.

“എന്തേ നീ നമ്മെ കബളിപ്പിക്കുകയാണോ? നിന്നെ പിഴപ്പിച്ച ഒരാളിന്റെ പേരും നിനക്ക് ഓർമയില്ല്യേ?”

“ഓർമേണ്ട് തിരുമനസ്സേ. പലപേരും എന്നല്ല എല്ലാ പേരും ഓർമ്മേണ്ട്. അതിൽ ആദ്യം എന്റെയടുത്തെത്തിയവരിൽ ആദ്യം പറയേണ്ട പേര് ഓർത്തുനോക്കുകയാ.”

പേരു പറയാൻ വൈകുന്നതിന് അവൾ ഒരു ന്യായീകരണം കണ്ടെത്തി.

“ആദ്യവും അവസാനവുമൊന്നും നീ നോക്കേണ്ട. ഓർമയിലുള്ള പേരൊക്കെ ഒന്നൊന്നായി പറയ്യ. പറയുന്നത് വ്യക്തമായിരിക്കണം. പറയപ്പെടുന്ന ആളിന് കുടുംബമുണ്ടോ കുഞ്ഞുണ്ടോ, വലിയ പദവിയിലാണോ പത്രാസിലാണോ എന്നൊന്നും നീ ചിന്തിക്കേണ്ട. പറയ്യ, ധൈര്യമായി പറയ്യ?”

സ്മാർത്തൻ താത്രിയെ പ്രോത്സാഹിപ്പിച്ചു. അവൾ പറയുന്ന ആദ്യ പേരു കേൾക്കാൻ സ്മാർത്തസഭ ശ്വാസം അടക്കിപ്പിടിച്ചിരുന്നു.

“അടിയൻ പറയാം തിരുമനസ്സേ. അടിയനെ ചതിച്ചവരിൽ ഒരാളിന്റെ മുഖം ഞാനിപ്പോ വ്യക്തമായും ഓർക്കുന്നു.”

“ആരാണയാൾ? പറയ്യ, പറയ്യ.”

കുഞ്ഞൻ ഓതിക്കന് ആ പേരു കേൾക്കാൻ തിടുക്കമായി.

“അടിയന്റെ പതിമൂന്നാം വയസ്സിലായിരുന്നു ആ സംഭവം. അമ്മാത്തുവഴിക്ക് അകന്ന ബന്ധമുള്ള ഒരില്ലത്തുവച്ച് അവിടത്തെ മൂസ്സാമ്പൂരി അടിയനെ പീഡിപ്പിച്ച കാര്യം ഇപ്പോ വേദനയോടെ ഓർക്കുന്നു.”

“അതുശരി. അങ്ങനെ പറയ്യ. ആട്ടെ, നീയെന്തിനാണ് ആ ഇല്ലത്ത് പോയത്? പതിമ്മൂന്നാം വയസ്സ് വേളിപ്രായമല്ല്യേ? നീയെന്തിനവിടെ ഒറ്റയ്ക്കു പോയി?”

സ്മാർത്തൻ ചോദിച്ചു.

"ബന്ധമുള്ള ഇല്ലമാണെന്ന് അടിയൻ പറഞ്ഞല്ലോ. അവിടത്തെ മൂസ്സാമ്പൂരിയുടെ മൂന്നാമത്തെ മകളുടെ വേളിസദ്യയിൽ പങ്കെടുക്കാൻ അടിയനും അമ്മയും ആ ഇല്ലത്ത് രണ്ടു ദിവസം മുമ്പേ എത്തി. അടിയന്റെ പ്രായത്തിലുള്ള കുട്ടിയുടെ വേളിയായിരുന്നു."

"നിർത്ത് നിർത്ത്."

മാമ്പിള്ളി വെളുത്തേരി ഓതിക്കൻ ഇടപെട്ടു.

"വേളിയാവുമ്പം ധാരാളം പേര് അവിടുണ്ടാവും. അവിടെവച്ച്, അവിടത്തെ മൂസ്സാമ്പൂരി നിന്നോട് കാമക്രീഡകളിലേർപ്പെട്ടത് എങ്ങന്യാ?"

"പറയാം. കാമക്രീഡകളല്ലായിരുന്നു. കാമക്രീഡകളെന്നും മാരലീലകളെന്നും മറ്റും പറയുന്നത് സ്ത്രീപുരുഷന്മാർ പരസ്പരം നടത്തുന്ന ശരീരസമർപ്പണം മാത്രമല്ല, ആത്മസമർപ്പണംകൂടിയാ. പതിമ്മൂന്നു വയസ്സു മാത്രമുള്ള ഒരു ചെറിയ കുട്ടിയെ നാല്പത്തിയഞ്ചു വയസ്സുള്ള, ഒരു കായശേഷിയുള്ള വ്യക്തി ബലം പ്രയോഗിച്ച് പീഡിപ്പിക്കുന്നത് കാമക്രീഡയല്ല. ഇനി സംഭവം എങ്ങനെയെന്നു പറയാം.

അടിയങ്ങൾ ഒരു ദിവസം ഉച്ച കഴിഞ്ഞപ്പോൾ ആ ഇല്ലത്തെത്തി. അടിയൻ ആദ്യമായാണ് ആ ഇല്ലവും പരിസരവും കാണുന്നത്. പരിസരങ്ങൾ കണ്ടുകണ്ട് അടിയൻ ഓടിനടക്കേര്ന്നു. അങ്ങനെ അവിടത്തെ കുളക്കരയിലെത്തി. ആ കുളത്തിൽ ധാരാളം ആമ്പൽപൂക്കൾ വിടർന്നു നിൽക്കുന്നതു കണ്ടു. പൂ പറിക്കാൻ കുളപ്പടവിലിറങ്ങി. അന്നേരം അവിടെ ഒരാൾ കുളി കഴിഞ്ഞ് അരയോളം വെള്ളത്തിൽനിന്ന് തല തോർത്തുകയായിരുന്നു.

"എന്താ, എന്താ കുട്ടീ വര്യ, ഇറങ്ങിവര്യ."

അയാൾ ക്ഷണിച്ചു. അപരിചിതൻ ആയതുകൊണ്ട് അടിയൻ അറച്ചു നിന്നു. അയാൾ വീണ്ടും ക്ഷണിച്ചു. പിതാവിന്റെ പ്രായമുള്ള ആളായിരുന്നതുകൊണ്ട് അടിയൻ രണ്ടുമൂന്നു പടി ഇറങ്ങിച്ചെന്നു.

"അഞ്ചാറ് ആമ്പൽപൂ പറിച്ചുതരുമോ?"

അടിയൻ ചോദിച്ചു.

"ആവാലോ, കുട്ടി ഏതാ?"

"ഞാൻ കല്പകശ്ശേരീന്നാ. വേളി കൂടാൻ വന്നതാ."

"അങ്ങന്യോ? ഇപ്പപ്പറിച്ചുതരാം."

അയാൾ നീന്തിച്ചെന്ന് അഞ്ചാറ് ആമ്പൽപ്പൂക്കൾ പറിച്ചുതന്നു. ഒരു നാണവുമില്ലാതെ എന്റെ മുമ്പിൽനിന്ന് തോർത്തു പിഴിഞ്ഞുടുത്തു അയാൾ പറഞ്ഞു:

"ഇത് ആമ്പൽപ്പൂവല്ലേ? ഇതെന്തിനാ? ഒട്ടും സുഗന്ധമില്ല്യ. അല്ലാ, എന്താ നിന്റെ പേര്?"

“താത്രിക്കുട്ടി.”

“താത്രിക്കുട്ടി മദനപ്പൂവ് കണ്ടിട്ടുണ്ടോ? എന്തു സുഗന്ധമാണെന്നോ?”

കല്യാണസൗഗന്ധികംപോലെ അമൂല്യമായ എന്തോ ആയിരിക്കുമെന്നു കരുതി അടിയൻ ചോദിച്ചു:

“അതെവിടെ കിട്ടും?”

“ഇവിടെ കാവിലുണ്ട്. കൂടെ വര്യ; പറിച്ചുതരാം.”

അടിയൻ അയാളുടെ പിറകേ കാവിനുള്ളിൽ കയറി. അയാൾ വല്ലാത്തൊരു ചിരിചിരിച്ചു. അത് അടിയന് ഇഷ്ടപ്പെട്ടില്ല്യ.

“മദനപ്പൂവെവിടെ?”

അടിയൻ ചോദിച്ചു.

“ഇപ്പം കാട്ടിത്തരാം.”

പെട്ടെന്നയാൾ അടിയന്റെ പുടവ പറിച്ചെടുത്തു. പിന്നെ അടിയന്റെ അരയിലേക്ക് ചൂണ്ടിപ്പറഞ്ഞു:

“ഇതാ ഇതാണ് മദനപ്പൂവ്.”

“അയാളെന്നെ ബലമായിപ്പിടിച്ചു കിടത്തി. അയാളെ തള്ളിമാറ്റി എഴുന്നേല്ക്കാൻ അടിയന് കഴിഞ്ഞില്ല്യ. കരഞ്ഞുകൊണ്ട് കീഴടങ്ങാനേ കഴിഞ്ഞുള്ളൂ.”

താത്രി മുഖംകുനിച്ചുനിന്നു.

“എന്താ ആ ഇല്ലത്തിന് പേരില്ല്യേ?”

സ്മാർത്തൻ വിളിച്ചുചോദിച്ചു. അയാൾ തുടർന്നു:

“അവിടത്തെ മൂസ്സാമ്പൂരിക്ക് പേരില്ല്യേ? ഇതുവരെ പറഞ്ഞതെല്ലാം സത്യമാണെങ്കി ഇല്ലപ്പേരും മൂസ്സാമ്പൂരിയുടെ പേരും വേളിപ്പെണ്ണിന്റെ പേരും പറയ്യ.”

“ചാത എന്നാ വേളിപ്പെണ്ണിന്റെ പേര്.”

താത്രി മുഖമുയർത്തി പറഞ്ഞു.

“അതുമാത്രം പോരാ. ചാത എന്നു പേരുള്ള ധാരാളം സ്ത്രീകളുണ്ട്. ഇല്ലമേത്? മൂസ്സാമ്പൂരി ആര്?”

“അദ്ദ്യേത്തെ അങ്ങേക്ക് നല്ലപരിചയോണ്ട്. ഞാനാ പേര് പറയണോ?”

താത്രി സ്മാർത്തന്റെ മുഖത്തുനോക്കി ചോദിച്ചു.

“നമുക്ക് പരിചയമുണ്ടെന്നോ?”

“അതേ, അങ്ങേക്ക് നല്ല പരിചയമുണ്ട്. അങ്ങേക്ക് വേണ്ടപ്പെട്ട വ്യക്തിയാ. അതിനാൽ അടിയൻ ആ പേര് പറയില്ല്യ.”

താത്രി ഒഴിഞ്ഞുമാറി.

“ആരായാലും പറയ്യ, ആർക്ക് വേണ്ടപ്പെട്ടവനായാലും പറയ്യ, വേഗം പറയ്യ.”

മാമ്പിള്ളി വിളിച്ചുപറഞ്ഞു.

“അതൊരു ആഢ്യൻ ഇല്ലമാ തിരുമനസ്സേ. അതാ അടിയന്റെ പേടി.”

“പേടിക്കേണ്ട ധൈര്യമായി പറയ്യ.”

സ്മാർത്തൻ പ്രേരിപ്പിച്ചു.

“പെരുമ്പിള്ളി ഇല്ലത്തെ മൂസ്സാമ്പൂരി ഇട്ടീരി ഓതിക്കൻ. സ്മാർത്ത വിചാരസഭയിലെ അകക്കോവിലാ ആ മഹാൻ. പിഴച്ചുപോയ അന്തർജ്ജ നത്തെ വിചാരണ ചെയ്യാൻ പിഴപ്പിച്ചവൻതന്നെ എത്തിയിരിക്കുന്നു!” ‘നിന്നെ നല്ലോണം കാണട്ടെ’ എന്ന് ആരോ വിളിച്ചുപറഞ്ഞല്ലോ. പതി മൂന്നാംവയസ്സിൽ പെരുമ്പിള്ളി മൂസ്സാമ്പൂരി അടിയനെ രണ്ടുദിവസം നല്ലോണം കണ്ടു. മൂന്നാം ദിവസം സ്വന്തം പുത്രി ചാതയുടെ വേളി. അന്നും അടിയനെ ക്ഷണിച്ചു. ഭയംകൊണ്ടും ശരീരത്തിലേറ്റ വേദന കൊണ്ടും അടിയൻ നിരസിച്ചു.”

ഇടിയും മിന്നലും ഒടുങ്ങി. താത്രി നിന്നു കിതച്ചു. ഇടിവെട്ടേറ്റപോലെ സ്മാർത്തസഭ സ്തംഭിച്ചിരുന്നു. ധൈര്യം വീണ്ടുകിട്ടിയപ്പോൾ അക ക്കോവിൽ പെരുമ്പിള്ളി ഇട്ടീരി ഓതിക്കൻ എഴുന്നേറ്റു.

“കള്ളം, കള്ളം, പച്ചക്കള്ളം; ആരും വിശ്വസിക്കരുത്. വേശ്യകൾക്ക് എന്തുമാകാലോ. നോമിനി ഇവിടിരിക്കുന്നില്ല്യാ. ഇവൾ ഇത്ര വൃത്തികെട്ട വളാണെന്നറിഞ്ഞിരുന്നെങ്കിൽ നോം വരില്ല്യായിരുന്നു.”

അയാൾ പുറത്തേക്ക് നടന്നു. നടക്കുകയല്ല, അയാൾ ഓടുകയാ യിരുന്നു.

നാൽപത്തിആറ്

പ്രഭാതപൂജ കഴിഞ്ഞ് മുത്തച്ഛൻ വരുന്നതും കാത്ത് പത്മ അക്ഷമയായി ജനലഴികളിൽ പിടിച്ചുകൊണ്ടു നിന്നു. ശ്രീവരാഹം അമ്പലക്കുളത്തിലെ ചിറ്റോളങ്ങൾ വെയിലേറ്റു തിളങ്ങി. അഞ്ചാംപുരയിൽ ഒറ്റയ്ക്കിരിക്കുന്ന താത്രി താനാണെന്ന് പത്മയ്ക്ക് തോന്നി. താത്രി പിന്നിട്ട വഴികളിലൂടെ പത്മയുടെ മനസ്സ് സഞ്ചരിച്ചു. കല്പകശ്ശേരി കുളത്തിലല്ല, ശ്രീവരാഹം അമ്പലക്കുളത്തിലാണ് താനും പത്തു വയസ്സുകാരൻ രാവുണ്ണിയുമായി നീന്തിരസിച്ചത്. ഓയ്ക്കില്ലത്തല്ല, ശ്രീവരാഹം സംഗീതസഭയിലാണ് താനും രാവുണ്ണിയും പാട്ടു പഠിച്ചത്. പത്മപാദമണ്ഡപത്തിൽവച്ച് താൻ ഗോവിന്ദൻ നമ്പ്യാരുടെ മുമ്പിൽ ചെറുമുണ്ടു മാത്രമുടുത്തുനിന്ന് കഥകളി പ്പദം ചൊല്ലിയെന്നോർത്തപ്പോൾ പെട്ടെന്ന് താനുടുത്തിരിക്കുന്ന സാരിയിലേക്ക് നോക്കിപ്പോയി.

"സങ്കടമെനിക്കുണ്ട് സദയതവേണമെന്നിൽ
മംഗലഗാത്രി നീയെന്തിങ്ങനെ തുടങ്ങുന്നു"

എന്ന് പനങ്ങാവിൽ ഗോവിന്ദൻ നമ്പ്യാർ തന്നോടാണ് ചോദിച്ചത്. താനാണ് നമ്പ്യാരുടെ മുമ്പിൽ സമർപ്പിതയായ താത്രി. ആനപ്പുറത്ത് സഞ്ചരിച്ചതും ആനക്കാരന് വഴങ്ങിക്കൊടുത്തതും താനാണ്. സംഗീത ഗുരുവിന് ശരീരദക്ഷിണ നൽകിയതും താനാണ്. സ്മാർത്തവിചാര സദസ്സിനു മുന്നിൽ നീറിനീറി നിന്നതും സകല വേദനകളും പ്രതിഷേധങ്ങളും ആവാഹിച്ചെടുത്ത ശക്തിയാൽ പെരുമ്പിള്ളി ഇട്ടീരി ഓതിക്കന്റെ പേരു പറഞ്ഞതും താനാണെന്ന് പത്മയ്ക്കു തോന്നി.

ഒരു പേര് ഒരു ബോംബായി പൊട്ടിത്തെറിച്ചതും സ്മാർത്തവിചാര സഭ നിലംപരിശായതും പത്മ കണ്ടു. വിചാരണ നിർത്തിവച്ച് കൊട്ടാരത്തിലേക്കു പോയ പട്ടച്ചോമയാരത്ത് ജാതവേദൻ നമ്പൂതിരി പെട്ടെന്ന് തിരിച്ചുവരണം. വിചാരണ ഉടൻ ആരംഭിക്കണം. ഓരോരോ പേരുകളായി നിരന്തരം താൻ ബോംബെറിഞ്ഞുകൊണ്ടിരിക്കുമെന്ന് പത്മ തീരുമാനിച്ചു.

"ചേച്ചീ, എന്താണിങ്ങനെ?"

ജനാലയ്ക്കരികിൽ വന്ന് ദുർഗ ചോദിച്ചു. പത്മ താത്രിയുടെ ഉയിരുവിട്ട് വീണ്ടും പത്മടീച്ചറായി.

"ഇന്ന് സ്കൂളിൽ പോണില്ലേ? തിങ്കളാഴ്ചയാണെന്ന് മറന്നോ?"

ദുർഗ ഓർമ്മപ്പെടുത്തി.

"ഇല്ല, സ്മാർത്തവിചാരം ആരംഭിച്ചുകഴിഞ്ഞു. ഇപ്പൊ നിർത്തിവച്ചേക്ക. മുത്തച്ഛൻ വന്നാലുടനെ പുനരാരംഭിക്കും. രണ്ടു ദിവസംകൊണ്ട് എല്ലാം അവസാനിക്കും. അതിനുശേഷം വേണം എനിക്കൊന്നു നേരേ ശ്വാസം വിടാൻ. അതുകഴിഞ്ഞേ ഇനി സ്കൂളിലേക്കുള്ളൂ."

ദുർഗ പത്മയെത്തന്നെ സൂക്ഷിച്ചുനോക്കിക്കൊണ്ടു നിന്നു.

"എന്താ ദുർഗേ നീയിങ്ങനെ നോക്കുന്നേ?"

പത്മ ചോദിച്ചു.

"പറയുന്ന കേട്ടാൽ തോന്നും ചേച്ചിയാണ് വിചാരണ നേരിടുന്നതെന്ന്. ഞാൻ ഒരു കാര്യം പറയാം. ഇത് പണ്ടെന്നോ നടന്ന സംഭവമാണെന്നോർക്കണം. താത്രി മരിച്ചിട്ടുതന്നെ പത്തെഴുപത്തഞ്ചു കൊല്ലമെങ്കിലും ആയിക്കാണും. എനിക്കു തോന്നുന്നത് താത്രിയെക്കുറിച്ച് ചിന്തിച്ചു ചിന്തിച്ച് ചേച്ചിയിപ്പൊ താത്രിയായിക്കഴിഞ്ഞെന്നാണ്. ദൈവത്തെക്കുറിച്ച് ചിന്തിച്ചു ചിന്തിച്ച് ചിലർ ദൈവമായിത്തീർന്നിട്ടുണ്ട്. നാരായണഗുരു അങ്ങനെയാണ് ദൈവമായത്. ചേച്ചിക്കു പറ്റിയതും അങ്ങനെയാണോ? മുഖത്ത് വല്ലാത്തൊരു ഭാവമാറ്റം കാണുന്നു. അത് മനസ്സിലുണ്ടായ മാറ്റംതന്നെയല്ലേ? സത്യമാണ് ചേച്ചീ ഞാൻ പറയുന്നത്."

“നീ പറഞ്ഞതിൽ കുറച്ചു സത്യമുണ്ട്. വല്ലാത്തൊരു സഹാനുഭാവം അനുഭവപ്പെടുന്നുണ്ട്. മുത്തച്ഛൻ പറഞ്ഞ താത്രിക്കഥ മുഴുവൻ കേട്ടിരുന്നെങ്കിൽ നിനക്കും എന്റെ അനുഭവംതന്നെ ഉണ്ടായേനേ. കഴിഞ്ഞ രണ്ടുമൂന്നു ദിവസമായി എനിക്ക് ശരിക്ക് ഉറങ്ങാൻ കഴിയുന്നില്ല. മുത്തച്ഛൻ പറഞ്ഞതത്രയും അതേ മുറയ്ക്കല്ലെങ്കിലും ഞാൻ എഴുതിവച്ചിട്ടുണ്ട്. കഥ പൂർണമായി പറഞ്ഞുകഴിഞ്ഞിട്ടേ ഞാനത് നിനക്ക് വായിക്കാൻ തരുന്നുള്ളൂ.”

“ഭഗവതീ.”

മുത്തച്ഛൻ ഗോവണി കയറിവന്നു.

“മുത്തച്ഛാ, ഒന്നു വേഗം പറഞ്ഞുതീർക്കണേ. അല്ലെങ്കിൽ ചേച്ചിയുടെ ലീവത്രയും തീരും.”

ദുർഗ ഓർമ്മപ്പെടുത്തി.

“ശരിയാ. വേഗം പറഞ്ഞുതീർക്കണം. എന്റെ കഥ കഴിഞ്ഞാൽ പിന്നെ കഥ പറയാൻ കഴിയില്ലല്ലോ.”

ഗൗരവപ്രകൃതിയായ മുത്തച്ഛൻ ഉറക്കെച്ചിരിച്ചു.

“ചേച്ചീ ഞാൻ ഷോപ്പിംഗിനാണ്. ചേച്ചിയുടെ സമയം കളയുന്നില്ല.”

അവൾ വേഗത്തിൽ ഗോവണിയിറങ്ങി മറഞ്ഞു.

മുത്തച്ഛന്റെ പിന്നാലെ പത്മ മുറിയിലെത്തി തന്റെ സീറ്റിലിരുന്നു.

“പത്മ പറഞ്ഞതിൽ ഒരു ശരിയുണ്ട്. എനിക്ക് അതൊന്നു പറഞ്ഞു തീർക്കണം. ഞാൻ നിന്നോടൊരിക്കൽ പറഞ്ഞതല്ലേ, എന്റെ ആട്ടവിളക്ക് കരിന്തിരി കത്തിത്തുടങ്ങി.”

മുത്തച്ഛൻ ഇടയ്ക്കിടയ്ക്ക് ഓർമ്മപ്പെടുത്തുന്ന കാര്യമായതുകൊണ്ട് പത്മ അത് കണക്കിലെടുത്തില്ല.

“മുത്തച്ഛാ, താത്രി പെരുമ്പിള്ളി ഇട്ടീരിങ്ങാതിക്കന്റെ പേരു പറഞ്ഞപ്പോൾ തന്നെ സ്മാർത്തസഭ നിലംപരിശായി. പിന്നീടെന്താണുണ്ടായത്?”

മുത്തച്ഛനുമുമ്പേ പത്മ കുറിയേടത്ത് തെക്കിനിയിലെത്തി കാത്തിരുന്നു. തെളിഞ്ഞുനിന്ന ആകാശം പെട്ടെന്നു മങ്ങി. പുറത്തുനിന്നും തണുത്ത കാറ്റടിച്ചുകൊണ്ടിരുന്നു. മഴപെയ്തെങ്കിൽ എന്ന് പത്മ ആഗ്രഹിച്ചു. അറിയാതെ ശരീരവും മനസ്സും ചൂടുപിടിക്കുന്നു. ശരിക്കൊരു മഴ പെയ്തെങ്കിൽ ശരീരമെങ്കിലും ഒന്നു തണുത്തുകിട്ടിയേനേ. പത്മ പ്രതീക്ഷിച്ചു.

അതിനിടയിൽ മുത്തച്ഛൻ കഥയിലേക്ക് കടന്നു.

“കൊച്ചിരാജ്യത്ത് അതൊരു വല്യ സംഭവമായിരുന്നു. രാജഭരണമല്ല്യേ? രാജാവിന് നിയമോപദേശം നൽകുന്നത് ബ്രാഹ്മണസഭയാ. അവരുടെ നിയമങ്ങളെല്ലാം സ്മൃതിനിയമങ്ങളാ. എങ്കിലും അക്കാലമായപ്പോഴേക്കും കുറച്ചൊക്കെ വെളിച്ചം രാജാവിന്റെ മനസ്സിലും എത്തിക്കഴിഞ്ഞിരുന്നു.

മദ്രാസിലെ പ്രസിദ്ധനായ വക്കീൽ സർ. ഭാഷ്യം അയ്യങ്കാരുമായി ആലോചിച്ച് രാജാവ് ഒരു പുതിയ നിയമാവലിക്ക് രൂപം നൽകിയിരുന്നു. അതനുസരിച്ചായിരുന്നു വിചാരണ. സ്മാർത്തൻ രാജസന്നിധിയിലെത്തി വിവരങ്ങൾ ബോധിപ്പിച്ചു. പിഴച്ച പെണ്ണിനെ പുറത്താക്കാൻ പുറപ്പെട്ട സ്മാർത്തവിചാരസഭയിലെ അകക്കോവിലും ആഢ്യൻ ഇല്ലത്തെ അംഗവുമായ പെരുമ്പിള്ളി ഇട്ടീരി ഓതിക്കനെന്ന അതിപ്രധാന അംഗത്തെ പിഴച്ച പെണ്ണ് പുറത്താക്കി എന്ന സ്തോഭജനകമായ സംഭവ മാണ് അന്നുണ്ടായത്.

കുറ്റവാളിയെ ഉൾപ്പെടുത്തി സ്മാർത്തസഭയുണ്ടാക്കി എന്ന കുറ്റം താത്രി പരോക്ഷമായി രാജാവിൽ ആരോപിക്കുകയല്ലേ ചെയ്തത്. വാർത്തയറിഞ്ഞ് രാജാവ് ഞെട്ടിപ്പോയി എന്നാണ് പറഞ്ഞുകേട്ടത്. എന്റെ പിതാവ് കണ്ടഞ്ചാത വാസുദേവൻ നമ്പൂതിരിയായിരുന്നല്ലോ രാജ പ്രതിനിധിയായ പുറക്കോവിൽ. അദ്ദേഹവും സ്മാർത്തൻ പട്ടച്ചോമ യാരത്ത് ജാതവേദൻ നമ്പൂതിരിയും കൂടിയാണ് കൊട്ടാരത്തിലെത്തി സംഭവങ്ങൾ ഉണർത്തിയത്. സംഭവമറിഞ്ഞ് രാജാവ് ക്ഷോഭാകുല നായത്രെ. തനിക്കുകൂടി നാണക്കേടുണ്ടാക്കിയ പെരുമ്പിള്ളിയെ വധി ക്കേണ്ടതായിരുന്നെന്നും ബ്രാഹ്മണഹത്യ മഹാപാപമായതിനാൽ അതിനും നിവൃത്തിയില്ലല്ലോ എന്നോർത്ത് രാജാവ് വേദനിച്ചെന്നും അറിഞ്ഞു.

പകരം അകക്കോവിലിനെ കണ്ടെത്തണം. ഏതെങ്കിലും ഒരു നമ്പൂ തിരിയെ പറഞ്ഞയച്ചാൽ ശരിയാവില്ല്യ. അഞ്ചു പാപ്പാന്മാർ ചേർന്ന് ഒരു മദയാനയെ തളയ്ക്കാൻ ശ്രമിക്കുകയാണെന്ന് സങ്കല്പിച്ചുനോക്കൂ പത്മാ. ഒരു പാപ്പാനെ ആന തൂക്കിയെടുത്തു നിലത്തടിച്ചുകഴിഞ്ഞു. ആ പാപ്പാന്റെ ഒഴിവിലേക്ക് പുതിയൊരു പാപ്പാനെ തിരയുകയാണ് രാജാവ്.

നിസ്സാരക്കാരനല്ല്യ നിലംപരിശായത്. മുമ്പു നടന്ന മൂന്നോ നാലോ സ്മാർത്തവിചാരങ്ങളിൽ അകക്കോവിലായിരുന്ന പെരുമ്പിള്ളിയാണ് മുക്കാലും ചത്തുകിടക്കുന്നത്. പുതിയൊരാളെ കണ്ടെത്തണം. ആഢ്യൻ ഇല്ലത്തെ ഒരാളായിരിക്കണം അകക്കോവിൽ. അതുമാത്രം പോരാ. ഇനി കണ്ടെത്തുന്നയാൾ പെരുമ്പിള്ളിയെപ്പോലെയല്ലെന്ന് ഉറപ്പുവരുത്തണം. രണ്ടുമൂന്നു ദിവസത്തെ അന്വേഷണത്തിനൊടുവിൽ മാങ്കാവിൽ ഇല്ലത്തെ വിഷ്ണുനമ്പൂതിരി ഓതിക്കനെ അകക്കോവിലായി നിയമിച്ചു. അഞ്ചാം ദിവസം വിചാരണ പുനരാരംഭിച്ചു.

ആയുധധാരികളായ രണ്ടു രാജഭടന്മാരുടെ അകമ്പടിയോടെ സ്മാർത്തസഭ ഒരു ദിവസം സന്ധ്യയ്ക്ക് കണ്ടഞ്ചാതമനയിലെത്തി. ഭടന്മാർ അന്നുതന്നെ കുറിയേടത്ത് തെക്കിനിയിലെത്തി താത്രിയുടെ സംരക്ഷണച്ചുമതല ഏറ്റെടുക്കേണ്ടതായിരുന്നു.

"വിചാരണ നിർത്തിവച്ചേക്ക്വേല്ല്യേ? നാളെമുതൽ പുനരാരംഭിക്കും. ആ സമയം മുതൽ കാവൽ മതി. പിന്നെ സദാസമയവും കാവൽ വേണം.

ഭക്ഷണം കഴിക്കാനും കുളിക്കാനും മറ്റും പോകുന്നതും ഒരുമിച്ചാകരുത്. ഒരാളെങ്കിലും എപ്പോഴും താത്രിയെ സംരക്ഷിക്കാനുണ്ടാകണം. രാജ കല്പനയാണെന്നോർക്കണം.''

സ്മാർത്തന്റെ നിർദേശാനുസരണം പാറാവുകാർ കണ്ടഞ്ചാത പുറത്തളത്തിൽ സുഖമായുറങ്ങി. രാവിലെ ഏതാണ്ട് ഒൻപതു മണിയോടെ സ്മാർത്തസഭ അഞ്ചാംപുരയായ കുറിയേടത്ത് തെക്കിനിയിലെത്തി ആസനസ്ഥരായി.

''ആരവിടെ? എവിട്യാ നമ്പ്യാത്തൻ? സാധനത്തെ വരാൻ പറയ്യ.''

ഉത്തരവ് നടപ്പിലാക്കാൻ നമ്പ്യാത്തൻ അവിടെയെങ്ങും ഇല്ലായിരുന്നു. പരുപരുക്കൻ ശബ്ദത്തിൽ കതക് തുറക്കപ്പെട്ടു. താത്രി മെല്ലെ പുറത്തിറങ്ങി ഒരു ദാസിയുടെ ഭവ്യതയോടെ സ്മാർത്തന് അഭിമുഖമായി നിന്നു. എണ്ണ തേച്ചു കോതിയൊതുക്കാത്ത തലമുടി ഒരു കറുത്ത ചേല കഴുത്തിലൂടെ മുന്നിലേക്ക് മടക്കിയിട്ടപോലെ മാറിന്റെ ഇരുവശവും വയറും മറച്ചുകൊണ്ട് ആടിയുലഞ്ഞുകിടന്നു. കണങ്കാലുകളും നാഭിയും മറയുമാറ് ഒറ്റപ്പാവ് ഞൊറിഞ്ഞുടുത്തിരുന്നു. മുഖത്ത് തികഞ്ഞ വിഷാദ ഭാവം. അവളിൽ കണ്ട ഭാവവ്യത്യാസം എല്ലാവരും ശ്രദ്ധിച്ചു. ആദ്യദിവസങ്ങളിൽ കണ്ട യുവതിയല്ല ഈ നിൽക്കുന്നതെന്ന് തോന്നുമാറ് അത്രയ്ക്ക് വ്യത്യസ്തമായിരുന്നു വസ്ത്രധാരണരീതിയും മുഖഭാവവും. മാങ്കാവിൽ വിഷ്ണുനമ്പൂതിരി ഓതിക്കന് പ്രത്യേകിച്ചൊന്നും തോന്നിയില്ല. അദ്ദേഹം ആദ്യമായി താത്രിയെ കാണുകയായിരുന്നല്ലോ. അവൾ കല്പന കാത്തു നിന്നു.

''വിചാരണ ആരംഭിക്കായി.''

സ്മാർത്തൻ ഉറക്കെ പറഞ്ഞു. പത്തായപ്പുരയ്ക്കരികിൽ കണ്ണും കാതും തുറന്നുനിന്ന കാഴ്ചക്കാർക്കും കേൾക്കാവുന്ന തരത്തിലാണ് പറഞ്ഞത്. മുറ്റത്തെ ചെറിയ അസൂയക്കൂട്ടം ഒന്നിളകിനിന്നു.

''എന്തേ നിനക്കിന്ന് പറയാനുള്ളത്?''

സ്മാർത്തൻ ചോദിച്ചു. താത്രി തലകുനിച്ചു നിന്നു. കുറേനേരം കഴിഞ്ഞിട്ടും അവൾ ശിരസ്സുയർത്തുകയോ ഉരിയാടുകയോ ചെയ്യുന്നില്ലെന്ന് കണ്ടപ്പോൾ പുറക്കോവിൽ ഇടപെട്ടു.

''ഒരുകണക്കിൽ നാം നിന്നെ അഭിനന്ദിക്കുന്നു. നീ ധീരമായി സത്യം പറഞ്ഞതിന്. നീ ഒരാളുടെ പേരേ പറഞ്ഞുള്ളൂ. പലപേരുകളും പറയാനുണ്ടെന്ന് നീ പറയുകയും ചെയ്തു. ആരെയും ഭയക്കാതെ നിനക്ക് പറയാനുള്ള പേരുകൾ പറയാം. നിന്നെ ആരും ഉപദ്രവിക്കില്ല്യ. നിന്റെ സംരക്ഷണത്തിനാണ് പടവാളുമായി രണ്ട് രാജഭടന്മാർ നിൽക്കുന്നത്. നിനക്ക് ഭയമുണ്ടെന്ന് പറഞ്ഞിരുന്നല്ലോ. അതിനാലാണ് കാവലേർപ്പെടുത്തിയത്. ഇനി ഭയക്കേണ്ട കാര്യമില്ല്യ. നീ ഇപ്പോൾ രാജാവിന്റെ സംരക്ഷണയിലാണ് എന്നോർക്കുക. സധൈര്യം സത്യം പറയ്യ.''

കണ്ടഞ്ചാതയുടെ അഭിപ്രായം കേട്ടപ്പോൾ താത്രിക്ക് ആത്മവിശ്വാസം വർദ്ധിച്ചു. അവൾ സംസാരിക്കാൻ തുടങ്ങി.

"എട്ടും പൊട്ടും തിരിയാത്ത പ്രായത്തിൽ അടിയനെ കളങ്കപ്പെടുത്തിയവരുണ്ട്. യൗവനാരംഭകാലത്തുതന്നെ പലവിധ പ്രലോഭനങ്ങൾ ചൊരിഞ്ഞ് വശപ്പെടുത്തി ചൂഷണം ചെയ്തവരുണ്ട്. വെറും പതിമ്മൂന്നു വയസ്സുള്ള ബാലികയായിരുന്നപ്പോൾ അടിയനെ ചതിച്ച തിരുമേനി സ്മാർത്തസഭാംഗമായി വന്നിരുന്ന് വിചാരണ ചെയ്യുന്നതു കണ്ടപ്പോൾ സഹിച്ചില്ല്യ തിരുമനസ്സേ. അപ്പോഴുണ്ടായ വേദനകൊണ്ട് അടിയൻ അദ്ദ്യേത്തിന്റെ പേര് പറഞ്ഞുപോയതാ. ആ പേര് അടിയൻ പറഞ്ഞില്ല്യാ എന്നു പരിഗണിക്കണം. അദ്ദ്യേത്തിന് എന്റെ പ്രായത്തിലുള്ള ഒരു മകളുണ്ട്—ചാത. ഈ കാര്യങ്ങളറിഞ്ഞാൽ ഓളെങ്ങനെ സഹിക്കും? ഓളെങ്ങനെ അച്ഛന്റെ മുഖത്തു നോക്കും? ഓളെക്കരുതി അടിയൻ പറഞ്ഞ ആ പേര് പിൻവലിച്ചതായി കരുതണമെന്ന് അപേക്ഷയുണ്ട്. പറഞ്ഞതെല്ലാം സത്യമാണ്. അടിയന് ചങ്കിൽ താങ്ങാത്ത സങ്കടം വന്നതുകൊണ്ടാ പറഞ്ഞത്. സത്യങ്ങൾ ഒരുപാടുണ്ട് പറയാൻ. ഒന്നും പറയാൻ അടിയൻ ആഗ്രഹിക്കുന്നില്ല്യാ. അടിയനെപ്പോലെയുള്ള പെൺമക്കളും ഭാര്യമാരും അമ്മമാരുമായ നിരവധി യുവതികളുടെ നെഞ്ചു തകർന്നുപോകുമെന്ന് അടിയൻ ഭയക്കുന്നു. അടിയന്റെ ഉള്ളിൽ പുകഞ്ഞു കത്തുന്ന എല്ലാ സത്യങ്ങളും അടിയനോടൊപ്പം മണ്ണടിയട്ടെ. എത്രയും പെട്ടെന്ന് അടിയന്റെ ജീവിതം അവസാനിപ്പിച്ചുതരാൻ കനിവുണ്ടാകണം. മറ്റുള്ളവരെങ്കിലും സ്വൈരമായി ജീവിക്കട്ടെ."

താത്രി ഇരുകൈ കൂപ്പി സഭാംഗങ്ങളെ തൊഴുതുവണങ്ങി.

"ന്താ നീയ്യ് ധരിച്ചിരിക്കുന്നേ? ഇതെന്താ കുട്ടിക്കളിയോ?"

സ്മാർത്തൻ തട്ടിക്കയറി. അദ്ദേഹം തുടർന്നു:

"നിനക്ക് തോന്നുന്ന പേരുകൾ പറയാനും അടുത്ത ദിവസം പറഞ്ഞില്ല്യാന്ന് പറയാനും പാടില്ല്യാ. നീ പറഞ്ഞതൊക്കെ നാം അപ്പപ്പോ തന്ന്യെ രേഖപ്പെടുത്തിക്കൊണ്ടിരിക്ക്യാ. അതാണ് വിചാരണരേഖ. അതിൽ തിരുത്തു പാടില്ല്യാ. അതുകൊണ്ട് പറയുന്നതിനു മുമ്പുതന്ന്യെ പറയാവുന്നതാണോ അല്ല്യോ എന്നൊക്കെ തീരുമാനിക്കേണ്ടത് നീയ്യ് തന്ന്യാ. പറഞ്ഞുകഴിഞ്ഞിട്ട് പിന്നെ പിൻവലിക്കാനാകില്ല്യാ."

സ്മാർത്തൻ നിലപാട് വ്യക്തമാക്കി.

"ഒരു കാര്യംകൂടി നിന്നോടു പറയാനുണ്ട്."

പുറക്കോവിൽ വാസുദേവൻ നമ്പൂതിരി പറഞ്ഞുതുടങ്ങി:

"നീയ്യ് ഇപ്പോഴും അന്തർജനമാണെന്നോർക്കണം. നിനക്ക് ഭ്രഷ്ട് കല്പിച്ച്, നിന്നെ പുറത്താക്കുന്നതുവരെ നീയ്യ് അന്തർജനം തന്ന്യാ. അതിനാൽ അടിയൻ എന്നു പറയേണ്ട. നീ അടിമയല്ല്യ. ഞാൻ, എന്നെ

എന്നൊക്കെ പറഞ്ഞാൽ മതി. അങ്ങനെയായാൽ നിനക്ക് സംസാരിക്കാൻ സൗകര്യം കൂടും. ഇനി പറയാൻ പോകുന്നത് ആരുടെ പേരായാലും പറഞ്ഞോളൂ. പറയണോ വേണ്ടായോ എന്നാലോചിച്ച് അധികസമയം കളയേണ്ടാ. ആർക്കെങ്കിലും മാപ്പു കൊടുക്കണമോ വേണ്ടയോ എന്നൊക്കെ തീരുമാനിക്കാനുള്ള അധികാരം നിനക്കില്ല്യ; ഞങ്ങൾക്കുമില്ല്യ. അതൊക്കെ മഹാരാജാവ് തിരുമനസ്സു തീരുമാനിക്കും."

മുഖത്തേക്ക് വീണുകിടന്ന കുറുനിര ഒതുക്കിക്കൊണ്ട് താത്രി പറഞ്ഞു:

"പലരുടെയും പേര് പറയാനുണ്ടെന്ന് പറഞ്ഞത് സത്യം തന്ന്യാ. അതിൽ എന്നെ ചതിച്ചവരും എന്റെ ചതിയിൽപെട്ടവരുമുണ്ട്. എന്നെ ചതിച്ച ഒരു മൂസ്സാമ്പൂരിയുടെ പേര് ഞാൻ ആദ്യം പറഞ്ഞുകഴിഞ്ഞു. ആ സംഭവത്തിൽ അറിഞ്ഞുകൊണ്ട് ഞാൻ കുറ്റം ചെയ്തിട്ടില്ല്യ. ഇനി ഇപ്പൊ എന്റെ ചതിയിൽപെട്ട ഒരാളിന്റെ പേരു പറയാം. ആ സംഭവത്തിൽ ഞാനാണ് കുറ്റവാളി. അതിനാൽ അദ്ദേഹത്തെ ശിക്ഷിക്കില്ലെന്ന് ഞാൻ വിശ്വസിക്കുന്നു. തെറ്റു ചെയ്തത് ഞാനായതുകൊണ്ട് എന്നെ ശിക്ഷിച്ചാൽ ഞാൻ ഇപ്പൊതന്നെ ആ ശിക്ഷ സ്വീകരിക്കും. പെട്ടെന്ന് ജോലി തീർത്ത് തിരുമനസ്സുകൾക്ക് മടങ്ങുകയും ചെയ്യാം."

താത്രി സഭാംഗങ്ങളെ നോക്കിനിന്നു.

"നീയ്യ് എന്തായിങ്ങനെ നമ്മെ ചുറ്റിക്കാൻ പുറപ്പെടുന്നേ? ആരെ ശിക്ഷിക്കണം രക്ഷിക്കണംന്നും പറയാൻ നിനക്ക് അവകാശമില്ല്യാന്ന് പറഞ്ഞില്ല്യേ? നിന്റെ അറിവില്ലായ്മകൊണ്ടും മനുഷ്യത്വംകൊണ്ടും നീയിങ്ങനെ പറഞ്ഞുപോയതാണെന്നോർത്ത് നാം ക്ഷമിക്കുന്നു. എന്താ നീയൊരാളിനെ ചതിക്കാനുണ്ടായ കാരണം? അതാദ്യം പറയ്യ."

സ്മാർത്തന്റെ ഭാഷയിൽ കാർക്കശ്യം ലേശവുമില്ലെന്ന് താത്രി തിരിച്ചറിഞ്ഞു.

"പറയാം തിരുമനസ്സേ. എന്റെ ഇല്ലമായ കല്പകശ്ശേരിയിൽ സാമ്പത്തികമായി നല്ല ബുദ്ധിമുട്ട് അനുഭവപ്പെട്ട കാലം. ധാരാളം പാട്ടം കിട്ടിക്കൊണ്ടിരുന്ന നിലങ്ങളിൽ അധികവും കല്പകശ്ശേരിയിലെ അഷ്ടമൂർത്തി നമ്പൂതിരി വിറ്റുതുലച്ചു. പിന്നെ കുറച്ചു പാട്ടംകിട്ടും. അതുകൊണ്ട് കഷ്ടിച്ച് ഭക്ഷണച്ചെലവ് നടക്കും."

"നിർത്ത്ഹ നിർത്ത്ഹ."

തോട്ടയ്ക്കാട്ട് കുഞ്ഞൻ ഓതിക്കൻ അലറി. അസഹ്യതയോടെ ചാടി എഴുന്നേറ്റുകൊണ്ട് അയാൾ ചോദിച്ചു:

"നീയെന്താ പറഞ്ഞേ? കല്പകശ്ശേരി അഷ്ടമൂർത്തി നമ്പൂതിരി വിറ്റുതുലച്ചെന്നോ?"

"അതെ, അത് സത്യമാണ് തിരുമനസ്സേ."

"വിറ്റത് സത്യമായിരിക്കാം. പക്ഷേ, അഷ്ടമൂർത്തി നിന്റെ ആരാ?"

"എന്റെ പിതാവായിരുന്നു."

"പിതാവിനെ പേരുപറഞ്ഞ് വിളിക്ക്വെന്ന്വച്ചാ നീ വെറും അഹങ്കാരി തന്നെയല്ല്യേ?"

"ഇപ്പൊ എന്റെ പിതാവല്ല്യ. ഒരിക്കൽ പിതാവായിരുന്നു."

"ഹായ്! അതെങ്ങന്യാ ശരിയാവുക? ഇന്നലെ പിതാവായിരുന്നയാൾ ഇന്ന് പിതാവല്ലാണ്ടാവ്വോ?"

"ആവും. അതെങ്ങനേന്നറിയണോ?"

"അറിയണം."

ഓതിക്കൻ ശബ്ദമുയർത്തിപ്പറഞ്ഞു.

"ഇപ്പത്തന്നെ അറിയണോ?"

ഇരുകൈകളുയർത്തി മാറു മറഞ്ഞുകിടന്ന തലമുടി പിന്നിലേക്കൊതുക്കി, ഓതിക്കൻ പറഞ്ഞതിനേക്കാൾ ഉച്ചത്തിൽ താത്രി ചോദിച്ചു. അവളുടെ കണ്ണുകൾ ചുവന്നുതുടുക്കുന്നത് എന്റച്ഛൻ ശ്രദ്ധിച്ചു. പെട്ടെന്നൊരു കാറ്റ് ചുറ്റിയടിച്ചു. കാറ്റിൽ താത്രിയുടെ ചുരുൾമുടി മുകളിലേക്ക് പാറിപ്പറന്നു. അവളുടെ രോഷാഗ്നി കത്തിയുയരുന്ന പുകപോലെ ഒരു മുടിക്കൂടാരമുയർന്നു. ആദ്യ ദിവസത്തെപ്പോലെ വല്ല പൊട്ടിത്തെറിയും സംഭവിക്കുമോ എന്ന് സ്മാർത്തൻ ഭയന്നു.

"കുഞ്ഞനോതിക്കൻ അവിടിരിക്ക്യ."

സ്മാർത്തൻ ആജ്ഞാപിച്ചു.

"നിങ്ങളെല്ലാവരും നാം പറയുന്നത് ഒന്നു ശ്രദ്ധിക്ക."

അദ്ദേഹം ഓരോ അംഗത്തെയും നോക്കിയിട്ട് പറഞ്ഞു:

"അത് പറയട്ടെ. അതിനെ തടസ്സപ്പെടുത്താതിരിക്ക്യ. പറഞ്ഞുകഴിഞ്ഞാലും സമയോണ്ടാവും ല്ല്യേ? അപ്പ ചോദിക്കാം."

"അതാ അതിന്റെ ശരി."

പുറക്കോവിൽ സ്മാർത്തനെ പിന്താങ്ങി.

"ഇടയ്ക്കിടെ അങ്ങട് ചോദിച്ചുകൊണ്ടിരുന്നാ അതിന് പറയാനുള്ളത് പറയാൻ കഴിഞ്ഞില്ല്യാന്നു വരും. നാമായിട്ട് തടസ്സംണ്ടാക്കാൻ പാടില്ല്യാ. ക്ഷമിക്ക."

പുറക്കോവിൽ താത്രിയുടെ നേർക്കു തിരിഞ്ഞു.

"നാം പറയുന്നത് ശ്രദ്ധിക്ക കുട്ടീ."

കണ്ടഞ്ചാതയുടെ കുട്ടീ എന്ന അലിവാർന്ന സംബോധനയിൽ താത്രിയുടെ ഉള്ളം അലിഞ്ഞു. അവൾ അദ്ദേഹത്തിനുവേണ്ടി കാതോർത്തു.

"നിന്റെ ഇല്ലത്ത് ദാരിദ്ര്യമാണെന്നല്ല്യേ നീ പറഞ്ഞുവന്നത്?"

“അതേ തിരുമനസ്സേ.”

“ശരി, പറഞ്ഞോളൂ. നീയെന്തോ തെറ്റുചെയ്യാനുണ്ടായ സാഹചര്യമെന്തെന്നാ സ്മാർത്തൻ നമ്പൂതിരി നിന്നോട് ചോദിച്ചത്. പറഞ്ഞോളൂ; നിന്നെ ആരും തടസ്സപ്പെടുത്തില്ല്യ.”

താത്രിയുടെ ചുവന്നുതുടുത്ത മുഖം വീണ്ടും പൂർവസ്ഥിതിയിലേക്ക് മാറി. പരമാവധി ശാന്തത കൈവരിച്ച് അവൾ പറഞ്ഞു:

“അഷ്ടമൂർത്തി നമ്പൂതിരി അപൂർവമായേ ഇല്ലത്ത് വര്യോള്ളൂ. അദ്ദേ്യം ദേശമംഗലംമനവക കാർത്യായനീക്ഷേത്രത്തിലെ ശാന്തിക്കാരനാ. അദ്ദ്യേ ത്തിന് നേർച്ചപ്പായസോം പടച്ചോറുമുണ്ട് വിശപ്പു മാറ്റാം. ശാന്തിപ്പണി കഴിഞ്ഞാൽ സംബന്ധവീടുകളിലും ദാസീഭവനങ്ങളിലും താമസമെന്ന് പുറംപണിക്കാർ പറയുന്നു. ഞങ്ങളുടെ ഇല്ലത്ത് ഒരു ആൺതരിയുണ്ട്. അഷ്ടമൂർത്തിക്ക് മറ്റൊരു ഭാര്യയിലുണ്ടായ മകൻ. എന്നേക്കാൾ രണ്ടോ മൂന്നോ മാസത്തിന് ഇളയവൻ. ഒരിക്കൽ എന്റെ സഹോദരൻ ആയിരുന്നവൻ. അവനും ഇല്ലത്ത് വരാറില്ല്യ. തികഞ്ഞ താന്തോന്നിയായി നടക്കുന്നു. വേളിപ്രായമെത്തിയ മൂന്നു യുവതികളും രണ്ടു പെൺകുട്ടികളും എനിക്കിളയതായുണ്ട്. രോഗികളായ എന്റെ അമ്മയും ചെറിയമ്മയും വൃദ്ധയായ പരിചാരിക നാണിത്തള്ളയും മറ്റൊരു ഗതിയുമില്ലാത്തതുകൊണ്ട് ഇല്ലത്തിൽതന്നെ കഴിയുന്ന പണ്ടത്തെ കാര്യസ്ഥനും അവിടെയുണ്ട്. ഏഴെട്ടു സ്ത്രീകളുള്ള ഒരു പെണ്ണില്ലമാണ് കല്പകശ്ശേരി. രണ്ടുനേരമെങ്കിലും ഭക്ഷണവും അത്യാവശ്യത്തിന് വസ്ത്രവും വേണമല്ലോ. അതിനും വകയില്ല്യാതായി. വല്ലതും വകയുണ്ടായിരുന്ന കാലത്ത്, ഇല്ലത്തു വന്ന് ആഴ്ചകളോളം താമസിച്ച് ഉണ്ടുറങ്ങിപ്പോയ ബന്ധുക്കൾ തിരിഞ്ഞു നോക്കാതായി. ശ്ലോകം ചൊല്ലാനും വെടിപറയാനും വന്നു പാർത്ത് തിന്നു മുടിച്ച നമ്പൂതിരിമാർ ആ വഴി മറന്നു. ഇല്ലം ഓലമേയാൻ പോലും ഗതിയില്ല്യാതായി. അപ്പോഴാ ദൈവം എനിക്ക് ദിശാബോധം നൽകാൻ ഒരാളെ എന്റെ അരികിലേക്കയച്ചത്.”

താത്രി മുഖം കുനിച്ചുനിന്നു.

“ആരെ അയച്ചെന്നാ പറഞ്ഞെ?”

മാങ്കാവിൽ വിഷ്ണു ഓതിക്കൻ ചോദിച്ചു.

“കൊണവള്ളിയെ.”

“കോണകവള്ളിയോ? അതെന്തുതരം വള്ളി?”

“കോണകവള്ളിയല്ല്യാ കൊണവള്ളി മാധവി. തിരുമേനിക്ക് മാധവിയെ അറിയില്ല്യേ? വളരെ പ്രസിദ്ധയായിരുന്നല്ലോ മാധവി! അങ്ങേക്ക് അറിയില്ല്യെന്ന് പറഞ്ഞാലും മാധവിക്ക് മാങ്കാവിൽ വിഷ്ണു നമ്പൂതിരി ഓതിക്കൻ തിരുമനസ്സിനെ നന്നായറിയാം. അവളെന്നോട് അങ്ങയെപ്പറ്റി ധാരാളം പറഞ്ഞിട്ടുണ്ട്.”

തളർന്നുവീണപോലെ വിഷ്ണു നമ്പൂതിരി കസേരയിൽ ഇരുന്നു.

"തിരുമനസ്സ് വിഷമിക്കരുത്. അങ്ങയെപ്പറ്റി നല്ലതേ പറഞ്ഞിട്ടുള്ളൂ."

മാങ്കാവിൽ ദീർഘശ്വാസം വിട്ടു.

"പട്ടിണിയുടെ വക്കിൽനിന്ന എനിക്ക് അവൾ ഒരു ജീവിതമാർഗം കാട്ടിത്തന്നു. അവൾക്ക് അറിയാവുന്ന കാര്യങ്ങൾ ഉപദേശിച്ചുതന്നു."

താത്രി തെല്ലിട മൗനംപൂണ്ടു. സഭാംഗങ്ങൾ വല്ലാതെ ഭയന്നു. അവർ പരസ്പരം നോക്കി. പലതവണ മാധവീലതയുടെ പരിലാളനസുഖമറിഞ്ഞ കുഞ്ഞൻ ഓതിക്കനും വെളുത്തേരി ഓതിക്കനും അർദ്ധബോധാവസ്ഥയിലായി. ശ്വസിക്കുന്ന ശവങ്ങളെപ്പോലെ അവർ മിഴിച്ചിരുന്നു.

തെല്ലിട കഴിഞ്ഞ് താത്രി പറഞ്ഞു:

"എന്റെ തൊണ്ട വരളുന്നു; വെള്ളം കുടിക്കാൻ അനുവദിക്കണം."

നാവനക്കാൻ പോലുമുള്ള ശേഷി നഷ്പ്പെട്ടിരുന്ന സ്മാർത്തവിചാരസഭാംഗങ്ങളുടെ അനുവാദത്തിന് കാത്തുനിൽക്കാതെ അവൾ അകത്തേക്കു പോയി.

നാൽപത്തിഏഴ്

"**ആ**ത്മഹത്യ ചെയ്യുകയല്ല്യാതെ മറ്റൊരു വഴിയും അന്ന് എന്റെ മുമ്പിലില്ല്യായിരുന്നു. അന്ന് ആദ്യമായല്ല്യ ഞാൻ ആത്മഹത്യയെക്കുറിച്ച് ചിന്തിച്ചത്. എനിക്ക് മരണത്തെ ഭയമില്ല്യായിരുന്നെങ്കിലും ആത്മഹത്യ ചെയ്യാൻ ഭയമായിരുന്നു. ആ ഭയമാ എന്നെ ഇവിടെ നിങ്ങളുടെ മുമ്പിലെത്തിച്ചത്. ആത്മഹത്യാശ്രമം പരാജയപ്പെട്ടാലോ? ജീവിതത്തിനും മരണത്തിനുമിടയിലുള്ള ഒരു ജീവിതമായാലോ? ആ പേടിയാ ഞാൻ ആത്മഹത്യ ചെയ്യാതിരിക്കാനുള്ള ഏക കാരണം. അങ്ങനെ കഴിഞ്ഞ സന്ദർഭത്തിലാ കൊണവള്ളി മാധവി എന്നെ വന്നു കണ്ടത്. തുലാവിഷു കഴിഞ്ഞ് രണ്ടാഴ്ച പിന്നിട്ട കാലം. അന്നത്തെ വിഷുവിന് വിഷുക്കണി കണ്ടിരുന്നെങ്കിലും വിഷുക്കൈനീട്ടം ലഭിച്ചില്ല്യ. അന്ന് ഇല്ലത്ത് അതിഥികളാരും വന്നില്ല്യ. അമ്മയുടെ കൈയിൽ ചില്ലിക്കാശില്ലായിരുന്നു. ആർക്കും കൈനീട്ടം നൽകിയില്ല്യെങ്കിലും അമ്മ എനിക്ക് രഹസ്യമായി കൈനീട്ടം തരുമായിരുന്നു. ആ വിഷുവിന് അതുണ്ടായില്ല്യ. ഒരു വെള്ളിയാഴ്ചയായിരുന്നു അന്നത്തെ വിഷു. അതുകഴിഞ്ഞുള്ള രണ്ടാമത്തെ വെള്ളിയാഴ്ചയാണ് അവൾ വന്നത്.

സൂര്യൻ ദക്ഷിണായനം ആരംഭിച്ചിട്ട് അന്നേക്ക് രണ്ടാഴ്ചയായി. സന്ധ്യയ്ക്കു മുമ്പുതന്നെ ശൈത്യം ആരംഭിച്ചുകഴിഞ്ഞിരുന്നു. ഏഴിലംപാലകൾ പൂക്കുന്ന സമയം. ഞങ്ങളുടെ പത്തായപ്പുരയുടെ കിഴക്കുഭാഗത്തായി വളരെ പഴക്കമുണ്ടങ്കിലും വാർദ്ധക്യലക്ഷണങ്ങളൊന്നുമില്ലാത്ത ഒരു ഏഴിലംപാല നിറയെ പൂത്ത് മാദകഗന്ധം പരത്തിക്കൊണ്ട് നിന്നകാലം. പാലപ്പൂമണം അന്നും ഇന്നും എന്നെ ഹരംപിടിപ്പിക്കാറുണ്ട്.

മറ്റൊന്നും ചെയ്യാനില്ലാത്തപ്പോ കഥകളിപ്പദങ്ങൾ ചൊല്ലുന്നത് എന്റെ ഒരു ശീലമാ. ശീലം എന്നു പറയുന്നതിനേക്കാൾ എന്റെ ദൗർബല്യമെന്നു പറയുന്നതാവും ശരി. എന്റെ ചില ഗുരുക്കന്മാരും എന്നെ കാണാൻ വന്ന കഥകളിഭ്രാന്തന്മാരായ ചില നമ്പൂതിരിമാരും എനിക്ക് സമ്മാനമായി തന്ന എട്ടുപത്ത് ആട്ടക്കഥാപുസ്തകങ്ങൾ എന്റെ കൈവശമുണ്ടായിരുന്നു. പലപ്പോഴും ഏകാന്തതകളിൽ ഞാൻ പാടുകയും ആടുകയും ചെയ്യുമായിരുന്നു. മരണത്തേക്കാൾ ഭീകരമായ ചില വിരസതകളുണ്ട്. അത്തരം സന്ദർഭങ്ങളെ ഞാൻ നേരിട്ടത് അങ്ങനെ ആടിയും പാടിയുമായിരുന്നു. മറ്റാർക്കും വേണ്ടിയല്ല്യാ, എനിക്കുവേണ്ടി മാത്രം.

കാലകേയവധത്തിലെ ചില പദങ്ങൾ ചൊല്ലിയും ആടിയും ഞാൻ എന്റെ ദുഃഖങ്ങളെയും എന്നെയും മറക്കുകയും സ്വയം ഉർവശിയായി അർജുനനോട് പദങ്ങളിലൂടെ സംസാരിക്കുകയും ചെയ്തുകൊണ്ടിരുന്നപ്പോഴാ ഏതാണ്ട് മുപ്പതു വയസ്സു തോന്നിക്കുന്ന, ഒരുകാലത്ത് അതിസുന്ദരിയായിരുന്നെന്ന് സങ്കല്പിക്കാവുന്ന തരത്തിലുള്ള മാധവി പത്തായപ്പുരയിൽ എന്റെ മുമ്പിലെത്തിയത്. അപരിചിതയാണെങ്കിലും സുന്ദരിയായ ഒരു യുവതിയല്ല്യേ? അവളുടെ കണ്ണുകളുടെ വശ്യത ഇവിടെ പലർക്കും അറിയാമല്ലോ. വെളുവെളെ വെളുത്തവളല്ലെങ്കിലും ചന്ദനത്തിന്റെ നിറവും വടിവൊത്ത ശരീരഘടനയും കണ്ടപ്പോൾ അവളൊരു നർത്തകിയായിരിക്കുമെന്ന് ഞാൻ തീർച്ചപ്പെടുത്തി. ഞാനവളെ സ്വീകരിച്ചിരുത്തി.

അവൾ പരിചയപ്പെടുത്തി. അതിനുമുമ്പ് ഞാനവളെക്കുറിച്ച് കേട്ടിട്ടുപോലും ഇല്ല്യായിരുന്നു. എന്നെയവൾ വളരെ പ്രശംസിച്ചു. ഞാൻ ഉർവശിയുടെ പദങ്ങൾ പാടുന്നത് പുറത്തു കേട്ടു നിൽക്കുകയായിരുന്നെന്നും കണ്ടഞ്ചാത രാവുണ്ണിയേക്കാൾ മനോഹരമായി പാടുന്നു എന്നും കണ്ടപ്പോൾ ഉർവശിയാണോ നിൽക്കുന്ന തെന്ന് തോന്നിപ്പോയെന്നും മറ്റും പറഞ്ഞ് എന്നെയവൾ വശത്താക്കി. കുറച്ചുസമയംകൊണ്ട് ശക്തമായൊരു സൗഹൃദബന്ധം രൂപപ്പെട്ടുവന്നു. അവളെ അത്രയ്ക്ക് ഇഷ്ടായി. പിന്നെ മെല്ലെ വിഷയത്തിലേക്ക് കടന്നു.

ഞാൻ പറഞ്ഞില്ല്യേ, ഒരാളെ ഞാനായിട്ടു ചതിച്ച കാര്യം! അതിന് എന്നെ പ്രേരിപ്പിച്ചത് മാധവിയാ. അതെങ്ങനെയെന്നാ ഞാൻ പറഞ്ഞു വരുന്നത്.

വാസ്തവത്തിൽ ഞാൻ ഒരു ചതിയും ചെയ്തില്ല്യ. കാര്യങ്ങൾക്ക് തുടക്കം കുറിച്ചത് അയാൾ തന്നെയാ. എന്നെക്കുറിച്ച് കേട്ടറിഞ്ഞ് അയാൾക്ക് ഇരിക്കപ്പൊറുതിയില്ലാതായി എന്നു പറഞ്ഞാൽ അതെന്റെ കുറ്റമാണോ? പെണ്ണിന്റെ സൗന്ദര്യം എങ്ങനെയാ കുറ്റമായി മാറുന്നത്? പെൺസൗന്ദര്യം നന്നായാസ്വദിക്കാനറിയാവുന്നവരാണല്ലോ നിങ്ങളിൽ പലരും. അതിനാൽ എന്റെ സൗന്ദര്യമാണ് അയാളെ തെറ്റുകാരനാക്കിയതെന്ന് നിങ്ങളാരും പറയില്ല്യാന്ന് എനിക്കറിയാം.

ഏതായാലും എന്നെ നേരിട്ടു സമീപിക്കാൻ അയാൾക്ക് ധൈര്യ മില്ല്യായിരുന്നു. എന്നെ പാട്ടിലാക്കാൻ അയാൾ മാധവിയെ പറഞ്ഞ യച്ചതാ. മാധവി മറ്റൊരാളിന്റെ ദൂതുമായി പറന്നെത്തിയ ഹംസമാണെ ന്നറിഞ്ഞപ്പോൾ എനിക്ക് അവളോടു തോന്നിയ സ്നേഹാദരങ്ങളൊക്കെ മഞ്ഞുപോലെ മാഞ്ഞുപോകാൻ തുടങ്ങി. ഒടുവിൽ അവൾ സത്യം പറഞ്ഞു. ആരുടെ ദൂതുമായാണ് വന്നതെന്ന് വ്യക്തമാക്കി. വടക്കേമഠ ത്തിൽ അപ്പുപ്പട്ടർ എന്ന മുപ്പതു വയസ്സുകാരൻ സുന്ദരനാണ് മാധവിയെ എന്റെ അരികിലെത്തിച്ചത് എന്ന സത്യം തുറന്നുപറഞ്ഞു. ഇവിടിരിക്കുന്ന തിരുമനസ്സുകൾക്ക് അപ്പുപ്പട്ടരെ പരിചയമില്ല്യെങ്കിലും അദ്ദ്യേത്തിന്റെ പിതാവ് വടക്കേമഠത്തിൽ താമുട്ടൻ ഓതിക്കനെ അറിയാതിരിക്കില്ല്യ. ആയിരപ്പറ നെല്ല് ഒരു പൂവിന് പാട്ടം ലഭിക്കുന്ന വലിയ തറവാടല്ല്യേ വടക്കേമഠം. സ്വന്തമായി ആനയുള്ള മഠം!

ചെമ്മന്തട്ട മഹാശിവക്ഷേത്രത്തിലെ കഴിഞ്ഞ വാരക്കാലത്ത് ഒരു പ്രഭാതത്തിൽ, അമ്പലക്കുളത്തിൽ മുങ്ങിക്കയറി ഈറൻമാറാതെ ഞാൻ അമ്പലം വലംവെയ്ക്കുകയായിരുന്നു. അന്ന് അപ്പുപ്പട്ടർ എന്നെ കണ്ടത്രെ. ആരോടൊക്കെയോ എന്നെക്കുറിച്ച് തിരക്കിയത്രേ. ആട്ടക്കഥ കളിലൊക്കെ കാണുന്നപോലെ, അന്നുമുതൽ എന്നെക്കുറിച്ചുള്ള ഓർമ അയാളുടെ ഉറക്കംകെടുത്തിക്കളഞ്ഞത്രേ! ചുരുക്കിപ്പറയാം. അപ്പുപ്പട്ടർക്ക് ഒരു ദിവസം ഞാൻ ആതിഥ്യമരുളണം. ഒറ്റദിവസം മതി. അതുകഴി ഞ്ഞിട്ടേ അയാൾക്കിനി ഉറങ്ങാൻ കഴിയുള്ളൂ എന്നൊക്കെ പറഞ്ഞാൽ അത് വെറും പുകഴ്ത്തലാണെന്ന് ആർക്കാ അറിയാൻ കഴിയാത്തേ?

നല്ലവനാണത്രേ, സുന്ദരനാണത്രേ! അത് മാധവിയുടെ കണ്ണിൽ! ഭാര്യയും രണ്ടുമൂന്നു കുഞ്ഞുങ്ങളുമുണ്ടെങ്കിലും പുതുപുഷ്പങ്ങൾ തേടുന്ന ശലഭത്തെപ്പോലെയാണത്രേ അദ്ദ്യേം. നാലഞ്ചുകൊല്ലം അയാൾ മാധവിയുടെ വീട്ടിൽ ആഴ്ചതോറും എത്തുമായിരുന്നു. അവൾക്ക് ധാരാളം സ്വത്തും നൽകി. മാറിടം ഇടിഞ്ഞുതാണപ്പോൾ, അംഗലാവണ്യം മങ്ങിയപ്പോൾ അയാൾക്ക് മടുത്തു. അനാഘ്രാതകുസുമങ്ങൾ ധാരാള മുള്ളപ്പോൾ അത് പതിവാണല്ലോ. പിന്നെയവളെ ദൂതിയാക്കി.

എന്തൊക്കെ പറഞ്ഞിട്ടും ഞാൻ വഴങ്ങിയില്ല്യ, വടക്കേമഠത്തിലെ ആനയെക്കുറിച്ചു പറഞ്ഞപ്പോൾ എന്റെ മറ്റൊരു ദുര്യോഗം ഓർത്തു. എന്റെ സൗന്ദര്യത്തെക്കുറിച്ച് അയാൾ മാധവിയോട് പറഞ്ഞതൊക്കെ അവൾ ആവർത്തിച്ചു. കഥകളിയിൽ എനിക്കുള്ള താത്പര്യത്തെക്കുറിച്ച് അയാൾ ധാരാളം കേട്ടിട്ടുണ്ട്. എന്നെ കാണാനും പാട്ടു കേൾക്കാനും കൊതിക്കുന്നു എന്നും പറഞ്ഞു. കൊതിക്കട്ടെ. ആരെല്ലാം അത്തരത്തിൽ കൊതിക്കുന്നുണ്ടാവും? അവരുടെയൊക്കെ കൊതി തീർത്തുകൊടുക്കാൻ കഴിയില്ല്യാന്ന് ഞാൻ തുറന്നടിച്ചു പറഞ്ഞു.

അയാൾ കൊടുത്തയച്ച ഒരു പണക്കിഴി മുമ്പിൽ വെച്ചു. അതിനക ത്തിരുന്ന വെള്ളിനാണ്യങ്ങൾ എന്നെ ഒളികണ്ണിട്ടു നോക്കി. സത്യത്തിൽ

എനിക്കപ്പോൾ പണത്തിന് വളരെ അത്യാവശ്യമുണ്ടായിരുന്നു. ആ പണം വിഷുക്കൈനീട്ടം തരാൻ അയാൾ കരുതിവെച്ചതാണെന്നും രണ്ടാഴ്ച കഴിഞ്ഞെങ്കിലും വിഷുക്കൈനീട്ടമായി അത് സ്വീകരിക്കണമെന്നുമാണ് അയാളുടെ അപേക്ഷ. അയാളെ എന്റെ കിടപ്പറയിൽ സ്വീകരിക്കാൻ മനസ്സില്ലെങ്കിൽ വേണ്ടെന്നും ആ കൈനീട്ടം സ്വീകരിക്കണമെന്ന അപേക്ഷ തള്ളിക്കളയരുതെന്നും അയാൾ പ്രത്യേകം പറഞ്ഞതായി മാധവി. ആ പണം തിരസ്കരിക്കാൻ എനിക്കു തോന്നിയില്ല്യാ. പണക്കിഴിയുടെ വലിപ്പം കണ്ടപ്പോൾ പത്തുപതിനഞ്ച് ബ്രിട്ടീഷ് രൂപയെങ്കിലും കാണുമെന്ന് തോന്നി. ആവശ്യത്തിന് വസ്ത്രമോ ആഹാരമോ ഇല്ലാത്ത അനുജത്തിമാർ വേദനയായി മനസ്സിലുയർന്നു. അവരെ യോർത്തപ്പോൾ ആ പണം തിരിച്ചുകൊടുക്കാൻ തോന്നിയില്ല്യ. ഞാനത് സ്വീകരിച്ചതുമില്ല്യ. അയാളെ സ്വീകരിക്കാമെന്ന് സമ്മതിച്ചതുമില്ല്യ. കയ്ച്ചിട്ട് ഇറക്കാനും മധുരിച്ചിട്ട് തുപ്പാനും കഴിയാതെ കുഴങ്ങി.

മാധവി പറഞ്ഞു:

“പുരുഷന്മാരെ കിടപ്പറയിൽ സ്വീകരിക്കുന്നത് വേശ്യാവൃത്തി തന്ന്യാ. എങ്കിലും അതൊരു വൃത്തികെട്ട കാര്യോന്നുമല്ല്യ. വൃത്തികെട്ടവരോടൊപ്പം കിടക്ക പങ്കിടാതിരുന്നാൽ മതിയല്ലോ. എല്ലാ രാജാക്കന്മാരും വേശ്യാവൃത്തിയെ പ്രോത്സാഹിപ്പിച്ചിട്ടേയുള്ളൂ. ദേവദാസികൾ എന്താണ് ചെയ്യുന്നത്? വേശ്യാവൃത്തിതന്നെയാ. രാജാക്കന്മാരെയും ധനികരെയും മാത്രമേ അവർ സ്വീകരിക്കൂ. അവർ രാജാവിനൊപ്പം പല്ലക്കിലും രഥത്തിലും സഞ്ചരിക്കുന്നു. കൊട്ടാരങ്ങളിൽ വസിക്കുന്ന മഹാകവികൾ ദേവദാസികളെ വർണിച്ച് സാഹിത്യകൃതികൾ എഴുതുന്നു. ആ സ്ത്രീകളുടെ നഖം മുതൽ മുടിവരെയുള്ള എല്ലാ അവയവങ്ങളെയും കവികൾ പാടിപ്പുകഴ്ത്തുന്നു. വേശ്യകളെത്തന്നെയാ ഇങ്ങനെ പാടിപ്പുകഴ്ത്തുന്നത്. എന്തുകൊണ്ട് നമുക്കും അങ്ങനെ ആയിക്കൂടാ? പുരുഷന്മാർക്ക് പല സ്ത്രീകളെ സമീപിക്കാമെങ്കിൽ എന്തുകൊണ്ട് നമുക്ക് നമ്മുടെ മനസ്സിനിണങ്ങിയ പുരുഷന്മാരെ കിടപ്പറയിൽ സ്വീകരിച്ചുകൂടാ?

മുലയും തലയും മുഖത്തിന്റെ ഭംഗിയും ദന്തങ്ങളുടെ കാന്തിയുമുള്ള മഞ്ജുവാണിമാർക്ക് ഈ തൊഴിൽ മുതൽതേടലാണ്. പക്ഷേ, അതിന് പരിചയമുള്ളവരുടെ ഉപദേശം സ്വീകരിക്കണം. അനുഭവത്തിന്റെ വെളിച്ചത്തിലാണ് ഞാനിതൊക്കെപ്പറയുന്നത്. എനിക്ക് ഈ തൊഴിലിന്റെ രഹസ്യങ്ങൾ പഠിപ്പിച്ചുതന്നത് എന്റെ അമ്മ തന്ന്യാ.

ഞാൻ നിനക്ക് വൈശികതന്ത്രങ്ങൾ പഠിപ്പിച്ചുതരാം. നീ ഉടുത്തിരിക്കുന്ന ഈ പരുക്കൻ പുടവയ്ക്കു പകരം നിനക്ക് പട്ടുചേല ധരിക്കാൻ കഴിയും. സുഗന്ധതൈലങ്ങളും കസ്തൂരിയും പൂശി നിന്റെ ശരീരത്തെ കാത്തുസൂക്ഷിക്കാം. നമുക്ക് ഒറ്റ ജീവിതമേയുള്ളൂ കുട്ടീ, ഒറ്റ ജീവിതം. എനിക്കു മുപ്പതു വയസ്സായി. എന്റെ അരികിൽ ഇപ്പോൾ ധനികരാരും വരുന്നില്ല്യ. നിന്റെയീ പ്രായത്തിൽ സമ്പാദിക്കുന്ന ധനംകൊണ്ടുവേണം

വാർദ്ധക്യകാലത്തും ജീവിക്കാൻ എന്നോർക്കണം. കൈവന്ന ഭാഗ്യങ്ങൾ തട്ടിക്കളയരുത്. പണമുണ്ടായാൽ അഹങ്കാരം വർദ്ധിക്കുമെന്നൊക്കെ പറയുന്നത് കേട്ടിട്ടുണ്ട്. എങ്കിലും നീ ഒന്നറിയുക. പത്തു പണത്തിനു കൊള്ളാത്തവനും ചത്തുപോയവനും തമ്മിൽ എന്താണ് വ്യത്യാസം? സുന്ദരിമാരെ ദൈവം സഷ്ടിച്ചത് വെറുതെയല്ല്യ. എല്ലാവർക്കും ദൈവം സൗന്ദര്യം നൽകാത്തത് എന്താണ്? നിനക്ക് വരുമാനമുണ്ടാക്കി സുഖിച്ചു ജീവിക്കാൻ ദൈവം തന്ന സമ്പത്താണ് ഈ സൗന്ദര്യം. നീയത് ഉപയോഗപ്പെടുത്താതിരുന്നാൽ അത് ദൈവനിന്ദയാവും അങ്ങനെ യായാൽ ചിലപ്പോ ദൈവം ആ സൗന്ദര്യം തിരിച്ചെടുത്തെന്നുവരും.

നിനക്ക് വൈശികതന്ത്രത്തെക്കുറിച്ച് ഒന്നും അറിയില്ല്യ. വളരെ പ്രസിദ്ധമല്ല്യേ ആ പുസ്തകം. എന്റെ കൈയിലുണ്ട്. നിനക്ക് ഞാനത് തരാം. അത് ആദ്യവസാനം വായിച്ചുപഠിക്കേണ്ടതാ. അതിൽ പറയു ന്നുണ്ട്, തരുണന്മാരെ വെറുത്ത് നിയമേന രാത്രിയിൽ ഒറ്റയ്ക്ക് കിടക്കു ന്നത് നല്ലതല്ലെന്ന്. ആണുങ്ങളണയാത്ത പെണ്ണും ചേറില്ലാത്ത വയലും ഒരുപോലെ അശ്രീകരമാണെന്ന് മനസ്സിലാക്കണം.

വേശ്യാവൃത്തി അത്ര എളുപ്പമുള്ള പണിയല്ല്യ. കയറിന്മേൽ നടക്കുന്ന വിദ്യയിലെന്നപോലെ വൈശികവിദ്യയിലും ഒരു ചുവടു കുറ യുകയോ ഒരു ചുവടു കൂടുകയോ ചെയ്താൽ മതി, തലകീഴ്മറിഞ്ഞു താഴെവീഴും.

'കല്ലിനെ പെരിയ കായലാക്കലാം
കായലെ പെരിയ കല്ലുമാക്കലാം
വല്ല വാറ് പല നാളുഴൽകിലും
വല്ലുവാനരിയതൊന്റു വൈശികം.'

എന്നാണ് അതിൽ പറയുന്നത്. കല്ലിനെ കായലാക്കാം, കായലിനെ വലിയ കല്ലാക്കാം. എന്നാൽ വളരെ ക്ലേശിച്ച് പലനാൾ ശ്രമിച്ചാലും വൈശികം വശമാക്കുക എളുപ്പമല്ല. എങ്കിലും പതിനേഴു വർഷത്തെ അനുഭവത്തിന്റെ വെളിച്ചത്തിൽ വേണ്ട സഹായങ്ങൾ ചെയ്തുതരാം. പതിമൂന്നാം വയസ്സിൽ ഈ തൊഴിലിൽ ഇറങ്ങിയതാ.

ഇതാ, ഈ കാണിക്കക്കിഴിയിൽ ഇരുപത് ബ്രിട്ടീഷ് ഒരു രൂപത്തുട്ടു കളുണ്ട്. നിനക്കും അനുജത്തിമാർക്കും അമ്മമാർക്കും ആവശ്യ ത്തിന് നല്ലപുടവകളും മറ്റും വാങ്ങിയാലും പണം മിച്ചമുണ്ടാകും. ഇല്ലത്തെ ദാരിദ്ര്യമെന്തെന്ന് എനിക്കറിയാം. എന്നാണ് അപ്പുപ്പട്ടർ വരേണ്ടതെന്നു പറയൂ. ഒരു ചാക്ക് അരികൂടി കൊടുത്തയയ്ക്കാൻ ഞാൻ പറയാം.''

മാധവി എന്നെ വീഴ്ത്തിക്കളഞ്ഞു. അങ്ങനെ ഇരുപത് ബ്രിട്ടീഷ് രൂപയും ഒരു ചാക്ക് അരിയും പ്രതിഫലം പറ്റിക്കൊണ്ട് ഒരു രാത്രി പുലരുവോളം എന്റെ ശരീരത്തിന്റെ പൂർണാവകാശം അപ്പുപ്പട്ടർക്ക് വിട്ടു കൊടുത്തു. ഈ ശരീരത്തെ അയാൾ എന്തൊക്കെ ചെയ്തെന്ന് എനിക്കു

തന്നെ അറിയില്ല്യാ. ഒരുതരത്തിലും അയാളെന്നെ വേദനിപ്പിച്ചില്ല്യ. അയാൾക്കുവേണ്ടി ഞാൻ പാടി, ആടി. നന്ദി വേണമല്ലോ; അയാളുടെ എല്ലാ ഇഷ്ടങ്ങൾക്കും ഞാൻ വഴങ്ങി. തേൻ നുകരുന്നതുപോലെ എന്നെ നുകർന്നു. ചുംബനംകൊണ്ടു പൊതിഞ്ഞു. മടിയിൽ കിടത്തി തലോടി. അയാൾ മാത്രമല്ല, ഞാനും ആസ്വദിക്കുകയായിരുന്നു. ശരിക്കും ഞാനയാളെ ആസ്വദിച്ചു നുകർന്നു. ഒടുവിൽ അയാളുടെ മാറിൽ കിടന്ന് ഞാൻ ഉറങ്ങി. സത്യമായും അതിനപ്പുറം ഞാനൊന്നും ചെയ്തിട്ടില്ല്യ.''

താത്രിയുടെ മുമ്പിലിരുന്ന സ്മാർത്തവിചാരസഭയെന്ന വൃദ്ധസഭയ്ക്ക് ശ്വാസംമുട്ടി. തങ്ങളുടെ ഇന്നലെകൾ അവരെ വേട്ടയാടിക്കൊണ്ടിരുന്നു. ഒന്നുരണ്ടുപേർ പ്രായം മറന്ന് അവിടിരുന്ന് ഞെരിപിരികൊള്ളുന്നതും താത്രി ശ്രദ്ധിച്ചു.

''ഇനി ആരാ, ആരെന്നു പറയ്യ.''

സ്മാർത്തൻ സുഖമുള്ള ഓർമ്മകളിൽ നിന്നുണർന്ന് യാഥാർഥ്യത്തിലേക്കുവന്നു.

''ഇത്രമാത്രം വിസ്തരിക്കണമെന്നില്ല്യാ. നീയ്യ് ഇങ്ങനെ വിസ്തരിച്ചതിൽനിന്നും സത്യമാണ് നീ പറഞ്ഞതെന്ന് ബോധ്യപ്പെട്ടിരിക്കുന്നു. പറയ്യ, ആരെക്കുറിച്ചാ ഇനി പറയാനുള്ളതെങ്കിലും വളരെ ചുരുക്കിപ്പറയ്യ.''

താത്രി ശിരസ്സു നമിച്ചുനിന്നു. വളരെനേരം കാത്തുനിന്നിട്ടും അവൾ ഉരിയാടിയില്ല്യ.

''ഓളെന്ത്യേ ഒന്നും ഉരിയാടാത്തേ?''

തോട്ടയ്ക്കാട്ടു കുഞ്ഞൻ ഓതിക്കൻ വെളുത്തേരി ഓതിക്കന്റെ ചെവിയിൽ ചോദിച്ചു.

''ഇപ്പ കേൾക്കാം അടുത്ത കഥ. ആളൊരു തികഞ്ഞ രസികത്തി തന്ന്യാ. അപ്പുപ്പട്ടർ ഭാഗ്യം ചെയ്തോനാ.''

വെളുത്തേരി തോട്ടയ്ക്കാട്ടിന്റെ ചെവിയിൽ കടിച്ചു. ഇരുവരും വായ് പൊത്തി ചിരിച്ചു.

''പറയൂ കുഞ്ഞേ, നീ നന്നായി മനോദുഃഖത്തിലാണെന്ന് മനസ്സിലായി. ഒന്നും ഭയക്കേണ്ട. ആരുടെ പേരായാലും സധൈര്യം ഉറക്കെ പറഞ്ഞോളൂ.''

പുറക്കോവിൽ കണ്ടഞ്ചാത സ്നേഹപൂർവം പ്രേരിപ്പിച്ചു. താത്രി മുഖമുയർത്തി പുറക്കോവിലിനെ നോക്കി മെല്ലെ പറഞ്ഞു:

''എന്നെ സംരക്ഷിക്കാൻ ആരൂല്ലാണ്ടായി തിരുമനസ്സേ. കുഞ്ഞുന്നാളു തൊട്ടേ എന്റെ സ്ഥിതി അങ്ങന്യാ. എനിക്കു ചുറ്റും വേലിയുണ്ടായിരുന്നു. വേലിതന്ന്യെ വിളവു തിന്നാൽ പിന്നെന്താ ഗതി?''

താത്രി ചോദിച്ചു.

''അങ്ങനെ ധ്വന്യാത്മകമായി പറഞ്ഞാൽ മതിയാവില്ല്യ. വ്യക്തമായി പറയ്യ.''

സ്മാർത്തൻ നിർദേശിച്ചു.

"ഞാനിപ്പോ പറയാൻ പോകുന്നത് ദേവുമ്മായിയും ചെമ്പൂട്ടിയും അറിയാത്ത ഒരു കാര്യാണ്. ദേവുമ്മായി കുറിയേടത്തില്ലത്ത് എത്തിയശേഷമാണ് ആ സംഭവം നടന്നതെങ്കിലും ആ ദിവസം ദേവുമ്മായിയും ചെമ്പൂട്ടിയുംകൂടി മേലതിക്കാവിൽ ആയില്യം തൊഴാൻ പോയിരുന്നു. അന്ന് മീനം പത്തിനായിരുന്നു ആയില്യം. ഞങ്ങൾ മൂന്നാളുംകൂടി മേലതിക്കാവിൽ തൊഴാൻ പോകാൻ പത്തുപതിനഞ്ചു ദിവസം മുമ്പേ നിശ്ചയിച്ചിരുന്നു. അങ്ങനെ നിശ്ചയിക്കാനും ഒരു കാരണമുണ്ടായി. കുറിയേടത്ത്കാവിൽവെച്ച് ഞാനും ദേവുമ്മായിയും ഒരു മൂർഖന്റെ മുമ്പിൽപെട്ടു. ഞങ്ങളുടെ നേർക്ക് അത് പത്തിവിടർത്തി നിന്നാടി. ജീവിതം അവസാനിച്ചൂന്ന് കരുതിയതാ. ദൈവത്തെ വിളിക്കയല്ല്യാണ്ട് ഞങ്ങളെന്താ ചെയ്യാ? മേലതിക്കാവിലെ നാഗയക്ഷിയെ വിളിച്ച് ഞാൻ മനസാ കരഞ്ഞു. ഒന്നും മിണ്ടാൻ കഴിഞ്ഞില്ല്യാ. എന്റെ നാവുറഞ്ഞു പോയി. രക്തം ഉറഞ്ഞു പോയി. ചത്തൂന്ന്തന്നെ നിരീച്ചോയി.

എന്റെ പ്രാർത്ഥന ഫലിച്ചൂന്നാ തോന്ന്യേ. ഏതായാലും ആ മൂർഖൻ ഞങ്ങളെ ഉപദ്രവിച്ചില്ല്യാ. അന്ന് അവിടെവച്ച് നേർന്നതാ; മേലതിക്കാവിൽ അടുത്ത ആയില്യത്തിനുതന്നെ തൊഴാൻ പോവാംന്ന്. വിധി ഒരിക്കലും എന്റെ ആഗ്രഹങ്ങൾക്ക് അനുസരിച്ച് നിന്നിട്ടില്ല്യാ. മുമ്പിൽ എന്നും എന്തെങ്കിലും തടസ്സങ്ങൾ വന്നുപെട്ടുകൊണ്ടിരിക്കും. ആയില്യദിനത്തിൽ നാലാംകുളി കഴിഞ്ഞതേയുള്ളൂ. ഏഴാംകുളി കഴിയാതെ അമ്പല ങ്ങളിൽ പോകാറില്ലല്ലോ. എന്താ ചെയ്യ. നേർച്ച മുടക്കാനും പാടില്ല്യ.

അതിരാവിലെ ദേവുമ്മായിയും ചെമ്പൂട്ടിയുംകൂടി മേലതിക്കാവിലേക്ക് യാത്ര തിരിച്ചു. ഏതാണ്ട് പതിനൊന്നു മണിയായപ്പോ എന്റെ അമ്മാവനായിരുന്ന ഓക്കിഅപ്ഫൻ ഇട്ടീരി നമ്പൂതിരി മറ്റൊരാളെയും കൂട്ടി ഇവിടെയെത്തി. മുറയ്ക്ക് അമ്മാവനൊക്കെ തന്ന്യെയാണെങ്കിലും ആളത്ര നല്ലവനല്ല്യാന്ന് പണ്ടേ അറിയാമായിരുന്നു. അതിനാൽ സൂക്ഷിച്ചും കണ്ടും മാത്രമേ ആ മനുഷ്യന്റെ സമീപത്ത് പോകാറുള്ളൂ. പോകാറില്ല്യാ എന്നു തന്ന്യേ പറയാം. കൂടെയുള്ളയാൾ മാമ്പിള്ളി പരമേശ്വരൻ ഓതിക്കൻ ആണെന്നും തനിക്ക് ഒരുപാട് സഹായങ്ങൾ ചെയ്തു തന്നയാളാണെന്നും എന്തോ ആവശ്യത്തിന് നമ്പ്യാത്തനെ കാണാൻ വന്നതാണെന്നും പറഞ്ഞു.

"അയ്യോ അദ്ദ്യേം ഇവിടില്ലല്ലോ. ചെമ്മന്തട്ട ശിവക്ഷേത്രത്തിൽ എന്തോ കാര്യംന്ന് പറഞ്ഞ് പോയല്ലോ. അവ്ടച്ചെന്നാ കാണാലോ."

ഞാൻ പറഞ്ഞു.

"എന്നാ അങ്ങന്യാകാം എന്നായി മൂപ്പർ. കൂട്ടത്തിൽ ദേവുമ്മായിയും ചെമ്പൂട്ടിയും ഇവിടില്ല്യാന്നും മനസ്സിലാക്കി. അവർ രണ്ടാളും ഇറങ്ങി നടന്നു. ഞാനന്നേരം കുളിയും നനയും കഴിഞ്ഞ് ഈറൻമാറാതെ

മുറ്റത്തെത്തിയതേ ഉണ്ടായിരുന്നുള്ളൂ. നനച്ചതൊക്കെ വിരിച്ചിട്ട് അകത്തു കയറി ഈറൻമാറാൻ തുടങ്ങേരുന്നു. ഉടുത്തിരുന്നത് അഴിക്കുകയും കൈയിലിരുന്നത് ഉടുക്കാൻ തുടങ്ങുകയുമായിരുന്നു. ആരോ അകത്തു കടന്നതുപോലെ തോന്നി. അവൻ മാമ്പിള്ളി പരമേശ്വരൻ. ഞാനൊന്നു പതറിപ്പോയി. പുലി മാനിന്റെ കഴുത്തിലേ പിടിക്കൂ എന്ന് കേട്ടിട്ടുണ്ട്. ഇര പിടിക്കാൻ വന്ന മാമ്പിള്ളി പരമേശ്വരൻ നമ്പൂതിരി ഓതിക്കൻ എന്റെ ഉടുതുണിയിൽതന്നെ പിടിച്ചു. നിഷ്പ്രയാസം അത് പറിച്ചെറിയാൻ അവന് കഴിഞ്ഞു. നല്ല ബലവാനായിരുന്നു അയാൾ. നാല്പതു വയസ്സി ലധികം പ്രായംണ്ടാവില്ല്യ. ഒരു യോദ്ധാവിന്റെ ശരീരഘടനയായിരുന്നു അയാൾക്ക്. അയാളെന്നെ കീഴ്പ്പെടുത്താൻ ശ്രമിച്ചു. ഉടുതുണിയില്ലാതെ യാണ് ഞാൻ നിന്നതെങ്കിലും ഇരുകൈയുപയോഗിച്ച് ഞാനവനെ ചെറുത്തു. മൽപ്പിടിത്തം തന്ന്യായി. ഞാൻ നന്നായി ചെറുത്തുനിന്നു. ഒടുവിൽ അയാളെന്നെ മലർത്തിയടിച്ചുകളഞ്ഞു. എന്റെ കൈകാലുകൾ തളർന്നുപോയി. ആഗ്രഹങ്ങൾ സാധിച്ച് അയാൾ പിന്മാറുന്നതുവരെ നിലംപറ്റി കിടക്കാനേ എനിക്കു കഴിഞ്ഞുള്ളൂ. അയാൾ എഴുന്നേറ്റു തുടങ്ങിയപ്പോൾ വലതുകൈ നിലത്തൂന്നി, ഇടതുകൈയെത്തിച്ച് ഞാനവന്റെ തുട മാന്തിപ്പൊളിച്ചു.''

താത്രി ഇടതുകൈയിലെ തത്തമ്മച്ചുണ്ടുപോലുള്ള നഖങ്ങൾ നീട്ടിക്കാണിച്ചുകൊണ്ടു പറഞ്ഞു:

''അവന്റെ ഇടതു തുട എന്റെ മൂന്നു നഖങ്ങൾകൊണ്ട് മാന്തി പ്പൊളിച്ചു. അവൻ തിരിഞ്ഞുനിന്ന് മുറിവു പരിശോധിക്കുന്നതിനിടയിൽ അവന്റെ ഉടുമുണ്ട് ഞാൻ നൂറുകഷണങ്ങളാക്കി. പഴകിപ്പൊടിഞ്ഞ ഒരു മുണ്ടായിരുന്നു അത്. അവൻ മുറ്റത്ത് എടുത്തുചാടി. നനച്ചിട്ടിരുന്ന എന്റെ ഒരു രണ്ടാംമുണ്ടും എടുത്തുകൊണ്ട് ഇറങ്ങിഓടി. ആ സംഭവത്തിന്റെ ഓർമ്മയ്ക്ക് ചാണകത്തറയിൽ അവന്റെ തുടയിൽനിന്നിറ്റുവീണ നാലഞ്ചു തുള്ളിച്ചോര. ഞാനെന്റെ നഖങ്ങളിലേക്കു നോക്കി. മൂന്നു നഖങ്ങളും അവന്റെ തൊലിയും മാംസവും കൊണ്ടു നിറഞ്ഞിരുന്നു.''

ഒരു മൽപ്പിടിത്തം കഴിഞ്ഞിട്ടെന്നപോലെ താത്രി നിന്നു കിതച്ചു. സഭയിലെ ഓരോ അംഗത്തെയും താത്രി മാറിമാറി നോക്കി. മീമാംസ കരിൽ ഒരാളായ മാമ്പിള്ളി വെളുത്തേരി ഓതിക്കൻ വായ് തുറന്ന് തുറു കണ്ണുകളുമായിരിക്കുന്നത് താത്രി കണ്ടു. തന്റെ അനുജൻ പരമേശ്വരന്റെ മാഹാത്മ്യമാണല്ലോ അയാൾ കേട്ടുകൊണ്ടിരുന്നത്. അവനെ രക്ഷ പ്പെടുത്താൻ ഇനിയൊരു വഴിയുമുണ്ടാവില്ലല്ലോ എന്നോർത്ത് അയാൾ അവിടിരുന്ന് നീറി. സഭാവാസികളാരും ഉരിയാടിയില്ല്യ. കണ്ടഞ്ചാത നമ്പൂരിക്ക് അവളുടെ മുഖത്തു നോക്കാൻ തോന്നിയില്ല്യ. ഇത്രയൊക്കെ സഹിച്ച ഒരു പെണ്ണിനെയാണല്ലോ തങ്ങൾ വിചാരണ ചെയ്ത് ശിക്ഷി ക്കാൻ പോകുന്നത് എന്ന കുറ്റബോധത്താൽ അദ്ദേഹം മുഖം കുനിച്ചി രുന്നു. സമൂഹത്തെ നിയന്ത്രിക്കുകയും വരുംതലമുറയ്ക്ക് നല്ല വഴികൾ

കാട്ടിക്കൊടുക്കുകയും ചെയ്യേണ്ട ഓതിക്കന്മാർ ഇങ്ങനെയായാൽ ഈ സമുദായത്തിന്റെ അവസ്ഥയെന്താകും എന്ന് ചിന്തിക്കുകയായിരുന്നു അദ്ദേഹം.

"ഇല്ല്യ, ഗുണംപിടിക്കില്ല്യ."

തന്റെ അന്തരാത്മാവിൽനിന്നും പുറത്തുവന്ന ആ ശബ്ദംപോലും അദ്ദേഹം കേട്ടതുമില്ല.

"നീയ്യ് ഇപ്പറഞ്ഞതൊക്കെ സത്യം തന്ന്യാണോ?"

സ്മാർത്തൻ ചോദിച്ചു.

"ജീവനിൽ ഭയമില്ലാത്തവൾ ഭൂമിയിൽ ഒന്നിനെയും ഭയക്കില്ല്യ തിരുമനസ്സേ. കള്ളം പറഞ്ഞിട്ട് എനിക്കൊന്നും നേടാനില്ല്യ. മാമ്പിള്ളിമന ഇവിടെ അടുത്തുതന്നെയല്ല്യേ? ചെന്ന് തിരക്കാം. മീമാംസകൻ മാമ്പിള്ളി വെള്ളുത്തേരി ഓതിക്കന്റെ മന എവിടെയാണെന്ന് ഞാൻ പറഞ്ഞുതരേണ്ടല്ലോ. മാമ്പിള്ളി പരമേശ്വരൻ നമ്പൂതിരി വല്യ ധനികനല്ല്യേ? ഓതിക്കന്മാരും മീമാംസകരുമല്ല്യേ ഇല്ലത്തുള്ളവർ? അതുകൊണ്ടുതന്ന്യേ നിങ്ങളൊക്കെ അറിയുകയും ചെയ്യും. സത്യമല്ലേ എന്നറിയാൻ വല്ല പ്രയാസവുമുണ്ടോ? അവന്റെ ഉടുമുണ്ടഴിച്ചാൽ അണ്ണാന്റെ മുതുകിലെ വരപോലെ എന്റെ മൂന്നു നഖങ്ങൾ മാന്തിയുണ്ടാക്കിയ മുറിപ്പാടുണങ്ങിയ തഴമ്പു കാണാൻ കഴിയും.

തെളിവിനുവേണ്ടി മറ്റൊരു കാര്യംകൂടി പറയാം. മാമ്പിള്ളി ഇല്ലത്തെ ദാസി ചങ്ങതവാരസ്യാർ നാലഞ്ചു ദിവസം കഴിഞ്ഞ് എന്നെ കാണാൻ വന്നു. അന്ന് ബലംപ്രയോഗിച്ച് എന്നെ കീഴ്പ്പെടുത്തിയതിൽ ഖേദമുണ്ടെന്നും നഷ്ടപരിഹാരമായി ഞാൻ ചോദിക്കുന്നതെന്തും തരാമെന്നും പറഞ്ഞയച്ചു. അവന്റെ ചങ്കിലെ ചോരയാണ് നഷ്ടപരിഹാരമായി വേണ്ടതെന്നും എന്നായാലും അവന്റെ മരണത്തിനുത്തരവാദി ഞാനായിരിക്കുമെന്നും പറഞ്ഞയച്ചു. ചങ്ങതവാരസ്യാർ ഇപ്പോഴും മാമ്പിള്ളിമനയിലുണ്ട്. വിളിക്ക; വിളിച്ചുവരുത്തി ചോദിക്ക. ഞാൻ പറഞ്ഞത് ശരിയോ എന്നറിയണമല്ലോ."

സ്മാർത്തസഭയിലാരും ആ വെല്ലുവിളി ഏറ്റെടുക്കാൻ തയ്യാറായില്ല. വെള്ളുത്തേരി ഓതിക്കൻ രണ്ടാംമുണ്ടുകൊണ്ട് വിയർത്തൊഴുകുന്ന മുഖം തുടയ്ക്കുന്ന ഭാവത്തിൽ അധികസമയവും മുഖംപൊത്തിയിരുന്നു. വളരെനേരം കഴിഞ്ഞിട്ടും താത്രി ഒന്നും പറയാതെ നിൽക്കുന്നതു കണ്ട് സ്മാർത്തൻ ചോദിച്ചു:

"എന്താ നീയ്യ് മൗനമായി നിൽക്കേ? ഇനിയും ആരൊക്കെയോ ഉണ്ടെന്നല്ല്യേ കേൾവി? ഒന്നൊന്നായി വേഗം പറയ്യ. പറഞ്ഞതൊക്കെ നാം രേഖപ്പെടുത്തിക്കഴിഞ്ഞു."

"ഇല്ല്യ, ഒന്നും പറയുന്നില്ല്യ. എന്നെ അവിശ്വസിച്ചാൽ എനിക്കത് സഹിക്കില്ല്യ. ഞാൻ കള്ളം പറയില്ല്യ. കാർത്ത്യായനീഭഗവതിയോ

ചെമ്മന്തട്ട മഹാശിവക്ഷേത്രത്തിലെ ശിവനോ എന്നെ അവിശ്വസിച്ചാൽ ആ ദൈവങ്ങളോട് മേലിൽ ഞാൻ ഉരിയാടില്ല്യ. എന്റെ ശരീരമേ മലിന മായിട്ടുള്ളൂ. അത് കഴുകിയാൽ പോകുന്ന കാര്യമേയുള്ളൂ. അഗ്നിശുദ്ധി യുള്ളതാ എന്റെ മനസ്സ്. അത് ആളിക്കത്തിയാൽ ആ തീയണയ്ക്കാൻ നിങ്ങൾക്കാർക്കും കഴിയില്ല്യാ. മാമ്പിള്ളിയുടെ കാര്യത്തിൽ തീരുമാന മായിട്ട് അടുത്തതിലേക്ക് കടക്കാം."

വയറിനുമേൽ ഇരുകൈ കെട്ടി തൂണുചാരി താത്രി നിന്നു. കെട്ടിയ കൈകൾക്കുമേൽ മുലകൾ തെല്ലുയർന്നുനിന്നു. ആ നില്പിന് പ്രതിരോധ ത്തിന്റെ കരുത്തുണ്ടായിരുന്നു. വെല്ലുവിളിയുടെ സ്വരമുണ്ടായിരുന്നു. ചോദ്യം ചെയ്യൽ നിലയ്ക്കുമെന്നു തോന്നി. മാമ്പിള്ളി വെളുത്തേരി ഓതിക്കന്റെ പാരവശ്യം താത്രിയും ശ്രദ്ധിച്ചു. ജീവന് യാചിക്കുന്നതു പോലെ അദ്ദേഹം താത്രിയെ നോക്കി. അവളുടെ കണ്ണുകളിൽ അഗ്നി ജ്വലിക്കുന്നതുകണ്ട് മാമ്പിള്ളി കണ്ണടച്ച് കൈകൂപ്പി ശിരസ്സു നമിച്ചു. ആരാ ഇവൾ? ഇവൾ വെറും താത്രിയല്ല്യ. ഇവൾ വെറുമൊരു അന്തർജനമല്ല്യ. ഭഗവതീ, പറയൂ ആരാ ഇവൾ? മാമ്പിള്ളി ഉള്ളുരുകി പ്രാർത്ഥിച്ചു.

പെരുമ്പിള്ളി ഇട്ടീരി ഓതിക്കനോളം അപമാനം സഹിക്കേണ്ടി വന്നില്ലെങ്കിലും തന്റെ അനുജൻ നിമിത്തം താനും അപമാനിതനായല്ലോ! ആരൊക്കെയാണ് ഇനി കടപുഴകിവീഴാൻ പോകുന്നത്? തൂണുചാരി നിൽക്കുന്ന താത്രി എന്ന കൊടുങ്കാറ്റിനോട് തന്റെ കുടുംബത്തെ നിലം പരിശാക്കല്ലേയെന്ന് മാമ്പിള്ളി കേണപേക്ഷിച്ചുകൊണ്ടിരുന്നു. ഒടുവിൽ കണ്ടഞ്ചാത ഇടപെട്ടു.

"നിന്നെ ആരും അവിശ്വസിച്ചിട്ടില്ല്യ. നീയ്യ് പറഞ്ഞത് സത്യമല്ല്യാന്ന് മാമ്പിള്ളി പരമേശ്വരൻ നമ്പൂതിരി വാദിക്കുകയാണെങ്കിൽ മാത്രമേ മറ്റു തെളിവുകൾ ശേഖരിക്കാൻ സ്മാർത്തസഭ പോവുകയുള്ളൂ. അതുവരെ നീ പറഞ്ഞത് ഞങ്ങൾ അംഗീകരിച്ചിരിക്കുന്നു. പറയ്യ, ഇനിയും പറയ്യ, നിനക്കു പറയാനുള്ള പേരുകൾ സധൈര്യം പറയ്യ."

കണ്ടഞ്ചാതയുടെ പിന്തുണ ലഭിച്ചതിൽ താത്രി മനസാ നന്ദി പറഞ്ഞു.

"എന്നെ ശിക്ഷിക്കാൻ ആവശ്യമായ തെളിവുകൾ ഞാൻ നൽകി ക്കഴിഞ്ഞു. കൂടുതൽ തെളിവുകൾ വേണമെങ്കിൽ ഞാൻ നൽകാം."

താത്രി നിലപാട് വ്യക്തമാക്കി.

"വേണം. വേണം."

സ്മാർത്തൻ ആവേശത്തോടെ പറഞ്ഞു.

"നാം രാജകല്പന നിറവേറ്റാൻ വന്നതാ. സത്യസന്ധമായും നിഷ് പക്ഷമായും നമ്മുടെ ചുമതല നിറവേറ്റണമെന്നേയുള്ളൂ. അതിന്റെ ഫലമായി ആരൊക്കെ ശിക്ഷിക്കപ്പെടുമെന്നോ ആരൊക്കെ രക്ഷപ്പെടു മെന്നോ നോക്കാറില്ല്യ. പറയ്യ, നിന്റെ ഓർമ്മയിൽ എത്തുന്ന മുറയ്ക്ക് പറയ്യ."

സ്മാർത്തൻ സ്നേഹഭാവത്തിൽ നിർദേശിച്ചു.

താത്രി പറഞ്ഞു. "ചിലപേരുകൾ മാത്രമല്ല; എവിടെവച്ച് എങ്ങനെ ബന്ധപ്പെട്ടു; ആ ബന്ധപ്പെടലിന്റെ സവിശേഷതകൾ, ഹൃദ്യവും അനുഭൂതിനിർഭരവുമായ അനുഭവങ്ങൾ; അറപ്പും വെറുപ്പുമുണ്ടായ സന്ദർഭങ്ങൾ, ലഭിച്ച സമ്മാനങ്ങളും പ്രതിഫലങ്ങളും—എല്ലാം സവിസ്തരം പറഞ്ഞു. വിചാരണ ആരംഭിച്ചശേഷം രണ്ടു ദിവസംകൊണ്ട് പത്തുപേർ പ്രതിപ്പട്ടികയിൽ ഇടംപിടിച്ചു. താത്രി തളർന്നില്ല്യ. എന്നാൽ സ്മാർത്തസഭ തളർന്നു. എഴുതിയെടുത്തുകൊണ്ടിരുന്ന സ്മാർത്തൻ തളർന്നു. തന്റെ അനുജൻ മാമ്പിള്ളി പരമേശ്വരൻ നമ്പൂതിരി ഓതിക്കന് സംഭവിക്കാൻ പോകുന്ന ദുര്യോഗമോർത്ത് മീമാംസകൻ മാമ്പിള്ളി വെളുത്തേരി ഓതിക്കൻ ആകെത്തളർന്നു. അകക്കോവിൽ മാങ്കാവിൽ വിഷ്ണുനമ്പൂതിരി ഓതിക്കൻ പാരവശ്യത്തിലായി. താനായിട്ടു വരുത്തിവെച്ച വിനയാണിതെന്നോർത്ത് കണ്ടഞ്ചാത വാസുദേവൻ നമ്പൂതിരി അന്തരാത്മാ വിലപിച്ചു.

'ഒന്നും വേണ്ടിയിരുന്നില്ല്യാ.' കണ്ടഞ്ചാതയുടെ അന്തരാത്മാവ് പറഞ്ഞുകൊണ്ടേയിരുന്നു.

"നിർത്താം; ഇന്നത്തേക്ക് നിർത്തിവെയ്ക്കാം. നാളെ ഒമ്പതു മണിക്ക് ബന്ധപ്പെട്ട എല്ലാവരും തയ്യാറായിരിക്ക്യ."

സ്മാർത്തസഭാംഗങ്ങൾ പുറത്തിറങ്ങുന്നതുവരെ താത്രി അവിടെത്തന്നെ നിന്നു. അഴിഞ്ഞുലഞ്ഞു കിടന്ന കേശഭാരം വാരിപ്പിടിച്ച്, ഇരുകൈയുയർത്തി ഉച്ചിയിൽ ചുറ്റിക്കെട്ടിവെയ്ക്കാൻ ശ്രമിക്കുകയായിരുന്നു അവൾ. ചന്ദനത്തടിയിൽ കടഞ്ഞെടുത്ത ശില്പംപോലെ നിന്ന അവളെ വെളിച്ചം മങ്ങിത്തുടങ്ങിയ കൺകളാൽ കണ്ടുഴിഞ്ഞ് നമ്പൂരിമാർ പുറത്തിറങ്ങി. ചിലർ പിന്നെയും തിരിഞ്ഞുനോക്കി.

നാൽപത്തിഎട്ട്

തെക്കിനിമുറ്റത്ത് ഊരിപ്പിടിച്ച പടവാളുകളുമായി രണ്ടു രാജഭടന്മാർ കാവൽനിന്നു. ജനുവരിസന്ധ്യയുടെ വരവറിയിച്ചുകൊണ്ട് തണുത്ത കാറ്റ് വീശിക്കൊണ്ടിരുന്നു. കാറ്റിനെന്തൊരു സുഗന്ധം. ഇതെങ്ങനെ? ഭടന്മാർ ചുറ്റും നോക്കി. തെക്കിനിമുറിയുടെ വാതിൽപടിയിൽ നഗ്നമായ ഒരു കാൽ ഒരു ഭടന്റെ കണ്ണിൽപെട്ടു. അശോകപ്പൂവും നറുനീണ്ടി വേരും ഉണക്കിയ താഴാമ്പൂവുമിട്ടു കാച്ചിയ എണ്ണ തേയ്ക്കുകയായിരുന്നു, പുരയ്ക്കകത്തു നിന്ന താത്രി. കാച്ചെണ്ണയുടെ മണമാണ് തങ്ങളനുഭവിച്ചുകൊണ്ടിരിക്കുന്നതെന്ന് അവർക്കു മനസ്സിലായി. ചെമ്പൂട്ടി താത്രിയുടെ മുതുകിലും

മുടിയിലും എണ്ണ തേച്ച് തിരുമ്മിപ്പിടിപ്പിച്ചു. താത്രി കുളത്തിലേക്ക് നടന്നു. ചെറുചരുവത്തിൽ എണ്ണത്താളിയുമായി ചെമ്പൂട്ടിയും. കുറച്ചകന്ന് ഭടന്മാർ അവരെ അനുഗമിച്ചു.

താത്രി കുളിക്കുകയായിരുന്നില്ല്യ. അതൊരു നീരാട്ടുതന്ന്യായിരുന്നു. ആ നീരാട്ട് വിജയാഘോഷത്തിന്റെ ഭാഗമായിരുന്നു. ഒരു വമ്പനെക്കൂടി മലർത്തിയടിക്കാൻ കഴിഞ്ഞതിലുള്ള സന്തോഷപ്രകടനം. ഒരിക്കൽ അവൻ തന്നെ മലർത്തിയടിച്ചതിന് ഇത്തരത്തിൽ, ഉത്തരവാദിത്വപ്പെട്ട സഭയിൽവച്ച്, രാജപ്രതിനിധിയുടെയും സ്മാർത്തന്റെയും മുമ്പിൽവച്ച്, വീരോചിതമായി പകരംവീട്ടാൻ കഴിയുമെന്ന് കരുതിയിരുന്നില്ല. ബ്രാഹ്മണസമുദായത്തെ നയിച്ചുകൊണ്ടിരിക്കുന്ന മാമ്പിള്ളി ഇല്ലത്തിന്റെ അസ്തിവാരമിളകാൻ പോകുന്നു എന്ന് മനസ്സിലായി. മാമ്പിള്ളി പരമേശ്വരൻ നമ്പൂതിരിയുടെ മാറിലാണ് അസ്ത്രമേറ്റതെങ്കിലും, ഇല്ലത്തെ മൂസ്സാമ്പൂരി വെളുത്തേരി നമ്പൂരി ഓതിക്കൻ എന്ന സ്മാർത്തവിചാരസഭയിലെ മീമാംസകന്റെ മനസ്സു പിളർത്തിക്കൊണ്ടാണ് ആ അസ്ത്രം പാഞ്ഞുപോയതെന്ന് അവൾക്കറിയാം.

കുളികഴിഞ്ഞ്, കുളപ്പടവിൽവച്ചുതന്നെ ഈറൻമാറി, അവൾ അഞ്ചാംപുരയിലേക്ക് മെല്ലെ നടന്നു. അമ്മമഹാറാണിയുടെ എഴുന്നള്ളത്തിന് അകമ്പടി സേവിക്കുന്ന ഭവ്യതയോടെ ഭടന്മാർ അനുഗമിച്ചു. സ്മാർത്തവിചാരത്തിൽ സാധനമായി പ്രഖ്യാപിച്ച് അഞ്ചാംപുരയിലേക്ക് മാറ്റിക്കഴിഞ്ഞാൽ ദാസിയുടെ സേവനം പ്രയോജനപ്പെടുത്താൻ അനുവദിക്കാറില്ല. രാജപ്രതിനിധിയായ പുറക്കോവിലിന്റെ നിർദേശാനുസരണം താത്രിക്ക് ധാരാളം ഇളവുകൾ ലഭിച്ചിരുന്നു. അതിന്റെ ഭാഗമായി ദാസിയുടെ സേവനവും ലഭിച്ചു. ചെമ്പൂട്ടിക്ക് താത്രിയുമായി ഇടപെടാൻ ഒരു നിയന്ത്രണവുമില്ല്യായിരുന്നു.

അന്ന് ചെമ്പൂട്ടിയോടൊപ്പം താത്രി അന്തപ്പുരത്തിലെത്തി അത്താഴം കഴിച്ചു. അഞ്ചാംപുരയിലേക്ക് മടങ്ങാൻ മുറ്റത്തിറങ്ങിയപ്പോൾ ആകാശം പൂത്തുലഞ്ഞുകിടന്നു. കാവൽനിന്ന ഭടന് ഒരു നക്ഷത്രച്ചിരി നൽകിക്കൊണ്ട് അവൾ ചോദിച്ചു:

"കണ്ടഞ്ചാതയിൽ അത്താഴം കഴിക്കാൻ പോകുന്നില്ല്യേ?"

"ഒരാൾ പോയിട്ടുണ്ട്. അയാൾ മടങ്ങിവന്നിട്ട്..."

നിലാവില്ലെങ്കിലും നിറയെ പൂത്തുചൊരിഞ്ഞു കിടക്കുന്ന ആകാശം നോക്കി അവൾ അല്പസമയം മുറ്റത്തുലാത്തി. മുറ്റത്തുലാത്തുന്ന നിലാവിനെ നോക്കി സൈനികൻ നെടുവീർപ്പിട്ടു.

അത്താഴസദ്യയുണ്ട് ഏമ്പക്കംവിട്ട സ്മാർത്തവിചാരസഭാംഗങ്ങളായ വൃദ്ധബ്രാഹ്മണർ കണ്ടഞ്ചാത കളരിയിലിൽ വട്ടത്തിലിരുന്നു. അവരുടെ മനസ്സിൽ സ്വർണവർണത്തിലുള്ള ഒരു സുന്ദരിസർപ്പം പത്തിവിടർത്തി

നിന്നാടി. കൂട്ടത്തിലൊരാൾ സർപ്പദംശനമേറ്റു വീണുകഴിഞ്ഞു. അടുത്ത താര്? താൻ തന്നെയോ എന്ന് ഓരോരുത്തനും ഭയന്നു. പട്ടച്ചോമ യാരത്തെ പെരിയ പാമ്പാട്ടിയെ ആ നഗ്നനാഗം തെല്ലും അനുസരിക്കുന്നി ല്ലെന്ന് എല്ലാവർക്കുമറിയാം. എന്താണൊരു വഴി? സ്മാർത്തവിചാരസഭ യുടെ അനൗപചാരിക കാര്യാലോചന ഒന്നിനും ഉത്തരം കാണാതെ ഉഴറി.

“ഭഗവതീ, നാമെന്ത് പാതകം ചെയ്തൂന്ന് അറിയില്ല്യാലോ. അപമാനം സഹിച്ച് നോമിനി എങ്ങ്ന്യാ ഈ സഭയിലിരിക്ക? മാമ്പിള്ളി പരമേശ്വരൻ നമ്പൂതിരി നമ്മുടെ അനുജനല്ല്യാന്ന് നിഷേധിക്കുന്നതെങ്ങ്ന്യാ? ഓൻ സാധനത്തോടു കാട്ടിയ അതിക്രമത്തെക്കുറിച്ച് അത് പറഞ്ഞതെ ങ്ങ് ന്യാന്ന് നിങ്ങൾ ശ്രദ്ധിച്ചില്ല്യേ. ഇനി നോം ജീവിച്ചിരുന്നിട്ട് എന്താ ഫലം! ‘അവന്റെ ചങ്കിലെ ചോരയാ എനിക്ക് വേണ്ട്യേ’തെന്ന് അത് പറഞ്ഞതെ ങ്ങ്ന്യാന്നറിയോ? നമ്മുടെ മുഹത്ത് നോക്കിക്കൊണ്ടാ. ‘നിന്റെ മരണ ത്തിനുത്തരവാദി എന്നായാലും ഞാനായിരിക്കു’മെന്ന് നമ്മുടെ കണ്ണുകളിൽ നോക്കിക്കൊണ്ടാണ് അത് പറഞ്ഞേ. ഭഗവതീ! എന്റെ ഉള്ളം കിടുങ്ങിപ്പോയി. അതിന്റെ കണ്ണുകളന്നേരം ചെമ്പരത്തിപ്പൂപോലെ ചോന്നു. രുദ്രകാളി മുന്നിൽ നിൽക്കുന്നു എന്നു തന്ന്യാ നോം നിരീച്ചേ. അതിന്റെ നഖങ്ങൾ ഉയർത്തിക്കാട്ടിയത് നിങ്ങളെല്ലാം കണ്ടതല്ല്യേ? കഴുകന്റെ ചുണ്ടുകളാ. ഒന്നല്ല പത്തു കഴുകൻചുണ്ടുകളാ. എന്റെ കരള് കൊത്തിപ്പിളർക്കാൻ അത് മത്യാവും. ആവില്ല്യാ, നമുക്കാവില്ല്യാ; നമ്മെ ഒഴിവാക്ക. മറ്റൊരു മീമാംസകനെ കണ്ടെത്താമല്ലോ.”

പാദങ്ങൾക്കിടയിൽ പാമ്പുണ്ടാകാമെന്നു ഭയന്ന സ്മാർത്തവിചാര സഭാംഗങ്ങൾ ഉരിയാടാതിരിക്കുന്നതു കണ്ടപ്പോൾ മാമ്പിള്ളി വെളുത്തേരി ഓതിക്കൻ വീണ്ടും പറഞ്ഞു;

“മാത്രോംല്ല്യ പരമേശ്വരൻ ഭ്രഷ്ട് കല്പിക്കപ്പെട്ട് സമുദായത്തിൽ നിന്നും ഇല്ലത്തുനിന്നും പുറത്താക്കപ്പെടുമെന്ന കാര്യം നിശ്ചയം തന്ന്യാ. നോമുംകൂടിച്ചേർന്നാ ഓനെ ഭ്രഷ്ടാക്കിയതെന്നൊരു പരാതി ബന്ധുക്കൾ പറയില്ല്യേ? നോം മനസ്സുവച്ചെങ്കിൽ ഓനെ രക്ഷപ്പെടുത്താരുന്നെന്ന് അവന്റെ വേളീം കുഞ്ഞുങ്ങളും പറയില്ല്യേ? നമ്മുടെ വേളികൂടി അങ്ങന്യേ പറയൂ. ആ പഴികൂടി കേൾക്കാൻ മേലാ. സ്മാർത്തൻ നമ്പൂരിയോടും രാജപ്രതിനിധിയായ കണ്ടഞ്ചാത നമ്പൂരിയോടും ഒരപേക്ഷേണ്ട്. നമ്മെ ഒഴിവാക്ക. ഇപ്പത്തന്നെ ഒഴിവാക്ക. അങ്ങ്ന്യായാ നമുക്ക് നാളെത്തന്നെ പോവാലോ. നോമിതൊന്നും അറിഞ്ഞില്ല്യാന്ന് ഇല്ലത്തെങ്കിലും പറയാലോ.”

മാമ്പിള്ളി വെളുത്തേരി ഓതിക്കൻ നേർത്ത ചിലമ്പിച്ച ശബ്ദത്തിൽ പറഞ്ഞുകൊണ്ടിരുന്നു. വാർദ്ധക്യത്തിന്റെ അവശതകളും മാനസികാ ഘാതവും കൂടിയായപ്പോൾ അദ്ദേഹം തീർത്തും നിസ്സഹായനായി.

“എന്താ മാമ്പിള്ളീ, മീമാംസകനാണെന്ന കാര്യം മറന്നിട്ടോ സംസാ രിക്ക്യ? നമ്പൂരിയെ നിയമിച്ചത് നോമോ കണ്ടഞ്ചാതയോ അല്ല്യ.

മഹാരാജാവ് തുല്യം ചാർത്തിയതല്ല്യേ? നോമോ കണ്ടഞ്ചാതയോ നിരീച്ചാ രാജകല്പന മാറ്റിമറിക്കാനാവ്വോ? ബന്ധുക്കളെന്തു പറഞ്ഞാലും രാജകല്പന അനുസരിക്ക. നമ്മുടെ കടമ നിർവഹിക്ക. അത്രന്യാ."

സ്മാർത്തൻ അതിനപ്പുറമുള്ള വഴികളൊന്നും കണ്ടില്ല. വളരെനേരം ആലോചിച്ചിട്ടും മറ്റുള്ളവരുടെ മനസ്സിലും വഴികളൊന്നും തെളിഞ്ഞു കണ്ടില്ല. പത്തായപ്പുരയിലും തെക്കിനിയിലും വിരിച്ചിട്ടിരുന്ന പായ്കളിൽ നമ്പൂരിമാർ ഉറക്കമായി. ഇറയത്തെ ചാരുകസേരയിൽ വാസുദേവൻ നമ്പൂതിരി ചാരിക്കിടന്നു. ഇറയത്തെ നിലവിളക്കൊഴികെ ഇല്ലത്തെ മറ്റു വിളക്കുകളൊക്കെ മിഴിയടച്ചു. മിഴിയടയ്ക്കാൻ കഴിയാതെ നമ്പൂരി ചിന്തയിലാണ്ടു. ആയിരം നക്ഷത്രമിഴികൾ തുറന്ന് ആകാശം നമ്പൂരിയെ നോക്കിനിന്നു.

ഏത് ദുർബലനിമിഷത്തിലാണ് നോം ഇണങ്ങന്റെ ഉത്തരവാദിത്വം ഏറ്റെടുത്ത് മഹാരാജാവിനെ കാണാൻ തീരുമാനിച്ചത്? വഴിയേപോയ വയ്യാവേലി വലിച്ച് തലയിൽ കയറ്റിയെന്നോ, വേലിയിലിരുന്ന പാമ്പിനെയെടുത്ത് തോളിലിട്ടെന്നോ പറയുന്നപോലായി. കടവല്ലൂർ അന്യോന്യവും വലിയകടന്നിരിക്കൽ പരീക്ഷയുമൊന്നും നമ്മെ തുണച്ചില്ലല്ലോ ഭഗവതീ! ജീവിതപ്രശ്നങ്ങളെ നേരിടുന്നതിന് നോം നേടിയ അറിവ് പര്യാപ്തമല്ല എന്നല്ല്യേ കാണേണ്ട്യേ?

താത്രിയെക്കുറിച്ച് ചിലർ ചില ദുസ്സൂചനകൾ തന്നിരുന്നു എന്ന കാര്യം നേരാ. അവൾക്ക് ഒന്നിലധികം പുരുഷന്മാരുമായി ലൈംഗികബന്ധം ഉണ്ടായേക്കാം. നമ്മോട് ആദ്യമായി അത്തരത്തിൽ പരാതി പറഞ്ഞത് ആരാ? മുട്ടുശാന്തിക്കാരൻ കിട്ടുണ്ണി അപ്ഫൻ നമ്പൂതിരി. നാലഞ്ചു നായർഭവനങ്ങളിൽ സംബന്ധം കൂടിയവൻ. അയാളുടെ സംബന്ധക്കാരികൾക്കൊക്കെ ഒന്നിലധികം സംബന്ധക്കാരുണ്ടെന്ന കാര്യവും പരസ്യമാ. അയാളെപ്പോലുള്ള ചില പരദൂഷണരസികരല്ല്യേ താത്രിയെക്കുറിച്ച് നമ്മോട് പരാതി പറഞ്ഞത്? താത്രിയുടെ ഭർത്താവ് രാമൻ നമ്പൂതിരിയോ ഇല്ലത്തെ മൂസ്സാമ്പൂരി നമ്പ്യാത്തനോ അന്തർജനത്തിൽ അടുക്കളശങ്ക ആരോപിച്ച് നമ്മെ സമീപിച്ചില്ല്യല്ലോ. മറ്റുള്ളവർ പറഞ്ഞതൊന്നും പരിഗണിക്കേണ്ടിയിരുന്നില്ല്യ. ഒന്നും വേണ്ടീരുന്നില്ല്യാ. ഇനിയിപ്പൊ എന്താ ചെയ്യ?

താത്രി നേരിട്ടുവന്ന് കണ്ട് കുറ്റസമ്മതം നടത്തിയതും മുഖവിലയ്ക്ക് എടുക്കരുതായിരുന്നു. 'താൻ പിഴച്ചോയി, ക്ഷമിക്കണം, രക്ഷിക്കണം' എന്നല്ല, 'തനിക്ക് വധശിക്ഷ നൽകണം' എന്നപേക്ഷിച്ചപ്പോൾ അതിലടങ്ങിയ ധ്വനി ഉൾക്കൊള്ളാൻ നമുക്ക് കഴിയാതെപോയല്ലോ. ആത്മവിശുദ്ധിയുള്ളവർക്കേ അത്തരം നിലപാടെടുക്കാൻ കഴിയൂ എന്നു ചിന്തിച്ചില്ല്യാലോ.

ഒരിലയനക്കം കൊടുങ്കാറ്റായി വളരുന്നപോലെ, ചെറിയൊരു നീരൊഴുക്ക് കുത്തൊഴുക്കായി പ്രവഹിക്കുന്നപോലെ കാര്യങ്ങൾ കൈയിലൊതുങ്ങാതെ വന്വോ ഭഗവതീ! ഒന്നോ രണ്ടോ പേർക്ക് ശിക്ഷ ലഭിക്കാവുന്ന

കാര്യമെന്നേ കരുതിയുള്ളൂ. സമുദായത്തിന്റെ കെട്ടുറപ്പും സമൂഹത്തിലുള്ള മേൽക്കോയ്മയും നിലനിർത്തണമെങ്കിൽ ഇത്തരത്തിലുള്ള ശുദ്ധീകരണ പ്രവർത്തനങ്ങൾ അനിവാര്യമാണെന്ന് കരുതിപ്പോയി. അവിടെയാണ് പിഴച്ചത്. സ്മാർത്തവിചാരവും അതിനോടനുബന്ധിച്ചുള്ള പുറത്താക്കലും ഇരിക്കപ്പിണ്ഡംവയ്പും മറ്റും നൂറ്റാണ്ടുകളായി നടന്നുവരികയല്ല്യേ? എന്നിട്ടുമെന്ത്യേ വീണ്ടുംവീണ്ടും അന്തർജനങ്ങൾ പിഴച്ചുപോകുന്നു? രോഗത്തിനു തന്ന്യാണോ ചികിത്സിച്ചുവരുന്നത്?

ഇപ്പത്തന്നെ പത്തോളം കുടുംബങ്ങളുടെ തകർച്ച ഉറപ്പായിരിക്ക്യ. കൊടുങ്കാറ്റിനെയാണല്ലോ ഭഗവതീ അഞ്ചാംപുരയിൽ പിടിച്ചടച്ചത്! ആ കൊടുങ്കാറ്റ് പത്തില്ലങ്ങൾ മാത്രമല്ല നൂറോളം പേരുടെ ജീവിതവും അടിച്ചു തകർക്കുമല്ലോ. കുഞ്ഞുകാറ്റ് കൊടുങ്കാറ്റായി നാൾക്കുനാൾ ശക്തി പ്രാപിച്ചു വര്യാ. നാളെ എത്ര കുടുംബങ്ങളെ നിലംപരിശാക്കുമെന്ന് ആരാ കണ്ടേ? ഒന്നും വേണ്ടീരുന്നില്ല്യാ. ഏതായാലും ഇറങ്ങിപ്പോയി. കരകയറാൻ വയ്യാണ്ടായല്ലോ ഭഗവതീ!''

കണ്ടഞ്ചാത വാസുദേവൻ നമ്പൂതിരി അശാന്തമനസ്കനായി ആകാശത്തേക്കു നോക്കി. അവിടെയും ശാന്തി ലഭിച്ചില്ല. ഉള്ളിൽ വീശിയടിച്ചുകൊണ്ടിരുന്ന കൊടുങ്കാറ്റടങ്ങുന്നില്ല. ഉറങ്ങാൻ കഴിയുന്നില്ല. അദ്ദേഹം ചാരുകസേരയിൽതന്നെ കിടന്നുറങ്ങാൻ ശ്രമിച്ചു. സാധിക്കുന്നില്ല. ഇറയത്തെ നിലവിളക്കും മരത്തിലെ പാതിരാപ്പുള്ളും അദ്ദേഹത്തോടൊപ്പം ഉറങ്ങാതിരുന്നു.

കുറിയേടത്തുമന പൂർണമായും അന്ധകാരത്തിൽ മുങ്ങിക്കിടന്നു. നിറയെ പൂത്തുകിടന്ന ആകാശത്തിന്റെ കാരുണ്യം നേരിയ നാട്ടുവെളിച്ചമായി നിലത്തു നിവർന്നുകിടന്നു. അന്തപ്പുരവും അഞ്ചാംപുരയും പൂർണനിശ്ശബ്ദതയിൽ, പൂർണനിദ്ര യിൽ. ഉറങ്ങാൻ അനുവാദമില്ലാത്ത രണ്ടുപേർ, രാജഭടന്മാർ പടവാളുമായി രണ്ടു ഭാഗത്തായി നിഴൽപറ്റി മറഞ്ഞുനിന്നു. മെല്ലെമെല്ലെ അവരുടെ മിഴികളെയും നിദ്ര തഴുകിത്തഴുകിയടയ്ക്കാൻ തുടങ്ങിയപ്പോൾ അവർ മുറ്റത്ത് ഉലാത്താൻ തുടങ്ങി.

പെട്ടെന്നൊരു ചൂട്ടുവെട്ടം കണ്ണിൽപെട്ടു. ഇല്ലത്തിന്റെ കിഴക്കുഭാഗത്തുള്ള അതിവിസ്തൃതമായ നെല്പാടത്തിന്റെ മധ്യത്തിലൂടെയുള്ള വലിയ നടവരമ്പിൽനിന്നും ഇല്ലത്തേക്കു തിരിയുന്ന കുറുവരമ്പിലൂടെ ഒരു ചൂട്ടുവെട്ടം നീങ്ങിവരുന്നു. മുന്നിലെ ചൂട്ടിന്റെ പിന്നിലും ഒരാളുണ്ട്. സംശയമില്ല. കുറിയേടത്തില്ലത്തേക്കുതന്നെ.

ഭാഗികമായി അടഞ്ഞുകിടന്ന പടിപ്പുരവാതിൽ പൂർണമായി തുറന്നിട്ട് അവർ തെക്കിനിയുടെ രണ്ടു ഭാഗത്തായി മറഞ്ഞുനിന്നു. കത്തിച്ച ചൂട്ടുമായി വന്നവരിൽ ഒരാളുടെ കൈയിൽ തേങ്ങയിടാൻ ഉപയോഗിക്കുന്ന വലിയ വെട്ടുകത്തി. അയാൾ പടികടന്നു. ചൂട്ട് നിലത്തിട്ട് അപരൻ അവിടെത്തന്നെ നിന്നു. ആയുധധാരി ഒരു നിമിഷം നിന്ന് രംഗനിരീക്ഷണം

നടത്തി. പിന്നെ നേരേ തെക്കിനിയിലേക്കു നടന്നു. അവൻ തെക്കിനിയുടെ ഇറയത്തു കയറിയതും ഭടന്മാർ ഓടിയടുത്തു. പെട്ടെന്നയാൾ വെട്ടുകത്തി ഉയർത്തി മുറ്റത്തേക്കെടുത്തുചാടി. ഒറ്റവെട്ടിന്റെ ആവശ്യമേ വേണ്ടി വന്നുള്ളൂ. ദിഗന്തങ്ങൾ മുഴങ്ങുമാറ് അലറിവിളിച്ചുകൊണ്ട് അയാൾ നിലം പതിച്ചു. ഒന്നു പിടഞ്ഞടങ്ങി. അവന്റെ ചലനം നിലച്ചെന്നു ബോധ്യമായപ്പോൾ മറ്റൊരു ഭടൻ ചൂട്ടുമായെത്തിയവനെത്തേടി പടിപ്പുരയ്ക്കു പുറത്തിറങ്ങി. അവിടെ ഉപേക്ഷിക്കപ്പെട്ട ചൂട്ടുകെട്ട് അപ്പോഴും നീറിക്കത്തിക്കൊണ്ടിരുന്നു.

താത്രി നല്ല ഉറക്കത്തിലായിരുന്നു. തിരുമുറ്റത്താരുടെയോ അലർച്ച കേട്ട് അവളുണർന്നു. കാര്യമെന്തെന്ന് പെട്ടെന്ന് തിരിച്ചറിയാനായില്ല. തെക്കിനിയിലെ അഞ്ചാംപുരവാസം തുടങ്ങിയശേഷം വിളക്കണച്ചിരുന്നില്ല. എഴുന്നേൽക്കാൻ ധൈര്യം തോന്നിയില്ല. അലർച്ച കേട്ടത് എവിടെയാണെന്ന് ഓർത്തുനോക്കി. തെക്കിനിമുറ്റത്തു തന്ന്യാ. പുറത്ത് ആരൊക്കെയോ സംസാരിക്കുന്നു.

"കണ്ടോ?"

"ഇല്ലില്ല. അവൻ രക്ഷപ്പെട്ടു. തീർന്നോ?"

"തീർന്നു. കണ്ടില്ലേ കിടക്കുന്ന കിടപ്പ്."

താത്രി ചിലതൊക്കെ അനുമാനിച്ചു. തന്നെ വധിക്കാൻ വന്നവരിൽ ആരോ ഒരാൾ വധിക്കപ്പെട്ടിരിക്കുന്നു. അവളുടെ പെരുവിരൽ മുതൽ ഒരു പെരുപ്പു കയറി. ഒരു ദിവസം മുമ്പായിരുന്നെങ്കിൽ താൻ വധിക്കപ്പെട്ടേനേ. ഏതായാലും ജീവിതമില്ല്യ. പിന്നെ ആരുടെ കൈകൊണ്ട് മരിച്ചാലെന്താ? അവൾ ധൈര്യം സംഭരിക്കാനും സമാധാനിക്കാനും ബോധപൂർവം ശ്രമിച്ചു. മെല്ലെ എഴുന്നേറ്റു. ജനൽപാളികൾക്കിടയിലൂടെ എന്തെങ്കിലും കാണാൻ കഴിയുമോ എന്നു നോക്കി. ഒന്നും കണ്ടുകൂടാ.

"ഞാനിവിടെ നിൽക്കാം."

പുറത്തു പതിഞ്ഞ ശബ്ദത്തിലുള്ള സംസാരം.

"നീ കണ്ടഞ്ചാത ചെന്ന് ഇപ്പത്തന്നെ സ്മാർത്തനെ വിവരമറിയിക്ക."

ഉണക്കിലകൾ ചവിട്ടിമെതിച്ചുകൊണ്ട് കണ്ടഞ്ചാതയിലേക്കുള്ള വഴിയേ ആരോ ഓടുന്ന ശബ്ദം. പിന്നെ അത് നേർത്തുനേർത്തില്ലാതായി. താത്രി പുറത്തെ അനക്കങ്ങൾക്കുവേണ്ടി ചെവി കൂർപ്പിച്ചുനിന്നു. അകത്ത് ദേവകിയും ചെമ്പൂട്ടിയും കൂരിരുട്ടിൽ ഭയന്നുവിറച്ചുകിടന്നു. പുറത്തെ അലറിവിളി അവരെ ഉണർത്തി. രണ്ടുപേരും ഒരുമിച്ചുണർന്നു. എന്താണെന്ന് ചോദിച്ചില്ല. ചോദിക്കാൻ രണ്ടാൾക്കും കഴിഞ്ഞില്ല. നാവു ചലിച്ചില്ല. പരസ്പരം മുറുകെ പുണർന്നുകിടന്നു. കുറച്ചുനേരം കഴിഞ്ഞ് ദേവകി ചെമ്പൂട്ടിയുടെ ചെവിയിൽ പറഞ്ഞു:

"മരിക്കുന്നെങ്കിൽ ഒരുമിച്ചു മരിക്കാം."

കുറിയേടത്തുമുറ്റത്തെ നിലവിളി വാസുദേവൻ നമ്പൂതിരി കേട്ടു. എന്നിട്ടും ചാരുകസേരയിൽനിന്നെണീറ്റില്ല. എന്താവാം അത്? ആരോ എന്തോ കണ്ട് പേടിച്ചലറിയതാവാം. ഒറ്റവിളിയല്ലേ വിളിച്ചുള്ളൂ. അഥവാ അത് മനുഷ്യശബ്ദം അല്ലെന്നു വരുമോ? ചില ബ്രഹ്മരക്ഷസ്സുകൾ ഗതി കിട്ടാതെ അലയുന്നുണ്ട്. വിധിപോലെ ആവാഹിച്ച് ഒരിടത്തിരുത്തി തിരി തെളിച്ചും പൂജചെയ്തും സംതൃപ്തിപ്പെടുത്തണമെന്ന് നമ്പ്യാത്തനോട് പല പ്രാവശ്യം പറഞ്ഞിട്ടും അനുസരിച്ചില്ല്യ. 'ആവാം; അങ്ങ്ന്യാവാം' എന്നൊക്കെ പറഞ്ഞൊഴിഞ്ഞു. ബ്രഹ്മരക്ഷസ്സിനെപ്പോലെ അലൗകിക ശക്തികളേതെങ്കിലും കോപിച്ചലറിയതാകാം. നമ്പ്യാത്തന് താക്കീതു നൽകിയതാകാം. എന്തായാലും ആ ശബ്ദം ദുശ്ശകുനം തന്ന്യാ; ദുസ്സൂചന തന്ന്യാ. സ്മാർത്തവിചാരവുമായി അതിനു വല്ല ബന്ധവുമുണ്ടാകുമോ? ഒന്നിനെയും ഭയക്കാത്ത കണ്ടഞ്ചാതയുടെ ഉള്ളിൽ നേരിയ ഭയം തോന്നി.

തങ്ങളുടെ നടപടികൾ ശരിയായ ദിശയിലല്ല പോകുന്നത്. ഇങ്ങനെ പോയാൽ സർവനാശമായിരിക്കും ഫലമെന്ന് ഏതോ ശക്തി മുന്നറിയിപ്പു തരുന്നു. ആ മുന്നറിയിപ്പാണ് കുറിയേടത്തു മുറ്റത്തു കേട്ട ഗർജനം. ആ ശക്തി ആരാകാം? ഭഗവതീ കാത്തോളണേ. ഉണക്കിലകൾ ചവിട്ടി മെതിച്ചുകൊണ്ട് ആരോ ഇല്ലത്തിനു നേർക്ക് ഓടിവരുന്നത് വാസുദേവൻ നമ്പൂതിരി കണ്ടു. ആദ്യമൊന്നു ഭയന്നെങ്കിലും രാജഭടനാണെന്നറി ഞ്ഞപ്പോൾ സമാധാനിച്ചു.

അവനോടു ഒന്നും ചോദിക്കാൻ കഴിഞ്ഞില്ല. നാവെടുക്കുംമുമ്പ് അവൻ പറഞ്ഞു:

"തിരുമേനീ അവർ വന്നു."

"ആരാ? ആര് വന്നെന്നാ?"

"അതറിയില്ല്യ. വല്യ വെട്ടുകത്തിയുമായി നേരേ താത്രിയുടെ വാതിലി നടുത്തെത്തി. ഒരുത്തനെ ഞങ്ങൾ വകവരുത്തി. ഒരുത്തൻ ഓടി ക്കളഞ്ഞു."

"അങ്ങന്യോ? ആരവിടെ? ശങ്കരൻനായരേ, കുറുപ്പേ, വാര്യരേ, എഴുന്നേൽക്ക, പെട്ടെന്നെഴുന്നേൽക്ക."

വലിയ തിരുമേനി ഉറക്കെ വിളിച്ചു ബഹളം കൂട്ടി. അകത്തളങ്ങളിൽ അനക്കങ്ങളായി. അല്പസമയത്തിനുള്ളിൽ വിളക്കുകൾ തെളിഞ്ഞു. ബഹളമായി. ഉണർന്നവർ മറ്റുള്ളവരെ ഉണർത്തി. ശങ്കരൻനായരും കുറുപ്പും വാര്യരും മറ്റു പരിചാരകരും തിരുമുറ്റത്തെത്തി. സ്മാർത്ത സഭാംഗങ്ങൾ പൂക്കുലയില്ലാതെ തുള്ളി. ആരോ വിറകുപുരയിലേക്കോടി. നാലഞ്ചുകെട്ട് ഓലച്ചൂട്ടെത്തി. ചൂട്ടുപന്തങ്ങളിൽ തീ പകർന്നു.

ബഹളം കേട്ടുണർന്ന അന്തർജനങ്ങൾ കാര്യം മനസ്സിലാകാതെ അന്തപ്പുരത്തിനുള്ളിൽ അന്തംവിട്ടു നിന്നു. നാലഞ്ചു ചൂട്ടുകെട്ടുകളുടെ

വെളിച്ചത്തിൽ സ്മാർത്തസഭാംഗങ്ങളും പരിചാരകരും അടങ്ങിയ പത്തു പന്ത്രണ്ടുപേരുള്ള സംഘം കുറിയേടത്തു മുറ്റത്തെത്തി. വെട്ടേറ്റു ചത്തു കിടക്കുന്ന അപരിചിതനെ തീപ്പന്തങ്ങളുടെ വെളിച്ചത്തിൽ നല്ലവണ്ണം നോക്കിക്കണ്ടു. ആളാരാണെന്ന് ആർക്കും മനസ്സിലായില്ല.

"എപ്പോഴാ? എങ്ങ്ന്യാ സംഭവം?"

"ആളെ അറിയാമോ?"

"രണ്ടുപേരുടെ കൈയിലും ആയുധമുണ്ടായിരുന്നോ?"

ആരൊക്കെയോ ചോദിക്കുന്നു, ആരൊക്കെയോ എന്തൊക്കെയോ മറുപടി പറയുന്നു.

"ഇത് ഓളെ വധിക്കാൻ വന്നോൻ തന്ന്യാ."

"നല്ലോണം അറിയാവുന്നവൻ തന്ന്യാ. അല്ലെങ്കിൽ തെക്കിനി വാതിലിനടുത്തു വരുമോ?"

"ഭഗവതി കാത്തു. രണ്ടു ദിവസം മുമ്പായിരുന്നെങ്കി ഓളെ കൊല്ലു മായിരുന്നേനേ."

"ഭഗവതീ, പരമശിവാ."

"നിനക്ക് വല്ല സൂചനയും കിട്ട്യോ?"

"എനിക്കറിയില്ല്യ."

"മനസ്സിലായില്ല്യ."

അഞ്ചാംപുരയാക്കിയ തെക്കിനിയുടെ പുരവാതിൽസാക്ഷ വലിയ ശബ്ദത്തോടെ വലിച്ചുനീക്കപ്പെട്ടു. കറകറശബ്ദത്തോടെ വാതിൽ തുറന്നു. അഞ്ചു തിരിയെരിയുന്ന നിലവിളക്ക് ഇടതുകൈയിൽ മുമ്പോട്ടു നീട്ടിപ്പിടിച്ച്, പിൻഭാഗം നിറയുമാറ് ചുരുൾമുടി വിടർത്തിയിട്ട്, മുട്ടോള മെത്തുന്ന ചുവന്ന പട്ടുടുത്ത്, താത്രി പുറത്തിറങ്ങി. മുറ്റത്തു കൂടി നിന്ന വരെല്ലാം തെക്കിനിത്തിണ്ണയിലേക്ക് നോക്കി. മഞ്ഞയും ചുവപ്പും കലർന്ന ദീപപ്രഭയിൽ രുദ്രകാളിയെപ്പോലെ താത്രീമുഖം തിളങ്ങി. മുറ്റത്തെ ചെറിയ ജനക്കൂട്ടം ആദരപൂർവം ഒതുങ്ങിനിന്നു.

വെള്ളമുണ്ടുകൊണ്ട് തറ്റുടുത്ത ഒരാൾ മുറ്റത്ത് കമഴ്ന്നുകിടക്കുക യായിരുന്നു. അവന്റെ കഴുത്തിന്റെ പകുതിഭാഗം അറ്റുമാറിയിരുന്നു. തറയിൽ പടർന്ന കട്ടച്ചോരയിൽ മുഖം അമർന്നുകിടന്നു. താത്രി അവന്റെ ശിരസ്സിനരികിൽ നിലവിളക്കടുപ്പിച്ചു. നാലഞ്ച് ചൂട്ടുകളുടെ വെളിച്ചവു മുണ്ട്. ആ വെളിച്ചത്തിൽ ശവശരീരത്തിനടുത്തു കിടന്ന വലിയൊരു വെട്ടുകത്തി വെളുക്കെ ചിരിച്ചു.

"ആരാണിവൻ?"

താത്രി ആരോടെന്നില്ലാതെ ചോദിച്ചു. ആരും ഉരിയാടിയില്ല.

"ചോദിച്ചതു കേട്ടില്ല്യേ? ആരാണിവൻ?"

താത്രി ചോദ്യമാവർത്തിച്ചു.

"മനസ്സിലായില്ല്യ, ആരെന്നറിയില്ല്യ."

കണ്ടഞ്ചാതയിലെ പരിചാരകൻ കേശവവാര്യർ പറഞ്ഞു:

"മുതുകിൽ നോക്കി ആളെ തിരിച്ചറിയുമോ വാര്യരേ? കമിഴ്ന്നു കിടക്കുന്നവനെ തിരിച്ചറിയാൻ വഴിയൊന്നുമില്ല്യേ? എടുത്ത് മലർത്തിക്കിടത്ത്."

കാളീഭഗവതി കല്പിക്കുന്നതായേ അവർക്ക് തോന്നിയുള്ളൂ. കേശവ വാര്യരും നീലാണ്ടക്കുറുപ്പും ചേർന്ന് ശവത്തെ മലർത്തിക്കിടത്തി.

"ഇത്രയും പേരില്ല്യേ? ഈ കിടക്കുന്നതാരാണെന്ന് ആർക്കും മനസ്സിലായില്ല്യേ?"

ശവശരീരത്തിന്റെ മുഖം രക്തത്തിൽ മുങ്ങിയിരുന്നു. ആളെ തിരിച്ചറിയാൻ കഴിഞ്ഞില്ല.

"മനസ്സിലാകുന്നില്ല്യ."

"ഞാൻ കണ്ടിട്ടില്ല്യ."

"എനിക്കറിയില്ല്യ."

"ഞങ്ങൾക്കറിയില്ല്യ."

"എന്താണ് കുറുപ്പേ നിങ്ങളൊക്കെ ഇങ്ങനെ നോക്കിനിൽക്കുന്നത്? ചോരയിൽ പൊതിഞ്ഞ മുഖം തിരിച്ചറിയുന്നതെങ്ങന്യാ? വെള്ളം കൊണ്ടുവന്ന് മുഖത്തൊഴിക്ക്."

രുദ്രകാളിയുടെ കല്പന. നാലഞ്ചുപേർ ചൂട്ടുമായി അങ്ങുമിങ്ങും ഓടി. രണ്ടു വലിയ ചരുവങ്ങളിൽ വെള്ളമെത്തി. ഒരു ചരുവം വെള്ളം മുഖത്തൊഴിച്ചു. മുഖം തെളിഞ്ഞുകണ്ടു. താത്രി അവന്റെ മുഖത്തിനടുത്ത് നിലവിളക്കടുപ്പിച്ചു. പിന്നെ നിവർന്നു. ജനക്കൂട്ടത്തെ നോക്കി പറഞ്ഞു:

"ഇവൻ കൊച്ചൂട്ടവാര്യർ. ആറങ്ങാട്ടുകരയിൽ എന്റെ കല്പകശ്ശേരി ഇല്ലത്തിനു കിഴക്ക് കാർത്യായനീക്ഷേത്രം. ആ ക്ഷേത്രത്തിനും കിഴക്കുള്ള കിഴക്കേവാര്യത്ത് കൊച്ചൂട്ടവാര്യരാ ഈ കിടക്കുന്നത്. പെരുമ്പിള്ളിമനയിലെ കാര്യസ്ഥൻ സ്മാർത്തവിചാരസഭയിൽ ആഢ്യൻ ഇല്ലത്തെ അംഗമെന്ന നിലയിൽ വന്ന അകക്കോവിൽ പെരുമ്പിള്ളി ഇട്ടീരി ഓതിക്കനെ തിരുമേനിമാർ മറന്നോ? ആദ്യദിവസംതന്നെ സഭയിൽനിന്നും ഇറങ്ങി ഓടിയ പെരുമ്പിള്ളിയെ? അദ്ദ്യേത്തിന്റെ കാര്യസ്ഥനാ രാജഭടന്മാരുടെ വെട്ടേറ്റ് ഇവിടെ കിടക്കുന്നത്. നിരായുധയായ ഒരു സാധു അന്തർജനത്തെ വധിക്കാൻ വെട്ടുകത്തിയും കൊടുത്ത് സ്മാർത്തസഭ ആളയച്ചിരിക്കുന്നു! ഈ വെറും പെണ്ണിനെ നമ്പൂരിമാർ ഇങ്ങനെ ഭയക്കുന്നതെന്തിനാ?"

താത്രി സ്മാർത്തസഭാംഗങ്ങളെ മാറിമാറി നോക്കി. താത്രിയുടെ കണ്ണുകളിൽ അഗ്നി ജ്വലിക്കുന്നതും വായിൽ വീരപ്പല്ലു മുളയ്ക്കുന്നതും നാവ് നീണ്ടുവളർന്ന് നെഞ്ചിൽ മുട്ടുന്നതും നാവിൽനിന്നും ചോര ത്തുള്ളികൾ ഇറ്റിറ്റുവീഴുന്നതും ചിലർ കണ്ടു. നിലവിളക്കിന്റെ തിരി നാളവും ഉയർത്തിപ്പിടിച്ച തീപ്പന്തങ്ങളും താത്രിയുടെ കണ്ണിലെരിയുന്നത് മറ്റു ചിലർ കണ്ടു. ചിലരാകട്ടെ മലർന്നു നോക്കിയപ്പോൾ തെങ്ങോല കളിൽ തീ പടരുന്നതു കണ്ടു. മുറ്റത്തെ ചെറിയ ജനക്കൂട്ടം തരിച്ചുനിന്നു. കുറച്ചുസമയം കഴിഞ്ഞപ്പോൾ താത്രി ചോദിച്ചു:

"പട്ടച്ചോമയാരത്തെ ജാതവേദൻ നമ്പൂതിരി തിരുമേനി ഈ കൂട്ടത്തി ലുണ്ടോ?"

"ഉണ്ടേ, ഇവിടുണ്ടേ."

തന്റെ നില മറന്ന്, വളരെ വിനീതനായി സ്മാർത്തൻ വിളികേട്ടു.

"രാജഭടന്മാരുടെ കൈയിൽ പടവാളിരിക്കയല്ല്യേ തിരുമേനീ. അവരോടു കല്പിക്ക, എന്റെ കഴുത്തു വെട്ടാൻ കല്പിക്ക. ആരായാലും ആണത്തമുള്ളവൻ നേരിട്ടുവന്നാൽ മതിയായിരുന്നു. കൂലിക്കാരെ അയയ്ക്കേണ്ടിയിരുന്നില്ല്യ. ഞാനിതാ ശിരസ്സു കുനിച്ചു നിൽക്കുന്നു. പുറംകഴുത്തിൽ ഒരൊറ്റ വെട്ടുമതി."

താത്രി തലകുനിച്ചുനിന്നു.

"ഭഗവതീ ഞാൻ എന്തായീ കേൾക്കുന്നേ?"

ഇരുകൈ ശിരസ്സിലമർത്തി, ആർത്തനാദം പുറപ്പെടുവിച്ചുകൊണ്ട് സ്മാർത്തൻ നമ്പൂതിരി തറയിൽ കുത്തിയിരുന്നു.

നാൽപത്തിഒൻപത്

"**ന്താ** ങ്ങ്നേക്ക്ണ്ടാവാൻ?"

സ്മാർത്തന് ഒരു പിടിയും കിട്ടിയില്ല്യ.

"സാധനത്തെ വധിക്കാൻ ആയുധവും കൊടുത്ത് ആളയക്കാ; വധിക്കാൻ വന്നവൻതന്ന്യേ വധിക്കപ്പെടുക - ന്താ കണ്ടഞ്ചാതേ നമുക്കൊന്നും മനസ്സിലാവണില്ല്യാലോ."

സ്മാർത്തന് എന്നപോലെതന്നെ പുറക്കോവിലിനും ഒന്നും മനസ്സിലാ യില്ല. അതിനാൽ ആ രാത്രിതന്നെ സ്മാർത്തവിചാരം താൽക്കാലിക മായി നിർത്തിവയ്ക്കാനും രാജാവിനെ വിവരമറിയിക്കാനും തീരുമാനിച്ചു. പുലരുന്നതിനുമുമ്പുതന്നെ സ്മാർത്തനും പുറക്കോവിലും രാജസന്നിധി യിലേക്ക് യാത്രയായി. രാജാവിനെക്കണ്ട് സംഭവങ്ങൾ വിശദീകരിച്ചു.

തിരക്കിട്ട കൂടിയാലോചനകൾക്കുശേഷം വിചാരണ പള്ളിമണ്ണയിലേക്കു മാറ്റാൻ ഉത്തരവായി. അവിടെ സുരക്ഷിതമായ ഒരു അഞ്ചാംപുരയുണ്ട്. സ്മാർത്തസഭാംഗങ്ങൾക്ക് താമസിക്കാനുള്ള സൗകര്യവുമുണ്ട്. മൂന്നാം ദിവസം ഉച്ചയോടെ താത്രിയെ പള്ളിമണ്ണയിലേക്ക് മാറ്റുകയാണെന്ന് പുറക്കോവിൽ അറിയിച്ചു.

"എവിട്യായാലും വിരോധംല്ല്യാ. ഒരാഗ്രഹമേയുള്ളൂ. വിചാരണയ്ക്കൊടുവിൽ എന്നെ വധിക്കേ, പടിയടച്ച് ഇരിക്കപ്പിണ്ഡംവച്ച് പുറത്താക്കെ ചെയ്യുംവരെ ചെമ്പൂട്ടിയും ദേവുമ്മായിയും എനിക്കൊപ്പമുണ്ടാവണം. അല്ലേ, അവരും കൊല്ലപ്പെടാൻ ഇടയുണ്ട്."

ഒരു ഞെട്ടലോടെയാണ് കണ്ടഞ്ചാത, താത്രി പറഞ്ഞ ആശയം ഉൾക്കൊണ്ടത്. അതിനുള്ള സാധ്യതയുണ്ടെന്ന് അദ്ദേഹത്തിനും തോന്നി. സ്മാർത്തനും പുറക്കോവിലും പരസ്പരം ആലോചിച്ചു.

"ഭഗവതീ! അങ്ങ്ന്യേം ണ്ടാവാൻ ഇടയുണ്ടല്ല്യേ?"

സ്മാർത്തന് ഒരു തീരുമാനത്തിലെത്താൻ കഴിഞ്ഞില്ല.

"അത് പറഞ്ഞത് ശര്യാ. സാധനത്തിന് സംരക്ഷണമേർപ്പെടുത്തീട്ടുണ്ട്. ദാസികൾക്ക് അതില്ല്യാലോ. അവരെ ഇവ്ടെ ഉപേക്ഷിച്ചിട്ടു പോയാൽ അപകടമുണ്ടാകാനാ സാധ്യത. ഇപ്പോത്തന്നെ ഇതൊന്നും വേണ്ടീരുന്നില്ല്യാന്നാ നമുക്ക് തോന്നുന്നേ. എടുക്കാൻ വയ്യാത്ത പാപച്ചുമടാ തലേൽ. രണ്ടു യുവതികളുടെ അരുംകൊലപാതകത്തിന് സ്മാർത്തവിചാരം കാരണമായീന്നു വന്നാ എങ്ങ്ന്യാ സഹിക്ക? മുന്നറിയിപ്പു കിട്ടിയിട്ടും സംരക്ഷിച്ചില്ല്യാന്നു വന്നാ നാംതന്നെ കൊല്ലിച്ചതാണോന്ന് സാധനത്തിനു തോന്ന്യാ; ജീവിച്ചിരുന്നിട്ട് ഫലമുണ്ടോ പിന്നെ?"

കണ്ടഞ്ചാതയുടെ മനസ്സു പതറി. താത്രിയുടെ ആവശ്യം അംഗീകരിക്കപ്പെട്ടു. ശക്തമായ സംരക്ഷണയിൽ മൂന്നു യുവതികളെയും പള്ളിമണ്ണയിലെ അഞ്ചാംപുരയിലെത്തിച്ചു. പരസ്പരം ആശ്വസിപ്പിച്ചും സമാധാനിപ്പിച്ചും ആ രാത്രിയും അവരുറങ്ങി. സ്മാർത്തവിചാരം പുനരാരംഭിച്ചു. വിസ്തൃതമായ ഒരു ഹാളായിരുന്നു വിചാരണവേദി. സഭ മുമ്പാകെ താത്രി ഹാജരാക്കപ്പെട്ടു. ധാരാളം പേർ പുറത്ത് കാത്തുനില്പുണ്ടായിരുന്നു. കേട്ടറിഞ്ഞ താത്രിയെ കണ്ടറിയാൻ വന്നവരായിരുന്നു അധികവും. സുരക്ഷാഭടന്മാർ സമീപത്തുതന്നെ ഉണ്ടെന്നും താത്രിക്ക് മനസ്സിലായി. നിർദേശിക്കപ്പെട്ടിടത്ത് അവൾ മുഖം കുനിച്ചുനിന്നു. സാധാരണ അന്തർജനങ്ങൾ ധരിക്കാറുള്ളതുപോലെ കാൽവണ്ണ മറയുന്ന തരത്തിൽ പുടവയുടുത്തും രണ്ടാംമുണ്ടുകൊണ്ട് മൂടിപ്പുതച്ചുമാണ് അവളെത്തിയത്. സഭയിലെത്തി രണ്ടാംമുണ്ട് എടുത്തുമാറ്റി കക്ഷത്തുവച്ച് അവൾ ആദരവുകാട്ടി.

"വിചാരണ ആരംഭിക്കാം."

പട്ടച്ചോമയാരത്ത് ജാതവേദൻ നമ്പൂതിരിയുടെ ശബ്ദം താത്രി തിരിച്ച റിഞ്ഞു. അവൾ മെല്ലെ മുഖമുയർത്തി നോക്കി. കുറിയേടത്തുണ്ടായിരുന്ന സ്മാർത്തസഭാംഗങ്ങളെല്ലാം മുൻനിരയിൽ ഇരിക്കുന്നു. അവർക്കു പിന്നിൽ കുറച്ചകന്ന് എട്ടുപത്തുപേർ. അവരിൽ ആരെയും അതിനുമുമ്പ് കണ്ടതായി ഓർക്കുന്നില്ല.

"കഴിഞ്ഞ ദിവസങ്ങളിൽ സാധനം നമ്മോട് നല്ലരീതിയിൽ സഹ കരിച്ചു. ശരിക്കും അനുസരണ കാട്ടി. കുറിയേടത്തില്ലത്തുനിന്നും പള്ളിമണ്ണയിലേക്ക് വിചാരണ മാറ്റാനുണ്ടായ കാരണമെന്താന്ന് ഇതിനകം തന്ന്യേ നിങ്ങളെല്ലാം അറിഞ്ഞുകാണും. ഇല്ല്യേ താമസംവിനാ അറിഞ്ഞു കൊള്ളും. അതിനാൽ നോം കാര്യത്തിലേക്ക് കടക്കാ."

സദസ്സിലുള്ളവരോടും പുറത്തുനിൽക്കുന്നവരോടുമായി സ്മാർത്തൻ പറഞ്ഞു. അദ്ദേഹത്തിന്റെ ചിലമ്പിച്ചു നേർത്ത ശബ്ദം പുറത്തുനിന്ന വരാരും കേട്ടില്ല.

"നിനക്ക് ഇനിയെന്താ പറയാനുള്ളേ?"

സ്മാർത്തൻ താത്രിയോടു ചോദിച്ചു.

അവൾ മുഖമുയർത്തി സ്മാർത്തനെ നോക്കി ഒന്നുകൂടി തൊഴുത് കൈ കെട്ടിനിന്നു. താത്രിയുടെ ഭാഗത്തുനിന്നും പ്രതികരണമൊന്നും ഉണ്ടാകാതെയായപ്പോൾ സ്മാർത്തൻ ഇടപെട്ടു.

"എന്താ നീയ്യ് മൗനംവെടിയാത്തേ? ആരെയും ഭയക്കേണ്ടെന്നും സുരക്ഷയൊരുക്കീട്ടുണ്ടെന്നും പറഞ്ഞിരുന്നില്ല്യേ? നിന്നെ ഉപദ്രവിക്കാൻ വന്നവന് എന്തു സംഭവിച്ചൂന്നും നീ കണ്ടറിഞ്ഞില്ല്യേ? ഇവിടെ കൂടുതൽ സുരക്ഷയൊരുക്കീട്ടുണ്ട്. ആയതിനാൽ പറയ്യ; പറയാനുള്ള പേരുകൾ ഒന്നൊന്നായി പറയ്യ."

പുറത്തുള്ളവരും അകത്തുള്ളവരും ആ പേരു കേൾക്കാൻ ഉത്കണ്ഠാ കുലരായി.

മറക്കാൻ ശ്രമിച്ചതെല്ലാം വീണ്ടും ഓർക്കണമല്ലോ ഭഗവതീ! താത്രി നിലയില്ലാതെ നിന്നുഴറി. ഇതൊന്നു അവസാനിച്ചുകിട്ടിയെങ്കിൽ! അധികം വിസ്തരിക്കാതെ പേരുകൾ ഒന്നൊന്നായി വിളിച്ചുപറഞ്ഞ് പെട്ടെന്ന് അവ സാനിപ്പിച്ചാലോ? അതവർ അംഗീകരിക്ക്വോ? കുത്തിക്കുത്തിയുള്ള ചോദ്യ ങ്ങളുണ്ടാവില്ല്യേ? എന്താ വേണ്ടേ ഭഗവതീ?

"നിന്റെ ഭയം മാറിയില്ല്യേ? പുറത്തുനിന്നും നിന്നെ ആരും ഉപദ്രവി ക്കില്ല്യ. ശക്തമായ കാവലുണ്ട്. പറയ്യ, പറയാനുള്ളതൊക്കെ പറയ്യ."

സ്മാർത്തൻ ആവുംവിധം താത്രിയെ ഉത്തേജിപ്പിച്ചു.

"പുറത്തുനിന്നല്ല്യ അകത്തുനിന്നാ തിരുമനസ്സേ എന്റെ നേർക്കു ണ്ടായ ആദ്യത്തെ ലൈംഗികാക്രമണം."

മെല്ലെയെങ്കിലും സഭാവാസികൾക്ക് കേൾക്കാവുന്ന തരത്തിൽ നിർത്തി നിർത്തി ഓരോ വാക്കായി അവൾ പറഞ്ഞു. സ്മാർത്ത സഭയാകെ ഞെട്ടി. അവർ പരസ്പരം നോക്കി. 'നിന്നെക്കുറിച്ചാണോ പറഞ്ഞതെ'ന്നഭാവത്തിൽ ഓരോ സ്മാർത്തസഭാംഗവും അപരനെ നോക്കി. സ്മാർത്തസഭയുടെ പിന്നിലിരുന്ന ഒരാൾ മുണ്ടുകൊണ്ട് തലയും മുഖവും മൂടി മെല്ലെ പുറത്തിറങ്ങിപ്പോയി.

"എന്ത്യേ പറഞ്ഞേ? അകത്തുനിന്നുള്ള ലൈംഗികാക്രമണമെന്നോ?"

സ്മാർത്തൻ ശബ്ദമുയർത്തി ചോദിച്ചു. മുറ്റത്തുനിന്ന ശ്രോതാക്കൾ കഴുത്തുനീട്ടി കാതോർത്തുനിന്നു.

"അതേ തിരുമനസ്സേ."

"എന്താ നീയീപ്പറയുന്നേ? അകക്കോവിലായിരുന്ന പെരുമ്പിള്ളി ഇട്ടീരി ഓതിക്കന്റെ കാര്യം നീ പറഞ്ഞു. അയാൾ സ്വയം ഒഴിഞ്ഞു. പകരം വന്ന മാങ്കാവിൽ വിഷ്ണുനമ്പൂതിരി ഓതിക്കൻ ഇതാ ഇവിടുണ്ട്. ഇവിടിരിക്കുന്ന ആരെക്കുറിച്ചെങ്കിലും നമ്മെക്കുറിച്ചായാലും നിനക്ക് പരാതിയുണ്ടെങ്കിൽ പറയ്യ, പരസ്യമായിത്തന്നെ പറയ്യ."

എങ്കിലും ജാതവേദൻ നമ്പൂതിരി വ്യാകുലപ്പെടുകയായിരുന്നു. ആരാണിപ്പോൾ മുഖം മറച്ച് ഇറങ്ങിപ്പോയത്? അകത്തുനിന്നാണ് ആദ്യത്തെ ലൈംഗികാക്രമണമുണ്ടായതെന്നു പറഞ്ഞപ്പോൾ മുഖംമറച്ച് ഇറങ്ങിപ്പോയതാരാണെന്ന് കണ്ടുപിടിക്കണം. സ്മാർത്തസഭയിലുള്ള ആരുടെയെങ്കിലും പേരായിരിക്കുമോ ഇവളിനി പറയുക? ഭഗവതീ, കാത്തോളണേ.

"തിരുമനസ്സ് ക്ഷമിക്കണം. ഞാൻ പറഞ്ഞത് എന്റെ കുടുംബത്തിനകത്തുള്ളവരെക്കുറിച്ചാ. എന്റെ ജീവിതം തകർത്തത് കുടുംബത്തിനകത്തുള്ളവരാ. അക്കാര്യമാ ഞാൻ സൂചിപ്പിച്ചേ."

സ്മാർത്തസഭാംഗങ്ങളുടെയും പിന്നിലിരുന്ന സഭാവാസികളുടെയും പിരിമുറുക്കം തെല്ലയഞ്ഞു. മുറ്റത്തുനിന്ന കേൾവിക്കാരുടെ പിരിമുറുക്കം വർദ്ധിച്ചു.

"അങ്ങ്ന്യോ? പറഞ്ഞോളൂ. കുടുംബത്തിനുള്ളിൽ ആരാ, എന്താ, എങ്ങ്ന്യാ; തെളിച്ചങ്ങട് പറയ്യ."

സ്മാർത്തൻ ഉത്സാഹപൂർവം പറഞ്ഞു.

"ഞാനാരെയും കുറ്റപ്പെടുത്തുന്നില്ല്യ തിരുമനസ്സേ, എല്ലാം എന്റെ അത്യാഗ്രഹംകൊണ്ടു സംഭവിച്ചതാ."

"മനസ്സിലായില്ല്യാ. വ്യക്തമായി പറയ്യ; എന്തായിരുന്നു നിന്റെ അത്യാഗ്രഹം?"

"ഞാൻ ചെറ്യകുഞ്ഞായിരുന്ന കാലത്തെ കാര്യാ. കേട്ടിരിക്കാൻ സന്മനസ്സുണ്ടാവോന്ന് അറീല്ല്യാ."

താത്രി മറുപടി കാത്തുനിന്നു.

"ആട്ടെ; സന്മനസ്സുണ്ടെന്നു തന്ന്യെ കൂട്ടിക്കോളൂ. പറയാനുള്ളത് എന്തെന്ന്വെച്ചാ അറയ്ക്കാണ്ട് അങ്ങട് പറയ്യ."

"തീരെ ചെറ്യകുട്ടിയായിരുന്നപ്പഴേ നിക്ക് പാട്ടുപഠിക്കണംന്ന് മോഹം ണ്ടാര്ന്നു. കല്പകശ്ശേരി അനുവദിച്ചില്ല്യ. ഞങ്ങടെ ഇല്ലത്തിനടുത്തുള്ള ഓയ്ക്കില്ലത്ത് കുട്ടികളെ പാട്ടുപഠിപ്പിച്ചിരുന്നു. നിക്ക് അഞ്ചുവയസ്സുള്ള പ്പോഴേ അക്കാര്യം അറിയാര്ന്നു. എന്റെ ആറാംവയസ്സിൽ ഞാനവിടെ പാട്ടുപഠിക്കാനെത്തി. അപ്പോ കണ്ടഞ്ചാത ഇല്ലത്തെ രാവുണ്ണി ഓയ്ക്കി ല്ലത്ത് താമസിച്ച് പാട്ടുപഠിക്ക്വേരുന്നു. അവനന്ന് എട്ടുവയസ്സുണ്ടാ യിരുന്നു."

സ്വതേ നിസ്സംഗപ്രകൃതിയായ കണ്ടഞ്ചാത വാസുദേവൻ നമ്പൂതിരി ഞെട്ടിയുണർന്നപോലെ നിവർന്നിരുന്നു. ഭഗവതീ ഇവൾ എവിടേക്കാ സഞ്ചരിക്കുന്നേ? എന്റെ മകനെക്കുറിച്ചു പറയാൻ തുടങ്ങ്വേ?

വാസുദേവൻ നമ്പൂതിരിയിലുണ്ടായ മാറ്റം ശ്രദ്ധിച്ചുകൊണ്ട് താത്രി തുടർന്നു:

"ചേരാവള്ളി നമ്പൂതിരിയായിരുന്നു അവിടത്തെ ഗുരു. എങ്കിലും ഗുരു വല്ല്യ, രാവുണ്ണിയാ എന്ന അധികസമയോം പാട്ടുപഠിപ്പിച്ചിരുന്നത്. മൂന്നു കൊല്ലം അവിടത്തെ പഠനം തുടർന്നു. എന്റെ ജീവിതത്തിലെ വസന്ത കാലമേതാന്ന് ആരെങ്കിലും ചോദിച്ചാ ഞാൻ പറേം ഓയ്ക്കില്ലത്തെ പഠന കാലംന്ന്; ആ മൂന്നു കൊല്ലംന്ന്.

കഥകളിപ്പദങ്ങളും കർണാടകസംഗീതവും ഞാമ്പഠിച്ചുതുടങ്ങീത് രാവുണ്ണീന്നാ. ഉണ്ണായിവാര്യരെക്കുറിച്ചും കോട്ടയത്തു തമ്പുരാനെ ക്കുറിച്ചും ഞാനറിഞ്ഞത് രാവുണ്ണീന്നാ. സ്വാതിതിരുനാൾ, ത്യാഗരാജൻ, ദീക്ഷിതർ തുടങ്ങിയ സംഗീതജ്ഞരുടെ പേരുകളും ത്രിപുട, മിശ്രചാപ്, രൂപകം തുടങ്ങിയ താളങ്ങളും ശങ്കരാഭരണം, കല്യാണി, പന്തുവരാളി ആനന്ദഭൈരവി, കാംബോജി തുടങ്ങിയ രാഗങ്ങളും ഞാൻ തിരിച്ചറിഞ്ഞത് ചേരാവള്ളി നമ്പൂരീടെ ഓയ്ക്കില്ലത്തുവച്ച് കണ്ടഞ്ചാത രാവുണ്ണീന്നാ. ഞാൻ കഴിഞ്ഞ ദിവസേ പറഞ്ഞില്ല്യേ, എന്റെ ആഗ്രഹങ്ങളൊന്നും ദൈവം നിറവേറ്റിത്തരില്ല്യാന്ന്. മൂന്നുകൊല്ലം പഠിച്ചു. ഗുരു ചേരാവള്ളിക്ക് പൊക്കനായി. ഗുരുകുലം അടച്ചു. കുട്ടികളെ പറഞ്ഞുവിട്ടു. രാവുണ്ണി കണ്ടഞ്ചാതയ്ക്കു മടങ്ങി. എല്ലാം എന്നെ കഷ്ടത്തിലാക്കാൻ ദൈവം ചെയ്ത പണിയാ.

നിക്ക് എവിടെച്ചെന്നെങ്കിലും സംഗീതം പഠിക്കണംന്ന് വാശ്യായി. അക്കാലത്ത് ഞാൻ ഇല്ലത്തുവച്ച് കഥകളിപ്പദങ്ങൾ ചൊല്ലുകേം രാവുണ്ണി പഠിപ്പിച്ച കീർത്തനങ്ങൾ പാടുകേം ചെയ്തിരുന്നു. എന്നിലെ സംഗീത വാസന അമ്മ ഉൾപ്പെടെ ഇല്ലത്തുള്ള എല്ലാവരും തിരിച്ചറിഞ്ഞിരുന്നു.

ഓയ്ക്കില്ലത്തെ പഠനം നിലച്ചതോടെ ഞാൻ കഷ്ടത്തിലായി. രണ്ടു തരം നഷ്ടമാണുണ്ടായേ. പാട്ടുപഠിത്തം നിന്നു. കളിച്ചുനടക്കാൻ ധാരാളം കുട്ടികളുണ്ടായിരുന്നല്ലോ. ആ കൂട്ടും പോയി. പാട്ടുപഠിക്കണംന്ന വാശി മൂലം ഭക്ഷണംപോലും കഴിക്കാതെ വാടിത്തളർന്നും കരഞ്ഞും വിളിച്ചും ഞാൻ കോലംകെട്ടു. അമ്മയ്ക്ക് അത് സഹിച്ചില്ല്യ. കുറിയേടത്തില്ലത്തെ മൂസ്സാമ്പൂരിയുടെ അച്ഛൻപെങ്ങൾ ചമ്മുത്തമ്പുരാട്ടി ഏതോ മുറയ്ക്ക് എന്റെയും അച്ഛൻപെങ്ങളാണ്. എനിക്ക് ഏഴു വയസ്സുള്ളപ്പോൾ അമ്മയോടൊപ്പം ഞാനവിടെപ്പോയി രണ്ടുദിവസം പാർത്തിട്ടുണ്ട്. എന്നേക്കാൾ ഒന്നോ രണ്ടോ വയസ്സു കൂടുതലുള്ള ഒരു പെൺകിടാവും അവ്ടേണ്ടായ്രുന്നു. നാരായണൻ നമ്പീശൻ എന്നൊരു സംഗീതഗുരു കുറിയേടത്തു വന്ന് അവിടത്തെ പെൺകിടാവിനെ പാട്ടുപഠിപ്പിച്ചിരുന്നു. മാസം ഒരു രൂപയായിരുന്നു പ്രതിഫലം.

എന്റെ സങ്കടം കണ്ടുകണ്ട് സഹിക്കാൻ പറ്റാതെ ഒടുവിൽ എന്നെ കുറിയേടത്തില്ലത്ത് പാട്ടുപഠിക്കാൻ അച്ഛൻ കൊണ്ടുചെന്നാക്കി. ഫീസിനുള്ള ഒരു രൂപ നമ്പ്യാത്തൻ നമ്പൂതിരിതന്ന്യെ കൊടുക്കാമെന്നേറ്റു. കുറച്ചുനാൾ ഞാനവിടെ വളരെ സന്തോഷത്തോടെ താമസിച്ച് പാട്ടു പഠിച്ചു. ചമ്മുത്തമ്പുരാട്ടീന്ന് എല്ലാരും വിളിക്കുന്ന അവിടത്തെ അമ്മായി അമ്മ എന്നെ സ്വന്തം മകളായിത്തന്നെ കരുതി. ചെമ്മന്തട്ട മഹാശിവ ക്ഷേത്രത്തിൽ വാരക്കാലമായി. എന്നും സന്ധ്യയ്ക്ക് എന്നെയും അവിടത്തെ പെൺകിടാവിനെയും മൂസ്സാമ്പൂരി അമ്പലത്തിൽ കൊണ്ടു പോകാര്ന്നു. മൂന്നാലു ദിവസം കഴിഞ്ഞപ്പോ ആ കുട്ടി ഋതുമതിയായി. അതിനാൽ അന്നു എന്നെമാത്രം അമ്പലത്തി കൊണ്ടുപോവാമെന്നായി. കുളിയുണ്ടെന്നും മുണ്ട് കുളപ്പുരയിൽ കൊണ്ടുചെല്ലണമെന്നും പറഞ്ഞ് മൂസ്സാമ്പൂരി മുമ്പേ നടന്നു. ഞാൻ മുണ്ടുമായി കുളപ്പടവിലെത്തി. അപ്പോ കുളപ്പുരമാളികയിലെ കിഴക്കേമുറിയിൽ മോതിരം വെച്ച് മറന്നെന്നും എടുത്തുകൊടുക്കണംന്നും പറഞ്ഞു. ഞാനവിടെച്ചെന്ന് മോതിരം തപ്പി. ഇരുട്ടായതിനാൽ കാണാൻ കഴിഞ്ഞില്ല്യ.

പത്തുവയസ്സുപോലും എനിക്കന്ന് തികഞ്ഞിരുന്നില്ല്യ. ശരിക്കു പറഞ്ഞാ ഒമ്പതു വയസ്സും പത്തുമാസോമായിര്ന്ന് അന്ന് എന്റെ പ്രായം. എട്ടുംപൊട്ടും തിരിയാത്ത പ്രായംന്നല്ല്യേ പറയേണ്ട്യേ? ആ പ്രായത്തിലുള്ള എന്നെ കുളപ്പുരമാളികയിൽവച്ച്, നമ്പ്യാത്തനെന്ന, എന്റെ പിതാവിന്റെ പ്രായത്തിലുള്ള മൂസ്സാമ്പൂരി നന്നായി നോവിച്ചു. എന്റെ ഉടുതുണി അഴിച്ചു മാറ്റി. എന്നെപ്പിടിച്ച് കട്ടിലിൽകിടത്തി. ഞാൻ കരഞ്ഞു. എന്നിട്ടും എന്നെ വിട്ടില്ല്യ. പറയാനെനിക്ക് അറപ്പാ. എന്നെ ശരിക്കും വേദനിപ്പിച്ചു. ഒന്നും രണ്ടുമല്ല്യാ, പന്ത്രണ്ടു ദിവസം ആ പണി തുടർന്നു.

“എന്തിനാ കുട്ട്യേ എന്നിട്ടും നീയ്യ് വഴങ്ങിക്കൊടുത്തേ? എന്നല്ല്യേ ഇപ്പോ നിങ്ങൾക്ക് ചോദിക്കാൻ തോന്ന്യേ? പറയാം. നിക്ക് പറയാനുണ്ട്.

സത്യം പറഞ്ഞാ നിക്ക് നമ്പ്യാത്തനെ പേടിയാ. അയാള് വിചാരിച്ചത് സാധിക്കണം. ഏതോ അടിയാത്തിപ്പെണ്ണിനെ മൂസ്സാമ്പൂരി മോഹിച്ചത്രെ. മുമ്പത്തെ കഥയാ. കുറിയേടത്തില്ലത്തെ ആ പെൺകിടാവ്, മൂസ്സാമ്പൂരിയുടെ ഇളയപെങ്ങൾ തന്ന്യാ അക്കഥ എന്നോട് പറഞ്ഞേ. ആ അടിയാത്തിപ്പെണ്ണിന് ഒരു മുറച്ചെറുക്കനുണ്ടാർന്നു. അവൾ ജീവനുതുല്യം സ്നേഹിക്കുന്ന കാമുകൻ. അവനുപോലും അതുവരെ അവളുടെ ശരീരം അടിയറവച്ചിരുന്നില്ല്യ. കൊയ്ത്തുകഴിഞ്ഞ് കല്യാണം നിശ്ചയിച്ചു വച്ചേക്കേർന്നു. നമ്പ്യാത്തന് അവളിൽ കമ്പമുദിച്ചു. അവള് വഴങ്ങീല്ല്യ. പിടിച്ചുകൊണ്ടുവന്ന് ആഗ്രഹം നിറവേറ്റി. എന്നിട്ടും അരിശം തീരാതെ കമ്പി ചുട്ടുപഴുപ്പിച്ച് അവളുടെ യോനീം മുലേം കരിച്ചുകളഞ്ഞു. ആ പാവം പെണ്ണ് ചത്തോയി. എന്ന്യേം നമ്പ്യാത്തൻ ചുട്ടുകൊല്ലുംന്ന് ഭയന്നു. പന്ത്രണ്ടു ദിവസം സയിച്ചു. വേദനകൊണ്ടു പുളഞ്ഞു. മൂത്രിക്കൻ മേലാണ്ടായി. നീറിനീറിക്കയറി. ഞാൻ ചമ്മുത്തമ്പുരാട്ടിയോടു സങ്കടം പറഞ്ഞു. അന്നുതന്ന്യെ ഒരു ദാസിയേംകൂട്ടി എന്നെ കല്പകശ്ശേരീലേക്കയച്ചു. ഇതെന്റെ പത്താംവയസ്സിലെ കഥ. ദൈവം എന്നും എനിക്ക് എതിരാണെന്ന് ഞാൻ പറഞ്ഞില്ല്യേ? എന്റെ പതിനെട്ടാം വയസ്സില് നമ്പ്യാത്തൻ ആണും പെണ്ണുമല്ലാത്ത രാമൻ നമ്പൂരിയെക്കൊണ്ട് എന്നെ വേളി കഴിപ്പിച്ചു. രാമൻ നമ്പൂരിക്ക് ലൈംഗികശേഷി തീരെ ഇല്ല്യാർന്നു. ലൈംഗിക ചിന്തേംല്ല്യ. അയാൾ ദൈവങ്ങളെത്തേടി അമ്പലങ്ങൾതോറും അലഞ്ഞുനടക്കുന്ന ഒരു പാവം മനുഷ്യൻ. ശുദ്ധൻ ദുഷ്ടന്റെ ഫലം ചെയ്യുംന്നുണ്ടല്ലോ. രാമൻ നമ്പൂരിയെ സംബന്ധിച്ചും അത് സത്യായി വന്നു. രാമൻ നമ്പൂതിരി അമ്പലംനിരങ്ങിയായി നടന്നു. ഇന്നും അങ്ങനെ തന്ന്യാ. നമ്പ്യാത്തൻ എന്നെ പിന്നെയും കീഴ്പ്പെടുത്തി. മറ്റുവഴിയൊന്നുമില്ലാണ്ടായപ്പോ ഞാൻ കീഴടങ്ങിക്കൊടുത്തു.

എന്ത്യേ നീയെതിർത്തില്ല്യാ? ഭർത്താവിനോടു പരാതി പറഞ്ഞില്ല്യാ എന്നൊക്കെ ചോദിച്ചേക്കാം. കരുത്തനായൊരു പുരുഷനോട് എന്നും മൽപ്പിടിത്തം നടത്തി, അയാളെ കീഴ്പ്പെടുത്തി ജീവിക്കാൻ ഏതെങ്കിലും പെണ്ണിന് കഴിയോ? പത്താം വയസ്സില് അയാളെന്റെ ശരീരത്തിലേല്പിച്ച മുറിവ് മാഞ്ഞുപോയിരുന്നു. പക്ഷേ,എന്റെ മനസ്സിലെ മുറിവ് ഇന്നും അവിടുണ്ട്. അതെങ്ങന്യാ മായുക? ലൈംഗികചിന്തേയില്ലാത്ത അനുജനെക്കൊണ്ട് എന്നെ വേളി കഴിപ്പിച്ചത് കൃത്യമായ ഉദ്ദേശ്യത്തോടെയായിരുന്നു. രാമൻ നമ്പൂതിരി അമ്പലങ്ങളിൽനിന്നും അമ്പലങ്ങളിലേക്കു നടക്കും. അവന്റെ വേളിയെ തനിക്ക് യഥേഷ്ടം ഉപയോഗിക്കാം. നിയമപരമായി യാതൊരു ഉത്തരവാദിത്വങ്ങളുമില്ല്യ. നമ്പ്യാത്തന്റെ കണക്കുകൂട്ടൽ ശര്യായി. ആരോടാ ഞാൻ പരാതി പറയ്യ? രാമൻ നമ്പൂരിയോടോ? രാമന് നമ്പ്യാത്തൻ ദൈവാ. സ്വന്തം ഇല്ലത്തേക്ക് മടങ്ങി പൊയ്ക്കൂടാരുന്നോ? ഇങ്ങനെ അവ്ടെക്കിടന്ന് നശിക്കണോർന്നോ? എന്നൊക്കെ നിങ്ങൾക്ക് ചോദിക്കാം. ശര്യാ. ആരായാലും അങ്ങനെ ചോദിക്കാനേ

തരമുള്ളൂ. പക്ഷേ കല്പകശ്ശേരി ഇല്ലത്തില് എന്നെ സംരക്ഷിക്കാൻ ദൈവം തീർത്ത വേലികൾ എന്നെ എത്ര മൃഗീയമായി തിന്നു തീർത്തെന്നോ. അയ്യോ അങ്ങനെ പറഞ്ഞാ ശരിയാവില്ല്യാ. പൈശാചികം എന്നു പറഞ്ഞാലും മതിയാവില്ല്യ. ഏതെങ്കിലും ഒരു ആൺപിശാച് ഒരു പെൺപിശാചിനെ അവളുടെ സമ്മതമില്ലാതെ കീഴ്പ്പെടുത്തിയതായി നിങ്ങൾ കേട്ടിട്ടുണ്ടോ?

പെൺമൃഗത്തിന് ഇഷ്ടമില്ലെങ്കിൽ, അവൾ അനുവദിച്ചില്ലെങ്കിൽ മൃഗങ്ങളുടെ ഇടയിൽ ലൈംഗികവേഴ്ച നടക്കാറില്ല്യ. അതിനാൽ ഞാനനുഭവിച്ചത് മൃഗീയമായ അനുഭവങ്ങളുമല്ല്യ. അതിനെക്കാളും മോശമായ അനുഭവങ്ങളായിരുന്നു കല്പകശ്ശേരിയില് എനിക്കുണ്ടായത്. കല്പകശ്ശേരീന്ന് രക്ഷപ്പെടാനാണ് വന്ന ആലോചന കണ്ണടച്ച് സ്വീകരിച്ചത്. പിന്നീടല്ല്യേ നമ്പ്യാത്തന്റെ പുലിമടയിലേക്കാണ് എന്നെ കൊണ്ടുപോകുന്നതെന്നറിഞ്ഞത്. ഈ സാഹചര്യത്തിൽ ഒരു പെണ്ണ് എന്താ ചെയ്യേണ്ട്യേ? ആത്മഹത്യ ചെയ്യണംന്ന് പറയ്യോ നിങ്ങൾ? ആത്മഹത്യയല്ല്യാതെ മറ്റൊന്നും ചെയ്യാനില്ലാത്ത അവസ്ഥയാണിന്നു നിക്ക്. പലവട്ടം ആത്മഹത്യയെക്കുറിച്ചു ചിന്തിച്ചു. പേട്യാരുന്നു. ശരിക്കും ചത്തില്ലെങ്കിലോ? പാതി ചത്ത് ജീവിക്കേണ്ടിവന്നാലോ എന്ന പേടി. പിന്നെപ്പിന്നെ വേണ്ടെന്നുവച്ചു. എന്നെ ചതിച്ചവരെ തിരിച്ചു ചതിക്കണം, പകരംവീട്ടണം എന്നൊരു തോന്നൽ. വെറും തോന്നലല്ല്യാ, ഉറച്ച തീരുമാനം തന്ന്യാ.

പകരംവീട്ടി. പക തീർത്തു. എന്നെ ചതിച്ചത് പുരുഷനല്ല്യേ. പുരുഷന്മാരല്ല്യേ? അതുകൊണ്ട് ചില പുരുഷന്മാരെ ഞാനും ചതിച്ചു. എങ്ങന്നേന്നല്ല്യേ? പറയാം. ഞാൻ പറയുന്നതൊക്കെ കേൾക്കാൻ നിങ്ങൾക്ക് ശക്തീണ്ടോ? ചിലപ്പോ നിങ്ങടെ നെഞ്ചി താങ്ങീല്ല്യാന്നുവരും. ഞാനെല്ലാം തുറന്നുപറയണോ? നിങ്ങൾ പറയ്വ. പറേണോങ്കി പറയാം. കഴുത്തളവ് നനഞ്ഞില്ല്യേ? കുളിച്ചുകയറാം. ഞാൻ കുളിക്കാൻ പോവ്വാ. ഞാനെങ്ങന്യാ കുളിക്ക്വേന്ന് കാണണോ? നെറ്റി ചുളിക്കേം കണ്ണടക്കേം കാതുപൊത്ത്വേന്നും വേണ്ട. എല്ലാരേം നിക്കറിയാം. ഒരു മറയുമില്ലാതെ ഞാൻ പറയാം; അല്ല, ഒരു മറയുമില്ലാതെ ഞാൻ കുളിക്കാൻ പോവ്വാ.''

താത്രിക്കുട്ടി ചിരിച്ചു. ഉറക്കെയുറക്കെ ചിരിച്ചു. ചിരിയുടെ ഇടിയും മിന്നലുമേറ്റ് സഭാവാസികൾ നടുങ്ങി.

അമ്പത്

താത്രിയമ്പലത്തിലെ സന്ധ്യാപൂജ കഴിഞ്ഞ് നടയടച്ച് മുത്തച്ഛൻ വരുന്നതു കാത്തുനിൽക്കുകയായിരുന്നു പത്മ. കാത്തുനിന്നു മടുത്ത സന്ധ്യ ഇരുട്ടിന് വഴിമാറിക്കൊടുത്തു.

ശ്രീവരാഹം അമ്പലക്കുളത്തിന്റെ കിഴക്ക് വരാഹമൂർത്തിയമ്പലം. പടിഞ്ഞാറുമുണ്ട് സാമാന്യം വലിയൊരമ്പലം. തെക്ക് കണ്ടഞ്ചാതമന വളപ്പിൽ താത്രിയമ്പലം. അമ്പലങ്ങൾ കഴിഞ്ഞുള്ള ഭാഗമത്രയും ഭവനങ്ങളാണ്. അവയിലെല്ലാമുള്ള വൈദ്യുതദീപങ്ങൾ കുളത്തിൽ പ്രതിബിംബിച്ചപ്പോഴുണ്ടായ അവർണനീയമായ വെളിച്ചവിപ്ലവം നോക്കി പത്മ നിന്നു. മുത്തച്ഛൻ വന്നപ്പോൾ അദ്ദേഹത്തോടൊപ്പം പത്മ മുറിയിൽ പ്രവേശിച്ചു. മുത്തച്ഛൻ വിശ്രമിക്കട്ടെ. പടവുകൾ കയറിയതിന്റെ കിതപ്പ് മാറട്ടെ. പത്മ കാത്തിരുന്നു.

'കഥ തുടരാം അല്ല്യേ?' എന്ന അർഥത്തിൽ മുത്തച്ഛൻ അവളെ നോക്കിച്ചിരിച്ചു.

"എങ്ങനെയാ മുത്തച്ഛാ താത്രി പകരംവീട്ടിയത്? ആരെ ചതിച്ചെന്നാ പറഞ്ഞത്?"

പത്മ ചോദിച്ചു.

"താത്രി അങ്ങനെ പറഞ്ഞെങ്കിലും അത്ര വലിയ ചതിയൊന്നുമല്ല ചെയ്തത്. നമ്പ്യാത്തനും ഓക്കി ഇട്ടീരിയുമാണല്ലോ ആദ്യപ്രതികൾ. അവർ രണ്ടുപേരും അജയ്യരാണ്. വിചാരണ നടക്കുന്ന കാലത്ത് ഏതു വമ്പനെ ചതിയിൽപെടുത്താനും വമ്പന്മാരുടെ ചതികൾ അതിജീവിക്കാനുമുള്ള ശേഷി അവൾ നേടിയിരുന്നു. പക്ഷേ, ഇവിടെ പറയുന്നത് പത്താം വയസ്സിലെ കാര്യമാണ്. നമ്പ്യാത്തൻ താത്രിയോടു കാട്ടിയ പാതകമെന്തെന്ന് അവൾ വിവരിച്ചു. അവളെ സംരക്ഷിക്കേണ്ട അമ്മാവനായ ഓക്കി ഇട്ടീരി നമ്പൂതിരി കുട്ടിയുടെ അജ്ഞത മുതലെടുത്തും ശാരീരികദൗർബല്യം മുതലെടുത്തും ലൈംഗികപീഡനത്തിനിരയാക്കിയതെങ്ങനെയെന്നും അവൾ സഭയിൽ പറഞ്ഞു. യന്ത്രം, മന്ത്രം എന്നൊക്കെ പറഞ്ഞ് പുരോഹിതന്മാർ ഇന്നും മുതലെടുക്കാറുണ്ട്. എൺപതു കൊല്ലത്തിനുമുമ്പുള്ള സ്ഥിതി പറയണോ?

അവൾ പാപം ചെയ്തുപോയെന്നും അത് പരിഹരിക്കാനും മേലിൽ പാപം ഏൽക്കാതിരിക്കാനും പാപപരിഹാരയന്ത്രം അരയിൽ ധരിപ്പിച്ചുകൊണ്ടാണ് ഓക്കി ഇട്ടീരി ആ ബാലികയോട് മഹാപരാധം ചെയ്തത്. അത് അവളുടെ മനസ്സിലേല്പിച്ച ആഘാതമെന്തെന്നറിയാൻ അവളുടെ വാക്കുകളിൽതന്നെ പറയാം. സ്മാർത്തവിചാരസഭ മുമ്പാകെ താത്രി തന്റെ സങ്കടത്തിന്റെ കെട്ടഴിച്ചു.

"ചെറ്യ കുട്ട്യാരുന്നപ്പോ മറ്റെല്ലാ കുട്ടികളെയുംപോലെതന്നെ ഞാനും ഒരുതരത്തിലും ചീത്തക്കുട്ട്യാരുന്നില്ല്യ. മറ്റാരെയും സ്നേഹിക്കുന്നതിനെക്കാളുപരി ഞാൻ കലയെ സ്നേഹിച്ചു. സംഗീതത്തെ സ്നേഹിച്ചു; കഥകളിയെ സ്നേഹിച്ചു. അതാണ് ഞാൻ ചെയ്ത തെറ്റ്.

സംഗീതത്തെ സ്നേഹിച്ചതുകൊണ്ടാണ് എനിക്ക് കുറിയേടത്തില്ലത്ത് പോകേണ്ടിവന്നതും നമ്പ്യാത്തന്റെ ഇരയാകേണ്ടിവന്നതും. ഇല്ലത്ത്

തിരിച്ചെത്തിയശേഷം ഓക്കി ഇട്ടീരിയുടെ ഇരയായി. ഈ രണ്ടനുഭവങ്ങളും എന്നെ മറ്റൊരാളാക്കിമാറ്റി. അതിനൊക്കെ പ്രതികാരം ചെയ്യണം എന്നൊരു തോന്നൽ ഉള്ളിലുദിച്ചു. ചതിച്ചത് പുരുഷന്മാരായതുകൊണ്ട് പുരുഷവർഗത്തോടുതന്നെ ഒരു പക ഉള്ളിൽ വളർന്നുവന്നു. ബാലിക കന്യകയായി വളരുമ്പോൾ ശരീരത്തിലും മനസ്സിലുമൊക്കെ ചില മാറ്റങ്ങൾ സ്വാഭാവികമായി ഉണ്ടാകുമല്ലോ. അതുപോലെ സ്വാഭാവികമായിത്തന്നെ പുരുഷന്മാർക്കെതിരെ ഒരു പക ഉള്ളിൽ വളർന്നുവന്നു. ഞാൻ മനഃപൂർവം വളർത്തിയെടുത്തതല്ല്യ. പുരുഷന്മാരെ, യുവാക്കളെ ചതിക്കണം; നോവിക്കണം. അവർ സങ്കടപ്പെടുന്നതുകണ്ട് ആനന്ദിക്കണം എന്നൊരു മോഹം വളർന്നുവന്നു. ആയിടയ്ക്ക് കാണുന്നവനെയൊക്കെ കല്ലെടുത്തെറിയാൻ തോന്നിയിട്ടുണ്ട്. എങ്കിലും അങ്ങനെ ചെയ്തില്ല്യ. ആയിടയ്ക്കാണ് ചെമ്മന്തട്ട പടിഞ്ഞാറേമഠത്തിലെ വെങ്കിടേശ്വരപട്ടർ എന്നോട് ചങ്ങാത്തം കൂടാനെത്തിയത്. എങ്ങനെയോ വന്നുപെട്ടതാ. ആ അവസരം മുതലാക്കി. കുട്ടികൾ കെണിവച്ച് കിളിയെ പിടിക്കുന്ന കാര്യം എനിക്കോർമ്മവന്നു. അവനുവേണ്ടി കെണിയൊരുക്കാൻതന്നെ തീരുമാനിച്ചു.

ഞങ്ങളുടെ കാവിനടുത്ത് പൈക്കുട്ടിയെ തീറ്റാനെന്ന ഭാവത്തിൽ അവൻ വന്നതെന്തിനാ? എന്നെ കാണാൻവേണ്ടി തന്ന്യാ. അവനെ കെണിയിൽപെടുത്താൻ പറ്റിയ അവസരം ഇതുതന്നെയെന്ന് മനസ്സിലാക്കി. അവനെ കണ്ട ഭാവം കാണിക്കാതെ ഭാഷാഷ്ടപദിയിലെ പാട്ടുകൾ പാടി അതുവഴി നടന്നും ഓടിയും അവനെ ഭ്രാന്തുപിടിപ്പിച്ചു.

“രതിസുഖസാരേ, ഗതമഭിസാരേ മദനമനോഹരവേഷം,
നകുരു നിതംബിനി! ഗമനവിളംബനമനുസരതം ഹൃദയേശം
ധീരസമീരേ യമുനാതീരേ വസതിവനേ വനമാലീ
ഗോപീ പീനപയോധര മർദന ചഞ്ചലകരയുഗശാലീ”

ഈ നാലുവരി ആവർത്തിച്ചാവർത്തിച്ച് പാടിനടന്നു. ഒടുവിൽ അവൻ അരികിലെത്തി മോഹമറിയിച്ചു. എന്നെയൊന്നു തൊടണം. അത്രേള്ളു മോഹം. ഞാൻ ചിരിച്ചുപോയി. എങ്ങന്യാ ചിരിക്കാ ണ്ടിരിക്ക്യാ? ഞാൻ സമ്മതിച്ചു. പ്രതിഫലവും നിശ്ചയിച്ചു. പിറ്റേന്ന് അവൻ വന്നു. ഞാനവനെ കാവിനുള്ളിലേക്ക് നയിച്ചു. നമ്പ്യാത്തൻ ആദ്യം എന്നെ എന്താ ചെയ്തേ? എന്റെ ഉടുമുണ്ട് അഴിച്ചെടുക്ക്വേരുന്നല്ലോ. ഞാൻ ചെയ്തതും അതുതന്ന്യേ. ഞാനവന്റെ ഉടുതോർത്ത് പറിച്ചെറിഞ്ഞു. പിന്നെ അവനെപ്പിടിച്ചു തറയിൽകിടത്തി. നമ്പ്യാത്തൻ എന്നോടു ചെയ്ത അതേക്രമത്തിൽ അങ്ങോട്ടു ചെയ്തു. നമ്പ്യാത്തൻ എന്നെ പന്ത്രണ്ടുദിവസം അനുഭവിപ്പിച്ച വേദനയത്രയും അനുഭവിച്ചുകൊണ്ടാ അവൻ മടങ്ങിപ്പോയത്. അന്ന് ഞാനൊരു പുതിയ പാഠം പഠിച്ചു. ശത്രുവിനെ കല്ലെടുത്തെറിയേന്നും വേണ്ട. സ്നേഹം നടിച്ചാൽ ലൈംഗികമായിത്തന്നെ വേദനിപ്പിക്കാമെന്ന്

അന്നു ഞാൻ പഠിച്ചു. അവൻ നടക്കാൻ വയ്യാതെ നിന്നുഴറിയപ്പോൾ ഞാൻ ആശ്വസിപ്പിച്ചെങ്കിലും മനസാ രസിക്കുകേരുന്നു.

എന്തു ശിക്ഷവേണമെങ്കിലും വിധിച്ചോളൂ. ഞാൻ അനുഭവിക്കാം. എന്നാൽ വെങ്കിടേശ്വരപട്ടരെ ശിക്ഷിക്കരുത്. അവൻ കുറ്റം ചെയ്യാൻ വന്നവനല്ല്യ. ഒരു സുന്ദരിക്കുട്ടിയോട് പ്രണയാഭ്യർഥന നടത്തി എന്ന കാര്യം കുറ്റമല്ല്യ. എന്നാൽ പരതയിൽ ശ്രീധരൻ നമ്പൂതിരിയെ നിങ്ങൾ ശിക്ഷിക്കുക തന്നെവേണം. അറിയില്ല്യേ പരതയിൽ ശ്രീധരൻ നമ്പൂതിരിയെ? വല്യ പ്രമാണിയല്ല്യേ? സംഗീതരസികൻ ആണത്രെ. അധികം വിസ്തരിക്കുന്നില്ല്യാ. ചുരുക്കിപ്പറയാം.

അഷ്ടമൂർത്തി നമ്പൂതിരിയോടൊപ്പം കല്പകശ്ശേരിയിൽ വെടിപറഞ്ഞിരിക്കാൻ ചിലപ്പോഴൊക്കെ കൂടുമായിരുന്നു. എനിക്ക് കഥകളി ഇഷ്ടമാണെന്ന് അയാൾക്ക് അറിയാമായിരുന്നു. ഒരുദിവസം അയാൾക്കുവേണ്ടി ഞാനൊരു കഥകളിപ്പദം നന്നായി പാടിക്കൊടുത്തു. എന്നെ അയാൾ ഒരുപാട് അഭിനന്ദിച്ചു. അടുത്തൊരു ദിവസം എനിക്കൊരു ആട്ടക്കഥാ പുസ്തകം തന്നു—ദക്ഷയാഗം. എനിക്കുവേണ്ടി എറിഞ്ഞുതന്ന ചൂണ്ടയാണ് അതെന്ന് സത്യത്തിൽ ഞാനോർത്തില്ല്യാ. അതിനടുത്ത ദിവസം പത്തായപ്പുരയിൽ ഞാൻ ദക്ഷയാഗം വായിച്ചുകൊണ്ടിരിക്വെരുന്നു. ശ്രീധരൻ നമ്പൂതിരി മുറിയിൽ പ്രവേശിച്ചിട്ടേ ഞാനറിഞ്ഞുള്ളൂ. എന്നെക്കൊണ്ട് ചില പദങ്ങൾ വായിപ്പിച്ചു. ഞാൻ നന്നായി പാടിക്കേൾപ്പിച്ചു. അഭിനന്ദനങ്ങൾകൊണ്ട് എന്നെ പൊതിഞ്ഞു. പിന്നെപ്പിന്നെ അയാളുടെ സ്വഭാവം മാറി. എന്നെ പിടിച്ചണച്ചു. അതെ നിക്ക് തീരെ ഇഷ്ടപ്പെട്ടില്ല്യ. ഞാൻ കുതറിമാറാൻ ശ്രമിച്ചു. വിട്ടില്ല്യ. അയാളെന്നെ വാരിയെടുത്ത് വട്ടംകറക്കി. അയാളുടെ കൈയിൽനിന്നും വഴുതി വീണുപോകുമെന്നു തോന്നിയപ്പോ ഞാനയാളുടെ കഴുത്തിൽ ചുറ്റിപ്പിടിച്ചു. അയാൾ എന്നെയുംകൊണ്ട് കട്ടിലിലേക്ക് മറിഞ്ഞു. ആ കിടപ്പിലും ഞാനയാളെ ചെറുക്കാൻ ശ്രമിച്ചു. അഷ്ടമൂർത്തി നമ്പൂതിരി അയാൾക്ക് ഇരുപതു രൂപ കൊടുക്കാനുണ്ടെന്നും നമ്പൂതിരിയുടെ അനുവാദത്തോടെയാണ് എന്നെ സമീപിച്ചതെന്നും പറഞ്ഞപ്പോ എന്റെ കൈകാലുകൾ തളർന്നുപോയി. എന്റെ പിതാവിന്റെ കടം തീർക്കാൻ ഒരു ദിവസംകൂടി ഞാൻ പരതയിൽ ശ്രീധരൻ നമ്പൂതിരിക്ക് വഴങ്ങിക്കൊടുക്കേണ്ടിവന്നു.''

"താത്രിയുടെ സങ്കടമൊഴിയാണിത്. എങ്ങനെയുണ്ട് നമ്മുടെ ഭൂസുരന്മാരുടെ മഹിമ?''

രാവുണ്ണിമുത്തച്ഛൻ പത്മയോടു ചോദിച്ചു.

"ധർമപുത്രർ ഭാര്യയെ പണയംവച്ച് ചൂതുകളിച്ചു. അഷ്ടമൂർത്തി മകളെ ഇരുപതു രൂപയ്ക്ക് പണയപ്പെടുത്തി.''

പത്മ അരിശം പ്രകടിപ്പിച്ചത് ഇത്തരത്തിലായിരുന്നു.

രാവുണ്ണിമുത്തച്ഛൻ കുറച്ചുനേരം പുറത്തേക്ക് നോക്കിയിരുന്നു. ക്ഷമ കെട്ടപ്പോൾ പത്മ ചോദിച്ചു:

“പിന്നീടെന്തുണ്ടായി മുത്തച്ഛാ?”

“എന്തുണ്ടാവാൻ, പള്ളിമണ്ണയിലെ വിചാരണദിവസം താത്രി അഞ്ചു പേരുകൾ വെളിപ്പെടുത്തി. ഓരോ പേരും എന്റെ പിതാവിന്റെ, പുറക്കോവിലിന്റെ നെഞ്ചിൽ വീണുപൊട്ടിയ അമിട്ടുകളായിരുന്നു. അദ്ദേഹത്തിനതിൽ നേരിട്ടു പങ്കൊന്നുമില്ല്യായിരുന്നെങ്കിലും പുറത്താക്കേണ്ടിവരുന്നവരെല്ലാം പരിചയക്കാരായിരുന്നത്രേ. അവരെയൊക്കെ പുറത്താക്കാൻ താൻ കാരണക്കാരനാകേണ്ടി വരുന്നല്ലോ എന്നോർത്താണ് അദ്ദേഹം വിവശതപൂണ്ടത്. അന്നുരാത്രിയും വധശ്രമമുണ്ടായി. അതിനെക്കുറിച്ച് പറഞ്ഞറിഞ്ഞ അറിവേയുള്ളൂ. ഞാൻ കേട്ടറിഞ്ഞ കാര്യം പറയാം.

പള്ളിമണ്ണയിലെ വിചാരണവേദി സാമാന്യം വലിയൊരു ബംഗ്ലാവായിരുന്നു. രാജകൊട്ടാരത്തിന്റെ ആവശ്യത്തിനുവേണ്ടി പണ്ടെന്നോ പണികഴിപ്പിച്ച മാളിക. വിചാരണസമയത്ത് ആൾതാമസമില്ലാതെ കിടക്കേരുന്നു. ആ കെട്ടിടം തൂത്തുതുടച്ച് വെടിപ്പാക്കിയെടുത്താണ് വിചാരണയ്ക്കുപയോഗിച്ചത്. കീഴ്‌വഴക്കമനുസരിച്ചുള്ള ഒരു അഞ്ചാംപുരയല്ല അത്. മുമ്പു നടന്ന സ്മാർത്തവിചാരങ്ങളിലൊന്നും കാണാത്ത ഒരു പ്രത്യേകത താത്രീവിഷയത്തിൽ സംഭവിച്ചു. സാധാരണയായി ഒന്നോ രണ്ടോ പേരുകൾ സാധനം പറയും. പെണ്ണിനെയും ആരോപണവിധേയരായ പുരുഷന്മാരെയും പുറത്താക്കും. പെണ്ണ് മിക്കവാറും തീരെ പ്രായം കുറഞ്ഞവളും സുന്ദരിയും ആയിരിക്കും. അന്യമതക്കാർ ആരെങ്കിലും അവളെ കൂട്ടിക്കൊണ്ടുപോയി മതംമാറ്റിയെടുക്കും. പുരുഷന്മാർ നാണക്കേടു കരുതി നാടുവിട്ട് എവിടെയെങ്കിലും പോയി ജീവിക്കും. മതംമാറി രക്ഷപ്പെട്ടവരുമുണ്ട്. കണ്ടു വന്ന ഒരു രീതി ഇതാ.

എന്നാൽ താത്രീവിഷയത്തിൽ ആരോപിതരായവരിൽ അധികവും അധികാരസ്ഥാനങ്ങളിലോ ഉയർന്ന പദവികളിലോ ഇരിക്കുന്നവരും വമ്പിച്ച സ്വാധീനം ഉള്ളവരുമാണ്. അറിഞ്ഞിടത്തോളം കാര്യങ്ങളുടെ വെളിച്ചത്തിൽ നോക്കിയാൽ തങ്ങളുടെ പേരുകൾ അവൾ പറയുമെന്ന് താത്രിയുമായി ബന്ധപ്പെട്ട പ്രമാണിമാർ ഭയന്നു. രക്ഷപ്പെടാൻ എന്താ മാർഗം? താത്രി കൊല്ലപ്പെട്ടാൽ പ്രശ്നം തീർന്നല്ലോ. രാജാവിനും രാജാവിന്റെ പ്രതിപുരുഷനും സ്മാർത്തനും സംഭവ ത്തിന്റെ ഗൗരവം നന്നായി മനസ്സിലായിരുന്നതുകൊണ്ട് വിചാരണവേദി യായ മാളികയുടെ ഉള്ളിലുള്ള ഒരു മുറിയിലാണ് താത്രിയെയും ചെമ്പൂട്ടിയെയും ദേവകിയെയും പാർപ്പിച്ചിരുന്നത്. അന്നവിടെ രാത്രിയുണ്ടായ സംഭവങ്ങൾ അച്ഛൻ തന്റെ സഹപാഠിയും സ്നേഹിതനുമായ ചെമ്മന്തട്ടയിലെ പുതുക്കുറിശ്ശിയില്ലത്തെ സുബ്രഹ്മണ്യൻ നമ്പൂതിരിയോടു പറഞ്ഞിരുന്നു. അമ്മാത്തുവഴിക്ക് അദ്ദേഹം എന്റെ അമ്മാവനായി വരും. അദ്ദേഹമാണ് പിന്നൊരിക്കൽ എന്നോട് ഇക്കാര്യങ്ങൾ പറഞ്ഞത്.

പുതുക്കുറിശ്ശി അമ്മാവൻ പറഞ്ഞു:

“എനിക്ക് ചിലരെക്കുറിച്ചൊക്കെ സംശ്യോണ്ടാര്ന്ന്. സത്യം പറയാലോ ഉണ്ണീ, എനിക്ക് മാത്രംല്ല്യാ, നിന്റച്ഛനും ഭയമായിരുന്നു; താത്രിയെ ഭയമായിരുന്നു. ഭയക്കാൻ കാരണംണ്ട്. നീയും താത്രിക്കുട്ടീം ഒരുമിച്ച് മൂന്നു കൊല്ലം ഓയ്ക്കില്ലത്ത് പഠിച്ചിരുന്നല്ലോ. കുറച്ചു ദിവസം നീയ്യ് കല്പകശ്ശേരീല് പാർക്കേം ചെയ്തു. നീയവളെ ധാരാളം കഥകളിപ്പദങ്ങൾ പഠിപ്പിച്ചിട്ടുണ്ടെന്നും കർണാടകസംഗീതം പഠിപ്പിച്ചിട്ടുണ്ടെന്നും എനിക്കറിയില്ല്യായിരുന്നെങ്കിലും നിന്റച്ഛൻ വാസുദേവൻ നമ്പൂരിക്ക് അറിയായിരുന്നു. നീയ്യ് നല്ല കുഞ്ഞാണെന്നും തെറ്റായ വഴിയിൽ സഞ്ചരിക്കില്ല്യാന്നും കണ്ടഞ്ചാതയ്ക്കറിയാം. എന്നാൽ നിന്നോടുള്ളത്ര വിശ്വാസം താത്രിയോട് അദ്ദ്യേത്തിനില്ല്യായിരുന്നു. എങ്കിലും ഓളെ അദ്ദ്യേം ഈ നിമിഷംവരെ വെറുത്തിട്ടില്ല്യ. ആ കുട്ടി സയിക്കേണ്ടിവന്ന ദുരിതങ്ങളോർത്ത് അദ്ദ്യേം സങ്കടപ്പെടുന്നതും ഞാൻ കണ്ടിട്ടുണ്ട്. പക്ഷേ, മനുഷ്യജീവിയല്ല്യേ? മുങ്ങിച്ചാകാൻ പോകുന്നവർ ഒരു പിടിവള്ളി തേടും. വൈക്കോൽതുരുമ്പിലും പിടിക്കും. തന്നെ എന്തായാലും പടിയടച്ച് പുറത്താക്കുംന്ന് ഓൾക്ക് നിശ്ചയംണ്ട്. ആ നിലയ്ക്ക് ഉണ്ണീടെ പേരെങ്ങാനും പറഞ്ഞുപോയാൽ തീർന്നില്ല്യേ? ഉണ്ണിയാ തന്റെ ഏറ്റവും വല്യ ഗുരൂന്ന് ഓള് പലരോടും പറഞ്ഞിട്ടുണ്ട്. നീയ്യ് ഗുരുവായൂര് കഥകളിക്കളരിയിലായിരുന്നപ്പോ ‘രാവുണ്ണി എവിട്യാ, എവിട്യാ’ന്ന് ഓള് പലരോടും ചോദിച്ചിട്ടുണ്ടത്രെ. വേളി കഴിഞ്ഞ് കുറിയേടത്തില്ലത്ത് വന്നതിന്റെ അടുത്ത ദിവസം ഓള് ദാസിയെ കണ്ടഞ്ചാതയിലേക്കയച്ചു. രാവുണ്ണി എവിട്യാ, എന്നുവരും എന്നും മറ്റും തിരക്കി. ഇതൊക്കെ നിന്റച്ഛന്റെ ഉള്ളിലിരുന്നു കത്തിക്കയറി.

സ്മാർത്തവിചാരത്തിന്റെ ആദ്യ ദിവസംതന്നെ ഓള് പെരുമ്പിള്ളി ഇട്ടീരി ഓതിക്കൻ എന്ന അകക്കോവിലിനെ കാലിൽ തൂക്കിയെടുത്ത് നിലത്തടിച്ചൂന്നാ വാസുദേവൻ നമ്പൂരി പറഞ്ഞേ. മീമാംസകരിലൊരാളായ മാമ്പിള്ളി വെളുത്തേരി ഓതിക്കന്റെ അനുജൻ, എന്താ ഓന്റെ പേര് - മാമ്പിള്ളി പരമേശ്വരൻ നമ്പൂര്യെന്നോ മറ്റോ ആണ് - ഓന്റെ വിഷയം എടുത്തിട്ടില്ല്യേ? വെളുത്തേരി ഓതിക്കന്റെ മുഖത്ത് ചൂലുകൊണ്ടവൾ അടിച്ചതിനു തുല്ല്യംല്ല്യേ? ഇനി ഓള് ന്റെ ഉണ്ണിയെക്കുറിച്ചെങ്ങാനും പറഞ്ഞാൽ ന്റെ പുതുക്കുറിശ്ശീ, നാമെന്താ ചെയ്യ? പുറക്കോവിലായിപ്പോയില്ല്യേ! രാജാവിന്റെ പ്രതിപുരുഷനായിപ്പോയില്ല്യേ? അല്ലായിരുന്നേ വല്ല വഴിക്കും ഓടിപ്പോയി മുഖം ഒളിപ്പിക്കാമായിരുന്നു. ഇനിയിപ്പൊ എന്താ ചെയ്യ? ഞാനദ്ദ്യേത്തെ സമാധാനിപ്പിച്ചു. അങ്ങിന്യേന്നും ഉണ്ടാവില്ല്യാന്ന് ഞാമ്പറഞ്ഞു. താത്രിക്കുട്ടിക്ക് രാവുണ്ണ്യോട് സ്നേഹംണ്ടെന്ന കാര്യം നേരാ. സ്നേഹോണ്ടെങ്കി ഓനെച്ചതിക്കാൻ ഓള് തുനിയില്ല്യാന്ന് ഞാമ്പറഞ്ഞു. എങ്കിലും കണ്ടഞ്ചാതയ്ക്ക് അതത്ര ബോധ്യം വന്നില്ല്യ.

എന്തെങ്കിലും ഒരാവശ്യം വന്നാൽ, എപ്പോഴെങ്കിലും അദ്ദേഹം തളർന്നു പോകുന്നു എന്നു കണ്ടാൽ, ഓടിയെത്തി താങ്ങിനിർത്തണം. അതിനു വേണ്ടിയാ അദ്ദ്യേത്തിന്റെ അനുവാദത്തോടെ ഞാനും പള്ളിമണ്ണയിലെ ത്തിയത്. പള്ളിമണ്ണയിൽ വിചാരണ ആരംഭിച്ച ദിവസം, താത്രി തന്റെ അനുഭവങ്ങൾ പറഞ്ഞുകൊണ്ടുനിൽക്കെ ഒരാൾ മുഖം മറച്ചിറങ്ങി പ്പോയില്ല്യേ? ഞാൻ അയാളുടെ അടുത്തിരിക്ക്യേരുന്നു. എനിക്കയാളെ നല്ലോണം അറിയാം. നിനക്കും അയാളെ അറിയാം. ആരെന്നു പറയാമോ?

പുതുക്കുറിശ്ശി എന്നെ നോക്കി ചിരിച്ചു. ഞാൻകൂടി അറിഞ്ഞു കൊണ്ടുള്ള എന്തോ ഏർപ്പാട് എന്ന ധാരണയിലാണ് പുതുക്കുറിശ്ശി പറഞ്ഞതെന്ന് എനിക്കു തോന്നി. സത്യത്തിൽ എനിക്കതിനെപ്പറ്റി ഒന്നും അറിയില്ല്യായിരുന്നു. ആരാണ് ഇറങ്ങിപ്പോയതെന്നും അറിയില്ല്യാ യിരുന്നു. സത്യമായും പത്മാ അന്നേരം ഞാനവിടെ മരിച്ചിരുന്നു. ഞാനൊന്നും മിണ്ടാതിരിക്കുന്നതു കണ്ടപ്പോൾ എന്നെ ആശ്വസിപ്പിക്കാൻ വേണ്ടി അദ്ദ്യേം തുറന്നുപറഞ്ഞു.

“ഉണ്ണിയെന്ത്യേ ഇങ്ങനെ വിഷാദിക്കുന്നേ? ഓനെ നിനക്കറിയാമെ ന്നല്ല്യേ ഞാൻ പറഞ്ഞുള്ളൂ? അത് സത്യാ. ഓനുവേണ്ടി എത്ര രാത്രി കളിലാ നീയ് ഉറക്കമിളച്ച് പാടിയത്?”

പുതുക്കുറിശ്ശി കുലുങ്ങിച്ചിരിച്ചു. ഞാൻ ചങ്കു തകരുന്ന വേദന സഹിച്ച് മൗനമായിരുന്നു.

ഒരേയൊരു സൂചനയേ അദ്ദ്യേം തന്നുള്ളൂ. അവിടെനിന്നും ഇറങ്ങി പ്പോയവനുവേണ്ടി നിരവധി രാത്രികളിൽ ഞാൻ പാടിയിട്ടുണ്ട്. ആളൊരു കഥകളി നടനാണെന്ന് മനസ്സിലായി. എത്രയോ കഥകളി നടന്മാർക്കു വേണ്ടി ഞാൻ പാടിയിരിക്കുന്നു! എങ്ങന്യാ തിരിച്ചറിയ്യ?

“എടോ മണ്ടച്ചാരേ, ഗുരുവായൂരിലെ നിന്റെ കഥകളിയോഗത്തിലെ കാലകേയവധം ആട്ടക്കഥയിലെ ഉർവശി വേഷക്കാരൻ കാട്ടാളത്ത് നാരായണൻ നായരെ നീ മറക്കില്ല്യാലോ. ഓനാണ് അന്ന് തലയിൽ മുണ്ടിട്ട് ഇറങ്ങിപ്പോയോൻ. സത്യത്തിൽ എനിക്കവനെ ഇഷ്ടായിരുന്നു. നാലിടത്തു വച്ച് ഞാൻ അവന്റെ ആട്ടം കണ്ടതാ. മതിയായില്ല്യാ. ഓൻ ഉർവശിതന്ന്യാ. എങ്കിലും താത്രിക്കുട്ടി വെറുതെ തലയിൽ ഒരു മുണ്ടിട്ടു നിന്നാ കഥകളിയിലെ ഉർവശി നമിച്ചുപോകും. ഓന് അറിയാര്ന്നു ഓള് തന്റെ പേര് പറയുംന്ന്. അന്നവൾ പറഞ്ഞ പേരുകളിൽ ഒന്ന് കാട്ടാളത്ത് നാരായണന്റേതായിരുന്നു. അപ്പോഴും എന്റെയുള്ളിൽ മുഴങ്ങിക്കേട്ടു കൊണ്ടിരുന്നത്, എന്റെയുണ്ണീ നിന്റെ പാട്ടായിരുന്നു. കല്ലിൽ കൊത്തിയ പോലെ അവ എന്റെയുള്ളിൽ ഇപ്പോഴുമുണ്ട്.

കാട്ടാളത്ത് നാരായണൻ ഉർവശീവേഷത്തിൽ അരങ്ങിൽ നിറഞ്ഞാ ടുന്നു. എന്റെ ഉണ്ണിയുടെ പദങ്ങൾക്കനുസരിച്ചല്ല്യേ നാരായണന്റെ ആട്ടം!

"അരിവരനിരകളെ അരനിമിഷേണ
അറുതിപെടുത്തുന്നതിലതിനിപുണാ
ശരണാഗത ജനപാലന കർമ്മം
കരുണാസാഗര തവകുലധർമ്മം
സപദിവിരചയ വിജയപരിരംഭം
സഫലയ വിരവൊടു മമ കുചകുംഭം
ഒരുവര തരിക തവാധരബിംബം
അരുതരുതതിനിഹ കാലവിളംബം."

നിന്റെ ശബ്ദമല്ല്യേ ഉണ്ണീ അവൻ ആടിയത്? നിക്ക് നല്ലോണം ഓർമ്മേണ്ട്. ഓനെ ഓള് പുറത്താക്കീന്ന് പറഞ്ഞാ മതീലോ. ഇന്യാരാന്ന് കാതുകൂർപ്പിച്ചിരിക്ക്യേര്ന്നു. അപ്പൊ എല്ലാം അവസാനി പ്പിച്ച്, അന്നത്തെ വിചാരണ മതിയാക്കി സഭ പിരിഞ്ഞു. കണ്ടഞ്ചാതേം ഞാനും ബന്ധുക്കളെന്ന ഭാവം ഒരിക്കലും കാട്ടീട്ടില്ല്യ. ഞങ്ങൾ ഗുരുകുലത്തിൽ മണലിലെഴുത്തു തുടങ്ങിയ ദിവസംമുതൽ ആത്മസുഹൃത്തുക്കൾ എന്ന നിലയിലാ കഴിഞ്ഞുവന്നത്. ഇന്നും അങ്ങ്ന്യാ തന്ന്യേ.

സ്മാർത്തവിചാരം നടക്കുന്ന മാളികേല് സഭാംഗങ്ങൾക്ക് താമസിക്കാനുള്ള സൗകര്യം ഒരുക്കീട്ടുണ്ട്. കണ്ടഞ്ചാത എന്നെ വിട്ടില്ല്യ. അതിനാൽ ഞാനും അവിടുണ്ട്. മുറ്റത്തെ ജനക്കൂട്ടം പിരിഞ്ഞുപോയി. പള്ളിമണ്ണയും പരിസരവും ശാന്തമായി. അത്താഴം കഴിഞ്ഞു. മുറ്റം നിറയെ പുല്ലാ. ജനവാസമില്ലാതെ കിടന്ന മാളികേല്ല്യേ? ഞാനും കണ്ടഞ്ചാതയുംകൂടി മറ്റത്തൊരു ഭാഗത്ത് ഇരിക്ക്യേര്ന്നു. നല്ല കാറ്റുണ്ടായിരുന്നു. അതിനാൽ ചൂടറിഞ്ഞില്ല്യ. അവിടെവച്ചാ കണ്ടഞ്ചാത ഉള്ളുതുറന്നത്. "ഇന്ന് കഥകളിവേഷക്കാരനെ ഓള് പുറത്താക്കി. തർക്കംല്ല്യ. ഓൻ പുറത്തായതുതന്ന്യെ. നാളെ ഓള് കഥകളിപ്പാട്ടുകാരനെ; കാട്ടാളത്തു നാരായണന്റെ ഉർവശിക്കുവേണ്ടി പാടിക്കൊടുത്ത എന്റെ ഉണ്ണിയെ പുറത്താക്ക്യാലോന്ന് ഓർത്തിട്ട് നിലയില്ല്യാണ്ടായീ"ന്നു പറഞ്ഞ് കണ്ടഞ്ചാത എന്റെ മുഖത്തുനോക്കി. ഞാൻ എന്തൊക്കെയോ പറഞ്ഞ് ആശ്വസിപ്പിക്കാൻ ശ്രമിച്ചു.

ആരും ഉറങ്ങീട്ടില്ലെങ്കിലും എല്ലാവരും കിടന്നുകഴിഞ്ഞു. ഞങ്ങൾ മുറ്റത്തു തന്ന്യാ. അകലെനിന്നൊരു ചൂട്ടുവെട്ടം കണ്ടു. ഒന്നല്ല, നാലഞ്ചു തീപ്പന്തങ്ങൾ. അല്പസമയം കഴിഞ്ഞപ്പോൾ അവർ ഞങ്ങളുടെ അടുത്തെത്തി. പത്തിരുപത് പേരുണ്ടാവും. എന്തോ അനിഷ്ടസംഭവങ്ങൾക്കുള്ള സാധ്യത ഞാൻ മനസ്സിൽ കണ്ടു. ഒരുപാടുപേർ ഒരുമിച്ച് അലറിവിളിച്ച് സംസാരിക്കുകയാൽ കാര്യം മനസ്സിലാക്കാൻ വൈകി. അവർക്ക് ഒരാവശ്യമേയുള്ളൂ. താത്രിയെ വിട്ടു കൊടുക്കണം. അവൾ വേശ്യയാണ്. അവളെ കൊല്ലണം. കൊല്ലുന്ന ജോലി അവരേറ്റു. കണ്ടഞ്ചാതയ്ക്ക്

വേണ്ട സഹായം ചെയ്യാനല്ല്യേ ഞാൻ അവിടെ നിന്നത്. എന്റെ പരമ ശിവാ, ഞാനും തളർന്നുപോയി. ഞാൻ സ്മാർത്തന്റെ അടുത്ത് ഓടിയെത്തി. പട്ടച്ചോമയാരത്ത് ജാതവേദൻ നമ്പൂതിരി കാറ്റു പിടിച്ച പനമ്പട്ട പോലെ കിലുകിലെ വിറയ്ക്കുന്നു. താത്രിയെ അങ്ങനെ വിട്ടുകൊടുക്കാൻ പറ്റ്വോ? നാലോ അഞ്ചോ രാജഭടന്മാരെക്കൊണ്ട് ആ ജനക്കൂട്ടത്തെ ചെറുക്കാൻ കഴിയോ? ഒടുവിൽ കണ്ടഞ്ചാത ഒരു യുക്തി പ്രയോഗിച്ചു. അയാൾ ജനക്കൂട്ടത്തിനോടു സംസാരിച്ചു.

"എന്താ നിങ്ങളുടെ ആവശ്യം?"

കണ്ടഞ്ചാത ചോദിച്ചു.

"താത്രിയെ ഞങ്ങൾക്കു വിട്ടുതരണം. അവൾ വേശ്യയാ."

ജനക്കൂട്ടത്തിൽനിന്നും ഒരാൾ വിളിച്ചുപറഞ്ഞു.

"അത്രേല്ല്യേള്ളൂ, സമ്മതിച്ചു. ഞാൻ പറഞ്ഞുതീരുന്നതുവരെ അടങ്ങി നിൽക്ക. താത്രിയെ വിട്ടുതരാം. ഞാൻ സംസാരിക്കുന്നതിനിടയിൽ ഇടപെട്ടാൽ കാര്യങ്ങൾ മറ്റൊന്നാകും."

ജനക്കൂട്ടം നിശ്ശബ്ദമായി.

"മഹാരാജാവിന്റെ അറിയിപ്പുണ്ടായി. താത്രി കുറ്റക്കാരിയാ. ഓളെ തൂക്കിക്കൊല്ലാൻ കല്പനയുണ്ടായിരിക്കുന്നു."

ജനങ്ങൾ ഉറക്കെ കരഘോഷം മുഴക്കുകയും ആർപ്പുവിളിക്കുകയും 'മഹാരാജാവ് നീണാൾ വാഴട്ടെ' എന്ന് അലറിവിളിക്കുകയും ചെയ്തു.

അടങ്ങിയിരിക്കാൻ കണ്ടഞ്ചാത ആംഗ്യം കാട്ടി. ജനം അടങ്ങി. കണ്ടഞ്ചാത ഉറക്കെ വിളിച്ചുപറഞ്ഞു:

"അതിനാൽ രാജകല്പന നിറവേറ്റപ്പെടണം. അതിന് തടസ്സം നിൽക്കുന്നവർ നിങ്ങളിൽ ആരായാലും കൊലക്കയർ നിങ്ങളുടെയും കഴുത്തിൽ വീഴും. ആരാണ് നിങ്ങളെ ഇവിടേക്ക് നയിച്ചത്? അയാൾ മാത്രം ഇവിടെ നിൽക്കുക; മറ്റുള്ളവർ പിരിഞ്ഞുപോവുക."

"എന്റുണ്ണീ, എന്തൊരു നേരമ്പോക്കായിരുന്നെന്നറിയാമോ? താത്രിയെ കൊല്ലാൻ വന്നവർ പറപറന്നു. ഒരാളും അവിടെ അവശേഷിച്ചില്ല്യ.

ഉണ്ണീ, അതാണ് യുക്തി, അതാണ് ബുദ്ധി. ആ ജനക്കൂട്ടത്തെ അടിച്ചൊതുക്കാൻ അവിടെയുണ്ടായിരുന്ന നാലഞ്ചു ഭടന്മാരെക്കൊണ്ട് കഴിയില്ല്യ. കണ്ടഞ്ചാതയുടെ ബുദ്ധി വിജയിച്ചു.

സ്മാർത്തസഭ പാതിരാസഭയായി.

"എന്ത്യേ വേണ്ട്യേ?"

"എന്താ ചെയ്യ?"

"ഒരു വഴീം തെളിഞ്ഞുകണ്ടില്ല്യാലോ ഭഗവതീ."

സ്മാർത്തസഭയ്ക്ക് ഒരു തീരുമാനത്തിലെത്താൻ കഴിഞ്ഞില്ല. ഒരു വഴിയും തെളിഞ്ഞുകാണാത്തതുകൊണ്ട് രാജപ്രതിനിധി പുറക്കോവിൽ കണ്ടഞ്ചാത വാസുദേവൻ നമ്പൂതിരിയും സ്മാർത്തൻ പട്ടച്ചോമയാരത്ത് ജാതവേദൻ നമ്പൂതിരിയും സ്മാർത്തവിചാരം താൽക്കാലികമായി നിർത്തിവച്ചിരിക്കുന്നു എന്നറിയിച്ച്, രാജസന്നിധിയിലേക്ക് പുലർകാലേ യാത്രയായി.

അമ്പത്തിഒന്ന്

പുറക്കോവിലും സ്മാർത്തനും രാജാവിനെ മുഖം കാണിച്ചു. കാര്യങ്ങൾ വിശദമാക്കി. സംഭവമറിഞ്ഞപ്പോൾ മറ്റാരെക്കാളും പ്രതിസന്ധിയിലായത് രാജാവായിരുന്നു എന്നാ പുതുക്കുറിശ്ശി പറഞ്ഞത്. നാടാകെ ഇളകിമറിഞ്ഞിരിക്കുന്നു.

"പെണ്ണൊരുമ്പെട്ടാൽ എന്തും നടക്കുംല്ല്യോ."

"ഒരു വേശ്യയുടെ വാക്കിനെ വിശ്വസിച്ച് ബ്രാഹ്മണസമുദായത്തിലെ ഉന്നതസ്ഥാനീയരെ ഭ്രഷ്ടരാക്കാമെന്നാണോ?"

"ഇതൊന്നും അംഗീകരിച്ചുകൊടുക്കാനാവില്ല്യ. ഓളെ ജയിലിലിടയ്ക്കണം. അല്ലെങ്കിൽ വധിക്കണം.

ഇല്ലങ്ങളിലും അമ്പലപ്പറമ്പുകളിലും ചർച്ചകൾ കനത്തു. ജനങ്ങളുടെയിടയിൽ വല്യ സ്വാധീനമുള്ള പതിനഞ്ചുപേരെ പുറത്താക്കേണ്ടിവരുമല്ലോ എന്നോർത്ത് രാജാവും ദുഃഖിച്ചു. താത്രീടെ കാര്യത്തിലാ തിരുമനസ്സ് ഏറെ ദുഃഖിച്ചത്. അതിസുന്ദരിയും കലാകാരിയുമായ ഒരു യുവതിയെ ജനക്കൂട്ടമെന്ന പേക്കൂട്ടത്തിന്റെ മുമ്പിൽ എറിഞ്ഞുകൊടുക്കാൻ അദ്ദേഹം ഒരുക്കമല്ല്യായിരുന്നു. ഇത്രത്തോളം ആയ സ്ഥിതിക്ക് അവളെ പുറത്താക്കാതിരിക്കാനും നിവൃത്തിയില്ല്യ. അവളെ പുറത്താക്കിയാൽ അവൾ ചൂണ്ടിക്കാട്ടിയ പ്രതികളെയും പുറത്താക്കണം. ഇനിയും അവൾക്ക് പലരെക്കുറിച്ചും പറയാനുണ്ടെന്ന് അവൾതന്നെ പറഞ്ഞ സ്ഥിതിക്ക് വിചാരണ ഇടയ്ക്കുവച്ച് നിർത്താനും നിവൃത്തിയില്ല്യ. നാളെ അവൾ ആരുടെയൊക്കെ പേരുപറയുമെന്ന് ഒരു നിശ്ചയോമില്ല്യ. സ്മാർത്തവിചാരത്തിന് ഉത്തരവിട്ടപ്പോൾ ഇത്രത്തോളാവും കാര്യങ്ങളെന്ന് കരുതിയതുമില്ല്യ.

"എന്താ വേണ്ട്യേ കണ്ടഞ്ചാതേ?"

മഹാരാജാവ് പാരവശ്യത്തോടെ ചോദിച്ചു. തിരുമനസ്സ് അത്രയ്ക്കും പാരവശ്യപ്പെടാൻ മറ്റൊരു കാരണമുണ്ട്. അതും പുതുക്കുറിശ്ശി പറഞ്ഞു. താത്രിക്കുട്ടിക്ക് പതിമ്മൂന്നോ പതിന്നാലോ വയസ്സായ കാലത്ത് ഓളുടെ

സൗന്ദര്യത്തെക്കുറിച്ചും കലാവാസനയെക്കുറിച്ചും പലരും രാജാവിനെ ധരിപ്പിച്ചിരുന്നത്രേ. ഹംസം നളനെക്കുറിച്ച് പറഞ്ഞുപറഞ്ഞ് ദമയന്തിയെ പൊറുതിമുട്ടിച്ചതുപോലെ, ഇടയ്ക്കിടെ രാജാവിനെ മുഖം കാണിക്കാനെത്തുന്ന പല ബ്രാഹ്മണരും താത്രിക്കുട്ടിയെക്കുറിച്ച് പറഞ്ഞുപറഞ്ഞ് തിരുമനസ്സിനെ ശ്വാസം മുട്ടിച്ചു. അതിനിടയിൽ ഗുരുവായൂരുകാരനായ ഒരു കവി പതിമ്മൂന്നു വയസ്സായ താത്രിയുടെ കേശാദിപാദവർണന ശാർദൂലവിക്രീഡിതം വൃത്തത്തിലുള്ള പത്തു ശ്ലോകങ്ങളായി എഴുതി രാജാവിനെ വായിച്ചു കേൾപ്പിച്ചെന്നും അതോടെ തിരുമനസ്സിന് ഇരിക്കപ്പൊറുതി ഇല്ലാതായെന്നും കേൾക്കുന്നു.

മറ്റാരുമറിയാതെ രണ്ടോ മൂന്നോ തവണ രാജാവ് താത്രിയുമായി ബന്ധപ്പെട്ടിരുന്നെന്നും നാട്ടിൽ വാർത്ത പരന്നിരുന്നു. തലപോണ കാര്യമായതുകൊണ്ട് ആരും അത് പരസ്യമായി പറഞ്ഞിരുന്നില്ല്യ എന്നേയുള്ളൂ. കണ്ടഞ്ചാത രാജാവിനെ സമാധാനപ്പെടുത്തി.

"ഇത്രത്തോളമായ സ്ഥിതിക്ക് ഇനി പള്ളിമണ്ണയിൽ വച്ചുള്ള വിചാരണ സുരക്ഷിതമല്ല്യാ. കഴിഞ്ഞ ദിവസം ഒരു യുക്തി പ്രയോഗിച്ച്, ഇളകിവന്ന ജനക്കൂട്ടത്തെ മടക്കിയയച്ചു. നാളെ അതിനു കഴിഞ്ഞെന്നു വരില്ല്യ."

ഒടുവിൽ വിചാരണ ഇരിങ്ങാലക്കുടയിലേക്ക് മാറ്റാൻ തീരുമാനമായി. ഒരുക്കങ്ങൾ പൂർത്തിയാക്കാൻ എട്ടുപത്തു ദിവസമെടുത്തു. സ്മാർത്ത വിചാരസഭാംഗങ്ങൾക്കും താത്രിക്കും താമസിക്കാൻ സുരക്ഷിതമായ തരത്തിൽ താമസസൗകര്യമൊരുക്കി. രാജഭടന്മാരുടെ അകമ്പടിയോടെ താത്രിയും ചെമ്പൂട്ടിയും ദേവകിയും ഇരിങ്ങാലക്കുടയിലെ 'അഞ്ചാംപുര' യിലെത്തി. സർക്കാർ അതിഥിമന്ദിരമായി ഉപയോഗിച്ചിരുന്ന ഒരു ബംഗ്ലാവായിരുന്നു മൂന്നാമത്തെ അഞ്ചാംപുര.

പള്ളിമണ്ണയിൽ നിർത്തിവച്ച വിചാരണ പതിനൊന്നാം ദിവസം ഇരിങ്ങാലക്കുടയിൽ പുനരാരംഭിച്ചു. സ്മാർത്തൻ തീരെ വിവശനായി കാണപ്പെട്ടു. അദ്ദേഹം തെല്ലിട കണ്ണടച്ചു പ്രാർത്ഥിച്ചു. ഇവിടെ ഇന്നിപ്പോ എന്താ ഉണ്ടാകുന്നേന്നോ താത്രി ആരുടെ നേർക്കാ ആദ്യാക്രമണം നടത്തുകയെന്നോ ഒരു നിശ്ചയോംല്യാ. ഭഗവതീ കാത്തോളണേ! സ്മാർത്തനേക്കാൾ പരിഭ്രാന്തി രാജപ്രതിനിധിയായ പുറക്കോവിലിനായിരുന്നു. താനായിട്ടാണല്ലോ എല്ലാറ്റിനും തുടക്കം. ഇനിയിപ്പൊ അനുഭവിക്കതന്ന്യേ. വാസുദേവൻ നമ്പൂതിരി സ്വയം സമാധാനിക്കാൻ ശ്രമിച്ചു. ആഢ്യൻ ഇല്ലത്തെ പ്രതിനിധാനം ചെയ്ത മാങ്കാവിൽ വിഷ്ണു ഓതിക്കനും മീമാംസകരായ തോട്ടയ്ക്കാട്ട് കുഞ്ഞൻ ഓതിക്കനും മാമ്പിള്ളി വെളുത്തേരി ഓതിക്കനും വെടിക്കെട്ടിന് തീകൊളുത്താൻ നിൽക്കുന്ന കമ്പക്കെട്ടുകാരെപ്പോലെ കാണപ്പെട്ടു. പുറമെ ഒന്നും ഭാവിച്ചില്ലെങ്കിലും എല്ലാവർക്കും ഉള്ളിൽ ഭയമായിരുന്നു. വെടിക്കെട്ടിനിടയിൽ അമിട്ടോ ബാണമോ ഏതു നിമിഷവും തങ്ങളുടെ നേർക്ക് ചീറിപ്പൊട്ടിയേക്കാം.

യഥാർത്ഥ അമിട്ട് താത്രിക്കുട്ടി തന്ന്യായിരുന്നു. ആ അമിട്ട് എത്ര പേരുടെ ജീവനെടുക്കുമെന്ന് തീർത്തു പറയാറായിട്ടില്ല്യ. മുഖത്ത് വിക്ഷോഭലക്ഷണങ്ങളൊന്നുമില്ലാതെ, ഒരു സാധാരണ അന്തർജനത്തെപ്പോലെ കാൽവണ്ണകൾ മറയുന്ന തരത്തിൽ മുണ്ടുടുത്ത്, രണ്ടാംമുണ്ടു കൊണ്ട് മേൽമറച്ച് സഭാമുമ്പാകെയെത്തി, മേൽമുണ്ട് എടുത്തുമടക്കി കക്ഷത്തിൽ വെച്ച് ആദരവു കാട്ടി താത്രി നിന്നു. മുറ്റത്ത് വലിയൊരു ജനക്കൂട്ടം ആകാംക്ഷാഭരിതരായി കാത്തുനിന്നു. പ്രശസ്തരായ സിനിമാനടിമാരെ കാണാൻ ഇന്ന് ആളുകൾ തിക്കിത്തിരക്കുന്നതുപോലെയായിരുന്നു അന്ന് താത്രിയെ കാണാനും കേൾക്കാനുമെത്തിയവരുടെ ഭാവം. താത്രി മുഖമുയർത്തി സഭാംഗങ്ങളെയും അവർക്ക് പിന്നിലിരുന്ന വിശിഷ്ട വ്യക്തികളെയും ഒന്നുനോക്കി.

"ഇനിയിപ്പൊ കൂടുതൽ വിശദീകരണമൊന്നും വേണ്ടാലോ. പള്ളിമണ്ണയിൽ സാഹചര്യം മോശമായതിനാൽ ഇവിടേക്ക് വിചാരണ മാറ്റ്യതാ. പതിനഞ്ചുപേരെക്കുറിച്ച് സാധനം പറഞ്ഞുകഴിഞ്ഞു. ഇതൊന്ന് അവസാനിപ്പിച്ച് സ്വരൂപം ചൊല്ലി രേഖയും നൽകി പിരിയണംന്നുണ്ട്."

സ്മാർത്തൻ കഴിയുന്നത്ര ഉറക്കെ പറഞ്ഞെങ്കിലും മുറ്റത്തുനിന്നവർക്ക് ഒന്നും മനസ്സിലായില്ല.

"സാധനത്തിന് ഇനിയെന്തേ പറയാനുള്ളേ? ഓർമ്മയിലുള്ള പേരു പറയ്യ."

പുറത്തു കാത്തുനിന്നവർ കണ്ണും കാതും കൂർപ്പിച്ചു. സഭാഹാളിന്റെ അകവും പുറവും നിശ്ശബ്ദതയിലാണ്ടു. അധികം വൈകാതെ താത്രി സംസാരിച്ചുതുടങ്ങി. അന്നത്തെ താത്രിമൊഴി ഇങ്ങനെയായിരുന്നു:

"തിരുമനസ്സ് ക്ഷമിക്കണം. എന്നെ ദ്രോഹിച്ച രണ്ടു കുടുംബത്തിലുള്ള മൂന്നുപേരെ ഞാൻതന്ന്യെ ശിക്ഷിച്ചു. അവരിപ്പോഴും ആ ശിക്ഷ അനുഭവിച്ചുകൊണ്ടിരിക്ക്യാ. ഒരു തെറ്റിന് രണ്ടു പ്രാവശ്യം ശിക്ഷിക്കുന്നത് ദൈവഹിതത്തിന് നിരക്കാത്തതിനാൽ ആ മൂന്നുപേരുകൾ ഇവിടെ പറയുന്നില്ല്യാ. അവർക്ക് മാപ്പുകൊടുക്കണമെന്ന് ഞാൻ അപേക്ഷിക്കുന്നു."

"നീയെന്താ ഇങ്ങനെയൊക്കെ പറയുന്നേ? ഇത് നാടകമൊന്നുമല്ല്യാ. രാജകല്പനയനുസരിച്ചും സ്മൃതികൾക്കും കീഴ്വഴക്കങ്ങൾക്കും അനുസരിച്ചും നടത്തുന്ന വിചാരണയാ. മാപ്പു കൊടുക്കാൻ പറയാൻ നിനക്ക് അധികാരമില്ല്യാന്ന് മുമ്പൊരു ദിവസം നോം പറഞ്ഞത് മറന്നുപോയോ നീയ്യ്? പറയ്യ, വ്യക്തമായി പറയ്യ; ഏതാ ആ രണ്ടു കുടുംബങ്ങൾ? ആരാ ആ മൂന്നുപേർ?"

സ്മാർത്തൻ ചോദിച്ചു.

താത്രി മുഖം കുനിച്ചുനിന്നു. രാനത്ത് അച്യുതപ്പൊതുവാളും ശ്രീനിവാസപ്പട്ടരും രങ്കിപ്പട്ടരും തന്റെ മുമ്പിൽനിന്നു വിറച്ച രംഗം താത്രി ഓർത്തു. കൊണവള്ളി മാധവിയെ അയച്ച് അവരെ വിളിച്ചുവരുത്തിയതും

തുടർന്നുണ്ടായ സംഭവങ്ങളും മനസ്സിലൂടെ മിന്നിമറഞ്ഞുകൊണ്ടിരുന്നു. ജനക്കൂട്ടത്തിനിടയിൽ ചെറിയൊരു മുറുമുറുപ്പുയർന്നു. ആരെക്കുറിച്ചാ താത്രി പറയാൻ തുടങ്ങുന്നതെന്ന്, തങ്ങളുടെ ഭാവനയ്ക്കനുസരിച്ച് ചിലർ പ്രവചിക്കാൻ തുടങ്ങിയതാണ് അവിടെ ഉയർന്നുകേട്ടത്. പുറക്കോവിൽ എഴുന്നേറ്റുനിന്ന് പുറത്തു നിൽക്കുന്നവരോടു പറഞ്ഞു:

"പുറത്തു നിൽക്കുന്നവർ നിശ്ശബ്ദരായി നിൽക്ക. നിങ്ങൾ ശബ്ദി ച്ചാൽ ഇവിടെ പറയുന്നത് കേൾക്കാൻ കഴിയില്ല്യ."

ജനക്കൂട്ടം നിശ്ശബ്ദരായപ്പോൾ അദ്ദേഹം താത്രിയോടു പറഞ്ഞു.

"നടപടിക്രമങ്ങളൊക്കെ നിനക്കും അറിവുള്ളതല്ലേ്യ? ശിക്ഷിക്കുന്ന തിനും മാപ്പുകൊടുക്കുന്നതിനുമുള്ള അധികാരം മഹാരാജാവ് തിരുമനസ്സിന് മാത്രമല്ലേ്യ? ഇവിടെ കേൾക്കുന്നതൊക്കെ സത്യസന്ധമായി രേഖപ്പെടുത്തി തിരുമനസ്സു മുമ്പാകെ സമർപ്പിക്കേണ്ടതുണ്ട്. ആ ജോലി പെട്ടെന്നു പൂർത്തിയാക്കാൻ നീ നമ്മോട് സഹകരിക്കണം. നീ സൂചിപ്പിച്ച പ്രതികൾ ആരൊക്കെ? അവരുടെ പിതാവിന്റെ പേരും മേൽവിലാസവും, നീ അവരെ ശിക്ഷിക്കാനുണ്ടായ കാരണവും—ഇത്രയും പറഞ്ഞാൽ മതിയല്ലോ.

താത്രി മുഖമുയർത്തി സഭാവാസികളെയാകെ ഒന്നുകൂടി നോക്കി. പിന്നെ മെല്ലെ പറഞ്ഞുതുടങ്ങി.

"അഞ്ചാറു വർഷങ്ങൾക്കു മുമ്പുണ്ടായ സംഭവമാ തിരുമനസ്സേ. എന്റെ പതിനേഴാമത്തെ വയസ്സിൽ എനിക്കൊരു വിവാഹാലോചന വന്നു. കൈപ്പാടില്ലത്തെ മൂസ്സാമ്പൂരി ഇരുപത്തിനാലു വയസ്സുള്ള സൂര്യ നാരായണൻ നമ്പൂതിരിയാ എന്നെ വേളികഴിക്കാൻ താത്പര്യപ്പെട്ടു വന്നയാൾ. ഞാൻ സുന്ദരിയായ ഒരു കലാകാരി, പാട്ടുകാരി എന്ന കാര്യമേ അയാൾ പരിഗണിച്ചുള്ളൂ. സംഗീതത്തിലും കഥകളിയിലും തത്പരനാണ് അയാളെന്നറിഞ്ഞപ്പോൾ എനിക്കും സന്തോഷമായി. എന്നാൽ രണ്ടുപേർ ചേർന്ന് അത് മുടക്കി. രാനത്ത് ശങ്കരപ്പൊതുവാളും വടക്കേമഠത്തിലെ ഒരു പട്ടരും ചേർന്നാണ് സൂര്യനാരായണൻ നമ്പൂതിരിയെ പിന്തിരിപ്പിച്ചത്.

എന്നെക്കുറിച്ച് അവർ പറഞ്ഞതെന്താണെന്ന് സഭാംഗങ്ങളും ജനങ്ങളും അറിയണം. ഞാൻ ഒരു യക്ഷിയുടെ അവതാരമാണെന്നും എല്ലാ കറുത്തവാവിനും വെളുത്തവാവിനും ഞാൻ യക്ഷിയായി മാറു മെന്നും ആ ദിവസങ്ങളിൽ പാലമരത്തിലാണ് എന്റെ വാസമെന്നും അവിടെയിരുന്ന് കഥകളിപ്പദങ്ങൾ പാടി ചെറുപ്പക്കാരെ ആകർഷിച്ച് അവരുടെ ചോര കുടിക്കുമെന്നും മറ്റും പറഞ്ഞ് അയാളെ ഭയപ്പെടുത്തി ഓടിച്ചു. രാനത്ത് ശങ്കരപ്പൊതുവാൾ ഒരു രോഗിയാ. ദേഹം മുഴുവൻ വരട്ടു ചൊറി എന്നറിഞ്ഞു. അതിനാൽ അയാളെ ഞാൻ വെറുതെവിട്ടു. അതേ സമയം രാനത്ത് ശങ്കരപ്പൊതുവാളിന്റെ മകൻ രാനത്ത് അച്യുതപ്പൊതു വാൾ ഇരുപത് വയസ്സുള്ള സുന്ദരനായ യുവാവാ. അവനെയാണ് ഞാൻ

ശിക്ഷിച്ചത്. ശങ്കരപ്പൊതുവാൾ എന്നെ ചതിച്ചു. ഞാൻ അയാളുടെ മകനെ ചതിച്ചു. അത്രേള്ളൂ.

മറ്റു രണ്ടുപേർ വടക്കേമഠത്തിലെ പട്ടന്മാരുടെ മക്കൾ ശ്രീനിവാസപ്പട്ടരും രങ്കിപ്പട്ടരുമാ. അവരെ ശിക്ഷിക്കാൻ കാരണം അവരുടെ പിതാക്കന്മാരാ.

"താത്രിക്കുട്ടി യക്ഷിയുടെ അവതാരമാണെടോ അഷ്ടമൂർത്തീ. അവൾ നിന്നെ കൊല്ലാനാ അവതരിച്ചത്. സൂക്ഷിച്ചോ."

ആ പട്ടന്മാർ എന്റെ പിതാവിനോടു പറഞ്ഞു. അതിനുശേഷം എന്റെ പിതാവ് എനിക്ക് മകളെന്ന പരിഗണന നൽകിയിട്ടില്ല്യ. ചിലപ്പോഴൊക്കെ യക്ഷിയായി മാറുന്ന അന്യപെണ്ണായി എന്നെ അദ്ദ്യേം കാണാൻ തുടങ്ങി. ഞാനെന്ത്യേ ചെയ്യേണ്ടിയിരുന്നേ? നിങ്ങൾ പറയ്യ. കരയണമായിരുന്നോ? വടക്കേമഠത്തിലെ പട്ടന്മാരോടും രാനത്ത് ശങ്കരപ്പൊതുവാളിനോടും രക്ഷിക്കണമെന്ന് കെഞ്ചണമായിരുന്നോ? കാലുപിടിക്കണമായിരുന്നോ?

ഞാൻ യക്ഷിയാകാൻതന്നെ തീരുമാനിച്ചു. ആ മൂന്നു യുവാക്കളും എന്നോട് സൗഹൃദം കൂടാൻ കൊതിച്ചുനടക്ക്വേരുന്നു എന്ന കാര്യവും ഞാനറിഞ്ഞു. ഞാനവരെ ഓരോരുത്തനെയായി വരുത്തി ബന്ധമുറപ്പിച്ചു. കൊണവള്ളി മാധവി ഇടനിലക്കാരിയായി നിന്ന് എന്നെ സഹായിച്ചു. ഞാൻ ആ യുവാക്കളുടെ ആഗ്രഹങ്ങൾ സാധിച്ചുകൊടുത്തു. ഞാൻ വിളിച്ചാൽ ഏതു സമയത്തും അവരെത്തും എന്ന നിലയായി. പദ്ധതി നടപ്പിലാക്കിയതെങ്ങനെയെന്നു പറയാം.

ഒരു കറുത്തവാവു ദിവസം സന്ധ്യയ്ക്ക് രാനത്ത് അച്യുതപ്പൊതുവാളിനെ ഞാൻ കല്പകശ്ശേരി കാവിനുള്ളിൽ വരുത്തി. അവിടെവച്ച് അവന്റെ ആഗ്രഹങ്ങൾ സാധിച്ചുകൊടുത്തു. അവൻ രതിനിർവൃതിയിൽ മയങ്ങി. അതിനിടയിൽ അവന്റെ ഉടുതുണി ഞാൻ ഒളിപ്പിച്ചു. പിന്നെയവന്റെ അരികിൽ കിടന്നുകൊണ്ടുതന്നെ പാപ്പുയക്ഷിയുടെ കഥ പറഞ്ഞുകേൾപ്പിച്ചു. പാപ്പുയക്ഷിത്തറയ്ക്ക് സമീപത്താണ് നമ്മൾ കിടക്കുന്നതെന്നും ഓർമ്മപ്പെടുത്തി. അവൻ ചാടിയെഴുന്നേറ്റ് ഉടുമുണ്ടു തിരക്കി. ഞാൻ ചൂണ്ടിക്കാട്ടി. അതാ ഇലഞ്ഞിയുടെ മണ്ടയിൽ അവന്റെ ഉടുതുണി കാറ്റിലാടുന്നു. തുണിയില്ല്യാതെ അവന് പോകാനും കഴിയില്ല്യ. ഞാൻ പാപ്പുയക്ഷിയായി അഭിനയിച്ചു. അവൻ ഭയന്ന് അലറിലിളിച്ചു. ശബ്ദം പുറത്തുവന്നില്ല്യ. അന്നവന്റെ നാവിറങ്ങിപ്പോയതാ. പിന്നെയവൻ ഇന്നേവരെ ശബ്ദിച്ചിട്ടേയില്ല്യ.

അന്നു രാത്രിതന്നെ ശ്രീനിവാസപ്പട്ടരെയും രങ്കൻപട്ടരെയും വരുത്തി. അവർ വന്ന കാര്യം ആദ്യമേ സാധിച്ചുകൊടുത്തു. പിന്നെ ഞാൻ അവരുടെ മുമ്പിൽ ശരിക്കും യക്ഷിയായി. അധികം താമസിയാതെ അവരുടെ ചോര കുടിക്കുമെന്ന് ബോധ്യപ്പെടുത്തി. അവരുടെ ഉടുതുണിയും അവരറിയാതെ ഞാൻ ഒളിപ്പിച്ചുകഴിഞ്ഞിരുന്നു. ഞാൻ നഗ്നയക്ഷിയായി അവരെ ഓടിച്ചു.

അലറിവിളിച്ചുകൊണ്ട് ഞാൻ പിന്തുടർന്നു. രണ്ടിനും വട്ടായി. ഒരുത്തനെ കെട്ടിയിട്ടിരിക്കുന്നു; ഒരുത്തൻ സ്വയം ഇരുട്ടറയിൽ ഒളിച്ചിരിക്കുന്നു.''

സ്മാർത്തവിചാരസഭ സ്തംഭിച്ചു.

ആ സംഭവം വിവരിച്ചുകൊണ്ട് പുതുക്കുറിശ്ശി സുബ്രഹ്മണ്യൻ നമ്പൂതിരി പറഞ്ഞു:

''അത്രേമായപ്പോ താത്രി യക്ഷിതന്ന്യാന്ന് എനിക്കും തോന്നി. പട്ടച്ചോമയാരത്ത് ജാതവേദൻ നമ്പൂതിരി കണ്ണടച്ചിരുന്ന് പ്രാർത്ഥിക്കുന്നതു കണ്ടു. നിശ്ചായും ഭയന്നിട്ടാ അദ്ദ്യേം പ്രാർത്ഥിച്ചേ. മറ്റു നമ്പൂരിമാരും ഭയന്നുവിറച്ചൂന്നുതന്ന്യെ പറയാം. ആരും ഒന്നും മിണ്ടുന്നില്ല്യാ. ഞാൻ താത്രിയുടെ കണ്ണുകളിൽ സൂക്ഷിച്ചുനോക്കി. സത്യായും രാവുണ്ണീ, ഓളുടെ കണ്ണുകളിൽ തിരിനാളം കണ്ടു. ഓള് എന്നെ നോക്കി ചിരിച്ചു. വായ് തുറന്നു ചിരിച്ചു. ഞാൻ കണ്ടൂ രാവുണ്ണീ, നാലു വീരപ്പല്ലുകൾ!

കാറ്റോ മഴയോ ഇല്ല്യായിരുന്നു. ആ സമയത്ത് മുറ്റത്തിനരികിൽ നിന്ന നാട്ടുമാവിന്റെ വലിയൊരു ശാഖ വൻശബ്ദത്തോടെ പൊട്ടിയടർന്നു വീണു. ജനങ്ങൾ ഭയന്നു നിലവിളിച്ചുപോയി. ആരാ അപ്പൊ ഭയക്കാതിരിക്ക്യ? താത്രി മാത്രം കുലുങ്ങിച്ചിരിച്ചു. പിന്നെ ഞാൻ ഒന്നു കണ്ണു തിരുമ്മി വീണ്ടും നോക്കി. മറഞ്ഞുകളഞ്ഞു. താത്രിയുടെ ദേഹംവിട്ട് യക്ഷി മറഞ്ഞു കളഞ്ഞു. ഹൊ! എന്തൊരു മായ!

അല്പസമയം കഴിഞ്ഞ് പുറക്കോവിൽ വീണ്ടും പറഞ്ഞു:

''ഇന്നിവിടെ പറയപ്പെട്ട പേരുകളും സംഭവങ്ങളുമെല്ലാം രേഖപ്പെടുത്തിക്കഴിഞ്ഞു. നീയ്യ് വളരെനേരമായ് മൗനമായ് നിൽക്കുന്നു. എന്താ നിനക്കിനി ഒന്നും വെളിപ്പെടുത്താനില്ല്യെന്നാണോ? ആലോചിച്ചു നോക്ക.''

''ഉണ്ടു തിരുമനസ്സേ. എന്നെ മോഹിച്ചെത്തിയ ചിലരെക്കുറിച്ച് പറയാനുണ്ട്.''

താത്രി പുഞ്ചിരിച്ചുകൊണ്ടു പറഞ്ഞു. താത്രിയുടെ ഭാവമാറ്റം കണ്ടപ്പോൾ സ്മാർത്തന് സമാധാനമായി. അദ്ദേഹം പേടിക്കമ്പളത്തിനുള്ളിൽ നിന്നും പുറത്തുകടന്നുകൊണ്ടു പറഞ്ഞു:

''പറയ്യ, പറയ്യ, വേഗമാട്ടെ.''

''ഒരു ആറങ്ങാട്ടുകരക്കാരനെക്കുറിച്ചു പറയാം. നേരത്തേ പറഞ്ഞ വടക്കേമഠം വലിയപട്ടരുടെയും ചെറിയപട്ടരുടെയും ഇളയ സഹോദരൻ വടക്കേമഠത്തിൽ കൃഷ്ണപ്പട്ടര് എന്നൊരു ധനികൻ എന്നെ സമീപിച്ചു. മുപ്പത്തിയഞ്ചു വയസ്സുവരും. കൊണവള്ളി മാധവിയെ അയാൾ എന്റെ അടുക്കലയച്ചു. മാധവി കൃഷ്ണപ്പട്ടരെക്കുറിച്ചു പറഞ്ഞു. എനിക്കത്ര താത്പര്യം തോന്നിയില്ല്യ. എന്റെ ഇല്ലത്തെ സാമ്പത്തികസ്ഥിതി തീരെ മോശമാ. കൃഷ്ണപ്പട്ടര് ധനികനായതിനാൽ സാമ്പത്തികസഹായം

ലഭിക്കുംന്ന് ഉറപ്പുണ്ടായിരുന്നു. ആദ്യദിവസം തന്ന്യെ അയാളെനിക്ക് പത്തുരൂപ പ്രതി ഫലം തന്നു. പിന്നെ ഇല്ലത്തു കഥകളി നടത്തിച്ചു തന്നതിനാൽ രണ്ടു ദിവസംകൂടി ഞാനയാൾക്കു വഴങ്ങി. വീണ്ടും ഒരു ദിവസം മാധവി മുഖേന അയാളെന്നെ സമീപിക്കാൻ ശ്രമിച്ചു. ഞാൻ അനുവദിച്ചില്ല്യാന്നു മാത്രംല്ല്യ മേലിൽ എന്നെക്കാണാൻ വരരുതെന്ന് പറഞ്ഞയക്ക്യേം ചെയ്തു. പിന്നെ വന്നിട്ടില്ല്യ.

താത്രി മുഖം കുനിച്ചുനിന്നു.

"എന്താ ഇനിയൊന്നും പറയാനില്ല്യേന്നാണോ?"

സ്മാർത്തൻ തിരക്കുകൂട്ടി.

തിരുമനസ്സിന് മടുത്തെങ്കിൽ മതിയാക്കാം.

"നമുക്ക് മടുക്ക്യേ? നീയെന്താ കരുതിയേ? പറയാനുണ്ടെങ്കിൽ പറയ്യ. എന്തിനാ വെറുതേ സമയം കളയുന്നെന്നേ ചോദിച്ചുള്ളൂ. പറയാനുള്ള തൊക്കെ പറയ്യ; ഒരു മടുപ്പുമില്ല്യാ കേൾക്കാൻ."

"ഒരു പൂജാരിയെക്കുറിച്ച് പറയാനുണ്ട്."

താത്രി ഗൗരവഭാവത്തിൽ തലയുയർത്തിനിന്നു.

"ബ്രാഹ്മണസമുദായത്തിൽ പിറന്നവൻ. ഞാൻ ബ്രാഹ്മണസമുദായ ത്തിന് കളങ്കം വരുത്തീന്നെല്ല്യോ പരാതി! അയാൾ ചെയ്ത കാര്യം ശരി യോന്ന് ചിന്തിക്ക. ഏതൊക്കെ സ്മൃതികൾ പഠിച്ചവരായാലും എത്ര യൊക്കെ മീമാംസകൾ പഠിച്ചവരായാലും അകക്കോവിലായാലും പുറ ക്കോവിലായാലും ഞാനിനി പറയാൻ പോകുന്ന കാര്യങ്ങൾ താങ്ങാൻ നിങ്ങൾക്കാവില്ല്യാന്ന് ഭയന്നാ ഇതുവരെ പറയാതിരുന്നേ."

എന്താ വേണ്ട്യേ എന്ന അർഥത്തിൽ താത്രി സ്മാർത്തസഭാംഗങ്ങളെ മാറിമാറി നോക്കി. സഭാംഗങ്ങൾ പരസ്പരം സംശയിച്ചു. തങ്ങളിൽ ഒരാളുടെ തല ഇപ്പോൾ അമിട്ടു പൊട്ടുന്നതുപോലെ പൊട്ടിച്ചിതറും. ആരെ ക്കുറിച്ചാവും അവൾ പറയുക? ഓരോ അംഗവും മറ്റുള്ളവരുടെ മുഖത്ത് മാറിമാറി നോക്കി.

കണ്ടഞ്ചാത വീണ്ടും ഇടപെട്ടു.

"ഞങ്ങളെക്കരുതി നീ പറയാതിരക്ക്യേണ്ടാ. നീ ഭയക്കേണ്ടതില്ല്യാ. ഭഗവതിയിൽ നിനക്ക് വിശ്വാസമുണ്ടെന്ന് നമുക്കറിയാം. നീ ഇതുവരെ പറഞ്ഞതൊന്നും പൊളിയല്ല്യാന്നും നമുക്കറിയാം. നീ കളവു പറയി ല്ല്യാന്നും വിശ്വസിക്കുന്നു. ആയതിനാൽ വെറുതെ ഉത്കണ്ഠപ്പെടു ത്താതെ തുറന്നുപറയ്യ."

താത്രി വീണ്ടും സംസാരിച്ചുതുടങ്ങി.

"വേലിതന്നെ വിളവു തിന്നാൽ എങ്ങന്യാ? വെറും പത്തുവയസ്സുള്ള ബാലികയെ സ്വന്തം അമ്മാവൻ എന്ന സംരക്ഷണവേലി തിന്നുതീർത്ത തെങ്ങന്യാന്ന് ഞാനൊരു ദിവസം പറഞ്ഞു. സ്വന്തം പിതാവ് ഭോഗ

തൃഷ്ണയോടെ ഒരു യുവതിയുടെ ഉടുമുണ്ടഴിച്ചാൽ എങ്ങനാ സയിക്ക? ഞാൻ ജനിച്ചപ്പോൾതന്ന്യെ ജനനരാശി കൊള്ളില്ല്യാന്നു പറഞ്ഞ് എന്നെ ജീവനോടെ കുഴിച്ചിടാൻ എന്റെ പിതാവിനെ ഉപദേശിച്ച ജ്യോതിഷിമാരുണ്ട്. വടക്കേമഠം പട്ടന്മാരുടെ ഉപദേശം ഞാൻ യക്ഷിയാണെന്നും അഷ്ടമൂർത്തിയെ വധിക്കാൻ പിറന്നതാണെന്നുമായിരുന്നു. അതോടെ അദ്ദ്യേം എന്നെ അന്യയായി കരുതി. ഞാൻ കാരണം കല്പകശ്ശേരിഇല്ലം പാതാളത്തിൽ താഴാൻ പോകുന്നു എന്നയാൾ വിശ്വസിച്ചു. അങ്ങനെയെങ്കിൽ കിട്ടുന്നത് ഇരിക്കട്ടെയെന്ന് അഷ്ടമൂർത്തി കരുതി. ഞാൻ കാരണം ശ്രീനിവാസപ്പട്ടരും രങ്കൻപട്ടരും ഭ്രാന്തരായെന്നും ഞാൻ പാപിയാണെന്നും ശപിച്ചുകൊണ്ട് അതുവരെ എന്റെ പിതാവായിരുന്ന, കാർത്യായനീക്ഷേത്രത്തിലെ പൂജാരിയായ അഷ്ടമൂർത്തി എന്റെ ഉടുമുണ്ടുരിഞ്ഞെറിഞ്ഞ് എന്നെ ബലമായി പിടിച്ച് കട്ടിലിൽ കിടത്തി. ഞാൻ തൊഴുകൈയോടെ അലറിക്കരഞ്ഞത് വെറുതെയായി. എനിക്കയാളെ ഭയമായിരുന്നു. അയാളുടെ അടുത്തെങ്ങും പോകാതെ ഒതുങ്ങിയും പതുങ്ങിയും നടക്ക്വേരുന്നു ഞാൻ. ഒരു ദിവസം പതുങ്ങിവന്ന് അയാളെന്നെ പാപത്തിന്റെ പടുകുഴിയിലേക്ക് ചവിട്ടിത്താഴ്ത്തി.

അതെന്റെ പതിനെട്ടാം വയസ്സിലാ. പലവിധ കാരണങ്ങളാൽ ആത്മഹത്യ ചെയ്യാൻവേണ്ട മാനസികതയ്യാറെടുപ്പുകൾ നടത്തിക്കഴിഞ്ഞിരുന്ന സമയത്താണ് എന്റെമേൽ ആ മഹാപാപം വന്നുപതിച്ചത്. നിഴൽപോലെ എന്നെ പിരിയാതെ നടന്ന ചെമ്പൂട്ടിയെ ഒരു ദിവസത്തേക്കെങ്കിലും അവളുടെ വീട്ടിൽ പറഞ്ഞയച്ചിട്ട് ജീവിതം അവസാനിപ്പിക്കാൻ കാത്തിരിക്ക്യേരുന്നു ഞാൻ. ചെമ്പൂട്ടിക്കെന്തോ സംശയം തോന്നിയതുകൊണ്ട് അവൾ ഇല്ലം വിട്ടുപോയില്ല്യ. അപ്പോഴാണ് മരണത്തേക്കാൾ ഭയാനകമായ ആ അനുഭവം സ്വന്തം പിതാവിൽനിന്നും ഉണ്ടായത്. അന്നുതന്നെ ഞാനെന്റെ തീരുമാനം മാറ്റി. പിന്നീടാണ് ഞാൻ ശരിയായ ആക്രമണമാരംഭിച്ചത്. എന്നുവച്ച് ഞാൻ മറ്റുള്ളവരെ വേട്ടയാടിപ്പിടിച്ച് നശിപ്പിച്ചു എന്നു കരുതരുത്. ഞാൻ പ്രത്യേകിച്ച് ഒന്നും ചെയ്തില്ല്യ. നിശാശലഭങ്ങളും ഈയ്യാംപാറ്റകളും നിലവിളക്കിലേക്ക് പറന്നണയും. വിളക്ക് ഈയലിന്റെ അടുത്തേക്ക് പോകില്ല്യ. പറന്നണഞ്ഞ ഈയലുകളിൽ പലതും ചിറകു കരിഞ്ഞ് ഇപ്പോൾ മണ്ണിലിഴയുന്നു.

ഒരു കഥകളിവേഷക്കാരനാണ് പിന്നീട് എന്റെ അരികിലേക്ക് പറന്നണഞ്ഞത്. അയാളെ നിങ്ങളൊക്കെ അറിയും. നിങ്ങൾ മാത്രംല്ല്യാ പുറത്തു കഥ കേൾക്കാൻ കാത്തുനിൽക്കുന്നവരും അറിയും. നരകാസുരവധം ആട്ടക്കഥയിൽ സ്ത്രീവേഷമാടുന്ന നരിക്കോട്ടെ രാമൻ എന്ന ഇരുപത്തിയഞ്ചുവയസ്സുകാരനാണ് ഇവിടത്തെ നായകൻ. കഥകളിക്കാരനല്ല്യേ; കാൽക്കാശ് കൈയിൽ കാണില്ല്യാ എന്ന് എനിക്കറിയാം. എങ്കിലും കലാകാരനാണല്ലോ. ഞാൻ യക്ഷിയല്ല്യ, കലാകാരിയും സുന്ദരിയുമായ

യുവതിയാണെന്ന് അവന് ബോധ്യംവന്നു. കല്പകശ്ശേരി ഇല്ലം ഞാനായിട്ട് കടലിൽ താണുപോകുമെന്നല്ലേ്യ അഷ്ടമൂർത്തി പറഞ്ഞേ. അങ്ങനെ താഴുന്നെങ്കിൽ താഴട്ടെയെന്ന് ഞാനും തീരുമാനിച്ചു. നാലഞ്ചു ദിവസം നരിക്കോട്ടെ രാമനെ ഞാനെന്റെ നെഞ്ചിൽ കിടത്തിയുറക്കി. എന്നിട്ടും കല്പകശ്ശേരിഇല്ലം കടലിൽ താണില്ല്യ.

കുറച്ചു ദിവസം കഴിഞ്ഞപ്പോൾ കൊണവള്ളി മാധവി മറ്റൊരാളിന്റെ ദൂതുമായെത്തി. സുന്ദരനായ ഒരു യുവാവ്. അവനും ധനികനായിരുന്നു. അവനെ ഞാൻ ഇരുകൈയും നീട്ടി സ്വീകരിച്ചു. എന്നെ യക്ഷിയാക്കിയ മഹാമാന്യന്മാരോടും പാപരാശിയിൽ പിറന്ന പാപിയാണ് ഞാനെന്നു വിധിച്ച ജ്യോത്സ്യന്മാരോടും അഷ്ടമൂർത്തിയോടും പകവീട്ടാൻ തന്ന്യാ ഞാനവനെ സ്വീകരിച്ചത്. ആ യുവാവിനെയും നിങ്ങളിൽ ചിലരെങ്കിലും അറിയും. തെക്കേമഠത്തിലെ രാമൻപട്ടരെന്ന ഇരുപത്തിയഞ്ചു വയസ്സുകാരന്റെ കാര്യാണ് ഞാൻ പറഞ്ഞേ.

എല്ലാം കഴിഞ്ഞപ്പോ അവൻ ആരാഞ്ഞു.

"എനിക്ക് നിന്നെ ഇഷ്ടായി താത്രീ. നീ വെറും അന്തർജനമല്ല്യാ. അപ്സരസ്സാ. എനിക്ക് നിന്നെ പിരിയാൻ തോന്നുന്നില്ല്യാ. മരിക്കുവോളം ഞാനിങ്ങനെ നിന്നെ ഒട്ടിച്ചേർന്നു കിടന്നോട്ടെ."

ഞാൻ ചിരിച്ചുപോയി. ചിരിക്കാണ്ടെങ്ങന്യാ?

താൻ എന്തു ഉപകാരമാ ചെയ്തുതരേണ്ടേന്ന് ചോദിച്ചു. ഒന്നും വേണ്ടാന്നു പറഞ്ഞെങ്കിലും അവൻ ഇല്ലത്തു കഥകളി നടത്തിത്തന്നു.

ഇനിയുമുണ്ട് മറ്റൊരു രാമൻപട്ടർ. കിഴക്കേമഠം രാമൻപട്ടർക്കും ഇരുപത്തിയഞ്ചു വയസ്സായിരുന്നു അന്ന്. വളരെ സുന്ദരനാണ് ആ യുവാവ്.

പുറത്തെന്തോ ആവശ്യത്തിനായി പോയ ചെമ്പൂട്ടിയുടെ കൈയിൽ അവൻ ഒരു കത്തു കൊടുത്തയച്ചു. ശ്ലോകരൂപത്തിലുള്ള കത്ത്. തന്റെ ഉള്ളിലെ മോഹങ്ങൾ വസന്തതിലകം വൃത്തത്തിലുള്ള ആറു ശ്ലോകങ്ങളിൽ ഒതുക്കിയെഴുതിയിരുന്നു. അവനെ ഒരു ദിവസം സ്വീകരിച്ചാൽ എന്നെക്കുറിച്ച് ഒരു ഖണ്ഡകാവ്യമെഴുതി കാൽക്കൽ സമർപ്പിക്കുമെന്നാ അവസാനശ്ലോകത്തിന്റെ ഉള്ളടക്കം. എനിക്കത് ഇഷ്ടപ്പെട്ടു. നല്ല കവിത. വൃത്തഭംഗമില്ല, ആശയഭംഗിയുണ്ട്. ഏതായാലും കവിയാണല്ലോ, പൂജാരിയും മന്ത്രവാദിയുമൊന്നുമല്ലല്ലോ. ഖണ്ഡകാവ്യമെഴുതി കഷ്ടപ്പെടുകയൊന്നും വേണ്ട, ഈ ആറു ശ്ലോകങ്ങൾകൊണ്ടുതന്ന്യെ സംതൃപ്തയായെന്നും സധൈര്യം വരിക എന്നും പറഞ്ഞയച്ചു. അവന്റെ ശ്ലോകരൂപത്തിലുള്ള കത്ത് ഒരു പുസ്തകത്തിനകത്ത് ഒട്ടിച്ച് കുറിയേടത്തില്ലത്ത് സൂക്ഷിച്ചുവെച്ചിട്ടുണ്ട്.

കിഴക്കേമഠം രാമൻപട്ടരും എന്നെ യക്ഷിയായി കണ്ടില്ല്യ. സുന്ദരിയും സ്നേഹസ്വരൂപിണിയും ശൃംഗാരരൂപിണിയുമായ ഒരു യുവതിയായി

അംഗീകരിച്ചു. ഞാൻ യക്ഷിയും ഭൂതവുമൊന്നുമല്ല്യാന്ന് ഒരു യുവാവിനു കൂടി അങ്ങനെ ബോധ്യപ്പെടുത്തിക്കൊടുത്തു. പ്രതിഫലമായി എന്തേ വേണ്ട്യേന്ന് അവൻ ചോദിച്ചു. ഒന്നും വേണ്ടാന്ന് ഞാൻ. നിക്കീ സ്നേഹം മാത്രം മതീന്ന് ഞാമ്പറഞ്ഞു. എങ്കിലും അവൻ ഒരു പ്രത്യുപകാരം ചെയ്തു.

"താത്രി കലാകാരിയായ എന്റെ കാമുകിയാ. അതുകൊണ്ട് എന്റെ സന്തോഷം പ്രകടിപ്പിക്കാൻവേണ്ടി ഞാനൊരു കലാപരിപാടി നടത്തി ത്തരും."

ഞാൻ എതിർത്തില്ല്യ. ചെക്കാലയിൽ കല്ല്യാണിയെന്ന മോഹിനിയാട്ട ക്കാരിയെ നിങ്ങളറിയുമല്ലോ. വല്യ പ്രതിഫലം കൊടുത്ത് ഇല്ലത്ത് അവളുടെ മോഹിനിയാട്ടം നടത്തിത്തന്നു."

ഇരിങ്ങാലക്കുടയിലെ വിചാരണ ഒരാഴ്ച നീണ്ടുനിന്നു. മഠത്തിൽ ചെറി യെക്കൻനായർ, പുഷ്പോത്ത് രാമൻ നമ്പീശൻ, പനങ്ങാവിൽ ഗോവിന്ദൻ നമ്പ്യാർ ഉൾപ്പെടെ പതിനഞ്ചു പുരുഷന്മാരെ പുറത്താക്കാൻ ഇരിങ്ങാലക്കുടയിലെ വിചാരണവേദിയിൽവച്ച് താത്രി വഴിയൊരുക്കി.

ആ സംഭവങ്ങളെപ്പറ്റി പുതുക്കുറിശ്ശി സുബ്രഹ്മണ്യൻ നമ്പൂതിരി പറഞ്ഞതിങ്ങന്യാ:

"എന്താ നടന്നേന്നറിയോ ഉണ്ണിക്ക്? ഇരിങ്ങാലക്കുടയിൽ ഒരാഴ്ച വിചാരണ നീണ്ടുനിന്നു. അതിനിടയിൽ പതിനഞ്ചുപേരുടെ കാര്യം താത്രി വെളിപ്പെടുത്തി. നേരത്തേ കുറിയേടത്തും പള്ളിമണ്ണയിലുമായി പതിനഞ്ചു പേര് വെളിപ്പെട്ടുകഴിഞ്ഞു. മുപ്പതു മാന്യന്മാർ പുറത്താകാൻ പോകേല്ല്യേ? അവരും അവരുടെ ആൾക്കാരും വെറുതെയിരിക്ക്വോ? അവർ രാജാവിനെ കണ്ടു; സങ്കടം പറഞ്ഞു; പ്രതിഷേധമറിയിച്ചു. ആളുകൾ ലഹളയുണ്ടാക്കുമെന്ന് രാജാവ് ഭയന്നു. ഇരിങ്ങാലക്കുടയിലെ വിചാരണ തൃപ്പൂണിത്തുറ കൊട്ടാരത്തിലേക്ക് മാറ്റാൻ രാജാവ് കല്പിച്ചു."

പത്മയ്ക്കിപ്പോൾ താത്രിയെക്കുറിച്ച് എന്തു തോന്നുന്നു?

കണ്ടഞ്ചാത രാവുണ്ണി ചോദിച്ചു. പത്മ താത്രിയുടെ അദ്ഭുത ലോകത്തിലായിരുന്നു. വരാഹമൂർത്തിയമ്പലത്തിൽ നടയടയ്ക്കാൻ തുടങ്ങുന്നതിന്റെ സൂചന ലഭിച്ചു.

"താത്രി യക്ഷിയല്ല്യാ. ഭഗവതിയുടെ അവതാരം തന്ന്യാ. എത്ര വീരോ ചിതമായ പകരംവീട്ടൽ! ഒരു സാധാരണ യുവതിയെക്കൊണ്ട് ഒരിക്കലും കഴിയാത്ത കാര്യങ്ങളാ താത്രി ചെയ്തത്."

പത്മ പറഞ്ഞു.

ചുവരിലെ പല്ലി രണ്ടുവട്ടം ചിലച്ച് പത്മ പറഞ്ഞതിനെ ശരിവച്ചു. മുത്തച്ഛൻ കണ്ണടച്ച് കൈകൂപ്പി.

അമ്പത്തിരണ്ട്

ഇരിങ്ങാലക്കുടനിന്നും തൃപ്പുണിത്തുറ കൊട്ടാരത്തിലേക്ക് സ്മാർത്ത വിചാരവേദി മാറ്റേണ്ടിവന്ന സാഹചര്യങ്ങൾ പുതുക്കുറിശ്ശി സുബ്രഹ്മണ്യൻ നമ്പൂതിരി വിവരിച്ചുകൊണ്ടിരുന്നു.

"എന്റുണ്ണീ, ന്താണ്ടായേന്നറ്യോ? പത്തുനാല്പതു പേര് ഭ്രഷ്ടാക്കപ്പെടുംന്ന് ഉറപ്പായിക്കഴിഞ്ഞില്ല്യേ? തന്റെ പേര് പറയുന്നോന്നറിയാൻ പ്രതികളും അവർക്ക് വേണ്ടപ്പെട്ടവരും ആദ്യദിവസം മുതൽതന്ന്യെ കാത്തുകെട്ടി കിടക്ക്വേല്ല്യേ? ആരൊക്ക്യാ പുറത്തായത്? രണ്ടോ മൂന്നോ പാവങ്ങളേ അക്കൂട്ടത്തിലുള്ളൂ. ഒരു ആനക്കാരൻ രാമന്നായര്, ഒരു പാവപ്പെട്ട സംഗീതഗുരു, രണ്ടുമൂന്നു കഥകളി നടന്മാര്. ബാക്കിയത്ര്യേം നിലയും വിലയുമുള്ള നമ്പൂരി ജന്മിമാരല്ല്യേ? അവരടങ്ങിയിരിക്ക്യോ? അപകടം മണത്തറിഞ്ഞ ജന്മിമാരല്ല്യേ താത്രിയെ വധിക്കാൻ രണ്ടുമൂന്നു തവണ പരിശ്രമിച്ചത്. ഭാഗ്യംകൊണ്ടല്ല്യേ ഓള് രക്ഷപ്പെട്ടത്. ഒടുവിൽ ന്താണ്ടായേന്നറ്യേണ്ടേ?

ഒരുദിവസം നേരം വെളുത്തപ്പൊ കൊട്ടാരമുറ്റത്ത് നൂറോളംപേർ. താത്രിയുമായി രമിച്ചുസുഖിച്ച വല്യമ്പ്രാക്കന്മാർക്ക് ഉറക്കമില്ല്യാണ്ടായിട്ട് ദിവസങ്ങളായില്ല്യേ? ആരൊക്കെ പ്രതിയാവുംന്ന് യഥാർത്ഥ പ്രതികൾക്കറിയാല്ലോ. അവരും അവരുടെ ആൾക്കാരുമാ കൊട്ടാരമുറ്റത്തെത്തിയത്. തങ്ങളൊക്കെ ആഢ്യന്മാരും ശ്രേഷ്ഠന്മാരും ജ്യോതിഷികളും ദൈവജ്ഞരും പൂജാരികളും മറ്റും മറ്റുമാണ്. താത്രി വെറുമൊരു വേശ്യാപ്പെണ്ണ്. ഓള് തന്ന്യെ അക്കാര്യം സമ്മതിച്ചതാ. ആ നിലയ്ക്ക് ഓള് പറഞ്ഞതൊന്നും തിരുമനസ്സ് വിശ്വസിക്കരുത്. മാന്യന്മാരായ കുറേപ്പേരെ ചതിക്കാൻ ശ്രമിച്ചതിന് ഓൾക്ക് വധശിക്ഷ നൽകണം. ഇത്രേള്ളൂ അവരുടെ സങ്കടഹർജി.

എന്താ ചെയ്യ? എന്റെ രാവുണ്ണീ, ഈ ദൈവോണ്ടല്ലോ, എല്ലാരുടേം ദൈവാ. രാജാവിനും താത്രിക്കും എനിക്കും നിനക്കും വേറെ വേറെ ദൈവോല്ല്യ. ഹൊ! മഹാരാജാവ് ശ്വാസംമുട്ടിപ്പോയി. ദൈവം മഹാരാജാവിനേം ശ്വാസംമുട്ടിച്ചൂന്ന് പറഞ്ഞാ മത്യല്ലോ.

തിരുമനസ്സ് ആകെ പരവശനായി. കുറേനേരം അങ്ങടും ഇങ്ങടും നടന്നു. പിന്നെ പൂജാമുറിയിൽ കയറി പ്രാർത്ഥിച്ചു. ഒരു വഴി കാട്ടിക്കൊടുക്കാൻ ഗുരുവായൂരപ്പനോടും വൈക്കത്തപ്പനോടും പ്രാർത്ഥിച്ചു. കുറേക്കഴിഞ്ഞു പുറത്തിറങ്ങി കാത്തുനിന്നവരോട് പറഞ്ഞു:

"സാധനത്തിന് പറയാനുള്ളതൊക്കെ പറയട്ടെ. സ്മൃതിനിയമങ്ങളും കീഴ്വഴക്കങ്ങളും തെറ്റിക്കാൻ കഴീല്ല്യ. ഇനീം ചില പേരുകൾ പറയാനുണ്ടെന്ന് ഓള് തന്ന്യേ പറഞ്ഞ സ്ഥിതിക്ക് എല്ലാം കേൾക്കട്ടെ. എല്ലാം പറഞ്ഞുകഴിഞ്ഞാ ആരോപിതരായവർക്ക് നോം അവസരം നൽകും.

അവർക്ക് സ്മാർത്തവിചാരസഭാ മുമ്പാകെ ഹാജരായി തങ്ങളുടെ നിര പരാധിത്വം തെളിയിക്കാലോ. അതേ ഒരു വഴീള്ളൂ. നാലഞ്ചു ദിവസം കൂടി കാത്തിരിക്ക. അപ്പോഴേക്കും കുറ്റാരോപിതരായവർക്ക് തങ്ങളുടെ ഭാഗം ന്യായീകരിക്കാനുള്ള തെളിവുകൾ നിരത്താലോ. സാധനം അവിടു ണ്ടല്ലോ. ഓളുടെ മുഖത്തുനോക്കി ചോദിക്കാലോ? ഓളോടുതന്ന്യെ തെളിവുതരാൻ പറയാലോ? ഓളെങ്ങന്യാ തെളിവു തര്യ? അപ്പൊപ്പിന്നെ ഭയക്കാനെന്തിരിക്കുന്നു?"

ആ ഉറപ്പിന്മേൽ ജനക്കൂട്ടം പിരിഞ്ഞുപോയി.

പിന്ന്യേം എന്തൊക്ക്യോ കാര്യങ്ങളുണ്ടായീന്നാ തോന്നുന്നേ. രണ്ടു ദിവസംകൂടി കഴിഞ്ഞേ തൃപ്പൂണിത്തുറകൊട്ടാരത്തിൽ വിചാരണ തുട ങ്ങീള്ളൂ. കൊട്ടാരമായോണ്ട് കണ്ണിൽകണ്ടവർക്കൊക്കെ തിരുമുറ്റത്തു കയറാൻ കഴിഞ്ഞില്ല്യാ. നിൻ്റച്ഛൻ കണ്ടഞ്ചാത വാസുദേവൻ നമ്പൂരിയല്ല്യേ രാജപ്രതിനിധിയായ പുറക്കോവിൽ. അയാൾക്കൊരു താങ്ങായല്ല്യേ ഞാനെത്തിയതേ. എന്നെക്കൂടാതെ അഞ്ചെട്ടു ബ്രാഹ്മണശ്രേഷ്ഠരും സ്മാർത്തവിചാരസഭാംഗങ്ങൾക്ക് പുറകിലായി ഇരിക്ക്യേരുന്നു. എന്റെ തൊട്ടടുത്തിരുന്നയാളെ എനിക്കു നേരത്തേതന്ന്യേ നന്നായി അറിയാ യിരുന്നു. ശങ്കരമേനൻ. ഗുരുവായൂർ മല്ലിശ്ശേരി മാധവൻ നമ്പൂരിയെന്ന് ഉണ്ണി കേട്ടിട്ടുണ്ടോ? വല്യ ധനികനാ. എങ്കിലും കഥകളിഭ്രാന്താ. അയാൾ എവിട്യോ ഒരു കഥകളിയോഗത്തില് ഭീമന്റെ വേഷം ചെയ്യുന്നെന്നാ കേട്ടേ. അയാൾടെ കാര്യസ്ഥനാ ശങ്കരമേനൻ. ഞങ്ങളങ്ങനെ പരിചയം പുതുക്കിയും നാട്ടുകാര്യങ്ങൾ പറഞ്ഞും ഇരിക്ക്യേരുന്നു. അതിനിടയിൽ വിചാരണ ആരംഭിച്ചു."

സുബ്രഹ്മണ്യൻ നമ്പൂതിരിയുടെ വിശദീകരണം കേട്ടിരിക്കേ മനസ്സി ലൊരു മിന്നലടിച്ചു. മല്ലിശ്ശേരി മാധവൻ നമ്പൂതിരി! ബകവധത്തിലെ ഭീമന്റെ വേഷം ചെയ്യുന്നയാൾ. പരിശീലനം നടക്കുന്നതേയുള്ളൂ. മല്ലി ശ്ശേരിയുടെ ഭീമനുവേണ്ടി ഞാനെത്രമാത്രം പാടിയിരിക്കുന്നു! മല്ലിശ്ശേരി യുടെ ഭീമൻ എന്റെയുള്ളിൽ ഇളകിയാടി. ബകനെ കിടുകിടെ വിറപ്പിച്ചു കൊണ്ട് എന്റെയുള്ളിൽ നിറഞ്ഞാടി.

സുബ്രഹ്മണ്യൻ നമ്പൂതിരി തുടർന്നു:

"നടപടികളിലേക്ക് കടക്കാ. സാധനത്തെ സഭാമുമ്പാകെ ഹാജ രാക്ക."

സ്മാർത്തൻ ആരോടെന്നില്ലാതെ പറഞ്ഞു. ഞങ്ങൾ ഉത്കണ്ഠാകുല രായി കാത്തിരുന്നു. ഓള് എന്തെങ്കിലും അമിട്ട് പൊട്ടിക്കുംന്ന് നിശ്ചയോ ണ്ടാര്ന്നു. കുറച്ചുസമയം കഴിഞ്ഞിട്ടും സാധനം വേദിയിലെത്തിയില്ല്യ. പിന്നെയും സ്മാർത്തൻ ഇടപെട്ടു.

"ഇവിട്യാരുമില്ല്യേ? സാധനത്തെ ഇങ്ങട് കൊണ്ടുവരുക."

ആരും സാധനത്തെ കൊണ്ടുവന്നില്ല്യ. എന്തൊരു പിരിമുറക്കമായിരുന്നെന്നോ അന്നേരം അവിടെ? പല പ്രതികളും ഞങ്ങളുടെ കൂട്ടത്തിൽ ഇരിപ്പുണ്ടാവും. സ്മാർത്തസഭാംഗങ്ങളിൽ ആരെങ്കിലുമോ അവരുടെ ബന്ധുക്കളാരെങ്കിലുമോ താത്രീടെ ഇടപെടലിലൂടെ പുറത്തുപോയേക്കാമെന്ന ഉത്കണ്ഠയുണ്ട്. സഭാംഗങ്ങളുടെ മുഖത്തു മാത്രംല്ല്യാ, അവിടിരുന്ന എല്ലാരുടെ മുഖത്തും ഉത്കണ്ഠ തെളിഞ്ഞുകാണാരുന്നു. അല്പസമയം കഴിഞ്ഞപ്പോൾ ഞാനൊന്നുമറിഞ്ഞില്ല്യേ എന്ന മട്ടിൽ മറക്കുടയില്ലാതെ പുറത്തിറങ്ങിയ ഒരു സാധാരണ അന്തർജനത്തെപ്പോലെ താത്രി മെല്ലെ നടന്നുവന്ന് സഭാമുമ്പാകെ നിന്നു. തെന്നൽപോലെ നേർത്ത ഒരു പുടവകൊണ്ട് അവൾ മൂടിപ്പുതച്ചിരുന്നു. ആ പുടവയെടുത്തു മടക്കി കക്ഷത്തുവച്ചുകൊണ്ട് ശിരസ്സു നമിച്ച് അവൾ വണങ്ങി.

മൂടിക്കെട്ടിനിന്ന ആകാശം പൊട്ടിപ്പിളർന്ന് മഴ എടുത്തുചൊരിഞ്ഞു. ഇടവപ്പാതി കനത്തുനിന്ന സമയം. ഇടിയും മിന്നലും കൊടുങ്കാറ്റുമൊന്നുമില്ലാതെ മഴ അങ്ങന്യെ ഒരേകണക്കിന് ചൊരിഞ്ഞുകൊണ്ടിരുന്നു.

"ഇന്നെന്താ നിനക്ക് പറയാനുള്ളേ?"

സ്മാർത്തന്റെ ചോദ്യം മഴയിൽ അലിഞ്ഞുപോയതുകൊണ്ട് താത്രി വെറുതെ നോക്കിനിന്നു. തെല്ലുറക്കെ അദ്ദേ്യം ചോദ്യമാവർത്തിച്ചു.

"സ്വന്തം ആൾക്കാരെക്കുറിച്ചുതന്ന്യാ തിരുമനസ്സേ നിക്കിന്നും പറയാനുള്ളേ."

താത്രി സ്മാർത്തന്റെ അനുമതി കാത്തുനിന്നു.

"അതിനെന്താ പറയ്യ; ആരെക്കുറിച്ചായാലും പറയ്യ."

സ്മാർത്തൻ അനുമതി നൽകി.

"അഷ്ടമൂർത്തിയുടെ രണ്ടാം ഭാര്യയുടെ മകൻ കല്പകശ്ശേരി നാരായണൻ എന്നെക്കാൾ രണ്ടോ മൂന്നോ മാസത്തിന് ഇളപ്പമാ. കുഞ്ഞുന്നാളിൽ സ്ഥിരം ദീനക്കാരനായിരുന്നു. ആയതിനാൽ എഴുത്തും വായനയുമൊന്നും പഠിക്കാൻ കഴിഞ്ഞില്ല്യ. എന്റെ വേളി കഴിഞ്ഞ സമയത്ത് ഓൻ നല്ല ആരോഗ്യമുള്ള യുവാവാ. അതിനിടയിൽ തന്ന്യെ താന്തോന്നിയെന്നും ആഭാസനെന്നും പേരു കേൾപ്പിച്ചിരുന്നു. എന്റെ വേളി കഴിഞ്ഞ് രണ്ടു വർഷം പിന്നിട്ട കാലം. ഞാനന്ന് കുറിയേടത്തില്ലത്തു തന്ന്യായിരുന്നു. കല്പകശ്ശേരിക്കാവിൽ നാഗരൂട്ടോ പൂജയോ നേർച്ചയോ മറ്റോ ഉണ്ടെന്നും കുടുംബത്തിലുള്ള എല്ലാവരുമെത്തിയില്ലെങ്കിൽ ആർക്കും ഗുണം കിട്ടില്ല്യാന്നും അമ്മ പറഞ്ഞയച്ചു. അങ്ങനെയാ ഞാൻ വീണ്ടും കല്പകശ്ശേരിയിൽ എത്താൻ ഇടയായത്.

കാവിലെ പൂജയും തുള്ളലും കണ്ടു മടുത്തപ്പോൾ പത്തായപ്പുരയിലെത്തി ഉറങ്ങാൻ തുടങ്ങ്വേരുന്നു. എന്റെ ഓപ്പൻ നാരായണൻ നമ്പൂരി പിന്നാലെ പതുങ്ങിയെത്തി എന്നെ കടന്നുപിടിച്ചു. ഞാൻ ചെറുത്തുനിന്നു.

കുറച്ചുസമയം ഞാൻ ഓനുമായി മൽപ്പിടിത്തം തന്നെ നടത്തി. അല്പ സമയം കഴിഞ്ഞപ്പോൾ ഞാൻ തളർന്നുപോയി. ഓനെന്നെ മലർത്തി യടിച്ചു കളഞ്ഞു. ഓന്റെ ആഗ്രഹം നിറവേറ്റി മടങ്ങി. ഓൻ എന്ത്യേ സ്വന്തം ഓപ്പോളോട് ഇങ്ങനെ ചെയ്യാൻ എന്ന് ആരായാലും ചോദിച്ചു പോകും, ല്ല്യേ? ഓന്റെ ന്യായീകരണമെന്താന്നറിയോ? ഞാനായിട്ട് ഓന് നാണക്കേടുണ്ടാക്കിവച്ചത്രേ. പലരും എന്നെ കൊതിച്ച് വരുന്ന കാര്യം ഓന് അറിയാംന്ന്. എന്നെ തല്ലിക്കൊല്ലുന്നതിനു പകരം ഭോഗിച്ചു ഭോഗിച്ച് അവന്റെ അരിശമടക്കീന്ന് പറഞ്ഞാ ഇറങ്ങിപ്പോയത്.

എങ്ങനേണ്ട് തിരുമനസ്സേ? പത്താം വയസ്സിൽ സ്വന്തം അമ്മാവൻ, പതിനെട്ടിൽ സ്വന്തം പിതാവ്, ഇരുപതിൽ സ്വന്തം സഹോദരൻ. എന്നെ സംരക്ഷിക്കേണ്ട എന്റെ സംരക്ഷണവേലികൾ വിളവു തിന്ന കഥയാ ഞാൻ പല ദിവസമായി പറഞ്ഞത്. ഇരുപത് വയസ്സായ ഒരു അന്തർജനം, ഒരു സ്ത്രീ, ഈ സാഹചര്യത്തിൽ എന്താ ചെയ്യേണ്ടിയിരുന്നേ? ആത്മഹത്യയല്ല്യാതെ മറ്റെന്തു ചെയ്യാൻ? സ്വന്തം പിതാവ് എന്നെ വെറു മൊരു ഭോഗവസ്തുവാക്കിയ ശേഷമാണ് ആത്മഹത്യയല്ല്യ, പ്രതികാരം ചെയ്യലാണ് അഭികാമ്യമെന്ന് ഞാൻ തീരുമനിച്ചത്. ഇക്കാര്യങ്ങൾ ജനങ്ങൾ അറിയണം. നമ്പൂതിരി സമുദായത്തിൽ ഇത്ര ഹീനമായി പെരു മാറുന്ന ധാരാളംപേരുണ്ടെന്ന് ജനങ്ങൾ അറിയണം. നാളത്തെ ലോകം അറിയണം. അതിനായിരുന്നു എന്റെയീ കാത്തിരുപ്പ്!

അന്നു ഞാൻ പത്തായപ്പുരയിൽ തളർന്നുകിടന്നു. നാഗരൂട്ടും മറ്റും കഴിഞ്ഞ് ബന്ധുക്കൾ മടങ്ങി. അന്നേരം ആരെയും കാണാനോ യാത്രയാ ക്കാനോ ഞാൻ പുറത്തിറങ്ങിയില്ല്യ. ചെമ്പൂട്ടിയും ദേവുമ്മായിയും മാത്രം എന്റെ വേദനകൾ അറിഞ്ഞു. സ്വന്തം സഹോദരനിൽനിന്നുമുണ്ടായ ഇത്ര നിന്ദ്യമായ പെരുമാറ്റത്തെക്കുറിച്ച് അറിഞ്ഞപ്പോൾ ചെമ്പൂട്ടി കരഞ്ഞുപോയി. ദേവുമ്മായിയുടെ കണ്ണുനിറഞ്ഞു. ഞാൻ അവരെ ആശ്വസിപ്പിച്ചു. പിറ്റേന്ന് ഉച്ചയോടടുത്ത സമയം. ഞാനപ്പോഴും പത്തായ പ്പുരയിൽ തന്നെ ഇരിക്ക്യാരുന്നു. എന്നെക്കാണാൻ ഒരു സ്ത്രീയെത്തി. മുപ്പതു വയസ്സിനു താഴെ പ്രായമുള്ള സുന്ദരിയായ ഒരു സ്ത്രീ. എനിക്ക വരെ പരിചയമില്ല്യായിരുന്നു. അവർ സ്വയം പരിചയപ്പെടുത്തി.

“ഞാൻ ചിരുവല്ലി അമ്മാളു.”

ആ പേര് ഞാൻ കേട്ടിട്ടുണ്ട്. അന്ന് ആദ്യമായാണ് കണ്ടതെങ്കിലും ദീർഘകാലപരിചയം ഉള്ളതുപോലെയാ അവരുടെ പെരുമാറ്റം. തിരുമനസ്സുകൾക്ക് ചിരുവല്ലിഅമ്മാളുവിനെ അറിയില്ല്യായിരിക്കാം. എന്നാൽ അമ്മാളുവിന് നിങ്ങളിൽ ചിലരെ അറിയാം. സ്മാർത്ത വിചാരസഭാംഗങ്ങളെ നിരന്തരം ഞെട്ടിക്കുകയെന്നത് താത്രിക്ക് വളരെ ഇഷ്ടമുള്ള ഒരു കാര്യമായിരുന്നു. അന്നും താത്രി അവരെ ശരിക്കും ഞെട്ടിക്കുകതന്നെ ചെയ്തു. ആരെക്കുറിച്ചാ താത്രി സൂചിപ്പിച്ച തെന്നറിയാൻ പലരും പരസ്പരം നോക്കി നിഗമനങ്ങളിലെത്താൻ ശ്രമിച്ചുകൊണ്ടിരുന്നു.

"എന്റുണ്ണീ ഈ താത്രി ആരാന്നാ നിന്റെ വിചാരം?"

പുതുക്കുറിശ്ശി നമ്പൂതിരി തുടർന്നു:

"ഓള് എല്ലാം സൂക്ഷ്മമായി നിരീക്ഷിക്ക്യേല്ല്യാരുന്നോ? മീമാംസകനായ മാമ്പിള്ളി വെളുത്തേരി ഓതിക്കൻ ചിരുവല്ലി അമ്മാളുവിന്റെ പേരു കേട്ടപ്പോൾ കണ്ണു മാത്രമല്ല്യ, വായും മലർക്കെ തുറന്ന് ഇരുന്നു പോയത് ഓള് ശ്രദ്ധിച്ചു. ഉടൻതന്നെ അടുത്ത ചോദ്യോണ്ടായി.

"ചിരുവല്ലി അമ്മാളുവിനെ തിരുമനസ്സുകൾക്കാർക്കും പരിചയോല്ല്യേ?"

സഭാംഗങ്ങളാരും ഉരിയാടിയില്ല്യ. സത്യം പറഞ്ഞാ എല്ലാരും ചത്തിരിക്ക്യേരുന്നു.

"മീമാംസകനായ മാമ്പിള്ളി വെളുത്തേരി ഓതിക്കനും അമ്മാളുവിനെ ഓർമ്മേല്ല്യേ?"

മാമ്പിള്ളിയുടെ തുറന്നിരുന്ന വായ് അടഞ്ഞു. അയാൾ രണ്ടാംമുണ്ടുകൊണ്ട് വിയർപ്പു തുടച്ചുതുടങ്ങി. മാമ്പിള്ളി ഉരിയാടിയില്ല്യ.

"മാമ്പിള്ളിത്തിരുമേനിക്ക് അമ്മാളുവിനെ അറിയാം. എന്ന്, എവിടെ വച്ച്, എങ്ങനെ എന്നൊക്കെ അന്നവൾ എന്നോടു പറഞ്ഞു. അക്കാര്യങ്ങൾ ഇവിടെ ചർച്ചാവിഷയമല്ല്യ. അതിനാൽ ഞാൻ അത് വിടുന്നു.

ഉടല് ചടയ്ക്കുകേം മുലയിടിയുകേം ചെയ്തേപ്പിന്നെ ചിരുവല്ലി അമ്മാളുവിന് ആവശ്യക്കാർ കുറഞ്ഞു. കൊണവള്ളി മാധവിയെപ്പോലെ ഓളും ഹംസമായി. അന്നവൾ വന്നത് വടശ്ശേരിഇല്ലത്തെ അഷ്ടമൂർത്തി നമ്പൂതിരിയെന്ന മുപ്പതു വയസ്സുകാരന്റെ ദൂതുമായാ. മേഘദൂതുപോലെ ഒരു അമ്മാളുദൂത്. കാളിദാസൻ മേഘത്തോട് തന്റെ പ്രണയിനിക്കുള്ള സന്ദേശം പറഞ്ഞയയ്ക്കുകയായിരുന്നല്ലോ. വടശ്ശേരിഇല്ലത്തെ അഷ്ടമൂർത്തി തന്റെ പ്രണയിനിയായ കുറിയേടത്തു താത്രിക്കുള്ള സന്ദേശം മുപ്പതു ശ്ലോകങ്ങളായി എഴുതി കൊടുത്തയച്ചു. അഷ്ടമൂർത്തി ഒരു നല്ല കവിയാണെന്ന് മനസ്സിലായി. ആദ്യത്തെ പത്തിരുപത് ശ്ലോകങ്ങൾ എന്റെ കേശാദിപാദവർണനയാ. എന്റെ തലമുടിയെക്കുറിച്ചുമാത്രം ഒരു ശ്ലോകമുണ്ട്. ഓരോ അവയവത്തെക്കുറിച്ചും ഓരോ ശ്ലോകമുണ്ട്. ഓന് ഒരാഗ്രഹമേയുള്ളൂ. എന്റെ അരികിൽ അല്പസമയം ഇരിക്കണം. തന്റെ ശ്ലോകങ്ങൾ വായിച്ചുകേൾപ്പിക്കണം.

സമ്മതമറിയിച്ച് ചിരുവല്ലി അമ്മാളുവിനെ മടക്കി അയച്ചു. അന്നു രാത്രി അവൻ വന്നു. പ്രഥമദർശനത്തിൽതന്നെ അവനെ ഇഷ്ടപ്പെട്ടു. ശ്ലോകങ്ങൾ വായിച്ചുകേൾപ്പിക്കാൻ അവസരം നൽകി. ഓൻ എന്നോടു പറയാത്ത, ഓന്റെ ഉള്ളിന്റെയുള്ളിൽ ഒളിച്ചുവച്ച ആഗ്രഹം സാധിച്ചു കൊടുത്ത് ഓനെ യാത്രയാക്കി.

കല്പകശ്ശേരി നാരായണൻ എന്ന എന്റെ ഓപ്പോനോടുള്ള പക തീർക്കുകയായിരുന്നു ഞാൻ. എങ്കിലും ആ പക തീർന്നില്ല്യ. മരിക്കോളം

ഓനെന്റെ ഓപ്പോനല്ല്യ, ശത്രുതന്ന്യാ. അടുത്ത ദിവസം ഞങ്ങൾ കുറിയേടത്തേക്ക് മടങ്ങി. ഞങ്ങൾ എന്നാൽ ഞാനും ചെമ്പൂട്ടിയും ദേവുമ്മായിയും.

ഒരാഴ്ച കഴിഞ്ഞപ്പോൾ ഒരു മധ്യാഹ്നത്തിൽ ഒരു അതിഥിയെത്തി. ഇരുപത്തിയഞ്ചു-മുപ്പത് പ്രായപരിധിയിലുള്ള ഒരു സുന്ദരി. ഓളെയും എനിക്ക് മുൻപരിചയമില്ല്യായിരുന്നു. താനാ ചമ്മൂരെ ഇട്ടുണ്ണൂലി എന്ന് ഓള് തന്ന്യെ പരിചയപ്പെടുത്തി.

ഞാൻ ഞെട്ടിത്തരിച്ചുപോയി. ഇട്ടുണ്ണൂലിയോ? പത്തുകൊല്ലത്തിനു മുമ്പ്, എന്റെ പതിമൂന്നാമത്തെ വയസ്സിൽ ഞാൻ ഇട്ടുണ്ണൂലിയെക്കുറിച്ചു കേട്ടിട്ടുണ്ട്. കുറച്ചുനാൾ കൊട്ടാരം നർത്തകിയുടെ പദവിയിൽ കഴിഞ്ഞ വളാണെന്നറിയാം. മഹാരാജാവിന്റെ സ്നേഹാദരങ്ങൾക്ക് പാത്രമായ വൾ. പിന്നെ എങ്ങനെയോ കഷ്ടകാലം ഇട്ടുണ്ണൂലിയെ ബാധിച്ചു. കൊട്ടാരവുമായുള്ള ബന്ധം അവസാനിപ്പിച്ചു. എന്റെ അരികിലെത്തിയ സമയത്തും അവൾ അതിസുന്ദരിതന്ന്യാ. ഒതുങ്ങിയ ഉടലും ചുവന്ന ചൊടികളുമുള്ള സുന്ദരി. എനിക്കവളെ ഇഷ്ടപ്പെട്ടു.

ചമ്മൂരെ ഇട്ടുണ്ണൂലിയെ തിരുമനസ്സുകൾക്ക് പരിചയംണ്ടാവൂന്നാ ന്റെ വിചാരം. ആർക്കും പരിചയംല്ല്യേ? ഓളെ നിങ്ങൾ എങ്ങന്യാ മറക്ക? നിങ്ങളിൽ പലരെക്കുറിച്ചും ഓളെന്നോടു പറഞ്ഞു. ആദ്യം പറഞ്ഞത് മീമാംസകനായ തോട്ടയ്ക്കാട്ട് കുഞ്ഞൻ ഓതിക്കനെക്കുറിച്ചാ. ഓളുടെ പത്താം വയസ്സിൽ തോട്ടയ്ക്കാട്ട് കുഞ്ഞൻ ഓതിക്കനിലൂടെയാണ് ഓള് ആദ്യായി ആണിന്റെ ഗന്ധമറിഞ്ഞതെന്ന് എന്നോടു പറഞ്ഞു. അതൊന്നും ഇവിടെ വിഷയംല്ല്യാന്നറിയാം. ഇട്ടുണ്ണൂലിയെ പരിചയപ്പെടുത്താൻവേണ്ടി പറഞ്ഞതാന്ന് കൂട്ടിയാൽമതി. എന്റെ കാര്യത്തിൽ ഇട്ടുണ്ണൂലി ചെയ്തതെന്തെന്നേ ഞാൻ പറയുന്നുള്ളൂ.''

മീമാംസകനായ തോട്ടയ്ക്കാട്ട് കുഞ്ഞൻ ഓതിക്കന്റെ ശിരസ്സിൽ ഇടിവെട്ടേറ്റ അവസ്ഥ. ന്റെ രാവുണ്ണീ, അയാളവിടിരുന്ന് നീറിനീറിപ്പുകയുന്നത് ഞാൻ കണ്ടു. താത്രി പിന്ന്യേം പറഞ്ഞു:

''ചമ്മൂരെ ഇട്ടുണ്ണൂലി ദൂതിയായാ എത്തിയത്. പര്യാത്ത് ശങ്കുണ്ണി മാരാർ ഒരാഗ്രഹം പറഞ്ഞയച്ചു. എനിക്ക് ശങ്കുണ്ണിയെ അറിയാം. എനിക്കെന്നല്ല്യ, എല്ലാർക്കുമറിയാം. ചെണ്ടക്കാരൻ ശങ്കുണ്ണി. ഇരുപത്തിയഞ്ചാം വയസ്സിൽ തന്നെ കഥകളി ചെണ്ടക്കാരനെന്ന നിലയിൽ പേരെടുത്ത ശങ്കുണ്ണി. മുമ്പൊക്കെ കഥകളിയിൽ ചെണ്ടകൊട്ടായിരുന്നു. ചെണ്ടകൊട്ടിനെ ചെണ്ട വായനയാക്കിയവരിൽ ഒരാൾ ശങ്കുണ്ണിമാരാരായിരുന്നു. കുറച്ചുകാലം മുമ്പ് കല്പകശ്ശേരീൽവച്ചു നടത്തിയ കഥകളിയിൽ ശങ്കുണ്ണിമാരാർ ചെണ്ടവായിച്ചിരുന്നു.

അധികം വിസ്തരിക്കുന്നില്ല്യ. പര്യാത്ത് ശങ്കുണ്ണിമാരാർ എന്ന കലാകാരനെ ഞാൻ സ്വീകരിച്ചെന്നു മാത്രംല്ല്യാ ന്റെ നെഞ്ചിൽ

കിടത്തിയുറക്കി. ഒരിക്കലല്ല്യാ, മൂന്നുദിവസം. എന്റെ ഓപ്പോൻ നാരായണ നോടുള്ള പകയാ എന്നെ അതിനു പ്രേരിപ്പിച്ചത്."

താത്രി മുഖംകുനിച്ചുനിന്നു. അന്നേരം മഴയുടെ ശക്തി കുറഞ്ഞിരുന്നു. സാമാന്യം ശക്തിയായി കാറ്റടിച്ചുകൊണ്ടിരുന്നു. മറ്റുള്ളിടത്തു കണ്ടതുപോലെ മുറ്റത്ത് തിക്കിത്തിരക്കിയ ജനക്കൂട്ടമില്ലായിരുന്നു.

"ന്താ എല്ലാം അവസാനിച്ചൂന്ന് കരുതാമോ? നീയെന്ത്യേ കുറച്ചു നേരായി തലകുനിച്ചു നിൽക്കേല്ല്യേ?"

സ്മാർത്തൻ ചോദിച്ചു.

"ഇല്ല്യാ, ഒന്നും അവസാനിച്ചിട്ടില്ല്യാ തിരുമനസ്സേ. ഇനീംണ്ട് പറയാൻ. അത് കുറിയേടത്തില്ലത്തുവച്ചുണ്ടായ സംഭവമാ. അന്നെന്റെ നാലാംകുളി കഴിഞ്ഞ്, അലക്കിയ മുണ്ടുടുത്ത് കുളപ്പുരയിൽ നിൽക്കേരുന്നു. ചെമ്പൂട്ടി പേൻചീപ്പുകൊണ്ട് എന്റെ മുടി കോതി ഒതുക്കിക്കൊണ്ടിരുന്നു. ദേവുമ്മായി അടുക്കളപ്പണിയിൽ. എന്റെ കാന്തൻ ദേശാടനത്തിനിറങ്ങിയിട്ട് അഞ്ചാറു മാസായിക്കാണും. ഇനീം തിരിച്ചെത്തിയിരുന്നില്ല്യ. നമ്പ്യാത്തൻ ഇല്ലത്ത് വരാറേ ഇല്ല്യ. ദാസീഭവനങ്ങളും അച്ചീഗൃഹങ്ങളും ധാരാളമുണ്ടല്ലോ.

ഞങ്ങളങ്ങനെ മുടി കോതിയൊതുക്കിക്കൊണ്ടുനിന്നപ്പോഴാ ഒരു യുവതി എന്നെ അന്വേഷിച്ചെത്തിയത്. ഓളൊരു സുന്ദരിയാ. പ്രായം, രൂപം, ഭാവം എന്നിവ പരിഗണിച്ചപ്പോ ഓളൊരു ഹംസമാണെന്ന് ബോധ്യായി. ഓളായിരുന്നു കിഴക്കൂട്ടെ താത്രി. കിഴക്കൂട്ടെ താത്രിനങ്ങ്യാരെ നിങ്ങളറിയാണ്ടിരിക്കോ? ഗുരുവായൂരിലെ ഏറ്റവും പ്രസിദ്ധയായ നങ്ങ്യാർകൂത്തുകാരിയല്ല്യേ കിഴക്കൂട്ടെ താത്രി. കടഞ്ഞെടുത്ത ശരീര പ്രകൃതിയാ. അരങ്ങിൽ മാത്രംല്ല്യാ, അണിയറയിലും കൂത്താടിയാ ഓളുടെ ജീവിതം. വല്ലപ്പോഴും ഒരു നങ്ങ്യാർകൂത്ത് കിട്ടിയതുകൊണ്ട് ജീവിക്കുന്നതെങ്ങന്യാ? ഓളെന്നോട് പലരെക്കുറിച്ചും പറഞ്ഞു. ഓള പതിന്നാലാം വയസ്സിലാ മാങ്കാവിൽ വിഷ്ണു ഓതിക്കനുമായുള്ള ബന്ധം തുടങ്ങ്യതെന്നാ ഓള് പറഞ്ഞത്."

"ഏ, അങ്ങനേ്യല്ല്യാ."

മാങ്കാവിൽ വിഷ്ണു ഓതിക്കൻ ചാടി എഴുന്നേറ്റ് തന്റെ പ്രതിഷേധം തുടർന്നു:

"നമുക്ക് ഓളെ തീരെ അറിയില്ല്യാ. മാന്യന്മാരെ അവഹേളിക്കേ?"

"തീരെ അറിയില്ലെങ്കിൽ വേണ്ട. ഇവിടിപ്പോ കിഴക്കൂട്ടെ താത്രിയും മാങ്കാവിൽ വിഷ്ണുനമ്പൂതിരി ഓതിക്കനും തമ്മിലുള്ള ബന്ധമല്ല്യാ വിഷയം. കുറിയേടത്തു താത്രിയെന്ന ഞാൻ കുഴപ്പിള്ളി മഹൻ കൃഷ്ണൻ നമ്പൂരിയെ കിടക്ക വിരിച്ചുകൊടുത്ത് കൂടെക്കിടത്തിയതാ വിഷയം. അതിനു വഴിയൊരുക്കിയത് കിഴക്കൂട്ടെ താത്രിയാ. പ്രായം കടന്നപ്പൊ, വിൽക്കാച്ചരക്കായപ്പൊ ഓള് ചിരുവല്ലി അമ്മാളുവിനെപ്പോലെ,

കൊണവള്ളി മാധവിയെപ്പോലെ, ചമ്മൂരെ ഇട്ടുണ്ണൂലിയെപ്പോലെ ധനിക ബ്രാഹ്മണരുടെ ഹംസായി. താത്രി പറഞ്ഞത് ഈ തൊഴിലാ ലാഭംന്നാ. ഒരുത്തന്റേം വിഴുപ്പു വഹിക്കേണ്ട; കാശ് മുൻകൂറായി ലഭിക്കും. അങ്ങനെ കുഴപ്പിള്ളി മഹൻ കൃഷ്ണൻ നമ്പൂതിരിയിൽനിന്നും രണ്ടുരൂപ പ്രതി ഫലം പറ്റിയാണ് ഓള് എന്നെ സമീപിച്ചത്. കൃഷ്ണൻ നമ്പൂതിരി മുപ്പതു വയസ്സുകാരനെന്നറിഞ്ഞപ്പോ ഞാൻ സമ്മതിച്ചു. ഇത്തിൾ പറ്റിയ കിഴവ ബ്രാഹ്മണനല്ലെന്ന ആശ്വാസം. നാരായണനോടുള്ള പക. ചുരുക്കി പറയേണ്. അയാളെ ഞാൻ കിടത്തി സുഖിപ്പിച്ചുറക്കി. മൂന്നു രൂപ എട്ടണ തന്നു. ഞാനത് സന്തോഷത്തോടെ സ്വീകരിച്ചു. ആ പണം എന്തു ചെയ്തെന്നറിയോ? ചെമ്പൂട്ടിവശം ഞാനെന്റെ ഇല്ലത്തു കൊടുത്തയച്ചു. ഒരാഴ്ച എന്റെ അനുജത്തിമാരും അമ്മമാരും ആഹാരം കഴിച്ചു. അന്തർ ജനത്തിന്റെ ചാരിത്ര്യപരിശോധനയ്ക്കിറങ്ങിയ നമ്പൂരിമാര് ഓള് കഞ്ഞി കുടിച്ചോ എന്ന് തിരക്കീല്ല്യ. സ്മൃതിനിയമങ്ങളനുസരിച്ച് നിങ്ങളെന്നെ ശിക്ഷിക്കുമെന്ന് എനിക്കറിയാം. ശിക്ഷിച്ചോളൂ. തീരെ പുച്ഛമാണെനിക്ക് നിങ്ങളുടെ സ്മൃതികളെ. താത്രിയുടെ കണ്ണുകളിൽ തീ പാറി. സഭാതലം വിറങ്ങലിക്കുമാറ് ഓള് ചോദിച്ചു:

"മത്യോ? മത്യോ കേട്ടത്?"

സ്മാർത്തൻ കരയുന്ന സ്വരത്തിൽ പറഞ്ഞു:

"ഇന്നേക്ക് മതി. ഇനി നാളെ."

അമ്പത്തിമൂന്ന്

രാവേറെച്ചെന്നു. ശ്രീവരാഹത്തെ കണ്ടഞ്ചാതമനയിലെ ഒരേയൊരു മുറിയിൽ മാത്രമേ ഇപ്പോൾ വെളിച്ചമുള്ളൂ—കണ്ടഞ്ചാത രാവുണ്ണി മുത്തച്ഛന്റെ മുറിയിൽമാത്രം. വരാഹമൂർത്തിക്ഷേത്രം ജനരഹിതമാണി പ്പോൾ. അമ്പലക്കുളം പരിസരദീപങ്ങളാൽ പൂത്തുലഞ്ഞു. മുത്തച്ഛന്റെ മുമ്പിൽ താത്രിയുടെ കഥ കേൾക്കാനിരുന്ന പത്മ പറഞ്ഞു:

"മുത്തച്ഛാ എനിക്കു പേടിയാവുന്നു. താത്രിയുടെ വിധിയോർത്ത് ഞാൻ വല്ലാതെ ഭയക്കുന്നു."

"എന്തിനാ കുട്ട്യേ നീയിങ്ങനെ ഭയക്കുന്നത്? താത്രി ഇവിടെത്തന്നെ യില്ല്യേ? താത്രി ഇവിടുണ്ടെന്ന് നിനക്കും ബോധ്യമായതല്ല്യേ? ഓളുടെ ഭൗതികശരീരം ഇല്ലാതായി എന്നല്ലേയുള്ളൂ. എങ്കിലും ഓളിവിടെ അമ്പല ത്തിലെ വിഗ്രഹത്തിലും നമ്മുടെയൊക്കെ ഉള്ളിലും കുടികൊള്ളുക യല്ല്യേ? ഭൗതികശരീരം നഷ്ടപ്പെട്ടശേഷം ആത്മാവു മാത്രമായ താത്രി എന്നോടൊപ്പം ഇവിടേക്ക് വന്നതെങ്ങന്യാന്ന് ഞാൻ പറയാം. വിഷമി ക്കേണ്ടന്നും വേണ്ട."

പത്മ കാത്തിരുന്നു. രാവുണ്ണിമുത്തച്ഛൻ അന്നത്തെ സംഭവങ്ങൾ ഓർത്തെടുത്തു.

"ഗുരുവായൂരിലെ കഥകളിയോഗത്തിൽ ബകവധം ആട്ടക്കഥ ഞങ്ങൾ പരിശീലിച്ചുവര്യേരുന്നെന്ന് പറഞ്ഞല്ലോ. കഥകളി കാണുന്നതുപോലെ സുഖമുള്ള കാര്യംല്ല്യ പരിശീലനം. സംഗതി വളരെ സങ്കീർണമാണ്. ആംഗികാഭിനയമാണ്, ഭാവാർത്ഥാഭിനയമാണ്. ഭാവാഭിനയം മുഖം കൊണ്ടാണ് നടത്തുന്നതെങ്കിലും എല്ലാ അർത്ഥവും ഭാവവും പരിപൂർണ മായി പ്രകടിപ്പിക്കാൻ ശരീരത്തിലെ എല്ലാ അവയവങ്ങളെയും പങ്കെടു പ്പിക്കേണ്ടതുണ്ട്. അംഗങ്ങൾ, പ്രത്യംഗങ്ങൾ, ഉപാംഗങ്ങൾ, ശിരോ ഭേദങ്ങൾ ഇങ്ങനെ പലതുമുണ്ട്. അതുപോലെ വളരെ സങ്കീർണമാണ് കൈമുദ്രകൾ. പതാകഹസ്തം, ത്രിപതാകഹസ്തം, അർധപതാക ഹസ്തം, മുകുള ഹസ്തം, അഞ്ജലീഹസ്തം എന്നിങ്ങനെ എത്രയോ മുദ്രകൾ വശമാക്കണം. ചാരികൾ, രേചകൾ, നൃത്തഹസ്തങ്ങൾ, കരണ ങ്ങൾ എന്നിങ്ങനെ നിരവധി അടവുകൾ പഠിക്കണം. ചുരുക്കിപ്പറഞ്ഞാൽ കഥകളി പരിശീലനം അതികഠിനമാണ്, അതിസങ്കീർണമാണ്. പാട്ടു കാരുടെ കാര്യം അതിലേറെ കഷ്ടമാണ്. പദങ്ങളും ശ്ലോകങ്ങളും കാണാതെ പഠിക്കണമല്ലോ.

ഞങ്ങൾ ഇത്തരത്തിൽ അതികഠിനമായ പരിശീലനത്തിൽ ഏർപ്പെട്ടി രുന്ന ദിവസം, അത്താഴം കഴിച്ച്, വളരെ വൈകി ഉറങ്ങാൻ തുടങ്ങുന്ന സമയത്ത് ശങ്കരമേനൻ വിയർത്തുകുളിച്ച്, ഓടിക്കിതച്ചെത്തി. ബകവധ ത്തിലെ ഭീമന്റെ വേഷം ചെയ്യുന്ന മല്ലിശ്ശേരി മാധവൻ നമ്പൂതിരിയുടെ ആശ്രിതനും സന്തതസഹചാരിയുമാ ശങ്കരമേനൻ. മാധവൻ നമ്പൂതിരി യുടെ നിഴലായി എവിടെയും കാണും. കഥകളിയോഗത്തിലും നമ്പൂ തിരിക്ക് തുണയായി ശങ്കരമേനൻ ഉണ്ടായിരുന്നു. അതിനാൽ ഞങ്ങൾ ക്കൊക്കെ സുപരിചിതനായിരുന്നു അയാൾ. കുറച്ചുനാളായി മേൻനെ കാണാറില്ല്യായിരുന്നു. വന്നപാടേ മാധവൻ നമ്പൂതിരിയുടെ മുമ്പിലെത്തി വിലപിച്ചു:

"ചതിച്ചൂ, ചതിച്ചൂ; ഇനിയിപ്പ എന്താ ചെയ്യാന്നറിയില്ല്യാ ഭഗവതീ!"

കാര്യമെന്താന്ന് മാധവൻ നമ്പൂതിരിക്ക് മനസ്സിലായെങ്കിലും മറ്റുള്ള വർക്ക് ഒന്നും മനസ്സിലായില്ല്യ. താത്രി തന്റെ പേരും പറയുമെന്ന് മാധവൻ നമ്പൂതിരിക്ക് അറിയാമായിരുന്നു. അക്കാര്യം ഉറപ്പുവരുത്താനാ വിചാരണ വേദികളിലെല്ലാം ശങ്കരമേൻനെ മുടങ്ങാതെ അയച്ചുകൊണ്ടിരുന്നത്.

"എന്താണ്ടായേ മേൻനെ? തെളിച്ചങ്ങട് പറയ്യ."

മാധവൻ നമ്പൂതിരി അന്തഃക്ഷോഭങ്ങളൊന്നും പുറത്തുകാട്ടാതെ പറഞ്ഞു.

"ചതിച്ചു തിരുമേനീ."

ശങ്കരമേൻന്റെ വിലാപം തുടർന്നു.

"ഓള് എല്ലാം തുറന്നുപറഞ്ഞു. മുണ്ടേര് വാസുദേവൻ നമ്പൂതിരി മുഖേന മല്ലിശ്ശേരി മാധവൻ നമ്പൂതിരിയുമായി പലതവണ ഓള് ലൈംഗികബന്ധത്തിൽ ഏർപ്പെട്ടിട്ടുണ്ടെന്ന് വെട്ടിത്തുറന്നു പറഞ്ഞു. വള്ളിപുള്ളി വിടാതല്ല്യേ വിവരണം. എന്ന്, എവിടെവച്ച്, എങ്ങനെ, എന്താണ് പ്രതിഫലമായി ലഭിച്ചത് എന്നിങ്ങനെ. ആർക്കും സംശയിക്കാൻ ഇടനൽകാതെ തെളിച്ചല്ല്യേ പറഞ്ഞേ!"

ശങ്കരമേൻന്റെ പാരവശ്യം കണ്ടാൽതന്നെ കാര്യത്തിന്റെ ഗൗരവം മനസ്സിലാകും. അന്നേരം എന്റെ അടുത്തുനിൽക്കേരുന്നു മാധവൻ നമ്പൂതിരി. അയാൾ നിലത്തിരുന്നു. ഇരുന്നതല്ല്യ, ഇരുന്നുപോയതാ.

"എന്തായീ കേൾക്കണേ"ന്ന് ഞാൻ മേൻനോട് ചോദിച്ചോയി.

"കേൾക്കാൻ ഇരിക്കുന്നതേയുള്ളൂ." മേനൻ എന്നോടു പറഞ്ഞു.

എനിക്ക് ഭയമേതുമില്ലായിരുന്നു. ഞാൻ പ്രതിഫലം നൽകി താത്രിയെ വശാക്കിയതല്ലല്ലോ ആറുവയസ്സുമുതലുള്ള സ്നേഹബന്ധംല്ല്യേ? അന്നേരവും ഓളുടെ ഭാവിയോർത്തായിരുന്നു എന്റെ ഉള്ളെരിച്ചിൽ.

"ഞാൻ ചുരുക്കിപ്പറയാം."

ശങ്കരമേനൻ താത്രീവിചാരണയുടെ അവസാനഘട്ടത്തിലെ കാര്യങ്ങളിൽ ഞങ്ങൾക്ക് ബാധകമായതുമാത്രം പറഞ്ഞു.

"താത്രി രാവുണ്ണിയുടേം പേരുപറഞ്ഞു. രാവുണ്ണീം ഓളും തമ്മില് ഇടപഴകീതും കെട്ടിമറിഞ്ഞതുമൊക്കെ ഓള് കൂസലില്ല്യാതാ തട്ടിവിട്ടത്. കേട്ടിരുന്ന എന്റെ തൊലി പൊളിഞ്ഞോയി. കണ്ടഞ്ചാത വാസുദേവൻ നമ്പൂതിരി അവിടിരിക്ക്യേല്ല്യേ? ഓള് തന്റെ മകന്റെ പേരുപറഞ്ഞതു കേട്ട് അദ്ദ്യേം മോഹാലസ്യപ്പെട്ട് വീണില്ലെന്നേയുള്ളൂ. എങ്ങ്നാ സയിച്ചിരിക്ക്യാ? ഞാനന്നേരം തന്ന്യെ ഇറങ്ങിപ്പോന്നു."

ഞാനത് തീരെ പ്രതീക്ഷിച്ചിരുന്നില്ല്യ. എന്റെ കണ്ണിൽ ഇരുട്ടു കയറുന്നതുപോലെ തോന്നി. എന്റെ അച്ഛൻ ആ സന്ദർഭത്തെ എങ്ങന്യായിരിക്കും നേരിട്ടത്? അദ്ദേഹത്തിനും ഞാൻ കാരണം അപമാനമുണ്ടായല്ലോ ഭഗവതീ! ഞാൻ മാധവൻ നമ്പൂതിരിയുടെ സമീപത്ത് തളർന്നിരുന്നു. തളർച്ച പുറത്തു കാണിക്കാതിരിക്കാൻ ആവുന്നത്ര ധൈര്യം അഭിനയിച്ചു.

"നിങ്ങൾ രണ്ടാളും ഭ്രഷ്ടാക്കപ്പെട്ടു. വേണമെങ്കിൽ ഓടിരക്ഷപ്പെട്ടോളൂ. ഞാൻ കണ്ടില്ല്യാന്നു വെയ്ക്കാം."

ശങ്കരമേനൻ പറഞ്ഞു. ഞങ്ങൾ രണ്ടാളും മൗനമായിരുന്നതേയുള്ളൂ.

"കൊച്ചിരാജാവ് ഭ്രഷ്ട് കല്പിച്ചോട്ടെ. നിങ്ങൾ തിരുവിതാംകൂറിലേക്കോ മലബാറിലേക്കോ കടന്നാൽ കൊച്ചിരാജാവിന് ഒന്നും ചെയ്യാനാവില്ലല്ലോ."

ശങ്കരമേനൻ ഉപദേശിച്ചു.

കുറച്ചുസമയം കഴിഞ്ഞപ്പോൾ മല്ലിശ്ശേരിക്ക് ഭീമന്റെ ധൈര്യം കൈവന്നൂന്ന് തോന്നി.

"എന്തും വന്നോട്ടെ. ഞാനത്രയ്ക്ക് പാപം ചെയ്തിട്ടില്ല്യ. ഓരോ നമ്പൂരിമാർക്ക് എത്രേ സംബന്ധക്കാരികളുണ്ട്! ഇതും അങ്ങനെ കൂട്ട്യാ മതി. എന്തുവന്നാലും നേരിടും അത്രതന്ന്യേ."

മല്ലിശ്ശേരി നിലപാട് വ്യക്തമാക്കി.

"അബദ്ധാ തിരുമേനീ? ശ്ശി വടക്കോട്ടു പോയാ മതീല്ലോ. ബ്രിട്ടീഷ് മലബാറല്ലേ? അവിടെ കൊച്ചിരാജാവിനെന്തു കാര്യം? സംഗതികളൊക്കെ ഒന്നു ശാന്തമായാ തിര്യെ വരാലോ."

ശങ്കരമേനൻ ഉപദേശിച്ചു.

കളിവിളക്ക് കരിന്തിരി കത്തിത്തുടങ്ങി. നിരന്തരപരിശീലനത്തിന്റെ ക്ഷീണം നിമിത്തം പലരും ഉറക്കമായിക്കഴിഞ്ഞിരുന്നു. വിളക്കിൽ ആരും എണ്ണ പകർന്നില്ല. എനിക്ക് തലചുറ്റുന്നതുപോലെ തോന്നി. അവിടെ വെറും നിലത്ത് ചരിഞ്ഞുകിടന്നു. അധികം വൈകാതെ എന്റെ ഭാരം നഷ്ടപ്പെടുന്നതായും വായുവിൽ പഞ്ഞിപോലെ പാറിപ്പറക്കുന്നതായും തോന്നി. ഞാൻ ഉറക്കത്തിലേക്കോ അബോധാവസ്ഥയിലേക്കോ ചെന്നു പെട്ടതെന്ന് നിശ്ചയംല്ല്യാരുന്നു. ഗുരുവായൂരമ്പലത്തിലെ പ്രഭാതഭേരി കേട്ടുണർന്നു. എന്താ കഴിഞ്ഞ ദിവസം അറിഞ്ഞ കാര്യങ്ങൾ? എല്ലാം ഒന്ന് ഓർത്തുനോക്കി. ശങ്കരമേനൻ പറഞ്ഞത് പൊളിയാവില്ല്യ. രക്ഷ യില്ല്യ. ഭ്രഷ്ടാക്കപ്പെടും. രണ്ടോ നാലോ ദിവസത്തെ കാത്തിരിപ്പു മാത്രം മത്യാവും. അച്ഛനമ്മമാരോടും സഹോദരങ്ങളോടുമൊപ്പം ഇരുപത്തി യഞ്ചുവർഷമായി ജീവിച്ചുവരുന്ന കണ്ടഞ്ചാതമനയിൽ നിന്നും സമുദായ ത്തിൽനിന്നും തന്നെ പുറത്താക്കും. എല്ലാ ബന്ധങ്ങളും അറ്റു പോകും. എന്റെ ബന്ധുക്കൾക്ക് അന്യനാകും.

കണ്ടഞ്ചാത വാസുദേവൻ നമ്പൂതിരിയുടെ മകൻ രാവുണ്ണി നമ്പൂതിരി യുടെ പേരുപോലും നഷ്ടപ്പെടും. ഇനി മാരാരോ, നായരോ, നമ്പ്യാരോ ആയി തരംതാഴ്ത്തപ്പെടും. ഇരിക്കപ്പിണ്ഡംവച്ച്, പടിയടച്ച് കൈകൊട്ടി പ്പുറത്താക്കുന്ന ആ രംഗം സഹിക്കുന്നതെങ്ങനെ? താത്രിക്ക് എന്റെ പേര് പറയാതിരിക്കാമായിരുന്നില്ല്യേ? കഴിയില്ല്യ. കാരണം അവൾ കള്ളം പറയില്ല്യ. ആരെയും കുറ്റപ്പെടുത്തേണ്ട കാര്യമില്ല്യ എല്ലാം ഈശ്വര നിശ്ചയം. എല്ലാം മുമ്പേ തീരുമാനിക്കപ്പെട്ടിരിക്കുന്നു.

നേരം പുലരുമ്പോൾ എല്ലാവരും വിവരമറിയും. പിന്നെ അവരുടെ മുഖത്തു നോക്കുന്നതെങ്ങനെ? പിന്നെ താമസിച്ചില്ല്യ. ഞാൻ ഇറങ്ങി നടന്നു. ഉടുത്തിരുന്ന മുണ്ടല്ലാതെ ഒന്നുമില്ല്യ. എങ്ങോട്ടെന്നറിയില്ല്യ, എന്തി നെന്നറിയില്ല്യ; എങ്കിലും ഇറങ്ങിനടന്നു. കാറ്റിൽ പറക്കുന്ന കരിയില പോലെ, ഏതോ അദൃശ്യശക്തി എന്നെ നയിച്ചുകൊണ്ടിരുന്നു.

കണ്ടഞ്ചാത രാവുണ്ണി നമ്പൂതിരി മരിച്ചു. മരിച്ചവരെ തെക്കോട്ടെടുക്കും. എപ്പോഴോ ഞാൻ മനസ്സിലാക്കി, എന്റെ യാത്ര തെക്കോട്ടാണെന്ന്. അറിഞ്ഞുകൊണ്ടു തെക്കോട്ടു നടന്നതല്ല്യ. ഇറങ്ങിനടന്നു. കണ്ട വഴിയേ നടന്നു. പുലരുന്നതിനുമുമ്പ്, അമ്പലത്തിലെ പ്രഭാതഭേരി കേട്ടുണർന്ന യുടനെ തുടങ്ങിയ നടത്തം! എന്റെ പത്മാ, പിന്നെ നടന്നുകൊണ്ടിരുന്നത് എന്റെ ശവശരീരമാണെന്നു പറയുന്നതാവും ശരി. വിശപ്പറിഞ്ഞില്ല്യ, ദാഹമറിഞ്ഞില്ല്യാ, നടന്നുകൊണ്ടേയിരുന്നു. ആകെ വലഞ്ഞു.

എപ്പോഴോ ഉണർന്നപ്പോൾ ഏതോ അമ്പലപരിസരത്തുള്ള ആലിൻ ചുവട്ടിൽ കിടക്കുന്നു. സന്ധ്യാപൂജയ്ക്കുള്ള സമയം. അവിടെനിന്നും കുറച്ചു പായസം ലഭിച്ചു. പിന്നെ അമ്പലങ്ങളിൽനിന്നും അമ്പലങ്ങളിലേ ക്കുള്ള യാത്ര!

കൊച്ചിരാജാവിൽനിന്നും മുദ്രമോതിരം സമ്മാനം വാങ്ങിയ കഥകളി പ്പാട്ടുകാരൻ രാവുണ്ണിയെ ആരും തിരിച്ചറിഞ്ഞില്ല്യ. നാലഞ്ചു ദിവസം കഴിഞ്ഞപ്പോൾ ഒരു യാചകന്റെ രൂപവും ഭാവവും കൈവന്നുകഴിഞ്ഞി രുന്നു. പത്തിരുപതു ദിവസം കഴിഞ്ഞുകാണും തിരുവനന്തപുരത്തെ ത്തിയപ്പോൾ. പിന്നെയും മൂന്നുദിവസം കഴിഞ്ഞാ ഞാൻ ശ്രീപദ്മനാഭന്റെ തിരുനടയിലെത്തിയത്. ഇങ്ങനെയൊരു അമ്പലത്തെക്കുറിച്ച് കേട്ടറിവേ ഉണ്ടായിരുന്നുള്ളൂ.

പത്മതീർത്ഥത്തിൽ മുങ്ങിക്കുളിച്ചു. അകവും പുറവും തെല്ലും തണുത്തു. ഈറൻ മാറാൻ മറുതുണിയില്ല്യ. തല തോർത്താൻപോലും ഒന്നുമില്ല. തിരുനടയിലെത്തി പ്രാർത്ഥിച്ചു. അവിടെനിന്നും ലഭിച്ചതു കഴിച്ചു. രാത്രി നടയടയ്ക്കുന്നതുവരെ തിരുനടയിൽ ധ്യാനനിരതനായി രുന്നു. ബ്രാഹ്മണനാണെന്ന് കണ്ടാലറിയാം. അതിനാൽ ആരും ആട്ടി പ്പുറത്താക്കിയില്ല്യ. ഉറക്കം വന്നപ്പോൾ തിരുനടയിൽ കിടന്നുറങ്ങി. പള്ളി യുണർത്തുകേട്ട് ഉണർന്നു. വെളുപ്പിനു മൂന്നുമണിക്കാണ് പള്ളിയുണർ ത്തെന്ന് ഞാൻ മനസ്സിലാക്കിയത് അന്നാണ്. പത്മതീർത്ഥത്തിലെത്തി. അരണ്ട വെളിച്ചമേയുള്ളൂ. കുറച്ചുസമയം ഞാൻ കല്പടവിൽ ഇരുന്നു. ചിലർ മുങ്ങിക്കുളിക്കുന്നു; ചിലർ കുളിക്കാൻ തയ്യാറെടുക്കുന്നു. നല്ലവണ്ണം വെളിച്ചം വീണപ്പോൾ മുങ്ങിക്കുളിച്ച് തിരുനടയിലെത്തി. പലരും കാണിക്കയിട്ടു പ്രാർഥിക്കുന്നു. കാണിക്കയർപ്പിക്കാൻ എന്റെ കൈയിൽ ഒന്നുമില്ലെന്ന കാര്യം ഞാൻ പദ്മനാഭനോട് സങ്കടത്തോടെ പറഞ്ഞു. അധികം വൈകാതെ എന്റെ മനസ്സിൽ പുതിയൊരു ആശയമുദിച്ചു. എന്റെ ഉള്ളുനിറയെ സംഗീതമുണ്ടല്ലോ. സംഗീതാർച്ചന തന്നെയാകട്ടെ യെന്ന് ഞാൻ തീരുമാനിച്ചു. ത്യാഗരാജസ്വാമികളുടെ ഒരു കീർത്തനം മനസ്സിലുണർന്നു. ഓയ്ക്കില്ലത്തെ ഗുരു പഠിപ്പിച്ച കീർത്തനം. എട്ടു വയസ്സുകാരി താത്രിയെ ഓയ്ക്കില്ലത്തുവച്ചുതന്നെ താൻ പഠിപ്പിച്ച കീർത്തനം. പിന്നെ ഒന്നും ചിന്തിച്ചില്ല്യാ. ഞാൻ പാടി.

"മനസു സ്വാധീനമൈന ആ ഘനു നികീ
മരി മന്ത്രതന്ത്രമുലേല?"

പല്ലവി പാടിക്കഴിഞ്ഞപ്പോൾതന്നെ ഭക്തജനങ്ങൾ എന്നെ ശ്രദ്ധിക്കാൻ തുടങ്ങി. ചിലർ എന്റെ നേർക്ക് കൈകൂപ്പി നിൽക്കുന്നതുകണ്ടു. ആവേശകരമായ അനുഭവമായി അതെനിക്ക് അനുഭവപ്പെട്ടു. പിന്നെ അനുപല്ലവി പാടി.

"തനുവു താനു കാദനി എഞ്ചുവാനികി
തപസുസേയഗനേല? ദശരഥബാല"

ശ്രോതാക്കൾ കൂടിവരുന്നതു കണ്ടപ്പോഴുണ്ടായ സന്തോഷത്തോടെ ഞാൻ ഒന്നാംചരണത്തിലേക്ക് കടന്നു.

"അന്നി നീവനുചുനു എഞ്ചിനവാനികി
ആശ്രമഭേദ മുലേല?
കന്നുകട്ടുമായനി എഞ്ചുവാനികി
കാന്തലഭ്രമലേല? ദശരഥബാല."

ഭഗവത്പാദങ്ങളിൽ മനസ്സർപ്പിച്ച് ഞാൻ കീർത്തനാലാപനത്തിൽ മുഴുകി നിൽക്കുകേരുന്നു. സമീപസ്ഥർ ആദരവോടെ, ഭക്തിയോടെ കീർത്തനാലാപനം ആസ്വദിച്ചുനിന്നു. തെലുങ്കുഭാഷയിലുള്ള ത്യാഗരാജ കീർത്തനത്തിന്റെ ആശയം അവർക്കാർക്കും മനസ്സിലാകില്ലല്ലോ. ഭഗവാന് ഭാഷ വിഷയമേയല്ല. ഭഗവാൻ മനസ്സിലാക്കിയാൽ മതിയല്ലോ എന്ന ഭാവത്തിലായിരുന്നു എന്റെ ആലാപനം. ശങ്കരാഭരണം രാഗത്തിൽ മിശ്രചാപ്പ് താളത്തിൽ ഒഴുകിയെത്തിയ കർണാടകസംഗീതസുധാലഹരിയിലായിരുന്നു ഭക്തർ.

ഏതോ ആരാധ്യവ്യക്തിയെ കണ്ടിട്ടെന്നപോലെ എന്റെ മുന്നിൽ നിന്നവർ ഇരുഭാഗത്തേക്കും ആദരവോടെ വഴിമാറി തൊഴുകൈയോടെ ശിരസ്സ് നമിക്കുന്നതു കണ്ടു. ഒരാൾ എന്റെ സമീപത്തു വന്നുനിന്നു. ഞാൻ അപ്പോൾ രണ്ടാം ചരണത്തിലേക്ക് കടന്നു.

ആജന്മമു ദുർവിഷയ രഹിതുനികി
ഗതാഗതമിക ഏല?
രാജരാജേശ! നിരഞ്ജന! നിരുപമ രാജവദന!
ത്യാഗരാജനുത

പാടിനിർത്തി താണുവണങ്ങി. എന്റെ സമീപത്തു വന്നുനിന്ന ആരാധ്യവ്യക്തിയുടെ മുമ്പിലും ശിരസ്സു കുമ്പിട്ടു കൈകൂപ്പി. അദ്ദേഹം പറഞ്ഞു:

"നന്നായി; വളരെ നന്നായി. നീയാരാണ്? നിന്നെയിവിടെ മുമ്പെങ്ങും കണ്ടിട്ടില്ലല്ലോ."

"രാവുണ്ണീന്നാ പേര്. കൊച്ചിരാജ്യത്തീന്നാ. ജീവിക്കാനൊരു ഗതിയില്ലാണ്ടായപ്പൊ ഇറങ്ങിത്തിരിച്ചു."

പത്മാ, ആ സംഭവമോർക്കമ്പോത്തന്നെ എനിക്ക് രോമാഞ്ചമുണ്ടാകുന്നു. ആരാ എന്റെ മുമ്പിൽ വന്നുനിന്നതെന്നറിയോ? ശ്രീമൂലം തിരുനാൾ രാമവർമ മഹാരാജാവാ, തിരുവിതാംകൂർ മഹാരാജാവാ. മഹാരാജാവാണെന്ന് എനിക്കറിയില്ല്യായിരുന്നു. എങ്കിലും താണുവണങ്ങിത്തന്ന്യാ ഞാനെന്റെ സങ്കടമറിയിച്ചത്.

"ജീവിക്കാൻ വഴിയുണ്ടാക്കാം."

അദ്ദേഹം പറഞ്ഞു. അന്നേരം തന്നെ പെരിയ നമ്പിയെ വരുത്തി. ഉണർത്തുപാട്ടു പാടാൻ എന്നെക്കൂടി നിയമിക്കാൻ വാക്കാൽ ഉത്തരവാകുകയും ചെയ്തു. ഒക്കെ വിധിയാണ് പത്മാ. അല്ലാണ്ടെങ്ങിന്യാ? സൗഭാഗ്യശൃംഗത്തിൽ നിന്നും പാതാളത്തിൽ പതിച്ചവനല്ല്യേ ഞാൻ? ഉടുതുണിക്ക് മറുതുണിയില്ലാതെ, കൈയിൽ ചില്ലിക്കാശില്ലാതെ തെണ്ടിത്തിരിഞ്ഞ് എങ്ങന്യാ ശ്രീപദ്മനാഭന്റെ മുമ്പിൽതന്നെ വന്നുപെട്ടത്? എന്റെ കീർത്തനാലാപനത്തിനു മുമ്പോ പിമ്പോ മഹാരാജാവ് വന്നു പോയിരുന്നെങ്കിൽ എന്നെ ആരറിയും? ഒക്കെ നിയോഗാ.

പിന്നെപ്പിന്നെ സംഗീതജ്ഞൻ എന്ന നിലയിൽ രാജാവ് എന്നോട് കരുണ കാട്ടി. ഈ മാളികയിൽ താമസിച്ചിരുന്ന കോയിത്തമ്പുരാൻ സന്താനങ്ങളില്ലാതെ അന്തരിച്ചു. ഒഴിഞ്ഞുകിടന്ന ഈ മാളികയും പറമ്പും മഹാരാജാവിന്റെ കാരുണ്യത്താൽ എനിക്കു ലഭിച്ചു. മുൻപിൻ നോക്കാതെ കണ്ടഞ്ചാതമന എന്നു ഞാനിതിന് പേരിട്ടു. എല്ലാ സൗഭാഗ്യങ്ങളും കൈവന്നിട്ടും താത്രിയെക്കുറിച്ച് ഒന്നും അറിയാൻ കഴിയാതെ കഴിഞ്ഞ നാളുകൾ! കാണാതായ മകനെയോർത്തു ദുഃഖിക്കുന്ന അച്ഛനമ്മമാരും ബന്ധുക്കളും എന്റെ ഉറക്കം കെടുത്തി. ഭ്രഷ്ടനാക്കപ്പെട്ട സ്വപുത്രന്റെ അപമാനകരമായ പതനം എന്റെ അച്ഛനമ്മമാരെ എത്ര മാത്രം ദുഃഖത്തിലാഴ്ത്തിയിട്ടുണ്ടാവാം! എല്ലാം മറക്കാൻ ഭഗവാന്റെ മുമ്പിൽ പാടി. സ്വന്തമായൊരു മാളികയും മാസശമ്പളവും ലഭിച്ചെങ്കിലും അമ്പലത്തിൽനിന്നു ലഭിക്കുന്ന ആഹാരം കഴിച്ച് അവിടെത്തന്നെ കഴിഞ്ഞു. ഞാൻ എന്നെ മറന്നു. ശ്രീപദ്മനാഭനെ മാത്രം മനസ്സിൽ സ്മരിച്ചു.

അമ്പത്തിനാല്

ശ്രീപദ്മനാഭന്റെ കൃപയാലും ശ്രീമൂലം തിരുനാൾ രാമവർമ മഹാരാജാവിന്റെ ദയാദാക്ഷിണ്യത്താലും തിരുവനന്തപുരത്ത് സകല സൗഭാഗ്യങ്ങളും ലഭിച്ചെങ്കിലും ആകെ തകർന്നുപോയിരുന്നു. പ്രവാസം തളർത്തിക്കളഞ്ഞെന്നു പറയാം. വെറും പ്രവാസമല്ലല്ലോ; ഒളിവുജീവിതമല്ല്യേ? വീടും നാടും വിട്ടുള്ള ജീവിതം അസഹ്യമായി അനുഭവപ്പെട്ടു.

വീട്ടിൽനിന്നും സമുദായത്തിൽനിന്നും പുറത്താക്കിക്കാണുമെന്ന് അറിയാമെങ്കിലും വീട്ടിലെത്താനും വീട്ടുകാരെ കാണാനും മനസ്സ് വൃഥാ കൊതിച്ചുകൊണ്ടിരുന്നു. കലാകാരനായ രാവുണ്ണി, കഥകളിയരങ്ങുകളിൽ കഥാപാത്രങ്ങളുടെ നാവായി പാടിത്തകർത്ത രാവുണ്ണി അമ്പലപ്പാട്ടുകാരനായി അധഃപതിച്ചു എന്ന് ചില നേരങ്ങളിൽ തോന്നും. ഭഗവാന്റെ നടയിൽ എന്നും വാഴ്ത്തിപ്പാടാൻ കിട്ടിയ അവസരം മഹാഭാഗ്യമായി ചില നേരങ്ങളിൽ തോന്നും. മനസ്സ് അത്തരത്തിൽ രണ്ടായി വിഭജിക്കപ്പെട്ടു.

അച്ഛനമ്മമാരെ ഓർക്കാതിരിക്കാനാവുമോ? ഓർക്കുന്തോറും അന്തരംഗങ്ങളിൽ വേദന നിറഞ്ഞുകൊണ്ടിരുന്നു. കണ്ടഞ്ചാത വാസുദേവൻ നമ്പൂതിരി രാജപ്രതിനിധിയായാണ് സ്മാർത്തവിചാരസഭയിൽ പുറക്കോവിലായി എത്തിയത്. അത്ര വലിയ വ്യക്തിയുടെ മകൻ ദുർന്നടപ്പുകാരനെന്ന് നാടു മുഴുവൻ വാർത്തയായിക്കാണുമല്ലോ. അച്ഛനും അമ്മയും മറ്റു കുടുംബാംഗങ്ങളും എങ്ങനെ അതു സഹിക്കും? എന്റെ തിരോധാനം അവരെ ഏതു തരത്തിൽ ബാധിച്ചിട്ടുണ്ടാവും? പുകഞ്ഞ കൊള്ളി പുറത്ത് എന്ന് തീരെ ലാഘവത്തോടെ കാണാൻ അച്ഛനു കഴിയുമോ?

എന്റെ അഭാവത്തിലാണെങ്കിലും ഇരിക്കപ്പിണ്ഡംവച്ച്, വിളിച്ചുചൊല്ലി, കൈകൊട്ടി പുറത്താക്കി പടിയടച്ചുകാണും. ആ രംഗം എങ്ങനെയാവും അച്ഛൻ കണ്ടുനിന്നത്? അത്താഴം വിളമ്പുമ്പോഴെങ്കിലും അമ്മയുടെ കണ്ണുകൾ നിറയാതിരിക്കുമോ?

അച്ഛനറിയാതെ ചെമ്മന്തട്ടയെത്തണം. അച്ഛന്റെ ഏറ്റവും അടുത്ത സുഹൃത്തും സ്മാർത്തവിചാരവേദികളിൽ ആദ്യവസാനം ഉണ്ടായിരുന്നയാളും വകയിൽ എന്റെ അമ്മാവനുമായ പുതുക്കുറിശ്ശി ഇല്ലത്തെ സുബ്രഹ്മണ്യൻ നമ്പൂതിരിയെ കാണണം. അതുവഴി കാര്യങ്ങളുടെ നിജസ്ഥിതി യറിയാം. മറ്റാരുമറിയാതെ മടങ്ങിപ്പോരികയും ചെയ്യാം.

തിരുവനന്തപുരത്തെത്തി ആറുമാസം കഴിഞ്ഞപ്പോഴാ ഇത്തരത്തിൽ ഒരു തീരുമാനത്തിൽ എത്തിച്ചേർന്നത്. ഉടുത്തിരുന്ന ഒറ്റമുണ്ടല്ലാതെ മറ്റൊന്നുമില്ലാതെയാണ് തിരുനടയിലെത്തിയത്. ആറുമാസത്തിനുള്ളിൽ വീടും അത്യാവശ്യത്തിന് സമ്പാദ്യങ്ങളുമായി. ലഭിച്ചുകൊണ്ടിരുന്ന മാസശമ്പളം മുഴുവൻ കൈയിൽ തന്നെയുണ്ട്. അമ്പലത്തിൽനിന്നുതന്നെ ഭക്ഷണം ലഭിച്ചിരുന്നതുകൊണ്ട് ശമ്പളത്തിൽനിന്നും ഒന്നും ചെലവാക്കേണ്ടിവന്നില്ല്യ. വീട്ടുകാരുടെയും താത്രിയുടെയും വിവരങ്ങളറിയാതെ മനസ്സമാധാനമില്ല്യ എന്നൊരവസ്ഥയായി. താത്രി പുറത്താക്കപ്പെട്ടുകാണും? എങ്ങന്യായിരിക്കും അവളുടെ ജീവിതം? ആരോടു ചോദിക്കാൻ?

എല്ലാം ഇട്ടെറിഞ്ഞ് ആരുമറിയാതെ ഇങ്ങോട്ടു ഓടിപ്പോന്നതുപോലെ തോന്നുമ്പോൾ തിരിച്ചുപോകാൻ കഴിയാത്ത സ്ഥിതിയായിരുന്നു അന്ന്. കൊട്ടിപ്പാടാൻ ഉണർത്തുപാട്ടുകാരൻ വേറെയും ഉണ്ടെങ്കിലും എല്ലാ

ദിവസവും വെളുപ്പിന് മൂന്നു മണിക്ക് തിരുനടയിലെത്തിയിരുന്ന എനിക്ക് ഒരു ദിവസംപോലും അത് ഒഴിവാക്കാൻ തോന്നിയിരുന്നില്ല്യ. ഒരു ദിവസം തിരുനടയിലെത്തിയില്ലെങ്കിൽ മനസ്സമാധാനമില്ലാതാകുന്ന തരത്തിൽ ജീവിതത്തിന് പുതിയൊരു താളവും ക്രമവും വന്ന് ഒഴുകിത്തുടങ്ങിയിരുന്നു. ഒരേസമയം തിരുനടയിലും ചെമ്മന്തട്ടയിലുമായി മനസ്സ് നിലകൊണ്ടു.

ഒരുദിവസം പെരിയ നമ്പിയെ കണ്ട് സങ്കടം പറഞ്ഞു.

"വൃദ്ധയായ അമ്മയെക്കണ്ടിട്ട് ഏഴെട്ടുമാസമായി. അത്രടം ഒന്ന് പോയ്വരാൻ അനുവദിക്കണം. രണ്ടോ മൂന്നോ ദിവസത്തെ അവധി."

അത്രയേ ചോദിച്ചുള്ളൂ. പത്തു ദിവസത്തെ അവധി തന്ന് അദ്ദേഹം അനുഗ്രഹിച്ചയച്ചു. അന്നുതന്നെ ചെമ്മന്തട്ടയ്ക്കു തിരിച്ചു. ഇങ്ങോട്ടു നടന്നുവന്നെങ്കിലും മടക്കയാത്ര തീവണ്ടിയിലായിരുന്നു. ഒരു സന്ധ്യയ്ക്ക് ചെമ്മന്തട്ടയെത്തി. താടിയും മുടിയും നീണ്ടുവളർന്നിരുന്നു. ആരും എന്നെ തിരിച്ചറിയാതിരിക്കാൻ, കാവിമുണ്ടുടുത്ത്, കാവിമുണ്ടുകൊണ്ടുതന്ന്യേ മൂടിപ്പുതച്ച്, തോളിലൊരു മാറാപ്പുമായി, ഒറ്റനോട്ടത്തിൽ ഒരു സന്ന്യാസിയുടെ ഭാവത്തിലായിരുന്നു നാട്ടിലെത്തിയത്. പുതുക്കറിശ്ശിയില്ലം ലക്ഷ്യമാക്കി നടന്നു. ഇല്ലത്തിനടുത്തു വച്ചുതന്നെ സുബ്രഹ്മണ്യൻ നമ്പൂതിരിയെ കണ്ടു. അദ്ദേഹം ക്ഷേത്രദർശനം കഴിഞ്ഞു വര്യായിരുന്നു. എന്നെ സൂക്ഷിച്ചുനോക്കി, ആരാ ഈ സന്ന്യാസി എന്ന മട്ടിൽ.

അമ്മാവൻ എന്നാ ഞാൻ വിളിച്ചിരുന്നത്. എന്നെ ഭ്രഷ്ടാക്കി പുറത്താക്കിയപ്പോൾ ചാക്യാരോ, നായരോ, ചണ്ഡാലനോ ആരാകാനായിരുന്നു എന്റെ വിധിയെന്നറിഞ്ഞിരുന്നില്ല്യ.ആ നിലയ്ക്ക് ഞാൻ സംബോധന ചെയ്യുന്നത് ശരിയല്ല്യ.

"ഞാൻ, ഞാൻ കണ്ടഞ്ചാത രാവുണ്ണി."

ആവുന്നത്ര വിനീതനായി പറഞ്ഞു. പറഞ്ഞപ്പോൾ തൊണ്ടയിടറി.

"എന്റുണ്ണീ."

അദ്ദേഹം എന്നെ മുറുകെ പുണർന്നു.

"എവിട്യായിരുന്നു ഉണ്ണീ, നിന്നെത്തിരക്കാനിടമില്ല്യ; എവിട്യായിരുന്നു?"

വാക്കുകൾ തൊണ്ടയിൽ കുരുങ്ങി. ഒരുവിധത്തിൽ പറഞ്ഞു:

"അപമാനഭാരത്താൽ ഭയന്നോടിയതാ. താത്രി പറഞ്ഞ പേരുകളുടെ കൂട്ടത്തിൽ എന്റെ പേരും ഉണ്ടെന്നറിഞ്ഞപ്പോൾ...."

"അങ്ങിന്യേ കരുത്യേ? രാവുണ്ണിയുണ്ട് ഓള് പറഞ്ഞകൂട്ടത്തിൽ. അത് കണ്ടഞ്ചാത രാവുണ്ണിയല്ല്യാ; കഥകളിവേഷക്കാരൻ കാവുങ്ങൽ രാവുണ്ണിപ്പണിക്കരാ."

പുനർജന്മം ലഭിച്ചിട്ടും വല്യ സന്തോഷംന്നും തോന്നീല്ല്യ. വേദനകൾ വർദ്ധിച്ചതേയുള്ളൂ. എന്നെ സംരക്ഷിക്കാൻവേണ്ടി ഓള് പേരൊഴിവാക്കിയെന്നു മനസ്സിലായി. ഓളെന്നോടു കാട്ടിയ സ്നേഹം നിർവ്യാജമായിരുന്നല്ലോ. വേറെ തെളിവെന്തിനാ? ഓയ്ക്കില്ലത്ത് പാട്ടുപഠിക്കാൻ വന്ന ആറുവയസ്സുകാരിയെ എന്റെ അന്തരാത്മാവ് വാരിപ്പുണർന്നു. ഓളുടെ നെറുകയിൽ ഉമ്മവച്ചു. വെള്ളിമണി കിലുങ്ങുമ്പോലെ ഓള് ചിരിക്കുന്നത് ഞാൻ കേട്ടു.

“അപ്പോ എന്നെ ഭ്രഷ്ടാക്കിപ്പുറത്താക്കീല്ലെന്നോ?”

വിശ്വാസം വരാഞ്ഞ് ഞാൻ വീണ്ടു ചോദിച്ചു.

“അതേന്റുണ്ണീ. നിന്നെ എന്തിനാ പുറത്താക്ക?”

“പത്തുനാല്പതു പേര് പുറത്താവുംന്ന് കേട്ടിരുന്നല്ലോ! അവരൊക്കെ?”

“നാല്പതും അമ്പതുമൊന്നുമല്ല്യ! കുറേ കഥകളുണ്ട്.”

“അങ്ങനേങ്കി അച്ഛനെന്നോട് വിഷമോന്നും തോന്നാനിടയില്ല്യാലോ?””

“എന്തിന് വിഷമം തോന്നണം? പിന്നെ ഉണ്ണി പറയാണ്ട് പോയതിലുള്ള വിഷമം കാണാണ്ടിരിക്ക്യോ?”

“എന്നാൽ ഞാൻ കണ്ടഞ്ചാത ചെന്ന് അച്ഛനോടു മാപ്പുപറയട്ടെ; പറയാതെ നാടുവിട്ടോടിയതിന്?”

“ആകാലോ. ഇപ്പത്തന്ന്യെ വേണംന്നുണ്ടോ?”

“വേണം. എന്നെക്കരുതി അച്ഛനുമമ്മയും മറ്റുള്ളവരും എത്രമാത്രം വേദനിച്ചിട്ടുണ്ടാവണം?”

“ഒക്കെശ്ശരിയാ. അങ്ങനേക്ക്ണ്ടാവും. ഇപ്പത്തന്ന്യെ പോണംന്നില്ല്യാലോ. ഇന്നിവിടെ പുതുക്കുറിശ്ശിയില്ലത്തു കഴിയാ. അന്യഭവനോന്നുമല്ല്യാ ലോ. കുറേ കാര്യങ്ങളുണ്ട് ഉണ്ണിയറിയാൻ. ഇന്നിവിടെയായാൽ രാത്രി സമയോണ്ടല്ലോ. എല്ലാം വിശദമായിപ്പറയാം. നാളെ രാവിലെ കണ്ടഞ്ചാത ചെന്ന് എല്ലാരേം കാണാം. വേണംങ്കിൽ ഞാൻ കൂടെവരാം.”

അമ്മാവൻ എന്നെ സമാധാനപ്പെടുത്തി. ഒരപകടസൂചനയും തന്നില്ല്യ.

“താത്രിയെ പുറത്താക്കിക്കാണും ല്ലേ്യ? ഓളിപ്പം എവിട്യാ? ഓളെ ഒന്ന് കണ്ടാ കൊള്ളാംന്നുണ്ട്.”

“ഓളെ പുറത്താക്കി. എവിടെപ്പോവാനാ? പിന്നെ ഉണ്ണിക്ക് കാണാൻ കഴിയുംങ്കി കാണേം ചെയ്യാം.”

പിന്നൊന്നും ചോദിക്കാൻ തോന്നിയില്ല്യ. താത്രിയെക്കുറിച്ച് അമ്മാവനോടു കൂടുതൽ ചോദിക്കുന്നത് ശരിയല്ല്യ.

“അതിരിക്കട്ടെ. ഉണ്ണി ഇതുവരെ എവിട്യാരുന്നു?”

“അങ്ങുമിങ്ങും അലഞ്ഞു. തെക്കോട്ടൊരു യാത്ര. ശുചീന്ദ്രംവരെ. പിന്നെ മടങ്ങിപ്പോന്നു.”

ബോധപൂർവം ഞാനൊരു കള്ളം പറഞ്ഞു. ആ തെറ്റിന് മാപ്പു നൽക ണേന്ന് അന്നേരംതന്ന്യേ ചെമ്മന്തട്ട മഹാശിവനോട് പ്രാർത്ഥിക്കേം ചെയ്തു. പിന്നെ അദ്ദേഹം ഒന്നും ചോദിച്ചില്ല്യ. എന്നെയും കൂട്ടി പുതു ക്കുറിശ്ശി ഇല്ലത്തെത്തി. നല്ലോണം ഇരുട്ടുവീണിരുന്നു.

കണ്ടഞ്ചാതയിലെ ഉണ്ണിയെ കാണാനില്ല്യാന്ന സങ്കടത്തിൽ കഴിഞ്ഞി രുന്ന ഉണ്ണൂല്യമ്മായിക്ക് സന്തോഷമായി. അത്താഴം വിളമ്പുന്നതിനിടയിൽ അമ്മായി പലതും പറഞ്ഞുകൊണ്ടിരുന്നു.

"എങ്കിലും എന്റെുണ്ണീ, കണ്ടഞ്ചാത വാസുദേവേട്ടന്..."

"നിർത്ത്."

അമ്മാവൻ ഉറക്കെപ്പറഞ്ഞു.

"ഏഴെട്ടു മാസായി നന്നായി ആഹാരം പോലുമില്ലാണ്ട് അലഞ്ഞ ഉണ്ണ്യാ. ഓൻ എന്തെങ്കിലും കഴിച്ചോട്ടെ. കഥയൊക്കെ പിന്നീടാവാലോ."

അമ്മായി പിന്നെ ഒന്നും ചോദിച്ചില്ല്യ. അത്താഴം കഴിഞ്ഞ് അമ്മാവൻ എന്നെയുംകൂട്ടി പുറത്തിറങ്ങി. കല്പകശ്ശേരിയിലെന്നപോലെ പുതുക്കുറിശ്ശി ഇല്ലത്തും പടിക്കു പുറത്തായി അത്ര അകലെയല്ലാതെ വഴിയരികിൽ ഒരു പാലമരമുണ്ടായിരുന്നു. അതിന്റെ ചോട്ടിൽ കമഴ്ത്തി വെച്ച കുട്ടകൾപോലെ നാലഞ്ച് ചെറുപാറകൾ. കുട്ടികൾ ഇരുന്നും കളിച്ചും ഒട്ടൊക്കെ മിനുസപ്പെട്ടിരുന്നു അവ.

"ഇവിടിരിക്കാം ഉണ്ണീ; ശ്ശി പറയാനും അറിയാനുംണ്ടാവൂലോ."

അമ്മാവൻ പറഞ്ഞു. അദ്ദേഹമിരുന്ന പാറയുടെ സമീപത്തു കണ്ട മറ്റൊന്നിൽ ഞാനുമിരുന്നു. പൗർണമി കഴിഞ്ഞിട്ട് രണ്ടോ മൂന്നോ ദിവസമായിക്കാണും. നിലാവുദിച്ചുവരുന്നു.

കുറച്ചുസമയം ആരും ഒന്നും പറഞ്ഞില്ല്യ.

"എങ്ങന്യാ പറയേണ്ടതെന്നറിയില്ല്യാ. കുറച്ചൊക്കെ മനഃപ്രയാസ മുണ്ടാക്കുന്ന കാര്യങ്ങളാ. അതാ ഉണ്ണ്യേംകൂട്ടി പുറത്തിറങ്ങിയത്. ഇല്ലത്തു വച്ചാവുമ്പം നിന്റമ്മായി കേറി ഇടപെടും. അതൊഴിവാക്കാംന്നു വച്ചു."

എന്റെയുള്ളിൽ തീയാളി. നാടുവിട്ടിട്ട് ഏഴുമാസമായി. സയിക്കോ എന്റമ്മ? എങ്ങന്യാ അച്ഛൻ സയിക്ക? അവരിൽ ആരെങ്കിലും പുത്ര വിയോഗദുഃഖത്താൽ അന്തരിക്കുകയോ രോഗബാധമൂലം കിടപ്പിലാവു കയോ ചെയ്തിട്ടുണ്ടാവും. കുറച്ചൊക്കെ മനഃപ്രയാസമുണ്ടാക്കുന്ന കാര്യ ങ്ങളെന്ന് അമ്മാവൻ പറഞ്ഞതിന്റെ പൊരുളെന്താ? ഒന്നും ചോദിച്ചില്ല്യ. വിശദീകരണം ആവശ്യപ്പെട്ടില്ല്യ. നാവെടുക്കാൻ കഴിഞ്ഞാലല്ല്യേ എന്തെ ങ്കിലും ചോദിക്കാനാവുക? അർദ്ധപ്രജ്ഞനായി കാത്തിരുന്നു.

"പറഞ്ഞാലും പറഞ്ഞാലും തീരില്ലെന്റുണ്ണീ. അത്യാവശ്യം അറി യേണ്ടതുതന്ന്യേ അധികംണ്ട്. അതേ പറയുന്നുള്ളൂ."

അമ്മാവൻ പറഞ്ഞുതുടങ്ങി.

"തൃപ്പുണിത്തുറ കൊട്ടാരത്തിലായി ഒടുവിൽ വിചാരണ. അന്നും മഴയോടുമഴ. ഇടയ്ക്കിടയ്ക്ക് ചീറ്റിയടിക്കുന്ന കാറ്റ്. എന്തോ കുഴപ്പംണ്ട് എന്നൊരു തോന്നൽ. ഭഗവതിക്ക് നിരക്കാത്ത എന്തോ കാണുന്നുണ്ട്. പ്രകൃതിയിലാ ദൈവത്തിന്റെ ഇഷ്ടക്കേടും ഇഷ്ടോംക്കെ തെളിഞ്ഞു കാണാവുന്നത്. ഞാൻ സ്മാർത്തസഭാംഗങ്ങൾക്കു പുറകിലുണ്ട്. കണ്ടഞ്ചാത വാസുദേവൻ നമ്പൂതിരിയെ എനിക്ക് നന്നായറിയാം. വല്യ പണ്ഡിതനാ. എങ്കിലും പെട്ടെന്ന് തളർന്നുപോകും. അങ്ങനെവന്നാ ഒരു താങ്ങുവേണ്ടിവരും. ഒരു സഹായത്തിന് ആരെങ്കിലും വേണം. അതിനാ എന്നെ വിടാതെ കൂട്ട്യത്. സ്മാർത്തസഭാംഗങ്ങളൊക്കെ സമയത്തുതന്നെ ഇരിപ്പിടങ്ങളിലെത്തി. അവർക്കു പിന്നിൽ പത്തുപതിനഞ്ച് പൗരപ്രമുഖർ. കൂട്ടത്തിൽ ഞാനും. മറ്റുള്ളിടത്തു കണ്ടതുപോലെ വിചാരണ കേൾക്കാൻ പുറത്ത് ആരുമില്ല്യ. തകർത്തു പെയ്യുന്ന മഴ മാത്രം.

"സാധനത്തിന് ഇനീം പറയാനുണ്ടെന്നു കേട്ടു. ഇനി നാളെ മതീന്ന് ഞാമ്പര്യേം ചെയ്തു."

സ്മാർത്തൻ പറഞ്ഞു.

താത്രി ശാന്തസ്വരൂപിണിയായ ഭഗവതിയെപ്പോലെനിന്നു. സത്യാ ഉണ്ണീ; അന്നേരം ഓള മുഖത്ത് എന്താ ഒരു ഐശ്വര്യായിരുന്നെന്നോ? നിറഞ്ഞു കത്തുന്ന, അഞ്ചു തിരിയെരിയുന്ന നിലവിളക്കുപോലെ ഓള് നിന്നു.

സ്മാർത്തൻ പിന്ന്യേം പറഞ്ഞു:

"ഇപ്പൊ ഇതാ പറയാനുള്ള അവസരാ. പറഞ്ഞോളൂ. ആരുടെ പേരാ പറയാനുള്ളേ?"

പേടിച്ചുപേടിച്ച് സംസാരിക്കുന്നപോലെയാ സ്മാർത്തൻ സാധാരണ സംസാരിക്കാറ്. ഇപ്പൊ അദ്ദ്യേം ശരിക്കും ഭയന്നിരിക്ക തന്ന്യാരുന്നു. ഭീതി ആ മുഖത്ത് കാണാംല്ലോ.

"ഉണ്ട് തിരുമനസ്സേ; ചിലരെക്കുറിച്ച് പറയാനുണ്ട്. എന്റെ വേളിക്കു മുമ്പുള്ള കാര്യായോണ്ട് ഇനി പറയണംന്നില്ലെങ്കിൽ വേണ്ട."

താത്രി മറുപടി കാത്തുനിന്നു.

"എന്നത്തെ കാര്യായാലും നിനക്ക് പറയാം. അത് കേൾക്കാനാ പൊന്നുതമ്പുരാൻ ഞങ്ങളെ ഇങ്ങട് അയച്ചത്."

പുറക്കോവിൽ പറഞ്ഞു.

"മുണ്ടേര് വാസുദേവൻ നമ്പൂതിരിയെ തിരുമനസ്സുകൾക്കറിയോ?"

താത്രി ചോദിച്ചു. ആരും ഉരിയാടാതിരുന്നതിനാൽ ഓള് തന്ന്യേ വീണ്ടും പറഞ്ഞു:

“ആർക്കും അറിയില്ല്യാലേ? എന്നാൽ ഞാൻ പറഞ്ഞുതരാം. പട്ടച്ചോമയാരത്ത് വാസുദേവൻ നമ്പൂരിയെന്ന സ്മാർത്തൻ തിരുമേനീടെ തൊട്ടയൽപക്കമൊമുണ്ടേരില്ലം. അവിടത്തെ വാസുദേവൻ നമ്പൂതിരിയെ തിരുമനസ്സിനറിയാം. അറിയാമോ ഇല്ലയോ എന്നൊന്നും ഇവിടെ വിഷയംല്ല്യ. ഞാൻ പറയാൻ പോകുന്ന കാര്യങ്ങളിൽ വല്ല സംശയോം തോന്നിയാൽ മുണ്ടേരില്ലത്തെ വാസുദേവൻ നമ്പൂര്യെ വിളിച്ചു ചോദിക്ക. എനിക്ക് അദ്ദ്യേം ചെറിയ ഉപകാരം ചെയ്തുതന്നു. അതാ കാര്യം. അല്ലെങ്കിൽ വേണ്ട. കൊണവള്ളി മാധവിയോടു ചോദിച്ചാൽ മതി. ഓളായിരുന്നു ഇടനിലക്കാരി.”

താത്രി സ്മാർത്തന്റെ മുഖത്തു നോക്കി അല്പസമയം നിന്നു. അദ്ദ്യേം പ്രാർത്ഥിക്ക്യേരുന്നെന്നാ എന്റെ തോന്നൽ. പട്ടച്ചോമയാരത്ത് വാസുദേവൻ നമ്പൂതിരിയുടെ സഹോദരീപുത്രനാ മുണ്ടേര് വാസുദേവൻ നമ്പൂതിരി. ആ ബന്ധംക്കെ താത്രിക്കറിയാം. അതാ ഓള് മാധവിയെ സാക്ഷിയിട്ടത്. എന്റെയുണ്ണീ ഈ താത്രി ആളാരെന്നറിയോ? ഓള് വീണ്ടും പറഞ്ഞു:

“അന്ന് വൈക്കത്ത് അഷ്ടമീന്ന് പറഞ്ഞുകേട്ടു. വൃശ്ചികം ഇരുപത്തിയഞ്ച്. നല്ല തണുപ്പുള്ള പ്രഭാതം. ഞാൻ കല്പകശ്ശേരി പുറത്തളത്തിൽ ഇരിക്ക്യേരുന്നു. കൊണവള്ളി മാധവി അകലെനിന്നും വരുന്നത് കണ്ടു. ഞാൻ പുറത്തിറങ്ങി. ഓളെന്നെ കണ്ടൂന്നറിഞ്ഞപ്പോ ഞാൻ കുളപ്പുരയിലേക്കു നടന്നു. ഓളെന്റെ പിന്നാലെയെത്തി. എന്റെ അനുജത്തിമാര് ഇതൊന്നും അറിയരുതെന്നുണ്ടായിരുന്നു. അഷ്ടമൂർത്തിത്തിരുമേനിക്ക് കുറേ പെൺമക്കളുണ്ട് എന്ന ഓർമേ ഇല്ല്യ. അച്ചീഭവനങ്ങളും സംബന്ധക്കുട്ടികളും ദാസീഭവനങ്ങളും ധാരാളമുണ്ടല്ലോ. ആദ്യം പ്രാപിച്ചവളുടെ മേനി ഉടഞ്ഞാലെന്താ? ഓൾടെ മകള് പത്തോ പന്ത്രണ്ടോ വയസ്സായ കുട്ടിയുണ്ടെങ്കി പിന്നെ ആ കുട്ടി മതീന്നാവും. പുതുപുഷ്പങ്ങൾ തേടി ആ കാമദേവൻ പറന്നു നടക്കുമ്പോ ഇല്ലത്തെ സ്ഥിതിയെന്തെന്ന് തിരുമനസ്സുകൾക്കറിയോ? നിങ്ങളെങ്കിലും അറിയണം. എന്നെ വിടുക. എന്റെ അനുജത്തിമാര് ശ്രീദേവിയും നീലിയും പാർവതിയും നങ്ങേമയും പുര നിറഞ്ഞുനിൽക്കാ. എന്റെ അവസ്ഥ ഇങ്ങന്യായി. അവരിൽ ആരെയെങ്കിലും പൂജാരി അഷ്ടമൂർത്തി പൂജിച്ചുകളയോന്ന് ഭയന്ന്, കണ്ണിലെണ്ണയൊഴിച്ച് ഞാനെന്റെ കുട്ട്യേളെ കാത്തോണ്ടിരിക്ക്യാ. എന്റെ അമ്മയ്ക്കും ഒക്കെ അറിയാം. ചവിട്ടും തൊഴീം കൊള്ളാൻ അവരെക്കൊണ്ടിനി ആവില്ല്യാ. അതിനാൽ ഒഴിഞ്ഞും തിരിഞ്ഞും നിൽക്കും അപ്പോഴാ മാധവീടെ വരവ്. കുട്ട്യോള് അറിയേണ്ടെന്നുവച്ചാ ഞാൻ കുളപ്പുരയിലേക്കു നടന്നത്.

മാധവി മുണ്ടേര് വാസുദേവൻ നമ്പൂതിരിയെക്കുറിച്ചു പറഞ്ഞു. ഇരുപത്തിയാറു വയസ്സുള്ള സുന്ദരനായ യുവാവ്. കണക്കില്ലാത്ത

സ്വത്തിനുടമ. ദൈവങ്ങളെക്കൂടി വരുതിയിൽ നിർത്താൻ കഴിവുള്ള മഹാമാന്ത്രികന്റെ അനന്തിരവൻ. ഓന് എന്നെയൊന്നു കാണണം. ഒരു ദിവസം കുറച്ചു സമയം അടുത്തിരിക്കണം. എന്റെ ശരീരത്തിന് താഴാമ്പൂ വിന്റെ മണമുണ്ടെന്ന് അവനോട് ആരോ പറഞ്ഞത്രെ. അത് ശരിയോ ന്നറിയണം. എന്തു വേണംങ്കിലും തരും. നല്ല പഠിപ്പുള്ളവനാ. കവിത യെഴുതും. ചില കവിതകൾ ഓളെ വായിച്ചുകേൾപ്പിച്ചത്രെ. ഓൾക്കും ഓനും ഒരേ പ്രായമാണത്രെ. ഓന്ന് പതിനാറു വയസ്സുള്ളപ്പോൾ മാധവി യുടെ ചിറകിനടിയിൽ അണഞ്ഞവനാണെന്നും ഓളെക്കുറിച്ചും ഓൻ കവിതയെഴുതിയിട്ടുണ്ടെന്നും പറഞ്ഞു. എന്നെക്കുറിച്ചെഴുതിയ കവിത കളിൽ കണ്ണും കവിളും മൂക്കും മുടിയും മുലയും തുടയുമൊക്കെ ജീവ നോടെ കാണാമെന്നും പറഞ്ഞു.

'ഇല്ല്യാ ദാരിദ്ര്യാർത്തിയോളം വലുതായിട്ടൊരാർത്തിയും' എന്നല്ല്യേ പ്രമാണം. അന്നു ഞങ്ങൾക്ക് അത്താഴത്തിന് വകയുണ്ടായിരുന്നില്ല്യ. ആകേണ്ടാരുന്ന കുറച്ച് അരി അന്നുച്ചയ്ക്ക് കഴിക്കാൻ അടുപ്പത്തിട്ടു കാണും. കല്പകശ്ശേരീലെ പെണ്ണ് പിഴച്ചുപോയോന്നു നോക്കിനടന്ന വരാരും ഇതൊന്നും അറിഞ്ഞിരിക്കില്ല്യ. ഞങ്ങടെ അയലത്തെ മനയിൽ പത്തായങ്ങൾ നിറഞ്ഞുകുമിയുമ്പോഴാ ഞങ്ങൾ നാലഞ്ചു യുവതികളും രണ്ട് അമ്മമാരും നാണിത്തള്ളേം ഒട്ടിയ വയറുമായി ഒഴിഞ്ഞ പത്തായ ത്തിനരികിൽ കഴിഞ്ഞത്. താത്രി പിഴച്ചുപോയത് എന്റെ കുറ്റംകൊണ്ടല്ല തിരുമനസ്സുകളേ. സ്മൃതിനിയമങ്ങളുരുവിട്ടാലൊന്നും വിശപ്പു മാറി ല്ല്യാലോ. മുണ്ടേര് വാസുദേവൻ നമ്പൂരിയെ കൂട്ടിക്കൊണ്ടുവരാൻ മാധവി യോടു പറഞ്ഞു. കുറച്ച് അരിയോ പയറോ വാങ്ങിക്കൊടുത്തയയ്ക്കാനും പറഞ്ഞു.

ഞാൻ കുറെ വിയർത്തു തിരുമനസ്സുകളെ. കുറേനേരം ഭാരം ചുമന്നു. താഴാമ്പൂവിട്ടു കാച്ചിയ അല്പം എണ്ണയുണ്ടായിരുന്നു. എന്റെ മേനിയിലെ താഴാമ്പൂമണം സത്യം തന്ന്യാന്ന് അവൻ വിശ്വസിച്ചു. ആദ്യദിനം അഞ്ചുറുപ്പിക തന്നു. പിന്നെ അഞ്ച് കട്ടിപ്പാവുമുണ്ട് വേണംന്ന് പറഞ്ഞു. എനിക്കും എന്റെ അനുജത്തിമാർക്കുംവേണ്ടി. അതിനുവേണ്ടി ഒരു ദിവസംകൂടി എനിക്കവനെ നെഞ്ചിൽ കിടത്തി ഉറക്കേണ്ടിവന്നു. നാലഞ്ചു യുവതികൾ ആവശ്യത്തിന് ഉടുതുണിയില്ലാത്തതിനാൽ മുറ്റത്തിറങ്ങാൻ വയ്യാതെ കഴിയേരുന്നെന്ന് സദാചാരത്തമ്പുരാക്കന്മാർ അറിയണം; ഇനി യെങ്കിലും അറിയണം. എന്തിനാ മുണ്ടേര് വാസുദേവനെ സുഖിപ്പിച്ചുറക്കി യതെന്ന് മനസ്സിലായില്ല്യേ? എന്റെയും അനുജത്തിമാരുടെയും നാണം മറയ്ക്കാനാ അവന്റെ മുമ്പിൽ ഉടുതുണിയഴിച്ചത്. അഞ്ചാറു വയറിലെ തീയണയ്ക്കാനാ അങ്ങനെ ചെയ്തത്."

"എന്റുണ്ണീ അവിടിരുന്ന തമ്പ്രാക്കന്മാരൊക്കെ വെന്തുനീറിപ്പോയി. ജാതവേദൻ നമ്പൂതിരിക്കുപോലും ഉരിയാടാൻ പഴുതില്ലാതായി പ്പോയീലേ? സ്വന്തം സഹോദരീപുത്രന്റെ കാര്യമല്ല്യേ ഓള് കാര്യമായി

വിശദീകരിച്ചത്. കണ്ടഞ്ചാത ഇരുന്ന് പിടയുന്നതും ഞാൻ കണ്ടു. കുറേനേരം കഴിഞ്ഞപ്പോ സ്മാർത്തന് ഒരുമാതിരി സമചിത്തത കൈ വന്നു. അദ്ദ്യേം ചോദിച്ചു:

"തീർന്നോ ഇനീമുണ്ടോ?"

"കടലിലെ തിരയൊടുങ്ങുമോ തിരുമേനീ?"

ഓളുടെ ചോദ്യം കേട്ട് എല്ലാരും നടുങ്ങീന്നു പറഞ്ഞാമതീലോ.

"ആട്ടെ, ആരെക്കുറിച്ചാ ഇനി പറയാനുള്ളേ?"

സ്മാർത്തൻ ചോദിച്ചു.

"മല്ലിശ്ശേരി മാധവൻ നമ്പൂതിരി. ഗുരുവായൂർ കഥകളിയോഗത്തിൽ ഇപ്പോ ബകവധത്തിലെ ഭീമന്റെ വേഷം ചെയ്യുന്ന മാധവൻ നമ്പൂതിരി."

മാധവൻ നമ്പൂതിരിയുടെ കാര്യസ്ഥൻ ശങ്കരമേനൻ എന്റെ അടുത്താ ഇരുന്നത്. ഓന്റെ നെഞ്ചിലാ അമിട്ടുപൊട്ട്യത്. എത്രയോ ദിവസായി മേനൻ ഈ വാർത്തയ്ക്കുവേണ്ടി കാത്തുകാത്തിരിക്കുന്നു. ഓള് എല്ലാം തെളിച്ചുപറഞ്ഞു. ആർക്കും ഒന്നും നിഷേധിക്കാനാവാത്ത തരത്തിൽ സ്ഥലവും തീയതിയും ലഭിച്ച പാരിതോഷികങ്ങളും മാധവൻ നമ്പൂതിരിയുടെ നാഭിക്കുതാഴെ അരഞ്ഞാൾരേഖയിലെ കാക്കപ്പുള്ളി സഹിതം അവൾ വിവരിച്ചു. നിഷേധിക്കാനാവ്വോ? ശങ്കരമേനൻ എഴുന്നേറ്റു. പെട്ടെന്ന് മാധവൻ നമ്പൂതിരിയെ വിവരമറിയിക്കണമല്ലോ. ഞാനവനെ പിടിച്ചിരുത്തി.

"ഞാനും വരുന്നു; കുറച്ചുനേരംകൂടി ഇരിക്ക."

എന്റെ നിർദ്ദേശം ഓൻ സ്വീകരിച്ചു.

"ഇന്യാരാ?"

സ്മാർത്തന്റെ ചോദ്യം.

"രാവുണ്ണി, കഥകളിയിലെ രാവുണ്ണി."

താത്രി പറഞ്ഞു കണ്ടഞ്ചാതയുടെ മുഖം കരുവാളിച്ചു. ഇമവെട്ടാതെ അയാൾ താത്രിയെത്തന്നെ നോക്കിയിരുന്നു. എന്റെ ജീവിതത്തിൽ ഇത്രയ്ക്ക് ദയനീയ ഭാവത്തിൽ ഒരിക്കലും കണ്ടഞ്ചാതയെ കണ്ടിട്ടില്ല്യ. അദ്ദ്യേം ബോധംകെട്ടുവീഴുമെന്ന് തോന്നി. ഒന്നുംണ്ടായില്ല്യ. എങ്ങനെ ബോധംകെടാനാ? കണ്ണു തുറന്നിരുന്നെങ്കിലും ജീവനില്ല്യാന്നു തന്ന്യെ തോന്നുക. ഞാനും ചങ്കു തകർന്നിരിക്ക്യാ. എന്റെ ഉണ്ണിയെ ചതിച്ചോ?

ശങ്കരമേനൻ പെട്ടെന്നു പറഞ്ഞു:

"എന്റെ ഭഗവതീ, കണ്ടഞ്ചാത രാവുണ്ണ്യല്ലേ കഥകളീലെ രാവുണ്ണി! കഴീല്ല്യ, എനിക്കിനി സയിച്ചിരിക്കാൻ കഴീല്ല്യ. മാധവൻ നമ്പൂതിരി ഗുരുവായൂർ കഥകളിയോഗത്തിലാ. രാവുണ്ണിയല്ലേ്യ പാട്ടുകാരൻ! ഞാനങ്ങോട്ടാ. എങ്ങന്യേം രണ്ടാളേം രക്ഷപ്പെടുത്താനെന്തുവഴീന്ന് നോക്കേണ്ടേ?"

ശങ്കരമേനൻ ഇറങ്ങി ഓടീന്നു തന്ന്യെ പറയാം.

അല്പസമയം കഴിഞ്ഞ് സ്മാർത്തൻ ചോദിച്ചു:

"കഥകളീലെ രാവുണ്ണീന്നു പറഞ്ഞാ പോരല്ലോ. എത്രേ രാവുണ്ണി മാരുണ്ട്! ചെണ്ടക്കാരൻ കുളപ്പിള്ളി രാവുണ്ണീണ്ട്. പാട്ടുകാരൻ കണ്ട ഞ്ചാത രാവുണ്ണീണ്ട്; കാവുങ്ങൽ കളരീലെ രാവുണ്ണീണ്ട്—ഒക്കെ കഥ കളിക്കാരാ. നീയ്യ് ആരെയാ ഉദ്ദേശിച്ചേ? തെളിച്ചങ്ങട് പറയ്യ."

"കാവുങ്ങൽ കളരിയിലെ രാവുണ്ണിപ്പണിക്കർ. ഓനെ ഞാൻ മറക്കില്ല്യ. ഓന്റെ കൈയിൽ നാലുറുപ്പികേ ഉണ്ടായിരുന്നുള്ളൂ. അത് തന്നു. എന്നാൽ ഒരു കുല താഴമ്പൂവ് തന്നു. അതാണ് സ്നേഹോ പഹാരം. ആ താഴമ്പൂ ഉണക്കി എണ്ണ കാച്ചിത്തേച്ചു. അന്നുമുതലാ എന്റെ ശരീരത്തിന് താഴമ്പൂ വിന്റെ മണം ലഭിച്ചത്! കാവുങ്ങൽ രാവുണ്ണി പ്പണിക്കർ ഇന്നും എന്റെ മനസ്സിൽ നറുമണം ചൊരിഞ്ഞുകൊണ്ടിരി ക്കുന്നു.

അമ്പത്തിഅഞ്ച്

"**പ**ത്മാ വളരെ വൈകിയിരിക്കുന്നു കുട്ട്യേ. നാളെ നിനക്ക് സ്കൂളിൽ പോകേണ്ടതല്ല്യേ? ഉറങ്ങാതിരുന്നാൽ നിന്റെ ജോലി മുടങ്ങില്ല്യേ? കുറച്ചു കാര്യങ്ങൾകൂട്ട്യേ എനിക്കു പറയാനുള്ളൂ. അത് നാളേക്ക് വെയ്ക്കാൻ എനിക്ക് തോന്നുന്നുമില്ല്യ. അങ്ങനെ നീട്ടിവച്ചാ പിന്നെ പറയാൻ കഴിയാ ണ്ടായാലോന്നൊരു ശങ്ക. എന്താ വേണ്ട്യേ ഭഗവതീ!"

കണ്ടഞ്ചാത രാവുണ്ണിമുത്തച്ഛൻ പത്മയെ ചോദ്യരൂപത്തിൽ നോക്കി. മുത്തച്ഛനിൽ കണ്ട ഭാവമാറ്റം പത്മയ്ക്ക് സംശയകരമായിത്തോന്നിയെ ങ്കിലും അവൾ സാന്ത്വനഭാവത്തിൽ പറഞ്ഞു:

"മുത്തച്ഛാ, ഈ രാത്രിയും നാളെ പകലും ഒരേ കണക്കിനിരുന്നാലും ഞാൻ ക്ഷീണിക്കില്ല. താത്രിക്ക് എന്തു സംഭവിച്ചു എന്നറിയാതെ ഞാനിനി സ്കൂളിലേക്കില്ല. മുത്തച്ഛന് ബുദ്ധിമുട്ടൊന്നുമില്ലെങ്കിൽ ഞാൻ ഇവിടിരിക്കാം. ക്ഷീണമുണ്ടെങ്കിൽ മുത്തച്ഛൻ കിടന്നോളൂ."

"ഇല്ല്യാ, ഞാൻ ക്ഷീണിക്ക്യേ? ആരോടെങ്കിലും അക്കാര്യങ്ങൾ ഒന്നു പറഞ്ഞുതീർക്കുംവരെ താത്രീഭഗവതി എന്നെ താങ്ങിനിർത്തുമെന്ന റിയാം."

മുത്തച്ഛൻ ഉഷാറായെന്ന് തോന്നി. പത്മ ചോദിച്ചു:

"കണ്ടഞ്ചാത രാവുണ്ണിയല്ല, കാവുങ്ങൽ രാവുണ്ണിപ്പണിക്കരാണ് പ്രതി യെന്ന് താത്രി പറഞ്ഞ കാര്യം പുതുക്കുറിശ്ശി സുബ്രഹ്മണ്യൻ നമ്പൂതിരി മുത്തച്ഛനോടു പറഞ്ഞു. പുനർജന്മം കിട്ടിയപോലുള്ള സന്തോഷം

ഉണ്ടാവേണ്ടതല്ലായിരുന്നോ?" "അങ്ങനേണ്ടാവേണ്ടതാ. എന്നാൽ എനിക്ക് സന്തോഷത്തിന്റെ തരിമ്പും അനുഭവപ്പെട്ടില്ല്യ. അതെന്താ ന്നെവച്ചാ നാം കാണാത്തതും അറിയാത്തതുമായ പലതും നമ്മുടെ അന്തരംഗം അറിയും; നമ്മുടെ ആത്മാവ് അറിയും. 'രമ്യാണി വീക്ഷ്യ മധുരാൻ ച നിശമ്യ ശബ്ദാൻ...' എന്ന ശ്ലോകത്തിൽ കാളിദാസൻ പറഞ്ഞതും അതുതന്ന്യാ."

മഹാദുരന്തങ്ങൾ നടന്നുകഴിഞ്ഞിരിക്കുന്നു. എന്റെ ബോധമനസ്സ് അതൊന്നും അറിഞ്ഞില്ലെന്നേയുള്ളു. എന്നാൽ എന്റെ അന്തരാത്മാവ് അറിഞ്ഞിരിക്കുന്നു. ഇവിടെ ഈ ബംഗ്ലാവും വരുമാനമുള്ള ജോലിയും മഹാരാജാവ് എനിക്ക് തന്നിട്ടും അതുകൊണ്ടൊന്നും തൃപ്തിപ്പെടാൻ അന്നെനിക്ക് തോന്നാഞ്ഞതെന്താ? 1905 ജൂലായ് അവസാനമാ മഹാദുരന്തങ്ങളുടെ പെരുവെള്ളമിറങ്ങിയത്. എഴുപതു വർഷത്തിനു ശേഷമുള്ള ജൂലായിൽ തന്നെ താത്രിയുടെ നാട്ടിൽനിന്നും നീയെങ്ങനെ എന്റെയടുത്തെത്തി? നീ വരണമെന്നും ഞാൻ വിടവാങ്ങുന്നതിനുമുമ്പ് എല്ലാ വിവരങ്ങളും നിനക്ക് കൈമാറണമെന്നും നിശ്ചയിക്കപ്പെട്ടിരുന്നു. നീ എന്തിനാ വന്നേന്ന് എന്റെ ആത്മാവിന് അറിയാമായിരുന്നു.

അതുപോലാ അന്നത്തെ കാര്യങ്ങളും. ആറേഴു മാസത്തിനുശേഷം ഞാൻ പുതുക്കുറിശ്ശി സുബ്രഹ്മണ്യൻ നമ്പൂതിരിയുടെ മുമ്പിലെത്തി. പുതുക്കുറിശ്ശി ഇല്ലത്തിനു സമീപത്തുള്ള പാലമരച്ചോട്ടിലിരുന്നല്ല്യേ നമ്പൂരി അമ്മാവൻ എന്നോട് അക്കാര്യങ്ങൾ പറഞ്ഞത്.

സ്മാർത്തവിചാരത്തിന്റെ അവസാനദിവസം എന്താണ്ടായേന്ന് അദ്ദേഹം പറഞ്ഞു. കാവുങ്ങൽ രാവുണ്ണി നൽകിയ നാലുറുപ്പികയല്ല്യ, ഓൻ നൽകിയ ഒരു കുല താഴമ്പൂവാ വിലമതിക്കാനാവാത്ത സമ്മാന മായി താത്രി കണ്ടത്. അത്രയ്ക്ക് നന്മ നിറഞ്ഞ മനസ്സിന്റെ ഉടമയാ താത്രി. അവൾക്ക് പലരോടും ശാരീരികബന്ധമുണ്ടായിരുന്നിട്ടും ചില രോടു മാത്രമേ മാനസികബന്ധമുണ്ടായിരുന്നുള്ളൂ. ഏറ്റവും അടുപ്പം എന്നോടുതന്ന്യാ. അവളുടെ ആറാംവയസ്സിൽ, എന്റെ എട്ടാംവയസ്സിൽ തുടങ്ങിയ ബന്ധമാ. എന്റെ ഇരുപത്തിയഞ്ചാം വയസ്സിൽ ഞാൻ ആ നാടുപേക്ഷിച്ചപ്പോഴും തൊണ്ണൂറ്റിയഞ്ചാം വയസ്സിൽ ഇന്നു നമ്മൾ അക്കഥകൾ ഓർക്കുമ്പോഴും താത്രിക്ക് ഏറ്റവും അടുപ്പം എന്നോടു തന്ന്യാ. അതിരിക്കട്ടെ. പാലമരച്ചോട്ടിലെ ആ രാത്രി അമ്മാവൻ തുടർന്നു പറഞ്ഞത്, താത്രിയുടെ കാര്യങ്ങൾ മാത്രമല്ല്യാ, എന്റെ അച്ഛന്റെ കാര്യ ങ്ങൾകൂടിയാ. താത്രിയുടെയും കുറിയേടത്തില്ലത്തിന്റെയും ദുരന്തകഥ മാത്രമല്ല്യ, കണ്ടഞ്ചാത വാസുദേവൻ നമ്പൂതിരിയുടെയും ഞങ്ങളുടെ കണ്ടഞ്ചാതമനയുടെയും ദുരന്തത്തിന്റെ കഥകൂടിയാണ്.

"പറഞ്ഞാ നിനക്ക് വിശ്വാസം വരുമോന്ന് എനിക്കറിയില്ലെന്റുണ്ണീ. ഓള് പറഞ്ഞ രാവുണ്ണി തന്റെ പൊന്നുണ്ണി അല്ല്യാന്നറിഞ്ഞപ്പോ കണ്ട ഞ്ചാത വാസുദേവൻ നമ്പൂതിരിയുടെ മുഖത്ത് നിലാവുദിച്ചു. അദ്ദേഹം

ദീർഘനിശ്വാസം വിട്ടു. ആശ്വാസത്തിന്റെ ദീർഘശ്വാസം. എത്ര വല്യ വൈദിക ജ്ഞാനിയാണേലും പുത്രന്റെ കാര്യത്തിൽ ദശരഥൻ അനുഭവിച്ച ദുഃഖം തന്ന്യാ കണ്ടഞ്ചാതയും അനുഭവിച്ചത്. യഥാർത്ഥ പിതാക്കന്മാരൊക്കെ അങ്ങനെ തന്ന്യായിരിക്കും. കല്പകശ്ശേരി അഷ്ടമൂർത്തിയെപ്പോലെ ചില കന്നാലികൾ ചിലപ്പോൾ മനുഷ്യരൂപത്തിൽ ജനിച്ചെന്നു വരും.

കണ്ടഞ്ചാത മകനെയോർത്ത് ആശ്വാസം കൊള്ളുന്നതു കണ്ടപ്പോ പിന്നെയും ചിലരുടെയൊക്കെ പേരും വിലാസവും അടയാളങ്ങളുമൊക്കെ ഓള് പറഞ്ഞു. അതൊക്കെ സ്മാർത്തൻ എഴുതിയെടുത്തു. എന്നിട്ടദ്ദ്യേം ഒരു ചോദ്യം.

"നീയ്യ് എത്ര പ്രതികളുടെ പേരു പറഞ്ഞെന്നറിയാമോ നിനക്ക്?"

"അറുപത്തിയഞ്ച്. സുബോധത്തോടെ തന്ന്യാ തിരുമനസ്സേ നിൽക്കുന്നത്."

താത്രി പറഞ്ഞു. അത്രേമല്ല്യ, ഓള് നല്ലൊരു കുത്തും കൊടുത്തു.

"ബുദ്ധി മരവിക്കാനുള്ള പ്രായമായില്ല്യ."

ഓള് ആരെയാ ഉദ്ദേശിച്ചേ? സ്മാർത്തനും സംഘവും വൃദ്ധന്മാരല്ല്യേ? അവരൊക്കെ ബുദ്ധി മരവിച്ചവരെന്നല്ല്യേ ഓള് സ്ഥാപിച്ചത്? പിന്നെ താത്രി മുഖം കുനിച്ചുനിന്നു. എല്ലാ കണ്ണുകളും അവളുടെ മുഖത്തു തന്ന്യാ. അടുത്ത് അവൾ ആരെയായിരിക്കും നിലംപരിശാക്കുക എന്ന ആധിയിലാ എല്ലാവരും.

"ഇങ്ങനെ നീയ്യ് മിണ്ടാതെ നിന്നാ മത്യോ? ഇതൊന്ന് അവസാനിപ്പിക്കണംല്ല്യോ. ഇനീം പേരു വല്ലതും പറയാനുണ്ടെങ്കി പറയ്യ. വിശദീകരണമൊന്നും വേണ്ട. പേരുമാത്രം പറഞ്ഞാ മതി. കൂടുതൽ അറിയണംന്നുണ്ടെങ്കി അങ്ങട് ചോദിക്കാം."

സ്മാർത്തൻ അല്പം ഗൗരവം കൂട്ടി ഉത്തരവിട്ടു. അന്ത്യശാസനം നൽകുമ്പോലെയാ അദ്ദ്യേം പറഞ്ഞത്. അതുവല്ലതും കേട്ടെന്നുവച്ച് ഓള് ഭയന്നുപോവ്വോ?

"സമ്മതിച്ചു തിരുമനസ്സേ. വിശദീകരിക്കേണ്ടെങ്കിൽ അതും സമ്മതിച്ചു. ഒന്നും വിശദീകരിക്കുന്നില്ല്യ. പേരുമാത്രം പറഞ്ഞാ മതീന്നല്ല്യേ? പേരും പറയുന്നില്ല്യ."

താത്രി ചിരിച്ചു. എന്റുണ്ണീ എന്താ ചിരിയായിരുന്നത്. കൊച്ചുകുട്ടികൾ കിലുക്കാംപെട്ടിപോലെ ചിരിക്കില്ല്യേ? അങ്ങനേംല്ല്യാ. വെള്ളിമണി കിലുങ്ങുമ്പോലെ ഓള് കുലുങ്ങിച്ചിരിച്ചു. എന്താ അവസ്ഥന്ന് ആലോചിച്ചു നോക്ക്യേ. ശിക്ഷ വിധിക്കാൻ പൂവ്വാ. ഭ്രഷ്ട് കല്പിക്കുംന്ന് ഓൾക്ക് നല്ല നിശ്ചയംണ്ട്. ഒരന്തർജനത്തെ ഭ്രഷ്ടാക്കിയാ മരണസമംന്നൊക്കെ ഓൾക്ക് നന്നായറിയാം. താൻ മരണമുഖത്തെന്നറിഞ്ഞിട്ടും

ഓൾക്ക് അങ്ങനെ ചിരിക്കാൻ കഴിഞ്ഞതെങ്ങനൃാന്നാ ഞാൻ ചിന്തിച്ചു പോയത്.

"നീയെന്താ പരിഹസിക്കേ?"

കണ്ടഞ്ചാത ചോദിച്ചു.

"പേരും പറയുന്നില്ലെന്നാ ഭാവംന്നാ എന്താ പരിഹാസമല്ല്യേ?"

"അല്ല തിരുമനസ്സേ. ഒരാളിനെ ഞാനിപ്പോ അങ്ങയുടെ മുമ്പിൽ എത്തിച്ചുതരാം. അയാളുടെ പേര് തിരുമനസ്സിന് മനസ്സിലാകും. മറ്റാർക്കും മനസ്സിലാകേം വേണ്ടാ."

എന്റുണ്ണീ, ഓള് പിന്നെ എന്താ ചെയ്തേന്നറിയോ? രണ്ടു ചുവടു മുമ്പോട്ടു നടന്നു. കൈയിൽ കിടന്ന ഒരു മുദ്രമോതിരം ഊരി മൂന്നു പ്രാവശ്യം അതിൽ ചുംബിച്ചു. എന്നിട്ടു പറഞ്ഞു:

"ഈ മോതിരം എന്നെ സംബന്ധിച്ച് വെറുമൊരു സ്വർണവസ്തുവല്ല്യ. വെറുമൊരു ആഭരണമല്ല്യ. ഞാൻ ഏറ്റവും കൂടുതൽ സ്നേഹിക്കുന്ന വളരെ പ്രസിദ്ധനായ ഒരാൾ എന്റെ വിരലിൽ അണിയിച്ചുതന്നതാ. ഈ നിമിഷംവരെ ഞാൻ ഒറ്റയ്ക്കായിരുന്നില്ല്യ. എന്നെ ഈ മോതിരം അണിയിച്ച മഹാനും മോതിരത്തിന്റെ രൂപത്തിൽ എന്റെ ശരീരത്തിലുണ്ടായിരുന്നു. എന്റെ ജീവിതം ഇവിടെ അവസാനിക്കാൻ പോകുന്നു എന്നെനിക്കറിയാം. ആ മഹാന്റെ ജീവിതം എന്റെ ജീവിതത്തോടൊപ്പം അവസാനിച്ചുകൂടാ. അദ്ദ്യേത്തെ ഞാൻ തിരുമനസ്സുകളുടെ കൈകളിൽ ഏല്പിക്കുന്നു."

അവൾ ആ മോതിരം സ്മാർത്തന്റെ മുമ്പിൽ വച്ചു. ഏതാണ് ആ മോതിരംന്ന് ഉണ്ണിക്കറിയാലോ? പക്ഷേ സ്മാർത്തൻ മറ്റൊന്നാ ധരിച്ചത്.

അദ്ദ്യേം മോതിരമെടുത്തുനോക്കി. കൊച്ചിരാജാവിന്റെ രാജകീയ മുദ്രയുള്ള മോതിരം. ഭഗവതീന്ന് ഒരു വിളിവിളിച്ചുകൊണ്ട് അദ്ദ്യേം ആ മോതിരം ആദ്യം തന്റെ ശിരസ്സിൽവച്ചു. പിന്നെ ഇരുകണ്ണുകളിലും മോതിരം തൊടീച്ചു. ആ മോതിരത്തിൽ സ്മാർത്തൻ രാജാവിനെ കണ്ടു. തിരുമനസ്സിനും ഇവളുമായി ബന്ധമുണ്ടായിരുന്നോ? മറ്റുള്ളവർ അറിഞ്ഞാൽ? ഒന്നും വിളിച്ചുപറയാൻ ഒരു മടീമില്ലാത്ത സാധനം ആ പേര് പറയാതിരുന്നത് മഹാഭാഗ്യം. സ്മാർത്തൻ ഇത്തരത്തിൽ ചിന്തിച്ചു കാണും. അദ്ദ്യേത്തിന്റെ മുഖത്തെ പാരവശ്യം നമുക്കുതരുന്ന സൂചനകൾ ഇതൊക്കെയാ. എന്താ വേണ്ട്യേന്ന് ഒരു തീരുമാനത്തിലെത്താൻ കഴിയാതെ വന്നപ്പോ സ്മാർത്തൻ ആ മുദ്രമോതിരം രാജപ്രതിനിധിയായ പുറക്കോവിലിന്റ കൈയിൽ കൊടുത്തു. വാസുദേവൻ നമ്പൂതിരി ശരിക്കും നടുങ്ങിയത് അപ്പോഴാ. നിനക്ക് കൊച്ചിരാജാവ് തന്ന മുദ്രമോതിരം നീ താത്രിക്കു നൽകിയ കാര്യം അന്നേരമാ അദ്ദ്യേം അറിഞ്ഞത്. എങ്കിലും അവൾ നിന്റെ പേരു പറഞ്ഞില്ല്യ. അത് ആശ്വാസമായി. രാജാവിന്റെ പേര് പറഞ്ഞില്ല്യാലോ എന്ന് സ്മാർത്തനും ആശ്വസിച്ചു.

സ്മാർത്തനും പുറക്കോവിലും എന്തോ പരസ്പരം ചെവിയിൽ പറഞ്ഞു.

അതിനിടയിൽ താത്രി പറഞ്ഞു:

"വിശദീകരിക്കാൻ എന്നോട് ആവശ്യപ്പെടരുത്. എന്റെയീ ഭൂമി ജീവിതം അവസാനിപ്പിച്ചുതരണമെന്ന് താഴ്മയായി അപേക്ഷിച്ചു കൊള്ളുന്നു."

അവൾ ശിരസ്സു കുനിച്ച്, കൈകൂപ്പിത്തൊഴുതുകൊണ്ട് പിന്നിലേക്കു നീങ്ങി ആദ്യസ്ഥാനത്തു നിന്നു.

സ്മാർത്തൻ എഴുന്നേറ്റു.

"സ്മാർത്തവിചാരം ഇവിടെ അവസാനിച്ചിരിക്കുന്നു. ഇനി സാധനത്തിന് ഒന്നും പറയാൻ അവകാശമില്ല്യ. ഇനിയെന്ത്യേ വേണ്ട്യേന്ന് മഹാരാജാവ് തിരുമനസ്സുകൊണ്ട് തീരുമാനിക്കും."

അതോടെ താത്രിയുടെ വിചാരണ കഴിഞ്ഞു. ഓളെ സുരക്ഷിത സ്ഥാനത്തേക്കു മാറ്റി. അറുപത്തിയാറാമത്തെ പേരുകാരൻ കൊച്ചി രാജാവ് തന്ന്യേയെന്ന് സ്മാർത്തൻ ഉറച്ചുവിശ്വസിക്കുകയും പുറക്കോവിലിനോട് രഹസ്യമായി പറയുകയും ചെയ്തു. രാജാവല്ല, തന്റെ മകൻ രാവുണ്ണിയാ മോതിരത്തിന്റെ രൂപത്തിൽ താത്രിയുടെ ശരീരത്തിൽ ഒട്ടിച്ചേർന്നിരിക്കുന്നതെന്ന് കണ്ടഞ്ചാതയ്ക്ക് മനസ്സിലായി എങ്കിലും അദ്ദ്യേമത് സ്വന്തം മനസ്സിൽ ഒളിപ്പിച്ചുവച്ചു.

പിന്നെയല്ല്യേ പുഴ വഴിമാറി ഒഴുകാൻ തുടങ്ങ്യത്. അല്ല, അങ്ങനേക്ക്ണ്ടാവും. എന്തൊരു ബഹളമായിരുന്നു! എത്രപേരാ പുറത്താകാൻ പോകുന്നത്! അതും നിലയും വിലയുമുള്ളവർ! കൂടിയാലോചനകൾക്കായി സ്മാർത്തനും കണ്ടഞ്ചാതയും രാജാവിനെ കണ്ടുകാണും. രണ്ടുമൂന്നു ദിവസം പിന്നെയും കഴിഞ്ഞു. താനും പ്രതിയാകേണ്ടതായിരുന്നെന്നും തൽക്കാലം താത്രി തന്നെ താങ്ങിനിർത്തിയെന്നും രാജാവിനു തോന്നിക്കാണും. പക്ഷേ, ഓള് നാളെ ആ പേര് പുറത്തു പറയില്ലെന്നുണ്ടോ? അല്ല, രാജാവങ്ങനെ നിരീച്ചിരിക്കില്ല്യ. പക്ഷേ പിന്നീടുണ്ടായ സംഭവങ്ങളുടെ ഗതിവെച്ചു നോക്കിയപ്പോ എനിക്കങ്ങനെ തോന്നിയതാവാം. എന്താ സംഗതിയെന്നു ചുരുക്കിപ്പറയാം. അല്ല്യേ ഉണ്ണിക്ക് മുഷിയും.

പുതുക്കുറിശ്ശി സുബ്രഹ്മണ്യൻ നമ്പൂതിരി സംഭവങ്ങളുടെ സാരം പറഞ്ഞു:

രാജഭരണമല്ല്യേ? ബ്രാഹ്മണർക്കും ധനികർക്കും പൗരപ്രമുഖർക്കും മുഖ്യപരിഗണനയുള്ള കാലം. പുറത്താക്കപ്പെട്ട ധനികബ്രാഹ്മണരും അവരുടെ ബന്ധുക്കളായ പൗരപ്രമുഖരും രാജാവിനെ പിന്നെയും കണ്ടു. അവരുടെ സങ്കടഹർജികൾ പരിഗണിച്ച് പുരുഷവിചാരണയ്ക്ക് ഉത്തരവിട്ടു.

“സാധനം കള്ളം പറയുകയാ. ഞാൻ അക്കാലത്ത് പാലക്കാട്ടായിരുന്നു.” ആറങ്ങാട്ടുകര കിഴക്കേവാരിയത്തെ കൃഷ്ണവാര്യർ പുരുഷവിചാരണയിൽ പറഞ്ഞു.

“കൊണവള്ളി മാധവിയെ വിളിപ്പിക്കാം. ഓളാണല്ലോ ഇദ്ദ്യേത്തെ കൂട്ടിക്കൊണ്ടുവന്നത്.”

താത്രി മറുപടി നൽകി. അതോടെ വാര്യർ തലതാഴ്ത്തി കുറ്റം സമ്മതിച്ചു.

മറ്റൊരാളിന്റെ വാദം താത്രി പൊളിച്ചത് വളരെ രസകരമായ രീതിയിലാണ്. പെരുമ്പിള്ളി ഇട്ടീരി ഓതിക്കൻ പരാതിപ്പെട്ടു:

“നാം എഴുപത്തിയഞ്ചു വയസ്സായ വൃദ്ധനാ. ഇങ്ങനെയൊരു വൃത്തികെട്ട കാര്യത്തിന് പോവില്ല്യ. മാത്രംല്ല്യ നമുക്ക് ലൈംഗികശേഷി തീരെ ഇല്ലാണ്ടായിട്ട് നാലഞ്ചു കൊല്ലായി.”

“ആണോ തിരുമനസ്സേ?”

താത്രി ചിരിച്ചുകൊണ്ടു തുടർന്നു:

“കഷ്ടായി. എന്നാൽ അങ്ങെന്നെ കീഴ്പ്പെടുത്തിയത് പത്തു വർഷങ്ങൾക്കുമുമ്പായിരുന്നു. എന്റെ പതിമൂന്നാം വയസ്സിൽ. എന്റെ അമ്മാവൻ ഓക്കി ഇട്ടീരി നമ്പൂരിയല്ല്യേ നിങ്ങളെ കൂട്ടിക്കൊണ്ടുവന്നത്?” ഇട്ടീരി ഓതിക്കനും ഒടുവിൽ കുറ്റം സമ്മതിക്കുകയും വൃദ്ധനെന്ന പരിഗണനയിൽ മാപ്പു നൽകണമെന്ന് അപേക്ഷിക്കുകയും ചെയ്തു.

ആരെയും വിട്ടില്ല്യ. തർക്കിക്കാൻ വന്നവരെയൊക്കെ വള്ളിപുള്ളി അടയാളങ്ങൾ പറഞ്ഞും സാക്ഷികളെ ഉദ്ധരിച്ചും താത്രി നിലംപരിശാക്കി. വക്കീലിനെയുംകൊണ്ടു വന്നവനെയും താത്രി പൊളിച്ചടുക്കി. ചുരുക്കിപ്പറഞ്ഞാൽ എല്ലാവരെയും ഭ്രഷ്ടരാക്കി പുറത്താക്കാൻ രാജകല്പനയുണ്ടായി. നമ്പ്യാത്തൻ നമ്പൂതിരിയും താത്രിയുടെ ഭർത്താവ് രാമൻ നമ്പൂതിരിയും പുറത്താക്കപ്പെട്ടു. കണ്ടഞ്ചാതയുടെ നേതൃത്വത്തിലാ താത്രിയുടെ പുറത്താക്കൽചടങ്ങ് നടന്നത്. വിളിച്ചുചൊല്ലലും കൈകൊട്ടി പുറത്താക്കലും നടക്കുമ്പോ ചെമ്പൂട്ടിയും താത്രിയുടെ ദേവുമ്മായി എന്ന ദേവകിയും വാവിട്ടുകരയുകയായിരുന്നു. സത്യാണുണ്ണ്യീ, ആ രംഗം കണ്ട് എന്റെ കണ്ണുനിറഞ്ഞുപോയി.

താത്രി തലകുനിച്ച് പടിക്ക് പുറത്തേക്ക് നടക്കുമ്പോ കണ്ടഞ്ചാതയും ഞാനും പടിക്കരികിലുണ്ട്. ഓള് അടുത്തെത്തി വാസുദേവൻ നമ്പൂതിരിയുടെ മുഖത്ത് മുഖമുയർത്തി നോക്കി. അവളുടെ കണ്ണുകൾ നിറഞ്ഞൊഴുകുകയായിരുന്നു.

“ഒക്കെ പറ്റിപ്പോയി കുട്ടീ. ഒന്നും വേണ്ടീരുന്നില്ല്യാ. ഇനിയിപ്പൊ എന്താ ചെയ്യ? നീയെന്നെ ശപിക്കില്ലെങ്കിലും അറുപത്തിയഞ്ചു പേരുടെ ശാപം എന്റെ തലയിൽ പതിച്ചുകഴിഞ്ഞു. നീയായിട്ട് ശപിക്കാണ്ടിരിക്കണ്ടാ. അത്രേങ്കിലും ശിക്ഷ എനിക്കുമിരിക്കട്ടെ.”

വാസുദേവൻ നമ്പൂതിരിക്ക് അത്രേം പറയാൻ കഴിഞ്ഞു. അവൾ പുറത്തിറങ്ങി. വാതിൽ കൊട്ടിയടയ്ക്കപ്പെട്ടു. പുറത്ത് രാജഭടന്മാർ കാത്തുനിൽക്കേരുന്നു. ചാലക്കുടിപ്പുഴയോരത്ത് താത്രിയെ പാർപ്പിക്കാൻ ഒരു താൽക്കാലികപുര നിർമിച്ചിരുന്നു. താത്രിയെ അവിടേക്ക് കൊണ്ടു പോയീന്നാ പറയുന്നേ. അതിനുശേഷം ഓളെ ആരും കണ്ടിട്ടില്ല്യാ. ചതിയായിരുന്നെടോ ചതി."

കുറച്ചുനേരം അദ്ദ്യേം മൗനംപാലിച്ചു. പിന്നെയും പറഞ്ഞു:

"കണ്ടഞ്ചാതയ്ക്ക് ഓളെ ചതിക്കാൻ തോന്നീല്ല്യാ. അയാൾ അത്രയ്ക്ക് നല്ലവനാ. ഇത് രാജാവിന്റെ ചതി തന്ന്യാ. അല്ലെങ്കിൽ സ്മാർത്തന്റെ ചതി. ഓളിനി നാളെ ആരോടെങ്കിലും ആ മുദ്രമോതിരത്തിന്റെ കാര്യം പറഞ്ഞാലോന്ന് പട്ടച്ചോമയാരത്ത് ജാതവേദൻ നമ്പൂതിരിക്ക് തോന്നിക്കാണും. രാജാവിന്റെ മാനം കാക്കാൻ സ്മാർത്തൻ ഓളെ കൊല്ലിച്ചെന്നാ എന്റെ മനസ്സു പറഞ്ഞത്."

ഞാനെല്ലാം കേട്ടുകൊണ്ടിരുന്നു.

"എന്താ ഉണ്ണീ നിനക്കൊന്നും പറയാനില്ല്യേ?"

അദ്ദ്യേം എന്നോടു ചോദിച്ചു. എന്തെങ്കിലും പറയാൻ എന്റെ നാവു ചലിച്ചിട്ടുവേണ്ടേ?

"അവളെ ആരു ചതിച്ചാലും ഓള് ഇവിടെത്തന്നെ കാണുമമ്മാവാ."

എന്റെ മനസ്സു പറഞ്ഞു. കുറച്ചുസമയംകൂടി കഴിഞ്ഞപ്പോ ഞാനെഴുന്നേറ്റു. എന്തെങ്കിലും ഉരിയാടാൻവേണ്ടി പറഞ്ഞു:

"ഒക്കെ വിധിയാണമ്മാവാ. ഞാൻ പോയ്വരട്ടെ. അച്ഛനെ കാണണം. മാപ്പു പറയണം. ഞാൻ ജീവനോടെയുണ്ടെന്ന് അമ്മയെ ബോധ്യപ്പെടുത്തണം. രണ്ടുപേരുടെയും കാലുപിടിച്ച് മാപ്പിരക്കണം."

"ഉണ്ണീ അതൊന്നും വേണ്ടാട്ടോ."

അദ്ദേഹം പെട്ടെന്നെഴുന്നേറ്റ് എന്റെ കൈയിൽ പിടിച്ചുകൊണ്ടു പറഞ്ഞു:

"ഇനിയും നീയറിയാത്ത ഒരുപാട് കാര്യങ്ങളുണ്ട്. ഒക്കെ കേൾക്ക. എന്നിട്ട് നിനക്ക് ഹിതമെന്നു തോന്നുന്നത് ചെയ്യ."

അമ്മാവൻ പറഞ്ഞു. സ്മാർത്തവിചാരത്തിന്റെ തുടർച്ചയായുണ്ടായ സംഭവങ്ങൾ അദ്ദേഹം സൂചിപ്പിച്ചു

"പുറത്തായവരിൽ പത്തിരുപതു പേരുടെയെങ്കിലും ബന്ധുക്കൾ കണ്ടഞ്ചാതയെത്തി. ഒരുകണക്കിൽ എല്ലാത്തിനും ഉത്തരവാദി കണ്ടഞ്ചാത തന്ന്യാ. ഒന്നും കണ്ടില്ല്യാ, കേട്ടില്ല്യാന്നു വെച്ചാ മതിയായിരുന്നല്ലോ. ഇണങ്ങന്റെ ഉത്തരവാദിത്വമേറ്റെടുത്ത് രാജാവിനെ സമീപിച്ചതും സ്മാർത്തവിചാരം നടത്താൻ ഉത്തരവിടീച്ചതും കണ്ടഞ്ചാതയാണല്ലോ.

ആളുകൾക്ക് അതറിയാം. പുറത്താക്കപ്പെട്ടവരിൽ ചിലരുടെ അമ്മമാരും ഭാര്യമാരും സഹോദരിമാരും പെൺമക്കളും കണ്ടഞ്ചാത വന്ന് വാസുദേവൻ നമ്പൂതിരിയുടെ മുമ്പിൽ തലതല്ലിക്കരഞ്ഞു; നെഞ്ചത്തടിച്ച് നിലവിളിച്ചു.

"കൊല്ലാതെ കൊള്ളാഞ്ഞതെന്തു നീ മാധവാ
കൊല്ലിക്കയത്രേ നിനക്കു രസമെടോ."

എന്ന് ഗാന്ധാരി കൃഷ്ണനോടു ചോദിച്ചില്ല്യേ? അതുപോലെയൊക്കെത്തന്ന്യാ കണ്ടഞ്ചാതയിലെത്തിയ പെണ്ണുങ്ങളും പെരുമാറിയത്. ആ മാതൃദുഃഖത്തിനു മുമ്പിൽ കണ്ടഞ്ചാതയ്ക്കു പിടിച്ചുനിൽക്കാനായില്ല്യ.

ഇല്ലത്തിനുള്ളിൽനിന്നും കലാപസ്വരമുയർന്നു.

"എന്റെ ഉണ്ണിയെവിടേ? നിങ്ങളായിട്ടല്ല്യേ എന്റെ ഉണ്ണി എങ്ങോട്ടോ ഓടിപ്പോയത്? എന്റെ കുട്ടി ജീവനോടെയുണ്ടോ? എനിക്ക് സയിക്കണില്ല്യേ ന്റെ ഭഗവതീ!"

ഉണ്ണീടമ്മയുടെ കണ്ണീരടങ്ങിയില്ല്യ.

പിന്നെ കണ്ടഞ്ചാത ഉണ്ണിയെത്തേടിയിറങ്ങി. ആരെ കണ്ടാലും ചോദിക്കും:

"എന്റെ ഉണ്ണിയെ കണ്ടോ, കണ്ടഞ്ചാത രാവുണ്ണിയെ?"

"ഇല്ല്യാ തിരുമേനീ, കണ്ടില്ല്യാ."

"ഒക്കെ കാരണക്കാരൻ ഞാൻ തന്ന്യാ. വേണ്ടീരുന്നില്ല്യാ, ഒന്നും വേണ്ടീരുന്നില്ല്യാ."

പിന്നെയും നടക്കും. കാണുന്നവരോടൊക്കെ ഒരേ ചോദ്യം. ഒരേ കുറ്റസമ്മതം. ഞങ്ങൾ നാടാകെ തേടിനടന്നു. കണ്ടെത്താൻ കഴിഞ്ഞില്ല്യാ. മൂന്നുമാസം മുമ്പ് ഗുരുവായൂരുവച്ച് കണ്ടവരുണ്ട്.

"നിങ്ങളെന്റെ ഉണ്ണിയെ കണ്ടോ; രാവുണ്ണിയെ കണ്ടോ" എന്നു ചോദിച്ചു നടക്കുന്ന ഒരു വൃദ്ധനെ കണ്ടതായി അവിടെ പലരും പറഞ്ഞു.

കണ്ടഞ്ചാതഇല്ലം താത്രി ഉൾപ്പെടെ നൂറുകണക്കിന് പെണ്ണിന്റെ ശാപമേറ്റ ഇല്ലമാണെന്നും അവിടെ കഴിഞ്ഞാൽ അപകടമാണെന്നും ജ്യോത്സ്യന്മാർ ഉപദേശിച്ചു. കോളങ്ങാട്ടുകരയിൽ നിന്റെ അമ്മാത്ത് അധികം താമസക്കാരില്ലാണ്ട് കിടക്കേരുന്നല്ലോ. കണ്ടഞ്ചാതക്കാര് കോളങ്ങാട്ടുകരയിലേക്ക് താമസം മാറ്റിയിട്ട് മൂന്നുമാസമായി. കണ്ടഞ്ചാതമന, കുറിയേടത്തുമനപോലെ ആളനക്കങ്ങളില്ല്യാതെ കിടക്കുന്നു,"

അമ്മാവൻ പിന്നെയും എന്തൊക്കെയോ പറഞ്ഞു.

എല്ലാ നിയന്ത്രണങ്ങളും വിട്ട് ഞാൻ പൊട്ടിക്കരഞ്ഞുപോയി. അച്ഛൻ നഷ്ടപ്പെട്ടു; കുടുംബം നഷ്ടപ്പെട്ടു; താത്രി നഷ്ടപ്പെട്ടു. ഞാനെങ്ങന്യാ സയിക്ക?

"എന്തായിതുണ്ണീ? ഒക്കെ വിധിയാ. സയിക്ക! എല്ലാം സയിക്ക! അല്ലാതെന്തു ചെയ്യാൻ? വരും, കണ്ടഞ്ചാത ഒരുദിവസം വരും. നീ പോയിട്ട് ഏഴുമാസം കഴിഞ്ഞല്ല്യേ തിരിച്ചുവന്നുള്ളൂ? അതുപോലെ നിന്റച്ഛനും വരും. നീ തിരിച്ചു വന്നൂന്ന് എങ്ങനേങ്കിലും അദ്ദ്യേം അറിയും. അറിഞ്ഞാലുടൻ തിരിച്ചുവരും. ഭഗവതി അതിനുള്ള വഴിയുണ്ടാക്കും എന്റുണ്ണീ."

മറുപടിയൊന്നും പറയാതെ ഞാൻ നടന്നപ്പോൾ അദ്ദ്യേം ശബ്ദമുയർത്തിപ്പറഞ്ഞു:

"ഉണ്ണീ നിൽക്ക! നീയെങ്ങോട്ടാ?"

"കണ്ടഞ്ചാതമനയിലേക്ക്."

"അവിടെ ആരുമില്ല്യ ഉണ്ണീ. എല്ലാവരും കോളങ്ങാട്ടുകരയിലേക്ക് താമസം മാറ്റിയെന്ന കാര്യം ഞാൻ പറഞ്ഞല്ലോ."

"ആൾക്കാരല്ല്യേ കോളങ്ങാട്ടുകരയിലേക്ക് പോയുള്ളൂ? ഇല്ലം അവിടെത്തന്നെയില്ല്യേ? കണ്ടഞ്ചാതകാവും പരദേവതകളും അവിടില്ല്യേ? മതി, അത്രേം മതി. ഞാമ്പോവാ."

ഞാൻ നടന്നു. പിന്നെയൊരു പിൻവിളിയുണ്ടായില്ല്യ.

തെളിഞ്ഞ ആകാശം; നിറനിലാവ്. കണ്ടഞ്ചാതയിലേക്കാ ഞാൻ നടന്നതെങ്കിലും ചെന്നുകയറിയത് കുറിയേടത്തില്ലത്താ. വെളിച്ചമില്ല്യ, ആളനക്കങ്ങളില്ല്യ. മുറ്റത്ത് മുട്ടോളം ഉയരത്തിൽ പുല്ലും പടർപ്പം വളർന്നു നിൽക്കുന്നു.

നമ്പ്യാത്തനും നാരായണൻ നമ്പൂതിരിയും പുറത്താക്കപ്പെട്ടു. ചെമ്പൂട്ടിയെവിടെ? താത്രിയുടെ ദേവുമ്മായിയെവിടെ?

മലവെള്ളത്തിന്റെ കുത്തൊഴുക്കിൽപ്പെട്ട, നദീതടത്തിലെ വാഴയും ചേമ്പുമൊക്കെ അപ്രത്യക്ഷമാകുമല്ലോ. അവയൊക്കെ എവിടെയാ പോയിമറഞ്ഞതെന്ന് ആരാ അന്വേഷിക്ക? ചെമ്പൂട്ടി എവിടെയോ പോയ് മറഞ്ഞു. ദേവകിയും.

ഞാൻ കണ്ടഞ്ചാതയിലെത്തി. കണ്ടഞ്ചാതമുറ്റവും പുല്ലു വളർന്നു മൂടി. തിണ്ണയിൽ കയറി അല്പസമയം നിന്നു. നിരവധിപേർക്ക് ദിവസവും വെച്ചുവിളമ്പിയ അടുക്കള ആളനക്കങ്ങളില്ലാതെ നിത്യനിദ്രയിൽ.

അമ്മയെവിട്യാ? അമ്മേ ഉണ്ണി വന്നിരിക്കുന്നു. ഉണ്ണിയെ തേടിപ്പോയ അച്ഛൻ എവിട്യാ അമ്മേ? അച്ഛന്റെ ചാരുകസേര ഒഴിഞ്ഞുകിടന്നു. ആ കസേരയുടെ മുമ്പിൽ മുട്ടുകുത്തി പ്രാർത്ഥിച്ചു.

"അച്ഛാ ഞാൻ തിരിച്ചുവന്നിരിക്കുന്നു. അച്ഛനെവിട്യാ? എവിട്യാന്നറിഞ്ഞാൽ മതി; ഞാനവിടെ എത്തിക്കോളാം. മടങ്ങിവരൂ അച്ഛാ....."

അന്തരാത്മാവ് താണുകേണപേക്ഷിച്ചു. അടുത്ത മരച്ചില്ലകളിൽ പക്ഷികൾ ചിലച്ചു. ആദ്യം ഒരു പക്ഷിയുടെ ചിലമ്പൽ കേട്ടു. പിന്നെ

രണ്ടുമൂന്നു രാക്കിളികളുടെ ചിലമ്പലായി അത് വളർന്നു. പിന്നെപ്പിന്നെ ആ ശബ്ദത്തിന്റെ രീതി മാറി.

ആരുടെയോ പൊട്ടിച്ചിരി! വെള്ളിമണി കിലുങ്ങുംപോലെ പൊട്ടിച്ചിരിക്കുന്നത് ആരാണ്?എന്റെ താത്രിക്കല്ല്യാതെ ആർക്കാ ഇങ്ങനെ ചിരിക്കാൻ കഴിയ്യ? മേലാകെ കോൾമയിർക്കൊണ്ടു. കണ്ടു; ആ സുന്ദരരൂപം മൂടൽമഞ്ഞിനുള്ളിൽ നിൽക്കുമ്പോലെ. അവൾ മെല്ലെ നടന്നടുത്തു. അടുത്തെത്തിയപ്പോൾ അതൊരു വെളിച്ചമുള്ള നിഴൽപോലായി; ഒരു കിനാവുപോലെ, ഒരു ഓർമ്മപോലെ കാറ്റിലാടിയങ്ങനെ നിന്നു, എന്റെ താത്രി.

“രാവുണ്ണീ നീ എവിട്യാരുന്നെടോ?”

അവൾ ചോദിച്ചു.

“ഞാൻ ഒരു യാത്രയിലായിരുന്നു. ഒന്നും സമയത്തറിഞ്ഞില്ല്യാ. നിന്റെ കാര്യങ്ങളറിയാൻ, നിന്നെ കാണാനാ ഓടിവന്നത്. വൈകിപ്പോയി; അല്ല്യേ?”

“സത്യമായും വൈകിപ്പോയി. അല്ലേലും നിനക്കൊന്നും ചെയ്യാൻ കഴിയില്ല്യായിരുന്നു. അതിന്റെ ആവശ്യവുമില്ല്യായിരുന്നു. ശരീരംകൊണ്ടു ചെയ്യേണ്ട കാര്യങ്ങളൊക്കെ ഞാൻ ചെയ്തു. എന്റെ ശരീരത്തിന്റെ ആവശ്യം കഴിഞ്ഞപ്പോൾ ഞാനത് ഉപേക്ഷിച്ചു. നിനക്കു തരാൻ എന്റെ ആത്മാവ് മാത്രമുണ്ട്. അത് മതിയോ നിനക്ക്?”

“മതി, അതുമതി. ശരീരം ഉപേക്ഷിച്ചെന്നു പറഞ്ഞല്ലോ. എന്താ ഉണ്ടായേന്ന് തെളിച്ചുപറഞ്ഞുകൂടേ?”

ഞാൻ സങ്കടത്തോടെ ചോദിച്ചു.

“എന്നെ പുറത്താക്കിയപ്പോൾ രാജഭടന്മാർ കൂട്ടിക്കൊണ്ടുപോയി. ചാലക്കുടിപ്പുഴയോരത്ത് എന്നെ പാർപ്പിക്കാൻ രാജാവുതന്നെ ചെറിയൊരു മൺകുടിൽ നിർമിച്ചിരുന്നു. ആ മൺകുടിലിൽ അവരെന്നെ കൊണ്ടു ചെന്നാക്കി; പുറത്തു കാവൽനിന്നു. പെരുമഴ. അഞ്ചു ദിവസമായി തോരാമഴ പെയ്യുന്നു. ചാലക്കുടിപ്പുഴ എന്റെ കുടിലിനടുത്തെത്തി. പെരുമഴ പേടിച്ച് സന്ധ്യയായപ്പോൾ കാവൽ നിന്നവർ സ്ഥലംവിട്ടു. ഞാൻ കാത്തിരുന്നു. നീ വരുമെന്ന് പ്രതീക്ഷിച്ചു. പഴയ കൂട്ടുകാരിയായി നിന്നുകൊണ്ട് നിന്നെ ഒന്നു കൺകുളുർക്കെ കാണണമെന്നുണ്ടായിരുന്നു.

നീ വന്നാൽ നിനക്കുവേണ്ടി പാടാൻ എന്റെ അന്ത്യഗാനം മനസ്സിൽ കരുതിവെച്ചു. എനിക്ക് നിന്റെ മുഖത്തുനോക്കി പാടണം. നീ വന്നില്ല്യ. ആ ആഗ്രഹം ബാക്കിയായി. സന്ധ്യയായി, രാത്രിയായി. ഇരുട്ടിൽ കാത്തിരുന്നു. കുറച്ചു കഴിഞ്ഞപ്പോൾ കത്തിച്ച തൂക്കുവിളക്കുമായി ഓലക്കുട ചൂടിയ ഒരപരിചിതൻ മുറിക്കുള്ളിലെത്തി. ഞാൻ എഴുന്നേറ്റുനിന്നു.

അയാൾ തൂക്കുവിളക്കുയർത്തി എന്റെ മുഖത്തേക്ക് സൂക്ഷിച്ചുനോക്കി. ഞാൻ മെല്ലെ ചിരിച്ചു. തൂക്കുവിളക്ക് നിലത്തുവച്ച്, ഓലക്കുടയുപേക്ഷിച്ച് അയാൾ ഇറങ്ങിഓടി. എന്താണുണ്ടായതെന്ന് എനിക്കറിയില്ല്യ. ഞാൻ തൂക്കുവിളക്കെടുത്ത് കഴുക്കോലിൽ തൂക്കി. വീണ്ടും നിലത്തിരുന്നു. നിന്നെയും കാത്ത് നിലത്തിരുന്നു. കുറച്ചുസമയം കഴിഞ്ഞപ്പോൾ ഒരു യുവാവ് വന്നു. അവന്റെ കൈയിൽ ഒരു വലിയ വെട്ടുകത്തിയുണ്ടായിരുന്നു. അവൻ എന്റെ അടുത്തുവന്നു. എന്റെ മുഖത്തു സൂക്ഷിച്ചു നോക്കി. ഞാൻ പിന്നെയും ചിരിച്ചു. വെട്ടുകത്തിയുമായി എന്നെ വധിക്കാൻ വന്നവൻ നിന്നു പതറുന്നതു കണ്ടപ്പോഴാണ് ഞാൻ ചിരിച്ചുപോയത്.

അവൻ വെട്ടുകത്തി എന്റെ കാൽക്കൽ വച്ചു.

"തമ്പ്രാട്ടി പൊറുക്കണം; തമ്പ്രാട്ടിയെ വധിക്കാനാ എന്നെ അയച്ചത്."

അവൻ പറഞ്ഞു.

"ആരാ നിന്നെ അയച്ചത്?"

"പട്ടച്ചോമയാരത്ത് ജാതവേദൻ നമ്പൂതിരി. തമ്പ്രാട്ടിയെ കൊന്ന് ആറ്റിലൊഴുക്കാൻ പറഞ്ഞു. എന്നിട്ട് തമ്പ്രാട്ടി ഓളിച്ചോടിപ്പോയെന്ന് പറഞ്ഞുപരത്തണമെന്നും പറഞ്ഞു."

"പിന്നെന്താ നോക്കിനിൽക്കുന്നു. നിന്റെ ചുതല നിർവഹിച്ചോളൂ."

"കഴിയില്ല്യ തമ്പ്രാട്ടീ, ഭഗവതിയെപ്പോലെ നിൽക്കുന്ന തമ്പ്രാട്ടീടെ കഴുത്തു വെട്ടാൻ എനിക്കാവില്ല്യാ. തമ്പ്രാട്ടിയെ കൊന്നില്ലെങ്കിൽ അവർ എന്നെ കൊല്ലും. കൊന്നോട്ടെ. എന്നാലും ഈ മുഖത്തുനോക്കി ഞാനെ ങ്ങന്യാ വെട്ടുകത്തി ഉയർത്തുക? ഇത് താത്രിത്തമ്പ്രാട്ടിയോ ഭഗവതിയോ? ഭഗവതി തന്ന്യാ. പൊറുക്കണേ ഭഗവതീ. മാപ്പാക്കണേ ദേവീ."

അവൻ എന്റെ കാൽക്കൽ വീണു.

"ഞാൻ നിന്നെ സഹായിക്കാം."

ഞാൻ പറഞ്ഞു.

"എന്തു സഹായം?"

"എന്നെ കൊല്ലാൻ ഞാൻ സഹായിക്കാം."

"അതെങ്ങനെ?"

"നോക്കിക്കോളൂ; കൂടെവരൂ."

അവൻ എന്നോടൊപ്പം പുറത്തിറങ്ങി. അവൻ നോക്കിനിൽക്കേ ഞാനെന്നെ പുഴയ്ക്കു നൽകി.

പുഴയുടെ ആഴങ്ങളിൽനിന്നും എന്റെ ആത്മാവ് നിന്നെത്തേടിയെത്തിയിരിക്കുന്നു. ഇനി എന്നും ഞാൻ നിന്നോടൊപ്പമുണ്ടായിരിക്കും. നീ എവിടെപ്പോയാലും ഞാൻ കൂടെയുണ്ടാകും. ഇനിയെങ്കിലും നമുക്ക് ഒരുമിച്ചു ജീവിക്കാം രാവുണ്ണീ. എന്റെ ശരീരമല്ല്യേ മലിനമായുള്ളൂ. അതു

ഉപേക്ഷിച്ചുകഴിഞ്ഞല്ലോ. എന്റെ ശോഭ എന്നും നിന്നോടൊപ്പമായിരുന്നല്ലോ. താത്രിയെ ഞാൻ ശ്രീവരാഹത്തെ ഈ കണ്ടഞ്ചാതമനയിലേക്ക് കൂട്ടിക്കൊണ്ടുവന്നു. ഓളുടെ ആത്മാവിന് വസിക്കാൻ അമ്പലം പണിതു.

ശ്രീവരാഹം അമ്പലക്കുളം നവീകരിച്ചപ്പോൾ കിട്ടിയ ഒരു ശില്പം അവിടെ ഉപേക്ഷിക്കപ്പെട്ട നിലയിൽ കിടന്നു. ആ കരിങ്കൽ പ്രതിമയിൽ ഞാൻ താത്രിയെ കണ്ടു. ആ ശില്പം ശുദ്ധീകരിച്ചെടുത്ത് അമ്പലത്തിൽ പ്രതിഷ്ഠിച്ചു. ആയിടയ്ക്ക് പത്മനാഭസ്വാമിക്ഷേത്രത്തിലെ പെരിയനമ്പി അമ്പലം കാണാനെത്തി. എന്റെ അമ്പലവും പ്രതിഷ്ഠയും കണ്ടിട്ട് അദ്ദേ്യം പറഞ്ഞു:

"രാവുണ്ണീ, ഇത് സ്വാതിതിരുനാളിന്റെ ശിവകാമിയല്ല്യേ?"

ഞാൻ പറഞ്ഞു:

"ആയിരിക്കാം. പക്ഷേ ഇനിമുതൽ ഇതെന്റെ കുറിയേടത്തു താത്രിയാ. താത്രീഭഗവതിയാ."

പത്മ കസേരയിൽനിന്നെഴുന്നേറ്റു പറഞ്ഞു:

"മുത്തച്ഛാ ഇതെന്റെ മുച്ചിലോട്ടു ഭഗവതിയാണ്. പന്തൽമംഗലം മുടങ്ങിപ്പോയ, തീക്കുഴിച്ചാമ്പലിൽ വെന്തമർന്ന നാട്ടുപെണ്ണിന്റെ പുനർ ജന്മമായ മുച്ചിലോട്ടു ഭഗവതി."

ശരിയാ പത്മാ. എല്ലാം ഒന്നുതന്ന്യാ. മുച്ചിലോട്ടു ഭഗവതിയും ശിവകാമിയും കുറിയേടത്തു താത്രിയും ഒന്നുതന്ന്യാ. സ്നേഹത്തിനു വേണ്ടി നിലകൊണ്ട പെണ്ണിന്റെ മൂന്നവസ്ഥകൾ!

■

www.ingramcontent.com/pod-product-compliance
Lightning Source LLC
LaVergne TN
LVHW100624051026
849519LV00001B/97